ಕಥನ ಭಾರತಿ

ಟಿ. ಪಿ. ಅಶೋಕ

ಡಾ| ಟಿ.ಎಮ್.ಎ. ಪೈ ಭಾರತೀಯ ಸಾಹಿತ್ಯಪೀಠ

ಪುಸ್ತಕ ಮಾಲೆ–೧

ಕಥನ ಭಾರತಿ

ಟಿ. ಪಿ. ಅಶೋಕ

MANIPAL
UNIVERSAL PRESS

MANIPAL
UNIVERSAL PRESS

Manipal Universal Press (MUP) is a unit of Manipal Academy of Higher Education (MAHE) Trust and is committed to the dissemination of knowledge generated within its vibrant academic environment and beyond.

Published by Manipal Universal Press (MUP)
Behind Post Office, Manipal 576104 India

Title: Kathana Bharathi
Author: T P Ashoka
Second Reprint: April 2018
First Reprint: January 2018
First Edition: December 2015
Pages: 256
Price: ₹300
ISBN: 978-93-82460-31-2

Cover page: Arvind N, Manipal Universal Press, Manipal

Printed at Prakash Offset Printers, Mangalore.

ಅರ್ಪಣೆ

ಪಿತೃಸಮಾನರಾಗಿದ್ದ, ಹೆಗ್ಗೋಡಿನಲ್ಲಿಯೇ ವಿಶ್ವವನ್ನು ಕಾಣಿಸಿದ
ಕೆ. ವಿ. ಸುಬ್ಬಣ್ಣ ಅವರ
ದಿವ್ಯಸ್ಮೃತಿಗೆ

ಅರಿಕೆ

ಬೇರೆಬೇರೆ ಭಾಷೆಗಳಲ್ಲಿ ರಚಿತವಾದ ಆಧುನಿಕ ಭಾರತೀಯ ಸಾಹಿತ್ಯದ ಮಹತ್ವದ ಕೃತಿಗಳನ್ನು ಕನ್ನಡ ಇಲ್ಲವೇ ಇಂಗ್ಲಿಷ್ ಭಾಷಾಂತರಗಳಲ್ಲಿ ಓದುತ್ತ ಬಂದಿರುವ ನಾನು ಅವುಗಳಲ್ಲಿ ಹಲವುದರ ಬಗ್ಗೆ ಸಾಂದರ್ಭಿಕವಾಗಿ ಪುಸ್ತಕ ಪರಿಚಯ, ವಿಮರ್ಶೆ, ಟಿಪ್ಪಣಿ, ಲೇಖನಗಳ ಮೂಲಕ ನನ್ನ ಪ್ರತಿಕ್ರಿಯೆ, ಪ್ರತಿಸ್ಪಂದನಗಳನ್ನು ದಾಖಲಿಸುತ್ತಾ ಬಂದಿದ್ದೇನೆ. ಈ ಕೃತಿಗಳು ಕನ್ನಡದ ಅನೇಕ ಬರಹಗಳೊಂದಿಗೆ ಇಟ್ಟುಕೊಂಡಿರುವ ಸಾದೃಶ್ಯ ವೈದೃಶ್ಯಗಳು ಕುತೂಹಲಕಾರಿಯಾಗಿವೆ. ತಮ್ಮ ಭಾಷೆ, ಸಂದರ್ಭ, ಸಂಸ್ಕೃತಿಗಳಲ್ಲಿ ಬೇರುಬಿಟ್ಟಿದ್ದೂ ಈ ಕೃತಿಗಳು ಒಟ್ಟಂದದಲ್ಲಿ ಆಧುನಿಕ ಭಾರತದ ಸ್ಥಿತಿ, ಸಾಧ್ಯತೆ, ಸಮಸ್ಯೆ, ಸಂಕಟಗಳನ್ನು ಅವುಗಳ ವಿವಿಧ ಆಯಾಮಗಳಲ್ಲಿ ಕಥಿಸುತ್ತ ಬಂದಿವೆ. ಪ್ರಕಾರ ವಿಶಿಷ್ಟತೆಯಲ್ಲಿ ಉತ್ತುಂಗವನ್ನೇ ಮುಟ್ಟಿರುವ ಈ ರಚನೆಗಳು ಸಾಹಿತ್ಯಿಕವಾಗಿ ಎಷ್ಟು ಮುಖ್ಯವೋ ಅನನ್ಯವೋ ಹಾಗೆಯೇ ಅವುಗಳಿಂದ ಮೂಡಿಬಂದಿರುವ ಆಧುನಿಕ ಭಾರತದ ಇತಿಹಾಸದ ನಡೆಗಳೂ ಅಭ್ಯಾಸಯೋಗ್ಯವಾಗಿವೆ. ಈ "ಕಥನ ಭಾರತಿ" ಹಲವು ಭಾಷೆಯ ಸ್ವಾರಸ್ಯಕರ ಕಥನಗಳನ್ನು ಒಳಗೊಂಡಿದ್ದು ಅವುಗಳೆಲ್ಲ ಒಟ್ಟುಗೂಡಿ ತಮ್ಮ ಮಿತಿಯಲ್ಲಿ ಆಧುನಿಕ ಭಾರತದ ಕಥನವನ್ನೇ ಮಾಡುತ್ತಿವೆ ಎಂಬ ವಿನಯಪೂರ್ಣ ನಂಬಿಕೆಯಲ್ಲಿ ಈ ಪುಸ್ತಕವನ್ನು ಪ್ರಕಟಿಸುತ್ತಿದ್ದೇನೆ. ಇಂಥದೊಂದು ಪ್ರೇರಣೆ ನನಗೆ ಸಿಕ್ಕಿದ್ದು ನಮ್ಮ ನಾಡಿನ ಅಪರೂಪದ ಲೇಖಕಿಯೂ, ಮಣಿಪಾಲ ವಿಶ್ವವಿದ್ಯಾಲಯದ ಡಾ। ಟಿ. ಎಮ್. ಎ. ಪೈ ಭಾರತೀಯ ಸಾಹಿತ್ಯ ಪೀಠದ ಮೊದಲ ಅಧ್ಯಕ್ಷರೂ ಆಗಿರುವ ಶ್ರೀಮತಿ ವೈದೇಹಿ ಅವರಿಂದ. ಪೀಠದ ಸಂಚಾಲಕರಾದ ಡಾ. ವರದೇಶ ಹಿರೇಗಂಗೆ ಅವರ ಪ್ರೋತ್ಸಾಹವೂ ನನ್ನ ಬೆನ್ನಿಗಿದೆ. ಈ ಪುಸ್ತಕವನ್ನು ಇಷ್ಟು ಅಚ್ಚುಕಟ್ಟಾಗಿ ಹೊರತಂದಿರುವ ಮಣಿಪಾಲ್ ಯೂನಿವರ್ಸಿಟಿ ಪ್ರೆಸ್‌ಗೆ ನಾನು ಆಭಾರಿಯಾಗಿದ್ದೇನೆ. ಶ್ರೀಮತಿ ನೀತಾ ಇನಾಮದಾರರ ಉತ್ಸಾಹ, ಸಲಹೆ, ಸೂಚನೆಗಳು ನನಗೆ ಸದಾ ಸ್ಫೂರ್ತಿದಾಯಕ.

ಕೆ. ವಿ. ಸುಬ್ಬಣ್ಣನವರು ನನಗೆ ಪಿತೃಸಮಾನರಾಗಿದ್ದರು. ಹೆಗ್ಗೋಡಿನಲ್ಲಿಯೇ ಅವರು ನನಗೆ ವಿಶ್ವವನ್ನು ಕಾಣಿಸಿದರು. ವಿಶ್ವವೈಶಾಲ್ಯವನ್ನು ಸ್ಪರ್ಶಿಸುವ ಹಲವು ವಿಧಾನಗಳನ್ನು ಉಪಾಯಗಳನ್ನು ತಿಳಿಸಿ ಕಲಿಸಿದರು. ಅವರ ದಿವ್ಯಸ್ಮೃತಿಗೆ ಈ ಪುಸ್ತಕ ಅರ್ಪಿತ.

ಟಿ. ಪಿ. ಅಶೋಕ
ಅಗ್ರಹಾರ, ಸಾಗರ–೫೭೭ ೪೦೧
೯೪೪೮೨ ೫೪೨೨೮

ಪ್ರಸ್ತಾವನೆ

ಮಣಿಪಾಲ ಅಂದು ಬರೀ ಗುಡ್ಡವಾಗಿತ್ತು ಎಂದ ತಕ್ಷಣ ನೆನಪಾಗುವುದು ಡಾ। ಟಿ. ಎಂ. ಎ. ಪೈ. ಅವರ ಲೋಕಮಾನ್ಯ ಸಾಧನೆಯ ಅಪೂರ್ವ ಗಾಥೆ. ಅವಿಭಜಿತ ದಕ್ಷಿಣಕನ್ನಡ ಜಿಲ್ಲೆಯಲ್ಲಿ ಬ್ಯಾಂಕಿಂಗ್, ಶಿಕ್ಷಣ, ವೈದ್ಯಕೀಯ ಹಾಗೂ ತಂತ್ರಜ್ಞಾನ ಕ್ಷೇತ್ರಗಳಲ್ಲಿ ಅವರು ಮಾಡಿದ ಕ್ರಾಂತಿ ನೆನೆದರೆ ಒಬ್ಬ ಮನುಷ್ಯ ತನ್ನ ಆಯುರ್ಮಾನದಲ್ಲಿ ಇಷ್ಟೊಂದು ಕನಸುಗಳನ್ನು ಕಾಣಬಲ್ಲನೆ, ಕಂಡ ಕನಸುಗಳನ್ನು ಇಂಥ ದೂರದರ್ಶಿತ್ವದಲ್ಲಿ ನೆನಸುಗೊಳಿಸಬಲ್ಲನೆ ಎಂಬ ಅಚ್ಚರಿಯಲ್ಲಿ ದಂಗಾಗುತ್ತೇವೆ. ಅವರ ಕನಸುಗಳು ಇಂದು ಅವರು ಹುಟ್ಟಿದ ಜಿಲ್ಲೆಯ ಗಡಿ ದಾಟಿ, ರಾಜ್ಯದ ಗಡಿ ದಾಟಿ ದೇಶದ ಗಡಿಯನ್ನೂ ದಾಟಿ, ನಿಜವಾದ ಅರ್ಥದಲ್ಲಿ ಲೋಕಾರ್ಪಣೆಯಾಗಿವೆ. ಕ್ರಾಂತಿಪುರುಷ ಮತ್ತು ಪವಾಡಪುರುಷ ಎಂಬುದಕ್ಕೆ ತನ್ನದೆ ವಿಶಿಷ್ಟ ಬಗೆಯಲ್ಲಿ ಅರ್ಥವಿಸ್ತರಣೆ ಲಭ್ಯಗೊಳಿಸಿದ ಮಹಾನುಭಾವ ಅವರು; ನಮ್ಮ ನಾಡಿನ ನಿರ್ಮಾತೃಗಳ ಅಗ್ರಶ್ರೇಣಿಯಲ್ಲಿ ಸಲ್ಲುವವರು; ಪ್ರಾತಃಸ್ಮರಣೀಯರು.

ಕುಂದಾಪುರ ಭಂಡಾರ್ಕಾರ್ಸ್ ಕಾಲೇಜಿನ ಪ್ರಥಮ ತಂಡದ ವಿದ್ಯಾರ್ಥಿನಿಯಾಗಿದ್ದ ನಾನು ಅವರನ್ನು ಹಲವು ಬಾರಿ ಪ್ರತ್ಯಕ್ಷ ಕಂಡಿದ್ದೆ, ಕೇಳಿದ್ದೆ. ಕಾಲೇಜಿನ ಕೆಲ ಸಮಾರಂಭಗಳಲ್ಲಿ ಅವರು ಬರುತಿದ್ದರು, ಕೆಲ ವಿಶೇಷ ಅತಿಥಿಗಳು ಬಂದಾಗಲೂ ಬರುತಿದ್ದರು. ಕಾಲೇಜಿನ ಕಾರಿಡಾರಿನಲ್ಲಿ ಅವರು ಬರುತಿದ್ದ ದೃಶ್ಯ ಇನ್ನೂ ನನ್ನ ಕಣ್ಮುಂದಿದೆ. ಬರುವ ಅವರು ಸುಮ್ಮನೆ ಬರುವವರಲ್ಲ, ಸುತ್ತ ನೋಡುತ್ತ ಎಲ್ಲೋ ಏನೋ ಒಂದರ ವಿವರಣೆ ಕೇಳುತ್ತ ನಿಜವಾದ ಕಾಳಜಿ ಮತ್ತು ಹೊಣೆಯಿರುವ ಯಜಮಾನನೊಬ್ಬ ತನ್ನ ಮನೆಯ ಇರಸ್ತಿಕೆಯನ್ನು ಗಮನಿಸುತ್ತ ಬಂದಂತೆ ಬರುತಿದ್ದರು. ಎಲ್ಲಾದರೂ ನಾವು ವಿದ್ಯಾರ್ಥಿಗಳು ಎದುರಾಗಿ, ತಲೆಬಾಗಿ ನಮಿಸಿದರೆ ಗೆಶ್ಚರಿನಲ್ಲೇ ಗಮನಿಸಿ ಸಣ್ಣದೊಂದು ಕಂಡೂ ಕಾಣದ ಮುಗುಳುನಗೆಯಲ್ಲಿ ಸ್ವೀಕರಿಸಿ, ಒಮ್ಮೊಮ್ಮೆ ನಮ್ಮ ಓದಿನ ಬಗ್ಗೆಯೂ ವಿಚಾರಿಸಿ ಮುಂದರಿಯುತಿದ್ದರು. ಅವರು ನಮಗೆ ವಿದ್ಯಾರ್ಥಿಗಳಿಗಾಗಿ ಮಾಡಿದ ಭಾಷಣದಲ್ಲಿ ಪ್ರತಿಸಲವೂ 'ಧೈರ್ಯವಂತರಾಗಿ, ಯಾವುದಕ್ಕೂ ಅಧೀರರಾಗಬೇಡಿ, ಕನಸು ಕಾಣಿ, ಶಿಕ್ಷಣ ನಿಮ್ಮ ಸ್ವಾವಲಂಬನೆಗೆ ದೊರೆತ ಶಕ್ತಿ ಎಂಬುದನ್ನು ಮರೆಯದೆ ಜೀವನದಲ್ಲಿ ಮುಂದರಿಯಿರಿ' ಎನ್ನುತಿದ್ದದ್ದು ನನ್ನ ಮನದಲ್ಲಿ ಕೆತ್ತಿ ನಿಂತಿದೆ.

ಮಣಿಪಾಲ ಸಂಸ್ಥೆಗಳ ಹಿಂದೆ ಅವರ ಕುರಿತು ಅನೇಕರಲ್ಲಿ ಇಂಥ ಅಸಂಖ್ಯ ಸ್ಮರಣೀಯ ಸ್ಮೃತಿಗಳಿವೆ.

***

ಇತ್ತೀಚೆಗೆ ಮಣಿಪಾಲ ವಿಶ್ವವಿದ್ಯಾಲಯ ತನ್ನ ಎಂಜಿನಿಯರಿಂಗ್, ಮೆಡಿಕಲ್, ಪತ್ರಿಕೋದ್ಯಮ ಮತ್ತು ಸಂವಹನ ಶಾಲೆ ಇತ್ಯಾದಿ ಹಲವು ಪ್ರತಿಷ್ಠಿತ ವಿದ್ಯಾಲಯಗಳೊಂದಿಗೆ 'ವಿಶ್ವವಿದ್ಯಾಲಯ' ಕಲ್ಪನೆಗೆ ಅನುಗುಣವಾಗಿ ಮತ್ತು ಪೂರಕವಾಗಿ ಶುದ್ಧ ವಿಜ್ಞಾನ ಹಾಗೂ ಮಾನವಿಕಶಾಸ್ತ್ರಗಳ ಉನ್ನತ ವ್ಯಾಸಂಗದ ಅಗತ್ಯ ಮನಗಂಡು ಅನೇಕ ವಿಶೇಷ ವಿಭಾಗಗಳನ್ನು ತೆರೆಯುತ್ತಲೇ ಬಂದಿದೆ. ತತ್ವಶಾಸ್ತ್ರ ಮತ್ತು ಮಾನವಿಕಶಾಸ್ತ್ರ ಅಧ್ಯಯನ ಕೇಂದ್ರ, ಐರೋಪ್ಯ ಅಧ್ಯಯನ ಕೇಂದ್ರ, ಗಾಂಧಿ ಮತ್ತು ಶಾಂತಿ ಅಧ್ಯಯನ ಕೇಂದ್ರಗಳೂ ವಿಶ್ವವಿದ್ಯಾಲಯದ ವ್ಯಾಪ್ತಿ ಮತ್ತು ಆಶಯಗಳನ್ನು ಮೌಲಿಕವಾಗಿ ಹಿಗ್ಗಿಸಿವೆ. ಈ ಹಿನ್ನೆಲೆಯಲ್ಲಿ ಈ ವರ್ಷ ಡಾ| ಟಿ. ಎಂ. ಎ. ಪೈ ಭಾರತೀಯ ಸಾಹಿತ್ಯ ಪೀಠದ ಸ್ಥಾಪನೆ ಅತ್ಯಂತ ಅರ್ಥಪೂರ್ಣ. ಅಂತಹ ಘನಚೇತನದ ಹೆಸರಿನಲ್ಲಿ ಮಣಿಪಾಲ ವಿಶ್ವವಿದ್ಯಾಲಯ ಸ್ಥಾಪಿಸಿರುವ ಸಾಹಿತ್ಯ ಪೀಠದ ಪ್ರಥಮ ಅಧ್ಯಕ್ಷೀಯ ಹೊಣೆಯನ್ನು (2015–2017) ನನಗೆ ಒಪ್ಪಿಸಿದ್ದು ಇದು ಆ ಚೇತನಕ್ಕೆ ಕೃತಜ್ಞತೆ ಸಲ್ಲಿಸಲು ನನಗೆ ದೊರೆತ ದೊಡ್ಡ ಅವಕಾಶವೆಂದೇ ಭಾವಿಸುವೆ.

***

ವಸಾಹತುಶಾಹಿ ತಂದ ಹೊಸ ಶಿಕ್ಷಣವು ನಮಗೆ ಅನೇಕ ಹೊಸಸಂಗತಿಗಳನ್ನು ಕಲಿಸಿದೆ. ಹೊಸ ನಾಗರೀಕತೆಯನ್ನು ಎದುರಿಸಲು ಬೇಕಾದ ಹೊಸಸಲಕರಣೆಯನ್ನೂ ನೀಡಿದೆ. ಆದರೆ ಅದು ದೇಶೀಯ ಭಾಷೆ, ಸಾಹಿತ್ಯ ಮತ್ತು ಜ್ಞಾನಪರಂಪರೆಗಳ ಬಗ್ಗೆ ನಮ್ಮಲ್ಲಿ, ಅದರಲ್ಲೂ ಇಂಗ್ಲಿಷ್ ಶಿಕ್ಷಣ ಪಡೆದ ಹೆಚ್ಚಿನವರಲ್ಲಿ ಒಂದು ಬಗೆಯ ಅವಜ್ಞೆ ಮತ್ತು ಅಗೌರವಗಳನ್ನೂ ಬೆಳೆಸಿದೆ. ಇನ್ನೊಂದೆಡೆ, ಇಂಗ್ಲಿಷ್ ಭಾಷೆಗೆ ಸಿಕ್ಕ ಅತಿಪ್ರಾಮುಖ್ಯದಿಂದಾಗಿ. ನಮ್ಮ ನೆರೆಹೊರೆಯ ಭಾಷೆಗಳೇ ನಮಗೆ ಅಪರಿಚಿತವಾಗಿಬಿಟ್ಟವು. ಭಾರತೀಯ ಭಾಷೆಗಳ ನಡುವೆ ಹಿಂದೆ ಸಹಜವೆಂಬಂತೆ ನಡೆಯುತ್ತಿದ್ದ ನೇರವಾದ ಕೊಳುಕೊಡುಗೆಗಳು ಮರೆಯಾಗಿ ನೆರೆಭಾಷೆಯ ಕೃತಿಯೂ ಇಂಗ್ಲಿಷ್‌ನ ಮೂಲಕವೇ ನಮ್ಮ ಭಾಷೆಗೆ ಬರಬೇಕಾದ ವಿಪರ್ಯಾಸ ಸೃಷ್ಟಿಯಾಯಿತು. ಭಾರತೀಯ ಭಾಷೆಗಳಲ್ಲಿ ರಚಿತವಾದ ಮಹತ್ವದ ಕೃತಿಗಳನ್ನು ನಾವು ಭಾರತೀಯರು ಇಂಗ್ಲಿಷ್ ಭಾಷೆಯಲ್ಲಿ ಓದಿ ಸಂವಾದ ನಡೆಸಬೇಕಾದ ಸ್ಥಿತಿ ನಿರ್ಮಾಣವಾಯಿತು. ಇಂಗ್ಲಿಷ್ ಮೂಲಕ ಐರೋಪ್ಯ ಇಲ್ಲವೇ ಅಮೆರಿಕನ್ ಸಾಹಿತ್ಯ ಮತ್ತು ಆ ಕುರಿತ ವಿಮರ್ಶೆ ನಮಗೆ ಸುಲಭಗ್ರಾಹ್ಯವಾಯಿತು. ಆದರೆ ನಮ್ಮದೇ ನೆರೆಹೊರೆಯ ತೆಲುಗು, ಮಲಯಾಳಂ, ಕೊಂಕಣಿ, ಬಂಗಾಲಿ ಇಲ್ಲವೇ ಉರ್ದುವಿನಂಥ ಭಾಷೆಗಳ ಅತ್ಯುನ್ನತ ಸಾಧನೆಗಳು ನಮ್ಮ ಗ್ರಹಿಕೆಯಿಂದ ದೂರವೇ ಉಳಿಯುವಂತಾಯ್ತು. ಇನ್ನು ಅವುಗಳ ಕುರಿತ ವಿಮರ್ಶೆಯಂತೂ ನಮ್ಮ ನಮ್ಮ ಭಾಷೆಗಳಲ್ಲಿ ದೊರಕುವುದು ವಿರಳದಲ್ಲಿ ವಿರಳವಾಗಿದೆ. ಇಂಗ್ಲಿಷನ್ನೂ ಅದರ ಬಳಕೆಯನ್ನೂ ದೂರಲು ನಾನು ಈ ಮಾತು ಹೇಳುತ್ತಿಲ್ಲ. ಇಂಗ್ಲಿಷ್ ಇಂದು ನಮಗೆ ಇಡೀ ಜಗತ್ತಿಗೆ ಒಂದು ಕಿಟಕಿಯಾಗಿದೆ, ಸರಿಯೆ. ಅದಕ್ಕೆ ತಕ್ಕ ಗೌರವಭಾವ ನಮ್ಮಲ್ಲಿ ಇದ್ದೇ ಇದೆ. ಆದರೆ ಇಂಗ್ಲಿಷ್ ಎಂಬ ಒಂದೇ ಕಿಟಕಿ ನಮಗೆ ಎಲ್ಲಿ ಸಾಕು? ಜಪಾನಿ, ಚೈನೀ, ಅರಾಬಿಕ್, ಫ್ರೆಂಚ್, ಜರ್ಮನ್, ಸ್ಪ್ಯಾನಿಷ್ ಮುಂತಾದ ಭಾಷೆಗಳಂತೆ ನಮಗೆ ಸಂಸ್ಕೃತ, ಉರ್ದು, ಬಂಗಾಲಿ, ಪಂಜಾಬಿ, ತಮಿಳು ಮತ್ತಿತರ ವಿವಿಧ ಭಾರತೀಯ ಭಾಷೆಗಳೆಂಬ ಕಿಟಕಿಗಳೂ ಬೇಕು. ಶ್ರೇಣೀಕರಣವಿಲ್ಲದ ಸಹಜ ಸಂಬಂಧ ಬೇಕು. ಅನುವಾದ ಹಾಗೂ ಅಧ್ಯಯನಗಳ ಮೂಲಕ

ನಮ್ಮ ಗ್ರಹಿಕೆ ಮತ್ತು ಅಭಿವ್ಯಕ್ತಿಯ ಸಾಧ್ಯತೆ ವಿಸ್ತೃತಗೊಳ್ಳಬೇಕು. ನಮ್ಮ ನಮ್ಮ ಭಾಷೆಗಳಲ್ಲಿಯೇ ನಾವು ವಿಶ್ವವನ್ನು, ಅದರೆಲ್ಲ ಜ್ಞಾನವನ್ನು, ಮನುಷ್ಯಾನುಭವವನ್ನು ಒಳಗೊಳ್ಳುವಂಥ ವಾತಾವರಣ ಸೃಷ್ಟಿಯಾಗಬೇಕು. ಡಾ। ಟಿ. ಎಂ. ಎ. ಪೈ ಭಾರತೀಯ ಸಾಹಿತ್ಯ ಪೀಠದ ಪ್ರಧಾನ ಆಶಯಗಳಲ್ಲಿ ಇದೂ ಒಂದು.

ಪೀಠ ಸ್ಥಾಪನೆಯಾದ ಇದೇ 2015ನೇ ಏಪ್ರಿಲ್ ಬಳಿಕ ರಂಗಗೀತೆಗಳು, ಜಾನಪದ ಮತ್ತು ಅಭಿಜಾತ ಸಾಹಿತ್ಯ ಕುರಿತ ಅರ್ಥಪೂರ್ಣವಾದ ಉಪನ್ಯಾಸ–ಚರ್ಚೆ–ಸಂವಾದಗಳು, ಪ್ರಾತ್ಯಕ್ಷಿಕೆಗಳು ಕುಮಾರವ್ಯಾಸ ಭಾರತದ ಆಯ್ದ ಪ್ರಸಂಗದ ವಾಚನ, ವ್ಯಾಖ್ಯಾನ ಮತ್ತು ಆಧುನಿಕ ಮುಖಾಮುಖಿ, ವಿವಿಧ ಕಾಲೇಜುಗಳಲ್ಲಿ ಕಾವ್ಯ ಕಮ್ಮಟಗಳು, ಭರತನ ನಾಟ್ಯಶಾಸ್ತ್ರವನ್ನು ಕುರಿತ, ರವೀಂದ್ರನಾಥ ಠಾಕೂರರ ಬಹುಮುಖ ಸಾಧನೆಯನ್ನು ಕುರಿತ ಕಾರ್ಯಕ್ರಮಗಳು ನಡೆದಿವೆ. ಇದೀಗ ಪೀಠವು "ಡಾ। ಟಿ. ಎಂ. ಎ. ಪೈ ಭಾರತೀಯ ಸಾಹಿತ್ಯಪೀಠ ಪುಸ್ತಕ ಮಾಲೆ" ಎಂಬ ಗ್ರಂಥ ಮಾಲಿಕೆಯನ್ನು ಆರಂಭಿಸುತ್ತಿದೆ. ಪೀಠವು ಸದ್ಯ ತನ್ನ ಬಾಹ್ಯಚಟುವಟಿಕೆ ಪ್ರಯುಕ್ತ ಆಸಕ್ತ ಕಾಲೇಜುಗಳಲ್ಲಿ ನಡೆಸಲು ಯೋಜಿಸಿರುವ 'ಭಾರತೀಯ ಕಥನ ಸಾಹಿತ್ಯ' ಕಮ್ಮಟಗಳಿಗೆ ಪೂರಕ ಸಾಮಗ್ರಿಯಾಗಿ ಸುಪ್ರಸಿದ್ಧ ಲೇಖಕ–ವಿಮರ್ಶಕ ಟಿ. ಪಿ. ಅಶೋಕ ಅವರ ಇಪ್ಪತ್ತು ಲೇಖನಗಳ ಸಂಕಲನ 'ಕಥನ ಭಾರತಿ' ಯನ್ನು ಪ್ರಕಟಿಸುತ್ತಿದೆ. ಇದು ಈ ಮಾಲಿಕೆಯ ಪ್ರಥಮ ಕೃತಿ.

***

ಈ ಕೃತಿಯನ್ನು ರಚಿಸಿರುವ ಶ್ರೀ ಟಿ. ಪಿ. ಅಶೋಕ ಅವರು ಕನ್ನಡದ ಒಬ್ಬ ಪ್ರಮುಖ ವಿಮರ್ಶಕರು. ಶಿವರಾಮ ಕಾರಂತ, ಕುವೆಂಪು ಕಾದಂಬರಿಗಳನ್ನು ಕುರಿತ ಪೂರ್ಣಪ್ರಮಾಣದ ಕೃತಿಗಳು, ಅನಂತಮೂರ್ತಿ, ತೇಜಸ್ವಿಯವರ ಸಮಗ್ರ ಸಾಹಿತ್ಯವನ್ನು ಕುರಿತು ವಿಮರ್ಶಾಗ್ರಂಥಗಳೂ ಸೇರಿ ಸುಮಾರು ಮೂವತ್ತು ಗ್ರಂಥಗಳ ಕರ್ತೃ. ಕನ್ನಡದ ಪ್ರಧಾನ ಪತ್ರಿಕೆಗಳಲ್ಲಿ ಹಾಗೂ ನಿಯತಕಾಲಿಕಗಳಲ್ಲಿ ದೀರ್ಘಾವಧಿ ಅಂಕಣಗಳನ್ನು ಬರೆದ ಒಬ್ಬ ಮುಖ್ಯ ಅಂಕಣಕಾರರು. ಅವರ ನೇತೃತ್ವ ಮತ್ತು ನಿರ್ದೇಶನದಲ್ಲಿ ಸಾಹಿತ್ಯ, ಚಲನಚಿತ್ರ, ರಂಗಭೂಮಿ ರಸಗ್ರಹಣವನ್ನು ಬೋಧಿಸುವ ಸುಮಾರು ಮುನ್ನೂರೈವತ್ತು ಕಿರು ಅವಧಿಯ ಶಿಬಿರಗಳು ನಾಡಿನಾದ್ಯಂತ ನಡೆದಿವೆ.

ಪ್ರಸ್ತುತ ಭಾರತೀಯ ಸಾಹಿತ್ಯದ ಕುರಿತು ಬೇರೆಬೇರೆ ಸಂದರ್ಭಗಳಲ್ಲಿ ಮತ್ತು ಅವಧಿಗಳಲ್ಲಿ ಅವರು ಬರೆದ ಲೇಖನಗಳ ಸಂಪುಟ 'ಕಥನ ಭಾರತಿ' ಹಲವು ಕಾರಣಗಳಿಗಾಗಿ ಮುಖ್ಯವೆನಿಸುತ್ತದೆ. ಸುಮಾರು ಒಂದೂವರೆ ಶತಮಾನದ ಭಾರತದ ಅನುಭವ ರೂಪುಗೊಂಡ ಪರಿಯನ್ನು ಈ ಪುಸ್ತಕ ತೆರೆದು ತೋರಿಸುತ್ತದೆ; ಅವುಗಳನ್ನು ಇಲ್ಲಿ ಅವರು ಒಗ್ಗೂಡಿಸಿದ ಕ್ರಮದಿಂದಾಗಿಯೂ ಕೃತಿಗೆ ಒಂದು ವಿಶೇಷ ದೃಷ್ಟಿ ಲಭ್ಯವಾಗಿ ಇದು ವಸಾಹತುಶಾಹಿ ಅನುಭವ, ವಿಭಜನೆಯ ಅನುಭವ ಮತ್ತು ಸ್ವಾತಂತ್ರ್ಯೋತ್ತರ ಭಾರತ ಕಂಡ ಆಡಳಿತಶಾಹಿ, ಕೋಮುವಾದ ಮತ್ತು ಅಭಿವೃದ್ಧಿ ರಾಜಕಾರಣಗಳ ಒಂದು ಚಿತ್ರವನ್ನು ನಮ್ಮ ಮುಂದೆ

ಸಮರ್ಥವಾಗಿ ಕಟ್ಟಿಕೊಡುತ್ತದೆ. "ವಸಾಹತುಶಾಹಿ ಅನುಭವದ ನಾಲ್ಕು ನಿರೂಪಣೆಗಳು" ಎಂಬ ಬರಹದಲ್ಲಿನ ಪ್ರೇಮಚಂದರ 'ಚದುರಂಗದ ಆಟಗಾರರು', ಮಾಸ್ತಿಯವರ 'ಚಿಕವೀರ ರಾಜೇಂದ್ರ', ಕುವೆಂಪು ಅವರ 'ಮಲೆಗಳಲ್ಲಿ ಮದುಮಗಳು' ಹಾಗೂ ಭೀಷ್ಮ ಸಾಹನಿ ಅವರ 'ತಮಸ್' ಕೃತಿಗಳ ಕುರಿತ ಲೇಖನಗಳನ್ನು ಕ್ರಮವತ್ತಾಗಿ ಓದುತ್ತ ಹೋದ ಹಾಗೆ ವಸಾಹತುಶಾಹಿ ಅನುಭವದ ಬೇರೆಬೇರೆ ಮಗ್ಗುಲುಗಳು ಭಾರತೀಯ ಸಾಹಿತ್ಯಕೃತಿಗಳಲ್ಲಿ ನಿರ್ವಚನಗೊಂಡ ಸ್ವರೂಪ ಸ್ಪಷ್ಟ ಗೋಚರವಾಗುತ್ತದೆ. ಇಲ್ಲಿನ ವಿಭಜನೆಯ ಕಥನಗಳನ್ನು ಕುರಿತ ಲೇಖನಗಳೂ ಇಂತೆಯೆ. ಅಶೋಕ್ ಚರ್ಚಿಸುವ ಈ ಭಾರತೀಯ ಲೇಖಕರೆಲ್ಲ ತಾವು ಕೃತಿ ರಚಿಸುವ ಮುನ್ನ ಇದೇ ನಿರ್ದಿಷ್ಟ ವಸ್ತುವಿನ ಮೇಲೆ ಇತರ ಭಾಷೆಗಳ ಲೇಖಕರು ರಚಿಸಿರುವ ಕೃತಿಗಳನ್ನು ಓದಿರುವ ಸಾಧ್ಯತೆಗಳು ಇಲ್ಲ ಎನ್ನುವಷ್ಟು ಕಡಿಮೆ. ಎಂತಲೇ ಅವರೆಲ್ಲರ ಕೃತಿಗಳನ್ನು ಒಟ್ಟಾಗಿ ಓದುವುದೆಂದರೆ 'ಭಾರತೀಯ' ಮನಸ್ಸು ಕೆಲಸ ಮಾಡಿರುವ ವೈಖರಿಯ ಕುರಿತು ಹೊಸತೇ ಆದೊಂದು ಒಳನೋಟ ದೊರೆತಂತೆ. ಹಾಗೆಯೇ ತಕಳಿ ಶಿವಶಂಕರ ಪಿಳ್ಳೈ, ಗೋಪಿನಾಥ ಮೊಹಂತಿ, ಕಂಬಾರ, ಅನಂತಮೂರ್ತಿ ಮುಂತಾದವರನ್ನು ಒಟ್ಟು ಒಂದು ಚೌಕಟ್ಟಿನಲ್ಲಿ ಓದಿಕೊಂಡರೆ ಸ್ವಾತಂತ್ರ್ಯೋತ್ತರ ಭಾರತ ತುಳಿಯುತ್ತಿರುವ ಹೆಜ್ಜೆ ಮಾದರಿಗಳನ್ನು ಕಂಡಂತಾಗುತ್ತದೆ. ಭಾರತೀಯ ಸಮಾಜದ ಬೇರೆಬೇರೆ ವಲಯಗಳ ಅನುಭವ ರೂಪುಗೊಂಡ ಮತ್ತು ಅಭಿವ್ಯಕ್ತಿಗೊಂಡ ಹಲವು ವಿನ್ಯಾಸಗಳನ್ನೂ ಅಶೋಕ ಅವರು ತಮ್ಮ ಲೇಖನಗಳಲ್ಲಿ ಸ್ವಾರಸ್ಯಪೂರ್ಣವಾಗಿ ಚರ್ಚಿಸಿದ್ದಾರೆ. ರವೀಂದ್ರ, ಪ್ರೇಮಚಂದ, ರುಕಿಯಾ ಶೇಕಾವತ್ ಹುಸೇನ್, ಮಹಾಶ್ವೇತಾದೇವಿ ಮತ್ತು ಕಮಲಾ ದಾಸ್ ಕಥೆಗಳ ಕುರಿತ ವಿಶ್ಲೇಷಣೆಗಳು ಅವರ ವಿಮರ್ಶನ ಪ್ರತಿಭೆಯನ್ನು ಮನಗಾಣಿಸುವಂತಿವೆ.

ಟಿ. ಪಿ. ಅಶೋಕ ಅವರು ತಮ್ಮ ಕನ್ನಡ ಸಾಹಿತ್ಯ ಅಧ್ಯಯನದ ಪರಿಪ್ರೇಕ್ಷ್ಯದಲ್ಲಿಯೇ ಇತರ ಅನೇಕ ಭಾರತೀಯ ಲೇಖಕರನ್ನು ಚರ್ಚಿಸಿದ್ದಾರೆ. ಇದು ಕನ್ನಡ ಸಾಹಿತ್ಯದ ಅನುಭವವನ್ನು ಭಾರತೀಯ ಸಾಹಿತ್ಯದ ಓದು-ಅಧ್ಯಯನಗಳಿಗೂ ವಿಸ್ತರಿಸಿಕೊಳ್ಳುವ ಒಂದು ಕ್ರಮವೂ ಹೌದೆನಿಸುತ್ತದೆ. ಈ ಮೂಲಕ ಭಾರತೀಯ ಸಾಹಿತ್ಯದ ವಿಶಾಲ ಭಿತ್ತಿಯಲ್ಲಿ ಕನ್ನಡದ ಕೃತಿಗಳು ಬೆಳಗುವ ವೈಖರಿಯನ್ನೂ ಈ ಸಂಪುಟ ಗುರುತಿಸುತ್ತದೆ. ಅಶೋಕ ಅವರು ಗಾಂಧಿ ಮತ್ತು ಅಂಬೇಡ್ಕರ್ ಅವರನ್ನು ಸೃಜನಶೀಲ ಲೇಖಕರೆಂದೇ ಭಾವಿಸಿ ಇತರ ಗಣ್ಯ ಲೇಖಕರ ಸಾಲಿನಲ್ಲಿ ಇಟ್ಟು ನಡೆಸಿದ ಚರ್ಚೆ ಉಳಿದೆಲ್ಲ ಬರಹಗಳಿಗೆ ಮೂಲ ಭಿತ್ತಿಯಂತಿದೆ. ಭಾರತೀಯ ದಲಿತ ಸಾಹಿತ್ಯದ ಆದಿಮ ಪ್ರತಿಮೆಗಳು ಎಂಬಂತೆ ಅಂಬೇಡ್ಕರ್ ಅವರ ಎರಡು ಲೇಖನಗಳನ್ನು ಅವರಿಲ್ಲಿ ವಿವರಿಸಿದ್ದಾರೆ. ವಿಶೇಷವಾಗಿ ಗಾಂಧೀಜಿಯವರನ್ನು ಮಹತ್ವದ ಗುಜರಾತಿ ಲೇಖಕರೆಂದು ಗ್ರಹಿಸಿ 'ಹಿಂದ್ ಸ್ವರಾಜ್' ಕೃತಿ ಒಂದು ರೀತಿಯಲ್ಲಿ ಗಾಂಧೀಜಿ ರಚಿಸಿದ ನಾಟಕ ಮತ್ತು ಅವರ 'ಆತ್ಮಕಥೆ' ಉತ್ತಮಪುರುಷ ನಿರೂಪಣೆಯಲ್ಲಿ ಅವರು ರಚಿಸಿದ ಕಾದಂಬರಿ ಎನ್ನುವ ಅಶೋಕರ ಇಂಗಿತವು ಚಿಂತನಾರ್ಹ.

ಮುಖ್ಯ ಭಾರತೀಯ ಲೇಖಕರನ್ನು ಕುರಿತ ಇನ್ನಷ್ಟು ಅಧ್ಯಯನಗಳೂ ವಿಮರ್ಶೆಗಳೂ ಅಶೋಕ ಅವರಿಂದ ನಡೆಯುವಂತಾಗಲಿ ಎಂದು ನಾನು ಹಾರೈಸುತ್ತೇನೆ. ಇಂಥದೊಂದು

ಉಪಯುಕ್ತ ಕೃತಿಯನ್ನು ಸಾಹಿತ್ಯದ ಓದುಗರು, ವಿದ್ಯಾರ್ಥಿಗಳು, ಅಧ್ಯಾಪಕರು, ಸಂಶೋಧಕರು ಆದರದಿಂದ ಬರಮಾಡಿಕೊಳ್ಳುವರು ಎಂಬ ಭರವಸೆ ನನ್ನದು.

***

ನಮ್ಮೊಡನಿದ್ದು ಅಗತ್ಯದ ಎಲ್ಲ ಸಹಕಾರ ನೀಡುತ್ತಿರುವ ಮಣಿಪಾಲ ವಿಶ್ವ ವಿದ್ಯಾಲಯದ ಕುಲಪತಿ ಡಾ। ವಿನೋದ್ ಭಟ್ ಅವರಿಗೆ ನನ್ನ ಆದರ ಪೂರ್ವಕ ವಂದನೆಗಳು.

'ಭಾರತೀಯ ಕಥನ ಸಾಹಿತ್ಯ' ಕಮ್ಮಟ ಯೋಜನೆಗೆ ಲಗತ್ತಾಗಿ ಒಪ್ಪುವ ಈ ಕೃತಿಯನ್ನು ನೀಡಲು ಸಂತೋಷದಿಂದ ಒಪ್ಪಿರುವ ಪ್ರೊ। ಟಿ. ಪಿ. ಅಶೋಕ ಅವರಿಗೆ, ಪ್ರಕಟಿಸುತ್ತಿರುವ ಮಣಿಪಾಲ ಯುನಿವರ್ಸಿಟಿ ಪ್ರೆಸ್‌ಗೆ, ಪ್ರಕಟಣೆಯ ಕಾರ್ಯವನ್ನು ಪ್ರೀತಿಯಿಂದ ಅಚ್ಚುಕಟ್ಟಾಗಿ ನಿರ್ವಹಿಸಿದ ಪ್ರೊ। ನೀತಾ ಇನಾಂದಾರ್ ಅವರಿಗೆ, ಪ್ರೀತಿವಿಶ್ವಾಸದಿಂದ ನೆರವಾಗುತ್ತಿರುವ ಪೀಠದ ಸಂಚಾಲಕರಾದ ಪ್ರೊ। ವರದೇಶ್ ಹಿರೇಗಂಗೆ ಅವರಿಗೆ –

ನಾನು ಆಭಾರಿಯಾಗಿದ್ದೇನೆ.

ವೈದೇಹಿ
ಅಧ್ಯಕ್ಷರು, ಡಾ। ಟಿ. ಎಂ. ಎ. ಪೈ ಭಾರತೀಯ ಸಾಹಿತ್ಯ ಪೀಠ
ಮಣಿಪಾಲ ವಿಶ್ವವಿದ್ಯಾಲಯ, ಮಣಿಪಾಲ
11.11.2015

ಪರಿವಿಡಿ

ರವೀಂದ್ರನಾಥ ಠಾಕೂರರ ಮೂರು ಕಥೆಗಳು

೧

ರವೀಂದ್ರನಾಥ ಠಾಕೂರ (೧೮೬೧-೧೯೪೧) ರನ್ನು ಬಂಗಾಲೀ ಸಣ್ಣಕತೆಗಳ ಪಿತಾಮಹ ಎಂದು ಗುರುತಿಸಲಾಗುತ್ತದೆ. ಅವರು ಸುಮಾರು ಒಂದು ನೂರು ಕತೆಗಳನ್ನು ರಚಿಸಿದ್ದಾರೆ. ಇವುಗಳಲ್ಲಿ ಅರ್ಧಕ್ಕೂ ಹೆಚ್ಚಿನ ಕತೆಗಳನ್ನು ಅವರು ಹತ್ತೊಂಭತ್ತನೆಯ ಶತಮಾನದ ಕೊನೆಯ ಹೊತ್ತಿಗೇ ಬರೆದಿದ್ದರು ಎಂಬುದು ಗಮನಾರ್ಹ. ಇಂದು ನಾವು ವಿಮರ್ಶೆಯ ಪರಿಭಾಷೆಯಲ್ಲಿ ಹೇಳುವ ಸಾಮಾಜಿಕ ವಾಸ್ತವತೆ, ಮನೋವೈಜ್ಞಾನಿಕ ವಾಸ್ತವತೆ, ವಿಮರ್ಶಾತ್ಮಕ ವಾಸ್ತವತೆಯ ಅಂಶಗಳನ್ನು ಅವರ ಹೆಚ್ಚಿನ ಕತೆಗಳಲ್ಲಿ ಗುರುತಿಸಬಹುದಾಗಿದೆ. ಹಾಗೆಂದು ಅವರು ವಾಸ್ತವಮಾರ್ಗಕ್ಕೇ ಕುರುಡಾಗಿ ಜೋತುಬೀಳಲಿಲ್ಲ. ಅವರ ಅನೇಕ ಕತೆಗಳು ವಾಸ್ತವೇತರ ಪಾತಳಿಯಲ್ಲಿ ಜರುಗುತ್ತವೆ. ದೆವ್ವ-ಭೂತ-ಪಿಶಾಚಿಗಳು ಪಾತ್ರಗಳಾಗಿ ಕಾಣಿಸಿಕೊಂಡಿವೆ. ನಿರೂಪಣೆಯಲ್ಲೂ ಸಾಕಷ್ಟು ವೈವಿಧ್ಯ ಅವರ ರಚನೆಗಳಲ್ಲಿ ಕಂಡುಬರುತ್ತದೆ. ಪ್ರಥಮಪುರುಷ ಮತ್ತು ಉತ್ತಮಪುರುಷ ನಿರೂಪಣೆಯ ವಿವಿಧ ಮಾದರಿಗಳು ಇಲ್ಲಿ ಕಾಣಸಿಗುತ್ತವೆ. ತಮ್ಮ ಹದಿನಾರನೆಯ ವಯಸ್ಸಿನಲ್ಲಿಯೇ ಅವರು ಕತೆಗಳನ್ನು ಬರೆಯಲಾರಂಭಿಸಿದರು. ೧೮೭೭ರಲ್ಲಿ ಅವರು ಬರೆದ "ಭಿಕ್ಷುಕಿ" ಯನ್ನು ರವೀಂದ್ರರ ಮೊದಲ ಕತೆ ಎಂದು ಗುರುತಿಸಲಾಗಿದೆ. ೧೮೯೧ ರಿಂದ ೧೮೯೫ರ ವರೆಗೆ ಸುಮಾರು ಮೂವತ್ತಾರು ಕತೆಗಳನ್ನು ಅವರು ತಾವೇ ಸಂಪಾದಿಸುತ್ತಿದ್ದ "ಸಾಧನಾ" ಎಂಬ ಪತ್ರಿಕೆಯಲ್ಲಿ ಪ್ರಕಟಿಸಿದ್ದರು. ಅವರ ಕೆಲವು ಪ್ರಸಿದ್ಧ ಕತೆಗಳು ಕಾಬೂಲಿವಾಲಾ"(೧೮೯೨), "ಹಸಿದ ಕಲ್ಲುಗಳು"(೧೮೯೫) "ಅತಿಥಿ"(೧೮೯೫) ಮುಂತಾದ ಕತೆಗಳು ಈ ಅವಧಿಯಲ್ಲಿ ಪ್ರಕಟವಾದವು. ಈ ಕೆಲವು ಕತೆಗಳ ಭಾಷಾಂತರಗಳೂ ವ್ಯಾಪಕವಾಗಿ ನಡೆದಿವೆ. ಅನೇಕ ಕತೆಗಳನ್ನು ಸ್ವತಃ ರವೀಂದ್ರರೇ ಇಂಗ್ಲಿಷಿಗೆ ಅನುವಾದ ಮಾಡಿದ್ದರು. ಹಲವು ಅನುವಾದಕರು ಉದ್ದಕ್ಕೂ ಹೊಸಹೊಸ ಅನುವಾದಗಳಲ್ಲಿ ರವೀಂದ್ರರ ಕತೆಗಳನ್ನು ಪ್ರಪಂಚದ ಎಲ್ಲ ಭಾಗಗಳ ಆಸಕ್ತರಿಗೆ ಒದಗಿಸಿಕೊಟ್ಟಿದ್ದಾರೆ. "ಹಂಗ್ರಿ ಸ್ಟೋನ್ಸ್ ಅಂಡ್ ಅದರ್ ಸ್ಟೋರೀಸ್" ಎಂಬ ಸಂಕಲನ ೧೯೧೬ರಲ್ಲಿ ಹಾಗೂ "ಮಾಷಿ" ಎಂಬ ಮತ್ತೊಂದು ಅನುವಾದಿತ ಸಂಕಲನವು ೧೯೧೭ರಲ್ಲಿ ಪ್ರಕಟವಾಗಿ ವಿಶ್ವದ ಗಮನವನ್ನು ಸೆಳೆದವು. ರವೀಂದ್ರರು ಓರ್ವ ಶ್ರೇಷ್ಠ ಕವಿ, ನಾಟಕಕಾರ ಮತ್ತು ಕಾದಂಬರಿಕಾರರೂ ಆಗಿದ್ದರು. ಅವರ "ಗೋರಾ"(೧೯೦೭) ಕಾದಂಬರಿಯು ಯುನೆಸ್ಕೋ ಮೂಲಕ ವಿಶ್ವದ

ಹಲವು ಭಾಷೆಗಳಿಗೆ ಅನುವಾದಗೊಂಡಿತು. ೧೯೧೩ರಲ್ಲಿ ಅವರ "ಗೀತಾಂಜಲಿ" ಎಂಬ ಕವನ ಸಂಕಲನಕ್ಕೆ ನೊಬೆಲ್ ಪ್ರಶಸ್ತಿ ಲಭಿಸಿತು.

ಭಾರತೀಯ ಭಾಷೆಗಳಿಗೂ ಅವರ ಕತೆ, ಕವಿತೆ, ಕಾದಂಬರಿಗಳು ಬಹುಬೇಗ ಬಂಗಾಲಿಯಿಂದ ನೇರವಾಗಿ ಅನುವಾದಗೊಂಡಿರುವುದು ಕಂಡುಬರುತ್ತದೆ. ರವೀಂದ್ರರ ಹೆಚ್ಚಿನ ಕತೆಗಳು- ಎಂಬತ್ತನಾಲ್ಕು ಕತೆಗಳು- "ಗಲ್ಪಗುಚ್ಛ" ಎಂಬ ಹೆಸರಿನ ಮೂರು ಸಂಪುಟಗಳಲ್ಲಿ ಸಂಗ್ರಹಿತವಾಗಿವೆ. ಈ ಎಲ್ಲ ಕತೆಗಳನ್ನು "ರವೀಂದ್ರ ಕಥಾಮಂಜರಿ" ಎಂಬ ಹೆಸರಿನ ಮೂರು ಸಂಪುಟಗಳಲ್ಲಿ ಬಂಗಾಲಿಯಿಂದ ನೇರವಾಗಿ ಅಹೋಬಲ ಶಂಕರ ಅವರು ಕನ್ನಡಕ್ಕೆ ಅನುವಾದಿಸಿಕೊಟ್ಟಿದ್ದಾರೆ. ಮೊದಲ ಸಂಪುಟವು ೧೯೬೭ರಲ್ಲಿ, ಎರಡನೆಯ ಸಂಪುಟವು ೧೯೬೩ರಲ್ಲಿ, ಮೂರನೆಯ ಸಂಪುಟವು ೧೯೬೯ರಲ್ಲಿ ಮೈಸೂರಿನ ಕಾವ್ಯಾಲಯದಿಂದ ಪ್ರಕಟಗೊಂಡವು. "ಈ ಮೂರನೆಯ ಭಾಗದ ಅನುವಾದವನ್ನು ಮುಗಿಸಿದಾಗ ನನ್ನ ಮನಸ್ಸಿಗೆ ಘನವಾದ ತೀರ್ಥಯಾತ್ರೆಯೊಂದನ್ನು ಫಲಪ್ರದವಾಗಿ ಮುಗಿಸಿ ಬಂದವನಿಗಾಗುವ ಆತ್ಮತೃಪ್ತಿಯ ಸಾರ್ಥಕತೆಯ ಅನುಭವವಾಯಿತೆಂದರೆ ಉತ್ಪ್ರೇಕ್ಷೆಯೆನಿಸಬಹುದು. ಆದರೆ ನಿಜವಾಗಿಯೂ ನನ್ನಲ್ಲಾದ ಆನಂದದ ಅನುಭವವನ್ನು ಹ್ರಸ್ವಮಾಡಿ ಹೇಳಿದ್ದೇನೆ" ಎಂದು ಅನುವಾದಕರು ತಿಳಿಸುತ್ತಾರೆ. "ಗುರುದೇವರ ಈ ಎಂಬತ್ತನಾಲ್ಕು ರತ್ನಗಳು ಕೇವಲ ವಂಗಭಾಷಾ ದೇವಿಯ ಸೇವೆಗೆಂದೇ ಸೃಷ್ಟಿಯಾದವಲ್ಲ. ಇವೆಲ್ಲ ರನ್ನ ಪಂಪ ಹರಿಹರ ನಾರಣಪ್ಪ ಲಕ್ಷ್ಮೀಶ ಮಾಸ್ತಿ ಬೇಂದ್ರೆಯವರ ಕೃತಿಗಳಂತೆ ಕನ್ನಡ ಜಗತ್ತಿಗೂ ಕನ್ನಡ ಸಾಹಿತ್ಯಕ್ಕೂ ಸೇರಬೇಕಾದ ಆಸ್ತಿ"ಎನ್ನುವ ಅಹೋಬಲ ಶಂಕರ ಅವರು ರವೀಂದ್ರರ ಕತೆಗಳ ಮಹತ್ವವನ್ನು ಹೀಗೆ ವರ್ಣಿಸುತ್ತಾರೆ: "ಲೋಕ ಪ್ರಸಿದ್ಧನಾದ ಅಮೆರಿಕನ್ ಕವಿ ವಾಲ್ಟ್ ವ್ಹಿಟ್ಮನ್ ತನ್ನ "ಲೀವ್ಸ್ ಆಫ್ ಗ್ರಾಸ್" ಎಂಬ ಮಹಾಕಾವ್ಯವನ್ನು ಪ್ರಕಟಿಸಿದಾಗ ಆ ಪುಸ್ತಕದ ಮೇಲೆ "ಹಿ ಹೂ ಟಚಸ್ ದಿಸ್ ಬುಕ್ ಟಚಸ್ ಎ ಮ್ಯಾನ್" ಎಂದು ಬರೆದನು. ಆ ಒಂದು ಮಂತ್ರಸದೃಶವಾದ ವಾಕ್ಯ ಎಷ್ಟುಮಟ್ಟಿಗೆ ನಿಜವೆಂಬುದು ಆ ಪುಸ್ತಕವನ್ನು ಓದಿದವರಿಗೆ ಗೊತ್ತು. ಅಂತೆಯೇ 'ರವೀಂದ್ರ ಕಥಾಮಂಜರಿ'ಯ ಮೊದಲ ಹಾಳೆಯ ಮೇಲೆ ಗುರುದೇವರಲ್ಲದೆ ಬೇರೆ ಯಾರಾದರೂ "ಹಿ ಹೂ ಟಚಸ್ ದೀಸ್ ಬುಕ್ಸ್ ಟಚಸ್ ಎ ಗ್ರೇಟ್ ಸೋಲ್" ಎಂದು ಬರೆದಿದ್ದರೆ ಅದು ಅಷ್ಟೇ ಸಮಂಜಸವಾಗುತ್ತಿತ್ತು. ಕಾರಣ, ಗುರುದೇವ ರವೀಂದ್ರರು ಕವಿತೆ, ಕಾದಂಬರಿ, ನಾಟಕ, ವಿಮರ್ಶೆ, ಇತ್ಯಾದಿಯಾದ ವಿವಿಧ ಲೇಖನಗಳಲ್ಲಿ ತಮ್ಮ ಅಸಾಧಾರಣ ಪ್ರತಿಭೆಯನ್ನು ಹರಿಸಿದ್ದರೂ ಅವರ ಪೂರ್ಣ ಕೌಶಲ, ಮಾನವ ಜೀವಿತದ ಸರ್ವತೋಮುಖವಾದ ಗಾಢ ಪರಿಚಯ, ವಿಶ್ವಮಾನವ ಹೃದಯಾಂತರ್ಯದೊಂದಿಗೆ ಅವರಿಗಿರುವ ನಿಕಟವಾದ ಐಕ್ಯತೆ, -ಈ ಎಂಬತ್ತನಾಲ್ಕು ಸಣ್ಣಕತೆಗಳಲ್ಲಿ ತೋರಿಬರುವಂತೆ ಬೇರೆ ಸಾಹಿತ್ಯ ಪ್ರಕಾರಗಳಲ್ಲಿ ಕಂಡುಬರುವುದಿಲ್ಲ". ಇವುಗಳ ಮರುಮುದ್ರಣವನ್ನು ಬೆಂಗಳೂರಿನ ಕರ್ನಾಟಕ ಅನುವಾದ ಸಾಹಿತ್ಯ ಅಕಾಡೆಮಿಯು ೨೦೦೭ರಲ್ಲಿ ಹೊರತಂದಿದೆ.

೨

ರವೀಂದ್ರರು ತಮ್ಮ ಕತೆ ಕಾದಂಬರಿಗಳನ್ನು ಬರೆಯಲಾರಂಭಿಸಿದ್ದು ಬಂಗಾಳದ ಸಾಮಾಜಿಕ-ಸಾಂಸ್ಕೃತಿಕ-ರಾಜಕೀಯ ಬದುಕು ಸಂಕ್ರಮಣಾವಸ್ಥೆಯಲ್ಲಿದ್ದಾಗ. ಬ್ರಿಟಿಷರು

ಭಾರತಕ್ಕೆ ಬಂದು ತಮ್ಮ ಆಡಳಿತವನ್ನು ಸ್ಥಾಪಿಸಿಯಾಗಿತ್ತು. ಕಲ್ಕತ್ತಾ ಬ್ರಿಟಿಷ್ ಇಂಡಿಯಾದ ರಾಜಧಾನಿಯಾಗಿತ್ತು. ಬಂಗಾಳಿ ಜನ ಬ್ರಿಟಿಷ್ ಚಕ್ರಾಧಿಪತ್ಯದ ಪ್ರಜೆಗಳಾಗಿದ್ದರು. ಕಲ್ಕತ್ತಾ ವಿಶ್ವವಿದ್ಯಾಲಯವು ಸ್ಥಾಪನೆಯಾಗಿ ಇಂಗ್ಲಿಷ್ ಮಾದರಿಯ ಶಿಕ್ಷಣವು ಅಧಿಕೃತವಾಗಿ ಭಾರತವನ್ನು ಪ್ರವೇಶಿಸಿಯಾಗಿತ್ತು. ಹಳೆಯ ಸಂಪ್ರದಾಯಗಳು, ಮೌಲ್ಯಗಳು ಸಂಪೂರ್ಣವಾಗಿ ನಾಶವಾಗಿರಲಿಲ್ಲ; ಹೊಸ ಜೀವನಕ್ರಮ, ಮೌಲ್ಯವ್ಯವಸ್ಥೆಗಳು ನಿಧಾನವಾಗಿ ಬೇರುಬಿಡಲಾರಂಭಿಸಿದ್ದವು. ಸುಧಾರಣಾವಾದೀ ಚಳುವಳಿಗಳು, ಸ್ವಾತಂತ್ರ್ಯ ಸಂಗ್ರಾಮ ಪ್ರಾರಂಭವಾಗಿದ್ದವು. ಈ ಎಲ್ಲ ಹೊಸ ಬೆಳವಣಿಗೆಗಳು ಹೊರಗಿನ ಸಮಾಜದ ಮೇಲೆ ಮಾತ್ರವಲ್ಲ ಕುಟುಂಬಗಳ ಮೇಲೆಯೂ ತಮ್ಮ ಪ್ರಭಾವ-ಪರಿಣಾಮಗಳನ್ನು ಬೀರಿದ್ದವು. ಸೂಕ್ಷ್ಮಮತಿಗಳಾದ ಬಂಗಾಲಿಗಳ ವೈಯಕ್ತಿಕ ಪ್ರಜ್ಞೆಯನ್ನೂ ಅವು ಪ್ರವೇಶಿಸಿದ್ದವು. ಭಾರತ ಉಪಖಂಡವೇ ಹೊಸದೊಂದು ಅಸ್ಮಿತೆಗಾಗಿ ಎದುರುನೋಡುತ್ತಿತ್ತು. ಈ ಹುಡುಕಾಟದ ಮುಂಚೂಣಿಯಲ್ಲಿದ್ದ ಬಂಗಾಳವೂ ಹೊರಳುದಾರಿಯಲ್ಲಿತ್ತು. ಇವೆಲ್ಲವುಗಳ ಪರಿಣಾಮವೆಂಬಂತೆ ಹೊಸ ಕಾಲ ಸಂದರ್ಭಗಳಲ್ಲಿ ವ್ಯಕ್ತಿಗಳ ವೈಯಕ್ತಿಕ ಮತ್ತು ಸಾಮಾಜಿಕ-ರಾಜಕೀಯ ಅಸ್ಮಿತೆಗಳ ಪ್ರಶ್ನೆಗಳು ತೀವ್ರವಾದ ಒತ್ತಡಕ್ಕೆ ಸಿಲುಕಿಕೊಂಡಿದ್ದವು. "ಗೋರಾ", "ಮನೆ-ಜಗತ್ತು" ಮುಂತಾದ ಕಾದಂಬರಿಗಳಲ್ಲಿ ಆ ಪ್ರಕಾರಕ್ಕೆ ಸಹಜವಾಗಿಯೇ ಒದಗುವ ವಿಶಾಲ ಭಿತ್ತಿಯಲ್ಲಿ ಆಳವಾದ ಶೋಧನೆಗೆ ಒಳಗಾಗುವ ಅದೆಷ್ಟೋ ಸಂಗತಿಗಳು ಸಣ್ಣಕತೆಯ ಕಿರಿದಾದ ಆವರಣದಲ್ಲಿ ಸೂಕ್ಷ್ಮವಾಗಿ ಶೋಧನೆಗೆ ಒಳಗಾಗಿ ಒಂದು ಬಗೆಯ ಘನೋದ್ದಿಶ್ಯವನ್ನೂ ಲೇಖಕರಿಗೆ ಆ ಪ್ರಕಾರದ ಮೇಲಿರುವ ಪರಿಣತಿಯನ್ನೂ ತೋರುತ್ತವೆ.

೩

ಈ ದೃಷ್ಟಿಯಿಂದ "ನಯನಜೋರಿನ ಬಾಬುಗಳು" ರವೀಂದ್ರರ ಅತ್ಯುತ್ತಮ ಕತೆಗಳಲ್ಲಿ ಒಂದಾಗಿದೆ. ಈ ಕತೆಯು ಏಕಕಾಲದಲ್ಲಿ ಹಳೆಯ ಜಮೀಂದಾರಿ ಪದ್ಧತಿಯ ಪತನವನ್ನೂ ಹೊಸ ವಿದ್ಯಾವಂತ-ಶ್ರೀಮಂತವರ್ಗವೊಂದರ ಉದಯವನ್ನೂ ದಾಖಲಿಸುತ್ತದೆ. ಹಿಂದೊಮ್ಮೆ ನಯನಜೋರಿನ ಬಾಬುಗಳು ತಮ್ಮ ವೈಭವ-ವಿಲಾಸಗಳಿಗೆ ಹೆಸರಾಗಿದ್ದವರು: "ನಮ್ಮ ನಯನಜೋರಿನ ಬಾಬುಗಳು ಅಂಚನ್ನು ಹರಿದೊಗೆದು ಢಾಕಾಧೋತರವನ್ನು ಉಡುತ್ತಿದ್ದರು. ಕಾರಣ, ಅಂಚಿನ ಒರಟುತನದಿಂದ ತಮ್ಮ ಸುಕೋಮಲವಾದ ಬಾಬುಗಿರಿಗೆ ನೋವಾಗದಿರಲೆಂದು. ಅವರು ಲಕ್ಷ ರೂಪಾಯಿ ವ್ಯಯಮಾಡಿ ಬೆಕ್ಕಿನ ಮದುವೆಯನ್ನು ಮಾಡುತ್ತಿದ್ದರು. ಇನ್ನೂ ಒಂದು ವದಂತಿಯಿದೆ. ಏನೆಂದರೆ, ಒಮ್ಮೆ ಯಾವುದೋ ಉತ್ಸವದ ಸಂದರ್ಭದಲ್ಲಿ ಇರುಳನ್ನು ಹಗಲು ಮಾಡಬೇಕೆಂದು ಹಠತೊಟ್ಟು ಲೆಕ್ಕವಿಲ್ಲದಷ್ಟು ದೀಪಗಳನ್ನುರಿಸಿ, ಸೂರ್ಯ ಕಿರಣಗಳನ್ನು ಅನುಕರಣ ಮಾಡಹೋಗಿ ಅಚ್ಚ ಬೆಳ್ಳಿಯ ಜರತಾರಿಯನ್ನು ಮೇಲಿನಿಂದ ಮಳೆ ಸುರಿಸಿದ್ದರಂತೆ". ಕಾಲ ಬದಲಾಗಿತ್ತು. ಆ ಪರಂಪರೆ ಉಳಿದುಕೊಂಡು ಬರಲು ಸಾಧ್ಯವಿರಲಿಲ್ಲ. "ಬಹಳ ಬತ್ತಿಗಳಿಂದ ತುಂಬಿದ್ದ ಪ್ರದೀಪದಂತೆ ತಮ್ಮ ಎಣ್ಣೆಯನ್ನು ತಾವೇ ಅಲ್ಪ ಕಾಲದಲ್ಲೇ ಧೂಮ್‌ಧಾಮ್ ಎಂದು ವೆಚ್ಚಮಾಡಿ ನಿಶ್ಶೇಷ ಮಾಡಿಬಿಡುತ್ತಿದ್ದರು".

ಕೈಲಾಸಚಂದ್ರರಾಯ್ ಈ ನಯನಜೋರು ವಂಶದ ಕೊನೆಗಾಲದ ಬಾಬು. "ಈತನ ತಂದೆಯ ಮರಣವಾದ ಮೇಲೆ ನಯನಜೋರಿನ ಬಾಬುಗಿರಿ ಹಲವು ಅಸಾಧಾರಣ ಶ್ರಾದ್ಧ ಶಾಂತಿಗಳಲ್ಲಿ ತನ್ನ ಕೊನೆಯ ಕಾಂತಿಯನ್ನು ಬೆಳಗಿಸಿ ಹಠಾತ್ತಾಗಿ ನಂದಿಹೋಯಿತು. ಇದ್ದಬದ್ದ ಆಸ್ತಿಪಾಸ್ತಿಗಳೆಲ್ಲಾ ಸಾಲಗಾರರ ವಶವಾಗಿ ಹರಾಜಾಗಿ ಹೋದುವು. ಉಳಿದ ಅಲ್ಪಸ್ವಲ್ಪ ಸ್ವತ್ತಿನಲ್ಲಿ ಪೂರ್ವಿಕರ ಕೀರ್ತಿಯನ್ನು ಕಾಪಾಡುವುದು ಸಾಧ್ಯವಿರಲಿಲ್ಲ". ಅನಿವಾರ್ಯವೆಂಬಂತೆ ಕೈಲಾಸಬಾಬು ನಯನಜೋರನ್ನು ಬಿಟ್ಟು ಕಲ್ಕತ್ತಾಗೆ ಬಂದು ಸಣ್ಣದೊಂದು ಬಾಡಿಗೆಮನೆಯಲ್ಲಿ ತನ್ನ ಅವಿವಾಹಿತೆ ಮೊಮ್ಮಗಳು ಕುಸುಮಳೊಂದಿಗೆ ವಾಸಿಸಲಾರಂಭಿಸುತ್ತಾನೆ. ಈಗ ಅವನ ಬಳಿ ಉಳಿದಿರುವುದು ಒಂದು ಬಹಳ ಬೆಲೆಯುಳ್ಳ ಪನ್ನೀರುದಾನಿ, ಒಂದು ಅತ್ತರುದಾನಿ, ಒಂದು ಬಂಗಾರದ ತಾಂಬೂಲದ ತಟ್ಟೆ, ಒಂದು ಬೆಳ್ಳಿಯ ಗುಡಿಗುಡಿ, ಒಂದು ಬಹು ಮೂಲ್ಯವಾದ ಶಾಲು, ಅಗಿನ ಕಾಲದ್ದೊಂದು ನಿಲುವಂಗಿ, ಒಂದು ಜತೆ ಚಡಾವು ಮತ್ತು ತಲೆಗೆ ಧರಿಸುತ್ತಿದ್ದ ಪಗಡಿ. "ಇವುಗಳನ್ನೆಲ್ಲಾ ಆತ ದಾರಿದ್ರ್ಯದ ಬಾಯಿಯಿಂದ ಬಹು ಪ್ರಯತ್ನದಿಂದ ಕಾಪಾಡಿಟ್ಟುಕೊಂಡು ಬಂದಿದ್ದರು. ಯಾವುದಾದರೊಂದು ವಿಶೇಷ ಸಂದರ್ಭದಲ್ಲಿ ಮಾತ್ರ ಇವುಗಳು ಹೊರಗೆ ಬರುತ್ತಿದ್ದುವು. ಆಗ ನಯನಜೋರಿನ ಲೋಕಪ್ರಸಿದ್ಧ ಬಾಬುಗಳ ವಂಶಗೌರವ ರಕ್ಷಣೆ ಹೊಂದುತ್ತಿತ್ತು".

ಆದರೆ ತನ್ನ ವಂಶದ ಹಿರಿಮೆ ಮತ್ತು ಕೀರ್ತಿಗಳ ಬಗ್ಗೆ ಕೈಲಾಸಬಾಬುವಿನಲ್ಲಿ ಒಣ ಹೆಮ್ಮೆ, ಮೋಹ ಮತ್ತು ವರ್ಣರಂಜಿತ ನೆನಪುಗಳು ಇನ್ನೂ ಉಳಿದುಕೊಂಡಿದ್ದವು. ಪ್ರಸ್ತುತ ಓರ್ವ ಸಾಧಾರಣ ನಿರುಪದ್ರವಿ ಮುದುಕನಾಗಿದ್ದ ಕೈಲಾಸಬಾಬು ಮಾತಿನಲ್ಲಿ ಮಾತ್ರ ಜಂಭ, ಬಡಾಯಿಗಳನ್ನು ತೋರಿಸುತ್ತ, ಸಮಯ ಸಿಕ್ಕಿದಾಗಲೆಲ್ಲ ತನ್ನ ವಂಶವನ್ನು ಕುರಿತ ನೆನಪುಗಳು ಮತ್ತು ತಾನೇ ಊಹೆ ಮಾಡಿಕೊಂಡ ವೈಭವಗಳನ್ನು, ಕಲ್ಪನೆಗಳನ್ನು ಇತರರೊಂದಿಗೂ ಕೊಚ್ಚಿಕೊಳ್ಳುತ್ತ ಈಗಿಲ್ಲದ– ಹಿಂದೆ ಯಾವತ್ತೋ ಇದ್ದಿರಬಹುದಾದ– 'ಬಾಬುಗಿರಿ'ಯನ್ನು ಆವಾಹಿಸಿಕೊಳ್ಳುತ್ತಾ, ತಾನು ಇನ್ನೂ ಓರ್ವ ಗೌರವಾನ್ವಿತ 'ಬಾಬು'ಎಂದು ತನ್ನನ್ನೇ ತಾನು ನಂಬಿಸಿಕೊಂಡು, ಇತರರಿಗೂ ಆ ಭಾವನೆ ಬರುವಂತೆ ತನ್ನ ಒಣಮಾತುಗಳಲ್ಲಿ ಪ್ರಯತ್ನಿಸುತ್ತ ಕಲ್ಕತ್ತಾದಲ್ಲಿ ತನ್ನ ಬಡಬಾಳನ್ನು ಸಾಗಿಸುತ್ತಿದ್ದ. ಅವನ ನೆರೆಹೊರೆಯವರು ಇವನನ್ನು ಇವನ ವಯಸ್ಸಿಗೆ ಮತ್ತು ಸೌಜನ್ಯಪೂರ್ಣ ನಡವಳಿಕೆಗಳಿಗಾಗಿ ಗೌರವಿಸುತ್ತ ಇವನ ಮಾತುಗಳನ್ನು ನಂಬದಿದ್ದರೂ ನಂಬಿದ ಹಾಗೆ ನಟಿಸುತ್ತ ಅವನ ಮನಸ್ಸಿಗೆ ನೋವಾಗದಂತೆ ಅವನಿಗೆ ಪ್ರಿಯರಾಗಿ ನಡೆದುಕೊಂಡಿದ್ದರು. ಅಂದರೆ ಕೈಲಾಸಬಾಬುವಿನ ಸದ್ಯದ 'ಬಾಬುಗಿರಿ' ಅವನ ಹಳಹಳಿಕೆಗಳಲ್ಲಿ ಮತ್ತು ಅವುಗಳಿಗೆ ಇತರರಿಂದ ದೊರೆಯುತ್ತಿದ್ದ ಹುಸಿ ಪ್ರತಿಸ್ಪಂದನೆಗಳಿಂದ ಸೃಷ್ಟಿಯಾಗಿ ಅವನ ಬಡತನದ ಬವಣೆಗಳನ್ನು ಕೃತಕವಾಗಿ ಮತ್ತು ತಾತ್ಕಾಲಿಕವಾಗಿ ಮರೆಸಿತ್ತು.

ತನ್ನ ಶಿಸ್ತಿನ, ಅಚ್ಚುಕಟ್ಟಾದ ಜೀವನಕ್ರಮದಲ್ಲಿ ವಿನಯಪೂರ್ಣ, ಸರಳ ಬದುಕನ್ನು ಬದುಕುತ್ತ ಕಳೆದುಹೋದ ಬಾಬುಗಿರಿಯ ವೈಭವಗಳನ್ನು ಮಾತುಗಳಲ್ಲಿ ತುಂಬಿಕೊಳ್ಳುತ್ತಿದ್ದ ಕೈಲಾಸಬಾಬುವಿನ ಬಗ್ಗೆ ಅವನ ನೆರೆಮನೆಯ ವಿದ್ಯಾವಂತ ತರುಣನೊಬ್ಬನಿಗೆ ಮಾತ್ರ ಅತೀವವಾದ ಅಸಹನೆ ಮನೆಮಾಡಿತ್ತು. ಇವನೇ ಈ ಕತೆಯ ಉತ್ತಮಪುರುಷ ನಿರೂಪಕ. ಇವನ

ಹಿನ್ನೆಲೆ ಕೈಲಾಸಬಾಬುವಿನ ಹಿನ್ನೆಲೆಗಿಂತ ತೀರಾ ಬೇರೆಯಾಗಿತ್ತು. ಅವನಿಗೆ ಹೇಳಿಕೊಳ್ಳುವಂಥ ವಂಶಾವಳಿ ಇರಲಿಲ್ಲ. ಅವನ ಬಡ ತಂದೆ 'ಮೊಣಕಾಲ ಕೆಳಗೆ ಧೋತರವನ್ನೆಂದೂ ಉಡಲಾರನಾಗಿದ್ದ'. ಆದರೆ ತನ್ನ ಸ್ವಂತಪರಿಶ್ರಮ ಮತ್ತು ದುಡಿಮೆಯಿಂದ ಹಣ ಸಂಪಾದನೆ ಮಾಡಿ ಅನುಕೂಲವಂತನಾಗಿದ್ದ. ಅವನ ಮಗ ಇಂದು ಎಂ. ಎ. ಪದವೀಧರ. ಮದುವೆಯ ಮಾರುಕಟ್ಟೆಯಲ್ಲಿ ತುಂಬ ಬೆಲೆ ಬಾಳುವ ವರ ಮಹಾಶಯ. ನಿರೂಪಕನ ಪ್ರಕಾರ, "ಬರಿದಾದ ಬೊಕ್ಕಸದೊಡನೆ ಬಂದ ಪಿತೃಗಳ ಬಾಬುಗಿರಿಯ ಇತಿಹಾಸದ ಹೊಳಪಿಗಿಂತ ಕಬ್ಬಿಣದ ಪೆಟ್ಟಿಗೆಯಲ್ಲಿ ತಂದೆ ಬಿಟ್ಟುಹೋದ ಕಂಪೆನಿಯ ಬಾಂಡುಗಳೇ ಹೆಚ್ಚು ಬೆಲೆಯುಳ್ಳದ್ದಾಗಿದ್ದವು". ಹಾಗಾಗಿ, "ಕೈಲಾಸಬಾಬು ತಮ್ಮ ಹಳೆಯ ಗೌರವದ ದಿವಾಳಿಯಾದ ಬ್ಯಾಂಕಿನ ದೊಡ್ಡ ದೊಡ್ಡ ಚೆಕ್ ಪುಸ್ತಕಗಳನ್ನು ಠೀವಿಯಿಂದ ತೋರಿಸುತ್ತಿದ್ದಾಗ ನನಗೆ ವಿಪರೀತ ಅಸಹ್ಯವಾಗುತ್ತಿತ್ತು. ನಮ್ಮ ತಂದೆ ಸ್ವಂತ ದುಡಿಮೆಯಿಂದ ಹಣ ಸಂಪಾದಿಸಿದನೆಂದು ಕೈಲಾಸಬಾಬುಗಳಿಗೆ ಒಳಗೊಳಗೇ ನಮ್ಮ ಬಗ್ಗೆ ತಾತ್ಸಾರವಿರುವುದೆಂದು ನನಗನ್ನಿಸುತ್ತಿತ್ತು" ಎಂದು ನಿರೂಪಕನು ತಿಳಿಸುತ್ತಾನೆ.

ಅವನಿಗೆ ಕೈಲಾಸಬಾಬುವಿನ ಬಗ್ಗೆ ಸಿಟ್ಟು ಇದ್ದುದಕ್ಕೆ ಮತ್ತೊಂದು ಕಾರಣವೂ ಇತ್ತು. ಅವನ ವಿದ್ಯೆ, ಅಂತಸ್ತುಗಳಿಗೆ ಅನುಗುಣವಾಗಿ ಹಲವು ಕನ್ಯಾಪಿತೃಗಳಿಂದ ಭಾರೀ ವರದಕ್ಷಿಣೆಯ ಸೂಚನೆಯುಳ್ಳ ಮದುವೆಯ ಪ್ರಸ್ತಾಪಗಳು ಬರುತ್ತಿದ್ದವು. ಆದರೆ ಕೈಲಾಸಬಾಬು ತನ್ನ ಮೊಮ್ಮಗಳು ಕುಸುಮಳ ಪ್ರಸ್ತಾಪವನ್ನು ಇವನೊಂದಿಗೆ ಮಾಡಿರಲಿಲ್ಲ. ಅದಕ್ಕೆ ಅವನದೇ ಬಲವಾದ ಕಾರಣವೂ ಇತ್ತು: "ನನ್ನ ಮಿತ್ರನೊಬ್ಬನಿಗೆ ಆತ ಎಂದೋ ಹೇಳಿದ್ದರಂತೆ. ನಯನಜೋರಿನ ಬಾಬುಗಳೆಂದಿಗೂ ಯಾವ ವಿಷಯದಲ್ಲೂ ತಾವೇ ಮುಂದೆ ಹೋಗಿ ಯಾರ ಬಳಿಯಲ್ಲೂ ಪ್ರಾರ್ಥನೆಮಾಡಿಲ್ಲ. ಹುಡುಗಿ ಒಂದು ಪಕ್ಷ ಚಿರಕುಮಾರಿಯಾಗೇ ಉಳಿದರೂ ಕೂಡ ಅವರು ಪರಂಪರೆಯಾಗಿ ಬಂದ ಕುಲಪದ್ಧತಿಯನ್ನು ಅತಿಕ್ರಮಿಸಲಾರರೆಂದು ಕೇಳಿ ನನಗೆ ಅತ್ಯಂತ ಕೋಪ ಬಂತು".

ಹೀಗೆ ಎರಡು ಪಾತ್ರಗಳ ವೈಯಕ್ತಿಕ ನಡಾವಳಿಗಳನ್ನು ನಿರೂಪಿಸುತ್ತಲೇ ಅವರು ಪ್ರತಿನಿಧಿಸುವ ಎರಡು ವಿಭಿನ್ನ ವರ್ಗಗುಣಗಳನ್ನು ಅನಾವರಣಗೊಳಿಸುವಲ್ಲಿ ರವೀಂದ್ರರ ಕಥನ ಪ್ರತಿಭೆ ಎದ್ದು ಕಾಣುವಂತಿದೆ. ಒಂದು ನಿರ್ಣಾಯಕವಾದ ಸಾಮಾಜಿಕ-ಆರ್ಥಿಕ ಪಲ್ಲಟವನ್ನು ಲೇಖಕರು ಜಡವಾಗಿ ಚಿತ್ರಿಸಿಲ್ಲ. ಬದಲಾಗಿ ಈ ಪ್ರಕ್ರಿಯೆಗೆ ಒಳಗಾದವರ ಮಾನಸಿಕ ಮತ್ತು ಭಾವನಾತ್ಮಕ ಒಳತೋಟಿಗಳನ್ನು ಅವರು ಸೂಕ್ಷ್ಮವಾಗಿ ಗಮನಿಸಿದ್ದಾರೆ. ಪರ-ವಿರೋಧಗಳ ಸರಳ ನೆಲೆಯಲ್ಲಿ ಕತೆಯನ್ನು ಕುಬ್ಜಗೊಳಿಸದೆ ತಮ್ಮ ಪಾತ್ರಗಳನ್ನು ಸಹಾನುಭೂತಿಯಿಂದ ಅವುಗಳ ಎಲ್ಲ ಸಂಕೀರ್ಣತೆಯಲ್ಲಿ ಚಿತ್ರಿಸಲು ಅವರಿಗೆ ಸಾಧ್ಯವಾಗಿದೆ.

ಇದಕ್ಕೆ ಅನುಗುಣವಾದ ರಾಚನಿಕ ತಂತ್ರವನ್ನೂ ಲೇಖಕರು ಪ್ರಯೋಗಿಸಿದ್ದಾರೆ. ಕೈಲಾಸಬಾಬು ಒಂದು ಸ್ಥಿರ-ಸ್ಥಗಿತ ಪಾತ್ರ. ಬೆಳವಣಿಗೆಯ ಸಾಧ್ಯತೆಯಿಲ್ಲದ ಈ ಪಾತ್ರವನ್ನು ಕತೆಗಾರರು ಉತ್ತಮಪುರುಷ ನಿರೂಪಕನಾಗಿ ಬಳಸಿಕೊಳ್ಳದಿರುವುದು ಉಚಿತವಾಗಿಯೇ ಇದೆ. ಈ ಬಗೆಯ ನಿರೂಪಣೆಯಲ್ಲಿ ಸ್ವವಿಮರ್ಶೆಗೆ ಬದಲು ಸ್ವಾನುಕಂಪದ ಸಾಧ್ಯತೆಯೇ ಹೆಚ್ಚಾಗುವ

ಸಂಭವ ಇರುತ್ತಿತ್ತು. ಇದಕ್ಕೆ ತದ್ವಿರುದ್ಧನೆಲೆಯ ಪಾತ್ರವಾದ ಇವನ ನೆರೆಮನೆಯ ತರುಣನನ್ನು ಉತ್ತಮಪುರುಷ ನಿರೂಪಕನನ್ನಾಗಿ ಮಾಡಿಕೊಂಡಿರುವುದರಿಂದ ಕೈಲಾಸಬಾಬುವಿನ ಪಾತ್ರ ಕೊಂಚ ಹಾಸ್ಯಾಸ್ಪದವಾಗಿ ಕಂಡರೂ ಅದು ಒಂದು ಬಗೆಯ ನಿಷ್ಠುರ ವಿಮರ್ಶೆಗೆ ಒಳಗಾಗಿಯೇ ಮೂಡಿಬಂದಿದೆ. ಪ್ರಸ್ತುತ ಈ ಕತೆಯ ಉತ್ತಮಪುರುಷ ನಿರೂಪಕನೂ ಒಂದು ಬಗೆಯ ಸ್ವಸಮರ್ಥನೆಯಲ್ಲಿ, ಅಹಂಕಾರದಲ್ಲಿ, ಕೈಲಾಸಬಾಬುವಿನ ಬಗ್ಗೆ ತುಸು ಹೆಚ್ಚೇ ಅನುದಾರವಾಗಿ ತನ್ನ ನಿರೂಪಣೆಗೆ ಮೊದಲು ಮಾಡುತ್ತಾನೆ. ಆದರೆ ಅವನು ತರುಣವಿದ್ಯಾವಂತ. ಅವನು ಚಲನಶೀಲ ಪಾತ್ರದ ಒಂದು ಮಾದರಿ. ಹಾಗಾಗಿ ಅವನು ಕೈಲಾಸಬಾಬುವನ್ನು ವಿಮರ್ಶೆಗೆ ಒಳಪಡಿಸುವಂತೆ ತನ್ನನ್ನೂ ವಿಮರ್ಶೆಗೆ ಗುರಿಪಡಿಸಿಕೊಳ್ಳಬಲ್ಲ. ಅವನಲ್ಲಿರುವ ದರ್ಪ, ಆತ್ಮಾಭಿಮಾನದ ಜೊತೆಗೆ ಈ ಗುಣವೂ ಸೇರಿ ಇವನ ಪಾತ್ರ ಹೆಚ್ಚು ಸಂಕೀರ್ಣವಾಗುತ್ತದೆ. ಇವನ ಅಸಹನೆ–ಕುಚೇಷ್ಟೆ ತಮ್ಮ ಗರಿಷ್ಠ ಮಟ್ಟವನ್ನು ತಲುಪಿದ ಮೇಲೆ ಕೈಲಾಸಬಾಬುವನ್ನು ಕುರಿತು ಅವನಲ್ಲಿ ಒಂದು ಬಗೆಯ ಆತ್ಮವಿಮರ್ಶೆ ಪ್ರಾರಂಭವಾಗುತ್ತದೆ. ಅಲ್ಲದೆ ಅವನ ಉತ್ತಮಪುರುಷ ನಿರೂಪಣೆಯು ಈ 'ಪ್ರಬುದ್ಧ' ಸ್ಥಿತಿಯಲ್ಲಿಯೇ ನಡೆಯುತ್ತದೆ ಎಂಬುದಕ್ಕೆ ಕತೆಯಲ್ಲಿ ಅನೇಕ ಸೂಚನೆಗಳು ಕಂಡುಬರುತ್ತವೆ. 'ನನ್ನ ಹಿಂದಿನ ಈ ಮನೋವೃತ್ತಿಯನ್ನು ಈಗ ವಿಶ್ಲೇಷಣೆ ಮಾಡಿ ನೋಡಿದರೆ ಕೈಲಾಸಬಾಬುಗಳ ಬಗ್ಗೆ ನಮಗಿದ್ದ ಆಂತರಿಕ ವಿದ್ವೇಷಕ್ಕೆ.' ಎಂದು ಅವನ ನಿರೂಪಣೆಯ ಒಂದು ಸಂದರ್ಭದಲ್ಲಿ ಉತ್ತಮಪುರುಷ ನಿರೂಪಕನು ಹೇಳಿಕೊಳ್ಳುತ್ತಾನೆ. ಇನ್ನೊಂದು ಸಂದರ್ಭದಲ್ಲಿ, 'ಆಗಿನ್ನೂನನ್ನ ವಯಸ್ಸು ಚಿಕ್ಕದು. ಅದಕ್ಕೇ ಈ ರೀತಿ ತರ್ಕ ಮಾಡುತ್ತಿದ್ದೆ. ಕೋಪ ಮಾಡಿಕೊಳ್ಳುತ್ತಿದ್ದೆ. ಈಗ ನನಗೆ ವಯಸ್ಸು ಬಂದಿದೆ. ಪಾಪ ಏನಾಯಿತೀಗ–ಎಂದುಕೊಳ್ಳುತ್ತೇನೆ. ನಮಗೇನೋ ಬೇಕಾದಷ್ಟು ಸಂಪತ್ತಿದೆ. ಯಾವುದಕ್ಕೂ ಅಭಾವವಿಲ್ಲ. ಯಾರಿಗೆ ಏನೂ ಇಲ್ಲವೋ, ಅವರು ಬರೀ ಒಣ ಹೆಮ್ಮೆಯಿಂದಲೇ ಸುಖಪಟ್ಟರೆ ನನಗದರಿಂದ ಬಿಡಿಕಾಸಿನಷ್ಟೂ ನಷ್ಟವಿಲ್ಲ. ಆ ಬಡಪಾಯಿಗೆ ಮಾತ್ರ ಸ್ವಲ್ಪ ಸಮಾಧಾನವಾಗುತ್ತದೆ, ಆಗಲಿ, ಎಂದು ನಿರೂಪಕನು ಆತ್ಮಾವಲೋಕನ ಮಾಡಿಕೊಳ್ಳುತ್ತಾನೆ.

ತನ್ನ ಸುತ್ತ ಸುಳ್ಳು ಕೋಟೆಯೊಂದನ್ನು ಕಟ್ಟಿಕೊಂಡು ಅದನ್ನೇ ಶಾಶ್ವತವೆಂದು ನಂಬಿಕೊಂಡು ನಂಬಿಕೊಂಡಿರುವ ಕೈಲಾಸಬಾಬುವಿನ ಸುಳ್ಳುಕೋಟೆಯನ್ನು ಒಂದೇ ಒದೆತದಲ್ಲಿ ಎಲ್ಲರೆದುರು ಉರುಳಿಸಿಬಿಡುವ ಅವನ ಅಂದಿನ ಮನಸ್ಥಿತಿಗೆ ಹೋಲಿಸಿದರೆ ನಿರೂಪಕನ ಬೆಳವಣಿಗೆಯ ಸ್ವರೂಪ ಸ್ಪಷ್ಟವಾಗುತ್ತದೆ. ಲೆಫ್ಟಿನೆಂಟ್ ಗವರ್ನರನೊಂದಿಗೆ ಭೇಟಿ ಏರ್ಪಡಿಸುವ ನಾಟಕವನ್ನಾಡಿ ಅದು ನಿಜವೆಂದು ಕೈಲಾಸಬಾಬುವನ್ನು ನಂಬಿಸಿ ಅದರಿಂದ ವಿಕೃತ ಸಂತೋಷವನ್ನು ಅನುಭವಿಸುವ ನಿರೂಪಕನು ಕುಸುಮಳಿಂದಾಗಿ ತನ್ನ ತಪ್ಪನ್ನು ಮನಗಂಡು, ತನ್ನ ಸ್ವಭಾವವನ್ನು ಬದಲಿಸಿಕೊಂಡು ಕೈಲಾಸಬಾಬುವಿನೊಡನೆ ಸೌಹಾರ್ದಯುತ ಸಂಬಂಧವನ್ನು ಕಟ್ಟಿಕೊಳ್ಳುವಲ್ಲಿ ನಿರೂಪಕನ ನೈತಿಕ ವಿಕಾಸವು ತನ್ನ ತಾರ್ಕಿಕ ಘಟ್ಟವನ್ನು ಮುಟ್ಟುತ್ತದೆ. ಅಷ್ಟೇ ಅಲ್ಲ, ತನ್ನ ಬದಲಾದ ವರ್ತನೆಯಲ್ಲಿ ನಿರೂಪಕನು ಕೈಲಾಸಬಾಬುವನ್ನೂ ಅವನ ಭ್ರಾಮಕ ಪ್ರಪಂಚದಿಂದ ವಾಸ್ತವ ಪ್ರಪಂಚಕ್ಕೆ ಎಳೆದು ತರುವಲ್ಲಿ ಕೊಂಚ ಯಶಸ್ವಿಯೂ ಆಗುತ್ತಾನೆ. ತಾನೇ ಹೋಗಿ ಕುಸುಮಳನ್ನು ಮದುವೆಯಾಗುವ

ಇಚ್ಛೆಯನ್ನು ಪ್ರಕಟಿಸಿದಾಗ ಕೈಲಾಸಬಾಬು ಕರಗಿಬಿಡುತ್ತಾನೆ. ಅಷ್ಟೇ ಅಲ್ಲ, ತನ್ನ 'ನಿಜ' ಸ್ಥಿತಿಯನ್ನು ಮೊಟ್ಟಮೊದಲ ಬಾರಿಗೆ ಒಪ್ಪಿಕೊಳ್ಳುತ್ತಾನೆ. ಎರಡು ತದ್ವಿರುದ್ಧ ನೆಲೆಯ, ವರ್ಗದ, ಸ್ವಭಾವದ ಇಬ್ಬರು ವ್ಯಕ್ತಿಗಳು ತಮ್ಮ ತಮ್ಮ ಭ್ರಮೆ-ಅಹಂಕಾರ-ಬಿಗುಮಾನಗಳನ್ನು ಕಳಚಿಕೊಂಡು ಉತ್ಕಟ ಮಾನವೀಯ ಗಳಿಗೆಯೊಂದರಲ್ಲಿ ಪರಸ್ಪರರನ್ನು ಒಪ್ಪಿಕೊಳ್ಳುವ, ಅಪ್ಪಿಕೊಳ್ಳುವ ಸ್ಥಿತಿಯನ್ನು ತಲುಪುವುದು ಈ ಕತೆಯ ಹೆಚ್ಚುಗಾರಿಕೆಯಾಗಿದೆ: "ಮುದುಕ, ಇಂದು ಇದೇ ಮೊದಲು, ತನ್ನ ಮಹಿಮೆಯುಳ್ಳ ಪೂರ್ವಿಕರ ಬಗ್ಗೆ ತನ್ನ ಕರ್ತವ್ಯವನ್ನು ಮರೆತು ಹೋಗಿ ತಾವು ಬಡವರೆಂದು ಒಪ್ಪಿಕೊಂಡರು. ಮತ್ತು ನನ್ನನ್ನು ಅಳಿಯನಾಗಿ ಪಡೆದು ನಯನಜೋರಿನ ವಂಶಕ್ಕೆ ಗೌರವಹಾನಿಯಾಗಲಿಲ್ಲವೆಂದು ಒಪ್ಪಿಕೊಂಡಂತಾಯಿತು. ನಾನು ವೃದ್ಧನ ಅವಮಾನಗೊಳಿಸುವ ಸಂಚು ಮಾಡುತ್ತಿದ್ದಾಗ ಆತ ನನ್ನನ್ನು ತನ್ನ ಮೊಮ್ಮಗಳಿಗೆ ಪರಮ ಸತ್ಪಾತ್ರನಾದ ವರನೆಂದು ಭಾವಿಸಿ ಒಂದೇ ಮನಸ್ಸಿನಿಂದ ಅಪೇಕ್ಷೆ ಮಾಡುತ್ತಿದ್ದನು".

ಚರಿತ್ರೆಯು ನಿರ್ದಯವಾಗಿ ಚಲಿಸುವ ಕಠೋರ ಸತ್ಯವನ್ನು ರವೀಂದ್ರರ ಕತೆ ಮರೆಮಾಚುವುದಿಲ್ಲ. ಹಾಗೆಯೇ ಈ ಚಲನೆಯು ಮನುಷ್ಯಮಾತ್ರರಾದವರ ಮೇಲೆ ಮಾಡುವ ಪರಿಣಾಮಗಳನ್ನು ಅದು ಅಲಕ್ಷಿಸುವುದಿಲ್ಲ. ಹಿಂದಿನ ಸಂಭ್ರಮ-ವಿಕೃತಿಗಳನ್ನೂ ಇಂದಿನ ಸಂಭ್ರಮ-ವಿಕೃತಿಗಳನ್ನೂ ನಾಟಕೀಯವಾಗಿ ಮುಖಾಮುಖಿಯಾಗಿಸಿ ಸಾಮಾಜಿಕ ಪ್ರಕ್ರಿಯೆಗಳ ಮತ್ತು ಮನುಷ್ಯರ ಮನೋವ್ಯಾಪಾರಗಳ ಜಟಿಲವೂ ಸಂಕೀರ್ಣವೂ ಆದ ಚಿತ್ರವೊಂದನ್ನು ನೇಯುವಲ್ಲಿ ಕತೆಗಾರರು ತುಂಬ ಯಶಸ್ವಿಯಾಗಿದ್ದಾರೆ. ಹಾಗೆಯೇ 'ಬಾಬುಗಿರಿ' ಅಥವಾ 'ಬಾಬುತನ'ವೆಂದರೆ ನಿಜವಾಗಿ ಏನು ಎಂಬ ಜಿಜ್ಞಾಸೆಯೂ ಕತೆಯ ಒಡಲಿನಿಂದ ಮೂಡಿಬರುತ್ತದೆ. ಅದು ಕೇವಲ ಹುಟ್ಟಿನಿಂದ ಬರುವಂಥದ್ದೇ? ಹಾಗಾದರೆ ಅದು ಏಕೆ ಶಾಶ್ವತವಲ್ಲ? ಅದು ಶ್ರೀಮಂತಿಕೆಯಿಂದ ದೊರಕುವಂಥದ್ದೇ? ಹಾಗಾದರೆ ಈ ಕತೆಯ ಉತ್ತಮಪುರುಷ ನಿರೂಪಕನು ಸಾಕಷ್ಟು ಅನುಕೂಲಸ್ಥನಾದರೂ ಅವನೇಕೆ 'ಬಾಬು' ಅಲ್ಲ? ಅಸ್ಮಿತೆಯ ಈ ಮುಕ್ತ ಪ್ರಶ್ನೆ ರವೀಂದ್ರನಾಥ ಠಾಕೂರರ ಬರವಣಿಗೆಯ ಒಂದು ಪುನರಾವರ್ತಿತ ಆಶಯವಾಗಿದೆ. "ಗೋರಾ"ದಂಥ ಕಾದಂಬರಿಯಲ್ಲಿ ಹಿಂದೂ ಎಂದರೆ ಯಾರು? ಬ್ರಾಹ್ಮಣ ಅಂದರೆ ಯಾರು? ಭಾರತೀಯ ಎಂದರೆ ಯಾರು? ಭಾರತ ಎಂದರೆ ನಿಜವಾಗಿ ಏನು? ಅದು 'ಮೃಣ್ಮಯಿ'ಯೆ, 'ಚಿನ್ಮಯಿ'ಯೆ ಅಥವಾ ಏಕಕಾಲದಲ್ಲಿ ಎರಡೂ ಹೌದೆ? ಮುಂತಾದ ಕ್ಲಿಷ್ಟವಾದ, ಸರಳ ಉತ್ತರಗಳಿಲ್ಲದ ತಾತ್ವಿಕ ಪ್ರಶ್ನೆಗಳನ್ನು ಓದುಗರ ಮುಂದೆ ಇಡುತ್ತದೆ. 'ನಾನು'ಯಾರು? ಎಂಬ ಮೂಲಭೂತ ಪ್ರಶ್ನೆಯನ್ನು ಏಕಕಾಲದಲ್ಲಿ ತಾತ್ವಿಕ-ಸಾಮಾಜಿಕ-ರಾಜಕೀಯ ನೆಲೆಗಳಲ್ಲಿ ಕೇಳುವ ರವೀಂದ್ರರ ಮುಖ್ಯ ಕೃತಿಗಳ ಪಟ್ಟಿಗೆ ಹೀಗೆ "ನಯನಜೋರಿನ ಬಾಬುಗಳು" ಕತೆ ಕೂಡ ಸೇರಿಬಿಡುತ್ತದೆ.

೪

ಇಂಥದೇ ಪ್ರಶ್ನೆ "ಚಿಕ್ಕ ಬಾಬುಗಳ ಪುನರವತಾರ" ಎಂಬ ಮತ್ತೊಂದು ಕತೆಯ ಕೇಂದ್ರಬಿಂದುವಾಗಿದೆ. ಈ ಕತೆಯ ರಾಯಚರಣನು ಅನುಕೂಲಬಾಬು ಮಗುವಾಗಿದ್ದಾಗಿನಿಂದ ಅವನ ಸೇವಕ. ಅನುಕೂಲಬಾಬು ಬೆಳೆದು ದೊಡ್ಡವನಾಗಿ ಮುನ್ಸೀಫ್ ಪದವಿಗೆ ಏರಿ

ಮದುವೆಯಾದ ಮೇಲೂ ರಾಯಚರಣ ಅವನ ಚಾಕರನಾಗಿ ಮುಂದುವರೆದಿದ್ದಾನೆ. ಅನುಕೂಲಬಾಬು ದಂಪತಿಗಳಿಗೆ ಒಂದು ಗಂಡು ಮಗುವಾಯಿತು. ಆ ಮಗುವಿಗೂ ಇವನೇ ಸೇವಕ. ಒಮ್ಮೆ ರಾಯಚರಣನು ಮಗುವು ಹಠಮಾಡಿತೆಂದು ಪದ್ಮಾನದಿಯ ಬಳಿಗೆ ಕರೆದೊಯ್ದಿದ್ದಾಗ ಮಗು ನೀರಿಗೆ ಇಳಿದು ಪ್ರವಾಹದಲ್ಲಿ ಕೊಚ್ಚಿಹೋಗುತ್ತದೆ. ರಾಯಚರಣನೇ ಮಗುವನ್ನು ಕದ್ದಿರಬಹುದೆಂದು ಅದರ ಅಮ್ಮನಿಗೆ ಅನುಮಾನ. ಧಣಿಗಳ ವಿಶ್ವಾಸವನ್ನೂ ತನ್ನ ಬಹುದಿನಗಳ ನೌಕರಿಯನ್ನೂ ಕಳೆದುಕೊಂಡು ರಾಯಚರಣ ತನ್ನ ಸ್ವಗ್ರಾಮಕ್ಕೆ ಹಿಂದಿರುಗುತ್ತಾನೆ. ಒಂದು ವರ್ಷ ಕಳೆಯುವ ಹೊತ್ತಿಗೆ ಅವನ ಇಳಿವಯಸ್ಸಿನಲ್ಲಿ, ಅವನ ಹೆಂಡತಿಗೆ ಮಗುವಾಗುವ ಸಂದರ್ಭ ತೀರಾ ಕಡಿಮೆ ಇದ್ದ ಪರಿಸ್ಥಿತಿಯಲ್ಲಿ ಅವಳಿಂದ ಒಂದು ಗಂಡುಮಗುವನ್ನು ಪಡೆಯುತ್ತಾನೆ. ತಾಯಿ ತೀರಿಕೊಳ್ಳುತ್ತಾಳೆ. ಮಗುವಿಗೆ ಫೇಲ್ನಾ ಎಂದು ಹೆಸರಿಡಲಾಗುತ್ತದೆ. ಮೊದಮೊದಲು ಉದಾಸೀನನಾಗಿದ್ದರೂ ಕ್ರಮೇಣ ಆ ಮಗುವಿನಿಂದ ಆಕರ್ಷಿತನಾಗಿ ತಾನೇ ಅದರ ಪಾಲನೆ-ಪೋಷಣೆಗಳ ಜವಾಬುದಾರಿಯನ್ನು ವಹಿಸಿಕೊಳ್ಳುತ್ತಾನೆ. ಒಂದು ದಿನ ಹಠಾತ್ತಾಗಿ ತನ್ನ ಚಿಕ್ಕ ಬಾಬು-ಅಂದರೆ ವರ್ಷದ ಹಿಂದೆ ದುರ್ಮರಣಕ್ಕೆ ಈಡಾದ, ತಾನು ನೋಡಿಕೊಳ್ಳುತ್ತಿದ್ದ, ಅನುಕೂಲಬಾಬುವಿನ ಮಗುವೇ ತನ್ನನ್ನು ಬಿಟ್ಟುಹೋಗಲಾರದೆ ತನ್ನ ಮನೆಯಲ್ಲಿ ಹುಟ್ಟಿದ್ದಾನೆ ಎಂದು ಅವನ ಮನಸ್ಸಿಗೆ ಬಂದುಬಿಡುತ್ತದೆ. "ಅಂದಿನಿಂದ ರಾಯಚರಣ ಫೇಲ್ನಾನನ್ನು ದೊಡ್ಡಮನುಷ್ಯರ ಮನೆಯ ಹುಡುಗನಂತೆ ಸಾಕತೊಡಗಿದ. ಸ್ಯಾಟಿನ್ನಿನ ನಿಲುವಂಗಿ ಹೊಲಿಸಿದ. ಜರಿಯ ಟೋಪಿ ಕೊಂಡು ತಂದ. ಸತ್ತ ಹೆಂಡತಿಯ ಒಡವೆಯನ್ನು ಕರಗಿಸಿ ಅದರಲ್ಲಿ ಮಗುವಿಗೆ ಕತ್ತಿನ ಸರ, ಕೈಗೆ ಕಾಪು ಮಾಡಿಸಿದ. ಆ ಬೀದಿಯ ಸಾಮಾನ್ಯ ಜನರ ಮಕ್ಕಳೊಂದಿಗೆ ಅವನನ್ನು ಆಡಲು ಬಿಡುತ್ತಿರಲಿಲ್ಲ. ಹಗಲು ರಾತ್ರಿ ತಾನೊಬ್ಬನೇ ಅವನ ಒಡನಾಡಿಯಾದ. ಆ ಬೀದಿಯ ಹುಡುಗರು ಸಮಯ ಬಂದಾಗಲೆಲ್ಲ ಆ ಹುಡುಗನನ್ನು 'ನವಾಬರ ಮಗ, ನೋಡಿರೋ' ಎಂದು ಹಾಸ್ಯ ಮಾಡುತ್ತಿದ್ದರು. ಮತ್ತು ರಾಯಚರಣನ ಬಂಧುವರ್ಗದವರು ಅವನ ಈ ಹುಚ್ಚು ಆಚರಣೆಯನ್ನು ಕಂಡು ಆಶ್ಚರ್ಯಪಟ್ಟರು.

ಫೇಲ್ನಾಗೆ ಓದುಬರಹದ ವಯಸ್ಸು ಬಂದಾಗ ರಾಯಚರಣ ತನ್ನ ನೆಲಹೊಲಗಳನ್ನೆಲ್ಲ ಮಾರಿ ಮಗನನ್ನು ಕಲಿಕತ್ತೆಗೆ ಕರೆದುಕೊಂಡು ಹೋದ. ಅಲ್ಲಿ ಬಹು ಕಷ್ಟದಿಂದ ಚಾಕರಿಯೊಂದನ್ನು ಪಡೆದು ಫೇಲ್ನಾನನ್ನು ಶಾಲೆಗೆ ಸೇರಿಸಿದ. ತಾನು ಮಾತ್ರ ಹೇಗೆಂದರೆ ಹಾಗೆ ಇದ್ದುಕೊಂಡು ಹುಡುಗನಿಗೆ ಒಳ್ಳೆಯ ಊಟ, ಉಡಿಗೆ, ಒಳ್ಳೆಯ ಶಿಕ್ಷಣಗಳನ್ನು ಒದಗಿಸುವುದರಲ್ಲಿ ಸ್ವಲ್ಪವೂ ಕುಂದುಂಟು ಮಾಡಲಿಲ್ಲ. ಮನಸ್ಸಿನಲ್ಲೇ 'ನನ್ನ ಮುದ್ದು ದಣಿಯೇ, ಪ್ರೀತಿಯಿಂದ ನನ್ನ ಮನೆಗೆ ಬಂದಿದ್ದೀಯೆ. ನಿನಗೆ ಯಾವುದರಲ್ಲಾದರೂ ನಾನು ಕೊರತೆಯುಂಟು ಮಾಡುತ್ತೇನೆಯೆ? ಎಂದಿಗೂ ಇಲ್ಲ' ಎಂದುಕೊಂಡ". ಅಂದರೆ ರಾಯಚರಣನು ಫೇಲ್ನಾನನ್ನು ಓರ್ವ 'ಬಾಬು ಪುತ್ರ'ನೆಂಬಂತೆ, ಅಂದರೆ 'ಚಿಕ್ಕ ಬಾಬು'ನಂತೆಯೇ ಬೆಳೆಸುತ್ತಾನೆ. ಹುಟ್ಟಿನಿಂದ ಅಲ್ಲವಾದರೂ ಜೀವನಶೈಲಿಯಿಂದ, ವಿದ್ಯೆ-ಹಣ-ವರ್ತನೆಗಳಿಂದ ಫೇಲ್ನಾ 'ಬಾಬು'ವಿನ ಎಲ್ಲ ಗುಣಲಕ್ಷಣಗಳನ್ನು ರೂಢಿಸಿಕೊಳ್ಳುತ್ತಾನೆ. ಅದಕ್ಕೆ ತಕ್ಕಂತೆ ರಾಯಚರಣನು 'ಸ್ನೇಹದಲ್ಲಿ ತಂದೆಯಾದರೂ ಸೇವೆಯಲ್ಲಿ ಭೃತ್ಯನಂತೆ ಇದ್ದ'. ಇದರ ಪರಿಣಾಮವೇನಾಯಿತೆಂದರೆ

ಅವನು ತಾನು ಫೇಲ್ನಾನ ಅಪ್ಪನೆಂಬುದನ್ನು ಇತರರಿಂದ ಅಡಗಿಸಿಡಬೇಕಾಯಿತು. ಫೇಲ್ನಾ ಕೂಡ ಅವನನ್ನು ತಂದೆಯಂತೆ ನೋಡುತ್ತಿರಲಿಲ್ಲ. "ಫೇಲ್ನಾ ಕೂಡ ಪ್ರೀತಿಸುತ್ತಿದ್ದ; ಆದರೆ ತಂದೆಯಂತಲ್ಲ. ಆ ಪ್ರೀತಿಯಲ್ಲಿ ಅನುಗ್ರಹದ ಭಾವನೆಯೂ ಸ್ವಲ್ಪ ಸೇರಿಕೊಂಡಿತ್ತು".

ಇದ್ದ ಕೆಲಸವನ್ನೂ ಕಳೆದುಕೊಂಡ ಮೇಲೆ ರಾಯಚರಣನು ತುಂಬ ಯೋಚಿಸಿ ಒಂದು ದಿನ ಅನುಕೂಲಬಾಬುವಿನ ಮನೆಗೆ ಬಂದು ಹಿಂದೆ ಅವರ ಮಗು ಪದ್ಮಾನದಿಯಲ್ಲಿ ಮುಳುಗಿ ಕಾಣೆಯಾಯಿತೆಂದು ತಾನು ಸುಳ್ಳು ಹೇಳಿದ್ದಾಗಿಯೂ, ಆ ಮಗುವನ್ನು ತಾನೇ ಕದ್ದೊಯ್ದಿದ್ದೆ ಎಂದೂ, ಅದು ತನ್ನ ಬಳಿಯೇ ಇದ್ದು ಬೆಳೆದು ದೊಡ್ಡವನಾಗಿರುವುದಾಗಿಯೂ ಘೋಷಿಸಿ ಫೇಲ್ನಾನನ್ನು ಅನುಕೂಲಬಾಬುವಿನ ಮನೆಗೆ ಕರೆದುಕೊಂಡು ಬರುತ್ತಾನೆ. ಅನುಕೂಲಬಾಬು ದಂಪತಿಗಳ ಮನಸ್ಸು ಕರಗಿಹೋಗುತ್ತದೆ. ನೋಡಲು ಬಾಬುವಿನಂತೆಯೇ ಕಾಣುತ್ತಿದ್ದ, ವೇಷಭೂಷಣಗಳಲ್ಲಿ ಸೊಗಸುಗಾರನಾಗಿ ಕಾಣುತ್ತಿದ್ದ ಫೇಲ್ನಾನನ್ನು ತಮ್ಮ ಮಗನೆಂದು ಅವರು ಒಪ್ಪಿಕೊಳ್ಳುತ್ತಾರೆ. ರಾಯಚರಣನ ಹೇಳಿಕೆಯನ್ನು ನಂಬುವುದಾದರೂ ಹೇಗೆ ಎಂಬ ಪ್ರಶ್ನೆ ಎದುರಾದರೂ ಇದ್ದ ಒಬ್ಬನೇ ಮಗನನ್ನು ಮರಳಿ ಪಡೆದ ಸಂತೋಷ–ಉದ್ವೇಗ–ಉಮ್ಮಳಗಳಲ್ಲಿ ಆ ಪ್ರಶ್ನೆ ಗೌಣವಾಗಿ ಬಿಡುತ್ತದೆ. ಆದರೆ ಮಗುವನ್ನು 'ಕದ್ದೊಯ್ದ'ಅಪರಾಧವನ್ನು ಮನ್ನಿಸದೆ, ಅವನನ್ನು ಮರಳಿ ಕೆಲಸಕ್ಕೆ ತೆಗೆದುಕೊಳ್ಳದೆ ಶಾಶ್ವತವಾಗಿ ತಮ್ಮಮನೆಯ ಬಾಗಿಲನ್ನು ಅವನಿಗೆ ಮುಚ್ಚಿಬಿಡುತ್ತಾರೆ. ಹೀಗೆ ಚಿಕ್ಕಬಾಬುವಿನ ಪುನರವತಾರವಾಗುತ್ತದೆ.

ಇಲ್ಲಿಯೂ 'ಬಾಬುಗಿರಿ' ಎಂಬುದು ಹೇಗೆ ನಿರ್ಮಾಣವಾಗುತ್ತದೆ ಎಂಬ ಮುಕ್ತಪ್ರಶ್ನೆ ಹಾಗೆಯೇ ಉಳಿದುಕೊಳ್ಳುತ್ತದೆ. ಭಾರತವೆಂಬುದು 'ಮೃಣ್ಮಯಿ'ಯೊ? 'ಚಿನ್ಮಯಿ'ಯೊ? ಎಂಬ ಸ್ಥೂಲ ಸ್ವರೂಪದ ಜಿಜ್ಞಾಸೆಯು ರೂಪಾಂತರಗೊಂಡು ಅದರ ಸೂಕ್ಷ್ಮ ರೂಪದಲ್ಲಿ ಈ ಕತೆಯಲ್ಲೂ ಕಾಣಿಸಿಕೊಳ್ಳುವಂತಿದೆ. 'ಅಸ್ಮಿತೆ' ಎಂಬುದು ತಾನಾಗಿ ಇರುವುದೋ ಸಾಂದರ್ಭಿಕವಾಗಿ ರೂಪುಗೊಳ್ಳುವುದೋ? ಎಂಬ ತಾತ್ವಿಕ ಪ್ರಶ್ನೆ ಈ ಸಣ್ಣಕತೆಯ ಸೀಮಿತ ಆವರಣದಲ್ಲೂ ಅನುರಣಿಸತೊಡಗುತ್ತದೆ. ಓರ್ವ ಐರಿಷ್ ಯೋಧನ ಹೆಂಡತಿಯಿಂದ ಜನಿಸಿದ ಗೋರಾ ಬ್ರಾಹ್ಮಣರ ಮನೆಯಲ್ಲಿ ಬೆಳೆದುದೊಡ್ಡವನಾಗಿ 'ವೀರಬ್ರಾಹ್ಮಣ', 'ವೀರ ಹಿಂದೂ' ಆಗಿ ಪರಿವರ್ತಿತವಾಗುವಂತೆ ರಾಯಚರಣನೆಂಬ ಕೆಳವರ್ಗದವನೊಬ್ಬನ ಮನೆಯಲ್ಲಿ ಹುಟ್ಟಿದರೂ 'ಬಾಬು'ವಿನಂತೆ ಬೆಳೆದು 'ಬಾಬು'ವಾಗುವ ಫೇಲ್ನಾ ರವೀಂದ್ರರ ಯಾವತ್ತೂ ಅಸ್ಮಿತೆಯ ಪ್ರಶ್ನೆಯ ಹುಡುಕಾಟಕ್ಕೆ ಮತ್ತೊಂದು ಪ್ರತೀಕವಾಗಿಬಿಡುತ್ತಾನೆ. ರಾಜಕೀಯವಾಗಿ ಭಾರತದ ಶತ್ರುವೆಂಬಂತೆ ಗುರುತಿಸಿಕೊಂಡವನಿಗೆ ಹುಟ್ಟಿ ಭಾರತದ ಸ್ವಾತಂತ್ರ್ಯಕ್ಕೆ ಹೋರಾಡುವ, ಆಂಗ್ಲರನ್ನು ವಿರೋಧಿಸುವ ವ್ಯಂಗ್ಯವು ಗೋರಾನ ಅಸ್ಮಿತೆಯನ್ನು ಸಮಸ್ಯಾತ್ಮಕಗೊಳಿಸುವಂತೆ ಒಂದು ವರ್ಗದಲ್ಲಿ ಜನ್ಮ ತಾಳಿ ಮತ್ತೊಂದು ವರ್ಗಕ್ಕೆ ಸೇರಿದ ಕುಟುಂಬವೊಂದಕ್ಕೆ ಹೋಗಿ ಸೇರುವ ಫೇಲ್ನಾನ ಅಸ್ಮಿತೆಯೂ ಸಮಸ್ಯಾತ್ಮಕಗೊಂಡಿದೆ.

ಱ

ರವೀಂದ್ರರ ಮತ್ತೊಂದು ಸುಪ್ರಸಿದ್ಧ ಕತೆ "ಕಾಬೂಲಿವಾಲಾ"ದಲ್ಲಿಯೂ ಅಸ್ಮಿತೆಯ ಪ್ರಶ್ನೆ ಕಾಣಿಸಿಕೊಳ್ಳುತ್ತದೆ. ಓರ್ವ ವ್ಯಕ್ತಿಗೆ ಒಂದೇ ಶಾಶ್ವತ ಸ್ವರೂಪಿ ಅಸ್ಮಿತೆ ಇರುತ್ತದೆಯೋ?

ಹಲವು ಬಗೆಯ ಅಸ್ಮಿತೆಗಳು ಏಕಕಾಲದಲ್ಲಿ ಇರಬಹುದೋ? ಅವು ಜತೆಜತೆಯಾಗಿಯೇ ಇರುತ್ತವೋ? ಒಂದನ್ನು ಬಿಟ್ಟು ಮತ್ತೊಂದು ಪ್ರತ್ಯೇಕವಾಗಿ ಇರುತ್ತದೆಯೋ?ನಮಗೆ ಬೇಕಾದ ಒಂದು ಅಸ್ಮಿತೆಯ ಲಕ್ಷಣವನ್ನು ಮಾತ್ರ ಸ್ವೀಕರಿಸಿ ಅಷ್ಟಕ್ಕೇ ಓರ್ವ ವ್ಯಕ್ತಿಯನ್ನು ಅಥವಾ ಸಮುದಾಯವನ್ನು ಸರಳೀಕರಿಸಬಹುದೆ? ಈ ಪ್ರಶ್ನೆಗಳನ್ನು ಕತೆಯ ಓಟ ಮತ್ತು ಓಘಗಳಿಗೆ ಭಂಗಬಾರದ ಹಾಗೆ ಧ್ವನಿಸಿರುವುದು ಈ ಕತೆಯ ಹೆಚ್ಚಳವಾಗಿದೆ. ರವೀಂದ್ರರ ಕತೆಗಳು ತಮ್ಮ ಸುಂದರ ನಿರೂಪಣೆ- ಕಾವ್ಯಾತ್ಮಕವಾದ ಭಾಷೆ- ಮನೋಜ್ಞವಾದ ಪಾತ್ರಚಿತ್ರಣ- ಮಾನವ ವ್ಯಾಪಾರಗಳ ಸೂಕ್ಷ್ಮ ಪರಿಶೀಲನೆ-ಮೃದು ಹಾಸ್ಯ ಮುಂತಾದ ಗುಣಗಳಿಂದ ನಮ್ಮನ್ನು ಆಕರ್ಷಿಸುತ್ತವೆ. ಎಲ್ಲ ವಯಸ್ಸಿನ ಓದುಗರೂ ತಮ್ಮ ತಮ್ಮ ಮಟ್ಟದಲ್ಲಿ ಓದಿ ಆನಂದಿಸಬಹುದಾದ ಸ್ವರೂಪ ರವೀಂದ್ರರ ಕತೆಗಳ ಸಾಮಾನ್ಯ ಪ್ರಧಾನ ಗುಣ. ಆದರೆ ಈ ಕತೆಗಳು ರವೀಂದ್ರರ ಸಾಮಾಜಿಕ, ರಾಜಕೀಯ, ತಾತ್ವಿಕ ಜಿಜ್ಞಾಸೆಗಳ ಆವರಣಗಳೂ ಹೌದು ಎಂಬುದನ್ನು ಮರೆಯುವಂತಿಲ್ಲ. ದೈನಂದಿನ ಜೀವನದ ಸಾಮಾನ್ಯ ಸಂದರ್ಭಗಳಲ್ಲಿಯೂ, ವಿವರಗಳಲ್ಲಿಯೂ ಅವರ ಮೂಲಭೂತ ಹುಡುಕಾಟಗಳ ಛಾಯೆ ಬೇರೆ ಬೇರೆ ಪ್ರಮಾಣದಲ್ಲಿ ಕಂಡುಬರುವುದನ್ನು ಓದುಗರು ಅಲಕ್ಷಿಸುವಂತಿಲ್ಲ.

ಅಬ್ದುರ್ ರಹಮಾನ್ ಆಫ್ಘಾನಿಸ್ತಾನದವನು. ದ್ರಾಕ್ಷಿ-ಬಾದಾಮಿ-ಅಂಜೂರಗಳನ್ನು ಮಾರುವ ರಸ್ತೆ ಮೇಲಿನ ವ್ಯಾಪಾರಿ. ತನ್ನ ಆಕಾರದಿಂದ, ವೇಷಭೂಷಣಗಳಿಂದ ಯಾರಲ್ಲಾದರೂ ಸಂದೇಹ-ಅನುಮಾನಗಳನ್ನು ಹುಟ್ಟುಹಾಕಬಲ್ಲ ಅಪರಿಚಿತ 'ವಿದೇಶಿ'. 'ಮಲಿನವಾದೊಂದು ಸಡಿಲ ಪಾಯಜಾಮಾ, ಕುತ್ತಿಗೆಯಿಂದ ಮೊಳಕಾಲವರೆಗೂ ಹಾಕಿರುವ ಜುಬ್ಬಾ, ತಲೆಯ ಮೇಲೆ ಪಗಡಿ, ಕುತ್ತಿಗೆಯಲ್ಲಿ ಜೋಲಾಡುವ ಚೀಲ, ಕೈಯಲ್ಲಿ ನಾಲ್ಕೈದು ಒಣಗಿದ ಅಂಜೂರದ ಪೆಟ್ಟಿಗೆಗಳು.' ಇವನನ್ನು ಕಂಡರೆ ಐದು ವರುಷದ ಮಿನಿಗೆ ಬಾಲ್ಯಸಹಜ ಭಯ. ಮಿನಿಯ ಅಪ್ಪ ಓರ್ವ ಪ್ರಬುದ್ಧ. ಅವನು ಲೇಖಕನೂ ಹೌದು. ಅವನೇ ಈ ಕತೆಯ ಉತ್ತಮಪುರುಷ ನಿರೂಪಕ. ಅವನು ಮಿನಿಯ ಭಯವನ್ನು ಹೋಗಲಾಡಿಸುತ್ತಾನೆ. ಕ್ರಮೇಣ ದೀರ್ಘಾಕೃತಿಯ ಕಾಬೂಲಿವಾಲಾ ಮತ್ತು ಪುಟ್ಟ ಮಿನಿ ಗಾಢಸ್ನೇಹಿತರೇ ಆಗಿಬಿಡುತ್ತಾರೆ. ಇವಳ ಅಮ್ಮ ದುಷ್ಟಳೇನೂ ಅಲ್ಲ. ಆದರೆ ಅವಳಿಗೆ ಕಾಬೂಲಿವಾಲಾನನ್ನು ಕಂಡರೆ ಬೇ ಬಗೆಯ ಭಯ ಮತ್ತು ಅನುಮಾನ. ಇದರಿಂದ ಗಂಡ ಹೆಂಡತಿ ಮಧ್ಯೆ ಒಂದು ವಾಗ್ವಾದವೂ ಸೃಷ್ಟಿಯಾಗುತ್ತದೆ: "ರಹಮತ ಕಾಬೂಲಿಯವನ ವಿಷಯದಲ್ಲಿ ಅವಳೇನು ಸಂದೇಹವಿಲ್ಲದೆ ಇರಲಿಲ್ಲ. ಅವನ ಬಗ್ಗೆ ವಿಶೇಷ ದೃಷ್ಟಿಯಿಡಬೇಕೆಂದು ಅವಳು ನನಗೆಷ್ಟೋ ಸಲ ಎಚ್ಚರಿಕೆ ಕೊಟ್ಟಿದ್ದಳು. ನಾನು ಅವಳ ಭಯವನ್ನು ನಕ್ಕು ಹರಿಸಿಬಿಡುವ ಪ್ರಯತ್ನ ಮಾಡಿದಾಗ ಅವಳು ಅದಕ್ಕೆ ಪ್ರತಿಯಾಗಿ ನನಗೆ ಕೆಲವು ಸವಾಲುಗಳನ್ನು ಹಾಕುತ್ತಿದ್ದಳು-'ಹಾಗಾದರೆ ಇದುವರೆಗೂ ಯಾರ ಮಕ್ಕಳನ್ನೂ ಯಾರೂ ಕದ್ದುಕೊಂಡು ಹೋಗಿಲ್ಲವೆ? ಕಾಬೂಲ್ ದೇಶದಲ್ಲಿ ಗುಲಾಮಗಿರಿಯಿರುವ ವಿಷಯ ನಿಜವಲ್ಲವೆ? ಸೈಂಥವನಂತಿರುವ ಕಾಬೂಲಿಯವನಿಗೆ ಒಂದು ಸಣ್ಣ ಮಗುವನ್ನು ಕದ್ದುಕೊಂಡು ಹೋಗುವುದೊಂದು ಕಷ್ಟವೇ?' ಇತ್ಯಾದಿ. ಅದು ಅಂತಹುದೇನೂ ಅಸಂಭವವಲ್ಲದಿದ್ದರೂ, ನಂಬತಕ್ಕಂತಹುದಲ್ಲವೆಂದು ನಾನು ಅವಳಿಗೆ ಹೇಳಬೇಕಾಯಿತು. ವಿಶ್ವಾಸಮಾಡುವ ಶಕ್ತಿ ಎಲ್ಲರಿಗೂ ಸಮಾನವಾಗಿರುವುದಿಲ್ಲ. ಈ ಕಾರಣದಿಂದ ನನ್ನ ಹೆಂಡತಿಯ ಮನಸ್ಸಿನಲ್ಲೂ

ಭಯ ಉತ್ಪನ್ನವಾಯಿತು. ಆದರೆ ಆ ಕಾರಣಕ್ಕಾಗಿ ದೋಷವಿಲ್ಲದೆಯೇ ರಹಮತನನ್ನು ನಮ್ಮ ಮನೆಗೆ ಬಾರದಿರುವಂತೆ ನಿಷೇಧಿಸುವುದು ಮಾತ್ರ ನನ್ನಿಂದಾಗದು".

ರಹಮತ-ಮಿನಿಯರ ಸಂಬಂಧವು ರವೀಂದ್ರರು ಚಿತ್ರಿಸಿರುವ ಅತ್ಯಂತ ಮೃದುವಾದ, ಸುಂದರವಾದ, ಪ್ರೀತಿಪೂರ್ಣ ಮನುಷ್ಯ ಸಂಬಂಧಗಳಲ್ಲಿ ಒಂದು. ಮೇಲುನೋಟಕ್ಕೆ ಒರಟಾಗಿಯೂ ಕೊಳಕಾಗಿಯೂ ಕಾಣುತ್ತಿದ್ದ ರಹಮತನೊಳಗೂ ಪ್ರೀತಿಗಾಗಿ ಹಂಬಲಿಸುವ, ಅದಕ್ಕಾಗಿ ತುಡಿಯುವ ಮಾನವ ಹೃದಯವೊಂದಿತ್ತು. ಹೊರ ಆಕಾರದ, ವೇಷಭೂಷಣಗಳ ಅಧಾರದಿಂದ ಮಾತ್ರ ಅಳೆಯದೆ ಅವನ ಹೃದಯದಲ್ಲಿದ್ದ ಮೃದುವಾದ ಭಾವನೆಗಳ ಆಧಾರದಿಂದಲೂ ಅವನ ವ್ಯಕ್ತಿತ್ವವನ್ನು ಪರಿಭಾವಿಸುವುದಾದರೆ ಅದೊಂದು ನಿರ್ವ್ಯಾಜವಾದ ಪ್ರೇಮಪೂರ್ಣ ಮನುಷ್ಯ ವ್ಯಕ್ತಿತ್ವವಾಗಿತ್ತು. ಮಿನಿ ತನ್ನ ಮುಗ್ಧತೆಯಲ್ಲಿ ಮಿಡಿಯುತ್ತಿದ್ದುದು ಅದಕ್ಕೇ. ತನ್ನ ವ್ಯವಹಾರ ಮತ್ತಿತರ ಉಪದ್ವ್ಯಾಪಗಳ ನಡುವೆಯೂ ರಹಮತ ತನ್ನ ಮುಗ್ಧತೆಯನ್ನೂ ಮಗುವನ್ನು ಪ್ರೀತಿಸಬಲ್ಲ ಮನಸ್ಥಿತಿಯನ್ನೂ ಉಳಿಸಿಕೊಂಡಿದ್ದ. ಕೆಲ ಸಮಯದ ನಂತರ ರಹಮತನು ಒಂದು ಕ್ರಿಮಿನಲ್ ಕೇಸಿನಲ್ಲಿ ಸಿಕ್ಕಿಹಾಕಿಕೊಳ್ಳುತ್ತಾನೆ. ಅವನಿಂದ ಸಾಲ ಪಡೆದಿದ್ದ ಒಬ್ಬನು ಸಾಲವನ್ನೂ ತೀರಿಸದೆ, ತಾನು ಏನೂ ಬಾಕಿ ಕೊಡಬೇಕಾಗಿಲ್ಲ ಎಂದೆಲ್ಲ ಮಾತನಾಡಿ ರಹಮತನಿಗೆ ಸಿಟ್ಟು ಬರಿಸಿರುತ್ತಾನೆ. ಆಗ ರಹಮತನು ಅವನಿಗೆ ಚೂರಿಯಿಂದ ತಿವಿದು ಗಾಯಗೊಳಿಸಿರುತ್ತಾನೆ ಎಂದು ಅವನಿಗೆಹಲವು ವರುಷಗಳ ಕಾರಾಗೃಹ ಶಿಕ್ಷೆಯಾಗುತ್ತದೆ.

ಕ್ರಮೇಣ ಮಿನಿ ದೊಡ್ಡವಳಾಗುತ್ತ ಕಾಬೂಲೀವಾಲನನ್ನು ಮರೆಯುತ್ತಾಳೆ. ಅವಳ ವಿವಾಹದ ಸಂದರ್ಭದ ಹೊತ್ತಿಗೆ ರಹಮತನಿಗೆ ಜೈಲಿನಿಂದ ಬಿಡುಗಡೆಯಾಗುತ್ತದೆ. ಮಿನಿಯನ್ನು ನೋಡಲು ಅವನು ಬಂದಾಗ ಮಂಗಳಕಾರ್ಯ ನಡೆಯುವಾಗ ಅವನು ಮಿನಿಯನ್ನು ನೋಡುವುದು ಬೇಡ ಎಂದು ಅವನನ್ನು ಹೊರಹೋಗಲು ಹೇಳಲಾಗುತ್ತದೆ. ದ್ರಾಕ್ಷಿ-ಬಾದಾಮಿ-ಅಂಜೂರಗಳ ಪೊಟ್ಟಣವನ್ನು ಮಿನಿಗೆ ಕೊಡಲು ಹೇಳಿ ರಹಮತನು ವಾಪಸು ಹೋಗಲು ಸಿದ್ಧನಾಗುತ್ತಾನೆ. ಮಿನಿಯ ಅಪ್ಪನು ಕೊಡುವ ಹಣವನ್ನು ತೆಗೆದುಕೊಳ್ಳಲು ಅವನು ಒಪ್ಪುವುದಿಲ್ಲ. ಬದಲಾಗಿ ಒಂದು ಮಾಸಿದ ಕಾಗದವನ್ನು ತೆಗೆದು ನಿರೂಪಕನಿಗೆ ತೋರಿಸುತ್ತಾನೆ. ಮಿನಿ ತನ್ನ ಪುಟ್ಟ ಮಗಳ ನೆನಪನ್ನು ತರುತ್ತಿದ್ದುದರಿಂದ ತರುವುದರಿಂದಅವನು ಅವಳನ್ನು ಅಷ್ಟೊಂದು ಹಚ್ಚಿಕೊಂಡಿರುತ್ತಾನೆ. ಕಾಗದವನ್ನು ನಿರೂಪಕನು ಬಿಡಿಸಿ ನೋಡುತ್ತಾನೆ: "ಕಾಗದದ ಮೇಲೆ ಒಂದುಪುಟ್ಟ ಅಂಗೈಯ ಮುದ್ರೆ. ಫೋಟೋಗ್ರಾಫ್ ಅಲ್ಲ, ತೈಲ ಚಿತ್ರವೂ ಅಲ್ಲ. ಕೈಗೆ ಮಸಿಬಳಿದು ಕಾಗದದ ಮೇಲೆ ಅದರ ಮುದ್ರೆ ಒತ್ತಲ್ಪಟ್ಟಿತ್ತು. ಮಗಳ ಈ ಸ್ಮರಣೆಯ ಗುರುತನ್ನು ಎದೆಯ ಹತ್ತಿರ ಇಟ್ಟುಕೊಂಡು-ಆ ಸುಕೋಮಲವಾದ ಪುಟ್ಟ ಮಗುವಿನ ಅಂಗೈ ಸ್ಪರ್ಶವು ತನ್ನ ವಿಶಾಲವಾದ ವಿರಹದಗ್ಧವಾದ ವಕ್ಷದ ಮಧ್ಯೆ ಅಮೃತ ಸಂಚಾರಮಾಡುತ್ತಿರಲೆಂಬಂತೆ- ರಹಮತನು ವರುಷ ವರುಷವೂ ಈ ಒಣಗಿದ ದ್ರಾಕ್ಷಿ ಮುಂತಾದವನ್ನು ಕಲಿಕತ್ತೆಯ ರಸ್ತೆಗಳಲ್ಲಿ ಮಾರಲು ಬರುತ್ತಿದ್ದ. ನೋಡಿ ನನ್ನ ಕಣ್ಣು ತತ್‌ಕ್ಷಣ ಒದ್ದೆಯಾಯಿತು. ಅವನು ಆಗ ದ್ರಾಕ್ಷಿ, ಬಾದಾಮಿ ಮಾರುವ ಕಾಬೂಲಿ, ಮತ್ತು ನಾನೊಬ್ಬ ಬಂಗಾಳಿ ಸದ್ಗೃಹಸ್ಥ ಎಂಬುದನ್ನು ಮರೆತುಬಿಟ್ಟೆ. ಆಗ

ನಾನು ಅರ್ಥಮಾಡಿಕೊಂಡೆ: ನಾನು ಹೇಗೋ ಅವನೂ ಹಾಗೆಯೇ. ಅವನೂ ತಂದೆ, ನಾನೂ ತಂದೆ. ಅವನ ಪರ್ವತದ ತಪ್ಪಲ ಮನೆಯಲ್ಲಿ ವಾಸಿಸುವ ಪುಟ್ಟ ಪಾರ್ವತಿಯ ಆ ಅಂಗೈಯ ಮುದ್ರೆ ನನ್ನ ಮಿನಿಯನ್ನೇ ನೆನಪು ಮಾಡಿಕೊಟ್ಟಿತು. ನಾನು ತತ್‌ಕ್ಷಣ ಮಿನಿಯನ್ನು ಒಳಗಡೆಯಿಂದ ಬರಲು ಹೇಳಿ ಕಳುಹಿಸಿದೆ". ಅಷ್ಟೇ ಅಲ್ಲ, ನಿರೂಪಕನು ತನ್ನ ಮಗಳ ಮದುವೆಗೆಂದು ತೆಗೆದಿಟ್ಟಿದ್ದ ನೂರು ರೂಪಾಯಿ ನೋಟೊಂದನ್ನು ತಂದು ರಹಮತನಿಗೆ ಕೊಟ್ಟು ಅವನಿಗೆ ತನ್ನ ಊರಿಗೆ, ತನ್ನ ಮಗಳ ಬಳಿಗೆ ಹೋಗಲು ಹೇಳಿ, "ನಿಮ್ಮಿಬ್ಬರ ಭೇಟಿಯ ಸುಖದಿಂದ ನಮ್ಮ ಮಿನಿಗೆ ಮಂಗಳವಾಗುತ್ತದೆ" ಎನ್ನುತ್ತಾನೆ. ಕತೆಯ ಅಂತ್ಯವು ತುಂಬ ಉಜ್ವಲವಾಗಿದೆ. ತನ್ನ ಮನುಷ್ಯತ್ವವನ್ನು ಈ ರೀತಿ ಜಾಗೃತಗೊಳಿಸಿಕೊಂಡ ನಿರೂಪಕನ ಪ್ರಜ್ಞಾ ವಿಕಾಸವು ಎಲ್ಲ ಜಾತಿ-ಧರ್ಮ-ವರ್ಗ-ಪ್ರದೇಶಗಳನ್ನು ಮೀರಿದ ಮಾನವತೆಯ ಗೆಲುವನ್ನೇ ಸೂಚಿಸಿಬಿಡುತ್ತದೆ: "ಈ ಹಣವನ್ನು ದಾನ ಮಾಡಿದ ಮೇಲೆ ಖರ್ಚಿನ ಲೆಕ್ಕದಿಂದ ಉತ್ಸವ ಸಮಾರಂಭದಲ್ಲಿ ಎರಡು ಮೂರು ಅಂಶಗಳನ್ನು ತೆಗೆದುಹಾಕಬೇಕಾಯಿತು. ಮೊದಲು ಅಂದುಕೊಂಡಿದ್ದ ಮೆರವಣಿಗೆ, ಬಾಜಾಬಜಂತ್ರಿ ಇವುಗಳನ್ನು ತಪ್ಪಿಸಬೇಕಾಯಿತು ಆದರೆ ನನ್ನ ಮನಸ್ಸಿನ ತೃಪ್ತಿಯಿಂದ, ಸಫಲತೆಯಿಂದ ನಮ್ಮ ಮಂಗಳೋತ್ಸವ ಉಜ್ವಲವಾಗಿ ನೆರವೇರಿತು".

೬

ಕೈಲಾಸಬಾಬು ತನ್ನ ಹಿಂದಿನ ಶ್ರೀಮಂತಿಕೆ, ವೈಭವಗಳನ್ನೆಲ್ಲ ಕಳೆದುಕೊಂಡು ಈಗ ಬಡವನಾಗಿರುವ ಓರ್ವ 'ಬಾಬು'. ರಾಯಚರಣ ಸೇವಕವೃತ್ತಿಯ ಕೆಳವರ್ಗದ ಕಾಯಸ್ಥ. ಅಬ್ದುರ್ ರಹಮಾನ್ ಕಾಬೂಲಿನಿಂದ ಕಲಿಕತ್ತೆಗೆ ಬಂದು ರಸ್ತೆ ಮೇಲೆ ವ್ಯಾಪಾರ ಮಾಡುತ್ತಿರುವ ಓರ್ವ ಬಡ ಮುಸಲ್ಮಾನ. ಇವರ ದುಸ್ಥಿತಿಗೆ ಇವರ ಚಾರಿತ್ರಿಕ ಸಂದರ್ಭ ಕಾರಣವಾಗಿರುವಂತೆ ಇವರ ವ್ಯಕ್ತಿವಿಲಕ್ಷಣತೆಗಳೂ ಕಾರಣವಿದ್ದೀತು. ಇವರ ಮನಸ್ಥಿತಿ ಮತ್ತು ಬಹಿರಂಗ ವರ್ತನೆಗಳ ಸಾಮಾಜಿಕ, ಆರ್ಥಿಕ ಮೂಲವನ್ನು ಮರೆಮಾಚದೆಯೇ ಅವರನ್ನು ಅಪ್ಪಟ ಮನುಷ್ಯರನ್ನಾಗಿ ಚಿತ್ರಿಸಿರುವುದರಲ್ಲಿ ರವೀಂದ್ರರ ಕಲೆಗಾರಿಕೆಯು ಅದರ ಅತ್ಯುಚ್ಚ ಮಟ್ಟವನ್ನು ಮುಟ್ಟಿಬಿಟ್ಟಿದೆ. ಇತಿಹಾಸದ ನಡೆಯನ್ನು ಗಮನಿಸುತ್ತಲೇ ಮನುಷ್ಯ ಸ್ವಭಾವದ ಮೂಲಭೂತ ನೆಲೆಗಳನ್ನು ಅನಾವರಣಗೊಳಿಸುವಲ್ಲಿ ರವೀಂದ್ರರ ಕಥನಪ್ರತಿಭೆ ತನ್ನ ಸೃಜನಶೀಲತೆಯನ್ನು ಮೆರೆದಿದೆ. ಇಂಥ ಕತೆಗಳನ್ನು ಬರೆದ ಲೇಖಕರು ನಿಸ್ಸಂದೇಹವಾಗಿ ಜಗತ್ತಿನ ಅತ್ಯುತ್ತಮ ಕತೆಗಾರರಲ್ಲಿ ಒಬ್ಬರು.

ರವೀಂದ್ರರ ಕತೆಗಳು ಕನ್ನಡದ ಓದುಗರ ಮನಸ್ಸುಗಳಲ್ಲಿ ಹೇಗೆ ಭದ್ರವಾಗಿ ಕೂತಿವೆ ಮತ್ತು ವೈವಿಧ್ಯಮಯವಾದ ಪ್ರತಿಕ್ರಿಯೆ, ಪ್ರತಿಸ್ಪಂದನಗಳನ್ನು ಪ್ರಚೋದಿಸಿವೆ ಎಂಬುದಕ್ಕೆ ಸದ್ಯಕ್ಕೆ ನೆನಪಿಗೆ ಬರುವ ಈಚಿನ ಎರಡು ಉದಾಹರಣೆಗಳನ್ನು ಕೊಡಬಹುದು. "ನಯನಜೋರಿನ ಬಾಬುಗಳು" ಮತ್ತು "ಚಿಕ್ಕಬಾಬುಗಳ ಪುನರಾವತಾರ" ಕತೆಗಳನ್ನು ಕೂಡಿಸಿ, ಅವಕ್ಕೆ ಪೂರಕವಾದ ರವೀಂದ್ರರ ಕೆಲವು ಕವಿತೆಗಳನ್ನೂ ಜೋಡಿಸಿ ೧೯೯೧ರಲ್ಲಿ ಕೆ.ವಿ.ಅಕ್ಷರ ಅವರು "ಬಾಬುಗಿರಿ" ಎಂಬ ರಂಗಪ್ರಯೋಗವನ್ನು ಅಣಿಗೊಳಿಸಿದ್ದರು. ಕರ್ನಾಟಕದಲ್ಲಿ ಹಲವು ಯಶಸ್ವಿ ಪ್ರದರ್ಶನಗಳನ್ನು ಕಂಡ "ಬಾಬುಗಿರಿ" ಕೊಲ್ಕತ್ತಾ ಮತ್ತು ಶಾಂತಿನಿಕೇತನಗಳಲ್ಲಿ ಬಂಗಾಲಿ ಪ್ರೇಕ್ಷಕರ ಮುಂದೂ ಪ್ರದರ್ಶಿತಗೊಂಡು ಅಪಾರ ಮೆಚ್ಚಿಗೆಯನ್ನು ಗಳಿಸಿಕೊಂಡಿತು.

ವೈದೇಹಿಯವರು ತಮ್ಮ ಅಂಕಣಬರಹಗಳ ಸಂಕಲನ (ಹರಿವನೀರು, ೨೦೧೨, ಅಕ್ಷರ ಪ್ರಕಾಶನ, ಹೆಗ್ಗೋಡು) ದ ಒಂದು ಪ್ರಬಂಧದಲ್ಲಿ ರವೀಂದ್ರರ "ಕಾಬೂಲಿವಾಲಾ" ಕತೆಯನ್ನು ನೆನಪು ಮಾಡಿಕೊಳ್ಳುತ್ತಾರೆ. ತಮ್ಮ ಬಾಲ್ಯದಲ್ಲಿ ಅವರು ಕುಂದಾಪುರದ ಮುಖ್ಯ ರಸ್ತೆಯಲ್ಲಿ ಅಲೆಮಾರಿ ಕಾಬೂಲಿಗಳನ್ನು ಕಾಣುತ್ತಿದ್ದರಂತೆ. ಅವರು ಬಿಡಿಸುವ ಕಾಬೂಲಿಗಳ ಚಿತ್ರ ರವೀಂದ್ರನಾಥ ಠಾಕೂರರ "ಕಾಬೂಲಿವಾಲಾ" ಎಂಬ ಸುಪ್ರಸಿದ್ಧ ಕತೆಯ ಕೆಲವು ಭಾಗಗಳನ್ನು ನೆನಪಿಗೆ ತರುತ್ತದೆ: "ಅಲ್ಲಿ ಅಗೊ, ಕಾಬೂಲಿವಾಲ, ತನ್ನ ವೇಷ ಭೂಷಣಗಳಿಂದ ಇಡೀ ರಸ್ತೆಯಲ್ಲಿ ಎದ್ದು ಕಾಣುತ್ತಿದ್ದಾನೆ. ಗಂಭೀರ, ನಿಧಾನ ಹೆಜ್ಜೆ, ತೂಕದ ನಡಿಗೆ. ಅಂದೆಲ್ಲ ನಮ್ಮೂರ ರಸ್ತೆಯ ದಿನನಿತ್ಯದ ದೃಶ್ಯಗಳಲ್ಲಿ ಈತನೂ ಒಂದಾಗಿದ್ದ. ಬೆಳಿಗ್ಗೆಯೋ ಸಂಜೆ ಹೊತ್ತಿಗೋ ಮನೆಮನೆಗೆ ಬರುವವ ನಮ್ಮ ಮನೆಗೂ ಬಂದು ಎದುರು ಅಂಗಳದಲ್ಲಿ ಸುಮ್ಮನೆ ನಿಲ್ಲುತ್ತಿದ್ದ. ಕೆಲಸದಲ್ಲಿ ತೀರಾ ವ್ಯಸ್ತನಾಗಿರುತ್ತಿದ್ದ ತಂದೆ ಅವನು ಬಂದನೆಂದರೆ ಎದ್ದು ಸ್ವತಃ ಬಾಗಿಲಬಳಿ ಬಂದು ದುಡ್ಡು ಕೊಡುತ್ತಿದ್ದರು. ದುಡ್ಡು ತೆಗೆದುಕೊಂಡು, ನಿಮಿಷವೂ ನಿಲ್ಲದೆ ಆತ ಹೊರಟು ಹೋಗುತ್ತಿದ್ದ. ಮನೆಯಲ್ಲಿ ಮಸ್ತು ಮಕ್ಕಳಿರುವ, ಒಂದಲ್ಲ ಒಂದು ಮಗು ಅಳುತ್ತ ಇರುವ ಕಾಲ ಅದು. ಅಳುವ ಮಗುವಿಗೆ ಆತನನ್ನು ತೋರಿಸಿದರೆ ಸಾಕು, ಗಕ್ಕನೆ ಅದರ ಅಳು ನಿಲ್ಲುತ್ತಿತ್ತು."

ಕಾಬೂಲಿಗಳು ಕೂಡ ತಮ್ಮೂರಿನವರೇ ಎಂದು ವೈದೇಹಿ ಬಾಲ್ಯದಲ್ಲಿ ಭಾವಿಸಿದ್ದರಂತೆ. ಅವರು ದೂರದ ಆಫ್ಘಾನಿಸ್ತಾನದಿಂದ ಇಲ್ಲಿಗೆ ವ್ಯಾಪಾರಕ್ಕೆ ಬಂದವರು ಎಂದೆಲ್ಲ ತಿಳಿಯುವ ಹೊತ್ತಿಗೆ ಕಾಬೂಲಿಗಳು ಕುಂದಾಪುರದ ರಸ್ತೆಯಿಂದಲೇ ಕಣ್ಮರೆಯಾಗಿದ್ದರಂತೆ. 'ಮುಂದೆ ಎಂದೋ ಠಾಕೂರರ 'ಕಾಬೂಲಿವಾಲಾ' ಓದುವಾಗ ಕತೆಯ ಉದ್ದಕ್ಕೂ ಓಡಾಡಿ ಕಣ್ಣಂಚು ಹನಿಸಿದ್ದು ಒಂದೂ ಮಾತಾಡದೆಯೂ ಮುದ್ದಾಡದೆಯೂ ಎತ್ತಿ ಆಡಿಸದೆಯೂ ದ್ರಾಕ್ಷಿ ಗ್ರೀಕ್ಷಿ ಕೊಡದೆಯೂ ಮನದಲ್ಲಿ ಅಚ್ಚೊತ್ತಿ ಕುಳಿತ ನಮ್ಮೂರ ಈ ಕಾಬೂಲಿವಾಲನ ಚಿತ್ರವೆ'.ಒಮ್ಮೆ ಉತ್ತರಭಾರತದ ಪ್ರವಾಸದಲ್ಲಿ ವೈದೇಹಿ ರಸ್ತೆಯ ಮೇಲೆ ಒಬ್ಬ ಕಾಬೂಲಿಯನ್ನು ಕಂಡಾಗ ಖುಷಿ ವಿಸ್ಮಯದಲ್ಲಿ ಕಲಸಿಹೋಗಿ 'ಕಾಬೂಲಿವಾಲ' ಎಂದು ಗಟ್ಟಿ ಧ್ವನಿಯಲ್ಲಿ ಉದ್ಗರಿಸಿ ಆತನ ಗಮನ ಸೆಳೆದಿದ್ದರಂತೆ. ಅವನು ಇವರತ್ತ ನೋಡಿದಾಗ ಮತ್ತೆ ಸಂಭ್ರಮದಿಂದ 'ಹೇ, ಕಾಬೂಲಿವಾಲ' ಎಂದರಂತೆ. ಅವನು ಮತ್ತೊಮ್ಮೆ ಇವರತ್ತ ನೋಡಿ ನಿರ್ಲಿಪ್ತ ಮುಂದರಿದನಂತೆ. 'ಯೇ ನಾನು, ಕುಂದಾಪುರದ ಮಿನಿ. ನೆನಪು ಹೋಯಿತೆ?' ಎಂದು ಸ್ವಗತವೆಂಬಂತೆ ಕನ್ನಡದಲ್ಲಿ ಕೇಳುತ್ತಲೇ ಹೋದರಂತೆ"! ಎಲ್ಲ ಭಾಷೆಗಳಲ್ಲಿಯೂ ರವೀಂದ್ರರ ಓದುಗರ ಇಂಥ ಹಲವು ನೆನಪುಗಳಿದ್ದಾವು. ಆದುದರಿಂದಲೇ ಅವರ ಸಾಹಿತ್ಯವು ಬಂಗಾಲಿ ಗಡಿಯನ್ನು ದಾಟಿ ಇಂದೂ ಹಲವು ಕಾಲದೇಶಗಳಲ್ಲಿ ಉಳಿದುಕೊಂಡು ಬಂದಿರುವುದು.

****

ರವೀಂದ್ರನಾಥ ಠಾಕೂರ್ ಅವರ "ಗೋರಾ"

ರವೀಂದ್ರನಾಥ ಠಾಕೂರರ ಕಾದಂಬರಿ "ಗೋರಾ" ರಚಿತವಾದದ್ದು ೧೯೦೭ರಲ್ಲಿ. ಬಂಗಾಳಿ ಪತ್ರಿಕೆಯೊಂದರಲ್ಲಿ ಧಾರಾವಾಹಿಯಾಗಿ ಪ್ರಕಟಗೊಂಡು ೧೯೦೯ರಲ್ಲಿ ಪುಸ್ತಕ ರೂಪದಲ್ಲಿ ಹೊರಬಂದಿತು. ಅದರ ಮೊದಲ ಇಂಗ್ಲಿಷ್ ಅನುವಾದ ೧೯೨೪ರಲ್ಲಿ ಪ್ರಕಟವಾಯಿತು. ಮುಂದೆ ಈ ಕಾದಂಬರಿ ಹೆಚ್ಚು ಕಡಿಮೆ ಪ್ರಪಂಚದ ಎಲ್ಲ ಭಾಷೆಗಳಿಗೆ ಭಾಷಾಂತರಗೊಂಡು ವಿಶ್ವಮನ್ನಣೆಯನ್ನು ಗಳಿಸಿಕೊಂಡಿತು. ಕನ್ನಡದಲ್ಲಿ ಎಚ್ ವಿ ಸಾವಿತ್ರಮ್ಮನವರ ಅನುವಾದವು ಮೈಸೂರಿನ ಕಾವ್ಯಾಲಯ ಪ್ರಕಾಶನದಿಂದ ೧೯೫೫ರಲ್ಲಿ ಪ್ರಕಾಶಿತವಾಯಿತು.

ಈ ಕಾದಂಬರಿಗೆ ಒಂದು ಮಹಾಕಾವ್ಯದ ಬೀಸು ಮತ್ತು ಮಹತ್ವಾಕಾಂಕ್ಷೆಗಳು ಇವೆ. ಇದು ಏಕಕಾಲದಲ್ಲಿ ವ್ಯಕ್ತಿಗಳ, ಕುಟುಂಬಗಳ, ಸಮುದಾಯಗಳ ಮತ್ತು 'ರಾಷ್ಟ್ರ'ವೊಂದರ ಕಥೆಯನ್ನು ನಿರೂಪಿಸುತ್ತದೆ. ಕಾದಂಬರಿಯ ಒಟ್ಟು ಬಂಧದಲ್ಲಿ ಈ ಎಲ್ಲಾ ಕಥೆಗಳು ಒಂದಕ್ಕೊಂದು ಬೆಸೆದುಕೊಂಡು ಒಂದು ನಿರ್ದಿಷ್ಟ ಕಾಲದೇಶದ ಸ್ವರೂಪ ಅದರೆಲ್ಲ ಸಂಕೀರ್ಣತೆಯಲ್ಲಿ ನಮ್ಮೆದುರು ಬಿಚ್ಚಿಕೊಳ್ಳುತ್ತಾ ಹೋಗುತ್ತದೆ. ಈ ಕಾದಂಬರಿಯ ಕೇಂದ್ರ ಪಾತ್ರ ಗೋರಾ ಎಂಬ ತರುಣ. ಹೆಚ್ಚಿನ ಘಟನೆಗಳು ನಡೆಯುವುದು ಕಲ್ಕತ್ತಾದಲ್ಲಿ. ಕಾಲಮಾನ ಸುಮಾರು ೧೮೮೦ರಿಂದ ೧೯೦೦. ಗೋರಾ (ಪೂರ್ಣ ಹೆಸರು ಗೌರಮೋಹನ ಬಾಬು) ಹುಟ್ಟಿದ್ದು ೧೮೫೭ರಲ್ಲಿ ಎಂಬ ಮಾಹಿತಿ ಕಾದಂಬರಿಯಲ್ಲಿದೆ. ಕಾದಂಬರಿ ಪ್ರಾರಂಭವಾದಾಗ ಅವನು ಕಾಲೇಜು ವಿದ್ಯಾಭ್ಯಾಸ ಮುಗಿಸಿರುವ ಯುವಕ. ಅವನ ಚಿಂತನೆ ಮತ್ತು ಚಟುವಟಿಕೆಗಳು ಕಾದಂಬರಿಯ ಸಂವಿಧಾನದ ಹೆಚ್ಚು ಭಾಗವನ್ನು ವ್ಯಾಪಿಸಿಕೊಳ್ಳುತ್ತವೆ. ಇವನ ಸುತ್ತಲೂ ಅನೇಕ ಸಂಗತಿಗಳು ನಡೆಯುತ್ತಿರುತ್ತವೆ. ಇವುಗಳ ಪರಸ್ಪರ ಪ್ರತ್ಯಕ್ಷ ಮತ್ತು ಪರೋಕ್ಷ ಸಂಬಂಧಗಳ ನೇಯ್ಗೆ ಈ ಕಾದಂಬರಿಯ ವಿನ್ಯಾಸವನ್ನು ರೂಪಿಸಿದೆ.

ಆ ಕಾಲದ ಸ್ವರೂಪವನ್ನು ಇನ್ನಷ್ಟು ಖಚಿತವಾಗಿ ಗುರುತಿಸಿಕೊಳ್ಳಲು ಮತ್ತೆ ಕೆಲವು ವಿವರಗಳನ್ನು ನೆನಪಿಗೆ ತಂದುಕೊಳ್ಳಬಹುದು. ಗೋರಾ ಹುಟ್ಟಿದ್ದು ೧೮೫೭ರಲ್ಲಿ. ರವೀಂದ್ರನಾಥ ಠಾಕೂರರು ಹುಟ್ಟಿದ್ದು ೧೮೬೧ರಲ್ಲಿ. ವಿವೇಕಾನಂದರ ಜನನದ ಇಸವಿ ೧೮೬೩. ಗಾಂಧೀಜಿ ಹುಟ್ಟಿದ್ದು ೧೮೬೯ರಲ್ಲಿ. ಗಾಂಧಿ ಅವರ "ಹಿಂದ್ ಸ್ವರಾಜ್" ೧೯೦೮ರಲ್ಲಿ ಪ್ರಕಟವಾಯಿತು. ರವೀಂದ್ರರು "ಗೋರಾ" ಕಾದಂಬರಿಯನ್ನು ೧೯೦೭ರಲ್ಲಿ ಬರೆದರು. ಅಂದರೆ ಭಾರತದಲ್ಲಿ ವಸಾಹತುಶಾಹಿ ಅದಾಗಲೇ ತಳವೂರಿತ್ತು. ಅದಕ್ಕೆ ಮೊದಲ ಪ್ರಬಲ ವಿರೋಧ

೧೮೫೭ರಲ್ಲಿಯೇ ಕಾಣಿಸಿಕೊಂಡಿತ್ತು. ಕುತೂಹಲದ ಸಂಗತಿ ಎಂದರೆ ಅದೇ ವರ್ಷ ಕಲ್ಕತ್ತಾ, ಮುಂಬಯಿ ಮತ್ತು ಮದ್ರಾಸ್ ವಿಶ್ವವಿದ್ಯಾಲಯಗಳು ಸ್ಥಾಪನೆಯಾಗಿ ಭಾರತದಲ್ಲಿ ಪಾಶ್ಚಾತ್ಯ ಮಾದರಿಯ ಶಿಕ್ಷಣಕ್ಕೆ ಅಧಿಕೃತ ಮುದ್ರೆ ಬಿದ್ದಿತು. ಇವೆಲ್ಲವುಗಳ ಬಹುಮುಖಿ ಪರಿಣಾಮಗಳ ಕಥನವನ್ನು ರವೀಂದ್ರರ ಕೃತಿಯಲ್ಲಿ ಕಾಣುತ್ತೇವೆ. ಒಂದು ಕಡೆ ಆಂಗ್ಲೀಕರಣ; ಮತ್ತೊಂದೆಡೆ ಸುಧಾರಣಾವಾದೀ ಚಟುವಟಿಕೆಗಳು. ಇವಕ್ಕೆ ಪ್ರತಿರೋಧವೆಂಬಂತೆ ಸ್ವದೇಶಿ ಚಿಂತನೆ ಮತ್ತು ಹೋರಾಟಗಳು; ಪುನರುತ್ಥಾನವಾದಿಗಳ ಪ್ರತಿಭಟನೆಗಳು. ಒಂದೆಡೆ ಬ್ರಹ್ಮಸಮಾಜದ ಉದಯ ಮತ್ತು ಅದರ ಜನಪ್ರಿಯತೆ. ಅದಕ್ಕೆ ಪ್ರತಿರೋಧವೆಂಬಂತೆ ಹಿಂದುತ್ವವಾದಿಗಳ ಸಂಘಟನೆ ಮತ್ತು ಹೋರಾಟ. ಒಂದು ಕಡೆ ಬ್ರಿಟಿಷರಿಂದ ತಮ್ಮ ಸಾಮ್ರಾಜ್ಯದ ವಿಸ್ತರಣೆ, ಇನ್ನೊಂದೆಡೆ ಸ್ವರಾಜ್ಯದ ಶೋಧನೆ. ಇವೆಲ್ಲವುಗಳ ಮಧ್ಯೆ ತಮ್ಮ ತಮ್ಮ ವೈಯಕ್ತಿಕ ದೈವ, ಮೋಕ್ಷಗಳನ್ನೂ ಅರಸುವವರಿದ್ದಾರೆ. ಒಟ್ಟಿನಲ್ಲಿ ಮನುಷ್ಯರ ಅಂತರಂಗ-ಬಹಿರಂಗಗಳೆರಡೂ ತೀವ್ರವಾದ ಸಂಘರ್ಷದಲ್ಲಿದ್ದ ಸಂಕೀರ್ಣ ಕಾಲ ಅದು. ಇವೆಲ್ಲವುಗಳನ್ನೂ ಒಂದು ಕಥಾ ಸಂವಿಧಾನದ ತೆಕ್ಕೆಗೆ ತೆಗೆದುಕೊಳ್ಳುವಲ್ಲಿ ರವೀಂದ್ರರ ಸೃಜನಶೀಲ ಪ್ರತಿಭೆ ಅದರ ಉತ್ತುಂಗದಲ್ಲಿರುವುದನ್ನು ಕಾಣುತ್ತೇವೆ. ಹೀಗೆ "ಗೋರಾ" ಒಂದು ಮಹಾಕಾದಂಬರಿಯಾಗುವಂತೆ ಆಧುನಿಕ ಭಾರತದ ಅತಿ ಮುಖ್ಯ ಸಾಂಸ್ಕೃತಿಕ ಪಠ್ಯಗಳಲ್ಲಿ ಒಂದಾಗುತ್ತದೆ. ಈ ಕೃತಿಗೆ ಇನ್ನೂ ಒಂದು ಮಹತ್ವವಿದೆ. ಕಾಲ ದೇಶಗಳಿಗೆ ಬದ್ಧವಾಗಿದ್ದೂ, ಒಂದು ನಿರ್ದಿಷ್ಟ ಕಾಲ ದೇಶದ ಸೃಷ್ಟಿಯಾಗಿದ್ದೂ ಅದು ಕೇವಲ ಒಂದು ಸಾಂಸ್ಕೃತಿಕ, ಚಾರಿತ್ರಿಕ ದಾಖಲೆಯಾಗಿಯಷ್ಟೇ ಉಳಿದುಕೊಳ್ಳುವುದಿಲ್ಲ. ತನ್ನ ಅಸಾಧಾರಣ ರೂಪಕ ಪ್ರತಿಭೆಯಿಂದ ಅದು ನಮ್ಮ ಈ ಕಾಲಕ್ಕೂ ಪ್ರಸ್ತುತವಾಗುವ ಕೃತಿಯಾಗುತ್ತದೆ. ನವವಸಾಹತುಶಾಹಿ, ನವಸಾಮ್ರಾಜ್ಯಶಾಹಿಯ ಪ್ರಸ್ತುತ ಸಂದರ್ಭದಲ್ಲಿ "ಗೋರಾ" ಎತ್ತುವ ಅನೇಕ ಪ್ರಶ್ನೆಗಳು, ಮಂಡಿಸುವ ಅನೇಕ ಸಂಘರ್ಷಗಳು ಈ ಕಾದಂಬರಿಯ ಮರು ಓದನ್ನು, ಹೊಸ ಓದನ್ನು ಒತ್ತಾಯಿಸುವಂತಿವೆ. ಅಂದು ಈ ಕೃತಿ ಎತ್ತಿದ್ದ ಅನೇಕ ಬಗೆಹರಿಸಲಾಗದ ಪ್ರಶ್ನೆಗಳು–'ಭರತವರ್ಷ' ಎಂದರೆ ಏನು? ಯಾವುದು? ನಿಜವಾದ 'ಭಾರತೀಯ' ಯಾರು? ನಿಜವಾದ 'ಹಿಂದು' ಯಾರು?–ಇಂದಿಗೂ ನಮ್ಮನ್ನು ಕಾಡುವ ಸಂಗತಿಗಳೇ ಆಗಿರುವುದರಿಂದ "ಗೋರಾ"ದ ಹೊಸ ಓದುಗಳಿಗೆ ಪ್ರಾಮುಖ್ಯವಿದೆ.

ಗೋರಾ ಈ ಕಾದಂಬರಿಯ ಕೇಂದ್ರಪಾತ್ರವೂ ಆಕರ್ಷಣೆಯೂ ಆಗಿದ್ದರೂ ರವೀಂದ್ರರ ಕೃತಿ ಕೇವಲ ಒಂದು ಪಾತ್ರಪ್ರಧಾನ ಅಥವಾ ನಾಯಕಪ್ರಧಾನ ಕಾದಂಬರಿಯಲ್ಲ. ಅದು ಗೋರಾನ ಆದರ್ಶ, ಕನಸು, ಶೋಧ, ಯಾತ್ರೆ ಮತ್ತು ಅವನ ವೈವಿಧ್ಯಮಯ ಚಟುವಟಿಕೆಗಳನ್ನು ದಟ್ಟವಾದ ವಿವರಗಳಲ್ಲಿ ದಾಖಲಿಸುವಂತೆ ಅವನ ವ್ಯಕ್ತಿತ್ವದಲ್ಲೇ ಇರುವ ಅಂತರ್ವಿರೋಧ-ವೈರುಧ್ಯಗಳು ಹಾಗೂ ಅವನ ನೈತಿಕ ಸಂಘರ್ಷಗಳನ್ನೂ ಎಲ್ಲ ನಿಷ್ಠುರತೆಯಲ್ಲಿ ಚಿತ್ರಿಸುತ್ತದೆ. ಅವನಿಗಿಂತ ತೀರಾ ಭಿನ್ನ ನೆಲೆಗಳಲ್ಲಿರುವ ಪಾತ್ರಗಳನ್ನೂ ಅಷ್ಟೇ ಸಂಕೀರ್ಣವಾಗಿ ಬಿಡಿಸುತ್ತದೆ. ಎಲ್ಲಕ್ಕಿಂತ ಮುಖ್ಯವಾಗಿ ಗೋರಾನ ವೈಯಕ್ತಿಕ ಮಾತು-ಕ್ರಿಯೆಗಳನ್ನು ವಿಶಾಲವಾದ ಐತಿಹಾಸಿಕ, ರಾಜಕೀಯ ಮತ್ತು ಸಾಂಸ್ಕೃತಿಕ ಸಂದರ್ಭದಲ್ಲಿ ಇಟ್ಟು ನೋಡುತ್ತದೆ. ಎಪ್ಪತ್ತೊಂಭತ್ತು ಅಧ್ಯಾಯಗಳ ಈ ಬೃಹತ್ ಕಾದಂಬರಿಯ ಆರನೆಯ ಅಧ್ಯಾಯದಲ್ಲೇ ಗೋರಾನ ಅಸ್ತಿತ್ವ-ವ್ಯಕ್ತಿತ್ವಗಳಲ್ಲಿ ಅಂತರ್ಗತವಾಗಿರುವ ವ್ಯಂಗ್ಯವನ್ನು ಕಾದಂಬರಿ ಸರಳವಾಗಿ, ನೇರವಾಗಿ ಓದುಗರ ಮುಂದೆ ಇಟ್ಟು ಬಿಡುತ್ತದೆ. ಶಾಲೆಯ ದಿನಗಳಲ್ಲೇ ಗೋರಾ ಓರ್ವ

ನಾಯಕ. ಅಧ್ಯಾಪಕರುಗಳ ಜೀವಹಿಂಡುವುದು, ರಾಷ್ಟ್ರಗೀತೆಗಳನ್ನು ಹಾಡುವುದು, ಆಂಗ್ಲರನ್ನು ದ್ವೇಷಿಸುವುದು ಇವುಗಳಿಂದ ಪ್ರಸಿದ್ಧನಾಗಿದ್ದ. "ದೇಶಭಕ್ತ ದುರಹಂಕಾರಿ", "ಎರಡನೆಯ ಹರೀಶ ಮುಖರ್ಜಿ" ಮುಂತಾದ ಬಿರುದುಗಳನ್ನೂ ಗಳಿಸಿದ್ದ. ಹಾಗೆಯೇ ಕರ್ಮಠ ಬ್ರಾಹ್ಮಣರೊಂದಿಗೂ ಅವನ ಜಗಳವಿತ್ತು. ಕೇಶವಚಂದ್ರಸೇನರ ವಾಕ್ಚಾತುರ್ಯಕ್ಕೆ ಮನಸೋತು ಬ್ರಹ್ಮಸಮಾಜದಿಂದಲೂ ಆಕರ್ಷಿತನಾಗಿದ್ದ. ಮುಂದೆ ವಿದ್ಯಾವಾಗೀಶನೆಂಬಾತನಲ್ಲಿ ವೇದಾಂತ ವ್ಯಾಸಂಗ ಪ್ರಾರಂಭವಾದ ಮೇಲೆ ಬದಲಾಗತೊಡಗಿದ. ಓರ್ವ ಆಂಗ್ಲ ಮತಪ್ರಚಾರಕ ಪತ್ರಿಕೆಗಳಲ್ಲಿ ಹಿಂದೂಧರ್ಮ, ಸಮಾಜಗಳನ್ನು ದೂಷಿಸಿ ಬರೆದಾಗ ಅವನ ಅಭಿಮಾನ ಜಾಗೃತವಾಗುತ್ತದೆ. "ತಾನು ಸಮಾಜ ಪದ್ಧತಿಗಳನ್ನು ಹೀಯಾಳಿಸುತ್ತಿದ್ದರೂ ಹೊರಗಿನವರು ಹಿಂದೂ ಧರ್ಮಕ್ಕೆ ಅಪಮಾನ ಮಾಡಿದುದನ್ನು ಅವನು ಸಹಿಸದಾದನು. ಯುದ್ಧಕ್ಕೆ ನುಗ್ಗಿ ಹಿಂದೂ ಧರ್ಮದ ಬೆಂಬಲಕ್ಕೆ ನಿಂತನು." ಅಷ್ಟೇ ಅಲ್ಲ, ಅವನು ಆಚಾರ ವಿಚಾರಗಳಲ್ಲೂ ಓರ್ವ ನಿಷ್ಠಾವಂತ ಬ್ರಾಹ್ಮಣನ ಜೀವನಶೈಲಿಯನ್ನು ರೂಢಿಸಿಕೊಳ್ಳುತ್ತಾನೆ. ಅವನಿಗೆ ಅನುಯಾಯಿಗಳೂ ಸಿಗುತ್ತಾರೆ. ಗೋರಾನ ಮೂಲಕ ಇತರ ಅನೇಕ ಯುವಕರಿಗೂ ಅವರ ಆಂತರಿಕ ತುಮುಲಗಳಿಂದ ಬಿಡುಗಡೆ ಸಿಗುತ್ತದೆ.

ಗೋರಾನ ನಿಲುವು ಇದು: "ನಮ್ಮ ದೇಶ ಅನ್ಯದೇಶೀಯತೆಯೆದುರು ವಿಚಾರಣೆಗೆ ನಿಲ್ಲಕೂಡದು. ಹೊರಗಿನವರ ಮಾನದಂಡಕ್ಕೆ ನಮ್ಮ ಹಿರಿತನ ಹೊಲ್ಲತನಗಳು ಸಿಕ್ಕಬೇಕಾಗಿಲ್ಲ. ನಮ್ಮ ತಾಯ್ನಾಡಿನ ವಿಚಾರವಾಗಿ ನಮ್ಮ ನಂಬಿಕೆ ಮತಗಳ ವಿಚಾರವಾಗಿ ನಾವು ತಲೆತಗ್ಗಿಸಬೇಕಾಗಿಲ್ಲ. ನಮ್ಮನ್ನೂ ನಮ್ಮ ದೇಶವನ್ನೂ ಈ ಅವಮಾನದಿಂದ ತಪ್ಪಿಸಲು ಶಕ್ತಿಯಿಂದ ಹೆಮ್ಮೆಯಿಂದ ದೇಶಮಾತೆಯ ಹೊರೆಯನ್ನೆಲ್ಲಾ ನಾವೇ ಹೊರಬೇಕು." ಮೊದಲು ನಾವು ಬ್ರಿಟಿಷರನ್ನು ದೇಶದಿಂದ ಓಡಿಸಿ ಸ್ವತಂತ್ರರಾಗಬೇಕು. ಆ ನಂತರ ಸ್ವತಂತ್ರ ಭಾರತವು ತನ್ನ ಆಂತರಿಕ ಸಮಸ್ಯೆಗಳನ್ನು ತಾನೇ ಬಗೆಹರಿಸಿಕೊಳ್ಳುವುದು, ಪರಿಹರಿಸಿಕೊಳ್ಳುವುದು ಎಂದು ಅವನು ನಂಬುತ್ತಾನೆ.

ಇಂಥ ಗೋರಾನ ಸ್ಥಿತಿಯಲ್ಲೇ, ಅವಸ್ಥೆಯಲ್ಲೇ ಒಂದು ದೊಡ್ಡ ವ್ಯಂಗ್ಯ, ವಿರೋಧಾಭಾಸ ಇದೆ. ಗೋರಾ ತಾನು ತಿಳಿದುಕೊಂಡಿರುವಂತೆ (ಮತ್ತು ಇತರರು ಭಾವಿಸಿರುವಂತೆ) ಆನಂದಮಯಿ-ಕೃಷ್ಣ ದಯಾಳರ ಸ್ವಂತ ಮಗನೇ ಅಲ್ಲ, ಅವನು ಅವರ ಸಾಕುಮಗ. ಗೋರಾ ಹುಟ್ಟಿನಿಂದ ಬ್ರಾಹ್ಮಣನೂ ಅಲ್ಲ, ಹಿಂದುವೂ ಅಲ್ಲ. ಕೃಷ್ಣದಯಾಳನಿಗೆ ಮೊದಲ ಹೆಂಡತಿಯಿಂದ ಮಹೀಮಾ ಎಂಬ ಮಗನಿದ್ದಾನೆ. ಆನಂದಮಯಿ ಅವನ ಎರಡನೆಯ ಹೆಂಡತಿ; ಅವಳಿಗೆ ಮಕ್ಕಳಿಲ್ಲ. ೧೮೫೭ರ ಒಂದು ಮಧ್ಯರಾತ್ರಿ ಸುತ್ತಲೂ ರಕ್ತಪ್ರವಾಹವೇ ಹರಿಯುತ್ತಿದ್ದಾಗ ಓರ್ವ ಗರ್ಭಿಣಿ ಆಂಗ್ಲ ಸ್ತ್ರೀ ಅವರ ಮನೆಗೆ ರಕ್ಷಣೆಗಾಗಿ ಬರುತ್ತಾಳೆ. ಅವಳನ್ನು ಮನೆಗೆ ಸೇರಿಸಲು ಕೃಷ್ಣದಯಾಳನಿಗೆ ಹೆದರಿಕೆ. ಆಗ ಆನಂದಮಯಿಯು ಅವಳಿಗೆ ಕೊಟ್ಟಿಗೆಯಲ್ಲಿ ಸ್ಥಳ ಕೊಡುತ್ತಾಳೆ. ಆ ರಾತ್ರಿ ಅವಳು ಮಗನನ್ನು ಹೆತ್ತು ಸಾಯುತ್ತಾಳೆ. ಆ ಮಗುವೇ ಗೋರಾ. (ಗೋರಾನ ಜನನ ಕೊಟ್ಟಿಗೆಯಲ್ಲಿ ಎನ್ನುವ ಮಾಹಿತಿಯ ಸಾಂಕೇತಿಕ ಆಯಾಮವನ್ನು ನಿರ್ಲಕ್ಷಿಸುವಂತಿಲ್ಲ). ಗೋರಾನ ನಿಜವಾದ ತಂದೆ ಓರ್ವ ಐರಿಷ್ ಯೋಧ. ಅವನೂ ಸತ್ತಿರುತ್ತಾನೆ. ಆನಂದಮಯಿ ಆ ತಬ್ಬಲಿ ಮಗುವನ್ನು ರಕ್ಷಿಸಿ, ಅದರ

ಲಾಲನೆ ಪಾಲನೆ ನೋಡಿಕೊಳ್ಳುತ್ತಾಳೆ. ಕೃಷ್ಣದಯಾಳನು ಆ ಮಗುವನ್ನು ಪಾದ್ರಿಗೆ ಕೊಡಲು ಹೇಳುತ್ತಾನೆ. ಆನಂದಮಯಿಯು ಅದಕ್ಕೆ ಒಪ್ಪದೆ ತಾನೇ ಸಾಕಲು ಮುಂದಾಗುತ್ತಾಳೆ. 'ಮಗು ಹೀಗೆ ದೊರೆಯುವುದೂ ಹೆರುವಷ್ಟೇ ದೇವರ ಮಾಯೆಯಲ್ಲವೆ?...ಕೊಟ್ಟ ಭಗವಂತನೇ ಕರೆದುಕೊಳ್ಳುವವರೆಗೂ ನಾನು ಅವನನ್ನು ಯಾರಿಗೂ ಬಿಟ್ಟುಕೊಡುವುದಿಲ್ಲ" ಎಂದು ನಿಶ್ಚಯಿಸುತ್ತಾಳೆ. ಅವನಿಗೆ ಗೌರಮೋಹನ ಎಂದು ನಾಮಕರಣ ಮಾಡಲಾಗುತ್ತದೆ. ಮಗನೆಂದು ಹೇಳಿಕೊಂಡ ಮೇಲೆ ಸಮಾಜ ಸುಮ್ಮನಿರುವುದಿಲ್ಲವೆಂದು ಕೃಷ್ಣ ದಯಾಳ ಮುಂದೆ ಗೋರಾನ ಮುಂಜಿಯನ್ನೂ ಮಾಡುತ್ತಾನೆ. ಹೀಗೆ ಗೋರಾ ಬ್ರಾಹ್ಮಣನಾಗುತ್ತಾನೆ. ಕ್ರಮೇಣ ಓರ್ವ ಕಟ್ಟಾ ಹಿಂದುತ್ವವಾದಿಯೂ ಆಗುತ್ತಾನೆ. ಅಂದರೆ ಗೋರಾನ ಅಸ್ಮಿತೆ ನಿರ್ಧಾರವಾಗುವುದು ಅವನ ಹುಟ್ಟಿನಿಂದಲ್ಲ. ಅವನು ಬೆಳೆಯುವ ಕ್ರಮದಲ್ಲಿ, ಅವನನ್ನು ಬೆಳೆಸಲಾದ ಕ್ರಮದಿಂದ ಬ್ರಾಹ್ಮಣನೂ, ಹಿಂದುವೂ ಆಗುತ್ತಾನೆ. ಬೆಳೆದು ದೊಡ್ಡವನಾದ ಮೇಲೆ ಆಯ್ಕೆಯಿಂದ ಹಿಂದೂವಾದಿಯೂ ಆಗುತ್ತಾನೆ. ಸ್ವತಃ ಗೋರಾನಿಗೆ ತನ್ನ ಜನ್ಮರಹಸ್ಯ ತಿಳಿಯದಿದ್ದರೂ ಓದುಗರಿಗೆ ಅದನ್ನು ಕಾದಂಬರಿಯ ಪ್ರಾರಂಭದಲ್ಲೇ ತಿಳಿಸಲಾಗುತ್ತದೆ. ಅಂದರೆ ಒಂದು ಜನ್ಮರಹಸ್ಯದ ಸಂಗತಿಯನ್ನು ಜತನದಿಂದ ಕಾಯ್ದುಕೊಂಡು, ಅದನ್ನು ಉತ್ತುಂಗಕ್ಕೆ ಒಯ್ದು, ಕಾದಂಬರಿಯ ಅಂತ್ಯದಲ್ಲಿ ಅದನ್ನು ಸ್ಫೋಟಿಸಿ ರೋಚಕ ಪರಿಣಾಮವನ್ನು ಸಾಧಿಸುವ ಅಗ್ಗದ ಜನಪ್ರಿಯ ತಂತ್ರ ಇಲ್ಲಿಲ್ಲ. ಬದಲಾಗಿ ಆ ಸತ್ಯವನ್ನು ಮೊದಲೇ ನಿರೂಪಿಸಿ ಅದನ್ನು ಒಪ್ಪಿಕೊಂಡೇ ಓದುಗರು ಗೋರಾನ ಚಿಂತನೆ ಮತ್ತು ವರ್ತನೆಗಳನ್ನು ಸೂಕ್ಷ್ಮವಾಗಿ ಗಮನಿಸುವ ಅವಕಾಶ ಇಲ್ಲಿ ಸೃಷ್ಟಿಯಾಗುತ್ತದೆ. ಸಾಮಾಜಿಕ ವ್ಯಕ್ತಿತ್ವವೊಂದು ರೂಪುಗೊಳ್ಳುವ ಒಂದು ಪ್ರಕ್ರಿಯೆಯ ಆಪ್ತಾವಲೋಕನಕ್ಕೆ ಕಾದಂಬರಿಕಾರರು ಓದುಗರನ್ನು ಸಜ್ಜುಗೊಳಿಸುತ್ತಾರೆ. ಮನುಷ್ಯನ ಸಾಮಾಜಿಕ ವರ್ತನೆಯ ಮೂಲ ಎಲ್ಲಿದೆ? ಅವನ ವ್ಯಕ್ತಿತ್ವದ ಸತ್ತ್ವವನ್ನು ನಿರ್ಣಾಯಕವಾಗಿ ನಿರ್ಧರಿಸುವ ಅಂಶ ಯಾವುದು? ಎಂಬ ಮುಕ್ತ ತಾತ್ತ್ವಿಕ ಪ್ರಶ್ನೆಗಳ ವಿಶಾಲವಾದ ಭಿತ್ತಿಯ ಮೇಲೆ ವ್ಯಕ್ತಿಯೊಬ್ಬನ ನಡಾವಳಿಗಳನ್ನು ಈ ಕೃತಿ ವಿವರ ವಿವರವಾಗಿ ಹೆಣೆಯುತ್ತದೆ.

ಗೋರಾನ ಆಚಾರವಿಚಾರಗಳನ್ನು ಬೇರೆಬೇರೆ ಕಾರಣಗಳಿಗಾಗಿ ವಿರೋಧಿಸುವ ವ್ಯಕ್ತಿಗಳು ಗೋರಾನ ಮನೆಯಲ್ಲಿಯೇ ಇದ್ದಾರೆ. ಗೋರಾನನ್ನು ಸಾಕುವ ನಿರ್ಧಾರ ಮಾಡಿದ ಮೇಲೆ ಆನಂದಮಯಿ ಕ್ರಿಶ್ಚಿಯನ್ ನರ್ಸೊಬ್ಬಳನ್ನು ಸಹಾಯಕಿಯಾಗಿ ನೇಮಿಸಿಕೊಳ್ಳುತ್ತಾಳೆ. ತನ್ನ ರೂಮಿನೊಳಗೆ ಅವಳಿಗೆ ಪ್ರವೇಶ ನೀಡುತ್ತಾಳೆ. ಅವಳ ಆರೈಕೆಯಲ್ಲಿ ಮಗು ಬೆಳೆಯುತ್ತದೆ. ಇದರಿಂದ ಸಂಪ್ರದಾಯಸ್ಥರಿಗೆ ಸಿಟ್ಟು ಬರುತ್ತದೆ. ಸ್ವತಃ ಕೃಷ್ಣ ದಯಾಳನೇ ಹೆಂಡತಿ ಮಾಡುವ ಅಡಿಗೆಯನ್ನು ಊಟ ಮಾಡಲು ಒಪ್ಪುವುದಿಲ್ಲ. ದೇವರ ಮನೆಗೆ ಅವಳ ಪ್ರವೇಶವನ್ನು ನಿರ್ಬಂಧಿಸಲಾಗುತ್ತದೆ. ನೆಂಟರಿಷ್ಟರೂ ಅವಳಿಂದ ಅಂತರವನ್ನು ಕಾಯ್ದುಕೊಳ್ಳುತ್ತಾರೆ. ಇದರಿಂದ ಆನಂದಮಯಿ ವಿಚಲಿತಳಾಗುವುದಿಲ್ಲ. ಆ ನರ್ಸ್ ಅವಳ ಸಹಾಯಕಿಯಾಗಿ ಅವಳ ಜೊತೆಯಲ್ಲಿಯೇ ಉಳಿದುಬಿಡುತ್ತಾಳೆ. ಆನಂದಮಯಿ ತನ್ನ ರೂಮಿನಲ್ಲೇ ಅಡಿಗೆ ಮಾಡಿಕೊಳ್ಳಲಾರಂಭಿಸುತ್ತಾಳೆ. ಅಂದರೆ ಹುಟ್ಟಿನಲ್ಲಿ ಬ್ರಾಹ್ಮಣ ಜಾತಿಗೆ ಸೇರಿದ ಅವಳು ತನ್ನ ಮಾನವೀಯತೆಯಲ್ಲಿ ಜಾತಿಯ ಎಲ್ಲ ಕಟ್ಟುಪಾಡುಗಳನ್ನೂ ಮೀರಿದ ವಾತ್ಸಲ್ಯಮೂರ್ತಿಯಾಗಿ ಬೆಳೆದುಬಿಡುತ್ತಾಳೆ. ಅವಳ ಬದುಕಿನ ಕ್ರೂರ ವ್ಯಂಗ್ಯವೆಂದರೆ ಬೆಳೆದು ದೊಡ್ಡವನಾಗಿ ವೀರಬ್ರಾಹ್ಮಣ, ವೀರಹಿಂದುವಾಗುವ ಗೋರಾ ಕೂಡ ತನ್ನ 'ತಾಯಿ' ಮಾಡುವ ಅಡುಗೆಯನ್ನು

ಉಣ್ಣುವುದಿಲ್ಲ; ತನ್ನ ಲಾಲನೆ ಪಾಲನೆ ಮಾಡಿದ ನರ್ಸಿನ ಕೈಯಿಂದ ನೀರೂ ಕುಡಿಯುವುದಿಲ್ಲ. ಇದರಿಂದ ಆನಂದಮಯಿಗೆ 'ಮಗ'ನ ಮೇಲಿನ ಮಮತೆ ಕಿಂಚಿತ್ತೂ ಕಡಿಮೆಯಾಗುವುದಿಲ್ಲ. ಅವನನ್ನು ಕೇವಲ ನೋಡುತ್ತ ತನ್ನ ಪ್ರೀತಿಯನ್ನು ತುಂಬಿಸಿಕೊಳ್ಳುತ್ತಿರುತ್ತಾಳೆ. ಗೋರಾ ಹುಟ್ಟಿನಿಂದ ಬ್ರಾಹ್ಮಣನಲ್ಲದಿದ್ದರೂ ಆಚರಣೆಯಲ್ಲಿ ಬ್ರಾಹ್ಮಣನಾಗುತ್ತಾನೆ. ಆನಂದಮಯಿ ಹುಟ್ಟಿನಿಂದ ಬ್ರಾಹ್ಮಣಳಾಗಿದ್ದರೂ ಆಚರಣೆಯಲ್ಲಿ ಜಾತಿಯ ಕಟ್ಟುಪಾಡುಗಳನ್ನು ಮೀರಿ ಅಪ್ಪಟ ಮನುಷ್ಯಳಾಗುತ್ತಾಳೆ. ಈ ವೈದೃಶ್ಯ ಕಾದಂಬರಿಯ ದರ್ಶನವನ್ನು ರೂಪಿಸುವ ಪ್ರಮುಖ ಅಂಶವಾಗುತ್ತದೆ.

ಇನ್ನು ಗೋರಾನ 'ಅಣ್ಣ' ಕೃಷ್ಣ ದಯಾಳನ ಮೊದಲ ಹೆಂಡತಿಯ ಮಗ–ಮಹೀಮಾ ಸರ್ಕಾರಕ್ಕೆ ನಿಷ್ಠನಾಗಿದ್ದು ಎಲ್ಲ ಸವಲತ್ತುಗಳನ್ನೂ ಅನುಭವಿಸುತ್ತ ಬ್ರಿಟಿಷ್ ಸರಕಾರ ಶಾಶ್ವತವೆಂದು ನಂಬಿ ದೇಶಾಭಿಮಾನಿಗಳನ್ನು ಟೀಕಿಸಿಕೊಂಡು ಇದ್ದವನು. ಕೃಷ್ಣ ದಯಾಳನು ಸಿಪಾಯಿದಂಗೆಯಲ್ಲಿ ಕೆಲವು ಉನ್ನತಾಧಿಕಾರಿಗಳನ್ನು ರಕ್ಷಿಸಿ, ಅದಕ್ಕೆ ಪ್ರತಿಫಲವಾಗಿ ಭೂಮಿ, ಗೌರವ ಸಂಪಾದಿಸಿದವನು. ಆದರೆ ತನ್ನ ಇಳಿವಯಸ್ಸಿನಲ್ಲಿ ಉಗ್ರ ವೈದಿಕನಾಗಿ ಮಡಿವಂತ ಜೀವನಶೈಲಿಯನ್ನು ರೂಢಿಸಿಕೊಂಡವನು. ಈಗ ಅವನಿಗೆ ತನ್ನ ಆಸ್ತಿಯ ಉತ್ತರಾಧಿಕಾರದ ಬಗ್ಗೆ, ಗೋರಾನ ಮದುವೆಯ ಬಗ್ಗೆ ಹೊಸ ಆತಂಕ ಎದುರಾಗಿದೆ.

ಗೋರಾನ ಪರಮಮಿತ್ರನಾದ ವಿನಯಭೂಷಣನು ಗೋರಾನನ್ನು ಅಪಾರವಾಗಿ ಪ್ರೀತಿಸುತ್ತಾನೆ. ಆನಂದಮಾಯಿಗೆ ಮತ್ತೊಬ್ಬ ಮಗನೆಂಬಷ್ಟು ಆ ಕುಟುಂಬದೊಂದಿಗೆ ಅವನ ಸಲಿಗೆ. ಗೋರಾನ ಆದರ್ಶವನ್ನು ಅವನು ತುಂಬಾ ಮೆಚ್ಚಿಕೊಂಡರೂ ಅವನ ಶಠತ್ವವನ್ನು, ಉಗ್ರತೆಯನ್ನು ಒಪ್ಪದವನು. ಗೋರಾನಿಗೆ ಅವನ ಬದ್ಧತೆ ಬಿಟ್ಟರೆ ಮತ್ತೇನೂ ಕಾಣದು ಎಂದು ವಿಮರ್ಶಿಸುವವನು. ಗೋರಾನ ಅನೇಕ ವಿಚಾರಗಳ ಸಮರ್ಥಕನೂ, ಹಿಂಬಾಲಕನೂ ಆದ ವಿನಯ ತನ್ನ ಗೆಳೆಯನಿಗಿಂತ ಹೆಚ್ಚು ಮೃದು, ಉದಾರಿ ಮತ್ತು ಸ್ನೇಹಶೀಲ. ವೈಚಾರಿಕತೆಗಾಗಿ ಭಾವನೆಗಳನ್ನು ಬಲಿಗೊಡದಿರುವವನು. ಈ ವೈದೃಶ್ಯ ಕೂಡ "ಗೋರಾ"ದ ದರ್ಶನವನ್ನು ಹೆಚ್ಚು ಸಮಗ್ರವೂ, ಸಂಕೀರ್ಣವೂ ಆಗುವಂತೆ ಮಾಡುತ್ತದೆ.

ಹೀಗೆ ಗೋರಾನ ಕುಟುಂಬದ ಒಳ ಪ್ರಪಂಚವು ಅದರಾಚೆಗಿನ ವಿಶಾಲ ಪ್ರಪಂಚದ ಸೂಕ್ಷ್ಮರೂಪವೇ ಆಗಿ ಕಾಣುತ್ತದೆ. ತನ್ನ ಚಟುವಟಿಕೆ, ಸಭೆಗಳು, ಸಂಚಾರಗಳ ಮೂಲಕ ಗೋರಾ ಕಲ್ಕತ್ತಾದ ಒಳ ಹೊರಗೆ ಜನ ಸಮುದಾಯಗಳು ಬದುಕುತ್ತಿರುವ ಹಲವು ಕ್ರಮಗಳನ್ನು ಗಮನಿಸುತ್ತಾ ಹೋಗುತ್ತಾನೆ. ವಿದ್ಯಾವಂತ ದೇಶೀಯರು ಬ್ರಿಟಿಷರ ಜೊತೆಗೂಡಿ ಸ್ಥಳೀಯರನ್ನು ಅವಹೇಳನ ಮಾಡುವ, ಅವಮಾನ ಮಾಡುವ ಪ್ರವೃತ್ತಿಯಿಂದ ಅವನು ರೋಷಗೊಳ್ಳುತ್ತಾನೆ. ತನ್ನ ದೇಶಬಾಂಧವರು ಪರಕೀಯರಿಂದ ಅನುಭವಿಸುವ ಹಲವು ಬಗೆಯ ಬವಣೆಗಳು, ದಬ್ಬಾಳಿಕೆಗಳನ್ನು ಕಂಡು ಸರಕಾರೀ ಅಧಿಕಾರಿಗಳ ವಿರುದ್ಧ ನೇರವಾಗಿ ಸೆಟೆದು ನಿಲ್ಲುತ್ತಾನೆ. ಒಮ್ಮೆ ಜೈಲುವಾಸವನ್ನೂ ಅನುಭವಿಸುತ್ತಾನೆ. ಗೋರಾ ತನ್ನ ಜಾತಿಯ ಕಟ್ಟುಪಾಡುಗಳನ್ನು ಕಠಿಣವಾಗಿ ಪಾಲಿಸುತ್ತಾನೆ. ಆದರೆ ಇತರ ಎಲ್ಲ ಜಾತಿಯವರ ಬಗ್ಗೆ ಕಾಳಜಿಪೂರ್ವಕ ಸಂಬಂಧವನ್ನು ಇಟ್ಟುಕೊಂಡಿರುತ್ತಾನೆ. ಸ್ವಧರ್ಮ ಜಾಗೃತಿಗಾಗಿ ಅವನು

ನಡೆಸುವ ಯಾತ್ರೆ ಅವನನ್ನು ರಾಜಕೀಯ ಹೋರಾಟದತ್ತಲೂ ದೂಡುತ್ತದೆ. ಮುಂದೆ ವಿವೇಕಾನಂದರು ಮತ್ತು ಗಾಂಧೀಜಿ ಕೈಗೊಳ್ಳುವ ಪ್ರವಾಸಗಳು ಮತ್ತು ನಡೆಸುವ ಅನೇಕ ಚಟುವಟಿಕೆಗಳ ಒಂದು ಸಣ್ಣ ಮುನ್ಸೂಚನೆ ಗೋರಾನ ಕ್ರಿಯೆಗಳಲ್ಲಿ ಧ್ವನಿತವಾಗುವಂತಿವೆ.

ಗೋರಾನ ಚಿಂತನೆ ಮತ್ತು ಕ್ರಿಯೆಗಳಿಗೆ ಒಂದು ನಿರ್ದಿಷ್ಟ ವೈಚಾರಿಕ ಮತ್ತು ಆಧ್ಯಾತ್ಮಿಕ ವೈದೃಶ್ಯವನ್ನು ಲೇಖಕರು ಬ್ರಹ್ಮಸಮಾಜದ ನಂಬಿಕೆ ಮತ್ತು ಆಚರಣೆಗಳ ನಿರೂಪಣೆಯ ಮೂಲಕ ಕಟ್ಟುತ್ತಾರೆ. ಪರೇಶಬಾಬುವಿನ ಕುಟುಂಬ ಬ್ರಹ್ಮಸಮಾಜವನ್ನು ಒಪ್ಪಿಕೊಂಡಿದೆ. ಅವರು ಮೂರ್ತಿಪೂಜೆ ಮಾಡುವುದಿಲ್ಲ. ದೇವರು ನಿರಾಕಾರನೆಂದು ನಂಬುತ್ತಾರೆ. ಹಿಂದೂ ಸಮಾಜದ ಅನೇಕ ಕಟ್ಟುಪಾಡುಗಳನ್ನು ಅವರು ತಮ್ಮ ಜೀವನಕ್ರಮದಿಂದ ಹೊರಗಿಟ್ಟಿದ್ದಾರೆ. ಪಾಶ್ಚಾತ್ಯ ಪ್ರಭಾವಕ್ಕೆ ತೆರೆದುಕೊಂಡಿದ್ದಾರೆ. ಈ ಕುಟುಂಬದ ಹೆಣ್ಣು ಮಕ್ಕಳು ವಿದ್ಯಾವಂತರಷ್ಟೇ ಅಲ್ಲ, ಇತರ ಸಮಾಜದ ಹೆಣ್ಣುಮಕ್ಕಳಿಗಿಂತ ಹೆಚ್ಚು ಸ್ವತಂತ್ರರೂ, ಉದಾರಿಗಳೂ ಆಗಿ ಕಂಡುಬರುತ್ತಾರೆ. ಗಂಡಸರೊಂದಿಗೆ ಬೆರೆಯುತ್ತಾರೆ, ಚರ್ಚಿಸುತ್ತಾರೆ, ತಮ್ಮದೇ ಅನಿಸಿಕೆ–ಅಭಿಪ್ರಾಯಗಳನ್ನು ಧೈರ್ಯವಾಗಿ ಪ್ರಕಟಿಸುತ್ತಾರೆ. ಒಂದು ಮಟ್ಟದ ವಿಮೋಚನೆ ಅವರಿಗೆ ದೊರಕಿದಂತಿದೆ. ಗೋರಾ ಪ್ರತಿಪಾದಿಸುವ ಹಿಂದುತ್ವಕ್ಕೆ ಒಂದು ಅರ್ಥಪೂರ್ಣ ವೈದೃಶ್ಯ ಇಲ್ಲಿ ಸೃಷ್ಟಿಯಾಗುತ್ತದೆ. ಗೋರಾ ಬ್ರಹ್ಮಸಮಾಜದೊಂದಿಗೆ ಸೈದ್ಧಾಂತಿಕ ಭಿನ್ನಾಭಿಪ್ರಾಯ ಇಟ್ಟುಕೊಂಡಿರುವುದಷ್ಟೇ ಅಲ್ಲ, ತನ್ನ ಗೆಳೆಯ ವಿನಯಭೂಷಣನು ಆ ಕುಟುಂಬದ ಸಂಪರ್ಕವನ್ನು ಇಟ್ಟುಕೊಳ್ಳುವುದನ್ನು ಇಷ್ಟಪಡುವುದಿಲ್ಲ. ಆದರೆ ಲೇಖಕರು ಹಿಂದೂ ಸಮಾಜವನ್ನಾಗಲೀ ಬ್ರಹ್ಮಸಮಾಜವನ್ನಾಗಲೀ ಏಕಶಿಲಾಕೃತಿಯಾಗಿ ಕಡೆದಿಲ್ಲ ಎಂಬುದನ್ನು ಅವಶ್ಯ ಗಮನಿಸಬೇಕು. ಗೋರಾನ ಕುಟುಂಬದಲ್ಲೇ ಇರುವ ಭಿನ್ನನೆಲೆಗಳನ್ನು ಈಗಾಗಲೇ ಗಮನಿಸಿದ್ದೇವೆ. ಮಹೀಮನ ಮಗಳು ಶಶಿಮುಖಿಗೂ ಪರೇಶಬಾಬುವಿನ ಮನೆಯ ಹೆಣ್ಣುಮಕ್ಕಳಿಗೂ, ಆನಂದಮಯಿಗೂ ಹರಿಮೋಹಿನಿಗೂ ಇರುವ ವ್ಯತ್ಯಾಸಗಳು ಕೇವಲ ವ್ಯಕ್ತಿಗತ ವ್ಯತ್ಯಾಸಗಳು ಅಲ್ಲ. ಹಾಗೆಯೇ ಗೋರಾನಿಗೂ ಅವನ ಅನೇಕ ಅನುಯಾಯಿಗಳಿಗೂ ಇರುವ ವ್ಯತ್ಯಾಸಗಳನ್ನೂ ಕಾದಂಬರಿ ಸೂಕ್ಷ್ಮವಾಗಿ ಗಮನಿಸಿದೆ. ಉದಾಹರಣೆಗೆ ಗೋರಾನಿಗೂ ಅವನ ಹಿಂಬಾಲಕನಾದ ಅವಿನಾಶನಿಗೂ ಇರುವ ವ್ಯತ್ಯಾಸಗಳು. ಅವಿನಾಶನಿಗೆ ಗೋರಾನ ಉಗ್ರತೆ ಮಾತ್ರ ಬಂದಿದೆ, ಅವನ ವೈಚಾರಿಕತೆಯಲ್ಲ. ಈ ಹಿನ್ನೆಲೆಯಲ್ಲಿ ಒಮ್ಮೆ ಪರಾಶಬಾಬು ವಿನಯನಿಗೆ ಹೇಳುವ ಮಾತುಗಳು ಮಹತ್ವದ್ದಾಗಿ ತೋರುತ್ತವೆ: "ಬ್ರಹ್ಮಸಮಾಜದಲ್ಲೂ ಅಂತಹವರು ಅನೇಕರಿದ್ದಾರೆ. ಹಿಂದೂ ಧರ್ಮದ ಕೆಟ್ಟ ಪದ್ಧತಿಗಳನ್ನು ಮನ್ನಿಸುತ್ತೇವೆ ಎಂದು ಹೊರಗಿನವರು ತಿಳಿಯುತ್ತಾರೆಂದು ಪರಿಜ್ಞಾನವಿಲ್ಲದೆ ಹಿಂದೂ ಧರ್ಮದ ಎಲ್ಲಾ ಸಂಬಂಧವನ್ನೂ ಕಡಿದುಕೊಳ್ಳಬೇಕೆನ್ನುತ್ತಾರೆ. ಅಂತಹವರಿಗೆ ಸ್ವಾಭಾವಿಕ ಜೀವನ ಸಾಧ್ಯವಿಲ್ಲ; ನಟಿಸುತ್ತಾರೆ, ಉತ್ಪ್ರೇಕ್ಷಿಸುತ್ತಾರೆ. ಸತ್ಯವು ನಿರ್ಬಲವೆಂದೂ ಅದನ್ನು ಶಕ್ತಿಯಿಂದಾಗಲೀ ಮೋಸದಿಂದಾಗಲೀ ರಕ್ಷಿಸುವುದು ತಮ್ಮ ಕರ್ತವ್ಯವೆಂದೂ ಭಾವಿಸುತ್ತಾರೆ. 'ಸತ್ಯ ನನ್ನನ್ನವಲಂಬಿಸಿದೆ; ನಾನು ಅದನ್ನವಲಂಬಿಸಿಲ್ಲ' ಎನ್ನುವವರು ಮತಾಂಧರು. ನಾನು ಸತ್ಯಕ್ಕೆ ಸದಾ ಸಾಧಾರಣ ನಮ್ರನಾದ ಭಕ್ತನಾಗಿರಲೆಂದು ದೇವರಲ್ಲಿ ಬೇಡುತ್ತೇನೆ. ಬ್ರಹ್ಮೋ ದೇವಾಲಯದಲ್ಲಾಗಲೀ ಹಿಂದೂ ಗುಡಿಯಲ್ಲಾಗಲೀ ಹೊರಗಿನ ತಡೆ ನನ್ನ ಪೂಜೆಗೆ ಅಡ್ಡಿಬರದಿರಲೆಂದು ಪ್ರಾರ್ಥಿಸುತ್ತೇನೆ."

ಪರೇಶಬಾಬುಗೆ ವೈದೃಶ್ಯವೆಂಬಂತೆ ಹರಣಬಾಬು ಎಂಬ ಮತ್ತೊಂದು ಪಾತ್ರವನ್ನು ಸೃಷ್ಟಿಸಿರುವ ಕಾದಂಬರಿಕಾರರು ಬ್ರಹ್ಮಸಮಾಜದೊಳಗೆ ಇರುವ ಹಲವು ಭಿನ್ನ ವ್ಯಕ್ತಿಮಾದರಿಗಳ ನೋಟವನ್ನೂ ಓದುಗರಿಗೆ ಕೊಡುತ್ತಾರೆ. ಏನನ್ನೂ ವೈಭವೀಕರಿಸದೆ ಅಥವಾ ಹೀಗೆಳೆಯದೆ ಕಾದಂಬರಿ ಸಾಧಿಸಿಕೊಂಡಿರುವ ಅಸಾಧಾರಣ ಸಮತೋಲನ ಗಮನಾರ್ಹವಾಗಿದೆ.

ಕಾದಂಬರಿಯ ಕೊನೆಗೆ ಬರುವ ಹೊತ್ತಿಗೆ ಆನಂದಮಯಿ–ಕೃಷ್ಣ ದಯಾಳರು ಗೋರಾನಿಗೆ ಅವನ ಜನ್ಮದ ಸತ್ಯವನ್ನು ತಿಳಿಸಲೇ ಬೇಕಾದ ಒತ್ತಡಕ್ಕೆ ಸಿಲುಕಿಕೊಳ್ಳುತ್ತಾರೆ. ತನ್ನ ಜನ್ಮರಹಸ್ಯ ತಿಳಿದ ಗೋರಾನಿಗೆ ಆಘಾತವಾಗುವುದಾದರೂ ಅವನು ತನ್ನ ಜೀವನದ ಸತ್ಯವನ್ನು ದಿಟ್ಟವಾಗಿ ಎದುರಿಸುತ್ತಾನೆ, ಅದನ್ನು ಜೀರ್ಣಿಸಿಕೊಳ್ಳುತ್ತಾನೆ. ಅವನಿಗೆ ಈ ಶಕ್ತಿ ಬರಲು ಅನೇಕ ಪ್ರೇರಣೆಗಳು ಕೆಲಸ ಮಾಡಿರುವುದನ್ನು ಗಮನಿಸಬಹುದು. ಕಾದಂಬರಿಯ ಒಳಗೇ, ಅದರ ಸಂವಿಧಾನದಲ್ಲೇ ಲೇಖಕರು ಅವನು ತನ್ನ ಪ್ರವಾಸಗಳಿಂದ ಪಡೆದ ಲೋಕಾನುಭವವನ್ನು ಸಾವಧಾನದಿಂದ ಚಿತ್ರಿಸಿದ್ದಾರೆ. ವಿನಯ ಭೂಷಣ, ಸುಚರಿತಾ, ಪರೇಶಬಾಬು ಮತ್ತು ಆನಂದಮಯಿಯರ ಜೊತೆ ಗೋರಾ ನಡೆಸುವ ಬೌದ್ಧಿಕ ಸಂಘರ್ಷಗಳು ಅಂತಿಮವಾಗಿ ಅವನನ್ನು ಪ್ರಬುದ್ಧತೆಯ, ಪರಿಪಕ್ವತೆಯತ್ತ ಕೊಂಡೊಯ್ಯುವ ಪ್ರಕ್ರಿಯೆಯನ್ನೂ ಕಾದಂಬರಿ ಹಂತಹಂತವಾಗಿ ದಾಖಲಿಸುತ್ತದೆ. ಹಾಗಾಗಿ ತನ್ನ ಜನ್ಮ ರಹಸ್ಯದ ಸ್ಫೋಟದ ಆಘಾತವನ್ನು ಗೋರಾ ಎದುರಿಸುವ ಪರಿ ಕೃತಕವೆನ್ನಿಸುವುದಿಲ್ಲ. ಕಾದಂಬರಿಯ ಕೊನೆಯ ಪುಟದಲ್ಲಿ ಗೋರಾ ಆನಂದಮಯಿಗೆ ಹೇಳುತ್ತಾನೆ: "ಅಮ್ಮಾ ನೀನು ನನ್ನ ತಾಯಿ. ಇಷ್ಟು ದಿನ ಹುಡುಕಿಕೊಂಡು ಅಲೆದ ತಾಯಿ ಮನೆಯಲ್ಲಿ ನನ್ನ ಕೋಣೆಯಲ್ಲೇ ಇದ್ದಾಳೆ. ನಿನಗೆ ಜಾತಿಯಿಲ್ಲ; ಭೇದವಿಲ್ಲ; ದ್ವೇಷವಿಲ್ಲ. ನೀನೇ ನಮ್ಮ ಯೋಗಕ್ಷೇಮದ ಮೂರ್ತಿ! ನೀನೇ ಇಂಡಿಯಾ!" ಅಷ್ಟೇ ಅಲ್ಲ, ಅಂದಿನವರೆಗೂ ಯಾರು ಮುಟ್ಟಿದ ಲೋಟದಲ್ಲಿ ನೀರು ಕುಡಿಯಲು ನಿರಾಕರಿಸುತ್ತಿದ್ದನೋ ಅಂಥ ಅನ್ಯ ಜಾತಿಯ ಲಕ್ಷ್ಮಿಗೆ ನೀರು ತರುವಂತೆ ಹೇಳಲು ಅವಳನ್ನು ಕೇಳಿಕೊಳ್ಳುತ್ತಾನೆ. ಹೆಂಗಸರಿಂದ ದೂರವಿದ್ದ, ತನ್ನ ಆದರ್ಶ ಸಾಧನೆಗಾಗಿ ಮದುವೆಯನ್ನು ಬಂಧನವೆಂದು ತಿಳಿದಿದ್ದ ಗೋರಾ ಈಗ ಸುಚರಿತೆಯ ಸಾಹಚರ್ಯವನ್ನು ಬಯಸುತ್ತಾನೆ. ಯಾವ ಬ್ರಹ್ಮಸಮಾಜವನ್ನು ದ್ವೇಷಿಸುತ್ತಿದ್ದನೋ ಅದರ ಅನುಯಾಯಿಯಾದ ಪರೇಶಬಾಬುವಿನಿಂದ ಉಪದೇಶವನ್ನು ಪಡೆಯಲು ಮುಂದಾಗುತ್ತಾನೆ. ಏಕೆಂದರೆ ತಾನೀಗ ಆನಂದಮಯಿಯಂತೆ ಹಿಂದೂ ಸಮಾಜದ ಕಟ್ಟುಪಾಡುಗಳನ್ನು ಮೀರಿ ನಿಂತಿದ್ದಾನೆ. ಪರೇಶಬಾಬು ಬ್ರಹ್ಮಸಮಾಜದ ಸಂಕುಚಿತತೆಯನ್ನು ಮೆಟ್ಟಿ ನಿಂತಿದ್ದಾನೆ. 'ಗುರುಪಟ್ಟ'ವನ್ನು ತ್ಯಜಿಸುವ ಗೋರಾ ಸುಚರಿತೆಯ ಕೈಯನ್ನು ಹಿಡಿದುಕೊಂಡು ಪರೇಶಬಾಬುಗೆ ನಮಸ್ಕರಿಸುತ್ತಾನೆ. ಹಿಂದುತ್ವದ ಸೀಮಿತ ನೆಲೆಗಳಿಂದ ವಿಶ್ವಮಾನವತ್ವದ ಕಡೆಗೆ ಚಲಿಸುತ್ತಾನೆ: "ಸ್ವಾತಂತ್ರ್ಯದ ಮಂತ್ರವಿರುವುದು ನಿಮ್ಮಲ್ಲಿ. ಅದರಿಂದಲೇ ನಿಮಗೆ ಯಾವ ಸಮಾಜದಲ್ಲೂ ಸ್ಥಾನವಿಲ್ಲ. ನನ್ನನ್ನು ನಿಮ್ಮ ಶಿಷ್ಯನಾಗಿ ಸ್ವೀಕರಿಸಿ. ಎಲ್ಲರಿಗೂ, ಹಿಂದೂ, ಮುಸಲ್ಮಾನ್, ಕ್ರಿಶ್ಚಿಯನ್ ಎಲ್ಲರಿಗೂ ಸೇರಿದ ದೇವರ ಮಂತ್ರವನ್ನು, ನನಗೆ ಉಪದೇಶ ಮಾಡಿ. ಯಾರ ದೇವಸ್ಥಾನದ ಬಾಗಿಲು ಯಾವ ಜಾತಿಯವರಿಗೂ ಎಂದೂ ಮುಚ್ಚಿಲ್ಲವೋ, ಹಿಂದುಗಳೊಬ್ಬರ ದೇವರಾಗಿರದೆ, ಇಂಡಿಯಾದ ದೇವನಾಗಿರುವವನ ಮಂತ್ರ ತಿಳಿಸಿ."

******

ಬರಹಗಾರರಾಗಿ ಗಾಂಧಿ

೧

ಮಹಾತ್ಮ ಗಾಂಧಿ ಎಂದೇ ಹೆಸರಾದ ಮೋಹನದಾಸ ಕರಮಚಂದ ಗಾಂಧಿ (೧೮೬೯-೧೯೪೮) ಆಧುನಿಕ ಭಾರತದ ಅಗ್ರಗಣ್ಯ ಚಿಂತಕರು. ಬರವಣಿಗೆ ಅವರ ವೃತ್ತಿಯಾಗಿರಲಿಲ್ಲ. ಆದರೂ ಅವರ ಬರವಣಿಗೆಯ ಮೊತ್ತ ಆಶ್ಚರ್ಯವಾಗುವಷ್ಟು ಅಗಾಧವಾಗಿದೆ. ಅವರ ಬರಹಗಳು ಸುಮಾರು ತಲಾ ಆರುನೂರು ಪುಟಗಳ ಒಂದು ನೂರು ಸಂಪುಟಗಳಲ್ಲಿ ಸಂಗ್ರಹಗೊಂಡಿವೆ. ಗುಜರಾತಿ ಮತ್ತು ಇಂಗ್ಲಿಷ್ ಭಾಷೆಗಳಲ್ಲಿ ಅವರು ಬರೆಯುತ್ತಿದ್ದರು. ಗುಜರಾತಿ ಗದ್ಯದ ಮೇಲೆ ಗಾಂಧಿಯವರ ಪ್ರಭಾವ ನಿರ್ಣಯಾತ್ಮಕವಾಗಿದೆ ಎಂದು ಗುಜರಾತಿ ವಿದ್ವಾಂಸರು ಅಭಿಪ್ರಾಯಪಟ್ಟಿದ್ದಾರೆ. ಗುಜರಾತಿ ಸಾಹಿತ್ಯ ಚರಿತ್ರೆಯಲ್ಲಿ ಗಾಂಧಿಯವರ ಹಿಂದಿನ ಕಾಲಘಟ್ಟವನ್ನು 'ಪಂಡಿತ ಯುಗ' ಎಂದು ಗುರುತಿಸಲಾಗುತ್ತದೆ. ಗಾಂಧಿಯವರು ಗುಜರಾತಿ ಗದ್ಯಕ್ಕೆ ಸರಳತೆ ಮತ್ತು ಖಚಿತತೆಯನ್ನು ತಂದುಕೊಟ್ಟರು; ಮುಂದಿನ ಅನೇಕ ಬರಹಗಾರರನ್ನು ಪ್ರಭಾವಿಸಿದರು. ಈ ಘಟ್ಟವನ್ನು 'ಗಾಂಧಿ ಯುಗ' ಎಂದು ಸಾಹಿತ್ಯ ಚರಿತ್ರಕಾರರು ಗುರುತಿಸಿದ್ದಾರೆ. ಹಾಗೆಯೇ ಗಾಂಧಿಯವರ ಇಂಗ್ಲಿಷ್ ಬರಹಗಳೂ ಇಂಗ್ಲಿಷ್ ಸಾಹಿತ್ಯ ವಲಯದಲ್ಲಿ ಅಪಾರ ಮನ್ನಣೆ ಗಳಿಸಿಕೊಂಡಿದ್ದು 'ಗಾಂಧಿ ಶೈಲಿ' ಎಂದೇ ಹೆಸರಾಗಿದೆ. ಅದರಲ್ಲೂ 'ಪ್ರಿಪೋಸಿಶನ್'ಗಳ ಬಳಕೆಯಲ್ಲಿ ಗಾಂಧಿ ಪರಿಪೂರ್ಣತೆಯನ್ನೇ ಸಾಧಿಸಿದ್ದರು ಎಂದು ಅನೇಕ ಇಂಗ್ಲಿಷ್ ವಿದ್ವಾಂಸರು ಅಭಿಪ್ರಾಯ ಪಟ್ಟಿದ್ದಾರೆ. ಇಂದು ಅವರ ಹೆಚ್ಚಿನ ಬರಹಗಳು ಜಗತ್ತಿನ ಎಲ್ಲಾ ಭಾಷೆಗಳಿಗೂ ಅನುವಾದಗೊಂಡು ಶಾಲೆ, ಕಾಲೇಜು, ವಿಶ್ವವಿದ್ಯಾಲಯಗಳ ಭಾಷೆ, ಸಾಹಿತ್ಯ, ಸಮಾಜಶಾಸ್ತ್ರ, ಅರ್ಥಶಾಸ್ತ್ರ, ನೀತಿಶಾಸ್ತ್ರ, ತತ್ವಶಾಸ್ತ್ರ ಮುಂತಾದ ವಿಭಾಗಗಳಲ್ಲಿ ಪಠ್ಯಗಳಾಗಿ ಗಂಭೀರ ಅಧ್ಯಯನಗಳಿಗೆ ಒಳಗಾಗಿವೆ. ಪ್ರಸ್ತುತ ಲೇಖನದಲ್ಲಿ ಗಾಂಧಿಯವರ ಎರಡು ಪ್ರಾತಿನಿಧಿಕ ಬರಹಗಳಾದ "ಹಿಂದ್ ಸ್ವರಾಜ್" ಮತ್ತು "ಆತ್ಮಕಥೆ"ಗಳ ಆಶಯ ಮತ್ತು ಸ್ವರೂಪಗಳನ್ನು ಕೊಂಚ ಪರಿಶೀಲಿಸಿಕೊಳ್ಳಬಹುದು.

೨

ಗಾಂಧಿಯವರು "ಹಿಂದ್ ಸ್ವರಾಜ್ಯ" ಎಂಬ ಪುಸ್ತಕವನ್ನು ಬರೆದದ್ದು ೧೯೦೮ರಲ್ಲಿ. ೨೦೦೮ರಲ್ಲಿ ಈ ಪುಸ್ತಕದ ಜನ್ಮಶತಾಬ್ದಿಯ ವರ್ಷವನ್ನು ವಿಶ್ವಾದ್ಯಂತ ಆಚರಿಸಲಾಯಿತು. (೨೦೦೬ರಲ್ಲಿ ಅವರ 'ಸತ್ಯಾಗ್ರಹ' ಪರಿಕಲ್ಪನೆಯ ಜನ್ಮಶತಾಬ್ದಿಯನ್ನು ಆಚರಿಸಲಾಯಿತು.)

ಲಂಡನ್‌ನಿಂದ ದಕ್ಷಿಣ ಆಫ್ರಿಕಾಕ್ಕೆ ಹಿಂದಿರುಗುತ್ತಿದ್ದಾಗ ಹಡಗಿನಲ್ಲಿ ಈ ಕೃತಿಯನ್ನು ರಚಿಸಿದರು. ಮೂವತ್ತು ಸಾವಿರ ಪದಗಳ ಈ ಪುಸ್ತಕವನ್ನು ಗಾಂಧಿ ೧೯೦೮ರ ನವೆಂಬರ್ ೧೩ರಿಂದ ೨೨ರವರೆಗೆ ಹಗಲೂ ರಾತ್ರಿ ಬರೆದರಂತೆ. ಬಲಗೈ ನೋಯುತ್ತಿದ್ದಾಗ ಸುಮಾರು ೫೦ ಪುಟಗಳನ್ನು ಎಡಗೈನಲ್ಲಿ ಬರೆದರಂತೆ. ದಕ್ಷಿಣ ಆಫ್ರಿಕಾದ 'ಇಂಡಿಯನ್ ಒಪೀನಿಯನ್' ಪತ್ರಿಕೆಯಲ್ಲಿ ಇದು ಮೊದಲು ಧಾರಾವಾಹಿಯಾಗಿ ಪ್ರಕಾಶಿತವಾಯಿತು. ಆಗ ದಕ್ಷಿಣ ಆಫ್ರಿಕಾದ 'ಸತ್ಯಾಗ್ರಹ'ಕ್ಕೆ ಕೇವಲ ಎರಡು ವರುಷ ತುಂಬಿತ್ತಷ್ಟೆ. ಆಮೇಲೆ ಅದು ಪುಸ್ತಕ ರೂಪದಲ್ಲಿ ಪ್ರಕಟವಾಗಿ ಭಾರತಕ್ಕೂ ಬಂದಿತು. ಇದು ಪ್ರಚೋದನಾಕಾರಿಯೆಂದೂ, ಸರಕಾರದ ವಿರುದ್ಧ ಬಂಡಾಯವನ್ನು ಉದ್ರೇಕಿಸಬಹುದೆಂದೂ ಭಾವಿತವಾಗಿ ಮುಂಬಯಿ ಸರಕಾರದಿಂದ ನಿಷೇಧಕ್ಕೆ ಒಳಗಾಯಿತು. ಅದಕ್ಕೆ ಉತ್ತರವೆಂಬಂತೆ ಸ್ವತಃ ಗಾಂಧಿಯವರೇ ಅದನ್ನು ಇಂಗ್ಲಿಷಿಗೆ ಅನುವಾದಿಸಿ ಪ್ರಕಟಿಸಿದರು. ತಮ್ಮ ಇಂಗ್ಲಿಷ್ ಸ್ನೇಹಿತರು ಈ ಪುಸ್ತಕವನ್ನು ಅವಶ್ಯ ಓದಬೇಕೆಂದು ಅವರ ಅಪೇಕ್ಷೆಯಾಗಿತ್ತು. ಕುತೂಹಲದ ಸಂಗತಿ ಎಂದರೆ "ಹಿಂದ್ ಸ್ವರಾಜ್" ಕೃತಿಯ ಇಂಗ್ಲಿಷ್ ಭಾಷಾಂತರವನ್ನು ಬ್ರಿಟಿಷ್ ಸರಕಾರ ನಿಷೇಧಕ್ಕೆ ಒಳಪಡಿಸಲಿಲ್ಲ. ಬ್ರಿಟಿಷರ ಮೇಲೆ ಹಾಗೂ ಇಂಗ್ಲಿಷ್ ಶಿಕ್ಷಣ ಪಡೆದ ಭಾರತೀಯರ ಮೇಲೆ ಈ ಪುಸ್ತಕ ಏನೂ ಪ್ರಭಾವ-ಪರಿಣಾಮ ಬೀರದು ಎಂದು ಸರಕಾರದ ನಂಬುಗೆಯಾಗಿತ್ತು. ಮುಂದೆ ೧೯೩೮ರಲ್ಲಿ ಮೂಲ ಕೃತಿಯ ನಿಷೇಧವನ್ನೂ ಸರಕಾರ ರದ್ದುಪಡಿಸಿತು.

ಸಹಜವಾಗಿಯೇ ಈ ಪುಸ್ತಕಕ್ಕೆ ತುಂಬಾ ವಿಪುಲವಾದ ಮತ್ತು ತೀವ್ರತರ ಪ್ರತಿಕ್ರಿಯೆಗಳು ವ್ಯಕ್ತವಾದವು. ಗಾಂಧಿ ದರ್ಶನದ 'ತೀವ್ರತೆ ಮತ್ತು ಆತುರತೆ', 'ತಾತ್ವಿಕ ದೋಷ'ಗಳನ್ನು ಅನೇಕ ಚಿಂತಕರು ಚರ್ಚಿಸಿದರು. ಗೋಖಲೆಯವರು ೧೯೧೨ರಲ್ಲಿ ದಕ್ಷಿಣ ಆಫ್ರಿಕಾಕ್ಕೆ ಹೋಗಿದ್ದಾಗ ಈ ಭಾಷಾಂತರವನ್ನು ಓದಿ, "ಇದೆಲ್ಲಾ ಅಪಕ್ವ ವಿಚಾರ, ಅವಸರದಲ್ಲಿ ಹೆಣೆದದ್ದು: ಹಿಂದೂಸ್ಥಾನದಲ್ಲಿ ಒಂದು ವರ್ಷ ಇದ್ದರೆ ಗಾಂಧಿ ತಾವೇ ಅದನ್ನು ಸುಟ್ಟು ಹಾಕಿಯಾರು" ಎಂದಿದ್ದರಂತೆ. ಆದರೆ ಗಾಂಧಿಯವರಿಗೆ ತಮ್ಮ ಪುಸ್ತಕದ ಬಗ್ಗೆ, ವಿಚಾರಗಳ ಬಗ್ಗೆ, ಅಲ್ಲಿಯ ಭಾಷಾಪ್ರಯೋಗದ ಬಗ್ಗೆ ಅಪಾರ ಆತ್ಮವಿಶ್ವಾಸ ಇತ್ತು. ಹಲವಾರು ಸಂದರ್ಶನಗಳಲ್ಲಿ ಅವರು ತಮ್ಮ ಅನೇಕ ವಿಚಾರಗಳ ಬಗ್ಗೆ ವಿವರಣೆ, ಸ್ಪಷ್ಟೀಕರಣಗಳನ್ನು ನೀಡಿದರು. ೧೯೨೧ರಲ್ಲಿ 'ಯಂಗ್ ಇಂಡಿಯಾ'ದಲ್ಲಿ ಗಾಂಧಿ ಒಂದು ವಿವರಣೆಯನ್ನು ಕೊಟ್ಟರು: "ಈ ಪುಸ್ತಕವನ್ನು ಎಳೆಯ ಮಗುವಿಗೂ ಕೊಡಬಹುದು. ಇದು ದ್ವೇಷದ ಬದಲು ಪ್ರೀತಿಯನ್ನು ಬೋಧಿಸುತ್ತದೆ. ಹಿಂಸೆಗೆ ಬದಲು ಪ್ರೀತಿಯನ್ನು ಬೋಧಿಸುತ್ತದೆ. ಆತ್ಮತ್ಯಾಗವನ್ನು ಕಲಿಸುತ್ತದೆ. ಪಶುಬಲಕ್ಕೆ ವಿರುದ್ಧವಾಗಿ ಆತ್ಮಬಲವನ್ನು ನಿಲ್ಲಿಸುತ್ತದೆ. ಎಷ್ಟೋ ಸಲ ಈ ಪುಸ್ತಕ ಅಚ್ಚಾಗಿದೆ. ಓದಬಯಸುವವರಿಗೆಲ್ಲ ಇದು ಓದಲು ಯೋಗ್ಯವೆಂದು ಸೂಚಿಸುತ್ತೇನೆ. ಇದರಲ್ಲಿ ಒಂದು ಪದವನ್ನಾದರೂ ನಾನು ಬದಲಿಸಲಾರೆ". ೧೯೩೮ರಲ್ಲಿ ನೀಡಿದ ಒಂದು ಸಂದೇಶದಲ್ಲಿ, "ಈಗ ಈ ಪುಸ್ತಕವನ್ನು ಬರೆಯುವದಿದ್ದರೆ, ಅಲ್ಲಿ ಇಲ್ಲಿ ಭಾಷೆಯನ್ನು ಬದಲಿಸಿಯೇನು. ಈ ಮೂವತ್ತು ವರ್ಷ ಬಿರುಗಾಳಿಯಲ್ಲಿ ಸಾಗಿ ಬಂದಿದೆ ನನ್ನ ಬದುಕು. ಆದರೂ ಇದರಲ್ಲಿ ವಿವರಿಸಿದ ಅಭಿಪ್ರಾಯಗಳನ್ನು ತಿದ್ದಿಕೊಳ್ಳುವಂಥದೇನೂ ನನಗೆ ಕಂಡಿಲ್ಲ" ಎಂದು ಗಾಂಧಿ ಹೇಳಿದರು.

೩

ಗುಜರಾತಿ ಭಾಷೆಯಲ್ಲಿ ಕೃತಿಯ ಹೆಸರು "ಹಿಂದ್ ಸ್ವರಾಜ್ಯ" ಎಂದಿತ್ತು. ಇಂಗ್ಲಿಷಿಗೆ ಅನುವಾದಗೊಂಡು ಅದು "ಹಿಂದ್ ಸ್ವರಾಜ್" ಆಯಿತು. 'ರಾಜ್ಯ' ದಿಂದ 'ರಾಜ್'ಗೆ ಆದ ಈ ಪಲ್ಲಟ. ಕೇವಲ ಭಾಷಿಕವಾಗಿ ಅಲ್ಲ, ಧೋರಣೆಯ ದೃಷ್ಟಿಯಿಂದಲೂ ಧ್ವನಿಪೂರ್ಣವಾಗಿದೆ. ರಾಜ್ಯ ಎಂಬ ಪದವು ಒಂದು ಭೂಪ್ರದೇಶವನ್ನು, ರಾಜನೊಬ್ಬನ ಆಳ್ವಿಕೆಗೆ ಒಳಪಟ್ಟ ಪ್ರದೇಶವೆಂದು ಸಾಮಾನ್ಯವಾಗಿ ಅರ್ಥವಾಗುತ್ತದೆ. ರಾಜ್ ಎಂಬ ಪದವು ಒಟ್ಟಾರೆ ಆಳ್ವಿಕೆ, ಪ್ರಭುತ್ವ ಎಂಬ ಅರ್ಥ ವಿಸ್ತರಣೆಯನ್ನು ಪಡೆದುಕೊಳ್ಳುವಂಥದ್ದು. ಮುಂದಿನ ಗುಜರಾತಿ ಮರುಮುದ್ರಣಗಳಲ್ಲಿ ಗಾಂಧಿ 'ಹಿಂದ್ ಸ್ವರಾಜ್' ಎಂಬ ತುಸು ಬದಲಾದ ಶೀರ್ಷಿಕೆಯನ್ನೇ ಇಟ್ಟುಕೊಂಡರಂತೆ. ಕಳೆದ ನೂರು ವರುಷಗಳಲ್ಲಿ ಜಗತ್ತಿನ ಹಲವು ಪ್ರಕಾಶಕರು ಈ ಕೃತಿಯ ಹಲವು ಆವೃತ್ತಿಗಳನ್ನು ಬೇರೆಬೇರೆ ಶೀರ್ಷಿಕೆ, ಉಪಶೀರ್ಷಿಕೆಗಳ ಅಡಿಯಲ್ಲಿ ಪ್ರಕಟಿಸಿದ್ದಾರೆ. ಉದಾಹರಣೆಗೆ ಅಮೆರಿಕಾದ ಶಿಕಾಗೋದಿಂದ ಪ್ರಕಟವಾದ ಆವೃತ್ತಿಯಲ್ಲಿ ಇದನ್ನು "ಸರ್ಮನ್ ಆನ್ ದ ಸೀ" ('ಸಮುದ್ರದ ಮೇಲಿನಿಂದ ಉಪದೇಶ'?) ಎಂದು ಕರೆಯಲಾಗಿದೆ. "ಕೇಂಬ್ರಿಡ್ಜ್ ಆಧುನಿಕ ರಾಜಕೀಯ ಪಠ್ಯಗಳು" ಎಂಬ ಮಾಲಿಕೆಯಲ್ಲಿ ಈಚೆಗೆ ಒಂದು ಬ್ರಿಟಿಷ್ ಆವೃತ್ತಿ ಪ್ರಕಟವಾಗಿದೆ. ಈ ಶೀರ್ಷಿಕೆ–ಉಪಶೀರ್ಷಿಕೆಗಳು ಆಯಾ ಸಂಪಾದಕರು ಗಾಂಧಿಯವರ ಕೃತಿಯನ್ನು ಗ್ರಹಿಸಿರುವ ವೈವಿಧ್ಯಮಯ ಮಾದರಿಗಳಿಗೆ ಸಾಕ್ಷಿಯಂತಿವೆ.

'ದೇಶೀಯ ಆಡಳಿತ', 'ಸ್ವದೇಶೀ ಆಡಳಿತ' ಮುಂತಾದ ಪ್ರಯೋಗಗಳು ಅವಾಗಲೇ ಚಾಲ್ತಿಯಲ್ಲಿದ್ದವು. ಇಂಗ್ಲಿಷ್ ಭಾಷಾಂತರ ಪ್ರಕಟವಾದಾಗ "ಹಿಂದ್ ಸ್ವರಾಜ್" ಅಥವಾ "ಇಂಡಿಯನ್ ಹೋಂ ರೂಲ್" ಎಂಬ ವಿಸ್ತೃತ ಶೀರ್ಷಿಕೆಯನ್ನು ಕೊಡಲಾಯಿತು. ಸ್ವರಾಜ್ಯವೆಂದರೆ ಅದೇ ಅನ್ನಿಸುವಂತೆ ಅನುವಾದಗಳಲ್ಲಿ ಭಾಸವಾಗುತ್ತದೆ. ಆದರೆ ಗಾಂಧಿಯವರ ಇಂಗಿತವು ಅದಕ್ಕಿಂತ ಮೂಲಭೂತವಾದ ಉದ್ದೇಶವನ್ನು ಹೊಂದಿತ್ತು. 'ಸ್ವರಾಜ್ಯ' ವೆಂದರೆ 'ಸ್ವಯಮಾಡಳಿತ', 'ಸ್ವ'ದ ಆಡಳಿತ, 'ಸ್ವ'ದಿಂದ ಆಡಳಿತ, 'ಸ್ವ'ದ ಮೇಲಿನ ಆಡಳಿತ ಅಂದರೆ 'ಸ್ವ'ದ ಮೇಲೆ ನಾವೇ ನಿಯಂತ್ರಣವನ್ನು ಇಟ್ಟುಕೊಳ್ಳುವುದು, 'ಸ್ವ'ವನ್ನು ನಾವೇ ನಿಯಂತ್ರಿಸಿಕೊಳ್ಳುವುದು, ಸಂಯಮವನ್ನು ಸಾಧಿಸುವುದು ಮುಂತಾಗಿ ಅರ್ಥವು ವಿಸ್ತರಗೊಳ್ಳುತ್ತಲೇ ಹೋಗುತ್ತದೆ. ರಾಜಕೀಯದಿಂದ ಪ್ರಾರಂಭವಾಗಿ ಆಧ್ಯಾತ್ಮಿಕ ಆಶಯಗಳ ವರೆಗೆ ಈ ಪದಪ್ರಯೋಗವು ತನ್ನ ವ್ಯಾಪ್ತಿಯನ್ನು ವಿಸ್ತರಿಸಿಕೊಳ್ಳುತ್ತದೆ.

ಅನ್ಯರು ಆಳುವುದಲ್ಲ, ನಮ್ಮನ್ನು ನಾವೇ ಆಳಿಕೊಳ್ಳಬೇಕು ಎಂಬ ನಿಲುವು ಕೇವಲ ರಾಜಕೀಯ ನಿಲುವಲ್ಲ. ಅದು ಗಾಂಧಿಯವರ ತಾತ್ವಿಕ ಆಶಯ ಕೂಡ. ನಮ್ಮನ್ನು ನಾವೇ ಆಳಿಕೊಳ್ಳುವುದು ಎಂದರೆ ಅನ್ಯ ಆಡಳಿತದ ಅಗತ್ಯವೇ ಇಲ್ಲದಂಥ ಸ್ವನಿಯಂತ್ರಣವನ್ನು ಸಾಧಿಸುವುದು ಎಂದು ಅರ್ಥ. ಯಾವುದೇ ಬಾಹ್ಯಮೂಲದ ಆಡಳಿತ ವ್ಯವಸ್ಥೆ, ನಿಯಂತ್ರಣಗಳನ್ನು ವಿರೋಧಿಸುವ ಗಾಂಧಿಯವರ 'ಅರಾಜಕವಾದೀ' ನಿಲುವನ್ನೂ ಈ ಹಿನ್ನೆಲೆಯಲ್ಲಿ ಅರ್ಥ ಮಾಡಿಕೊಳ್ಳಬೇಕು. ವಸಾಹತುವಾದದಂತೆ ರಾಷ್ಟ್ರವಾದವೂ ಅಪಾಯಕಾರಿಯೆಂದು ಗಾಂಧಿ ಅರಿತಿದ್ದರು. ಅದಕ್ಕೆಂದೇ ಅವರು ಸ್ವರಾಜ್ಯ ಕಲ್ಪನೆಯನ್ನು ಮುಂದುಮಾಡಿದ್ದು. ಅವರಿಗೆ ಬಹಿರಂಗ ಶುದ್ಧಿಯಷ್ಟೇ ಅಂತರಂಗದ ಶುದ್ಧಿಯೂ ಮುಖ್ಯವಾಗಿತ್ತು. "ಹಿಂದ್ ಸ್ವರಾಜ್"

ಗಾಂಧಿಯವರ ಮ್ಯಾನಿಫೆಸ್ಟೋ ಆಗಿರುವಂತೆ ಯುಟೋಪಿಯಾ ಕೂಡ ಆಗಿದೆ ಎನ್ನಿಸುವುದು ಮುಖ್ಯವಾಗಿ ಈ ಕಾರಣಕ್ಕೆ.

೪

"ಈ ಪುಸ್ತಿಕೆಯು 'ಆಧುನಿಕ ನಾಗರಿಕತೆ'ಯ ಉಗ್ರವಾದ ಖಂಡನೆ" ಎಂಬ ವಿವರಣೆಯನ್ನು ಗಾಂಧಿಯವರು ೧೯೨೧ರಲ್ಲಿ ಕೊಟ್ಟರು. ಇದನ್ನು ಬರೆದದ್ದು ೧೯೦೮ರಲ್ಲಾದರೂ ತಮ್ಮ ನಂಬಿಕೆ-ವಿಚಾರಗಳು ಹಿಂದೆಂದಿಗಿಂತಲೂ ಈಗ ಆಳವಾಗಿವೆ ಎಂದೂ ಗಾಂಧಿ ತಮ್ಮ ವಿವರಣೆಯಲ್ಲಿ ಒತ್ತಿ ಹೇಳಿದ್ದಾರೆ. ಈ ಪುಸ್ತಕದಲ್ಲಿ ಗಾಂಧಿಯವರು ನಮ್ಮ ಈ ಉಪಖಂಡವನ್ನು 'ಭಾರತ' ಅಥವಾ 'ಇಂಡಿಯಾ' ಎಂದು ಸಂಬೋಧಿಸದೆ 'ಹಿಂದೂಸ್ಥಾನ'ವೆಂದೇ ಕರೆಯುತ್ತ ಹೋಗುತ್ತಾರೆ. ಹಿಂದೂಸ್ಥಾನದಲ್ಲಿ ಸ್ವರಾಜ್ಯದ ಇಚ್ಛೆ, ಕಲ್ಪನೆಗಳು ಹುಟ್ಟಿದ ಹಿನ್ನೆಲೆಯನ್ನು ಪ್ರಾರಂಭಿಕ ಅಧ್ಯಾಯಗಳಲ್ಲಿ ಸೂಚಿಸಿ, 'ಓದುಗ'ನ ವಾದನ್ನು ಕ್ರೋಢೀಕರಿಸಿ 'ಸಂಪಾದಕ ಹೇಳುತ್ತಾನೆ: "ನಮಗೆ ಇಂಗ್ಲಿಷ್ ರಾಜ್ಯ ಬೇಕು; ಇಂಗ್ಲಿಷರು ಬೇಡ. ಹುಲಿಯ ಗುಣ ಬೇಕು. ಹುಲಿ ಮಾತ್ರ ಬೇಡ. ಎಂದರೆ ಹಿಂದೂಸ್ಥಾನವನ್ನು ಇಂಗ್ಲಿಷಾಗಿ ಮಾಡಬೇಕು. ಆಗ ಅದು ಹಿಂದೂಸ್ಥಾನವಲ್ಲ ಇಂಗ್ಲಿಷ್‌ಸ್ಥಾನವಾದೀತು. ಅಂಥ ಸ್ವರಾಜ್ಯ ನನಗೆ ಬೇಡ." ಹಿಂದೂಸ್ಥಾನವು ಇಂಗ್ಲೆಂಡನ್ನು ಅನುಕರಿಸಿದರೆ ಸರ್ವನಾಶವಾಗುತ್ತದೆ ಎಂದು ಎಚ್ಚರಿಸುವ ಗಾಂಧಿ ಅದಕ್ಕೆ ಇಂಗ್ಲಿಷ್ ಪ್ರಜೆಗಳನ್ನು ಹೊಣೆಗಾರರನ್ನಾಗಿ ಮಾಡುವುದಿಲ್ಲ. "ಆಧುನಿಕ ನಾಗರಿಕತೆಯ ಪರಿಣಾಮ ಇದು. ಅದು ಹೆಸರಿಗೆ ನಾಗರಿಕತೆ. ಅದರ ದೆಸೆಯಿಂದ ಯೂರೋಪಿನ ರಾಷ್ಟ್ರಗಳೆಲ್ಲ ದಿನೇ ದಿನೇ ಹಾಳಾಗಿ ಹೋಗುತ್ತಿವೆ" ಎಂದು ಅವರು ವ್ಯಾಖ್ಯಾನಿಸುತ್ತಾರೆ.

'ಶರೀರ ಸುಖವೇ ಬಾಳಿನ ಗುರಿ; ಶರೀರ ಸುಖವೆ ಪುರುಷಾರ್ಥ' ಎಂಬ ತಳಹದಿಯ ಮೇಲೆ ನಿಂತಿದೆ ಎಂಬ ಕಾರಣಕ್ಕಾಗಿ ಗಾಂಧಿ ಆಧುನಿಕ ನಾಗರಿಕತೆಯನ್ನು ತಿರಸ್ಕರಿಸುತ್ತಾರೆ. ಈ ನಾಗರಿಕತೆಯಲ್ಲಿ ಶರೀರಶ್ರಮಕ್ಕೆ ಮನ್ನಣೆ ಗೌರವಗಳಿಲ್ಲ; ಯಂತ್ರಗಳ ಮೇಲಿನ ಅತಿಯಾದ ಅವಲಂಬನೆಯಿಂದ ಜನರು ಲೋಲುಪರಾಗುತ್ತಿದ್ದಾರೆ; ಹಣದಿಂದ ದೊರೆವ ಸುಖ-ಸಂತೋಷಗಳ ಆಸೆ ತೋರಿಸಿ ಜನರನ್ನು ಗುಲಾಮರನ್ನಾಗಿ ಮಾಡಲಾಗುತ್ತಿದೆ; ಮನುಷ್ಯನ ಬಾಹ್ಯ ಲಕ್ಷಣಗಳಲ್ಲಿ ಆದ ಬದಲಾವಣೆಗಳನ್ನೇ 'ನಾಗರಿಕತೆ' ಎಂದು ತಪ್ಪಾಗಿ ತಿಳಿಯಲಾಗಿದೆ; ಈ ನಾಗರಿಕತೆಯಲ್ಲಿ ನೀತಿ-ಧರ್ಮಗಳಿಗೆ ಸ್ಥಳವಿಲ್ಲ; ಇದು ಇಂಗ್ಲಿಷ್ ಜನಾಂಗವನ್ನು ಗೆದ್ದಲು ಹುಳದಂತೆ ತಿಂದುಹಾಕುತ್ತಿದೆ-ಈ ಎಲ್ಲ ಕಾರಣಗಳಿಗಾಗಿ ಗಾಂಧಿಯವರು ಅದು ಒಂದು 'ರೋಗ' ಎಂದು ತಿಳಿಯುತ್ತಾರೆ. "ನಾಗರಿಕತೆ ಗುಣವಾಗಲಾರದ ರೋಗವಲ್ಲ. ಆದರೆ ಸದ್ಯ ಇಂಗ್ಲಿಷರಿಗೆ ಆ ರೋಗ ಬಡಿದುಕೊಂಡಿದೆ ಎಂಬುದನ್ನು ಮರೆಯಬಾರದು" ಎನ್ನುವ ಗಾಂಧಿ ಆ ಕಾರಣಕ್ಕಾಗಿಯೇ ಅದು ನಮಗೆ ಆದರ್ಶವಾಗಲಾರದು ಎಂದು ಒತ್ತಿ ಹೇಳುತ್ತಾರೆ. ತಮ್ಮ ಹೋರಾಟವು ಇಂಗ್ಲಿಷ್ ಜನರ ವಿರುದ್ಧ ಅಲ್ಲವೆಂದೂ, ಅದು ಇಂಗ್ಲಿಷ್ ನಾಗರಿಕತೆಯ ವಿರುದ್ಧವಾಗಿರುವುದೆಂದೂ, ಈ ಹೋರಾಟದಿಂದ ಇಂಗ್ಲಿಷರೂ, ಹಿಂದೂಸ್ಥಾನೀಯರೂ ಏಕಕಾಲದಲ್ಲಿ ಬಿಡುಗಡೆ ಪಡೆಯಬಹುದೆಂದೂ ಅವರ ಆಶಯವಾಗಿದೆ. ಹಿಂದೂಸ್ಥಾನ ಬ್ರಿಟಿಷರ ಪರಾಧೀನಕ್ಕೆ ಸಿಕ್ಕಿರುವುದಕ್ಕೆ ಮುಖ್ಯ ಕಾರಣ ನಾವು ಅವರ ನಾಗರಿಕತೆಯ ಮೋಹಜಾಲಕ್ಕೆ ಸಿಕ್ಕಿರುವುದೇ ಆಗಿದೆ ಎಂದು ನಂಬುವ ಗಾಂಧಿ

"ಇಂಗ್ಲಿಷರು ಹಿಂದೂಸ್ಥಾನವನ್ನು ತೆಗೆದುಕೊಳ್ಳಲಿಲ್ಲ; ನಾವೇ ಅವರಿಗೆ ಒಪ್ಪಿಸಿದೆವು. ತಮ್ಮ ಸ್ವಶಕ್ತಿಯಿಂದ ಅವರು ಹಿಂದೂಸ್ಥಾನದಲ್ಲಿ ನಿಂತಿಲ್ಲ; ನಾವೇ ಅವರನ್ನು ಇರಗೊಟ್ಟಿದ್ದೇವೆ" ಎಂದು ವಿಶ್ಲೇಷಿಸುತ್ತಾರೆ.

ೠ

ಇಡೀ ಪುಸ್ತಕವು ಒಂದು ದೀರ್ಘ ಸಂಭಾಷಣೆಯ ರೂಪದಲ್ಲಿದೆ. ತಮ್ಮ ಸ್ನೇಹಿತ ಡಾ ಪ್ರಾಣಜೀವನ ಮೆಹ್ತಾ ಅವರೊಂದಿಗೆ ತಾನು ನಡೆಸಿದ ಸಂಭಾಷಣೆ ಎಂಬಂತೆ ಈ ಕೃತಿಯನ್ನು ರಚಿಸಿದೆ ಎಂದು ಗಾಂಧಿ ಹೇಳುತ್ತಾರೆ. ಗಾಂಧಿ ಪಠ್ಯದಲ್ಲಿ ಅದು ಓರ್ವ ಪತ್ರಿಕಾ ಸಂಪಾದಕ ಮತ್ತು ಓದುಗ ಇವರ ನಡುವಣ ಸಂವಾದದಂತೆ ಕಾಣಿಸಿಕೊಳ್ಳುತ್ತದೆ. "ಓರ್ವ ತೀವ್ರ ಅ-ರಾಜ್ಯವಾದಿಯೂ ಸೇರಿದಂತೆ ಹಲವು ಕಾರ್ಯಕರ್ತರೊಂದಿಗೆ ನಡೆದ ಚರ್ಚೆಯ ಒಂದು ಪ್ರಾಮಾಣಿಕ ದಾಖಲೆ ಇದು ಎಂದು ಓದುಗರು ಗಮನಿಸಬೇಕು" ಎಂದು ಗಾಂಧಿಯವರೇ ಈ ಪುಸ್ತಕದ ಸ್ವರೂಪದ ಬಗ್ಗೆ ಬೇರೊಂದು ಕಡೆ ಹೇಳಿಕೊಂಡಿದ್ದಾರೆ. ಇಷ್ಟಾಗಿಯೂ ಈ ಸಂಪಾದಕ ಮತ್ತು ಓದುಗ ಯಾರೆಂಬ ಊಹೆ ಮುಂದುವರಿದುಕೊಂಡೇ ಬಂದಿದೆ. ಸಂಪಾದಕ ಗಾಂಧಿಯೇ ಎಂಬ ಬಗ್ಗೆ ಅನುಮಾನ ಉಳಿದಿಲ್ಲ. ಆದರೆ ಅವರೊಂದಿಗೆ ಸಂವಾದ ನಡೆಸುತ್ತಿರುವ ವ್ಯಕ್ತಿ ಓರ್ವ ಎಡಪಂಥೀಯ, ಉಗ್ರಗಾಮಿ ಇರಬಹುದೆಂದು ಹಲವರು ವ್ಯಾಖ್ಯಾನಿಸಿದ್ದಾರೆ. ಆತ ಯಾವುದೇ ಸಾಮಾನ್ಯ ಭಾರತೀಯ ಎಂದೂ ಅಭಿಪ್ರಾಯ ಪಡಲಾಗಿದೆ. ಪುಸ್ತಕದ ಧಾಟಿಯನ್ನು ನೋಡಿದರೆ ಗಾಂಧಿಯವರ ವ್ಯಕ್ತಿತ್ವದ ಒಂದು ಭಾಗವು ಮತ್ತೊಂದು ಭಾಗದೊಂದಿಗೆ ನಡೆಸುತ್ತಿರುವ ಆಂತರಿಕ ಸಂಭಾಷಣೆ ಇದು ಎಂದೂ ತಿಳಿಯಲು ಸಾಧ್ಯವಿದೆ. ಅಂದರೆ ಗಾಂಧಿಯವರ ಲಿಖಿತ ಪಠ್ಯವು ಅವರ ಮನಸ್ಸಿನೊಳಗಣ ಸಂಘರ್ಷದ ಹೊರಗಣ ಅಭಿವ್ಯಕ್ತಿ ಎಂದು ತರ್ಕಿಸಬಹುದು. ಗಾಂಧಿ ತಮ್ಮೊಂದಿಗೇ ಒಂದು ಸಂವಾದವನ್ನು ನಡೆಸುತ್ತಿದ್ದಾರೆ. ತಮ್ಮ ವಿರುದ್ಧವೇ, ತಮ್ಮ ವಿಚಾರಗಳೊಂದಿಗೇ ಮುಖಾಮುಖಿಯಾಗಿದ್ದಾರೆ. ತಮ್ಮ ಚಿಂತನೆಯನ್ನೂ ಅದಕ್ಕೆ ಎದುರಾಗಬಹುದಾದ ಪ್ರತಿಚಿಂತನೆಯನ್ನೂ ಒಟ್ಟಿಗೇ ಏಕತ್ರವಾಗಿ ಮಂಡಿಸಬಲ್ಲ ರೂಪವೊಂದನ್ನು ಶೋಧಿಸಿಕೊಂಡಿದ್ದಾರೆ. ಇನ್ನೂ ಸೂಕ್ಷ್ಮವಾಗಿ ನೋಡಿದರೆ ಇದು ಗಾಂಧಿಯವರ 'ದೇಹ'ಮತ್ತು 'ಆತ್ಮ'ಗಳ ನಡುವಣ ಸಂವಾದದಂತೆಯೂ ಭಾಸವಾಗುತ್ತದೆ.

ಗಾಂಧಿಯವರ ಪುಸ್ತಕವು ಒಂದು ದೀರ್ಘ ಪ್ರಶ್ನೋತ್ತರದ ಮಾದರಿಯಲ್ಲಿ ಹೆಣೆಯಲ್ಪಟ್ಟಿದೆ. ಗಾಂಧಿ ಇಲ್ಲಿ ಪ್ರಬಲವಾದ ಪೂರ್ವಪಕ್ಷ-ಪ್ರತಿಪಕ್ಷ ವನ್ನು ಸೃಷ್ಟಿಸಿಕೊಂಡೇ ತಮ್ಮ ವಿಚಾರಗಳನ್ನು ಮಂಡಿಸುತ್ತ ಹೋಗಿದ್ದಾರೆ. ಕೃತಿ ಬೆಳೆದಂತೆ 'ಓದುಗ'ನ ಪ್ರಶ್ನೆಗಳಿಗೆ, ಅನುಮಾನಗಳಿಗೆ ಉತ್ತರಗಳು ಸಿಕ್ಕುತ್ತಾ ಹೋದಂತೆ 'ಸಂಪಾದಕ'ನ ವಿಚಾರಗಳು ಸ್ವತಃ ಅವನಿಗೇ ಹೆಚ್ಚು ಹೆಚ್ಚು ಸ್ಪಷ್ಟವಾಗುತ್ತಾ ಹೋಗುತ್ತವೆ. ಈ 'ನಾಟಕೀಯ' ಬರವಣಿಗೆಯ ರಚನಾ ವಿನ್ಯಾಸವನ್ನು ಗಾಂಧಿ ಪ್ರಜ್ಞಾಪೂರ್ವಕವಾಗಿ ಪ್ರಯತ್ನಿಸಿದ್ದಾರೆ ಎನಿಸುತ್ತದೆ. ಇದರಿಂದ ಹಲವು ಪ್ರಯೋಜನಗಳಾಗಿವೆ. ಗಾಂಧಿಯವರ ಇತರ ಅನೇಕ ಪುಸ್ತಕಗಳಿಗೆ ಹೋಲಿಸಿದರೆ "ಹಿಂದ್ ಸ್ವರಾಜ್ಯ" ಹೆಚ್ಚು ಲವಲವಿಕೆ, ಜೀವಂತಿಕೆ ಮತ್ತು ಅಭಿವ್ಯಕ್ತಿಯ ತುರ್ತಿನಿಂದ ಕೂಡಿದೆ. ಅದಕ್ಕಿಂತ ಮುಖ್ಯವಾಗಿ ಗಾಂಧಿ ಇಲ್ಲಿ ತಮ್ಮ ವಿಚಾರಗಳಿಗೆ ತಾವೇ ಎದುರಾಗಿ

ಕೃತಿಯನ್ನು ಕಟ್ಟಿದ್ದಾರೆ. ಅಂದರೆ ಇತರರು ಈ ಪುಸ್ತಕದ ಬಗ್ಗೆ ಕೇಳಬಹುದಾದ ಪ್ರಶ್ನೆಗಳನ್ನೂ, ಎತ್ತಬಹುದಾದ ಸಂದೇಹ-ಅನುಮಾನಗಳನ್ನೂ, ಕೃತಿಯೊಳಗೇ ತಂದು ಸಮತೋಲನವನ್ನು ಸಾಧಿಸಿದ್ದಾರೆ. ಹಾಗಾಗಿ ಬರವಣಿಗೆಯು ಏಕಮುಖವಾಗದೆ, ಉಪದೇಶಾತ್ಮಕವಾಗದೆ, ಸರಳ ನೀತಿಪಾಠವಾಗದೆ ಮುಕ್ತ ವಿನ್ಯಾಸವೊಂದನ್ನು ಪಡೆದುಕೊಳ್ಳುತ್ತದೆ. ಒಂದು ನಿರರ್ಗಳ ಏಕತಾನದ ಸಂಕಥನವಾಗಬಹುದಾಗಿದ್ದ ಬರವಣಿಗೆಗೆ ಸಂಭಾಷಣೆಯ ರೂಪ ಕೊಟ್ಟು ತಮ್ಮ ಪಠ್ಯಕ್ಕೆ ಗಾಂಧಿ ಒಂದು ಬಗೆಯ ಬಹುಮುಖತೆಯನ್ನು ಧಾರಣ ಮಾಡಿಸಿದ್ದಾರೆ. ಇದನ್ನೊಂದು ಬಹುಧ್ವನಿಯ ಪಠ್ಯ ಎಂದು ಕರೆಯಲು ಸಾಧ್ಯವಿದೆ. ಹಾಗಾಗಿ ಇಡೀ ಕೃತಿ ಏಕಮುಖ ವಾದಮಂಡನೆಯ ಶೈಲಿಯಿಂದ ತಪ್ಪಿಸಿಕೊಂಡು ಸಂವಾದರೂಪಿ ಮುಕ್ತ ಪಠ್ಯವಾಗುತ್ತ ಬೆಳೆಯುತ್ತದೆ. ಈ ಸಂವಾದದಲ್ಲಿ "ನನ್ನ ವಿಚಾರಗಳು ಬೆಳೆಯುತ್ತ ಹೋಗುತ್ತವೆ" ಎಂದು ಸಂಪಾದಕನು ಓದುಗನಿಗೆ ಹೇಳುತ್ತಾನೆ. 'ನಿನ್ನ ಪೂರ್ವಗ್ರಹಗಳನ್ನು ಸಹನೆಯಿಂದ ಕಳೆಯುತ್ತ ಹೋಗುವುದು ನನ್ನ ಕರ್ತವ್ಯ' ಎಂದು ಸಂಪಾದಕ ಹೇಳುತ್ತಾನೆ. ಓದುಗನೂ ತನ್ನ ಶಠತ್ವ ಮತ್ತು ಪೂರ್ವಗ್ರಹಗಳನ್ನು ನಿಧನಿಧಾನವಾಗಿ ಕಳೆದುಕೊಳ್ಳುತ್ತ, 'ನೀವು ನನ್ನನ್ನು ಚಿಂತನೆಗೆ ಹಚ್ಚಿದಿರಿ; ನಿಮ್ಮ ವಿಚಾರಗಳನ್ನೆಲ್ಲ ಒಂದೇ ಏಟಿಗೆ ಒಪ್ಪಿಕೊಳ್ಳಬೇಕೆಂಬ ಒತ್ತಾಯವನ್ನು ನೀವು ಹೇರುವುದಿಲ್ಲ' ಎಂದು ಒಪ್ಪಿಕೊಳ್ಳುತ್ತಾನೆ. ಹಾಗಾಗಿ ಒಂದು ಸಾಹಿತ್ಯಿಕ ಉಪಾಯವಾಗಿ, ಪ್ರಯೋಗವಾಗಿ ಕೂಡ ಈ ಬರಹಕ್ಕೆ ತನ್ನದೇ ಆದ ಪ್ರಸ್ತುತತೆ, ಮಹತ್ವಗಳಿವೆ.

ಇಲ್ಲಿ 'ಸ್ವ' ಎನ್ನುವುದು 'ಅನ್ಯ'ವನ್ನು ಪ್ರತ್ಯೇಕವಾಗಿ ದೂರವಿರಿಸುವುದಿಲ್ಲ. ಅದು 'ಅನ್ಯ'ದೊಂದಿಗೆ ನಿರಂತರ ಸಂಭಾಷಿಸುತ್ತ ಅದನ್ನು ಬದಲಾಯಿಸುತ್ತ, ತಾನೂ ಬದಲಾಗುತ್ತ 'ಅನ್ಯ'ವನ್ನೂ ತನ್ನೊಳಗೆ ಸೇರಿಸಿಕೊಂಡು ಹಿಗ್ಗುತ್ತದೆ. ಅಹಂಕಾರವನ್ನು ವಿಸರ್ಜಿಸಿಕೊಳ್ಳುತ್ತ ವಿನಯವನ್ನೂ ಅರಿವನ್ನೂ ಬೆಳೆಸಿಕೊಳ್ಳುತ್ತ ಹೋಗುತ್ತದೆ. "ಹಿಂದ್ ಸ್ವರಾಜ್" ಸಿದ್ಧವಿಚಾರಗಳ ಅಧಿಕಾರವಾಣಿಯಲ್ಲ; ಅದು ಒಂದು ಸಂವಾದದ ಪ್ರಕ್ರಿಯೆಯಲ್ಲಿ ನಮ್ಮೆದುರಿಗೇ ಸದ್ಯೋಜಾತ ರೂಪುಗೊಳ್ಳುವ ಕೃತಿ ಎಂದು ನಮಗೆ ಅನ್ನಿಸುವುದು ಈ ಕಾರಣಕ್ಕಾಗಿ. ಗಾಂಧಿಯವರ 'ರಾಜಕೀಯ' ಪಠ್ಯವು 'ಆಧ್ಯಾತ್ಮಿಕ' ಪಠ್ಯವಾಗಿ ವಿಕಾಸಗೊಳ್ಳುವುದು ಹೀಗೆ. ಲೂಯಿ ಫಿಶರ್ ಗಾಂಧಿಯವರನ್ನು ಕುರಿತು ಬೇರೊಂದು ಸಂದರ್ಭದಲ್ಲಿ ಹೇಳಿದ ಮಾತುಗಳು ನೆನಪಾಗುತ್ತವೆ: "ಗಾಂಧಿಯವರ ರಾಜಕೀಯವೆಂದರೆ ಧರ್ಮ, ಧಾರ್ಮಿಕ ಚಟುವಟಿಕೆಯೆಂದರೆ ರಾಜಕಾರಣ".

೬

ಗಾಂಧಿಯವರ ಭಾಷಾ ಬಳಕೆಯ ಬಗ್ಗೆಯೂ ಒಂದು ಮಾತು ಹೇಳಬೇಕು. ಅವರದು ಸರಳ, ಸಂಗ್ರಹ ಶೈಲಿ. ತನ್ನ ವಾಚಕರನ್ನು ಸಹನೆಯಿಂದ ಒಲಿಸಿಕೊಳ್ಳುವ ಅವರನ್ನು ವಿಶ್ವಾಸಕ್ಕೆ ತೆಗೆದುಕೊಂಡು ಅವರ ಗೃಹೀತ ಕಲ್ಪನೆಗಳಿಂದ ಅವರನ್ನು ಮುಕ್ತಗೊಳಿಸುವ ಆತ್ಮೀಯ ಶೈಲಿ. ಆಕರ್ಷಣೆಗಾಗಿ, ಪರಿಣಾಮಕ್ಕಾಗಿ ಅವರು ಸುಂದರವಾದ ಪದಪುಂಜಗಳನ್ನು, ವಾಗ್ವಿಲಾಸವನ್ನು ಮೆರೆಯುವಂಥ ವಾಕ್ಯರಚನೆಯನ್ನು ಬಳಸುವುದಿಲ್ಲ. ಅವರದು ನೇರವಾದ, ಖಚಿತವಾದ ಅಭಿವ್ಯಕ್ತಿ. ಕುತೂಹಲದ ಸಂಗತಿ ಎಂದರೆ, ಇಷ್ಟಿದ್ದೂ, ಅವರ ಇಡೀ ಪಠ್ಯ

ಒಂದು 'ಅತಿಶಯೋಕ್ತಿ' ಎನ್ನಿಸುತ್ತದೆ. ಆದರೆ ಅತಿಶಯೋಕ್ತಿಯೂ ಒಂದು ಅಲಂಕಾರ ಎಂಬುದನ್ನು ಮರೆಯದಿರೋಣ. ಅಂದರೆ ಇಡೀ ಬರಹಕ್ಕೆ ಒಂದು 'ನಾಟಕೀಯ' ವಿನ್ಯಾಸವನ್ನು ಯೋಜಿಸಿದಂತೆ 'ಅತಿಶಯೋಕ್ತಿ'ಯನ್ನೂ ಅವರು ಪ್ರಜ್ಞಾಪೂರ್ವಕವಾಗಿ, ಉದ್ದೇಶಪೂರ್ವಕವಾಗಿ ಬಳಸಿರಬಹುದು. ಬರಹಗಾರರಾಗಿ ಗಾಂಧಿಯವರ ಕುಶಲತೆ ಮತ್ತು ಪ್ರತಿಭೆ ಇಲ್ಲಿ ಎದ್ದುಕಾಣುತ್ತದೆ.

ಅವರ ಮಾತಿನ ಈ ಗುಣವನ್ನು, ಒಟ್ಟಾರೆ ಗಾಂಧಿ ಬರವಣಿಗೆಯ ಸ್ವರೂಪವನ್ನು ಕುರಿತು ನಮ್ಮ ಕಾಲದ ಮುಖ್ಯ ಚಿಂತಕರಲ್ಲಿ ಒಬ್ಬರಾದ ಆಫ್ರಿಕನ್ ಲೇಖಕ ಚಿನುಅ ಅಚಿಬೆಯವರು ಸರಿಯಾಗಿಯೇ ಗುರುತಿಸಿದ್ದಾರೆ. ಇಂದು ನಾವು ಗಾಂಧಿಯವರನ್ನು ಓದಿ ಅರ್ಥ ಮಾಡಿಕೊಳ್ಳಬೇಕಾದ ರೀತಿಯ ಬಗ್ಗೆಯೇ ಮೌಲಿಕವಾದುದೊಂದು ಸೂಚನೆಯನ್ನು ನೀಡುವಂತಿದೆ. ನಮ್ಮ ಕಾಲದ ಮತ್ತೋರ್ವ ಮುಖ್ಯ ಲೇಖಕ-ಚಿಂತಕ ಯು. ಆರ್. ಅನಂತಮೂರ್ತಿಯವರೊಂದಿಗಿನ ಅಚಿಬೆಯವರ ಸಂಭಾಷಣೆ (೧೯೮೩, ಡೆಕ್ಕನ್ ಹೆರಾಲ್ಡ್) ಸಮಕಾಲೀನ ಸಂದರ್ಭದಲ್ಲಿ ಒಂದು ಮಹತ್ವದ ದಾಖಲೆಯಾಗಿದೆ. (ಯು ಆರ್ ಅನಂತಮೂರ್ತಿ, ಪೂರ್ವಾಪರ, ಅಕ್ಷರ ಪ್ರಕಾಶನ, ಹೆಗ್ಗೋಡು, ಮೊದಲ ಮುದ್ರಣ ೧೯೯೦, ಪುಟ ೨೦೧-೨೧೦).

ಈ ಸಂಭಾಷಣೆಯ ತುಣುಕೊಂದನ್ನು ಗಮನಿಸೋಣ:

ಅನಂತಮೂರ್ತಿ: ಅವರದು ಒಂದೇ ಸಮಯದಲ್ಲಿ ಅಂತರ್ಮುಖವೂ ಬಹಿರ್ಮುಖವೂ ಆಗಿದ್ದ ಹೋರಾಟ...ಒಂದೆಡೆ ಬ್ರಿಟಿಷರನ್ನು ಓಡಿಸುವ ಮಾತಾಡುತ್ತಲೇ ಇನ್ನೊಂದು ಕಡೆ ಹರಿಜನರಿಗೆ ದೇವಾಲಯಗಳಲ್ಲಿ ಪ್ರವೇಶ ನೀಡಬೇಕೆಂದೂ ಹೇಳುತ್ತಿದ್ದರು. ೧೯೦೮ರಲ್ಲಿ ಅವರು ಬರೆದ 'ಹಿಂದ್ ಸ್ವರಾಜ್' ನೋಡಬಹುದು. ಅದು ಕಾರ್ಲ್ ಮಾರ್ಕ್ಸ್‌ನ 'ದಾಸ್ ಕ್ಯಾಪಿಟಲ್'ನಷ್ಟೇ ಮಹತ್ವದ ಕೃತಿಯೆಂದು ನನ್ನ ಭಾವನೆ. ಆ ಕೃತಿ ಒಬ್ಬ ಉಗ್ರಗಾಮಿ ಹಾಗೂ ಗಾಂಧೀಜಿ ನಡುವಣ ಸಂವಾದದ ರೂಪದಲ್ಲಿದೆ. ನಮಗೆ ಆಧುನಿಕ ನಾಗರಿಕತೆಯ ಮೋಹವಿರುವುದರಿಂದಲೇ ಬ್ರಿಟಿಷರು ಭಾರತದಲ್ಲಿ ನೆಲೆಯೂರಲು ಸಾಧ್ಯವಾಗಿದೆ ಎನ್ನುತ್ತಾರೆ ಗಾಂಧಿ. ಆದರೆ ಈ ನಾಗರೀಕತೆಯು ಬ್ರಿಟಿಷರಿಗೆ ಮತ್ತು ಭಾರತೀಯರಿಬ್ಬರಿಗೂ ಅಪಾಯಕಾರಿ ಎಂದು ಅವರ ವಾದ. ವೈದ್ಯರು, ರೈಲ್ವೇ, ವಕೀಲರುಗಳನ್ನು ಕುರಿತಂತಹ ಅವರ ಕೆಲವು ವಿಚಾರಗಳು ಹುಚ್ಚುತನದ್ದೆನ್ನಿಸಿದರೂ 'ಹಿಂದ್ ಸ್ವರಾಜ್'ನಲ್ಲಿ ಹಲವಾರು ಗಾಢ ಸತ್ಯಗಳಿವೆ.."

ಅಚಿಬೆ: "ನನಗೆ ಗಾಂಧಿಯವರ ಪುಸ್ತಕದ ಪರಿಚಯವಿರಲಿಲ್ಲ, ಆದರೆ ನನ್ನ ಸಹಮತವಿದೆ. ಅವರದು ಎಲ್ಲಾ ಪ್ರವಾದಿಗಳ, ಮಹಾನ್ ಬೋಧಕರ ಮಾರ್ಗ. ಜನ ನಿಮಗೆ ಕಿವಿಗೊಡಬೇಕಿದ್ದರೆ ನೀವು ಉತ್ಪ್ರೇಕ್ಷೆ ಮಾಡಲೇಬೇಕಾಗುತ್ತದೆ. ರೈಲ್ವೇಯನ್ನು ಈಗ ಯಾರೂ ದೂರೀಕರಿಸುವುದಿಲ್ಲ. ಆದರೆ ಆ ಬಗ್ಗೆ ಗಾಂಧೀ ಮಾತನ್ನು ನೀವು ಕೇಳಿದಾಗ ಆ ಕಡೆ ಹೊಸ ದೃಷ್ಟಿ ಬೀರುತ್ತೀರಿ. ಅರೆ, ಹೌದಲ್ಲ, ಸಾವಿರಾರು ವರ್ಷಗಳಿಂದ ನಾವು ರೈಲುಗಳಿಲ್ಲದೆ ಬದುಕಲಿಲ್ಲವೇ ಎಂದು ಬೆರಗಾಗಲೂಬಹುದು."

೭

"ಹಿಂದ್ ಸ್ವರಾಜ್ಯ"ದಲ್ಲಿ ಗಾಂಧಿಯವರು ಪ್ರತಿಪಾದಿಸಿದ ವಿಚಾರಗಳಲ್ಲಿ ಅತಿ ಹೆಚ್ಚು ಟೀಕೆ, ವಿಮರ್ಶೆ, ಚರ್ಚೆಗಳಿಗೆ ಒಳಗಾಗಿರುವ ಅಂಶಗಳೆಂದರೆ, ರೈಲು, ವಕೀಲರು ಮತ್ತು ವೈದ್ಯರನ್ನು ಅವರು ಆಧುನಿಕ ನಾಗರಿಕತೆಯ ಮೂರು ಮುಖ್ಯ ಅಪಾಯಗಳು ಮತ್ತು ವಿಕೃತಿಗಳು ಎಂದು ಗುರುತಿಸಿದ್ದು. ರೈಲನ್ನು ಗಾಂಧಿ ಯಾಕೆ ವಿರೋಧಿಸುತ್ತಾರೆ ಎಂದರೆ: "ಈ ರೈಲುಗಳು ಇರದಿದ್ದರೆ, ಇಂಗ್ಲೀಷರು ಹಿಂದೂಸ್ಥಾನವನ್ನು ಇಷ್ಟರ ಮಟ್ಟಿಗೆ ಅಧೀನದಲ್ಲಿಟ್ಟುಕೊಳ್ಳಲು ಸಾಧ್ಯವಾಗುತ್ತಿರಲಿಲ್ಲ. ರೈಲು ನಮ್ಮ ದೇಶದಲ್ಲಿ ಪ್ಲೇಗನ್ನು ಹರಡಿತು. ರೈಲು ಇರದಿದ್ದರೆ ನಮ್ಮ ಜನಕೋಟಿ ಅಲ್ಲಿಂದಿಲ್ಲಿಗೆ ಇಲ್ಲಿಂದಲ್ಲಿಗೆ ಓಡಾಡಲು ಆಗುತ್ತಿರಲಿಲ್ಲ. ಈ ಅಂಟುರೋಗಗಳೂ ಹರಡುತ್ತಿರಲಿಲ್ಲ. ಇದಕ್ಕೆ ಮೊದಲು ನಮ್ಮಲ್ಲಿ ಸ್ವಾಭಾವಿಕವಾಗಿ ಪ್ರತ್ಯೇಕತೆ ಇತ್ತು. ರೈಲು ಬಂದು ಜನರು ತಮ್ಮಲ್ಲಿದ್ದ ಕಾಳನ್ನೆಲ್ಲ ಮಾರಲು ಮೊದಲಿಟ್ಟರು. ಆ ಕಾಳೆಲ್ಲವೂ ಎಲ್ಲಿ ತುಟ್ಟಿಯೋ ಅಲ್ಲಿಗೆ ಸಾಗಿಹೋಗಲಾರಂಭಿಸಿತು. ಅದರಿಂದ ಬರಗಳೂ ಪದೇ ಪದೇ ಪೀಡಿಸತೊಡಗಿದವು. ಜನರಲ್ಲಿ ಅಸಡ್ಡೆ ಹೆಚ್ಚಾಗಿ ಕ್ಷಾಮದ ಸಂಕಟವೂ ಹೆಚ್ಚಿತು. ಮನುಷ್ಯನ ದುಷ್ಟತನಕ್ಕೆ ರೈಲು ಪ್ರೋತ್ಸಾಹ ಕೊಟ್ಟಿತು; ಕೆಟ್ಟ ಜನ ತಮ್ಮ ದುಷ್ಟಕಾರ್ಯಗಳನ್ನು ಬಹಳ ಬೇಗ ಸಾಧಿಸಿಕೊಳ್ಳಲು ಅವಕಾಶವಾಯಿತು. ಹಿಂದೂಸ್ಥಾನದ ಪುಣ್ಯಕ್ಷೇತ್ರಗಳು ಅಪವಿತ್ರವಾದವು. ಹಿಂದೆ, ಈ ಕ್ಷೇತ್ರಗಳಿಗೆ ಅತ್ಯಂತ ಪ್ರಯಾಸದಿಂದ ಹೋಗಿಬರಬೇಕಾಗಿತ್ತು. ಆದ್ದರಿಂದ ನಿಜವಾಗಿ ಭಕ್ತಿಯಿದ್ದವರು ಮಾತ್ರವೇ ಅಲ್ಲಿಗೆ ಹೋಗುತ್ತಿದ್ದರು. ಈಗ ದುಷ್ಟರು ತಮ್ಮ ದುಷ್ಟಕಾರ್ಯಗಳನ್ನು ನಡೆಸಲು ಅಲ್ಲಿಗೆ ಹೋಗುತ್ತಾರೆ".(ಹಿಂದ್ ಸ್ವರಾಜ್ಯ, ಕರ್ನಾಟಕ ಗಾಂಧಿ ಸ್ಮಾರಕ ನಿಧಿ, ಬೆಂಗಳೂರು,೨೦೦೮, ಪುಟ ೩೪). ರೈಲು ಕೆಟ್ಟುದನ್ನು ಹರಡಬಲ್ಲುದೇ ಹೊರತು ಒಳೆಯದನ್ನಲ್ಲ ಎನ್ನುವ ಗಾಂಧಿ ರೈಲು ಬಂದ ಮೇಲೆಯೇ ರಾಷ್ಟ್ರೀಯತೆ ಬರುತ್ತಿದೆ ಅನ್ನುವ ವಾದವನ್ನು ತಿರಸ್ಕರಿಸುತ್ತಾರೆ.

ವಕೀಲರನ್ನು ಗಾಂಧಿ ಟೀಕಿಸಲು ಕಾರಣ– ಆ ಕಸುಬೇ ಜಗಳ ಕಚ್ಚಾಟಗಳಿಗೆ ಪ್ರೋತ್ಸಾಹ ಕೊಡುವಂಥದು; ಈ ವೃತ್ತಿ ದುರ್ನೀತಿಯನ್ನು ಕಲಿಸುತ್ತದೆ; ಇದರಲ್ಲಿ ಪ್ರಲೋಭನ ಹೆಚ್ಚು; ಅದಕ್ಕೆ ಬಲಿಯಾಗದವರು ಬಹಳ ಕಡಿಮೆ; ಎಲ್ಲಕ್ಕಿಂತ ಹೆಚ್ಚಾಗಿ ಅವರಿಂದ ದೇಶಕ್ಕಾದ ನಷ್ಟವೆಂದರೆ ಇಂಗ್ಲಿಷರ ಮುಷ್ಟಿಯನ್ನು ಬಲಪಡಿಸಿದುದು. ವಕೀಲರು ಹಿಂದೂಸ್ಥಾನವನ್ನು ಗುಲಾಮಗಿರಿಗೆ ನೂಕಿದ್ದಾರೆ ಮತ್ತು ಹಿಂದೂ–ಮುಸಲ್ಮಾನರ ಜಗಳವನ್ನು ಹೆಚ್ಚಿಸಿದ್ದಾರೆ ಎಂದು ಗಾಂಧಿ ಟೀಕಿಸುತ್ತಾರೆ: "ಸಾಧಾರಣ ಮನುಷ್ಯರು ಆದುದನ್ನೆಲ್ಲ ಮರೆತುಬಿಡಿ ಎನ್ನುತ್ತಾರೆ. ಎರಡೂ ಕಡೆ ತಪ್ಪಿದ್ದೇ ಇರುತ್ತದೆ. ಮುಂದೆ ಜಗಳವಾಡಬೇಡಿ ಎಂದು ಬುದ್ಧಿ ಹೇಳುತ್ತಾರೆ. ಆದರೆ ಅವರು ವಕೀಲರ ಬಳಿ ಹೋಗುತ್ತಾರೆ. ಅವರು ಮಾಡುವುದೇನು? ತಮ್ಮ ಕಕ್ಷಿಗಾರನ ಪರವಾಗಿ ವಾದ. ಆ ಕಕ್ಷಿಗಾರನಿಗೇ ಗೊತ್ತಿಲ್ಲದ ಸಂಗತಿಗಳನ್ನೂ ಹುಡುಕಿ ತೆಗೆಯುವುದು..ವಕೀಲರು ಜಗಳವನ್ನು ನಂದಿಸುವುದಿಲ್ಲ, ಮತ್ತಷ್ಟು ಉರಿಸುತ್ತಾರೆ". (ಪುಟ ೪೫). ಕೋರ್ಟುಗಳಿಲ್ಲದಿದ್ದರೆ ಇಂಗ್ಲಿಷರು ತಮ್ಮ ಅಡಳಿತ ನಡೆಸಲಾಗುತ್ತಿರಲಿಲ್ಲ ಎನ್ನುವ ಗಾಂಧಿ "ಬರೀ ಇಂಗ್ಲಿಷ್ ನ್ಯಾಯಾಧೀಶರು, ಇಂಗ್ಲಿಷ್ ವಕೀಲರು, ಇಂಗ್ಲಿಷ್ ಪೋಲೀಸರೇ ಇದ್ದಿದ್ದರೆ ಅವರು ಇಂಗ್ಲೀಷರನ್ನು ಮಾತ್ರ ಆಳಬಹುದಿತ್ತು" ಎನ್ನುತ್ತಾರೆ. ಆದರೆ ಭಾರತೀಯರೂ ಪ್ರಲೋಭನೆಗೆ ಬಿದ್ದು ಇಂಗ್ಲೀಷರ ಕ್ರಮವನ್ನೇ ಅನುಕರಿಸಿ, ಅನುಸರಿಸಿ ಇಂಗ್ಲೀಷ್ ಆಳ್ವಿಕೆಯನ್ನು, ನಾಗರೀಕತೆಯನ್ನು ಗಟ್ಟಿಗೊಳಿಸಿದ್ದಾರೆ ಎಂಬುದು ಗಾಂಧಿಯವರ ವಾದದ ತಿರುಳಾಗಿದೆ.

ವಕೀಲರ ಜೊತೆಗೆ ಗಾಂಧಿಯವರು ವೈದ್ಯರನ್ನೂ ಸೇರಿಸುತ್ತಾರಲ್ಲ ಎಂದು 'ಓದುಗ'ನಿಗೆ ಸೋಜಿಗ. 'ಸಂಪಾದಕ'ರು ಹೇಳುತ್ತಾರೆ: "ನಾನು ನಿಮಗೆ ಹೇಳುತ್ತಿರುವ ಅಭಿಪ್ರಾಯ ಕೇವಲ ನನ್ನದೇ ಅಲ್ಲ. ಪಶ್ಚಿಮದ ಲೇಖಕರು ವಕೀಲರನ್ನು, ವೈದ್ಯರನ್ನು ಕುರಿತು ಇನ್ನೂ ಕಟುವಾಗಿ ಟೀಕಿಸಿದ್ದಾರೆ. ಒಬ್ಬ ಲೇಖಕ ಈ ಆಧುನಿಕ ಪದ್ಧತಿಯನ್ನೆಲ್ಲ ಒಂದು ವಿಷವೃಕ್ಷಕ್ಕೆ ಹೋಲಿಸಿದ್ದಾನೆ. ವಕೀಲಿ, ವೈದ್ಯ ಇತ್ಯಾದಿ ಪರೋಪಜೀವಿ ವೃತ್ತಿಗಳೇ ಆ ವಿಷವೃಕ್ಷದ ರೆಂಬೆಗಳು. ಆ ವೃಕ್ಷದ ಬುಡದ ಮೇಲೆ ಧರ್ಮದ ಕೊಡಲಿ ನಿಂತಿದೆ. ಅನೀತಿಯ ಪರೋಪಜೀವಿ ಕಸುಬುಗಳೇ ಅದರ ಬೇರುಗಳು. ಆದುದರಿಂದ, ಈ ಅಭಿಪ್ರಾಯಗಳೆಲ್ಲ ನನ್ನ ಕಲ್ಪನೆಯೆ ಅಲ್ಲ, ಅನೇಕರ ಅನುಭವದ ಸಾರ" (ಪುಟ ೪೪). ಗಾಂಧಿಯವರ ವಾದಸರಣಿ ಇದು: "ಸ್ವಲ್ಪ ಆಲೋಚಿಸೋಣ. ವೈದ್ಯನ ಕೆಲಸ ದೇಹ ರಕ್ಷಣೆ ಅಥವಾ ಅದೂ ಅಲ್ಲ. ದೇಹಕ್ಕೆ ಬರಬಹುದಾದ ರೋಗಗಳ ನಿವಾರಣೆ ಅವರ ಕೆಲಸ. ಈ ರೋಗಗಳು ಹೇಗೆ ಬರುತ್ತವೆ ಹೇಳಿ? ನಮ್ಮ ಅಸಡ್ಡೆಯಿಂದ ಅಥವಾ ಅತ್ಯುಪಯೋಗದಿಂದ. ನಾನು ಹೊಟ್ಟೆಬಿರಿಯೆ ತಿಂದೆ. ಅಜೀರ್ಣವಾಯಿತು. ವೈದ್ಯನ ಬಳಿಗೆ ಹೋದೆ. ಔಷಧಿ ಕುಡಿದೆ. ಗುಣವಾಯಿತು. ಮತ್ತೆ ಹೊಟ್ಟೆಬಿರಿಯೆ ತಿಂದೆ. ಮತ್ತೆ ವೈದ್ಯನ ಗುಳಿಗೆ ತಿಂದೆ. ಮೊದಲನೆ ಸಲವೇ ಆ ಗುಳಿಗೆ ತಿನ್ನದಿದ್ದಿದ್ದರೆ ನನ್ನ ತಪ್ಪಿಗೆ ಸರಿಯಾದ ಶಿಕ್ಷೆಯನ್ನು ಅನುಭವಿಸುತ್ತಿದ್ದೆ. ಮತ್ತೊಮ್ಮೆ ಹೊಟ್ಟೆಬಿರಿಯೆ ತಿನ್ನುತ್ತಿರಲಿಲ್ಲ. ವೈದ್ಯ ನಡುವೆ ಬಂದು ನಾನು ತಿಂಡಿಪೋತನಾಗಲು ದಾರಿಮಾಡಿದ. ನನ್ನ ದೇಹಕ್ಕೇನೋ ಹಗುರವಾಯಿತು. ಆದರೆ ನನ್ನ ಮನಸ್ಸು ದುರ್ಬಲವಾಯಿತು. ಹೀಗೆ ಬಹಳ ದಿನ ಔಷಧಿ ಸೇವಿಸಿದರೆ ನನ್ನ ಮನೋದಾರ್ಢ್ಯವೇ ನಷ್ಟವಾದೀತು. ನಾನು ಭೋಗಾಸಕ್ತನಾದೆ. ರೋಗ ಬಂತು. ವೈದ್ಯ ಗುಣ ಮಾಡಿದ. ನಾನು ಮತ್ತೆ ಭೋಗಕ್ಕೆ ತಿರುಗಿದೆ. ವೈದ್ಯ ಕೈಹಾಕದಿದ್ದರೆ ಪ್ರಕೃತಿ ತನ್ನ ಕೆಲಸ ಮಾಡುತ್ತಿತ್ತು. ನಾನು ನಿಗ್ರಹವನ್ನು ಕಲಿಯುತ್ತಿದ್ದೆ. ಭೋಗಚಾಪಲ್ಯವನ್ನು ಬಿಡುತ್ತಿದ್ದೆ; ಸುಖಿಯಾಗುತ್ತಿದ್ದೆ" (ಪುಟ ೪೯).

ಈ ವಿದ್ವಾಂಸ ವೈದ್ಯರಿಗಿಂತ ನಾಟಿವೈದ್ಯರೇ ಲೇಸು ಎಂದು ಆಗಾಗ ಅನ್ನಿಸಿದೆ ಎನ್ನುವ ಗಾಂಧಿ ಇಂಗ್ಲಿಷರು ನಮ್ಮನ್ನು ಅಧೀನದಲ್ಲಿಡಲು ವೈದ್ಯವೃತ್ತಿಯನ್ನು ಚೆನ್ನಾಗಿ ಉಪಯೋಗಿಸಿಕೊಂಡಿದ್ದಾರೆ; ಸಂಯಮವನ್ನು ಕಲಿಸುವುದರ ಬದಲು ಸ್ವಚ್ಛಂಧತೆಯನ್ನು ಪ್ರೋತ್ಸಾಹಿಸಿದ್ದಾರೆ; ಇಂಗ್ಲಿಷ್ ವೈದ್ಯವನ್ನು ಕಲಿಯುವುದೆಂದರೆ ನಮ್ಮ ಗುಲಾಮಗಿರಿಯನ್ನು ದೃಢಪಡಿಸಿದ ಹಾಗೆ ಎಂದು ವಿಮರ್ಶಿಸುತ್ತಾರೆ. ಆದ್ದರಿಂದಲೆ ಇಂಗ್ಲಿಷರನ್ನು ಓಡಿಸುವುದೇ ಸ್ವರಾಜ್ಯ ಚಳುವಳಿಯ ಏಕೈಕ ಗುರಿಯಾದರೆ ಅದರಿಂದ ಯಾವ ಪ್ರಯೋಜನವೂ ಇಲ್ಲ; ನಾವು ದ್ವೇಷಿಸಬೇಕಾದದ್ದು ಇಂಗ್ಲಿಷ್ ನಾಗರಿಕತೆಯನ್ನು ಎಂದು ಅವರು ಸ್ಪಷ್ಟಪಡಿಸುತ್ತಾರೆ. ಮತ್ತು ಈ ಚಳುವಳಿ ಅಹಿಂಸಾತ್ಮಕ ಮಾರ್ಗದಲ್ಲಿಯೇ ನಡೆಯಬೇಕು ಎಂದು ಗಾಂಧಿ ಆಗ್ರಹಪಡಿಸುತ್ತಾರೆ.

೮

"ನೀವು ಹೇಳುವ ಸತ್ಯಾಗ್ರಹ ಅಥವಾ ಆತ್ಮಬಲ ಸಫಲವಾದ ಐತಿಹಾಸಿಕ ಪ್ರಮಾಣ ಏನಾದರೂ ಇದೆಯೇ?" ಎಂಬ ಪ್ರಶ್ನೆಗೆ ಗಾಂಧಿ ಕೊಡುವ ಉತ್ತರ ಮಾರ್ಮಿಕವಾಗಿದೆ: "ರಾಜರ ಕಥೆಗಳೆ ಇತಿಹಾಸ ಎಂದರೆ ಅದರಲ್ಲಿ ಸತ್ಯಾಗ್ರಹದ ಪ್ರಮಾಣ ಸಿಗಲಾರದು....

ಜಗತ್ತಿನ ಇತಿಹಾಸ ಯುದ್ಧದಿಂದ ಮೊದಲಾಗಿದ್ದರೆ ಈ ಲೋಕ ಎಂದೋ ಮುಳುಗಿ ಹೋಗುತ್ತಿತ್ತು... ಅಣ್ಣ ತಮ್ಮಂದಿರಿಬ್ಬರು ಜಗಳವಾಡುತ್ತಾರೆ. ಅವರಲ್ಲೊಬ್ಬ ಪಶ್ಚಾತ್ತಾಪ ಪಟ್ಟು ತನ್ನೊಳಗಿನ ಪ್ರೇಮವನ್ನು ಎಚ್ಚರಗೊಳಿಸುತ್ತಾನೆ. ಇಬ್ಬರೂ ಮತ್ತೆ ಶಾಂತಿಯಿಂದ ಇರುತ್ತಾರೆ. ಇದನ್ನು ಯಾರೂ ಗಮನಿಸರು. ಅದೇ ಆ ಅಣ್ಣತಮ್ಮಂದಿರು ವಕೀಲರ ದೆಸೆಯಿಂದಲೋ ಬೇರೆ ಕಾರಣಗಳಿಂದಲೋ ಹಗೆಯನ್ನು ಬೆಳೆಸಿಕೊಂಡು ಆಯುಧ ಹಿಡಿದು ಹೊಡೆದಾಡಿದರೆ, ನ್ಯಾಯಾಲಯಕ್ಕೆ ಹೋದರೆ–ಇದೂ ಒಂದು ಪಶುಬಲದ ಬೇರೆ ರೂಪು–ಆಗ ಈ ವಿಚಾರ ಪತ್ರಿಕೆಗಳಲ್ಲಿ ಬರುತ್ತದೆ; ನೆರೆಹೊರೆಯವರು ಈ ಬಗ್ಗೆ ಮಾತಾಡಿಕೊಳುತ್ತಾರೆ. ಒಂದು ಕುಟುಂಬದ ಬಗ್ಗೆ ನಿಜವಾದುದೇ ರಾಷ್ಟ್ರಗಳ ಬಗ್ಗೆ ನಿಜ, ಕುಟುಂಬಕ್ಕೊಂದು ನ್ಯಾಯ, ರಾಷ್ಟ್ರಕ್ಕೊಂದು ನ್ಯಾಯ, ಹೀಗಿಲ್ಲ. ಸ್ವಭಾವಕ್ಕೆ ವಿರುದ್ಧವಾದ ಅಸಹಜ ಕೃತಿಗಳ ವರದಿಯೇ ಈಗ ಇತಿಹಾಸವಾಗಿದೆ. ಸತ್ಯಾಗ್ರಹ ಸ್ವಾಭಾವಿಕ. ಆದುದರಿಂದಲೆ ಇತಿಹಾಸದಲ್ಲಿ ಅದರ ಉಲ್ಲೇಖವಿಲ್ಲ". (ಪುಟ೭೦–೭೧)

ಗಾಂಧಿಯವರ ಪ್ರಕಾರ ಸತ್ಯಾಗ್ರಹ ಎಂದರೆ: "ಸ್ವಯಂ ಕಷ್ಟ ಸಹಿಸಿ ತಮ್ಮ ಅಧಿಕಾರಗಳನ್ನು ಗಳಿಸುವ ಪದ್ಧತಿ ಸತ್ಯಾಗ್ರಹ. ನನಗೆ ಇಷ್ಟವಿಲ್ಲದ ಕೆಲಸವನ್ನು ನಾನು ಮಾಡುವುದಿಲ್ಲ ಎಂದರೆ ಆತ್ಮಬಲವನ್ನು ಪ್ರಯೋಗಿಸಿದ ಹಾಗೆ, ಸತ್ಯಾಗ್ರಹ ಮಾಡಿದ ಹಾಗೆ. ಉದಾಹರಣೆಗೆ ಸರಕಾರ ಮಾಡಿದ ಒಂದು ಕಾನೂನು ನನಗೆ ಅನ್ವಯಿಸುತ್ತದೆ. ನನಗೆ ಆ ಕಾನೂನು ಇಷ್ಟವಿಲ್ಲ. ಸರಕಾರದ ಮೇಲೆ ಯುದ್ಧ ಮಾಡಿ ಆ ಕಾನೂನನ್ನು ತೆಗೆಸಿಹಾಕಿದರೆ ನಾನು ಪಶುಬಲವನ್ನು ಉಪಯೋಗಿಸಿದಂತೆ. ಆ ಕಾನೂನನ್ನು ಒಪ್ಪುವುದಿಲ್ಲವೆಂದು ಅಸಡ್ಡೆ ಮಾಡಿದುದಕ್ಕೆ ಶಿಕ್ಷೆ ಅನುಭವಿಸಿದರೆ ಸತ್ಯಾಗ್ರಹ. ಇದರಲ್ಲಿ ಆತ್ಮ ಬಲಿದಾನವಿದೆ"(ಪುಟ೭೧). ಎಲ್ಲಿ ಸತ್ಯಾಗ್ರಹವೇ ಪ್ರಜೆಗಳಿಗೆ ಊರುಗೋಲೋ ಅಲ್ಲಿ ನಿಜವಾದ ಸ್ವರಾಜ್ಯ ಸಂಭವ;ಉಳಿದುದೆಲ್ಲ ಸ್ವರಾಜ್ಯವಲ್ಲ, ಪರರಾಜ್ಯ ಎಂದು ಗಾಂಧಿ ಹೇಳುತ್ತಾರೆ (ಪುಟ ೭೫).

೬

ಗಾಂಧಿಯವರ "ಹಿಂದ್ ಸ್ವರಾಜ್ಯ" ರಚಿತವಾದದ್ದು ೧೯೦೮ರಲ್ಲಿ. ಅದಕ್ಕೆ ಎಷ್ಟೋ ವರ್ಷಗಳ ಹಿಂದೆಯೇ ಟಾಲ್‌ಸ್ಟಾಯ್ ಅವರ ಈ ಬಗೆಯ ವಿಚಾರಗಳು ವ್ಯಾಪಕವಾಗಿ ಪ್ರಚುರಗೊಂಡಿದ್ದವು. ಕಮ್ಯುನಿಸ್ಟ್ ಪಕ್ಷದ ಪ್ರಣಾಳಿಕೆಯು ೧೮೪೮ರಲ್ಲಿ ಪ್ರಕಟವಾಯಿತು. ೧೮೪೯ರಲ್ಲಿ ಹೆನ್ರಿ ಡೇವಿಡ್ ಥೋರೋ ಅವರ civil disobedience ಎನ್ನುವ ಲೇಖನ ಪ್ರಕಾಶಿತವಾಗಿತ್ತು. ಥೋರೊ ತಮ್ಮ ಸುಪ್ರಸಿದ್ಧ ಕೃತಿ "ವಾಲ್ಡನ್" ಅನ್ನು ೧೮೫೪ರಲ್ಲಿ ಬಿಡುಗಡೆ ಮಾಡಿದರು. ಜಾನ್ ರಸ್ಕಿನ್ ಅವರ "ಅನ್‌ಟು ದಿಸ್ ಲಾಸ್ಟ್" ಕೃತಿಯು ೧೮೬೨ರಲ್ಲಿ ಹೊರಬಂದಿತು. ಗಾಂಧಿಯವರು ಕಮ್ಯುನಿಸ್ಟರ ಮಾರ್ಗವನ್ನು ತುಳಿಯಲಿಲ್ಲ. ಟಾಲ್‌ಸ್ಟಾಯ್, ಥೋರೋ, ರಸ್ಕಿನ್ ಅವರ ಬದುಕು–ಬರಹಗಳಿಂದ ತುಂಬ ಪ್ರಭಾವಕ್ಕೆ ಒಳಗಾದರು. ಭಗವದ್ಗೀತೆ, ಬೈಬಲ್, ಕುರಾನ್, ತುಲಸೀದಾಸರ ವಚನಗಳ ಪ್ರಭಾವವೂ ಗಾಢವಾಗಿತ್ತು. ಅಂದರೆ ಗಾಂಧಿ ತಮ್ಮ ವೈಚಾರಿಕ ಪ್ರಪಂಚದಲ್ಲಿ ಏಕಾಂಗಿಯಾಗಿರಲಿಲ್ಲ. ಅದರ ಹಿಂದೆ ಒಂದು ಉಜ್ವಲವಾದ ಪರಂಪರೆಯೇ ಇತ್ತು. ಮತ್ತು ಈ ಪರಂಪರೆ ಹಲವು ದೇಶ ಕಾಲಗಳನ್ನು ವ್ಯಾಪಿಸಿತ್ತು.

ಗಾಂಧಿಯವರು ತಮ್ಮ ಪುಸ್ತಕದ ಕೊನೆಯಲ್ಲಿ ಅನುಬಂಧವೊಂದನ್ನು ನೀಡಿದ್ದಾರೆ. ಅದರಲ್ಲಿ ಟಾಲ್‌ಸ್ಟಾಯ್ ಅವರ ಆರು ಕೃತಿಗಳ ಉಲ್ಲೇಖ ಇದೆ. ಥೋರೋ ಅವರ ಎರಡು, ರಸ್ಕಿನ್ ಅವರ ಎರಡು ಮತ್ತಿತರರ ಹಲವಾರು ಕೃತಿಗಳ ಪ್ರಸ್ತಾಪ ಇದೆ. ಈ ಎಲ್ಲ ಪುಸ್ತಕಗಳನ್ನು ವಾಚಕರು ಓದಬೇಕೆಂದು ಗಾಂಧಿ ಶಿಫಾರಸು ಮಾಡಿದ್ದಾರೆ.

ಟಾಲ್‌ಸ್ಟಾಯ್ ಅವರ "ಮೂರ್ಖ ಇವಾನನ ಕಥೆ" (೧೮೮೫) ಗಾಂಧಿಯವರು "ಹಿಂದ್ ಸ್ವರಾಜ್"ನಲ್ಲಿ ಎತ್ತಿರುವ ಪ್ರಶ್ನೆಗಳ ಕಥಾರೂಪ ಇದ್ದಂತಿದೆ. ಈ ನೀಳ್ಗತೆಯನ್ನು ಗಾಂಧಿಯವರು ಓದಿದ್ದರೋ ಇಲ್ಲವೋ ಎಂಬ ಬಗ್ಗೆ ಖಚಿತವಾದ ಮಾಹಿತಿ ಇಲ್ಲ. ಆದರೆ ಒಟ್ಟಾರೆ ದರ್ಶನದಲ್ಲಿ ಈ ಎರಡು ಮೇಲುನೋಟಕ್ಕೆ ಭಿನ್ನವೆನ್ನಿಸುವ ಕೃತಿಗಳ ನಡುವಣ ಸಾದೃಶ್ಯ ಕುತೂಹಲಕಾರಿಯಾಗಿದೆ.

ಸರಳವಾಗಿ ಬದುಕಿ, ಸಹಜವಾಗಿ, ಸಂತೋಷವಾಗಿ ಇರಬೇಕಾದ ಮನುಷ್ಯ ಯಾಕೆ ದುರಾಸೆ, ಅಧಿಕಾರದಾಹ, ಆಕ್ರಮಣ, ಶೋಷಣೆಗಳಂತಹ ದುರ್ಗುಣಗಳನ್ನು ರೂಢಿಸಿಕೊಂಡು ತನ್ನ ಅಂತರಂಗವನ್ನೂ ಸುತ್ತಣ ಲೋಕವನ್ನೂ ನರಕಸದೃಶ ಮಾಡುತ್ತಾನೆ ಎಂದು ಟಾಲ್‌ಸ್ಟಾಯ್ ಗಾಢವಾಗಿ ಚಿಂತಿಸಿದ್ದಾರೆ. 'ಮನುಷ್ಯರಲ್ಲಿ ಇರುವುದು ಏನು?', 'ಮನುಷ್ಯರಿಗೆ ಇಲ್ಲದಿರುವುದು ಏನು?' 'ಮನುಷ್ಯರು ಯಾವುದರಿಂದ ಬದುಕುತ್ತಾರೆ?' ಎಂಬ ಪ್ರಶ್ನೆಗಳನ್ನು ಟಾಲ್‌ಸ್ಟಾಯ್ 'ಮನುಷ್ಯರು ಬದುಕುವುದು ಯಾವುದರಿಂದ ಎಂದರೆ...' (೧೮೮೧) ಎಂಬ ಕತೆಯ ಸಂದರ್ಭದಲ್ಲಿ ನಮ್ಮ ಮುಂದೆ ಮಂಡಿಸುತ್ತಾರೆ. ಸರಳವಾಗಿ ತೋರಿದರೂ ತುಂಬ ಕಠಿಣವಾದ ಪ್ರಶ್ನೆಗಳು ಇವು. ಈ ಪ್ರಶ್ನೆಗಳನ್ನು ಯಾರು ಉತ್ತರಿಸಬೇಕು? ಈ ಕತೆಯಲ್ಲಿ ದೇವಲೋಕದಲ್ಲಿದ್ದ ಕಿನ್ನರನೊಬ್ಬ ದೇವರಿಂದ ಶಾಪಕ್ಕೊಳಗಾಗಿ ಭೂಲೋಕಕ್ಕೆ ಬರುತ್ತಾನೆ. ಮೇಲಿನ ಪ್ರಶ್ನೆಗಳಿಗೆ ಉತ್ತರ ಸಿಕ್ಕಾಗ ಮಾತ್ರ ಅವನು ಮತ್ತೆ ದೇವಲೋಕಕ್ಕೆ ಹೋಗಬಹುದು. ಭೂಲೋಕದಲ್ಲಿ ಮನುಷ್ಯನಾಗಿ ಬದುಕಿ ಮನುಷ್ಯಾನುಭವದ ಮೂಲಕವೇ ಈ ಪ್ರಶ್ನೆಗಳಿಗೆ ಅವನು ತನ್ನದೇ ಉತ್ತರಗಳನ್ನು ಕಂಡುಕೊಳ್ಳುತ್ತಾನೆ. ಈ ಉತ್ತರಗಳು ಸರ್ವಮಾನ್ಯ, ಕಿನ್ನರ ಪಡೆದುಕೊಂಡ ಉತ್ತರಗಳನ್ನು ಇತರ ಮನುಷ್ಯರಿಗೆ ಮನೆಪಾಠದಂತೆ ಸುಲಭವಾಗಿ ದಾಟಿಸಲು ಸಾಧ್ಯ ಎಂಬ ಧಾಟಿಯಲ್ಲಿ ಟಾಲ್‌ಸ್ಟಾಯ್ ಕತೆ ಹೇಳುವುದಿಲ್ಲ. ಪ್ರತಿಯೊಬ್ಬ ಮನುಷ್ಯನೂ ತನ್ನ ತನ್ನ ಜೀವನದ ಸಂದರ್ಭದಲ್ಲಿ ತನ್ನ ತನ್ನ ಅನುಭವದ ಬೆಳಕಿನಲ್ಲಿ ಉತ್ತರಗಳಿಗೆ ತಡಕಾಡಬೇಕು. ಇನ್ನೊಬ್ಬರ ಅನುಭವ ನಮಗೆ ದಾರಿದೀಪವಾಗಬಹುದೇ ಹೊರತು ಕಟ್ಟಿ ಕೊಟ್ಟ ಬುತ್ತಿಯಾಗಲಾರದು ಎಂಬ ತಿಳುವಳಿಕೆಯಲ್ಲಿಯೇ ಈ ಕತೆಯನ್ನು ಕೇಳಿಸಿಕೊಳ್ಳಬೇಕು. ಕಿನ್ನರ ಪಡೆದುಕೊಂಡ ಒಂದು ಅರಿವು ನಮ್ಮನ್ನು ಯೋಚನೆಗೆ ಹಚ್ಚುವಂತಿದೆ: "ಮನುಷ್ಯನಿಗೆ ತನ್ನ ಅವಶ್ಯಕತೆಗಳೇನು ಎಂದು ತಿಳಿದುಕೊಳ್ಳುವ ಶಕ್ತಿಯೇ ಇರುವುದಿಲ್ಲ".

ಈ ತೆರನಾದ ಪ್ರಶ್ನೆಗಳು ಟಾಲ್‌ಸ್ಟಾಯ್ ಕತೆಗಳಲ್ಲಿ ಮತ್ತೆ ಮತ್ತೆ ಕೇಳಿಬರುತ್ತವೆ. 'ಮನುಷ್ಯನಿಗೆಷ್ಟು ಭೂಮಿ ಬೇಕು?' ಎಂಬ ಪ್ರಶ್ನೆಯೇ ಒಂದು ಸುಪ್ರಸಿದ್ಧ ಕತೆಯ ಶೀರ್ಷಿಕೆಯಾಗಿದೆ. ಈ ಕತೆಯನ್ನು ಟಾಲ್‌ಸ್ಟಾಯ್ ಬರೆದದ್ದು ೧೮೮೬ರಲ್ಲಿ. ಸಾಮಾನ್ಯ ರೈತನೊಬ್ಬ ತಾನು ಸ್ವತಃ ನಿಭಾಯಿಸಲಾರದಷ್ಟು ವಿಸ್ತಾರವಾದ ಜಮೀನಿಗಾಗಿ ಆಸೆಪಟ್ಟು

ಅದಕ್ಕೆ ಬಲಿಯಾದ ಈ ಕತೆ ಇವತ್ತಿಗೂ ತುಂಬ ಪ್ರಸ್ತುತವಾಗಿದೆ ಎನಿಸುತ್ತದೆ. ಮನುಷ್ಯನ ಅವಶ್ಯಕತೆಗಳಿಗೂ ಆಸೆಗಳಿಗೂ ಇರುವ ಅಂತರ; ಮನುಷ್ಯನ ದುರಾಸೆಗಳಿಗೂ ಪ್ರಕೃತಿಯ ಸಂಪನ್ಮೂಲಗಳಿಗೂ ಇರುವ ಅಂತರ– ಇವು ಎಂದಿನಿಂದ ಸಂತರ, ತತ್ವಶಾಸ್ತ್ರಜ್ಞರ, ಸಮಾಜಸುಧಾರಕರ ಮತ್ತು ಅರ್ಥಶಾಸ್ತ್ರಜ್ಞರ ಜಿಜ್ಞಾಸೆಗೆ ಒಳಗಾಗುತ್ತ ಬಂದಿರುವ ಸಂಗತಿಗಳಾಗಿವೆ. ಆ ಜಿಜ್ಞಾಸೆಯನ್ನು ಟಾಲ್‌ಸ್ಟಾಯ್ ಇಲ್ಲಿ ತರ್ಕಬದ್ಧ ಸಿದ್ಧಾಂತವಾಗಿ ಮಂಡಿಸುವುದಿಲ್ಲ. ಒಬ್ಬ ಸಾಮಾನ್ಯ ಮನುಷ್ಯನ ದುರಾಸೆಯ ದೃಷ್ಟಾಂತವಾಗಿ ನಮ್ಮ ಹೃದಯಕ್ಕೆ ಮುಟ್ಟುವಂತೆ ಕತೆಯೊಂದನ್ನು ಹೇಳಿಬಿಡುತ್ತಾರೆ. "ಅವನ ತಲೆಯಿಂದ ಕಾಲುಗಳ ವರೆಗೆ ಬೇಕಾಗಿದ್ದು ಆರು ಅಡಿ ನೆಲ ಅಷ್ಟೆ' ಎಂದು ಕತೆ ಮುಕ್ತಾಯವಾದಾಗ ಒಂದು ಕ್ಷಣ ತಮಾಷೆ ಎನಿಸಿದರೂ ಟಾಲ್‌ಸ್ಟಾಯ್ ಹೇಳಬಯಸಿದ್ದ ಮರ್ಮದ ಮಾತು ನಮ್ಮನ್ನು ತಟ್ಟಿಬಿಡುತ್ತದೆ.

ಈ ಪ್ರಶ್ನೆಗಳನ್ನು ಟಾಲ್‌ಸ್ಟಾಯ್ 'ಮೂರ್ಖ ಇವಾನನ ಕತೆ' (೧೮೮೫) ಯಲ್ಲಿ ತುಸು ದೀರ್ಘವಾಗಿ ಮಂಡಿಸುತ್ತಾರೆ. ಸಾಮಾನ್ಯ, ಪ್ರಾಮಾಣಿಕ ರೈತನಾಗಿ ಅತ್ಯಂತ ಸರಳವಾಗಿ ಬದುಕುವ ಇವಾನ್ ಸಂತೋಷ, ನೆಮ್ಮದಿಗಳಿಂದ ಬಾಳುವುದು, ಹಣ ಮತ್ತು ಸೈನ್ಯ ಶಕ್ತಿಯ ಬೆನ್ನು ಹತ್ತಿ ಹೋಗುವ ಅವನ ಅಣ್ಣಂದಿರು ಉದ್ದಕ್ಕೂ ಅತೃಪ್ತರಾಗಿಯೇ ಉಳಿಯುವುದು– ಈ ಕತೆಯನ್ನು ಹೇಳುವ ಪರಿಕ್ರಮದಲ್ಲೇ ಟಾಲ್‌ಸ್ಟಾಯ್ ಮನುಷ್ಯ ಸ್ವಭಾವ ಮತ್ತು ಅವನು ಕಟ್ಟಿಕೊಂಡಿರುವ ನಾಗರೀಕತೆಯ ಸ್ವರೂಪ ಎರಡನ್ನೂ ವಿಮರ್ಶಿಸುತ್ತಾ ಹೋಗುತ್ತಾರೆ. ದೈಹಿಕ ದುಡಿಮೆಯ ಪ್ರಾಮುಖ್ಯವನ್ನೂ, ಪಾವಿತ್ರ್ಯವನ್ನೂ ಈ ಕತೆ ಸರಳವಾಗಿ ಮತ್ತು ಸ್ವಾರಸ್ಯಕರವಾಗಿ ನಿರೂಪಿಸುತ್ತದೆ. ತನ್ನ ಪ್ರಾಮಾಣಿಕ ದುಡಿಮೆಯಿಂದ ಮಾತ್ರ ಮನುಷ್ಯ ತನ್ನ ಬದುಕನ್ನು ನಿಜವಾಗಿ ಸುಖದಿಂದ ಬದುಕಬಲ್ಲ ಎಂಬ ಸತ್ಯವನ್ನು ಕತೆ ತೋರಿಸುತ್ತದೆ. 'ತಲೆಯಿಂದ ಕೆಲಸ ಮಾಡುವುದು' ಮತ್ತು 'ಕೈಗಳಿಂದ ಕೆಲಸ ಮಾಡುವುದು'- ಇವುಗಳ ನಡುವಣ ವ್ಯತ್ಯಾಸಗಳನ್ನು ದಾಖಲಿಸುವ ಒಂದು ವಿನೋದಪೂರ್ಣ ಸನ್ನಿವೇಶ ಈ ಕತೆಯಲ್ಲಿ ಬರುತ್ತದೆ. ಎರಡು ಜೀವನಕ್ರಮಗಳ, ಆದ್ಯತೆಗಳ ನಡುವಣ ಮೂಲಭೂತ ತಾತ್ತ್ವಿಕ ಅಂತರಗಳನ್ನು ಸರಳ ಲಘು ಅನುಕರಣದ ಧಾಟಿಯಲ್ಲಿ ಟಾಲ್‌ಸ್ಟಾಯ್ ಮಂಡಿಸಿರುವ ಕ್ರಮ ಅನನ್ಯವಾದದ್ದು. ಮನುಷ್ಯನಲ್ಲಿ ಅಂತರ್ಗತವಾಗಿರುವ ದುರಾಸೆ ಮತ್ತು 'ಸಂಗ್ರಹ' ಪ್ರವೃತ್ತಿಗಳನ್ನೂ, ಹಿಂಸೆ ಮತ್ತು ಆಕ್ರಮಣಶೀಲತೆಗಳನ್ನೂ ತೆರೆದು ತೋರಿಸುವ, ಇದಕ್ಕೆ ಬದಲಿಯಾಗಿ ಮನುಷ್ಯ ತನ್ನ ಶ್ರಮದಿಂದ ಬದುಕಬೇಕಾದ ಅಗತ್ಯವನ್ನು ಪ್ರತಿಪಾದಿಸುವ ಈ ಕತೆ ಹಿಂದೆಂದಿಗಿಂತ ಇಂದು ತೀರಾ ಪ್ರಸ್ತುತವಾಗಿದೆ. ಸಮಕಾಲೀನ ನಾಗರೀಕತೆಯ ರೋಗಗಳಿಗೆ ಒಂದು ಔಷಧಿ ಎಂಬಂತೆ ಈ ಕತೆಯನ್ನು ಪಾರಾಯಣ ಮಾಡಬೇಕಾಗಿದೆ. ಮನುಷ್ಯ ತನ್ನ ದುರಾಸೆಯನ್ನು ತ್ಯಜಿಸಲು ಸಾಧ್ಯವಾದರೆ, ಪ್ರಕೃತಿಯಲ್ಲಿ ಲಭ್ಯವಿರುವ ಸಂಪನ್ಮೂಲವನ್ನು ತನ್ನ ಅಗತ್ಯ ಮತ್ತು ಅವಶ್ಯಕತೆಗಳಿಗೆ ಬೇಕಾದಷ್ಟು ಮಾತ್ರ ಬಳಸುವ ಸಂಯಮ ಮನುಷ್ಯನಿಗೆ ಸಾಧ್ಯವಾದರೆ ಇಡೀ ಮನುಕುಲ ಪ್ರಕೃತಿಯೊಂದಿಗೆ ಸಮರಸದ ಸಹಬಾಳ್ವೆಯನ್ನು ಸಾಧಿಸಬಹುದು ಎಂಬ ಮಹಾ ದರ್ಶನ ಇಲ್ಲಿ ಹೊಳೆಯುತ್ತದೆ. ಯಂತ್ರಗಳ ಬದಲು ಕೈಕಾಲುಗಳನ್ನು ಬಳಸಬೇಕೆನ್ನುವ, ಹಣ ಮತ್ತು ಅಧಿಕಾರದ ಸಂಗ್ರಹದ ಬದಲು ಇಂದ್ರಿಯನಿಗ್ರಹ ಮತ್ತು ಆತ್ಮಬಲವನ್ನು ಪ್ರತಿಪಾದಿಸುವ, ಯುದ್ಧದ ಅಗತ್ಯವೇ ಇಲ್ಲದೆ ಪ್ರತಿಯೊಬ್ಬರೂ ಸ್ವನಿಯಂತ್ರಣ ಸಾಧಿಸಿ ಸುಖವಾಗಿ ಬಾಳಬೇಕೆನ್ನುವ ಗಾಂಧಿಯವರ ಸ್ವರಾಜ್ಯದ ಆಶಯಗಳನ್ನು ಟಾಲ್‌ಸ್ಟಾಯ್

ಕತೆಯಷ್ಟು ಸರಳವಾಗಿ ಆದರೆ ಧ್ವನಿಪೂರ್ಣವಾಗಿ ನಿರೂಪಿಸಬಲ್ಲ ಕೃತಿಗಳು ತೀರ ವಿರಳ. ಮತ್ತೊಂದು ಉದಾಹರಣೆಯನ್ನು ಕೊಡಲೇ ಬೇಕಾದರೆ ನಾವು ಚಾರ್ಲಿ ಚಾಪ್ಲಿನ್ನನ "ಗೋಲ್ಡ್ ರಷ್", "ಮಾಡರ್ನ್ ಟೈಮ್ಸ್" ಮತ್ತು "ದ ಗ್ರೇಟ್ ಡಿಕ್ಟೇಟರ್" ಚಲನಚಿತ್ರಗಳನ್ನು ಉಲ್ಲೇಖಿಸಬೇಕು. ಒಬ್ಬರು ಗಾಂಧಿಯನ್ನು ಎದುರುನೋಡಿದರೆ ಮತ್ತೊಬ್ಬರು ಗಾಂಧಿಯ ಮುಂದುವರಿಕೆಯಾಗಿ ಕಾಣುತ್ತಾರೆ.

೧೦

ಮೇಲುನೋಟಕ್ಕೆ ಸುಂದರವೂ, ಮುಗ್ಧವೂ, ನಿರಪಾಯಕಾರಿಯಾಗಿಯೂ ಕಾಣುವ ಈ ಗ್ರಾಮ ಸಮುದಾಯಗಳು ನಿಜವಾಗಿ ಕ್ರೌರ್ಯ ಶೋಷಣೆ ದಬ್ಬಾಳಿಕೆಗಳ ಕೇಂದ್ರವಾಗಿದ್ದು, ತಮ್ಮ ಸಾಂಪ್ರದಾಯಿಕತೆ, ಮೂಢನಂಬಿಕೆಗಳಿಂದಾಗಿ ಮನುಷ್ಯನ ಆಲೋಚನಾಶಕ್ತಿಯನ್ನೇ ಕುಬ್ಜಗೊಳಿಸಿ, ಪ್ರಗತಿವಿರೋಧಿಯಾಗಿವೆ ಎಂಬ ಅರ್ಥ ಬರುವ ವ್ಯಾಖ್ಯಾನವನ್ನು ನೀಡಿ ಕಾರ್ಲ್ ಮಾರ್ಕ್ಸ್ ೧೮೫೩ರ ಒಂದು ಲೇಖನದಲ್ಲಿ ಇಂಗ್ಲೀಷರು ಭಾರತದಲ್ಲಿ ನಡೆಸಿದ ವಸಾಹತೀಕರಣವನ್ನು ಸಮರ್ಥಿಸುತ್ತಾನೆ. ಅವನ ಪ್ರಕಾರ ಇಂಗ್ಲೆಂಡ್ ಮುಂದೆ ನೆರವೇರಿಸಲೇ ಬೇಕಾದ ಎರಡು ಮಹತ್ವದ ಗುರಿಗಳಿದ್ದವು: ಒಂದು, ಪೌರ್ವಾತ್ಯ ಸಮಾಜದ ನಿರ್ನಾಮ. ಎರಡನೆಯದು, ಪಾಶ್ಚಾತ್ಯ ನಾಗರಿಕತೆಯ ನಿರ್ಮಾಣಕ್ಕೆ ಅಡಿಗಲ್ಲು ಹಾಕುವುದು. ಗಾಂಧಿಯವರ ಮಾರ್ಗ ಬೇರೆಯಾಗಿತ್ತು. ಭಾರತೀಯ ಸಮಾಜವನ್ನು ಆವರಿಸಿಕೊಂಡಿದ್ದ ಕೆಡುಕುಗಳ ಸಂಪೂರ್ಣ ಅರಿವು ಅವರಿಗಿತ್ತು. ಆದರೆ ಅದಕ್ಕೆ ಬದಲಿ ಎಂದು ಬಿಂಬಿಸಲಾಗುತ್ತಿದ್ದ ಪಾಶ್ಚಾತ್ಯ ನಾಗರಿಕತೆಯಲ್ಲಿ ಇಡೀ ಮನುಷ್ಯಕುಲಕ್ಕೆ ಹಾನಿಯಾಗಬಲ್ಲ ಹಾನಿಕಾರಕ ಸಂಗತಿಗಳನ್ನು ಗಾಂಧಿ ಗುರುತಿಸಿದರು. ಆ ನಾಗರಿಕತೆ ಪೌರ್ವಾತ್ಯರಿಗೂ ಬೇಡ, ಪಾಶ್ಚಾತ್ಯರಿಗೂ ಬೇಡ ಎಂಬುದು ಗಾಂಧಿಯವರ ನಿಲುವಾಗಿತ್ತು. ಆದ್ದರಿಂದಲೇ ಗಾಂಧಿಯವರ ಹೋರಾಟವು ಏಕಕಾಲದಲ್ಲಿ ಭಾರತೀಯ ಸಮಾಜದಲ್ಲಿ ಇದ್ದ ಕೆಡುಕುಗಳು ಮತ್ತು ಪಾಶ್ಚಾತ್ಯ ನಾಗರಿಕತೆಯ ಅಪಾಯಗಳು ಎರಡರ ವಿರುದ್ಧವೂ ಆಗಿತ್ತು. ಹಿಂದೂಸ್ಥಾನಕ್ಕೆ ತನ್ನದೇ ಆದ 'ಸಂಸದೀಯ ಸ್ವರಾಜ್ಯ' ಬರುವುದು ಗಾಂಧಿಯವರಿಗೆ ಅಷ್ಟೇನೂ ಮುಖ್ಯವಾದ ಸಂಗತಿಯಾಗಿರಲಿಲ್ಲ. ನಮ್ಮದೇ ಸರಕಾರ ಬರಬಹುದು, ಆದರೆ ನಾವು ಯಾವ ಬಗೆಯ ನಾಗರೀಕತೆಯನ್ನು ಕಟ್ಟುತ್ತೇವೆ ಎಂಬ ಪ್ರಶ್ನೆ ಅವರಿಗೆ ಮುಖ್ಯವಾಗಿತ್ತು. ಕೇಂದ್ರೀಕರಣಕ್ಕೆ ಬದಲು ವಿಕೇಂದ್ರೀಕರಣವನ್ನು ಗಾಂಧಿಯವರು ಒತ್ತುಕೊಟ್ಟು ಹೇಳುವುದು ಇದೇ ಕಾರಣಕ್ಕಾಗಿ. 'ಗ್ರಾಮ ಸ್ವರಾಜ್ಯ'ಎಂಬುದು ಇನ್ನೂ ಮುಂದಿನ ಹೆಜ್ಜೆ. ಆದರೆ ಇವೆಲ್ಲಕ್ಕಿಂತ ಮುಖ್ಯವಾದದ್ದು ಅನ್ಯಮೂಲವಾದ ಯಾವುದೇ ನಿಯಂತ್ರಣವಿಲ್ಲದೆ ಪ್ರತಿಯೊಬ್ಬನೂ ತನ್ನನ್ನು ತಾನು ನಿಯಂತ್ರಿಸಿಕೊಳ್ಳಬಲ್ಲ ಸ್ಥಿತಿಯನ್ನು ತಲುಪುವುದು. ಇದು ನಮ್ಮ ನಿಜವಾದ ಗುರಿಯಾಗಿರಬೇಕು ಎಂದು ಗಾಂಧಿ ಬಯಸಿದ್ದರು. ಅವರ ದೃಷ್ಟಿಯಲ್ಲಿ 'ಸ್ವರಾಜ್' ಎಂದರೆ ಅಂತಿಮವಾಗಿ ಅದೇ.

೧೧

ಗಾಂಧಿ ಕೇವಲ ರಾಜಕಾರಣಿಯಾಗಿರಲಿಲ್ಲ. ಕೇವಲ ಚಳುವಳಿಗಾರರಾಗಿರಲಿಲ್ಲ. ಅವರಿಗೆ ಬಹಿರಂಗ ಚಟುವಟಿಕೆಗಳಷ್ಟೇ ಅಂತರಂಗದ ಧ್ಯಾನವೂ ಮುಖ್ಯವಾಗಿತ್ತು. ಅಥವಾ ಅದನ್ನು

ಹೀಗೂ ಹೇಳಬಹುದು. ಅಂತರಂಗ-ಬಹಿರಂಗಗಳೆಂಬ ಕೃತಕ ವಿಭಜನೆಯಿಲ್ಲದಂಥ ವ್ಯಕ್ತಿತ್ವವೊಂದನ್ನು ರೂಪಿಸಿಕೊಳ್ಳಲು ಅವರು ಉದ್ದಕ್ಕೂ ಶ್ರಮಿಸಿದರು. ಇಂಥ ಪ್ರಯತ್ನದ ಒಂದು ಮಾದರಿ ಅಥವಾ ವಿಧಾನವೆಂದರೆ ಬರವಣಿಗೆ. 'ಸ್ವ' ವಿಜೃಂಭಿಸಬಾರದೆಂದು ಅವರು 'ಅನ್ಯ'ವೊಂದನ್ನು ಸೃಷ್ಟಿಸಿಕೊಂಡು ಅದರೊಂದಿಗಿನ ಅನುಸಂಧಾನದಲ್ಲಿ ತಮ್ಮ ವಿಚಾರಗಳು ರೂಪುಗೊಳ್ಳುವಂಥ, ಎರಡು 'ಪಾತ್ರ'ಗಳನ್ನುಳ್ಳ 'ನಾಟಕ' ಕೃತಿಯೊಂದನ್ನು "ಹಿಂದ್ ಸ್ವರಾಜ್" ದಲ್ಲಿ ಅವರು ಕಟ್ಟಿದರು. ಈ ಬರವಣಿಗೆಯ ವಿಧಾನಕ್ಕೆ ತುಂಬ ಭಿನ್ನವೆನ್ನಿಸುವ ಕೇವಲ ಉತ್ತಮಪುರುಷ ನಿರೂಪಣೆಯ 'ಕಥನ' ಅಂದರೆ ಆತ್ಮಕಥನವನ್ನೂ ಅವರು ಮುಂದೆ ಬರೆದರು (೧೯೨೫ರಲ್ಲಿ) ಎಂಬುದು ಗಾಂಧಿ ಸಾಹಿತ್ಯದ ಮತ್ತೊಂದು ಕುತೂಹಲಕಾರಿ ಅಂಶ. ಓರ್ವ ಬರಹಗಾರರಾಗಿ ಗಾಂಧಿಯವರ ಪ್ರಯೋಗಶೀಲತೆಯನ್ನೂ ಅದು ಸೂಚಿಸುತ್ತದೆ.

ಇಂಗ್ಲೀಷಿನ autobiography, memoirs ಎನ್ನುವ ಸಾಹಿತ್ಯ ಪ್ರಕಾರವು ಕನ್ನಡದಲ್ಲಿ 'ಆತ್ಮ ಕತೆ', 'ಆತ್ಮ ಕಥನ', 'ಆತ್ಮ ಕಥಾನಕ', 'ಆತ್ಮ ಚರಿತ್ರೆ' ಮುಂತಾಗಿ ಕರೆಯಲ್ಪಡುತ್ತಿದೆ. ಸಾಹಿತ್ಯ ಪ್ರಭೇದಗಳಲ್ಲೇ ಪ್ರಾಯಶಃ ಇದು ಅತ್ಯಂತ ಸಮಸ್ಯಾತ್ಮಕವಾದ ಮಾದರಿ ಎಂದು ಕಾಣುತ್ತದೆ. 'ಚರಿತ್ರೆ' ಎಂಬುದು ಒಬ್ಬರು ಇನ್ನೊಬ್ಬರ ಬಗ್ಗೆ ಬರೆಯುವಂಥದ್ದು. ಹಾಗಾಗಿ ಎಷ್ಟೇ ವಿವರಗಳನ್ನು, ಅಂಕಿಸಂಖ್ಯೆಗಳನ್ನು ಸಂಗ್ರಹಿಸಿದರೂ ವ್ಯಕ್ತಿಯ ಒಳಮನಸ್ಸು, ಅಂತರಂಗದ ಗುಟ್ಟುಗಳು ಮತ್ತೊಬ್ಬರಿಗೆ ನಿಲುಕುವುದು ಕಷ್ಟವೇ. ವ್ಯಕ್ತಿಯೊಬ್ಬ ತನ್ನ ಬಗ್ಗೆ ತಾನೇ ಬರೆದುಕೊಂಡಾಗ ತನ್ನ ಅಂತರಂಗ-ಬಹಿರಂಗ ಎರಡರ ಬಗ್ಗೆಯೂ 'ಸತ್ಯ'ವಾಗಿ 'ಸಮಗ್ರ'ವಾಗಿ ಬರೆಯಲು 'ಸಾಧ್ಯ' ಎಂಬುದು ಇಲ್ಲಿನ ಗೃಹೀತ. ಮಿತ್ರರೊಬ್ಬರು ಶಿವರಾಮ ಕಾರಂತರ ಜೀವನ ಚರಿತ್ರೆಯನ್ನು ಬರೆಯುವ ಉತ್ಸಾಹ ತೋರಿದಾಗ ಕಾರಂತರು ಹೇಳಿದರಂತೆ: "ನೀವು ನನ್ನನ್ನು ಕೊಲ್ಲಬೇಕಿಲ್ಲ. ನನ್ನ ಆತ್ಮಹತ್ಯೆಯನ್ನು ನಾನೇ ಮಾಡಿಕೊಳ್ಳುತ್ತೇನೆ." ಪ್ರಶ್ನೆ ಏನೆಂದರೆ ಲೇಖಕನೊಬ್ಬನು ಆತ್ಮ ಚರಿತ್ರೆಯನ್ನು 'ಸತ್ಯ'ವಾಗಿಯೇ ನಿರೂಪಿಸುತ್ತಾನೆ ಎಂಬುದನ್ನು ಹೇಗೆ ನಂಬುವುದು? ಅವನಿಗೂ ಆಯ್ಕೆ, ಆದ್ಯತೆ, ಅವಧಾರಣೆಗಳ ಅವಕಾಶ ಇದ್ದೇ ಇರುತ್ತದೆಯಲ್ಲವೆ? 'ಕಲ್ಪಿತ ವಾಸ್ತವ'ವೆಂದು ಕರೆಯಲಾಗುವ ಕತೆ-ಕಾದಂಬರಿಗಳ ಮೀಮಾಂಸೆಯ ರೀತಿಯೇ ಬೇರೆ. ಅಂದರೆ ನಮ್ಮ ಅನುಭವವು ಕತೆಯಾಗಿ ರೂಪಾಂತರಗೊಂಡಾಗ ಆಸಕ್ತಿ ಇರುವುದೇ ಈ 'ರೂಪಾಂತರ'ದಲ್ಲಿ. ಆದರೆ 'ವಾಸ್ತವ' ನಿರೂಪಣೆಗೆ ಈ ಸ್ವಾತಂತ್ರ್ಯ ಇದೆಯೇ? ಪರಿಚಿತರ ಆತ್ಮಚರಿತ್ರೆಗಳನ್ನು ಓದಿದಾಗ ಕೆಲವೊಮ್ಮೆ ತೀರಾ ನಿರಾಶೆಯಾಗುತ್ತದೆ. ಏಕೆಂದರೆ ನಮಗೆ ಪರಿಚಿತವಾದ ಅವರ ಸಾರ್ವಜನಿಕ ಮುಖವೇ ಅಲ್ಲಿ ರಾರಾಜಿಸುತ್ತಿರುತ್ತದೆ. ನಮಗೇ ಗೊತ್ತಿರುವ ಅವರ ವ್ಯಕ್ತಿತ್ವದ ದೌರ್ಬಲ್ಯಗಳು, ಹುಳುಕುಗಳು, ದೋಷಗಳು, ಗುಟ್ಟುಗಳು ಅವರ ಆತ್ಮಚರಿತ್ರೆಗಳಲ್ಲಿ ಪ್ರಸ್ತಾಪಿತವಾಗಿರುವುದೇ ಇಲ್ಲ. ಇನ್ನು ಕೆಲವರು ತಮ್ಮ ಬಗ್ಗೆಯೇ ಅನೇಕ ಸುಳ್ಳುಗಳನ್ನು ಹೊಸೆದಿದ್ದಾರೆ ಎನ್ನಿಸುವಂಥದ್ದೂ ಅವರ ಬರವಣಿಗೆಯಲ್ಲಿ ಕಾಣಿಸಿಕೊಂಡು ಅವರ ಪರಿಚಿತರು ಆಶ್ಚರ್ಯಚಕಿತರಾಗುವ ಸಂದರ್ಭಗಳೂ ಉಂಟು. ಇನ್ನು ತಮಗಾಗದವರನ್ನು ಟೀಕಿಸಲು, ತಮಗೆ ಬೇಕಾದವರನ್ನು ಸ್ತುತಿಸಲು ಇದಕ್ಕಿಂತ ಉಪಯುಕ್ತವಾದ ವೇದಿಕೆ ಮತ್ತೊಂದಿಲ್ಲ. ಹಾಗಾಗಿ ಆತ್ಮಚರಿತ್ರೆಗಳ ಬೆಲೆಕಟ್ಟುವ ಕೆಲಸವೂ ತೀರಾ ತೊಡಕಿನದು.

ಆತ್ಮಚರಿತ್ರೆಯೊಂದು ತನ್ನ ಬರವಣಿಗೆಯ 'ಕೌಶಲ್ಯ'ದಿಂದ ದೊಡ್ಡದಾಗುತ್ತದೆಯೋ? ಅದರ 'ಸತ್ಯನಿಷ್ಠುರತೆ'ಯಿಂದಲೋ? ಎಂಬ ಪ್ರಶ್ನೆಗಳಿಗೆ ಸರಳವಾದ ಉತ್ತರಗಳಿಲ್ಲ.

ಆತ್ಮಚರಿತ್ರೆಗಳಿಗೆ ಸಂಸ್ಕೃತಿವಿಶಿಷ್ಟ ಗುಣಗಳೂ ಇರುತ್ತವೆ ಎಂದು ಅನೇಕ ಮನೋವಿಜ್ಞಾನಿಗಳು ಮತ್ತು ವಿದ್ವಾಂಸರು ವಾದಿಸುತ್ತಾರೆ. ಅವರು ಪೌರ್ವಾತ್ಯ ಸಮಾಜಗಳನ್ನು shame based ಎಂದೂ ಪಾಶ್ಚಾತ್ಯ ಸಮಾಜಗಳನ್ನು guilt based ಎಂದೂ ಗುರುತಿಸುತ್ತಾರೆ. ಪೌರ್ವಾತ್ಯ ಸಮಾಜಗಳಲ್ಲಿ 'ಸಾಮಾಜಿಕ ಗೌರವ'ವೆಂಬುದು ಬಹು ದೊಡ್ಡ ಮೌಲ್ಯ. 'ನಾಲ್ಕು ಜನರೆದುರು ತಲೆಯೆತ್ತಿಕೊಂಡು ನಡೆಯಬೇಕು'ಎನ್ನುವುದು ಇಲ್ಲಿನ ನೀತಿ. 'ಬೇರೆಯವರು ನಮ್ಮ ಬಗ್ಗೆ ಏನೆಂದುಕೊಳ್ಳುತ್ತಾರೋ' ಎಂಬುದು ಇಲ್ಲಿನ ದೊಡ್ಡ ಆತಂಕ. 'ಬೇರೆಯವರ ಮುಂದೆ ನಾವು ನಾಚಿ ತಲೆತಗ್ಗಿಸುವ ಸ್ಥಿತಿ ತಂದುಕೊಳ್ಳಬಾರದು' ಎಂದು ಈ ಸಮಾಜಗಳಲ್ಲಿ ಮತ್ತೆಮತ್ತೆ ಬೋಧಿಸಲಾಗುತ್ತದೆ. ಅಂದರೆ ಇಲ್ಲಿನ ಮೌಲ್ಯ ವ್ಯವಸ್ಥೆಯು 'ನಾಚಿಕೆ ಆಧಾರಿತ'. ಹಾಗಾಗಿ ಇಂಥ ಸಮಾಜಗಳಲ್ಲಿ ಬಿಚ್ಚಿ ಇಡುವುದಕ್ಕಿಂತ ಮುಚ್ಚಿ ಇಡುವುದಕ್ಕೇ ಹೆಚ್ಚಿನ ಪ್ರಾಶಸ್ತ್ಯ. ಪಾಶ್ಚಾತ್ಯ ಸಮಾಜಗಳಲ್ಲಿ 'ಪಾಪ ನಿವೇದನೆ' ಎಂಬುದು ಬಹು ದೊಡ್ಡ ಮೌಲ್ಯ. ಮನುಷ್ಯರು 'ಪಾಪ' ಮಾಡುವುದು ಸಹಜ. ಆದರೆ ಅದಕ್ಕಿಂತ ದೊಡ್ಡದು ದೈವ ಕರುಣೆ. 'ಭಗವಂತನು ಕ್ಷಮಿಸಲಾರದಷ್ಟು ದೊಡ್ಡ ಪಾಪವನ್ನು ಮನುಷ್ಯರಿಗೆ ಮಾಡುವುದು ಸಾಧ್ಯವಿಲ್ಲ' ಎಂಬುದು ಅಲ್ಲಿನ ಮೂಲಭೂತ ನಂಬಿಕೆಗಳಲ್ಲಿ ಒಂದು. ಮೂಲತಃ ಒಂದು ಧಾರ್ಮಿಕ ಆಚರಣೆಯಾದ 'ಪಾಪನಿವೇದನೆ'(confession) ಚರ್ಚಿನ ಆಚೆಗೂ ತನ್ನ ವ್ಯಾಪ್ತಿಯನ್ನು ಹಿಗ್ಗಿಸಿಕೊಂಡಿದೆ. ಬೈಬಲನ್ನು ಮುಟ್ಟಿ ಪ್ರಮಾಣ ಮಾಡುವ ಪಾಶ್ಚಾತ್ಯರು ನ್ಯಾಯಾಲಯಗಳಲ್ಲಿ ಸಾಮಾನ್ಯವಾಗಿ ಸುಳ್ಳುಗಳನ್ನು ಹೇಳುವುದಿಲ್ಲ ಎಂಬ ಪ್ರತೀತಿ ಇದೆ. ಪೌರ್ವಾತ್ಯರಿಗೆ ಕೋರ್ಟು ಎಂಬುದು ಒಂದು 'ಸೆಕ್ಯುಲರ್ ಸ್ಪೇಸ್'. ಹಾಗಾಗಿ ಕೋರ್ಟಿನಲ್ಲಿ ಸುಳ್ಳು ಹೇಳಬಾರದು ಎಂಬುದು ಇಲ್ಲಿ ಒಂದು 'ಧಾರ್ಮಿಕ' ನೀತಿ ಅಥವಾ ಒತ್ತಡವಲ್ಲ ಎಂದು ಹಲವರು ವಾದಿಸುತ್ತಾರೆ. ಕ್ರಿಕೆಟ್ ಬೆಟ್ಟಿಂಗ್ ಹಗರಣದ ವರದಿಗಳು ನೆನಪಾಗುತ್ತವೆ. ನಮ್ಮ ಕೆಲವು ಆಟಗಾರರು ತಮ್ಮ 'ಪಾಪ'ವನ್ನು 'ನಿವೇದಿಸಿ'ಕೊಳ್ಳಲಿಲ್ಲ. ಪೋಲೀಸರು ಅವರ 'ಪಾಪ'ವನ್ನು ಭೇದಿಸಿ ಸತ್ಯವನ್ನು ಹೊರತೆಗೆಯಬೇಕಾಯಿತು. ದಕ್ಷಿಣ ಆಫ್ರಿಕಾದ ತಂಡದ ನಾಯಕ ಹ್ಯಾನ್ಸಿ ಕ್ರೋನಿಯೆ ತನ್ನ ತಪ್ಪನ್ನು ತಾನೇ ಒಪ್ಪಿಕೊಂಡ. I am a Christian. I confess everything ಎಂದು ನಿವೇದಿಸಿಕೊಂಡ. ಮೋನಿಕಾ ಲೆವಿನ್ಸ್ಕಿ ಪ್ರಕರಣದಲ್ಲಿ ಅಂದಿನ ಅಮೆರಿಕಾದ ಅಧ್ಯಕ್ಷ ಕ್ಲಿಂಟನ್ ಅಮೆರಿಕಾದ ಸಂಸತ್ತಿನ ಮುಂದೆಯೇ ತನ್ನ 'ಪಾಪ'ವನ್ನು ನಿವೇದಿಸಿಕೊಂಡ ಪ್ರಸಂಗವೂ ನೆನಪಿಗೆ ಬರುತ್ತದೆ. ಹಾಗಾಗಿ ಅಲ್ಲಿನ ಸಮಾಜಗಳಲ್ಲಿ 'ಪಾಪ ನಿವೇದನೆ' ಎಂಬುದಕ್ಕೆ ಧಾರ್ಮಿಕ ಆಯಾಮಗಳಿರುವಂತೆ, ಆಧ್ಯಾತ್ಮಿಕ, ಸಾಮಾಜಿಕ ಮತ್ತು ನೈತಿಕ ಆಯಾಮಗಳೂ ಇವೆ. ಆತ್ಮಚರಿತ್ರೆಯು ಪಾಪ ನಿವೇದನೆಯ ಆಚರಣೆಗೆ ತೀರಾ ಹತ್ತಿರವಾದ ಒಂದು ಸಾಹಿತ್ಯ ಪ್ರಭೇದವಾಗಿರುವುದರಿಂದ ಅಲ್ಲಿ ಈ ಪ್ರಕಾರವು ಮೊದಲಿನಿಂದ ಸಮೃದ್ಧವಾಗಿ ಬೆಳೆದುಕೊಂಡು ಬಂದಿದೆ ಎಂದು ವಿದ್ವಾಂಸರು ವಿಶ್ಲೇಷಿಸುತ್ತಾರೆ. ಆತ್ಮ ನಿರೂಪಣೆಯ ವಿಸ್ತೃತ ರೂಪವೇ ಆತ್ಮಕಥನವಾಗಿ ಬೆಳೆದುಬಂದಿದೆ. ಪೌರ್ವಾತ್ಯ ಸಮಾಜಗಳಲ್ಲಿ ಆತ್ಮ ಕಥನವು ಒಂದು ಮುಖ್ಯ ಸಾಹಿತ್ಯ ಪ್ರಕಾರವಾಗಿ ಬೆಳೆಯದೇ ಇರುವುದಕ್ಕೂ ಇದೇ ಕಾರಣವಿರಬಹುದು. ಸತ್ಯ

ಹೇಳಲೇ ಬೇಕಾದಾಗ ಅದನ್ನು ಪರೋಕ್ಷವಾಗಿ, ರೂಪಕಗಳಲ್ಲಿ ಹೇಳುವುದನ್ನು ನಮ್ಮವರು ರೂಢಿಸಿಕೊಂಡು ಬಂದಹಾಗೆ ಕಾಣುತ್ತದೆ. 'ಸಂಸಾರ ಗುಟ್ಟು; ವ್ಯಾಧಿ ರಟ್ಟು' ಎಂಬ ಗಾದೆ ಇಲ್ಲಿ ತುಂಬ ಪ್ರಭಾವಶಾಲಿಯಾಗಿದೆ. ಹಾಗಾಗಿ ನಮ್ಮ ಹೆಚ್ಚಿನ ಲೇಖಕರು ತಮ್ಮ 'ನಿಜ'ವಾದ ಆತ್ಮ ಕತೆಗಳನ್ನು ತಮ್ಮ ಕತೆ, ಕಾದಂಬರಿ, ನಾಟಕ, ಕಾವ್ಯಗಳಲ್ಲಿ ರೂಪಕಾತ್ಮಕವಾಗಿ ಹೇಳಿರಬಹುದೆಂದು ಊಹಿಸಬಹುದಾಗಿದೆ.

'ಪಾಪ' ನಿವೇದನೆಯು 'ಕ್ಷಮೆ', 'ಕರುಣೆ' ಮತ್ತು ಕೇಳುಗರ 'ಸಹಾನುಭೂತಿ'ಯನ್ನು ಸದಾ ನಿರೀಕ್ಷಿಸುತ್ತಿರುತ್ತದೆಯೆ? ಸದ್ಯದ ಪಾಪ ನಿವೇದನೆಯು ಮುಂದಿನ ಪಾಪಕ್ಕೆ ಪಡೆದುಕೊಳ್ಳುವ ಪರವಾನಗಿಯೆ? 'ತಪ್ಪೊಪ್ಪಿಗೆ'ಯು ಕರುಣೆಯನ್ನು ಉಕ್ಕಿಸುವುದರಿಂದ ಈ ಮೂಲಕ ಕರುಣೆಯನ್ನು ಉದ್ದೀಪ್ತಿಸುವುದೇ ಒಂದು ತಂತ್ರ, ಉಪಾಯವಾಗಿ ಬಿಡಬಹುದೆ? ಪಾಶ್ಚಾತ್ಯ ಸಾಹಿತ್ಯ ಎದುರಿಸಿದ ಒಂದು ಬಿಕ್ಕಟ್ಟು ಇದು. ಈ ಪ್ರವೃತ್ತಿ ಎಂಥಾ ಅತಿಗೆ ಹೋಯಿತೆಂದರೆ ನಿರೂಪಕರು ತಾವು ಮಾಡದ ಪಾಪಗಳನ್ನೂ ವರ್ಣರಂಜಿತವಾಗಿ ನಿರೂಪಿಸತೊಡಗಿದರು. ಈ ಅತಿಶಯೋಕ್ತಿ ಜನಪ್ರಿಯ ಬರಹಗಳಲ್ಲಿ ಒಂದು ವ್ಯಸನವೇ ಆಗಿ ಬೆಳೆದುಬಿಟ್ಟಿತು. ಆಲ್ಬರ್ಟ್ ಕಮೂ ತನ್ನ "ದ ಫಾಲ್" ಕಾದಂಬರಿಯಲ್ಲಿ ಇಂಥ ಬಗೆಯ ನಿರೂಪಣೆಗಳನ್ನೇ ಉಗ್ರವಾದ ಟೀಕೆಗೆ ಗುರಿಪಡಿಸುತ್ತಾನೆ. ಇನ್ನು ಸಾಮಾಜಿಕ ಮರ್ಯಾದೆಯ ಹೆಸರಿನಲ್ಲಿ ಪೌರ್ವಾತ್ಯ ಬರವಣಿಗೆಯು ಪಾಪಗಳನ್ನು ಮುಚ್ಚಿಟ್ಟು ನಿರೂಪಕನ ಬದುಕಿನ, ಅವನು ನಂಬಿದ ಮೌಲ್ಯಗಳ ಏಕಮುಖ ಸಮರ್ಥನೆಯ ಧಾಟಿಯನ್ನು ಹಿಡಿದು ಬಿಡುವ ಮತ್ತೊಂದು ಅತಿಯನ್ನೂ ಗಮನಿಸಬಹುದು.

ಗಾಂಧಿ ತಮ್ಮ ಆತ್ಮಕತೆಗೆ 'ಸತ್ಯ ಶೋಧನೆ', 'ಸತ್ಯದೊಂದಿಗೆ ನನ್ನ ಪ್ರಯೋಗಗಳು' ಎಂದು ನೀಡಿರುವ ಉಪಶೀರ್ಷಿಕೆಗಳನ್ನು ಈ ಹಿನ್ನೆಲೆಯಲ್ಲಿ ಗಮನಿಸಬೇಕು. ತಮ್ಮ ಆತ್ಮಕತೆಯನ್ನು ಬರೆಯುವ ವೇಳೆಗೆ ಗಾಂಧಿ ಅದಾಗಲೇ ಸಾಕಷ್ಟು ಪ್ರಸಿದ್ಧರಾಗಿದ್ದರು. ಆದರೆ ತಮ್ಮ ಬಾಲ್ಯ, ಯೌವನಗಳ ಬಗ್ಗೆ ಏನೂ ಮುಚ್ಚಿಟ್ಟುಕೊಳ್ಳದೆ ಬರೆದರು. ಬೇರೆಯವರು ತಮ್ಮ ಬಗ್ಗೆ ಏನೆಂದುಕೊಳ್ಳುತ್ತಾರೆ ಎಂಬುದಕ್ಕಿಂತ ತಮಗೆ ಎಷ್ಟರ ಮಟ್ಟಿಗೆ ಸತ್ಯವನ್ನು ಹೇಳಲು ಸಾಧ್ಯ ಎಂಬ ಪ್ರಯೋಗಕ್ಕೆ ಅವರು ತಮ್ಮನ್ನು ತಾವೇ ಗುರಿಪಡಿಸಿಕೊಂಡಿದ್ದರು. ಆದರೂ ಬ್ರಿಟಿಷ್ ಲೇಖಕ-ವಿಮರ್ಶಕ ಜಾರ್ಜ್ ಆರ್ವೆಲ್ಲನಿಗೆ ಗಾಂಧಿ ಆತ್ಮಕತೆಯಿಂದ ನಿರಾಶೆಯೇ ಆಯಿತಂತೆ. ಅವನಿಗೆ ಗಾಂಧಿಯ 'ತಪ್ಪೊಪ್ಪಿಗೆ'ಯು ಪಾಪನಿವೇದನೆಯೇ ಅಲ್ಲವೆನ್ನಿಸಿಬಿಟ್ಟಿತು. ಒಂದು ಮುಷ್ಟಿ ಮಾಂಸ, ಒಂದೆರಡು ಗುಟುಕು ಮದ್ಯ, ಕೆಲವು ಸಿಗರೇಟುಗಳು-ಇದೆಂಥ ಪಾಪ ಎಂದು ಅವನು ಗೇಲಿ ಮಾಡುತ್ತಾನೆ. ಭಾರತೀಯರು ಆರಾಧಿಸುವ ಗಾಂಧಿಯ ಆತ್ಮಕತೆಯು ಓರ್ವ ಪಾಶ್ಚಾತ್ಯ ವಿಮರ್ಶಕನಿಗೆ ಅನಾಕರ್ಷಕವಾಗಿ ಕಂಡಿದ್ದರೆ ಅದಕ್ಕೆ ಸಾಂಸ್ಕೃತಿಕ ಕಾರಣಗಳೇ ಇದ್ದಾವೆ. ಇನ್ನೊಂದು ಕುತೂಹಲದ ಸಂಗತಿ ಎಂದರೆ ಗಾಂಧೀಜಿಯ ಆತ್ಮಕತೆ ಅವರ ಬದುಕಿನ ಒಂದು ಘಟ್ಟದವರೆಗಿನ ಕತೆ. ಮುಂದಿನ ಘಟ್ಟಗಳ ಬಗ್ಗೆ ಅವರು ಆತ್ಮಕತೆಯ ರೂಪದಲ್ಲಿ ಬರೆಯಲಿಲ್ಲ. ನನ್ನ ಬದುಕೇ ಒಂದು ತೆರೆದಿಟ್ಟ ಪುಸ್ತಕ; ನನ್ನ ಜೀವನದ ವಿವರಗಳೆಲ್ಲ ಎಲ್ಲರಿಗೂ ತಿಳಿದ ವಿಷಯವೇ ಆದುದರಿಂದ ಮತ್ತೊಂದು ಆತ್ಮಕಥನದ ಅಗತ್ಯವಿಲ್ಲವೆಂದು ಅವರು ಸಾರಿಬಿಟ್ಟರು; ಅಂತರಂಗ-ಬಹಿರಂಗಗಳ ಏಕತೆಯನ್ನು ಸಾಧಿಸಿಬಿಟ್ಟರು.

'ದೈವಭೀರು'ವಾದ ಓರ್ವ ಮಿತ್ರರು ಗಾಂಧಿಯವರ ಆತ್ಮಕಥನವು 'ನವಜೀವನ'ದಲ್ಲಿ ಧಾರಾವಾಹಿಯಾಗಿ ಪ್ರಕಟವಾಗುತ್ತಿದ್ದಾಗ ಒಂದು ಸಂದೇಹವನ್ನು ಅವರ ಮುಂದೆ ಇಡುತ್ತಾರೆ: "ಈ ಸಾಹಸದಲ್ಲಿ ನೀವು ಏಕೆ ಕೈಹಾಕಿದಿರಿ? ಆತ್ಮಕಥೆಯನ್ನು ಬರೆಯುವುದು ಪಾಶ್ಚಾತ್ಯ ದೇಶದವರಿಗೆ ವಿಶಿಷ್ಟವಾದ ಒಂದು ಪದ್ಧತಿ. ಪೌರ್ವಾತ್ಯರ ಪೈಕಿ ಪಾಶ್ಚಾತ್ಯರ ಪ್ರಭಾವಕ್ಕೆ ಒಳಗಾದವರನ್ನು ಬಿಟ್ಟು ಬೇರೆ ಯಾರೂ ಬರೆದುದನ್ನು ನಾನು ಕಾಣೆ. ಇನ್ನು ನೀವು ಬರೆಯುವುದೇನನ್ನು? ಇಂದು ಯಾವುದನ್ನು ನೀವು ಸಿದ್ಧಾಂತಗಳೆಂದು ಭಾವಿಸಿದ್ದೀರೋ ಅವನ್ನು ನಾಳೆ ತಿರಸ್ಕರಿಸಬಹುದು. ಅಥವಾ ಇಂದಿನ ನಿಮ್ಮ ಯೋಜನೆಗಳನ್ನು ನೀವೇ ಬದಲಾಯಿಸಬಹುದು. ಆಗ ನಿಮ್ಮ ಮಾತುಗಳ ಅಥವಾ ಬರವಣಿಗೆಯ ಆಧಾರದ ಮೇಲೆ ತಮ್ಮ ನಡತೆಯನ್ನು ರೂಪಿಸಿಕೊಳ್ಳುವವರು ದಾರಿ ತಪ್ಪುವುದು ಸಾಧ್ಯವಿಲ್ಲವೆ? ಆತ್ಮಕಥೆಯನ್ನು ಬರೆಯದೆ ಇರುವುದು ಅಥವಾ ಹೇಗಾದರೂ ಈಗಲೇ ಬರೆಯದೆ ಇರುವುದು ಉತ್ತಮವೆಂದು ನೀವು ಭಾವಿಸುವುದಿಲ್ಲವೆ"?

ಈ ಸಂದೇಹಗಳಿಗೆ ಗಾಂಧಿ ದೀರ್ಘವಾಗಿ ಪ್ರತಿಕ್ರಿಯಿಸಿದ್ದಾರೆ. ಈ ಪ್ರತಿಕ್ರಿಯೆಯ ಕೆಲವು ಅಂಶಗಳು ಹೀಗಿವೆ:

"ನಾನು ಬರಿಯ ತತ್ವಗಳನ್ನು ಮಾತ್ರವೇ ಚರ್ಚಿಸಬೇಕಾಗಿದ್ದರೆ ಖಂಡಿತವಾಗಿ ಆತ್ಮಕಥೆಯನ್ನು ಬರೆಯುವ ಪ್ರಯತ್ನವನ್ನು ಮಾಡಬೇಕಾಗಿರಲಿಲ್ಲ. ಆದರೆ ನನ್ನ ಉದ್ದೇಶ ಈ ತತ್ವಗಳನ್ನು ವಿವಿಧ ವ್ಯವಹಾರಗಳಲ್ಲಿ ಹೇಗೆ ಪ್ರಯೋಗಿಸಿದೆನೆಂದು ತಿಳಿಸುವುದಾಗಿರುವುದರಿಂದ ನಾನು ಬರೆಯಲಿರುವ ಈ ಕಥೆಗೆ ನಾನು 'ನನ್ನ ಸತ್ಯ ಶೋಧನೆಯ ಕಥೆ' ಎಂದು ಹೆಸರನ್ನಿಟ್ಟಿದ್ದೇನೆ".(ಮೋ.ಕ.ಗಾಂಧಿ, ಆತ್ಮಕಥೆ, ಕನ್ನಡ ಅನು: ಗೊರೂರು ರಾಮಸ್ವಾಮಿ ಅಯ್ಯಂಗಾರ್ ನವಜೀವನ ಪ್ರಕಾಶ ಮಂದಿರ, ಅಹಮದಾಬಾದ್, ೧೯೬೫, ಮುನ್ನುಡಿ ಪುಟ ೬)

"ವಿಜ್ಞಾನಿಯೊಬ್ಬ ತನ್ನ ಪ್ರಯೋಗಗಳ ವಿಷಯದಲ್ಲಿ ಹೇಳುವುದಕ್ಕಿಂತ ಹೆಚ್ಚಾಗಿ ನಾನೂ ನನ್ನ ಈ ಪ್ರಯೋಗಗಳ ವಿಚಾರದಲ್ಲಿ ಏನನ್ನೂ ಹೇಳಿಕೊಳ್ಳಲಾರೆ. ಅವನು ತನ್ನ ಪ್ರಯೋಗಗಳನ್ನು ಅತ್ಯಂತ ಎಚ್ಚರಿಕೆ, ಮುಂದಾಲೋಚನೆ ಮತ್ತು ಸೂಕ್ಷ್ಮ ವಿಧಾನದಿಂದ ರಚಿಸಿದರೂ ತನ್ನ ತೀರ್ಮಾನಗಳೇ ಕೊನೆಯ ನಿರ್ಧಾರಗಳೆಂದು ಎಂದಿಗೂ ಹೇಳದೆ ಅವುಗಳ ವಿಷಯದಲ್ಲಿ ತೆರೆದ ಮನಸ್ಸುಳ್ಳವನಾಗಿರುತ್ತಾನೆ. ನಾನು ತೀವ್ರವಾದ ಆತ್ಮಶೋಧನೆಯನ್ನು ಮಾಡಿಕೊಂಡಿದ್ದೇನೆ. ನನ್ನನ್ನು ಸಂಪೂರ್ಣವಾಗಿ ಪರೀಕ್ಷಿಸಿಕೊಂಡಿದ್ದೇನೆ. ಪ್ರತಿಯೊಂದು ಮಾನಸಿಕ ಪರಿಸ್ಥಿತಿಯನ್ನೂ ಪರೀಕ್ಷಿಸಿ ವಿಮರ್ಶೆ ಮಾಡಿದ್ದೇನೆ. ಆದರೂ ಸಹ ನನ್ನ ಪ್ರಯೋಗಗಳು ಕೊನೆಯ ತೀರ್ಮಾನಗಳೆಂದಾಗಲೀ, ನಿರ್ದೋಷವಾದವುಗಳೆಂದಾಗಲೀ ನಾನು ಹೇಳುವುದಿಲ್ಲ. ಒಂದು ವಿಷಯವನ್ನು ಮಾತ್ರ ನಾನು ಹೇಳಿಕೊಳ್ಳುತ್ತೇನೆ. ನನ್ನ ಮಟ್ಟಿಗೆ ಅವು ಕೇವಲ ಸರಿಯೆಂದು ತೋರುತ್ತಿವೆ. ತಾತ್ಕಾಲಿಕವಾಗಿ ಅಂತ್ಯನಿರ್ಧಾರಗಳೆಂದೂ ಕಾಣುತ್ತಿವೆ. ಅವು ಆ ರೀತಿ ಇರದಿದ್ದರೆ ಅವುಗಳ ಆಧಾರದ ಮೇಲೆ ನಾನು ಯಾವ ಕಾರ್ಯವನ್ನೂ ಮಾಡುತ್ತಿರಲಿಲ್ಲ. ಆದರೆ ಹೆಜ್ಜೆಹೆಜ್ಜೆಗೂ ಯಾವುದು ಗ್ರಾಹ್ಯ, ಯಾವುದು

ತ್ಯಾಜ್ಯ ಎಂದು ಪರೀಕ್ಷೆ ಮಾಡಿ ಅದಕ್ಕನುಸಾರವಾಗಿ ನಡೆದಿದ್ದೇನೆ. ನನ್ನ ಕಾರ್ಯದಿಂದ ನನ್ನ ತರ್ಕಶಕ್ತಿ ಮತ್ತು ಹೃದಯಕ್ಕೆ ಸಮಾಧಾನವುಂಟಾಗುವ ವರೆಗೆ ನಾನು ನನ್ನ ಮೂಲ ನಿರ್ಣಯಕ್ಕೆ ಬದ್ಧನಾಗಿ ನಡೆಯಲೇ ಬೇಕು''.

೨೯-೪-೧೯೩೩ರ 'ಹರಿಜನ್' ಸಂಚಿಕೆಯಲ್ಲಿ ಗಾಂಧಿ ಹೇಳುತ್ತಾರೆ: ''ನನ್ನ ಸತ್ಯಶೋಧದಲ್ಲಿ ನಾನು ನನ್ನ ಅನೇಕ ವಿಚಾರಗಳನ್ನು ತ್ಯಜಿಸಿದ್ದೇನೆ ಮತ್ತು ಹೊಸ ವಿಚಾರಗಳನ್ನು ಕಲಿತಿದ್ದೇನೆ... ನಾನು ಸದಾ ಸತ್ಯದ, ಅಂದರೆ ನನ್ನ ದೇವರ, ಕರೆಗೆ ಓಗೊಟ್ಟಿದ್ದೇನೆ. ಹಾಗಾಗಿ ನನ್ನ ಎರಡು ಬರಹಗಳ ನಡುವೆ ವ್ಯತ್ಯಾಸ ಕಾಣಿಸಿದರೆ, ಏಕಪ್ರಕಾರತೆ ಕಾಣಿಸದಿದ್ದರೆ, ನನ್ನ ಎರಡನೆಯ ಬರಹವನ್ನೇ ಆಯ್ಕೆ ಮಾಡಿಕೊಳ್ಳಲು ಕೋರುತ್ತೇನೆ''. ಅಂದರೆ ಸತ್ಯದ ಕುರಿತು ಗಾಂಧಿಯವರಿಗೆ ಶಠತ್ವ ಇಲ್ಲ. ಅದು ಅರಿವಿನ ನಿರಂತರ ಪ್ರಕ್ರಿಯೆಯಲ್ಲಿ ನಿಧಾನವಾಗಿ ವಿಕಾಸಗೊಂಡು ಅನುಭವಕ್ಕೆ ಬರುವಂಥದ್ದು ಎಂದು ಅವರು ನಂಬಿದ್ದರು. ಹಾಗೆಂದು ಸದ್ಯದಲ್ಲಿ ನಮಗೆ ನಿಜವೆನ್ನಿಸಿದ್ದನ್ನು ಮಾಡದೇ ಇರಲು ಅದು ಒಂದು ನೆಪವಾಗಬಾರದು ಎಂಬುದು ಅವರ ನಿಲುವಾಗಿತ್ತು.

''ಹಿಂದ್ ಸ್ವರಾಜ್''ನಲ್ಲಿ ಯಂತ್ರಗಳನ್ನು ಕುರಿತು ಉಗ್ರವಾದ ಟೀಕೆಗಳನ್ನು ಮಾಡಿದ್ದಾರಷ್ಟೆ. ಆದರೆ ಅವರಿಗೆ ತಮ್ಮ ಅಭಿಪ್ರಾಯಗಳೇ ಅಂತಿಮ ಎಂಬ ಹಠವಿರಲಿಲ್ಲ. ಮಹದೇವ ದೇಸಾಯಿ ಅವರು ದಿಲ್ಲಿಯಲ್ಲಿ ನಡೆದ ಒಂದು ಸಂಭಾಷಣೆಯನ್ನು ನೆನಪು ಮಾಡಿಕೊಳ್ಳುತ್ತಾರೆ. ಗಾಂಧಿಯವರು ಎಲ್ಲ ಬಗೆಯ ಯಂತ್ರಗಳನ್ನು ವಿರೋಧಿಸುತ್ತಾರೋ ಎಂಬ ಪ್ರಶ್ನೆಗೆ ಗಾಂಧಿ ಹೀಗೆ ಉತ್ತರಿಸಿದ್ದರು: ''ಉಂಟೇ? ಹಾಗೆನ್ನಬಹುದೇ? ನಮ್ಮ ಮೈಯೇ ಒಂದು ಕುಶಲವಾದ ಯಂತ್ರವಲ್ಲವೆ? ರಾಟೆಯೇ ಒಂದು ಯಂತ್ರ. ಹಲ್ಲಿನ ಸಂದಿಯೊಳಗೆ ಸೇರಿದ ಕಸ ತೆಗೆಯುವ ಹುಲ್ಲುಕಡ್ಡಿಯೂ ಒಂದು ಯಂತ್ರ. ಯಂತ್ರವನ್ನಲ್ಲ ನಾನು ಬೇಡ ಎನ್ನುವುದು. ಯಂತ್ರ ಯಂತ್ರ ಎಂಬ ಭ್ರಾಂತಿಯನ್ನು. ಶರೀರ ಶ್ರಮವನ್ನು ಕಡಿಮೆ ಮಾಡುವ ಯಂತ್ರ ಬೇಕೆಂಬ ಭ್ರಾಂತಿ ಈಗ ಬೆಳೆಯುತ್ತಿದೆ. 'ದುಡಿತ ಕಡಿಮೆ'ಯಾಗಿ, ಸಾವಿರಾರು ಜನರು ಹಸಿವಿನಿಂದ ಸಾಲಾಗಿ ಬೀದಿಯಲ್ಲಿ ಬಿದ್ದಾರು. ಹತ್ತು ಜನಕ್ಕೆ ದುಡಿತ ಕಡಿಮೆ ಮಾಡುವ ಉದ್ದೇಶವಲ್ಲ ನನ್ನದು. ಇಡೀ ಮಾನವಕೋಟಿಗೇ ದುಡಿತ ಕಡಿಮೆ ಮಾಡಬಯಸುತ್ತೇನೆ. ಹತ್ತು ಜನರ ಕೈಯಲ್ಲಿ ಹಣ ಸಂಗ್ರಹವಾಗಲೆಂದಲ್ಲ. ಎಲ್ಲರ ಕೈಲೂ ಹಣ ಸೇರಲಿ ಎಂದು ನನ್ನ ಬಯಕೆ. ಸಾವಿರಾರು ಜನರ ಬೆನ್ನ ಮೇಲೆ ಒಂದು ಹಿಡಿ ಜನರು ಸವಾರಿ ಮಾಡುವ ಹಾಗಾಗಿದೆ ಇಂದು ಯಂತ್ರದಿಂದ. ಇದ್ದೆಲ್ಲದರ ಉದ್ದೇಶ, ದುಡಿತ ಕಡಿಮೆ ಮಾಡುವ ಔದಾರ್ಯವಲ್ಲ ಲೋಭ. ಇದನ್ನು ನಾನು ಸಹಿಸಲಾರೆ. ನನ್ನ ಸರ್ವಶಕ್ತಿಯನ್ನೂ ಬಳಸಿ ನಾನು ವಿರೋಧಿಸುತ್ತಿರುವುದು ಈ ಪರಿಯ ನಿರ್ಮಾಣವನ್ನು''.

ಈ ಸಂಭಾಷಣೆ ಸ್ವಾರಸ್ಯಪೂರ್ಣವಾಗಿ ಮುಂದುವರೆಯುತ್ತದೆ. ಒಂದು ಯಂತ್ರ ಬೇಕು ಎಂದರೆ ಅದನ್ನು ತಯಾರಿಸಲು ಮತ್ತೊಂದು ಯಂತ್ರವೂ ಬೇಕಾಗುತ್ತದೆಯಲ್ಲವೆ? ಈ ರೀತಿಯಾದರೆ ಇದಕ್ಕೆ ಮಿತಿ ಬೇಡವೆ? ಈ ಪಟ್ಟಿಗೆ ಕೊನೆಯೆಲ್ಲಿ? ಮುಂತಾಗಿ. ಗಾಂಧಿಯವರ ಉತ್ತರಗಳೂ ಸೂಕ್ಷ್ಮವಾಗಿವೆ. ಉದಾಹರಣೆಗೆ ಸೂಜಿ ಮನುಷ್ಯನ ಬಾಳಿನಲ್ಲಿ ಅತ್ಯಗತ್ಯವೆಂದು

ಅವರು ಹೇಳುತ್ತಾರೆ. ಹೊಲಿಗೆ ಯಂತ್ರದ ಮಹತ್ವದ ಬಗ್ಗೆ ತಿಳಿಸುತ್ತಾರೆ. ತನ ಹೆಂಡತಿಯ ಪ್ರಯಾಸವನ್ನು ತಪ್ಪಿಸಲು ಹೊಲಿಗೆ ಯಂತ್ರವನ್ನು ನಿರ್ಮಿಸಿದ ಸಿಂಗರ್ ತನ್ನ ಹೆಂಡತಿಗೆ ಮಾತ್ರವಲ್ಲ ಎಲ್ಲರಿಗೂ ಉಪಯುಕ್ತವಾದುದನ್ನೇ ಮಾಡಿದ ಎಂದು ಗಾಂಧಿ ತಿಳಿಸುತ್ತಾರೆ. ಯಂತ್ರವು ಮನುಷ್ಯನ ದೇಹವಿದ್ದಂತೆ. ಆದರೆ ಆತ್ಮದ ವಿಕಾಸಕ್ಕೆ ಅಡ್ಡಿಬಂದರೆ ದೇಹವನ್ನು ತ್ಯಜಿಸುವುದು ಹೇಗೆ ಅನಿವಾರ್ಯವೋ ಹಾಗೆಯೇ ಯಂತ್ರವನ್ನೂ ತ್ಯಜಿಸಬೇಕಾಗುತ್ತದೆ ಎಂದು ಗಾಂಧಿ ತಿಳಿಸುತ್ತಾರೆ.

ಈ ಸಂಭಾಷಣೆಯಿಂದ ನಮಗೆ ತಿಳಿದು ಬರುವುದೇನೆಂದರೆ ಗಾಂಧಿ ತಮ್ಮ ಹಿಂದಿನ ವಿಚಾರಗಳನ್ನು ತಿದ್ದಿಕೊಳ್ಳಲು, ಪರಿಷ್ಕರಿಸಿಕೊಳ್ಳಲು, ಹೊಸ ವಿಚಾರಗಳನ್ನು ಸ್ವೀಕರಿಸಲು ಯಾವತ್ತೂ ಸಿದ್ಧವಿದ್ದರು. ಅವರಿಗೆ ಸತ್ಯ ಮುಖ್ಯವಾಗಿತ್ತೇ ಹೊರತು ತಮ್ಮ ಒಂದು ಕಾಲದ ಅಭಿಪ್ರಾಯವಲ್ಲ. "ಆತ್ಮಕಥೆ"ಯ ಮುನ್ನುಡಿಯಲ್ಲಿ (ಪುಟ ೭) ಗಾಂಧಿ ಬರೆಯುತ್ತಾರೆ: "ನಾನು ಈ ಪುಟಗಳಲ್ಲಿ ಬರೆದಿರುವುದರಲ್ಲಿ ಯಾವುದಾದರೂ ಅಹಂಕಾರದಿಂದ ಬರೆದುದೆಂದು ವಾಚಕನಿಗೆ ತೋರಿದರೆ ಆಗ ನನ್ನ ಶೋಧನೆಯಲ್ಲಿ ಏನೋ ದೋಷವಿದೆ, ನಾನು ಕಂಡದ್ದು ಬಿಸಿಲುಕುದುರೆಯಲ್ಲದೆ ಬೇರೆಯಲ್ಲ ಎಂದು ಭಾವಿಸಬೇಕು. ನನ್ನಂತಹ ನೂರಾರು ಜನ ನಾಶವಾಗಲಿ. ಆದರೆ ಸತ್ಯ ಮಾತ್ರ ನಿಲ್ಲಲಿ. ತಪ್ಪು ಮಾಡಬಹುದಾದ ನನ್ನಂತಹ ಮರ್ತ್ಯರನ್ನು ಅಳೆಯುವಾಗ ಸತ್ಯದ ಆದರ್ಶವನ್ನು ಕೂದಲೆಳೆಯಷ್ಟೂ ತಗ್ಗಿಸುವುದು ಬೇಡ". ಹರಿಶ್ಚಂದ್ರ ಮತ್ತು ಶ್ರವಣಕುಮಾರ ಇಬ್ಬರೂ ತಮ್ಮ ಪಾಲಿಗೆ ಜೀವಂತ ವ್ಯಕ್ತಿಗಳು ಎಂದು ಗಾಂಧಿ ಯಾಕೆ ಹೇಳುತ್ತಾರೆಂದು ಈಗ ಹೊಳೆಯತೊಡಗುತ್ತದೆ.

ಗಾಂಧಿಯವರ ವಿಚಾರಗಳು ಮೊದಲು ಅವರ "ಪ್ರಣಾಳಿಕೆ" ಎಂದು ಭಾವಿಸಬಹುದಾದ "ಹಿಂದ್ ಸ್ವರಾಜ್"ದಲ್ಲಿ ಮಂಡಿತವಾದವು. ಅದರ "ಅನುಷ್ಠಾನ"ದ ಕಷ್ಟಗಳು, ತಯಾರಿಗಳು ಜಯಾಪಜಯಗಳು ಅವರ ಆತ್ಮಕಥೆಯಲ್ಲಿ ನಿರೂಪಿತವಾಗುತ್ತ ಹೋಗುತ್ತವೆ. ಈ ಪ್ರಕ್ರಿಯೆಯಲ್ಲಿ ಗಾಂಧಿ ವ್ಯಕ್ತಿತ್ವ ಅರಳಿದ ಪರಿ ಓದುಗರ ಮುಂದೆ ಕಟ್ಟಿಕೊಳ್ಳುತ್ತಾ ಹೋಗುತ್ತದೆ. ಈ ದೃಷ್ಟಿಯಿಂದ "ಆತ್ಮಕಥೆ" ಕೂಡ "ಹಿಂದ್ ಸ್ವರಾಜ್"ನಂತೆ ಒಂದು ಚಲನಶೀಲ ಪಠ್ಯವಾಗಿದೆ ಎಂದು ಹೇಳಬಹುದು. ಈ ಕೃತಿಯನ್ನು ಕೂಡ ಗಾಂಧಿ ಗುಜರಾತಿ ಭಾಷೆಯಲ್ಲಿಯೇ ಬರೆದರು. "ನವಜೀವನ್" ಪತ್ರಿಕೆಯಲ್ಲಿ ಧಾರಾವಾಹಿಯಾಗಿ ಹರಿದ ಈ ಆತ್ಮಕಥನ ಮುಂದೆ ಪುಸ್ತಕ ರೂಪದಲ್ಲಿ ಪ್ರಕಟವಾಯಿತು. ಮಹದೇವ ದೇಸಾಯಿ ಅವರು ೧೯೪೦ರಲ್ಲಿ ಇದನ್ನು ಇಂಗ್ಲಿಷಿಗೆ ಭಾಷಾಂತರಿಸಿದರು.

ರುಕಿಯಾ ಕಥನ

೧

ರುಕಿಯಾ ಶೇಖಾವತ್ ಹುಸೇನ್ (೧೮೮೦-೧೯೩೨) ಹುಟ್ಟಿದ್ದು ಈಗಿನ ಬಾಂಗ್ಲಾದೇಶದ ಪೈರಾಬಾದ್ ಎಂಬ ಹಳ್ಳಿಯಲ್ಲಿ. ಸಂಪ್ರದಾಯಸ್ಥ ಮುಸಲ್ಮಾನ ಕುಟುಂಬದ ಹಿನ್ನೆಲೆಯಿಂದ ಬಂದ ರುಕಿಯಾ ಅವರು ಮುಂದೆ ಸಾಹಿತ್ಯ, ಮಹಿಳೆಯರ ಶಿಕ್ಷಣ, ಪರಿತ್ಯಕ್ತ ಮಹಿಳೆಯರ ಪುನರ್ವಸತಿ ಮುಂತಾದ ಕ್ಷೇತ್ರಗಳಲ್ಲಿ ಮಾಡಿದ ಸಾಧನೆ ಗಮನಾರ್ಹ. ಸ್ವತಃ ಅವರು ಪ್ರಾಥಮಿಕ ಶಿಕ್ಷಣದಿಂದ ವಂಚಿತರಾಗಿದ್ದರು. ಆದರೆ ತಮ್ಮ ಸಹೋದರ ಇಬ್ರಾಹಿಂ ಸಬೇರ್ ಮತ್ತು ಸಹೋದರಿ ಕರೀಮುನ್ನೀಸಾ ಅವರ ಪ್ರೋತ್ಸಾಹದಿಂದ ಮನೆಯಲ್ಲೇ ಗುಟ್ಟಾಗಿ ಬಂಗಾಲಿ ಮತ್ತು ಇಂಗ್ಲಿಷ್ ಭಾಷೆಗಳನ್ನು ಕಲಿತರು. ಆ ಭಾಷೆಗಳಲ್ಲಿ ಸಾಹಿತ್ಯ ರಚಿಸುವಷ್ಟು ಪರಿಣತಿ-ಪ್ರೌಢಿಮೆಗಳನ್ನು ಗಳಿಸಿಕೊಂಡರು. ಬಿಹಾರದ ಒಂದು ಜಿಲ್ಲೆಯಲ್ಲಿ ನ್ಯಾಯಾಧೀಶರಾಗಿ ಕೆಲಸಮಾಡುತ್ತಿದ್ದ ಖಾನ್ ಬಹಾದುರ್ ಸಯ್ಯದ್ ಶೇಖಾವತ್ ಹುಸೇನರನ್ನು ತಮ್ಮ ಹದಿನೆಂಟನೆಯ ವಯಸ್ಸಿನಲ್ಲಿ ಮದುವೆಯಾದ ರುಕಿಯಾ ೧೯೦೯ರಲ್ಲಿ ತಮ್ಮ ಪತಿಯನ್ನು ಕಳೆದುಕೊಂಡರು. ತಮ್ಮ ಪತಿಯಿಂದ ರುಕಿಯಾ ಪಡೆದ ಪ್ರೋತ್ಸಾಹ ಮತ್ತು ಆತ್ಮಸ್ಥೈರ್ಯ ಅಷ್ಟಿಷ್ಟಲ್ಲ. ಸ್ವತಃ ಓರ್ವ ಉದಾರವಾದಿಯಾಗಿದ್ದ ಹುಸೇನ್ ಅವರು ಮಹಿಳೆಯರ ಹಕ್ಕುಗಳು, ಶಿಕ್ಷಣ ಮತ್ತು ಸುಧಾರಣೆಗಳ ಬಗ್ಗೆ ವಿಶೇಷವಾದ ಆಸ್ಥೆಯನ್ನು ಹೊಂದಿದವರಾಗಿದ್ದರು. ತಮ್ಮ ಆದಾಯದಲ್ಲಿ, ಆ ಕಾಲದಲ್ಲೇ, ಹತ್ತು ಸಾವಿರ ರೂಪಾಯಿಗಳನ್ನು ಅವರು ಮುಸ್ಲಿಂ ಮಹಿಳೆಯರಿಗಾಗಿ ಒಂದು ಶಾಲೆಯನ್ನು ತೆರೆಯಲು ಮುಡುಪಾಗಿಟ್ಟಿದ್ದರು.

ತಮ್ಮ ಪತಿಯ ನಿಧನದ ನಂತರ ರುಕಿಯಾ ಅವರು ತಮ್ಮ ಪತಿಯ ಹೆಸರಿನಲ್ಲಿ ಶಾಲೆಯೊಂದನ್ನು ಪ್ರಾರಂಭಮಾಡಿದರು. ಭಾಗಲ್ಪುರದಲ್ಲಿ ಆರಂಭವಾದ ಆ ಶಾಲೆ ಹೆಚ್ಚು ದಿನ ನಡೆಯಲಿಲ್ಲ. ಆಸ್ತಿವ್ಯಾಜ್ಯವೊಂದರಲ್ಲಿ ನೊಂದ ರುಕಿಯಾ ತಮ್ಮ ಗಂಡನ ಮನೆಯನ್ನು ತೊರೆದು ಮುಂದೆ ಕಲ್ಕತ್ತಾದಲ್ಲಿ ತಮ್ಮ ಜೀವನವನ್ನು ಸಾಗಿಸಿದರು. ೧೯೧೧ರಲ್ಲಿ ಅವರು ಕಲ್ಕತ್ತಾದಲ್ಲಿ ಹೆಣ್ಣುಮಕ್ಕಳ ಶಾಲೆಯೊಂದನ್ನು ತೆರೆದರು. ಕಷ್ಟದಲ್ಲಿದ್ದ ಮಹಿಳೆಯರಿಗಾಗಿ ಅನೇಕ ಕಾರ್ಯಕ್ರಮಗಳನ್ನು ಹಾಕಿಕೊಂಡರು. ರುಕಿಯಾ ಅವರು ಅಂದು ಸ್ಥಾಪಿಸಿದ ಶಾಲೆಯು ಇಂದೂ ನಡೆಯುತ್ತಿದೆಯಂತೆ. ೧೯೩೨ರ ಡಿಸೆಂಬರ್ ೯ರಂದು ಅವರು ಹೃದಯ ಬೇನೆಯಿಂದ ತೀರಿಕೊಂಡರು. ಪ್ರತಿವರ್ಷ ಡಿಸೆಂಬರ್ ೯ನೇ ದಿನಾಂಕವನ್ನು ಬಾಂಗ್ಲಾದೇಶದಲ್ಲಿ 'ರುಕಿಯಾ ದಿನ' ಎಂದು ಆಚರಿಸಿಕೊಂಡು ಬರುತ್ತಿದ್ದಾರಂತೆ. ಕಳೆದ ವರ್ಷ ಅವರ ೧೩೦ನೇ ಜನ್ಮದಿನವನ್ನು ಸಂಭ್ರಮದಿಂದ ಆಚರಿಸಲಾಯಿತು. ೧೯೨೬ರಲ್ಲಿ

ಮಹಿಳಾ ಸಾಹಿತ್ಯ ಸಮ್ಮೇಳನವೊಂದರ ಅಧ್ಯಕ್ಷತೆಯನ್ನು ವಹಿಸಲು ತಮ್ಮನ್ನು ಕೋರಿಕೊಂಡಾಗ ರುಕಿಯಾ ಹೇಳಿದರಂತೆ: "ನಾನು ನನ್ನ ಜೀವನವನ್ನೆಲ್ಲಾ ಕಬ್ಬಿಣದ ಸರಳುಗಳ ಹಿಂದೆ, ಪರದೆಯ ಹಿಂದೆ ಕಳೆದೆ. ಹಾಗಾಗಿ ಇಂಥ ಸಮ್ಮೇಳನದಲ್ಲಿ ಏನು ಮಾಡಬೇಕೆಂದು ನನಗೆ ಗೊತ್ತಿಲ್ಲ. ಅಧ್ಯಕ್ಷತೆಯನ್ನು ವಹಿಸಿಕೊಂಡು ನಾನು ನಗಬೇಕೋ, ಅಳಬೇಕೋ ಎಂದು ಕೂಡ ನನಗೆ ಗೊತ್ತಿಲ್ಲ." ಆದರೆ ಇಂದು ರುಕಿಯಾ ಅವರನ್ನು ಭಾರತ ಉಪಖಂಡದ ಮೊದಲ ಮುಖ್ಯ ಸ್ತ್ರೀವಾದೀ ಚಿಂತಕಿ, ಬರಹಗಾರ್ತಿ, ಮತ್ತು ಹೋರಾಟಗಾರ್ತಿಯರಲ್ಲಿ ಒಬ್ಬರು ಎಂದು ಗುರುತಿಸಿ ಅವರ ಬದುಕು-ಬರಹಗಳನ್ನು ಚರ್ಚಿಸಲಾಗುತ್ತಿದೆ. ಅವರ ಬರಹಗಳನ್ನು ಅನುವಾದಿಸಿ, ಬೋಧಿಸಲಾಗುತ್ತಿದೆ.

೨

ತಮ್ಮ ಮೊದಲ ನೀಳ್ಗತೆ "ಸುಲ್ತಾನಳ ಕನಸು"ವನ್ನು ರುಕಿಯಾ ೧೯೦೫ರಲ್ಲಿ ಇಂಗ್ಲಿಷ್ ಭಾಷೆಯಲ್ಲಿ ಬರೆದರು. ಮುಂದೆ ೧೯೦೮ರಲ್ಲಿ ಅದು ಪುಸ್ತಕರೂಪದಲ್ಲಿ ಪ್ರಕಟವಾಯಿತು. ೧೯೨೪ರಲ್ಲಿ "ಪದ್ಮರಾಗ" ಕಾದಂಬರಿಯನ್ನು ಬಂಗಾಲಿಯಲ್ಲಿ ರಚಿಸಿದರು. ಅದರ ಇಂಗ್ಲಿಷ್ ಅನುವಾದ ೨೦೦೫ರಲ್ಲಿ ಪ್ರಕಟವಾಗಿದೆ. ಈ ಎರಡೂ ಕೃತಿಗಳನ್ನು ಒಟ್ಟಾಗಿ ಪೆಂಗ್ವಿನ್ ಪ್ರಕಾಶನ ಹೊರತಂದಿದೆ. ಬೆಂಗಳೂರು ವಿಶ್ವವಿದ್ಯಾಲಯದ ಇಂಗ್ಲಿಷ್ ವಿಭಾಗದ ಮುಖ್ಯಸ್ಥೆಯಾಗಿರುವ ಡಾ. ಕೆ. ಎಸ್. ವೈಶಾಲಿ ಅವರು ಈ ಎರಡೂ ಕೃತಿಗಳನ್ನು ಕನ್ನಡಕ್ಕೆ ತಂದಿದ್ದಾರೆ. "ಸುಲ್ತಾನಳ ಕನಸು"ವಿನ ಕನ್ನಡ ಅನುವಾದ "ದೇಶಕಾಲ" ಪತ್ರಿಕೆಯ ಹದಿನಾರನೆಯ ಸಂಚಿಕೆ (ಜನವರಿ-ಮಾರ್ಚ್ ೨೦೦೯) ಯಲ್ಲಿ ಅಚ್ಚಾಗಿದೆ. "ಪದ್ಮರಾಗ" ಕಾದಂಬರಿಯ ಕನ್ನಡ ಅನುವಾದವು ೨೦೧೦ರಲ್ಲಿ ಬೆಂಗಳೂರಿನ ಕ್ರೈಸ್ಟ್ ಯೂನಿವರ್ಸಿಟಿಯ ಕನ್ನಡ ಸಂಘದಿಂದ ಪ್ರಕಟವಾಗಿದೆ. ವೈಶಾಲಿಯವರ ಸರಳ ಸುಂದರ ಅನುವಾದಗಳಲ್ಲಿ ಓರ್ವ ಮುಖ್ಯ ಲೇಖಕಿ ಕನ್ನಡಕ್ಕೆ ಬಂದಿರುವುದು ಸ್ವಾಗತಾರ್ಹ. ಮೂಲ ಲೇಖಕಿಯ ಮನೋಧರ್ಮಕ್ಕೆ ಅನುಗುಣವಾಗಿ ಕನ್ನಡವನ್ನು ಬಳಸಿಕೊಳ್ಳುವಲ್ಲಿ ಅನುವಾದಕಿ ತುಂಬ ಯಶಸ್ವಿಯಾಗಿದ್ದಾರೆ. ವಿವರಗಳಲ್ಲಿ ಬೇರೊಂದು ಕಾಲ ದೇಶಗಳ ಅನುಭವವಾಗುತ್ತಿದ್ದರೂ ಅದನ್ನು ಇಂದಿನ ಕನ್ನಡದಲ್ಲೇ ಮೂಡಿಸುವ ಅನುವಾದಕಿಯ ಪ್ರಯತ್ನ ಸಾರ್ಥಕವಾಗಿದೆ. ಅನುವಾದ ಎಲ್ಲೂ ಪೆಡಸಾಗಿಲ್ಲ; ಕೃತಕವೆಂದು ಅನ್ನಿಸುವುದಿಲ್ಲ. ನಿರ್ದಿಷ್ಟ ಸಾಂಸ್ಕೃತಿಕ ವಿವರಗಳನ್ನು ಬಿಟ್ಟರೆ ನಮ್ಮ ಭಾಷೆಯ ಹಿರಿಯ ಲೇಖಕಿಯರನ್ನೇ ಓದಿದ ಹಾಗಾಗುತ್ತದೆ. ರುಕಿಯಾ ಅವರ ಬದುಕು ಬರಹಗಳನ್ನು ಡಾ. ವೈಶಾಲಿ ಪರಿಚಯಿಸಿರುವ ರೀತಿ ಕೂಡ ತುಂಬ ಉಪಯುಕ್ತವೂ ಚೇತೋಹಾರಿಯೂ ಆಗಿದೆ. ರುಕಿಯಾ ಬರಹಗಳನ್ನು ಅವರ ಸಮಕಾಲೀನರ ಜೊತೆ ಇಟ್ಟು ಗಮನಿಸಿರುವ ಪ್ರಯತ್ನದಲ್ಲಿ ಈ ಬರಹಗಳನ್ನು ಅಧ್ಯಯನ ಮಾಡಬಯಸುವವರಿಗೆ ವೈಶಾಲಿಯವರು ಪರೋಕ್ಷವಾಗಿ ನೀಡಿರುವ ಸೂಚನೆಗಳೂ ಮೌಲಿಕವಾಗಿವೆ.

"ಸುಲ್ತಾನಳ ಕನಸು" ಬಗ್ಗೆ ಬರೆಯುತ್ತ ವೈಶಾಲಿ ಹೇಳುತ್ತಾರೆ: "ಅವರ ಕಲ್ಪನೆಯ ಕೂಸಾದ ಈ ಚೊಚ್ಚಿಲು ಕೃತಿಯನ್ನು ಭಾರತೀಯ ಮಹಿಳಾ ಸಾಹಿತ್ಯದ ಇತಿಹಾಸ ಪರಂಪರೆಯಲ್ಲಿ ಬಂದ ಮೊತ್ತಮೊದಲ ಕಥನವೆನ್ನಬಹುದು. ಅದರಲ್ಲೂ ಮಹಿಳಾಪರ ನಿಲುವುಗಳ ಸುತ್ತಲೇ ಹೆಣೆದ ಈ ಆದರ್ಶ ರಾಜ್ಯದ ಕಲ್ಪನೆ ಸುಮಾರು ಅದೇ ಸಮಯದಲ್ಲಿ ಪ್ರಕಟವಾದ ಅಮೆರಿಕಾದ

ಲೇಖಕಿ ಶಾರ್ಲೆಟ್ ಪರ್ಕಿನ್ಸ್ ಗಿಲ್‌ಮನ್‌ರವರ ಕಾದಂಬರಿ 'ಅವಳ ನಾಡು'(ಹರ್ ಲ್ಯಾಂಡ್) ಗಿಂತ ಹಿಂದಿನದು. ಆದುದರಿಂದ ಸ್ತ್ರೀವಾದೀ ವಿಮರ್ಶಾ ಪರಂಪರೆಯಲ್ಲಿ ಈ ಕೃತಿಗೆ ಒಂದು ಮಹತ್ವವಾದ ಚಾರಿತ್ರಿಕ ಪ್ರಾಮುಖ್ಯ ದೊರೆತಿದೆ." ಎರಡು ಸಂಪುಟಗಳಲ್ಲಿ ಪ್ರಕಟವಾಗಿರುವ ರುಕಿಯಾ ಅವರ ಲೇಖನ ಮಾಲಿಕೆ "ಮೋತಿಚರ್" ಕೃತಿಯನ್ನು ೧೮ನೇ ಶತಮಾನದ ಬ್ರಿಟಿಷ್ ಸ್ತ್ರೀವಾದೀ ಲೇಖಕಿ ಮೇರಿ ವುಲ್‌ಸ್ಟೋನ್ ಕ್ರಾಫ್ಟಳ ಪ್ರಸಿದ್ಧ ಕೃತಿ "ಮಹಿಳಾ ಹಕ್ಕುಗಳ ಸಮರ್ಥನೆ"(ವಿಂಡಿಕೇಶನ್ ಆಫ್ ದ ರೈಟ್ಸ್ ಆಫ್ ವಿಮೆನ್)ಗೆ ಹೋಲಿಸಲಾಗುತ್ತದೆ ಎನ್ನುವ ವೈಶಾಲಿ ಒಂದು ಸ್ವಾರಸ್ಯಕರ ಸಾಮ್ಯದ ಬಗ್ಗೆ ನಮ್ಮ ಗಮನ ಸೆಳೆಯುತ್ತಾರೆ: "ರುಕಿಯಾರವರು ಆ ಕೃತಿಯನ್ನು ಓದಿರಲಿಕ್ಕಿಲ್ಲವಾದರೂ, ಸೋಜಿಗದ ಸಂಗತಿಯೆಂದರೆ, ಸಾಯುವ ಸ್ವಲ್ಪ ಕಾಲದ ಮುನ್ನ ಡಿಸೆಂಬರ್ ೧೯೩೨ರಲ್ಲಿ ಆಕೆ ಬರೆಯುತ್ತಿದ್ದ 'ನಾರೀರ್ ಅಧಿಕಾರ್' ಎಂಬ ಲೇಖನದಲ್ಲಿ 'ಖೈದಿಗಳನ್ನು ಕಬ್ಬಿಣದ ಸರಪಳಿಯಿಂದ ಹೇಗೆ ಬಂಧಿಸಲಾಗುತ್ತದೆಯೋ ಹಾಗೆಯೇ ಮುಸ್ಲಿಂ ಮಹಿಳೆಯರು ಚಿನ್ನ ಬೆಳ್ಳಿಯ ಸಂಕೋಲೆಗಳಲ್ಲಿ, ಪರ್ದಾಗಳಲ್ಲಿ ಬಂಧಿತರಾಗಿದ್ದಾರೆ' ಎಂದು ರುಕಿಯಾ ಹೇಳಿದ್ದಾರೆ."

೩

"ಸುಲ್ತಾನಳ ಕನಸು" ಉತ್ತಮಪುರುಷ ನಿರೂಪಣೆಯಲ್ಲಿದೆ. ಒಂದು ಸಂಜೆ ನಿರೂಪಕಿಯು ಭಾರತೀಯ ಮಹಿಳೆಯರ ಸ್ಥಿತಿಗತಿಗಳ ಬಗ್ಗೆ ಯೋಚಿಸುತ್ತಾ ಆರಾಮಕುರ್ಚಿಯಲ್ಲಿ ವಿಶ್ರಮಿಸುತ್ತಿದ್ದಾಗ ತನ್ನ ಸ್ನೇಹಿತೆಯು ತನ್ನ ಮುಂದೆ ನಿಂತಿರುವಂತೆ ಭಾಸವಾಗುತ್ತದೆ. ಆ ಸ್ನೇಹಿತೆಯು ಅವಳನ್ನು ತನ್ನ ತೋಟವನ್ನು ನೋಡಲು ಕರೆದುಕೊಂಡು ಹೋಗುತ್ತಾಳೆ. ನಡೆದುಕೊಂಡು ಹೋಗುತ್ತಿದ್ದಾಗ ಇದ್ದಕ್ಕಿದ್ದಂತೆ ಬೆಳ್ಳಂಬೆಳಗಾಗುತ್ತದೆ. ಅವರೊಂದು ಅಪರಿಚಿತ ಪಟ್ಟಣದಲ್ಲಿ ಇರುತ್ತಾರೆ. ಮತ್ತು ತನ್ನ ಜೊತೆ ಇರುವುದು ತನ್ನ ಸ್ನೇಹಿತೆ ಸಾರಾ ಅಲ್ಲ, ಯಾರೋ ಅಪರಿಚಿತೆ ಎಂಬುದನ್ನು ನಿರೂಪಕಿ ಗಮನಿಸುತ್ತಾಳೆ. ತಾನು ಹಾಡೇ ಹಗಲು ರಸ್ತೆಯಲ್ಲಿ ತಿರುಗಾಡುತ್ತಿರುವ ಬಗ್ಗೆ ನಿರೂಪಕಿಗೆ, ಲಜ್ಜೆ, ಮುಜುಗರಗಳಾಗುತ್ತವೆ. 'ನಾನು ಪರ್ದಾನಿಶೀನ ಮಹಿಳೆಯಾದುದರಿಂದ ಪರ್ದಾ ಧರಿಸದೆ ನಡೆದಾಡುವ ರೂಢಿ ಇಲ್ಲ' ಎಂದು ತನ್ನ ಸಂಗಾತಿಗೆ ಹೇಳುತ್ತಾಳೆ. 'ಇಲ್ಲಿ ನೀನು ಒಬ್ಬ ಗಂಡಸು ಎದುರಿಗೆ ಬಂದಾನೆಂದು ಭಯಗ್ರಸ್ತಳಾಗಬೇಕಿಲ್ಲ ಗೆಳತಿ. ಇದು ಮಹಿಳೆಯರ ರಾಜ್ಯ. ಅಪರಾಧ ಹಾಗೂ ಅಪಾಯಗಳಿಂದ ಮುಕ್ತವಾದ ನಿರ್ಭಯ ವಾತಾವರಣ, ಸಚ್ಚಾರಿತ್ರ್ಯ, ಸನ್ನಡತೆಗಳೇ ಇಲ್ಲಿ ರಾರಾಜಿಸುತ್ತಿವೆ' ಎಂದು ಅವಳ ಸಂಗಾತಿ ಸಮಾಧಾನ ಹೇಳುತ್ತಾಳೆ. ಮುಂದೆ ಆ ಲೋಕದಲ್ಲಿ ನಿರೂಪಕಿಯು ಕಾಣುವುದೆಲ್ಲ ತನ್ನ ನಿಜಲೋಕದಲ್ಲಿ ಕಾಣದ ಸಂಗತಿಗಳೇ. ಇಡೀ ಜಾಗವೇ ಒಂದು ಉದ್ಯಾನವನದಂತಿದೆ ಎಂಬ ನಿರೂಪಕಿಯ ಉದ್ಗಾರಕ್ಕೆ ಅವಳ ಸಂಗಾತಿಯ ಪ್ರತಿಕ್ರಿಯೆ: "ನಿಮ್ಮ ದೇಶದ ಗಂಡಸರು ಮನಸ್ಸು ಮಾಡಿದ್ದರೆ ನಿಮ್ಮ ಕಲ್ಕತ್ತೆಯೂ ಕೂಡ ಇದಕ್ಕಿಂತ ಸುಂದರವಾದ ಉದ್ಯಾನನಗರಿಯಾಗಲು ಸಾಧ್ಯವಿತ್ತು."

ನಡೆದಾಡುತ್ತಿದ್ದಾಗ ನಿರೂಪಕಿಯು ನೂರಾರು ಮಹಿಳೆಯರನ್ನು ನೋಡುತ್ತಾಳೆ; ಆದರೆ ಒಬ್ಬ ಗಂಡಸೂ ಅವಳ ಕಣ್ಣಿಗೆ ಬೀಳುವುದಿಲ್ಲ. ಕಲ್ಕತ್ತೆಯಲ್ಲಿ ಮಹಿಳೆಯರನ್ನು ಜನಾನದಲ್ಲಿ ನಿರ್ಬಂಧಿಸಿ ಇಡುವಂತೆ ತಾವು ಅಲ್ಲಿ ಪುರುಷರನ್ನೇ ಕದ ಮುಚ್ಚಿ ಇಟ್ಟಿರುವುದಾಗಿ ಅವಳ

ಸಂಗಾತಿ ತಿಳಿಸುತ್ತಾಳೆ. ಅಷ್ಟೇ ಅಲ್ಲ, ಅವಳು ಅದಕ್ಕೆ ಕಾರಣವನ್ನೂ ಕೊಡುತ್ತಾಳೆ: ಹೆಂಗಸರು ಅಮಾಯಕರು ಮತ್ತು ಮುಗ್ಧರು. ಅವರನ್ನು ಕೂಡಿಹಾಕಿ, ಉಪಟಳ ಉಪದ್ರವ ಕೊಡುವ ಗಂಡಸರನ್ನು ಸ್ವತಂತ್ರವಾಗಿ ತಿರುಗಾಡಲು ಬಿಡುವುದು ಯಾವ ನ್ಯಾಯ? ಎಂದು ಅವಳು ಪ್ರಶ್ನಿಸುತ್ತಾಳೆ. ನಿರೂಪಕಿಯ ಊರಿನಲ್ಲಿ ಚಾಲ್ತಿಯಲ್ಲಿರುವ ಪುರುಷ–ಮಹಿಳೆಯರ ಸ್ಥಿತಿಗತಿಗಳ ಬಗ್ಗೆ, ನಡಾವಳಿಗಳ ಬಗ್ಗೆ ಅವಳು ಅನೇಕ ಟೀಕೆ ಟಿಪ್ಪಣಿಗಳನ್ನು ಮಾಡುತ್ತಾಳೆ. ಈ ಕನಸಿನ ಲೋಕದಲ್ಲಿ ಮಹಿಳೆಯರು ದೇಶದ ಆಡಳಿತವನ್ನು ನಡೆಸುತ್ತಾರೆ; ಗಂಡಸರು ಗೃಹಕೃತ್ಯಗಳನ್ನು ನಿಭಾಯಿಸುತ್ತಾರೆ. ಇಲ್ಲಿ ಬಾಲ್ಯವಿವಾಹ ಪದ್ಧತಿ ಇಲ್ಲ. ಮಹಿಳಾ ಶಿಕ್ಷಣ ಇಲ್ಲಿ ಕಡ್ಡಾಯ. ಅಲ್ಲಿ ಸಾಂಕ್ರಾಮಿಕ ರೋಗಗಳ ಭಯವಿಲ್ಲ.

ಅಂದರೆ, ತನ್ನ ಕಾಲದೇಶಗಳ ವಾಸ್ತವದಲ್ಲಿ ಅಸಂಭಾವ್ಯವಾದುದನ್ನು ನಿರೂಪಕಿ ತನ್ನ ಕನಸಿನಲ್ಲಿ ಕಾಣುತ್ತಾಳೆ. ಇನ್ನೊಂದು ರೀತಿಯಲ್ಲಿ ಹೇಳಬೇಕೆಂದರೆ ಅವಳ ತನ್ನ ಆದರ್ಶದ ಲೋಕವನ್ನು ಕನಸಿನಲ್ಲಿ ಕಾಣುತ್ತಾಳೆ. ಇನ್ನೂ ಸ್ಪಷ್ಟವಾಗಿ ಹೇಳಬೇಕಾದರೆ ರುಕಿಯಾ ಅವರು ತಮ್ಮ ಚಿಂತನೆ, ಆದರ್ಶ, ಕನಸುಗಳನ್ನು ಈ ಕಥನದಲ್ಲಿ ಪರೋಕ್ಷವಾಗಿ ನಿರೂಪಿಸುತ್ತ ಹೋಗಿದ್ದಾರೆ. ಯಾವುದು ತಮ್ಮ ಕಾಲದೇಶಗಳ ವಾಸ್ತವದಲ್ಲಿ ಅಸಾಧ್ಯವಾಗಿತ್ತೋ, ಯಾವುದನ್ನು ನೇರವಾದ ವಾಸ್ತವಿಕ ಮಾರ್ಗದಲ್ಲಿ ಅಭಿವ್ಯಕ್ತಿಸಲು ಸಾಧ್ಯವಿರಲಿಲ್ಲವೋ ಅವುಗಳಿಗೆ ಈ ಕಾಲ್ಪನಿಕ ಕಥೆಯಲ್ಲಿ ಅವರು ಒಂದು ಅರ್ಥಪೂರ್ಣ, ಸೃಜನಶೀಲ ಹೊರದಾರಿಯನ್ನು ಕಂಡುಕೊಂಡಿದ್ದಾರೆ. ಸೂಕ್ಷ್ಮವಾಗಿ ಗಮನಿಸಿದರೆ ಇದು ಒಂದು ನಿರ್ದಿಷ್ಟ ಕಾಲದ, ದೇಶದ, ಸಮುದಾಯದ ಸ್ಥಿತಿಗತಿಗಳಿಗೆ ಲೇಖಕಿಯ ಪ್ರತಿಕ್ರಿಯೆಯೂ ಹೌದು, ಕ್ರಿಯಾತ್ಮಕ, ವಿಮರ್ಶಾತ್ಮಕ ಪ್ರತಿಸ್ಪಂದನೆಯೂ ಹೌದು. ಆದರೆ ಈ ಕಥನವು ಈ ನಿರ್ದಿಷ್ಟತೆಯನ್ನೂ ದಾಟಿ ಯಾವುದೇ ದೇಶದ, ಕಾಲದ ಮಹಿಳೆಯರ ಸ್ಥಿತಿ–ಸಾಧ್ಯತೆಗಳನ್ನು ಧ್ಯಾನಿಸುವ ಸಾಧಾರಣೀಕರಣದ ಸಾಧ್ಯತೆಯನ್ನು ತನ್ನ ಕಥಾ ಸಂವಿಧಾನ ಮತ್ತು ನಿರೂಪಣಾ ವಿಧಾನಗಳಲ್ಲೇ ಸಾಧಿಸಿಕೊಂಡಿದೆ. ಅಷ್ಟೇ ಅಲ್ಲ, ಈ ಕಥನದ ವ್ಯಾಪ್ತಿಯು ಮಹಿಳೆಯರ ಸ್ಥಿತಿಗತಿಗಳ ಚಿಂತನೆಗಳ ಆಚೆಗೂ ವ್ಯಾಪಿಸಿಕೊಂಡು ಹೊಸ ನಾಗರೀಕತೆಯೊಂದನ್ನೂ ಧ್ಯಾನಿಸುವಂತಿದೆ. ಉದಾಹರಣೆಗೆ ಈ ಲೋಕದಲ್ಲಿ ಮನುಷ್ಯರು ಸೋಮಾರಿಗಳಲ್ಲ; ಆದರೆ ದುಡಿಯುವ ಯಂತ್ರಗಳಾಗದೆ, ದುಡಿಮೆಯನ್ನೇ ಸೃಜನಶೀಲವಾಗಿಸಿ ಕಲೆಗೂ ಸಾಕಷ್ಟು ಸಮಯ, ವ್ಯವಧಾನಗಳನ್ನು ಉಳಿಸಿಕೊಂಡವರು. ಇಲ್ಲಿ ಮನುಷ್ಯ ಮತ್ತು ಯಂತ್ರಗಳ ಅರ್ಥಪೂರ್ಣ ಸಹ ಅಸ್ತಿತ್ವ ಇದೆ. ವಿಜ್ಞಾನ, ತಂತ್ರಜ್ಞಾನಗಳ ಹಿತಮಿತ ಬಳಕೆ ಇದೆ. ಸೌರಶಕ್ತಿಯನ್ನು ಬಳಸುವ ಕಾರಣ ಇಂಧನದ ಸಮಸ್ಯೆ ಇಲ್ಲ; ಪರಿಸರ ಮಾಲಿನ್ಯದ ಸಮಸ್ಯೆಯೂ ಇಲ್ಲ. ಸೌರಶಕ್ತಿಯನ್ನು ಶೇಖರಿಸಿಟ್ಟುಕೊಳ್ಳುವ ವಿದ್ಯೆಯೂ ಅವರಿಗೆ ಕರಗತವಾಗಿದೆ. ವ್ಯವಸಾಯ, ಸಂಚಾರ ವ್ಯವಸ್ಥೆ ಎಲ್ಲವೂ ಅವುಗಳ ಆತ್ಯಂತಿಕ ಸುಧಾರಿತ ಸ್ಥಿತಿಯಲ್ಲಿವೆ. ಇಲ್ಲಿ ಪೋಲೀಸರು, ನ್ಯಾಯಾಧೀಶರ ಅವಶ್ಯಕತೆಯೇ ಇಲ್ಲ. ಹಾಗಾಗಿ ಪೋಲೀಸು ಠಾಣೆಗಳು, ನ್ಯಾಯಾಲಯಗಳು, ಸೈನ್ಯ ಯಾವುದೂ ಇಲ್ಲಿಲ್ಲ. ಅವರಿಗೆ ಬೇರೆ ದೇಶಗಳ ಜೊತೆ ಸ್ಪರ್ಧೆಯೂ ಇಲ್ಲ, ಯುದ್ಧವೂ ಇಲ್ಲ. ಅಪಾರವಾದ ಜ್ಞಾನ ಸಾಗರದ ಆಳವನ್ನು ಶೋಧಿಸಲು ನಾವು ಕಾತುರಗೊಂಡಿದ್ದೇವೆ ಮತ್ತು ಅದರ ಗರ್ಭದಲ್ಲಿರುವ ಅಮೂಲ್ಯವಾದ ಮುತ್ತು ರತ್ನಗಳನ್ನು ಹೆಕ್ಕಿ ತೆಗೆಯುವ ಮೂಲಕ ಪ್ರಕೃತಿಯು ನಮಗೆ ನೀಡಿರುವ ಕೊಡುಗೆಗಳನ್ನು ತಮ್ಮ ಶಕ್ತ್ಯನುಸಾರ ಬಳಸಿಕೊಳ್ಳುವುದೇ ತಮ್ಮ ಉದ್ದೇಶವೆಂದು

ಆ ಲೋಕದ ರಾಣಿ ಹೇಳುತ್ತಾಳೆ. 'ನಿಮ್ಮ ಧರ್ಮವೇನೆಂದು ನಾನು ಕೇಳಬಹುದೇ?' ಎಂದು ನಿರೂಪಕಿ ಪ್ರಶ್ನಿಸಿದಾಗ ಅವಳ ಸಂಗಾತಿ ಹೇಳುತ್ತಾಳೆ: "ನಮ್ಮ ಧರ್ಮವು ಪ್ರೀತಿ ಹಾಗೂ ಸತ್ಯಗಳ ಆದರ್ಶದ ಬುನಾದಿಯ ಮೇಲೆ ನಿಂತಿದೆ. ಪರಸ್ಪರರನ್ನು ಪ್ರೀತಿಸುವುದು ಮತ್ತು ಸತ್ಯಸಂಧರಾಗಿರುವುದು ನಮ್ಮ ಪರಮೋಚ್ಚ ಧಾರ್ಮಿಕ ಕರ್ತವ್ಯವಾಗಿದೆ".

ಮಹಾತ್ಮ ಗಾಂಧಿ ಅವರ "ಹಿಂದ್ ಸ್ವರಾಜ್" ಪ್ರಕಟವಾಗಿದ್ದು ೧೯೦೮ರಲ್ಲಿ. ರವೀಂದ್ರನಾಥ ಠಾಕೂರರ "ಗೋರಾ" ಪ್ರಕಟವಾಗಿದ್ದು ೧೯೧೦ರಲ್ಲಿ. ಅದಕ್ಕೂ ಮುಂಚೆಯೇ ರುಕಿಯಾ ಅವರ "ಸುಲ್ತಾನಳ ಕನಸುಗಳು" ಪ್ರಕಟವಾಗಿರುವುದನ್ನು ಗಮನಿಸಿದರೆ ಈ ಕೃತಿಯ ಸಾಹಿತ್ಯಿಕ, ಸಾಂಸ್ಕೃತಿಕ ಹಾಗೂ ಐತಿಹಾಸಿಕ ಮಹತ್ವ ಅರಿವಿಗೆ ಬರುತ್ತದೆ. ಈ ಕಥೆ ರುಕಿಯಾ ಅವರ 'ಯುಟೋಪಿಯ'. ಆದರೆ ಈ ಕಥನ ಇಟ್ಟುಕೊಂಡಿರುವ ಕಾಲಜ್ಞಾನ ಕೂಡ ಅಷ್ಟೇ ಪ್ರಖರವಾದದ್ದು. ಸುಲ್ತಾನ ಕಂಡ, ಅದಕ್ಕಿಂತ ಹೆಚ್ಚಾಗಿ ಅವಳ ಕರ್ತೃ ರುಕಿಯಾ ಕಂಡ ಕನಸು ಒಂದು ಶತಮಾನದ ನಂತರ ಸ್ವಲ್ಪವಾದರೂ ನನಸಾಗಿದ್ದರೆ ಅದಕ್ಕೆ ಕಾರಣ ಕೂಡ ರುಕಿಯಾರಂಥವರ ಕನಸು ಕಾಣುವ ಶಕ್ತಿ ಮತ್ತು ಅದನ್ನು ನನಸು ಮಾಡಿಕೊಳ್ಳಬೇಕೆಂಬ ಅದಮ್ಯ ಛಲವೇ ಆಗಿವೆ.

೪

"ಸುಲ್ತಾನಳ ಕನಸು" ವಾಸ್ತವಲೋಕದಿಂದ ದೂರವಿದೆ ಅನ್ನಿಸಲು ಆ ಕಾಲದ ಐತಿಹಾಸಿಕ ಸಂದರ್ಭ ಕಾರಣವಾಗಿರುವಂತೆ ರುಕಿಯಾ ಅವರ ಬರವಣಿಗೆಯ ವಿಧಾನವೂ ಕಾರಣವಾಗಿದೆ. ಆದರೆ ಅವರ ಬರವಣಿಗೆಯನ್ನು ಕೇವಲ ಅದ್ಭುತರಮ್ಯವೆಂದು ಸರಳೀಕರಿಸಲು ಬರುವುದಿಲ್ಲ. ಗಾಂಧಿಯವರ "ಹಿಂದ್ ಸ್ವರಾಜ್" ಕೃತಿಯ ಬಗ್ಗೆ ಖ್ಯಾತ ಆಫ್ರಿಕನ್ ಚಿಂತಕ ಮತ್ತು ಬರಹಗಾರ ಚಿನುಅ ಅಚಿಬೆ ಹೇಳಿರುವ ಮಾತುಗಳು ನೆನಪಾಗುತ್ತವೆ: "ಅವರದು ಎಲ್ಲಾ ಪ್ರವಾದಿಗಳ ಮಹಾನ್ ಬೋಧಕರ ಮಾರ್ಗ. ಜನ ನಿಮಗೆ ಕಿವಿಗೊಡಬೇಕಿದ್ದರೆ ನೀವು ಉತ್ಪ್ರೇಕ್ಷೆ ಮಾಡಲೇ ಬೇಕಾಗುತ್ತದೆ...". ರುಕಿಯಾ ಅವರ ಬರಹವನ್ನೂ ಇದೇ ಹದದಲ್ಲಿ ಗ್ರಹಿಸಬೇಕಾಗುತ್ತದೆ. ಅಲ್ಲದೆ ರುಕಿಯಾ ಅವರ ಎಲ್ಲ ಬರವಣಿಗೆಯೂ ಇದೇ ಶೈಲಿಯಲ್ಲಿ ಇಲ್ಲ ಎಂಬುದನ್ನೂ ಗಮನಿಸಬೇಕು. "ಪದ್ಮರಾಗ" ಕಾದಂಬರಿಯೂ ಅವರ ಆದರ್ಶಗಳ, ಕನಸುಗಳ ರೂಪಕವೇ ಹೌದು. ಆದರೆ ಅದನ್ನು ವಾಸ್ತವಿಕ ಶೈಲಿಯಲ್ಲಿಯೇ ರಚಿಸಲಾಗಿದೆ. "ಸುಲ್ತಾನಳ ಕನಸು"ವಿನ ವಾಸ್ತವವಾದೀ ವಿಸ್ತರಣ ಎಂಬಂತೆ ಈ ಕೃತಿಯನ್ನು ಗ್ರಹಿಸಬಹುದು. ಇಲ್ಲಿನ ಕಾಲ, ದೇಶ ಮತ್ತು ಪಾತ್ರಗಳು ಎಲ್ಲವೂ 'ನಿಜ'; ವಾಸ್ತವಲೋಕಕ್ಕೆ ತುಂಬಾ ಹತ್ತಿರವಾದವು. ರುಕಿಯಾ ಅವರ ರೂಪಕಾತ್ಮಕ ಆತ್ಮಕಥನವೆಂದೂ ಈ ಕಾದಂಬರಿಯನ್ನು ಓದಲು ಸಾಧ್ಯವಿದೆ.

೫

"ಪದ್ಮರಾಗ"ದ ಹೆಚ್ಚಿನ ಘಟನೆಗಳು ನಡೆಯುವುದು 'ತಾರಿಣಿ ಭವನ'ದಲ್ಲಿ. ಇಲ್ಲಿನ ಹೆಚ್ಚಿನ ಪಾತ್ರಗಳು ಇರುವ ಸ್ಥಳವೂ ತಾರಿಣಿ ಭವನವೇ. ತಾರಿಣಿ ಭವನವು ಈ ಕಾದಂಬರಿಯಲ್ಲಿ ಕೇವಲ ಒಂದು ಕಟ್ಟಡವಲ್ಲ; ಕೇವಲ ಒಂದು ಭೌಗೋಳಿಕ ಅವಕಾಶವಲ್ಲ. ಅದೊಂದು ಕಾರ್ಯಕ್ಷೇತ್ರವಾಗಿತ್ತು. "ವಾಡಿಕೆಯಂತೆ ಜನರು ತಾರಿಣಿ ಭವನದ ಕುರಿತು

ಪ್ರಸ್ತಾಪ ಮಾಡಿದಾಗಲೆಲ್ಲಾ, ಕೇವಲ ಆ ಹೆಸರಿನ ಮನೆಯನ್ನು ಕುರಿತಾಗಿ ಮಾತ್ರವಲ್ಲದೆ ಶಾಲೆ, ಕಾರ್ಯಾಗಾರ ಮತ್ತು ಅದರ ಪಕ್ಕದಲ್ಲಿದ್ದ ರೋಗಿಗಳ ಹಾಗೂ ಬಡಬಗ್ಗರ ಆಶ್ರಯಧಾಮವನ್ನೂ ತಾರಿಣಿ ಭವನದ ಸಮುಚ್ಚಯಗಳೆಂದೇ ಗುರುತಿಸುತ್ತಿದ್ದರು. ಶಾಲಾ ವಿಭಾಗದಲ್ಲಿ ಸಹಜವಾಗಿಯೇ ಬ್ರಹ್ಮೋ, ಹಿಂದೂ ಮತ್ತು ಕ್ರೈಸ್ತ ಧರ್ಮದ ಶಿಕ್ಷಕಿಯರಿದ್ದರು. ಮುಸ್ಲಿಂ ವಿದ್ಯಾರ್ಥಿಗಳ ಸಂಖ್ಯೆ ಹೆಚ್ಚಾಗತೊಡಗಿದಂತೆ, ಅವರಿಗೆ ಧರ್ಮಬೋಧನೆ ಮಾಡಲು ಒಂದೆರಡು ಶಿಕ್ಷಕಿಯರನ್ನೂ ನೇಮಕ ಮಾಡಲಾಯಿತು. ಎಂಥಾ ಶ್ಲಾಘನೀಯ ಸಮತಾಭಾವ! ಮುಸಲ್ಮಾನರು, ಕ್ರೈಸ್ತರು, ಬ್ರಹ್ಮೋಗಳು, ಹಿಂದೂಗಳು–ಇವರೆಲ್ಲರೂ ಒಂದೇ ಗರ್ಭದಿಂದ ಜನಿಸಿದವರಂತೆ ಸೌಹಾರ್ದತೆಯಿಂದ ಕೆಲಸ ಮಾಡುತ್ತಿದ್ದರು.'' ತಾರಿಣಿ ಭವನವನ್ನು ನಿರ್ಮಿಸಿದವರು ಪ್ರಸಿದ್ಧ ವಕೀಲರಾಗಿದ್ದ ತಾರಿಣಿ ಚರಣ ಸೇನ್ ಅವರ ದ್ವಿತೀಯ ಪತ್ನಿ ದೀನ ತಾರಿಣಿ. ತನ್ನ ಗಂಡನನ್ನು ಚಿಕ್ಕ ವಯಸ್ಸಿನಲ್ಲಿಯೇ ಕಳೆದುಕೊಂಡ ದೀನ ತಾರಿಣಿ ನಾಲ್ಕು ವರ್ಷಗಳ ಕಾಲ ಹಲವಾರು ವ್ಯಾಧಿಗಳಿಂದ ಬಳಲುತ್ತಾ ವೈಧವ್ಯದ ಕಷ್ಟಗಳನ್ನೂ ಅನುಭವಿಸಿದ್ದರು. ಮುಂದೆ ತನ್ನ ಕುಟುಂಬದವರ ವಿರೋಧವನ್ನು ಕಟ್ಟಿಕೊಂಡು ತಾರಿಣಿ ಭವನವನ್ನು ಕಟ್ಟಿಸಿ ಮಹಿಳೆಯರ ಅಭ್ಯುದಯವನ್ನು ತಮ್ಮ ಜೀವನದ ಗುರಿಯನ್ನಾಗಿಸಿಕೊಂಡರು. "ಪ್ರಪಂಚದಲ್ಲಿ ಯಾರೂ ದಿಕ್ಕಿಲ್ಲದ ಒಬ್ಬ ವಿಧವೆ ಎಲ್ಲಿ ಆಶ್ರಯ ಪಡೆಯಬಹುದು? ತಾರಿಣಿ ಭವನದಲ್ಲಿ. ನೆಂಟರಿಷ್ಟರೇ ಇಲ್ಲದ ಒಬ್ಬ ಅನಾಥ ಹುಡುಗಿ ಎಲ್ಲಿ ಶಿಕ್ಷಣವನ್ನು ಪಡೆಯಬಹುದು? ತಾರಿಣಿ ಶಾಲೆಯಲ್ಲಿ. ಗಂಡನ ಅಮಾನುಷ ದಬ್ಬಾಳಿಕೆ ಹಾಗೂ ದೌರ್ಜನ್ಯಗಳಿಂದ ಕಂಗೆಟ್ಟು ಗಂಡನ ಮನೆಯನ್ನೇ ತೊರೆಯಬೇಕಾದ ಒತ್ತಡಕ್ಕೆ ಸಿಲುಕಿದ ಒಬ್ಬ ನತದೃಷ್ಟ ಪತ್ನಿ ಎಲ್ಲಿಗೆ ಹೋಗಲು ಸಾಧ್ಯ? ಮತ್ತದೇ ತಾರಿಣಿ ಕಾರ್ಯಾಗಾರಕ್ಕೆ.'' ಹೀಗೆ ಈ ಕಾದಂಬರಿಯು ತಾರಿಣಿ ಭವನದ ವೈವಿಧ್ಯಮಯ ಚಟುವಟಿಕೆಗಳನ್ನೂ, ಅಲ್ಲಿನ ಅನೇಕ ಕಾರ್ಯಕರ್ತೆಯರ, ನಿವಾಸಿಗಳ ಭೂತ–ವರ್ತಮಾನ–ಭವಿಷ್ಯಗಳನ್ನೂ ನಿರೂಪಿಸಿಕೊಂಡು ಹೋಗುತ್ತದೆ. ಇಲ್ಲಿ ಕೆಲಸ ಮಾಡುವ ಒಬ್ಬೊಬ್ಬರದೂ ಒಂದೊಂದು ದಾರುಣ ಕಥೆ. "ಅಗ್ನಿಯ ಸೌಂದರ್ಯ'' ಎಂಬ ಶೀರ್ಷಿಕೆಯನ್ನುಳ್ಳ ಹದಿನಾಲ್ಕನೆಯ ಅಧ್ಯಾಯದಲ್ಲಿ ಇಂಥ ಹಲವು ಕಥೆಗಳ ಸರಣಿಯೇ ಇದೆ. ಹಲವು ಬಗೆಯ ಬವಣೆಯ ಬೆಂಕಿಯಲ್ಲಿ ಬೆಂದಿದ್ದರೂ ಇವರೆಲ್ಲ ಹೊಸ ಜೀವನವೊಂದನ್ನು ನಡೆಸಲು ಸಾಧ್ಯವಾಗಿರುವುದು ತಾರಿಣಿ ಭವನದಿಂದ. ತಮ್ಮ ನೋವನ್ನು ನುಂಗಿಕೊಂಡು ಇವರು ಇತರರ ಸೇವೆಯಲ್ಲಿ ತೊಡಗಿಕೊಂಡಿರುತ್ತಾರೆ. ಅದಕ್ಕೆ ಬೇಕಾದ ಮನಸ್ಥಿತಿಯನ್ನೂ ಸ್ಥೈರ್ಯವನ್ನೂ ಅವರು ಶ್ರಮ ಮತ್ತು ನಿಷ್ಠೆಯಿಂದ ರೂಢಿಸಿಕೊಂಡಿದ್ದಾರೆ. ಹಾಗಾಗಿ ಇವರುಗಳ ಭೂತವೇನೇ ಇರಲಿ ಕಾದಂಬರಿಯಲ್ಲಿ ನಾವು ಕಾಣುವುದು ಎಚ್ಚೆತ್ತ ಹೊಸ ಮಹಿಳೆಯರನ್ನು. ಆತ್ಮವಿಶ್ವಾಸ, ಭರವಸೆಗಳನ್ನು ತುಂಬಿಕೊಂಡವರನ್ನು. ಹದಿನಾರನೆಯ ಅಧ್ಯಾಯದ ಶೀರ್ಷಿಕೆಯೇ "ಕೆಚ್ಚಿನ ತರುಣಿ.''

ಈ ಅಧ್ಯಾಯದ ಕೊನೆಯಲ್ಲಿ ಉಷಾ ಹೇಳುವ ಮಾತುಗಳು ಮಹಿಳೆಯರ ಸ್ಥಿತಿ–ಸಾಧ್ಯತೆಗಳ ಸಾರವನ್ನೇ ನಿರೂಪಿಸುವಂತಿದೆ: "ಒಬ್ಬ ಮಹಿಳೆ ತನ್ನ ಜನನವಾಗಿದ್ದಾಗಿನಿಂದಲೇ ತ್ಯಾಗ–ಬಲಿದಾನದ ಆದರ್ಶವನ್ನು ಕಲಿಯುತ್ತಾಳೆ. ಆಕೆ ಅವಿವಾಹಿತೆಯಾಗಿದ್ದರೆ ತನ್ನ ಆಸಕ್ತಿಗಳನ್ನು ತಂದೆ ಹಾಗೂ ಸಹೋದರರಿಗಾಗಿ ಬಲಿಗೊಡುತ್ತಾಳೆ. ವಿವಾಹಿತೆಯಾಗಿದ್ದರೆ ಗಂಡನ ಅವಶ್ಯಕತೆಗಳಿಗೆ ಪ್ರಾಶಸ್ತ್ಯ ನೀಡುತ್ತಾಳೆ ಮತ್ತು ಅಂತಿಮವಾಗಿ ಆಕೆ ತನ್ನ ಬೇಡಿಕೆ,

ಅವಶ್ಯಕತೆಗಳನ್ನು ತನ್ನ ಮಕ್ಕಳಿಗಾಗಿ ತ್ಯಾಗ ಮಾಡುತ್ತಾಳೆ. ಕೆಲವು ಮಹಿಳೆಯರ ತ್ಯಾಗ-ಬಲಿದಾನಗಳು ಕೇವಲ ಅವರ ಗೃಹಜೀವನಕ್ಕೇ ಸೀಮಿತವಾಗಿರುತ್ತವೆ. ಮತ್ತಿನ್ನು ಕೆಲವರದು ಇಡೀ ಪ್ರಪಂಚವನ್ನೇ ಆವರಿಸಿಕೊಳ್ಳುತ್ತದೆ." ಹಾಗೆಂದು ರುಕಿಯಾ ಅವರ ಕಾದಂಬರಿಯು ತಾರಿಣಿ ಭವನವನ್ನು ಒಂದು ರಮ್ಯ ತಂಗುದಾಣವಾಗಿ ಕಲ್ಪಿಸಿಕೊಡಿಲ್ಲ. ಅದು ಮನುಷ್ಯರಿಂದ, ಮನುಷ್ಯರಿಗಾಗಿ ನಡೆಯುವ ಒಂದು ಸಂಸ್ಥೆ ಎಂಬುದು ಅವರ ಲಕ್ಷ್ಯವನ್ನು ತಪ್ಪಿಸಿಕೊಂಡಿಲ್ಲ. ಹಾಗಾಗಿ ಇಲ್ಲಿಯೂ ಅತೃಪ್ತಿ, ಅಸಮಾಧಾನ, ಅಸೂಯೆಗಳು ಹೊಗೆಯಾಡುವುದು ತೀರಾ ಸಹಜವಾಗಿದೆ. ಒಂದು ಉನ್ನತವಾದ ಆದರ್ಶವನ್ನು ಕಟ್ಟುತ್ತಿರುವಾಗಲೂ ಕಾದಂಬರಿಯು ವಾಸ್ತವವನ್ನು ಸಂಪೂರ್ಣವಾಗಿ ಉಪೇಕ್ಷಿಸಿಲ್ಲ. ಕಾದಂಬರಿಯ ಹತ್ತೊಂಬತ್ತನೆಯ ಅಧ್ಯಾಯದ ಹೆಸರು "ಶಾಲೆಯಲ್ಲೊಂದು ನ್ಯಾಯಾಲಯ." ಇಲ್ಲಿ ತಾರಿಣಿ ಭವನದ ಒಳಗಣ ಸಂಘರ್ಷಗಳ ಒಂದು ಚಿತ್ರಣ ಸಿಗುವಂತಿದೆ.

೬

ಈ ತಾರಿಣಿ ಭವನಕ್ಕೆ ಸಿದ್ದಿಕಾ ಎಂಬ ಮುಸ್ಲಿಂ ತರುಣಿ ಬರುತ್ತಾಳೆ. ನಿಶ್ಚಿತಾರ್ಥವಾಗಿದ್ದೂ ಮದುವೆಯನ್ನು ಕಾಣದ ನತದೃಷ್ಟೆ ಇವಳು. ಕುಟುಂಬದ ಹಿರಿಯರ ಜಗಳದಲ್ಲಿ ತನ್ನ ಬದುಕನ್ನು ಕಳೆದುಕೊಂಡವಳು. ಬೇರೆ ದಿಕ್ಕಿಲ್ಲದೆ ತಾರಿಣಿ ಭವನಕ್ಕೆ ಬರುತ್ತಾಳೆ. ಅಲ್ಲಿ "ಪದ್ಮರಾಗ"ವೆಂಬ ಅಡ್ಡಹೆಸರನ್ನು ಪಡೆಯುತ್ತಾಳೆ. ಕಾದಂಬರಿಯ ಬಹುಭಾಗ ಸಿದ್ದಿಕಾಳ ಪಾತ್ರದ ಸುತ್ತ ಇದೆ. ಆರ್ಥಿಕವಾಗಿಯೂ ಉತ್ತಮವಾಗಿದ್ದ ಕುಲೀನ ಕುಟುಂಬದ ಹಿನ್ನೆಲೆಯಿಂದ ಬಂದ ಸಿದ್ದಿಕಾ ಇಲ್ಲಿಯ ಹೊಸ ವಾತಾವರಣಕ್ಕೆ ಹೊಂದಿಕೊಳ್ಳುವ ಪ್ರಕ್ರಿಯೆಯನ್ನು ಕಾದಂಬರಿಯ ಮೊದಲ ಅಧ್ಯಾಯಗಳಲ್ಲಿ ಕಾಣುತ್ತೇವೆ. ತನ್ನನ್ನು ವರಿಸಬೇಕಾಗಿದ್ದ ಲತೀಫನು ಗಾಯಗೊಂಡು ಆಕಸ್ಮಿಕವೆಂಬಂತೆ ತಾರಿಣಿ ಭವನಕ್ಕೆ ಬಂದಾಗ ಇತರರೊಡನೆ ಸೇರಿ ಸಿದ್ದಿಕಾ ಅವನ ಶುಶ್ರೂಷೆಯನ್ನು ಮಾಡುತ್ತಾಳೆ. ಹಿಂದೆಂದೂ ಅವಳನ್ನು ನೋಡಿರದಿದ್ದ ಲತೀಫ ಅವಳಿಂದ ಆಕರ್ಷಣೆಗೆ ಒಳಗಾಗುತ್ತಾನೆ. ಕಾದಂಬರಿ ಬೆಳೆಯುತ್ತಿದ್ದಂತೆ ವ್ಯಕ್ತಿರಹಸ್ಯಗಳೂ, ಕುಟುಂಬದ ರಹಸ್ಯಗಳೂ ತೆರೆದುಕೊಳ್ಳಲಾರಂಭಿಸುತ್ತವೆ. ಲತೀಫನಿಗೆ ಸಿದ್ದಿಕಾಳನ್ನು ಮದುವೆಯಾಗುವ ಆಸೆ. ಈ ಆಸೆಗೆ, ಬದಲಾದ ಸಂದರ್ಭದಲ್ಲಿ, ಲತೀಫನ ಕುಟುಂಬವರ್ಗದಿಂದಲೂ ಒತ್ತಾಸೆ ದೊರೆಯುತ್ತದೆ. ತಾರಿಣಿ ಭವನದ 'ಸಹೋದರಿಯರು' ಸಿದ್ದಿಕಾ ಲತೀಫನನ್ನು ಮದುವೆಯಾಗಿ ಹೊಸ ಬಾಳನ್ನು ಪ್ರಾರಂಭಿಸಲು ಒತ್ತಾಯ ಮಾಡುತ್ತಾರೆ. ವಿವಾಹಿತಳಾಗಿ ಅವಳು ತಾರಿಣಿ ಭವನಕ್ಕೆ ಇನ್ನೂ ಹೆಚ್ಚಿನ ಸೇವೆಯನ್ನು ಸಲ್ಲಿಸಬಹುದೆಂದು ಅವಳಿಗೆ ಮನವರಿಕೆ ಮಾಡಿಕೊಡಲು ಪ್ರಯತ್ನಿಸುತ್ತಾರೆ. ಆದರೆ ಸಿದ್ದಿಕಾ ಒಪ್ಪುವುದಿಲ್ಲ. ಅದಕ್ಕೆ ಅವಳು ಕೊಡುವ ಕಾರಣ ಇದು: " ನನ್ನ ಸಂಬಂಧವನ್ನು ಗಂಡನ ಕುಟುಂಬದವರು ನಿರಾಕರಿಸಿದ್ದುದನ್ನು ಮತ್ತು ನಾನು ಎದುರಿಸಿದ ಅವಮಾನವನ್ನು ಮರೆತು ಒಬ್ಬ ಸಾಮಾನ್ಯ ಹೆಂಗಸಿನಂತೆ ಜೀವನ ಸಾಗಿಸಿದರೆ, ಮುಂದಿನ ಪೀಳಿಗೆಯ ಅಜ್ಜಿಯರು ತಮ್ಮ ಸ್ವತಂತ್ರ ಮನೋಭಾವದ ಹೆಣ್ಣುಮಕ್ಕಳಿಗೆ ನನ್ನ ಉದಾಹರಣೆಯನ್ನು ಕೊಟ್ಟು 'ನಿಮ್ಮ ಸ್ಥೈರ್ಯ ಹಾಗೂ ಪ್ರತಿಜ್ಞೆಗಳ ವಿಚಾರ ಹಾಳಾಗಲಿ! ಜೈನಾಬ್‌ಳನ್ನು ನೋಡಿ! ಎಷ್ಟೆಲ್ಲಾ ಸಂಘರ್ಷಗಳನ್ನು ಎದುರಿಸಿಯೂ ಆಕೆ ಕೊನೆಗೆ ಅನನ್ಯ ಶರಣಾಗತಿಯಿಂದ ಗಂಡನ ಪಾದವೇ ಗತಿ ಎಂದು

ಬದುಕಬೇಕಾಯಿತು' ಎಂದು ಬುದ್ಧಿವಾದ ಹೇಳುವುದಿಲ್ಲವೇ? ಮತ್ತು ಗಂಡಸರೂ ಕೂಡ ಪೊಗರಿನಿಂದ, 'ಎಷ್ಟು ಉನ್ನತ ವಿದ್ಯಾಭ್ಯಾಸವನ್ನು ಹೊಂದಿರಲಿ, ಉದಾತ್ತ, ಸ್ಥೈರ್ಯವಂತ, ಮಹಾನ್ ಘನತೆವೆತ್ತ ಸ್ತ್ರೀಯರಾಗಿರಲಿ, ಅವರೆಲ್ಲರೂ ಕೊನೆಗೆ ಗಂಡಂದಿರ ಮುಂದೆ ವಿನಮ್ರತೆಯಿಂದ ತಗ್ಗಲೇಬೇಕು!' ಎಂದು ಜಂಭ ಕೊಚ್ಚಿಕೊಳ್ಳುವುದಿಲ್ಲವೇ? ನಾನು ಸಮಾಜಕ್ಕೆ ವೈವಾಹಿಕ ಜೀವನವೊಂದೇ ಹೆಣ್ಣಿನ ಪರಮೋಚ್ಚ ಗುರಿಯಲ್ಲ ಎಂದು ನಿರೂಪಿಸಿ ತೋರಲು ಬಯಸುತ್ತೇನೆ; ಗೃಹಿಣಿಯ ಜವಾಬ್ದಾರಿಗಳೇ ಜೀವನದ ಆದ್ಯ ಕರ್ತವ್ಯಗಳಲ್ಲ. ಬೇರೆ ಮಾತುಗಳಲ್ಲಿ ಹೇಳುವುದಾದರೆ, ನನ್ನ ಈ ಬಲಿದಾನ ಭವಿಷ್ಯದಲ್ಲಿ ಮಹಿಳೆಯರ ಅಭ್ಯುದಯಕ್ಕೆ ನಾಂದಿಯಾಗಲೆಂದು ಬಯಸುತ್ತೇನೆ."

೭

ಕಾದಂಬರಿಯ ಕೊನೆಯಲ್ಲಿ ಸಿದ್ದಿಕಾ ತಾರಿಣಿ ಭವನವನ್ನು ತೊರೆಯುತ್ತಾಳೆ. ತನ್ನ ಹಳ್ಳಿಯ ಮನೆಯಲ್ಲಿ ಮುಂದಿನ ಜೀವನವನ್ನು ಕಳೆಯಲು ನಿರ್ಧರಿಸುತ್ತಾಳೆ. "ನಾನು ತಾರಿಣಿ ಭವನಕ್ಕೆ ಎಲ್ಲಾ ಮರ್ಯಾದೆ ಕಳೆದುಕೊಂಡ ಮಹಿಳೆಯರೂ ಒಟ್ಟು ಸೇರುವ ಜಾಗವೆಂಬ ಕಳಂಕ ತಗಲದ ಹಾಗೆ ನೋಡಿಕೊಳ್ಳುತ್ತೇನೆ. ನಾನು ಚುವಡಂಗಾಗೆ ಮರಳಿ ಹೋಗುತ್ತೇನೆ...ನಮ್ಮ ಮುಸ್ಲಿಂ ಸಮಾಜದ ಮಹಿಳೆಯರು ತಮ್ಮ ಬದುಕಿನ ನಿಜವಾದ ಉದ್ದೇಶವನ್ನು ಅರಿಯುವಂತೆ, ಸಬಲರಾಗುವಂತೆ ನನ್ನ ಶಕ್ತಿ ಮೀರಿ ಪ್ರಯತ್ನಿಸುತ್ತೇನೆ" ಎಂದು ಸಿದ್ದಿಕಾ ಹೇಳುತ್ತಾಳೆ. ಅಂದರೆ ತಾರಿಣಿ ಭವನದ ಆದರ್ಶವು ಆ ಭವನದ ಆಚೆಗೂ ತನ್ನ ವ್ಯಾಪ್ತಿಯನ್ನು ವಿಸ್ತರಿಸಿಕೊಳ್ಳುವ ಸ್ಪಷ್ಟ ಸೂಚನೆ ಇದು. ಸಿದ್ದಿಕಾ ಓರ್ವ ಮುಸ್ಲಿಂ ಮಹಿಳೆ. ಅವಳು ತನ್ನ ಜೀವನಸ್ಥೈರ್ಯವನ್ನು ಕಂಡುಕೊಳ್ಳುವುದು ಎಲ್ಲ ಧರ್ಮೀಯರ ಮಧ್ಯೆ. ತಾರಿಣಿ ಭವನವನ್ನು ಸ್ಥಾಪಿಸಿದ್ದು ಓರ್ವ ಹಿಂದೂ ಮಹಿಳೆಯಾಗಿದ್ದರೂ ಅದು ಎಲ್ಲ ಮಹಿಳೆಯರ ಅಭ್ಯುದಯವನ್ನು ಚಿಂತಿಸಿದ, ಅದಕ್ಕಾಗಿ ದುಡಿದ ಸಂಸ್ಥೆ ಎಂಬುದು ಗಮನಾರ್ಹವಾಗಿದೆ. ಮತ್ತು ಈ ತಾರಿಣಿ ಭವನವು ಓರ್ವ ಮುಸ್ಲಿಂ ಲೇಖಕಿಯ ಕನಸಿನ ಕೂಸು ಎಂಬುದು ಕುತೂಹಲಕಾರಿಯಾಗಿದೆ. ಕಾದಂಬರಿಯ ದರ್ಶನವನ್ನು ಕಟ್ಟಲು ಈ ಸಂಕೀರ್ಣ ಹೆಣಿಗೆ ಸಹಾಯಕವಾಗಿದೆ. ಈ ಕಾದಂಬರಿಗೆ ಬರೆದಿರುವ ಮುನ್ನುಡಿಯಲ್ಲಿ ಲೇಖಕಿಯ ದರ್ಶನವು ಒಂದು ದೃಷ್ಟಾಂತದ ಮೂಲಕ ಸೂಚಿತವಾಗುತ್ತದೆ. ಧರ್ಮವು ಮೂರು ಅಂತಸ್ತುಗಳ ಒಂದು ಭವ್ಯ ಕಟ್ಟಡ. ಮೊದಲ ಅಂತಸ್ತಿನಲ್ಲಿ ಅನೇಕ ಕೊಠಡಿಗಳಿದ್ದು ಅಲ್ಲಿ ಎಲ್ಲ ಜಾತಿ ಮತ್ತು ಧರ್ಮಗಳವರು ಕಾಣಸಿಗುತ್ತಾರೆ. ಎರಡನೆಯ ಅಂತಸ್ತಿನಲ್ಲಿ ಕೇವಲ ಒಂದು ಕೊಠಡಿ ಇದೆ. ಅಲ್ಲಿ ಮನುಷ್ಯಜಾತಿ ಮಾತ್ರ ಕಾಣುತ್ತದೆ. "ಅವರ ಭಕ್ತಿಯ ಕೇಂದ್ರ ದೇವರು ಮಾತ್ರ. ನೀವು ಎಲ್ಲಾ ಧರ್ಮಗಳನ್ನೂ ಅತ್ಯಂತ ಸೂಕ್ಷ್ಮವಾದ, ಗಹನವಾದ ವಿಶ್ಲೇಷಣೆಗೆ ಗುರಿಪಡಿಸಿದಾಗ, ಆಳವಾಗಿ ಅವಲೋಕಿಸಿದಾಗ, ಏನೂ ಉಳಿಯುವುದಿಲ್ಲ. ಎಲ್ಲವೂ ಶೂನ್ಯವಾಗಿ ದೇವನೊಬ್ಬನೇ ಉಳಿದುಕೊಳ್ಳುತ್ತಾನೆ." ಈ ಕಾದಂಬರಿಯ ಆಧ್ಯಾತ್ಮಿಕ ಆಯಾಮವನ್ನು ಈ ದೃಷ್ಟಾಂತ ತುಂಬ ನಾಜೂಕಾಗಿ ಧ್ವನಿಸುವಂತಿದೆ.

ಪ್ರೇಮಚಂದರ ಎರಡು ಕಥೆಗಳು

೧

'ಪ್ರೇಮಚಂದ' ಎಂಬ ಕಾವ್ಯನಾಮದಿಂದ ಪ್ರಸಿದ್ಧರಾಗಿರುವ ಧನಪತರಾಯ್ (೧೮೮೦-೧೯೩೬) ಆಧುನಿಕ ಭಾರತೀಯ ಸಾಹಿತ್ಯದ ಅತಿಮುಖ್ಯ ಹೆಸರುಗಳಲ್ಲಿ ಒಂದು. ಹಿಂದಿ ಮತ್ತು ಉರ್ದೂ ಎರಡೂ ಸಾಹಿತ್ಯ ಪರಂಪರೆಯಲ್ಲಿ ಅವರ ಹೆಸರು ಅಜರಾಮರ. ಅವರ ಮೊದಲ ಕಾದಂಬರಿ, "ಅಸರಾರೇ ಮಆಬಿದ್" ರಚನೆಯಾದದ್ದು ೧೯೦೧ರಲ್ಲಿ. ಅದು ಉರ್ದೂಭಾಷೆಯಲ್ಲಿದೆ. ಅವರ ಮೊದಲ ಕಥೆ, "ಸಂಸಾರ್ ಕಾ ಸಬ್ ಸೆ ಅನ್‌ಮೋಲ್‌ರತನ್" ಪ್ರಕಟವಾದದ್ದು ೧೯೦೭ರಲ್ಲಿ. ಅವರು ಶರಚ್ಚಂದ್ರ ಮತ್ತು ರವೀಂದ್ರನಾಥ ಠಾಕೂರರಷ್ಟೇ ಮಾನ್ಯರು ಮತ್ತು ಜನಪ್ರಿಯರು. ತಮ್ಮ ಮೊದಲ ಕಥಾಸಂಕಲನ "ಸಪ್ತ ಸರೋಜ"ಕ್ಕೆ ಶರಚ್ಚಂದ್ರರಿಂದ ಮುನ್ನುಡಿ ಬರೆಸಲು ಇಚ್ಛಿಸಿ ಅವರು ಕಲಕತ್ತೆಗೆ ಹೋಗಿದ್ದರಂತೆ. ಶರಚ್ಚಂದ್ರರು ಅವರ ಕಥೆಗಳನ್ನು ಓದಿಸಿ ಕೇಳಿ ಹೀಗೆ ಉದ್ಗರಿಸಿದ್ದರಂತೆ: "ಬಂಗಾಳದಲ್ಲಿ ರವೀಂದ್ರರ ಹೊರತು ಬೇರೆ ಯಾರೂ ಇಂಥ ಕಥೆಗಳನ್ನು ಬರೆಯಲಾರರು. ಕನಿಷ್ಠ ನನಗಂತೂ ನಿಮ್ಮ ಕಥಾಸಂಗ್ರಹಕ್ಕೆ ಮುನ್ನುಡಿ ಬರೆಯುವ ಯೋಗ್ಯತೆಯಿಲ್ಲ".

ಅವರು 'ಪ್ರೇಮಚಂದ' ಎಂಬ ಕಾವ್ಯನಾಮವನ್ನು ಇಟ್ಟುಕೊಂಡದ್ದಕ್ಕೆ ಒಂದು ನಾಟಕೀಯ ಹಿನ್ನೆಲೆಯಿದೆ. ೧೯೦೯ರಲ್ಲಿ ಪ್ರಕಟವಾದ ಅವರ "ಸೋಜೇ ವತನ್" ಎಂಬ ಕಥಾಸಂಕಲನವನ್ನು ಸರಕಾರ ಮುಟ್ಟುಗೋಲು ಹಾಕಿಕೊಂಡಿತಂತೆ. ಇದಾದ ಮೇಲೆ ಅವರು'ಪ್ರೇಮಚಂದ' ಎಂಬ ಹೆಸರಿನಲ್ಲಿ ಬರೆಯತೊಡಗಿದರಂತೆ. ಹಾಗೆ ಬರೆದ ಮೊದಲ ಕಥೆ, "ಬಡೇಘರ್ ಕೀ ಬೇಟಿ" ಪ್ರಕಟವಾದದ್ದು ೧೯೧೧ರಲ್ಲಿ. ಪ್ರಗತಿಪರ ಸಾಹಿತ್ಯ ವೇದಿಕೆಯೊಂದಿಗೆ ತಮ್ಮನ್ನು ಗುರುತಿಸಿಕೊಂಡಿದ್ದ ಪ್ರೇಮಚಂದರು ಸುಮಾರು ಮುನ್ನೂರು ಕಥೆಗಳನ್ನೂ ಹತ್ತಾರು ಕಾದಂಬರಿಗಳನ್ನೂ ರಚಿಸಿದ್ದಾರೆ. ಅವರ ಕೆಲವು ಮುಖ್ಯ ಕಾದಂಬರಿಗಳೆಂದರೆ: "ಸೇವಾಸದನ", "ಪ್ರೇಮಾಶ್ರಮ", "ಗಬನ್", "ಗೋದಾನ್" ನಿರ್ಮಲಾ" ಮತ್ತು"ದೋ ಭೀಗಾ ಜಮೀನ್".

ಕೆಲ ವರ್ಷಗಳ ಕಾಲ ಶಾಲಾಶಿಕ್ಷಕರಾಗಿದ್ದ ಪ್ರೇಮಚಂದರು ಒಂದು ದಿನ ಮಹಾತ್ಮಗಾಂಧಿಯವರ ಭಾಷಣ ಕೇಳಿ ಅದರಿಂದ ತುಂಬ ಪ್ರಭಾವಿತರಾಗಿ ಸರಕಾರೀ ಕೆಲಸಕ್ಕೆ ರಾಜಿನಾಮೆ ನೀಡಿ ಬರವಣಿಗೆಯನ್ನೇ ವೃತ್ತಿಯನ್ನಾಗಿ ಮಾಡಿಕೊಂಡರು. ಮುಂದೊಂದು ದಿನ ಸರಕಾರವು ಇವರಿಗೆ 'ರಾಯ್ ಬಹಾದ್ದೂರ್' ಎಂಬ ಬಿರುದನ್ನು ಕೊಡಲು

ಅಪೇಕ್ಷಿಸಿದರೂ ಪ್ರೇಮಚಂದರು ಅದನ್ನು ತಿರಸ್ಕರಿಸಿದರು. 'ಹಂಸ' ಮತ್ತು 'ಜಾಗರಣ' ಎಂಬ ಪತ್ರಿಕೆಗಳನ್ನು ಅವರು ಕೆಲಕಾಲ ನಡೆಸಿದರು. ಅದರಿಂದ ಆರ್ಥಿಕವಾಗಿ ಅವರು ತುಂಬ ನಷ್ಟವನ್ನು ಅನುಭವಿಸಿದರು. ಆದರೆ ಆ ಪತ್ರಿಕೆಗಳ ಮೂಲಕ ಅನೇಕ ಹೊಸ ಲೇಖಕರು ಸೃಷ್ಟಿಯಾದರು. ಮಹಾತ್ಮಗಾಂಧಿ ಮತ್ತು ಟಾಲ್‌ಸ್ಟಾಯ್‌ರಿಂದ ಹಲವು ಬಗೆಗಳಲ್ಲಿ ಸ್ಫೂರ್ತಿ ಪಡೆದಿದ್ದ ಪ್ರೇಮಚಂದರು ತಮ್ಮ ಸರಳತೆ ಮತ್ತು ಜನಸಂಪರ್ಕದಿಂದ ಎಲ್ಲರಿಗೂ ಹತ್ತಿರವಾಗಿದ್ದರು. ಸಹಜವಾಗಿಯೇ ವಿವಿಧ ಸಾಮಾಜಿಕ ಜಾತಿ–ಧರ್ಮ– ವರ್ಗಗಳಿಗೆ ಸೇರಿದ ಒಂದು ಬೃಹತ್ ಪಾತ್ರ ಪ್ರಪಂಚವನ್ನೇ ಅವರು ನಿರ್ಮಿಸಿದರು. ಜನಸಾಮಾನ್ಯರ ಸುಖ ದುಃಖಗಳಿಗೆ ದನಿಯಾದರು.

ಜಗತ್ತಿನ ಹಲವು ಭಾಷೆಗಳಿಗೆ ಅನುವಾದಗೊಂಡಿರುವ ಪ್ರೇಮಚಂದರ ಕಥೆ ಕಾದಂಬರಿಗಳು ಮನುಷ್ಯ ಸ್ವಭಾವವನ್ನು ಅನಾವರಣಗೊಳಿಸುವ ಪರಿ ಮತ್ತು ತಮ್ಮ ಕಾಲದ ಸಾಮಾಜಿಕ– ರಾಜಕೀಯ ಸ್ಥಿತಿಯನ್ನು ವಿಶ್ಲೇಷಿಸುವ ಧಾಟಿಗಳಿಂದ ಗಮನ ಸೆಳೆಯುತ್ತವೆ. ಕನ್ನಡದ ಓದುಗರಿಗೆ ಅವರು ಅಪರಿಚಿತರಲ್ಲ. ಅವರ ಕೃತಿಗಳು ಹೊಸ ಅನುವಾದಕರುಗಳಿಂದ ಮತ್ತೆ ಮತ್ತೆ ಅನುವಾದಗೊಳ್ಳುತ್ತಲೇ ಇವೆ. ರಾಧಾಕೃಷ್ಣ ಅವರು ಸಂಪಾದಿಸಿ, ಶಾ. ಬಾಲುರಾವ್ ಅನುವಾದಿಸಿ, ನ್ಯಾಷನಲ್ ಬುಕ್‌ಟ್ರಸ್ಟ್ ಪ್ರಕಟಿಸಿರುವ "ಪ್ರೇಮಚಂದರ ಕಥೆಗಳು" ಕನ್ನಡದಲ್ಲಿ ಲಭ್ಯವಿರುವ ಒಂದು ಪ್ರಾತಿನಿಧಿಕ ಸಂಕಲನ. ಈ ಸಂಕಲನದಲ್ಲಿ ಇಪ್ಪತ್ತೆರಡು ಕಥೆಗಳಿವೆ. ಈ ಎಲ್ಲ ಕಥೆಗಳ ಬಗ್ಗೆ ಬರೆಯುವುದು ಈ ಲೇಖನದ ಮಿತಿಯಲ್ಲಿ ಅಸಾಧ್ಯ. ತೀರ ಪ್ರಾತಿನಿಧಿಕವೆಂದು ಹೇಳಬಹುದಾದ ಕೆಲವು ಕಥೆಗಳನ್ನಷ್ಟೇ ಇಲ್ಲಿ ಪ್ರಸ್ತಾಪಿಸಬಹುದು.

೨

"ಈದಿಗಾ" ಎಂಬ ಕಥೆಯು ಕೇವಲ ಒಂದು ಕಥೆಯಲ್ಲ; ಒಂದು ಜೀವನ ಮಾದರಿಯನ್ನೇ ನಮ್ಮ ಮುಂದೆ ಕತ್ತರಿಸಿ ಇಟ್ಟಂತಿದೆ. ರಮಜಾನಿನ ಉಪವಾಸ ವ್ರತ ಕಳೆದು ಈದ್ ಬಂದಿದೆ. ಜನ ಸಡಗರದಲ್ಲಿದ್ದಾರೆ. ಈದಿಗಾ ಮೈದಾನಕ್ಕೆ ಹೋಗಿ ನಮಾಜು ಮಾಡಬೇಕು; ತಮ್ಮ ಬಂಧು ಮಿತ್ರರನ್ನು ಭೇಟಿಯಾಗಬೇಕು. ಜಾತ್ರೆ ನೆರೆಯುತ್ತದೆ. ಅಂಗಡಿಗಳು ಸಾಲುಗಟ್ಟುತ್ತವೆ. ತಮ್ಮ ತಮ್ಮ ವಾರ್ಷಿಕ ಉಳಿತಾಯದಲ್ಲಿ ಬೇಕೆನಿಸಿದ್ದನ್ನು ಕೊಂಡುಕೊಳ್ಳುವ ಸಂಭ್ರಮ. ಮಕ್ಕಳಿಗೆ ಜಾತ್ರೆಗೆ ಹೋಗುವ ಆತುರ. ದೊಡ್ಡವರಿಗೆ ಅದಕ್ಕಾಗಿ ಹಣ ಹೊಂದಿಸಿಕೊಳ್ಳುವ ಒತ್ತಡ. ಈದ್ ಬಂದಾಗ ಅದು ಒಂದು ವರ್ಗಸಮಾಜದ ಮೇಲೆ ಮಾಡುವ ಪರಿಣಾಮಗಳನ್ನು ಪ್ರೇಮಚಂದರ ಕಥೆ ಹೃದಯಂಗಮವಾಗಿ ಚಿತ್ರಿಸುತ್ತದೆ. "ಈ ದರಿದ್ರ ಈದ್‌ಗೆ ಬಾ ಎಂದವರಾರು? ಈ ಮನೆಯಲ್ಲಿ ಅದಕ್ಕೇನು ಕೆಲಸ?"ಎಂದು ತನ್ನ ಮೊಮ್ಮಗ ಹಾಮಿದನನ್ನು ಕಷ್ಟದಿಂದ ಸಾಕುತ್ತಿರುವ ಅಮೀನಾಗೆ ಅನ್ನಿಸಿದರೆ ಅದಕ್ಕೆ ಸಾಕಷ್ಟು ಕಾರಣಗಳಿವೆ. ಮತ್ತೊಂದು ಮನೆಯಲ್ಲಿ ಈದ್ ಹೋಗಿ ಮೊಹರಮ್ ಆಗಿಬಿಡಬಹುದು, ಸಾಹುಕಾರನ ಕೃಪಾದೃಷ್ಟಿ ಇವತ್ತು ಬದಲಾದದ್ದೇ ಆದಲ್ಲಿ. ಆದರೆ ಅವತ್ತು ಖುಷಿ ಪಡೆಯುವುದು ಮಕ್ಕಳ ಹಕ್ಕು. ಅವರಿಗೆ ತಮ್ಮ ಹಿರಿಯರ ಕಷ್ಟಗಳು ಪೂರ್ತಿ ಅರ್ಥವಾಗುವುದಿಲ್ಲ. ಬಡವರು ಅಂದು ಶಾವಿಗೆ ಖೀರು ಉಣ್ಣಬಾರದೆ? ಅಂದು ಇತರರಿಗೆ ಮುಖ ತೋರಿಸದೆ ಹೇಗೆ ಇರುವುದು? ಹಾಮಿದನಿಗೂ ಎಲ್ಲ ಮಕ್ಕಳಂತೆ

ಈದಿಗಾಕ್ಕೆ ಹೋಗುವ ಆತುರ. 'ಅವನಿಗೂ ಸಾವು ಬದುಕಿಗೂ ಏನು ಸಂಬಂಧ? ಅವನ ಒಳಗಡೆ ಬೆಳಕಿದೆ, ಹೊರಗೆ ಆಶೆಯಿದೆ. ವಿಪತ್ತು ತನ್ನೆಲ್ಲ ದಳಬಲದೊಂದಿಗೆ ಬಂದರೂ ಸರಿಯೆ, ಹಾಮಿದನ ಆನಂದಮಯ ದೃಷ್ಟಿ ಅದನ್ನು ನುಚ್ಚು ನೂರು ಮಾಡಿಬಿಡುತ್ತದೆ'. ಮೂರು ಬಿಲ್ಲೆಗಳು ಸಾಕು ಅವನಲ್ಲಿ ಉತ್ಸಾಹ, ಭರವಸೆ ತುಂಬಲು.

ಪ್ರೇಮಚಂದರು ಬಡವರ ಕಷ್ಟಗಳನ್ನು ಚಿತ್ರಿಸುವಾಗ ಅವರ ಆಸೆಗಳನ್ನು, ಕನಸುಗಳನ್ನು, ಸಾಧ್ಯತೆಗಳನ್ನು ಅಲ್ಲಗೆಳೆಯುವುದಿಲ್ಲ. ಹಾಗೆಯೇ ಅವರ ಧರ್ಮಶ್ರದ್ಧೆ ಮತ್ತು ಅದು ಕೊಡುವ ಆತ್ಮವಿಶ್ವಾಸ-ಶಕ್ತಿಗಳನ್ನು ಸಿನಿಕತನದಿಂದ ನೋಡುವುದಿಲ್ಲ. ಒಂದು ವರ್ಗ ಸಮಾಜದ ವೈರುಧ್ಯ-ವಿರೋಧಾಭಾಸಗಳನ್ನು ಬಯಲಿಗೆಳೆಯುವಂತೆ ಪ್ರೇಮಚಂದರ ಕಥೆಯು ಆ ಸಮುದಾಯದ ದೈನಿಕಜೀವನಕ್ಕೇ ಒಂದು ಪ್ರಭೆಯನ್ನು ಕೊಡುವಂಥ ಧಾರ್ಮಿಕ ಆಚರಣೆಯನ್ನು ನಿರೂಪಿಸಲು 'ರಾಜಕೀಯ' ಕಾರಣಕ್ಕಾಗಿ ಹಿಂಜರಿಯುವುದಿಲ್ಲ: "ದಟ್ಟವಾದ ಹುಣಿಸೇಮರದ ನೆರಳಲ್ಲಿ ಹಾಸುಗಲ್ಲಿನ ನೆಲದ ಮೇಲೆ ಜಮಖಾನಾ ಹಾಸಿದೆ. ಉಪವಾಸ ವ್ರತಮಾಡಿದವರು ಸಾಲುಸಾಸಾಲಾಗಿ ನಿಂತಿದ್ದಾರೆ. ಒಂದರ ಹಿಂದೊಂದಂತೆ ಆ ಸಾಲುಗಳು ಕಲ್ಲಿನ ನೆಲದ ಆ ಕೊನೆಯವರೆಗೆ ಜಮಖಾನವನ್ನು ದಾಟಿ ಮುಂದೆ ಹೋಗಿವೆ. ಕೊನೆಗೆ ಬಂದವರು ಹಿಂದಿನ ಸಾಲಿನಲ್ಲಿ ನಿಲ್ಲುತ್ತಾರೆ. ಮುಂದೆ ಜಾಗವಿಲ್ಲ. ಇಲ್ಲಿ ಯಾರೂ ಹಣ, ಅಂತಸ್ತುಗಳನ್ನು ನೋಡುವುದಿಲ್ಲ. ಇಸ್ಲಾಮ್ ಧರ್ಮದ ಕಣ್ಣಿನಲ್ಲಿ ಎಲ್ಲರೂ ಒಂದೇ. ಈ ಹಳ್ಳಿಯವರೂ ನಮಾಜಿಗೆಂದು ಕೈಕಾಲು ತೊಳೆದುಕೊಂಡು ಹಿಂದಿನ ಸಾಲಿನಲ್ಲಿ ನಿಂತುಕೊಂಡರು. ಎಷ್ಟು ಸೊಗಸಾದ ವ್ಯವಸ್ಥೆ, ಎಂಥ ಮೇಲ್ವಿಚಾರಣೆ! ಪ್ರಾರ್ಥನೆಯಲ್ಲಿ ಲಕ್ಷಾಂತರ ತಲೆಗಳು ಒಮ್ಮೆಲೇ ಬಾಗಿ ನೆಲ ಮುಟ್ಟುತ್ತವೆ, ಮತ್ತೆ ಒಮ್ಮೆಲೇ ಮೇಲೇಳುತ್ತವೆ. ಎಲ್ಲರೂ ಒಮ್ಮೆಲೇ ಬಾಗುತ್ತಾರೆ; ಒಮ್ಮೆಲೇ ಮಂಡಿಯೂರಿ ಕುಳಿತುಕೊಳ್ಳುತ್ತಾರೆ. ಲಕ್ಷಾಂತರ ವಿದ್ಯುದ್ದೀಪಗಳು ಒಮ್ಮೆಲೇ ಹತ್ತಿ ಒಮ್ಮೆಯೇ ಆರುವಂತೆ ಇದೇ ಕ್ರಿಯೆ ಅನೇಕ ಸಲ ನಡೆಯುತ್ತದೆ. ಎಂತಹ ಅಪೂರ್ವ ದೃಶ್ಯ ಇದು! ಈ ಸಾಮೂಹಿಕ ಕ್ರಿಯೆ, ಇದರ ವಿಸ್ತಾರ, ಇದರ ಅನಂತತೆ ಹೃದಯಕ್ಕೆ ಶ್ರದ್ಧೆ, ಹೆಮ್ಮೆ ಹಾಗೂ ಆತ್ಮಾನಂದಗಳನ್ನು ತುಂಬುತ್ತವೆ. ಭ್ರಾತೃತ್ವದ ಒಂದು ಸೂತ್ರ ಈ ಸಮಸ್ತ ಆತ್ಮಗಳನ್ನೂ ಒಂದೇ ಎಳೆಯಲ್ಲಿ ಪೋಣಿಸಿದೆಯೇನೋ ಎಂಬಂತಿದೆ".

ನಮಾಜು ಮುಗಿದ ಮೇಲೆ ಎಲ್ಲರೂ ತಮಗೆ ಬೇಕಾದ ವಸ್ತುಗಳನ್ನು ಕೊಳ್ಳುತ್ತಾರೆ. ಹಾಮಿದನ ಬಳಿ ಇರುವುದು ಕೇವಲ ಮೂರು ಬಿಲ್ಲೆಗಳು. ಉಳಿದ ಮಕ್ಕಳು ಮಿಠಾಯಿಗಳನ್ನು, ಆಟಿಕೆಗಳನ್ನು ಕೊಂಡರೆ ಹಾಮಿದನು ಕಬ್ಬಿಣದ ಅಂಗಡಿಯಲ್ಲಿ ಒಂದು ಇಕ್ಕಳವನ್ನು ಕೊಳ್ಳುತ್ತಾನೆ: "ಅಜ್ಜಿಯ ಹತ್ತಿರ ಇಕ್ಕಳವಿರಲಿಲ್ಲವೆಂದು ಹಾಮೀದನಿಗೆ ತಕ್ಷಣ ನೆನಪಾಯಿತು. ಪಾಪ, ಕಾವಲಿಯಿಂದ ರೊಟ್ಟಿ ತೆಗೆಯುವಾಗ ದಿನವೂ ಕೈ ಸುಟ್ಟುಕೊಳ್ಳುತ್ತಾಳೆ. ಇಕ್ಕಳ ತೆಗೆದುಕೊಂಡು ಹೋಗಿ ಕೊಟ್ಟರೆ ಅವಳಿಗೆ ಎಷ್ಟೊಂದು ಸಂತೋಷವಾಗುತ್ತದೆ!. ಬೊಂಬೆಗಳಿಂದ ಏನು ಲಾಭ? ಸುಮ್ಮನೇ ಹಣ ಖರ್ಚು. ಸ್ವಲ್ಪ ಹೊತ್ತು ಸಂತೋಷ ಸಿಗುತ್ತದೆ. ಆಮೇಲೆ ಅವುಗಳ ಕಡೆಗೆ ಕಣ್ಣೆತ್ತಿಯೂ ನೋಡುವುದಿಲ್ಲ. ಇಲ್ಲವೇ ಮನೆ ತಲುಪುವ ಮೊದಲೇ ಅವು ಮುರಿದೂ ಹೋಗಬಹುದು".

ಇದು ಬಡಹುಡುಗ ಹಾಮೀದನಿಗೆ ಅವನ ಜೀವನ ಕಲಿಸಿದ ಪಾಠ. ಅವನ ಬಾಲ್ಯಸಹಜ ಮುಗ್ಧತೆಯನ್ನೂ, ಪರಿಸ್ಥಿತಿ ಕಲಿಸಿದ ಪ್ರಬುದ್ಧತೆಯನ್ನೂ ನಾಜೂಕಾಗಿ ತೂಗಿಸಿ ಲೇಖಕರು ಅವನ ಪಾತ್ರವನ್ನು ಕಡೆದಿದ್ದಾರೆ. ಹಾಮೀದನು ಕೊಂಡ ಇಕ್ಕಳ ಇತರ ಮಕ್ಕಳಿಗೆ ಒಂದು ಆಕರ್ಷಣೆಯ ವಸ್ತುವಾಗುವ ಬಗೆಯನ್ನೂ ಲೇಖಕರು ನವುರಾಗಿ ಚಿತ್ರಿಸಿದ್ದಾರೆ. ಕೆಲವು ಮಕ್ಕಳಂತೂ ತಾವುಕೊಂಡ ವಸ್ತುಗಳನ್ನು ಈ ಇಕ್ಕಳದೊಂದಿಗೆ ಅದಲು ಬದಲು ಮಾಡಿಕೊಳ್ಳಲು ಅಪೇಕ್ಷಿಸುತ್ತಾರೆ. ಆದರೆ ಅದು ಅವನ ಅಜ್ಜಿಯ ಮೇಲೆ ಮಾಡುವ ಪರಿಣಾಮವೇ ಬೇರೆ: "ಈಗ ಒಂದು ವಿಚಿತ್ರ ನಡೆಯಿತು. ಹಾಮೀದನ ಇಕ್ಕಳಕ್ಕಿಂತಲೂ ದೊಡ್ಡ ವಿಚಿತ್ರ. ಮಗು ಹಾಮೀದ್ ಮುದುಕ ಹಾಮೀದನ ಪಾತ್ರ ಮಾಡಿದ್ದ. ಮುದುಕಿ ಅಮೀನಾ ಮಗು ಅಮೀನಳಾದಳು. ಅವಳು ಒಂದೇ ಸಮನೆ ಅಳತೊಡಗಿದಳು. ಹಾಮೀದನಿಗೆ ಒಳ್ಳೆಯದಾಗಲೆಂದು ದೇವರಿಗೆ ಸೆರಗೊಡ್ಡಿ ಬೇಡಿಕೊಳ್ಳುತ್ತಿದ್ದಳು. ಅವಳ ಕಣ್ಣಿನಿಂದ ದಪ್ಪದಪ್ಪ ಕಣ್ಣೀರಿನ ಹನಿ ಉದುರುತ್ತಿತ್ತು. ಹಾಮೀದ ಇದರ ರಹಸ್ಯವನ್ನೇನು ಬಲ್ಲ!" ಬಡವರ ಬವಣೆಯನ್ನು ಮಾತ್ರವಲ್ಲದೆ ಅವರ ನೈತಿಕತೆಯನ್ನೂ ಬದುಕುವ ಉಪಾಯಗಳನ್ನೂ ಕಾಣಿಸಿ ಅವರ ಘನತೆಯನ್ನು ಎತ್ತಿ ಹಿಡಿಯುವಂಥ ಕಥೆಗಳನ್ನು ಬರೆದ ಪ್ರೇಮಚಂದರು ಈ ಕಾರಣದಿಂದಾಗಿಯೇ ಸರ್ವಮಾನ್ಯರಾಗಿದ್ದಾರೆ.

೩

"ಹೆಣದ ಬಟ್ಟೆ" ಕಥೆಯಲ್ಲಿ ಪ್ರೇಮಚಂದರ ಕತೆಗಾರಿಕೆ ಮತ್ತೊಂದು ಮಹತ್ವದ ಆಯಾಮವನ್ನೇ ಸ್ಪರ್ಶಿಸಿದೆ. ಬಡತನ ಮುಟ್ಟಬಹುದಾದ ಆಳಗಳನ್ನು ಬಗೆದು ತೋರಿಸಿರುವ ಈ ಕತೆಯಲ್ಲಿಯೂ ಬಡತನದ ದೈನ್ಯಕ್ಕಿಂತ ಬದುಕುವ ಉಪಾಯವೇ ಮುನ್ನೆಲೆಗೆ ಬಂದಿದೆ. ಆದರೆ ಇಡೀ ಕಥೆಯ ಧಾಟಿ "ಈದಿಗಾ" ಕಥೆಗಿಂತ ತೀರಾ ಭಿನ್ನವಾಗಿದ್ದು ಪ್ರೇಮಚಂದರ ಕಥನ ಪ್ರತಿಭೆ ಮತ್ತು ವೈವಿಧ್ಯಕ್ಕೆ ಜ್ವಲಂತ ಸಾಕ್ಷಿಯಾಗಿದೆ. ಚಮ್ಮಾರ ಜಾತಿಗೆ ಸೇರಿದ ಅಪ್ಪ–ಮಗ ಘೀಸು ಮತ್ತು ಮಾಧವ ಪ್ರೇಮಚಂದರು ಚಿತ್ರಿಸಿರುವ ಪಾತ್ರಗಳಲ್ಲೇ ಅತ್ಯಂತ ವಿಲಕ್ಷಣ ಮತ್ತು ಆ ಕಾರಣಕ್ಕಾಗಿ ಅನನ್ಯ ಮಾದರಿಗಳು. "ಇಡೀ ಹಳ್ಳಿಯಲ್ಲಿ ಕೆಟ್ಟ ಹೆಸರು ಸಂಪಾದಿಸಿದ್ದರು. ಅಪ್ಪ ಘೀಸು ಒಂದು ದಿನ ಕೆಲಸ ಮಾಡಿದರೆ ಮೂರು ದಿನ ಆರಾಮ ಮಾಡುತ್ತಿದ್ದ. ಮಗ ಮಾಧವ ಎಂತಹ ಮೈಗಳ್ಳನೆಂದರೆ ಅರ್ಧ ಘಂಟೆಯ ಕೆಲಸಕ್ಕೆ ಒಂದು ಗಂಟೆ ಚಿಲುಮೆ ಕುಡಿಯುತ್ತಿದ್ದ. .. ಇಬ್ಬರೂ ಸಾಧುಗಳಾದರೂ ಆಗಿದ್ದಿದ್ದರೆ ಯಾವ ಸಂಯಮ ನಿಯಮಗಳ ಅವಶ್ಯಕತೆಯೂ ಇಲ್ಲದೆ ಧೈರ್ಯ ಸಂತೋಷಗಳಿಂದ ಇರಬಹುದಾಗಿತ್ತು. ಹಾಗಿತ್ತು ಅವರ ಪ್ರಕೃತಿ! ಅವರದ್ದು ವಿಚಿತ್ರ ಜೀವನ. ಒಂದೆರಡು ಮಣ್ಣಿನ ಮಡಕೆಗಳನ್ನು ಬಿಟ್ಟರೆ ಅವರಿಗೆ ಬೇರೆ ಯಾವ ಆಸ್ತಿಯೂ ಇರಲಿಲ್ಲ. ಹರಿದ ಹಳೆಯ ಚಿಂದಿಯಿಂದ ತಮ್ಮ ಮಾನ ಮುಚ್ಚಿಕೊಂಡು ಬದುಕುತ್ತಿದ್ದರು. ಪ್ರಾಪಂಚಿಕ ಚಿಂತೆಗಳಿಂದ ಮುಕ್ತರಾಗಿದ್ದರು! ಸಾಲದ ಭಾರ ಹೇರಿಕೊಂಡಿತ್ತು. ಬೈಗಳವನ್ನೂ ಸಹಿಸುತ್ತಿದ್ದರು, ಏಟನ್ನೂ ತಿನ್ನುತ್ತಿದ್ದರು. ಆದರೂ ದುಃಖವೆಂಬುದು ಸ್ವಲ್ಪವೂ ಇರಲಿಲ್ಲ". ಘೀಸುವಿನ ಹೆಂಡತಿ ಸತ್ತು ಎಷ್ಟೋ ದಿನಗಳಾಗಿದ್ದವು. ಮಾಧವನ ಹೆಂಡತಿ ಪ್ರಸವ ವೇದನೆಯಿಂದ ನರಳುತ್ತಿದ್ದಳು. ಅವಳು ಸತ್ತರೆ ತಾವು ಆರಾಮವಾಗಿ ನಿದ್ರೆ ಮಾಡಬಹುದೆಂದು

ಅವರು ಕಾಯುತ್ತಿದ್ದರು. ಮಗುವೇನಾದರೂ ಆಗಿಬಿಟ್ಟರೆ ಏನು ಗತಿ ಎಂದು ಮಾಧವನಿಗೆ ಯೋಚನೆಯಾಗಿದ್ದರೆ, ಹಣ ಹೇಗಾದರೂ ಸಿಗುತ್ತೆ ಎಂದು ಘೀಸು ನಿರಾಳವಾಗಿರುತ್ತಾನೆ.

ಈ ಮನೋವೃತ್ತಿಯನ್ನು ಲೇಖಕರು ಹೀಗೆ ವಿಶ್ಲೇಷಿಸುತ್ತಾರೆ: "ಯಾವ ಸಮಾಜದಲ್ಲಿ ಹಗಲೂ ರಾತ್ರಿ ಶ್ರಮಪಡುವವರ ಸ್ಥಿತಿ ಸಹ ಇವರದ್ದಕ್ಕಿಂತ ಹೆಚ್ಚೇನೂ ಚೆನ್ನಾಗಿರಲಿಲ್ಲವೋ, ಎಲ್ಲಿ ರೈತರ ದೌರ್ಬಲ್ಯಗಳಿಂದ ಲಾಭ ಪಡೆಯುವುದನ್ನು ಬಲ್ಲ ಜನ ಅವರೊಂದಿಗೆ ವ್ಯವಹಾರ ಮಾಡಿ ಅವರಿಗಿಂತ ಹೆಚ್ಚು ಶ್ರೀಮಂತರಾಗಿದ್ದಾರೋ ಅಲ್ಲಿ ಇಂತಹ ಮನೋವೃತ್ತಿ ಹುಟ್ಟುವುದು ಆಶ್ಚರ್ಯವೇನಲ್ಲ. ಘೀಸು ರೈತರಿಗಿಂತ ಹೆಚ್ಚು ಬುದ್ಧಿವಂತನೆಂದೇ ಹೇಳಬೇಕು. ಅವನು ವಿಚಾರಶೂನ್ಯರಾದ ರೈತರ ಗುಂಪಿನೊಂದಿಗೆ ಒಂದಾಗುವುದರ ಬದಲು ಕೆಲಸಗೇಡಿಗಳಾದ ಕೀಳುಜನರ ತಂಡದಲ್ಲಿ ಹೋಗಿ ಸೇರಿಕೊಂಡಿದ್ದ. ಅವನಲ್ಲಿ ಆ ಜನರ ನೀತಿನಿಯಮಗಳನ್ನು ಪಾಲಿಸುವ ಶಕ್ತಿಯಿರಲಿಲ್ಲ ನಿಜ. ಈ ಕಾರಣದಿಂದಾಗಿ ಅವನ ಗುಂಪಿನ ಇತರರು ಹಳ್ಳಿಯ ಮುಖಂಡರೂ ಮುಂದಾಳುಗಳೂ ಆಗಿದ್ದರೆ ಇಡೀ ಹಳ್ಳಿ ಇವನನ್ನು ಕಂಡು ಹೀಯಾಳಿಸುತ್ತಿತ್ತು. ಆದರೂ ಸಹ, ತಾನು ದುಸ್ಥಿತಿಯಲ್ಲಿದ್ದರೇನಂತೆ, ರೈತರಂತೆ ಮೈಮುರಿದು ಕೆಲಸ ಮಾಡಬೇಕಾಗಿಲ್ಲವಲ್ಲ ಎಂಬ ಸಮಾಧಾನ ಘೀಸುವಿಗಿತ್ತು. ಅವನ ಸರಳತೆ, ಶಾಂತಿಪ್ರಿಯತೆಗಳಿಂದ ಬೇರೆಯವರು ಅನುಚಿತವಾಗಿ ಲಾಭ ಪಡೆಯುವಂತಿರಲಿಲ್ಲ".

ಕೊನೆಗೂ ಮಾಧವನ ಹೆಂಡತಿ ಸಾಯುತ್ತಾಳೆ. ಮಗು ಹೊಟ್ಟೆಯಲ್ಲೇ ಸತ್ತಿರುತ್ತದೆ. ಅವಳ ಸಾವು ಈ ಅಪ್ಪಮಕ್ಕಳಿಗೆ ಹೇಗೆ 'ಲಾಭ'ವನ್ನೇ ತಂದಿತು ಎಂದು ನಿರೂಪಿಸುವಲ್ಲಿ ಈ ಕಥೆ ಮುಟ್ಟುವ ಕ್ರೂರಹಾಸ್ಯ ಮತ್ತು ವಂಗ್ಯ ಮಧ್ಯಮವರ್ಗದ ಓದುಗರನ್ನು ಬೆಚ್ಚಿಬೀಳಿಸುವಂತಿವೆ. ಅವಳನ್ನು ಮಣ್ಣುಮಾಡಲೂ ಅವರ ಬಳಿ ಹಣವಿಲ್ಲ. ಅವರ ಮೇಲೆ ಕೋಪವಿದ್ದವರೂ ಅನಿವಾರ್ಯವಾಗಿ ಅವರಿಗೆ ಸಹಾಯ ಮಾಡಲೇಬೇಕಾಗಿದ್ದ ಸಂದರ್ಭ ಅದು. ಒಂದು ಗಂಟೆಯೊಳಗೆ ಐದು ರೂಪಾಯಿ ಸಂಗ್ರಹವಾಗುತ್ತದೆ. ಈ ಕಡೆ ಇತರರು ಬೊಂಬುಹಗ್ಗಕ್ಕೆ ಅಣಿಮಾಡುತ್ತಿದ್ದರೆ ಹೆಣದ ಬಟ್ಟೆ ತರಲು ಅಪ್ಪ–ಮಗ ಪೇಟೆಯ ಕಡೆಗೆ ನಡೆಯುತ್ತಾರೆ. ತೆಳುವಾದ ಬಟ್ಟೆ ಕೊಂಡರೆ ಸಾಕು, ರಾತ್ರಿ ಹೊತ್ತಿನಲ್ಲಿ ಹೆಣದಬಟ್ಟೆ ಯಾರಿಗೆ ಕಾಣುತ್ತೆ ಎಂದು ತರ್ಕಿಸುತ್ತಾರೆ. 'ಬದುಕಿರೋವಾಗ ಮೈ ಮುಚ್ಕೋಕೆ ಚಿಂದಿಗೆ ಗತಿಯಿಲ್ಲದೆ ಇರೋರಿಗೆ ಸತ್ತ ಮೇಲೆ ಹೊಸ ಬಟ್ಟೆ ಬೇಕು. ಎಂಥ ಕೆಟ್ಟ ಪದ್ಧತಿ ಇದು!' ಎಂದು ವಿಶ್ಲೇಷಿಸುತ್ತಾರೆ. ಅನೇಕ ಬಟ್ಟೆ ಅಂಗಡಿಗಳಿಗೆ ಹೋದರೂ ಯಾವ ಬಟ್ಟೆಯೂ ಅವರಿಗೆ ಸರಿಕಾಣುವುದಿಲ್ಲ. ಅಷ್ಟರಲ್ಲಿ ರಾತ್ರಿಯಾಗಿ ಹೆಂಡದಂಗಡಿಯ ಮುಂದೆ ಬಂದು ನಿಲ್ಲುತ್ತಾರೆ. ವರಾಂಡದಲ್ಲಿ ಕೂತು ಇಬ್ಬರೂ ಶಾಂತಿಯಿಂದ ಕುಡಿಯತೊಡಗುತ್ತಾರೆ. ಕೆಲವು ಗುಟುಕುಗಳು ಹೊಟ್ಟೆ ಸೇರಿದ ಮೇಲೆ ಮನಸ್ಸು ಉಲ್ಲಾಸಗೊಳ್ಳುತ್ತದೆ. ವಿಚಾರಗಳೂ ಸ್ಪಷ್ಟವಾಗುತ್ತ ಹೋಗುತ್ತವೆ. 'ಹೆಣಕ್ಕೆ ಬಟ್ಟೆ ಹೊದಿಸೋದರಿಂದ ಏನು ಲಾಭ? ಕೊನೆಗೆ ಸುಟ್ಟು ಬೂದಿಯಾಗುತ್ತೆ. ಸೊಸೆಯ ಜೊತೆಯಂತೂ ಹೋಗೋಲ್ಲ'ಎಂದು ಘೀಸು ಸಾಮಾನ್ಯಜ್ಞಾನ ಹೇಳಿದರೆ ಮಾಧವನ ಮಾತಿನ ಹಿಂದೆ ಇನ್ನೂ ಹರಿತವಾದ ಸಾಮಾಜಿಕ ವಿಶ್ಲೇಷಣೆಯೇ ಧ್ವನಿತವಾಗುತ್ತದೆ!

'ಲೋಕಾರೂಢಿ ಅಷ್ಟೇ. ಇಲ್ಲದೇ ಹೋಗಿದ್ದರೆ ಬ್ರಾಹ್ಮಣರಿಗೆ ಸಾವಿರಾರು ರೂಪಾಯಿ ಯಾರು ಕೊಡುತ್ತಿದ್ದರು? ಪರಲೋಕದಲ್ಲಿ ಏನು ಸಿಗುತ್ತೆ ಬಿಡುತ್ತೆ ಅಂತ ಕಂಡೋರು ಯಾರು?'.

ಅಪ್ಪ-ಮಕ್ಕಳ ಸಂಭಾಷಣೆ ಈ ಹಂತದಲ್ಲಿ ತತ್ವಜ್ಞಾನದ ಮಟ್ಟವನ್ನು ಮುಟ್ಟಿಬಿಡುತ್ತದೆ. ಹೊಟ್ಟೆತುಂಬ ಕುಡಿಯುತ್ತಾರೆ. 'ಕಾಡಿನಲ್ಲಿ ಹುಲಿ ತನ್ನ ಬೇಟೆಯನ್ನು ತಿಂದು ಮುಗಿಸುವಂತೆ' ಜರ್ಬಾಗಿ ಕುಳಿತು ಪೂರಿ ತಿನ್ನುತ್ತಾರೆ. ತಮ್ಮ ಹೊಟ್ಟೆ ತುಂಬಿದ ಮೇಲೆ ಉಳಿದ ಪೂರಿಯನ್ನು ಭಿಕ್ಷುಕನೊಬ್ಬನಿಗೆ ಕೊಟ್ಟು ಜೀವನದಲ್ಲಿ ಮೊದಲ ಬಾರಿ 'ಕೊಡುವ' ಹೆಮ್ಮೆ, ಆನಂದ, ಉಲ್ಲಾಸಗಳನ್ನೂ ಅನುಭವಿಸುತ್ತಾರೆ. ಹೀಗೆ ಬೇಡದೇ ಬಂದ ಸೌಭಾಗ್ಯವನ್ನು ಸಂಪೂರ್ಣವಾಗಿ ಸವಿಯುತ್ತಾರೆ. ಒಂದು ಕ್ಷಣ ಮಾಧವನ ಕಣ್ಣಿನಲ್ಲಿ ನೀರಾಡಿದಾಗ ಘೀಸು ಸಮಾಧಾನ ಹೇಳುತ್ತಾನೆ: "ಯಾಕೆ ಅಳ್ತಿ ಮಗು. ಸಂತೋಷದ ಸಂಗತಿ ಅಂದರೆ ಅವಳು ಈ ಮಾಯಾಜಾಲದಿಂದ ಬಿಡುಗಡೆ ಪಡೆದಳು. ಬಂಧನ ಹರೀತು. ತುಂಬ ಭಾಗ್ಯವಂತೆ. ಇಷ್ಟು ಚಿಕ್ಕ ವಯಸ್ಸಿನಲ್ಲಿ ಮಾಯಾಮೋಹಗಳ ಬಂಧನ ತೊಡೆದು ಹಾಕಿದಳು". ಈ ಅರಿವಿನ ಸ್ಫೋಟದಲ್ಲಿ ಅವರು ನೆಗೆದು ಹಾರಿ ಕುಣಿದು ಮದಮತ್ತರಾಗಿ ಅಲ್ಲೇ ಕೆಳಗೆ ಬೀಳುತ್ತಾರೆ. ಉಳಿದ ಹೆಚ್ಚಿನ ಕಥೆಗಳಲ್ಲಿ ಬಡವರ ಬಗ್ಗೆ ಲೇಖಕರ ಭಾವುಕ ಅನುಕಂಪ ಮಿಡಿದರೆ ಈ ಕಥೆಯಲ್ಲಿ ಅವರ ವೈನೋದಿಕ ಧಾಟಿ ಬಡತನವನ್ನು ಮತ್ತೂ ಆಳವಾದ ಆಯಾಮದಲ್ಲಿ ಮಂಡಿಸಿ ಓದುಗರನ್ನು ಚುಚ್ಚುತ್ತದೆ.

ಅಂಬೇಡ್ಕರ್: ಎರಡು ಪುಸ್ತಕಗಳು

೧

ಡಾ. ಬಾಬಾ ಸಾಹೇಬ್ ಅಂಬೇಡ್ಕರ್ (೧೮೯೧-೧೯೫೬) ಆಧುನಿಕ ಭಾರತದ ಅತ್ಯುತ್ತಮ ಚಿಂತಕರಲ್ಲಿ ಒಬ್ಬರು. ಬರವಣಿಗೆ ಮತ್ತು ಹೋರಾಟ ಎರಡರಲ್ಲೂ ತಮ್ಮನ್ನು ತೀವ್ರವಾಗಿ ತೊಡಗಿಸಿಕೊಂಡಿದ್ದವರು. ಅವರ ಸಮಗ್ರ ಬರಹಗಳು ಮತ್ತು ಭಾಷಣಗಳನ್ನು ಕನ್ನಡಕ್ಕೆ ಅನುವಾದಿಸಿ ಹಲವು ಸಂಪುಟಗಳಲ್ಲಿ ಪ್ರಕಟಿಸಿ, ತುಂಬಾ ಕಡಿಮೆ ಬೆಲೆಯಲ್ಲಿ ವಿತರಿಸುವ ಮಹತ್ವಾಕಾಂಕ್ಷಿ ಯೋಜನೆಯೊಂದನ್ನು ಕರ್ನಾಟಕ ಸರ್ಕಾರ ಹಾಕಿಕೊಂಡಿದೆ. ಕೆಲವು ವರ್ಷಗಳ ಹಿಂದಷ್ಟೇ ಮೊದಲ ಸಂಪುಟ ಪ್ರಕಟವಾಗಿದೆ. "ಈ ಸಂಪುಟದಲ್ಲಿ ಸೇರಿರುವ ಕೃತಿಗಳು ಡಾ. ಅಂಬೇಡ್ಕರ್ ಅವರು ತಮ್ಮ ವಿದ್ಯಾರ್ಥಿ ದೆಸೆಯಲ್ಲಿ ಮತ್ತು ಭಾರತದ ಸಾರ್ವಜನಿಕ ಜೀವನದಲ್ಲಿ ಕಾಲಿರಿಸಿದ ನಂತರ ಬರೆದವುಗಳಾಗಿವೆ" ಎಂದು ಸಂಪಾದಕ ಸಮಿತಿ ತಿಳಿಸಿದೆ. ಜಾತಿ, ಭಾಷಾವಾರು ಪ್ರಾಂತ್ಯಗಳು, ನಾಯಕ ಮತ್ತು ನಾಯಕಾರಾಧನೆ, ಸಂವಿಧಾನಾತ್ಮಕ ಸುಧಾರಣೆಗಳು ಮತ್ತು ಆರ್ಥಿಕ ಸಮಸ್ಯೆಗಳು ಎಂಬ ಐದು ಭಾಗಗಳಲ್ಲಿ ಇಲ್ಲಿನ ಬರಹಗಳನ್ನು ಸಂಕಲಿಸಲಾಗಿದೆ. ಈ ಬರಹಗಳ ಹಿನ್ನೆಲೆ, ಸಂದರ್ಭ ಮತ್ತು ಮುಖ್ಯಾಂಶಗಳನ್ನು ಪೀಠಿಕೆಯಲ್ಲಿ ಸುವಿಸ್ತಾರವಾಗಿ ನೀಡಲಾಗಿದೆ. ಹಾಗಾಗಿ ಈ ಸಂಪುಟವು ವಿದ್ಯಾರ್ಥಿಗಳು, ಅಧ್ಯಾಪಕರು, ಸಂಶೋಧಕರು ಮತ್ತು ಅಂಬೇಡ್ಕರ್ ವಿಚಾರಗಳನ್ನು ಅಭ್ಯಸಿಸಲು ಅಪೇಕ್ಷಿಸುವವರಿಗೆಲ್ಲ ಒಂದು ಮೌಲಿಕವಾದ, ಉಪಯುಕ್ತವಾದ ಪ್ರಕಟಣೆಯಾಗಿದೆ. ಈ ಸಂಪುಟದ ಪ್ರಕಟಣೆಯಿಂದ ಕನ್ನಡ ವಿಚಾರ ಸಾಹಿತ್ಯವೂ ಇನ್ನಷ್ಟು ಸಮೃದ್ಧಗೊಂಡಿದೆ.

ತುಂಬಾ ವಾದ ವಿವಾದಗಳಿಗೆ ಕಾರಣವಾದ ಅಂಬೇಡ್ಕರ್ ಅವರ ವಿಚಾರಗಳೆಂದರೆ 'ಜಾತಿ'ಯನ್ನು ಕುರಿತವು. 'ಜಾತಿಯೆಂಬುದು ಸುತ್ತಲೂ ಗೋಡೆ ನಿರ್ಮಿಸಿಕೊಂಡಿರುವ ಒಂದು ವರ್ಗ' ಎನ್ನುವ ಅಂಬೇಡ್ಕರ್ ವರ್ಗ ಮತ್ತು ಜಾತಿಗಳು ನಮ್ಮ ಪಕ್ಕದ ಬಾಗಿಲಿನ ನೆರೆಹೊರೆಗಳೆಂದೂ ಇವೆರಡನ್ನೂ ಬೇರೆಯಾಗಿಸಿರುವುದು ಒಂದು ಗೇಣು ಮಾತ್ರ ಎಂದು ವಿಶ್ಲೇಷಿಸಿದ್ದಾರೆ. ಚಾತುರ್ವರ್ಣ್ಯದ ಆಧಾರದಲ್ಲಿ ಹಿಂದೂ ಸಮಾಜವನ್ನು ಪುನರ್ರೂಪಿಸುವ ಎಲ್ಲ ಚಿಂತನೆಗಳಿಗೆ ಅವರು ವಿರೋಧವಾಗಿದ್ದರು. ಚಾತುರ್ವರ್ಣ್ಯ ವ್ಯವಸ್ಥೆಯಲ್ಲಿ ಸ್ತ್ರೀಯರ ಸ್ಥಾನಮಾನವನ್ನು ಕುರಿತ ಚಿಂತನೆಯೇ ಇಲ್ಲವೆಂದು ಅವರು ಟೀಕಿಸುತ್ತಾ ಅವರ ಗಂಡಂದಿರ ವರ್ಣವೇ ಅವರಿಗೂ ತಾನೇ ತಾನಾಗಿ ಲಗತ್ತಾಗುವುದೇನು ಎಂದು ಪ್ರಶ್ನಿಸುತ್ತಾರೆ. ಜಾತಿಯನ್ನು ಕುರಿತಂತೆ ಗಾಂಧಿ ಮತ್ತು ಅಂಬೇಡ್ಕರ್ ಅವರ ನಡುವಣ ವಾಗ್ವಾದಗಳು ಇಪ್ಪತ್ತನೆಯ ಶತಮಾನದ ಮುಖ್ಯ ವಾಗ್ವಾದಗಳ ಪಟ್ಟಿಗೆ ಸೇರುವಂಥವು. ಅಂಬೇಡ್ಕರ್

ಅವರು ಹಿಂದೂಧರ್ಮಕ್ಕೆ ಒಂದು ಪಂಥಾಹ್ವಾನ ಎನ್ನುವ ಗಾಂಧಿ, "ಹಿಂದೂವಾಗಿ ಬೆಳೆದು, ಹಿಂದೂ ಪ್ರಭುವೊಬ್ಬನ ನೆರವಿನಿಂದ ಶಿಕ್ಷಣ ಪಡೆದು, ತಾನು ಮತ್ತು ತನ್ನ ಜನರು ಸವರ್ಣ ಹಿಂದೂಗಳ ಕೈಯಲ್ಲಿ ಅನುಭವಿಸಿದ ಕಿರುಕುಳದಿಂದ ಹತಾಶರಾಗಿ ಈಗ ಅವರಿಗೂ ತನಗೂ ಸಮಾನವಾಗಿ ಪರಂಪರಾಗತವಾಗಿ ಬಂದ ಧರ್ಮವನ್ನು ಕೂಡ ತ್ಯಜಿಸಲು ನಿರ್ಧರಿಸಿದ್ದಾರೆ" ಎಂದು ಗುರುತಿಸುತ್ತಾರೆ. ಯಾವ ಹಿಂದುವಾದರೂ ಈ ದೋಷಾರೋಪಣೆಯ ಮಹತ್ವವನ್ನು ಉಪೇಕ್ಷಿಸಲಾರನು ಎಂದು ಹೇಳಿ ಅಂಬೇಡ್ಕರ್ ಎತ್ತಿರುವ ಪ್ರಶ್ನೆಗಳನ್ನು ಗಂಭೀರವಾಗಿ ತೆಗೆದುಕೊಳ್ಳಬೇಕೆಂದೂ, ಸವರ್ಣ ಹಿಂದೂಗಳು ತಮ್ಮ ನಂಬಿಕೆಯನ್ನೂ ನಡವಳಿಕೆಯನ್ನೂ ತಿದ್ದಿಕೊಳ್ಳಬೇಕೆಂದೂ ಗಾಂಧಿ ಅಪೇಕ್ಷಿಸುತ್ತಾರೆ. ಗಾಂಧಿಯವರ ಟೀಕೆ ಟಿಪ್ಪಣಿಗಳಿಗೆ ಅಂಬೇಡ್ಕರ್ ದೀರ್ಘವಾದ ಉತ್ತರವನ್ನು ನೀಡಿದ್ದಾರೆ. ಈ ವಾದ-ಪ್ರತಿವಾದಗಳ ಸೂಕ್ಷ್ಮತೆಯನ್ನು ಸಂಗ್ರಹಿಸುವುದಕ್ಕಾಗಲೀ, ಚರ್ಚಿಸುವುದಕ್ಕಾಗಲೀ ಈ ಚಿಕ್ಕ ಬರಹದಲ್ಲಿ ಅವಕಾಶವಿಲ್ಲ. ಆದರೆ ಈ ವಾಗ್ವಾದವು ನಮ್ಮಲ್ಲಿ ಇನ್ನಷ್ಟು ಪ್ರಶ್ನೆಗಳನ್ನೂ ಯೋಚನೆಗಳನ್ನೂ ಹುಟ್ಟುಹಾಕಬಲ್ಲಷ್ಟು ಪ್ರಭಾವಶಾಲಿಯಾಗಿದೆ.

ಭಾಷಾವಾರು ಪ್ರಾಂತ್ಯಗಳ ರಚನೆಯನ್ನು ಕುರಿತ ಅವರ ಬರಹಗಳಲ್ಲಿ ಅಪಾರವಾದ ಸ್ವೋಪಜ್ಞತೆ ಮತ್ತು ಪಾಂಡಿತ್ಯವನ್ನು ಕಾಣಬಹುದು. ಭಾಷಾವಾರು ಪ್ರಾಂತ್ಯಗಳ ರಚನೆಯ ಅನುಕೂಲತೆ ಮತ್ತು ಅನನುಕೂಲತೆಗಳನ್ನು ಅವರು ಚೆನ್ನಾಗಿ ಅರಿತಿದ್ದರು. ಪ್ರಜಾಸತ್ತೆಗೆ ಅವಶ್ಯ ಇರುವ ಏಕರೂಪತೆಯನ್ನು ಬಹುಮಟ್ಟಿಗೆ ಸಾಧಿಸಲು ಅದು ಅನುವು ಮಾಡಿಕೊಡಬಲ್ಲುದು ಎಂಬುದು ಅವರ ಅಭಿಪ್ರಾಯವಾಗಿತ್ತು. ಈ ಸಂಪುಟದ ಮತ್ತೊಂದು ಮಹತ್ವದ ಲೇಖನವೆಂದರೆ ರಾನಡೆ, ಗಾಂಧಿ ಮತ್ತು ಜಿನ್ನಾ ಅವರನ್ನು ಕುರಿತ ವಿಚಾರ ವಿಮರ್ಶೆ. ಗಾಂಧಿ ಮತ್ತು ಜಿನ್ನಾರೊಂದಿಗೆ ಹಲವು ಭಿನ್ನಾಭಿಪ್ರಾಯ ಹೊಂದಿದ್ದ ಅಂಬೇಡ್ಕರ್ ಹೇಳುತ್ತಾರೆ: "ನಾನು ಯಾವಾಗಲೂ ವಿಮರ್ಶಕನಾಗಿದ್ದೇನೆ ಮತ್ತು ವಿಮರ್ಶಕನಾಗಿಯೇ ಇರಬಯಸುವೆ.....ನಾನು ಮೂರ್ತಿ ಪೂಜಕನಲ್ಲ. ನಾನು ಅವುಗಳನ್ನು ಒಡೆದು ಹಾಕುವುದರಲ್ಲಿ ನಂಬಿಗೆಯುಳ್ಳವನು." ಒಕ್ಕೂಟ ವ್ಯವಸ್ಥೆ ಮತ್ತು ಸ್ವಾತಂತ್ರ್ಯ, ಕೋಮು ಪ್ರಾತಿನಿಧ್ಯದ ಸಮಸ್ಯೆಗಳು, ಅಲ್ಪಸಂಖ್ಯಾತರ ಆತಂಕಗಳು, ಸಣ್ಣ ಹಿಡುವಳಿದಾರರ ಸಮಸ್ಯೆಗಳು ಮುಂತಾಗಿ ಮಹತ್ವದ ಸಾಮಾಜಿಕ, ಆರ್ಥಿಕ, ಸಾಂಸ್ಕೃತಿಕ ಮತ್ತು ರಾಜಕೀಯ ಸಂಗತಿಗಳ ಬಗ್ಗೆ ಅಂಬೇಡ್ಕರ್ ಅವರ ಆಳವಾದ ಚಿಂತನೆಗಳು ಇಲ್ಲಿ ಸಂಗ್ರಹಗೊಂಡಿವೆ.

೨

ಹೆಗ್ಗೋಡಿನ ಅಕ್ಷರ ಪ್ರಕಾಶನವು ತನ್ನ ಕೆ. ವಿ. ಸುಬ್ಬಣ್ಣ ನೆನಪಿನ 'ಮೊದಲ ಓದು' ಪುಸ್ತಕ ಮಾಲೆಯಲ್ಲಿ ಅಂಬೇಡ್ಕರ್ ಅವರ ಆಯ್ದ ಬರಹಗಳ ಸಂಪುಟವೊಂದನ್ನು ೨೦೦೯ರಲ್ಲಿ ಪ್ರಕಟಿಸಿದೆ. ಈ ಬರಹಗಳನ್ನು ಕೆ. ಫಣಿರಾಜ್ ಅವರು ಕನ್ನಡಕ್ಕೆ ಅನುವಾದಿಸಿ ಕೊಟ್ಟಿದ್ದಾರೆ.

ಜಾತಿ ವಿನಾಶ ಕುರಿತು ಅಂಬೇಡ್ಕರ್ ಮಾಡಬೇಕಾಗಿದ್ದ, ಆದರೆ ಅವರಿಗೆ ಆ ಅವಕಾಶವನ್ನೇ ನಿರಾಕರಿಸಿದಾಗ ಸ್ವತಃ ಅವರೇ ಪುಸ್ತಕ ರೂಪದಲ್ಲಿ ಸಿದ್ಧಪಡಿಸಿದ ಉಪನ್ಯಾಸದ

ಆಯ್ದ ಹದಿನಾಲ್ಕು ಭಾಗಗಳು, ಜಾತಿ ಕುರಿತಂತೆ ಗಾಂಧಿ–ಅಂಬೇಡ್ಕರ್ ನಡುವಣ ವಾಗ್ವಾದ ಇವುಗಳಲ್ಲದೆ ಅವರು ಸಂಸತ್ತಿನಲ್ಲಿ ಮಂಡಿಸಿದ 'ಹಿಂದು ಕಾನೂನು ಸಂಹಿತೆ' ಮಸೂದೆ ಮತ್ತು ಅದರ ಸಮರ್ಥನೆಯ ಟಿಪ್ಪಣಿಗಳನ್ನು ಪ್ರಸ್ತುತ ಸಂಪುಟ ಒಳಗೊಂಡಿದೆ. ಈ ಪುಸ್ತಕದ ಇನ್ನೆರಡು ಲೇಖನಗಳು ಸ್ವತಃ ಅಂಬೇಡ್ಕರ್ ಅವರ ಸ್ವಕೀಯ ಅನುಭವಗಳಾಗಿದ್ದು ಜಾತಿಯನ್ನು ಕುರಿತ ಅವರ ವಿಚಾರಗಳಿಗೆ ಅನುಭವದ ಗಟ್ಟಿ ತಳಹದಿಯನ್ನು ಒದಗಿಸುವಂತಿವೆ. ಕೆ. ಫಣಿರಾಜ್ ಅವರ ಸಮರ್ಥ ಅನುವಾದ ಮತ್ತು ಉಪಯುಕ್ತ ಟಿಪ್ಪಣಿಗಳಿಂದ ಕೂಡಿದ ಈ ಪುಸ್ತಕವು ಅಂಬೇಡ್ಕರ್ ಅವರ ಮೊದಲ ಓದುಗರಿಗೆ ಒಂದು ಅರ್ಥಪೂರ್ಣ ಪ್ರವೇಶವನ್ನು ಒದಗಿಸುತ್ತದೆ.

ಫಣಿರಾಜ್ ಬರೆಯುತ್ತಾರೆ: "ಅಸ್ಪೃಶ್ಯರನ್ನು ಸಾಮಾನ್ಯ ಜನ ನಿತ್ಯಜೀವನದಲ್ಲಿ ಹೇಗೆ ನಡೆಸಿಕೊಳ್ಳುತ್ತಾರೆ ಎಂಬ ವಾಸ್ತವವನ್ನು ಸೋದಾಹರಣವಾಗಿ ನಿರೂಪಿಸಲು ಅಂಬೇಡ್ಕರ್ ವಾಸ್ತವಿಕ ಘಟನೆಗಳನ್ನು ಆಧಾರಿಸಿದ ಆರು ಬರಹಗಳನ್ನು ಪ್ರಕಟಿಸಿದರು. ಈ ಬರಹಗಳ ಗುಚ್ಛವು 'ವೇಟಿಂಗ್ ಫಾರ್ ವೀಸ' ಎಂಬ ಶಿರೋನಾಮೆಯಡಿ ಪ್ರಕಟವಾಗಿದೆ. ಯಾವುದೇ ವ್ಯಕ್ತಿ ತಾನು ಪ್ರಜೆಯಲ್ಲದ ಅನ್ಯ ರಾಷ್ಟ್ರವನ್ನು ಅಧಿಕೃತವಾಗಿ ಪ್ರವೇಶಿಸಿ ವ್ಯವಹರಿಸಲು ಆಯಾ ದೇಶಗಳ ಪ್ರಭುತ್ವ ಕಾನೂನುಬದ್ಧವಾಗಿ 'ಕರುಣಿಸುವ' 'ವೀಸ'ವನ್ನು ಪಡೆಯುವುದು ಅನಿವಾರ್ಯ. ಅಸ್ಪೃಶ್ಯರು ಮಾನವಂತವಾಗಿ ಸಾರ್ವಜನಿಕ ವಲಯವನ್ನು ಪ್ರವೇಶಿಸಿ, ವ್ಯವಹರಿಸಲು ದುಸ್ಸಾಧ್ಯವಾದ ಭಾರತದ ಜಾತಿ ಸಮಾಜದ ವೈಪರೀತ್ಯವನ್ನು ತೋರಿಸುವ ಸಲುವಾಗಿಯೇ ಅಂಬೇಡ್ಕರ್ 'ವೀಸಕ್ಕಾಗಿ ಕಾಯುವ ಜನ' ಎಂಬ ವ್ಯಂಗ್ಯದ ರೂಪಕವನ್ನು ಚಾಟಿಯಂತೆ ಬಳಸಿದ್ದಾರೆ." (ಪುಟ ೫)

"ವೇಟಿಂಗ್ ಫಾರ್ ವೀಸ"–ಈ ಬರಹಗಳ ಗುಚ್ಛವು ಅಂಬೇಡ್ಕರ್ ಅವರ ಜೀವಿತಕಾಲದಲ್ಲಿ ಪ್ರಕಟವಾಗಿರಲಿಲ್ಲ ಎಂಬುದು ಕುತೂಹಲಕಾರಿಯಾಗಿದೆ. ಈ ಸಂಕಲನದ ನಾಲ್ಕು ಬರಹಗಳು ಆತ್ಮಕಥಾನಕಗಳ ಧಾಟಿಯಲ್ಲಿವೆ. ಇವುಗಳನ್ನು ಅಂಬೇಡ್ಕರ್ ೧೯೩೫–೩೬ರಲ್ಲಿ ಬರೆದಿರಬಹುದೆಂದು ಊಹಿಸಲಾಗಿದೆ. ಅಷ್ಟೇ ಅಲ್ಲ, "ಈ ಬರಹಗಳು ಜಾತಿಪದ್ಧತಿಯ ಸಂಕೀರ್ಣತೆಯನ್ನರಿಯದ ವಿದೇಶೀಯನೊಬ್ಬನಿಗೆ ಜಾತಿ ಕ್ರೌರ್ಯದ ವಾಸ್ತವಿಕತೆಯನ್ನು ಮನದಟ್ಟು ಮಾಡಿಕೊಡುವ ಶೈಲಿಯಲ್ಲಿ ನಿರೂಪಿತವಾಗಿದೆ" ಎಂದು ವ್ಯಾಖ್ಯಾನಿಸಲಾಗಿದೆ. ೧೯೯೦ರಲ್ಲಿ ಮುಂಬಯಿಯ ಜನಶಿಕ್ಷಣ ಸಮಿತಿಯಿಂದ ಮೊದಲು ಪ್ರಕಟವಾದ ಈ ಬರಹಗಳ ಗುಚ್ಛವು ಅಸ್ಪೃಶ್ಯತೆಯ ಅನುಭವವನ್ನು ಅಂಬೇಡ್ಕರ್ ಸ್ವಾನುಭವದ ನೆಲೆಯಲ್ಲಿ ನಿರೂಪಿಸಿರುವುದರಿಂದ ಸಾಹಿತ್ಯ ಕಥನವಾಗಿಯೂ ಹೃದಯಸ್ಪರ್ಶಿಯಾಗಿದೆ. ಅಂಬೇಡ್ಕರ್ ಅವರ 'ಶಾಸ್ತ್ರೀಯ' ಬರಹಗಳಲ್ಲಿ ಅಷ್ಟಾಗಿ ಕಾಣದ ಭಾವುಕತೆ ಮತ್ತು ಆರ್ದ್ರತೆ ಇಲ್ಲಿ ಕಂಡುಬರುತ್ತವೆ.

"ಗೋರೆಗಾಂವ್‌ನ ಹಾದಿ ಹೆಜ್ಜೆಗಳು" ಎಂಬ ಲೇಖನದಲ್ಲಿ ನಿರೂಪಿತವಾಗಿರುವಂತೆ ಅಂಬೇಡ್ಕರ್ ಒಂಭತ್ತು ವರ್ಷದ ಬಾಲಕರಾಗಿದ್ದಾಗ ತಮ್ಮ ಅಣ್ಣ ಮತ್ತು ಅಕ್ಕನ ಮಗನೊಂದಿಗೆ ಸತಾರದಿಂದ ಗೋರೆಗಾಂವ್‌ಗೆ ಹೋಗಬೇಕಾಗಿರುತ್ತದೆ. ಈ ಘಟನೆ ನಡೆದದ್ದು ೧೯೦೧ರ

ಸುಮಾರಿಗೆ. ಆಗ ಗೋರೆಗಾಂವ್‌ನಲ್ಲಿ ಕೆಲಸಕ್ಕಿದ್ದ ಅವರ ತಂದೆ ಬೇಸಿಗೆ ರಜೆಯನ್ನು ತಮ್ಮೊಂದಿಗೆ ಕಳೆಯಲು ಮಕ್ಕಳನ್ನು ಆಹ್ವಾನಿಸಿದ್ದರು. ರೈಲಿನಲ್ಲಿ ಪ್ರಯಾಣಿಸಿ ಗೋರೆಗಾಂವ್‌ಗೆ ಸಮೀಪದ ಸ್ಟೇಷನ್ನಿನಲ್ಲಿ ಇಳಿದಾಗ, ಸಂವಹನದ ಕೊರತೆಯಿಂದಾಗಿ, ಇವರನ್ನು ಮನೆಗೆ ಕರೆದುಕೊಂಡು ಹೋಗಲು ಯಾರೂ ಬಂದಿರುವುದಿಲ್ಲ. ಇವರ ಅವಸ್ಥೆಯನ್ನು ಕಂಡು ಸ್ಟೇಷನ್ ಮಾಸ್ಟರ್ ಕಳಕಳಿ-ಅನುಕಂಪ ತೋರಿಸುತ್ತಾರೆ. ಆ ಮುಖಾಮುಖಿಯನ್ನು ಅಂಬೇಡ್ಕರ್ ಹೀಗೆ ವರ್ಣಿಸುತ್ತಾರೆ: "ನಮ್ಮ ಶಿಸ್ತಿನ ಉಡುಪು, ನಡೆನುಡಿಯಿಂದಾಗಿ ನಾವು ಅಸ್ಪೃಶ್ಯ ಹುಡುಗರೆಂದು ಯಾರೂ ಕಂಡುಹಿಡಿಯಲು ಸಾಧ್ಯವಿರಲಿಲ್ಲ. ಆ ಸ್ಟೇಷನ್ ಮಾಸ್ತರಂತೂ ನಾವು ಖಾತ್ರಿಯಾಗಿ ಬ್ರಾಹ್ಮಣ ಹುಡುಗರೆಂದೇ ಭಾವಿಸಿದ್ದರು ಮತ್ತು ನಮ್ಮ ಅಸಹಾಯಕ ಸ್ಥಿತಿ ಅವರ ಅಂತ:ಕರಣವನ್ನು ಮೀಟಿತ್ತು. ಎಲ್ಲ ಹಿಂದುಗಳ ಹಾಗೆ ಅವರು ಸಹ ನಮ್ಮ ಜಾತಿಯನ್ನು ವಿಚಾರಿಸಿದರು. ನಾನು ಕಿಂಚಿತ್ತೂ ಯೋಚಿಸದೆ ನಾವು ಮಹರ್ ಜಾತಿಯವರು ಎಂದು ಹೇಳಿಬಿಟ್ಟೆ. (ಮಹರ್ ಸಮುದಾಯವನ್ನು ಬಾಂಬೆ ಪ್ರೆಸಿಡೆನ್ಸಿಯಲ್ಲಿ ಒಂದು ಅಸ್ಪೃಶ್ಯಜಾತಿಯಾಗಿ ಪರಿಗಣಿಸಲಾಗಿತ್ತು). ಇದನ್ನು ಕೇಳಿದ್ದೇ ಅವರು ದಿಗ್ಭ್ರಾಂತರಾಗಿಬಿಟ್ಟರು. ಅವರ ಚಹರೆಯಲ್ಲಿ ಹಠಾತ್ತಾದ ಬದಲಾವಣೆಯಾಯಿತು. ಹೇವರಿಕೆಯ ಭಾವ ಅವರನ್ನು ಆವರಿಸಿಕೊಳ್ಳುತ್ತಿರುವುದು ನಮಗೆ ನಿಚ್ಚಳವಾಗಿ ಕಾಣುತ್ತಿತ್ತು. ನನ್ನ ಮಾತನ್ನು ಕೇಳಿದ್ದೇ ಅವರು ತಮ್ಮ ಕೋಣೆಗೆ ನಡೆದುಬಿಟ್ಟರು. ನಾವು ನಿಂತಲ್ಲೇ ನಿಂತುಬಿಟ್ಟೆವು. ಇನ್ನೊಂದು ಅರ್ಧ ಗಂಟೆ ಕಳೆಯಿತು. ಸೂರ್ಯ ಇನ್ನೇನು ಮುಳುಗುವವನಿದ್ದ. ತಂದೆಯೂ ಬಂದಿಲ್ಲ, ಅವರ ಜವಾನನ ಪತ್ತೆಯೂ ಇಲ್ಲ, ಮತ್ತೀಗ ಸ್ಟೇಷನ್ ಮಾಸ್ತರರೂ ನಮ್ಮ ಪಾಡಿಗೆ ನಮ್ಮನ್ನು ಬಿಟ್ಟು ಹೋಗಿದ್ದಾರೆ. ನಾವು ಕಕ್ಕಾಬಿಕ್ಕಿಯಾಗಿದ್ದೆವು; ಪ್ರಯಾಣದ ಪ್ರಾರಂಭದಲ್ಲಿದ್ದ ಸಂತೋಷ, ಉತ್ಸಾಹಗಳೆಲ್ಲ ಕರಗಿ ಅತೀವ ದುಃಖ ನಮ್ಮನ್ನು ತುಂಬಿತ್ತು". (೮)

ಇವರು ಮಹರ್ ಜಾತಿಗೆ ಸೇರಿದವರೆಂದು ಗೊತ್ತಾದ ಕೂಡಲೇ ಮೈಲಿಗೆಯಾಗುತ್ತದೆಯೆಂದು- ಬಾಡಿಗೆ ಕೊಟ್ಟರೂ- ಯಾವ ಗಾಡಿಯವರೂ ಇವರನ್ನು ಗೋರೆಗಾಂವ್‌ಗೆ ಕರೆದೊಯ್ಯಲು ಒಪ್ಪುವುದಿಲ್ಲ. ಕೊನೆಗೆ ಇವರೇ ಗಾಡಿ ಹೊಡೆಯುವುದೆಂದೂ, ಗಾಡಿಯವನು ನಡೆದುಕೊಂಡು ಬರುವುದೆಂದೂ ತೀರ್ಮಾನವಾಗುತ್ತದೆ! ದಾರಿ ಪ್ರಯಾಣದಲ್ಲಿ, ಊಟಕ್ಕೆಂದು ನಿಂತಾಗ ಇವರು ಮಹರ್ ಜಾತಿಯವರಾದ ಏಕೈಕ ಕಾರಣದಿಂದ ಕುಡಿಯಲು ನೀರೂ ಸಿಗುವುದಿಲ್ಲ. ತಾವು ಮಹರ್ ಜಾತಿಯವರೆಂದು ಹೇಳದೆ ಮುಸಲ್ಮಾನರೆಂದು ಹೇಳಿಕೊಂಡರೂ ಆ ಉಪಾಯವೂ ಸಫಲವಾಗುವುದಿಲ್ಲ. "ನಾವು ತೀರ ಹಸಿದಿದ್ದೆವು. ನಮ್ಮಲ್ಲಿ ಬೇಕಾದಷ್ಟು ಬುತ್ತಿಯಿತ್ತು. ಆದರೂ ಕುಡಿಯಲು ನೀರು ಸಿಗದ ಕಾರಣವಾಗಿ ನಾವು ಖಾಲಿ ಹೊಟ್ಟೆಯಲ್ಲೆ ಮಲಗಬೇಕಾಯಿತು. ನಾವು ಅಸ್ಪೃಶ್ಯರಾಗಿದ್ದ ಕಾರಣಕ್ಕೆ ನಮಗೆ ಕುಡಿಯಲು ನೀರು ಸಿಗಲಿಲ್ಲ ಎನ್ನುವ ಸಂಗತಿ ನಮ್ಮ ತಲೆಯಲ್ಲಿ ಕೂತುಬಿಟ್ಟಿತು" (೧೧). ಮುಂದೆ ಜಾತಿಪದ್ಧತಿ, ಅಸ್ಪೃಶ್ಯತೆ ಕುರಿತಂತೆ ಅಂಬೇಡ್ಕರ್ ಗಂಭೀರವಾದ, ವಿದ್ವತ್ಪೂರ್ಣ, ವಿಶ್ಲೇಷಣಾತ್ಮಕ ಲೇಖನಗಳನ್ನು ಬರೆದರು; ಥಿಯರಿಗಳನ್ನು ಕಟ್ಟಿದರು; ಹೋರಾಟಗಳನ್ನು ಮಾಡಿದರು. ಅವೆಲ್ಲವುಗಳ ಹಿಂದೆ ಇಂಥ ಘಟನೆಗಳ ನೆನಪು, ಪ್ರೇರಣೆ ಖಂಡಿತಾ ಇವೆ. ಅಷ್ಟೇ ಅಲ್ಲ, ಮುಂದೆ ಮಹಾರಾಷ್ಟ್ರದಲ್ಲಿ ಕಾಣಿಸಿಕೊಂಡ 'ದಲಿತ' ಆತ್ಮಕತೆಗಳ ಒಂದು ಆದಿಮ ರೂಪವೇ ಇಲ್ಲಿ ಗೋಚರವಾಗುವಂತಿದೆ.

"ಈ ಘಟನೆಗೆ ನನ್ನ ಬದುಕಿನಲ್ಲಿ ಬಹುಮುಖ್ಯ ಸ್ಥಾನವಿದೆ. ಆ ಹೊತ್ತಿಗೆ ನಾನು ಒಂಬತ್ತು ವರ್ಷದವನಿದ್ದರೂ ಇಡೀ ಘಟನೆ ನನ್ನ ಮನಸ್ಸಿನಲ್ಲಿ ಅಚ್ಚಳಿಯದೆ ಉಳಿದಿದೆ" ಎಂದು ಅಂಬೇಡ್ಕರ್ ದಾಖಲಿಸಿದ್ದಾರೆ. ಪ್ರಸ್ತುತ ಘಟನೆಗೆ ಮುಂಚೆಯೇ ತಾವು ಅಸ್ಪೃಶ್ಯರೆಂಬುದು, ಅಸ್ಪೃಶ್ಯರನ್ನು ಭೇದವೆಣಿಸಿ ಕೀಳಾಗಿ ನಡೆಸಿಕೊಳ್ಳುತ್ತಾರೆಂಬುದು ತಿಳಿದಿತ್ತೆಂದೂ ಅಂಬೇಡ್ಕರ್ ತಿಳಿಸುತ್ತಾರೆ. ಈ ನೆನಪುಗಳು ಭಾರತದಲ್ಲಿ ಅಸ್ಪೃಶ್ಯನಾಗಿರುವುದು ಎಂದರೆ ಏನು ಎಂಬುದರ ದಾಖಲೆಯೇ ಆಗಿವೆ. ಮುಂದೆ ಬೇರೆ ಬೇರೆ ದಲಿತ ಲೇಖಕರ ಎಲ್ಲ ಕತೆಗಳಲ್ಲಿ ಮತ್ತು ಆತ್ಮಕತೆಗಳಲ್ಲಿ ಇಂಥ ಚಿತ್ರಗಳೇ ಅಲ್ಪಸ್ವಲ್ಪ ಬದಲಾವಣೆಗಳೊಂದಿಗೆ ಮತ್ತೆ ಮತ್ತೆ ಕಾಣಿಸಿಕೊಂಡಿವೆ ಎನಿಸುತ್ತದೆ. ಅಂಬೇಡ್ಕರ್ ಬರೆಯುತ್ತಾರೆ: "ಕಲಿಯುವುದರಲ್ಲಿ ನಾನು ಎಷ್ಟೇ ಹುಷಾರಿದ್ದರೂ ಶಾಲೆಯಲ್ಲಿ ನನ್ನ ಸಹಪಾಠಿಗಳ ಜೊತೆ ಕೂರುವ ಅವಕಾಶವಿಲ್ಲದೆ ಒಂದು ಮೂಲೆಯಲ್ಲಿ ಒಂಟಿಯಾಗಿ ಕೂಡಬೇಕಿತ್ತು. ನೆಲದ ಮೇಲೆ ಕೂರಬೇಕಾದ್ದರಿಂದ ಪ್ರತ್ಯೇಕವಾಗಿ ಗೋಣಿತಟ್ಟನ್ನು ನಾನೇ ತಂದು, ಹಾಸಿ ಕೂರಬೇಕಾಗಿತ್ತು; ಶಾಲೆಯನ್ನು ಗುಡಿಸಿ ಸಾರಿಸುವವನು ನಾನು ಕೂಡುತ್ತಿದ್ದ ಗೋಣಿತಟ್ಟನ್ನು ಮುಟ್ಟುತ್ತಿರಲಿಲ್ಲವಾಗಿ, ಪ್ರತಿದಿನ ನಾನು ಅದನ್ನು ನನ್ನ ಜೊತೆ ಮನೆಗೆ ಕೊಂಡೊಯ್ಯಬೇಕಾಗಿತ್ತು. ಸವರ್ಣೀಯ ಮಕ್ಕಳಿಗೆ ನೀರಡಿಕೆಯಾದರೆ ಮಾಸ್ತರರ ಅನುಮತಿ ಪಡೆದು ಅವರು ನೀರ ನಳ ತಿರುಗಿಸಿ ನೀರು ಕುಡಿದುಬರಬಹುದಿತ್ತು. ನನಗೆ ಬಾಯಾರಿದರೆ ನೀರು ಕುಡಿಯಲು ಮಾಸ್ತರರ ಅನುಮತಿಯೊಂದೆ ಸಾಲದಾಗಿತ್ತು; ಅಸ್ಪೃಶ್ಯನಾಗಿದ್ದರಿಂದ ನಾನು ನಳ ಮುಟ್ಟುವಂತಿರಲಿಲ್ಲ; ಯಾರಾದರೂ ಬಂದು ನಳ ತಿರುಗಿಸಿ ನೀರು ಬಿಡುವ ತನಕ ನಾನು ಕಾಯಬೇಕಿತ್ತು. ಮಾಸ್ತರರು ಸವರ್ಣೀಯನಾದ ಜವಾನನಿಗೆ ಮಾತ್ರ ಈ ಕೆಲಸ ಮಾಡಲು ಆದೇಶಿಸಬಹುದಾದ್ದರಿಂದ, ನಾನು ನೀರಡಿಕೆ ತಣಿಸಿಕೊಳ್ಳಲು ಆತನ ಮರ್ಜಿ ಹಿಡಿಯಬೇಕಾಗಿತ್ತು. ಅವನಿಲ್ಲವಾದರೆ ದಿನಪೂರ್ತಿ ನಾನು ಗಂಟಲೊಣಗಿಸಿಕೊಂಡಿರಬೇಕಾಗಿತ್ತು. ಸಂಗ್ರಹವಾಗಿ ಹೇಳಬೇಕೆಂದರೆ ಜವಾನನೇ ನನ್ನ ಪಾಲಿಗೆ ಭಗೀರಥನಾಗಿದ್ದ. ಮನೆಯಲ್ಲಿ ಬಟ್ಟೆ ಒಗೆಯುವ ಕೆಲಸವನ್ನು ನನ್ನ ಅಕ್ಕಂದಿರು ಮಾಡುತ್ತಿದ್ದರು. ಸತಾರದಲ್ಲಿ ಸಾಕಷ್ಟು ಅಗಸರಿದ್ದರು, ನಾವು ಬಟ್ಟೆ ಒಗೆಯಲು ಅಗಸರನ್ನು ನೇಮಿಸಿಕೊಳ್ಳುವಷ್ಟು ಸ್ಥಿತಿವಂತರಾಗಿದ್ದೆವು. ಇಷ್ಟಾದರೂ ಬಟ್ಟೆ ಒಗೆಯುವ ಭಾರ ನನ್ನ ಅಕ್ಕಂದಿರ ಮೇಲೆ ಬಿದ್ದದ್ದಕ್ಕೆ ಇದ್ದ ಒಂದೇ ಕಾರಣವೆಂದರೆ ಅಗಸರು ಅಸ್ಪೃಶ್ಯರ ಬಟ್ಟೆಗಳನ್ನು ಮುಟ್ಟುತ್ತಿರಲಿಲ್ಲ. ನಮ್ಮ ಮನೆಯ ಗಂಡುಹುಡುಗರ ಹಜಾಮತಿ ಕೆಲಸವನ್ನೆಲ್ಲ ನಮ್ಮ ಅಕ್ಕಂದಿರು ನಿರ್ವಹಿಸುತ್ತಿದ್ದರು. ಹೀಗೆ ಮಾಡುತ್ತ ಅವರು ಹಜಾಮತಿ ಕಲೆಯಲ್ಲಿ ನಿಷ್ಣಾತರೂ ಆಗಿಬಿಟ್ಟಿದ್ದರು. ಸತಾರದಲ್ಲಿ ಹಜಾಮರಿರಲಿಲ್ಲವೇ? ಹಾಗೇನೂ ಇರಲಿಲ್ಲ. ಸರಳ ಕಾರಣವೆಂದರೆ ಹಜಾಮರು ಅಸ್ಪೃಶ್ಯರನ್ನು ಮುಟ್ಟಿ ಹಜಾಮತಿ ಮಾಡುತ್ತಿರಲಿಲ್ಲ, ಅಷ್ಟೇ. ಇದೆಲ್ಲವನ್ನೂ ನಾನು ಅರಿತಿದ್ದೆ. ಆದರೆ ಪ್ರಸ್ತುತ ಘಟನಾವಳಿಯಿಂದ ಮಾತ್ರ ನನಗೆ ಎಂದಿಲ್ಲದ ಆಘಾತವಾಗಿತ್ತು. ಈ ಘಟನೆಗೂ ಮುಂಚೆ ಅಸ್ಪೃಶ್ಯತೆ ಎಲ್ಲ ಸವರ್ಣೀಯರು ಹಾಗೂ ಅಸ್ಪೃಶ್ಯರ ಹಾಗೆ ನನ್ನೊಳಗೆ ಸಹಜವೆಂಬಂತೆ ಇತ್ತು; ಆದರೆ ಗೋರೆಗಾಂವ್ ಪ್ರಯಾಣ ಮಾತ್ರ ನನ್ನನ್ನು ಅಸ್ಪೃಶ್ಯತೆಯ ಬಗ್ಗೆ ಗಾಢವಾಗಿ ಯೋಚಿಸುವಂತೆ ಮಾಡಿತು". (೧೧-೧೨)

ಆ ಕಾಲದಲ್ಲಿ ಪ್ರಚಲಿತವಿದ್ದ ಅಸ್ಪೃಶ್ಯತೆಯ ಆಚರಣೆ ಎಷ್ಟು ಆಳವಾಗಿತ್ತು ಮತ್ತು ಕ್ರೂರವಾಗಿತ್ತು ಎಂಬುದಕ್ಕೆ ಬೇರೆ ನಿದರ್ಶನವೇ ಬೇಕಾಗಿಲ್ಲ. ಅದನ್ನು 'ಸಹಜ'ವೆಂಬಂತೆ

ಆಚರಿಸುತ್ತಿದ್ದದ್ದು ಅದೆಷ್ಟು ಸಂಕೀರ್ಣವಾಗಿತ್ತು ಎಂಬುದನ್ನು ಸೂಚಿಸುವಂತಿದೆ. ಅಂದರೆ ವಿದ್ಯೆ, ಹಣ ಇವಾವುವೂ ವ್ಯಕ್ತಿಗೆ ಅಂತಸ್ತು, ಘನತೆ, ಗೌರವಗಳನ್ನು ತಂದುಕೊಡಲಾರದವಾಗಿದ್ದವು. ಸ್ವಚ್ಛ ಬಟ್ಟೆ, ವರ್ತನೆ, ಮಾತು ಕೂಡ ನಿಷ್ಪ್ರಯೋಜಕವಾಗಿದ್ದವು. ಹುಟ್ಟು, ಕೇವಲ ಹುಟ್ಟು ವ್ಯಕ್ತಿಯ ಸ್ಥಾನಮಾನವನ್ನು ನಿರ್ದೇಶಿಸುವ ಪರಮ ಸಂಗತಿಯಾಗಿತ್ತು. ಜಾತಿ ಮತ್ತು ವರ್ಗಗಳ ನಡುವಣ ವ್ಯತ್ಯಾಸಗಳನ್ನೂ ಈ ಬರಹ ಸ್ಪಷ್ಟವಾಗಿ ದಾಖಲು ಮಾಡುತ್ತದೆ. ವರ್ಗವೆಂಬುದು ಅಸಮಾನತೆಯನ್ನು ಸೃಷ್ಟಿಸುತ್ತಿದ್ದರೆ ಜಾತಿಯು ಅದನ್ನು ಇನ್ನಷ್ಟು ನಿಖರವಾಗಿ, ಪ್ರಖರವಾಗಿ ಮಾಡುತ್ತಿತ್ತು. ಅದನ್ನು ಸ್ವಂತ ಅನುಭವಿಸುತ್ತಿದ್ದವರಿಗೆ ಆ ಝಳ ನೇರವಾಗಿ ಅನುಭವಕ್ಕೆ ಬರುತ್ತಿತ್ತು.

ಅಂಬೇಡ್ಕರ್ ಅವರ ಈ ಬಗೆಯ ಬರಹಗಳನ್ನು ಓದುವಾಗ ಇಂಡಿಯಾದಲ್ಲೇ ಇರುವ ಜಾತಿಶ್ರೇಣೀಕರಣ ಮತ್ತು ಮನುಷ್ಯಕುಲದಲ್ಲೇ ಕಾಣುವ ವರ್ಣಭೇದ ಆಚರಣೆಯ ಹಲವು ಚಿತ್ರಗಳು ನಮ್ಮ ಮನಃಪಟಲದ ಮುಂದೆ ಬಿಚ್ಚಿಕೊಳ್ಳುತ್ತಾ ಹೋಗುತ್ತವೆ. ಗಾಂಧಿ ಇಂಡಿಯಾದಲ್ಲಿ, ಹಿಂದೂ ಸಮಾಜದಲ್ಲಿ ಸವರ್ಣೀಯರು. ಆದರೆ ಬಿಳಿಯರ ಎದುರು ಅವರು 'ಕೂಲಿ', 'ಕರಿಯ' ಕುಲಕ್ಕೆ ಸೇರಿದವರು. ಇಂಗ್ಲೆಂಡಿನಲ್ಲಿ ಓದಿದ್ದ, ಸೂಟುಬೂಟುಧಾರಿಯಾಗಿದ್ದ, ಇಂಗ್ಲಿಷ್ ಮಾತನಾಡುತ್ತಿದ್ದ, ವಕೀಲಿವೃತ್ತಿ ಮಾಡುತ್ತಿದ್ದ ಗಾಂಧಿ ದಕ್ಷಿಣ ಆಫ್ರಿಕಾದಲ್ಲಿ ವರ್ಣಭೇದ ಆಚರಣೆಯ ಅವಮಾನಕ್ಕೆ ಹಲವು ಬಾರಿ ತುತ್ತಾಗಿದ್ದರು. ಪ್ರಥಮ ದರ್ಜೆಯ ಟಿಕೀಟು ತೆಗೆದುಕೊಂಡಿದ್ದರೂ ಅವರು ಬಿಳಿಯರಿಂದ ಲಗೇಜು ಸಮೇತ ಆಚೆಗೆ ತಳ್ಳಿಸಿಕೊಂಡಿದ್ದರು. ಡರ್ಬಾನ್ ರೇಲ್ವೇ ಸ್ಟೇಷನ್ನಿನಲ್ಲಿ ಕೆಳಗೆ ಬಿದ್ದಾಗ ಗಾಂಧಿಗೆ 'ಅಸ್ಪೃಶ್ಯನಾಗಿರುವುದು ಎಂದರೆ ಏನು?' ಎಂಬುದು ಹೊಳೆದು ಬಿಟ್ಟಿತಂತೆ. ಮುಂದೆ ಗಾಂಧಿ ಅಸ್ಪೃಶ್ಯತೆ ಕುರಿತು ಬರೆಯಲು, ಹೋರಾಟಗಳನ್ನು ಮಾಡಲು ಈ ಘಟನೆಯೂ ಪ್ರೇರಣೆಯಾಗಿರಬಹುದು. ಅಂಬೇಡ್ಕರ್ ತಮ್ಮ ಬರಹದಲ್ಲಿ ತಮ್ಮನ್ನು ಕ್ಷೌರಿಕರು ಮುಟ್ಟುತ್ತಿರಲಿಲ್ಲವೆಂಬುದನ್ನು ನೆನಪಿಸಿಕೊಂಡಿದ್ದಾರಷ್ಟೆ. ಮುಲ್ಕ್ ರಾಜ್ ಆನಂದ್ ಅವರ "ಕ್ಷೌರಿಕರ ಸಂಘ" ಎಂಬ ಕತೆಯನ್ನು ಓದುತ್ತಿದ್ದಂತೆ ಜಾತಿಶ್ರೇಣೀಕರಣದ ವಿಪರ್ಯಾಸಗಳು ಮತ್ತಷ್ಟು ಸಂಕೀರ್ಣತೆಯೊಂದಿಗೆ ಕಾಣಿಸಿಕೊಳ್ಳಲಾರಂಭಿಸುತ್ತವೆ. ಅಸ್ಪೃಶ್ಯರಿಗೆ ಹೋಲಿಸಿದರೆ ಕ್ಷೌರಿಕರು 'ಮೇಲೆ'. ಆದರೆ ಬ್ರಾಹ್ಮಣ, ಕ್ಷತ್ರಿಯ, ವೈಶ್ಯರಿಗೆ ಹೋಲಿಸಿದರೆ ಅವರು 'ಕೀಳು'. ಇಂಥ ಅವಮಾನವನ್ನು ಪ್ರತಿಭಟಿಸಿ ಆನಂದರ ಕತೆಯ ನಾಯಕ ಚಂದೂ ಹೇರ್ ಕಟಿಂಗ್ ಸೆಲೂನ್ ಪ್ರಾರಂಭ ಮಾಡಿ ತಾನು ಮುಂದೆ ಯಾರ ಮನೆಗೂ ಹೋಗುವುದಿಲ್ಲವೆಂದೂ ಕ್ಷೌರದ ಅಗತ್ಯವಿರುವವರು ತನ್ನ ಅಂಗಡಿಗೇ ಬರಬೇಕೆಂದೂ ನಿಶ್ಚಯಿಸುತ್ತಾನೆ. ಅಂದರೆ ಅಂಬೇಡ್ಕರ್ ಅವರ ಬರಹಗಳು ಎಷ್ಟೇ ಸರಳವೂ ಸಂಕ್ಷಿಪ್ತವೂ ಆಗಿದ್ದರೂ ಅವು ಎಲ್ಲ ಜಾತಿ ಅವಮಾನಗಳ ನೆನಪನ್ನು ಜಾಗೃತಗೊಳಿಸುವ ಶಕ್ತಿಯನ್ನು ಪಡೆದುಕೊಂಡಿವೆ ಅನ್ನಿಸುತ್ತದೆ. ಇಂಥ ಅನುಭವ ನಿರೂಪಣೆಗಳಿಗೆ ಅವು ಒಂದು 'ಪ್ರಮಾಣ' ಎಂದರೂ ತಪ್ಪಲ್ಲ.

ಹಾಗೆಂದು ಅಂಬೇಡ್ಕರ್ ಹಿಂದೂಗಳನ್ನು ಸಾರಾಸಗಟಾಗಿ ದ್ವೇಷಿಸಿದವರೂ ಅಲ್ಲ. ಗಾಂಧಿಯವರೊಂದಿಗೆ ಅವರಿಗೆ ಹಲವು ವಿಷಯಗಳಲ್ಲಿ ಭಿನ್ನಾಭಿಪ್ರಾಯವಿದ್ದರೂ ಗಾಂಧಿ

ಕುರಿತು ಅವರಿಗೆ ಅಪಾರವಾದ ಗೌರವವಿತ್ತು. ಗಾಂಧಿಯವರೂ ಅಂಬೇಡ್ಕರ್ ಅವರನ್ನು ಆದರಿಸುತ್ತಿದ್ದರು. ಬರೋಡದ ಮಹಾರಾಜರಿಂದ ತಾವು ಪಡೆದ ಸಹಾಯ, ಬೆಂಬಲಗಳನ್ನು ಅಂಬೇಡ್ಕರ್ ಗೌರವಪೂರ್ವಕ ದಾಖಲು ಮಾಡಿದ್ದಾರೆ. ವ್ಯಕ್ತಿಗಳ ಬಗ್ಗೆ ಅವರಿಗೆ ದ್ವೇಷವಿರಲಿಲ್ಲ. ಮನುಷ್ಯ-ಮನುಷ್ಯರಲ್ಲಿ ಭೇದವೆಣಿಸುವ ಆಚರಣೆಗಳ ಬಗ್ಗೆ ಮಾತ್ರ ಅವರಿಗೆ ಸಿಟ್ಟಿತ್ತು.

ಬರೋಡದ ಮಹಾರಾಜರು ಉನ್ನತ ವ್ಯಾಸಂಗಕ್ಕಾಗಿ ಅಂಬೇಡ್ಕರ್ ಅವರನ್ನು ಅಮೇರಿಕಾಗೆ ಕಳಿಸಿದ್ದರು. ೧೯೧೩-೧೬ರ ವರೆಗೆ ಕೊಲಂಬಿಯಾ ವಿಶ್ವವಿದ್ಯಾಲಯದಲ್ಲಿ ಅಂಬೇಡ್ಕರ್ ವ್ಯಾಸಂಗ ಮಾಡುತ್ತಾರೆ. ೧೯೧೬ರಲ್ಲಿ ಲಂಡನ್ನಿಗೆ ಬಂದು ಲಂಡನ್ ಸ್ಕೂಲ್ ಆಫ್ ಎಕೊನಾಮಿಕ್ಸ್‌ನಲ್ಲಿ ಸ್ನಾತಕೋತ್ತರ ವಿದ್ಯಾಭ್ಯಾಸವನ್ನು ಮುಂದುವರೆಸುತ್ತಾರೆ. '೧೯೧೮ರಲ್ಲಿ ಬರೋಡ ಮಹಾರಾಜರಿಂದ ರಾಜ್ಯದ ಸೇವೆಗೆ ಕರೆ ಬಂದಿತು. ಅವರಿಂದ ತುಂಬ ಉಪಕೃತನಾಗಿದ್ದ ನಾನು ನನ್ನ ವಿದ್ಯಾಭ್ಯಾಸವನ್ನು ಅರ್ಧಕ್ಕೆ ನಿಲ್ಲಿಸಿ ಬರೋಡಕ್ಕೆ ವಾಪಸಾದೆ' ಎಂದು ಅಂಬೇಡ್ಕರ್ "ಸ್ವದೇಶಕ್ಕೆ ಸ್ವಾಗತ" ಎಂಬ ಬರಹದಲ್ಲಿ ದಾಖಲಿಸುತ್ತಾರೆ. ಈ ಸ್ವಾಗತ ಹೇಗಿತ್ತು? :

"ಐದು ವರ್ಷಗಳ ಯೂರೋಪ್ ಮತ್ತು ಅಮೆರಿಕಾ ವಾಸದಲ್ಲಿ ನಾನು ಅಸ್ಪೃಶ್ಯನೆಂಬ ಪ್ರಜ್ಞೆಯೂ, ಭಾರತದಲ್ಲಿ ಜಾತಿಭೇದದಿಂದ ಉಂಟಾಗುವ ಸಂಕಷ್ಟಗಳೂ ನನ್ನ ಚಿತ್ತದಿಂದ ಅಳಿಸಿಹೋಗಿದ್ದವು. ಆದರೆ, ಬರೋಡ ರೈಲುನಿಲ್ದಾಣದಲ್ಲಿ ಇಳಿದೊಡನೆ ಜಾತಿ ಸಂಕಷ್ಟಗಳು ನನ್ನೆದುರು ಧುತ್ತನೆ ನಿಂತುಬಿಟ್ಟವು. ಅಲ್ಲಿಯವರೆಗೂ ವಾಸ್ತವ್ಯದ ಸಮಸ್ಯೆ ನನ್ನ ತಲೆಗೆ ಬಂದಿರಲೇ ಇಲ್ಲ. ಬರೋಡದಲ್ಲಿ ಸಾಕಷ್ಟು ಹಿಂದೂ ವಸತಿಗೃಹಗಳಿರುವುದು ನನಗೆ ಗೊತ್ತಿತ್ತು. ಆದರೆ ಅಲ್ಲಿ ಅಸ್ಪೃಶ್ಯರಿಗೆ ಪ್ರವೇಶ ನಿಷಿದ್ಧ. ನಾನು ನನ್ನ ಜಾತಿಯನ್ನು ಮರೆಮಾಚಿ ಆ ವಸತಿಗೃಹಗಳಲ್ಲಿ ಪ್ರವೇಶ ಪಡೆಯುವ ಸಾಧ್ಯತೆ ಇತ್ತು. ಆದರೆ ಈ ದಾರಿ ನನಗೆ ಇಷ್ಟವಿರಲಿಲ್ಲ. ನಿಜ ಏನು ಎನ್ನುವುದು ಒಂದಲ್ಲ ಒಂದು ಗಳಿಗೆ ಗೊತ್ತಾಗುತ್ತದೆ, ನಂತರದ ಪರಿಣಾಮ ಕೆಟ್ಟದ್ದಾಗಿರುತ್ತದೆ ಎಂಬ ವಾಸ್ತವ ನನಗೆ ಗೊತ್ತಿತ್ತು" (೧೪). ಅಂಬೇಡ್ಕರ್ ಅವರ ಈ ಬಗೆಯ ಬರಹಗಳ ಗುಚ್ಛಕ್ಕೆ 'ವೀಸಕ್ಕಾಗಿ ಕಾಯುವ ಜನ' ಎಂಬ ಶೀರ್ಷಿಕೆ ಏಕೆ ಕೊಡಲಾಗಿದೆ ಎಂಬುದು ಈಗ ಹೊಳೆಯಲಾರಂಭಿಸುತ್ತದೆ.

ಪಾರ್ಸಿಗಳಲ್ಲಿ ಜಾತಿಭೇದವಿಲ್ಲವೆಂದು ಪಾರ್ಸಿ ವಸತಿಗೃಹವೊಂದಕ್ಕೆ ಹೋಗಿ ಕೇಳಿದರೆ ತಮ್ಮ ಮತದವರಿಗೆ ಮಾತ್ರ ಕೊಡುವುದು ಎಂಬ ಉತ್ತರ ಸಿಗುತ್ತದೆ. ವಸತಿಗೃಹ ಖಾಲಿ ಹೊಡೆಯುತ್ತಿದ್ದುದರಿಂದಲೂ, ದಾಖಲೆಗಾಗಿ ಅಂಬೇಡ್ಕರ್ ಅವರು ಪಾರ್ಸಿ ಹೆಸರಿನಲ್ಲಿ ಅಲ್ಲಿ ಇರಲು ಒಪ್ಪಿದುದರಿಂದಲೂ ರೂಮು ಸಿಗುತ್ತದೆ. 'ಹೀಗೆ ನಾನು ಪಾರ್ಸಿ ವಸತಿಗೃಹದಲ್ಲಿ ಬೇನಾಮಿ ಪಾರ್ಸಿಯಾಗಿ ಬದುಕುತ್ತಿದ್ದೆ'. ಆದರೆ ಕೆಲದಿನಗಳ ನಂತರ ಸತ್ಯ ಬಯಲಾಗುತ್ತದೆ. ಅವಮಾನಕರವಾಗಿ ಅವರು ಅಲ್ಲಿಂದ ಹೊರದೂಡಲ್ಪಡುತ್ತಾರೆ. "ಬಡಿಗೆ ಹಿಡಿದುಕೊಂಡ ಹತ್ತು-ಹನ್ನೆರಡು ಪಾರ್ಸಿಗಳು ಆಕ್ರಮಣಶೀಲವಾಗಿ ನನ್ನೆದುರು ನಿಂತದ್ದು, ಭಯಭೀತನಾಗಿದ್ದ ನಾನು ದಯೆ ತೋರಬೇಕೆಂದು ಅವರನ್ನು ಅಂಗಲಾಚುತ್ತಿದ್ದ ದೃಶ್ಯ ೧೮ ವರ್ಷಗಳ ನಂತರವೂ ನನ್ನಲ್ಲಿ ಅಚ್ಚಳಿಯದೆ ಉಳಿದುಬಿಟ್ಟಿದೆ. ಅದನ್ನು ನೆನೆದಾಗಲೆಲ್ಲ ಕಣ್ಣಲ್ಲಿ ನೀರು ಬರುತ್ತದೆ" (೧೯)

ಎಂದು ಅಂಬೇಡ್ಕರ್ ನೆನಪಿಸಿಕೊಳ್ಳುತ್ತಾರೆ. ಸರಕಾರಿ ವಸತಿಗೃಹ ಸಿಗುವವರೆಗೆ ಅಂಬೇಡ್ಕರ್ ವಸತಿ ಸಮಸ್ಯೆಯನ್ನು ಎದುರಿಸಲೇ ಬೇಕಾಗಿರುತ್ತದೆ. ಅಸ್ಪೃಶ್ಯತೆಯನ್ನು ಆಚರಿಸುತ್ತಿದ್ದ ಸಮಾಜದಲ್ಲಿ ಅವರ ವಿದ್ಯೆ, ವಿದೇಶಿ ಡಿಗ್ರಿ, ಹಣ, ಅವರ ಬಟ್ಟೆಬರೆ ಇವಾವುವೂ ಅವರ ನೆರವಿಗೆ ಬರಲಿಲ್ಲವೆಂಬುದು ಭಾರತದಲ್ಲಿ ಬೇರೂರಿದ್ದ ಜಾತಿಪದ್ಧತಿಯ ಆಳ ಅಗಲಗಳಿಗೆ ಸಾಕ್ಷಿಯಾಗಿದೆ. ಹಿಂದೂ ಸ್ನೇಹಿತನೊಬ್ಬನ ಮುಂದೆ ತನ್ನ ಸಮಸ್ಯೆಯನ್ನು ಹೇಳಿಕೊಳ್ಳುತ್ತಾರೆ: "ಆತ ಉದಾತ್ತ ವ್ಯಕ್ತಿತ್ವದವನೂ, ನನ್ನ ಹತ್ತಿರದ ಗೆಳೆಯನೂ ಆಗಿದ್ದ. ನನ್ನ ಕತೆ ಕೇಳಿ ಆತ ವ್ಯಥೆ ಪಟ್ಟದ್ದು ಮಾತ್ರವಲ್ಲದೆ ನನ್ನನ್ನು ಅವಮಾನಿಸಿದವರ ವಿರುದ್ಧ ಕಿಡಿಕಾರಿದ. ಆದರೆ ಒಂದು ಸಂಗತಿಯನ್ನು ನಿಚ್ಚಳವಾಗಿ ಹೇಳಿದ: 'ನೀನು ನನ್ನ ಮನೆಗೆ ಬಂದರೆ ಮನೆಯಾಳುಗಳು ಕೆಲಸ ಬಿಟ್ಟು ಹೋಗುತ್ತಾರೆ'. ಆತ ಏನನ್ನು ಸೂಚಿಸುತ್ತಿದ್ದಾನೆ ಎಂಬುದು ನನಗೆ ಅರ್ಥವಾಯಿತು; ಮತ್ತು ಒತ್ತಾಯ ಮಾಡುವುದು ಬೇಡವೆನಿಸಿತು". ಕ್ರಿಶ್ಚಿಯನ್ ಸ್ನೇಹಿತನ ಬಳಿಗೆ ಹೋಗುತ್ತಾರೆ ಆತನ ಮನೆಯಲ್ಲಿ ಒಂದಷ್ಟು ದಿನ ಇರಬಹುದೇ ಎಂದು ಕೇಳುತ್ತಾರೆ: 'ಅದಕ್ಕವನು ನಾಳೆ ತನ್ನ ಹೆಂಡತಿ ಊರಿಂದ ಬರುತ್ತಾಳೆಂದೂ ಅವಳನ್ನೊಮ್ಮೆ ಕೇಳಿ ತಿಳಿಸುವುದಾಗಿಯೂ ಹೇಳಿದ. ಅದು ವಿನಯವಂತ ನಿರಾಕರಣೆಯಾಗಿತ್ತು. ಆ ಕ್ರಿಶ್ಚಿಯನ್ ದಂಪತಿಗಳು ಮೂಲತಃ ಬ್ರಾಹ್ಮಣರು. ಮತಾಂತರಗೊಂಡ ನಂತರ ಗಂಡ ಉದಾರವಾದಿ ನಿಲುವನ್ನು ಬೆಳೆಸಿಕೊಂಡಿದ್ದರೆ ಹೆಂಡತಿ ಮಾತ್ರ ಕಟ್ಟಾ ಸಂಪ್ರದಾಯಸ್ಥಳಾಗಿಯೇ ಉಳಿದಿದ್ದಳು. ಅಸ್ಪೃಶ್ಯನೊಬ್ಬ ತಮ್ಮ ಜೊತೆ ವಾಸಿಸುವುದನ್ನು ಆಕೆ ಖಂಡಿತ ಒಪ್ಪುತ್ತಿರಲಿಲ್ಲ". (೧೮–೧೯)

ಅಂಬೇಡ್ಕರ್ ಬರಹಕ್ಕೆ ಸ್ವಾನುಭವದ ಅಧಿಕೃತ ಮುದ್ರೆ ಇದೆ. ಅಷ್ಟೇ ಅಲ್ಲ, ಅದಕ್ಕಿರುವ ಸಾಧಾರಣೀಕರಣದ ಶಕ್ತಿಯೂ ಅಗಾಧವಾದದ್ದು. ಅಸ್ಪೃಶ್ಯತೆಯ ಸಮಸ್ಯೆಗೆ ಮತಾಂತರ ಒಂದು ಪರಿಹಾರವಾಗಬಲ್ಲುದೆ ಎಂಬ ಪ್ರಶ್ನೆಗೂ ಸರಳ ಉತ್ತರಗಳಿಲ್ಲ ಎಂಬುದು ಅಂಬೇಡ್ಕರ್ ಅವರ ನಿರೂಪಣೆ ಸೂಚಿಸುವಂತಿದೆ. ಖ್ಯಾತ ಆಫ್ರಿಕನ್ ಕವಿ ವೋಲೆ ಸೋಯೆಂಕಾ ಅವರ "ಎ ಟೆಲಿಫೋನ್ ಕಾನ್ವರ್ಸೇಷನ್" ಕವಿತೆ ನೆನಪಾಗುತ್ತದೆ. ಬಾಡಿಗೆಗೆ ಬರುವವನು ಕಪ್ಪುವರ್ಣದವನೆಂದು ತಿಳಿದ ಕೂಡಲೇ ಬದಲಾಗುವ ಇಂಗ್ಲೆಂಡಿನ ಬಿಳಿಯ ಮನೆಯೊಡತಿಯ ಮಾತಿನ ಧಾಟಿಯ ಮೂಲಕವೇ ವರ್ಣಭೇದ ಆಚರಣೆಯ ಪರಿಯನ್ನು ಮಂಡಿಸುವ ಸೋಯೆಂಕಾನ ಕವಿತೆಯನ್ನು ಅಂಬೇಡ್ಕರ್ ಬರಹದ ಜೊತೆಜೊತೆ ಓದಬೇಕು. ಈಚೆಗೆ ಆರಿಫ್ ರಾಜಾ ಅವರು "ನಮಗೆ ಮನೆ ಕೊಡುವುದಿಲ್ಲವಂತೆ" ಎಂಬ ಕವನದ ಮೂಲಕ ಈ ಸಮಸ್ಯೆ ಇಪ್ಪತ್ತೊಂದನೆಯ ಶತಮಾನದಲ್ಲೂ ಮುಂದುವರೆದಿರುವ ಸತ್ಯವನ್ನು ಕಾಣಿಸಿದ್ದಾರೆ. ಅಂದರೆ ಈ ಬಗೆಯ ಬರವಣಿಗೆಗಳಿಗೆಲ್ಲ ಅಂಬೇಡ್ಕರ್ ಬರಹ ಒಂದು ಮೂಲ ಮಾದರಿ ಇದ್ದ ಹಾಗಿದೆ. ಅಂಬೇಡ್ಕರ್ ಅವರ ವೈಚಾರಿಕ ಬರಹಗಳಂತೆ ಅವರ ಅನುಭವ ಕಥನಗಳಿಗೂ ಈ ಕಾರಣದಿಂದ ತುಂಬಾ ಪ್ರಸ್ತುತತೆ ಇದೆ.

ಅಂಬೇಡ್ಕರ್ ತಮ್ಮ ಆತ್ಮಚರಿತ್ರೆಯನ್ನು ಬರೆಯಲಿಲ್ಲ. ಆದರೆ ಈ ಬಗೆಯ ಬರಹಗಳಲ್ಲಿ ಅವರ ಆತ್ಮಚರಿತ್ರೆಯ ಮಹತ್ವದ ತುಣುಕುಗಳೇ ಇವೆ. ಸಿದ್ದಲಿಂಗಯ್ಯ ಅವರ ಆತ್ಮಕಥನ "ಊರು ಕೇರಿ"ಗೆ ಬರೆದ ಹಿನ್ನುಡಿಯಲ್ಲಿ ಡಾ. ಡಿ. ಆರ್. ನಾಗರಾಜ್ ಅವರು ದಲಿತ

ಆತ್ಮಕಥೆಗಳ ಬಗ್ಗೆ ನಡೆಸಿರುವ ಚಿಂತನೆಯನ್ನು ಈ ಸಂದರ್ಭದಲ್ಲಿ ನೆನಪಿಸಿಕೊಳ್ಳುವುದು ಅನುಚಿತವಾಗಲಾರದು. ಡಿ. ಆರ್. ಬರೆಯುತ್ತಾರೆ: "ದಲಿತ ಸಾಹಿತಿಗಳ ಆತ್ಮಕಥೆ ಓದುವುದು ಏಕಕಾಲಕ್ಕೆ ಆಸಕ್ತಿ ಮತ್ತು ಆತಂಕಗಳನ್ನು ಹುಟ್ಟಿಸುತ್ತದೆ. ಒಂದು ಹೊಸ ಅನುಭವಲೋಕದ ಶೋಧನೆ ಎಂಬ ಕಾರಣಕ್ಕೆ ಆಸಕ್ತಿ. ಸವರ್ಣೀಯ ಹಿಂಸೆ ಆತ್ಮಕಥನದ ಸಾಹಿತ್ಯಾಕೃತಿಯಲ್ಲಿಯೇ ಎದ್ದುಕಾಣುತ್ತದೆ ಎಂಬ ಕಾರಣಕ್ಕೆ ಆತಂಕ. ಮಹಾರಾಷ್ಟ್ರೀಯ ಅಥವಾ ಕನ್ನಡದ ದಲಿತ ಲೇಖಕರ ಆತ್ಮಕಥನಗಳನ್ನು ಓದಿದಾಗ ಒಂದು 'ಬೋನ್ಸಾಯ್' ಮರವನ್ನು ಕಂಡ ಅನುಭವವಾಗುತ್ತದೆ. ಇಲ್ಲಿ ಒಂದು ಚಿಕ್ಕ ಆತ್ಮಕಥನದಲ್ಲಿ ಹಲವು ಕಾದಂಬರಿಗಳೇ ಸಂಕ್ಷಿಪ್ತೀಕರಣಕ್ಕೆ ಒಳಗಾಗಿರುತ್ತವೆ. ಒಂದು ಸಾಹಿತ್ಯಕ-ಸಮಾಜಶಾಸ್ತ್ರೀಯ ಊಹಾಲಹರಿಯನ್ನು ಇಲ್ಲಿ ಪ್ರಾರಂಭಿಸಬಹುದು ಎನ್ನಿಸುತ್ತದೆ. ಕುವೆಂಪು, ಶಿವರಾಮ ಕಾರಂತರ ಕಾದಂಬರಿಗಳು ಮತ್ತು ಅವರ ಆತ್ಮಕಥನಗಳ ನಡುವಣ ಸಂಬಂಧವನ್ನು ಅರವಿಂದ ಮಾಲಗತ್ತಿ, ಲಕ್ಷ್ಮಣರಾವ್ ಗಾಯಕ್‌ವಾಡ್ ಇತ್ಯಾದಿ ಲೇಖಕರ ಜತೆಗೆ ಹೋಲಿಸಿ ಚರ್ಚೆಯನ್ನು ಮುಂದುವರೆಸಬಹುದು. ಕುವೆಂಪು, ಕಾರಂತರಲ್ಲಿ ಆತ್ಮಕಥನದ ವೈಯಕ್ತಿಕ ವಿವರಗಳು, ಬಾಲ್ಯ, ಊರು, ಕೇರಿ ಇತ್ಯಾದಿಗಳೆಲ್ಲ ವಿರಾಟೀಕರಣಕ್ಕೆ ಒಳಗಾಗಿ "ಕಾನೂರು..", ಮತ್ತು "ಮರಳಿ ಮಣ್ಣಿಗೆ" ಹುಟ್ಟುತ್ತವೆ. ಊರು, ಕೇರಿ, ಕುಲ ಮತ್ತು ಸ್ವಂತ ವ್ಯಕ್ತಿತ್ವಗಳೆಲ್ಲ ಬೆರೆತು ಒಂದು ವಿರಾಟ್ ಕಥನ ಹುಟ್ಟಿರುವುದು ಕಾಣುತ್ತದೆ. ಆದರೆ, ಇದೇ ಅಂಶಗಳು ದಲಿತ ಲೇಖಕರಲ್ಲಿ ಸಂಕ್ಷಿಪ್ತೀಕರಣಕ್ಕೆ ಒಳಗಾಗಿರುವುದೂ ಕಂಡುಬರುತ್ತದೆ. ಏಕೆ ಹೀಗೆ? ಇದಕ್ಕೆ ಒಂದು ಉತ್ತರವನ್ನು, ದಲಿತ ವ್ಯಕ್ತಿತ್ವವನ್ನು ಸಮಕಾಲೀನ ಸಾಂಸ್ಕೃತಿಕ ರಾಜಕಾರಣವು ವ್ಯಾಖ್ಯಾನಿಸಿರುವ ರೀತಿಯಲ್ಲಿ ಹುಡುಕಲು ಸಾಧ್ಯವಿದೆ. ಹಿಂಸೆ, ದಿಗ್ಭ್ರಮೆ, ರೊಚ್ಚು, ರೋಷಗಳ ಭಾವಗಳು ಪ್ರಧಾನವಾಗಿರುವ ರೀತಿಯಲ್ಲಿ ಈಗ ದಲಿತ ವ್ಯಕ್ತಿತ್ವವನ್ನು ಸೈದ್ಧಾಂತಿಕವಾಗಿ ಸೃಷ್ಟಿಸಲಾಗಿದೆ. ಎಲ್ಲ ಬಗೆಯ ಆತ್ಮವ್ಯಾಖ್ಯಾನಗಳೂ ಸೈದ್ಧಾಂತಿಕ ಸೃಷ್ಟಿಗಳೇ ಎಂಬ ಅಂಶವನ್ನು ನೆನಪಿನಲ್ಲಿಟ್ಟುಕೊಂಡರೆ ಈ ಮಾತು ಸ್ಪಷ್ಟವಾಗುತ್ತದೆ...ಆತ್ಮಕಥೆಯ ದ್ರವ್ಯಗಳೇ ಅಂತಿಮವಾಗಿ ಕಥೆ ಕಾದಂಬರಿಗಳ ಸರಕು ಎಂಬುದು ಇನ್ನೂ ಅಷ್ಟಾಗಿ ದಲಿತಸಾಹಿತ್ಯ ಸಂವೇದನೆಗೆ ಒಪ್ಪಿಗೆಯಾಗಿಲ್ಲ. ದಲಿತ ಪ್ರತಿಭೆಯ ಮೇಲಿರುವ ಸಾಹಿತ್ಯೇತರ ಒತ್ತಡಗಳ ಪರಿಣಾಮ ಇರಬೇಕು ಇದು". (ಊರು ಕೇರಿ, ಪುಟ ೧೧೪-೧೫)

ಅಂಬೇಡ್ಕರ್ ಅವರ "ವೀಸಕ್ಕಾಗಿ ಕಾಯುವ ಜನ" ಎಂಬ ಬರಹಗಳ ಗುಚ್ಛವು ಸಾಹಿತ್ಯಿಕವಾಗಿಯೂ ಮಹತ್ವವೆನ್ನಿಸುವುದು ಪ್ರಾಯಶಃ ಈ ಕಾರಣಕ್ಕಾಗಿ. ದಲಿತ ಆತ್ಮಕಥನಗಳ ಒಂದು ಮೂಲಭಿತ್ತಿಯಾಗಿ ಈ ಬರಹಗಳ ಸಂಕಲವನ್ನು ಎಚ್ಚರದಿಂದ ಪರಿಶೀಲಿಸಿಕೊಳ್ಳಬೇಕಾದ ಅಗತ್ಯವಿದೆ.

ಎರಡು ಮರಾಠಿ ದಲಿತ ಆತ್ಮಕಥನಗಳು

೧

ಲಕ್ಷ್ಮಣ ಮಾನೆ– ಆಧುನಿಕ ಮರಾಠಿ ಸಾಹಿತ್ಯದ ಒಂದು ಸುಪ್ರಸಿದ್ಧ ಹೆಸರು. ೧೯೮೦ರ ದಶಕದಲ್ಲಿ ಅವರ ಆತ್ಮಚರಿತ್ರೆ "ಉಪರಾ" ಪ್ರಕಟವಾದಾಗ ಅದೊಂದು ಮುಖ್ಯ ಘಟನೆಯೇ ಆಗಿತ್ತು. ಆ ನಂತರ ಈ ಕೃತಿ ಗಳಿಸಿಕೊಂಡ ವಿಮರ್ಶಕ ಮನ್ನಣೆ ಅಷ್ಟಿಷ್ಟಲ್ಲ. ಬಹುಬೇಗ ಅದಕ್ಕೆ ಕೇಂದ್ರ ಸಾಹಿತ್ಯ ಅಕಾಡೆಮಿ ಪ್ರಶಸ್ತಿ ಲಭಿಸಿತು. ಹಲವಾರು ಭಾಷೆಗಳಿಗೆ ಅನುವಾದಗೊಂಡು ಜನಮನ್ನಣೆಯನ್ನು ಗಳಿಸಿಕೊಂಡ "ಉಪರಾ" ಮರಾಠಿಯಲ್ಲಿ ಇಪ್ಪತ್ತಕ್ಕೂ ಹೆಚ್ಚಿನ ಮುದ್ರಣಗಳನ್ನು ಕಂಡಿದೆ. "ಉಪರಾ" ಅಂದರೆ "ನಿರ್ಗತಿಕ". ಜಾತಿಯಿಂದ ಮತ್ತು ವರ್ಗದಿಂದ ತುಂಬಾ ಕೆಳಸ್ತರದಲ್ಲಿರುವ ಸಮುದಾಯವೊಂದರಲ್ಲಿ ಹುಟ್ಟಿದ ಲಕ್ಷ್ಮಣ ಮಾನೆಯವರ ಈ ಆತ್ಮಕಥೆಯು ತನ್ನ ವಿವರಗಳಿಂದ ಮತ್ತು ಬರವಣಿಗೆಯ ವಿಧಾನದಿಂದ ನಮ್ಮ ಮನಸ್ಸನ್ನು ಕಲಕುವಂತಿದೆ. ಈ ಕೃತಿ ಕೇವಲ ತನ್ನ ಸಾಂಸ್ಕೃತಿಕ ವರ್ಣನೆಗಳಲ್ಲಿ ನಮ್ಮನ್ನು ಬೆಚ್ಚಿಬೀಳಿಸುವುದಿಲ್ಲ. ಒಂದು ಅದಮ್ಯ ಮಾನವೀಯ ಹೋರಾಟದ ದಾಖಲೆಯಾಗಿಯೂ ಅದು ಮುಖ್ಯವಾಗುತ್ತದೆ. ಮಾನೆಯವರು ಕೇವಲ ವಿವರಗಳನ್ನು ಪೇರಿಸುತ್ತ ಹೋಗುವುದಿಲ್ಲ. ಸಾಮಾಜಿಕ ನಂಬಿಕೆಗಳನ್ನೂ, ನಡಾವಳಿಗಳನ್ನೂ ಅವರು ಸಮಸ್ಯಾತ್ಮಕಗೊಳಿಸಿರುವ ರೀತಿಯು ತೀರ ಸಂಕೀರ್ಣವಾಗಿರುವ ಸಂಸ್ಕೃತಿಯ ಬಗ್ಗೆ ನಮ್ಮ ಅರಿವನ್ನು ಹಿಗ್ಗಿಸುವಂತಿದೆ. ಇಂಥದೊಂದು ಮೌಲಿಕ ಕೃತಿಯನ್ನು ಚಂದ್ರಕಾಂತ ಪೋಕಳೆ ಅವರು ಕನ್ನಡಕ್ಕೆ ಅನುವಾದಿಸಿ ಸಾಹಿತ್ಯಾಸಕ್ತರ ಕೃತಜ್ಞತೆಗೆ ಪಾತ್ರರಾಗಿದ್ದಾರೆ. ಪೋಕಳೆ ಅವರು ಈಗಾಗಲೇ ಹಲವು ಪ್ರಸಿದ್ಧ ಮರಾಠಿ ಕೃತಿಗಳನ್ನು ಕನ್ನಡಕ್ಕೆ ಅನುವಾದಿಸಿರುವ ನುರಿತ ಅನುವಾದಕರು. ಅವರ ಅನುಭವಿ ಹಸ್ತದಲ್ಲಿ ಅನುವಾದಗೊಂಡಿರುವ "ಉಪರಾ" ಕನ್ನಡ ಗದ್ಯಕ್ಕೆ ಒಂದು ಸ್ವಾಗತಾರ್ಹ ಸೇರ್ಪಡೆ. ಕನ್ನಡದಲ್ಲಿ ಸುಲಲಿತವಾಗಿ ಓದಿಸಿಕೊಂಡು ಹೋಗುವಂತೆ ವಿಶಿಷ್ಟ ಮರಾಠೀ ಗುಣವನ್ನೂ ಕಾಯ್ದುಕೊಂಡಿರುವುದು ಈ ಭಾಷಾಂತರದ ವಿಶೇಷವೆನ್ನಬಹುದು.

"ಉಪರಾ" ತನ್ನ ಮೊದಲ ಪ್ಯಾರಾದಿಂದಲೇ ಓದುಗರನ್ನು ಬೆಚ್ಚಿಬೀಳಿಸುವಂತಿದೆ. ಲೇಖಕರು ತಮ್ಮನ್ನೂ ತಮ್ಮ ಸಮುದಾಯವನ್ನೂ ಪರಿಚಯಿಸಿಕೊಳ್ಳುವ ರೀತಿಯಲ್ಲಿ ಯಾವುದೇ ಅಲಂಕಾರವಿಲ್ಲ. ಏನನ್ನೂ ಮರೆಮಾಚದೆ ಇಲ್ಲವೇ ವೈಭವೀಕರಿಸದೆ, ಯಾವುದನ್ನೂ ಕೇವಲ ಪ್ರದರ್ಶನಕ್ಕಿಡದೆ ಮತ್ತು ಯಾವುದರ ಬಗ್ಗೆಯೂ ಕೀಳರಿಮೆ ಇಲ್ಲದೆ ಒಂದು ಮಾನವೀಯ ಅವಸ್ಥೆಯನ್ನು ಅಧಿಕೃತ ವಿವರಗಳಲ್ಲಿ ದಿಟ್ಟವಾಗಿ ಓದುಗರ ಮುಂದಿಡುವ ಮಾನೆಯವರ ಬರವಣಿಗೆಯು ಅನನ್ಯವಾಗಿದೆ. ಕೇವಲ ದಿನಾಂಕಗಳಲ್ಲಿ ಚರಿತ್ರೆಯನ್ನು ಕಟ್ಟುವ ಮಾರ್ಗ

ಇವರದಲ್ಲ. ಈ ಸಮುದಾಯದ ಬದುಕು ಲೇಖಕರ ಆತ್ಮಚರಿತ್ರೆಯ ಮೂಲಕ ತನ್ನ ಸಾಮಾಜಿಕ–ಸಾಂಸ್ಕೃತಿಕ ಚರಿತ್ರೆಯನ್ನು ಕಂಡುಕೊಳ್ಳುವುದಾದರೂ ಇದೊಂದು ಮಾನವಶಾಸ್ತ್ರದ ಪಠ್ಯಪುಸ್ತಕವಾಗಿ ವಿನ್ಯಾಸಗೊಂಡಿಲ್ಲ. ಒಂದು ಜೀವನವಿಧಾನ ಮತ್ತು ಅದರೊಳಗಿಂದಲೇ ತುಸು ಭಿನ್ನವಾಗಿ ರೂಪುಗೊಂಡ ವ್ಯಕ್ತಿತ್ವದ ಬೇರೆಬೇರೆ ಘಟ್ಟಗಳನ್ನು ನಿರೂಪಿಸುವ ಈ ಆತ್ಮಕಥನವು ಒಂದು ವಿಶಾಲವಾದ ಜೀವನಸಂದರ್ಭವನ್ನೂ, ವೈಯಕ್ತಿಕ ಹೋರಾಟವನ್ನೂ ಏಕತ್ರಗೊಳಿಸಿ ಸಂಕೀರ್ಣವಾಗುತ್ತದೆ. ತಮ್ಮ ಜನ್ಮದಿನಾಂಕ ಇಲ್ಲವೇ ಹುಟ್ಟಿದ ಸ್ಥಳದ ಬಗ್ಗೆ ಯಾವುದೇ ನಿಖರ ಮಾಹಿತಿಯೂ ಇಲ್ಲದ ಮಾನೆಯವರು ತಮ್ಮನ್ನು ಆತ್ಮಕಥೆಯ ಮೊದಲ ಪ್ಯಾರಾದಲ್ಲಿ ಪರಿಚಯಿಸಿಕೊಳ್ಳುವ ಮಾದರಿಯಲ್ಲೇ ತಮ್ಮ ಬರವಣಿಗೆಯ ಲಕ್ಷಣಗಳನ್ನೂ ಸೂಕ್ಷ್ಮವಾಗಿ ಸೂಚಿಸುತ್ತಿದ್ದಾರೆ ಎನಿಸುತ್ತದೆ:

"ಊರ ಹೊರಗಿನ ಹೇಲುಗೇರಿಯಲ್ಲಿ ನಾವು ಕತ್ತೆಗಳನ್ನು ಮೇಯಿಸುತ್ತ–ಮೇಯಿಸುತ್ತ ಆಟವಾಡಿಕೊಂಡಿರುತ್ತಿದ್ದೆವು. ಹೇಲು ಮೆತ್ತಿದ ಕಲ್ಲುಗಳಿಂದಲೇ ಲಗೋರಿ ಇಲ್ಲವೇ ಗೋಲಿ ಆಟವಾಡುತ್ತಿದ್ದೆವು. ಮೈಮೇಲಿನ ಅಂಗಿ ಬೇಡಿ ತಂದಿದ್ದು. ಚಿಂದಿಯ ತೇಪೆ ಹಚ್ಚಿ ಹೊಲಿಯಲಾಗಿತ್ತು. ಅದರಿಂದಲೇ ಇಡಿ ಮೈ ಮುಚ್ಚಿಕೊಳ್ಳುತ್ತಿತ್ತು. ಚಡ್ಡಿಯ ಪತ್ತೆಯಿಲ್ಲ. ಉದ್ದಾಂಗಿಯಿಂದಲೇ ಎಲ್ಲ ಕೆಲಸ ನಿಭಾಯಿಸಿಕೊಂಡು ಹೋಗುವುದು. ಅಂಗಿಯ ತೋಳಿನ ಅಳತೆ ಒಂದೇ ರೀತಿಯಲ್ಲಿ ಇರುತ್ತಿರಲಿಲ್ಲ. ಮೂಗಿನಿಂದ ಸೋರುವ ಸುಂಬಳ ಒರೆಸಲು ಅದರ ಬಳಕೆಯಾಗುತ್ತಿತ್ತು. ತಲೆಗೆ ಅಪ್ಪನ ಟೊಪ್ಪಿಗೆ ಅಥವಾ ಬೇಡಿ ತಂದಿದ್ದು. ಗಾಳಿ ಬೀಸಿದಾಗ ತುಂಬಾ ತೊಂದರೆಯಾಗುತ್ತಿತ್ತು. ತಲೆಯ ಮೇಲೆ ಉಳಿಯುತ್ತಲೇ ಇರಲಿಲ್ಲ. ಖಗ್ಯಾ, ಇಂದ್ಯಾ, ಮಾರುತಿ ಮತ್ತು ನಾನು ತಿಪ್ಪೆಯಲ್ಲೋ ಹೇಲುಗೇರಿಯಲ್ಲೋ ಆಟವಾಡುತ್ತ ಇರುತ್ತಿದ್ದೆವು."

ಹಾಗೆಂದು ಈ ಆತ್ಮಕಥಾನಕವು ನಿರ್ಗತಿಕರ ಬವಣೆಯನ್ನು ಮಾತ್ರ ಚಿತ್ರಿಸುವ ಏಕಮುಖ ಬರವಣಿಗೆಯಾಗಿಲ್ಲ. ತಮ್ಮ ಸಮುದಾಯದ ಬದುಕುವ ಶಕ್ತಿಯನ್ನೂ, ತಲಾಂತರದಿಂದ ರೂಢಿಸಿಕೊಂಡು ಬಂದ ಸಾಂಸ್ಕೃತಿಕ ಶ್ರೀಮಂತಿಕೆಯನ್ನೂ ಸಮೃದ್ಧವಾದ ವಿವರಗಳಲ್ಲಿ ದಾಖಲಿಸುವ ಲೇಖಕರು ಮನುಷ್ಯ ಸಮಾಜದಲ್ಲಿ ಕೆಲವರು ಮಾತ್ರ ಎಲ್ಲ ಸವಲತ್ತುಗಳನ್ನು ಅನುಭವಿಸುತ್ತ ಮತ್ತೆ ಕೆಲವರು ಸದಾ ನಿರ್ಗತಿಕರಾಗಿ ಬದುಕಬೇಕಾದ ವೈಪರೀತ್ಯಗಳನ್ನು ಉದ್ದಕ್ಕೂ ಧ್ಯಾನಿಸುತ್ತ ಹೋಗಿದ್ದಾರೆ. "ನಮ್ಮಂಗ ತಿಪ್ಪೆ ಕೆದರಿಕೋತ ಇರಬೇಕಂತ ಮಾಡಿದಿ ಏನಲೇ? ಎಂದು ಮಗನನ್ನು ಒತ್ತಾಯದಿಂದ ಶಾಲೆಗೆ ಸೇರಿಸುವ ಲಕ್ಷ್ಮಣರ ಅಪ್ಪ ಒಂದು ತುದಿಯಲ್ಲಿದ್ದರೆ, "ಭಿಕಾರಿಗಳೂ ಸಾಲಿ ಕಲಿತಾರ ಏನಲೇ"...ಅವರು ಕಲಿತರಂದರ ಕಣಜ ತಯಾರ ಮಾಡೋವರು ಯಾರು? ಅದೆಲ್ಲ ನಡೆಯೋ ಮಾತಲ್ಲ!" ಎನ್ನುವವರು ಇನ್ನೊಂದು ತುದಿಯಲ್ಲಿದ್ದಾರೆ. ಈ ಮಧ್ಯೆ ಲಕ್ಷ್ಮಣರಿಗೆ ಸಹಾಯ ಮಾಡಿದವರಲ್ಲಿ ಎಲ್ಲ ಜಾತಿಯವರೂ ಇದ್ದಾರೆ. ಸ್ವತಃ ಲಕ್ಷ್ಮಣ ಮಾನೆಯವರು ಮತಕರ ಎಂಬ ಮರಾಠಾ ಸಮಾಜದ ಬಡ ಹುಡುಗನೊಬ್ಬನಿಗೆ ತಮ್ಮ ಸ್ಕಾಲರ್‌ಶಿಪ್ ಹಣದಿಂದ ಸಹಾಯ ಮಾಡಿದ ಮಾನವೀಯ ಪ್ರಸಂಗವೂ ಇಲ್ಲಿ ದಾಖಲಾಗಿದೆ. ಅಂದರೆ ಮಾನೆಯವರು ಎಲ್ಲವನ್ನೂ ಕೇವಲ ಸಂಘರ್ಷದ ನೆಲೆಗಳಲ್ಲಿ ಗ್ರಹಿಸದೆ ಶೋಷಣೆ–ದಬ್ಬಾಳಿಕೆಗಳ ಮೇಲುಪದರದ ಒಳಗೆ ಸುಪ್ತವಾಗಿರುವ ಮಾನವೀಯ ಅನುಕಂಪದ ಸೆಲೆಗಳನ್ನೂ ಸ್ಪರ್ಶಿಸುವಲ್ಲಿ ಯಶಸ್ವಿಯಾಗಿದ್ದಾರೆ. ಶೋಷಣೆಯ

ಭೀಕರ ಚಿತ್ರಗಳೊಂದಿಗೆ ಸಾಮುದಾಯಿಕ ಬದುಕಿನ ಸಂಭ್ರಮದ ಚಿತ್ರಗಳೂ ಸೇರಿಕೊಂಡು ಬರಹವು ಸಂಕೀರ್ಣವೂ ಸಮೃದ್ಧವೂ ಆಗಿದೆ.

ಇವರ ಜಾತ್ರೆ, ದೇವರಪೂಜೆ, ಬಾಜಾ-ಬಜಂತ್ರಿ ಸ್ಪರ್ಧೆ, ಮದುವೆ, ಪಂಚಾಯತಿ, ಬುಟ್ಟಿ ಹೆಣೆಯುವ ಕಸುಬು, ವಾದ್ಯಗಳನ್ನು ನುಡಿಸುವ ಕಲೆ ಎಲ್ಲವನ್ನೂ ವರ್ಣಿಸುವ ಮಾನೆಯವರ ಕಥಾನಕವು ಇಷ್ಟೆಲ್ಲ ಜೀವಸತ್ವ, ಶಕ್ತಿ, ಪ್ರತಿಭೆಗಳಿದ್ದರೂ ಇಂಥ ಸಮುದಾಯಗಳು ಏಕೆ ಸಾಮಾಜಿಕವಾಗಿ ಮತ್ತು ಆರ್ಥಿಕವಾಗಿ ಹಿಂದುಳಿದಿವೆ ಎಂಬ ಪ್ರಶ್ನೆಯನ್ನೂ ಪ್ರತ್ಯಕ್ಷವಾಗಿ ಮತ್ತು ಪರೋಕ್ಷವಾಗಿ ಕೇಳಿಕೊಳ್ಳುತ್ತ ಹೋಗುತ್ತದೆ. ಹಣದ ಅಡಚಣೆಯಿಂದಾಗಿ ತಮ್ಮ ಹೆಂಡತಿಯರನ್ನೇ ಅಡವಿಟ್ಟು ಅವರನ್ನು ಬಿಡಿಸಿಕೊಳ್ಳಲು ಒದ್ದಾಡುವ ವ್ಯಕ್ತಿಗಳು; ಕದಿಯದಿದ್ದರೂ ಕಳ್ಳತನದ ಆಪಾದನೆಗೆ ಸಿಕ್ಕುವ ವ್ಯಕ್ತಿಗಳು; ಉಳ್ಳವರ ಸಿಟ್ಟಿಗೆ ಬಲಿಯಾಗಿ ಅಲೆಮಾರಿಗಳಾಗಿಯೇ ಬದುಕು ಸಾಗಿಸಬೇಕಾದ ವ್ಯಕ್ತಿಗಳು– ಹೀಗೆ ಈ ಕೃತಿಯಲ್ಲಿ ಹಲವು ಬಗೆಯ ಮನುಷ್ಯರ, ಸನ್ನಿವೇಶಗಳ ಸರಮಾಲೆಯೇ ಇದೆ. ಅಂಥ ಕೆಲವನ್ನು ತಮ್ಮಿಂದ ಎಂದೂ ಮರೆಯುವದಾಗಲಿಲ್ಲ ಎಂದು ಸ್ವತಃ ಲೇಖಕರೇ ಹೇಳಿಕೊಂಡಿದ್ದಾರೆ. ಅಂಥ ಒಂದು ಸಂಗತಿ ಇದು: "ಪಂಚರ ಎದುರು ಖಟ್ಲೆ ನಡೆದಿತ್ತು. ಗುನ್ಹೇಗಾರನ ತಲೆಯ ಮೇಲೆ ಹೇಲು-ನೀರಿನ ಗಡಿಗೆಯನ್ನು ಹೊರಿಸಲಾಗಿತ್ತು. ಅವನು ದೇವರಿಗೆ ಪ್ರದಕ್ಷಿಣೆ ಹಾಕುತ್ತಿದ್ದ. ಉಳಿದ ಪಂಚರು ಒಂದೊಂದೇ ಕಲ್ಲುಹರಳಿನಿಂದ ಆ ಡೇರೆಗೆ ಅಂದರೆ ಗಡಿಗೆಗೆ ಹೊಡೆಯೋದು. ಗಡಿಗೆಗೆ ಹೊಡೆತ ಬಿತ್ತೆಂದರೆ ಅದಕ್ಕೆ ತೂತು ಬೀಳುತ್ತಿತ್ತು. ತಲೆಯಿಂದ ಸೋರುವ ಮಲ ಮೈಮೇಲೆ ಬರುತ್ತಿತ್ತು, ಸರಸರ ಸುರಿಯುತ್ತಿತ್ತು. ಬಡಪಾಯಿ ಸಂಪೂರ್ಣ ತೋಯ್ದು ಒದ್ದೆಯಾಗಿದ್ದ. ನನ್ನ ಮನಸ್ಸಿನೊಳಗೆ ನಾನೇ ನಿಂತಿದ್ದೇನೆಂದೇ ಅನಿಸುತ್ತಿತ್ತು."

ಇಂಥ ಹಿನ್ನೆಲೆಯಲ್ಲಿ ಹುಟ್ಟಿ ಬೆಳೆದ ಲಕ್ಷ್ಮಣ ಮಾನೆಯವರು ಶಾಲೆ ಕಾಲೇಜುಗಳಲ್ಲಿ ವಿದ್ಯಾಭ್ಯಾಸ ಮಾಡಲು ಪಟ್ಟ ಕಷ್ಟ, ಅವಮಾನಗಳ ವರ್ಣನೆಗಳು ಮಾರ್ಮಿಕವಾಗಿವೆ. ಆದರೆ ಅವುಗಳಿಗಿಂತ ರೋಚಕವಾದದ್ದು ಮಾನೆಯವರ ಹೋರಾಟಗಳು. ಪೇಪರ್ ಹಂಚುವ, ಬ್ಯಾಂಡ್ ನುಡಿಸುವ, ತಮ್ಮ ಕಾಲೇಜಿನಲ್ಲಿಯೇ ಹಲವು ಬಗೆಯ ಕೆಲಸಗಳಲ್ಲಿ ಸಹಾಯಕನಾಗಿ ದುಡಿಯುವ ವೃತ್ತಿಗಳನ್ನು ನಿಭಾಯಿಸಿಕೊಂಡು, ಉದಾರಿಗಳ ನೆರವನ್ನೂ ಪಡೆದುಕೊಂಡು ಅವರು ಬಾಳಬೇಕಾಯಿತು. ಒಮ್ಮೆ ಇವರು ಬ್ಯಾಂಡ್‌ಸೆಟ್ಟಿನವರೊಂದಿಗೆ ಮೆರವಣಿಗೆಯಲ್ಲಿದ್ದಾಗ ತಮ್ಮ ಸಹಪಾಠಿಯೊಬ್ಬಳು ತಮ್ಮನ್ನು ನೋಡಿ ಕಿಲಕಿಲ ನಕ್ಕಿದ್ದು, ಇದರಿಂದ ತೀವ್ರವಾದ ಮುಜುಗರವನ್ನು ಅನುಭವಿಸಿ ಬ್ಯಾಂಡಿನ ಮೇಲಿನ ನಿಯಂತ್ರಣ ತಪ್ಪಿ ಎಲ್ಲರೆದುರು ಅಪ್ಪನಿಂದ ಹೊಡೆತ ತಿಂದಿದ್ದು ಮುಂತಾದ ಹಲವು ಪ್ರಕರಣಗಳು ಇಲ್ಲಿ ನಿರೂಪಿತವಾಗಿವೆ. ಶಶಿ ಎಂಬ ಮರಾಠಾ ಹುಡುಗಿಯನ್ನು ಪ್ರೀತಿಸಿ ಅವರನ್ನು ಮದುವೆಯಗಲು ಪಟ್ಟ ಕಷ್ಟಗಳು, ಮದುವೆಯಾದ ನಂತರ ಸಂಸಾರ ನಡೆಸಲು ಮಾಡಬೇಕಾದ ಹೋರಾಟಗಳ ಒಂದು ಸಾಹಸಗಾಥೆಯೇ ಇಲ್ಲಿ ದಾಖಲಾಗಿದೆ.

ಜಾತಿಸಮಾಜದ ಇಕ್ಕಟ್ಟುಗಳಿಗೆ ಸಿಕ್ಕಿ ಮನುಷ್ಯರ ಸಾಧ್ಯತೆಗಳೇ ನಶಿಸಿಹೋಗುವ ದುರ್ಭರತೆಗೆ ತಾವೇ ಸಾಕ್ಷಿಯಾಗಿದ್ದರೂ 'ಜಾತಿ' ಎಂಬ ಅವಸ್ಥೆಯ, ವ್ಯವಸ್ಥೆಯ ಸಂಕೀರ್ಣ

ಸ್ವರೂಪ ಸ್ವತಃ ಮಾನೆಯವರನ್ನೇ ಚಕಿತಗೊಳಿಸಿದಂತೆ ಕಾಣುತ್ತದೆ. ಸೋದರಮಾವನ ಮಗಳನ್ನೇ ಮದುವೆಯಾಗಲು ಅವರ ಮೇಲೆ ಒತ್ತಾಯ ಇರುತ್ತದೆ.ಅದು ಈಡೇರದಿದ್ದಾಗ ಇವರ ಅಪ್ಪ ಕೊನೆಗೆ "ಜಾತಿ ಪೋರೀನಾ ಲಗ್ನ ಮಾಡ್ಕೋ. ಜಾತಿ ಬಿಟ್ಟರ ಬ್ಯಾರೆ ಗತಿಯಿಲ್ಲ. ಬ್ಯಾರೆದೇನೂ ಕೆಟ್ಟ ವಿಚಾರ ಮಾಡಬ್ಯಾಡ" ಎನ್ನುತ್ತಾರೆ. ಆದರೆ ಲಕ್ಷ್ಮಣರ ಮದುವೆಯು ಶಶಿಯವರೊಂದಿಗೆ ಆಗುತ್ತದೆಯಷ್ಟೆ. ಅದಾದ ನಂತರ ಅವರ ವಿಳಾಸ ಸಿಕ್ಕು ಮನೆಯವರೆಲ್ಲಾ ಅವರನ್ನು ನೋಡಲು ಬಂದಾಗ "ಪೋರಿ ಯಾವ ಜಾತಿಯಾಕಿ?" ಎಂದು ಅವರ ಅಪ್ಪ ಕೇಳುತ್ತಾರೆ. "ಮರಾಠಾ"ಎಂದು ಇವರು ಉತ್ತರಿಸಿದಾಗ ಅಪ್ಪ ಕೇಳುತ್ತಾರೆ: "ಮರಾಠಾ ಅಂತ ಹ್ಯಾಂಗ ಅಂತಿ? ಹೊಲೆ-ಮಾದಿಗರಾಕಿ ಯಾಕಾಗಿರಬಾರ್ದು? ಯಾರ ನೋಡಿದಾರು? ನೀನ ನೋಡಿದಿ? ನಿನ್ಗ ನಿನ್ನ ಜಾತಿ ಸತ್ತಿತ್ತೇನು?...ಒಮ್ಮೆ ಬಳಗ ಬಿಟ್ಟ ಹೊರಗ ಹ್ವಾದರ ಮತ್ತ ಕರಕೋತಾರೇನು?" ಇವರ ಅಪ್ಪನ ತಳಮಳಗಳು ಕೂಡ ತೀರಾ ಸದ್ಯದವು, ನೈಜವಾದವು: "ಈಗ ಜಾತಿಯಿಂದ ಹೊರಗ ಹಾಕತಾರು, ಏನ್ ಮಾಡ್ಲಿ...ನನ್ನ ಹೇಲ ನನ್ನ ಬಾಯಾಗ ಹಾಕ್ತಾರು, ಅವರಿಗ ಏನ್ ಹೇಳಲಿ? ಪಂಚರು ಬಂದು ಬಾಯಿಗೆ ಬಂಥಾಂಗ ಮಾತಾಡ್ತಾರು, ನಾನು ತಲೀ ತಗ್ಗಿಸಿ ಮಾನಗೇಡಿ ಹಾಂಗ ಕುಂಡರಬೇಕು. ಮನ್ಯಾಗ ಮತ್ತ ನಾಕ ಪೋರಿಗೋಳು ಅದಾರು, ಹ್ಯಾಂಗ ಲಗ್ನ ಮಾಡಲಿ? ಅವರಿಗೆ ಕೆರಿ-ಬಾಂವಿ ಬಿಟ್ಟರ ಗತಿಯಿಲ್ಲ" ಎಂದು ಅಳತೊಡಗುತ್ತಾರೆ.

ತಮ್ಮ ಸಮುದಾಯದ ಕೆಲವೇ ಕೆಲವು ಅಕ್ಷರಸ್ಥರಲ್ಲಿ ಮಾನೆಯವರು ಒಬ್ಬರಾಗಿದ್ದರು. ಹೊರಜಗತ್ತನ್ನು ನೋಡಿದ್ದರು. ಉದಾರವಾದಿಗಳೊಡನೆ, ಕ್ರಾಂತಿಕಾರಿಗಳೊಡನೆ ಸಂಪರ್ಕವನ್ನಿಟ್ಟುಕೊಂಡಿದ್ದರು. ಸ್ವತಃ ಅಂತರ್ಜಾತೀಯ ವಿವಾಹವಾಗಿದ್ದರು. ಅಂಥವರನ್ನೂ ಜಾತಿ ಸಮಾಜದ ಇಕ್ಕಟ್ಟುಗಳು ತಬ್ಬಿಬ್ಬುಗೊಳಿಸುತ್ತವೆ. ತತ್ವಕ್ಕಿಂತ ಬದುಕು ದೊಡ್ಡದು ಎನಿಸುತ್ತದೆ. ಆದರ್ಶಕ್ಕೂ ಬದಲಾವಣೆಯ ವೇಗಕ್ಕೂ ಇರುವ ಅಂತರವನ್ನು ಅವರು ಅರಿಯುತ್ತಾರೆ. ತಮ್ಮ ನಂಬಿಕೆಗಳನ್ನು ಬಿಟ್ಟುಕೊಡುವುದಿಲ್ಲ. ಆದರೆ ತಮ್ಮ ಕುಟುಂಬವನ್ನು ಇಕ್ಕಟ್ಟಿನಿಂದ ಪಾರುಮಾಡಲು ಸ್ವತಃ ಎಂಥ ಮುಜುಗರವನ್ನೂ ಎದುರಿಸಲು ಮುಂದಾಗುತ್ತಾರೆ. ತಮ್ಮ ಲಗ್ನವನ್ನು ಕುರಿತ ಪಂಚಾಯತಿಗೆ ತಮ್ಮನ್ನು ಒಪ್ಪಿಸಿಕೊಳ್ಳುತ್ತಾರೆ. ಕೊನೆಗೆ ಇವರ ಪತ್ನಿ ಶಶಿ ಅವರನ್ನು ಅವರ ಬಂಧುಗಳೊಬ್ಬರು ದತ್ತಕ ತೆಗೆದುಕೊಂಡು ಲಕ್ಷ್ಮಣರೊಂದಿಗೆ ಹೊಸದಾಗಿ ಮದುವೆ ಮಾಡಿಸಲು ಅಪ್ಪಣೆಯಾಗುತ್ತದೆ. ಇಂಥ ಫಜೀತಿಯನ್ನು ಲಕ್ಷ್ಮಣ ಮಾನೆ-ಶಶಿಯರು ಮಾನವೀಯ ಅನುಕಂಪದಿಂದ ಸಹಿಸಿಕೊಳ್ಳುತ್ತಾರೆ. ಆ ಮೂಲಕ ತಮ್ಮ ಬಂಧುಗಳನ್ನು ಅವಮಾನದಿಂದ ಪಾರುಮಾಡುತ್ತಾರೆ. ಈ ಪ್ರಕರಣದ ಬಗ್ಗೆ ಲೇಖಕರ ಟಿಪ್ಪಣಿ ಇದು: "ಲಗ್ನ ಸಮಾರಂಭ ಮುಗಿಸಿ ಮತ್ತೆ ಸಾತಾರಾಕ್ಕೆ ಮರಳಿದೆ. ನಾನು ಜಾತಿಯ ಕಳಂಕ ಹೊಡೆದು ಓಡಿಸಬೇಕೆಂದಿದ್ದೆ. ಆದರೆ ಅದು ಮತ್ತಷ್ಟು ಗಾಢವಾಯಿತು. ಮನಸ್ಸು ಉದಾಸೀನಗೊಂಡಿತ್ತು. ಶಶಿಗೆ ಇದೆಲ್ಲ ಹೊಸದಾಗಿತ್ತು. ಆದರೆ ಒಂದು ಜೀವ ಹಿಂಡುವ ಸಂಕಟದಿಂದ ಪಾರಾಗಿ, ಮತ್ತೆ ತಲೆ ಎತ್ತಿ ನಿಲ್ಲುವ ಪ್ರಯತ್ನ ನಡೆದಿತ್ತು."

ಇದು ಈ ಆತ್ಮಕಥನದ ಕೊನೆಯ ಪ್ಯಾರಾ. ಅಂದರೆ ಈ ಕಥನಕ್ಕೆ ಅಧಿಕೃತ ಮುಕ್ತಾಯವೆಂಬುದಿಲ್ಲ. ಈ ಮುಕ್ತಬಂಧವು ಈ ಬರವಣಿಗೆಯ ವಿಶೇಷವೂ ಹೌದು. ಮೂಲ ಕೃತಿಯ ಎರಡನೆಯ ಆವೃತ್ತಿಗೆ ಬರೆದಿರುವ ಪ್ರಸ್ತಾವನೆಯಲ್ಲಿ ಲಕ್ಷ್ಮಣ ಮಾನೆ ಅವರು ತಮ್ಮ ಮುಂದಿನ ಚಟುವಟಿಕೆಗಳ ಬಗ್ಗೆ ಅನೇಕ ಸ್ವಾರಸ್ಯಕರ ವಿವರಗಳನ್ನು ನೀಡಿದ್ದಾರೆ. ನಿರ್ಗತಿಕ ಸಮುದಾಯಗಳ ಬಗ್ಗೆ ಅವರು ಅನೇಕ ಅಧ್ಯಯನಗಳನ್ನು ಕೈಗೊಂಡಿದ್ದಾರೆ. ಮಾನವರೇ ಮಾನವರನ್ನು ಶೋಷಿಸುವ ಪರಿಯಿಂದ ಅವರ ಮನಸ್ಸಿನಲ್ಲಿ ಪ್ರಚಂಡ ಕೋಲಾಹಲವೇ ತುಂಬಿಕೊಡಿದೆ. ಆದರೆ ನಿಧಾನವಾಗಿಯಾದರೂ ಪರಿಸ್ಥಿತಿ ಬದಲಾಗಬಹುದೆಂಬ ಸೂಚನೆಗಳು ಅವರ ಚಟುವಟಿಕೆಗಳನ್ನು ಮುಂದುವರೆಸಿವೆ.

೨

"ಬದುಕು ನಮ್ಮದು" ಬೇಬಿತಾಯಿ ಕಾಂಬಳೆ ಅವರ ಆತ್ಮಕತೆ. ಲೇಖಕಿಯ ವೈಯಕ್ತಿಕ ಬದುಕನ್ನೂ, ಐವತ್ತು ವರ್ಷಗಳ ಹಿಂದಿನ ಪಶ್ಚಿಮ ಮಹಾರಾಷ್ಟ್ರದ ಗ್ರಾಮೀಣ 'ಹೊಲೆಯ' ಸಮಾಜದ ಒಂದು ಪಾರ್ಶ್ವನೋಟವನ್ನೂ ಈ ಕೃತಿ ಮನೋಜ್ಞವಾಗಿ ನಿರೂಪಿಸುತ್ತದೆ. ಮರಾಠಿಯ ಮೊದಲ ದಲಿತ ಸ್ತ್ರೀಯ ಆತ್ಮಕತೆ ಎಂಬ ಹೆಗ್ಗಳಿಕೆ ಈ ಪುಸ್ತಕದ್ದು. 'ಹೊಲೆಯ' ಎಂಬ ಶಬ್ದವನ್ನು ಪುಸ್ತಕದುದ್ದಕ್ಕೂ ಬಳಸಿರುವುದರಲ್ಲಿ ತಮಗೇನೂ ಸಂಕೋಚವಿಲ್ಲವೆಂದೂ, ಕೆಲವು ಓದುಗರಿಗೆ ಈ ಪದದಿಂದ ಮುಜುಗರವಾಗುವುದಾದರೂ ತಮಗೆ ಆ ಶಬ್ದ ಪ್ರಿಯವೆಂದೂ, ಅದು ತಮ್ಮ ರಕ್ತ, ನರನಾಡಿಗಳಿಗೆ ಸಂಘರ್ಷದ ಅರಿವು ಮೂಡಿಸುವಂಥದ್ದೆಂದೂ ಲೇಖಕಿ ಮೊದಲಿಗೇ ಘೋಷಿಸಿಕೊಂಡಿದ್ದಾರೆ. ಅಂಬೇಡ್ಕರ್ ಅವರನ್ನು ಲೇಖಕಿ ಪುಸ್ತಕದ ಉದ್ದಕ್ಕೂ ಬೇರೆಬೇರೆ ರೀತಿಗಳಲ್ಲಿ ನೆನೆದಿದ್ದಾರೆ.

ತಮ್ಮ ಜೀವನದ ಅನುಭವದಿಂದ ಒಂದು ಅಂಶವನ್ನು ಲೇಖಕಿ ಮತ್ತೆ ಮತ್ತೆ ಪ್ರಸ್ತಾಪಿಸುತ್ತಾರೆ. ಅದೆಂದರೆ ಅವರ ಸಮುದಾಯವು ಹಿಂದೂ ಸಂಸ್ಕೃತಿಯ ಆಚರಣೆಗಳನ್ನು ಒಪ್ಪಿಕೊಂಡೂ, ಅದರಲ್ಲಿ ಭಾಗವಹಿಸುತ್ತಿದ್ದೂ ಇತರ ಜಾತಿಗಳಿಂದ ಏಕೆ ಪ್ರತ್ಯೇಕಿಸಲ್ಪಟ್ಟಿತು, ಅವಮಾನಿಸಲ್ಪಟ್ಟಿತು ಎಂದು ಅವರು ಕೇಳುತ್ತಾರೆ. ಅಲ್ಲದೆ, ಹಿಂದೂ ಸಾಮಾಜಿಕ ಜೀವನದ ಹಲವು ಅವಶ್ಯಕತೆಗಳಿಗೆ ಇವರ ಸಮುದಾಯದವರು ಮಾಡುತ್ತಿದ್ದ ಹಲಬಗೆಯ ಕೆಲಸಗಳು ಅನಿವಾರ್ಯವಾಗಿದ್ದವು. ಇವರ ದುಡಿಮೆಯಿಲ್ಲದೆ ಇತರ ಜಾತಿಗಳವರು ನೆಮ್ಮದಿಯ ಜೀವನವನ್ನು ಸಾಗಿಸಲು ಸಾಧ್ಯವಿರಲಿಲ್ಲ. ಇಂಥ ಉಪಯುಕ್ತತೆಯ ಹೊರತಾಗಿಯೂ ಅವರನ್ನೆಲ್ಲ ದೂರವೇ ಇಡಲಾಯಿತು. "ನಾವು ನಿಮ್ಮನ್ನು ವಿರೋಧಿಸಿರಲಿಲ್ಲ. ನೀವು ಪೂಜೆ–ಅರ್ಚನೆ ಮಾಡುವಾಗ, ನಾವು ನಮಾಜಿಗೇನೂ ಹೋಗಲಿಲ್ಲ. ನೀವು ಗೋವನ್ನು ಪೂಜಿಸಿದಾಗ ನಾವು ಅದರ ಅವಹೇಳನ ಮಾಡಲಿಲ್ಲ. ನಾವು ಹಿಂದೂ ಸಮಾಜದ ರೀತಿ–ರಿವಾಜು, ಹಿಂದೂಧರ್ಮದ ವಿಧಿ ಮುಂತಾದುವುಗಳನ್ನು ಜೋಪಾಸನೆ ಮಾಡಿದೆವು. ಹೀಗಿದ್ದೂ ನಿಮ್ಮ ಕಣ್ಣು ನಮ್ಮ ಮೇಲೇಕೆ?" ಎಂದು ಬೇಬಿತಾಯಿ ದಿಟ್ಟವಾಗಿ ಪ್ರಶ್ನಿಸುತ್ತಾರೆ.

ತಮ್ಮ ಸಮುದಾಯ ಹೊಸದಾಗಿ ಯೋಚಿಸಲು ಸಾಧ್ಯವಾದದ್ದೇ ಅಂಬೇಡ್ಕರ್ ಅವರ ಪ್ರಭಾವದಿಂದ ಎಂದು ತಿಳಿಸುವ ಲೇಖಕಿ ಆರಂಭದಲ್ಲಿ ಬದಲಾವಣೆಗೆ ತಮ್ಮ ಸಮುದಾಯದ

ಹಿರಿಯರೇ ಹಿಂಜರಿದದ್ದನ್ನೂ ದಾಖಲಿಸುತ್ತಾರೆ. ಪರಂಪರಾಗತ ವೃತ್ತಿಗಳನ್ನು ಬಿಟ್ಟು ಆಧುನಿಕ ವಿದ್ಯಾಭ್ಯಾಸ ಪಡೆವುದು ಎಂಥ ಕಷ್ಟಸಾಧ್ಯ ಪ್ರಕ್ರಿಯೆಯಾಗಿತ್ತು ಎಂಬುದನ್ನು ಅವರು ಹೃದಯಂಗಮವಾಗಿ ನಿರೂಪಿಸಿದ್ದಾರೆ. ಹೊಲೆಯ ಮಕ್ಕಳು ಸವರ್ಣೀಯ ಶಿಕ್ಷಕರು ಮತ್ತು ಸವರ್ಣೀಯ ಮಕ್ಕಳಿಂದ ಅನುಭವಿಸುತ್ತಿದ್ದ ಕೋಟಲೆಗಳನ್ನೂ ಅದರ ವಿರುದ್ಧ ಇವರ ಪ್ರತಿಭಟನೆಯ ಮಾದರಿಗಳನ್ನೂ ಈ ಆತ್ಮಕತೆ ವರ್ಣಿಸುತ್ತದೆ.

ಈ ಆತ್ಮಕತೆಯು ಹೊಲೆಯರ ಬದುಕಿನ ದಾರಿದ್ರ್ಯ, ಅವಮಾನಗಳನ್ನು ಮಂಡಿಸುವಂತೆ ಈ ಸಮುದಾಯದ ಸುಪ್ತ ಪ್ರತಿಭೆಗಳನ್ನೂ, ಎಂಥ ಕಾರ್ಪಣ್ಯದ ಮಧ್ಯೆಯೂ ಬದುಕುವ ಛಲ-ಕುಶಲತೆಗಳನ್ನೂ ಸೂಚಿಸುತ್ತ ಹೋಗುತ್ತದೆ. ಇವರ ಹಬ್ಬಗಳ, ಜಾತ್ರೆಗಳ ಸಂಭ್ರಮವನ್ನೂ ದಾಖಲಿಸುತ್ತದೆ. ಅಂಬೇಡ್ಕರ್ ಅವರ ವಿಚಾರಗಳು ದಲಿತರ ವೈಯಕ್ತಿಕ ಬದುಕಿನಲ್ಲಿ ಮೂಡಿಸಿದ ಹೊಸ ಭರವಸೆ, ಆತ್ಮವಿಶ್ವಾಸಗಳ ಸ್ವರೂಪವನ್ನೂ ನಮ್ಮ ಮುಂದೆ ತೆರೆದಿಡುತ್ತದೆ. ಮೊದಲ ಬಾರಿ ಅಂಬೇಡ್ಕರರ ಜಯಂತಿಯನ್ನು ಆಚರಿಸಿದ ದಟ್ಟ ನೆನಪುಗಳನ್ನೂ ಅದು ಹೊಲೆಯರಲ್ಲಿ ಉಂಟುಮಾಡಿದ ಹೊಸ ಜಾಗೃತಿಯನ್ನೂ ಬೇಬಿತಾಯಿ ಕೃತಿ ಸಂಭ್ರಮದಿಂದ ದಾಖಲು ಮಾಡಿದೆ.

ಮಾಸ್ತಿ ಅವರ ಮೂರು ಸಣ್ಣಕತೆಗಳು

೧

ಆಧುನಿಕ ಕನ್ನಡ ಸಣ್ಣಕತೆಯ ಪಿತಾಮಹ ಎಂದು ಕರೆಸಿಕೊಂಡಿರುವ ಮಾಸ್ತಿ ವೆಂಕಟೇಶ ಅಯ್ಯಂಗಾರ್ (೧೮೯೧-೧೯೮೬) ಅವರು 'ಶ್ರೀನಿವಾಸ' ಎಂಬ ಕಾವ್ಯನಾಮದಲ್ಲಿ ಬರೆಯುತ್ತಿದ್ದರು. ಇಪ್ಪತ್ತನೆಯ ಶತಮಾನದ ಮೊದಲ ದಶಕದಿಂದ ಎಂಟನೆಯ ದಶಕದವರೆಗೆ ಒಂದು ನೂರು ಸಣ್ಣಕತೆಗಳನ್ನು ಬರೆದಿದ್ದಾರೆ. ಅವರ ಮೊದಲ ಕಥಾಸಂಕಲನ ಪ್ರಕಟವಾದದ್ದು ೧೯೨೦ರಲ್ಲಿ. ಕೊನೆಯ, ಹದಿನೈದನೆಯ, ಕಥಾ ಸಂಕಲನ ಪ್ರಕಟವಾದದ್ದು ೧೯೮೪ರಲ್ಲಿ, ಅವರು ತೀರಿಕೊಳ್ಳುವ ಕೇವಲ ಎರಡು ವರುಷಗಳ ಹಿಂದೆ. ಪುರಾಣ, ಇತಿಹಾಸ ಮತ್ತು ಸಮಕಾಲೀನ ಸಮಾಜಗಳಿಂದ ಅವರು ತಮ್ಮ ಕಥಾವಸ್ತುಗಳನ್ನು ಪಡೆದಿದ್ದಾರೆ. ಹಲವು ಜಾತಿ, ಧರ್ಮ, ಪ್ರದೇಶ, ಸಂಸ್ಕೃತಿಗಳಿಗೆ ಸೇರಿದ ನೂರಾರು ವೈವಿಧ್ಯಮಯ ಗಂಡಸರು ಹೆಂಗಸರನ್ನು ಒಳಗೊಂಡ ವರ್ಣಮಯ ಲೋಕವನ್ನು ಮಾಸ್ತಿ ಸೃಷ್ಟಿಸಿದ್ದಾರೆ. ಮನುಷ್ಯನ ಲೈಂಗಿಕ ನಡಾವಳಿಯ ವಿಶ್ಲೇಷಣೆ, ಮೌಲ್ಯವ್ಯವಸ್ಥೆಗಳ ಪರಿಶೀಲನೆ, ನ್ಯಾಯಾನ್ಯಾಯಗಳ ವಿವೇಚನೆ ಅವರ ಕತೆಗಳಲ್ಲಿ ಸೂಕ್ಷ್ಮವಾಗಿ ನಡೆದಿದೆ. ಆಧುನಿಕಪೂರ್ವ ಕಥಾಪರಂಪರೆಗಳ ತಿಳಿವಳಿಕೆ ಮತ್ತು ತಮ್ಮ ಕಾಲದಲ್ಲಿ ಕಾಣಿಸಿಕೊಂಡ ಹೊಸ ಅಭಿವ್ಯಕ್ತಿ ಮಾರ್ಗಗಳ ಅರಿವು ಇವುಗಳನ್ನು ಏಕತ್ರ ಒಗ್ಗೂಡಿಸಿಕೊಂಡ ಇವರ ರಚನೆಗಳು ತಮ್ಮ ತಂತ್ರ ವಿನ್ಯಾಸಗಳಿಂದಲೂ ನಮ್ಮ ಗಮನವನ್ನು ಸೆಳೆಯುವಂತಿವೆ.

ಮಾಸ್ತಿಯವರು ಅನೇಕ ವರ್ಷಗಳ ಕಾಲ ಸಿವಿಲ್ ಹುದ್ದೆಗಳಲ್ಲಿ ಇದ್ದುದರಿಂದಲೋ ಏನೋ ಅವರ ಅನೇಕ ಕತೆಗಳಲ್ಲಿ ಆಡಳಿತ ವ್ಯವಸ್ಥೆಗಳ, ನ್ಯಾಯತೀರ್ಮಾನಗಳ ಪ್ರಸ್ತಾಪ ಪ್ರಧಾನವಾಗಿ ಬರುತ್ತದೆ. ಯಾವುದು ಸರಿ ಯಾವುದು ತಪ್ಪು ಎನ್ನುವ ಜಿಜ್ಞಾಸೆಯನ್ನು ಜೀವನದ ಹತ್ತು ಹಲವು ಸಂದರ್ಭಗಳಲ್ಲಿ ಮಾಸ್ತಿ ಎತ್ತುತ್ತಾರೆ. ಆಡಳಿತ ವ್ಯವಸ್ಥೆ ಹೇಗಿರಬೇಕು, ಅದು ಅಮಾನವೀಯವಾದರೆ ಏನಾಗುತ್ತದೆ ಎಂದು ಮಾಸ್ತಿ ಹಲವು ಕತೆಗಳಲ್ಲಿ ಪರಿಶೀಲಿಸಿದ್ದಾರೆ. ಊರ ಗೌಡನಿಂದ ರಾಜನವರೆಗೆ, ಹಳ್ಳಿಯ ಶಾನುಭೋಗರಿಂದ ದಿವಾನರವರೆಗೆ, ಗ್ರಾಮದ ಪಂಚರಿಂದ ದೊಡ್ಡ ದೊಡ್ಡ ಕೋರ್ಟುಗಳವರೆಗೆ, ತಳವಾರ ತೋಟಿಯಿಂದ ದೊಡ್ಡ ದೊಡ್ಡ ಪೊಲೀಸು ಅಧಿಕಾರಿಗಳವರೆಗೆ ಆಡಳಿತ ವ್ಯವಸ್ಥೆ ಹಬ್ಬಿಕೊಂಡಿರುತ್ತದೆ. ಈ ವ್ಯವಸ್ಥೆ ಎಷ್ಟು ದಕ್ಷವಾಗಿ, ನ್ಯಾಯವಾಗಿ, ಮಾನವೀಯವಾಗಿ ಇರುತ್ತದೋ ಅಷ್ಟು ಜನ ನೆಮ್ಮದಿಯಿಂದ ಇರುತ್ತಾರೆ ಎಂಬುದು ಮಾಸ್ತಿಯವರ ನಂಬಿಕೆ. ನ್ಯಾಯಾಧೀಶನು ಕುಶಾಗ್ರಮತಿಯಾಗಿದ್ದರೇ ಸಾಲದು. ಆತನು, ಮಾನವೀಯ ದೃಷ್ಟಿಯನ್ನೂ ಇಟ್ಟುಕೊಂಡವನು ಆಗಿರಬೇಕೆಂದು ಮಾಸ್ತಿ

ಒತ್ತಿ ಹೇಳುವಂತೆ ಕಂಡುಬರುತ್ತದೆ. ನ್ಯಾಯದ ಪರಿಕಲ್ಪನೆ ಮಾಸ್ತಿಯವರ ಸಾಹಿತ್ಯದಲ್ಲಿ ಯಾವತ್ತೂ ಈ ಲೋಕಕ್ಕೆ ಸೀಮಿತವಾಗಿಲ್ಲ. ಎಲ್ಲ ಮನುಷ್ಯ ನ್ಯಾಯಗಳನ್ನೂ ಮೀರಿದ ದೈವಿಕ ನ್ಯಾಯದಲ್ಲಿ ಮಾಸ್ತಿಯವರಿಗೆ ಅಪಾರವಾದ ನಂಬಿಕೆಯಿದೆ. ಆದರೆ ದೇವರ ಹೆಸರಿನಲ್ಲಿ ಲೋಕನೀತಿ ದುರ್ಬಲವಾಗುವುದನ್ನು ಮಾಸ್ತಿ ಯಾವತ್ತೂ ಒಪ್ಪುವುದಿಲ್ಲ. ಮಾಸ್ತಿ ಲೌಕಿಕವಾಗಿ ಏನೊಂದು ಶಿಸ್ತು, ಕ್ರಮ, ದಕ್ಷತೆಗಳನ್ನು ತೀವ್ರವಾಗಿ ಅಪೇಕ್ಷಿಸುವಷ್ಟೇ ಅವುಗಳ ಮಿತಿಯನ್ನೂ ಗಮನಿಸುತ್ತಾರೆ.

'ನ್ಯಾಯ' ಎಂಬ ಕಲ್ಪನೆ ಮತ್ತು ಈ ಕಲ್ಪನೆಯನ್ನು ಆಧರಿಸಿದ 'ವ್ಯವಸ್ಥೆ' ಎಂದಿನಿಂದಲೂ ತುಂಬ ಸಂಕೀರ್ಣವೂ ಸಮಸ್ಯಾತ್ಮಕವೂ ಆಗಿರುವಂಥದ್ದು. ರಾಮಾಯಣ-ಮಹಾಭಾರತ ಕಾಲಗಳಿಂದ ಇಂದಿನವರೆಗೆ ಅವುಗಳನ್ನು ಕುರಿತ ಬಗೆಬಗೆಯ ಚರ್ಚೆಗಳು, ಜಿಜ್ಞಾಸೆಗಳು, ವ್ಯಾಖ್ಯಾನಗಳು ನಡೆದುಕೊಂಡೇ ಬಂದಿವೆ. ಅವುಗಳಿಗೆ ನಿಲುಗಡೆ ಎಂಬುದಿಲ್ಲ. ನ್ಯಾಯ ತೀರ್ಮಾನ ಮಾಡುವ, ನ್ಯಾಯ ಪರಿಪಾಲನೆ ಮಾಡುವ ಹಲವು ಪ್ರಸಿದ್ಧರು ಪುರಾಣ, ಇತಿಹಾಸಗಳಲ್ಲಿ ಆಗಿ ಹೋಗಿದ್ದಾರೆ. ನಮ್ಮ ಈ ಕಾಲದಲ್ಲಿಯೂ ಅಂಥ ಕೆಲವು ಅಪರೂಪದ ವ್ಯಕ್ತಿಗಳ ಹೆಸರುಗಳನ್ನು ನಾವು ಆಗೀಗ ಕೇಳುವುದುಂಟು. ಮನುಷ್ಯರ ನ್ಯಾಯತೀರ್ಮಾನದ ಸಾಧ್ಯತೆಯ ಬಗ್ಗೆಯೇ ಹಲವರಿಗೆ ತಾತ್ವಿಕ ಸಂದೇಹಗಳಿರುವುದೂ ಉಂಟು. ಸುಪ್ರೀಮ್ ಕೋರ್ಟಿನ ತೀರ್ಪು ಹೊರಬಿದ್ದ ಮೇಲೂ 'ನ್ಯಾಯ ಸ್ಥಾಪನೆ' ಆದೀತೆಂದು ತಿಳಿಯಬೇಕಾಗಿಲ್ಲ; ವ್ಯಾಜ್ಯಕ್ಕೊಂದು ಮುಕ್ತಾಯವನ್ನು ಆ ತೀರ್ಪು ಹಾಕಬಹುದಷ್ಟೆ. ಮನುಷ್ಯರಿಗೆ ನಿಜವಾಗಿ ನ್ಯಾಯವನ್ನು ನೀಡುವುದು ದೇವರು ಮಾತ್ರ ಎಂದು ನಂಬುವವರೂ ಇದ್ದಾರೆ. ಇನ್ನು ಹಲವು ಬಗೆಯ ನ್ಯಾಯಪದ್ಧತಿಗಳನ್ನು ತುಲನಾತ್ಮಕವಾಗಿ ಪರಿಶೀಲಿಸಿ ಅವುಗಳ ನಡುವೆ ಗುಣಾತ್ಮಕ ಆಯ್ಕೆಗಳನ್ನು ಸೂಚಿಸುವುದೂ ನಡೆದುಕೊಂಡು ಬಂದಿದೆ. ಶೇಕ್‌ಸ್ಪಿಯರ್, ಟಾಲ್‌ಸ್ಟಾಯ್, ಬ್ರೆಕ್ಟ್, ಕಾಫ್ಕಾರ ಬರವಣಿಗೆಯಲ್ಲಿ 'ನ್ಯಾಯ' ಎಂಬುದು ಒಂದು ಸಾಮಾನ್ಯ ಪ್ರಧಾನ ವಸ್ತು. ಕನ್ನಡದಲ್ಲಿ ಈ ಕುರಿತ ಪ್ರಸ್ತಾಪವನ್ನು ಪದೇಪದೇ ಮಾಡಿದ ಮುಖ್ಯ ಲೇಖಕರೆಂದರೆ ಪ್ರಾಯಶಃ ಮಾಸ್ತಿ.

ಅವರಿಗೆ ಆಡಳಿತ ವ್ಯವಸ್ಥೆಯ ಮತ್ತು ಆ ಕಾಲದ ನ್ಯಾಯಾಂಗ ವ್ಯವಸ್ಥೆಗಳ ನಿಕಟವಾದ ಪರಿಚಯವಿತ್ತು. ಆಧುನಿಕಪೂರ್ವ ಪೌರ್ವಾತ್ಯ ಸಂಸ್ಥೆಗಳ ಕಾರ್ಯವೈಖರಿಯನ್ನೂ ಅವರು ಬಲ್ಲವರಾಗಿದ್ದರು. ಪುರಾಣ ಮತ್ತು ಇತಿಹಾಸವನ್ನು ಕುರಿತ ಅವರ ಅಗಾಧ ಓದು ಕೂಡ ಅವರ ತಿಳುವಳಿಕೆಯನ್ನು ವಿಸ್ತರಿಸಿದ್ದವು. ಹಾಗಾಗಿ ಅವರ ಅನೇಕ ಕೃತಿಗಳಲ್ಲಿ-ಮುಖ್ಯವಾಗಿ "ಚನ್ನಬಸವ ನಾಯಕ", "ಚಿಕವೀರರಾಜೇಂದ್ರ", "ಕಾಕನಕೋಟೆ", "ಇಲ್ಲಿಯ ತೀರ್ಪು", "ಬಾದಷಹನ ನ್ಯಾಯ", "ಬಾದಷಹನ ದಂಡನೆ", "ಜೋಗ್ಯೋರ ಅಂಜಪ್ಪನ ಕೋಳಿ ಕತೆ", "ಪಂಡಿತನ ಮರಣ ಶಾಸನ"- ನ್ಯಾಯ ತೀರ್ಮಾನದ ಹಲವು ಬಗೆಯ ಸನ್ನಿವೇಶಗಳು ನೇರವಾಗಿಯೇ ನಿರೂಪಿತವಾಗಿವೆ. ಇನ್ನು ಕೆಲವು ಕೃತಿಗಳಲ್ಲಿ ಈ ವಸ್ತು ಪರೋಕ್ಷವಾಗಿ ಪ್ರಸ್ತಾಪಿತವಾಗಿರುವುದೂ ಉಂಟು.

೨

"ಬಾದಷಹನ ನ್ಯಾಯ" ಮತ್ತು "ಬಾದಷಹನ ದಂಡನೆ" ಕತೆಗಳಲ್ಲಿ ಪರ್ಷಿಯಾದ ಚಕ್ರವರ್ತಿ ಷಾಹ ಅಬಾಸ್ ನ್ಯಾಯ ತೀರ್ಮಾನ ಮಾಡುವ ಎರಡು ಪ್ರಸಂಗಗಳ ಸ್ವಾರಸ್ಯಪೂರ್ಣ ನಿರೂಪಣೆಗಳಿವೆ. ಎರಡೂ ಸಂದರ್ಭಗಳಲ್ಲಿ ವ್ಯಾಜ್ಯ ಹುಟ್ಟುವುದು ಮುಸಲ್ಮಾನ ಮತ್ತು ಕ್ರಿಶ್ಚಿಯನನ ನಡುವೆ. ಈ ಚಕ್ರವರ್ತಿ ಎಂಥಹವನೆಂದರೆ: "ಷಾಹ ಅಬಾಸ್ ಬಾದಷಹನು ನ್ಯಾಯ ತೀರಿಸುವುದೆಂದರೆ ಯಾವಾಗಲೂ ಜನ ನೆರೆಯುವರು. ಅವನು ಬಹಳ ನ್ಯಾಯಪರನು. ತನ್ನವನು ಪರರವನು ಎನ್ನದೆ ತನ್ನ ರಾಜ್ಯದ ಪ್ರಜೆಗಳಲ್ಲೆಲ್ಲಾ ಏಕರೀತಿಯಾದ ವಿಶ್ವಾಸವನ್ನಿಟ್ಟಿದ್ದನು. ತಾನು ಮುಸಲ್ಮಾನನಾದರೂ ಮುಸಲ್ಮಾನರಿಗೆ ಪಕ್ಷಪಾತವನ್ನು ತೋರುತ್ತಿರಲಿಲ್ಲ. ಅದರಿಂದ ರಾಜ್ಯದ ಮುಸಲ್ಮಾನರಿಗೆ ಕೆಲವರಿಗೆ ಅಸಮಾಧಾನ. ಆದರೆ ಆ ನ್ಯಾಯಪರತೆಯನ್ನು ಮುಕ್ಕಾಲು ಪಾಲು ಸೀಮೆಯೆಲ್ಲಾ ಮೆಚ್ಚಿತ್ತು. ತಿಳಿವು ಉಳ್ಳ ಮುಸಲ್ಮಾನರು ಕ್ರೈಸ್ತ ಯೆಹೂದ್ಯರನ್ನು ತಮ್ಮಂತೆಯೇ ಪ್ರಜೆಗಳೆಂದೆಣಿಸುತ್ತ ರಾಜನ ಈ ನ್ಯಾಯಪರತೆಯನ್ನು ಒಪ್ಪಿ ಕೊಂಡಾಡುವರು. ನ್ಯಾಯ ಪಕ್ಷಪಾತ ಹೇಗಿತ್ತೋ ಹಾಗೆಯೇ ಬಾದಷಹನಲ್ಲಿ ನ್ಯಾಯವನ್ನು ಕಂಡುಹಿಡಿಯುವ ಬುದ್ಧಿಸೂಕ್ಷ್ಮತೆಯೂ ಇತ್ತು. ಅನೇಕಾವರ್ತಿ ಅವನು ಇತರರಿಗೆ ತೋರದೆ ಇದ್ದ ಯಾವ ಯಾವವೋ ಉಪಾಯಗಳಿಂದ ನಿಜಸ್ಥಿತಿಯನ್ನು ಕಂಡುಹಿಡಿದು ಜನರಿಗೆ ಆಶ್ಚರ್ಯವನ್ನು ಉಂಟುಮಾಡುತ್ತಿದ್ದನು".

"ಬಾದಷಹನ ನ್ಯಾಯ" ಕತೆಯಲ್ಲಿ ಬಹುಕಾಲ ಜೊತೆಯಾಗಿ ವ್ಯಾಪಾರ ಮಾಡುತ್ತಿದ್ದ ಮುಸಲ್ಮಾನನಾದ ಉಸಾಫ್ ಖಾನನಿಗೂ ಕ್ರೈಸ್ತ ಸಮುದಾಯಕ್ಕೆ ಸೇರಿದ ಯೋಹಾನ್ ಮಾತಿಯಾನಿಗೂ ಒಂದು ಜಗಳವಾಗುತ್ತದೆ. ಇಬ್ಬರಿಗೂ ತಮ್ಮ ತಮ್ಮ ಕಾಗದಪತ್ರಗಳನ್ನು ತರುವಂತೆ ಹೇಳಿ ತನ್ನೆದುರೇ ಒಂದು ಚೀಲದಲ್ಲಿ ಅವನ್ನು ಇಡಿಸಿ ಅದಕ್ಕೆ ತನ್ನ ಮೊಹರನ್ನು ಹಾಕಿ ಬಾದಷಹನು ನ್ಯಾಯಾಧೀಶನಾದ ಫಸಿಲ್ ಖಾನನಿಗೆ ಕಾಗದಪತ್ರಗಳನ್ನು ಪರಿಶೀಲಿಸಿ ತೀರ್ಪು ಕೊಡಲು ಆಜ್ಞಾಪಿಸುತ್ತಾನೆ. ತೀರ್ಪು ಮಾತಿಯಾನಿಗೆ ವಿರುದ್ಧವಾಗಿ ಬರುತ್ತದೆ. ಲಕ್ಷಾಂತರ ರೂಪಾಯಿ ಕಳೆದುಕೊಳ್ಳುವ ಮಾತಿಯಾ ಬಾದಷಹನಲ್ಲಿ ಮತ್ತೆ ಫಿರ್ಯಾದು ಮಾಡುತ್ತಾನೆ. "ನೀನು ಕ್ರೈಸ್ತ. ನಿನ್ನ ಪ್ರತಿವಾದಿ ಮುಸಲ್ಮಾನನೆನ್ನುವುದಕ್ಕೋಸ್ಕರ ನಾವು ಅನ್ಯಾಯ ಮಾಡಿದೆವೆಂದು ಎಣಿಸಿದ್ದಿಯೇನು?" ಎಂದು ರಾಜ ಪ್ರಶ್ನಿಸುತ್ತಾನೆ. ಚೀಲದಲ್ಲಿದ್ದ ಕಾಗದಪತ್ರಗಳನ್ನು ಪರಿಶೀಲಿಸಿ, ತನ್ನ ತಿಳಿವಿನಲ್ಲಿ ಸಾಧ್ಯವಾದಷ್ಟು ಮಟ್ಟಿಗೆ ನ್ಯಾಯವನ್ನೇ ತೀರ್ಪು ಮಾಡಿದ್ದೇನೆಂದು ನ್ಯಾಯಾಧೀಶ ಫಸಿಲ್ ಖಾನನು ನುಡಿಯುತ್ತಾನೆ. ಆದರೆ ಚೀಲದಲ್ಲಿ ತಾನು ಇಟ್ಟ ಕಾಗದಪತ್ರಗಳೇ ಬೇರೆ, ಮೊಹರು ಒಡೆದ ಮೇಲೆ ಚೀಲದಲ್ಲಿದ್ದ ಪತ್ರಗಳೇ ಬೇರೆ ಎಂಬುದು ಮಾತಿಯಾನ ವಾದ. ಮಾತಿಯಾನ ಒಪ್ಪಿಗೆಯ ಮೇಲೆ ಮೊಹರು ಮಾಡಿದ ಚೀಲವು ತನ್ನ ಬಳಿಯಲ್ಲೇ ಇತ್ತೆಂದೂ, ನ್ಯಾಯಾಧೀಶನು ಅದನ್ನು ಒಡೆದಾಗ ಮೊಹರು ಸರಿಯಾಗೇ ಇತ್ತೆಂದೂ ಉಸಾಫ್ ಖಾನನು ಹೇಳುತ್ತಾನೆ. "ಅದರಲ್ಲಿದ್ದ ಕಾಗದ ಹೇಗೆ ಬದಲಾಯಿತೋ ಖಾವಂದರು ಯೋಚನೆ ಮಾಡಬೇಕು. ಇನ್ನು ಚೀಲವನ್ನು ಕತ್ತರಿಸಿ ಆಮೇಲೆ ಅದು ಗುರುತು ಸಿಕ್ಕದಂತೆ ಸರಿ ಮಾಡಬಲ್ಲವರು ಯಾರೂ ಇರಲಾರರು ಮಹಾಸ್ವಾಮಿ. ಅದು ಒಳ್ಳೆಯ ಭದ್ರವಾದ ರತ್ನಗಂಬಳಿಯ ಚೀಲ. ಮಾತಿಯಾನನ್ನೇ

ಕೇಳಬಹುದು. ಇಲ್ಲ, ನಾನು ಚೀಲವನ್ನು ಕತ್ತರಿಸಿ ಸರಿಮಾಡಿದನೆಂದೇ ಹೇಳುವನೇನೋ ಅದನ್ನೂ ಕೇಳೋಣವಾಗಲಿ" ಎಂದು ಉಸಾಫ್ ಖಾನ್ ಹೇಳಿದಾಗ ತನಗೆ ಆ ಸಂದೇಹ ಇಲ್ಲವೆಂದೂ, ಎಲ್ಲ ತನ್ನ ದುರದೃಷ್ಟವೆಂದೂ, ತಾನೀಗ ಗರೀಬನಾದೆನೆಂದೂ, ರಾಜನು ಏನಾದರೂ ನೌಕರಿ ಕೊಟ್ಟರೆ ಬದುಕಿಕೊಳ್ಳುವೆನೆಂದೂ ಮಾತಿಯಾ ಬಿನ್ನವಿಸಿಕೊಳ್ಳುತ್ತಾನೆ. ನೌಕರಿ ಗಿಟ್ಟಿಸಲು ಇಷ್ಟು ಉಪಾಯ ಮಾಡಬೇಕಾಗಿರಲಿಲ್ಲವೆಂದು ಅವನನ್ನು ಛೇಡಿಸುವ ಬಾದಷಹನು ಉಸಾಫ್ ಖಾನನು ಸತ್ಯವಂತನೆಂದು ಹೊಗಳಿ ಅವನನ್ನು ತನ್ನ ಬೈಠಕ್ ಖಾನೆಯ ಭಕ್ಷಿಯಾಗಿ ನೇಮಿಸಿಕೊಳ್ಳುತ್ತಾನೆ. ತನ್ನ ಬೈಠಕ್ ಖಾನೆಯಲ್ಲಿ ಹಾಸುವ ಜಮಖಾನ, ರತ್ನಗಂಬಳಿಗಳ ಬಗ್ಗೆ ರಾಜನಿಗೆ ತುಂಬಾ ಮೋಹವೆಂದೂ ಸ್ವಲ್ಪ ಕೊಳೆಯಾದರೂ ಭಕ್ಷಿಗೆ ಛಡಿ ಏಟಿನ ಶಿಕ್ಷೆ ಕೊಡುತ್ತಾನೆಂದೂ ತಿಳಿದಿದ್ದ ಉಸಾಫ್ ಖಾನ್ ಆ ಬಗ್ಗೆ ತೀರಾ ಕಾಳಜಿ ವಹಿಸಿ ಕೆಲಸ ಮಾಡುತ್ತಿರುತ್ತಾನೆ ಮತ್ತು ಕಾಲಕಾಲಕ್ಕೆ ಬಡತಿಯನ್ನೂ ಪಡೆಯುತ್ತ ಹೋಗುತ್ತಾನೆ. ವಜೀರನನ್ನೂ ಸೇರಿಸಿ ಅನೇಕರಿಗೆ ಬಾದಷಹನು ಆ ರೀತಿ ಮಾತಿಯಾನಿಗೆ ಮುಖ ಮುರಿಯಬಾರದಿತ್ತೆಂದೂ, ಉಸಾಫನಿಗೆ ಸಿಕ್ಕ ಮರ್ಯಾದೆ ಜಾಸ್ತಿಯಾಯಿತೆಂದೂ ಅನ್ನಿಸಿರುತ್ತದೆಯಾದರೂ, ಅದು ತನ್ನ ಕಿವಿಗೆ ಬಿದ್ದಾಗ ಅವನು, "ನಾನು ಇದುವರೆಗೆ ಪಕ್ಷಪಾತ ಮಾಡಿಲ್ಲ...ಮಾತಿಯಾನೂ ಅವನ ಕಡೆಯವರೂ ತಪ್ಪಾಗಿ ತಿಳಿದುಕೊಂಡರೆ ನಾವು ಏನೂ ಮಾಡಲಾಗುವುದಿಲ್ಲ" ಎಂದುಬಿಡುತ್ತಾನೆ.

ಹೀಗಿರುತ್ತ ಒಂದು ದಿನ ಬೈಠಕ್ ಖಾನೆಯಲ್ಲಿ ರಾಜನಿಗೆ ತುಂಬ ಪ್ರಿಯವಾಗಿದ್ದ ಬೆಲೆಬಾಳುವ ಷಿರಾಜ್ ಕಂಬಳಿಯನ್ನು ಮಡಿಚಿಡಲು ಹೋದಾಗ ಉಸಾಫನು ಕಂಬಳಿಯ ಒಂದು ಮೂಲೆಯಲ್ಲಿ ಒಳಗೈಯಷ್ಟಗಲ ಸುಟ್ಟುಹೋಗಿರುವುದನ್ನು ನೋಡಿ ಬೆಚ್ಚಿಬೀಳುತ್ತಾನೆ. ತಾನೇ ಬಾದಷಹನ ಹುಕ್ಕಾವನ್ನು ಕಂಬಳಿಯಿಂದ ದೂರದಲ್ಲಿ ತೆಗೆದಿಟ್ಟಿದ್ದು ಅವನಿಗೆ ಚೆನ್ನಾಗಿ ನೆನಪಿದೆ. ಅಂದರೆ ತನಗಾಗದವರಾರೋ ಬೇಕೆಂದೇ ಅದನ್ನು ಸುಟ್ಟಿರಬೇಕು. ತನಗೆ ಛಡಿ ಏಟು ತಪ್ಪಿದ್ದಲ್ಲ ಎಂದು ಭೀತಿಯಿಂದ ಯೋಚಿಸಿ, ಯಾರಿಗೂ ಹೇಳದೆಯೇ ಅದನ್ನು ಸರಿಮಾಡಿಸಿಬಿಡುತ್ತಾನೆ. ಕೆಲವು ದಿನಗಳ ನಂತರ ಅದನ್ನು ಮತ್ತೆ ಹಾಸಿದಾಗ ಅದರಲ್ಲಿ ಸುಟ್ಟಿದ ಗುರುತು ಇರುವುದಿಲ್ಲ; ನವಿಲು ಎಂದಿನಂತೆ ಗರಿಗಳನ್ನು ಕೆದರಿಕೊಂಡು ಸಂತೋಷದಲ್ಲಿತ್ತು. ಅಂದರೆ ಕಂಬಳಿ ಮೊದಲಿನಂತೆಯೇ ಕಾಣುತ್ತಿತ್ತು. ಬೈಠಕ್ ಮುಗಿದ ಮೇಲೆ ಬಾದಷನು ಉಸಾಫನನ್ನು ಕುರಿತು ತನ್ನ ಅಜಾಗರೂಕತೆಯಿಂದಲೇ ಕಂಬಳಿ ಸುಟ್ಟುಹೋಗಿತ್ತೆಂದು ತಿಳಿಸಿ ಈಗ ನೋಡಿದರೆ ಕಂಬಳಿ ಸರಿಹೋಗಿರುವುದರ ಬಗ್ಗೆ ಆಶ್ಚರ್ಯವನ್ನು ವ್ಯಕ್ತಪಡಿಸುತ್ತಾನೆ. ಲೋಕಾಭಿರಾಮವಾಗಿ ಎಂಬಂತೆ, 'ಇದನ್ನು ಸರಿಮಾಡಿಸಿದೆಯೋ?' ಎಂದು ಉಸಾಫನನ್ನು ಪ್ರಶ್ನಿಸುತ್ತಾನೆ. ಹೌದೆಂದು ಉಸಾಫನು ನುಡಿಯಲು ಬಾದಷಹನು ತನಗಾದ ಖುಷಿಯನ್ನು ಹೇಳಿಕೊಳ್ಳುತ್ತಾನೆ. ಮುಂದುವರೆದು ಬಾದಷಹನು ಉಸಾಫನನ್ನು ಮರು ಪ್ರಶ್ನೆ ಮಾಡುತ್ತಾನೆ: "ಈ ಜಮಖಾನವನ್ನೂ ಆ ಚೀಲವನ್ನೂ ಒಬ್ಬನಲ್ಲಿಯೇ ಕೊಟ್ಟು ಸರಿಮಾಡಿಸಿದೆಯಾ? ಚೀಲವನ್ನು ಕತ್ತರಿಸಿ ಸರಿಮಾಡುವವರು ಯಾರೂ ಇರಲಾರರೆಂದು ಹೇಳಿದೆಯಲ್ಲ?" ಈ ರೀತಿಯಲ್ಲಿ ಬಾದಷಹನು ಉಸಾಫನ ಅಪರಾಧವನ್ನು ಜಾಣತನದಿಂದ ಪತ್ತೆ ಹಚ್ಚಿ ಮಾತಿಯಾನಿಗೆ ವಿಳಂಬವಾಗಿಯಾದರೂ ನ್ಯಾಯವನ್ನು ಒದಗಿಸಿಕೊಡುತ್ತಾನೆ. ಅಷ್ಟೇ ಅಲ್ಲ

ಅವನು ತನ್ನ ನ್ಯಾಯದ ಬಗ್ಗೆ ಉಚ್ಚಾಭಿಮಾನವನ್ನು ಇಟ್ಟುಕೊಂಡಿದ್ದ ನ್ಯಾಯಾಧೀಶ ಫಸಿಲ್ ಖಾನನನ್ನೂ ಭೇಡಿಸುತ್ತಾನೆ. "ನಾನು ಈಗಲೂ ಕೂಡ ಈ ತೀರ್ಪು ಮನುಷ್ಯಮಾತ್ರನಿಂದ ಸಾಧ್ಯವಿಲ್ಲವೆಂದೇ ಹೇಳುವೆನು" ಎನ್ನುವ ಫಸಿಲ್ ಖಾನನು ಹಿಂದಿನ ಅಹಂಕಾರದ ಮಾತನ್ನು ಮುಖಸ್ತುತಿಯಾಗಿ ಪರಿವರ್ತಿಸುತ್ತಾನೆ.

ಈ ಕತೆಯನ್ನು ಒಂದು ಪತ್ತೇದಾರೀ ಕತೆಯನ್ನಾಗಿ ಓದಿ ಆನಂದಿಸಬಹುದು. ಈ ಕತೆ ಬಾದಷಹನ ಜಾಣತನವನ್ನೂ, ನ್ಯಾಯಪರತೆಯನ್ನೂ ಕೀರ್ತಿಸುವ ಕೃತಿ ಎಂದೂ ಹಲವರಿಗೆ ಅನ್ನಿಸಬಹುದು. ಆದರೆ ಮಾಸ್ತಿ ಕತೆಗೆ ಇದಕ್ಕೂ ಮಿಗಿಲಾದ ಘನೋದ್ದೇಶ ಇರುವಂತೆ ಕಾಣುತ್ತದೆ. ತಾವು ಎಲ್ಲೋ ಓದಿದ ಕತೆಯನ್ನು ಮಾಸ್ತಿಯವರು ಇಪ್ಪತ್ತನೆಯ ಶತಮಾನದ ಆರಂಭದ ದಶಕಗಳಲ್ಲಿ ಮರು ನಿರೂಪಿಸುವಾಗ ಕೇವಲ ಒಂದು ಸ್ವಾರಸ್ಯಕರ ಕತೆಯನ್ನು ನಮಗೆ ಹೇಳುವುದಷ್ಟೇ ಅವರ ಉದ್ದೇಶವಿರಲಾರದು. ಅರ್ಥಪೂರ್ಣವಾದ ಎಷ್ಟೋ ಆಧುನಿಕಪೂರ್ವ ಮೌಲ್ಯಗಳು, ಸಂಸ್ಥೆಗಳು, ಜ್ಞಾನಪ್ರಕಾರಗಳು, ಜೀವನಕ್ರಮಗಳು ವಸಾಹತುಶಾಹಿ ತರುತ್ತಿದ್ದ ಆಧುನಿಕತೆಯ ಭರಾಟೆಯಲ್ಲಿ ಕೊಚ್ಚಿಕೊಂಡು ಹೋಗುತ್ತಿದ್ದ ವಿದ್ಯಮಾನಗಳಿಗೆ ಅವರು ಸಾಕ್ಷಿಯಾಗಿದ್ದರು. ಪೂರ್ವ-ಪಶ್ಚಿಮಗಳನ್ನು ಏಕಕಾಲದಲ್ಲಿ ತುಲನಾತ್ಮಕವಾಗಿ ತೂಗಿ ನೋಡಬೇಕಾಗಿದ್ದ ಸಂದರ್ಭದಲ್ಲಿ ಅವರು ತಮ್ಮ ಬರವಣಿಗೆಯನ್ನು ಪ್ರಾರಂಭಿಸಿದ್ದರು. ತಮ್ಮ ಎದುರೇ ಹೊಸ ಕಾಲ, ಹೊಸ ಇತಿಹಾಸ ಬಿಚ್ಚಿಕೊಳ್ಳುತ್ತಿದ್ದ ಸಂಕೀರ್ಣ ಸಂದರ್ಭಕ್ಕೆ ತಮ್ಮ ಪ್ರತಿಕ್ರಿಯೆ ಎಂಬಂತೆ ಅವರು ಕನ್ನಡಿಗರಿಗೆ ತಮ್ಮ ಹೊಸ ಕತೆಗಳನ್ನು ಹೇಳಲಾರಂಭಿಸಿದ್ದರು. **ಈ ಕತೆಯು, ೧೯೨೦ರಲ್ಲಿ** ಪ್ರಕಟವಾದ ಅವರ ಮೊದಲ ಸಂಕಲನದಲ್ಲಿಯೇ ಸೇರಿರುವುದು ಗಮನಾರ್ಹ. ಬ್ರಿಟಿಷರು ತಂದ ನ್ಯಾಯಾಂಗ ವ್ಯವಸ್ಥೆಯೇ ಅಭೂತಪೂರ್ವವಾದದ್ದು ಎಂಬ ಅವಿಮರ್ಶಾತ್ಮಕ ಕುರುಡು ನಂಬಿಕೆಗೆ ಒಂದು ಚಿಕಿತ್ಸೆ ಎಂಬಂತೆ ಅವರು ಈ ಕತೆಯನ್ನು ನಮಗೆ ಹೇಳಿದಂತಿದೆ. ಅಷ್ಟೇ ಅಲ್ಲ, ಬಹುಸಂಖ್ಯಾತರ ಆಡಳಿತ ಇರುವ ಒಂದು ರಾಷ್ಟ್ರದಲ್ಲಿ ಅಲ್ಪಸಂಖ್ಯಾತರ ನ್ಯಾಯದ ಪ್ರಶ್ನೆಯನ್ನೂ ಈ ಕತೆ ಸೂಕ್ಷ್ಮವಾಗಿ ಎತ್ತುತ್ತದೆ.

ಇದು ಇನ್ನಷ್ಟು ತೀವ್ರವಾಗಿ ಅಭಿವ್ಯಕ್ತವಾಗುವುದು ಮಾಸ್ತಿಯವರ ಮತ್ತೊಂದು ಕತೆ "ಬಾದಷಹನ ದಂಡನೆ"ಯಲ್ಲಿ. ಈ ಕತೆಯಲ್ಲಿ ಬಾದಷಹನ ಮಗನು ಮಾತಿಯಾನ ಮನೆಯ ಹೆಣ್ಣುಮಗಳೊಬ್ಬಳಿಗೆ ಕಾಟ ಕೊಡುತ್ತಿದ್ದಾನೆ ಎಂಬ ಸುದ್ದಿ ತಿಳಿದಾಗ ಬಾದಷಹನು ಏನು ಮಾಡುತ್ತಾನೆ, ಯಾವ ಕ್ರಮ ತೆಗೆದುಕೊಳ್ಳುತ್ತಾನೆ ಎಂಬುದರ ನಿರೂಪಣೆ ಇದೆ. ಅಷ್ಟೇ ಅಲ್ಲ, ಬಾದಷಹನು ನ್ಯಾಯಪರನೂ, ನಿಷ್ಪಕ್ಷಪಾತಿಯಾಗಿದ್ದರೂ ಅವನ ಕೈಕೆಳಗಿನವರು, ಬಳಗದವರು ಹಾಗಿಲ್ಲ ಎಂಬ ಮಾಹಿತಿಯೂ ಅವನನ್ನು ತಲುಪುತ್ತದೆ. ಈಗ ರಾಜಕುಮಾರನನ್ನು ದಂಡಿಸಿದರೆ ಮುಂದೆ ಅವನು ರಾಜನಾದಾಗ ಮಾತಿಯಾನ ಕುಟುಂಬದ ಮೇಲೆ ಅವನು ಹಗೆ ತೀರಿಸಬಹುದಲ್ಲವೇ ಎಂಬ ಸಾಧ್ಯತೆಯನ್ನೂ ಅವನು ಎದುರಿಸುತ್ತಾನೆ. ಇದಕ್ಕೆ ಒಂದೇ ಪರಿಹಾರವೆಂದರೆ ತಾನೇ ಖುದ್ದಾಗಿ ಈ ಪ್ರಕರಣದ ತನಿಖೆಯನ್ನು ನಡೆಸುವುದು. ಆರೋಪಿ ಸಿಕ್ಕಿಬಿದ್ದರೆ ಒಂದೇ ಏಟಿಗೆ ಅವನ ರುಂಡವನ್ನು ಹಾರಿಸುವುದು. ತನ್ನ ಸುತ್ತಲವರು ಬೆಚ್ಚಿಬೀಳುವಂತೆ ಬಾದಷಹನು ಅದೇ ರೀತಿ ನಡೆದುಕೊಳ್ಳುತ್ತಾನೆ. ಆದರೆ ತಾನು

ಕೊಂದದ್ದು ತನ್ನ ಮಗನನ್ನು ಅಲ್ಲ; ರಾಜಕುಮಾರನೊಂದಿಗೆ ಸಲಿಗೆಯಿಂದ ಇದ್ದು ಅವನ ಉಂಗುರವನ್ನು ತಾನು ಧರಿಸಿ, ರಾಜಪೋಷಾಕನ್ನೂ ಹಾಕಿಕೊಂಡು ಮಾತಿಯಾನ ಮನೆಗೆ ಬಂದು ಕಾಟಕೊಡುತ್ತಿದ್ದ ರಾಜಕುಮಾರನ ಮಿತ್ರ ಅಬೂ ಸಯ್ಯದನನ್ನು ಎಂದು ಗೊತ್ತಾದಾಗ ಮೊದಲ ಬಾರಿಗೆ ಎಂಬಂತೆ ಬಾದಷಹನ ಕಣ್ಣುಗಳಲ್ಲಿ ನೀರು ಹರಿಯುತ್ತದೆ. ತಮ್ಮ ಪ್ರಿಯ ಲೇಖಕನಾದ ಶೇಕ್‌ಸ್ಪಿಯರನನ್ನೂ ಮಾಸ್ತಿ ಚೆನ್ನಾಗಿಯೇ ಓದಿಕೊಂಡಿದ್ದರು. "ಮರ್ಚೆಂಟ್ ಆಫ್ ವೆನಿಸ್" ನಾಟಕದಲ್ಲಿ ಯಹೂದಿ ಷೈಲಾಕನಿಗೆ ಕ್ರಿಶ್ಚಿಯನರಿಂದ ಯಾವ ಬಗೆಯ "ನ್ಯಾಯ" ಸಿಕ್ಕಿತ್ತೆಂಬುದನ್ನು ಅವರು ಅರಿಯದವರೇನೂ ಅಲ್ಲ. ಸ್ವತಃ ತಮ್ಮ ಮತ್ತೊಂದು ಪ್ರಸಿದ್ಧ ಕತೆ "ಇಲ್ಲಿಯ ತೀರ್ಪು"ನಲ್ಲಿ ಮಾಸ್ತಿ ಬ್ರಿಟಿಷರ ನ್ಯಾಯಪದ್ಧತಿಯ ನೇರವಾದ ವಿಮರ್ಶೆಯನ್ನೇ ಮಾಡಿದ್ದಾರೆ. "ಜೋಗ್ಯೋರ ಅಂಜಪ್ಪನ ಕೋಳಿ ಕತೆ"ಯಲ್ಲಿ ಈ ವಿಮರ್ಶೆ ತುಸು ಲಘುಧಾಟಿಯಲ್ಲಿ ಮೂಡಿಬರುತ್ತದೆ. ಅಂದರೆ ಮಾಸ್ತಿ ತಮ್ಮ ಕತೆಗಳನ್ನು ಕೇವಲ ಹೇಳಲಿಲ್ಲ; ಕತೆಗಳ ಮೂಲಕವೂ ಹೇಳಿದರು; ಮಹತ್ತಾದ ಅನೇಕ ಸಂಗತಿಗಳತ್ತ ನಮ್ಮ ಗಮನ ಸೆಳೆದರು. ಈ ಬಗೆಯ ಕತೆಗಳು ನಮ್ಮ ಕಾಲಕ್ಕೆ ಹೇಗೆ, ಎಷ್ಟು ಪ್ರಸ್ತುತವಾಗಿವೆ ಎಂಬುದನ್ನು ಬಿಡಿಸಿ ಹೇಳಬೇಕಾಗಿಲ್ಲ.

೩

೧೯೨೪ರಲ್ಲಿ ಮೊದಲ ಮುದ್ರಣ ಕಂಡ ಮಾಸ್ತಿಯವರ ಎರಡನೆಯ ಕಥಾಸಂಕಲನ "ಸಣ್ಣ ಕತೆಗಳು"ಎಂಬ ನಾಲ್ಕು ಕತೆಗಳ ಸಂಗ್ರಹದ ಮೊದಲ ಕತೆ "ಇಲ್ಲಿಯ ತೀರ್ಪು". ಇದು ೧೯೨೦-೧೯೨೪ರ ನಡುವಣ ಅವಧಿಯಲ್ಲಿ ರಚಿತವಾದಂತಿದೆ. ಈ ಕತೆಯ ನಿರೂಪಕನ ತಾತಂದಿರು ಕೋರ್ಟ್ನೀ ಸಾಹೇಬನ ಬಳಿ ಜೋಡೀಶಾಲು ಶಿರಸ್ತೆಯ ಕೆಲಸದಲ್ಲಿದ್ದರಂತೆ. ಬ್ರಿಟಿಷರು ಇಂಡಿಯಾಕ್ಕೆ ಬಂದು ತಮ್ಮ ವಸಾಹತನ್ನು ಸ್ಥಾಪಿಸಿ ಆಳಲು ಪ್ರಾರಂಭಿಸಿದಾಗ ಅನೇಕ ಸಂಸ್ಥೆಗಳು, ಮೌಲ್ಯಗಳು, ವಸ್ತುಗಳು, ಭಾಷೆ-ಸಾಹಿತ್ಯ-ಧರ್ಮ-ಜೀವನಕ್ರಮಗಳು ನಮ್ಮ ಸಂಸ್ಕೃತಿಯನ್ನು ಪ್ರವೇಶಿಸಿದವಷ್ಟೆ. ಹಾಗೆ ಹೊರಗಿನಿಂದ ನಮ್ಮ ಸಂಸ್ಕೃತಿಯನ್ನು ಪ್ರವೇಶಿಸಿದ ಮುಖ್ಯ ಸಂಗತಿಗಳೆಂದರೆ ಬ್ರಿಟಿಷ್ ಆಡಳಿತ, ನ್ಯಾಯಾಂಗ ವ್ಯವಸ್ಥೆ ಹಾಗೂ ಕ್ರಿಶ್ಚಿಯನ್ ಧರ್ಮ. ಈ ಹೊಸ 'ಧರ್ಮ' ಮತ್ತು 'ಪ್ರಭುತ್ವ'-ಸ್ಥೂಲವಾಗಿ 'ದಿ ರಿಲೀಜಿಯಸ್' ಅಂಡ್ 'ದಿ ಸೆಕ್ಯುಲರ್'-ಗಳು ಇಲ್ಲಿಯ ಜನಜೀವನದ ಮೇಲೆ ಮಾಡಿದ ಆಕ್ರಮಣ, ಬೀರಿದ ಪ್ರಭಾವ ಮತ್ತು ಅವುಗಳ ಪರಿಣಾಮಗಳನ್ನು ಮಾಸ್ತಿ ತಮ್ಮ ಸಾಹಿತ್ಯ ಕೃತಿಗಳಲ್ಲಿ ಅದ್ಭುತವಾಗಿ ಚಿತ್ರಿಸಿದ್ದಾರೆ. ಈ ದೃಷ್ಟಿಯಿಂದ ಮಾಸ್ತಿಯವರ "ಇಲ್ಲಿಯ ತೀರ್ಪು" ಕತೆ ಇಂಥ ವಸ್ತು ನಿರ್ವಹಣೆಯ ಒಂದು ಪ್ರಾತಿನಿಧಿಕ ರಚನೆ ಎಂದು ಹೇಳಬಹುದು.

ಈ ಕತೆಯ ರಾಚನಿಕ ಸ್ವರೂಪವೂ ಅಭ್ಯಾಸಯೋಗ್ಯವಾಗಿದೆ. ಇಲ್ಲಿ ಪ್ರಸ್ತಾಪಿತವಾಗುವ ಘಟನೆ ನಡೆದದ್ದು ನಿರೂಪಕನ ತಾತಂದಿರ ಕಾಲದಲ್ಲಿ. ಈ ಕತೆಗೆ ಅವನಿಗೆ ಸಿಕ್ಕಿರುವ ಏಕೈಕ ಆಕರವೆಂದರೆ ಅವನ ಮನೆಯಲ್ಲಿ ಅವನಿಗೆ ಸಿಕ್ಕ ಕೆಲವು ಹಳೆಯ ದಫ್ತರಗಳು ಮತ್ತು ಕಾಗದ ಪತ್ರಗಳು. ಅವುಗಳಲ್ಲಿ ಅವನಿಗೆ ಕೋರ್ಟ್ನೀ ಸಾಹೇಬನ ಡೈರಿಯ ಕೆಲವು ಭಾಗಗಳೂ ಕಣ್ಣಿಗೆ ಬೀಳುತ್ತವೆ. ಕೋರ್ಟ್ನೀ ಸಾಹೇಬನಿಗೆ ಕನ್ನಡದಲ್ಲಿ ಬರೆಯುವುದೂ ಬರುತ್ತಿತ್ತಂತೆ. ಅವನ

ಡೈರಿಯ ಸ್ವಲ್ಪ ಭಾಗ ಕನ್ನಡದಲ್ಲೂ, ಹೆಚ್ಚು ಭಾಗ ಇಂಗ್ಲಿಷಿನಲ್ಲೂ ಇತ್ತಂತೆ. ಕತೆಯ ಪ್ರಾರಂಭದ ಪ್ಯಾರಾದಲ್ಲಿ, "ನಾನು ಇಲ್ಲಿ ಕೊಡುವುದು ಒಂದು ದಿನದ ಡಯರಿಯ ತರ್ಜುಮೆಯನ್ನು. ಭಾಷೆ ಸ್ವಲ್ಪ ತರ್ಜುಮೆಯ ಭಾಷೆಯಾದರೂ ಆತನ ಸ್ವಭಾವವನ್ನು ಸೂಚಿಸುವಂತೆ ಇರಲೆಂದು ಪ್ರಯತ್ನಪೂರ್ವಕ ಬರೆದಿದ್ದೇನೆ. ಭಾಷೆ ಹೇಗಿದ್ದರೂ ವಿಷಯ ಪ್ರಾಯಶಃ ರುಚಿಸಬಹುದು" ಎಂದು ನಿರೂಪಕನು ತಿಳಿಸುತ್ತಾನೆ. ಕತೆಯ ಮುಂದಿನ ಭಾಗದಲ್ಲಿ ಕೋರ್ಟ್ನೀ ಸಾಹೇಬನೇ ನಿರೂಪಕನಾಗಿ ಕಾಣಿಸಿಕೊಳ್ಳುತ್ತಾನೆ. ಈ ಕೋರ್ಟ್ನೀ ಸಾಹೇಬನ ಡಯರಿಯ ಇನ್ನೂ ಕೆಲವು ಭಾಗಗಳು ಮಾಸ್ತಿಯವರ "ಮಸುಮತ್ತಿ", "ರಂಗನ ಹಳ್ಳಿಯ ರಾಮ" ಕತೆಗಳಲ್ಲೂ ಆಯಾ ನಿರೂಪಕರ ಕಥನಗಳ ಮುಖ್ಯ ಆಕರಗಳಾಗಿವೆ. ಇನ್ನು ಕೋರ್ಟ್ನೀಸಾಹೇಬ, ಅವನ ಡೈರಿ ಇವೆಲ್ಲವೂ ಲೇಖಕರ ಕಲ್ಪನೆಯ ಸೃಷ್ಟಿಗಳೇ ಅಗಿರಬಹುದು. ಸೃಜನಶೀಲ ಲೇಖಕರು ಚರಿತ್ರೆಯನ್ನೂ ರೂಪಕಗಳಲ್ಲೇ ಅಭಿವ್ಯಕ್ತಿಸುವರಷ್ಟೆ.

ಕೋರ್ಟ್ನೀ ಸಾಹೇಬನ ಡೈರಿಯಿಂದ (ನಿರೂಪಕನ ಆಯ್ಕೆ ಮತ್ತು ತರ್ಜುಮೆಯ ಮೂಲಕ) ನಮಗೆ ತಿಳಿದು ಬರುವುದೇನೆಂದರೆ ರಾಮಪುರದಲ್ಲಿ ಆರ್ಥರ್ ಹೆನ್ರಿ ಎಂಬ ಪಾದ್ರಿಯು ಕ್ರಿಶ್ಚಿಯನ್ ಧರ್ಮದ ಪ್ರಚಾರ ಮಾಡುತ್ತಿದ್ದಾಗ ರಾಮಾಬೋಯಿ ಮತ್ತು ಅವನ ಸಹೋದರ ತಿಮ್ಮಾಬೋಯಿ ಎಂಬ ಕಲ್ಲುಒಡ್ಡರ ಜಾತಿಗೆ ಸೇರಿದ ಇಬ್ಬರು ಯುವಕರು ಅವರ ಉಪನ್ಯಾಸಗಳನ್ನು ಕೇಳಲು ಹೋಗಿದ್ದರು. ಇವರಿಗೆ ಜ್ಞಾನವನ್ನುಂಟು ಮಾಡಲು ಹೆನ್ರಿ ಸಾಹೇಬರು ತಮ್ಮ ದೇವರ ಶಕ್ತಿಯನ್ನೂ ಹಿಂದೂ ದೇವರ ದುರ್ಬಲತೆಯನ್ನೂ ತಮಗೆ ತಿಳಿದಂತೆ ವಿವರಿಸಿರುತ್ತಾರೆ. ರಾಮಾಬೋಯಿ ಹೇಳುತ್ತಾನೆ: "ನಿಮ್ಮ ದೇವರಿಗೆ ದೀಪ ಹಚ್ಚದಿದ್ದರೆ, ಕತ್ತಲಲ್ಲಿರುತ್ತಾನೆ, ಗುಡಿಯ ಕಸ ಗುಡಿಸದಿದ್ದರೆ ಅವನು ಕಸ ಗುಡಿಸಿಕೊಳ್ಳಲಾರ ಎಂದರು. ನಮ್ಮ ದೊಡ್ಡವರು, ಬೇಡ, ಹಾಗೆಲ್ಲಾ ಬಿಡಬಾರದು, ಎಂದರು. ನಾವು ಬಲವಂತ ಮಾಡಿ ಗುಡಿ ಮುಚ್ಚಿ ಬೀಗ ಹಾಕಿಬಿಟ್ಟೆವು. ಹತ್ತು ದಿನದ ಮೇಲೆ ಹೋಗಿ ನೋಡಿದರೆ ಸಾಹೇಬರು ಹೇಳಿದಂತೆಯೇ ಆಗಿತ್ತು. ದೇವರಮೇಲೆ ಒಂದಿಷ್ಟು ಮಣ್ಣು ಹೆಂಟೆ ಕಳಚಿ ಬಿದ್ದಿತ್ತು. ದೇವರು ಅದನ್ನು ಕೂಡ ತೆಗೆದುಹಾಕಿರಲಿಲ್ಲ. ಗುಡಿಯಿಂದ ಒಂದು ಪಾತ್ರೆಯನ್ನು ಕದ್ದೆವು. ಏನೂ ಆಗಲಿಲ್ಲ. ಅದರ ಮೇಲೆ ಈ ದೇವರಲ್ಲಿ ಸತ್ಯ ಸಾಲದು ಎಂತ ಎಂದುಕೊಂಡೆವು."

ಮುಂದೆ ರಾಮಾ ಬೋಯಿಯು ಹೆನ್ರಿ ಸಾಹೇಬರ ದೇವರ ಸತ್ಯವನ್ನೂ ಪರೀಕ್ಷಿಸುತ್ತಾನೆ. ಅವನ ಪ್ರಕಾರ ಇವರ ಗುಡಿಯಲ್ಲಿ ದೇವರೇ ಇಲ್ಲ. ದೇವರಿದ್ದೂ ಅಲ್ಲಿ ಹೀಗಾದರೆ ದೇವರಿಲ್ಲದ ಜಾಗದಲ್ಲಿ ಏನು ಹೆದರಿಕೆ ಎಂತ ಆ ಭಾನುವಾರ ಇಳಿಯಬಿದ್ದು ಇವರ ಗುಡಿಯಲ್ಲಿ ಸಾಮಾನು ತೆಗೆದುಕೊಂಡದ್ದಾಗಿ ಅವನು ಹೇಳುತ್ತಾನೆ. ಆ ಮೂಲಕ ಹೆನ್ರಿಯ ದೇವರಲ್ಲೂ ಸತ್ಯವಿಲ್ಲವೆಂದು ತಿಳಿಸುತ್ತಾನೆ. ಬೋಯಿಗಳು ಬೆಳ್ಳಿ ಸಾಮಾನು ಕದ್ದರೆಂದು ಹೆನ್ರಿ ಸಾಹೇಬರು ಕೋರ್ಟ್ನೀ ಸಾಹೇಬರ ಕೋರ್ಟಿನಲ್ಲಿ ಫಿರ್ಯಾದು ಹೂಡುತ್ತಾರೆ. ಈ ವಿಚಾರಣೆಯ ಪ್ರಕ್ರಿಯೆಯಲ್ಲಿ ಈ ಎಲ್ಲಾ ಸಂಗತಿಗಳು ಕೋರ್ಟ್ನೀ ಸಾಹೇಬನಿಗೆ ಗೊತ್ತಾಗುತ್ತವೆ. ಹೆನ್ರಿ ಸಾಹೇಬ ಮತ್ತು ಕೋರ್ಟ್ನೀ ಸಾಹೇಬ ಇವರಿಬ್ಬರ ನಡುವಣ ವ್ಯತ್ಯಾಸ-ವೈದೃಶ್ಯಗಳನ್ನು ದಾಖಲಿಸಲು ಲೇಖಕರು ಮರೆಯುವುದಿಲ್ಲ. ಹೆನ್ರಿ ಓರ್ವ ಸಂಕುಚಿತ ಮನಸ್ಸಿನ ಆಕ್ರಮಣಶೀಲ ಪಾದ್ರಿ.

ಮತಾಂತರದ ವಿಚಾರದಲ್ಲಿ ಹೆನ್ರಿಯ ಕಾರ್ಯಸೂಚಿಯ ಸ್ವರೂಪ ಮತ್ತು ಅತ್ಯುತ್ಸಾಹಗಳ ಬಗ್ಗೆ ಸ್ವತಃ ಇನ್ನೋರ್ವ ಬ್ರಿಟಿಷರವನಿಗೇ ಸಹಮತವಿರಲಿಲ್ಲ ಎಂದು ಹೊಳೆಯಿಸುವ ಮಾಸ್ತಿಯವರು ವ್ಯಕ್ತಿಗಳಾಗಿ ಬಿಳಿಯರನ್ನು ಯಾವುದೇ ಪೂರ್ವಗ್ರಹದಿಂದ ನೋಡುವುದಿಲ್ಲ. ಆದರೆ ಬ್ರಿಟಿಷರು ತಂದು ನಮ್ಮ ಮೇಲೆ ಹೇರಿದ ಸಂಸ್ಥೆ–ವ್ಯವಸ್ಥೆ–ಮೌಲ್ಯಗಳನ್ನು ಅವರು ನಿಷ್ಠುರವಾದ ವಿಮರ್ಶೆಗೆ ಗುರಿಪಡಿಸುತ್ತಾರೆ. ಹಾಗೆಯೇ ಒಂದು ಧರ್ಮವಾಗಿ ಕ್ರಿಶ್ಚಿಯನ್ ಧರ್ಮದ ಬಗ್ಗೆ ಅವರಿಗೆ ಯಾವುದೇ ಅಸಹನೆ–ಅಗೌರವಗಳಿಲ್ಲ. ಆದರೆ ವಸಾಹತೀಕರಣದ ಒಂದು ಭಾಗವಾಗಿ ಆ ಧರ್ಮದ ಪ್ರಸಾರ, ಪ್ರಚಾರ ಮತ್ತು ಮತಾಂತರದ ಶೈಲಿಯ ಬಗ್ಗೆ ವಿರೋಧವಿದೆ.

ಕೋರ್ಟ್ನೀ ಸಾಹೇಬನು ಇತರ ಬ್ರಿಟಿಷರಿಗೆ ಹೋಲಿಸಿದರೆ ತುಂಬಾ ಉದಾರಿ. ಇದಕ್ಕೆ ಈ ಕತೆಯಲ್ಲೂ "ಮಸುಮತ್ತಿ", "ರಂಗನ ಹಳ್ಳಿಯ ರಾಮ" ಕತೆಗಳಲ್ಲೂ ಅನೇಕ ಸೂಚನೆಗಳು ಸಿಗುತ್ತವೆ. ಇಲ್ಲಿಯ ಜನರ ಬಗ್ಗೆ, ಸಂಸ್ಕೃತಿಯ ಬಗ್ಗೆ ಕೋರ್ಟ್ನೀ ಸಾಹೇಬನು ತುಂಬಾ ಉದಾರವಾಗಿ, ಸಹಾನುಭೂತಿಯಿಂದ ತನ್ನ ಡೈರಿಯಲ್ಲಿ ದಾಖಲಿಸಿರುವುದು ಕಂಡುಬರುತ್ತದೆ. "ಮುಖ್ಯ ಧರ್ಮವು ವಿಶೇಷ ಅನನುಕೂಲಕ್ಕೆ ಹಾದಿಯಲ್ಲದಿದ್ದರೆ ಧರ್ಮವನ್ನೇ ಅನುಸರಿಸುವವರು. ನಮ್ಮಂತಹವರ ಧರ್ಮವನ್ನಲ್ಲದಿರಬಹುದು, –ಅವರಿಗೆ ತಿಳಿದ ಧರ್ಮವನ್ನು" ಎಂದು ಡೈರಿಯು ದಾಖಲಿಸುತ್ತದೆ. ಒಡ್ಡರೆಲ್ಲ ದೇವರಲ್ಲಿ ಭಕ್ತಿಯಿದ್ದವರೆಂದೂ, ದೇವರ ಭಯದಿಂದ ನ್ಯಾಯವಾಗಿದ್ದವರೆಂದೂ, ಪ್ರಾಯಶಃ ಕೋರ್ಟು ಕಚೇರಿಗೆ ಎಂದೂ ಹೋದವರಲ್ಲವೆಂದೂ ನಂಬುವ ಕೋರ್ಟ್ನೀ ಸಾಹೇಬನ ಮುಂದೆ ಬೋಯಿಗಳ ಕಳ್ಳತನದ ಕೇಸು ವಿಚಾರಣೆಗೆ ಬಂದಾಗ ಅವನಿಗೆ ಈ ಪ್ರಕರಣದಲ್ಲಿ ಅರ್ಥರ್ ಹೆನ್ರಿಯವರೂ ಅಪರಾಧಿ ಎಂದೇ ಅನಿಸುತ್ತದೆ. ಆದರೆ ತಾನು ಶಿಕ್ಷೆ ಕೊಡಬಹುದಾದರೆ ತಿಮ್ಮಾಬೋಯಿ ರಾಮಾಬೋಯಿಗಳಿಗೇ ಹೊರತು ಹೆನ್ರಿಯವರಿಗೆ ಅಲ್ಲವೆಂಬ ವ್ಯಂಗ್ಯವೂ ಕೋರ್ಟ್ನೀ ಸಾಹೇಬನನ್ನು ಬಾಧಿಸುತ್ತದೆ. ಮುಂದೊಮ್ಮೆ ಈ ವಿಷಯದಲ್ಲಿ ಹೆನ್ರಿಗೆ ಪಶ್ಚಾತ್ತಾಪವಾದರೆ ಅದು ಆತ ಇಲ್ಲಿ ಪಡೆಯುವ ಶಿಕ್ಷೆ; ಇಲ್ಲವೇ ಎಲ್ಲವನ್ನೂ ಗಮನಿಸುವ ದೇವರು ಮುಂದೆ ಅವನಿಗೆ ಕೊಡಬಹುದಾದ ಶಿಕ್ಷೆ . ಆದರೆ ತನ್ನ ಕೋರ್ಟಿನಲ್ಲಿ ಬೋಯಿಗಳು ಕಾನೂನಿನ ದೃಷ್ಟಿಯಲ್ಲಿ ಅಪರಾಧಿಗಳಾಗಿರುವುದರಿಂದ ಅವರಿಗೆ ತಾನು ಓರ್ವ ನ್ಯಾಯಾಧೀಶನಾಗಿ ಶಿಕ್ಷೆ ಕೊಡಲೇ ಬೇಕಾದ ಅನಿವಾರ್ಯತೆಗೆ ಸಿಕ್ಕುವ ಕೋರ್ಟ್ನೀ ಸಾಹೇಬನು ಆ ಬಗ್ಗೆ ತೀವ್ರವಾದ ವ್ಯಾಕುಲತೆಯನ್ನು ವ್ಯಕ್ತಪಡಿಸಿ ತನ್ನ ಡೈರಿಯಲ್ಲಿ ಅದನ್ನು ದಾಖಲು ಮಾಡುತ್ತಾನೆ:

"ಈ ದಿನವೆಲ್ಲ ನನ್ನ ಮನಸ್ಸು ಬಹಳ ಕಳವಳಗೊಂಡಿದೆ. ಒಬ್ಬನು ಅಜ್ಞಾನದಲ್ಲಿ ದಾರಿತಪ್ಪಿ ಅಲೆಯುತ್ತಿರುವನು; ಇನ್ನೊಬ್ಬನು ಅವನಿಗೆ ದಾರಿ ತೋರಿಸುವೆನೆಂದು ಅವನನ್ನು ಹಳ್ಳದಲ್ಲಿ ತಳ್ಳುವನು; ಇನ್ನೊಬ್ಬನು ಈ ಹಳ್ಳದಲ್ಲಿ ಬಿದ್ದವನನ್ನು ಅದರಲ್ಲಿ ಬಿದ್ದ ತಪ್ಪಿಗೆ ದೊಣ್ಣೆಯಿಂದ ಹೊಡೆಯುವವನು. ಎಲ್ಲವೂ ಶುದ್ಧ ಅವಿವೇಕವಲ್ಲವೆ?"

ಅಂದರೆ ಪಾದ್ರಿಗಳ ಮತಾಂತರ ಚಟುವಟಿಕೆ ಮತ್ತು ಬ್ರಿಟಿಷ್ ನ್ಯಾಯ ಪದ್ಧತಿ ಎರಡನ್ನೂ ಓರ್ವ ಲಿಬರಲ್ ಬ್ರಿಟಿಷ್ ಮೂಲಕವೇ ವಿಮರ್ಶೆಗೆ ಒಡ್ಡಿ ಮಾಸ್ತಿ ಮೇಲುನೋಟಕ್ಕೆ ಸರಳವೆಂದು

ತೋರುವ ಬರವಣಿಗೆಯಲ್ಲಿ ಅಪಾರವಾದ ಸಂಕೀರ್ಣತೆಯನ್ನು ಸಾಧಿಸುತ್ತಾರೆ. ಲೇಖಕರು ಕೋರ್ಟ್ನೀ ಸಾಹೇಬನನ್ನು ವ್ಯಕ್ತಿಯಾಗಿ ಆದರ್ಶೀಕರಿಸುತ್ತಿದ್ದಾರೆಯೆ? ಇಲ್ಲ. ಕೋರ್ಟ್ನೀ ಸಾಹೇಬನ ನಿರೂಪಣೆಯಲ್ಲಿಯೇ ಬೋಯಿಗಳು ಅಜ್ಞಾನಿಗಳೆಂಬ ಸೂಕ್ಷ್ಮ ಧೋರಣೆ ಇದೆ. ಅಂದರೆ ಸ್ಥಳೀಯರು ಅಜ್ಞಾನಿಗಳೆಂಬ ವಿಚಾರದಲ್ಲಿ ಅವನಿಗೆ ಹೆನ್ರಿ ಸಾಹೇಬನೊಂದಿಗೆ ಸಹಮತವಿತ್ತು ಎಂದು ಹೇಳಬಹುದೆ? ಈ 'ಅಜ್ಞಾನಿ'ಗಳನ್ನು ದಾರಿಗೆ ತರುವ 'ಕ್ರಮ'ದ ಬಗ್ಗೆ ಮಾತ್ರ ಕೋರ್ಟ್ನೀ ಸಾಹೇಬನಿಗೆ ಹೆನ್ರಿಯೊಂದಿಗೆ ಭಿನ್ನಮತವಿತ್ತೆಂದು ತಿಳಿಯಬಹುದೆ? ಹಾಗಾದಲ್ಲಿ ಮೇಲುನೋಟಕ್ಕೆ ಉದಾರಿಯೆಂದೂ, ವಿಶಾಲಹೃದಯಿಯೆಂದೂ ತೋರುವ ಕೋರ್ಟ್ನೀ ಸಾಹೇಬ ಕೂಡ ವಸಹತುಶಾಹಿಯ ವೈಚಾರಿಕ ಚೌಕಟ್ಟಿನೊಳಗೇ ಚಿಂತಿಸಿದ್ದಾನೆ ಎಂಬ ಅಭಿಪ್ರಾಯಕ್ಕೆ ಬರಬಹುದೆ? ಇಂಥ ಪ್ರಶ್ನೆ-ಸಂದೇಹಗಳನ್ನು ಮುಕ್ತವಾಗಿಡುವ ಮಾಸ್ತಿಯವರು ಕೋರ್ಟ್ನೀ ಸಾಹೇಬನ ಮಾತುಗಳನ್ನೂ ಸಮಸ್ಯಾತ್ಮಕಗೊಳಿಸಿ ಇಡೀ ಜಿಜ್ಞಾಸೆಯನ್ನು ಸಂಕೀರ್ಣಗೊಳಿಸಿದ್ದಾರೆ ಎನಿಸುತ್ತದೆ.

ಕೋರ್ಟ್ನೀ ಸಾಹೇಬನ ಮಾತುಗಳಲ್ಲಿ ಇಹಲೋಕದ ನ್ಯಾಯಪದ್ಧತಿಯ ಮಿತಿಗಳ ಪ್ರಸ್ತಾಪವೂ ದೈವನ್ಯಾಯದ ಆಧ್ಯಾತ್ಮಿಕವೆನ್ನಬಹುದಾದ ಕಲ್ಪನೆಯೂ ಇದೆಯಷ್ಟೆ. "ಜೋಗ್ಯೋರ ಅಂಜಪ್ಪನ ಕೋಳೀ ಕತೆ"ಯಲ್ಲೂ ಇಂಥದೊಂದು ಪ್ರಸ್ತಾಪವಿದೆ. ತಾನು ನೇರವಾಗಿ ಮತ್ತು ಹೃದಯಪೂರ್ವಕವಾಗಿ ಮಾಡಿಲ್ಲದ ತಪ್ಪಿಗೆ ಹೊಸ ನ್ಯಾಯವ್ಯವಸ್ಥೆಯಲ್ಲಿ ಶಿಕ್ಷೆಯನ್ನು ಅನುಭವಿಸಿದ ವೈಪರೀತ್ಯದ ಬಗ್ಗೆ ಹೇಳುವ ಜೋಗ್ಯೋರ ಅಂಜಪ್ಪನು ಕತೆಯ ಕೊನೆಯಲ್ಲಿ ಇದೇ ತೆರನಾದ ಮಾತುಗಳನ್ನು ಆಡುತ್ತಾನೆ: "ಇನ್ನ ನಾನು ನರಮನುಸನ ಮುಂದೆ ಏನು ಬಿಡಪ್ನ್ಹ. ಇನ್ನು ನನ್ನ ಮೇಸ್ತ್ರೀಟು ನಮ್ಮಪ್ಪ ತಿರುಪತಿ ವೆಂಕಟರಮಣಸ್ವಾಮಿ. ಹೋಗ್ಬೇಕು, ನಿಲ್ಲಬೇಕು; ಏನೋ ಅನ್ನೋ ಹೊತ್ಗೆ ತಪ್ಪಾಯ್ತು ಅಂತ ಕಾಲಿಗೆ ಬೀಳಬೇಕು ನಮ್ಮಪ್ನ್ಹ ಕಾಪಾಡ್ತಾನೆ." ಒಬ್ಬನು ಯುರೋಪಿನ ನಾಗರಿಕತೆಯ ಪ್ರತಿನಿಧಿ. ಇನ್ನೊಬ್ಬನು ಆಧುನಿಕ ಶಿಕ್ಷಣವಿಲ್ಲದ ಸ್ಥಳೀಯ 'ಹಳ್ಳಿಗಮಾರ'. ಇವರೀರ್ವರ ಜೀವನಾನುಭವದಿಂದ ಹೊರಡಿಸುವ ವಿವೇಕದಲ್ಲಿ ಮಾಸ್ತಿಯವರ ಜೀವನದೃಷ್ಟಿಯೂ ಸೂಚಿತವಾಗುತ್ತದೆ.

೪

ವರ್ತಮಾನದಲ್ಲಿ ನಿಂತು ಭೂತವನ್ನು ಹೇಗೆ ಅನುಸಂಧಾನ ಮಾಡಬೇಕು? ಒಂದು ಚಾರಿತ್ರಿಕ ಸಂದರ್ಭ-ಕಾಲದೇಶಗಳಲ್ಲಿ ವಾಸಿಸುತ್ತ ಮತ್ತೊಂದು ಚಾರಿತ್ರಿಕ ಸಂದರ್ಭವನ್ನು ಹೇಗೆ ಗ್ರಹಿಸಬೇಕು? ನಮಗೆ ವೈಯಕ್ತಿಕವಾಗಿ, ವೈಚಾರಿಕವಾಗಿ ಒಪ್ಪಿತವಾಗದ ಸಾಮಾಜಿಕ-ರಾಜಕೀಯ ಘಟನೆಗಳಿಗೆ ಹೇಗೆ ಸ್ಪಂದಿಸಬೇಕು? ಭಿನ್ನಾಭಿಪ್ರಾಯಗಳೊಂದಿಗೆ ಬದುಕುವುದು ಹೇಗೆ? ಒಂದು ವಿಚಾರಕ್ಕೆ ಬದ್ಧವಾಗಿದ್ದೂ ಆ ವಿಚಾರವನ್ನು ಒಪ್ಪದವರೊಂದಿಗೆ ಹೇಗೆ ಸಹಬಾಳ್ವೆ ಮಾಡಬೇಕು?-ಮನುಷ್ಯನನ್ನು ಅನುದಿನ ಕಾಡುವ, ಕಂಗೆಡಿಸುವ ಪ್ರಶ್ನೆಗಳು ಇವು. ಕನ್ನಡದ ಹಲವು ಮುಖ್ಯ ಲೇಖಕರು ಈ ಪ್ರಶ್ನೆಗಳನ್ನು ಸಮಚಿತ್ತದಿಂದ ಎದುರಿಸಿದ್ದಾರೆ.

೧೯೯೦ರಲ್ಲಿ ಬರೆದ "ಭೂತದ ಸವಾಲಿಗೆ ನಮ್ಮ ಜವಾಬು" ಎಂಬ ಲೇಖನದಲ್ಲಿ ಕೆ. ವಿ. ಸುಬ್ಬಣ್ಣನವರು ಹೀಗೆ ಹೇಳುತ್ತಾರೆ: "ವರ್ತಮಾನದ ಬದುಕು ಭೂತಕಾಲದ ಸಂಗತಿಗಳಿಂದ ಪ್ರಭಾವಿತವಾಗುವುದು ಸಹಜವೇ. ಆ ಪ್ರಭಾವವನ್ನು ನಾವು ಹೇಗೆ ಪಳಗಿಸಿಕೊಳ್ಳುತ್ತೇವೆ ಎನ್ನುವುದು ನಮ್ಮ ವಿವೇಕವನ್ನವಲಂಬಿಸುತ್ತದೆ. ನೆನ್ನೆ ಜಗಳವಾಡಿದ್ದೇವೆ. ಆ ನೆನಪಿನಿಂದ ಇವತ್ತು ಪುನಃ, ಎದೆಯಲ್ಲಿ ಅದೇ ಕಿಚ್ಚನ್ನು ಊದಿ ಹೊತ್ತಿಸಿ ಉರಿಸಿಕೊಳ್ಳಬಹುದು ಮತ್ತು ಹಾಗೆ ಯಾವತ್ಕಾಲಕ್ಕೂ ಹಗೆತನವನ್ನು ಜತನದಿಂದ ಬಾಳಿಸಿಕೊಂಡೇ ಹೋಗಬಹುದು. ಅಥವಾ ಅದೇ ನೆನಪಿನಿಂದ ಇನ್ನೆಂದೂ ಜಗಳ ಬಾರದಂಥ ಸೌಹಾರ್ದವನ್ನು ರೂಢಿಸಿಕೊಳ್ಳಲು ಯತ್ನಿಸಬಹುದು. ಒಟ್ಟೂ ಪ್ರಶ್ನೆ- ಭೂತದಿಂದ ನಾವು ನಮ್ಮ ವರ್ತಮಾನಕ್ಕೆ ಯಾವ ಪ್ರಯೋಜನ ದೊರಕಿಸಿಕೊಳ್ಳುತ್ತೇವೆ ಎನ್ನುವುದು, ನೆನ್ನೆಯ ನೆನಪಿನಿಂದ ನಾವು ಇವತ್ತು ನಮ್ಮನ್ನ ಕೆರಳಿಸಿಕೊಳ್ಳುತ್ತೇವೋ ಅಥವಾ ಅರಳಿಸಿಕೊಳ್ಳುತ್ತೇವೋ ಎನ್ನುವುದು, ಭೂತದ ಬೇತಾಳ ಎದುರು ಬಂದು ಸವಾಲು ಹಾಕಿದಾಗ ವಿವೇಕದ ಉತ್ತರ ಕೊಟ್ಟು ಅದನ್ನು ಮಣಿಸಿಕೊಳ್ಳುತ್ತೇವೋ ಅಥವಾ ತಪ್ಪು ಉತ್ತರ ಕೊಟ್ಟು ಬಲಿಯಾಗಿ ಹೋಗುತ್ತೇವೋ ಅನ್ನುವುದು". (ಅರೆ ಶತಮಾನದ ಅಲೆಬರಹಗಳು, ಅಕ್ಷರ ಪ್ರಕಾಶನ, ಹೆಗ್ಗೋಡು, ೨೦೦೪, ಪುಟ ೧೫೫).

ಈ ಹಿನ್ನೆಲೆಯಲ್ಲಿ ಅವರು ರಾಮಜನ್ಮಭೂಮಿ ವಿವಾದ ಮತ್ತು ಮಂಡಲ್ ಶಿಫಾರಸುಗಳ ವಿರೋಧ ಸೃಷ್ಟಿಸಿದ ಸಂಘರ್ಷಗಳನ್ನು ಅರ್ಥಪೂರ್ಣವಾಗಿ ವಿಶ್ಲೇಷಿಸಿ ವ್ಯಾಖ್ಯಾನಿಸಿದ್ದಾರೆ. ಅವುಗಳ ವಿವರಗಳಿಗೆ ಹೋಗದೆ ಸುಬ್ಬಣ್ಣನವರ ಮಾತಿನ ಮುಖ್ಯ ಪ್ರಮೇಯವೆಂಬಂತೆ ಈ ವಾಕ್ಯಗಳನ್ನು ಗಮನಿಸಬಹುದು: "ರಾಮಜನ್ಮಭೂಮಿ ವಿವಾದ, ಮೀಸಲಾತಿ ವಿವಾದ- ಇವೆರಡೂ ಅನಾಗರಿಕ ಉಲ್ಬಣಾವಸ್ಥೆಗೆ ತಲುಪಿ ರಾಷ್ಟ್ರವನ್ನು ಒಂದು ಭಾರೀ ಯಮಗಂಡಕ್ಕೆ ತಳ್ಳಿ ನಿಲ್ಲಿಸಿವೆ. ಈ ಎರಡೂ ಸಮಸ್ಯೆಗಳಲ್ಲಿರುವ ಸಾಮ್ಯವೆಂದರೆ, ಎರಡರಲ್ಲೂ ಭೂತಕಾಲದ ಸಂಗತಿಗಳು ವರ್ತಮಾನವನ್ನು ಪ್ರಭಾವಿಸುತ್ತಿವೆ. ಆದರೆ, ರಾಮಜನ್ಮಭೂಮಿಯ ಸಂಬಂಧದಲ್ಲಿ ಗಲಭೆಗಳು ಆರಂಭವಾದದ್ದು ಭೂತವನ್ನು ಆವಾಹಿಸಿಕೊಂಡವರ ಕಡೆಯಿಂದ; ಮೀಸಲಾತಿಯ ಸಂಬಂಧದಲ್ಲಿ ಗಲಭೆಯೆದ್ದದ್ದು ಭೂತದ ಸ್ಮರಣೆಯನ್ನು ವಿರೋಧಿಸುವವರ ಕಡೆಯಿಂದ". (೧೫೫)

ವರ್ತಮಾನದ ಘಟನೆಗಳಿಗೆ ತೀವ್ರವಾಗಿ ಸ್ಪಂದಿಸಿ ಮೇಲಿನ ಮೂಲಭೂತ ಪ್ರಶ್ನೆಗಳನ್ನು ಅನುಸಂಧಾನ ಮಾಡುವ ಒಂದು ಕ್ರಮ ಇದು. ಹಾಗೆ ನೇರವಾಗಿ, ವಾಚ್ಯವಾಗಿ ವರ್ತಮಾನಕ್ಕೆ ಪ್ರತಿಕ್ರಿಯಿಸದೆಯೂ ರೂಪಕಗಳಲ್ಲಿ, ಕಥನಗಳಲ್ಲಿ ಇಂಥ ಪ್ರಶ್ನೆಗಳನ್ನು ಎದುರಾಗುವ ಮತ್ತೊಂದು ಕ್ರಮವೂ ಇದೆ. ಮಾಸ್ತಿಯವರ "ಪಂಡಿತನ ಮರಣಶಾಸನ" ಎಂಬ ಕಥೆ ಈ ಬಗೆಯದು. ಈ ಕಥೆಯು ೧೯೩೪ರಲ್ಲಿ ಮೊದಲ ಮುದ್ರಣ ಕಂಡ ಮಾಸ್ತಿಯವರ "ಸಣ್ಣ ಕತೆಗಳು-೪"ರಲ್ಲಿ ಸೇರಿದೆ. ರಾಮಜನ್ಮಭೂಮಿ ವಿವಾದದ ನಂತರ ಈ ಕಥೆಗೆ ವಿಶೇಷ ಮಹತ್ವ ಮತ್ತು ಪ್ರಸ್ತುತತೆಗಳು ಪ್ರಾಪ್ತವಾಗಿವೆ. ಕನ್ನಡದ ಹಲವು ಧೀಮಂತ ಲೇಖಕರು ಈ ಕಥೆಯನ್ನು ಬೇರೆ ಬೇರೆ ಸಂದರ್ಭಗಳಲ್ಲಿ ಪ್ರಸ್ತಾಪಿಸುತ್ತ ಬಂದಿದ್ದಾರೆ. ಉದಾಹರಣೆಗೆ, ೧೯೯೯ರಲ್ಲಿ

ಬರೆದ ಪುಸ್ತಕ ವಿಮರ್ಶೆಯೊಂದರಲ್ಲಿ ಪಿ. ಲಂಕೇಶ್ ಹೇಳುತ್ತಾರೆ: "..ಮಾಸ್ತಿಯವರ ಅರಿವಿನ ವಲಯವನ್ನು ಪೂರ್ತಿಗೊಳಿಸುವುದು 'ಪಂಡಿತನ ಮರಣಶಾಸನ'. ಇವತ್ತಿನ ಬಾಬ್ರಿ ಮಸೀದಿ ಪ್ರಕರಣವನ್ನು ಹೋಲುವ ಈ ಕತೆ ಎಂದೋ ನಡೆದ ಘಟನೆಗಳನ್ನು ಇತಿಹಾಸದ ಪುಟಕ್ಕೆ ಸೀಮಿತಗೊಳಿಸಬೇಕು, ಇವತ್ತಿನ ಜನ ಆ ಘಟನೆಗಳನ್ನು ಮರೆತು ಸಹಬಾಳ್ವೆ ಮಾಡುತ್ತಿದ್ದರೆ ಅದನ್ನು ಅಸ್ತವ್ಯಸ್ತಗೊಳಿಸಬಾರದು ಎಂದು ಹೇಳುತ್ತದೆ. "ನಾವು ಕಾಣದ ಯಾವುದೋ ಅನ್ಯಾಯವನ್ನು ಸರಿಪಡಿಸುವುದಕ್ಕೆ ಕಂಡಹಾಗೆ ಇಂದು ಒಂದು ಅನ್ಯಾಯವನ್ನು ಮಾಡಬಹುದೆ" ಎಂದು ಕೇಳುತ್ತಾರೆ. ಇದೆಲ್ಲ ಹೇಳಿಕೆ, ಜಾಣತನದ ಮಟ್ಟವನ್ನು ಮೀರಿ ಕಲೆಯಾಗಿ ಮೈದಾಳಿ ನಿಲ್ಲುತ್ತದೆ". (ಸಾಹಿತಿ ಸಾಹಿತ್ಯ ವಿಮರ್ಶೆ, ಲಂಕೇಶ್ ಪ್ರಕಾಶನ, ಬೆಂಗಳೂರು, ೨೦೧೦, ಪುಟ ೪೯೬–೭).

ಮಾಸ್ತಿಯವರ ಹೆಚ್ಚಿನ ಕಥೆಗಳಲ್ಲಿ ಕಾಣುವಂತೆ ಈ ಕಥೆಯಲ್ಲೂ ಕಥೆಯ ಕಾಲ ಹಿಂದಿನದೇ. ಚಿಕ್ಕದೇವರಾಜ ಒಡೆಯರರ ಕಾಲ ಅದು. ಅವರಿಗೆ ಮೂರು ಮಂದಿ ಮಂತ್ರಿಗಳು. ತಿರುಮಲಾರ್ಯನು ಶ್ರೀವೈಷ್ಣವ. ನರಸಿಂಹ ಶಾಸ್ತ್ರಿಯು ಬ್ರಾಹ್ಮಣ ಮತ್ತು ಪದ್ಮರಸ ಪಂಡಿತನು ಜೈನ. ವಿಶಾಲಾಕ್ಷ ಪಂಡಿತನು ಪ್ರಧಾನನು. ಅವನು 'ಮತದಿಂದ ಜೈನ, ಜಾತಿಯಿಂದ ಬ್ರಾಹ್ಮಣ'. ಚಿಕ್ಕದೇವರಾಜ ಒಡೆಯರರ ದಕ್ಷತೆ ಮತ್ತು ವಿಶಾಲಾಕ್ಷ ಪಂಡಿತನ ಕುಶಾಗ್ರ ಬುದ್ಧಿಯಿಂದ ಕಂದಾಯ ವಸೂಲಿ ಚೆನ್ನಾಗಿ ನಡೆಯುತ್ತಿದ್ದು ಜನರಿಗೆ ಸಾಗುವಳಿಗೆ ಬೇಕಾದ ಸೌಕರ್ಯಗಳು ಮತ್ತು ಪ್ರಯಾಣ ಸೌಕರ್ಯ–ಸಲಕರಣೆಗಳು ಒದಗಿದ್ದವು ಎಂದು ಕಥೆ ದಾಖಲಿಸುತ್ತದೆ. ಕಂದಾಯ ವಸೂಲಿ ವಿಚಾರದಲ್ಲಿ ವಿಶಾಲಾಕ್ಷ ಪಂಡಿತನು ಕಟ್ಟುನಿಟ್ಟಾಗಿದ್ದುದರಿಂದ ಅವನಿಗೆ ರಾಜ್ಯದಲ್ಲಿ ಅನೇಕ ವಿರೋಧಿಗಳೂ ಇದ್ದರು. ಒಮ್ಮೆ ಕೆಲವರು ದಂಗೆ ಎದ್ದರಂತೆ. ಕೆಲವು ಸ್ಥಳಗಳಲ್ಲಿ ಜಂಗಮರು ಈ ದಂಗೆಕೋರರನ್ನು ಉತ್ತೇಜನಗೊಳಿಸಿದ್ದರಿಂದ ಅವರಲ್ಲಿ ಕೆಲವರಿಗೆ ಕಠಿಣ ಶಿಕ್ಷೆಯೂ ಆಯಿತು. 'ಇವನು ಜಂಗಮರಿಗೆ ಶಿಕ್ಷೆ ಮಾಡಿಸಿದ್ದಕ್ಕಾಗಿ ವೀರಶೈವರು ಏನಾದರೂ ಮಾಡಿ ಹಗೆ ತೀರಿಸಿಕೊಳ್ಳಬೇಕೆಂದು ಇರುವುದಾಗಿ ವರ್ತಮಾನ ಹುಟ್ಟಿತು'. ಆದರೆ ತಾನು ಯಾರಿಗೂ ಏನೂ ಅನ್ಯಾಯ ಮಾಡಲಿಲ್ಲ ಎಂದು ವಿಶಾಲಾಕ್ಷ ಪಂಡಿತನು ನಿಶ್ಚಿಂತೆಯಾಗಿದ್ದನು.

ಮಂತ್ರಿಗಳ ನಡುವೆ ಪರಸ್ಪರ ಗೌರವ, ಹೊಂದಾಣಿಕೆಗಳಿದ್ದವು. ಆಡಳಿತ ವಿಷಯದಲ್ಲಿ ಅವರು 'ಮಿಳಿತವಾಗಿ' ನಡೆಯುತ್ತಿದ್ದರು. 'ಜಾತಿ ಮತಗಳ ಜಗಳ ಬಂದಾಗ ನಾಲ್ವರೂ ಕುಳಿತು ಯೋಚನೆ ಮಾಡಿ ಏನಾದರೊಂದು ನಿರ್ಧಾರಕ್ಕೆ ಬರುವರು. ಒಂದೊಂದು ಸಂದರ್ಭದಲ್ಲಿ ವಿಶಾಲಾಕ್ಷ ಪಂಡಿತನು ತಾನೇ ಏನಾದರೊಂದು ನಿರ್ಧಾರಕ್ಕೆ ಬಂದು ಉಳಿದವರಿಗೆ ತಿಳಿಸುವುದೂ ಅದನ್ನು ರಾಜನಲ್ಲಿ ವಿಜ್ಞಾಪಿಸಿ ಆತನ ಅಪ್ಪಣೆಯನ್ನು ಪಡೆದು ಅದರಂತೆ ನಡೆಸುವುದೂ ಉಂಟು'. ಹೀಗಿರುತ್ತ ವಿಶಾಲಾಕ್ಷ ಪಂಡಿತನಿಗೂ ತಿರುಮಲಾರ್ಯನಿಗೂ ಒಂದು ವಿಚಾರದಲ್ಲಿ ಮನಸ್ತಾಪವುಂಟಾಗುತ್ತದೆ. ಮನಸ್ತಾಪಕ್ಕೆ ಕಾರಣ ಇದು: "ಬೇಲೂರು ಸೀಮೆಯ ಒಂದು ದೇವಾಲಯದ ಉಂಬಳಿಯ ಗ್ರಾಮ ಬಹು ಕಾಲದಿಂದ ಬೇಲೂರಿನ ಚನ್ನಕೇಶವ ದೇವಾಲಯಕ್ಕೆ ನಡೆದಿತ್ತು. ಹಳೇಬೀಡಿನ ಪಾರ್ಶ್ವನಾಥ ದೇವಾಲಯದ ಜೈನರು

ಬಹು ಕಾಲದಿಂದ ಅದು ತಮ್ಮ ದೇವಾಲಯದ ಉಂಬಳಿಯೆಂದೂ ಅದನ್ನು ತಮಗೆ ಕೊಡಿಸಿಕೊಡಬೇಕೆಂದೂ ಕೇಳುತ್ತಿದ್ದರಂತೆ. ಯಾವುದೋ ಕಾಲದಲ್ಲಿ ಆ ಗ್ರಾಮವನ್ನು ಜೈನ ದೇವಾಲಯದಿಂದ ಕಸಿದುಕೊಂಡು ವೈಷ್ಣವ ದೇವಾಲಯಕ್ಕೆ ಕೊಟ್ಟಿದ್ದರೆಂದು ಕಾಣುತ್ತದೆ. ಇವರಿವರ ವ್ಯವಹಾರ ಹೀಗೆಯೇ ನಡೆಯುತ್ತಿರಲಾಗಿ ವಿಶಾಲಾಕ್ಷ ಪಂಡಿತನು ಪ್ರಧಾನನಾದಾಗ ಜೈನರ ಜನಕ್ಕೆ ಸ್ವಲ್ಪ ಧೈರ್ಯ ಹೆಚ್ಚಿದ್ದಿತು. ಇದರ ಮೇಲೆ ಹಳೇಬೀಡಿನ ಸೀಮೆಗೆ ಬುಚ್ಚಣ್ಣನೆಂಬ ಒಬ್ಬ ಜೈನ ಮತಸ್ಥನು ಸರ್ವಾಧಿಕಾರಿಯಾದನು. ಆಗ ವಿಷಯವನ್ನೆಲ್ಲಾ ವಿಚಾರ ಮಾಡಿ ಈ ಉಂಬಳಿ ಜೈನ ದೇವಾಲಯಕ್ಕೆ ನಡೆಯತಕ್ಕದ್ದೇ ಸರಿ ಎಂದು ರಾಜರಿಗೆ ಒಂದು ವಿಜ್ಞಾಪನಾ ಪತ್ರವನ್ನು ಕಳುಹಿಸಿ ಅವನು ಅವರ ಅಪ್ಪಣೆಯನ್ನು ಪಡೆದು ಗ್ರಾಮವನ್ನು ವೈಷ್ಣವರ ಕೈಯಿಂದ ತಪ್ಪಿಸಿದನು".

ಈ ವಿಷಯದಲ್ಲಿ ನಡೆದ ಆಲೋಚನೆಗೆ ತನ್ನನ್ನು ಪಂಡಿತನು ಕರೆಯಲಿಲ್ಲವೆಂದು ತಿರುಮಲಾರ್ಯನಿಗೆ ತುಂಬ ಅಸಮಾಧಾನವಾಯಿತು. ಈ ಮಧ್ಯೆ ಗ್ರಾಮವನ್ನು ಕಳೆದುಕೊಂಡ ಜನರು ರಾಜನಲ್ಲಿ ದೂರು ಹೇಳಿಕೊಳ್ಳಲು ರಾಜಧಾನಿಗೆ ಬಂದು ರಾಜರ ಭೇಟಿಗೆ ಏರ್ಪಾಟು ಮಾಡಿಕೊಡಲು ತಿರುಮಲಾರ್ಯನಿಗೆ ಬಿನ್ನಹ ಮಾಡಿಕೊಂಡರು. ತಿರುಮಲಾರ್ಯನು ಈ ಭೇಟಿಯನ್ನು ಗೊತ್ತು ಪಡಿಸಿದ. ಈ ಸಭೆಯಲ್ಲಿ ಮಂತ್ರಿಗಳ ನಡುವೆ ಬಿಸಿಬಿಸಿ ಚರ್ಚೆಯಾಗುತ್ತದೆ. 'ಒಂದು ದೇವಾಲಯಕ್ಕೆ ನಡೆಯುತ್ತಿದ್ದ ಸ್ವತ್ತನ್ನು ಆ ದೇವಾಲಯದಿಂದ ಕಿತ್ತು ಇನ್ನೊಂದು ದೇವಾಲಯಕ್ಕೆ' ಕೊಟ್ಟರೆ 'ತಮ್ಮ ಅನ್ನವನ್ನು ಕಿತ್ತು ಇನ್ನೊಬ್ಬರಿಗೆ ಕೊಟ್ಟ ಹಾಗಾಯಿತು' ಎಂದು ತಿರುಮಲಾರ್ಯನು ಶ್ರೀವೈಷ್ಣವರ ಬಿನ್ನಪವನ್ನು ರಾಜನ ಮುಂದೆ ಅರಿಕೆ ಮಾಡುತ್ತಾನೆ. 'ಬಸತಿಯ ಲೆಕ್ಕದಲ್ಲಿ ಈ ಗ್ರಾಮದ ವರಮಾನ ಬರುತ್ತಿದ್ದುದಕ್ಕೆ ಗುರುತು ಇದೆ. ಬೇಲೂರಿನಲ್ಲಿ ಅದಕ್ಕೆ ಮೊದಲು ಈ ಗ್ರಾಮದ ವರಮಾನ ಬರುತ್ತಿದ್ದುದಕ್ಕೆ ಬರಹದ ಪ್ರಮಾಣ ಇಲ್ಲ' ಎಂದು ವಿಶಾಲಾಕ್ಷ ಪಂಡಿತನು ವಾದಿಸುತ್ತಾನೆ. ಶ್ರೀವೈಷ್ಣವರು ತಾವು ಪ್ರಮಾಣ ಒದಗಿಸುತ್ತೇವೆ ಎಂದರೆ ಪಂಡಿತನು, 'ಬುದ್ಧಿವಂತರಿಗೆ ಪ್ರಮಾಣ ತರುವುದಕ್ಕೂ ಮಾಡುವುದಕ್ಕೂ ಏನು ಕಷ್ಟ?'ಎಂದು ನುಡಿದಾಗ ತಿರುಮಲಾರ್ಯನಿಗೆ ಸಿಟ್ಟು, ಬೇಸರ ಆಗುತ್ತದೆ. ಒಬ್ಬರು ಪ್ರಬಲರಾಗಿದ್ದಾಗ ಮತ್ತೊಬ್ಬರ ಆಸ್ತಿಯನ್ನು ಕಿತ್ತುಕೊಂಡ ಪ್ರಕರಣಗಳಿಲ್ಲವೆ ಎಂಬ ಬಗ್ಗೆ ಚರ್ಚೆ ವಿಸ್ತರಿಸುತ್ತದೆ. ಚರ್ಚೆಯ ಒಂದು ಹಂತದಲ್ಲಿ ತಿರುಮಲಾರ್ಯನು, "ಎಂದೋ ಯಾರೋ ಜೈನರಿಂದ ಸ್ವತ್ತನ್ನು ಕಿತ್ತು ಶ್ರೀವೈಷ್ಣವರಿಗೆ ಕೊಟ್ಟರು ಎಂಬ ಕಾರಣದಿಂದ ಈ ದಿವಸ ಶ್ರೀವೈಷ್ಣವರಿಂದ ಸ್ವತ್ತನ್ನು ಕಿತ್ತು ಜೈನರಿಗೆ ಕೊಡುವುದು ಸರಿಯಾದೀತೆ? ಇಷ್ಟಕ್ಕೆ ಅಂದು ಕಿತ್ತು ಕೊಟ್ಟರೆನ್ನುವ ಮಾತನ್ನು ನಾವೆಲ್ಲ ಗತಾನುಗತವಾಗಿ ಕೇಳಿದ್ದೇವೆಯೇ ಹೊರತು ಅಂದು ನಡೆದ ವಿಚಾರ ನಮಗೆ ಹೇಗೆ ನಿಜವಾಗಿ ತಿಳಿಯಬೇಕು? ನಾವು ಕಾಣದ ಯಾವುದೋ ಒಂದು ಅನ್ಯಾಯವನ್ನು ಸರಿಪಡಿಸುವುದಕ್ಕೆ ಕಂಡಹಾಗೆ ಇಂದು ಒಂದು ಅನ್ಯಾಯವನ್ನು ಮಾಡಬಹುದೆ?' ಎಂದು ಪ್ರತಿಪಾದಿಸುತ್ತಾನೆ. ಹೀಗೆ ಜೈನ–ಶ್ರೀವೈಷ್ಣವ ಸಂಘರ್ಷ ಮತ್ತು ವೈಷಮ್ಯಗಳ 'ಮೂಲ'ಗಳು ಕೆದಕಲ್ಪಟ್ಟು ಯಾರು ಸರಿ ಯಾರು ತಪ್ಪು ಎಂಬ ಜಿಜ್ಞಾಸೆಗಳು ಚರಿತ್ರೆಯ ಪರಿಧಿಯನ್ನೂ ದಾಟಿ ನಿಧಾನವಾಗಿ ವೈಯಕ್ತಿಕ ಸ್ಪರ್ಧೆ ಮತ್ತು ಅಹಂಗಳ ಮಟ್ಟಕ್ಕೆ ಇಳಿಯತೊಡಗುತ್ತವೆ. ಯಾವ ಮತ ಹೆಚ್ಚು ಯಾವ ಮತ ಕಡಿಮೆ ಎಂಬ ಚರ್ಚೆಗಳೂ ಹುಟ್ಟಿಕೊಳ್ಳುತ್ತವೆ. ಮತಾಂತರಗಳ

ಚರಿತ್ರೆಯನ್ನೂ ಬಡಿದೆಬ್ಬಿಸಲಾಗುತ್ತದೆ. ಇವರ ಬಿರುಸಿನ ತುರುಸಿನ ಚರ್ಚೆಗಳನ್ನು ಕೇಳುತ್ತಿದ್ದ ರಾಜನು ಸಂತ್ರಸ್ತರಿಗೆ ಒಂದು ಪರಿಹಾರವನ್ನು ಸೂಚಿಸುತ್ತಾನೆ. ಪುನಃ ಆ ಭೂಮಿಯನ್ನು ಶ್ರೀವೈಷ್ಣವರಿಗೆ ಕೊಡುವುದು ಆಗಲಿಕ್ಕಿಲ್ಲ; ಆದರೆ ಅವರಿಗೆ ಪ್ರತಿಯಾಗಿ ಬೇರೆ ಭೂಮಿಯನ್ನು ಕೊಡಬಹುದು ಎಂಬುದು ರಾಜನ ಮಾತಿನ ಇಂಗಿತ.

ಇದಾದ ಮೇಲೆ ರಾಜನ ಜೊತೆ ಚದುರಂಗದ ಆಟವನ್ನು ಮುಗಿಸಿಕೊಂಡು ಮನೆಗೆ ಹೋಗಲು ಎದ್ದಾಗ, ಪಂಡಿತನ ಮೇಲೆ ಶ್ರೀವೈಷ್ಣವರಾದರೂ ಹಲ್ಲೆ ಮಾಡಬಹುದೆಂದೂ, ಬೆಂಗಾವಲನ್ನು ತೆಗೆದುಕೊಂಡು ಹೋಗಬೇಕೆಂದೂ ರಾಜನು ಕಳಕಳಿಯಿಂದ ಹೇಳುತ್ತಾನೆ. "ಪಾಪ ಇವರು ಮೇಲೆ ಬೀಳುವ ಜನರಲ್ಲ. ಏನೋ ಅನ್ನುತ್ತಾರೆ, ಕೋಪ ಬಂದಾಗ. ಅಷ್ಟೇ ಹೊರತು ಮನಸ್ಸಿನಲ್ಲಿ ಕ್ರೋಧ ಬೆಳೆಸುವುದಿಲ್ಲ. ಕೈಯಲ್ಲಿದ್ದ ಅನ್ನ ತಪ್ಪಿತಲ್ಲಾ ಎಂದು ದುಃಖ ಪಡುತ್ತಿದ್ದಾರೆ. ನಾಳೆ ಮಹಾಸ್ವಾಮಿಯವರು ಇನ್ನೊಂದು ಗ್ರಾಮವನ್ನು ಕೊಟ್ಟರಾಯಿತು. ಇವರೂ ಪ್ರಜೆಗಳೆ, ಅವರೂ ಪ್ರಜೆಗಳೆ. ಯಾರು ಹಸಿದರೂ ತಮ್ಮ ಮಕ್ಕಳು ಹಸಿದಂತೆ" ಎಂದು ವಿಶಾಲಾಕ್ಷ ಪಂಡಿತನು ನುಡಿವಾಗ ಅವನ ಪಾತ್ರ ಹೆಚ್ಚು ಸಂಕೀರ್ಣವಾಗುತ್ತದೆ, ಸಮಸ್ಯಾತ್ಮಕವಾಗುತ್ತದೆ. ಏಕೆಂದರೆ ಆ ಸಂದರ್ಭದಲ್ಲಿಯೂ ಅವನಿಗೆ ಹಿಂದೆ ಜೈನರಿಗೆ ಆಯಿತೆನ್ನಲಾದ ಅನ್ಯಾಯಕ್ಕೆ ಈಗ ಪರಿಹಾರ ಸಿಕ್ಕಿದುದರಲ್ಲಿ ನ್ಯಾಯ ಒದಗಿದೆ ಎಂಬುದರಲ್ಲಿ ಯಾವ ಅನುಮಾನವೂ ಉಳಿದಿಲ್ಲ.

ವಿಶಾಲಾಕ್ಷ ಪಂಡಿತನ ಮೇಲೆ ಯಾರೋ ದುಷ್ಕರ್ಮಿಗಳಿಂದ ಮಾರಣಾಂತಿಕ ಹಲ್ಲೆಯಾಗುತ್ತದೆ. ಆಗಲೂ ಪಂಡಿತನು ವೈಷ್ಣವರ ಬಗ್ಗೆಯಾಗಲೀ, ತಿರುಮಲಾರ್ಯನ ಬಗ್ಗೆಯಾಗಲೀ ಸಂದೇಹ ಪಡುವುದಿಲ್ಲ. ಆದರೆ ತಿರುಮಲಾರ್ಯನು ಈ ಘಟನೆಯಿಂದ ತುಂಬಾ ನೊಂದುಕೊಳ್ಳುತ್ತಾನೆ. 'ನಿಮ್ಮನ್ನು ನಾನೇ ಹೊಡೆಸಿದೆನೆಂದರೂ ಜನ ನಂಬಬಹುದು' ಎಂದು ತಿರುಮಲಾರ್ಯನು ಹೇಳಿದಾಗ ಪಂಡಿತನು ಅವನನ್ನು ಹೀಗೆ ಸಮಾಧಾನ ಮಾಡುತ್ತಾನೆ: "ನಿಮ್ಮ ಗುಣವನ್ನು ನಾನು ಕಾಣೆನೆ? ಒಂದು ಕೆಟ್ಟ ಚಾಳಿ ಇಲ್ಲ. ನಾನು ಪ್ರಭುಗಳಲ್ಲಿ ಎಷ್ಟೋ ಸಾರಿ ಹೇಳಿದ್ದೇನೆ: 'ನನಗೆ ಚದುರಂಗ ಒಂದು ವ್ಯಸನವಿದೆ. ತಿರುಮಲಾರ್ಯರಿಗೆ ಅದೂ ಇಲ್ಲ. ಬಿಡುವಾದಾಗ ಪ್ರಬಂಧಗಳನ್ನು ಓದುತ್ತಿರುತ್ತಾರೆ'. ಅಷ್ಟೇ ಅಲ್ಲ, ಮುಂದಿನ ಪ್ರಧಾನನು ತಿರುಮಲಾರ್ಯನೇ ಆಗಬೇಕೆಂದು ಅರಸರಲ್ಲಿ ಬಿನ್ನವಿಸಿಕೊಳ್ಳುತ್ತಾನೆ. ಇದರಿಂದ ಅರಸರಿಗೂ ತಿರುಮಲಾರ್ಯರಿಗೂ ಆಶ್ಚರ್ಯವಾಗುತ್ತದೆ. ಅಭಿಪ್ರಾಯಭೇದವಿದ್ದರೂ ಪಂಡಿತ–ತಿರುಮಲಾರ್ಯರಿಗೆ ಪರಸ್ಪರ ಗೌರವವಿತ್ತು. ಅದಕ್ಕೆ ಯಾವತ್ತೂ ಚ್ಯುತಿ ಬರಲಿಲ್ಲ. ಭಿನ್ನಾಭಿಪ್ರಾಯಗಳಿದ್ದರೂ ಅವರ ನಡವಳಿಕೆ ಅಸಂಸ್ಕೃತವಾಗಲಿಲ್ಲ. ತಿರುಮಲಾರ್ಯನ ದಕ್ಷತೆ, ಕಳಕಳಿ, ಬುದ್ಧಿಮತ್ತೆ, ರಾಜನಿಷ್ಠೆ ಇವುಗಳನ್ನು ಪಂಡಿತನು ಮುಕ್ತವಾಗಿ ಶ್ಲಾಘಿಸುತ್ತಾನೆ ಮತ್ತು ಆತನೇ ಮುಂದಿನ ಪ್ರಧಾನನಾಗಲು ಸರ್ವಯೋಗ್ಯ ಎಂದು ಸಾಯುವ ಮುಂಚೆ ಅರಸನಲ್ಲಿ ಅರಿಕೆ ಮಾಡಿಕೊಳ್ಳುತ್ತಾನೆ. ಅಷ್ಟೇ ಅಲ್ಲ ಆ ಹುದ್ದೆಯನ್ನು ಒಪ್ಪಿಕೊಳ್ಳುವಂತೆ ತಿರುಮಲಾರ್ಯನನ್ನು ಆಗ್ರಹ ಪಡಿಸುತ್ತಾನೆ. ವೈಚಾರಿಕ ಮತ್ತು ರಾಜಕೀಯ ಭಿನ್ನಾಭಿಪ್ರಾಯ–ಸಂಘರ್ಷಗಳ ಮಧ್ಯೆಯೂ ಮಾನವೀಯತೆ ಮಿನುಗುತ್ತದೆ; ಮನುಷ್ಯ ಘನತೆ ಪ್ರಜ್ವಲಿಸುತ್ತದೆ.

ಇಂಥ ಭಿನ್ನಾಭಿಪ್ರಾಯಗಳು ಸಂಘರ್ಷಗಳು ಮನುಷ್ಯನ ಸಾಮಾಜಿಕ-ರಾಜಕೀಯ ಜೀವನದಲ್ಲಿ ಯಾವತ್ತೂ ಇರುತ್ತವೆ; ಆದರೆ ಅವುಗಳಿಗಾಗಿ ನಾವು ಪರಸ್ಪರರನ್ನು ಅನುಗಾಲವೂ ದ್ವೇಷಿಸಬಾರದು; ಪರಸ್ಪರ ಪ್ರೀತಿ-ಗೌರವ-ವಿಶ್ವಾಸಗಳನ್ನು ಕಳೆದುಕೊಳ್ಳಬಾರದು; ಮನುಷ್ಯ ಘನತೆ ಯಾವ ಕಾಲಕ್ಕೂ ಮುಕ್ಕಾಗಬಾರದು ಎಂದು ಮಾಸ್ತಿ ಕಥೆ ಸೂಚಿಸುತ್ತಿರುವಂತಿದೆ. ಅದು ಯಾರ ಪಕ್ಷವನ್ನು ಹಿಡಿಯುವುದಿಲ್ಲ. ಎಲ್ಲ ವಿಚಾರಗಳಿಗೂ ಸಮಾನ ಅವಕಾಶ ನೀಡಿ ಈ ವಿಚಾರಮಂಥನದಲ್ಲಿ ಪ್ರತಿಯೊಬ್ಬ ಓದುಗನೂ ಪಾಲ್ಗೊಳ್ಳುವಂಥ ಬಂಧವಿನ್ಯಾಸವೊಂದು ಈ ರಚನೆಯಲ್ಲಿ ಮೈದಾಳುತ್ತದೆ. ಕಥೆಯ ಅಂತ್ಯದಲ್ಲೂ ಅದು ಮತ್ತೊಂದು ರೀತಿಯಲ್ಲಿ ಸೂಚಿತವಾಗುತ್ತದೆ. ಸಾಯುವ ಹೊತ್ತಿಗೆ ಆಚಾರ್ಯರನ್ನಾಗಲೀ, ಮಠದವರನ್ನಾಗಲೀ ಕರೆಸಲು ಪಂಡಿತನು ಒಪ್ಪದಿದ್ದಾಗ ಅರಸನಿಗೆ ಆಶ್ಚರ್ಯವಾಗುತ್ತದೆ. 'ಇದು ಏನಪ್ಪಾ! ಈತ ಹೋಗುವ ಹೊತ್ತಿಗೆ ನಾಸ್ತಿಕನಾದನೆ?' ಎಂದು ಉದ್ಗರಿಸಿದಾಗ ತಿರುಮಲಾರ್ಯ ಹೇಳುವ ಮಾತುಗಳು ಪಂಡಿತ-ತಿರುಮಲಾರ್ಯ ಇಬ್ಬರ ವ್ಯಕ್ತಿತ್ವದ ಧೀಮಂತಿಕೆಯನ್ನೇ ತೋರಿಸುವಂತಿವೆ: "ಮಹಾಸ್ವಾಮಿ, ಅನೇಕರು ಮಾತಿನಲ್ಲಿ ಆಸ್ತಿಕರು, ನಡತೆಯಲ್ಲಿ ನಾಸ್ತಿಕರು. ವಿಶಾಲಾಕ್ಷ ಪಂಡಿತರು ಮಾತಿನಲ್ಲಿ ನಾಸ್ತಿಕರಂತೆ ಇದ್ದರೂ ಅವರ ಬಾಳೆಲ್ಲ ದೇವರಿದ್ದಾನೆಂದು ಹೇಳುತ್ತಿತ್ತು. ಅವರಂತಹ ಆಸ್ತಿಕರು ಇನ್ನೆಲ್ಲಿ?".

ತಿರುಮಲಾರ್ಯನು ಪ್ರಧಾನನಾದ ಮೇಲೆ ದೇವಸ್ಥಾನದ ಉಂಬಳಿಯ ವಿಚಾರದಲ್ಲಿ ಪಂಡಿತನು ಮಾಡಿದ ನಿರ್ಧಾರವನ್ನು ಬದಲಿಸುವುದಿಲ್ಲ. ವೈಷ್ಣವರಿಗೆ ಆ ಗ್ರಾಮಕ್ಕೆ ಪ್ರತಿಯಾಗಿ ಬೇರೆ ಉಂಬಳಿಯನ್ನು ಕೊಡಿಸುತ್ತಾನೆ.

ವಸಾಹತುಶಾಹಿ ಅನುಭವದ ನಾಲ್ಕು ನಿರೂಪಣೆಗಳು

೧

ಪ್ರೇಮಚಂದರ ಸುಪ್ರಸಿದ್ಧ ಕಥೆ "ಚದುರಂಗದ ಆಟಗಾರರು" ರಚಿತವಾದದ್ದು ೧೯೨೪ರಲ್ಲಿ. ಈ ಕಥೆಯನ್ನು ಶಾ. ಬಾಲುರಾವ್ ಅವರು ಹಿಂದಿಯಿಂದ ಕನ್ನಡಕ್ಕೆ ತಂದಿದ್ದಾರೆ (ಪ್ರೇಮಚಂದರ ಕಥೆಗಳು, ನ್ಯಾಷನಲ್ ಬುಕ್ ಟ್ರಸ್ಟ್ ಆಫ್ ಇಂಡಿಯಾ, ನವದೆಹಲಿ, ೧೯೭೪, ಪುಟಗಳು ೨೧೭-೨೨೯). ಈ ಕಥೆಯಲ್ಲಿ ಪ್ರೇಮಚಂದರ ಕಲೆಗಾರಿಕೆ ತನ್ನ ಪರಮೋಚ್ಚ ಸಿದ್ಧಿಯನ್ನು ಮುಟ್ಟಿದೆ ಎಂದು ಹೇಳಬಹುದು. ವಸ್ತು ಮತ್ತು ತಂತ್ರ ಎರಡೂ ನೆಲೆಗಳಲ್ಲಿ ಪ್ರೇಮಚಂದರ ಪರಿಣತಿ ಮತ್ತು ಪ್ರಬುದ್ಧತೆಗಳು ಗಮನಾರ್ಹ. ಸಣ್ಣಕತೆಯ ಸೀಮಿತ ಅವಕಾಶದಲ್ಲಿ ಈ ಕಥೆ ಕಟ್ಟಿಕೊಡುವ ಅನುಭವ ಗಾಢವಾದದ್ದು. ಕಥೆ ನಡೆಯುವುದು ಔಧ್ ಸಂಸ್ಥಾನದ ಕೊನೆಯ ದೊರೆ ವಾಜಿದ್ ಆಲಿ ಶಾಹನ ಆಳ್ವಿಕೆಯ ಅಂತಿಮ ಘಟ್ಟದಲ್ಲಿ. ಆ ಕಾಲಮಾನ ೧೮೫೬. ಬ್ರಿಟಿಷರು ಔಧ್ ಸಂಸ್ಥಾನವನ್ನು ತಮ್ಮ ವಶಕ್ಕೆ ತೆಗೆದುಕೊಂಡ ಸಂಗತಿಯನ್ನು ಈ ಕಥೆ ದಾಖಲಿಸುತ್ತದೆ. ವಸಾಹತೀಕರಣದ ಒಂದು ಮುಖ್ಯ ಮಾದರಿ ಮತ್ತು ಆಕೃತಿ ಈ ಕಥೆಯಲ್ಲಿ ಸೂಚಿತವಾಗುತ್ತದೆ. ವಸಾಹತುಶಾಹೀ ರಾಜಕಾರಣದ ಅನುಭವದ ಪರಿಶೀಲನೆ ಆಧುನಿಕ ಭಾರತೀಯ ಸಾಹಿತ್ಯದ ಒಂದು ಪ್ರಮುಖ ಆಶಯವಷ್ಟೆ. ಹೀಗಾಗಿ ಈ ಕಥೆಯು ಇಂಥ ಇತರ ಬರಹಗಳ ಜೊತೆಗೆ ಕೂಡಿಕೊಂಡು ತಾನಾಗಿ ಅಖಿಲ ಭಾರತ ವ್ಯಾಪ್ತಿಯನ್ನು ಪಡೆದುಕೊಂಡು ಬಿಡುತ್ತದೆ. ಕನ್ನಡದ ಸಂದರ್ಭದಲ್ಲೇ ಹೇಳುವುದಾದರೆ ಮಾಸ್ತಿಯವರ ಸುಪ್ರಸಿದ್ಧ ಕಾದಂಬರಿ "ಚಿಕವೀರ ರಾಜೇಂದ್ರ"ದಲ್ಲಿ ಕೊಡಗು ರಾಜ್ಯವು ಬ್ರಿಟಿಷರ ಕೈವಶವಾದ ವಿದ್ಯಮಾನ ದಾಖಲಾಗಿದೆ. ಅನೇಕ ಆಫ್ರಿಕನ್ ಕಥೆ ಕಾದಂಬರಿಗಳೂ (ಉದಾಹರಣೆಗೆ ಚಿನುಅ ಅಚಿಬೆ ಅವರ "ಭಂಗ") ವಸಾಹತೀಕರಣದ ಅನುಭವದ ಶೋಧಗಳಾಗಿವೆ. ಪ್ರೇಮಚಂದರ "ಚದುರಂಗದ ಆಟಗಾರರು" ಒಂದು ಸಣ್ಣ ಕಥೆ. ಆದರೆ ಇದರ ವ್ಯಾಪ್ತಿ ದೊಡ್ಡದು. ಇದು ವಸಾಹತುಶಾಹಿ ಅನುಭವವನ್ನು ಕುರಿತ ಒಂದು ಮುಖ್ಯ ಬರಹ. ನವವಸಾಹತುಶಾಹಿಯ ನಮ್ಮ ಇವತ್ತಿನ ಸಂದರ್ಭದಲ್ಲಿ ಈ ಕಥೆ ತುಂಬ ಪ್ರಸ್ತುತ.

ಈ ಕಥೆ ಈಗಾಗಲೇ ಗಳಿಸಿಕೊಂಡಿರುವ ಮನ್ನಣೆ ಅಷ್ಟಿಷ್ಟಲ್ಲ. ಈ ಕಥೆಯನ್ನು ಆಧರಿಸಿದ ಸತ್ಯಜಿತ್ ರಾಯ್ ಅವರ ಸಿನೆಮಾ "ಶತರಂಜ್ ಕೇ ಖಿಲಾಡಿ" ಜಗತ್ಪ್ರಸಿದ್ಧವಾಗಿದೆ. ಬಂಗಾಳಿ ನಿರ್ದೇಶಕ ರಾಯ್ ಹಿಂದಿಯಲ್ಲಿ ಮಾಡಿದ ಏಕೈಕ ಚಿತ್ರ ಇದು. ಪ್ರಸನ್ನ ಅವರು ಈ ಕಥೆಯನ್ನು ಆಧರಿಸಿ ಕನ್ನಡದಲ್ಲಿ ಬರೆದು ಆಡಿಸಿದ "ದಂಗೆಯ ಮುಂಚಿನ ದಿನಗಳು" ಎಂಬ

ನಾಟಕವೂ ಸಾಕಷ್ಟು ಪ್ರಸಿದ್ಧಿಯಾಗಿದೆ. ಸುಮಾರು ಹನ್ನೆರಡು ಪುಟಗಳ ಸಣ್ಣಕಥೆಯ ಸೀಮಿತ ಅವಕಾಶದಲ್ಲಿ ಪ್ರೇಮಚಂದರು ಸಾಧಿಸಿರುವ ಯಶಸ್ಸು ಅಭ್ಯಾಸಯೋಗ್ಯವಾಗಿದೆ.

ಕಥೆಯ ಆರಂಭದಲ್ಲೆ ಆ ಕಾಲದ ಸ್ವರೂಪ ದಾಖಲಾಗಿದೆ: "ವಾಜಿದ್ ಆಲಿ ಶಾಹನ ಕಾಲ ಅದು. ಲಖನೋ ಪಟ್ಟಣ ವಿಲಾಸದಲ್ಲಿ ಮುಳುಗಿತ್ತು. ದೊಡ್ಡವರು –ಚಿಕ್ಕವರು, ಸಾಹುಕಾರರು–ಬಡವರು ಅನ್ನದೇ ಎಲ್ಲರೂ ವಿಲಾಸದಲ್ಲಿ ಮಗ್ನರಾಗಿದ್ದರು. ಒಬ್ಬರು ಸಂಗೀತ–ಕುಣಿತಗಳ ಕೂಟ ಏರ್ಪಡಿಸಿದರೆ ಇನ್ನೊಬ್ಬರು ಅಫೀಮಿನ ಅಮಲಿನಲ್ಲಿ ಆನಂದ ಹೀರುತ್ತಿದ್ದರು. ಬದುಕಿನ ಪ್ರತಿಯೊಂದು ರಂಗದಲ್ಲಿಯೂ ಹರ್ಷ–ಆನಂದಗಳಿಗೇ ಮಹತ್ವ. ಆಡಳಿತ ಕ್ಷೇತ್ರದಲ್ಲಿ, ಸಾಹಿತ್ಯ ಕ್ಷೇತ್ರದಲ್ಲಿ, ವಿವಿಧ ಸಾಮಾಜಿಕ ಕ್ಷೇತ್ರಗಳಲ್ಲಿ, ಕಲಾಕೌಶಲ, ಉದ್ಯೋಗ–ವ್ಯವಸಾಯ, ಆಹಾರ–ವ್ಯವಹಾರಗಳಲ್ಲಿ ಹೀಗೆ ಎಲ್ಲೆಲ್ಲೂ ವಿಲಾಸ ವ್ಯಾಪಿಸಿತ್ತು. ಸರಕಾರೀ ನೌಕರರು ಭೋಗವಿಲಾಸಗಳಲ್ಲಿ, ಕವಿಗಳು ಪ್ರೇಮವಿರಹಗಳ ವರ್ಣನೆಗಳಲ್ಲಿ, ಕುಶಲ ಕೆಲಸಗಾರರು ಕಲಾಪತ್ತು, ಕಸೂತಿ ಬಟ್ಟೆಗಳನ್ನು ನೇಯುವುದರಲ್ಲಿ, ಉದ್ಯಮಿಗಳು ಕಾಡಿಗೆ, ಅತ್ತರು, ಹಲ್ಲುಬಣ್ಣ, ಅಂಗಲೇಪನಗಳನ್ನು ತಯಾರಿಸಿ ಮಾರುವುದರಲ್ಲಿ ನಿರತರಾಗಿದ್ದರು. ಎಲ್ಲರ ಕಣ್ಣಿನಲ್ಲಿಯೂ ವಿಲಾಸದ ಮದ ಕವಿದಿತ್ತು. ಜಗತ್ತಿನಲ್ಲಿ ಏನು ನಡೆದಿದೆಯೆಂದು ಯಾರಿಗೂ ತಿಳಿಯದು.

ಆದರೆ ವಾಜಿದ್ ಆಲಿ ಶಹ ಈ ಕಥೆಯ ಕೇಂದ್ರಪಾತ್ರವಲ್ಲ. ಮಿರ್ಜಾ ಸಜ್ಜದ್ ಆಲಿ ಮತ್ತು ಮೀರ್ ರೋಷನ್ ಆಲಿ ಎಂಬ ಇಬ್ಬರು ಮಿತ್ರರ ಸುತ್ತ ಕಥೆಯನ್ನು ಹೆಣೆಯಲಾಗಿದೆ. "ಇಬ್ಬರಿಗೂ ಪಿತ್ರಾರ್ಜಿತವಾದ ಜಹಗೀರಿತ್ತು; ಜೀವನೋಪಾಯಕ್ಕೆ ಚಿಂತೆಯಿರಲಿಲ್ಲ. ಮನೆಯಲ್ಲಿ ಕುಳಿತು ಕುಳಿತೇ ಮಜ ಹೊಡೆಯುತ್ತಿದ್ದರು. ಕೊನೆಗೆ ಮಾಡಲಾದರೂ ಏನಿತ್ತು? ಬೆಳಗ್ಗೆ ಇಬ್ಬರು ಮಿತ್ರರೂ ನಾಷ್ಟ ಮುಗಿಸಿ, ಚದುರಂಗದ ಹಾಸು ಬಿಚ್ಚಿ ಕಾಯಿ ಹೂಡುತ್ತಿದ್ದರು. ಆಟದ ತಂತ್ರೋಪಾಯಗಳು ಷುರುವಾಗುತ್ತಿದ್ದವು." ಈ ಚದುರಂಗದ ಆಟಗಾರರು ತಮ್ಮ ತಮ್ಮ ಹೆಂಡತಿಯರ ಬಗ್ಗೆಯಾಗಲೀ ಕುಟುಂಬದ ಜವಾಬ್ದಾರಿಗಳ ಬಗ್ಗೆಯಾಗಲೀ ಯಾವ ಕಾಳಜಿಯನ್ನೂ ತೆಗೆದುಕೊಳ್ಳದೆ ಇಡೀ ದಿನ ಒಬ್ಬ ಮತ್ತೊಬ್ಬನನ್ನು ಆಕ್ರಮಿಸುವ, ಅಧೀನಪಡಿಸಿಕೊಳ್ಳುವ ರಣತಂತ್ರಗಳನ್ನು, ಉಪಾಯಗಳನ್ನು ಯೋಚಿಸುತ್ತಾ ಕಾಲ ಕಳೆಯುತ್ತಿರುತ್ತಾರೆ. ಮನೆವಾರ್ತೆ, ಗೃಹಕೃತ್ಯ, ತಮ್ಮ ಸಂಸ್ಥಾನದ ರಾಜಕಾರಣ ಇವೆಲ್ಲಕ್ಕಿಂತ ಚದುರಂಗದ ಹಾಸಿನ ಮೇಲಿನ ಸ್ಪರ್ಧೆ, ಯುದ್ಧಗಳೇ ಹೆಚ್ಚು ರಂಜಕ ಮತ್ತು ರೋಚಕ ಇವರಿಗೆ. ಎದುರಾಳಿಯ ಬಾದಶಹನನ್ನು ಕಟ್ಟಿಹಾಕುವ ವ್ಯೂಹವನ್ನು ರಚಿಸಿಕೊಳ್ಳುವುದೇ ಅವರ ಏಕೈಕ ಆಸಕ್ತಿಯಾಗಿತ್ತು. ತಮ್ಮ ನಿಜ ರಾಜ್ಯದ ನಿಜ ಬಾದಶಹನಿಗಿಂತ ಚದುರಂಗದ ಹಾಸಿನ ಮೇಲಿನ ತಮ್ಮ ತಮ್ಮ ಬಾದಶಹನನ್ನು ಎದುರಾಳಿಯ ಆಕ್ರಮಣದಿಂದ ಹೇಗೆ ಪಾರುಮಾಡುವುದು ಎಂಬುದೇ ಅವರ ಚಿಂತೆಯಾಗಿತ್ತು. ತಂತ್ರಕ್ಕೆ ಪ್ರತಿತಂತ್ರ, ವ್ಯೂಹಕ್ಕೆ ಪ್ರತಿವ್ಯೂಹ ಹೂಡುತ್ತ ಈ ಚದುರಂಗದ ಆಟಗಾರರು ಹಾಸಿನ ಮೇಲಿನ ಲೋಕದ ಚತುರ ರಾಜಕೀಯಪಟುಗಳಾಗಿದ್ದರು. ತಮ್ಮ ತಮ್ಮ ಬಾದಶಹನ ಬಗ್ಗೆ ಇವರ ನಿಷ್ಠೆ ಅಚಲವಾಗಿತ್ತು. ಹೇಗಾದರೂ ಅವನನ್ನು ಉಳಿಸಿಕೊಳ್ಳಲು, ಅವನನ್ನು ಗೆಲ್ಲಿಸಲು ಅವರು

ಏನನ್ನು ಬೇಕಾದರೂ ಮಾಡಲು ತಯಾರಾಗಿದ್ದರು. ಅಂಥ ರಾಜಭಕ್ತಿ, ಅಂಥ ರಾಜನಿಷ್ಠೆ ಅವರದು. ಇಂಥ ಘನಕಾರ್ಯದಲ್ಲಿ ಮಗ್ನರಾದ ಅವರನ್ನು ಊಟ, ತಿಂಡಿ, ತಲೆನೋವು ಮುಂತಾದ ಕ್ಷುಲ್ಲಕ ಕಾರಣಗಳಿಗಾಗಿ ಅವರ ಹೆಂಡತಿಯರು ಪೀಡಿಸಿದರೆ ಅವರಿಗೆ ಸಿಟ್ಟು ಬರುತ್ತಿದ್ದುದು ಸಹಜವೇ ಆಗಿತ್ತು. ಇವರನ್ನು 'ಮನೆಹಾಳರೆಂದು ಕರೆಯುತ್ತಿದ್ದವರಿಗೆ, ಇವರ ಆಟವನ್ನು 'ಕೆಟ್ಟ ಆಟ, ಮನೆಹಾಳು ಆಟ' ಎಂದು ಮೂದಲಿಸುತ್ತಿದ್ದವರಿಗೆ, ಚದುರಂಗದ ಆಟದ ಮಹತ್ವವೇ ಗೊತ್ತಿರಲಿಲ್ಲ, ಪಾಪ. ಆದರೂ ಕೆಲವು ಹಿಂದಿನ ಕಾಲದವರಿಗೆ– "ಇನ್ನು ಕ್ಷೇಮವಿಲ್ಲ, ಶ್ರೀಮಂತರೇ ಹೀಗಾದರೆ ದೇವರೇ ದೇಶಾನ ಕಾಪಾಡಬೇಕು. ಚದುರಂಗದ ಕೈಯಲ್ಲಿ ಈ ಬಾದಶಾಹಗಿರಿ ನಾಶವಾಗೋದು ಖಂಡಿತ. ಯಾಕೋ ಲಕ್ಷಣ ಚೆನ್ನಾಗಿಲ್ಲ– ಎಂದು ತೀವ್ರವಾಗಿ ಅನ್ನಿಸುತ್ತಿತ್ತು.

ಈ ಮಿತ್ರರ ವಿಲಾಸಗಳನ್ನು, ಅವರ ಅಟಕ್ಕೆ ಉಂಟಾಗುತ್ತಿದ್ದ ವಿಘ್ನಗಳನ್ನು, ಆ ವಿಘ್ನಗಳನ್ನು ನಿವಾರಿಸಿಕೊಳ್ಳಲು ಅವರು ಹೂಡುತ್ತಿದ್ದ ಉಪಾಯಗಳನ್ನು ಕಥೆ ಸ್ವಾರಸ್ಯವಾಗಿ ವರ್ಣಿಸಿಕೊಂಡು ಹೋಗುತ್ತದೆ. ಚದುರಂಗದ ಆಟದಲ್ಲಿ ತನ್ಮಯರಾಗಿ ತಮ್ಮ ಕುಟುಂಬದ ಒಳಗೆ ರಾಜ್ಯದ ಒಳಗೆ ನಡೆಯುತ್ತಿದ್ದ ವಿದ್ಯಮಾನಗಳಿಗೆ ಸಂಪೂರ್ಣವಾಗಿ ಕುರುಡರೇ ಆಗಿದ್ದ ಇವರ ಅಸೂಕ್ಷ್ಮತೆಯನ್ನೂ, ಭೋಳೆತನವನ್ನೂ ಕಥೆ ಬಯಲುಮಾಡುತ್ತಾ ಹೋಗುತ್ತದೆ. ಕಥೆಯ ಹೆಚ್ಚು ಭಾಗವನ್ನು ಮಿರ್ಜಾ ಸಜ್ಜದ್ ಆಲಿ ಮತ್ತು ಮೀರ್ ರೋಷನ್ ಆಲಿ ಇವರ ಚದುರಂಗದಾಟವೇ ತುಂಬಿಕೊಂಡಿದ್ದರೂ, ಇನ್ನೂ ಎರಡು ಮುಖ್ಯ ವಿದ್ಯಮಾನಗಳನ್ನು ಕಥೆಗಾರರು ಕಥೆಯ ಓಘಕ್ಕೆ ಭಂಗಬಾರದ ಹಾಗೆ ಆಕೃತಿಯಲ್ಲೇ ಬಹು ನಾಜೂಕಿನಿಂದ ಅಂತರ್ಗತಗೊಳಿಸುತ್ತಾರೆ. ಅಥವಾ ಇದನ್ನು ಹೀಗೂ ಹೇಳಬಹುದು: ಇಲ್ಲಿ ಮೇಲುನೋಟಕ್ಕೆ ಒಂದೇ ಕಥೆ ಕಾಣಿಸುತ್ತಿದ್ದರೂ, ವಾಸ್ತವವಾಗಿ ಇದು ಮೂರು ಪರಸ್ಪರ ಪೂರಕ ಕಥೆಗಳನ್ನು ಒಳಹೆಣಿಗೆ ಮಾಡಿರುವ ರಚನೆ.

ಮೀರ್ ಸಾಹೇಬನು ಮಿರ್ಜಾ ಸಾಹೇಬನ ಜೊತೆ ಚದುರಂದ ಆಟದಲ್ಲಿ ತೊಡಗಿಕೊಂಡಿದ್ದರೆ, ಮೀರ್ ಸಾಹೇಬನ ಹೆಂಡತಿ ಬೇರೊಬ್ಬ ಪುರುಷನೊಂದಿಗೆ ಪ್ರೇಮದ ಆಟದಲ್ಲಿ ತೊಡಗಿಕೊಂಡಿರುತ್ತಾಳೆ. ಮೀರ್ ಸಾಹೇಬನ ಎದುರೇ–ಆದರೆ ಅವನ ಅರಿವಿಗೇ ಬಾರದ ಹಾಗೆ–ಅವನ ಸಂಸಾರ ಬೇರೊಬ್ಬನ ವಶವಾಗಿರುತ್ತದೆ. ಈ ಒಳ ಕಥೆಯನ್ನು ಕಥೆಗಾರರು ವಾಚ್ಯಗೊಳಿಸುವುದಿಲ್ಲ.

ಇನ್ನೊಂದು ಕಥೆಯು ಉಳಿದ ಎರಡು ಕಥೆಗಳಿಗಿಂತ ತುಂಬಾ ತೀವ್ರವಾಗಿದ್ದರೂ ಅದನ್ನು ಕಥೆಗಾರರು ವಿವರಗಳಲ್ಲಿ ಲಂಬಿಸುವುದಿಲ್ಲ. ಅದು ಔಧ್ ಸಂಸ್ಥಾನದಲ್ಲಿ ಅದಾಗಲೇ ಪ್ರಾರಂಭವಾಗಿದ್ದ ನಿಜವಾದ ರಾಜಕೀಯ ಆಟ. ಚದುರಂಗದ ಹಾಸಿನ ಮೇಲೆ ನಡೆಯುತ್ತಿದ್ದ ಯುದ್ಧಗಳಲ್ಲಿ ಮಗ್ನರಾಗಿದ್ದ ಆಟಗಾರರಿಗೆ ತಮ್ಮ ರಾಜ್ಯದ ವಿರುದ್ಧವೇ, ತಮ್ಮ ನಿಜವಾದ ರಾಜ ವಾಜಿದ್ ಆಲಿ ಶಾಹನ ವಿರುದ್ಧವೇ ಶುರುವಾಗಿದ್ದ ಯುದ್ಧದ ಅರಿವೇ ಆಗುವುದಿಲ್ಲ. ಬ್ರಿಟಿಷರು ತಮ್ಮ ಬಾದಶಹನ ವಿರುದ್ಧ ಹೂಡುತ್ತಿದ್ದ ರಣತಂತ್ರಗಳು, ವ್ಯೂಹಗಳು, ಹುನ್ನಾರಗಳು ಇವರ ಅನುಭವದ ಪರಿಧಿಯ ಆಚೆಗೇ ಉಳಿದುಬಿಡುತ್ತವೆ. ಚದುರಂಗದ

ಹಾಸಿನ ಮೇಲೆ ಸಿಕ್ಕಿಕೊಂಡಿದ್ದ ತಮ್ಮ ತಮ್ಮ ಬಾದಶಹರನ್ನು ರಕ್ಷಿಕೊಳ್ಳುವ ಭರದಲ್ಲಿ ಇವರು ತಮ್ಮ ನಿಜವಾದ ಬಾದಶಹನನ್ನು ಸುತ್ತುವರೆದಿರುವ ನಿಜಶತ್ರುಗಳನ್ನು ಗಮನಿಸುವುದೇ ಇಲ್ಲ. ತನ್ನ ವಿಲಾಸಗಳಲ್ಲಿ ಮುಳುಗಿರುವ ಸ್ವತಃ ವಾಜಿದ್ ಆಲಿ ಶಾಹನಿಗೇ ಇದರ ಪರಿವೆ ಇರುವುದಿಲ್ಲ. ಮೀರ್ ಸಾಹೇಬ ಮತ್ತು ಮಿರ್ಜಾ ಸಾಹೇಬರ ಆಟವನ್ನು ವರ್ಣಿಸುತ್ತಲೇ ಕಥೆ ರಾಜ್ಯದ ವಿದ್ಯಮಾನಗಳನ್ನೂ ಜೊತೆಜೊತೆಗೇ ದಾಖಲಿಸುತ್ತಾ ಹೋಗುತ್ತದೆ: "ರಾಜ್ಯದಲ್ಲಿ ಹಾಹಾಕಾರವೆದ್ದಿತ್ತು. ಹಾಡಹಗಲಲ್ಲಿಯೇ ಜನರ ಲೂಟಿಯಾಗುತ್ತಿತ್ತು. ಅವರ ದೂರಿಗೆ ಯಾರೂ ಕಿವಿಗೊಡುವವರಿರಲಿಲ್ಲ. ಗ್ರಾಮಾಂತರ ಸಂಪತ್ತೆಲ್ಲವನ್ನೂ ಲಖನೋ ಪಟ್ಟಣ ಹೀರುತ್ತಿತ್ತು. ಅದೆಲ್ಲವೂ ವೇಶ್ಯೆಯರ ಮೇಲೆ, ನಕಲಿ ವೇಷದವರ ಮೇಲೆ ಹಾಗೂ ಇತರ ವಿಲಾಸಗಳ ಪೂರೈಕೆಯ ಮೇಲೆ ಉಡಾಯಿಸಿ ಹೋಗುತ್ತಿತ್ತು. ಪರಂಗೀ ಕಂಪನಿಯಲ್ಲಿನ ಸಾಲ ದಿನದಿನಕ್ಕೂ ಊದುತ್ತ ಬೆಳೆಯುತ್ತಿತ್ತು. ರಾಜ್ಯದಲ್ಲಿ ಸುವ್ಯವಸ್ಥೆ ಇಲ್ಲದ ಕಾರಣ ತೆರಿಗೆಯೂ ಸರಿಯಾಗಿ ವಸೂಲಾಗುತ್ತಿರಲಿಲ್ಲ. ಬ್ರಿಟಿಷ್ ರೆಸಿಡೆಂಟ್ ಮತ್ತೆ ಮತ್ತೆ ಎಚ್ಚರಿಕೆ ಕೊಡುತ್ತಿದ್ದ. ಆದರೆ ಜನ ವಿಲಾಸದ ಮತ್ತಿನಲ್ಲಿ ನಾಶವಾಗುತ್ತಿದ್ದರು".

ಮೀರ್ ಸಾಹೇಬ ಮತ್ತು ಮಿರ್ಜಾ ಸಾಹೇಬ ದಿನವೂ ಆಟದ ಹೊಸ ಹೊಸ ನಕ್ಷೆಯನ್ನು ಬಿಡಿಸುತ್ತಿದ್ದಂತೆ, ಹೊಸ ಹೊಸ ಕೋಟೆ ಕಟ್ಟುತ್ತಿದ್ದಂತೆ, ಹೊಸ ಹೊಸ ವ್ಯೂಹ ರಚಿಸುತ್ತಿದ್ದಂತೆ ಬ್ರಿಟಿಷರೂ ವಾಜಿದ್ ಆಲಿ ಶಾಹನ ವಿರುದ್ಧ ರಚಿಸುತ್ತಿದ್ದರು. ಮೀರ್ ಸಾಹೇಬನ ಸಂಸಾರ ಪರಪುರುಷನ ಪಾಲಾಗುತ್ತಿದ್ದಂತೆ ಔಧ್ ಸಂಸ್ಥಾನ ನಿಧನಿಧಾನವಾಗಿ ಬ್ರಿಟಿಷರ ವಶವಾಗುತ್ತಿತ್ತು. ಕಥೆಯ ಕೊನೆಯ ಭಾಗದಲ್ಲಿ ಚದುರಂಗದ ಮಿತ್ರರಿಗೆ ಆಟವಾಡಲು ಪಾಳು ಮಸೀದಿಯೇ ಗತಿಯಾಗುತ್ತದೆ. ತಮ್ಮ ತಮ್ಮ ಮನೆಗಳಿಂದ ತಮ್ಮನ್ನು ತಾವೇ ಉಚ್ಚಾಟಿಸಿಕೊಂಡ ಈ ಮಿತ್ರರು ತಮ್ಮ ಈ ಅನಿವಾರ್ಯ ಗಡೀಪಾರಿಗೆ ಸ್ವತಹ ತಾವೇ ಕಾರಣರಾಗಿರುತ್ತಾರೆ. ವಾಜಿದ್ ಆಲಿ ಶಾಹನ ಪರಿಸ್ಥಿತಿಯೂ ಇದಕ್ಕಿಂತ ಭಿನ್ನವೇನಲ್ಲ. ಯಾವ ಸಾಹಸವಿಲ್ಲದೆ ಯಾವ ಪ್ರತಿರೋಧಗಳಿಲ್ಲದೆ ವಾಜಿದ್ ಆಲಿ ಶಾಹ ಸೆರೆಯಾಗುತ್ತಾನೆ. ಈ ಘಟನೆಯನ್ನು ಕಥೆ ಹೀಗೆ ದಾಖಲಿಸುತ್ತದೆ: "ನವಾಬ್ ವಾಜಿದ್ ಆಲಿ ಶಾಹ ಕೈಸೆರೆಯಾಗಿದ್ದ. ಕಂಪನಿಯ ಸೈನ್ಯ ಅವನನ್ನು ಯಾವುದೋ ಅಜ್ಞಾತಸ್ಥಾನಕ್ಕೆ ಕರೆದೊಯ್ಯುತ್ತಿತ್ತು. ಪಟ್ಟಣದಲ್ಲಿ ಹೊಡೆದಾಟ–ಬಡಿದಾಟ, ಸದ್ದುಗದ್ದಲ ಒಂದೂ ಇರಲಿಲ್ಲ. ಒಂದು ಹನಿ ರಕ್ತ ಸಹ ನೆಲಕ್ಕೆ ಬಿದ್ದಿರಲಿಲ್ಲ. ಇದುವರೆಗೆ ಯಾವ ಸ್ವತಂತ್ರ ದೇಶದ ರಾಜನೂ ಒಂದು ತೊಟ್ಟು ರಕ್ತವೂ ಹರಿಯದಂತೆ ಇಷ್ಟು ಶಾಂತಿಯಿಂದ ಪರಾಜಿತನಾಗಿರಲಿಲ್ಲ. ಇದು ದೇವಗಣಕ್ಕೆ ಪ್ರಸನ್ನವಾಗುವಂತಹ ಅಹಿಂಸೆಯಾಗಿರಲಿಲ್ಲ, ತೀರಾ ಕೆಟ್ಟ ಹೇಡಿಗಳು ಸಹ ಕಣ್ಣೀರಿಡುವಂತಹ ಹೇಡಿತನವಾಗಿತ್ತು. ವಿಶಾಲ ದೇಶವಾದ ಅವಧದ ನವಾಬ ಬಂದಿಯಾಗಿ ಹೊರಟಿದ್ದ, ಲಖನೋ ಭೋಗನಿದ್ರೆಯ ಮತ್ತಿನಲ್ಲಿ ಮುಳುಗಿತ್ತು. ರಾಜನೈತಿಕ ಅಧಃಪತನದ ಚರಮಸೀಮೆಯೆಂದರೆ ಇದು".

ಪಾಳು ಮಸೀದಿಯಲ್ಲಿ ಮೀರ್ ಮತ್ತು ಮಿರ್ಜಾ ಚದುರಂಗದ ಆಟವನ್ನು ಆಡುತ್ತಿದ್ದಾಗ ಸ್ವಲ್ಪ ದೂರದಲ್ಲೇ ಕಂಪನಿಯ ಸೈನ್ಯ ಲಖನೋ ಪಟ್ಟಣದತ್ತ ಹೋಗುತ್ತಿರುವುದು ಅವರಿಗೆ ಕಾಣುತ್ತದೆ. ಕೆಲವೇ ಘಂಟೆಗಳಲ್ಲಿ ಆ ಸೈನ್ಯ ಬಾದಶಹನನ್ನು ಕರೆದುಕೊಂಡು ಅವರ ಮುಂದೆಯೇ ಹಾದುಹೋಗುತ್ತದೆ. ಅಂದರೆ ಮೀರ್ ಸಾಹೇಬ ಮತ್ತು ಮಿರ್ಜಾ ಸಾಹೇಬರು

ಚದುರಂಗದ ರಾಜಕೀಯದಲ್ಲಿ ಮಗ್ನರಾಗಿದ್ದರೆ ಬ್ರಿಟಿಷರು ರಾಜಕೀಯದ ಚದುರಂಗದಲ್ಲಿ ಕ್ರಿಯಾಶಾಲಿಗಳಾಗಿದ್ದಾರೆ. "ಚದುರಂಗದ ಆಟಗಾರರು" ಎಂಬ ಕಥಾಶೀರ್ಷಿಕೆಯ ಧ್ವನಿ ಈಗ ಕೇಳಿಸತೊಡಗುತ್ತದೆ. ನಿಜವಾದ ಚದುರಂಗದ ಆಟಗಾರರು ಬ್ರಿಟಿಷರೇ. ಮೀರ್ ಮತ್ತು ಮಿರ್ಜಾ ಚದುರಂಗದ ಕಾಯಿಗಳನ್ನು ನಡೆಸುವಷ್ಟೇ ಜಾಣತನದಿಂದ ಬ್ರಿಟಿಷರು ತಮ್ಮ ರಾಜಕೀಯ ಆಟವನ್ನು ಆಡುತ್ತಾರೆ. ಅವರ ನಡೆಗಳಿಂದ ತಂತ್ರ-ವ್ಯೂಹಗಳಿಂದ ವಾಜಿದ್ ಆಲಿ ಶಾಹ ಸುಲಭವಾಗಿ ಸೆರೆಯಾಗುತ್ತಾನೆ. ಪ್ರೇಮಚಂದರ ಕಥೆ ಬ್ರಿಟಿಷರನ್ನು ಮೆಚ್ಚುಗೆಯಿಂದ ನೋಡುವುದಿಲ್ಲ. ಅದು ಬ್ರಿಟಿಷರ ರಾಜಕಾರಣವನ್ನು ಸಮರ್ಥಿಸುವುದಿಲ್ಲ ಹಾಗೆಯೇ ದೇಶೀ ರಾಜನೊಬ್ಬನ ಬಗ್ಗೆ ಭಾವುಕ ಅನುಕಂಪವನ್ನೂ ತೋರುವುದಿಲ್ಲ. ವಾಜೀದ್ ಆಲಿ ಶಾಹನ ಆಳ್ವಿಕೆಯನ್ನೂ ಅದರ ದುರ್ಲಾಭ ಪಡೆದ ವಸಾಹತುಶಾಹೀ ರಾಜಕಾರಣವನ್ನೂ ಪ್ರೇಮಚಂದರ ಕಥೆ ಏಕಕಾಲದಲ್ಲಿ ಉಗ್ರವಾದ ವಿಮರ್ಶೆಗೆ ಒಡ್ಡುತ್ತದೆ. ಹೊರಗಿನ ಆಕ್ರಮಣ ಮತ್ತು ಒಳಗಿನ ದೌರ್ಬಲ್ಯಗಳು ಸಂಧಿಸಿದಾಗ ವಸಾಹತಿ ಕರಣ ಸುಲಭವಾಗುತ್ತದೆ ಎಂಬ ಆಕೃತಿಯೊಂದು ಈ ಕಥೆಯಲ್ಲಿ ಸೂಚಿತವಾಗುತ್ತದೆ. ಈ ಆಕೃತಿಯು ಕುವೆಂಪು, ಕಾರಂತ, ಮಾಸ್ತಿ, ಅನಂತಮೂರ್ತಿ, ಚಿನುಅ ಅಚಿಬೆ ಮುಂತಾದ ಬೇರೆ ಬೇರೆ ಕಾಲ ದೇಶಗಳ ಶ್ರೇಷ್ಠ ಬರಹಗಾರರ ಆಕೃತಿಗಳಿಗೆ ತೀರಾ ಸಮೀಪದಲ್ಲಿದೆ.

ಕಥೆಯ ಅಂತ್ಯ ತುಂಬಾ ನಾಟಕೀಯವಾಗಿದೆ. ಬ್ರಿಟಿಷರು ಮತ್ತು ವಾಜಿದ್ ಆಲಿ ಶಾಹ ಇವರ ನಡುವಣ ಚದುರಂಗದ ಆಟ ಅಂತ್ಯವಾದರೂ ಮೀರ್ ಮತ್ತು ಮಿರ್ಜಾರ ಆಟ ಇನ್ನೂ ನಿಂತಿಲ್ಲ. ಆಟ ಮುಂದುವರೆಯುತ್ತಾ ಚದುರಂಗದ ಹಾಸಿನ ಮೇಲಿನ ಯುದ್ಧವು ಹಾಸಿನ ಆಚೆಗೂ ವ್ಯಾಪಿಸುತ್ತದೆ. ಪರಸ್ಪರರ ಕಪಟವನ್ನು ಎತ್ತಿ ಆಡುತ್ತಾ, ದೂಷಿಸುತ್ತಾ ಕೈಕೈ ಮಿಲಾಯಿಸುತ್ತಾರೆ. 'ಭಂಡಾಟ'ದ, 'ಅದೃಷ್ಟ'ದ ಮಾತುಗಳನ್ನು ಆಡುತ್ತಾ ಜಗಳ ಬೆಳೆಸುತ್ತಾರೆ. ಮಾತಿನಲ್ಲಿ ಪ್ರಾರಂಭವಾದ ಜಗಳ ಕತ್ತಿ ಕಾಳಗಕ್ಕೆ ವಿಸ್ತರಿಸುತ್ತದೆ: "ಮಿತ್ರರಿಬ್ಬರೂ ಸೊಂಟದಿಂದ ಕತ್ತಿ ಸೆಳೆದರು. ನವಾಬರ ಕಾಲ ಅದು. ಎಲ್ಲರೂ ಕತ್ತಿ, ಕಠಾರಗಳನ್ನು ಸಿಕ್ಕಿಸಿಕೊಂಡೇ ಓಡಾಡುತ್ತಿದ್ದರು. ಅವರಿಬ್ಬರೂ ವಿಲಾಸಿಗಳು, ಹೇಡಿಗಳಲ್ಲ. ಅವರಲ್ಲಿ ರಾಜನೈತಿಕ ಭಾವನೆಗಳ ಅಧಃಪತನವಾಗಿತ್ತು. ಬಾದಶಹನಿಗಾಗಿ, ಬಾದಶಹಗಿರಿಗಾಗಿ ಯಾಕೆ ಕಾದು ಸತ್ತಾರು! ಅವರಲ್ಲಿ ವೈಯಕ್ತಿಕ ಶೌರ್ಯಕ್ಕೇನೂ ಕೊರತೆಯಿರಲಿಲ್ಲ. ಇಬ್ಬರೂ ವರಸೆ ಹಾಕಿ ನಿಂತರು, ಕತ್ತಿಗಳು ಥಳಥಳಿಸಿದವು, ಕತ್ತಿಯ ಹೊಡೆತದ ಶಬ್ದ ಕೇಳತೊಡಗಿತು. ಇಬ್ಬರೂ ಏಟು ತಿಂದು ಕೆಳಬಿದ್ದರು. ಇಬ್ಬರೂ ತಳಮಳಿಸುತ್ತ ಪ್ರಾಣಬಿಟ್ಟರು. ತಮ್ಮ ಬಾದಶಹನಿಗಾಗಿ ಅವರ ಕಣ್ಣಿಂದ ಒಂದು ಹನಿ ನೀರು ಸಹ ಉದುರಿರಲಿಲ್ಲ. ಆದರೆ ಅದೇ ಚದುರಂಗದ ವಜೀರನನ್ನು ರಕ್ಷಿಸಿಕೊಳ್ಳಲು ತಮ್ಮ ಪ್ರಾಣವನ್ನು ಕೊಡುವುದಕ್ಕೂ ಸಿದ್ಧವಾಗಿದ್ದರು. ಕತ್ತಲೆ ಕವಿಯುತ್ತಿತ್ತು. ಚದುರಂಗದ ಹಾಸು ಹಾಸಿಯೇ ಇತ್ತು. ಎರಡೂ ಕಡೆಯ ಬಾದಶಹರು ತಮ್ಮ ತಮ್ಮ ಸಿಂಹಾಸನಗಳ ಮೇಲೆ ಕುಳಿತು ಈ ವೀರರಿಬ್ಬರ ಸಾವಿಗೆ ಗೋಳಿಡುತ್ತಿದ್ದಂತೆ ತೋರುತ್ತಿತ್ತು. ಎಲ್ಲೆಲ್ಲೂ ಮೌನ ಕವಿದಿತ್ತು. ಪಾಳುಮಸೀದಿಯ ಬಾಗಿಲ ಕಮಾನುಗಳು, ಕೆಳಗುರುಳಿದ ಗೋಡೆಗಳು, ಧೂಳು ಹಿಡಿದ ಗೋಪುರಗಳು ಇವರ ಹೆಣಗಳನ್ನು ನೋಡಿ ಪಶ್ಚಾತ್ತಾಪಪಡುತ್ತಿದ್ದವು".

ಒಂದು ಕಾದಂಬರಿಯನ್ನು ರಚಿಸಬಹುದಾದಷ್ಟು ವಿಷಯ ವ್ಯಾಪ್ತಿ ಇರುವ ಸಂಗತಿಯೊಂದನ್ನು ಸಣ್ಣ ಕತೆಯ ಚೌಕಟ್ಟಿನಲ್ಲಿಯೇ ಕೂರಿಸಿ ಈ ಪ್ರಕಾರದಲ್ಲಿ ಪ್ರೇಮಚಂದರು ಮೆರೆದಿರುವ ಕಲಾಗಾರಿಕೆ ಅಸಾಧಾರಣವಾದದ್ದು.

೨

ಕೊಡಗು ಬ್ರಿಟಿಷರ ಕೈವಶವಾದ ಸಂದರ್ಭವನ್ನು ಮಾಸ್ತಿ ಅವರ "ಚಿಕವೀರ ರಾಜೇಂದ್ರ" ಕಾದಂಬರಿಯು ಕಟ್ಟಿಕೊಡುತ್ತದೆ. ಈ ಕಾದಂಬರಿ ರಚಿತವಾದದ್ದು ೧೯೫೬ರಲ್ಲಿ. ಕೊಡಗಿನ ರಾಜವಂಶದಲ್ಲಿ ಚಿಕವೀರ ಕೊನೆಯ ಅರಸು. ಇವನ ಆಳ್ವಿಕೆಯ ಹದಿನಾಲ್ಕನೆಯ ವರ್ಷದಲ್ಲಿ ಕೊಡಗು ಆಂಗ್ಲರ ಕೈವಶವಾಯಿತು. ಅವನ ಕೊನೆಯ ವರ್ಷದ ಆಳ್ವಿಕೆ ಈ ಕಾದಂಬರಿಯ ವಸ್ತು.

ಕೊಡಗಿನ ಅವನತಿಗೆ ಕನಿಷ್ಠ ಮೂರು ಮುಖ್ಯ ಕಾರಣಗಳನ್ನು ಕಾದಂಬರಿಕಾರರು ಹೀಗೆ ಸೂಚಿಸಿದ್ದಾರೆ:

೧. ಚಿಕವೀರ ರಾಜೇಂದ್ರ ಪಟ್ಟವೇರುವ ಮೊದಲೇ ಹಲವರ ಅಸಮಾಧಾನಕ್ಕೆ ಕಾರಣವಾಗಿರುವ ಅರಮನೆಯ ಒಳ ರಾಜಕಾರಣ.
೨. ಕೊಡಗು ರಾಜ್ಯದ ಆಚೆಗೆ ಬಹು ವಿಸ್ತಾರವಾಗಿ ಹಬ್ಬಿಕೊಂಡಿದ್ದ ಆಂಗ್ಲ ಸಾಮ್ರಾಜ್ಯ ದೇಶೀಯ ಸಂಸ್ಥಾನಗಳನ್ನು ತನ್ನ ತೆಕ್ಕೆಗೆ ತೆಗೆದುಕೊಳ್ಳಲು ಮಾಡುತ್ತಿದ್ದ ವಸಾಹತುಶಾಹೀ ಸಾಮ್ರಾಜ್ಯಶಾಹೀ ಬಂಡವಾಳ ಶಾಹೀ ರಾಜಕಾರಣ.
೩. ಒಬ್ಬ ರಾಜನಾಗಿ, ಒಬ್ಬ ವ್ಯಕ್ತಿಯಾಗಿ ಚಿಕವೀರ ತನ್ನನ್ನೂ ಮೀರಿ ಬೆಳೆದಿದ್ದ ಮೇಲಿನ ಎರಡು ರಾಜಕಾರಣಕ್ಕೆ ಸ್ಪಂದಿಸಿದ ರೀತಿ; ಅವನ ವೈಯಕ್ತಿಕ ರಾಜಕಾರಣ.

ಈ ಮೂರೂ ಮಹತ್ತ್ವದ ಅಂಶಗಳನ್ನು ಬಿಡಿಬಿಡಿಯಾಗಿ ನೋಡದೆ ಅವುಗಳ ಅಂತರ್ ಸಂಬಂಧಗಳ ಒಳನೇಯ್ಗೆಯನ್ನು ಹೆಣೆದಿರುವುದರಲ್ಲಿ ಕಾದಂಬರಿಯ ಶ್ರೇಷ್ಠತೆ ಇದೆ. ಅಂದರೆ ಕೊಡಗಿನ ದುರಂತಕ್ಕೆ ಈ ಯಾವ ಒಂದೂ ಬಿಡಿಯಾಗಿ, ಏಕೈಕ ಪರಮ ಕಾರಣವೆಂಬಂತೆ ಚಿತ್ರಿತವಾಗದೆ ಇವೆಲ್ಲವುಗಳ ಇಡಿಯಾದ ಸಂಬಂಧ ಸೃಷ್ಟಿಸಿದ ಸಂಕೀರ್ಣ ಸಂದರ್ಭದ ಒತ್ತಡವೇ ಕಾರಣವಾಗುತ್ತದೆ. ಹಾಗಾಗಿ ವ್ಯಕ್ತಿತ್ವದ ಸರಳ ನೈತಿಕ ಪ್ರಶ್ನೆಗಳಿಗಿಂತ ರಾಜನೈತಿಕ ಪ್ರಶ್ನೆಗಳೇ ಇಲ್ಲಿ ಮುಖ್ಯವಾಗುತ್ತವೆ.

ಸೂಕ್ಷ್ಮವಾಗಿ ನೋಡಿದರೆ ಚಿಕವೀರ ವೈಯಕ್ತಿಕವಾಗಿ ಒಳ್ಳೆಯವನಾಗಿದ್ದನೋ, ಕೆಟ್ಟವನಾಗಿದ್ದನೋ, ದುರ್ಬಲನಾಗಿದ್ದನೋ, ದೇಶಭಕ್ತನಾಗಿದ್ದನೋ ಎಂಬಂಥ ಪ್ರಶ್ನೆಗಳೂ ಇಲ್ಲಿ ಗೌಣವಾಗಿ ತನ್ನ ಕಾಲದ ರಾಜಕಾರಣದ ಒತ್ತಡಗಳಿಗೆ ಅವನು ಹೇಗೆ ಪ್ರತಿಕ್ರಿಯಿಸಿದ ಎಂಬುದೇ ಮುಖ್ಯ ಸಂಗತಿಯಾಗುತ್ತದೆ. ಏಕೆಂದರೆ ಕೊಡಗಿನ ಪತನ ಅವನು ಪಟ್ಟವೇರುವ ಮೊದಲೇ ಆರಂಭಗೊಂಡಿದೆ. ಅದನ್ನು ಅವನು ನಿಯಂತ್ರಿಸಲಾರದವನಾಗಿದ್ದಾನೆ. ತನ್ನ ಭೂತದ ಅನೇಕ ರಾಜಕೀಯ ಸತ್ಯಗಳು ಅವನ ಗಮನಕ್ಕೇ ಬಂದಿಲ್ಲ. ಇತ್ತ ಚಿಕವೀರನ ಆಡಳಿತ ಹೇಗೋ ಸಾಗುತ್ತಿದ್ದರೆ ಅತ್ತ ಅವನನ್ನು ಪದಚ್ಯುತಗೊಳಿಸಲು ತೆರೆಮರೆಯ

ರಾಜಕಾರಣ ಗುಪ್ತವಾಗಿ ಆದರೆ ನಿರ್ಣಯಾತ್ಮಕವಾಗಿ ನಡೆದೇ ಇದೆ. ಇದರ ಪೂರ್ಣ ಅರಿವು ಚಿಕವೀರನಿಗೆ ಇಲ್ಲವೇ ಇಲ್ಲ. ಇವನ ವೈಯಕ್ತಿಕ ದುಷ್ಟತನ, ಆಡಳಿತದ ರೀತಿ ಆ ರಾಜಕಾರಣವನ್ನು ಕೇವಲ ತೀವ್ರಗೊಳಿಸುತ್ತಿದೆ, ಅಷ್ಟೆ.

ಇನ್ನು ಆಂಗ್ಲರ ರಾಜಕಾರಣ ಚಿಕವೀರನ ಕೈ ಮೀರಿದ್ದು. ಅದು ಅವನಿಗೆ ಸರಿಯಾಗಿ ಅರ್ಥವೂ ಆಗುವುದಿಲ್ಲ; ಅರ್ಥವಾದರೂ ಅದನ್ನು ನಿರೋಧಿಸುವ ಚೈತನ್ಯ ಅವನಿಗೆ ಆರ್ಥಿಕವಾಗಿ, ರಾಜಕೀಯವಾಗಿ, ನೈತಿಕವಾಗಿ ಇಲ್ಲ. ಬ್ರಿಟಿಷರು, ತೀರಾ ಹತ್ತಿರದಲ್ಲೇ ನೆರೆ ಮೈಸೂರು ರಾಜ್ಯದ ರಾಜಕೀಯವನ್ನು ಕೈವಶ ಮಾಡಿಕೊಂಡಿದ್ದಾರೆ. ಬೇಕಾದವರನ್ನು ಸಿಂಹಾಸನದ ಮೇಲೆ ಕೂಡಿಸಿದ್ದಾರೆ. ಬೇಡಾದವರನ್ನು ಇಳಿಸಿದ್ದಾರೆ. ಇಲ್ಲಿಯೂ ಚಿಕವೀರನ ವೈಯಕ್ತಿಕ ಕ್ರೌರ್ಯ, ಕಾಮುಕತೆ ಬ್ರಿಟಿಷರಿಗೆ ತಮ್ಮ ರಾಜಕಾರಣದ ಕೇವಲ ಒಂದು ಬಹಿರಂಗ ಸಮರ್ಥನೆ ಅಷ್ಟೆ. ಅಂದರೆ ಅರಮನೆಯ ಒಳಗಿನ ರಾಜಕೀಯ ಮತ್ತು ಬ್ರಿಟಿಷರ ಹೊರಗಿನ ರಾಜಕೀಯ ಎಷ್ಟು ಪ್ರಭಾವಶಾಲಿಯಾಗಿದೆ ಎಂದರೆ ಚಿಕವೀರ ಒಂದು ವೇಳೆ ವೈಯಕ್ತಿಕವಾಗಿ ಒಳ್ಳೆಯವನಾಗಿದ್ದರೂ ಕೊಡಗಿನ ಪತನ ತಪ್ಪುತ್ತಿರಲಿಲ್ಲ ಎಂಬ ಧ್ವನಿ ಕಾದಂಬರಿಯಲ್ಲಿ ಅನುರಣಿತವಾಗುತ್ತದೆ. ಆದ್ದರಿಂದಲೇ ಕೊಡಗಿನ ಕೊನೆಯ ರಾಜನಾದ ಚಿಕವೀರ ರಾಜೇಂದ್ರನ ಜೀವನ ಚರಿತ್ರೆ ಕಾದಂಬರಿಕಾರನಿಗೆ ಅಷ್ಟೊಂದು ಮುಖ್ಯವಾಗದೆ ಒಂದು ರಾಜಕೀಯ ಪ್ರಕ್ರಿಯೆ ಇಲ್ಲಿ ಮುಖ್ಯವಾಗುತ್ತದೆ. ವ್ಯಕ್ತಿಗಿಂತ ಹೆಚ್ಚಾಗಿ ರಾಜ, ರಾಜತ್ವ, ರಾಜ್ಯ, ರಾಜ್ಯತ್ವ, ರಾಜಕೀಯ ರಾಜಕಾರಣ ಮಾಸ್ತಿಯವರನ್ನು ಕಾಡುತ್ತದೆ. ಆದರೆ ಮಾಸ್ತಿಯವರು ಇವಾವುದನ್ನು ಅಮೂರ್ತ ನೆಲೆಗಳಲ್ಲಿ ಮಾತ್ರ ನೋಡದೆ ಮನುಷ್ಯ ವ್ಯಾಪಾರಗಳಲ್ಲೇ ಎಲ್ಲವನ್ನೂ ಶೋಧಿಸಿಕೊಳ್ಳುವ ಮಹತ್ತ್ವಾಕಾಂಕ್ಷೆಯನ್ನು ತೋರಿಸುತ್ತಾರೆ. ಚಿಕವೀರ ಈ ಎಲ್ಲ ಪ್ರಕ್ರಿಯೆಯ ಕೇಂದ್ರದಲ್ಲಿರುವುದರಿಂದ ಅವನ ಜೀವನದ ಕೆಲ ಮಾರ್ಮಿಕ ಸನ್ನಿವೇಶಗಳನ್ನು ತಮ್ಮ ದರ್ಶನವನ್ನು ಮೂರ್ತಗೊಳಿಸಲು ಮಾಸ್ತಿ ತರುತ್ತಾರೆ. ಒಂದು ರಾಜಕೀಯ ದುರಂತದ ಮನುಷ್ಯ ಪ್ರತಿಮೆಗಳಾಗಿ ಈ ಸನ್ನಿವೇಶಗಳು ಮೂಡಿ ಬರುತ್ತವೆ. ವ್ಯಕ್ತಿ ಚರಿತವನ್ನು ನಾಡ ಚರಿತದೊಳಗೆ ಬೆಸೆಯುವ ಮಾಸ್ತಿ ಪ್ರತಿಭೆ ನಿಜಕ್ಕೂ ಷೇಕ್ಸ್‌ಪೀರಿಯನ್.

ಹಲವು ರಾಜಕೀಯ ವಿದ್ಯಮಾನಗಳು ಸಮಾನಾಂತರವಾಗಿ ನಡೆಯುತ್ತ ಅವುಗಳು ಒಂದು ನಿರ್ಣಯಾತ್ಮಕ ರೀತಿಯಲ್ಲಿ ಸಂಧಿಸಿದಾಗ ಪೂರ್ಣಗೊಳ್ಳುವ ಕೊಡಗಿನ ಅವನತಿ ಹಲವು ದುರಂತಗಳನ್ನು ದಾಖಲಿಸುತ್ತದೆ. ಯಾವುದೇ ಸಮಾಜ ನೆಮ್ಮದಿಯಿಂದ ಇರಲು ಆಡಳಿತ ವ್ಯವಸ್ಥೆಯೊಂದು ಸುಭದ್ರವಾಗಿ ಇರಬೇಕಷ್ಟೆ. ಆಡಳಿತದ ಸೂತ್ರಗಳನ್ನು ಯಾರು ಹಿಡಿಯಬೇಕು ಎನ್ನುವ ಮಾನವೀಯ ಆಯಾಮ ಈ ಪ್ರಶ್ನೆಯನ್ನು ಜಟಿಲಗೊಳಿಸಲು ಸಾಧ್ಯ. ತನ್ನ ತಂದೆಯ ಇಚ್ಛೆಗೆ ವಿರೋಧವಾಗಿ ಲಿಂಗರಾಜ ಕೊಡಗಿನ ಸಿಂಹಾಸನ ಏರುತ್ತಾನಷ್ಟೆ. ವಚನಭಂಗ ಆಗುವುದೇ ಆದರೆ ತಾನು ರಾಜನಾಗಬೇಕೆಂದು ಲಿಂಗರಾಜನ ಅಣ್ಣನ ವಾದ. ಕೊನೆಗೆ ತನ್ನನ್ನೂ ತನ್ನ ಮಗನನ್ನೂ ಲಿಂಗರಾಜ ಕೊಲ್ಲಿಸುವನೆಂದು ತಿಳಿದು ರಾಜ್ಯವನ್ನು ತೊರೆಯುತ್ತಾನೆ. ಆದರೆ ತನ್ನ ಸಮಯ ಕಾಯುತ್ತಾನೆ. ಲಿಂಗರಾಜನ ಮಗ ಚಿಕವೀರ ಏಕೆ ರಾಜನಾಗಬೇಕು? ತನ್ನ ಮಗ ಯಾಕಾಗಬಾರದು? ಎಂಬುದು ಇವನ ಪ್ರಶ್ನೆ. ಚಿಕವೀರ

ರಾಜನಾಗಿ, ಜನಪ್ರಿಯತೆ ಕಳೆದುಕೊಂಡು, ಬ್ರಿಟಿಷರು ರಾಜ್ಯ ಕಬಳಿಸುವ ಸಂಚಿನಲ್ಲಿದ್ದಾಗ ಅವನೂ ರಂಗ ಪ್ರವೇಶ ಮಾಡುತ್ತಾನೆ. ಅವನ ವಾದ ಇದು:

> ಈ ಮಗ ಅರಸನಾದ. ಅಪ್ಪನ್ನ ಒಳ್ಳೇನು ಅನ್ನಿಸಿದ. ದೊಡ್ಡಪ್ಪನ ಮಗಳನ್ನ ಕೊಂದ; ಅಪ್ಪನ ಮಗಳನ್ನು ಸೆರೆಯಲ್ಲಿಟ್ಟ. ಇವರು ಬಾಳಿ ನಾಡನ್ನು ಬಾಳಿಸಿದ್ದರೆ ನಾವಿಲ್ಲಿ ಬರಬೇಕಾಗಿರಲಿಲ್ಲ, ಬಿಡು. ಇರುವಲ್ಲಿ ಮರ್ಯಾದೆಯಿಂದ ಬಾಳಿ ಹಿರಿಯರ ಹೆಸರನ್ನ ಮರೆಯಲಿ ಬೆಳಗಬಹುದಿತ್ತು. ಇವರೂ ಬಾಳಲಿಲ್ಲ; ಜನಾನ್ನೂ ಬಾಳಿಸಲಿಲ್ಲ. ಮನೆತನದ ಹೊಣೆಯಾಯಿತಲ್ಲ; ಹೊರೋ ಬೆನ್ನಿರತಾ ಅದು ಹೆರವರ ಮೇಲೆ ಬೀಳಬಾರದಲ್ಲ. (೧೯)

ಅಂದರೆ ಕೊಡಗಿನ ಸಿಂಹಾಸನ ಏರುವ ನೈತಿಕ ಪ್ರಶ್ನೆಗಿಂತ ರಾಜನೈತಿಕ ಪ್ರಶ್ನೆಯೇ ಇಲ್ಲಿಯೂ ಮುಖ್ಯವಾಗುವುದು. ಚಿಕವೀರನ ಜೊತೆ ಸೇರಿ ಕೊಡಗನ್ನು ಬ್ರಿಟಿಷರಿಂದ ಪಾರು ಮಾಡಬೇಕೆ ಎನ್ನುವ ನೈತಿಕ ಪ್ರಶ್ನೆಗಿಂತ ಬ್ರಿಟಿಷರ ಸಹಾಯ ಪಡೆದು ಚಿಕವೀರನನ್ನು ಪದಚ್ಯುತಗೊಳಿಸಬೇಕು ಎನ್ನುವ ರಾಜನೈತಿಕ ತಂತ್ರಗಾರಿಕೆಯೇ ಈ ಸಂದರ್ಭದಲ್ಲಿಯೂ ಮುಖ್ಯವಾಗುತ್ತದೆ. ಅಪ್ಪ-ಮಕ್ಕಳಿಗೆ ಬ್ರಿಟಿಷರು ಮೈಸೂರಿನಲ್ಲಿ ಏನು ಮಾಡಿದರು ಎನ್ನುವುದು ಗೊತ್ತಿದೆ. ಬ್ರಿಟಿಷರು ಕೊಡಗನ್ನು ಕಬಳಿಸಿಬಿಡಬಹುದೆನ್ನುವ ಭೀತಿಯೂ, ಚಿಕವೀರನನ್ನು ಸದೆ ಬಡಿಯುವುದು ಯಾರಿಗಾದರೂ ಸಾಧ್ಯವಿದ್ದರೆ ಅದು ಬ್ರಿಟಿಷರಿಗೆ ಮಾತ್ರ ಸಾಧ್ಯ ಎನ್ನುವ ಲೋಭವೂ ಏಕತ್ರಗೊಂಡು ಅವರ ರಾಜಕಾರಣವನ್ನು ಪ್ರಭಾವಿಸುತ್ತದೆ. ದೀರ್ಘ ಸಂಭಾಷಣೆಯಲ್ಲಿನ ಒಂದು ತುಣುಕನ್ನು ನೋಡಿ:

> ಕಿರಿಯ: ಅಂತೂ ಈ ಬಿಳೀ ಜನದ್ದು ಪೂರಾ ಉಪಾಯ ಅಪ್ಪಾಜಿ.
> ಹಿರಿಯ: ಅದು ಸೈತಂತ್ರ ಅಂದರೆ ಇವರದೀಗ ತಂತ್ರ. ತಂತ್ರಾನ ಕಲಿಯಬೇಕು ಬಿಳಿಜನರಲ್ಲಿ (೧೭).

ಒಟ್ಟಿನಲ್ಲಿ ಚಿಕವೀರನ ಸಿಂಹಾಸನ ಹೊರಗಿನಿಂದ ಮಾತ್ರವಲ್ಲ, ಒಳಗಿನಿಂದಲೂ ಅಲುಗುತ್ತಿತ್ತು. ಮತ್ತು ಹೀಗೆ ಅಲುಗುತ್ತಿರುವುದೇ ಅದರ ಗುಣ ಎಂದು ಮಾಸ್ತಿ ಸ್ಪಷ್ಟವಾಗಿ ಸೂಚಿಸುತ್ತಿದ್ದಾರೆ. ಅಂದರೆ ಅವರಿಲ್ಲಿ ವ್ಯಕ್ತಿಗಳ ಬಗ್ಗೆ ಪಕ್ಷಪಾತ ತೋರದೆ ರಾಜತ್ವವನ್ನೇ ಅದರೆಲ್ಲ ವಿರೋಧಾಭಾಸಗಳ ನಡುವೆ ಅರ್ಥ ಮಾಡಿಕೊಳ್ಳಲು ಪ್ರಯತ್ನಿಸುತ್ತಿದ್ದಾರೆ.

ಒಳಗಿನ ಆಪತ್ತುಗಳನ್ನು ಚಿಕವೀರ ತನ್ನ ದೊಡ್ಡಪ್ಪ ಮತ್ತು ದಾಯಾದಿಯಿಂದ ಮಾತ್ರ ಎದುರಿಸುತ್ತಿಲ್ಲ. ತನ್ನ ಪರಮಾಪ್ತ ಬಂಟನಾದ ಮಂತ್ರಿ ಕುಂಟ ಬಸವಯ್ಯನ ತಾಯಿ ಭಗವತಿಯಿಂದಲೂ ಎದುರಿಸುತ್ತಿದ್ದಾನೆ. ಈ ಭಗವತಿ ಹಿಂದೆ ಚಿಕವೀರನ ಅಪ್ಪ ಲಿಂಗರಾಜನ ಪ್ರೇಯಸಿಯಾಗಿದ್ದವಳು. ಚಿಕವೀರ ರಾಜನಾಗಬಹುದಾದರೆ ತನ್ನ ಮಗ ಬಸವಯ್ಯ ಏಕೆ ರಾಜನಾಗಬಾರದು ಎಂಬುದು ಅವಳ ತರ್ಕ. ಬಸವಯ್ಯನ ಕಾಲನ್ನು ಆತ ಮಗುವಾಗಿದ್ದಾಗ ತಿರುಚಿ ಕುಂಟುಮಾಡಿದವನು ಲಿಂಗರಾಜನೇ.

ಕೊಡಗಿನ ಬದಲಾಗುತ್ತಿರುವ ರಾಜಕೀಯದಲ್ಲಿ ತನ್ನದಾಳ ಎಸೆಯಲು ಭಗವತಿ ಸುಮಾರು ಮೂವತ್ತು ವರ್ಷಗಳ ನಂತರ ತವರಿಗೆ ಮರಳಿದ್ದಾಳೆ. ಕ್ರೈಸ್ತಧರ್ಮದ ಎದುರು

ಹಿಂದೂಧರ್ಮವನ್ನು ಸಮರ್ಥಿಸಿಕೊಳ್ಳುವಲ್ಲಿ ಇವಳ ಸ್ವದೇಶಿ, ಸ್ವಧರ್ಮ ಅಭಿಮಾನ ಮಿಂಚಿದರೂ ತನ್ನ ಮಗನನ್ನು ರಾಜನನ್ನಾಗಿ ಮಾಡುವಲ್ಲಿ ಬ್ರಿಟಿಷರ ಸಹಕಾರವನ್ನು ಬಯಸುವುದರಲ್ಲಿ ಅವಳಿಗೆ ತಪ್ಪೇನೂ ಕಾಣುವುದಿಲ್ಲ.

ಇನ್ನು ಚಿಕವೀರ ರಾಜೇಂದ್ರನಿಗೆ ಓರ್ವ ತಂಗಿಯಿದ್ದಾಳೆ. ಅವಳ ಗಂಡ ಚೆನ್ನಬಸವ. ಈ ಚೆನ್ನಬಸವ ಅರಮನೆಯ ಅಳಿಯನಾಗಿದ್ದಕ್ಕೇ ತಾನೊಂದು ವಿಶೇಷ ಪದಾರ್ಥ ಎಂದು ಭ್ರಮಿಸಿದವನು: 'ಗಾದಿ ಏರಲು ಚಿಕವೀರನಿಗಿಂತ ತನಗೆ ಯೋಗ್ಯತೆ ಹೆಚ್ಚು, ಅಧಿಕಾರ ಬಹಳವೇನೂ ಕಡಮೆಯಲ್ಲ, ಎನ್ನುವ ಮನೋಧರ್ಮದಲ್ಲಿ ಬಾಳುತ್ತ ಚೆನ್ನಬಸವಯ್ಯ ರಾಜದ್ರೋಹದ ವಿಷವಾಯು ಸೇವನೆ ಮಾಡುತ್ತ, ಇಂದಲ್ಲದಿದ್ದರೆ ಬರುವ ದಿವಸಕ್ಕೆ ತಾನು ದೊರೆಯಾಗಬೇಕು ಎಂದೇ ನಿಶ್ಚಯ ಮಾಡಿಕೊಂಡಿದ್ದನು.' ಚೆನ್ನಬಸವ ಉದ್ದಕ್ಕೂ ಚಿಕವೀರನ ವಿರುದ್ಧ ಕಂಪೆನಿ ಸರ್ಕಾರಕ್ಕೆ ದೂರುಗಳನ್ನು ಸಲ್ಲಿಸುತ್ತಾ ಹೋಗುತ್ತಾನೆ. ಈ ಮನಸ್ತಾಪ ದೇವಮ್ಮಾಜಿಯ ಸೆರೆಗೆ, ಅವಳ ಮಗುವಿನ ಕೊಲೆಗೆ ಕಾರಣವಾಗಿ ಬ್ರಿಟಿಷರು ಚಿಕವೀರನನ್ನು ಪದಚ್ಯುತಿಗೊಳಿಸಲು ಉಪಯೋಗಿಸಿಕೊಳ್ಳುವ ಪ್ರಮುಖ ಕಾರಣವಾಗುತ್ತದೆ. ಅರಮನೆಯ ಎಲ್ಲ ಮನುಷ್ಯ ಸಂಬಂಧಗಳೂ ಒಂದಲ್ಲ ಒಂದು ರೀತಿ ಸಿಂಹಾಸನವನ್ನೇ ಕೇಂದ್ರವಾಗಿಟ್ಟುಕೊಂಡಿರುತ್ತವೆ. ಮತ್ತು ಆ ಕಾರಣದಿಂದಲೇ ವಿನಾಶದತ್ತ ಮುಖ ಮಾಡಿಕೊಂಡಿರುತ್ತವೆ. ಆದ್ದರಿಂದ ಸಿಂಹಾಸನ ಯಾವಾಗಲೂ ಅಭದ್ರವಾಗಿರುತ್ತದೆ ಮತ್ತು ಆಡಳಿತ ಶಿಥಿಲವಾಗಿರುತ್ತದೆ. ಇನ್ನು ಸಿಂಹಾಸನದ ಮೇಲೆ ಕೂತವನು ಸ್ವತಃ ದುರ್ಬಲನೂ ದುಷ್ಟನೂ ಆಗಿದ್ದರೆ ಅವ್ಯವಸ್ಥೆ ತನ್ನ ಪರಾಕಾಷ್ಠತೆಯನ್ನು ಮುಟ್ಟಿಬಿಡುತ್ತದೆ.

ಚಿಕವೀರ ರಾಜೇಂದ್ರನಲ್ಲೂ ಮಾನವೀಯತೆಯ ಸೆಲೆಯಿತ್ತು ಎಂದು ಸೂಚಿಸುವ ಹಲವು ಮನೋಜ್ಞ ಸನ್ನಿವೇಶಗಳನ್ನು ಮಾಸ್ತಿ ಕಾದಂಬರಿಯಲ್ಲಿ ಚಿತ್ರಿಸಿದ್ದಾರೆ. ಮಾಸ್ತಿಯವರು ಮಾತ್ರ ಚಿತ್ರಿಸಬಲ್ಲರು ಎನ್ನುವಂಥ ಹಲವು ಹೃದಯಸ್ಪರ್ಶಿ ಕ್ಷಣಗಳು ಕಾದಂಬರಿಯಲ್ಲಿವೆ. ಚಿಕವೀರ ತನ್ನ ಮಗಳೊಂದಿಗೆ ಇಟ್ಟುಕೊಂಡ ಪ್ರೀತಿಯ ಸಂಬಂಧ, ಲಕ್ಷ್ಮೀ ನಾರಾಯಣಯ್ಯನ ತಾಯಿ ಸಾವಿತ್ರಮ್ಮ ಚಿಕವೀರನೊಂದಿಗೆ ಮಾತನಾಡಿ ಪಾಣೆ ಸೂರ್ಯ ನಾರಾಯಣನ ಹೆಂಡತಿಯನ್ನು ಬಿಡಿಸಿಕೊಂಡು ಬರುವ ಪ್ರಸಂಗ, ದೇವಮ್ಮಾಜಿಯ ಮಗು ಅರಮನೆಗೆ ಬಂದಾಗ ಗೌರಮ್ಮ ಮತ್ತು ಅವಳ ಮಗಳ ಸಂಭ್ರಮ ಮುಂತಾಗಿ ಹಲವು ಉಜ್ವಲವಾದ ಮಾನವೀಯ ಪ್ರಸಂಗಗಳನ್ನು ಮಾಸ್ತಿ ಚಿತ್ರಿಸಿದ್ದಾರೆ. ಚಿಕವೀರ–ಕುಂಟ ಬಸವನ ಸಂಬಂಧವೂ ಸಾಕಷ್ಟು ಸಂಕೀರ್ಣವಾದದ್ದೇ. ಇಷ್ಟಾದರೂ ಚಿಕವೀರನ ದೌರ್ಬಲ್ಯಗಳು, ಪಾಪಗಳು ಅಸಂಖ್ಯ. ಇವುಗಳಿಂದಾಗಿ ಅವನ ಆಡಳಿತ ಹದಗೆಡುತ್ತದೆ. ರಾಜ್ಯದ ರಾಜಕೀಯ ಮತ್ತು ಆರ್ಥಿಕ ಸಮಸ್ಯೆಗಳು ಉಲ್ಬಣಗೊಳ್ಳುತ್ತವೆ. ಅರಮನೆಯ ಸಮಸ್ಯೆಗಳು ಆ ಆವರಣವನ್ನು ದಾಟಿ ಕೊಡಗಿನ ರಸ್ತೆಗಳನ್ನು, ಮನೆಗಳನ್ನು ತಟ್ಟುತ್ತವೆ. ಕೊಡಗಿನ ಜನತೆ ಈ ಸಮಸ್ಯೆಗಳಿಂದ ಬಾಧಿತರಾಗುತ್ತಾರೆ. ರಾಜಕಾರಣವೆನ್ನುವುದು ಅರಮನೆಯೊಳಗಣ ವಾಸ್ತವತೆ ಮಾತ್ರ ಆಗದೆ ಇಡೀ ರಾಜ್ಯದ, ಜನತೆಯ ದೈನಂದಿನ ಬದುಕನ್ನು ಆವರಿಸುವ ಪ್ರಕ್ರಿಯೆಯೇ ಆಗುತ್ತದೆ. ಸಹಜವಾಗಿ ಜನಾಭಿಪ್ರಾಯ ಆಡಳಿತದ ವಿರುದ್ಧ ರೂಪುಗೊಳ್ಳಲು ಆರಂಭವಾಗುತ್ತದೆ. ಹೀಗೆ

ಜನಾಭಿಪ್ರಾಯ ರಾಜನ ವಿರುದ್ಧ ರೂಪುಗೊಳ್ಳುವುದು ಅವನ ವೈಯಕ್ತಿಕ ದುರ್ಗುಣಗಳ ವಿರುದ್ಧದ ಸರಳ ನೈತಿಕ ಪ್ರತಿಕ್ರಿಯೆಯಷ್ಟೇ ಆಗುವುದಿಲ್ಲ. ಅದಕ್ಕಿಂತ ಹೆಚ್ಚಾಗಿ ಪ್ರಜೆಗಳ ರಕ್ಷಣೆ ಮತ್ತು ಅವರ ದಿನನಿತ್ಯದ ಅರ್ಥವ್ಯವಸ್ಥೆ ಇವುಗಳ ಮೇಲೆ ಆಗುವ ಆಘಾತ ಮುಖ್ಯವಾದದ್ದು. ಜನತೆ ಕೆಟ್ಟ ರಾಜನನ್ನು ಸಹಿಸಿಕೊಂಡೀತು. ಆದರೆ ಕೆಟ್ಟ ಆಡಳಿತವನ್ನು ಹೆಚ್ಚು ಕಾಲ ಸಹಿಸಿಕೊಳ್ಳುವುದಿಲ್ಲ. ಜನತೆ ಬೆಚ್ಚುವುದು ರಾಜನ ಕ್ರೌರ್ಯದಿಂದಲ್ಲ, ಅವ್ಯವಸ್ಥೆಯಿಂದ. ಚಿಕವೀರನ ದೌರ್ಬಲ್ಯ ಕಂಡ ಕಂಡ ಹೆಣ್ಣುಗಳನ್ನು ಕಾಮಿಸುವುದಕ್ಕೆ ಮಾತ್ರ ಸೀಮಿತವಾಗಿರಲಿಲ್ಲ. ಅವನ ವಿಲಾಸಿ ಜೀವನ ರಾಜ್ಯದ ಬೊಕ್ಕಸದ ಮೇಲೂ ಅಪಾರವಾದ ಪ್ರಭಾವವನ್ನು ಬೀರಿತ್ತು. ಅರಮನೆಯ ವೆಚ್ಚ ಮಿತಿ ಮೀರಿತ್ತು. ಸಹಜವಾಗಿಯೇ ಪ್ರಜೆಗಳು ಅತೃಪ್ತರಾಗಿದ್ದರು:

> ಆಳ್ವಿಕೆಯ ಅವ್ಯವಸ್ಥೆ ಹೆಚ್ಚಾದಂತೆ ನಾಡ ಜನ ಅನೇಕರು ಸಹಜವಾಗಿ ವೀರರಾಜನ ವಿಷಯದಲ್ಲಿ ಬೇಸರಗೊಂಡರು. ಕೊಟ್ಟ ಕಂದಾಯವನ್ನು ಮರಳಿ ಕೊಡಬೇಕೆಂಬ ಕಿರುಕುಳಕ್ಕೆ ಸಿಕ್ಕಿದವರು, ಇಷ್ಟವಿಲ್ಲದೆ ಮನೆಯ ಹೆಣ್ಣು ಮಕ್ಕಳನ್ನು ಅರಮನೆಗೆ ಕಳುಹಿಸಬೇಕಾಗಿ ಬಂದವರು, ಒಂದಲ್ಲ ಒಂದು ಸಂದರ್ಭದಲ್ಲಿ ಅರಸನಿಂದಲೊ ಬಸವನಿಂದಲೊ ಕೆಟ್ಟ ಮಾತನ್ನು ಕೇಳಿದವರು, ಇವರು ಬೇಸರಗೊಂಡವರಲ್ಲಿ ಮುಖ್ಯರಾದ ಜನ. ಇಂಥವರು ನಾಡಿದ ಎಲ್ಲಾ ತಕ್ಕಾಮೆಯಲ್ಲೂ ಇರುವರು (೫೩).

ಪಾಣೆ ಸೂರ್ಯನಾರಾಯಣನ ಹೆಂಡತಿಯ ಅಪಹರಣ, ಉತ್ತಯ್ಯ ತಕ್ಕನಿಗೆ ಪಡಿನಿಂತದ್ದು, ಚಿಕ್ಕಣ್ಣ ಶೆಟ್ಟಿಯ ಸೊಸೆಯನ್ನು ಅರಸ ಬಯಸಿದ್ದು ಮುಂತಾದ ಪ್ರಕರಣಗಳಲ್ಲಿ ಅರಸನ ಪ್ರವೃತ್ತಿಗಳನ್ನು ಕಾದಂಬರಿ ದಟ್ಟವಾಗಿ, ಮೂರ್ತವಾಗಿ ಚಿತ್ರಿಸುತ್ತದೆ. ಕಾವೇರಿ ಮಕ್ಕಳ ಕೂಟದ ಸ್ಥಾಪನೆ, ಬ್ರಿಟಿಷ್ ಅತಿಥಿಗಳ ಮುಂದೆ ಊರವರು ಪ್ರದರ್ಶಿಸುವ ನಾಟಕ, ಊರಿನ ವರ್ತಕರು ಹಾಗೂ ಸ್ವತಃ ಚಿಕವೀರನ ಮಂತ್ರಿಗಳು ಆಗಾಗ ಪ್ರಕಟಿಸುವ ಪ್ರತಿಕ್ರಿಯೆಗಳಲ್ಲಿ ರಾಜನ ವಿರುದ್ಧ ಒಂದು ಬಗೆಯ ಪ್ರತಿಭಟನೆ, ಅಸಹನೆ ವ್ಯಕ್ತವಾಗುತ್ತವೆ. ಅಷ್ಟೇಕೆ ಚಿಕವೀರನ ಏಕೈಕ ಸ್ನೇಹಿತನಾದ ಕುಂಟ ಬಸವನಿಗೆ ಹೇಗನಿಸುತ್ತದೆ ನೋಡಿ:

> ದೊರೆ ಜಾರು ಬಂಡೆಯಲ್ಲಿ ಕುಳಿತು ಜಾರುತ್ತಿದ್ದಾನೆ, ತನ್ನ ಸ್ಥಾನವನ್ನು ಅತಂತ್ರ ಮಾಡಿಕೊಳ್ಳುತ್ತಿದ್ದಾನೆ, ಎಂದು ಬಸವನಿಗೆ ಹಲವು ವೇಳೆ ತೋರಿತು. ಆದರೆ ಅದೇ ಬಂಡೆಯ ಮೇಲೆ ಅವನ ಕಾಲನ್ನು ತನ್ನ ಸೊಂಟಕ್ಕೆ ಕಟ್ಟಿಕೊಂಡು ತಾನೂ ಜಾರುತ್ತಿರುವುದು ಅವನಿಗೆ ಕಾಣುತ್ತಿತ್ತು. ಈ ಪ್ರಯಾಣ ಆರಂಭವಾಯಿತೋ, ಇದಕ್ಕೆ ಒಂದೇ ನಿಲುಗಡೆ: ಬಂಡೆಯ ಬುಡ. ಮಧ್ಯೆ ತಡೆದುಕೊಂಡು ನಿಲ್ಲುವುದು ತಮಗೆ ಸಾಧ್ಯವಿಲ್ಲ ಎಂದೇ ಅವನು ಹಲವು ವೇಳೆ ನಿರಾಶನಾದನು. (೫೨)

ಚಿಕವೀರನ ರಾಜಕೀಯ ವಿರೋಧಿಗಳೆಲ್ಲ –ಅಪ್ಪಾಜಿ, ಭಗವತಿ, ಚೆನ್ನಬಸವಯ್ಯ – ಇವರೆಲ್ಲ ದೇಶದ್ರೋಹಿಗಳೇನೂ ಅಲ್ಲ. ಆದರೆ ತಮ್ಮ ಉದ್ದೇಶ ಸಾಧನೆಗಾಗಿ ಇವರೆಲ್ಲ ವಸಾಹತುಶಾಹೀ ರಾಜಕಾರಣವನ್ನು ಒಂದಲ್ಲ ಒಂದು ರೀತಿ ಸಮರ್ಥಿಸುತ್ತ, ಅದರ ಲಾಭವನ್ನು ಅಪೇಕ್ಷಿಸುತ್ತ ಹೋಗುವುದು ಕೊಡಗಿನ ರಾಜಕೀಯ ದುರಂತವನ್ನು ತೀವ್ರಗೊಳಿಸುತ್ತದೆ. ಚಿಕವೀರನಿಂದ ಸಿಂಹಾಸನವನ್ನು ಕಸಿದುಕೊಂಡು ಕೊಡಗನ್ನು ರಕ್ಷಿಸಬೇಕೆಂಬ ಘೋಷಿತ ಹಂಬಲವೂ ಕ್ರಮೇಣ ಕೊಡಗು ಆಂಗ್ಲರ ಕೈವಶವಾಗುವ ಪ್ರಕ್ರಿಯೆಯನ್ನೇ ಗಟ್ಟಿಗೊಳಿಸುವುದು ಇಲ್ಲಿನ ದೊಡ್ಡ ವ್ಯಂಗ್ಯ. ಚಿಕವೀರನ ಹಸಿ ಹಸಿ ಕ್ರೌರ್ಯಕ್ಕಿಂತ ಬ್ರಿಟಿಷರ ನಯವಂಚಕ ರಾಜಕಾರಣ ನಾಡಿಗೆ ಹೆಚ್ಚು

ಅಪಾಯಕಾರಿ ಎನ್ನುವ ಅಸ್ಪಷ್ಟ ತಿಳಿವಳಿಕೆ ಕ್ರಿಯೆಯಲ್ಲಿ ಮೂರ್ತವಾಗುವುದಿಲ್ಲ. ಆಂಗ್ಲರ ಕೃಪೆಯಿಂದ ರಾಜ್ಯದ ಅಧಿಕಾರವನ್ನು ಪಡೆದುಕೊಳ್ಳುವುದೆಂದರೆ ಹೊಸ ವಿಪತ್ತೊಂದನ್ನು ಆಹ್ವಾನಿಸಿಕೊಂಡಂತೆಯೇ ಎನ್ನುವ ಸ್ಪಷ್ಟ ತಿಳಿವಳಿಕೆಯಲ್ಲಿ ಇವರು ರಾಜಕಾರಣ ಮಾಡುವುದಿಲ್ಲ. ಇಂದು ರಾಜ್ಯವನ್ನು ಕೊಟ್ಟವನು ನಾಳೆ ಅದನ್ನು ಕಸಿದುಕೊಳ್ಳದಿರುತ್ತಾನೆಯೆ? ಎಲ್ಲದಕ್ಕಿಂತ ಒಂದು ರಾಜ್ಯದ ಆಂತರಿಕ ವ್ಯವಹಾರಗಳಲ್ಲಿ ಹಸ್ತಕ್ಷೇಪ ಮಾಡುವ ಅವಕಾಶ, ಅಧಿಕಾರಗಳನ್ನು ಪರಕೀಯರಿಗೆ ಬಿಟ್ಟುಕೊಡುವಾಗ ಉದ್ಭವಿಸಬಹುದಾದ ದೂರಗಾಮೀ ರಾಜಕೀಯ, ಆರ್ಥಿಕ ಪರಿಣಾಮಗಳನ್ನು ಊಹಿಸುವ ಶಕ್ತಿ ಚಿಕವೀರನ ರಾಜಕೀಯ ವಿರೋಧಿಗಳಿಗೆ ಇಲ್ಲ. ಅವರು ಇವನಿಗಿಂತ ಒಳ್ಳೆಯವರೇ ಇದ್ದಾರೆ ಎಂದು ವಾದಕ್ಕಾಗಿ ಒಪ್ಪಿಕೊಂಡರೂ ಕೇವಲ ಕೊಡಗು ಸಿಂಹಾಸನ ಕೇಂದ್ರಿತ ಇವರ ದೃಷ್ಟಿ ತೀರಾ ಸೀಮಿತವಾಗಿಯೂ, ದೇಶದ ಒಟ್ಟಾರೆ ರಾಜಕೀಯ ಪರಿಸ್ಥಿತಿಯ ಹಿನ್ನಲೆಯಲ್ಲಿ ಸಾಕಷ್ಟು ಅಪಾಯಕಾರಿಯೂ, ಅನೈತಿಕವೂ ಆಗಿದೆ. ಕೇವಲ ರಾಜ್ಯದ ಅಧಿಕಾರವನ್ನು ಕೈವಶ ಮಾಡಿಕೊಳ್ಳಬೇಕೆನ್ನುವ ಈ ಮೂಲಭೂತ ಆಶೆಯಲ್ಲಿ ಚಿಕವೀರನೂ ಅವನ ವಿರೋಧಿಗಳೂ, ಬ್ರಿಟಿಷರೂ ಒಂದೇ ಎನಿಸುತ್ತದೆ. ಇವರ ನಡುವಣ ವ್ಯತ್ಯಾಸಗಳೇನಿದ್ದರೂ ಅವರರವರ ಸಾಪೇಕ್ಷ ರಾಜಕೀಯ ಹಿನ್ನೆಲೆ ಮಾತ್ರ. ಸಾಮಾನ್ಯ ಪ್ರಜೆಗಳ ನಿತ್ಯ ಜೀವನದ ಸುಖಗಳು ಈ ರಾಜಕೀಯ ಆಕಾಂಕ್ಷೆಯ ಮುಂದೆ ಗೌಣವಾಗಿ ಬಿಡುತ್ತವೆ. ಹೀಗೆಂದಾಗ ಯಾರು ರಾಜ್ಯ ಆಳಿದರೂ ಒಂದೇ ಎನ್ನುವ ಸಿನಿಕ ನಿಲುವನ್ನು ಕಾದಂಬರಿ ತಾಳುವುದಿಲ್ಲ. ಚಿಕವೀರನ ಆಡಳಿತ ಸ್ವರೂಪವನ್ನು ಕಾದಂಬರಿ ದಟ್ಟ ವಿವರಗಳಲ್ಲಿ ಚಿತ್ರಿಸುತ್ತದೆ. ಅದರ ಒಳಗಣ ವಿರೋಧೀ ನೆಲೆಗಳನ್ನು ವಿಮರ್ಶಾತ್ಮಕವಾಗಿಯೇ ನೋಡುತ್ತದೆ. ಬ್ರಿಟಿಷರ ಜಾಣತನ, ಸಾಮರ್ಥ್ಯ, ಕುತಂತ್ರ, ಕ್ರೌರ್ಯಗಳನ್ನು ಬಯಲಿಗೆಳೆಯುತ್ತದೆ. ಕೊಡಗಿನ ಪ್ರಜೆಗಳು ಪ್ರತಿಕ್ರಿಯಿಸುವ ಕ್ರಮವನ್ನು ಗಮನಿಸಿ:

> ಈ ಮಧ್ಯೆ ದೇಶದಲ್ಲಿ ಜನರ ಮನಸ್ಸು ಅರಸನ ವಿಷಯಕ್ಕೆ ತೀರಾ ಕೆಟ್ಟು ಹೋಗಿತ್ತು. ದೇವಮ್ಮಾಜಿ, ಚೆನ್ನಬಸವಯ್ಯ ಜನರಿಗೆ ಬಹಳ ಬೇಕಾಗಿದ್ದವರು ಎಂದಲ್ಲ; ಆದರೆ ಅರಸ ದೇವಮ್ಮಾಜಿಯನ್ನು ಸರಿಯಾಗಿ ನಡೆಸಿಕೊಳ್ಳಲಿಲ್ಲ ಎನ್ನುವುದು ಜನರ ತಿಳುವಳಿಕೆ. ಹಬ್ಬದ ನಾಟಕದಲ್ಲಿ ಅರಸನನ್ನು ಅಪಹಾಸ್ಯ ಮಾಡಿದ್ದು ಕೆಲವರಿಗೆ ಸಂತೋಷ; ಹಾಗೆಯೇ ಇನ್ನು ಕೆಲವರಿಗೆ ಒಪ್ಪಿಗೆಯಿಲ್ಲ (೩೮೪).

ಬ್ರಿಟಿಷರು ತಮ್ಮ ರಾಜ್ಯವನ್ನು ಆಕ್ರಮಿಸಿಕೊಳ್ಳುವ ಸೂಚನೆ ಸಿಕ್ಕಾಗ ಕೊಡಗಿನ ಜನತೆ ಯೋಚಿಸುವ ರೀತಿಯೂ ಕೊಡಗಿನ ದುರಂತವನ್ನು ಮಾರ್ಮಿಕವಾಗಿ ಕಟ್ಟುತ್ತದೆ.

> ಎಲ್ಲರದೂ ಒಂದೇ ಯೋಚನೆ. ಅರಸ ಮುಷ್ಕರ ಮಾಡಿ ಆಂಗ್ಲರನ್ನು ಮೇಲೆ ಹಾಕಿಕೊಂಡರೆ ಅವರು ದಂಡೆತ್ತಿ ಬರುವುದೇ ನಿಜ. ಅವರು ಹಾಗೆ ಮಾಡಿದರೆ ಅರಸ ಮಗುವನ್ನೂ ನಿಯೋಗಿಗಳನ್ನು ತೀರಿಸಿಬಿಟ್ಟರೂ ಬಿಟ್ಟನೆ. ಹೆರವರು ಬಂದರೆ ದೇಶದಲ್ಲಿ ಅವ್ಯವಸ್ಥೆ. ಈಗ ಬಹು ವ್ಯವಸ್ಥೆಯಿದೆಯೆಂದಿಲ್ಲ. ಆದರೆ ಈಗ ಮಡಿಕೇರಿಯಲ್ಲಿ ಅರಮನೆಯ ಬದಿಯಲ್ಲಿ ನಡೆಯುವ ಅವಿವೇಕಕ್ಕೆ ಒಂದು ಎಲ್ಲೆ ಇದೆ. ನಾಡು ಒಟ್ಟಿನಲ್ಲಿ ಒಂದು ಬಾಳು ಬಾಳುತ್ತಿದೆ. ಹೆರವರು ಬಂದು ಮಾಡುವ ಅವ್ಯವಸ್ಥೆಯಲ್ಲಿ ಯಾರೂ ತಮ್ಮ ಮನೆಯಲ್ಲಿ ತಾವು ನಿಶ್ಚಿಂತೆಯಾಗಿದ್ದೇವೆ ಎನ್ನುವಂತಿಲ್ಲ. (೩೫೯)

ಕ್ಷಿಪ್ರ ಬದಲಾವಣೆಯ ಎಂಥ ಆಮಿಷ ಆಕರ್ಷಣೆಗಳಿದ್ದರೂ ವಸಾಹತುಶಾಹೀ ಶಕ್ತಿಗಳನ್ನು ಏಕೆ ವಿರೋಧಿಸಬೇಕೆಂಬುದಕ್ಕೆ ಬೇರೆ ಕಾರಣಗಳು ಬೇಕಾಗಿಲ್ಲ. 'ಚಿಕವೀರ ರಾಜೇಂದ್ರ' ರಾಜಕೀಯ ವಿಕೃತಿಗಳನ್ನು ವಿಜೃಂಭಿಸುವ ಕಾದಂಬರಿ ಅಲ್ಲವೇ ಅಲ್ಲ. ಅದು ದೇಶೀಯ ದೌರ್ಬಲ್ಯಗಳನ್ನು ಕಟುವಾಗಿ ಟೀಕಿಸುತ್ತದೆ. ಆದರೆ ವಸಾಹತುಶಾಹಿಗೆ ಸ್ಪಷ್ಟವಾದ ಮತ್ತು ಖಚಿತವಾದ ವಿರೋಧವನ್ನು ಪ್ರಕಟಪಡಿಸುತ್ತದೆ. 'ಚಿಕವೀರ ರಾಜೇಂದ್ರ' ನಿಸ್ಸಂದೇಹವಾಗಿ ಒಂದು ವಸಾಹತುಶಾಹೀ ವಿರೋಧಿ ಕಾದಂಬರಿ. ಆದರೆ ಈ ವಿರೋಧ ತನ್ನ ಪರಂಪರೆಯನ್ನು ಅನಗತ್ಯವಾಗಿ ಕೀರ್ತಿಸುವುದರಲ್ಲಿ ಕಳೆದುಹೋಗುವುದಿಲ್ಲ. ಈ ವಿಶ್ಲೇಷಣಾತ್ಮಕ ವಾಸ್ತವವಾದೀ ದೃಷ್ಟಿ ಕಾದಂಬರಿಗೆ ಅಸಾಧಾರಣ ಘನತೆಯನ್ನೂ ಹಿರಿಮೆಯನ್ನೂ ತಂದುಕೊಟ್ಟಿದೆ.

'ಇದೆಲ್ಲ ಸರಿಯೆ, ಆದರೆ ಇದನ್ನು ತಪ್ಪಿಸುವುದಕ್ಕೆ ಯಾರು ಏನು ಮಾಡಬಹುದು?' ಎಂಬ ತಾತ್ವಿಕ ಪ್ರಶ್ನೆಯನ್ನು ಕಾದಂಬರಿಕಾರರು ಕೇಳುತ್ತಾರೆ. ಈ ಪ್ರಶ್ನೆಗೆ ಸಮಾಧಾನವನ್ನು ಸೂಚಿಸುವಲ್ಲಿ ಮಾಸ್ತಿ ಮೆಟಾಫಿಸಿಕಲ್ ಆಯಾಮಗಳನ್ನು ತಡವುತ್ತಿದ್ದಾರೆ ಎಂದು ಮೇಲುನೋಟಕ್ಕೆ ಅನ್ನಿಸಿದರೂ ವಾಸ್ತವವಾಗಿ ಅವರು ಇತಿಹಾಸದಲ್ಲಿ ಸಿಕ್ಕಿಬಿದ್ದ ಮನುಷ್ಯ ವ್ಯಾಪಾರಗಳ ಜಟಿಲತೆಯ ಬಗ್ಗೆಯೇ ವಿಚಾರ ಮಾಡುತ್ತಿದ್ದಾರೆ:

> ಇಂಥ ಸಂದರ್ಭದಲ್ಲಿ ಜೀವನವೆನ್ನುವುದು ವಿಧಾತ ಬರೆದಿಟ್ಟ ಒಂದು ನಾಟಕದಂತೆ ಆಗಿಬಿಡುತ್ತದೆ. ಕವಿ ಬರೆದು ಮುಗಿಸಿ ಆಡಿ ಎಂದು ಕೈಗೆ ಕೊಟ್ಟಿರುವ ನಾಟಕ; ನಟ ಅದನ್ನು ಆಡಬಹುದು ಹೊರತು ಬೇರೆಮಾಡಲು ಬರುವುದಿಲ್ಲ. ಇದನ್ನೇ ಪೂರ್ವಿಕರು ವಿಧಿಲಿಖಿತ ಎಂದಿರುವುದು. ಕಾಡಿನ ಮಧ್ಯದ ರಾಜಮಾರ್ಗದಲ್ಲಿ ಹೊರಟ ರಥ ಎದುರಿಗೆ ಹುಲಿ ಬಂದಿತೆಂದು ಕಾಡಿಗೆ ಹರಿಯುವಂತಿಲ್ಲ; ಮಾರ್ಗದಲ್ಲಿ ಹರಿಯಬೇಕು. ಜೀವನದ ಹರಿವೂ ಅಷ್ಟೆ. ರಥಕ್ಕೆ, ಜೀವನಕ್ಕೆ ಒಂದೇ ವ್ಯತ್ಯಾಸ; ಹುಲಿಗೆ ಅಂಜಿ ರಥ ನಿಂತಲ್ಲಿ ನಿಲ್ಲಬಹುದು; ಜೀವನದಲ್ಲಿ ಸಿಕ್ಕಿದವರಿಗೆ ಈ ಭಾಗ್ಯವಿಲ್ಲ'. (೩೫೫)

'ಚಿಕವೀರ ರಾಜೇಂದ್ರ' ಕಾದಂಬರಿಯಲ್ಲಿ ಮಾಸ್ತಿಯವರು ಈ ವಿಧಿಯನ್ನು ಇತಿಹಾಸದ ನಿಗೂಢತೆಯಲ್ಲೇ ಅರ್ಥ ಮಾಡಿಕೊಳ್ಳುವ ಪ್ರಯತ್ನ ಮಾಡುತ್ತಿದ್ದಾರೆ. ಇದರಿಂದಾಗಿ ಕಾದಂಬರಿ ಪ್ರಕಟಪಡಿಸುವ ದುರಂತ ಪ್ರಜ್ಞೆಗೆ ಒಂದು ತಾತ್ತ್ವಿಕ ಆಯಾಮ ತಾನಾಗಿ ಒದಗಿಬರುತ್ತದೆ. ಕಾದಂಬರಿಯ ಆರಂಭದಲ್ಲೇ ಪ್ರಾಸ್ತಾವಿಕದಲ್ಲಿ ಮಾಸ್ತಿ ಬರೆಯುತ್ತಾರೆ:

> "ಇಷ್ಟು ವಿಸ್ತಾರವಾದ ಈ ಭೂಮಿ ಧರ್ಮ, ನೀತಿ, ಸಂಸ್ಕೃತಿಯ ಕಾರಣದಿಂದ ಎಷ್ಟೋ ಕಾಲದಿಂದ ಒಂದಾಗಿದ್ದರೂ ಆಡಳಿತದಲ್ಲಿ ಒಂದಾಯಿತೆನ್ನುವುದು ತೀರಾ ಇತ್ತೀಚಿನ ಮಾತು. ಪ್ರಾಂತ ಪ್ರಾಂತ ತನ್ನದೆ ಬಾಳನ್ನು ಬಾಳಿತು; ಪ್ರಾಂತ ಪ್ರಾಂತಗಳಲ್ಲಿ, ಅನೇಕ ವೇಳೆ ಒಂದೇ ಪ್ರಾಂತದ ಬೇರೆ ಬೇರೆ ಭಾಗಗಳಲ್ಲಿ, ಬೇರೆ ಬೇರೆ ರಾಜಮನೆತನಗಳಿದ್ದು ಒಂದೊಂದು ಪ್ರಾಂತದ ಇತಿಹಾಸವೂ ಒಂದು ದೇಶದ ಇತಿಹಾಸದಂತೆ ವಿಪುಲವಾಯಿತು. ಈ ಮಾತಿಗೆ ಅತ್ಯುತ್ತಮ ನಿದರ್ಶನ ರಾಜಪುತ್ರ ಸ್ಥಾನ. ರಾಜಪುತ್ರರ ಆ ನೆಲೆ ಭರತಭೂಮಿಯ ಒಂದು ಸಣ್ಣ ಭಾಗ. ಆದರೆ ಅದರಲ್ಲೆ ಇಪ್ಪತ್ತು ಭಾಗ ಇವೆ; ಒಂದೊಂದರ ಇತಿಹಾಸವೂ ಒಂದು ರಾಷ್ಟ್ರದ ಇತಿಹಾಸದಂತೆ ವಿಸ್ತಾರವಾಗಿ ಕೀರ್ತಿವಂತವಾಗಿ ಕಾಣುತ್ತದೆ. ಆ ಶೌರ್ಯ, ಧರ್ಮನಿಷ್ಠೆ, ಆ ತೇಜಸ್ಸು, ಆ ಶ್ರದ್ಧೆ ಆ ಭೂಮಿಯಲ್ಲಿ ಅದೆಷ್ಟು ಹುಲುಸಾಗಿ ಬೆಳೆದವು! ಜೊತೆಗೆ ಆ ಕೆಟ್ಟತನ, ಆ ಅವಿವೇಕ, ಆ ಸ್ವಾರ್ಥ, ಆ ಲೋಭ ಎಷ್ಟು!"

ಅಂದರೆ ಮನುಷ್ಯ ತನ್ನ ಒಳಿತಿಗಾಗಿ ಕಟ್ಟಿಕೊಳ್ಳುವ ವ್ಯವಸ್ಥೆಯ ಮೂಲದಲ್ಲೇ ಕೆಡುಕೂ ಇದೆ ಎಂದ ಹಾಗಾಯಿತು. ಹಾಗಾಗಿ ಸಂಘರ್ಷ ಇತಿಹಾಸದ ಲಯವೇ ಆಗಿ ಬಿಡುತ್ತದೆ. ಕೊಡಗಿನ ಸಿಂಹಾಸನವನ್ನು ತಮ್ಮ ಸುಪರ್ದಿಗೆ ತೆಗೆದುಕೊಳ್ಳಲು ಆ ರಾಜ್ಯದ ಕೆಲವರು ಮತ್ತು ಹೊರಗಿನ ಬ್ರಿಟಿಷರು ತಮ್ಮದೇ ಆದ ಕಾರಣಗಳನ್ನು ಮುಂದೊಡ್ಡುತ್ತಾರಷ್ಟೆ. ತನ್ನ ಸಿಂಹಾಸನದ ಸಮರ್ಥನೆಗಾಗಿ ಚಿಕವೀರ ಹೂಡುವ ತರ್ಕ ಅತ್ಯಂತ ಭೀಕರವಾದುದಾದರೂ ಆ ರಾಜಕೀಯ ಚದುರಂಗದ ಆಟದಲ್ಲಿ ಕೇವಲ ಮುನ್ನಡೆಯ ತಂತ್ರವೆನ್ನಿಸಿಬಿಡುವುದು ಒಂದು ದೊಡ್ಡ ವ್ಯಂಗ್ಯ. ಆದರೆ ಕಾದಂಬರಿ ಇಲ್ಲಿನ ದುರಂತವನ್ನು ದಾಖಲಿಸುವ ಪರಿ ಅನನ್ಯವಾದದ್ದು. ಚೆನ್ನಬಸವಯ್ಯನ ಆಳು ಚೋಮನನ್ನು ಅಮಾನವೀಯವಾಗಿ ಶೂಲಕ್ಕೆ ಏರಿಸಿದ ಪ್ರಸಂಗ ಕೇವಲ ಗಾಢ ವಿಷಾದದಿಂದ ನಮ್ಮನ್ನು ಇರಿದರೆ ಶಿಶುಹತ್ಯೆಯನ್ನು ರಾಜಕೀಯವಾಗಿ, ತಾತ್ತ್ವಿಕವಾಗಿ ಸಮರ್ಥಿಸಿಕೊಳ್ಳಲೆತ್ನಿಸುವ ಚಿಕವೀರನ ತಂತ್ರ ನಮ್ಮನ್ನು ಸಂಪೂರ್ಣ ನಿರಾಯುಧರನ್ನಾಗಿ ಮಾಡುತ್ತದೆ; ದಿಗ್ಭ್ರಾಂತರನ್ನಾಗಿ ಮಾಡುತ್ತದೆ: ಇಲ್ಲಿ ದುರಂತ ಒಟ್ಟೊಟ್ಟಿಗೇ ವ್ಯಕ್ತಿಯದೂ ಹೌದು; ಸಮೂಹದ್ದೂ ಹೌದು, ರಾಜಕೀಯ ವ್ಯವಸ್ಥೆಯದೂ ಹೌದು, ತಾತ್ತ್ವಿಕ ಸ್ವಾತಂತ್ರ್ಯದ್ದೂ ಹೌದು. 'ಜ್ಞಾತಿಗಳನ್ನು ಕೊಂದು ದೊಡ್ಡಪ್ಪ ದೊರೆಯಾಗಿ ಉಳಿದನು. ಜ್ಞಾತಿಗಳನ್ನು ಕೊಂದು ಅಡಗಿಸದೆ ಅಪ್ಪನಿಗೆ ದೊರೆಯಾಗುವುದು ಸಾಧ್ಯವಾಗಲಿಲ್ಲ. ಬಾಳುವುದು ಆಗಲಿಲ್ಲ. ದೊರೆಯಾಗಿ ತಾನು ಧೈರ್ಯವಾಗಿ ಬಾಳಲಾಗಲಿಲ್ಲ. ದೊಡ್ಡಪ್ಪನ ಮಗಳನ್ನು ಕೊಲ್ಲಿಸಬೇಕಾಯಿತು; ಆಗದ ಜ್ಞಾತಿಗಳನ್ನು ನಿರ್ಮೂಲ ಮಾಡಬೇಕಾಯಿತು.' (೪೦೫) ಎಂದು ಚಿಕವೀರ ಯೋಚಿಸುವಾಗ ಸಹಸ್ರಾರು ವರ್ಷಗಳ ಚರಿತ್ರೆಯ ಕ್ರೌರ್ಯ ಕಣ್ಣನ್ನು ಕುಕ್ಕುತ್ತದೆ. ವ್ಯವಸ್ಥೆಗಾಗಿ ಮನಷ್ಯ ರೂಪಿಸಿಕೊಂಡ ಅಧಿಕಾರ ಕೇಂದ್ರದಲ್ಲೇ ಅಂತರ್ಗತವಾಗಿರುವ ಹಿಂಸೆ ನಮ್ಮನ್ನು ಬೆಚ್ಚಿಬೀಳಿಸುತ್ತದೆ. ಇತಿಹಾಸದ ಒಂದು ಸಂದರ್ಭದ ದುರಂತವನ್ನಷ್ಟೇ ಅಲ್ಲ ಮನುಷ್ಯಾವಸ್ಥೆಯಲ್ಲಿಯೇ ಇರುವ ದುರಂತದ ಬಗ್ಗೆ ನಮ್ಮ ಪ್ರಜ್ಞೆಯನ್ನು ಎಚ್ಚರಗೊಳಿಸುತ್ತಾರೆ. ಹಾಗಾದರೆ ಆದರ್ಶದ ವ್ಯವಸ್ಥೆ ಯಾವುದು ಎಂಬ ಪ್ರಶ್ನೆ ಎದುರಾಗುತ್ತದೆ. ಇನ್ನೊಂದು ಸಂದರ್ಭದಲ್ಲಿ ಕಾದಂಬರಿಕಾರರು ಚಕ್ಕಣ್ಣಶೆಟ್ಟಿಯ ಬಾಯಲ್ಲಿ ಹೇಳಿಸುವ ಮಾತುಗಳು ಈ ದೃಷ್ಟಿಯಿಂದ ತುಂಬಾ ಮಹತ್ತ್ವಪೂರ್ಣ:

> 'ಅರಮನೆಗೆ ಬಂದ ಹರೆಯದ ಹೆಣ್ಣು ಅರಸರ ಮಗಳಂತೆ ಬಾಳಬಹುದಾದರೆ ಊರು ಊರು, ಅರಮನೆ ಅರಮನೆ, ಶೆಟ್ಟಿ ಶೆಟ್ಟಿ, ಒಡೆಯರು ಒಡೆಯರು. ಅದಾಗಲಿಲ್ಲ, ಇದು ಯಾವುದೂ ಆಗಲ್ಲ' (೭೫).

ಸಮಗ್ರವಾಗಿ ನೋಡಿದಾಗ ಲಿಂಗರಾಜನ ಕ್ರೌರ್ಯ, ಚಿಕವೀರನ ವಿರೋಧಿಗಳ ರಾಜಕೀಯ, ಬ್ರಿಟಿಷರ ಸಾಮ್ರಾಜ್ಯಶಾಹೀ ದುರಾಸೆಗಳ ಒಟ್ಟು ಸಂದರ್ಭದಲ್ಲಿ ಚಿಕವೀರ ಇವರೊಂದಿಗೆ ಕೇವಲ ಒಬ್ಬ ಪಾಲುದಾರನಾಗಿ ಕಂಡುಬರುತ್ತಾನೆ. ತಮ್ಮ ನಾಡನ್ನೇ ಬ್ರಿಟಿಷರಿಗೆ ಮಾರಿಕೊಳ್ಳಲು ಮುಂದಾಗುವ ಚಿಕವೀರನ ವಿರೋಧಿಗಳು, ಪರರ ಗಂಟನ್ನು ನಾಚಿಕೆಯಿಲ್ಲದೆ ಕಬಳಿಸಲು ಮುಂದಾಗುವ ಬ್ರಿಟಿಷರು –ಇವರ ನಡುವೆ ಕೊಡಗಿನ ಜನತೆಯ ನಿಜವಾದ ಅಸಮಾಧಾನ, ಅತೃಪ್ತಿಗಳಿಗೆ ಸರಿಯಾದ ಅಭಿವ್ಯಕ್ತಿ ದೊರಕದಿರುವುದು ಮತ್ತೊಂದು ದುರಂತ.

ಚಿಕವೀರ ಮತ್ತು ಅವನ ವಿರೋಧಿಗಳ ರಾಜಕಾರಣಕ್ಕೆ ಸಮಾನಾಂತರವಾಗಿ ಕೇವಲ ಕೊಡಗಿನ ಹಿತರಕ್ಷಣೆಯನ್ನೇ ಬಯಸುವ ಸಾತ್ವಿಕ ಶಕ್ತಿಯ ಮೂಲಗಳೂ ಕೊಡಗಿನಲ್ಲೇ ಇದ್ದಾವೆ. ಸಿಂಹಾಸನವನ್ನು ಮಾತ್ರ ಬಯಸುವ ಶಕ್ತಿಗಳನ್ನು ಕೆಡುಕು ಎಂದೂ ನಾಡಿನ ಕ್ಷೇಮವನ್ನಷ್ಟೇ ಬಯಸುವ ಶಕ್ತಿಗಳನ್ನು ಒಳಿತು ಎಂದೂ ಭಾವಿಸಿದರೆ ಈ ಕಾದಂಬರಿಯ ದುರಂತದ ಸ್ವರೂಪ ನಿಚ್ಚಳವಾಗುತ್ತದೆ. ಚಿಕವೀರನ ಹೆಂಡತಿ ಗೌರಮ್ಮಾಜಿ, ಮಗಳು ಪುಟ್ಟಮ್ಮಾಜಿ, ಸಚಿವರಾದ ಲಕ್ಷ್ಮೀನಾರಾಯಣಯ್ಯ, ಬೋಪಣ್ಣ, ನಾಗರಿಕರಾದ ಉತ್ತಯ್ಯತಕ್ಕ ಮೊದಲಾಗಿ ಕೊಡಗಿನ ಬಹುಸಂಖ್ಯಾತ ಪ್ರಜಾಕೋಟಿಗೆ ಚಿಕವೀರನ ಆಡಳಿತ ಸಮ್ಮತವಲ್ಲ. ಹಾಗೆಂದು ಅವರು ಕ್ಷಿಪ್ರಕ್ರಾಂತಿಗೆ ಮುಂದಾಗರು. ಬ್ರಿಟಿಷರ ಪ್ರವೇಶವೂ ಇವರಿಗೆ ಸಮ್ಮತವಲ್ಲ. ತಾವೇ ಅಧಿಕಾರವನ್ನು ಕೈಗೆತ್ತಿಕೊಳ್ಳಲು ಇವರು ಸಿದ್ಧರಿಲ್ಲ. ಅದಕ್ಕೆ ಅವರದೇ ಆದ ವೈಯಕ್ತಿಕ, ನೈತಿಕ ಕಾರಣಗಳಿವೆ. ಅಂದರೆ ಒಳಿತು ತನ್ನೆಲ್ಲ ಆಂತರಿಕ ತೇಜಸ್ಸಿನೊಡನೆ ಒಂದು ಮಟ್ಟದಲ್ಲಿ ನಿಷ್ಕ್ರಿಯವಾಗಿದೆ. ಆದರೆ ನೈತಿಕ ತಾಟಸ್ಥ್ಯ ಇನ್ನೊಂದು ದೃಷ್ಟಿಯಿಂದ ಕೆಡುಕಿನ ಚಲನೆಗೆ ದಾರಿಯನ್ನು ಸುಗಮಗೊಳಿಸುತ್ತದೆ. ಆದರೆ ಚಿಕವೀರನ ಆಡಳಿತ ಕೊನೆಗೂ ಕೊನೆಗೊಂಡರೆ ಬ್ರಿಟಿಷರ ಆಡಳಿತ ಪ್ರಾರಂಭವಾಗುತ್ತದೆ. ಬ್ರಿಟಿಷರು ತುಂಬ ಸೂಕ್ಷ್ಮವಾಗಿ ಚಿಕವೀರನಿಗೆ ವಿರುದ್ಧವಾದ ಎಲ್ಲ ದುಷ್ಟ, ಶಿಷ್ಟ ಶಕ್ತಿಗಳನ್ನೂ ಬಳಸಿಕೊಂಡು ಅರಸನ ಸೋಲನ್ನು ನಿರ್ಣಯಾತ್ಮಕ ಹಂತಕ್ಕೆ ಕೊಂಡೊಯ್ಯುತ್ತಾರೆ. ಆದರೆ ರಾಜ್ಯ ಮಾತ್ರ ಸ್ವದೇಶಿಯರ ಕೈಗೆ ಸಿಕ್ಕುವುದಿಲ್ಲ. ಹೀಗೆ ಕೊಡಗಿನ ಸಾತ್ವಿಕ ಶಕ್ತಿಗಳೂ ಕೇವಲ ಚಿಕವೀರನನ್ನು ಕೆಳಗಿಳಿಸುವ ಸೀಮಿತ ಯಶಸ್ಸನ್ನಷ್ಟೇ ಪಡೆಯುತ್ತದೆ. ಅವುಗಳಿಗೆ ಬ್ರಿಟಿಷರ ಆಗಮನವನ್ನು ತಡೆಯುವಷ್ಟು ಚೈತನ್ಯವಿಲ್ಲ. ಅಂದರೆ ವ್ಯಕ್ತಿಗಳಾಗಿ ಒಳ್ಳೆಯವರಾದರೂ ಗೌರಮ್ಮ, ಲಕ್ಷ್ಮೀನಾರಾಯಣಯ್ಯ, ಬೋಪಣ್ಣ ಇವರೆಲ್ಲ– ಒಳ್ಳೆತನದೊಂದಿಗೇ ಇರುವ ಭೋಳೆತನದಿಂದಲೂ, ಬ್ರಿಟಿಷರ ಹರಿತವಾದ ರಾಜಕಾರಣದಿಂದಲೂ ಸಾಂದರ್ಭಿಕ ಒತ್ತಡಗಳಿಂದಲೂ–ಒಳಿತಿನ ವಿಜಯವನ್ನು ಸಾಧ್ಯಮಾಡುವುದಿಲ್ಲ. ಅಂದರೆ ಮಾಸ್ತಿ ಪಾತ್ರಗಳನ್ನಾಗಲೀ ಪ್ರವೃತ್ತಿಗಳನ್ನಾಗಲೀ ಕಪ್ಪು-ಬಿಳುಪು ಸರಳ ವರ್ಗೀಕರಣಕ್ಕೆ ದೂಡದೆ ಅದ್ಭುತವಾದ ನಾಟಕೀಯತೆಯನ್ನು ಸಾಧಿಸುತ್ತಾರೆ. ಹಾಗಾದರೆ ಚಿಕವೀರನ ಆಡಳಿತ ಬ್ರಿಟಿಷರ ಆಗಮನವನ್ನು ಸಹಿಸಿಕೊಳ್ಳುವಷ್ಟು ಅಸಹನೆಯನ್ನು ಕೊಡಗಿನಲ್ಲಿ ಮೂಡಿಸಿತ್ತೆ? ಈ ಎರಡು ಪ್ಯಾರಾಗಳನ್ನು ನೋಡಿ:

> ಕೊಡಗು ನಮ್ಮದು, ಇದರ ಮೇಲೆ ಹೆರವರ ಸೇನೆ ನಡೆಯುವುದು ನಮಗೆ ಅವಮಾನ, ಎನ್ನುವ ಭಾವನೆ ಪಟ್ಟಣದ ಪ್ರಜೆಯ ಬಹುಭಾಗಕ್ಕೆ ಇಲ್ಲ. ಕೊಡಗು ಅರಸನದು: ಬಿಳಿಯ ಜನ ಅವನ ಮೇಲೆ ದಂಡನ್ನು ಕಳುಹಿಸಿದ್ದಾರೆ. ಅವನನ್ನು ದಂಡಿಸುತ್ತಾನೆ: ದಂಡಿಸಲಿ ಒಳ್ಳೆಯದೇ ಆಯ್ತು. ಇದು ಬಹುಜನರ ಕಲ್ಪನೆ.

> ಕೆಲವರಿಗೆ ಮಾತ್ರ ಈ ಪರಸೇನೆ ಬರುವುದು ಇಷ್ಟವಿಲ್ಲ. ಈ ಕೆಲವರು ಊರಿನ ಆಸ್ತಿವಂತ ಮಂದಿ. ಹೊರಗಿನಿಂದ ಬಂದ ಸೇನೆ ತಪ್ಪಿನಡೆದ ದೊರೆಯನ್ನು ದಂಡಿಸುವುದು ಮಾತ್ರವಲ್ಲ; ಊರಿನ ಪುಣ್ಯವಂತರ ಮನೆಗೆ ನುಗ್ಗಲೂಬಹುದು. 'ನಮ್ಮ ಮನೆಗೆ ನುಗ್ಗಿದರೆ ಏನುಗತಿ' ಎಂದು ಇವರಿಗೆ ಚಿಂತೆ. ಇನ್ನು ಕೆಲವರಿಗೆ, 'ಮನೆಯಲ್ಲಿ ಹರೆಯದ ಹೆಣ್ಣು ಮಕ್ಕಳು ಇದ್ದಾರಲ್ಲ. ದಂಡಿನ ಜನ ನುಗ್ಗಿ ಬಂದರೆ ಮಾನ ಉಳಿಯುವುದು ಹೇಗೆ?' ಎಂದು ಚಿಂತೆ (ಪು. ೪೧೫-೪೧೬).

ಮಾಸ್ತಿ ವಸಾಹತೀಕರಣ ಪ್ರಕ್ರಿಯೆಯನ್ನು ಅದರೆಲ್ಲ ಮುಖಗಳಲ್ಲಿ ಹಿಡಿಯುವುದರ ಮೂಲಕ ದುರಂತವನ್ನು ಅಧಿಕೃತಗೊಳಿಸುತ್ತಾರೆ. ಈ ದುರಂತವನ್ನು ವೈಯಕ್ತಿಕ ಗೋಳುಕರೆಗಳನ್ನೂ ಮೀರಿದ್ದು ಎಂದು ವಿವರಿಸುವ ಅಗತ್ಯವಿಲ್ಲ. ಗಾದಿಯನ್ನೇರುವ ಅವಕಾಶ ಗೌರಮ್ಮನಿಗೆ ಮತ್ತು ಬೋಪಣ್ಣನಿಗೆ ತಾನಾಗಿ ಒದಗಿ ಬಂದರೂ ತಾವೆಲ್ಲೋ ರಾಜದ್ರೋಹ, ಸ್ವಾಮಿ ದ್ರೋಹ ಮಾಡುತ್ತಿದ್ದೇವೆಂಬ ಅಳುಕು, ಪರಂಪರೆಯ ಪ್ರಭಾವ ಹಾಗೂ ವೈಯಕ್ತಿಕ ನೈತಿಕ ಎಚ್ಚರಗಳಿಂದಾಗಿ ಅವರು ಅದಕ್ಕೆ ಒಪ್ಪುವುದಿಲ್ಲ. ಇವರ ಆಂತರಿಕ ನೈತಿಕತೆ ಎಷ್ಟೇ ಉನ್ನತ ಮಟ್ಟದ್ದಾದರೂ ಅದಕ್ಕೆ ಚಿಕವೀರನನ್ನು ತಿದ್ದುವ, ಬ್ರಿಟಿಷರನ್ನು ನಿರ್ಣಯಾತ್ಮಕವಾಗಿ ವಿರೋಧಿಸುವ ಶಕ್ತಿ ಇಲ್ಲದಿರುವುದು ತೀರಾ ಕಳವಳಕಾರಿಯಾದ ಅಂಶ. ಇನ್ನು ಲಕ್ಷ್ಮೀನಾರಾಯಣಯ್ಯ, ಉತ್ತಯ್ಯತಕ್ಕರ ಒಳ್ಳೆಯತನಕ್ಕೆ ರಾಜಕೀಯ ಶಕ್ತಿ ಇಲ್ಲ. ಹೀಗಾಗಿ ನೈತಿಕ ಎಚ್ಚರ ಪ್ರಬಲ ರಾಜಕೀಯ ಶಕ್ತಿಯಾಗಿ ಪರಿವರ್ತಿತವಾಗದ ಸಂದಿಗ್ಧವೇ ಒಂದು ಸಾಮಾಜಿಕ ವ್ಯವಸ್ಥೆಯ ಮೂಲಭೂತ ದುರಂತಕ್ಕೆ ಕಾರಣ ಎಂದು ಮಾಸ್ತಿ ಸೂಚಿಸುತ್ತಿರಬಹುದು. ಒಳ್ಳೆಯ ಯೋಚನೆ ಸದೃಢ ಕ್ರಿಯೆಯಾಗಿ ಅರಳುವುದು ಹೇಗೆ ಎಂಬ ಮುಕ್ತ ಪ್ರಶ್ನೆಯನ್ನು ಕಾದಂಬರಿಕಾರರು ಓದುಗರ ಮುಂದಿಡುತ್ತಾರೆ.

ಒಳಗಿನ ದೌರ್ಬಲ್ಯ ಹೊರಗಿನ ಆಕ್ರಮಣಕ್ಕೆ ಕಾರಣವಾಗುತ್ತದೆ; ಒಳಿತಿನ ನಿಷ್ಕ್ರಿಯತೆ ಕೆಡುಕಿನ ವಿಜೃಂಭಣೆಗೆ ಕಾರಣವಾಗುತ್ತದೆ ಎಂಬುದನ್ನು ಸೂಚಿಸುವಾಗ ಮಾಸ್ತಿ ವಸಾಹತುಶಾಹೀ ಆಕ್ರಮಣವನ್ನು ಕೇವಲ ಗೃಹೀತವಾಗಿ ಸ್ವೀಕರಿಸದೆ ಬ್ರಿಟಿಷರ ರಾಜಕಾರಣದ ಒಂದು ದಟ್ಟ ಚಿತ್ರವನ್ನೇ 'ಚಿಕವೀರ ರಾಜೇಂದ್ರ'ದಲ್ಲಿ ಬಿಡಿಸಿಕೊಡುತ್ತಾರೆ. ಈ ಶಕ್ತಿಗಳು ಆಂತರಿಕ ಸಮಸ್ಯೆಗಳನ್ನು ಕೇವಲ ಬಳಸಿಕೊಳ್ಳುವುದಿಲ್ಲ; ಅವುಗಳನ್ನು ಹುಟ್ಟುಹಾಕುತ್ತವೆ ಮತ್ತು ಅವುಗಳನ್ನು ಪರಿಹರಿಸಲು ಬಂದ ಒಳಿತಿನ ಶಕ್ತಿಗಳ ಸೋಗು ಹಾಕುತ್ತವೆ. ಕಾದಂಬರಿಯ ಸಂದರ್ಭದಲ್ಲೇ ಮೈಸೂರಿನಲ್ಲಿ ಬ್ರಿಟಿಷರು ನಡೆಸಿದ ರಾಜಕೀಯದ ಉದಾಹರಣೆ ಇದೆ. ದೊಡ್ಡವೀರರಾಜನೂ ಬ್ರಿಟಿಷರೊಂದಿಗೆ ಸ್ನೇಹವಾಗಿದ್ದವನೇ. ಚಿಕವೀರನು ತನ್ನ ಆಂಗ್ಲ ಸ್ನೇಹಿತರ ಗೌರವಾರ್ಥ ಮನರಂಜನೆಯ ಕಾರ್ಯಕ್ರಮ ನಡೆಸಿದಾಗ ಅನೇಕ ನಾಟಕ ಪ್ರದರ್ಶನಗಳು ನಡೆಯುತ್ತವಷ್ಟೆ. ದೊಡ್ಡವೀರರಾಜ ಟಿಪ್ಪುವಿಗೆ ವಿರೋಧವಾಗಿ ಆಂಗ್ಲರಿಗೆ ಸಹಾಯ ಮಾಡಿದ ಕಥೆಯನ್ನೇ ನಾಟಕವಾಗಿ ಆಡಲಾಗುತ್ತದೆ. ಆ ಕಥೆಯನ್ನು ಕಾದಂಬರಿಕಾರರು ಹೀಗೆ ಸಂಗ್ರಹಿಸುತ್ತಾರೆ:

> ಟಿಪ್ಪುವಿನ ಕಡೆಯ ಮುಸಲ್ಮಾನ ಫೌಜುದಾರರು ಕೊಡಗಿನ ಜನರನ್ನು ಹಿಂಸಿಸಿದ್ದು; ದೊಡ್ಡವೀರರಾಜ ಸೆರೆಯಿಂದ ಬಿಡಿಸಿಕೊಂಡು ಬಂದು ಜನರನ್ನು ಗುಂಪುಕಟ್ಟಿ ಫೌಜುದಾರರನ್ನೆದುರಿಸಿ ಅವರನ್ನೋಡಿಸಿ ಕೊಡಗನ್ನು ವಶಮಾಡಿಕೊಂಡಿದ್ದು; ತಲಚೇರಿ, ಮಂಗಳೂರಿನಿಂದ ಆಂಗ್ಲರು ದಂಡೆತ್ತಿಬಂದಾಗ ಅವರಿಗೆ ಸಹಾಯ ಮಾಡಿದ್ದು; 'ನೀನು ನಮ್ಮ ದೇಶದವನು; ಆಂಗ್ಲರು ಪರದೇಶದವರು; ನಾವಿಬ್ಬರೂ ಅವರನ್ನ ಹೊಡೆದಟ್ಟಬೇಕು. ಗೆದ್ದ ರಾಜ್ಯದಲ್ಲಿ ನಿನಗರ್ಧವನ್ನು ಕೊಡುತ್ತೇನೆ, ಬಾ' ಎಂದು ಟಿಪ್ಪು ವೀರರಾಜನನ್ನು ಕರೆದದ್ದು; ಅವನು 'ಆಂಗ್ಲರು ನನ್ನ ಸ್ನೇಹಿತರಾಗಿದ್ದಾರೆ, ಸಾಲದ್ದಕ್ಕೆ ನೀನು ನನ್ನ ದೇಶವನ್ನು ಹಿಂಸಿಸಿದವನು' ಎಂದು ಅವನ ಆಹ್ವಾನವನ್ನು ನಿರಾಕರಿಸಿದ್ದು; ಆಂಗ್ಲರು ಇದನ್ನು ಮೆಚ್ಚಿ ವೀರರಾಜನಿಗೆ ಗೌರವಾರ್ಥವಾಗಿ ಒಂದು ಕತ್ತಿಯನ್ನು ಕೊಟ್ಟದ್ದು; ಇದರ ಕಥೆಯನ್ನು ಆಡಿದರು. (೨೪೧)

ಈ ನಾಟಕವನ್ನು ನೋಡಿ ಆಂಗ್ಲರು ಅತಿಥಿಗಳಿರಲಿ ಕೊಡಗಿನ ಜನಗಳೇ ಖುಶಿಪಡುತ್ತಾರೆ:

> ಕೊನೆಯಲ್ಲಿ, ನಮ್ಮ ದೊಡ್ಡವೀರ ರಾಜೇಂದ್ರ ಒಡೆಯರ ಹೆಸರನ್ನು ಹೇಳಿದರೆ ಪರಂಗೀ ಜನ ಟೋಪಿ ತೆಗೆಯುತ್ತಾರೆ, ಎಂದಾಗ, ಹೌದು ತೆಗೆಯುತ್ತಾರೆ ಎಂದು ಸುತ್ತಿನ ಜನ ಸಮ್ಮತಿಸಿ ಕೂಗಿದರು. ದುಬಾಷಿ ಇದರ ಅರ್ಥವನ್ನು ರೆಸಿಡೆಂಟ್‌ಗೆ ಹೇಳಿದಾಗ ಅವನು, so we do saheb ಎಂದು ಹೇಳಿ ಎದ್ದುನಿಂತು ತನ್ನ ತಲೆಯ ಮೇಲಿದ್ದ ಟೋಪಿಯನ್ನು ತೆಗೆದು ತಲೆಬಾಗಿದನು. ಜೊತೆಯ ಆಂಗ್ಲರೂ ನಿಂತು ಮರ್ಯಾದೆ ತೋರಿದರು. ಜನರ ಸಂತೋಷಕ್ಕೆ ಮಿತಿಯಿಲ್ಲ. ಆಟ ತುಂಬಾ ಸಂತೋಷದಲ್ಲಿ ಮುಗಿಯಿತು. (೨೪೧-೪೨)

ಅಂದರೆ ಆಂಗ್ಲರು ಅದಾಗಲೇ ಇಂಡಿಯಾದಲ್ಲಿ ತಳವೂರಿದ್ದಾರೆ ಮತ್ತು ಇಲ್ಲಿನ ಪ್ರಾಂತೀಯ ರಾಜಕೀಯದಲ್ಲಿ ನಿರ್ಣಾಯಕ ಪಾತ್ರವಹಿಸುತ್ತಿದ್ದಾರೆ. ಆಂಗ್ಲರೊಂದಿಗೆ ಸ್ನೇಹ ಆಂಗ್ಲರೊಂದಿಗಿನ ವಿರಸದಷ್ಟೇ ಪ್ರತಿಷ್ಠೆಯ ವಿಷಯವಾಗಿದೆ. ಆದರೆ ದುರಂತದ ಸಂಗತಿ ಎಂದರೆ ಯಾವ ಕೊಡಗು ಚಿಕವೀರನ ಕಾಲದಲ್ಲಿ ವಸಾಹತುಶಾಹೀ ಸಾಮ್ರಾಜ್ಯಶಾಹೀ ರಾಜಕಾರಣಕ್ಕೆ ಬಲಿಯಾಯಿತೋ ಅಂಥ ರಾಜಕಾರಣವನ್ನು ಚಿಕವೀರನು ಪೂರ್ವಿಕರು ಸಮರ್ಥಿಸಿಕೊಂಡು ಅದರ ಲಾಭ ಪಡೆದುಕೊಂಡು ಬಂದಿದ್ದಾರೆ. ಕೊಡಗು ಚಿಕವೀರನ ಕಾಲಕ್ಕೆ ಕನ್ಯೆಯಾಗಿ ಉಳಿದಿಲ್ಲ. ಈಗ ಚಿಕವೀರ ಒಂದಲ್ಲ ಒಂದು ಕಾರಣಕ್ಕೆ ಆಂಗ್ಲರೊಂದಿಗೆ ವಿರೋಧ ಕಟ್ಟಿಕೊಳ್ಳುತ್ತಿರುವಾಗ ಈ ಚದುರಂಗದಾಟದ ಸಮೀಕರಣಗಳು ಬದಲಾಗುತ್ತಿವೆ ಅಷ್ಟೆ. ಈ ವಿರಸಕ್ಕೆ ಚಿಕವೀರ ಸ್ವತಃ ಎಷ್ಟು ಕಾರಣನೋ ಅವನ ರಾಜಕೀಯ ವಿರೋಧಿಗಳೂ ಅಷ್ಟೇ ಕಾರಣರಾಗಿದ್ದಾರೆ. ಆಂಗ್ಲರು ಇನ್ನೂ ಹೆಚ್ಚಿಗೆ ಕಾರಣರಾಗಿದ್ದಾರೆ. ಏಕೆ? ಏಕೆಂದರೆ ಅವರಿಗೆ ದೊಡ್ಡವೀರರಾಜೇಂದ್ರನ ಕಾಲದಿಂದಲೂ ಕೊಡಗಿನ ಮೇಲೆ ಕಣ್ಣಿದೆ. ಬ್ರಿಟಿಷರು ಮೈಸೂರನ್ನು ಕಬಳಿಸಿದ ಹಿನ್ನೆಲೆಯನ್ನೂ, ಕೊಡಗಿನ ಮೇಲೆ ದೃಷ್ಟಿಯಿಟ್ಟಿದ್ದನ್ನೂ ಕಥೆಯ ಓಟಕ್ಕೆ ಭಂಗಬಾರದ ರೀತಿಯಲ್ಲಿ ವಿವರಿಸುವ ಕಾದಂಬರಿಕಾರರು ದೇಶೀಯ ಇತಿಹಾಸದ ಸ್ವರೂಪವನ್ನೇ ಆಂಗ್ಲರು ಬದಲಿಸಿದ ಬಗೆಗೆ ಅಪೂರ್ವ ಒಳನೋಟಗಳನ್ನು ಹೊಳೆಯಿಸುತ್ತಾರೆ. ಟಿಪ್ಪು ಕೊನೆಯ ಸಲ ಸೋತು ಮೈಸೂರು ರಾಜ್ಯದ ಪುನರ್ವ್ಯವಸ್ಥೆಯ ಚರ್ಚೆ ಬಂದಾಗ:

> ಕೊನೆಗೆ ಅದು ಹರಿದದ್ದಾದರೂ ಧರ್ಮ ನ್ಯಾಯಗಳ ದೃಷ್ಟಿಯಿಂದ ಅಲ್ಲ. 'ಟಿಪ್ಪುವನ್ನು ಸೋಲಿಸಬೇಕಾದರೆ ನಿಜಾಮ, ಮರಾಠ, ಆಂಗ್ಲರಿಗೆ ಸಹಾಯ ನೀಡಿದ್ದರು. ಮೈಸೂರನ್ನು ಅರಸರಿಗೆ ಒಪ್ಪಿಸಲಿಲ್ಲವೆಂದರೆ ಟಿಪ್ಪುವಿನ ಕೈಯಲ್ಲಿದ್ದ ಈ ವಿಸ್ತಾರದ ನೆಲವನ್ನು ಆಂಗ್ಲ ಒಬ್ಬನೇ ನುಂಗುವಂತಿಲ್ಲ. ನಿಜಾಮನಿಗೆ ಪಾಲು ಕೊಡಬೇಕು; ಮರಾಠನಿಗೆ ಪಾಲು ಕೊಡಬೇಕು. ಟಿಪ್ಪುವನ್ನು ಸೋಲಿಸಲು ನಾವು ನಿಮಗೆ ಸಹಾಯ ಮಾಡಿದವರು ಎಂದು ಅವರಿಬ್ಬರ ಸೊಕ್ಕು. ಅವರು ಈಗಾಗಲೇ ಪ್ರಬಲರಾಗಿದ್ದಾರೆ. ಮತ್ತಷ್ಟು ನೆಲಕೊಟ್ಟರೆ ಅವರನ್ನು ಹಿಡಿಯುವವರು ಯಾರು? ಒಬ್ಬ ಟಿಪ್ಪುವನ್ನು ಸೋಲಿಸಿ ಇಬ್ಬರು ಟಿಪ್ಪುಗಳನ್ನು ಉತ್ಥಾಪನೆ ಮಾಡಿದಂತಾದೀತು. ಮೈಸೂರು ರಾಜ್ಯವನ್ನು ಹಿಂದೂರಾಜನಿಗೆ ಕೊಟ್ಟರೆ ಆಂಗ್ಲರು ಉಪಕಾರ ಮಾಡಿದರು ಎಂದು ಅವನು ಕೃತಜ್ಞತೆಯಿಂದ ನಡೆಯುತ್ತಾನೆ; ನಿಜಾಮನಿಗೆ ಮರಾಠನಿಗೆ ಪ್ರತಿಕಕ್ಷಿಯಾಗಿ ಮೂರನೆಯ ಒಂದು ಶಕ್ತಿಯಾಗಿ ಅವಶ್ಯಕತೆ ಬಿದ್ದಾಗ ನಮ್ಮ ಪಕ್ಕದಲ್ಲಿ ನಿಲ್ಲುತ್ತಾನೆ' ಹೀಗೆಯೇ ಒಂದು ಯೋಚನೆಯಿಂದ ಆಂಗ್ಲರು ಮೈಸೂರನ್ನು ಹಿಂದೂ ರಾಜನಿಗೆ ಹಿಂದಕ್ಕೆ ಕೊಟ್ಟರು (೧೦೨).

ಇದು ಆಂಗ್ಲರ ವ್ಯವಹಾರದ ರೀತಿನೀತಿ. ಇಲ್ಲಿ ಸ್ನೇಹ ದ್ವೇಷಗಳಿಗೂ ರಾಜಕೀಯದ ಲೇಪ ಇಲ್ಲದೇ ಇಲ್ಲ. ಮೂಲತಃ ವ್ಯಾಪಾರಿಗಳಾದ ಈ ಬ್ರಿಟಿಷರು ರಾಜಕೀಯವನ್ನೂ ವ್ಯಾವಹಾರಿ ಉಭಯ ದೃಷ್ಟಿಯಿಂದ ಮಾತ್ರ ಮಾಡುವವರು ಎಂಬುದನ್ನು ಬಿಡಿಸಿ

ಹೇಳಬೇಕಾಗಿಲ್ಲ. 'ಹೈದರನೊಂದಿಗೆ ಜಗಳ ಮಾಡುವಂದು ಮೈಸೂರಿನ ಭೂಮಿಯ ಮೇಲೆ ಓಡಾಡಿ, ದೊಡ್ಡ ವೀರರಾಜನೊಂದಿಗೆ ಸಹಕರಿಸುತ್ತ ಕೊಡಗಿನ ಭೂಮಿಯಲ್ಲಿ ಸುತ್ತಿ ಆಂಗ್ಲರು, "ಮೈಸೂರಾಗಲೀ ಕೊಡಗಿನ ನಾಡಾಗಲೀ ಚಿನ್ನದ ಭೂಮಿ; ಇಂಥ ನೆಲ ಕೈಗೆ ಸಿಕ್ಕುವುದು ಅಪರೂಪದ ಪುಣ್ಯ" ಎಂದು ಮನಗಂಡಿದ್ದರು' (೧೦೧) ಎಂದು ಕಾದಂಬರಿ ದಾಖಲಿಸುತ್ತದೆ. ಸಹಜವಾಗಿಯೇ, ಸಾಂದರ್ಭಿಕ ಕಾರಣಗಳಿಗಾಗಿ ಮೈಸೂರನ್ನು ಅದರ ಅರಸರ ಕೈಗೆ ಒಪ್ಪಿಸಿದ ಮೇಲೂ 'ಅಯ್ಯೋ ಇಂಥ ನೆಲವನ್ನು ನಾವು ಸ್ವಂತಕ್ಕಿಟ್ಟುಕೊಳ್ಳದೆ ಹಿಂದಕ್ಕೆ ಕೊಟ್ಟೆವೇ?' ಎಂದು ದುಃಖಪಡುತ್ತಾರೆ! (ಪು. ೧೦೨) ಮತ್ತೆ ಅವಕಾಶ ಸಿಕ್ಕಾಗ ಕೈಬಿಡುವುದಿಲ್ಲ; 'ಆಮೇಲೆ ಇಪ್ಪತ್ತು ವರುಷದಲ್ಲಿ ಟಿಪ್ಪುವಿನ ಸೋಲಿನ ಸಂದರ್ಭದ ಕಾವು ಏರಿ ಆಂಗ್ಲ ಮನೋಧರ್ಮ ಮತ್ತಷ್ಟು ಬೇರೆಯಾಯಿತು. ಆಗ ಪ್ರತಿಕಕ್ಷಿಯಾಗಿದ್ದ ಮರಾಠ ಈಗ ಮೂಲೆಗೆ ಬಿದ್ದಿದ್ದ; ಒಬ್ಬಂಟಿಯಾದ ನಿಜಾಮ ಮರಾಠನ ಗತಿ ತನಗೂ ಬಂದೀತೆಂಬ ಭೀತಿಯಲ್ಲಿದ್ದ. ಹೆಬ್ಬಾವಿನ ಮನೋಧರ್ಮದ ಆಂಗ್ಲ ಅಧಿಕಾರಿಗಳು ಸಮಯ ಬಂದೀತೇ ಎಂದು ಕಾದರು; ಮೈಸೂರಿನ ಅರಸನ ಅಧಿಕಾರಿಗಳ ಮುಟ್ಠಾಳತನದಿಂದ ರಾಜ್ಯದಲ್ಲಿ ಗೊಂದಲ ಎದ್ದಾಗ ಅದನ್ನೇ ನೆಪಮಾಡಿಕೊಂಡರು; ಅರಸನನ್ನು ಗಾದಿಯಿಂದಿಳಿಸಿದರು; ಮೈಸೂರನ್ನು ಕಬಳಿಸಿದರು. (೧೦೨-೧೦೩)

ಬ್ರಿಟಿಷರು ಮೈಸೂರನ್ನಾಗಲೀ, ಕೊಡಗನ್ನಾಗಲಿ ಅಥವಾ ಇನ್ನಾವುದೇ ದೇಶೀಯ ಸಂಸ್ಥಾನವನ್ನಾಗಲೀ ಕಬಳಿಸಿದ್ದು ಒಂದು ರಾಜಕೀಯ ಆಕಸ್ಮಿಕವೇನಲ್ಲ. ಅದರ ಹಿಂದೆ ಒಂದು ದೊಡ್ಡ ಹುನ್ನಾರವೇ ಇದೆ. ಅಷ್ಟೇಕೆ ಏಷ್ಯಾ, ಆಫ್ರಿಕಾ ಖಂಡಗಳಿಗೆ ವ್ಯವಸ್ಥೆಯನ್ನೂ ನಾಗರಿಕತೆಯನ್ನೂ ಕೊಂಡೊಯ್ಯುವ ಜವಾಬ್ದಾರಿಯನ್ನು ದೇವರು ತಮಗೆ ವಹಿಸಿದ್ದಾನೆಂದೇ ಅವರ ಅಂಬೋಣವಾಗಿತ್ತು. ತಮ್ಮ ಕುಟಿಲ ರಾಜನೀತಿಗೆ ನೈತಿಕ ಸಮರ್ಥನೆಯೊಂದನ್ನು ಸೂಚಿಸಲು ಅವರು White man's burden theory ಯೊಂದನ್ನೇ ಮುಂದುಮಾಡುತ್ತಿದ್ದರು. ಎಂಥ ತೀವ್ರತೆಯಿಂದ ಈ ಸಿದ್ಧಾಂತವನ್ನು ಅವರು ಪ್ರಚಾರ ಮಾಡುತ್ತಿದ್ದರೆಂದರೆ ಸ್ವತಃ ಅನೇಕ ಬ್ರಿಟಿಷ್ ಅಧಿಕಾರಿಗಳೇ ಅದನ್ನು ಸತ್ಯವೆಂದು ನಂಬಿದ್ದರು! 'ಚಿಕವೀರ ರಾಜೇಂದ್ರ' ಕಾದಂಬರಿಯಲ್ಲಿ ಬ್ರಿಟಿಷ್ ಅಧಿಕಾರಿಗಳ ನಡುವಣ ದೀರ್ಘ ಪತ್ರ ವ್ಯವಹಾರಗಳಿಂದ ಈ ಸಿದ್ಧಾಂತದ ಸ್ಥೂಲ ಚಿತ್ರ ನಮಗೆ ದೊರೆಯುತ್ತದೆ. ಮಾದರಿಗಾಗಿ ಎಂಬಂತೆ ಈ ಎರಡು ಪ್ಯಾರಾಗಳನ್ನು ಗಮನಿಸಬಹುದು:

> ಈ ಮೊದಲೇ ತಿಳಿದ ಸಂಗತಿಗಳಿಂದ ಮತ್ತು ಈ ಸಂಗತಿಯಿಂದ ನಮಗೆ ತೋರುತ್ತಿರುವುದು, ಈ ದೇಶದ ಜನ ತಮ್ಮ ವ್ಯವಹಾರವನ್ನು ತಾವು ನಡೆಸಿಕೊಳ್ಳಲು ಸಮರ್ಥರಲ್ಲ ಎನ್ನುವುದು. ಹತ್ತು ವಿಷಯಕ್ಕೆ ಇವರು ಅನಾಗರಿಕರು, ವನ್ಯ ಜೀವಿಗಳಂತೆ ತಪ್ಪಿ ನಡೆಯುವರು, ಕಚ್ಚಿ ಕಾದುವರು. ಇನ್ನು ಹತ್ತು ವಿಷಯಕ್ಕೆ ಇವರು ಹಸುಮಕ್ಕಳು; ಹಸುಮಕ್ಕಳಂತೆ ಅಸಹಾಯರಾಗಿರುವರು. ಅರಸನಾದವನು ತಪ್ಪಿ ನಡೆದರೆ ಅಧಿಕಾರಿಗಳು ಅವನನ್ನು ತಡೆಯುವುದಿಲ್ಲ; ಅಧಿಕಾರಿಗಳು ತಪ್ಪಿನಡೆದರೆ ಜನ ಅವರನ್ನು ಎದುರಿಸುವುದಿಲ್ಲ. ಈ ಸ್ಥಿತಿಯಲ್ಲಿರುವ ಜನತೆ ಮುಂದುವರಿಯುವುದು ಸಾಧ್ಯ ಅಲ್ಲ.
>
> ಈ ವಿಷಯವನ್ನು ಕುರಿತು ಆಲೋಚಿಸಿದಷ್ಟೂ ನಮಗೆ ಅಧಿಕಾಧಿಕವಾಗಿ ಒಂದು ಸತ್ಯಾಂಶ ಸ್ಪಷ್ಟವಾಗುತ್ತಿದೆ. ತಿಳಿವಳಿಕೆ ಸಾಲದ ಈ ಜನರನ್ನು ಆಂಗ್ಲ ಜನ ತನ್ನ ರೆಕ್ಕೆಯೊಳಗೆ ಕರೆದುಕೊಂಡು ರಕ್ಷಿಸಬೇಕು, ಬೆಳೆಸಿ ದಕ್ಷರನ್ನಾಗಿ ಮಾಡಬೇಕು, ಎನ್ನುವುದು ದೈವಸಂಕಲ್ಪ ಇರಬೇಕು. ಇದುವರೆಗೆ

ನಡೆದಿರುವ ಇತಿಹಾಸದಿಂದಲೇ ಈ ಸಿದ್ಧಾಂತ ಉದಯವಾಗುತ್ತದೆ. ಇಂಡಿಯಾ ದೇಶದ ಜನ ಎಲ್ಲ ಕಡೆಯಲ್ಲಿಯೂ ಪಕ್ಷ ಪ್ರತಿಪಕ್ಷಗಳಾಗಿ ಕಾದಾಡಿ ಒಂದಾದ ಮೇಲೆ ಒಂದು ಪ್ರಾಂತವನ್ನು ನಮ್ಮ ಕೈಗೆ ಒಪ್ಪಿಸಿಕೊಟ್ಟಿದ್ದಾರೆ. ನಾವು ಆಡಳಿತವನ್ನು ಕೈಗೆ ತೆಗೆದುಕೊಳ್ಳುವವರೆಗೆ ಯಾವ ಪ್ರಾಂತ್ಯದಲ್ಲೂ ಸೌಖ್ಯ ಇಲ್ಲ, ಕ್ಷೇಮ ಇಲ್ಲ. ನಾವು ಆಡಳಿತವನ್ನು ವಹಿಸಿಕೊಂಡ ಮೇಲೆ ಅಂಥ ಎಲ್ಲ ಕಡೆಯೂ ಜನ ಕ್ಷೇಮದಿಂದಿದ್ದಾರೆ, ಸಮಾಧಾನವಾಗಿ ಬಾಳುತ್ತಿದ್ದಾರೆ; ಆಂಗ್ಲರೇ ರಾಜರಾಗಬೇಕೆಂದು ಬಯಸುತ್ತಾರೆ. ಈ ಮಾತಿಗೆ ಉತ್ತರ ಭಾರತವೆಲ್ಲ ನಿದರ್ಶನ. ದಕ್ಷಿಣ ಭಾರತದಲ್ಲಿ ಕರ್ನಾಟಕ, ಪಶ್ಚಿಮ ಸಮುದ್ರತೀರ, ಮೈಸೂರು, ಹಾಗೆಯೇ ಈ ತತ್ತ್ವವನ್ನು ನಿರ್ಧರಿಸುತ್ತವೆ. ತುಂಬ ಈಚಿನ ನಿದರ್ಶನ ಮಹಾರಾಷ್ಟ್ರದ್ದು. ಒಟ್ಟು ಭರತವರ್ಷವೇ ನಮ್ಮ ಕೈಗೆ ಬಂದು ದಕ್ಷ ಮತ್ತು ನೀತಿಬದ್ಧ ಆದ ಆಡಳಿತದ ಸುಖವನ್ನನುಭವಿಸಿ ಮುಂಬರಿವಿನ ದಾರಿಯನ್ನು ತಿಳಿಯಬೇಕಾಗಿದೆ ಎನ್ನುವುದು ನನ್ನ ಮನಸ್ಸಿಗೆ ಸುಸಮ್ಮಥಿತ ಸುನಿಶ್ಚಿತ ಸಿದ್ಧಾಂತ ಆಗಿದೆ (ಪು.೨೩೦-೨೧).

ಕೊಡಗನ್ನು ಆಕ್ರಮಿಸಿಕೊಳ್ಳುವ ಮುನ್ನ ಈ ಬ್ರಿಟಿಷ್ ಅಧಿಕಾರಿಗಳು ಇದೇ ಸಿದ್ಧಾಂತವನ್ನು ಉಪಯೋಗಿಸಿಕೊಳ್ಳುತ್ತಾರೆ. ಆದರೆ ವಾಸ್ತವವಾಗಿ ಬ್ರಿಟಿಷರಿಗೆ ಕೊಡಗಿನ ಮೇಲೆ ಬಹಳ ಹಿಂದಿನಿಂದಲೇ ಕಣ್ಣಿತ್ತು ಎಂಬುದನ್ನು ಕಾದಂಬರಿಕಾರರು ಸ್ಪಷ್ಟಪಡಿಸುತ್ತಾರೆ. ಬ್ರಿಟಿಷರ ನಿಲುವಿಗೆ ತದ್ವಿರುದ್ಧವಾದ ನಿಲುವನ್ನು ಮಂಡಿಸಿ ವಸಾಹತುಶಾಹೀ ಸಾಮ್ರಾಜ್ಯಶಾಹಿಯ ಸ್ವಘೋಷಿತ ಸಿದ್ಧಾಂತದ ಪೊಳ್ಳುತನವನ್ನು ಬಯಲಿಗೆಳೆಯುತ್ತಾರೆ:

–ಕೊಡಗಿನ ನೆಲ ಒಂದರ್ಥಕ್ಕೆ ಈ ಜನರಿಗೆ ಮೈಸೂರಿಗಿಂತ ಚೆನ್ನ. ಕೊಡಗಿನ ಮಲೆ ವನ, ಹೊಳೆ, ಕಣಿವೆ, ಗದ್ದೆ, ತೋಟ ಅದನ್ನು ಅವರ ಬೈಬಲ್ಲಿನ ಗಾರ್ಡನ್ ಆಫ್ ಈಡನ್ ನಂದನವನಕ್ಕೆ ಸಮನಾಗಿ ಮಾಡಿದ್ದುವು. ತಮ್ಮ ದ್ವೀಪದ ಸ್ಕಾಟ್ಲೆಂಡ್ ಪ್ರಾಂತದ ಪರ್ವತ ಪ್ರದೇಶ ತುಂಬ ಸುಂದರ ಎನ್ನುವುದು ಆಂಗ್ಲರ ಒಂದು ತಿಳಿವಳಿಕೆ. ಕೊಡಗಿನ ಚೆಲುವು ಸ್ಕಾಟ್ಲೆಂಡಿನ ಪರ್ವತ ಪ್ರದೇಶದ ಚೆಲುವಿಗೆ ಒಂದು ಕೈ ಮೇಲು ಎಂಬಂತಿತ್ತು. ಮೈಸೂರನ್ನು ಕಬಳಿಸಿದಂತೆ ಕೊಡಗನ್ನು ಕಬಳಿಸುವುದಕ್ಕೆ ಬಹುಜನ ಆಂಗ್ಲರ ಬಾಯಿ ನೀರೂರುತ್ತಿತ್ತು. ಅರಸನೊಂದಿಗೆ ವಿವಾದಗಳು ಬೆಳೆಯಲಿ ಎಂದು ಇಂಥವರಿಗೆ ಆಸೆ. ಈ ಮೊದಲು ಬಂದಿದ್ದ ಹಲವು ವಿವಾದ ಊಟಕ್ಕೆ ಸಿದ್ಧವಾಗುತ್ತಿದ್ದ ಕಜ್ಜಾಯದ ನರುಗಂಪಿನಂತೆ ಇವರ ಆಸೆಯನ್ನು ಕೆರಳಿಸಿದ್ದುವು; ಅರಕಲಗೂಡಿನಿಂದ ಬಂದ ದೂರಿನ ಪತ್ರಗಳಿಂದ ಈ ಜನಕ್ಕೆ ತುಂಬ ಸಂತೋಷವಾಯಿತು. (೧೧೩)

ಬ್ರಿಟಿಷರು ತಮ್ಮ ನಿಷ್ಪಕ್ಷಪಾತ ನಡವಳಿಕೆ, ನ್ಯಾಯ ಪರಿಪಾಲನೆ, ಕೇವಲ ತಪ್ಪನ್ನು ಸರಿಪಡಿಸುವ ಋಜುತ್ವ ಇತ್ಯಾದಿಗಳ ಬಗ್ಗೆ ಸದಾ ಬಡಾಯಿ ಕೊಚ್ಚಿಕೊಳ್ಳುತ್ತಾರಷ್ಟೆ. ಚಿಕವೀರನನ್ನು ಪದಚ್ಯುತಗೊಳಿಸುವ ಮೊದಲೇ ಕೊಡಗಿನಲ್ಲಿ ತಮ್ಮ ಆಳ್ವಿಕೆಯನ್ನು ಹೇರುವ ನಿರ್ಧಾರ ಮಾಡಿರುತ್ತಾರೆ! ಮೈಸೂರು ರೆಸಿಡೆಂಟಿನ ಪತ್ರದ ಕೆಲವು ಸಾಲುಗಳು:

ಅಂತೂ ಯಾವ ದೃಷ್ಟಿಯಿಂದ ನೋಡಿದರೂ ಈ ಅರಸನನ್ನು ಗಾದಿಯಿಂದ ಇಳಿಸುವುದು ಸರಿ ಎನ್ನುವುದು ಮೊದಲಾಗಿ ನಿಷ್ಪನ್ನವಾಗುವ ನಿಶ್ಚಯ. ಇದಾದ ಮೇಲೆ ಬರುವ ಪ್ರಶ್ನೆ, ನಾನು ತಾನು ರಾಜನಾಗಬೇಕು ಎಂದು ಬಯಸುವ ಜನರಲ್ಲಿ ಯಾರನ್ನಾದರೂ ಗಾದಿಯ ಮೇಲೆ ಇರಿಸಬಹುದೇ ಎನ್ನುವುದು. ಹೀಗೆ ಹೊಸದಾಗಿ ಗಾದಿಯ ಮೇಲೆ ಕೂಡಿಸಬಹುದಾದ ವ್ಯಕ್ತಿ ಮೈಸೂರಿನ ಗಾದಿಯ ಮೇಲೆ ನಾವು ಕೂಡಿಸಿದ ವ್ಯಕ್ತಿಗಿಂತ ಚೆನ್ನವಾಗಿ ನಡೆದುಕೊಂಡಾನು ಎಂದು ನಿರೀಕ್ಷಿಸಲು ತಕ್ಕ ಆಧಾರವಿಲ್ಲ. ಹಾಗೆ ಒಬ್ಬನನ್ನು ಗಾದಿಯ ಮೇಲೆ ಕೂಡಿಸಿದರೂ ದೇಶ ಪುನಃ ಕೋಟಲೆಗೆ ಸಿಕ್ಕಿದ್ದನ್ನು ನೋಡಿ ನಾವು ಪುನಃ ಮರುಕದಿಂದ ಅದನ್ನು ಕೈಗೆ ತೆಗೆದುಕೊಳ್ಳಬೇಕಾಗಿ ಬಂದೀತೆಂದು ತೋರುತ್ತದೆ. (೨೩೩)

ಈ ದೃಷ್ಟಿಯಿಂದ ನೋಡಿದರೆ ಚಿಕವೀರನ ಕೊಡಗಿನ 'ವಿಧಿ' ಪೂರ್ವನಿಶ್ಚಿತವೇ ಆಗಿದೆ. ಅಂದರೆ ಸೂರ್ಯಮುಳುಗದ ಚಕ್ರಾಧಿಪತ್ಯದ ಎದುರಿನಲ್ಲಿ ಸಣ್ಣಪುಟ್ಟ ರಾಜರ ರಾಜ್ಯಗಳ ಅಭೀಪ್ಸೆಗಳಿಗೆ ಏನೂ ಅರ್ಥವಿಲ್ಲ. ಆದರೆ ಇದನ್ನು ಎದುರಿಸುವಲ್ಲಿ ಚಿಕವೀರನಾಗಲೀ, ಕೊಡಗಾಗಲೀ ತಮ್ಮ ಘನತೆಯನ್ನು ಮೆರೆಯುವುದಿಲ್ಲ ಎಂಬುದೇ ಬಹುದೊಡ್ಡ ದುರಂತ. ಚಿಕವೀರ ಬ್ರಿಟಿಷರ ಆಗಮನಕ್ಕಿಂತ ಮೊದಲೇ ತನ್ನವರಿಂದಲೇ ಪದಚ್ಯುತನಾಗಿರುತ್ತಾನೆ! ಅವನ್ನನ್ನು ಪದಚ್ಯುತಗೊಳಿಸಿದವರಿಗೆ ಸ್ವತಃ ಸಿಂಹಾಸನದ ಮೇಲೆ ಆಸೆ ಇಲ್ಲ; ಕೊಡಗಿನ ಜನತೆಯನ್ನು ದುಷ್ಟ ಅರಸರ ಆಳ್ವಿಕೆಯಿಂದ ಪಾರು ಮಾಡುವುದು ಅವರಿಗೆ ಮುಖ್ಯವಾಗಿರುತ್ತದೆ. ಚಿಕವೀರನ ಕೈಯಿಂದ ತಪ್ಪಿದ ಕೊಡಗು ಬ್ರಿಟಿಷರಿಗ ಸೇರಬಾರದೆಂಬುದೇ ಅವರ ಅಪೇಕ್ಷೆ. ಅದಕ್ಕಾಗಿ ಪ್ರಾಮಾಣಿಕ ಪ್ರಯತ್ನವನ್ನೂ ಮಾಡುತ್ತಾರೆ. ಆದರೆ ಸಂದರ್ಭ ಅವರಿಗೆ ಅನುಕೂಲವಾಗಿಲ್ಲ. ಅಲ್ಲದೆ ಅವರ ಸಾತ್ವಿಕ ರಾಜಕಾರಣ ಬ್ರಿಟಿಷರ ಕುಟಿಲ ರಾಜಕಾರಣವನ್ನು ಸರಿಗಟ್ಟಲಾರದು! ಆದರೆ ಅವರ ನಿಲುವು ಬ್ರಿಟಿಷರ ನಿಲುವಿನ ನೈತಿಕತೆಯನ್ನು ಪ್ರಶ್ನಿಸುವಂಥದ್ದು; ಬ್ರಿಟಿಷರ ಕ್ರಿಯೆಗಳ ಲಾಲಸೆಗಳನ್ನು ಬಯಲಿಗೆಳೆಯುವಂಥದ್ದು. ಲಕ್ಷ್ಮೀ ನಾರಾಯಣಯ್ಯ ಪಾರ್ಶಣ್ಣನಿಗೆ ಹೇಳುವ ಮಾತುಗಳನ್ನು ಕೇಳಿ:

> ಅರಸರು ಮಾಡಬಾರದ ಅಕೃತ್ಯವನ್ನು ಮಾಡಿಬಿಟ್ಟರು ಪಾರ್ಶಣ್ಣ. ಇನ್ನಿವರನ್ನು ನಾವು ಅರಸರಾಗಿ ಉಳಿಸಿಕೊಳ್ಳುತ್ತೇವೆಂದರೆ ಜನ ಒಪ್ಪುವುದಿಲ್ಲ. ಇವರ ಮೇಲೆ ಕೋಪದಿಂದ ಬಿಳೀ ಜನ ಬೇರೆ ಸೇನೆ ತರತಾ ಇದ್ದಾರೆ. ಹೊರಗಿನ ಸೇನೆ ನಾಡ ಮೇಲೆ ಬರೋದು ಒಳ್ಳೆಯದಲ್ಲ. ಅರಸರನ್ನೇ ಬೇಡಬೇಕು. ಗಾದಿ ಬಿಟ್ಟು ಬೇರೆಯವರನ್ನ ದೊರೆ ಮಾಡಿ ಎಂತ. ಬಿಳಿಜನವನ್ನ ಗಡಿ ಆಚೆ ನಿಲ್ಲಿಸುವುದಕ್ಕೆ ನಮ್ಮ ಸೈನ್ಯ ಕಳಿಸಬೇಕು. ಬೋಪಣ್ಣ ನಾನು ಹೀಗೆ ಯೋಚಿಸಿದ್ದೇವೆ. ಪೇಟೆಯ ಮಂದಿ ಇದಕ್ಕೆ ಅನುಕೂಲವಾಗಿ ನಡೆದುಕೊಳ್ಳಿ (೪೧೭).

ಬೋಪಣ್ಣ ಈ ಕಾದಂಬರಿಯ ಉಜ್ವಲ ಪಾತ್ರಗಳಲ್ಲಿ ಒಂದು. ಲಕ್ಷ್ಮೀನಾರಾಯಣಯ್ಯ ತನಗೇ ಸ್ಪಷ್ಟಪಡಿಸಿಕೊಳ್ಳುವ ಹಾಗೆ ದಾಕ್ಷಿಣ್ಯ ಪ್ರವೃತ್ತಿಯನು; ಆದರೆ ಬೋಪಣ್ಣ ಯಾವತ್ತೂ ನ್ಯಾಯಪಕ್ಷಪಾತಿ. ಅವನಿಗೆ ಇರುವುದು ವ್ಯಕ್ತಿನಿಷ್ಠೆಯಲ್ಲ, ಸಿಂಹಾಸನದ ನಿಷ್ಠೆ. ಆದ್ದರಿಂದ ಚಿಕವೀರ ಕೆಳಗಿಳಿಯುವುದೂ ಬೇರೆ ಯಾರಾದರೂ ಅದರ ಮೇಲೆ ಕುಳಿತುಕೊಳ್ಳುವುದೂ ಅವನಿಗೆ ಅಂಥ ಮಹತ್ವದ ವಿಷಯವಲ್ಲ. ಆದರೆ ಸಿಂಹಾಸನದ ಮೇಲೆ ಕುಳಿತುಕೊಳ್ಳುವವನು ಯೋಗ್ಯನಾಗಿರಬೇಕು ಎಂಬುದು ಅವನ ಖಡಕ್ಕಾದ ನಿಲುವು. ತಾನು ಸಿಂಹಾಸನವನ್ನು ಏರುವವನಲ್ಲ, ಕಾಯುವವನು ಎಂದು ಅನೇಕ ಬಾರಿ ಸ್ಪಷ್ಟಪಡಿಸುತ್ತಾನೆ. ಈ ನಿಲುವು ಕೂಡಾ ಬ್ರಿಟಿಷರ ಅಧಿಕಾರ ಲಾಲಸೆಗೆ ಒಂದು ಮುಖ್ಯವಾದ ಹೋಲಿಕೆಯಾಗಿ ಕಾದಂಬರಿಯಲ್ಲಿ ಧ್ವನಿತವಾಗುತ್ತದೆ. ಆದರೆ ಇವರ ಉಗ್ರ ದೇಶಾಭಿಮಾನ ಕೂಡಾ ಬ್ರಿಟಿಷರ ಕುಟಿಲತೆಯನ್ನು ಬೇಧಿಸಿಕೊಂಡು ಹೋಗುವಷ್ಟು ಶಕ್ತಿಯುತವಾಗಿಲ್ಲ. ಬೋಪಣ್ಣ ಏನೇ ಮಾಡಿದರೂ ಬ್ರಿಟಿಷರ ಹಸ್ತಕ್ಷೇಪವನ್ನು ತಡೆಗಟ್ಟುವುದಕ್ಕೆ ಆಗುವುದಿಲ್ಲ. ಇದರರ್ಥ ಇಷ್ಟೇ: ಒಂದು ಬೃಹತ್ ಸಾಮ್ರಾಜ್ಯದ ಮಿಲಿಟರಿ ಸಾಮರ್ಥ್ಯ ಮತ್ತು ತಂತ್ರಗಾರಿಕೆಯ ವಿರುದ್ಧ ಸ್ಥಳೀಯ ಪ್ರತಿಭಟನೆ ಸಾಂಕೇತಿಕವಾಗಿ ಎಷ್ಟೇ ಗಹನವಾಗಿದ್ದರೂ ಅದು ತನ್ನ ವಿರೋಧಿಯನ್ನು ಸದೆಬಡಿಯುವಷ್ಟು ಗಟ್ಟಿಯಾಗಿಲ್ಲ. ಇದೊಂದು ಅಸಮಬಲ ಹೋರಾಟ. ಇನ್ನು ಸ್ಥಳೀಯ ಶಕ್ತಿಗಳು ಒಂದಾಗಲು ದೇಶೀಯ ಸಂಸ್ಥಾನಗಳ ನಡುವಣ ಮತ್ತು ಒಳಗಣ ಪರಿಸ್ಥಿತಿಗಳು ಪೂರಕವಾಗಿಲ್ಲ. ಮತ್ತು ಅವು

ಒಂದಾಗದಂಥ ಪರಿಸ್ಥಿತಿಯನ್ನು ನಿರ್ಮಾಣ ಮಾಡುವುದೇ ಆಂಗ್ಲ ರಾಜಕಾರಣದ ಪ್ರಮುಖ ನೀತಿಯಾಗಿದೆ. ಈ ಕ್ರೌರ್ಯದ ಎದುರು ಗೌರಮ್ಮಾಜಿಯ ದೊಡ್ಡತನ, ಲಕ್ಷ್ಮೀನಾರಾಯಣಯ್ಯನ ಸ್ವಾಮಿನಿಷ್ಠೆ, ಬೋಪಣ್ಣನ ದೇಶಾಭಿಮಾನ ಇಂಥ ಗುಣಗಳು ಅಪ್ರಸ್ತುತವೂ, ಬಲಹೀನವೂ ಆಗುವುದು ಕೊಡಗು ಚರಿತ್ರೆಯ ದೊಡ್ಡ ದುರಂತ. ಬೋಪಣ್ಣ ಲಕ್ಷ್ಮೀನಾರಾಯಣಯ್ಯನಿಗೆ ಹೇಳುವ ಮಾತುಗಳನ್ನು ಕೇಳಿ:

> ನೋಡಿ ಅಯ್ಯನವರೆ, ನಮ್ಮ ನಿಮ್ಮ ಮನಸ್ಸು ಒಂದು; ಆದರೆ ನಮ್ಮ ಎಣಿಕೆ ಒಂದಲ್ಲ. ನೀವು ತಿಳಿದಿದ್ದೀರಿ ಕೊಡಗು ಅರಸರದು ಅಂತ. ನಾನು ಹೇಳೋದು ಕೊಡಗು ನಮ್ಮದು ಅಂತ. ಮರ್ಯಾದೆಗೆ ನಿಮ್ಮಂಥವರು ಹೇಳೋ ಮಾತ ನಂಬಿಕೊಂಡು, ಅರಸರಾದವರು ಕೊಡಗು ತಮ್ಮದು ಅಂತ ಕುಣಿದರು. ಆ ಕುಣಿತ ಇನ್ನು ಮುಗಿಯಿತು. ಇನ್ನು ಈ ಅರಸರಾಗಿದ್ದವರು ಅರ್ಧ ಇಟ್ಟೋ ಅರ್ಧ ಬಿಟ್ಟೋ, ಬೋಪಣ್ಣನಿಗೆ ಹೇಳು, ಅಂತ ಹೇಳಬೇಕಾಗಿಲ್ಲ. ಇವರು ಹೇಳಲಿಲ್ಲ ಅಂತ ನಾನು ನಮ್ಮ ಜನದ ಗತಿ ಏನು ಅಂತ ನೋಡದೆ ಇರುವುದಿಲ್ಲ. (೪೬೦)

ಆಡಳಿತ ವ್ಯವಸ್ಥೆ ಬಗ್ಗೆ, ಅಧಿಕಾರದ ಅಗತ್ಯದ ಬಗ್ಗೆ, ಮನುಷ್ಯ ತನ್ನ ಸಾಮೂಹಿಕ ಬದುಕಿನ ಚೆಂದಕ್ಕಾಗಿ ಮತ್ತು ಶಿಸ್ತಿಗಾಗಿ ರೂಢಿಸಿಕೊಂಡ ಸಾಮಾಜಿಕ ಸಂಸ್ಥೆಗಳು ಮತ್ತು ರಾಜಕೀಯ ಸಂಸ್ಥೆಗಳು ಅವುಗಳ ನಿಜವಾದ ಅಭಿವ್ಯಕ್ತಿಯಲ್ಲಿ ನಡೆದುಕೊಳ್ಳುವ ದುರಂತದ ತಿರುವುಗಳ ಬಗ್ಗೆ ಮಾಸ್ತಿ ಹಲವು ರೀತಿಗಳಲ್ಲಿ ನಮ್ಮ ಗಮನ ಸೆಳೆದಿದ್ದಾರಷ್ಟೆ. ಅಂದರೆ ಸಿಂಹಾಸನ, ರಾಜತ್ವ, ಆಡಳಿತಸೂತ್ರ, ಅಧಿಕಾರ ಕೇಂದ್ರಗಳನ್ನು ವಿವಿಧ ಕೋನಗಳಲ್ಲಿ ನೋಡಿ– ಚಿಕವೀರ, ಚೆನ್ನಬಸಯ್ಯ, ಕುಂಟಬಸವ, ಲಕ್ಷ್ಮೀನಾರಾಯಣಯ್ಯ, ಭಗವತಿ, ಬ್ರಿಟಿಷ್ ಅಧಿಕಾರಿಗಳು, ಗೌರಮ್ಮಾಜಿ, ವರ್ತಕರು, ಸೈನಿಕರು, ಸಾಮಾನ್ಯ ಪ್ರಜೆಗಳು ಇವರ ದೃಷ್ಟಿಕೋನಗಳಲ್ಲಿ ನೋಡಿ– ವ್ಯವಸ್ಥೆಯ ಕರಾಳ ಮುಖಗಳ ದರ್ಶನ ಮಾಡಿಸಿದ್ದಾರಷ್ಟೆ. ಈ ದೃಷ್ಟಿಕೋನಗಳಿಗೆ, ಮುಖ್ಯವಾಗಿ ವಸಾಹತುಶಾಹಿ ದೃಷ್ಟಿಕೋನಕ್ಕೆ ಸಂಪೂರ್ಣ ಭಿನ್ನವಾದ ದೃಷ್ಟಿಕೋನವೊಂದನ್ನು ಬೋಪಣ್ಣನ ಮೂಲಕ ಮಂಡಿಸಿ ಅಧಿಕಾರ ಲಾಲಸೆಯ ಪ್ರೇರಣೆಯ ವಿಕೃತಿಗಳಿಗೆ ಒಂದು corrective ಸೂಚಿಸುವ ಪ್ರಯತ್ನ ಮಾಡುತ್ತಾರೆ. ಕೊಡಗು ರಾಜ್ಯದ ವೈಶಿಷ್ಟ್ಯವೆಂದರೆ ಕೊಡವರು ಸೈನಿಕರು, ಸೇನಾಧಿಪತಿಗಳಾದರು. ಚಿಕವೀರನ ಪದಚ್ಯುತಿಯಾಗಿ ಮುಂದಿನ ಅರಸ ಯಾರಾಗಬೇಕೆಂಬ ಜಿಜ್ಞಾಸೆ ಶೂನ್ಯವೊಂದನ್ನು ಸೃಷ್ಟಿಸಿದಾಗ ಲಕ್ಷ್ಮೀನಾರಾಯಣಯ್ಯ ಬೋಪಣ್ಣನೇ ಗಾದಿ ಮೇಲೆ ಕೂಡುವಂತೆ ಪ್ರಾರ್ಥಿಸುತ್ತಾನೆ. ಬೋಪಣ್ಣನ ಪ್ರತಿಕ್ರಿಯೆ:

> ಬೋಪಣ್ಣ ಲಕ್ಷ್ಮೀನಾರಾಯಣಯ್ಯನ ಕಡೆ ಬೆಚ್ಚಿ ನೋಡಿದನು. ಅವನು ಈ ಸೂಚನೆಯನ್ನು ನಿರೀಕ್ಷಿಸಿರಲಿಲ್ಲ. ಈ ಬ್ರಾಹ್ಮಣ ಈ ಮಾತನ್ನು ವ್ಯಂಗ್ಯದಲ್ಲಿ ಏನಾದರೂ ಆಡುತ್ತಿದ್ದಾನೋ ಎಂದು ಅವನು ಕ್ಷಣಮಾತ್ರ ಶಂಕಿಸಿದನು. ಲಕ್ಷ್ಮೀನಾರಾಯಣಯ್ಯನ ದೃಷ್ಟಿಯಲ್ಲಿ ಕುಟಿಲ ಇರಲಿಲ್ಲ. ಅವನು ಈ ಸೂಚನೆಯನ್ನು ಶುದ್ಧ ಮನಸ್ಸಿನಿಂದ ಮಾಡಿರುವುದು ಕಂಡಿತು. ಬೋಪಣ್ಣ ಸಮಾಧಾನಗೊಂಡನು. ಅವನ ಮುಖ ಪ್ರಸನ್ನವಾಯಿತು. ಅವನು ನಕ್ಕನು: 'ಒಳ್ಳೇ ಮಾತು ಹೇಳಿದಿರಿ ಅಯ್ಯನವರೇ. ಕೊಡಗ ಇಂಥ ಕೆಲಸ ಮಾಡಿಯಾನೇ? ಬೇರೆ ಏನೂ ಇಲ್ಲ ಎನ್ನಿ. ದೊರೇನ ಬದಿಗಿರಿಸಿದವರು ಗಾದೀ ಮೇಲೆ ಬೇರೆಯೋರನ್ನ ಕೂಡಿಸಿದರೆ, ಒಳ್ಳೇದಕ್ಕೆ ಮಾಡಿದೆವು, ಅಂತ ಸಾಧಿಸಬಹುದು. ದೊರೇನ ಬಿಡಿಸಿದ ಗಾದೀಲಿ ನಾವು ಕೂತರೆ ಒಳ್ಳೇದಕ್ಕೋ ದುರಾಶೆಗೋ ಯಾರು ಹೇಳಬಹುದು? ನೀವು ದ್ರೋಹ ದ್ರೋಹ ಅಂತೀರಲ್ಲ. ಕಂಡವರು ಇದನ್ನ ಅದು ಅಂದರೆ ನಾವು ಆ ಮಾತನ್ನು ಸುಳ್ಳು ಅನ್ನುವ ಹಂಗಿಲ್ಲ. (೪೮೫)

ಅರಸ ಕೆಳಗಿಳಿದು, ಅವನ ಹೆಂಡತಿ, ಮಗಳು ಯಾರೂ ರಾಜ್ಯಭಾರ ನಡೆಸಲು ಮುಂದಾಗದ ಸನ್ನಿವೇಶದಲ್ಲೂ ತಾನಾಗಿ ಒದಗಿಬಂದ ಅವಕಾಶವನ್ನು ವಿನಯದಿಂದ ನಿರಾಕರಿಸುವ ಬೋಪಣ್ಣನಿಗೂ, ಅಧಿಕಾರ ಹಿಡಿಯಲು ಅದಕ್ಕೆ ಬೇಕಾದ ವಾತಾವರಣವನ್ನು ಕೃತಕವಾಗಿ ಸೃಷ್ಟಿಸುವ ಬ್ರಿಟಿಷರಿಗೂ ಹೋಲಿಕೆಯನ್ನು ಕಾಣಿಸುವ ಮಾಸ್ತಿ ಆ ಮೂಲಕ ರಾಜಕಾರಣದ ಎರಡೂ ಮುಖಗಳನ್ನು ಓದುಗರ ಗಮನಕ್ಕೆ ತರುತ್ತಾರೆ.

ಬೋಪಣ್ಣನ ರಾಜಕೀಯಕ್ಕೆ ಇನ್ನೂ ಆಳವಾದ ಆಯಾಮಗಳಿವೆ:

> ಕೊಡಗರು ಭೂತಾಯ ಮಕ್ಕಳು. ಭೂಪತಿ ಅನ್ನೋ ಹೆಸರಿಗೆ ಅವರು ಎಂದೂ ಒಪ್ಪಲಿಲ್ಲ. ಯಾರಿಗೆ ಬೇಕು ಈ ಕೇಡು ಮಾತು? ಕೊಡಗ ಅರಸನೇ ಆಗುವುದಾಗಿದ್ದರೆ ಈ ಅರಸನ ಮುತ್ತಜ್ಜನ ಮುತ್ತಜ್ಜ ಅರಸು ಅಂತ ಯಾಕೆ ಮಾಡತಾ ಇದ್ದ? ಅವನ ಹಿಂದಿನ ಅರಸರು ತೀರಿಕೊಂಡರು ಅಂತ ಬೇರೆ ಅರಸರನ್ನ ಮಾಡಬೇಕಾದಾಗ ನಾಡಕರ್ತರು ಎಲ್ಲಾ ಸೇರಿ ಈ ಬೂದಿ ಬಡುಕನ್ನ ದೊರೆ ಅನ್ನಲಿಲ್ಲವೇ? ದೊರೆ ಕೆಲಸಕ್ಕೆ ಬರಬೇಕಾದರೆ ಬಿಕ್ಕೆ ಜನವೇ ಸರಿ, ಕೊಡಗನಲ್ಲ, ಅಂದರಲ್ಲವೇ ಹಿರಿಯರು? ಇವತ್ತಾದರೂ ಅದೇ ಮಾತೇ; ಬೇಕಾದ ಅಬ್ಬೇಪಾರಿ ಬರಲಿ; ಗಾದಿ ಮೇಲೆ ಕೂಡಲಿ; ರಾಜ ಅಂತ ನಡೆಸೋಣ. ಮರ್ಯಾದೆಯಲ್ಲಿ ನಡಕೊಳ್ಳಲಿ; ನಾವು ಪಕ್ಕದಾಗ ನಿಂತು ದೇಶಾ ನೋಡಿಕೊಳ್ಳೋಣ. ಇದು ಕೊಡಗನ ಕೆಲಸ, ಹಾರುವರ ಕೆಲಸ. ಗಾದಿ ಏರೋದು ದೊಡ್ಡ ಮಾತಲ್ಲ. (೪೮೦)

ಆದರ್ಶದ ರಾಜತ್ವವನ್ನು ಸೂಚಿಸುವ ಮೂಲಕ ಮಾಸ್ತಿ ವಿಕೃತಿಗಳ ಚಿತ್ರಣಕ್ಕೆ ಒಂದು ನೈತಿಕ ಆಯಾಮ ತರುತ್ತಾರೆ. 'ಚಿಕವೀರ ರಾಜೇಂದ್ರ' ನಿಸ್ಸಂದೇಹವಾಗಿ ಈ ಶತಮಾನದ ಅತ್ಯುತ್ತಮ ಕಾದಂಬರಿಗಳಲ್ಲಿ ಒಂದು. ತಂತ್ರದ ದೃಷ್ಟಿಯಿಂದಲೂ ಈ ಮಾತು ನಿಜ. ಚಿಕವೀರನ ಕ್ರೌರ್ಯ – ಅವನ ವಿರೋಧಿಗಳ ಕ್ರೌರ್ಯ – ಬ್ರಿಟಿಷರ ಕ್ರೌರ್ಯ ಇವನ್ನು ಕೊಡಗಿನ ದುರಂತದ ಬಿಡಿ ಬಿಡಿ ಕಾರಣಗಳಾಗಿ ನೋಡದೆ ಯಾವುದನ್ನೂ ಏಕಪಕ್ಷೀಯವಾಗಿ ದೊಡ್ಡದು ಅಥವಾ ಸಣ್ಣದು ಮಾಡದೆ ಅವುಗಳು ಒಂದನ್ನೊಂದು ಪ್ರಚೋದಿಸುವ, ಪರಸ್ಪರ ಪ್ರೇರಣೆ ಪಡೆವ, ಪರಸ್ಪರ ಪ್ರಭಾವಿಸುವ ವಿನ್ಯಾಸವನ್ನು ಮಾಸ್ತಿ ಕಾದಂಬರಿಯಲ್ಲಿ ಹೆಣೆದಿದ್ದಾರೆ. ಉದಾಹರಣೆಗೆ ಚಿಕವೀರ– ಚೆನ್ನಬಸವಯ್ಯರ ವೈಮನಸ್ಕತೆಗೆ ಇಬ್ಬರೂ ಕಾರಣ. ಬ್ರಿಟಿಷರು ಇದನ್ನು ಬೆಳೆಸುತ್ತಾರೆ. ಅದನ್ನು ತಮ್ಮ ಕ್ರಿಯೆಗೆ ನೆಪವಾಗಿಸಿಕೊಳ್ಳುತ್ತಾರೆ. ಬ್ರಿಟಿಷರ ಕ್ರಿಯೆ ಚಿಕವೀರನನ್ನು ಮತ್ತಷ್ಟು ಕ್ರೂರಿಯಾಗಿಸುತ್ತದೆ. ಬ್ರಿಟಿಷರಿಂದ ಕುಮ್ಮಕ್ಕು ಪಡೆದು ಚೆನ್ನಬಸವನೂ ಕೊಬ್ಬುತ್ತಾನೆ. ಹೆಚ್ಚು ಕ್ರೂರಿಯಾಗುವ ಚಿಕವೀರ ಬ್ರಿಟಿಷರನ್ನು ಮತ್ತಷ್ಟು ಕೆಣಕುತ್ತಾನೆ, ಬ್ರಿಟಿಷರು...

ಕಾದಂಬರಿಯಲ್ಲಿ ಕಥೆಯ ಓಟದ, ಬಂಧದ, ಚಲನೆಯ, ಸ್ವರೂಪ ಈ ಬಗೆಯದು.

***

೩

ಕುವೆಂಪು ಅವರ ಎರಡನೆಯ ಕಾದಂಬರಿ 'ಮಲೆಗಳಲ್ಲಿ ಮದುಮಗಳು' ಪ್ರಕಟವಾದದ್ದು ೧೯೬೭ರಲ್ಲಿ. ವಸಾಹತೀಕರಣದ ಮೂಲಕ ಪ್ರವೇಶಿಸಿದ ಆಧುನಿಕತೆ ಮತ್ತು ಇದಕ್ಕೆ ಸ್ಥಳೀಯರ ಪ್ರತಿಕ್ರಿಯೆ ಮತ್ತು ಪ್ರತಿಸ್ಪಂದನ ಈ ಕಾದಂಬರಿಯ ಮುಖ್ಯ ವಸ್ತುಗಳಲ್ಲಿ ಒಂದು. ಕಾದಂಬರಿ ಸೂಚಿಸುವ ಕಾಲಘಟ್ಟ ಹತ್ತೊಂಭತ್ತನೆಯ ಶತಮಾನದ ಉತ್ತರಾರ್ಧ. ಈ ಅವಧಿಯಲ್ಲಿ

ಹೊಸ ಮೌಲ್ಯ ಮತ್ತು ವ್ಯವಸ್ಥೆಗಳ ಪ್ರವೇಶದಿಂದ ಮಲೆನಾಡು ಎದುರಿಸಿದ ಪಲ್ಲಟಗಳ ಸೂಕ್ಷ್ಮ ಕಥನ ಇಲ್ಲಿ ನಡೆದಿದೆ. ಹೊಸದರ ಬಗ್ಗೆ ಆಕರ್ಷಣೆ ಕಂಡುಬರುತ್ತಿದೆ. ಆದರೆ ವಿಮರ್ಶೆಯೂ ಇದೆ. ಕೆಲವರು ಬಿಡುಗಡೆಯ ಹೊಸ ಹಾದಿಯನ್ನು ಕಂಡುಕೊಳ್ಳಲು ಪ್ರಯತ್ನಿಸುತ್ತಿದ್ದರೆ ಮತ್ತೆ ಕೆಲವರು ಬದುಕಿನ ಹೊಸ ಸಾಧ್ಯತೆಗಳನ್ನೂ ಕಾಣುತ್ತಿದ್ದಾರೆ. ಅಂದರೆ ಸ್ಥಳೀಯ ಜಗತ್ತಿನ ಪ್ರತಿಕ್ರಿಯೆ ಪ್ರತಿಸ್ಪಂದನಗಳಲ್ಲಿ ಏಕಾಕಾರ ಇಲ್ಲ. ಇವುಗಳಲ್ಲಿ ವ್ಯಕ್ತವಾಗುವ ವೈವಿಧ್ಯ, ಬಹುತ್ವ, ಭಿನ್ನತೆಗಳು ಕಾದಂಬರಿಯ ಸಮೃದ್ಧ ಲೋಕವನ್ನು ಕಟ್ಟುವಲ್ಲಿ ತಮ್ಮ ಪಾಲನ್ನು ಉಚಿತ ಪ್ರಮಾಣದಲ್ಲಿ ಸಲ್ಲಿಸಿವೆ.

ತನ್ನ ಸೀಮಿತ ಭೌಗೋಳಿಕ ಆವರಣದಲ್ಲಿಯೇ ಹಲವಾರು ಜಾತಿ ಉಪಜಾತಿಗಳ ಹಲವು ವಿಭಿನ್ನ ನಂಬಿಕೆ ಲೋಕಗಳ ಮತ್ತು ಜೀವನಕ್ರಮಗಳ ಸಹ ಅಸ್ತಿತ್ವವನ್ನು ಕಂಡಿರುವ ಮಲೆನಾಡು ಆ ಕಾಲಘಟ್ಟದಲ್ಲಿ ಕ್ರಿಶ್ಚಿಯನ್ ಧರ್ಮವನ್ನು ಒಂದು ಹೊಸ ಧರ್ಮವಾಗಿ ಪರಿಗಣಿಸಿಯೇ ಇಲ್ಲ. ಹಿಂದೂ ಧರ್ಮ ಎಂಬ ಏಕೀಕೃತ ಕಲ್ಪನೆಯೂ ಇಲ್ಲದಿದ್ದ ಒಂದು ಜನಪದವು ಕ್ರಿಶ್ಚಿಯನ್ ಧರ್ಮವನ್ನು ಒಂದು ಧರ್ಮ; ನಮ್ಮ ಹಿಂದೂ ಧರ್ಮಕ್ಕಿಂತ ಭಿನ್ನವಾದ, ಹಿಂದೂಧರ್ಮಕ್ಕೆ ಸವಾಲು ಹಾಕುತ್ತಿರುವ ಧರ್ಮ ಎಂಬ ನೆಲೆಯಲ್ಲಿ ಪರಿಭಾವಿಸುತ್ತಲೇ ಇಲ್ಲ. ಅದು ಇನ್ನೊಂದು ಜಾತಿ, 'ಕಿಲಸ್ತರ' ಜಾತಿ ಎಂದಷ್ಟೇ ನೋಡುತ್ತಿದೆ. ಕೆಲವರಿಗೆ ಅದೊಂದು ಪ್ರತಿಷ್ಠಿತ ಜಾತಿ, ತಮಗೆ ಉನ್ನತ ಸಾಮಾಜಿಕ ಸ್ಥಾನಮಾನ ತಂದುಕೊಡಬಲ್ಲ ಜಾತಿ ಎಂಬ ಆಕಾಂಕ್ಷೆ ಇದ್ದರೆ ಮತ್ತೆ ಕೆಲವರಿಗೆ 'ಹೊಲೇರಿಗಿಂತಾ ಅತ್ತತ್ತ ಆ ಕಿಲಸ್ತರು!' (ಮಲೆಗಳಲ್ಲಿ ಮದುಮಗಳು, ನಾಲ್ಕನೆಯ ಮುದ್ರಣ, ೧೯೯೨, ಉದಯರವಿ ಪ್ರಕಾಶನ, ಮೈಸೂರು, ಪುಟ ೨೧೭)

> ಅಂತೂ ಆ ಪಾದ್ರಿಯಿಂದ ಸುಖಾ ಇಲ್ಲಾ ಅಂತಾ ಕಾಣ್ತದೆ. ಬೀಸೆಕಲ್ಲು ಸವಾರಿ, ಹೊಗೇ ಬತ್ತಿ ಸೇದೋದು, ಮುಂಜುಟ್ಟು ಬಿಡೋದು. ಇನ್ನೂ ಏನೇನೋ ಯಕ್ಷಿಣಿ ಮಾಡಿ, ಜಾತಿ ಕೆಡಿಸಿ, ಕಿಲಸ್ತರ ಮತಕ್ಕೆ ಸೇರಿಸಕ್ಕೆ ಹುನ್ನಾರು ಮಾಡ್ತಿದ್ದಾನೆ. ನಿನ್ನ ಬೆಟ್ಟಳ್ಳಿ ಸಣ್ಣ ಗೌಡರೂ ಅವನ ಬಲೆಗೆ ಬೀಳಾ ಹಂಗೆ ಕಾಣ್ತದೆ! ನಾವೇನೂ ಅವರ ಹತ್ರ ಹೋಗ್ತೀವೇನು? ದೂರದಾಗೆ ನಿಂತುಕೊಂಡು ನೋಡಿ, ಇತ್ತ ಮಖ ಬಂದು ಬಿಡ್ತೀವಿ' ಎಂದು ಗುತ್ತಿ ತಾನೂ ತನ್ನ ಜಾತಿಯವರೂ ಕಿಲಸ್ತರ ಪಾದ್ರಿಯ ಪ್ರಭಾವದಿಂದ ತಪ್ಪಿಸಿಕೊಳ್ಳುವ ರೀತಿಯನ್ನು ವಿವರಿಸಿದನು (ಪುಟ ೧೧೭).

ವಸಾಹತೀಕರಣ ಪ್ರಕ್ರಿಯೆಯಲ್ಲಿ, ತನ್ನ ಸಂದರ್ಭದಲ್ಲಿ, ಕಾದಂಬರಿಯು ಮೂರು ಮುಖ್ಯ ನೆಲೆಗಳತ್ತ ಗಮನಹರಿಸಿದ ಹಾಗೆ ಕಾಣುತ್ತದೆ; ಮತಾಂತರ, ಆಧುನಿಕ ಶಿಕ್ಷಣ ಮತ್ತು ಆಧುನಿಕ ಜೀವನಕ್ರಮ. ಹೊಸ ಸ್ಕೂಲಿನ ಸ್ಥಾಪನೆ, ಬೈಸಿಕಲ್‌ನಂಥ ಯಂತ್ರಗಳ ಪರಿಚಯ, ವೇಷಭೂಷಣಗಳ ಮಾರ್ಪಾಟು, ಸ್ಥಳೀಯ ಕಂದಾಚಾರ ವಿಧಿ ನಿಷೇಧಗಳಿಗೆ ಪರ್ಯಾಯವಾದ ಹೊಸ ಸಾಮಾಜಿಕ ರೂಢಿಗಳ ಆಗಮನ ಮುಂತಾದ ಅಂಶಗಳನ್ನು ಕಾದಂಬರಿ ತನ್ನ ಪಾತ್ರಗಳ ದೈನಂದಿನ ಜೀವನ ಸಂದರ್ಭಗಳು, ಸನ್ನಿವೇಶಗಳು, ಸಂಭಾಷಣೆಗಳ ಮುಖಾಂತರವೇ ಪ್ರಸ್ತುತಪಡಿಸುತ್ತದೆ. ಹಾಗಾಗಿ 'ಸಬಾಲ್ಟ್ರನ್' ಎಂದು ಹೇಳಬಹುದಾದ ಒಂದು ಆಯಾಮ ಕಥನಕ್ಕೆ ಒದಗಿ ಬಂದು ಬಿಡುತ್ತದೆ. ಕಾದಬರಿಯ ಸರ್ವಸಾಕ್ಷಿತ್ವ ನಿರೂಪಣೆಯು ಮತಾಂತರ ಚಟುವಟಿಕೆಯ ಹಿಂದಿನ ರಾಜಕಾರಣ, ವಸಾಹತಿಕರಣದ

ಸ್ವರೂಪ ಮತ್ತು ಪರಿಣಾಮ, ಇದಕ್ಕೆ ವಿವೇಕಾನಂದ ಮುಂತಾದವರ ಪ್ರತಿರೋಧ ಇವುಗಳನ್ನು ವ್ಯಾಖ್ಯಾನಿಸಲು, Theorise ಮಾಡಲು, ಸೈದ್ಧಾಂತೀಕರಿಸಲು ಪ್ರಯತ್ನಿಸುತ್ತದೆ. ಹೊರಗಣ ಆಕ್ರಮಣ, ಒಳಗಣ ದೌರ್ಬಲ್ಯ ಇವೆರಡೂ ಸಂಧಿಸಿದಾಗ ವಸಾಹತೀಕರಣ ಸಾಧ್ಯವಾಗುತ್ತದೆ ಎಂಬ ಬೌದ್ಧಿಕ, ಸೈದ್ಧಾಂತಿಕ ಆಕೃತಿ ರೂಪುಗೊಳ್ಳುವ ಬಗೆಯನ್ನು ಕೆಳಗಿನ ಸಾಲುಗಳಿಂದ ನಿರ್ವಚಿಸಿಕೊಳ್ಳಬಹುದು:

"ದೀವದಾನೆ ಕಾಡಾನೆಯನ್ನು ಆಕರ್ಷಿಸಿ ಖೆಡ್ಡಾಕ್ಕೆ ಕೆಡಹಲು ಪ್ರಯತ್ನಿಸುವಂತೆ ಪಾದ್ರಿ ಜೀವರತ್ನಯ್ಯ ಚಿನ್ನಪ್ಪನ ಕಾಲಡಿಯ ಕುರುಡು ಆಚಾರ ಮತ್ತು ಮೂಢನಂಬಿಕೆಗಳ ಭೂಮಿಯನ್ನು ಸಡಿಲಗೊಳಿಸಿ ಅಗೆದು ತೆಗೆದು ಕ್ರೈಸ್ತ ಮತದ ಖೆಡ್ಡಾ ಕಂದಕವನ್ನು ಮೆಲ್ಲಗೆ ನಿರ್ಮಿಸುತ್ತಿದ್ದನು.

ಅತ್ತ ಉತ್ತರಾರ್ಧಗೋಲದ ಬಹುದೂರ ಸಾಗರದಾಚೆಯ ಒಂದು ಆಧುನಿಕ ನಾಗರಿಕತೆಯ ಮತ್ತು ವೈಜ್ಞಾನಿಕ ಪ್ರಗತಿಯ ಶ್ರೀಮಂತ ದೇಶದಲ್ಲಿ ಪ್ರಪ್ರಾಚೀನ ಭಾರತ ಸಂಸ್ಕೃತಿಯ ಸರ್ವೋತ್ತಮ ಪ್ರತಿನಿಧಿಯೊಬ್ಬನು ವೇದಾಂತ ದರ್ಶನದ ಮೇಲೆ ನಿಂತಿರುವ ಸನಾತನ ಹಿಂದೂಧರ್ಮದ ಸರ್ವೋತ್ಕೃಷ್ಟತೆಯನ್ನು ಅಧಿಕಾರವಾಣಿಯಿಂದ ಪ್ರಸಾರ ಮಾಡುತ್ತಿದ್ದಾಗಲೆ ಅದನ್ನೆಲ್ಲ ಸದ್ದುಗದ್ದಲವಿಲ್ಲದೆ ಮೂದಲಿಸುವಂತೆ ಯಃಕಶ್ಚಿತ್ ಪಾದ್ರಿಯೊಬ್ಬನು- ಅದರಲ್ಲೂ ನೇಟಿವ್ ಪಾದ್ರಿ- ಘೋರಾರಣ್ಯಮಯವಾದ ಸಹ್ಯಾದ್ರಿ ಶ್ರೇಣಿಯ ಮಲೆನಾಡಿನ ಕೊಂಪೆಯ ಅಜ್ಞ ಬೇಸಾಯಗಾರನೊಬ್ಬನಿಗೆ ಹಿಂದೂ ಧರ್ಮದ ಅನಾಚಾರ, ಅವಿವೇಕ, ಸಂಕುಚಿತ ಮನೋಭಾವ, ಜಾತಿ ಮತ ಪಕ್ಷಪಾತ, ಬ್ರಾಹ್ಮಣ ತಿರಸ್ಕಾರ, ಶೂದ್ರರ ದೈನ್ಯ, ಅಧೋಗತಿ, ಕಲ್ಲು ಮಣ್ಣು ಮರ ದೆವ್ವಗಳ ಪೂಜೆ ಇತ್ಯಾದಿಗಳನ್ನೂ- ಯೇಸುಕ್ರಿಸ್ತನ ಮತ್ತು ಕ್ರೈಸ್ತ ಮತದ ಪರೋಪಕಾರ ಪರಾನುಕಂಪನ ನೀತಿ, ತ್ಯಾಗ, ಭಕ್ತಿ, ಉದ್ಧಾರಕ ಸಾಮರ್ಥ್ಯ ಇತ್ಯಾದಿಗಳನ್ನೂ ಕುರಿತು ಮನಮುಟ್ಟುವಂತೆ ಉಪದೇಶ ಮಾಡುತ್ತಿದ್ದನು."

'ಕಾವಲಿಲ್ಲದ ಕೋಟೆಗೆ ನುಗ್ಗಲು ಶತ್ರುವಿಗೆ ಸೈನ್ಯಬೇಕೆ?

ರಕ್ಷಕರಿಲ್ಲದ ದುರ್ಗವನ್ನು ಗೆಲ್ಲಲು ನಿಪುಣ ಸೈನಿಕನೊಬ್ಬನಾದರೂ ಸಾಕು!' (ಪುಟ ೨೦೪-೨೦೫)

ರೂಢಿಯಲ್ಲಿರುವ ಹಿಂದೂ ಧರ್ಮದ ಆಚಾರ ವಿಚಾರಗಳನ್ನು ಕಾದಂಬರಿ ಉಗ್ರವಾಗಿ ಖಂಡಿಸುತ್ತದೆ; ಲೇವಡಿ ಮಾಡುತ್ತದೆ. ಕಂದಾಚಾರ, ಮೂಢನಂಬಿಕೆಗಳನ್ನು ಬಯಲಿಗೆಳೆಯುತ್ತದೆ. 'ಕಾನೂರು ಹೆಗ್ಗಡಿತಿ'ಯಲ್ಲೂ ಈ ಥರದ ಟೀಕೆ, ವಿಮರ್ಶೆ ವಿಪುಲವಾಗಿವೆ. ಆದರೆ ಈ ವಿಷಯದಲ್ಲಿ ಎರಡೂ ಕಾದಂಬರಿಗಳಿಗೆ ಒಂದು ಮುಖ್ಯ ವ್ಯತ್ಯಾಸವಿದೆ. 'ಕಾನೂರು ಹೆಗ್ಗಡಿತಿ'ಯಲ್ಲಿ ಹಿಂದೂ ಧರ್ಮದ ವಿಕೃತಿಗಳಿಗೆ ಬದಲಿ ಎಂಬಂತೆ, Corrective ಎಂಬಂತೆ ಕ್ರೈಸ್ತ ಧರ್ಮ ಇಲ್ಲ. ಬೌದ್ಧ ಧರ್ಮ ಹಿಂದೂ ಧರ್ಮದ ಅನಾಚರಣೆಗಳಿಗೆ ಒಂದು ಉತ್ತರವಾಗಬಹುದೇನೋ ಎಂಬ ಧ್ವನಿ ಇದೆ. ಕುವೆಂಪು ಅವರ ಮೊದಲ ಕಾದಂಬರಿ "ಕಾನೂರು ಹೆಗ್ಗಡಿತಿ" (೧೯೩೭)ಯ ನಾಯಕ ಹೂವಯ್ಯನು ಕ್ರೈಸ್ತ ಧರ್ಮದ ಪ್ರಸ್ತಾಪ ತೆಗೆಯುವುದಿಲ್ಲ. ಬುದ್ಧ ಮಂದಿರವನ್ನು ತೆರೆಯುತ್ತಾನೆ. ಎರಡನೆಯದಾಗಿ ಬೌದ್ಧಮತಕ್ಕೆ ಇಲ್ಲಿ ಯಾರೂ ಮತಾಂತರಗೊಳ್ಳುವುದಿಲ್ಲ; ಹೂವಯ್ಯನೂ. ಹಿಂದೂ ಧರ್ಮದ ಆಚರಣೆಗಳ ವಿಮರ್ಶೆಗೆ ಬೌದ್ಧ ಧರ್ಮ ಇಲ್ಲಿ ಪರೋಕ್ಷವಾದ ಭೂಮಿಕೆಯಾಗಿರಬಹುದು ಅಷ್ಟೆ. ಹಿಂದೂ ಧರ್ಮವನ್ನು ಅದರ ಒಳಗಿನಿಂದಲೇ ಸುಧಾರಿಸುವ ಅಸ್ಪಷ್ಟ ಸೂಚನೆಗಳು ಕಾದಂಬರಿಯಲ್ಲಿವೆ. ಇನ್ನೊಂದು ಸ್ವಾರಸ್ಯಕರ ಸಂಗತಿ ಎಂದರೆ ಯಾವ ಬ್ರಾಹ್ಮಣರನ್ನು

ಕಾದಂಬರಿ ಕಟುಟೀಕೆಗೆ ಒಳಪಡಿಸುತ್ತದೆಯೋ ಅದೇ ಜಾತಿಯಲ್ಲಿ ಹುಟ್ಟಿದವರಿಗೂ ಹೂವಯ್ಯ ಕಲ್ಪಿಸಿಕೊಳ್ಳುವ ನವಜೀವನದಲ್ಲಿ, ನವನಾಗರೀಕತೆಯಲ್ಲಿ ಉಳಿದವರಂತೆ ಸ್ಥಾನ ಇದೆ. ಕಾದಂಬರಿಯ ಕೊನೆಯಲ್ಲಿ ನವಜೀವನ ಮಂತ್ರಗಾನವನ್ನು ಹಾಡುವವರ ಗುಂಪಿನಲ್ಲಿ ಇಬ್ಬರು ಬ್ರಾಹ್ಮಣ ತರುಣರೂ ಇರುತ್ತಾರೆ ಎಂಬುದು ಗಮನಾರ್ಹ. ಈ ನವಜೀವನ ಮಂತ್ರಗಾನದ ಸಾಲುಗಳನ್ನು ಓದಿಕೊಂಡರೆ ಅಲ್ಲಿ ಯಾವ ಮತ ಧರ್ಮದ ಸೋಂಕು ಕಾಣುವುದಿಲ್ಲ. ಒಂದು ಬಗೆಯ ಮತಾತೀತ ಆಧ್ಯಾತ್ಮಿಕತೆ ಹೂವಯ್ಯನ ಒಟ್ಟಾರೆ ಧೋರಣೆಯಲ್ಲೂ ನವಜೀವನ ಮಂತ್ರಗಾನದಲ್ಲೂ ಕಂಡುಬರುತ್ತದೆ.

ಹಾಗೆ ನೋಡಿದರೆ ಹಿಂದೂ ಧರ್ಮದ ರೂಢಿಗತ ಆಚರಣೆಗಳ ಬಗ್ಗೆ ಕ್ರಿಶ್ಚಿಯನ್ ಮಿಶನರಿಗಳು ಮಾಡುವ ಟೀಕೆಗಳಿಗೂ, ಸ್ವತಃ ಹೂವಯ್ಯ ಮಾಡುವ ಟೀಕೆಗಳಿಗೂ ಮೇಲ್ಮೈ ವ್ಯತ್ಯಾಸಗಳೇನಿಲ್ಲ. ಆದರೆ ಈ ಟೀಕೆಗಳ ಹಿಂದೆ ಹೂವಯ್ಯನಿಗೆ ಯಾವ ಸ್ವಾರ್ಥವೂ ಇಲ್ಲ; ಯಾವ ಸಾಮ್ರಾಜ್ಯ ಸ್ಥಾಪನೆಯ ಹುನ್ನಾರವೂ ಇಲ್ಲ. ಹಿಂದೂ ಆಚರಣೆಗಳ ದೌರ್ಬಲ್ಯಗಳನ್ನಾಗಲೀ, ಪೊಳ್ಳುತನಗಳನ್ನಾಗಲೀ ಹೂವಯ್ಯ ಮತ್ಯಾವುದೋ ಹಿತಾಸಕ್ತಿಗೆ ಬಂಡವಾಳವೆಂಬಂತೆ ಉಪಯೋಗಿಸಿಕೊಳ್ಳುವುದಿಲ್ಲ. ಆದುದರಿಂದಲೇ ಓರ್ವ ಒಳಗಿನವನಾಗಿ ಹೂವಯ್ಯ ಮಾಡುವ ಉಗ್ರವಾದ ಟೀಕೆಗಳಿಗೆ ಸದುದ್ದೇಶ ತಾನಾಗಿ ಪ್ರಾಪ್ತವಾಗಿಬಿಡುವುದು. ಒಂದು ವೈಯಕ್ತಿಕ ನೈತಿಕ ತುರ್ತು ಎಂಬಂತೆ ಅವನು ಕಂದಾಚಾರ ಮೂಢನಂಬಿಕೆಗಳನ್ನು ಖಂಡಿಸುವುದು; ವಿರೋಧಿಸುವುದು. 'ದೆಯ್ಯದ ಹರಕೆ'ಯ ಸಂದರ್ಭದಲ್ಲಿ ಹೂವಯ್ಯನಿಗೆ ಹೀಗೆ ಅನ್ನಿಸುತ್ತದೆ:

> ಆರ್ಯಧರ್ಮದ ಉತ್ತಮ ಆದರ್ಶವೇನು? ಹಿಂದುಗಳೆಂದು ಹೇಳಿಕೊಳ್ಳುವ ಈ ಮಂದಿ ಮಾಡುತ್ತಿರುವ ಕಾರ್ಯಕಲಾಪಗಳೇನು? ಉಪನಿಷತ್ತು, ಭಗವದ್ಗೀತೆಗಳ ಮಹೋನ್ನತ ದಿವ್ಯದರ್ಶನವೆಲ್ಲಿ? ಈ ಮಂದಿ ಕೈಕೊಂಡಿರುವ ಪಿಶಾಚಾರಾಧನೆಯೆಲ್ಲಿ? ಇದನ್ನೆಲ್ಲ ತಿದ್ದುವ ಬಗೆ ಹೇಗೆ? ಒಂದು ರೀತಿಯಿಂದ ನೋಡಿದರೆ ಪಾದ್ರಿಗಳ ಖಂಡನೆ ಎಷ್ಟು ಸತ್ಯವಾಗಿದೆ! (ಕಾನೂರು ಹೆಗ್ಗಡಿತಿ, ಏಳನೆಯ ಮುದ್ರಣ, ೧೯೬೨ ಉದಯರವಿ ಪ್ರಕಾಶನ, ಮೈಸೂರು, ಪುಟ ೨೬೨)

ಕ್ರಿಶ್ಚಿಯನ್ ಪಾದ್ರಿಗಳ ನೇರ ಪ್ರಸ್ತಾಪವಾಗಲೀ, ಅವರ ಚಟುವಟಿಕೆಗಳ ನೇರ ವಿವರಣೆಗಳಾಗಲೀ 'ಕಾನೂರು ಹೆಗ್ಗಡಿತಿ'ಯಲ್ಲಿ ಇಲ್ಲ. ಪರೋಕ್ಷ ಪ್ರಸ್ತಾಪದಲ್ಲೇ ಮಿಶನರಿಗಳ ಚಟುವಟಿಕೆಗಳ ಸ್ವರೂಪ, ಅವುಗಳ ಪರಿಣಾಮ ಮತ್ತು ಆ ಕುರಿತ ವಿಮರ್ಶೆ ಸೂಚ್ಯವಾಗಿ ದಾಖಲಾಗಿವೆ:

> ಮತಾಂತರದಿಂದ ಅವನಲ್ಲಿದ್ದ ರಾಕ್ಷಸೀ ಭಾವ ಒಂದಿನಿತೂ ಪಳಗಿರಲಿಲ್ಲ. ಅದಕ್ಕೆ ಬದಲಾಗಿ ಹಿಂದೂ ಸಮಾಜದ ಕಟ್ಟುಗಳಿಂದ ಪಾರಾಗಿ, ಹಳ್ಳಿಯಲ್ಲಿ ಕ್ರೈಸ್ತ ಸಮಾಜದ ಅಭಾವದಿಂದ ಅದರ ಸಂಯಮ ನಿಯಮಗಳಿಗೂ ಸಿಕ್ಕದೆ, ಸ್ವಚ್ಛಂದ ಜೀವನದಿಂದ ಇಮ್ಮಡಿ ಕಿರಾತನಾಗಿದ್ದನು. ತೀರ್ಥಹಳ್ಳಿಯಲ್ಲಿ ತನ್ನನ್ನು ಕ್ರೈಸ್ತ ಮತಕ್ಕೆ ಸೇರಿಸಿದ ಪಾದ್ರಿಯನ್ನೇ ಕೊಲ್ಲಲು ಹೋಗಿದ್ದನಂತೆ! ಮತಕ್ಕೆ ಸೇರಿದರೆ ಹಣ ಕೊಡುತ್ತೇನೆಂದು ಸುಳ್ಳಾಡಿ ಮೋಸ ಮಾಡಿದುದಕ್ಕಾಗಿ! (ಕಾ. ಹೆ. ಪುಟ ೧೫೬)

ಇದು 'ಕಿಲಿಸ್ತರ' ಜಾತಿಯ ಕಥೆ. ಕಿಲಿಸ್ತರ ಮಾರ್ಕನದು ಇದೇ ಕಥೆಯ ಇನ್ನೊಂದು ರೂಪಾಂತರ ಎನ್ನಬಹುದು:

> ಆ ಕಾಡು, ಆ ಕತ್ತಲೆ, ಆ ಉದ್ವೇಗ, ಸಂದೇಹವೇನೆಂಬುದನ್ನೇ ಅರಿಯದ ತಿಮ್ಮನ ಆ ಶ್ರದ್ಧಾವಾಣಿ ಇವುಗಳಿಂದ ಮಾರ್ಕನ ಚರ್ಮದಲ್ಲಿ ಮಾತ್ರವಿದ್ದ ಕ್ರೈಸ್ತಮತ ಅಳುಕಿತು. (ಕಾ.ಹೆ.೨೪೮)

ಹೀಗಾಗಿ ಕ್ರೈಸ್ತಧರ್ಮವಾಗಲೀ, ಕ್ರಿಶ್ಚಿಯನ್ನರಾಗಲೀ ಒಂದು ಅನುಸರಿಸಬೇಕಾದ ಆದರ್ಶ ಎಂಬ ನೆಲೆಯಲ್ಲಿ ಕಾದಂಬರಿಯಲ್ಲಿ ಪ್ರಸ್ತಾಪಿತವಾಗುವುದಿಲ್ಲ. ಮತಾಂತರ ಚಟುವಟಿಕೆಗಳೂ ತೀರಾ ಹಿನ್ನೆಲೆಯಲ್ಲಿವೆ. ಕಾದಂಬರಿಯ ಸುಧಾರಣಾ ನೆಲೆಗಳನ್ನು ಹೂವಯ್ಯನ ಪ್ರಜ್ಞೆಯೇ ಆಕ್ರಮಿಸಿಕೊಂಡಿದೆ.

ಇನ್ನೊಂದು ಸ್ವಾರಸ್ಯಕರ ಸಂಗತಿ ಎಂದರೆ ಬ್ರಾಹ್ಮಣ್ಯದ ಉಗ್ರ ವಿರೋಧದ ನೆಲೆಯಲ್ಲೂ ಬ್ರಾಹ್ಮಣೀಕರಣ, ಸಂಸ್ಕೃತಾನುಕರಣಗಳು ಶ್ರೇಣೀಕರಣದ ಏರುವಿಕೆಗೆ ಮೆಟ್ಟಿಲುಗಳಾಗಿರುವುದು. ಹೂವಯ್ಯ ಕೂಡ ಬ್ರಾಹ್ಮಣತ್ವದ-ಬ್ರಾಹ್ಮಣ್ಯದ ಕಡೆಗಲ್ಲ-ಕಡೆಗೆ ಚಲಿಸುವಂತೆ, ನಿಜವಾದ ಶೂದ್ರತ್ವವನ್ನು ರೂಢಿಸಿಕೊಳ್ಳಲು ವಿಫಲನಾಗುತ್ತಾನೆ ಎಂದೇ ಹೇಳಬೇಕು. ಹೂವಯ್ಯನ ಭಾವಸಮಾಧಿಗಳ, ಸುಧಾರಣಾ ಚಟುವಟಿಕೆಗಳ, ಧ್ಯಾನ ಪ್ರಾರ್ಥನೆಗಳ, ವಿಮರ್ಶೆ-ವ್ಯಾಖ್ಯಾನಗಳ ಚಟುವಟಿಕೆಗಳಿಗೂ, ಅವನು ನೇಗಿಲು ಹಿಡಿದು ಉಳುವ ಪ್ರಯತ್ನಗಳಿಗೂ ಇರುವ ವ್ಯತ್ಯಾಸಗಳನ್ನು ಗಮನಿಸಿದರೆ ಮೇಲಿನ ಮಾತುಗಳು ಹೆಚ್ಚು ಸ್ಪಷ್ಟವಾಗಬಹುದು. 'ಹೆಗ್ಗಡಿತಿ'ಯ ಹೂವಯ್ಯ ನೇಗಿಲು ಹಿಡಿಯುವ ಪ್ರಕರಣವನ್ನು 'ಮದುಮಗಳು'ನ ದೇವಯ್ಯನ ಬೈಸಿಕಲ್ ಸವಾರಿ ಪ್ರಕರಣಕ್ಕೆ ಹೋಲಿಸಿ ನೋಡಿದರೆ ಎರಡೂ ಕಾದಂಬರಿಗಳ ವ್ಯತ್ಯಾಸವನ್ನು ಸೂಚಿಸುವ ರೂಪಕವೊಂದು ನಮಗೆ ದೊರೆಯಬಹುದು.

ಆದರೆ, ಹೂವಯ್ಯನ ಪ್ರಜ್ಞೆ ರೂಪುಗೊಂಡದ್ದು ಕೇವಲ ಭಾರತೀಯ ಮೌಲ್ಯಗಳ ಅಥವಾ ಪಥ್ಯಗಳ ಮುಖೇನ ಅಲ್ಲ ಎಂಬುದನ್ನು ನಾವು ನೆನಪಿಡಬೇಕು. ಏಕೆಂದರೆ ಅವನು ಆಧುನಿಕ ಶಿಕ್ಷಣದ, ಇಂಗ್ಲಿಷ್ ವಿದ್ಯಾಭ್ಯಾಸದ ಫಲ, ಪರಿಣಾಮವೂ ಹೌದು. ಆಧುನಿಕ ಶಿಕ್ಷಣ ಪಡೆಯುವುದೆಂದರೆ ವಸಾಹತೀಕರಣಕ್ಕೆ, ಪಾಶ್ಚಾತ್ಯೀಕರಣಕ್ಕೆ ಅನಿವಾರ್ಯವಾಗಿ ಒಳಗಾಗುವುದೆಂಬ ಮಿಥ್ಯೆಯನ್ನು 'ಕಾನೂರು ಹೆಗ್ಗಡಿತಿ' ಒಡೆದಿರುವುದು ಆ ಕಾದಂಬರಿಯ ಒಂದು ಹೆಚ್ಚಳವೆಂದೇ ಹೇಳಬೇಕು. ಇದಕ್ಕೆ ಒಂದು ವೈದೃಶ್ಯವೆಂಬಂತೆ ಆಧುನಿಕವಾಗುವುದೆಂದರೆ ಕ್ರಿಶ್ಚಿಯನ್ ಆಗುವುದು, ಅವರ ಹಾವ ಭಾವ, ವೇಷಭೂಷಣ, ಊಟೋಪಚಾರಗಳನ್ನು, ನಂಬಿಕೆ ಮೌಲ್ಯಗಳನ್ನು ಅನುಕರಿಸುವುದು ಎಂದು ನಂಬುವ ದೇವಯ್ಯನ ಪಾತ್ರವನ್ನು ಕಡೆದು ಲೇಖಕರು ವಸಾಹತೀಕರಣದ ಪರೀಕ್ಷೆ ಪರಿಶೀಲನೆಗಳನ್ನು ಬೇರೊಂದು ಬಗೆಯಲ್ಲಿ 'ಮಲೆಗಳಲ್ಲಿ ಮದುಮಗಳು' ಕಾದಂಬರಿಯಲ್ಲಿ ಕೈಗೊಳ್ಳುತ್ತಾರೆ. ಹಿಂದೂ ಧರ್ಮದ ಶಕ್ತಿ-ಶ್ರೇಷ್ಠತೆ, ಆಚರಣೆಗಳ ದೌರ್ಬಲ್ಯ-ವಿಕೃತಿ ಎರಡನ್ನೂ ಪ್ರಬಲವಾಗಿ ಮಂಡಿಸುವ ಕಾದಂಬರಿ ಈ ಪೂರ್ಣ ಎಚ್ಚರದಲ್ಲೇ ಮತಾಂತರದ, ಆಧುನಿಕತೆಯ ಪ್ರಶ್ನೆಗಳನ್ನೂ ಕೈಗೆತ್ತಿಕೊಳ್ಳುತ್ತದೆ.

ಹೂವಯ್ಯ ಮತ್ತು ದೇವಯ್ಯರ ನಡುವಣ ವ್ಯತ್ಯಾಸಗಳಲ್ಲಿ ಪ್ರಾಯಶಃ ಲೇಖಕರ ಆದ್ಯತೆಗಳೂ ಸೂಚಿತವಾಗುತ್ತವೆ.

ಹಿಂದೂ ಆಚರಣೆ, ಕಂದಾಚಾರ, ನಂಬಿಕೆಗಳನ್ನು ಕುರಿತ ದೇವಯ್ಯನ ಟೀಕೆಗಳಲ್ಲಿ ಅವನಿಗೂ ಹೂವಯ್ಯನಿಗೂ ಅನೇಕ ಸಾಮ್ಯಗಳು ಕಂಡುಬರುತ್ತವೆ. ಆದರೆ ಅವುಗಳ ಹಿಂದಿನ ಉದ್ದೇಶ ಬೇರೆ ಬೇರೆಯಾದದ್ದು. ಹಿಂದೂ ಧರ್ಮದಲ್ಲಿ ತಾವು ಕಾಣುವ ಸಮಸ್ಯೆಗಳಿಗೆ ಪರಿಹಾರ ಕಂಡುಕೊಳ್ಳುವ ನೆಲೆಯಲ್ಲಿ ಮಾತ್ರ ಅವರು ತದ್ವಿರುದ್ಧ ಬಿಂದುಗಳಲ್ಲಿ ಇದ್ದಾರೆ. ವೈಯಕ್ತಿಕ ಜೀವನಕ್ರಮದಲ್ಲೂ ಅವರು ಪರಸ್ಪರ ತೀರಾ ಭಿನ್ನ. ಹೂವಯ್ಯ ಮದುವೆಯಾಗದೆ, ಹೆಚ್ಚುಕಡಿಮೆ ಸನ್ಯಾಸಿಯೇ ಆಗಿ ತನ್ನ ಸುತ್ತಣ ಜನರ ಕ್ಷುದ್ರತೆ, ಮೂಢನಂಬಿಕೆಗಳನ್ನು ಸುಧಾರಿಸುವ ಹಾಗೂ ಸ್ವಯಂ ತಾನು ಆತ್ಮ ಸಾಧನೆ ಮಾಡಿ ಉನ್ನತಿಯನ್ನು ಸಾಧಿಸಲು ಪ್ರಯತ್ನಿಸುತ್ತಾನೆ. ದೇವಯ್ಯ ತನ್ನ ವಿಲಾಸಗಳಿಗೆ, ಬಹು ಪ್ರಣಯಕ್ಕೆ ಮತಾಂತರ ಸಹಾಯಕಾರಿಯಾಗಬಹುದೋ ಎಂಬ ಅಭಿಲಾಷೆಯಲ್ಲಿ ಇರುತ್ತಾನೆ. ಆದರೆ ಬಲೆಯಲ್ಲಿ ಸಿಕ್ಕಿಬೀಳುತ್ತಿರಬಹುದೆಂಬ ಭೀತಿಯಲ್ಲಿ ಹಾಗೂ ಬಾಹ್ಯ ಒತ್ತಡಗಳ ಕಾರಣದಿಂದ ಅದರಿಂದ ತಪ್ಪಿಸಿಕೊಳ್ಳುವ ಉಪಾಯಗಳನ್ನು ಹುಡುಕಲಾರಂಭಿಸುತ್ತಾನೆ. ಅಂದರೆ ಕ್ರಿಶ್ಚಿಯನ್ ಧರ್ಮದಿಂದ ಆಕರ್ಷಿತನಾಗಲು ದೇವಯ್ಯನಿಗೆ ಆಂತರಿಕವಾದ ಧಾರ್ಮಿಕ ಅಥವಾ ಆಧ್ಯಾತ್ಮಿಕ ಒತ್ತಡಗಳಿಲ್ಲ. ಮತಾಂತರವು ತನ್ನನ್ನು ಆಧುನಿಕನನ್ನಾಗಿ ಮಾಡುತ್ತದೆ, ತನ್ನ ಸಾಮಾಜಿಕ ಅಂತಸ್ತನ್ನು ಹೆಚ್ಚಿಸುತ್ತದೆ, ಕಟ್ಟುಕಟ್ಟಲೆಗಳಿಲ್ಲದ ಜೀವನ ಶೈಲಿಯನ್ನು ತಂದುಕೊಡುತ್ತದೆ ಎಂಬ ಭ್ರಮೆಗಳಿಂದ ದೇವಯ್ಯ ಆವೃತನಾಗಿರುತ್ತಾನೆ.

ಸಹಜವಾಗಿಯೇ ದೇವಯ್ಯನ ಮೂಲಕ ಸೂಚಿತವಾಗುವ 'ಆಧುನಿಕತೆ'ಯನ್ನೂ ಕಾದಂಬರಿ ಪರೀಕ್ಷೆ ಪರಿಶೀಲನೆಗಳಿಗೆ ಒಡ್ಡುತ್ತದೆ. 'ಮತ ಪ್ರಚಾರಕ್ಕೆ ಬೈಬಲ್ಲು ಯೇಸುಕ್ರಿಸ್ತರಿಗಿಂತಲೂ ಬೈಸಿಕಲ್ಲೆ ಹೆಚ್ಚು ಪ್ರಭಾವಶಾಲಿ!' (ಮ. ಮ ಪುಟ ೧೬೨) ಎಂದು ಪಾದ್ರಿ ಜೀವರತ್ನಯ್ಯನ ವೃತ್ತಿ ಬುದ್ಧಿಗೆ ಹೊಳೆಯುವುದು ಸರಿಯಾಗಿಯೇ ಇದೆ. 'ಕಾನೂರು ಹೆಗ್ಗಡಿತಿ'ಯಲ್ಲಿ ಕೂಡಾ ಬೈಸಿಕಲ್ಲಿನ ಪ್ರಸ್ತಾಪವಿದೆ. ಬೈಸಿಕಲ್ ಮೇಲಿನ ಸವಾರಿ ಎಂದರೆ ಆಧುನಿಕತೆಯ ಮೇಲಿನ ಸವಾರಿ ಎಂಬ ರೂಪಕ ಅಲ್ಲಿ ಹೊಳೆಯುವುದಷ್ಟೆ. 'ಮಲೆಗಳಲ್ಲಿ ಮದುಮಗಳು' ಕಾದಂಬರಿಯಲ್ಲಿ ವರ್ಣಿತವಾಗಿರುವ ದೇವಯ್ಯನ ಬೈಸಿಕಲ್ಲಿನ ಸವಾರಿಯನ್ನು ಹೀಗೆಯೇ ಗಮನಿಸಬೇಕು. ವಾಸ್ತವಿಕ ವಿವರಗಳಿಗಿಂತ ಹೆಚ್ಚಾಗಿ ಆ ಪ್ರಸಂಗ ಧ್ವನಿಸುವ ರೂಪಕ ನಮಗೆ ವೇದ್ಯವಾದರೆ ಕಾದಂಬರಿ ಮಾಡಬಯಸುವ ವ್ಯಾಖ್ಯಾನವೂ ಸ್ಪಷ್ಟವಾಗುತ್ತ ಹೋಗುತ್ತದೆ:

> ಬಚ್ಚ ಒಂದು ಕಡೆ, ಪಾದ್ರಿ ಒಂದು ಕಡೆ, ಹ್ಯಾಂಡ್ಲ್ ಹಿಡಿದುಕೊಂಡರು..... ತನ್ನ ಭಾರವನ್ನೆಲ್ಲ ಎತ್ತಿ ಸೀಟಿನ ಮೇಲೆ ಕೂತನು. ಅವನ ಭಾರ ತುಯ್ದು ಹೊಡೆತಕ್ಕೆ ಬಚ್ಚನ ಕೈ ಹೊಂಗಿ, ಬೈಸಿಕಲ್ ಅವನತ್ತ ಬಾಗಿ ಬೀಳುವುದರಲ್ಲಿತ್ತು. ಪಾದ್ರಿ ಬಲವಾಗಿ ಎಳೆದು ನಿಲ್ಲಿಸಿ ಬಚ್ಚನಿಗೆ ಎಚ್ಚರಿಕೆ ಹೇಳಿದನು. ಆದರೆ ಸೀಟಿನ ಮೇಲೆ, ಶೂಲದ ಮೇಲೆಯೊ ಎಂಬಂತೆ ಕೂತಿದ್ದ ದೇವಯ್ಯಗೌಡರ ಬೃಹತ್‌ಕಾಯ ಅತ್ತಿತ್ತ ಹೊಂಗಿದುದನ್ನು ಕಂಡ ಜನ "ಹಿಹ್ಹಿಹ್ಹಿ""ಹೊಹ್ಹೊಹ್ಹೊ" ಎಂದು ಅಟ್ಟಹಾಸ ಮಾಡಿ ನಕ್ಕು, ಕೈ ಚಪ್ಪಾಳೆ ತಟ್ಟಿತು. ಮೊದಲೆ ತುಸು ದಿಗಿಲುಗೊಂಡು ವಿಲಕ್ಷಣ

ಭಾವವನ್ನು ಅನುಭವಿಸುತ್ತಿದ್ದ ದೇವಯ್ಯನಿಗೆ ಅವಮಾನವಾದಂತಾಗಿ ಸಿಟ್ಟು ಬಂದಿತು. ಬರಿಯ ಉದ್ವೇಗದಿಂದಲೆ ಆಯಾಸಗೊಂಡಂತೆ ಅವನ ಮುಖದ ಮೇಲೆ ಬೆವರಿಳಿಯತೊಡಗಿತ್ತು.

ಪಾದ್ರಿಯ ನಿರ್ದೇಶನದಂತೆ ಬಚ್ಚ ಕೈ ಬಿಟ್ಟೊಡನೆ, ಪಾದ್ರಿಯ ಆತುಕೊಳ್ಳುವ ಪ್ರಯತ್ನವೂ ವಿಫಲವಾಗಿ, ದೇವಯ್ಯನ ಭಾರಕ್ಕೆ ಬೈಸಿಕಲ್ಲು ಮುಂದೆ ತುಸು ದೂರ ವೇಗವಾಗಿ ಉರುಳಿ, ನೆರೆದವರೆಲ್ಲ ಹೋ ಹೋ ಹೋ ಎಂದು ಬೊಬ್ಬೆಯಿಡುತ್ತಿದ್ದಂತೆ ಒಂದು ಅರಲ ಮರಲ ಮಟ್ಟಿನೊಳಕ್ಕೆ ನುಗ್ಗಿಬಿಟ್ಟಿತು! ದೇವಯ್ಯ ಮುಳ್ಳಿನ ಮೇಲೆ ಮುಖ ಅಡಿಯಾಗಿ ಮುಂದಕ್ಕೆ ಬಿದ್ದು, ಮುಳ್ಳುಗೀರಿನ ಗಾಯಗಳು ಕೆನ್ನೆ, ಗಲ್ಲ, ಮೂಗಿನ ಮೇಲೆ ಕೆಂಪಗೆ ಕಾಣಿಸಿಕೊಂಡವು.......

ದೇವಯ್ಯನ ಆಜ್ಞೆಯಂತೆ ಏಳೆಂಟು ಮಾರು ಉದ್ದದ ಒಂದು ಗಳುವನ್ನು ತಂದು ಬೈಸಿಕಲ್ಲಿನ ಹ್ಯಾಂಡ್ಲಿಗೆ ಜೋಡಿಸಿ, ಬಳ್ಳಿಗಳಿಂದ ಬಿಗಿದು ಸುತ್ತಿದರು. ದೂರ ನಿಂತು ನೋಡುತ್ತಿದ್ದವರಲ್ಲಿ ಐದಾರು ಆಳುಗಳನ್ನೂ ಬಳಿಗೆ ಕರೆದರು. ತಿಮ್ಮಿಯ ಅಪ್ಪ ದೊಡ್ಡಬೀರನಾದಿಯಾಗಿ ನಾ ಮುಂದೆ ತಾ ಮುಂದೆ ಎಂದು ತವಕಿಸಿ ಬಂದವರನ್ನು ಗಾಡಿಯ ನೊಗಕ್ಕೆ ಎತ್ತು ಕಟ್ಟುವಂತೆ, ಆ ಕಡೆ ಮೂವರನ್ನೂ ಈ ಕಡೆ ಮೂವರನ್ನೂ ಗಳುವಿಗೆ ಕೈಗೊಡುವಂತೆ ಮಾಡಿದರು. ಅತ್ತಿತ್ತ ಅಲ್ಲಾಡದೆ ನೆಟ್ಟಗೆ ನಿಂತ ಬೈಸಿಕಲ್ಲಿನ ಸೀಟಿಗೆ ದೇವಯ್ಯ ಧೈರ್ಯವಾಗಿ ಹತ್ತಿ ಕೂತನು.ಗಳು ಹಿಡಿದವರು ಬೈಸಿಕಲ್ಲನ್ನು ಎಳೆದುಕೊಂಡು ಹೊರಟರು. ಗಳುವಿಗೆ ಭದ್ರವಾಗಿ ಕಟ್ಟಿದ್ದ ಹ್ಯಾಂಡಲ್ ತಿರುಗುವ ಸಂಭವವೇ ಇರಲಿಲ್ಲ ಅದು ಗಳು ಹಿಡಿದವರ ವಶವಾಗಿ ಅವರು ಎಳೆದಷ್ಟೆ ವೇಗದಲ್ಲಿ, ಅವರು ಎಳೆದತ್ತ ಹೋಗುತ್ತಿತ್ತೇ ವಿನಾ ದೇವಯ್ಯನ ವಶದಲ್ಲಿರಲಿಲ್ಲ. ಆದರೆ ಬೈಸಿಕಲ್ಲು ಹೊಂಗುವ ಅಥವಾ ಬೀಳುವ ಭಯ ಒಂದಿನಿತೂ ಇರದ ಅವನು ದಂಡಿಗೆಯ ಮೇಲೆ ಕುಳಿತಂತೆ ಖುಷಿಯಾಗಿ ಸವಾರಿ ಮಾಡುತ್ತಿದ್ದನು. ಆದರೆ ಪಾದ್ರಿಗೆ ಗೊತ್ತಿತ್ತು; ಅದರ ಪ್ರಯೋಜನ ಬರಿಯ ನಲಿಯುವಿಕೆಯಾಗಿತ್ತೆ ಹೊರತು ಕಲಿಯುವಿಕೆ ಆಗಿರಲಿಲ್ಲ! (ಮ. ಮ. ಪುಟ ೧೬೩-೬೪-೬೫)

ದೇವಯ್ಯನು ಪಾದ್ರಿ ಜೀವರತ್ನಯ್ಯನ ಮಗಳೊಂದಿಗೆ ಸಂಬಂಧ ಬೆಳೆಸಿ 'ಮ್ಲೇಚ್ಛ ಪಾಷಂಡಿ'ಗಳ ಚಕ್ರವ್ಯೂಹಕ್ಕೆ ಸಿಕ್ಕಿಕೊಂಡ ಪ್ರಕರಣದ ವಿವರಗಳನ್ನೂ ಈ ಬೈಸಿಕಲ್ ಸವಾರಿಯ ವರ್ಣನೆಗಳೊಂದಿಗೆ ಒಟ್ಟಿಗೇ ಓದಿಕೊಂಡರೆ ವಸಾಹತೀಕರಣ ಮತಾಂತರ ಆಧುನಿಕತೆಗಳ ಬಲೆಯಲ್ಲಿ ಸಿಕ್ಕ ದೇವಯ್ಯನ ಅವಸ್ಥೆಯ ಸ್ವರೂಪ ಮನದಟ್ಟಾಗುತ್ತದೆ:

ಆ ಘಟನೆ ಒಬ್ಬ ಮನೆತನಸ್ಥ ಯುವಕನನ್ನು ಕ್ರೈಸ್ತ ಮತಕ್ಕೆ ಸೆಳೆಯುವ ಅವಕಾಶ ಒದಗಿಸಲು (ಪಾದ್ರಿ) ಅದನ್ನು ಬಿಟ್ಟುಕೊಡುತ್ತಾನೆಯೆ? ತನ್ನ ಮತಕ್ಕೂ, ವೃತ್ತಿಗೂ ಅಲ್ಲದೆ ವೈಯಕ್ತಿಕವಾಗಿಯೂ ತನಗೂ ಮತ್ತು ತನ್ನ ಮಗಳಿಗೂ ಲಾಭಕರವಾಗಿರುವಾಗ, ಎರೆ ನುಂಗಿ ಗಾಳಕ್ಕೆ ಸಿಕ್ಕಿದ ಮೀನನ್ನು ದಡಕ್ಕೆಳೆಯದೆ ಬಿಡುವಷ್ಟು ಎಗ್ಗನಾಗಿರಲಿಲ್ಲ ಅವನು. (ಮ. ಮ. ಪುಟ ೬೭೫)

ಮತಾಂತರಗಳ ಮೂಲಕ ನಡೆಯುತ್ತಿದ್ದ ವಸಾಹತುಶಾಹೀ ರಾಜಕಾರಣದ ಗರ್ವ, ಕುಟಿಲತೆ, ವಂಚನೆ, ಶೋಷಣೆಗಳನ್ನು ಕಾದಂಬರಿ ಸಬಾಲ್ಟ್ರನ್ ಸ್ತರಗಳಲ್ಲಿಯೂ ಅದಕ್ಕಿಂತ ಉನ್ನತವಾದ ಗಂಭೀರವಾದ ಸ್ತರಗಳಲ್ಲಿಯೂ ಬಯಲಿಗೆಳೆಯುತ್ತದೆ. 'ನಿಮ್ಮ ಪಾದ್ರಿ ಹೇಳೋದು ಮಾತ್ರ ಸತ್ಯ; ಬಾಕಿದ್ದೋರು ಹೇಳಿದ್ದೆಲ್ಲ ಸುಳ್ಳೋ' ಎಂದು ತನ್ನ ಗಂಡನನ್ನು ಹಂಗಿಸುವ ದೇವಮ್ಮ ಅವನಿಗೆ ಹೀಗೆ ಸವಾಲು ಹಾಕುತ್ತಾಳೆ:

ನಮ್ಮ ಮುಕುಂದ ಹೇಳ್ತಿದ್ದ, 'ಬೆಟ್ಟಳ್ಳಿ ಬಾವ ಆ ಪಾದ್ರೀನೇ ದೊಡ್ಡ ಪಂಡಿತ ಅಂತ ತಿಳುಕೊಂಡಾನೆ. ಕಲ್ಲೂರು ಗಣಪತಿ ದೇವಸ್ಥಾನದ ಹತ್ರ ಹೊಳೇದಂಡೆ ಮಂಟಪದಾಗೆ ಒಬ್ಬ ಗಡ್ಡದಯ್ಯ ಬಂದಿದಾನಂತೆ. ಈ ಪರ್ಪಂಚದಾಗೆ ಇರೋದೆಲ್ಲ ಅವನಿಗೆ ಗೊತ್ತಂತೆ. ಅವನ ಮುಂದೆ ಈ

ಪಾದ್ರಿ ಸಿಂಹದ ಮುಂದೆ ಸಿಂಗಳೀಕ! ನಮ್ಮ ಬಾವ ಒಂದು ಸಾರಿ ಹೋಗಿ ಅವನ ಹತ್ರ ಮಾತಾಡಿ ಬರ್ಲಿ ಗೊತ್ತಾಗ್ತದೆ' (ಪುಟ ೨೧೭-೧೮)

ದೇವಯ್ಯನು ಗಡ್ಡದಯ್ಯನನ್ನು ಭೇಟಿ ಮಾಡುತ್ತಾನೆ. ದೇವಯ್ಯನ ಅನುಭವ ಇದು:

ಪಾದ್ರಿಯ ಉಪದೇಶಗಳನ್ನೂ ಉಪನ್ಯಾಸಗಳನ್ನೂ ಕೇಳಿದ್ದ ದೇವಯ್ಯನಿಗೆ ತಾನು ಈಗ ಆಲಿಸುತ್ತಿದ್ದ ಈ ವಾಣಿಯ ಸ್ವರೂಪವೆ ಬೇರೆಯ ಅಂತಸ್ತಿನದು ಎಂದು ವೇದ್ಯವಾಯಿತು.ಇದರ ಧೀರತೆ, ದಿವ್ಯತೆ, ಭವ್ಯತೆ, ವಸ್ತು ಮತ್ತು ವಿನ್ಯಾಸಗಳಿಗೂ ಪಾದ್ರಿಯ ಉಪದೇಶಕ್ಕೂ ಒಡ್ಡರ ಬಂಡಿಗೂ ದೇವರ ತೇರಿಗೂ ಇರುವ ಅಂತರವಿತ್ತು.

ಸನ್ಯಾಸಿ, ಹಿಂದೂ ಮತ, ಜಾತಿ, ಭೇದ, ಮತಾಚಾರ ಮೌಢ್ಯ, ಬ್ರಾಹ್ಮಣ ಪುರೋಹಿತ ವರ್ಗದವರಿಂದ ಇತರರಿಗೆ ಆಗುತ್ತಿರುವ ಅನ್ಯಾಯ ಮತ್ತು ಅಪಚಾರ ಅವುಗಳನ್ನು ಕುರಿತ ದೇವಯ್ಯನ ಖಂಡನೆ ಮತ್ತು ಟೀಕೆಗಳಲ್ಲಿ ಬಹುಭಾಗವನ್ನು ಒಪ್ಪಿಕೊಂಡದ್ದು ಮಾತ್ರವಲ್ಲದೆ ದೇವಯ್ಯನಿಗಿಂತಲೂ ಸಮರ್ಥವಾಗಿ ಸ್ವಾರಸ್ಯಕರವಾಗಿ ನಿದರ್ಶನಪೂರ್ವಕವಾಗಿ ಅವುಗಳನ್ನು ವಿಸ್ತರಿಸಿದ್ದನು. ಆತನ ತೀಕ್ಷ್ಣ ವಿಡಂಬನೆಗೂ ನಿಶಿತ ಹಾಸ್ಯಕ್ಕೂ ಒಮ್ಮೊಮ್ಮೆ ಬಿದ್ದು ಬಿದ್ದು ನಕ್ಕೂ ಇದ್ದರು.ಆದರೆ ಯಾವಾಗ ವೇದಾಂತ ತತ್ವಗಳನ್ನು ಆಧರಿಸಿ ಹಿಂದೂ ಧರ್ಮದ ಮತ್ತು ಭಾರತೀಯ ದೃಷ್ಟಿಯ ಸಮರ್ಥನೆಗೆ ಕೈ ಹಾಕಿದನೋ ಆಗ ಶ್ರೋತೃಗಳಿಬ್ಬರೂ ಒಂದು ಭೂಮಾನುಭೂತಿಯ ಅನುಭವದಲ್ಲಿ ದಂಗಾಗಿ ಹೋಗಿದ್ದರು. ಹಿಂದುಗಳಾಗಿದ್ದ ಅವರು ಅದೆಂತಹ ಮಹೋನ್ನತ ದಿವ್ಯದರ್ಶನದ ಆಸ್ತಿಗೆ ಹಕ್ಕುದಾರರಾಗಿದ್ದಾರೆ ಎಂಬುದನ್ನು ಆತ ವಿವರಿಸಿದಾಗ ಆ ಮಂಟಪದಲ್ಲಿ ಒಂದು ದಿವ್ಯ ಆರಾಧನೆಯ ಸಾನ್ನಿಧ್ಯವೆ ಸೃಷ್ಟಿಯಾಗಿತ್ತು! (ಪುಟ ೪೫೯-೬೦)

ಇನ್ನು ಸ್ವತಃ ವಿವೇಕಾನಂದರು ಹೇಳಿದರೆನ್ನಲಾದ ಕೆಲವು ಮಾತುಗಳನ್ನು ಕಾದಂಬರಿಯ ಸರ್ವಸಾಕ್ಷಿತ್ವ ನಿರೂಪಣೆಯು ದಾಖಲು ಮಾಡುತ್ತದೆ. ವಿವೇಕಾನಂದರು ಕ್ರಿಸ್ಟೈನ್‌ಗೆ ಹೇಳುತ್ತಾರೆ:

ನೋಡು ಸೋದರೀ, ನಾನು ಇಂಡಿಯಾದಿಂದ ಇಲ್ಲಿಗೆ ಬಂದು ನಿಮಗೆ ವೇದಾಂತ ಬೋಧನೆ ಮಾಡಿ, ಸರ್ವಧರ್ಮ ಸಮನ್ವಯ ದೃಷ್ಟಿಯನ್ನು ನೀಡಿ, ನಿಮ್ಮನ್ನು ಮತಾಂತರಗೊಳಿಸುವ ರೂಕ್ಷ ಬರ್ಬರವಾದ ಕಿರಾತ ನೀತಿಗೆ ಕೈ ಹಾಕದೆ, ಕ್ರೈಸ್ತರಿಗೆ, ಯೆಹೂದ್ಯರಿಗೆ, ಮೆಥಡಿಸ್ಟರಿಗೆ, ಪ್ಯೂರಿಟನ್ನರಿಗೆ, ಕ್ಯಾಥೊಲಿಕ್ಕರಿಗೆ ಅವರವರ ಭಾವದಲ್ಲಿಯೆ, ಅವರವರ ಶ್ರದ್ಧೆಯಲ್ಲಿಯೆ, ಅವರವರು ಮುಂದುವರಿಯುವಂತೆ ಹೇಳಿ, ದೀಕ್ಷೆ ಕೊಡುವ ಕೆಲಸದಲ್ಲಿದ್ದೇನೆ. ಸ್ವಲ್ಪ ಹೆಚ್ಚು ಕಡಿಮೆ ಅದೇ ದಿನದಲ್ಲಿ, ಅದೇ ಸಮಯದಲ್ಲಿ, ನನ್ನ ಮಾತೃಭೂಮಿಯ ಒಂದು ಪರ್ವತಾರಣ್ಯ ಪ್ರದೇಶದ ಮೂಲೆಯಲ್ಲಿ, ಕ್ರೈಸ್ತ ಮತ ಪ್ರಚಾರಕರು ಬ್ರಿಟಿಷ್ ಸರ್ಕಾರದ ರಾಜಕೀಯ ಬಲ ಮತ್ತು ಪ್ರತಿಷ್ಠೆ ಮತ್ತು ಸೌಕರ್ಯ ಸೌಲಭ್ಯಗಳನ್ನು ಪಡೆದು, ವಿದ್ಯಾಭ್ಯಾಸ ಮತ್ತು ವೈದ್ಯಕೀಯದ ನೆರವೀಯುವ ಬಲೆಯೊಡ್ಡಿ, ಅರಿಯದ ಅಜ್ಞಾನಿಗಳನ್ನು ತಮ್ಮ ಜಾತಿಗೆ ಸೇರಿಸಿಕೊಂಡು, ತಮ್ಮ ಸಂಖ್ಯಾ ಪ್ರಮಾಣವನ್ನು ಹೆಚ್ಚಿಸಿಕೊಳ್ಳುವ ವ್ಯಾಪಾರೀ ಉದ್ಯಮದಲ್ಲಿದ್ದಾರೆ.

ಗಡ್ಡದಯ್ಯನು ವಿವೇಕಾನಂದರು ಭಾರತಕ್ಕೆ ಮರಳಿ ಬರುವುದನ್ನೇ ನಿರೀಕ್ಷಿಸುತ್ತಿದ್ದಾನೆ. ಅವರು ವಾಪಾಸು ಬಂದು ಭರತಖಂಡವನ್ನೆಲ್ಲ ಸಂಚರಿಸಿ ಬೋಧಿಸಿ ಭಾಷಣ ಮಾಡಿ ಹೊಸದೊಂದು ಯುಗಶಕ್ತಿಯನ್ನೇ ಉದ್ಬೋಧನಗೊಳಿಸುತ್ತಾರೆ ಎಂಬುದು ಅವನ ಹಾರೈಕೆ. 'ಹಿಂದೂ ಧರ್ಮವು ಬ್ರಾಹ್ಮಣ ಪುರೋಹಿತರಿಂದ ಪಾರಾಗಿ, ಕ್ರೈಸ್ತಾದಿ ಮತ ಪ್ರಚಾರಕರಿಗೆ ದುರ್ಗಮವಾಗಿ, ತನ್ನ ವೇದೋಪನಿಷತ್ತಿನ ಶುದ್ಧ ವೇದಾಂತ ದರ್ಶನದಲ್ಲಿ ಪ್ರತಿಷ್ಠಿತನಾಗುವ

ಕಾಲ ಸಮೀಪಿಸುತ್ತದೆ' ಎನ್ನುವುದು ಗಡ್ಡದಯ್ಯನ ಗಾಢ ವಿಶ್ವಾಸ, ನಂಬಿಕೆ. ಕುವೆಂಪು ಅವರ ಎರಡೂ ಕಾದಂಬರಿಗಳಲ್ಲಿ ಬ್ರಾಹ್ಮಣ ಪುರೋಹಿತರ ಮತ್ತು ಕ್ರೈಸ್ತ ಮಿಶನರಿಗಳ ಟೀಕೆ ಏಕಕಾಲದಲ್ಲಿ ನಡೆದಿರುವುದನ್ನು ನಾವು ಅವಶ್ಯ ಗಮನಿಸಬೇಕು. 'ಕಾನೂರು ಹೆಗ್ಗಡಿತಿ'ಯಲ್ಲಿ ಮೊದಲನೆಯದರ ಮೇಲೆ ಹೆಚ್ಚು ಒತ್ತು ಬಿದ್ದಿದ್ದರೆ 'ಮಲೆಗಳಲ್ಲಿ ಮದುಮಗಳು'ವಿನಲ್ಲಿ ಎರಡನೆಯದರ ಮೇಲೆ ಹೆಚ್ಚಿನ ಒತ್ತು ಬಿದ್ದಿದೆ ಅಷ್ಟೆ. ರೆವರೆಂಡ್ ಲೇಕ್‌ಹಿಲ್‌ರನ್ನು ಪಾದ್ರಿ ಜೀವರತ್ನಯ್ಯನಿಗೆ ಹೋಲಿಸುವುದರ ಮೂಲಕ, ಆ ವೈದೃಶ್ಯದಲ್ಲಿ ಲೇಖಕರು ತಮ್ಮ ಟೀಕೆಗಳು ಏಕಮುಖವಾಗುವುದನ್ನು ತಪ್ಪಿಸುತ್ತಾರೆ. ಮುಕುಂದಯ್ಯ ಬಂದೂಕು ತೋರಿಸಿ ಬೆದರಿಸಿದಾಗ ದೇವಯ್ಯನ ಮತಾಂತರ ನಿಲ್ಲುತ್ತದೆಯಷ್ಟೆ. ಈ ಮುಕುಂದಯ್ಯನ ಸದ್ಯದ ಮತ್ತು ಹಿಂದಿನ ಅನೇಕ ಚಟುವಟಿಕೆಗಳನ್ನು ಕ್ರಿಮಿನಲ್ ಕ್ರಿಯೆಗಳೆಂಬಂತೆ ಬಣ್ಣಿಸಿ, ಅವನನ್ನು ಬಂಧಿಸಿ ಶಿಕ್ಷೆಗೆ ಒಳಪಡಿಸುವಂತೆ ಜೀವರತ್ನಯ್ಯ ಆಗ್ರಹಿಸಿದಾಗ ರೆವರೆಂಡ್ ಹೇಳುತ್ತಾರೆ:

> ಉಪದೇಶಿಗಳೆ, ಕ್ರಿಸ್ತ ಸ್ವಾಮಿಯ ಸಂದೇಶವನ್ನು ಕ್ರೈಸ್ತೋಚಿತವಲ್ಲದ ವಿಧಾನಗಳಿಂದ ಪ್ರಚಾರ ಮಾಡಲು ನೀವು ಹೊರಟಿರಾದರೆ, ಜನರನ್ನು ಮೈಮೇಲೆ ಹಾಕಿಕೊಂಡು ತದ್ವಿರುದ್ಧ ಪರಿಣಾಮಕ್ಕೆ ಭಾಜನರಾಗುತ್ತೀರಿ. ನಾವು ನಮ್ಮ ಸ್ವಾರ್ಥ ಉದ್ದೇಶಗಳನ್ನೆಲ್ಲ ತ್ಯಜಿಸಿ, ಸತ್ತ್ವಮಾರ್ಗದಿಂದಲೆ ಮುಂದುವರಿದು ಜನರ ನಂಬಿಕೆಗೆ ಪಾತ್ರವಾಗಬೇಕು. ಅವರ ವಿಶ್ವಾಸ ಲಭಿಸಿದ ತರುವಾಯವೆ ಅವರು ನಮ್ಮ ಉಪದೇಶಕ್ಕೆ ಕಿವಿಗೊಡುತ್ತಾರೆ. ಔಷಧೋಪಚಾರ, ವಿದ್ಯಾಭ್ಯಾಸ ಮೊದಲಾದ ಸಹಾಯಗಳ ಮೂಲಕ ಅವರ ಹೃದಯವನ್ನು ನಾವು ಗೆಲ್ಲಬೇಕು. ಅವರ ಮತೀಯ ಮೌಢ್ಯಗಳಿಂದ ಅವರಿಗಾಗುತ್ತಿರುವ ಅಪಾಯಗಳನ್ನು ಉಪಾಯವಾಗಿ ಅವರಿಗೆ ಮನದಟ್ಟಾಗುವಂತೆ ಮಾಡಬೇಕು. (ಪುಟ ೭೫೫)

ರೆವರೆಂಡ್ ಲೇಕ್‌ಹಿಲ್ ಮುಕುಂದಯ್ಯನನ್ನು ಶಿಕ್ಷಿಸುವುದಿಲ್ಲ. ಬದಲು ಅವನನ್ನು ಗೌರವದಿಂದ ಕಂಡು ಅವನೊಂದಿಗೆ ಸ್ನೇಹಪೂರ್ಣ ಸಂವಾದವನ್ನು ನಡೆಸುತ್ತಾರೆ. ತಮ್ಮ ದೃಷ್ಟಿಕೋನವನ್ನು ಅವನ ಮೇಲೆ ಹೇರಲು ಪ್ರಯತ್ನಿಸದೆ ಅದನ್ನು ಸಾಕಷ್ಟು ಮುಕ್ತವಾಗಿ ಅವನ ಮುಂದೆ ತೆರೆದಿಡುತ್ತಾರೆ. ಮುಕುಂದಯ್ಯ ಹೇಳುವ ಹಾಗೆ 'ಮತಾಂತರ ಚಟುವಟಿಕೆಯು ಸಾಮಾಜಿಕ ಜೀವನವನ್ನು ಬುಡಮೇಲು ಮಾಡುವ ಕಾರ್ಯ' ಎಂಬ ಅಭಿಪ್ರಾಯವನ್ನು ಅವರು ಒಪ್ಪಿಕೊಳ್ಳುವುದಿಲ್ಲ. ತಮ್ಮ ವಾದವನ್ನು ಆಗ್ರಹಪೂರ್ವಕವಾಗಿ ಮಂಡಿಸಿ ಕೊನೆಯಲ್ಲಿ ಹೀಗೆ ಹೇಳುತ್ತಾರೆ:

> ಕ್ರೈಸ್ತ ಧರ್ಮದಲ್ಲಿ ಜಾತಿಭೇದವಿಲ್ಲ; ಎಲ್ಲರೂ ದೇವರ ಇದಿರಿನಲ್ಲಿ ಸಮಾನರು. ನಾನು ಕೇಳಿಕೊಳ್ಳುವುದಿಷ್ಟೆ. ನೀವು ಕ್ರಿಸ್ತ ಮತಕ್ಕೆ ಸೇರಿ, ಬಿಡಿ. ಅದು ಅಷ್ಟು ಮುಖ್ಯವಲ್ಲ; ಆದರೆ ಕ್ರೈಸ್ತಧರ್ಮದ ಉದಾರ ತತ್ತ್ವಗಳನ್ನೂ ಸೇವಾಮನೋಧರ್ಮವನ್ನೂ ಸರ್ವ ಸಮಾನತಾ ದೃಷ್ಟಿಯನ್ನೂ ಉನ್ನತ ಆದರ್ಶಗಳನ್ನೂ ನಿಮ್ಮ ಮಾರ್ಗದರ್ಶನ ಜ್ಯೋತಿಯನ್ನಾಗಿ ಮಾಡಿಕೊಂಡು, ಬ್ರಾಹ್ಮಣ್ಯದ ದುರ್ಮುಷ್ಟಿಯಿಂದ ಬಿಡಿಸಿಕೊಳ್ಳುವುದು ಮಾತ್ರ ನಿಮ್ಮ ಜನಾಂಗದ ಪ್ರಗತಿಗೆ ಅತ್ಯಂತ ಅವಶ್ಯವಾದ ಆದ್ಯ ಕರ್ತವ್ಯ ಕರ್ಮ!' (ಪುಟ ೭೭೭-೨೮)

ವಸಾಹತುಶಾಹಿ ತಂದ ಮತಾಂತರ ಚಟುವಟಿಕೆಗಳಿಗೆ ಉಗ್ರ ವಿರೋಧ ಕಂಡುಬಂದರೂ ಅದರ ಜತೆಗೇ ಬಂದ ಆಧುನಿಕತೆ ಮಲೆನಾಡಿನಲ್ಲಿ ಹುಟ್ಟಿಸಿದ ಆಕರ್ಷಣೆ-ವಿಕರ್ಷಣೆಗಳನ್ನು ಕಾದಂಬರಿ ಉದ್ದಕ್ಕೂ ಗಮನಿಸಿಕೊಂಡು ಬರುತ್ತದೆ. ಮಿಶನರಿಗಳು ಸ್ಥಾಪಿಸುವ ಸ್ಕೂಲಿನ

ಬಗ್ಗೆ ಅವರ ವಿರೋಧಿಗಳಿಗೂ ಮೆಚ್ಚುಗೆ ಇದೆ. ಮುಕುಂದಯ್ಯನ ಗುರುಗಳಾದ ಐಗಳೇ ಸ್ವತಃ ಆ ಸ್ಕೂಲಿನ ಹೆಡ್‌ಮಾಸ್ತರ್ ಆಗಲು ಒಪ್ಪುತ್ತಾರೆ. 'ನಮ್ಮ ಕಾಡು, ನಿಮ್ಮ ತಿಮ್ಮು, ಹಳೆಮನೆ ಧರ್ಮು, ಹೆಂಚಿನ ಮನೆ ರಾಮು– ಎಲ್ಲರನ್ನೂ ಇಸ್ಕೂಲು ಸುರುವಾದ ಕೂಡ್ಲೆ ಮೊದ್ಲೂಲು ತಂದು ಸೇರಿಸಿ ಬಿಡಬೇಕು. ಓದಕ್ಕೆ' ಎಂಬ ದೇವಯ್ಯನ ಉತ್ಸಾಹಭರಿತ ಸಲಹೆಯನ್ನು ಮುಕುಂದಯ್ಯ ಅಷ್ಟೇ ಉತ್ಸಾಹದಿಂದ ಅನುಮೋದಿಸುತ್ತಾನೆ.

ಜುಟ್ಟು ಹೋಗಿ ಕ್ರಾಪು ಬಂದದ್ದು ಈ ಆಧುನಿಕತೆಯ ಒಂದು ದೃಗ್ಗೋಚರ ಸ್ಪಷ್ಟ ಪರಿಣಾಮವಷ್ಟೆ. ಹಳಬರಿಂದ ಪ್ರತಿರೋಧ ಬಂದರೂ ಯುವ ಪುರುಷ–ಮಹಿಳೆ–ಮಕ್ಕಳಿಂದ ಈ ಬದಲಾವಣೆಗೆ ಸಿಕ್ಕ ಇತ್ಯಾತ್ಮಕ ಮತ್ತು ಪ್ರಶಂಸಾತ್ಮಕ ಪ್ರತಿಕ್ರಿಯೆಗಳು ಗಮನಾರ್ಹ. ಬಟ್ಟೆಬರೆಗಳ ವಿಚಾರದಲ್ಲೂ ಇದು ನಿಜ. ತಾವು ಹಿಂದೆ ಕಂಡಿಲ್ಲದ ಹೊಸ ವಸ್ತುಗಳು ಒಂದೊಂದಾಗಿ ಆಗಮಿಸುತ್ತಿದ್ದಂತೆ ಹೊಸ ಆಕರ್ಷಣೆಗಳು, ಬೆರಗು, ಆಶ್ಚರ್ಯಗಳು ಹುಟ್ಟಿಕೊಳ್ಳುತ್ತವೆ. ಮೇಲುನೋಟಕ್ಕೆ ಸರಳವೆಂದು ಅನ್ನಿಸುವ ಈ ಆಧುನೀಕರಣದ ಪ್ರಕ್ರಿಯೆಯ ಸಂಕೀರ್ಣ ವಿನ್ಯಾಸವೊಂದನ್ನೆ 'ಮಲೆಗಳಲ್ಲಿ ಮದುಮಗಳು' ಹೆಣೆದು ಬಿಟ್ಟಿದೆ. ಒಂದು ಸಾಂಸ್ಕೃತಿಕ ಪಲ್ಲಟದ ಕಥನವಾಗಿಯೂ ಈ ಕಾದಂಬರಿ ಮುಖ್ಯವಾಗಿ ಬಿಡುತ್ತದೆ. ದೇವಯ್ಯನ ಬಟ್ಟೆ ಬರೆಗಳಲ್ಲಿ ಸುಧಾರಣೆಯಾದಾಗ, 'ಅವನ ತಾಯಿ ಮತ್ತು ಹೆಂಡತಿ ನಗೆಬೀರಿ ಮೆಚ್ಚಿಗೆ ತೋರಿದ್ದರು'. ದೊಡ್ಡ ಗಡಿಯಾರ ತಂದಾಗ, 'ಆ ನವನಾಗರಿಕತೆಯ ವಸ್ತುವಿಗೆ ಎಲ್ಲರೂ ಅಚ್ಚರಿವೋಗಿ ಬೆರಗಾಗಿದ್ದರು'. ಜುಟ್ಟು ಬೋಳಿಸಿ 'ಕಿರಾಪು' ಬಿಟ್ಟಿದ್ದನ್ನು ಕಂಡಾಗ:

> ಅಪ್ಪ ಅವ್ವ ಸಾಯೋತನಕ ಕಾಯೋಕಾಗಲಿಲ್ಲವೇನೋ, ಮಗನೆ? ಎಂದು ತಾಯಿ ಅತ್ತು ಕರೆದು ಅನ್ನ ನೀರು ಬಿಟ್ಟಿದ್ದಳು. ಅಪ್ಪ ಅವ್ವ ಸತ್ತಾಗ ಮಾತ್ರ ತಲೆ ಬೋಳಿಸುತ್ತಿದ್ದುದು ಆಚಾರವಾಗಿತ್ತು. ಈಗ ಕಾರ್ಯವೆ ನಡೆದು ಹೋಗಿದ್ದುದರಿಂದ ಇನ್ನೇನು ಕಾರಣವೊ ನಡೆಯುವುದಕ್ಕೊಂದೇ ಮುನ್ಸೂಚಕವಾಗಿ ವಿಧಿ ದೇವಯ್ಯನ ಕೈಯಲ್ಲಿ ಆ ಅಧರ್ಮಕಾರ್ಯ ಮಾಡಿಸಿದೆ ಎಂದು ಭೀತರಾಗಿದ್ದರು.
>
> ದೇವಯ್ಯನ ಹೆಂಡತಿಯೂ ಗಂಡನಿಂದ ಆಗಲಾರದ ಅಮಂಗಳ ಕಾರ್ಯ ಆಗಿಹೋಯಿತಲ್ಲಾ ಎಂದು ಕೋಣೆ ಬಾಗಿಲು ಹಾಕಿಕೊಂಡು ರೋಧಿಸಿ, ದೇವರಿಗೆ ತಪ್ಪು ಕಾಣಿಕೆ ಕಟ್ಟಿದ್ದಳು. ಆದರೆ ದಿನಕಳೆದಂತೆಲ್ಲಾ ಅವಳಿಗೆ ಜುಟ್ಟಿಗಿಂತಲೂ ಕ್ರಾಪೇ ತನ್ನ ಗಂಡನಿಗೆ ಲಕ್ಷಣವಾಗಿ ಕಾಣುವಂತೆ ತೋರಿತ್ತು. (ಪುಟ ೨೧೦–೧೧)

ದೇವಯ್ಯ ಬ್ರಾಹ್ಮಣ ದ್ವೇಷಿಯೆಂದು ಬ್ರಾಹ್ಮಣರಿಗೆ ಅವನನ್ನು ಕುರಿತು ಸಿಟ್ಟು ತಿರಸ್ಕಾರಗಳಿದ್ದುವಷ್ಟೆ. ಈ ಗಂಡಸರು ಹೆಂಗಸರು ಕೂಡ 'ನವ ನಾಗರಿಕತೆಯ ಸ್ಥೂಲ ರುಚಿಯ ಲಕ್ಷಣಗಳಿಂದ ಸಮನ್ವಿತರಾಗಿದ್ದ ದೇವಯ್ಯಗೌಡರನ್ನು' ನೋಡಿ ಬೆರಗಾಗಿದ್ದರು. ಸ್ವಾರಸ್ಯಕರ ಸಂಗತಿ ಎಂದರೆ, 'ಅವನ ಪಕ್ಕದಲ್ಲಿದ್ದು, ಒಂದು ಸಾಧಾರಣ ಕೋಟು ಹಾಕಿಕೊಂಡು, ಕಟ್ಟಿದ್ದ ಜುಟ್ಟು ಹಿಂದುಗಡೆ ಕಾಣಿಸುವಂತೆ ತಲೆಗೊಂದು ತೋಪಿಯಿಟ್ಟು, ಅಡ್ಡ ಪಂಚೆಯುಟ್ಟಿದ್ದ ತರುಣ ಮುಕುಂದಯ್ಯನನ್ನು ಯಾರೂ ಅಷ್ಟಾಗಿ ಗಮನಿಸಲಿಲ್ಲ'. ಐತಾಳನ ಹೆಂಡತಿಯಂತೂ ದೇವಯ್ಯನ ಮೇಲಿಟ್ಟ ದೃಷ್ಟಿಯನ್ನು ತೆಗೆಯುವುದೇ ಇಲ್ಲ. ತನ್ನ ಪ್ರಿಯತಮ ನಾರಾಯಣ ಭಟ್ಟ ಮತ್ತು ದೇವಯ್ಯರಲ್ಲಿದ್ದ ತಾರತಮ್ಯವನ್ನು ಅವಳ ಕಣ್ಣು ಸೂಕ್ಷ್ಮವಾಗಿ ಗ್ರಹಿಸುತ್ತದೆ.

'ನಾರಾಯಣ ಭಟ್ಟನೂ ದೇವಯ್ಯನ ಹಾಗೆ ಕ್ರಾಪು ಬಿಟ್ಟಿದ್ದರೆ ಎಷ್ಟು ಚೆನ್ನಾಗಿರುತ್ತಿತ್ತು?' ಎಂದುಕೊಳ್ಳುತ್ತಾಳೆ ಅವಳು.

ಈ ಆಧುನಿಕತೆಯು ಬಹಿರಂಗದಿಂದ ಅಂತರಂಗಕ್ಕೆ ಇಳಿಯುತ್ತಿದ್ದಂತೆ ಜನಪದವು ಹೆಚ್ಚು ಹೆಚ್ಚು ಆತಂಕಗೊಳ್ಳುತ್ತಾ ಹೋಗುತ್ತದೆ. ದೇವಯ್ಯ ಕ್ರಮೇಣ, ನಾಮ ಇಟ್ಟುಕೊಳ್ಳುವುದನ್ನು ಬಿಡುವುದು, ತುಳಸಿಕಟ್ಟೆಗೆ ಸುತ್ತು ಬರುವುದನ್ನು ತ್ಯಜಿಸುವುದು, ದೆಯ್ಯ ದ್ಯಾವರು ಸತ್ಯನಾರಾಯಣ ವ್ರತಗಳನ್ನು ಹಿಯ್ಯಾಳಿಸುವುದೆಲ್ಲಾ ಪ್ರಾರಂಭವಾದಾಗ ತಂದೆ, ತಾಯಿ, ಹೆಂಡತಿ, ನೆಂಟರು, ಆಳುಕಾಳಾದಿ ಎಲ್ಲರಿಗೂ ಆತಂಕವಾಗತೊಡಗುತ್ತದೆ. ಈ ಆತಂಕ ಕ್ರಮೇಣ ಸಂಘರ್ಷಕ್ಕೂ ಇಳಿದಾಗ ಆಧುನಿಕ ವಿಚಾರ ಮತ್ತು ನಂಬಿಕೆಗಳ ಲೋಕದ ಮುಖಾಮುಖಿಗೆ ಕಾದಂಬರಿಯಲ್ಲಿ ಒಂದು ಸಾಂಸ್ಕೃತಿಕ ಮಹತ್ತ್ವ ಪ್ರಾಪ್ತವಾಗಿಬಿಡುತ್ತದೆ. ಯಾವುದನ್ನು ದೇವಯ್ಯನಂಥವರು 'ಮೂಢನಂಬಿಕೆ' ಎಂದು ಘೋಷಿಸಿ, ಸರಳೀಕರಿಸಿ ಲೇವಡಿ ಮಾಡುತ್ತಾರೋ ಆ ನಂಬಿಕೆ–ಆಚರಣೆಗಳ ಇನ್ನೊಂದು ಮುಖವನ್ನು, ಅರ್ಥಪೂರ್ಣ ಆಯಾಮವನ್ನು ಕಾದಂಬರಿ ಮುನ್ನೆಲೆಗೆ ತಂದು ಮುಕ್ತವಾದ ಮತ್ತು ಉಚಿತವಾದ ಗ್ರಹಿಕೆ ಮತ್ತು ಅರ್ಥಗಳಿಗಾಗಿ ಒತ್ತಾಯಿಸಿಬಿಡುತ್ತದೆ. ಉದಾಹರಣೆಗೆ ತನ್ನ ಹೆಂಡತಿಯ ಬಾಣಂತನದ ಕ್ರಮಗಳನ್ನು ದೇವಯ್ಯ ಮೂದಲಿಸಿ ತಿರಸ್ಕರಿಸುತ್ತಾನಷ್ಟೆ. ಅದಕ್ಕೆ ನಿರೂಪಕನ ಪ್ರತಿಕ್ರಿಯೆ:

> ಅವನ ಹುಡುಗು ಬುದ್ಧಿಗೆ ಹೇಗೆ ಗೊತ್ತಾಗಬೇಕು, ತನ್ನ ಬಾಣಂತಿ ಹೆಂಡತಿಯ ಆರೋಗ್ಯ ರಕ್ಷಣೆಯ ಸಲುವಾಗಿಯೆ ಅವನ ಅಮ್ಮ ಈ ಪೂಜೆ ಆ ವ್ರತ ಇತ್ಯಾದಿ ಧಾರ್ಮಿಕ ಪ್ರತಿಮೆಗಳ ರೂಪದಿಂದ ಅವನ ವಿವೇಕ ದೂರವಾದ ಆತುರತೆಗೆ ಮೂಗುದಾರ ಹಾಕುತ್ತಿದ್ದಾರೆ ಎಂದು! ಯಾವುದನ್ನು ನೇರವಾಗಿ ಹೇಳಬಾರದೊ, ಹೇಳಿದರೆ ಪರಿಣಾಮಕಾರಿಯಾಗುವುದಿಲ್ಲವೊ ಅದನ್ನು ಅನ್ಯ ವಿಧಾನಗಳಿಂದ ಸಾಧಿಸುತ್ತದೆ ಸಮಾಜದ ಸೌಜನ್ಯ, ದಾಕ್ಷಿಣ್ಯ ಮತ್ತು ಸಭ್ಯತೆ. (ಪುಟ ೨೧೬)

ಮಿಶನ್ ಸ್ಕೂಲಿನ ಹತ್ತಿರ ಬಾವಿ ತೋಡಿಸಲು ಸ್ಥಳ ಗೊತ್ತು ಮಾಡುವ ಸಂದರ್ಭದಲ್ಲಿ ಪಾದ್ರಿ ಜೀವರತ್ನಯ್ಯನಿಗೆ, 'ನೀರಿನ ಪ್ರಮಾಣ, ನೀರಿನ ಸ್ಥಾನ, ನೀರು ದೊರೆಯುವ ಆಳ ಇವುಗಳನ್ನು ನಿರ್ಧರಿಸುವುದಕ್ಕೆ ಐಗಳ ವಿಶೇಷ ಸಾಮರ್ಥ್ಯವಾದ ಹಸಿರು ಕಡ್ಡಿಯ ವಿಧಾನವನ್ನು ಉಪಯೋಗಿಸಿಕೊಳ್ಳಬಹುದೆ, ಬಾರದೆ' ಎಂಬ ವಿಚಾರದಲ್ಲಿ ದೊಡ್ಡ ಗೊಂದಲವೇ ಆಗುತ್ತದೆ.

> ಕ್ರೈಸ್ತರಾದ ತಾವು, ಮುಖ್ಯವಾಗಿ ಕ್ರೈಸ್ತಮತ ಪ್ರಚಾರಕ್ಕಾಗಿಯೆ ನಿರ್ಮಿತವಾಗಲಿರುವ ಸಂಸ್ಥೆಗೆ, ಕ್ರೈಸ್ತ ಸಮ್ಮತವಲ್ಲದ ಹಿಂದೂ ದುರ್ಮಂತ್ರ ವಿಧಾನದ ಸಹಾಯ ಪಡೆಯಬಹುದೆ? ನಿಮಿತ್ತ ಕೇಳುವುದು, ಗಣ ಬರಿಸುವುದು, ದೆಯ್ಯದ ಹರಕೆಯ ಪೂಜೆ ಮಾಡುವುದು ಇತ್ಯಾದಿಗಳನ್ನೆಲ್ಲ ಅವಹೇಳನ ಮಾಡಿ ಖಂಡಿಸುತ್ತಿದ್ದ ತಾವೇ ಈ ಅವೈಜ್ಞಾನಿಕವಾದ ಅಪ್ರಾಕೃತ ಉಪಾಯವನ್ನು ಕೈಕೊಂಡರೆ ನಾಳೆ ತಮ್ಮ ದೊಡ್ಡ ಗುರುಗಳಾದ ರೆವರೆಂಡ್ ಲೇಕ್‌ಹಿಲ್ ದೊರೆಗಳು ಏನೆಂದಾರು? (ಪುಟ ೩೧೩)

ಎಲ್ಲ ಜಿಜ್ಞಾಸೆಗಳ ನಂತರ ಒಂದು ಕವಲೊಡೆದ ಹಸಿರು ಕಡ್ಡಿಯೊಂದನ್ನು ಒಂದು ಗಿಡದಿಂದ ಮುರಿದು ತರಿಸಿ ಪ್ರಯೋಗ ಮಾಡಲಾಗುತ್ತದೆ. ಕಡ್ಡಿಯನ್ನು ಹಿಡಿದುಕೊಂಡು ಐಗಳು ನಡೆಯತೊಡಗುತ್ತಾರೆ. ಒಂದು ನಿರ್ದಿಷ್ಟ ಜಾಗ ಬಂದೊಡನೆ, 'ಕಡ್ಡಿಯ ತುದಿ ನೆಲದ ಕಡೆ ನಮಸ್ಕಾರ ಮಾಡುತ್ತದೆಯೊ ಎಂಬಂತೆ ನಸುವೆ ಬಾಗತೊಡಗುತ್ತದೆ'. ಇದು ಖಂಡಿತ

ದೇವರ ಶಕ್ತಿಯಲ್ಲ ದೇವರ ವೈರಿಯಾದ ಸೈತಾನನ ಶಕ್ತಿಯೆ ಇರಬೇಕು ಎಂದುಕೊಳ್ಳುತ್ತಾರೆ ಪಾದ್ರಿ ಜೀವರತ್ನಯ್ಯ. ನಿರೂಪಕನ ಟಿಪ್ಪಣಿ:

> ಯೇಸುಕ್ರಿಸ್ತನು ಮಾಡಿದ ಮಹಾದ್ಭುತಕರವಾದ ಪವಾಡಗಳಲ್ಲಿ ಅವರಿಗೆ ಅಪಾರ ಶ್ರದ್ಧೆಯಿದ್ದರೂ, ಕ್ರೈಸ್ತನಲ್ಲದವನಲ್ಲಿ ತೋರಿ ಬರುವ ಆ ಪವಾಡ ಶಕ್ತಿ ಎಂದಿಗೂ ಸೈತಾನನದೇ ಎಂಬುದು ಅವರ ಅವೈಚಾರಿಕ ಮತಶ್ರದ್ಧೆಯಾಗಿತ್ತು (ಪುಟ ೩೧೫-೧೬)

ಆಧುನಿಕತೆಯ ಪ್ರಶ್ನೆಯನ್ನು ಕಾದಂಬರಿ ಇನ್ನೂ ಒಂದು ನೆಲೆಯಿಂದ ಪರಿಶೀಲಿಸಿಕೊಳ್ಳುತ್ತದೆ. ಈ ಹಿನ್ನೆಲೆಯಲ್ಲಿ 'ಮಲೆಗಳಲ್ಲಿ ಮದುಮಗಳು' ಕಾದಂಬರಿಯ ಮುಕುಂದಯ್ಯನ ಪಾತ್ರ ವಿಶೇಷ ಉಲ್ಲೇಖಕ್ಕೆ ಅರ್ಹವಾಗಿದೆ. ಮುಕುಂದಯ್ಯನಿಗೂ ದೇವಯ್ಯನಿಗೂ ಇರುವ ಗುಣಾತ್ಮಕ ಅಂತರವನ್ನು ಕಾದಂಬರಿ ಹಲವು ಸಂದರ್ಭಗಳಲ್ಲಿ ಕಾಣಿಸಿದೆ. ಮುಕುಂದಯ್ಯನಿಗಿಂತ ದೇವಯ್ಯ ಬಹಿರಂಗದಲ್ಲಿ ಹೆಚ್ಚು 'ಆಧುನಿಕ'ನಾಗಿ ಕಾಣಿಸಿಕೊಳ್ಳುತ್ತಾನೆ. ಆದರೆ ದೇವಯ್ಯನ ಸಮಸ್ಯೆಗಳನ್ನು ಪರಿಹರಿಸುವವನು ಮುಕುಂದಯ್ಯ. ಅಷ್ಟೇ ಅಲ್ಲ ರೆವರೆಂಡ್ ಲೇಕ್‌ಹಿಲ್ ಅವರ ಜತೆ ಸರಿಸಮಾನ ನೆಲೆಯಲ್ಲಿ ವ್ಯವಹರಿಸುವವನು ಕಾದಂಬರಿಯ ಚೌಕಟ್ಟಿನೊಳಗೆ ಮುಕುಂದಯ್ಯನೊಬ್ಬನೆ. ಮುಕುಂದಯ್ಯನನ್ನು ಕುರಿತು ಜೀವರತ್ನಯ್ಯ ಎಂಥ ಉಗ್ರ ಆಪಾದನೆಗಳನ್ನು ಮಾಡಿದರೂ ರೆವರೆಂಡ್ ವಿಚಲಿತರಾಗುವುದಿಲ್ಲ:

> "ಒಂದೆರಡು ನಿಮಿಷಗಳ ಕಾಲ ಮುಕುಂದಯ್ಯನನ್ನೇ ಗಮನಿಸುತ್ತಿದ್ದು, ತಾವು ಏನು ಮಾತಾಡಬೇಕು ಎಂಬುದನ್ನು ಆಲೋಚಿಸುತ್ತಿದ್ದಂತೆ ತೋರಿದರು ಲೇಕ್‌ಹಿಲ್. ಆದರೆ ಅವರು ಏನನ್ನೂ ಯೋಚಿಸುತ್ತಿರಲಿಲ್ಲ. ಮುಕುಂದಯ್ಯನ ವ್ಯಕ್ತಿತ್ವದ ಸ್ವರೂಪವನ್ನು ಗ್ರಹಿಸುವ ಕಾರ್ಯದಲ್ಲಿ ತೊಡಗಿದ್ದರು: ಮುಕುಂದಯ್ಯ ದೇವಯ್ಯನಂತೆ ಕ್ರಾಪು ಬಿಟ್ಟಿರಲಿಲ್ಲ. ಟೋಪಿಯ ಹಿಂದೆ ಕಟ್ಟಿದ್ದ ಜುಟ್ಟು ಕಾಣಿಸುತ್ತಿತ್ತು. ಹಣೆಯ ಮೇಲೆ ನಾಮವೂ ಇತ್ತು. ಕಿವಿಯಲ್ಲಿ ಒಂಟಿಗಳೂ ಇದ್ದವು. ಆದರೆ ಆತನ ಮುಖದಲ್ಲಿ ಅಲ್ಲಿದ್ದವರಾರಲ್ಲಿಯೂ ಇಲ್ಲದಿದ್ದ ಒಂದು ಸತ್ವಪೂರ್ಣ ತೇಜಸ್ಸನ್ನೂ ಸರಳ ಸುಂದರ ಪ್ರಸನ್ನತೆಯನ್ನೂ ದರ್ಶಿಸಿದ ಲೇಕ್ ಹಿಲ್‌ರಿಗೆ ಅವನ ವಿಷಯದಲ್ಲಿ ಒಂದು ಗೌರವಪೂರ್ವಕ ವಿಶ್ವಾಸ ಹುಟ್ಟಿ ಅವರ ಮುಖದ ಮೇಲೆಯೂ ಸುಪ್ರಸನ್ನತೆ ಸುಳಿದಾಡಿದುದನ್ನು ಕಂಡು ಜೀವರತ್ನಯ್ಯಗೆ ಬೆರಗಾಯಿತು. ತಾನು ಮುಕುಂದಯ್ಯನ ಮೇಲೆ ಹೇಳಿದ್ದುದೆಲ್ಲ ವ್ಯರ್ಥವಾಯಿತೋ ಏನೋ ಎಂದು ಕರಿಪಾದ್ರಿಗೆ ಮುಖಭಂಗವೂ ಆಯಿತು".

ಮುಕುಂದಯ್ಯ-ದೇವಯ್ಯರ ತುಲನೆಯಲ್ಲಿ ಲೇಖಕರು ಸ್ಪಷ್ಟವಾಗಿ ಮುಕುಂದಯ್ಯನ ಪರವಾಗಿದ್ದಾರೆಂದು ನಮಗೆ ಅನ್ನಿಸುವ ಹಲವಾರು ನಿದರ್ಶನಗಳು ಕಾದಂಬರಿಯಲ್ಲಿ ಇವೆ. ದೇವಯ್ಯನ ಆಧುನಿಕತೆಯ ಮಾದರಿಯನ್ನು ಕಾದಂಬರಿ ನಿರಾಕರಿಸುತ್ತದೆ. ಹೂವಯ್ಯ-ದೇವಯ್ಯರ ತುಲನೆಯಲ್ಲಿಯಂತೂ ದೇವಯ್ಯ ಹೂವಯ್ಯನ ಹತ್ತಿರಕ್ಕೂ ಬರಲಾರ. ಕೊಂಚ ಸಮಸ್ಯಾತ್ಮಕವಾಗುವುದು ನಾವು ಹೂವಯ್ಯ-ಮುಕುಂದಯ್ಯರನ್ನು ಪರಸ್ಪರ ಹೋಲಿಸತೊಡಗಿದಾಗ. ಹೂವಯ್ಯನ ಪಾತ್ರದ 'ಆದರ್ಶ', 'ಔನ್ನತ್ಯ'ಗಳು ಮುಕುಂದಯ್ಯನಿಗಿಲ್ಲ. ಹೂವಯ್ಯ 'ಮದುವೆಯಾಗದೆ ಜನಗಳ ಮೂಢ ಭಾವನೆಗಳನ್ನೆಲ್ಲ ಪರಿಹರಿಸುವ' ಮಹದಿಚ್ಛೆಯನ್ನು ಇಟ್ಟುಕೊಂಡವನು. ಮುಕುಂದಯ್ಯನದು ಪ್ರೇಮಿಯ, ಗೃಹಸ್ಥನ ನೆಲೆ. ಹೂವಯ್ಯ ತನ್ನ ಸುತ್ತಲ ಜಗತ್ತಿನಲ್ಲಿ 'ಪರಕೀಯ'. ಮಾನವೀಯ ಅನುಕಂಪದ, ಸುಧಾರಣೆಯ ನೆಲೆಗಳಲ್ಲಿ ಮಾತ್ರ ಅವನು ಜಗತ್ತಿನೊಂದಿಗೆ ಸಂಬಂಧವಿಟ್ಟುಕೊಳ್ಳಬಲ್ಲ:

"ಪ್ರಪಂಚವೆಲ್ಲವೂ ಒಂದು ಕಡೆಗೂ ತಾನೊಬ್ಬನೇ ಒಂದು ಕಡೆಗೂ ಹೋಗುತ್ತಿರುವಂತೆ ಭಾಸವಾಯಿತು. ತಾನೇ ಪ್ರಪಂಚದ ಕಡೆಗೆ ತಿರುಗಬೇಕೋ ಅಥವಾ ಪ್ರಪಂಚವನ್ನೇ ತನ್ನ ಕಡೆಗೆ ತಿರುಗಿಸಿಕೊಳ್ಳಬೇಕೋ ಒಂದೂ ಬಗೆಹರಿಯಲಿಲ್ಲ." (ಕಾ. ಹೆ. ಪು. ೪೨೯)

ಒಂದು ದೃಷ್ಟಿಯಿಂದ ಹೂವಯ್ಯನದು ವಿರಕ್ತಿಯ ನೆಲೆಯಾದರೆ ಮುಕುಂದಯ್ಯನದು ತೀವ್ರ ಅನುರಕ್ತಿಯ ನೆಲೆ. ಹೂವಯ್ಯನ ಪ್ರಜ್ಞೆ ಹಲವು ಮೂಲಗಳಿಂದ ಪಡೆದ ಅರಿವು, ಜ್ಞಾನಗಳಿಂದ ಪೋಷಿತವಾದದ್ದು. ಮುಕುಂದಯ್ಯ ಹೂವಯ್ಯನಿಗಿಂತ ತನ್ನ ಸುತ್ತಲ ಜಗತ್ತಿನೊಂದಿಗೆ ತೀವ್ರವಾಗಿ ತೊಡಗಿಕೊಂಡಿರುವವನು. ಅವನೂ ಸುಸಂಸ್ಕೃತ, ಸಂಸ್ಕಾರವಂತ. ಆದರೆ ಅವನ ಸಂಸ್ಕಾರ ಅವನನ್ನು ಅವನ ಸುತ್ತಲಿನವರಿಂದ ಪ್ರತ್ಯೇಕಿಸುವಷ್ಟು 'ವಿಶಿಷ್ಟ'ವೂ 'ಉನ್ನತ'ವೂ ಆಗಿಲ್ಲ. ಐತ-ಪೀಂಚಲು, ಗುತ್ತಿ, ಚಿನ್ನಮ್ಮ, ತನ್ನ ಆಳುಗಳು, ಬಂಧುಗಳು ಇವರೊಂದಿಗಿನ ಆತನ ಒಡನಾಟದ ಸ್ವರೂಪ ಹೂವಯ್ಯ ಮತ್ತು ಅವನ ಸುತ್ತಲ ಜನರ ಒಡನಾಟಕ್ಕಿಂತ ತೀರ ಭಿನ್ನ. ಅವನು ಹೂವಯ್ಯನಂತೆ ಭಾವ ಸಮಾಧಿ-ರಸಸಮಾಧಿಗಳಿಗೆ ಹೋಗಲಾರ. ಆದರೆ ಗಟ್ಟದ ಕೆಳಗಿನಿಂದ ಹೊಟ್ಟೆಪಾಡಿಗಾಗಿ ಬಂದಿದ್ದ ಬಿಲ್ಲವರ ಜಾತಿಯ ಬಡಕೂಲಿಗಳಾದ ಐತ-ಪೀಂಚಲು ಜೊತೆ ಅವನು ಅವರ ಆಪ್ತ ಗೆಳೆಯನೆಂಬಂತೆ ವರ್ತಿಸಬಲ್ಲ; ವ್ಯವಹರಿಸಬಲ್ಲ. ಅವರನ್ನು 'ಭಿಲ್ಲ ವೇಷದ ಶಿವ ಶಿವಾಣಿಯರಂತೆ' ಕಲ್ಪಿಸಿಕೊಳ್ಳಬಲ್ಲ. ಹೂವಯ್ಯ-ಮುಕುಂದಯ್ಯ ಈ ಎರಡು ಮಾದರಿಗಳಲ್ಲಿ ಕುವೆಂಪು ಅವರ ಆಯ್ಕೆ, ಆದ್ಯತೆ, ಪಕ್ಷಪಾತ, ಮೆಚ್ಚುಗೆ ಯಾವ ಕಡೆ ಹರಿದಿದೆ ಎಂದು ನಿರ್ಧರಿಸುವುದು ತುಂಬಾ ಕಷ್ಟ; ಸಮಸ್ಯಾತ್ಮಕ.

***

೪

ಭೀಷ್ಮ ಸಾಹನಿ ಅವರ ಪ್ರಸಿದ್ಧ ಕಾದಂಬರಿ 'ತಮಸ್' ಮೊದಲು ಪ್ರಕಟವಾದದ್ದು ೧೯೭೩ರಲ್ಲಿ. ಈ ಕಾದಂಬರಿ ೧೯೭೫ರಲ್ಲಿ ಸಾಹನಿಯವರಿಗೆ ಸಾಹಿತ್ಯ ಅಕಾಡೆಮಿ ಪ್ರಶಸ್ತಿಯನ್ನು ತಂದುಕೊಟ್ಟಿತು. 'ಲೋಟಸ್' ಅಂತರ್‌ರಾಷ್ಟ್ರೀಯ ಪುರಸ್ಕಾರವನ್ನೂ ಸಾಹನಿ ಗಳಿಸಿಕೊಂಡಿದ್ದಾರೆ. ಗೋವಿಂದ ನಿಹಲಾನಿಯವರ ನಿರ್ದೇಶನದಲ್ಲಿ ದೂರದರ್ಶನದ ತೆರೆಯ ಮೇಲೆ ಧಾರಾವಾಹಿಯಾಗಿ ಪ್ರಸಾರಗೊಂಡ 'ತಮಸ್' ಒಂದು ಕೋಲಾಹಲವನ್ನೇ ಸೃಷ್ಟಿಸಿತು.ಈ ಕೋಲಾಹಲ ಹಿಂದು-ಮುಸ್ಲಿಂ ಕೋಮುವಾದಿಗಳ ಕೀಳು ಮನಸ್ಸನ್ನು ನಿಚ್ಚಳವಾಗಿ ಬಯಲಿಗೆಳೆಯಿತು. ಭೀಷ್ಮ ಸಾಹನಿಯವರಿಗೆ ಮತ್ತಷ್ಟು ಪ್ರಚಾರ, ಖ್ಯಾತಿಯನ್ನು ತಂದುಕೊಟ್ಟಿತು. ಇನ್ನೊಂದು ರೀತಿಯಲ್ಲಿ ಈ ವಿವಾದವು 'ತಮಸ್' ಎಷ್ಟು ಸಮಕಾಲೀನ, ಅದು ಎತ್ತಿಕೊಂಡಿರುವ ಸಮಸ್ಯೆಗಳು ಇನ್ನೂ ಜೀವಂತವಾದವು ಎಂಬುದನ್ನು ಸ್ಪಷ್ಟವಾಗಿ ಎತ್ತಿ ತೋರಿಸಿತು. ನಲವತ್ತರ ದಶಕದ ಈ ಕತೆ ಇವತ್ತಿಗೂ ಎಲ್ಲ ಬಗೆಯ ಓದುಗರ ಮನಸ್ಸುಗಳನ್ನು ವಿವಿಧ ಬಗೆಗಳಲ್ಲಿ ಕದಡುವ, ಕಲಕುವ ಸಾಮರ್ಥ್ಯವನ್ನು ಪಡೆದುಕೊಂಡಿದೆ. ೩೫ನೇ ರಾಷ್ಟ್ರೀಯ ಚಲನಚಿತ್ರ ಪ್ರಶಸ್ತಿಗಳಲ್ಲಿ 'ತಮಸ್' ಚಿತ್ರವು ರಾಷ್ಟ್ರೀಯ ಏಕತೆಗಾಗಿ ನೀಡುವ ನರ್ಗೀಸ್‌ದತ್ ಪ್ರಶಸ್ತಿಯನ್ನು ಗೆದ್ದುಕೊಂಡಿತು. ಜಗತ್ತಿನ ಹಲವು ಭಾಷೆಗಳಿಗೆ 'ತಮಸ್' ಅನುವಾದಗೊಂಡಿದೆ. ಶ್ರೀಮತಿ ಶಾರದಾಸ್ವಾಮಿ

ಮತ್ತು ಡಾ। ಎಸ್. ಎಮ್.ರಾಮಚಂದ್ರಸ್ವಾಮಿಯವರು ಈ ಕಾದಂಬರಿಯನ್ನು ಹಿಂದಿಯಿಂದ ಕನ್ನಡಕ್ಕೆ ತಂದಿದ್ದಾರೆ.

ನಲವತ್ತರ ದಶಕ ಭಾರತದ ಸಾಮಾಜಿಕ, ರಾಜಕೀಯ ಜೀವನದ ನಿರ್ಣಾಯಕ ಅವಧಿ ಎಂದರೆ ತಪ್ಪಾಗಲಾರದು. ಭಾರತೀಯ ಸ್ವಾತಂತ್ರ್ಯ ಚಳವಳಿ ತನ್ನ ಉತ್ತುಂಗವನ್ನು ಮುಟ್ಟುತ್ತಿದ್ದ ಕಾಲ ಅದು. ಎರಡು ಮಹಾಯುದ್ಧಗಳ ಜಾಗತಿಕ ಬದಲಾವಣೆಗೆ ತೆರೆದುಕೊಂಡ ದಶಕ ಅದು. ಈ ಎರಡೂ ಒತ್ತಡಗಳ ಹಿನ್ನೆಲೆಯಲ್ಲಿ ಬ್ರಿಟಿಷರು ಭಾರತವನ್ನು ಬಿಟ್ಟು ಹೊರಡುವುದು ಹೆಚ್ಚು ಕಡಿಮೆ ಖಚಿತವೆನ್ನಿಸಿತ್ತು. ಆದರೆ ಬ್ರಿಟಿಷ್ ಸಾಮ್ರಾಜ್ಯಶಾಹಿ, ವಸಾಹತುಶಾಹಿ ತನ್ನ ಕೊನೆಯ ಪ್ರಯತ್ನಗಳನ್ನು ಇನ್ನೂ ಬಿಟ್ಟುಕೊಟ್ಟಿರಲಿಲ್ಲ. ಈ ಉಪಖಂಡವನ್ನು ಈಗಾಗಲೇ ನಾನಾ ರೀತಿಗಳಲ್ಲಿ ಒಡೆದಿದ್ದ ಬ್ರಿಟಿಷ್ ಪ್ರಭುತ್ವ ಈ ನಿಟ್ಟಿನಲ್ಲಿ ತನ್ನ ಅಪಾಯಕಾರಿ ಪ್ರಯೋಗಗಳನ್ನು ಬಲು ಎಚ್ಚರಿಕೆಯಿಂದ ಮುಂದುವರಿಸಿತ್ತು. ಭಾರತೀಯ ಸಮಾಜದ ಗರ್ಭದಲ್ಲೇ ಅಂತರ್ಗತವಾಗಿವೆ ಅನ್ನಿಸುವ ಸ್ವಯಂ ವಿರೋಧಗಳು ವಸಾಹತುಶಾಹಿ ಕುಟಿಲತೆಯೊಂದಿಗೆ ಸಂಗಮಿಸಿದ್ದು ಭಾರತೀಯ ಇತಿಹಾಸದ ಬಹುದೊಡ್ಡ ವ್ಯಂಗ್ಯ. ಕೋಮು-ಕೋಮುಗಳ ನಡುವಣ ಅಸಹನೆ ಸಂಶಯಗಳು ಈ ಘಟ್ಟದಲ್ಲಿ ಈ ಪ್ರಮಾಣದಲ್ಲಿ ಸ್ಫೋಟಗೊಂಡದ್ದು ಬಹುದೊಡ್ಡ ದುರಂತ. ಯಾವ ಶಕ್ತಿಗಳ ಸಂಯುಕ್ತ ಹೋರಾಟದಿಂದ ಬ್ರಿಟಿಷರ ವಿರುದ್ಧ ರಾಷ್ಟ್ರವ್ಯಾಪ್ತಿ ಆಂದೋಳನ ತನ್ನ ಗುರಿಯನ್ನು ಸಮೀಪಿಸಲಾರಂಭಿಸಿತ್ತೋ ಅದೇ ಸಂದರ್ಭದಲ್ಲಿ ಈ ಶಕ್ತಿಗಳ ಪರಸ್ಪರ ದ್ವೇಷ ಲಕ್ಷಾಂತರ ಮಂದಿಯನ್ನು ಬಲಿ ತೆಗೆದುಕೊಂಡಿತ್ತು. ರಾಷ್ಟ್ರವನ್ನೇ ಒಡೆಯಿತು. ಯಾವ ಮೌಲ್ಯಗಳ ಹೆಸರಿನಲ್ಲಿ ರಾಷ್ಟ್ರೀಯ ಚಳವಳಿ ಮುಂದಾಗಿತ್ತೋ ಆ ಮೌಲ್ಯಗಳು ಚಳವಳಿ ಸಂಪೂರ್ಣಗೊಳ್ಳುವ ಮೊದಲೇ ಧೂಳೀಪಟವಾಗತೊಡಗಿದ್ದವು. ಸತ್ಯ-ಅಹಿಂಸೆಗಳೆಂಬ ಗಾಂಧೀ ತತ್ವಗಳು ತಬ್ಬಲಿಯಾಗಲಾರಂಭಿಸಿದ್ದವು. ಇತ್ತ ಬ್ರಿಟಿಷರೂ ತಮ್ಮ ಅನಿವಾರ್ಯ ಅಧಿಕಾರ ತ್ಯಾಗವನ್ನು ಭಾರತೀಯ ಪ್ರಜ್ಞೆಗೆ ದೊಡ್ಡ ಆಘಾತ ಮಾಡದೆ ಒಪ್ಪಿಕೊಳ್ಳಲು ಸಿದ್ಧರಿರಲಿಲ್ಲ. ಕಡೆಗೆ ಬ್ರಿಟಿಷರು ಭಾರತವನ್ನು ಬಿಟ್ಟುಹೋದರೂ ವಸಾಹತುಶಾಹಿ ಆಡಳಿತದ ದುಷ್ಪರಿಣಾಮಗಳನ್ನು, ಕಹಿ-ನೆನಪುಗಳನ್ನು ಬಿಟ್ಟು ಹೋಗುವುದರಲ್ಲಿ ಯಶಸ್ವಿಯಾದರು.

ಈ ಇತಿಹಾಸವನ್ನು ತಿರುಚುವುದು ತುಂಬ ಸುಲಭ. ಇಡೀ ಪ್ರಕರಣಕ್ಕೆ ಬ್ರಿಟಿಷರನ್ನೇ ಜವಾಬ್ದಾರರನ್ನಾಗಿ ಮಾಡಿ ಸ್ವಂತ ಜವಾಬ್ದಾರಿಯಿಂದ ನುಣುಚಿಕೊಳ್ಳುವ ಹುಸಿ ದೇಶಪ್ರೇಮ ಆತ್ಮವಂಚನೆಯಷ್ಟೇ ಆಗಬಲ್ಲದು. ಇನ್ನು ಹಿಂದೂ ಕೋಮುವಾದಿಗಳು ಮುಸ್ಲಿಮರನ್ನು ಅಪರಾಧಿ ಸ್ಥಾನದಲ್ಲಿ ನಿಲ್ಲಿಸಿದರೆ ಮುಸ್ಲಿಂ ಕೋಮುವಾದಿಗಳು ಎಲ್ಲದಕ್ಕೂ ಹಿಂದೂಗಳನ್ನೇ ದೂರುತ್ತಾರೆ. ಇಡೀ ಇತಿಹಾಸವನ್ನು ಧರ್ಮನಿರಪೇಕ್ಷ ನಿಲುವಿನಿಂದ ಅರ್ಥಮಾಡಿಕೊಳ್ಳಬಲ್ಲ ಮನುಷ್ಯ ಮಾತ್ರ ಶ್ರೇಷ್ಠ ಇತಿಹಾಸಕಾರ ಇಲ್ಲವೇ ಕಲಾವಿದನಾಗಲು ಸಾಧ್ಯ. ಭೀಷ್ಮ ಸಾಹನಿ ಇಂಥ ಒಬ್ಬ ಬರಹಗಾರರು. 'ತಮಸ್' ಇಂಥ ಒಂದು ಅರ್ಥಪೂರ್ಣ ಪ್ರಯತ್ನ.

ಇತಿಹಾಸದ ನಿಷ್ಠುರ ವಿಶ್ಲೇಷಣೆಯಿಂದ ಮಾತ್ರ ಸಮಕಾಲೀನ ವಾಸ್ತವಗಳ ನಿರ್ದುಷ್ಟ ಪರಿಶೀಲನೆ ಸಾಧ್ಯ. ಈ ದೃಷ್ಟಿಯಿಂದಲೂ 'ತಮಸ್' ನಮಗೆ ಮುಖ್ಯ. ಶ್ರೀಲಂಕಾದ ಸಮಸ್ಯೆಗಳು, ಪಂಜಾಬದ ಗಲಭೆಗಳು, ಆಗಾಗ ಕಾಣಿಸಿಕೊಳ್ಳುವ ಹಿಂದೂ-ಮುಸ್ಲಿಂ ಘರ್ಷಣೆಗಳ ಹಿಂದಿನ

ನಿಜವಾದ ಒತ್ತಡಗಳನ್ನೂ ಅವುಗಳ ಒಳ ಸ್ವರೂಪವನ್ನೂ ಅರ್ಥ ಮಾಡಿಕೊಳ್ಳಲು ಒಂದು ಬಗೆಯ ಮಾನಸಿಕ ತರಬೇತಿ ಅಗತ್ಯವೇನೋ. ಶ್ರೇಷ್ಠ ಕಲಾಕೃತಿಗಳು ಈ ಬಗೆಯ ಮಾನಸಿಕ ತರಬೇತಿಯನ್ನು 'ಕಾಂತಾ ಸಮ್ಮಿತ' ಬಗೆಯಲ್ಲಿ ನೀಡಬಲ್ಲವು. ಭೀಷ್ಮ ಸಾಹನಿಯವರ 'ತಮಸ್' ಈ ಒಂದು ಬಗೆಯ ಕೃತಿ. ನೀತಿಪಾಠ ಇಲ್ಲಿ ಕಾದಂಬರಿಕಾರರ ಉದ್ದೇಶವಲ್ಲ, ಸತ್ಯದರ್ಶನ; ಇತಿಹಾಸವನ್ನು ಅದರೆಲ್ಲ ಸಂಕೀರ್ಣತೆಯಲ್ಲಿ ಅರ್ಥಮಾಡಿಕೊಳ್ಳುವ ಪ್ರಾಮಾಣಿಕ ಪ್ರಯತ್ನ. ಆದ್ದರಿಂದಲೇ ಇಲ್ಲಿ ವ್ಯಕ್ತಿಗಳಾಗಲೀ, ಘಟನೆಗಳಾಗಲೀ, ತಮ್ಮಷ್ಟಕ್ಕೆ ಮುಖ್ಯವೂ ಅಲ್ಲ, ರಂಜಕವೂ ಅಲ್ಲ. ಒಂದು ಜನಾಂಗದ, ಒಂದು ಸಂದರ್ಭದ ಒಟ್ಟಾರೆ ಒತ್ತಡಗಳಿಂದ ಮೂಡಿಬರುವ ಸತ್ಯ ಲೇಖಕರಿಗೆ ಮುಖ್ಯವಾಗುತ್ತದೆ. ಸಾಹನಿಯವರು ಸ್ವತಃ ಹೇಳುವಂತೆ, 'ಒಂದು ಹಂದಿಯನ್ನು ಕೊಲ್ಲುವಂತೆ ಹೇಳಿ ಒಬ್ಬ 'ಚಮ್ಮಾರ'ನಿಗೆ ಒಂದು ಐದು ರೂಪಾಯಿ ನೋಟು ಕೊಡುವ ವ್ಯಕ್ತಿ ಮುಸ್ಲಿಮನಾಗಿದ್ದರೆ ಮುಸ್ಲಿಮ್ ಸಮುದಾಯ ಗಲಭೆಗಳನ್ನು ಪ್ರೇರೇಪಿಸಿತು ಅಥವಾ ಆ ವ್ಯಕ್ತಿ ಹಿಂದೂ ಆಗಿದ್ದರೆ ಹಿಂದೂ ಸಮುದಾಯ ಗಲಭೆಗಳನ್ನು ಪ್ರೇರೇಪಿಸಿತು ಎಂದು ತೀರಾ ಸರಳವಾಗಿ ಆಲೋಚಿಸುವವರು ಮಾತ್ರ ಭಾವಿಸಿಯಾರು. ಪ್ರಚೋದಕರು ಯಾವುದೇ ಕೋಮಿನಲ್ಲಿ ಇರುತ್ತಾರೆ. ಅವರಿಗೆ ಯಾವುದೇ ಧರ್ಮ ಎಂಬುದು ಇರುವುದಿಲ್ಲ. ಒಬ್ಬ ಹಿಂದೂ ಪ್ರಚೋದಕ ಒಬ್ಬ ಮುಸ್ಲಿಮ್ ಪ್ರಚೋದಕನಿಗಿಂತ ಬೇರೆಯಲ್ಲ. ಮತ್ತು ಇಬ್ಬರೂ ಆಯಾ ಕೋಮಿನ ಪ್ರತಿನಿಧಿಗಳೆಂದು ಭಾವಿಸಲೂ ಆಗದು'.

ಈ ಕಾದಂಬರಿಯ ರಚನೆಗೆ ೧೯೪೭ರ ಆ ಭಯಾನಕ ದಿನಗಳಲ್ಲಿ ತಾವು ನೇರವಾಗಿ ಕಂಡದ್ದು ಅನುಭವಿಸಿದ್ದು ಆಧಾರ ಎಂದು ತಿಳಿಸುವ ಸಾಹನಿ ತಮ್ಮ ಮೇಲಿನ ಕೋಮುವಾದಿ ಆರೋಪಗಳಿಗೆ ನೀಡಿರುವ ಉತ್ತರ ಮನೋಜ್ಞವಾಗಿದೆ: 'ಇತಿಹಾಸವನ್ನು ವಿಕೃತಗೊಳಿಸುವ ಅಥವಾ ಸುಳ್ಳಾಗಿ ಹೇಳುವ ಕೆಲಸವನ್ನು ನಾನು ಮಾಡಿಲ್ಲ. ಒಂದಲ್ಲ ಒಂದು ಧರ್ಮದ ಗತಕಾಲದ ಭವ್ಯತೆಯ ಕಥೆಗಳ ಮೂಲಕ, 'ಶತ್ರು'ಗಳು ಆಯಾ ಧರ್ಮಕ್ಕೆ ಎಸಗಿದ ನಿಜವಾದ ಅಥವಾ ಕಲ್ಪನೆಯ ಅಪಚಾರಕ್ಕೆ ಪ್ರತೀಕಾರ ಕೈಗೊಳ್ಳುವ ಧೀರರು ತಾವಾಗಬೇಕೆಂಬ ಭಾವನೆಯನ್ನು ತರುಣರಲ್ಲಿ ಮೂಡಿಸಲಾಗುತ್ತದೆ. ಇಂಥ ಮನೋಭಾವನೆಯನ್ನು ನಾವು ಮೂಡಿಸಿ ಉತ್ತೇಜಿಸುತ್ತಿದ್ದೇವೆಯೇ ಹೇಗೆ ಎಂದು ತಿಳಿಯಲು ನಾವು ನಮ್ಮ ಒಳಗಿನತ್ತ ತಿರುಗಿ ನೋಡಬೇಕಾಗುತ್ತದೆ. ಯಾವೊಂದೇ ಕೋಮಿನ ದೃಷ್ಟಿಯಿಂದ ಹಿಂದಿನದೆಲ್ಲವನ್ನು ಭವ್ಯ, ದಿವ್ಯಗೊಳಿಸುವ ಮಾರ್ಗವೇ ಇಡಿಯಾಗಿ ಗತಕಾಲದ್ದು. ಅದರಿಂದ ಇಂದಿನ ಸಂಕೀರ್ಣ ವಾಸ್ತವತೆಯ ನಮ್ಮ ಸಮಸ್ಯೆಗಳನ್ನು ಪರಿಹರಿಸಿಕೊಳ್ಳಲು ನೆರವಾಗದು'.

ಭೀಷ್ಮ ಸಾಹನಿ ಮೂಲತಃ ಕಥೆಗಾರರು. 'ತಮಸ್' ಕಾದಂಬರಿಯ ಹಲವಾರು ಅಧ್ಯಾಯಗಳು ಕೆಲವೊಮ್ಮೆ ಸ್ವತಂತ್ರ ಸಣ್ಣ ಕತೆಗಳೆಂಬಂತೆ ಭಾಸವಾಗುತ್ತವೆ. ನತ್ತೂ ಹಂದಿಯನ್ನು ಕೊಂದ ಪ್ರಸಂಗ, ಇಕ್ಬಾಲ್ ಸಿಂಗ್ ಇಕ್ಬಾಲ್ ಅಹಮದ್‌ನಾಗಿ ಬಲಾತ್ಕಾರ ಮತಾಂತರಕ್ಕೊಳಗಾದ ಪ್ರಸಂಗ, ಶಾಹ್‌ನವಾಜ್ ಮಿಖ್ಖಿಯನ್ನು ಕೊಂದ ಘಟನೆ, ಮುಸ್ಲಿಮ್ ಕುಟುಂಬವೊಂದರಲ್ಲಿ ಹರನಾಮ್‌ಸಿಂಗ್ ದಂಪತಿಗಳು ಆಶ್ರಯ ಪಡೆದ ಕಥೆ, ಕೋಮು ಗಲಭೆಯ ಉರಿಯಲ್ಲೂ ಅರಳಿದ ಅಲ್ಲಾರಕ್ಖಾ-ಪ್ರಕಾಶೋರ ಪ್ರೇಮ, ದೇವವ್ರತನು ರಣವೀರನಿಗೆ 'ದೀಕ್ಷೆ' ಕೊಟ್ಟ ಪ್ರಸಂಗ ಮುಂತಾಗಿ ಭೀಷ್ಮ ಸಾಹನಿ ಹಲವು ಮಾನವೀಯ

ಸಂದರ್ಭಗಳನ್ನು ಕಲಾತ್ಮಕವಾಗಿ ಸೆರೆಹಿಡಿದಿದ್ದಾರೆ. ರಿಚರ್ಡ್–ಲೀಸಾರ ದಾಂಪತ್ಯ ಜೀವನದ ವರ್ಣನೆಗಳು ಕುತೂಹಲಕಾರಿಯಾಗಿವೆ. ಮೇಲು ನೋಟಕ್ಕೆ 'ತಮಸ್' ಹಲವು ಸಣ್ಣ ಕಥೆಗಳ ಸಂಕಲನದಂತೆ ಕಾಣುತ್ತದೆ. ಸಾಂಪ್ರದಾಯಿಕ ಕಾದಂಬರಿಯ ಸರಳ ರೇಖಾತ್ಮಕತೆ ಇಲ್ಲಿ ಕಾಣುವುದಿಲ್ಲ. ಹಲವು ಭಿನ್ನ ಭಿನ್ನವೆನಿಸುವ ಘಟನೆಗಳಲ್ಲಿ ಒಂದು ಬಗೆಯ ಏಕ ಸೂತ್ರತೆಯನ್ನು ಸಾಧಿಸುವುದು. ಇಲ್ಲಿ ಕಾದಂಬರಿಕಾರರು ಎದುರಿಸಿರುವ ಕಲಾತ್ಮಕ ಸವಾಲಾಗಿದೆ.ಇವೆಲ್ಲವುಗಳ ಸಂಚಿತ ಪರಿಣಾಮಗಳ ಮೂಲಕ ಭೀಷ್ಮ ಸಾಹನಿ ತಮ್ಮ ದರ್ಶನವನ್ನು ಸೂಚಿಸುತ್ತಾರೆ. ಕೆಲವೊಮ್ಮೆ ಅನೇಕ ಘಟನೆಗಳು ತಮ್ಮ ಅಂತಃಸತ್ವದಲ್ಲಿ ಒಂದೇ ಬಗೆಯವೆನಿಸಿದರೂ ಈ ಬಗೆಯ ಸಮಾನ ಘಟನೆಗಳನ್ನು ಕಾದಂಬರಿಕಾರರು ಪುನರಾವರ್ತಿತ ಆಶಯಗಳೆಂಬಂತೆ ದುಡಿಸಿಕೊಳ್ಳುತ್ತಿರುವಂತೆ ತೋರುತ್ತದೆ. ಹೀಗಾಗಿ ಕಾದಂಬರಿ ಒಂದೇ ಕಡೆ ಸುತ್ತುತ್ತಿದೆ ಎಂದು ಮೇಲುನೋಟಕ್ಕೆ ಭಾಸವಾದರೂ ಅದು ಗಳಿಸಿಕೊಳ್ಳುವ ಲಯ ಮಹತ್ವಪೂರ್ಣವೆನಿಸುತ್ತದೆ. ಶ್ರೇಷ್ಠನಾದ ಸಂಗೀತಗಾರನೊಬ್ಬ ರಾಗಪ್ರಸ್ತಾರವೊಂದರಲ್ಲಿ ಧ್ವನಿ ಪ್ರಪಂಚವನ್ನು ಶೋಧಿಸುವ ಮಹತ್ವಾಕಾಂಕ್ಷೆಯ ರೀತಿ ಸಾಹನಿಯವರ ಇಲ್ಲಿನ ಬರವಣಿಗೆಯ ರೀತಿಯಾಗಿದೆ. ಹಾಗಾಗಿ ಇಲ್ಲಿ ಕಥೆಯ ಓಟಕ್ಕಿಂತ ಹೆಚ್ಚಾಗಿ ಸಮಸ್ಯೆಯ ಆಳ ಮುಖ್ಯವಾಗುತ್ತದೆ. ಹಾಗೆ ನೋಡಿದರೆ ಕಾದಂಬರಿಯ ಹರಹು ಅಷ್ಟು ವಿಸ್ತಾರವಾದದ್ದೇನಲ್ಲ. ಭಾರತದ ವಿಭಜನೆಗೆ ಕಾರಣವಾದ ಎಲ್ಲ ಐತಿಹಾಸಿಕ ಒತ್ತಡಗಳ ಶೋಧ ಇಲ್ಲಿ ಕಾಣಸಿಗುವುದಿಲ್ಲ. ಭೀಷ್ಮ ಸಾಹನಿ ಇಲ್ಲಿ ಮುಖ್ಯವಾಗಿ ಧರ್ಮಾಂಧತೆಗೆ ಹೆಚ್ಚು ಒತ್ತು ಕೊಟ್ಟಿದ್ದಾರೆ. ಹಿಂದೂ ಮುಸ್ಲಿಂ ಕೋಮುಗಳ ನಡುವಣ ಪರಸ್ಪರ ದ್ವೇಷ, ಅಸಹನೆ, ಸಂಶಯಗಳ ಹಿಂದಿನ ಆರ್ಥಿಕ, ಸಾಮಾಜಿಕ, ರಾಜಕೀಯ ಮತ್ತು ಸಾಂಸ್ಕೃತಿಕ ಒತ್ತಡಗಳ ಶೋಧಕ್ಕಿಂತ ಹೆಚ್ಚಾಗಿ ಎರಡೂ ಕೋಮುಗಳ ದುಷ್ಟ ವ್ಯಕ್ತಿಗಳ ಸ್ವಾರ್ಥ, ರಾಜಕೀಯ ಆಕಾಂಕ್ಷೆಗಳ ಬಗೆಗಿನ ಪ್ರಸ್ತಾಪವೇ ಇಲ್ಲಿ ಮುಖ್ಯವಾಗಿದೆ ಎನಿಸಿದರೆ ಆಶ್ಚರ್ಯವಿಲ್ಲ. ಹಾಗಾಗಿ ಕಾದಂಬರಿ ಸಂಕೀರ್ಣವಾಗುವುದಿಲ್ಲ. ಒಂದು ಕೋಮು ಗಲಭೆಯ ಸ್ವರೂಪ ವೈವಿಧ್ಯಮಯ ಚಿತ್ರಗಳಲ್ಲಿ ದಟ್ಟವಾಗುವಂತೆ ಅದರ ಹಿಂದಿನ ಕರಾಳ ಶಕ್ತಿಗಳ ಸ್ವರೂಪ ಅಷ್ಟಾಗಿ ಮೂರ್ತವಾಗುವುದಿಲ್ಲ. ಹೀಗಾಗಿ ಕಾದಂಬರಿಗೆ ತನ್ನ ಸ್ವರೂಪದಲ್ಲೇ ಮಿತವಾದ ಆಶಯಗಳು ಇರಬಹುದು ಎನಿಸುತ್ತದೆ; ಅದರ ವ್ಯಾಪ್ತಿ ಕಿರಿದೆನಿಸುತ್ತದೆ. ಹೀಗೆಂದಾಗ ಕಾದಂಬರಿಯ ಕಲಾತ್ಮಕತೆಗೇನೂ ಭಂಗ ಬಂದಿದೆಯೆಂದಲ್ಲ. ತನ್ನ ಸೀಮಿತ ಆಶಯಗಳಲ್ಲಿ ಕಾದಂಬರಿ ಅಪಾರ ಯಶಸ್ಸನ್ನು ಗಳಿಸಿದೆ. ಕೋಮು ಗಲಭೆಗಳು ಕ್ಷುಲ್ಲಕ ಕಾರಣಗಳಿಂದ ಪ್ರಾರಂಭವಾಗಿ, ಅದಕ್ಕೆ ನೇರವಾಗಿ ಸಂಬಂಧ ಪಡದಿದ್ದವರೆಲ್ಲರನ್ನೂ ಒಳಗೊಳ್ಳುತ್ತ, ನಾಶಮಾಡುತ್ತ ಹೋಗುವ ಪ್ರಕ್ರಿಯೆಯನ್ನು ಭೀಷ್ಮ ಸಾಹನಿ ಸೂಕ್ಷ್ಮವಾಗಿ ಚಿತ್ರಿಸಿದ್ದಾರೆ. ಈ ಗಲಭೆಗಳು ಮನುಷ್ಯರನ್ನು ಅಮಾನವೀಯವಾಗಿಸುವ ಕ್ರಮವನ್ನು ಚಿತ್ರಿಸುವಲ್ಲಿ ಸಾಹನಿಯವರ ಕಲೆ ಮಿಂಚಿನಂತೆ ಹೊಳೆಯುತ್ತದೆ. ಗಲಭೆಗಳು ಪ್ರಾರಂಭವಾಗುತ್ತಿದ್ದಂತೆ ಸ್ನೇಹಿತರಾಗಿದ್ದವರೂ ಶತ್ರುಗಳಾಗಿ, ನೆಮ್ಮದಿಯಿಂದ ಜೀವನ ಸಾಗಿಸುತ್ತಿದ್ದವರು ಅನಾಥರಾಗಿ ಅಸಹಾಯಕರಾಗುವುದನ್ನು ಕಾಣುತ್ತೇವೆ. ಈ ಭೀಕರ ನರಹತ್ಯೆ ಬೆಂಕಿ ದೊಂಬಿಗಳ ನಡುವೆ ಅಲ್ಲಲ್ಲಿ ಮಾನವೀಯತೆ ಮಿನುಗಿದರೂ ಅದು ಕೇವಲ ಅಪವಾದವಾಗುತ್ತದೆ. ಕೊನೆಗೂ ಹಿಂಸೆ ನಿಲ್ಲುವುದು ಬ್ರಿಟಿಷ್ ಸರ್ಕಾರ ಪರಿಸ್ಥಿತಿಯನ್ನು ಮದ್ದುಗುಂಡುಗಳಿಂದ ತನ್ನ ಹತೋಟಿಗೆ ತೆಗೆದುಕೊಂಡಾಗಲೇ.

ಮೂಲಭೂತವಾಗಿ ಒಂದೇ ಅಂಶವನ್ನು ಸ್ಪಷ್ಟಪಡಿಸುವ, ಮೇಲುನೋಟಕ್ಕೆ ಮಾತ್ರ ವೈವಿಧ್ಯಮಯವೆನಿಸುವ ಘಟನೆಗಳ ಸರಮಾಲೆಯನ್ನು ಚಿತ್ರಿಸುವಲ್ಲಿ ಕಾದಂಬರಿಕಾರರ ಒಟ್ಟು ಆಶಯ ಕಿರಿದೆನಿಸಿದರೂ ಈ ಗಲಭೆಗಳಿಗೆ ಅಲ್ಲಿನ ಆಡಳಿತ ವ್ಯವಸ್ಥೆ, ವಿವಿಧ ರಾಜಕೀಯ ಪಕ್ಷಗಳು ಪ್ರತಿಕ್ರಿಯಿಸಿದ ರೀತಿಯನ್ನು ಹಿಡಿಯುವಲ್ಲಿ ಸಾಹನಿಯವರ ಪ್ರತಿಭೆ ಅದ್ಭುತವಾಗಿ ಕೆಲಸ ಮಾಡಿದೆ. ಮುಸ್ಲಿಮ್ ಲೀಗ್, ಹಿಂದೂ-ಮಹಾಸಭಾ, ಆರ್. ಎಸ್. ಎಸ್. ಮೊದಲಾದ ಸಂಸ್ಥೆಗಳ ಕೀಳು ರಾಜಕೀಯ ಮತ್ತು ಕುತ್ಸಿತ ಮನೋಭಾವನೆ ನೇರವಾಗಿ ದಾಖಲುಗೊಳ್ಳುವಂತೆ ಕಾಂಗ್ರೆಸ್ಸಿನ ಸ್ವಯಂವಿರೋಧಗಳು ನಿಚ್ಚಳವಾಗಿ ಎದ್ದು ಕಾಣುತ್ತವೆ. ಅಷ್ಟೇನೂ ಜನಪ್ರಿಯರಲ್ಲದ ಮತ್ತು ಎಲ್ಲರ ಕೈಲಿ ಬೈಸಿಕೊಳ್ಳುವ ಆದರೆ ಗಲಭೆ ನಿಲ್ಲಿಸಲು ಕ್ರಿಯಾತ್ಮಕವಾಗಿ ತೊಡಗಿಕೊಂಡ ಕಮ್ಯುನಿಸ್ಟರ ಪ್ರಯತ್ನಗಳನ್ನೂ ಕಾದಂಬರಿ ದಾಖಲು ಮಾಡುತ್ತದೆ. ಸ್ವತಃ ಓರ್ವ ಎಡಪಂಥೀಯ ಒಲವಿನ ಲೇಖಕರಾದರೂ ಸಾಹನಿ ಕಮ್ಯುನಿಸ್ಟರನ್ನು ವೈಭವೀಕರಿಸಲು ಪ್ರಯತ್ನಪಟ್ಟಿಲ್ಲ. ಪಕ್ಷಬದ್ಧತೆಗಿಂತ ಹೆಚ್ಚಾಗಿ ಮನುಷ್ಯ ಸತ್ವಗಳನ್ನು ಮುಖ್ಯವಾಗಿ ತೆಗೆದುಕೊಂಡ ಲೇಖಕರ ಕಲಾತ್ಮಕ ಪ್ರಾಮಾಣಿಕತೆ ಮೆಚ್ಚುಗೆ ಹುಟ್ಟಿಸುತ್ತದೆ. ಹಿಂದೂ-ಮುಸ್ಲಿಮ್ ಘರ್ಷಣೆಗಳಿಗೆ ಬ್ರಿಟಿಷ್ ಪ್ರಭುತ್ವ ಪ್ರತಿಕ್ರಿಯಿಸಿದ ರೀತಿಯನ್ನು ಗ್ರಹಿಸುವಲ್ಲಿ ಸಾಹನಿಯವರ ಪ್ರತಿಭೆ, ಕಾದಂಬರಿಯ ಉಳಿದೆಲ್ಲೆಡೆಗಳಿಗಿಂತ, ಹೆಚ್ಚು ಪ್ರಖರವಾಗಿ ಕೆಲಸ ಮಾಡಿದೆ ಎನಿಸುತ್ತದೆ.

ಟಿಪಿಕಲ್ ಎನ್ನಿಸಬಹುದಾಗಿದ್ದ ಕಾದಂಬರಿಯೊಂದಕ್ಕೆ ವಿಶಿಷ್ಟ ರಾಜಕೀಯ ಆಯಾಮವೊಂದನ್ನು ದೊರಕಿಸಿ ಕೊಟ್ಟಿರುವ ಅಧ್ಯಾಯಗಳೆಂದರೆ ರಿಚರ್ಡ್ ಮತ್ತು ಲೀಸಾರನ್ನು ಕುರಿತವು. ಇವರ ಅಷ್ಟೇನೂ ಯಶಸ್ವಿಯಲ್ಲದ ದಾಂಪತ್ಯದಲ್ಲಿ, ಯಾಂತ್ರಿಕವೆನಿಸುವಂಥ ಮಾತುಕತೆಗಳಲ್ಲಿ ವಸಾಹತುಶಾಹಿ ರಾಜಕಾರಣದ ಅನೇಕ ಮುಖಗಳು ಗೋಚರವಾಗುತ್ತವೆ. ಈ ದೇಶದ ಜನಜೀವನದ ಬಗ್ಗೆ ಆಚಾರ-ವಿಚಾರಗಳ ಬಗ್ಗೆ ನಂಬಿಕೆ-ನಡವಳಿಕೆಗಳ ಬಗ್ಗೆ ಏನೇನೂ ಗೊತ್ತಿಲ್ಲದ ಲೀಸಾ, ಇವುಗಳ ಬಗ್ಗೆ ಆಂಥ್ರೋಪಾಲಾಜಿಕಲ್ ಎನ್ನಿಸುವಷ್ಟು ಮಾತ್ರದ ಆಸಕ್ತಿ ಬೆಳೆಸಿಕೊಂಡಿರುವ ರಿಚರ್ಡ್ ಬ್ರಿಟಿಷ್ ಪ್ರಭುಗಳ ಎರಡು ಪ್ರಧಾನ ಧೋರಣೆಗಳನ್ನು ಅತ್ಯುತ್ತಮವಾಗಿ ಪ್ರತಿಬಿಂಬಿಸುತ್ತಾರೆ. ಈ ಗಲಭೆಗಳಿಗೆ ಲೀಸಾ ಮುಗ್ಧವಾಗಿ ಆದರೆ ಮಾನವೀಯವಾಗಿ ಪ್ರತಿಕ್ರಿಯಿಸುವುದೂ ಅರ್ಥಪೂರ್ಣವಾಗಿದೆ. ಕೆಳಗಿನ ಸಂಭಾಷಣೆಯ ತುಣುಕುಗಳು ತುಂಬ ಧ್ವನಿಪೂರ್ಣವೆನಿಸುತ್ತವೆ:

'ಇವರು ತಮ್ಮ ತಮ್ಮಲ್ಲೇ ಕಚ್ಚಾಡುತ್ತಾರೆಯೆ? ಲಂಡನ್ನಿನಲ್ಲಿದ್ದಾಗ ನೀನು ಇವರೆಲ್ಲ ನಮಗೆ ವಿರುದ್ಧವಾಗಿ ನಿಂತಿದ್ದಾರೆ ಎಂದು ಹೇಳುತ್ತಿದ್ದೆಯಲ್ಲ?'

'ನಮಗೆ ವಿರುದ್ಧವಾಗಿಯೂ ಹೋರಾಡುತಿದ್ದಾರೆ. ಅವರವರಲ್ಲೂ ಕಚ್ಚಾಡುತ್ತಿದ್ದಾರೆ'.

'ಇದೆಂಥ ಮಾತು ರಿಚರ್ಡ್? ತಿರುಗಿ ನೀನು ನಿನ್ನ ತಮಾಷೆಯನ್ನು ಪ್ರಾರಂಭಿಸಿಬಿಟ್ಟೆಯಾ?'

'ಧರ್ಮದ ಹೆಸರಿನಲ್ಲಿ ತಮ್ಮ ತಮ್ಮಲ್ಲೇ ಕಚ್ಚಾಡುತ್ತಿದ್ದಾರೆ. ದೇಶಕ್ಕೋಸ್ಕರ ನಮ್ಮೊಂದಿಗೆ ಹೋರಾಡುತ್ತಾರೆ' ನಸುನಗುತ್ತ ರಿಚರ್ಡ್ ಹೇಳಿದ.

'ನೀನೇ ತುಂಬ ಬುದ್ಧಿವಂತನೆಂದುಕೊಳ್ಳಬೇಡ, ರಿಚರ್ಡ್. ಈ ಸಂಗತಿಗಳೆಲ್ಲ ನನಗೂ ಗೊತ್ತು. ದೇಶಕ್ಕೋಸ್ಕರ ಇವರೆಲ್ಲ ನಿಮ್ಮೊಂದಿಗೆ ಹೋರಾಡುತ್ತಾರೆ. ಧರ್ಮದ ಹೆಸರಿನಲ್ಲಿ ನೀವು ಅವರ ಮಧ್ಯೆ ಒಡಕು ಹುಟ್ಟಿಸುತ್ತೀರಿ. ಹೌದು ತಾನೆ?'

'ನಾವು ಒಡಕು ಹುಟ್ಟಿಸುವುದಿಲ್ಲ ಲೀಸಾ. ಅವರೇ ಕಚ್ಚಾಡುತ್ತಾರೆ'.

'ಇರಬಹುದು; ಆದರೆ ನೀವು ಇವರನ್ನು ಕಚ್ಚಾಡದಂತೆ ತಡೆಯಬಹುದಲ್ಲ? ಇವರೆಲ್ಲ ಒಂದೇ ಜನಾಂಗಕ್ಕೆ ಸೇರಿದ ಜನ ತಾನೆ?'

ರಿಚರ್ಡ್‌ಗೆ ತನ್ನ ಹೆಂಡತಿಯ ಮುಗ್ಧತೆಯನ್ನು ಕಂಡು ಸಂತೋಷವಾಯಿತು. ಅವನು ಬಗ್ಗಿ ಅವಳ ಕೆನ್ನೆಯನ್ನು ಚುಂಬಿಸಿದ. ಆಮೇಲೆ ಎಂದ,

'ಡಾರ್ಲಿಂಗ್, ಆಡಳಿತ ನಡೆಸುವವರು ಪ್ರಜೆಗಳಲ್ಲಿರುವ ಹೋಲಿಕೆಗಳನ್ನು, ಅವರನ್ನು ಒಟ್ಟುಗೂಡಿಸುವ ಸಾಮ್ಯಗಳನ್ನು ಗಮನಿಸುವುದಿಲ್ಲ; ಪ್ರಜಾಕೂಟದಲ್ಲಿರುವ ವ್ಯತ್ಯಾಸಗಳನ್ನು, ಒಂದು ಗುಂಪನ್ನು ಇನ್ನೊಂದು ಗುಂಪಿನಿಂದ ಬೇರ್ಪಡಿಸುವ ವೈಷಮ್ಯಗಳನ್ನು ಗಮನಿಸುತ್ತಾರೆ.'

ಆಳುವ ದೊರೆಗಳು ತಮಗೆ ಲಾಭವಾಗದೆ ಏನನ್ನೂ ಮಾಡುವುದಿಲ್ಲ. ಒಂದು ಜನಾಂಗದ ಒಳಜಗಳಗಳನ್ನು ತಮ್ಮ ಲಾಭಕ್ಕೆ ಪರಿವರ್ತಿಸಿಕೊಳ್ಳುವ ಬುದ್ಧಿವಂತಿಕೆ ತಾನೆ ಬ್ರಿಟಿಷ್ ಆಡಳಿತವನ್ನು ಇಲ್ಲಿ ಸಾಧ್ಯಗೊಳಿಸಿದ್ದು. ತಮ್ಮಿಂದ ಮಾತ್ರ ಇಂಥ ಗಲಭೆಗಳು ಅಡಗಲು ಸಾಧ್ಯ; ವ್ಯವಸ್ಥೆಯನ್ನು ಕಾಪಾಡಲು ತಮ್ಮ ಇರವು, ಹಸ್ತಕ್ಷೇಪ ಅನಿವಾರ್ಯ ಎಂಬುದನ್ನು ಸ್ಥಳೀಯರಲ್ಲಿ ನಂಬಿಸುವ ಬ್ರಿಟಿಷರ ಯಾವತ್ತೂ ವಸಾಹತುಶಾಹಿ ರಾಜಕಾರಣವನ್ನು ಕಾದಂಬರಿ ನಯವಾಗಿ ಬಯಲಿಗೆಳೆದಿದೆ. ಇಂಥ ನಂಬಿಕೆ ಸ್ಥಳೀಯರಲ್ಲೂ ಹೇಗೆ ಬೇರೂರಿಬಿಟ್ಟಿತ್ತು ಅಥವಾ ಅವರು ಹಾಗೆ ಪ್ರಭಾವಿತರಾಗಿದ್ದರು ಎಂಬುದಕ್ಕೆ ಹಲವು ಸೂಚನೆಗಳು ಕಾದಂಬರಿಯಲ್ಲೇ ದೊರೆಯುತ್ತವೆ. ನಿಷ್ಠಾವಂತ ಕಾಂಗ್ರೆಸ್ಸಿಗರು ಎನಿಸುವ ಭಕ್ಷಿ, ಕಾಂಗ್ರೆಸ್ ಭೋಳೇತನಕ್ಕೆ ಸಂಕೇತವೆಂಬಂತಿರುವ ಜರ್ನೈಲ್, ಕಮ್ಯುನಿಸ್ಟನಾದ ದೇವದತ್ತ ಇವರಂಥವರಿಗೆ ಈ ಸತ್ಯ ಹೊಳೆದಿದ್ದರೂ ಅದನ್ನು ಅವರು ಜನಸಮೂಹಕ್ಕೆ ತಲುಪಿಸಲು ಯಶಸ್ವಿಯಾಗಿರುವುದಿಲ್ಲ. ಒಬ್ಬ ಹಿರಿಯರು ಅಸಹಾಯಕತೆಯಿಂದ ಎಂಬಂತೆ ಆದರೆ ಅದು ಅನಿವಾರ್ಯವೆಂಬ ದೃಢ ನಿಶ್ಚಯತೆಯಿಂದ ಹೇಳುತ್ತಾರೆ: 'ಮಹನಿಯರೆ ಇದೆಲ್ಲ ಸರಿಯೆ. ಆದರೆ ನನ್ನ ಮಾತು ಕೇಳುವುದಾದರೆ ನೀವೆಲ್ಲ ಡಿಪ್ಟಿ ಕಮೀಶನರನ್ನು ನೋಡಿ – ಈಗಲೇ ಹೋಗಿ ಅವರನ್ನು ಭೇಟಿಮಾಡಿ. ಒಂದು ಗುಟುಕು ನೀರು ಕುಡಿಯುವುದಕ್ಕೋಸ್ಕರ ಕೂಡ ಜುನುಗದೆ ಕೂಡಲೆ ಅವರನ್ನು ಕಾಣಿರಿ. ಈ ಗಲಭೆ ಇಷ್ಟು ಸುಲಭವಾಗಿ ಅಡಗುವುದಲ್ಲ. ಆದ್ದರಿಂದ ಹೋಗಿ ಡಿಪ್ಟಿ ಕಮೀಶನರನ್ನು ಕಾಣಿರಿ. ಅವರನ್ನು ಬೇಡಿಕೊಳ್ಳಿ – ಹಿಂದುಗಳ ಪ್ರಾಣ–ಮಾನ, ಆಸ್ತಿಪಾಸ್ತಿ ಇವುಗಳಿಗೆ ಒದಗಿರುವ ಅಪಾಯವನ್ನು ಪರಿಹರಿಸಿ ಸ್ವಾಮಿ, ಎಂದು'.

ಅನುಭವಿ ರಾಜಕಾರಣಿಗಳಾದ ಕಾಂಗ್ರೆಸ್ಸಿನ ಭಕ್ಷಿಗಳ ಯೋಚನಾಕ್ರಮವೂ ಇದೇ ಸತ್ಯವನ್ನು ಹೇಳುವಂತಿದೆ: 'ಗಲಭೆ ಮಾಡಿಸುವವನೂ ಆಂಗ್ಲ, ಅದನ್ನು ನಿಲ್ಲಿಸುವವನೂ ಆಂಗ್ಲ; ಉಪವಾಸ ಕೆಡವುವವನೂ ಇಂಗ್ಲೀಷಿನವನೇ, ಅನ್ನ ಕೊಡುವವನೂ ಇಂಗ್ಲೀಷಿನವನೇ; ಮನೆ ಮಠ ಹಾಳುಗೆಡವುವವನೂ ಅವನೇ. ಒಂದು ನೆಲೆ ನೀಡುವವನೂ ಅವನೇ...' ದಂಗೆ ಆರಂಭವಾದ ಮೇಲೆ ಭಕ್ಷಿಯವರ ತಲೆ ಬಿಸಿಯಾಗಿತ್ತು. 'ಆಂಗ್ಲನು ಮತ್ತೆ ಗೆದ್ದ. ಆಂಗ್ಲನು ಮತ್ತೆ ಗೆದ್ದ', ಎಂದು ಅವರು ಬಡಬಡಿಸಲಾರಂಭಿಸಿದ್ದರು. 'ಮೊದಲಿನಿಂದ ಕೊನೆಯವರೆಗೆ ಪರಿಸ್ಥಿತಿಯು ಅವರ ಹತೋಟಿಗೆ ಬರದೇ ಹೋಯಿತು'. ಹೀಗೆ ಭೀಷ್ಮ ಸಾಹನಿಯವರ 'ತಮಸ್' ಕೋಮುಗಲಭೆಗಳ ಯಥಾರ್ಥ ಚಿತ್ರಣ ಕೊಡುವುದಕ್ಕಷ್ಟೇ ತೃಪ್ತವಾಗದೆ ಅದು ಹೊರ ಹೊಮ್ಮಿಸುವ ಇತರ ಸತ್ಯಗಳನ್ನೂ ತೆಕ್ಕೆಗೆ ತೆಗೆದುಕೊಳ್ಳಲು ಹವಣಿಸುತ್ತದೆ.

ವಿಭಜನೆಯ ಕಥನಗಳು

೧

ಆಧುನಿಕ ಭಾರತೀಯ ಇತಿಹಾಸದಲ್ಲಿ ಉಪಖಂಡದ ವಿಭಜನೆಯು ಅಳಿಸಲಾಗದ ಒಂದು ಕಪ್ಪು ಚುಕ್ಕಿ. ಅದಕ್ಕೆ ಕಾರಣಗಳು ಏನೇ ಇರಲಿ ಅದರ ಪರಿಣಾಮಗಳು ಮಾತ್ರ ವಾಸಿಯಾಗದ ಹುಣ್ಣುಗಳಂತೆ ನಮ್ಮನ್ನು ಇಂದೂ ಕಾಡುತ್ತಿವೆ. ದೇಶದ ಸ್ವಾತಂತ್ರ್ಯದ ಸಂಭ್ರಮವನ್ನೇ ಶಾಶ್ವತವಾಗಿ ಕಿತ್ತುಕೊಂಡ ಮರೆಯಲಾಗದ ನೋವು ಅದು. ಈ ನೋವು ಪಶ್ಚಿಮ, ಉತ್ತರ, ಪೂರ್ವ ಭಾರತವನ್ನು ನೇರವಾಗಿ ಬಾಧಿಸಿದಂತೆ ದಕ್ಷಿಣ ಭಾರತವನ್ನು ಬಾಧಿಸಲಿಲ್ಲ. ಕರ್ನಾಟಕದಲ್ಲೂ ರಜಾಕಾರರ ಹಾವಳಿ ಉತ್ತರದ ಕೆಲವು ಜಿಲ್ಲೆಗಳಿಗೆ ಮಾತ್ರ ಸೀಮಿತವಾಗಿತ್ತು. ಹಾಗಾಗಿ ದಕ್ಷಿಣ ಭಾರತ ಅದರಲ್ಲೂ ಕರ್ನಾಟಕದ ಸಾಹಿತ್ಯದಲ್ಲಿ ವಿಭಜನೆಯ ಕಥನಗಳು ಇಲ್ಲವೇ ಇಲ್ಲ ಎನ್ನುವಷ್ಟು ಕಡಿಮೆ. ಆದರೆ, ಪಂಜಾಬಿ, ಹಿಂದಿ, ಸಿಂಧಿ, ಉರ್ದೂ, ಬಂಗಾಳಿ ಮುಂತಾದ ಸಾಹಿತ್ಯಗಳಲ್ಲಿ ವಿಭಜನೆಯ ಕಥನಗಳು ದೊಡ್ಡ ಪ್ರಮಾಣದಲ್ಲಿ ಕಂಡುಬರುತ್ತವೆ. ಆಧುನಿಕ ಯುರೋಪಿನ ಸಾಹಿತ್ಯವನ್ನು ಮಹಾಯುದ್ಧಗಳ ವಿವರಗಳು, ಅನುಭವಗಳು, ನೆನಪುಗಳು ಪ್ರಭಾವಿಸಿರುವಷ್ಟೇ ಗಾಢವಾಗಿ ಮತ್ತು ವ್ಯಾಪಕವಾಗಿ ವಿಭಜನೆಯ ಪರಿಣಾಮಗಳು ಉತ್ತರ ಭಾರತೀಯ ಸಾಹಿತ್ಯವನ್ನು ಆವರಿಸಿಕೊಂಡಿವೆ. ಈ ಭಾಗದ ಎಲ್ಲ ದೊಡ್ಡ ಲೇಖಕರೂ ಈ ಬಗ್ಗೆ ತಮ್ಮದೇ ಆದ ರೀತಿಯಲ್ಲಿ ಪ್ರತಿಕ್ರಿಯಿಸಿದ್ದಾರೆ ಮತ್ತು ಪ್ರತಿಸ್ಪಂದಿಸಿದ್ದಾರೆ. ಇಂಥ ಸುಮಾರು ಅರವತ್ತು ಕಥೆಗಳ ಇಂಗ್ಲಿಷ್ ಅನುವಾದಗಳ ಸುಮಾರು ಒಂಬೈನೂರು ಪುಟಗಳ ಬೃಹತ್ ಸಂಪುಟವೊಂದನ್ನು ಅಲೋಕ್ ಭಲ್ಲ ಸಂಪಾದಿಸಿಕೊಟ್ಟಿದ್ದಾರೆ. (Stories about the partition of India, HARPER COLLINS, New Delhi, 1994)

ಈ ಸಂಪುಟಕ್ಕೆ ಬರೆದ ದೀರ್ಘ, ವಿಚಾರಪೂರ್ಣ, ಅರ್ಥಪೂರ್ಣ ಮುನ್ನುಡಿಯಲ್ಲಿ ಅಲೋಕ್ ಭಲ್ಲ ವಿಭಜನೆಯ ಕಾರಣದಿಂದ ಉದ್ಭವಿಸಿದ ಘಟನೆಗಳು ಊಹೆಗೂ ಸಿಗದಷ್ಟು ಅರ್ಥಹೀನವೂ, ಅಸಂಗತವೂ ಆಗಿದ್ದವು ಎಂದು ವಿವರಿಸುತ್ತಾರೆ. ಹಿಂಸೆಗೆ ಕಾರಣವೇ ಇರಲಿಲ್ಲ; ಅಷ್ಟು ವರ್ಷ ಒಂದೇ ಹಳ್ಳಿಯಲ್ಲಿ, ಒಂದೇ ಊರಿನಲ್ಲಿ, ನೆರೆಹೊರೆಯವರಾಗಿ ಬಾಳುತ್ತಿದ್ದವರು ಇದ್ದಕ್ಕಿದ್ದಂತೆ ಸಮೂಹಸನ್ನಿಗೆ ಒಳಗಾಗಿ ಅಷ್ಟು ದೊಡ್ಡ ಪ್ರಮಾಣದ ಲೂಟಿ, ಮಾನಭಂಗ, ಕೊಲೆ, ಸುಲಿಗೆ, ಹಿಂಸೆಗಳಿಗೆ ಇಳಿದದ್ದು ಸುಲಭ ವಿಶ್ಲೇಷಣೆ–ವ್ಯಾಖ್ಯಾನಗಳಿಗೆ ಸಿಕ್ಕುವಂಥದ್ದಲ್ಲ. ಇದು ಯಾರೋ ಪರಕೀಯರು ನಡೆಸಿದ ಧಾಳಿಯಲ್ಲ. ಒಟ್ಟಾಗಿ ಬದುಕಿದ್ದ ಜನಸಮೂಹಗಳಲ್ಲಿ ಪರಸ್ಪರ ದ್ವೇಷ–ಹಿಂಸೆಗಳು ಇಷ್ಟೊಂದು ಪ್ರಮಾಣದಲ್ಲಿ

ಸುಪ್ತವಾಗಿತ್ತೆ ಎಂದು ಈಗಲೂ ದಿಗ್ಭ್ರಾಂತರಾಗುವಂತೆ ಈ ಕಥನಗಳಿಗೆ ಎದುರಾಗುತ್ತೇವೆ. ಈ ಕಥಾಲೋಕವನ್ನು ಪ್ರವೇಶಿಸುತ್ತಿದ್ದಂತೆ ಅಮಾಯಕರ ಚೀತ್ಕಾರ, ನಿಟ್ಟುಸಿರು, ಆಕ್ರಮಣಕಾರರ ಅಟ್ಟಹಾಸ, ಕೇಕೆಗಳ ಸದ್ದು ಕಿವಿಯನ್ನು ತುಂಬುತ್ತವೆ. ವಿವಿಧ ಬಗೆಯ ಹಿಂಸೆಯ ಭೀಭತ್ಸ ದೃಶ್ಯಗಳು ಕಣ್ಣಿಗೆ ರಾಚುತ್ತವೆ. ರಕ್ತದ ವಾಸನೆ ಮೂಗಿಗೆ ಅಡರುತ್ತದೆ.

ವಿಭಜನೆಯ ಕಥೆಗಳನ್ನು ಅಲೋಕ್ ಭಲ್ಲ ನಾಲ್ಕು ಬಗೆಗಳಾಗಿ ವಿಭಾಗಿಸಿಕೊಳ್ಳುತ್ತಾರೆ. ಕೋಮುಭಾವನೆಯಿಂದ ತಪ್ತವಾದ ಕತೆಗಳು ಮೊದಲ ಗುಂಪಿಗೆ ಸೇರುತ್ತವೆ. ತೀವ್ರವಾದ ರೋಷ ಮತ್ತು ಹತಾಶೆಯಿಂದ ಕೂಡಿದ ಕತೆಗಳು ಎರಡನೆಯ ಗುಂಪಿಗೆ ಸೇರುವಂಥವು. ಮೂರನೆಯ ಗುಂಪಿಗೆ ಸೇರಿದ ಕತೆಗಳಲ್ಲಿ ತೀವ್ರವಾದ ಶೋಕ ಮತ್ತು ಅದರ ಸಾಂತ್ವನ ಪ್ರಧಾನವಾಗಿರುತ್ತದೆ. ನಾಲ್ಕನೆಯ ಗುಂಪಿಗೆ ನೆನಪುಗಳ ಮರುಕಳಿಕೆಯ ಕಥನಗಳು ಸೇರುತ್ತವೆ. ಈ ವರ್ಗೀಕರಣವೆಲ್ಲ ಸ್ಥೂಲವಾದದ್ದು. ಅಧ್ಯಯನದ ಸೀಮಿತ ಉದ್ದೇಶಕ್ಕಾಗಿ ಮಾಡಿಕೊಂಡಿರುವಂಥದ್ದು. ಈ ಸಂಪುಟದಲ್ಲಿ ಸೇರಿರುವ ಮತ್ತು ಸೇರದೇ ಇರುವ ಎಷ್ಟೋ ಕಥೆಗಳು ಏಕಕಾಲದಲ್ಲಿ ಹಲವು ಗುಂಪುಗಳಿಗೆ ಸೇರುತ್ತವೆ. ಮತ್ತು ಎಷ್ಟೋ ಕತೆ ಕಾದಂಬರಿಗಳು ಈ ವರ್ಗೀಕರಣವನ್ನು ಮೀರಿ ನಿಲ್ಲುತ್ತವೆ. ಆದರೆ, ಶುದ್ಧ ಕೋಮುವಾದೀ ಕತೆಗಳ ಸಂಖ್ಯೆ ನಗಣ್ಯ ಎಂಬ ಅಲೋಕ್ ಭಲ್ಲ ಅವರ ಅವಲೋಕನ ಗಮನ ಸೆಳೆಯುವಂಥದ್ದು.

"ಖುಷ್ವಂತ್‌ನಾಮ" (ಖುಷ್ವಂತ್ ಸಿಂಗ್, ಅನು: ಎಂಎಸ್‌ರುದ್ರೇಶ್ವರಸ್ವಾಮಿ, ಸಪ್ನಾ ಬುಕ್ ಹೌಸ್, ಬೆಂಗಳೂರು, ೨೦೧೩)ದಲ್ಲಿ "ವಿಭಜನೆ ಕುರಿತು" ಎಂಬ ಟಿಪ್ಪಣಿ (ಪುಟ ೭೯) ಯಲ್ಲಿ ಖುಷ್ವಂತ್ ಸಿಂಗ್ ಅವರು ಬರೆದಿರುವ ಮಾತುಗಳನ್ನೂ ಇಲ್ಲಿ ನೆನಪಿಸಿಕೊಳ್ಳಬಹುದು: "ಭಾರತೀಯರು ಒಟ್ಟಾಗಿ ಕೂಡಿದ ಒಂದೇ ಸಮಾಜವನ್ನು ಎಂದೂ ಹೊಂದಿರಲಿಲ್ಲ. ಜಾತಿ ಮತ್ತು ಭಾಷೆಗಳ ವಿಭಜನೆಯ ಜೊತೆಗೆ, ಹಿಂದೂ ಮತ್ತು ಮುಸ್ಲಿಂ ಸಮಾಜಗಳ ಇಬ್ಭಾಗ ಬಹು ದೊಡ್ಡ ಗೋಡೆಯಾಗಿದೆ. ಹಿಂದೂಗಳು ಮತ್ತು ಮುಸಲ್ಮಾನರು ಹೇಗೋ ಯುಕ್ತವಾಗಿ ಬಾಳುವೆ ನಡೆಸುತ್ತಿದ್ದರಾದರೂ, ಒಬ್ಬರಿಂದ ಒಬ್ಬರಿಗೆ ಅಂತರವನ್ನು ಕಾಪಾಡಿಕೊಂಡಿದ್ದರು. ಅವರಲ್ಲಿ ಎಂದಿಗೂ ನಿಜವಾದ ಒಗ್ಗೂಡುವಿಕೆ– ಅದು ಕುಟುಂಬಗಳ ಮಟ್ಟದಲ್ಲಿನ ಒಡನಾಟದಲ್ಲಾಗಲಿ, ಒಬ್ಬರ ಮನೆಗೆ ಇನ್ನೊಬ್ಬರು ಹೋಗಿ ಬಂದು ಮಾಡುವುದಾಗಲಿ ಅಥವಾ ವೈವಾಹಿಕ ಸಂಬಂಧಗಳನ್ನು ಬೆಳೆಸುವುದರಲ್ಲಾಗಲಿ, ಇರಲೇ ಇಲ್ಲ".

ಪ್ರಮಾಣದಲ್ಲಿ ವ್ಯತ್ಯಾಸವಿರಬಹುದಾದರೂ ಹಿಂದೂ ಸಮಾಜದ ಒಳಗೂ ಜಾತಿ–ಜಾತಿಗಳ ನಡುವಣ ಸಂಬಂಧದ ಸ್ವರೂಪವೂ ಹೀಗೆಯೇ ಇರುವುದಲ್ಲವೆ ಎಂದೂ ವಿಚಾರ ಮಾಡಬಹುದು. ಬಹುರೂಪಿಯಾದ ಭಾರತೀಯ ಉಪಖಂಡವು ಒಂದು ಮಟ್ಟದ ಸಾಮಾಜಿಕ ಹೊಂದಾಣಿಕೆಗೆ ಯಾವತ್ತೂ ಪ್ರಯತ್ನಿಸುತ್ತಲೇ ಇತ್ತು ಎಂಬುದನ್ನೂ ಮರೆಯುವಂತಿಲ್ಲ. ವಸಾಹತುಶಾಹಿಗಳಿಗೆ ಉಪಖಂಡದ ಬಹುಮುಖತೆಗಿಂತ ಅದರ ವಿಭಜಿತ ಸ್ವರೂಪ ಎದ್ದುಕಂಡಿದ್ದರೆ ಆಶ್ಚರ್ಯವಿಲ್ಲ. ಅವರ ರಾಜಕಾರಣಕ್ಕೆ ಈ ಭಿನ್ನತೆಗಳು ವರವಾಗಿ ಒದಗಿ ಬಂದಿರಬೇಕು. "ಹಿಂದೂ ಮತ್ತು ಮುಸ್ಲಿಮರಲ್ಲಿ 'ಪ್ರತ್ಯೇಕತಾ' ಭಾವನೆಯನ್ನು, ಬ್ರಿಟಿಷರು ನೀರುಣಿಸಿ ಬೆಳೆಸಿದರು. ಬ್ರಿಟಿಷರು ಹೊರಡುವ ಕಾಲ ಸಮೀಪಿಸುತ್ತಿದ್ದಂತೆ

ಮುಸಲ್ಮಾನರಲ್ಲಿ ಅಭದ್ರತೆಯ ಭಾವ ಬೆಳೆದು ನಿಂತಿತು - ಹಿಂದೂಗಳ ಪ್ರಾಬಲ್ಯವಿರುವ ಭಾರತದಲ್ಲಿ ತಮ್ಮ ಭವಿಷ್ಯದ ಬಗ್ಗೆ" ಎಂದು ಖುಷ್ವಂತ್ ಸಿಂಗ್ ವ್ಯಾಖ್ಯಾನಿಸುತ್ತಾರೆ. ಒಂದು ಕಡೆ 'ಪಾಕಿಸ್ತಾನ' ಎನ್ನುವ ಪರಿಕಲ್ಪನೆ ಗಟ್ಟಿಗೊಳ್ಳುತ್ತಿದ್ದಂತೆ ಮತ್ತೊಂದೆಡೆ 'ಹಿಂದೂ ರಾಷ್ಟ್ರ' ಎಂಬ ಪರಿಕಲ್ಪನೆಯೂ ಪುಷ್ಟಿಯನ್ನು ಪಡೆಯತೊಡಗಿತ್ತು. "ವಿಭಜನೆಯ ಗಂಭೀರತೆಯನ್ನು ಮತ್ತು ನಂತರ ನಡೆದದ್ದೆಲ್ಲವನ್ನೂ ಗ್ರಹಿಸಬಲ್ಲವರು ಮಹಾತ್ಮ ಗಾಂಧಿಯವರೊಬ್ಬರೇ ಆಗಿದ್ದರು" ಎಂದು ಅಭಿಪ್ರಾಯಪಡುವ ಸಿಂಗ್ ಭಾರತದ ಸ್ವಾತಂತ್ರ್ಯದ ಆಚರಣೆಯಲ್ಲಿ ಗಾಂಧಿ ಪಾಲ್ಗೊಳ್ಳದಿರುವುದನ್ನೂ ದಾಖಲಿಸುತ್ತಾರೆ. "ನೆಹರೂ ಅಥವಾ ಪಟೇಲ್ ಅಥವಾ ಜಿನ್ನಾ ತಪ್ಪಿತಸ್ಥರೆಂದು ಬೆರಳು ಮಾಡಿ ತೋರುವುದರಿಂದ ಏನನ್ನೂ ಸಾಧಿಸಿದಂತಾಗುವುದಿಲ್ಲ ಎನ್ನುವ ಸಿಂಗ್ "ಇತಿಹಾಸ ಸೃಷ್ಟಿಸಿದ ದ್ವೇಷದ ಬಿರುಗಾಳಿಗೆ ಸಿಕ್ಕ ಅಲೆಗಳಿಂದಾಗಿ ಅವರೆಲ್ಲ ಅಸಹಾಯಕರಾಗಿದ್ದರು" ಎಂದು ವಿಶ್ಲೇಷಿಸುತ್ತಾರೆ. "ಈ ದ್ವೇಷದ ಬಿರುಗಾಳಿಗೆ ಸಿಕ್ಕಿಕೊಂಡವರು ಕೇವಲ ನಾಯಕರುಗಳಾಗಿರಲಿಲ್ಲ. ಲಕ್ಷಾಂತರ ಸಾಮಾನ್ಯಜನ–ಅವರಲ್ಲಿ ಹಿಂದೂ, ಮುಸ್ಲಿಂ, ಸಿಖ್ ಎಲ್ಲ ಸೇರಿದ್ದರು–ಇದರ ಭೀಕರ ಪರಿಣಾಮಗಳನ್ನು ಎದುರಿಸಬೇಕಾಯಿತು". ಇಂಥ ರಕ್ತಸಿಕ್ತ ಸನ್ನಿವೇಶವು ಸಹಜವಾಗಿಯೇ ಹಲವು ಬಗೆಯ ಸಾಹಿತ್ಯಕೃತಿಗಳಿಗೆ ಪ್ರೇರಣೆಯಾಯಿತು. ಸ್ವತಃ ಖುಷ್ವಂತ್ ಸಿಂಗ್ ತಮ್ಮ ಪ್ರಸಿದ್ಧ ಕಾದಂಬರಿ "ಟ್ರೇನ್ ಟು ಪಾಕಿಸ್ಥಾನ್" ಮತ್ತಿತರ ಕೃತಿಗಳಲ್ಲಿ ಈ ಪರಿಸ್ಥಿಗೆ ಕನ್ನಡಿ ಹಿಡಿದಿದ್ದಾರೆ. ವಿಭಜನೆಗೆ ಕಾರಣಗಳು ಹೇಗೆ ಸಂಕೀರ್ಣವಾಗಿದ್ದವೋ ಅದರ ಪರಿಣಾಮಗಳೂ, ಅದನ್ನು ಕುರಿತ ವ್ಯಾಖ್ಯೆಗಳೂ ಅವುಗಳಿಂದ ಪ್ರೇರಿತವಾದ ಕೃತಿಗಳೂ ಅಷ್ಟೇ ವೈವಿಧ್ಯಮಯವಾಗಿರುವುದನ್ನು ಗಮನಿಸಬಹುದು.

೨

ಉಪಖಂಡದ ವಿಭಜನೆ ಹಾಗೂ ಎರಡು ರಾಷ್ಟ್ರ ಪ್ರಭುತ್ವಗಳ ಸ್ಥಾಪನೆಯ ಹಿಂದಿನ ಅಸಂಬದ್ಧತೆ ಮತ್ತು ಅರ್ಥಹೀನತೆಗಳನ್ನು ಬಿಂಬಿಸುವ ಒಂದೆರಡು ಕತೆಗಳನ್ನು ಈಗ ಪರಿಶೀಲಿಸಬಹುದು. ಖ್ಯಾತ ಉರ್ದೂ ಕವಿ ಹಾಗೂ ಕತೆಗಾರ ಇಬ್ನ್–ಎ ಇನ್ಷಾ (೧೯೨೭–೧೯೭೮) ಲೂಧಿಯಾನದಲ್ಲಿ ಹುಟ್ಟಿ ಬೆಳೆದು ವಿಭಜನೆಯ ನಂತರ ಪಾಕಿಸ್ಥಾನಕ್ಕೆ ಹೋಗಿ ನೆಲೆಸಿ ಕರಾಚಿಯಲ್ಲಿ ಕೊನೆತನಕ ಜೀವಿಸಿ ಅಲ್ಲೇ ತೀರಿಕೊಂಡರು. ಅವರ "ಪಾಕಿಸ್ಥಾನ" ಎಂಬ ಒಂದು ಚಿಕ್ಕ ಕತೆ ಹೀಗಿದೆ:

ಭೌಗೋಳಿಕ ಭೂಪಟ: ಪಾಕಿಸ್ಥಾನದ ಪೂರ್ವಕ್ಕೆ ಸಿಯಾಟೊ ಇದೆ; ಪಶ್ಚಿಮಕ್ಕೆ ಸೆಂಟೊ ಇದೆ; ಉತ್ತರಕ್ಕೆ ತಾಷ್ಕೆಂಟ್ ಇದೆ; ದಕ್ಷಿಣಕ್ಕೆ ಸಮುದ್ರವಿದೆ. ಇದರರ್ಥ ದೇಶದಿಂದ ಓಡಿಹೋಗಲು ಯಾರಿಗೂ ಸಾಧ್ಯವಿಲ್ಲ ಎಂದೆ?

ಪಾಕಿಸ್ಥಾನವನ್ನು ಎರಡು ಭಾಗಗಳಾಗಿ ವಿಭಾಗಿಸಲಾಗಿದೆ–ಪೂರ್ವ ಮತ್ತು ಪಶ್ಚಿಮಪಾಕಿಸ್ಥಾನ. ಅವೆರಡರ ನಡುವಣ ಅಂತರ ಅಗಾಧ ದೂರ. ಅದು ಈಗ ನಮ್ಮ ಅರಿವಿಗೆ ಬರುತ್ತಿದೆ. ಅವೆರಡಕ್ಕೂ ತಮ್ಮದೇ ಆದ ಗಡಿಗಳಿವೆ.

ಪಶ್ಚಿಮ ಪಾಕಿಸ್ಥಾನದ ಉತ್ತರಕ್ಕೆ ಪಂಜಾಬ್ ಇದೆ; ದಕ್ಷಿಣಕ್ಕೆ ಸಿಂಧ್ ಇದೆ. ಪೂರ್ವಕ್ಕೆ ಇಂಡಿಯಾ ಇದೆ; ಪಶ್ಚಿಮಕ್ಕೆ ಬಲೂಚಿಸ್ಥಾನ ಇದೆ. ಆದರೆ ಗೆಳೆಯಾ, ಪಾಕಿಸ್ಥಾನ ಎಲ್ಲಿದೆ? ಅದು ನಿಜಕ್ಕೂ ಎಲ್ಲಾದರೂ ಇದೆಯೋ?– ಈ ಬಗ್ಗೆ ಈಗ ಸಂಶೋಧನೆ ನಡೆಯುತ್ತಿದೆ.

ಪೂರ್ವ ಪಾಕಿಸ್ಥಾನವು ಎಲ್ಲೆಡೆಗಳಿಂದಲೂ ಪೂರ್ವ ಪಾಕಿಸ್ಥಾನದಿಂದಲೇ ಸುತ್ತುವರಿಯಲ್ಪಟ್ಟಿದೆ!

ಕೇವಲ ಕಾಗದದ ಮೇಲೆ ಗೆರೆಗಳನ್ನೆಳೆದು ಹೊಸ ಹೊಸ ರಾಷ್ಟ್ರ ಪ್ರಭುತ್ವಗಳನ್ನು ರಾತ್ರೋರಾತ್ರಿ ಏಕಾಏಕಿ ಹುಟ್ಟುಹಾಕುವ ರಾಜಕಾರಣಕ್ಕೆ ಒಡ್ಡಿರುವ ರೂಪಕದಂತಿರುವ ಈ ಕತೆ ರಾಷ್ಟ್ರ ಪ್ರಭುತ್ವಗಳ ಅಸ್ತಿತ್ವ ಮತ್ತು ಸ್ವರೂಪಗಳ ಬಗ್ಗೆಯೇ ಹಲವು ಮೂಲಭೂತ ಪ್ರಶ್ನೆಗಳನ್ನು ಎತ್ತುವಂತಿದೆ. ಭೂಪಟದ ಮೇಲಿನ ಕೆಲವು ಗೆರೆಗಳನ್ನು ಅಳಿಸಿ ಅಥವಾ ಅದರ ಮೇಲೆ ಇನ್ನಷ್ಟು ಗೆರೆಗಳನ್ನು ಎಳೆದು ರಾಷ್ಟ್ರಗಳನ್ನು ನಿರ್ಮಾಣ ಮಾಡುವ ಇಲ್ಲವೆ ನಿರ್ನಾಮ ಮಾಡುವ ಪ್ರವೃತ್ತಿಯ ಹಿಂದಿನ ಅಸೂಕ್ಷ್ಮತೆಯನ್ನೂ ಅಮಾನವೀಯತೆಯನ್ನೂ ಈ ಕತೆ ಬಯಲು ಮಾಡುತ್ತದೆ. ಸದ್ಯದ ಇತಿಹಾಸವನ್ನೂ ಮೀರುವ ಶಕ್ತಿ ಈ ರೂಪಕಕ್ಕೆ ಇದೆ. ಹೆಚ್ಚು ಕಡಿಮೆ ಇದೇ ಸುಮಾರಿಗೆ ಹುಟ್ಟುಹಾಕಲಾದ ಇಸ್ರೇಲ್ ಬಗ್ಗೆಯೂ ಹೀಗೆಯೇ ಹೇಳಬಹುದಲ್ಲವೆ? ಭೌಗೋಳಿಕ ಪ್ರದೇಶಗಳ ವಿಭಜನೆಯ ಹಿಂದಿನ ತರ್ಕವನ್ನೇ ಈ ಕಥೆ ಪ್ರಶ್ನಿಸುತ್ತದೆ. ಇದನ್ನು ತುಸು ವಿಸ್ತರಿಸುವುದಾದರೆ–ಭೂಪಟ, ಗಡಿರೇಖೆಗಳು, ಧ್ವಜ ಮುಂತಾದ ಬಾಹ್ಯ ಲಾಂಛನಗಳಿಂದಷ್ಟೇ ಒಂದು 'ರಾಷ್ಟ್ರ' ಉದಯವಾಗಬಲ್ಲುದೆ? ಎಂಬ ಮಹತ್ವದ ಪ್ರಶ್ನೆಗಳನ್ನು ಈ ಕತೆ ಕೇಳುವಂತಿದೆ.

ಇಬ್ನ್–ಎ ಇನ್ಶಾ ಅವರ "ನಮ್ಮ ದೇಶ" ಎಂಬ ಮತ್ತೊಂದು ಚಿಕ್ಕ ಕತೆ ದೇಶವಿಭಜನೆ ಎಷ್ಟು ಹಾಸ್ಯಾಸ್ಪದವಾದದ್ದು ಹಾಗೂ ಮೂರ್ಖತನದಿಂದ ಕೂಡಿದ್ದು ಎಂದು ಸ್ವಾರಸ್ಯಕರವಾಗಿ ಮಂಡಿಸುತ್ತದೆ:

"ಇರಾನ್‌ನಲ್ಲಿ ಯಾರು ವಾಸಿಸುತ್ತಾರೆ?"

"ಇರಾನ್‌ನಲ್ಲಿ ಇರಾನಿಯನ್ನರು ವಾಸಿಸುತ್ತಾರೆ."

"ಇಂಗ್ಲೆಂಡಿನಲ್ಲಿ ಯಾರು ವಾಸಿಸುತ್ತಾರೆ?"

"ಇಂಗ್ಲೆಂಡಿನಲ್ಲಿ ಇಂಗ್ಲಿಷರು ವಾಸಿಸುತ್ತಾರೆ."

"ಫ್ರಾನ್ಸ್‌ನಲ್ಲಿ ಯಾರು ವಾಸಿಸುತ್ತಾರೆ?

"ಫ್ರಾನ್ಸ್‌ನಲ್ಲಿ ಫ್ರೆಂಚರು ವಾಸಿಸುತ್ತಾರೆ."

"ಇದು ಯಾವ ದೇಶ?"

"ಇದು ಪಾಕಿಸ್ಥಾನ."

"ಇಲ್ಲಿ ಪಾಕೀಸ್ಥಾನೀಯರು ವಾಸಿಸುತ್ತಾರೆ, ಅಲ್ಲವೆ?"

"ಇಲ್ಲ, ಇಲ್ಲಿ ಪಾಕೀಸ್ಥಾನೀಯರು ವಾಸಿಸುವುದಿಲ್ಲ. ಇಲ್ಲಿ ಸಿಂಧಿಗಳು ವಾಸಿಸುತ್ತಾರೆ. ಪಂಜಾಬಿಗಳು ವಾಸಿಸುತ್ತಾರೆ. ಬಂಗಾಳಿಗಳು ವಾಸಿಸುತ್ತಾರೆ. ಇಲ್ಲಿ ಈ ಸಮುದಾಯ ವಾಸಿಸುತ್ತದೆ. ಆ ಸಮುದಾಯ ವಾಸಿಸುತ್ತದೆ."

"ಆದರೆ ಪಂಜಾಬಿಗಳು ಹಿಂದೂಸ್ಥಾನದಲ್ಲೂ ವಾಸಿಸುತ್ತಾರೆ. ಸಿಂಧಿಗಳು ಕೂಡ ಹಿಂದೂಸ್ಥಾನದಲ್ಲೂ ವಾಸಿಸುತ್ತಾರೆ. ಆದರೂ ಯಾಕೆ ಇನ್ನೊಂದು ದೇಶವನ್ನು ಸೃಷ್ಟಿಸಲಾಯಿತು?"

"ಕ್ಷಮಿಸಿ, ಅದೊಂದು ತಪ್ಪು. ಮುಂದೆ ಆ ತಪ್ಪನ್ನು ನಾವು ಮತ್ತೆ ಮಾಡಬಾರದು."

ಮೊದಲಿನ ಕತೆ ಕೇಳುವ ಕೆಲವು ಪ್ರಶ್ನೆಗಳನ್ನು ಈ ಕತೆ ಪರೋಕ್ಷವಾಗಿ ಉತ್ತರಿಸಲು ಯತ್ನಿಸುತ್ತದೆ. ಒಂದು ದೇಶವೆಂದರೆ ಅದರ ಭೂಪಟವಲ್ಲ, ಅದರಲ್ಲಿ ವಾಸಿಸುವ ಜನರು ಎಂದು ಹೇಳಿದ ಕೂಡಲೆ ಆ ದೇಶವನ್ನು ಪರಿಭಾವಿಸುವ ರೀತಿಯೇ ಬೇರೆಯಾಗಿ ಬಿಡುತ್ತದೆ. ಒಂದು ದೇಶದ ಅನನ್ಯತೆ ಇರುವುದು ಎಲ್ಲಿ ಎಂಬ ಮತ್ತೊಂದು ಮೂಲಭೂತ ಪ್ರಶ್ನೆಯನ್ನು ಈ ಕತೆ ಎತ್ತುತ್ತದೆ. ಈ ಕತೆಯ ರೂಪಕಶಕ್ತಿಯೂ ಅಸಾಧಾರಣವಾದದ್ದು. ಬಂಗಾಳದ ವಿಭಜನೆ, ಜರ್ಮನಿಯ ವಿಭಜನೆ ಮುಂತಾದವುಗಳ ಬಗ್ಗೆಯೂ ಇಂಥ ಪ್ರಶ್ನೆಗಳನ್ನು ಎತ್ತಬಲ್ಲ ರೂಪಕ ವಿಸ್ತಾರ ಈ ಕಥೆಗೆ ಇದೆ.

೩

ಸಾದತ್ ಹಸನ್ ಮಾಂಟೊ (೧೯೧೨-೧೯೫೫) ಆಧುನಿಕ ಉರ್ದೂ ಸಾಹಿತ್ಯ ಸಂದರ್ಭದಲ್ಲಿ ಒಂದು ಅತಿಮುಖ್ಯ ಹೆಸರು. ಕಾಶ್ಮೀರಿ ಮೂಲದ ಕುಟುಂಬವೊಂದರಲ್ಲಿ ಪಂಜಾಬದ ಸಮರಲಾ ಎಂಬ ಸಣ್ಣ ಪಟ್ಟಣದಲ್ಲಿ ಹುಟ್ಟಿ ಅಮೃತಸರದಲ್ಲಿ ವಿದ್ಯಾಭ್ಯಾಸ ಮಾಡಿ ಮುಂದೆ ಮುಂಬಯಿಯಲ್ಲಿ ತಮ್ಮ ವೃತ್ತಿಜೀವನದ ಹಲವು ಪ್ರಯೋಗಗಳಲ್ಲಿ ತೊಡಗಿಕೊಂಡು ೧೯೪೮ರಲ್ಲಿ ಪಾಕಿಸ್ತಾನಕ್ಕೆ ಹೋಗಿ ಲಾಹೋರಿನಲ್ಲಿ ತೀರಿಕೊಂಡ ಮಾಂಟೋ ಅವರ ಬದುಕೇ ಒಂದು ಮಹಾಕಾದಂಬರಿಗೆ ವಸ್ತುವಾಗಬಲ್ಲುದು. ತಮ್ಮ ಸೀಮಿತ ಆಯುಷ್ಯದಲ್ಲಿ ಅವರು ಸಾಹಿತ್ಯ, ರೇಡಿಯೋ ನಾಟಕ, ಪತ್ರಿಕೋದ್ಯಮಗಳಲ್ಲಿ ಅಳಿಸಲಾಗದ ಹೆಜ್ಜೆಗುರುತುಗಳನ್ನು ಬಿಟ್ಟು ಹೋಗಿದ್ದಾರೆ. ಒಂದು ಕಾದಂಬರಿ, ಏಳು ನಾಟಕಗಳ ಸಂಗ್ರಹಗಳು, ಮೂರು ಪ್ರಬಂಧ ಸಂಕಲನಗಳು ಮತ್ತು ಇಪ್ಪತ್ತೆರಡು ಕಥಾಸಂಕಲನಗಳನ್ನು ಪ್ರಕಟಿಸಿರುವ ಮಾಂಟೊ ಅವರ ಬರಹಗಳು ಕನ್ನಡ, ಇಂಗ್ಲಿಷ್ ಸೇರಿದಂತೆ ಪ್ರಪಂಚದ ಹಲವು ಭಾಷೆಗಳಿಗೆ ಅನುವಾದಗೊಂಡು ಏಕಕಾಲದಲ್ಲಿ ಸಾಮಾನ್ಯ ಓದುಗರ ಮತ್ತು ವಿಮರ್ಶಕರ ಆದರಕ್ಕೆ ಪಾತ್ರವಾಗಿವೆ. ದಕ್ಷಿಣ ಏಷ್ಯಾದ ಅತ್ಯುತ್ತಮ ಕಥೆಗಾರರಲ್ಲಿ ಒಬ್ಬರೆಂದು ಹಲವು ವಿದ್ವಾಂಸರಿಂದ ಪರಿಗಣಿಸಲ್ಪಟ್ಟಿರುವ ಮಾಂಟೊ ಅವರ 'ತೋಬಾ ತೇಕ್ ಸಿಂಗ್' ಎಂಬ ಕಥೆಯಂತೂ ಹಲವು ಪ್ರತಿಷ್ಠಿತ ಆಂಥಾಲಜಿಗಳಲ್ಲಿ ಸೇರಿ ಸಲ್ಮಾನ್ ರಶ್ದಿಯಂಥವರಿಂದ ಒಂದು ಅಪ್ರತಿಮ ಕಥೆ ಎಂಬ ಶ್ಲಾಘನೆಗೆ ಒಳಗಾಗಿದೆ. ಇಂಥ ಒಬ್ಬ ಮುಖ್ಯ ಲೇಖಕರನ್ನು ಕುರಿತ ಒಂದು ಪುಸ್ತಕವೊಂದನ್ನು ಸಾಹಿತ್ಯದ ಅಕಾಡೆಮಿ 'ಭಾರತೀಯ ಸಾಹಿತ್ಯ ನಿರ್ಮಾಪಕರು' ಮಾಲಿಕೆಯಲ್ಲಿ ಪ್ರಕಟಿಸಿದೆ. ಪ್ರಖ್ಯಾತ ಉರ್ದೂ-ಪರ್ಶಿಯನ್ ವಿದ್ವಾಂಸರಾದ ವಾರಿಸ್

ಆಲ್ವಿ ಅವರಿಂದ ಇಂಗ್ಲಿಷಿನಲ್ಲಿ ರಚಿತವಾದ ಈ ಕೃತಿಯನ್ನು ಕೆ.ಹೆಚ್. ಶ್ರೀನಿವಾಸ ಅವರು ಅಚ್ಚುಕಟ್ಟಾಗಿ ಕನ್ನಡಕ್ಕೆ ತಂದಿದ್ದಾರೆ. ಕನ್ನಡ ಓದುಗರಿಗೆ ತುಂಬ ಉಪಯುಕ್ತವಾದ ಒಂದು ಪ್ರಸ್ತಾವನೆಯನ್ನೂ ಶ್ರೀನಿವಾಸ ಬರೆದಿದ್ದಾರೆ. 'ಭಾರತ ವಿಭಜನೆಯ ಸಂದರ್ಭದಲ್ಲಿ ನಡೆದ ಅನಾಗರಿಕ ಕ್ರೌರ್ಯಕ್ಕೆ ಸರಿಸಮನಾದ ಘಟನೆಗಳು ಇತಿಹಾಸದಲ್ಲೇ ಬಹು ವಿರಳ' ಎಂದು ವಿಶ್ಲೇಷಿಸುವ ಶ್ರೀನಿವಾಸ, 'ರಾತ್ರಿ ಬೆಳಗಾಗುವುದರಲ್ಲಿ ಸಭ್ಯ ನಾಗರೀಕರು ಕೊಲೆಗಡುಕರಾಗಿದ್ದರು. ಅಕ್ಕಪಕ್ಕದವರು ಒಬ್ಬರನೊಬ್ಬರು ಕೊಂದರು. ಸ್ನೇಹಿತರು ತಮ್ಮ ಸ್ನೇಹಿತರನ್ನೆ ಕೊಂದರು. ಈ ಹುಚ್ಚುತನವನ್ನು ಯಾರಿಂದಲೂ ಅರ್ಥೈಸಲು ಸಾಧ್ಯವಾಗಿಲ್ಲ. ಇದರಿಂದ ವ್ಯಕ್ತಿಗಳಷ್ಟೇ ಅಲ್ಲ. ಇಡೀ ಜನಸಮುದಾಯಗಳು ಬುದ್ಧಿಸ್ವಾಧೀನವನ್ನು ಕಳೆದುಕೊಳ್ಳಬಹುದೆಂಬುದೂ ಸ್ಪಷ್ಟವಾಗಿ ಸಾಬೀತಾಯಿತು. ಹೀಗಿದ್ದಾಗ್ಯೂ ಈ ಘೋರ ತಾಂಡವವನ್ನು ಅರ್ಥೈಸುವುದಕ್ಕೆ ಒಬ್ಬ ವ್ಯಕ್ತಿ ಪ್ರಯತ್ನಪಟ್ಟ, ಅವನು ರಾಜಕಾರಣಿಯಾಗಿರಲಿಲ್ಲ. ಬದಲು ರಾಜಕಾರಣದ ಬಗ್ಗೆ ತುಂಬಾ ತಾತ್ಸಾರವನ್ನು ಹೊಂದಿದ್ದ ಒಬ್ಬ ಬರಹಗಾರನಾಗಿದ್ದ. ಅವನ ಹೆಸರೆ ಸಾದತ್ ಹಸನ್ ಮಂಟೊ' ಎಂದು ಅವರನ್ನು ಚಾರಿತ್ರಿಕ ಸಂದರ್ಭದಲ್ಲಿ ಇಟ್ಟುನೋಡುವ ಪ್ರಯತ್ನ ಮಾಡಿದ್ದಾರೆ.

ಪ್ರಸ್ತುತ ಕೃತಿಯಲ್ಲಿ ಮೂರು ಭಾಗಗಳಿವೆ. ಮೊದಲ ಭಾಗದಲ್ಲಿ ಮಾಂಟೊ ಅವರ ಬದುಕು ಮತ್ತು ವ್ಯಕ್ತಿತ್ವದ ಕಥನವಿದ್ದರೆ, ಎರಡನೆಯ ಭಾಗವು ಅವರ ನಾಟಕಗಳು, ಪ್ರಬಂಧಗಳು ಮತ್ತು ಕಿರುಬರಹಗಳನ್ನು ವಿಮರ್ಶಿಸುತ್ತದೆ. ಮೂರನೆಯ ಭಾಗವು ತುಸು ಧೀರ್ಘವಾಗಿದ್ದು ಅಲ್ಲಿ ಮಂಟೊ ಕಥೆಗಳ ವಿವರವಾದ ಸಮೀಕ್ಷೆಯನ್ನು ಮಾಡಲಾಗಿದೆ. ವಾರಿಸ್ ಆಲ್ವಿ ಅವರ ಪ್ರಕಾರ ಮಾಂಟೊ ಅವರ ಬಾಲ್ಯವು ತೀವ್ರವಾದ ಉದ್ವಿಗ್ನತೆಯಿಂದ ಕೂಡಿತ್ತು. ಅವರು ಅಂಥ 'ಯಶಸ್ವಿ' ವಿದ್ಯಾರ್ಥಿಯೇನೂ ಆಗಿರಲಿಲ್ಲ. ಆದರೆ ಅವರ ಬಹುಮುಖಿ ಅಭಿರುಚಿ ಮತ್ತು ಕ್ರಿಯಾಶೀಲತೆಗಳಿಗೆ ಅವರ ಬಾಲ್ಯ ಜೀವನದಲ್ಲೇ ಸಾಕಷ್ಟು ಪುರಾವೆ ದೊರಕುತ್ತದೆ. ಅವರು ಸಾಹಿತ್ಯದ ವಿದ್ಯಾರ್ಥಿಯಾಗಿರದಿದ್ದರೂ ಅವರ ಸಾಹಿತ್ಯಾಭಿರುಚಿ ಮತ್ತು ಓದಿನ ಗೀಳು ಅಪಾರವಾಗಿತ್ತು. ತುಂಬ ಚಿಕ್ಕ ವಯಸ್ಸಿನಲ್ಲೇ ಅವರು ವಿಕ್ಟರ್ ಹ್ಯೂಗೊನ 'ಲಾಸ್ಟ್ ಡೇಸ್ ಆಫ್ ದ ಕಂಡೆಮ್ಡ್' ಮತ್ತು ಆಸ್ಕರ್ ವೈಲ್ಡನ ನಾಟಕ 'ವೆರಾ' ವನ್ನು ಉರ್ದೂಗೆ ಅನುವಾದಿಸಿದ್ದರು. ಮುಂದೆ ಅವರು ಪತ್ರಕರ್ತರಾಗಿ ಹಲವು ಕಾಲ ಕೆಲಸ ಮಾಡಿದರು. ನೂರಕ್ಕೂ ಹೆಚ್ಚು ರೇಡಿಯೋ ನಾಟಕಗಳನ್ನು ಬರೆದರು. ಉರ್ದೂ ಶಬ್ದಗಳೊಡನೆ ಆಟವಾಡುವುದು ಅವರಿಗೆ ಪ್ರಿಯವಾದ ಹವ್ಯಾಸವಾಗಿತ್ತು. ಉದಾಹರಣೆಗೆ 'ಮೂಗಿನ ವೈವಿಧ್ಯಗಳು' ಎಂಬ ಪ್ರಬಂಧದಲ್ಲಿ ಅವರು 'ನಾಕ್' (ಮೂಗು) ಎಂದು ಕೊನೆಗೊಳ್ಳುವ ಹಲವು ಉರ್ದೂ ಪದಗಳೊಂದಿಗೆ – 'ಖತರ್ ನಾಕ್ '(ಅಪಾಯಕಾರಿ), 'ಶರಮ್ ನಾಕ್' (ಲಜ್ಜೆಗೆಟ್ಟ), 'ಗಮ್ ನಾಕ್' (ವಿಷಣ್ಣನಾದ) ಮುಂತಾದ ಪದಗಳೊಂದಿಗೆ– ಆಡಿರುವ ಆಟ ತುಂಬಾ ಖುಷಿ ಕೊಡುವಂತಿದೆಯಂತೆ.

ಮಾಂಟೊ ಅವರ ಕಥೆಗಳ ಐದು ಸಂಪುಟಗಳು ಅವರ ಮರಣಾನಂತರ ಪ್ರಕಟವಾಗಿವೆ. “ತೋಬಾ ತೇಕ್ ಸಿಂಗ್” ಮಾಂಟೊ ಅವರ ಅತ್ಯಂತ ಪ್ರಾತಿನಿಧಿಕ ಕಥೆಗಳಲ್ಲಿ ಒಂದು.

ಈ ಕತೆ ಭಾರತ ಉಪಖಂಡದ ವಿಭಜನೆಯ ಹಿಂದಿನ ತರ್ಕವನ್ನೂ, 'ರಾಷ್ಟ್ರ ಪ್ರಭುತ್ವ' ಎಂಬ ಕಲ್ಪನೆಯನ್ನೂ ಉಗ್ರವಾಗಿ ಪ್ರಶ್ನಿಸುತ್ತದೆ. ವಿಭಜನೆಯ ಕತೆಗಳಲ್ಲೇ ಇದು ತೀರ ವಿಲಕ್ಷಣವಾಗಿಯೂ, ಪರಿಣಾಮಕಾರಿಯಾಗಿಯೂ ಇದೆ.

ವಿಭಜನೆಯಾದ ಎರಡು ಮೂರು ವರ್ಷಗಳ ನಂತರ, ಇಂಡಿಯಾ ಮತ್ತು ಪಾಕಿಸ್ಥಾನದ ಸರಕಾರಗಳಿಗೆ ಹೊಸದೊಂದು ಆಲೋಚನೆ ಹೊಳೆಯುತ್ತದೆ. ಜೈಲುಗಳಲ್ಲಿದ್ದ ಖೈದಿಗಳನ್ನು ವಿನಿಮಯ ಮಾಡಿಕೊಂಡಂತೆ, ಹುಚ್ಚಾಸ್ಪತ್ರೆಗಳಲ್ಲಿದ್ದ ಹುಚ್ಚರನ್ನೂ ವಿನಿಮಯ ಮಾಡಿಕೊಳ್ಳಬೇಕೆಂಬುದೇ ಆ ಹೊಸ ಆಲೋಚನೆ. ಹಿಂದೂ ಮತ್ತು ಸಿಖ್ ಹುಚ್ಚರನ್ನು ಇಂಡಿಯಾಕ್ಕೂ, ಮುಸಲ್ಮಾನ ಹುಚ್ಚರನ್ನು ಪಾಕೀಸ್ಥಾನಕ್ಕೂ ಹಸ್ತಾಂತರಿಸುವ ಯೋಜನೆಗಳು ತಯಾರಾದವು. ಲಾಹೋರಿನಲ್ಲೂ ಒಂದು ಹುಚ್ಚಾಸ್ಪತ್ರೆ ಇತ್ತು. ಇಲ್ಲೂ ಹಿಂದೂ, ಮುಸ್ಲಿಮ್, ಸಿಖ್ ಹುಚ್ಚರಿದ್ದರು. ವಿನಿಮಯದ ಸುದ್ದಿ ಹರಡುತ್ತಿದ್ದಂತೆ ಈ ಹುಚ್ಚಾಸ್ಪತ್ರೆಯ ಒಳಗೂ ಆತಂಕ, ಗೊಂದಲ, ಸಂದೇಹ, ಅನುಮಾನಗಳು ಸೃಷ್ಟಿಯಾಗುತ್ತವೆ. ಹುಚ್ಚಾಸ್ಪತ್ರೆಯ ಒಬ್ಬ ನಿವಾಸಿ ಇನ್ನೊಬ್ಬನನ್ನು ಕೇಳುತ್ತಾನೆ: "ಪಾಕಿಸ್ಥಾನ ಎಂದರೆ ಏನು?" ಅವನ ಸ್ನೇಹಿತ ಹೇಳುತ್ತಾನೆ: "ಅದು ಇಂಡಿಯಾದಲ್ಲಿರುವ, ರೇಜ಼ರುಗಳನ್ನು ಉತ್ಪಾದಿಸುವ ಒಂದು ಸ್ಥಳ." ಒಬ್ಬ ಸಿಖ್ ಹುಚ್ಚ ಇನ್ನೊಬ್ಬ ಸಿಖ್ ಹುಚ್ಚನನ್ನು ಕೇಳುತ್ತಾನೆ: "ಸರ್ದಾರ್ ಜೀ, ನಮ್ಮನ್ನು ಯಾಕೆ ಹಿಂದೂಸ್ಥಾನಕ್ಕೆ ಕಳಿಸ್ತಾ ಇದಾರೆ? ನಮಗೆ ಅವರ ಭಾಷೆಯೇ ಬರೋದಿಲ್ಲ." ಅವನ ಸ್ನೇಹಿತ ಹೇಳುತ್ತಾನೆ: "ಹಿಂದೂಸ್ಥಾನಿಯರ ಭಾಷೆ ನನಗೆ ಗೊತ್ತಿದೆ. ಹಿಂದೂಸ್ಥಾನೀಯರು ಪಿಶಾಚಿಗಳ ಥರ ಒದರ್ತಾರೆ." ಮತ್ತೊಬ್ಬ ಹುಚ್ಚ "ಪಾಕಿಸ್ಥಾನ್ ಜಿಂದಾಬಾದ್" ಎಂದು ಎಷ್ಟು ಜೋರಾಗಿ ಕಿರುಚಿಕೊಳ್ಳುತ್ತಾನೆಂದರೆ ಆಯ ತಪ್ಪಿ ನೆಲದ ಮೇಲೆ ಬಿದ್ದು ಮೂರ್ಛೆ ಹೋಗುತ್ತಾನೆ.

ಆ ಹುಚ್ಚಾಸ್ಪತ್ರೆಯಲ್ಲಿ ಎಲ್ಲರೂ ಹುಚ್ಚರೇ ಆಗಿರಲಿಲ್ಲ ಬೇರೆ ಬೇರೆ ಕಾರಣಗಳಿಗಾಗಿ 'ಹುಚ್ಚ' ಎಂಬ ಹಣೆಪಟ್ಟಿ ಹಚ್ಚಿಕೊಂಡ ಅನೇಕರು ಆ ಹುಚ್ಚಾಸ್ಪತ್ರೆಯಲ್ಲಿ ಇದ್ದರು. ಅವರಲ್ಲಿ ಕೆಲವರಿಗೆ ವಿಷಯ ಅಸ್ಪಷ್ಟವಾಗಿ ಅರ್ಥವಾಗಿತ್ತು. ಮೊಹಮದ್ ಆಲಿ ಜಿನ್ನಾ ಎಂಬವವನು ಮುಸಲ್ಮಾನರಿಗಾಗಿಯೇ 'ಪಾಕಿಸ್ಥಾನ'ವೆಂಬ ಪ್ರತ್ಯೇಕ ರಾಷ್ಟ್ರವೊಂದನ್ನು ಸ್ಥಾಪಿಸಿರುವ ಬಗ್ಗೆ ಅವರು ಕೇಳಿದ್ದರು. ಆದರೆ ಈ ಪಾಕಿಸ್ಥಾನ ಎಂಬುದು ಎಲ್ಲಿದೆ, ಅದರ ಗಡಿಗಳು ಯಾವುವು ಎಂಬುದು ಗೊತ್ತಾಗದೆ ಅವರೂ ಗೊಂದಲಕ್ಕೆ ಸಿಕ್ಕಿದ್ದರು. ಅವರಿಗೆ ತಾವು ಇಂಡಿಯಾದಲ್ಲಿದ್ದೇವೋ, ಪಾಕಿಸ್ಥಾನದಲ್ಲಿದ್ದೇವೋ ಎಂಬುದೂ ಗೊತ್ತಿರಲಿಲ್ಲ. ಅವರು ಇದ್ದ ಹುಚ್ಚಾಸ್ಪತ್ರೆ ಇಲ್ಲಿಯವರೆಗೂ ಇಂಡಿಯಾದಲ್ಲಿತ್ತಷ್ಟೆ. ತಾವು ಇನ್ನೂ ಅದೇ ಜಾಗದಲ್ಲಿರುವಾಗ ಅದು ಪಾಕಿಸ್ಥಾನವಾಗಿದ್ದಾದರೂ ಹೇಗೆ ಎಂಬುದು ಅವರಿಗೆ ಬಗೆಹರಿಯದ ಒಂದು ಒಗಟಾಗಿತ್ತು. ಒಬ್ಬ ಹುಚ್ಚನಂತೂ ಒಂದು ಮರವೇರಿ ಕುಳಿತುಬಿಡುತ್ತಾನೆ. ತಾನು ಇಂಡಿಯಾಕ್ಕೂ ಹೋಗುವುದಿಲ್ಲ, ಪಾಕಿಸ್ಥಾನಕ್ಕೂ ಹೋಗುವುದಿಲ್ಲ, ಇದೇ ಮರದ ಮೇಲೆ ವಾಸಿಸುತ್ತೇನೆ ಎಂದು ಅರಚಿಕೊಳ್ಳುತ್ತಾನೆ. ಇಂಥ ವೈವಿಧ್ಯಮಯ ಪ್ರತಿಕ್ರಿಯೆ–ಪ್ರತಿಸ್ಪಂದನೆಗಳ ವಿನ್ಯಾಸದಲ್ಲಿ ಮಾಂಟೊ ದೇಶವಿಭಜನೆಯ ಅಸಂಬದ್ಧತೆಯನ್ನೂ, ದುರಂತವನ್ನೂ ಬಯಲು ಮಾಡುತ್ತ

ಹೋಗುತ್ತಾರೆ. 'ಹುಚ್ಚ', 'ಹುಚ್ಚು', 'ಹುಚ್ಚಾಸ್ಪತ್ರೆ' ಇವೆಲ್ಲ ರೂಪಕಗಳಾಗಿ ಬೆಳೆಯುತ್ತಿದ್ದಂತೆ ಕತೆಯ ವ್ಯಾಪ್ತಿಯೂ ಹಿಗ್ಗುತ್ತಾ ಹೋಗುತ್ತದೆ.

ಈ ಹುಚ್ಚಾಸ್ಪತ್ರೆಯಲ್ಲಿ ಬಿಷನ್ ಸಿಂಗ್ ಎಂಬ ಒಬ್ಬ 'ಹುಚ್ಚ' ಇದ್ದಾನೆ. ತೋಬಾ ತೇಕ್ ಸಿಂಗ್ ಎಂಬ ಹಳ್ಳಿಯಿಂದ ಅವನು ಬಂದಿದ್ದಾನೆ. ಅವನೊಬ್ಬ ಅನುಕೂಲಸ್ಥ ರೈತನಾಗಿದ್ದವನು. ಇದ್ದಕ್ಕಿದ್ದಂತೆ ಹುಚ್ಚು ಹಿಡಿಯಿತೆಂದು ಹುಚ್ಚಾಸ್ಪತ್ರೆಗೆ ಅವನನ್ನು ಸೇರಿಸಿದ್ದರು. ಅವನು ಯಾವಾಗಲೂ ನಿಂತೇ ಇರುತ್ತಾನೆ. ಹಾಗಾಗಿ ಪಾದಗಳು, ಕಾಲುಗಳು ಬಾತುಕೊಂಡಿರುತ್ತವೆ. ಸಾತ್ವಿಕ ಸ್ವಭಾವದ ಬಿಷನ್ ಸಿಂಗ್ ಒಬ್ಬ ನಿರುಪದ್ರವಿ; ಸದಾ ಮೌನಿ. ಅವನ ಹಳ್ಳಿ ತೋಬಾ ತೇಕ್ ಸಿಂಗ್ ಎಲ್ಲಿದೆ ಎಂಬುದು ಹುಚ್ಚಾಸ್ಪತ್ರೆಯಲ್ಲಿ ಯಾರಿಗೂ ಗೊತ್ತಿರಲಿಲ್ಲ. ಮೊದಮೊದಲು ಅವನನ್ನು ಆಗಾಗ ನೋಡಲು ಬರುತ್ತಿದ್ದ ಅವನ ಬಂಧುಗಳು ಗಲಭೆ ಪ್ರಾರಂಭವಾದ ಮೇಲೆ ಈ ಕಡೆ ಬಂದಿರಲಿಲ್ಲ. ವಿನಿಮಯದ ಸುದ್ದಿ ಹರಡುತ್ತಿದ್ದಂತೆ ಬಿಷನ್ ಸಿಂಗ್ ತನ್ನ ಹಳ್ಳಿಯ ಬಗ್ಗೆ ವಿಚಾರಿಸಲಾರಂಭಿಸುತ್ತಾನೆ. ಅದು ಈಗಿನ ಹಿಂದೂಸ್ಥಾನದಲ್ಲಿದೆಯೋ ಅಥವಾ ಪಾಕಿಸ್ಥಾನದಲ್ಲಿದೆಯೋ ಯಾರಿಗೂ ಗೊತ್ತಿಲ್ಲ. ಅದು ಈಗ ಒಂದು ಕಡೆ ಇದ್ದು ನಾಳೆ ಎಲ್ಲಿರುತ್ತದೆಯೋ ಯಾರು ಹೇಳಬಲ್ಲರು? ಅದಕ್ಕಿಂತ ಹೆಚ್ಚಾಗಿ ಯಾವತ್ತೋ ಒಂದು ದಿನ ಈ ಪಾಕಿಸ್ಥಾನ ಹಿಂದೂಸ್ಥಾನಗಳೂ ಅದೃಶ್ಯವಾಗಲಾರವು ಎಂದು ಯಾರಾದರೂ ಗ್ಯಾರಂಟಿ ಕೊಡಬಲ್ಲರೇನು? ಆ ಹುಚ್ಚಾಸ್ಪತ್ರೆಯಲ್ಲಿ ತನ್ನನ್ನೇ 'ದೇವರು' ಎಂದು ಭಾವಿಸಿಕೊಂಡವನೊಬ್ಬ ಇದ್ದ. ತೋಬಾ ತೇಕ್ ಸಿಂಗ್ ಎಲ್ಲಿದೆ ಎಂಬ ಬಿಷನ್ ಸಿಂಗನ ಪ್ರಶ್ನೆಗೆ ಅವನು ಹೀಗೆ ಉತ್ತರಿಸುತ್ತಾನೆ: "ಅದು ಪಾಕಿಸ್ಥಾನದಲ್ಲೂ ಇಲ್ಲ, ಹಿಂದೂಸ್ಥಾನದಲ್ಲೂ ಇಲ್ಲ. ಏಕೆಂದರೆ ಆ ಬಗ್ಗೆ ತಾನು ಇನ್ನೂ ಯಾವ ಆರ್ಡರನ್ನೂ ಹೊರಡಿಸಿಲ್ಲ."

ಒಂದು ದಿನ ಅವನ ಹಳೆಯ ಮುಸಲ್ಮಾನ ಸ್ನೇಹಿತ ಫ಼ಜ಼ಲ್ ದಿನ್ ಅವನನ್ನು ನೋಡಲು ಬಂದಾಗ ಅವನನ್ನೂ ಬಿಷನ್ ಸಿಂಗ್ ಇದೇ ಪ್ರಶ್ನೆಯನ್ನು ಕೇಳುತ್ತಾನೆ. ಫ಼ಜ಼ಲ್ ದಿನ್‌ಗೆ ಆಶ್ಚರ್ಯವಾಗುತ್ತದೆ: "ತೋಬಾ ತೇಕ್ ಸಿಂಗ್ ಎಲ್ಲಿದೆ?.... ಮೊದಲು ಎಲ್ಲಿತ್ತೋ ಅಲ್ಲೇ ಇದೆ." ಆದರೆ ಅದು ಹಿಂದೂಸ್ಥಾನದಲ್ಲಿದೆಯೋ ಪಾಕಿಸ್ಥಾನದಲ್ಲಿದೆಯೋ ಎಂಬ ಪ್ರಶ್ನೆಯಿಂದ ಅವನೂ ತಬ್ಬಿಬ್ಬಾಗುತ್ತಾನೆ.

ವಿನಿಮಯದ ದಿನ ಬಂದೇ ಬಿಡುತ್ತದೆ. ಹುಚ್ಚರನ್ನು ಬೇರೆ ಬೇರೆ ಲಾರಿಗಳಲ್ಲಿ ತುಂಬಲಾಗುತ್ತದೆ. ಅದೊಂದು ವಿವರಿಸಲಿಕ್ಕಾಗದಂಥ ವಿಲಕ್ಷಣ ಪ್ರಹಸನ. ಆ ಹುಚ್ಚರನ್ನು ಬೇರ್ಪಡಿಸಿ ವಾಹನಗಳಲ್ಲಿ ತುಂಬುವುದಕ್ಕೆ ಗಾರ್ಡುಗಳು ಹರಸಾಹಸ ಪಡಬೇಕಾಗುತ್ತದೆ. ಹೆಚ್ಚಿನವರಿಗೆ ಅಲ್ಲಿಂದ ಹೊರಡುವುದಕ್ಕೇ ಇಷ್ಟವಿಲ್ಲ. ತಮ್ಮನ್ನು ಯಾಕಾಗಿ ಅಲ್ಲಿಂದ ಸ್ಥಳಾಂತರಗೊಳಿಸಲಾಗುತ್ತಿದೆ ಎಂಬುದೇ ಅವರಿಗೆ ಅರ್ಥವಾಗುತ್ತಿಲ್ಲ. "ಪಾಕಿಸ್ಥಾನ್ ಜಿಂದಾಬಾದ್", "ಪಾಕಿಸ್ಥಾನ್ ಮುರ್ದಾಬಾದ್" ಘೋಷಣೆಗಳು ಮೊಳಗಲಾರಂಭಿಸುತ್ತವೆ. ಬಿಷನ್ ಸಿಂಗನ ಸರದಿ ಬಂದಾಗ ಅವನು ರಿಜಿಸ್ಟರಿನಲ್ಲಿ ಹೆಸರುಗಳನ್ನು ಬರೆದುಕೊಳ್ಳುತ್ತಿದ್ದ ಗುಮಾಸ್ತನನ್ನು ತೋಬಾ ತೇಕ್ ಸಿಂಗ್ ಪಾಕಿಸ್ಥಾನದಲ್ಲಿದೆಯೋ ಇಂಡಿಯಾದಲ್ಲಿದೆಯೋ ಎಂದು ಕೇಳುತ್ತಾನೆ. "ಪಾಕಿಸ್ಥಾನದಲ್ಲಿದೆ" ಎಂದು ಅವನು ಹೇಳುತ್ತಿದ್ದಂತೆ ಬಿಷನ್

ಸಿಂಗ್ "ತೋಬಾ ತೇಕ್ ಸಿಂಗ್ ಇಲ್ಲಿದೆ" ಎಂದು ಜೋರಾಗಿ ಒದರುತ್ತಾ ಹಿಂದಕ್ಕೆ ಓಡಲಾರಂಭಿಸುತ್ತಾನೆ. ಹೋಗಲಿ ಪಾಪ ಎಂದು ಅವನನ್ನು ಇನ್ನೂ ಒಂದು ದಿನ ಅಲ್ಲೇ ಇರಲು ಬಿಡುತ್ತಾರೆ. ಮರುದಿನ ಸೂರ್ಯೋದಯಕ್ಕೆ ಮುಂಚೆಯೇ ಬಿಷನ್ ಸಿಂಗನ- ಇದುವರೆಗೂ ಎಂದೂ ಮಾತೇ ಆಡದಿದ್ದ, ಸುಮ್ಮನೆ ನಿಂತಲ್ಲಿ ನಿಂತೇ ಇದ್ದ ಆ ನಿರುಪದ್ರವಿಯ- ಕರುಳು ಇರಿಯುವಂಥ ರೋದನ ಕೇಳಿಬರುತ್ತದೆ. ಹೋಗಿ ನೋಡಿದರೆ, ಹದಿನೈದು ವರ್ಷಗಳಿಂದ ನಿಂತೇ ಇದ್ದ ಬಿಷನ್ ಸಿಂಗ್ ಹಿಂದೂಸ್ಥಾನದ ಬೇಲಿ ಮತ್ತು ಪಾಕಿಸ್ಥಾನದ ಬೇಲಿಗಳ ನಡುವಣ "ಯಾರಿಗೂ ಸೇರದ ಜಾಗ" ದಲ್ಲಿ ಬೋರಲು ಬಿದ್ದಿರುತ್ತಾನೆ. ಪಾಕಿಸ್ಥಾನಕ್ಕೂ ಸೇರದ ಹಿಂದೂಸ್ಥಾನಕ್ಕೂ ಸೇರದ ಯಾವತ್ತೂ ತನ್ನದೇ ಆದ "ತೋಬಾ ತೇಕ್ ಸಿಂಗ್"ನಲ್ಲೇ ಪ್ರಾಣ ಬಿಡುತ್ತಾನೆ.

'ಊರು', 'ಮನೆ', 'ಹಳ್ಳಿ' ಎಂಬ ಸಂಗತಿಗಳು ಮೂರ್ತವಾದವು. 'ದೇಶ', 'ರಾಷ್ಟ್ರ' ಇವೆಲ್ಲಾ ಅಮೂರ್ತ ಕಲ್ಪನೆಗಳು; ಅಮೂರ್ತ ವಿಚಾರಗಳು; ಆಧುನಿಕ ರಾಜಕಾರಣದ ಉತ್ಪನ್ನಗಳು. ಇವುಗಳ ಪರಿಣಾಮವನ್ನೂ ಈ ಕತೆ ತನ್ನ ಸೂಕ್ಷ್ಮವಾದ ಮುನ್ನೋಟದಲ್ಲಿ ಕಾಣಿಸಿಕೊಡುವಂತಿದೆ. ಅಮೂರ್ತವಾದ 'ದೇಶಪ್ರೇಮ', 'ದೇಶಾಭಿಮಾನ', 'ದೇಶಕ್ಕಾಗಿ ಕೊಂಚ ತ್ಯಾಗ', 'ರಾಷ್ಟ್ರ ಭಕ್ತಿ', 'ರಾಷ್ಟ್ರ ನಿಷ್ಠೆ', 'ದೇಶದ ಅಭಿವೃದ್ಧಿ' ಮುಂತಾದ ಹೆಸರಿನಲ್ಲಿ ಸಾಮಾನ್ಯ ಜನರನ್ನು ಅವರು ಬಹಳ ಕಾಲದಿಂದ ವಾಸಿಸುತ್ತಿರುವ ಊರು ಮನೆಗಳಿಂದ ನಿರ್ದಯವಾಗಿ, ನಿರ್ದಾಕ್ಷಿಣ್ಯವಾಗಿ ಒಕ್ಕಲೆಬ್ಬಿಸಲಾಗುತ್ತಿದೆ. ಉಪಖಂಡದ ವಿಭಜನೆಯಿಂದ ಲಕ್ಷಾಂತರ ಜನ ತಮ್ಮ ಮನೆ ಮಠಗಳನ್ನು ಕಳೆದುಕೊಂಡರು. ವ್ಯಂಗ್ಯದ, ವಿಷಾದದ, ದುರಂತದ ಸಂಗತಿ ಎಂದರೆ ಅದಕ್ಕೆ ಎಷ್ಟೋ ಪಟ್ಟು ಜನ ಇಂದು "ಅಭಿವೃದ್ಧಿ"ಯ ಹೆಸರಿನಲ್ಲಿ ಅಮಾನವೀಯವಾಗಿ ಸ್ಥಳಾಂತರಗೊಳ್ಳುತ್ತಿದ್ದಾರೆ. ಇದೊಂದು ಸಹಜ ಪ್ರಕ್ರಿಯೆ ಎಂದು ಬಿಂಬಿಸಲಾಗುತ್ತಿದೆ. ಹೆಚ್ಚೆಂದರೆ ಇದೊಂದು ತ್ಯಾಗ ಎಂದು ವೈಭವೀಕರಿಸಲಾಗುತ್ತಿದೆ. ಅಂದರೆ "ದೇಶಪ್ರೇಮ", "ತ್ಯಾಗ", "ಬಲಿದಾನ"ಗಳನ್ನು ಅಸಹಾಯಕ ಬಡಜನರ ಮೇಲೆ ಹೇರಲಾಗುತ್ತಿದೆ. "ರಾಷ್ಟ್ರ ಪ್ರಭುತ್ವ"ದ ಹುಟ್ಟಿನಲ್ಲೇ ಅಂತರ್ಗತವಾಗಿದ್ದ "ಸ್ಥಳಾಂತರ" ಎಂಬ ಹಿಂಸೆ, ಬಲಾತ್ಕಾರಗಳು ಇಂದು "ಅಧಿಕೃತ" ಮನ್ನಣೆಯನ್ನು ಗಳಿಸಿಕೊಂಡಿರುವುದು ತೀರಾ ಆತಂಕಕಾರಿಯಾಗಿದೆ. ಮಾಂಟೊರಂಥ ಲೇಖಕರು ಕಂಡಿದ್ದ ದುಃಸ್ವಪ್ನ ಇಂದು ನಿಜವಾಗತೊಡಗಿದೆ.

ಮನುಷ್ಯರು ಮುಖ್ಯವಾಗದೆ ಅಮೂರ್ತ ಸಂಕೇತಗಳೇ ಮುಖ್ಯವಾದ ಇಂದಿನ ಅರ್ಥಹೀನ ಹಿಂಸೆಯ ಬೀಜಗಳನ್ನೂ ಮಾಂಟೊ ಅಂದೇ ಕಂಡಿದ್ದರು. ಕೊನೆ ಕೊನೆಯಲ್ಲಿ ಅವರು ವ್ಯಕ್ತಿಗಳ ಹೆಸರುಗಳೂ, ಅವರ ಜಾತಿ-ಧರ್ಮಗಳೂ ಅಪ್ರಸ್ತುತವೆಂಬಂತೆ, ಆ ವಿವರಗಳನ್ನು ನಿರ್ದಿಷ್ಟಗೊಳಿಸದೆಯೇ ಕೇವಲ ಹಿಂಸೆಯ ಕರಾಳ ನಗ್ನ ಮುಖವನ್ನು ತೋರುವಂಥ ಚಿಕ್ಕ ಚಿಕ್ಕ ಕತೆಗಳನ್ನು ಬರೆದರು. ಕೆಲವು ಕತೆಗಳಂತೂ ಕೇವಲ ಒಂದೆರಡು ವಾಕ್ಯಗಳಷ್ಟು ಹ್ರಸ್ವವಾಗಿವೆ. ಆದರೆ ಅವುಗಳ ಪರಿಣಾಮ ಮಾತ್ರ ಎದೆ ನಡುಗಿಸುವಂತಿವೆ. "ಮಿಷ್ಟೇಕ್" ಎನ್ನುವ ಕತೆ ಹೀಗಿದೆ:

ಚಾಕು ಹೊಟ್ಟೆಯನ್ನು ಸೀಳಿ ಪೈಜಾಮವನ್ನು ಹರಿಯುತ್ತ ಪುರುಷ ಜನನೇಂದ್ರಿಯವನ್ನೂ ತೆರೆದು ತೋರಿತು. ಅದನ್ನು ನೋಡಿದೊಡನೆ ಚಾಕು ಹಿಡಿದಿದ್ದ ವ್ಯಕ್ತಿ ಉದ್ಘರಿಸಿದ: " ಅಯ್ಯೋ ಮಿಷ್ಟೇಕ್ ಆಗಿ ಹೋಯ್ತು!"

"ಅನುಕಂಪ" ಎಂಬ ಕತೆಯನ್ನು ಗಮನಿಸಿ:

"ದಯವಿಟ್ಟು ನನ್ನ ಮಗಳನ್ನು ನನ್ನ ಕಣ್ಣ ಮುಂದೆಯೇ ಕೊಲ್ಲಬೇಡಿ."

"ಆಯ್ತು, ಅವನು ಹೇಳಿದ ಹಾಗೇ ಮಾಡೋಣ. ಅವಳ ಬಟ್ಟೆ ಬಿಚ್ಚಿ ದರದರ ಅಂತಾ ಎಳಕೊಂಡು ಹೋಗಿ."

"ಅನ್ಯಾಯ" ಎಂಬ ಕತೆಯಲ್ಲಿ ನ್ಯಾಯಾನ್ಯಾಯಗಳ ಕಲ್ಪನೆಯ ವೈಪರೀತ್ಯ ಕಣ್ಣಿಗೆ ಹೊಡೆಯುವಂತಿದೆ:

"ನೋಡಿ ಇದು ಭಾರಿ ಅನ್ಯಾಯ. ನೀವು ಬ್ಲ್ಯಾಕ್ನಲ್ಲಿ ಹೆಚ್ಚು ದುಡ್ಡು ತೊಗೊಂಡಿದ್ದೂ ಅಲ್ಲದೆ ಕಲಬೆರಕೆ ಪೆಟ್ರೋಲ್ ಕೊಟ್ಟೀದೀರ. ಇದ್ರಲ್ಲಿ ಒಂದು ಅಂಗಡೀನೂ ಸುಡೋಕ್ಕೆ ಆಗ್ಲಿಲ್ಲ".

"ವಿರಾಮದ ಸಮಯ" ಎಂಬ ಕತೆಯಲ್ಲಿ ಕೊಲೆ-ಸುಲಿಗೆಗಳಿಗೆ ಅಲ್ಪ ವಿರಾಮ ಸಿಗುವ ಪರಿಯನ್ನು ಗಮನಿಸಿ:

"ಅವನು ಇನ್ನೂ ಸತ್ತಿಲ್ಲ, ಕುಟುಕು ಜೀವ ಆಡ್ತಾ ಇದೆ"

"ಅಯ್ಯೋ, ನನ್ನ ಕೈಲಿ ಆಗೋಲ್ಲಾಪ್ಪ. ಸುಸ್ತಾಗಿ ಹೋಗಿದೆ."

ಕೋಮುವಾದಿಗಳಿಗೆ, ಮೂಲಭೂತವಾದಿಗಳಿಗೆ, ಉಗ್ರಗಾಮಿಗಳಿಗೆ ಹಿಂಸೆಯೇ ಗುರಿ; ಅದೇ ಅವರ ಮಾರ್ಗ ಕೂಡ. ಮನುಷ್ಯ ತನ್ನ ವಿವೇಕವನ್ನು ಕಳೆದುಕೊಂಡಾಗ ನರಕವು ಇಲ್ಲೇ, ತಾನೇ ಸೃಷ್ಟಿಯಾಗುತ್ತದೆ. ಎಷ್ಟೋ ವರ್ಷಗಳ ಹಿಂದೆ ಮಾಂಟೋ ಬರೆದ ಕತೆಗಳು ಸಮಕಾಲೀನ ಸಂದರ್ಭಕ್ಕೆ ಹಿಡಿದ ಕನ್ನಡಿಗಳೂ ಆಗಿವೆ ಎಂಬುದನ್ನು ಗಮನಿಸಿದರೆ ಭವಿಷ್ಯದ ಬಗ್ಗೆ ಯಾವ ಭರವಸೆಯೂ ಮೂಡಲಾರದು.

೪

ಖ್ಯಾತ ಪಂಜಾಬಿ ಲೇಖಕಿ ಅಮೃತಾ ಪ್ರೀತಮ್ (೧೯೧೯-೨೦೦೫) ಅವರ "ಪಿಂಜರ್" ಎಂಬ ಕಾದಂಬರಿಯು ಎಲ್ಲ ದ್ವೇಷ, ಹಿಂಸೆ, ಶೋಷಣೆಗಳ ನಡುವೆಯೂ ಜೀವನ ಪ್ರವಾಹವು ಎಲ್ಲವನ್ನೂ ಜೀರ್ಣಿಸಿಕೊಂಡು ಮುಂದುವರಿಯುವ ಪರಿಯನ್ನು ಹಲವು ವೈವಿಧ್ಯಮಯ ವಿವರಗಳು ಮತ್ತು ಪಾತ್ರಗಳ ದಟ್ಟವಿನ್ಯಾಸದಲ್ಲಿ ಸೆರೆ ಹಿಡಿಯುತ್ತದೆ. ೧೯೫೦ರಲ್ಲಿ ಮೊದಲು ಪ್ರಕಟವಾಗಿದ್ದ ಈ ಕಾದಂಬರಿಯನ್ನು ೨೦೦೬ರಲ್ಲಿ ಪ್ರತಿಭಾವಂತ ಲೇಖಕಿ ಡಾ. ಎಲ್.ಸಿ. ಸುಮಿತ್ರಾ ಅವರು ಕನ್ನಡಕ್ಕೆ ಸೊಗಸಾಗಿ ಅನುವಾದಿಸಿಕೊಟ್ಟಿದ್ದಾರೆ.

ವಿಭಜನೆಯ ಪೂರ್ವದಲ್ಲೂ ಹಿಂದೂ-ಮುಸ್ಲಿಂ ಸಂಬಂಧಗಳಲ್ಲಿದ್ದ ಪರಸ್ಪರ ಅಸಹನೆ, ಅನುಮಾನ, ದ್ವೇಷ, ಸ್ಪರ್ಧೆಗಳನ್ನು ಕಾದಂಬರಿ ಸೂಕ್ಷ್ಮವಾಗಿ ಗುರುತಿಸುತ್ತದೆ. ವಿಭಜನೆಯ

ಹಿಂಸೆಯು ಎಂದೋ ಒಂದು ಅಶುಭ ಗಳಿಗೆಯಲ್ಲಿ ದಿಢೀರ್ ಎಂದು ಸಂಭವಿಸಿದ ವಿದ್ಯಮಾನವಲ್ಲ; ಹಲವು ವರುಷಗಳಿಂದ ಹೊಗೆಯಾಡುತ್ತಿದ್ದ ಬೆಂಕಿಯು ಗಾಳಿ ಬೀಸಿದೊಡನೆ ಪ್ರಜ್ವಲಿಸುತ್ತದೆ. ಉರಿಯುವ ಬೆಂಕಿಗೆ ಧರ್ಮಾಂಧರು, ಮೂಲಭೂತವಾದಿಗಳು ತುಪ್ಪವನ್ನು ಸುರಿಯುತ್ತಾರೆ. ವೈಯಕ್ತಿಕ ಇಲ್ಲವೆ ಕೌಟುಂಬಿಕ ಮಟ್ಟದಲ್ಲಿದ್ದ ದ್ವೇಷವು ಈಗ ಸಾಂಸ್ಥಿಕ ರೂಪ ಪಡೆಯುತ್ತದೆ. ಆದರೆ ಅಮೃತಾ ಪ್ರೀತಮ್ ಅವರ ಕಾದಂಬರಿಯು ಹಿಂಸೆ ಮತ್ತು ಕ್ರೌರ್ಯದ ನಿರೂಪಣೆಯಲ್ಲೇ ಅಂತ್ಯಗೊಳ್ಳುವುದಿಲ್ಲ. ಬಡವರ ತಾಳಿಕೆಯ ಶಕ್ತಿಯನ್ನೂ ಎಲ್ಲ ಕಾರ್ಪಣ್ಯಗಳ ಮಧ್ಯೆಯೂ ಮಿನುಗುವ ಅವರ ಮಾನವೀಯತೆಯನ್ನೂ ಕಾದಂಬರಿಯು ಎತ್ತಿ ತೋರಿಸುತ್ತದೆ.

ಪೂರೋ ಎಂಬ ಹಿಂದೂ ಹುಡುಗಿಯ ಕುಟುಂಬದವರಿಗೂ, ರಶೀದ ಎಂಬ ಮುಸ್ಲಿಮ್ ಹುಡುಗನ ಕುಟುಂಬದವರಿಗೂ ಹಗೆತನವಿತ್ತು. ಹಗೆ ತೀರಿಸಲು ರಶೀದನು ಪೂರೋಳನ್ನು ಅಪಹರಿಸಿ ಬಲವಂತದಿಂದ ಮದುವೆಯಾಗುತ್ತಾನೆ. ಅವಳೀಗ ಹಮೀದಾ ಆಗುತ್ತಾಳೆ. ಆ ಹೆಸರನ್ನು ಅವಳ ಕೈ ಮೇಲೆ ಹಚ್ಚೆಹೊಯ್ಯಲಾಗುತ್ತದೆ. ಬಟ್ಟೆ ಬದಲಾಯಿಸುವಂತೆ ಇಲ್ಲಿ ಧರ್ಮವೇ ಬದಲಾಗುತ್ತದೆ. ರಾತ್ರಿಯ ವೇಳೆ ಅವಳು ಪೂರೋ. ಹಗಲಲ್ಲಿ ಮಾತ್ರ ಕಡ್ಡಾಯವಾಗಿ ಹಮೀದಾ. ಅಸ್ಥಿಪಂಜರ ಅದೇ.('ಪಿಂಜರ್' ಎಂದರೆ ಪಂಜಾಬಿಯಲ್ಲಿ 'ಅಸ್ಥಿಪಂಜರ') ಆದರೆ ಸಾಮಾಜಿಕ ವ್ಯಕ್ತಿತ್ವಗಳು ಮಾತ್ರ ಬೇರೆ ಬೇರೆ. ಮನುಷ್ಯರೆಲ್ಲರೂ ಅಸ್ಥಿಪಂಜರಗಳೇ. ಅಂದರೆ ಜೈವಿಕ ಸ್ಥಿತಿಯಲ್ಲಿ ಮನುಷ್ಯರೆಲ್ಲಾ ಒಂದೇ. ಜಾತಿ, ಧರ್ಮ, ವರ್ಗ ಇವೆಲ್ಲಾ ಕೇವಲ ಆರೋಪಿತವಾದವು ಎಂದು ಲೇಖಕಿ ಸೂಚಿಸುತ್ತಿದ್ದಾರೆಯೆ? ಉದಾಹರಣೆಗೆ ಈ ಕಾದಂಬರಿಯಲ್ಲಿ ಬರುವ ಹುಚ್ಚಿಯೊಬ್ಬಳ ಮಗುವಿನ ಪ್ರಕರಣವನ್ನೇ ಗಮನಿಸಬಹುದು. ಮಗುವಿನ ತಂದೆ ಯಾರೆಂದು ಯಾರಿಗೂ ಗೊತ್ತಿಲ್ಲ. ಮಗುವನ್ನು ಹಮೀದಾ-ರಶೀದ ದಂಪತಿಗಳು ಸಾಕಲು ಪ್ರಾರಂಭಿಸಿದಾಗ ಹಿಂದೂ ಧರ್ಮಾಂಧರ ಕಣ್ಣು ಕೆಂಪಗಾಗುತ್ತದೆ. ಆ ಹುಚ್ಚಿ ಹಿಂದೂ ಎಂದೂ, ಆಕೆಯ ಕೈ ಮೇಲೆ 'ಓಂ'ಎಂದು ಹಚ್ಚೆ ಹಾಕಿತ್ತೆಂದೂ ತಕರಾರು ತೆಗೆದು ಆ ಮಗುವನ್ನು ಹಮೀದಾಳ ಕೈಯಿಂದ ಬಲವಂತವಾಗಿ ಕಸಿದುಕೊಳ್ಳಲಾಗುತ್ತದೆ. ಈ ದಂಪತಿಗಳು ಹಿಂದೂ ಹುಡುಗನನ್ನು ಮುಸಲ್ಮಾನನನ್ನಾಗಿ ಪರಿವರ್ತಿಸುತ್ತಿದ್ದಾರೆ ಎಂದು ಆಪಾದಿಸಲಾಗುತ್ತದೆ. ಮಗು ಹಿಂದೂಗಳ ಕೈ ಸೇರುತ್ತದೆ. ಅದನ್ನು ನೋಡಿಕೊಳ್ಳುವವರು ಇಲ್ಲವಾಗಿ ಕೆಲವೇ ದಿನಗಳಲ್ಲಿ ಅದು ರಶೀದನ ಮನೆಗೆ ಹಿಂದಿರುಗುತ್ತದೆ. ಹುಟ್ಟಿದ ಮಗುವಿಗೆ ಜಾತಿ-ಧರ್ಮ-ವರ್ಗ ಇಲ್ಲ. ಅದು ಯಾರ ಬಳಿ ಬೆಳೆಯುತ್ತದೋ ಅವರ ಜಾತಿ-ಧರ್ಮ-ವರ್ಗವನ್ನು ತಾನೂ ಪಡೆಯುತ್ತದಷ್ಟೆ. ಹಿಂದೂ- ಮುಸ್ಲಿಮ್ ದ್ವೇಷ-ಹಿಂಸೆಗಳ ಕಥನದಲ್ಲಿ ಈ ಪ್ರಕರಣವು ಮನುಷ್ಯನ ಅಸ್ಮಿತೆಯನ್ನೇ ಕುರಿತ ಮೂಲಭೂತ ಪ್ರಶ್ನೆಯೊಂದನ್ನು ಕತೆಯ ಓಟಕ್ಕೆ ಭಂಗ ಬಾರದ ರೀತಿಯಲ್ಲಿ ಪ್ರಸ್ತುತಪಡಿಸುತ್ತದೆ.

ಆರೋಪಿತ ದ್ವೇಷದಿಂದ ಪೂರೋಳನ್ನು ಅಪಹರಿಸಿದ ರಶೀದನು ಪ್ರೀತಿಯ ಗಂಡ, ಅಪ್ಪ ಮತ್ತು ಪರೋಪಕಾರಿಯಾಗಿ ಮಾರ್ಪಡುವುದನ್ನು ಕಾದಂಬರಿಯು ಮೆಚ್ಚುಗೆಯಿಂದ ದಾಖಲಿಸುತ್ತದೆ. ತಾನು ಮಾಡದ ತಪ್ಪಿಗೆ ಶಿಕ್ಷೆಯನ್ನು ಅನುಭವಿಸಬೇಕಾದ ಪೂರೋ ತಾನೂ

ಕ್ರೂರಿಯಾಗಿಬಿಡಬಹುದಿತ್ತು. ಒಂದು ನಿರ್ಣಾಯಕ ಗಳಿಗೆಯಲ್ಲಿ ಬತ್ತಿ ಹೋದ ಮಾನವೀಯ ಸೆಲೆ ಮತ್ತೆ ನಿಧಾನವಾಗಿ ಜಿನುಗಿ ಒರತೆಯಾಗಿ ತನ್ನ ಕಾರುಣ್ಯದ ಜಲವನ್ನು ಇತರರಿಗೂ ಹನಿಸಲು ಸಾಧ್ಯವಾಗುವ ಪರಿಯನ್ನು ಕಾದಂಬರಿಯು ಸೂಕ್ಷ್ಮವಾಗಿ ಅನಾವರಣಗೊಳಿಸುತ್ತದೆ. ಜಾತಿ–ಧರ್ಮ–ವರ್ಗ ಭೇದಗಳು ಒಂದೋ ಅಪ್ಪಟ ಮಾನವೀಯತೆಯಲ್ಲಿ ಕರಗಿಹೋಗಬೇಕು; ಇಲ್ಲವೆ ಅರ್ಥಹೀನ ಹಿಂಸೆ–ಕ್ರೌರ್ಯಗಳಲ್ಲಿ ಉರಿದುಹೋಗಬೇಕು. ಮೊದಲನೆಯ ಸಾಧ್ಯತೆ "ಪಿಂಜರ್"ನಲ್ಲಿ ಕಂಡುಬರುತ್ತದೆ; ಎರಡನೆಯ ಸಾಧ್ಯತೆಗೆ ಸಾಟಿಯಿಲ್ಲದ ಉದಾಹರಣೆಗಳೆಂದರೆ ಮಾಂಟೊ ಕತೆಗಳು.

ಉಪಖಂಡದ ವಿಭಜನೆಯಾಗುತ್ತಿದ್ದಂತೆ ಅಪಹರಣ ಒಂದು ಸಾಂಸ್ಥಿಕ ರೂಪವನ್ನೇ ಪಡೆದುಕೊಳ್ಳುತ್ತದೆ; ದ್ವೇಷದ ಅಭಿವ್ಯಕ್ತಿಗೆ ಅದೊಂದು ಒಪ್ಪಿತ ಮಾರ್ಗವೇ ಆಗಿಬಿಡುತ್ತದೆ. ರಶೀದನು ಪೂರೋಳನ್ನು ಅಪಹರಿಸಲು ಕಾರಣ ತಲೆತಲಾಂತರದ ಕೌಟುಂಬಿಕ ಜಗಳ. ರಾಜಕೀಯ ಅದಕ್ಕೆ ಕಾರಣವಾಗಿರಲಿಲ್ಲ. ರಾಜಕಾರಣದಲ್ಲಿ ದ್ವೇಷವೂ ಅಮೂರ್ತ ಸ್ವರೂಪದ್ದು. ತುರ್ತಿನ ವೈಯಕ್ತಿಕ ಕಾರಣಗಳಿಲ್ಲದೆಯೂ ಇಲ್ಲಿ ಹಿಂಸೆ ದ್ವೇಷ, ಕ್ರೌರ್ಯಗಳು ವಿಜೃಂಭಿಸಬಲ್ಲವು. ಕಲ್ಪನೆ–ವಿಚಾರಗಳೇ ಇಲ್ಲಿ ಇಲ್ಲದ ಶತ್ರುಗಳನ್ನೂ ಸೃಷ್ಟಿಸಬಲ್ಲವು. ಹಿಂಸೆ ಇಲ್ಲಿ " ಮಾನವೀಯ ದೌರ್ಬಲ್ಯ"ವಲ್ಲ. ಅದು ಇಲ್ಲಿ "ಸೈದ್ಧಾಂತಿಕ"; "ಆವಾಹಿತ". ಆದುದರಿಂದಲೇ ಅದು ಹೆಚ್ಚು ಅಪಾಯಕಾರಿ ಮತ್ತು ಸರ್ವಥಾ ಅಸಮರ್ಥನೀಯ.

ಒಮ್ಮೆ 'ಅಪಹೃತ' ಳಾಗಿದ್ದ ಪೂರೋ, 'ಅಪಹರಣಕಾರ' ನಾಗಿದ್ದ ರಶೀದ ವಿಭಜನೆಯ ಕಾರಣಕ್ಕಾಗಿ ಅಪಹೃತಳಾಗುವ ಲಾಜೋಳನ್ನು ಅಪಾಯದಿಂದ ಪಾರುಮಾಡಿ ಅವಳು ಮತ್ತೆ ತನ್ನವರನ್ನು ಕೂಡಿಕೊಳ್ಳುವ ಹಾಗೆ ಮಾಡಿ ಮಾನವೀಯತೆಯನ್ನು ಮೆರೆಯುತ್ತಾರೆ. ಒಮ್ಮೆ ಹಿಂದೂ ಆಗಿ ಈಗ ಮುಸ್ಲಿಮಳಾಗಿರುವ ಪೂರೋ/ಹಮೀದಾ, ಯಾವತ್ತೂ ಮುಸಲ್ಮಾನನಾದ ರಶೀದ ಓರ್ವ ಹಿಂದೂ ಹುಡುಗಿಯನ್ನು ರಕ್ಷಿಸಲು ಮುಂದಾಗುವುದು ವಿಭಜನೆಯ ಕಥನಗಳ ಒಂದು ಮುಖ್ಯ ಮಾದರಿಗೆ ಉಜ್ವಲವಾದ ಉದಾಹರಣೆಯಾಗುತ್ತದೆ. ವಿಭಜನೆಯ ಕಥನಗಳ ಒಂದು ಗಮನಾರ್ಹ ಸಂಗತಿ ಎಂದರೆ ಸುಪ್ತವಾದ ಗುಣಾವಗುಣಗಳ ಉದ್ದೀಪನ. ಕೆಲವೆಡೆ ಮಾನವೀಯತೆ ಉದ್ದೀಪ್ತಗೊಂಡರೆ ಮತ್ತೆ ಕೆಲವೆಡೆ ಅಮಾನವೀಯತೆ ಉದ್ದೀಪ್ತಗೊಂಡ ಹಲವು ಕತೆಗಳು ಈ ಹಿನ್ನೆಲೆಯಲ್ಲಿ ಏಕಕಾಲದಲ್ಲಿ ರಚಿತವಾಗಿವೆ. ವಿಭಜನೆಯ ಕಥನಗಳೆಂದರೆ ಒಂದೇ ಪಡಿಯಚ್ಚಿನ ಉತ್ಪಾದನೆಗಳಲ್ಲ; ವೈವಿಧ್ಯಮಯ ಅನುಭವಗಳ ಸಂಕೀರ್ಣ ವಿನ್ಯಾಸ.

ಅಮೃತಾ ಪ್ರೀತಮ್ ಅವರು ಹಮೀದಾಳ ವ್ಯಕ್ತಿತ್ವದ ಮಾಗುವಿಕೆಯನ್ನು ಸರಳೀಕರಿಸುವುದಿಲ್ಲ. ಒಂದು ದೃಷ್ಟಿಯಿಂದ ಇಡೀ ಕಾದಂಬರಿಯು ಹಮೀದಾಳ ವ್ಯಕ್ತಿತ್ವವು ಸುಖ– ದುಃಖಗಳಲ್ಲಿ ಹದಗೊಳ್ಳುವ ಪ್ರಕ್ರಿಯೆಯ ಶೋಧನೆಯೇ ಆಗಿದೆ. ಅಪಹೃತ ವ್ಯಕ್ತಿಗಳನ್ನು ಪರಸ್ಪರ ಬದಲಾಯಿಸಿಕೊಳ್ಳಬಹುದೆಂದು ಸರಕಾರಗಳು ಪ್ರಕಟಣೆ ಹೊರಡಿಸಿದಾಗ:

"ಹಮೀದಾಳ ಮನಸ್ಸನ್ನು ಒಂದು ಬಗೆಯ ರೋಷ ಆವರಿಸಿಕೊಂಡಿತ್ತು. ಅವಳ ಅಪಹರಣವಾದಾಗ ಧರ್ಮ ಒಂದು ದಾಟಲಾರದ ತಡೆಯಾಗಿತ್ತು. ಅವಳ ತಂದೆ

ತಾಯಿಯರಾಗಲೀ ಭಾವಿ ಅತ್ತೆ ಮಾವಂದಿರಲಾಗಲೀ ಮರಳಿ ಅವಳನ್ನು ಸ್ವೀಕರಿಸಲು ಸಿದ್ಧರಿರಲಿಲ್ಲ. ಆದರೆ ಈಗ ಅದೇ ಧರ್ಮ ಈ ವಿಷಯದಲ್ಲಿ ಉದಾರವಾಗಿಬಿಟ್ಟಿದೆ. ಹಮೀದಾ ಸ್ವಂತದ ದುಃಖವನ್ನು ಬಿಟ್ಟು ಲಾಜೋಳ ಭವಿಷ್ಯವನ್ನು ಕುರಿತು ವಿಚಾರ ಮಾಡಿದಳು." (ಪಿಂಜರ್, ಅಂಕಿತ ಪ್ರಕಾಶನ, ಬೆಂಗಳೂರು, ೨೦೦೬, ಪುಟ ೬೫)

ಆದರೆ ದ್ವೇಷದ ಬೆಂಕಿ ಅಷ್ಟು ಬೇಗ ಆರುವುದಿಲ್ಲ. ಮಾನವೀಯತೆಯ ಉದ್ದೀಪನವನ್ನು ವಿಜೃಂಭಿಸುವಾಗ ಕೂಡ ಕಾದಂಬರಿಯು ಈ ಕಟುವಾಸ್ತವವನ್ನು ಮರೆಮಾಚುವುದಿಲ್ಲ. ಮುಸಲ್ಮಾನನೊಬ್ಬನಿಂದ ಅಪಹೃತಳಾಗಿದ್ದ ಹಿಂದೂ ಹುಡುಗಿ ಲಾಜೋ ಪೂರ್ವಾಶ್ರಮದ ಪೂರೋನ ತಮ್ಮನ ಹೆಂಡತಿ; ಪೂರೋ ಮದುವೆಯಾಗಬೇಕಿದ್ದ ರಾಮಚಂದನ ತಂಗಿ. ಅಪಹೃತರ ವಿನಿಮಯದ ಸಂದರ್ಭದಲ್ಲಿ ಪೂರೋಳ ತಮ್ಮನು:

"ಕಳೆದುಕೊಂಡ ಹೆಂಡತಿಯನ್ನು ಮಾತ್ರ ಮತ್ತೆ ಭೇಟಿಯಾಗುತ್ತಿರಲಿಲ್ಲ. ಚಿಕ್ಕವನಿದ್ದಾಗಲೇ ಕಳೆದುಕೊಂಡ ಅಕ್ಕನನ್ನೂ ಮೊದಲ ಬಾರಿಗೆ ನೋಡುತ್ತಿದ್ದ. ಪೂರೋ ಅಪಹರಿಸಲ್ಪಟ್ಟಾಗ ಅವನಿನ್ನೂ ಸಣ್ಣ ಹುಡುಗ. ಆಗಿನ ಯಾವ ನೆನಪುಗಳೂ ಅವನಿಗಿರಲಿಲ್ಲ. ಇಷ್ಟು ಕಾಲವೂ ದ್ವೇಷದ ಬೆಂಕಿ ಅವನೊಳಗೇ ಉರಿಯುತ್ತಿತ್ತು. ಆ ಬೆಂಕಿಯ ಒಂದು ಕಿಡಿಯಿಂದಲೇ ಅವನು ರಶೀದನ ಬೆಳೆಯನ್ನು ಸುಟ್ಟು ಬೂದಿ ಮಾಡಿದ್ದ. ಈಗ ಬಹಳ ಕಾಲದ ಹಿಂದೆ ಕಳೆದು ಹೋದ ಅದೇ ಅಕ್ಕ ಅವನೆದುರಿಗೆ ನಿಂತಿದ್ದಾಳೆ. ಅವನಿಗೆ ತನ್ನ ಹೆಂಡತಿ ಲಾಜೋಳನ್ನು ರಶೀದ ರಕ್ಷಿಸಿದ್ದಾನೆ ಎಂಬ ವಿಷಯಕ್ಕಿಂತಲೂ ಪೂರೋಳನ್ನು ಅವನು ಅಪಹರಿಸಿದ್ದ ಎಂಬ ವಿಷಯವೇ ಮನಸ್ಸನ್ನು ಬಾಧಿಸುತ್ತಿತ್ತು." (ಪುಟ ೮೦)

ಕಾದಂಬರಿಯ ಅಂತ್ಯ ತುಂಬಾ ಉಜ್ವಲವಾಗಿದೆ. ಹಮೀದಾಳ ಮನಸ್ಸಿನಲ್ಲೂ ಹೊಯ್ದಾಟ ನಡೆದಿದೆ. ಮೊಟ್ಟಮೊದಲನೆಯ ಬಾರಿಗೆ ಎಂಬಂತೆ ಅವಳ ಮುಂದೆ ಆಯ್ಕೆಯ ಅವಕಾಶವೊಂದನ್ನು ಸೂಚಿಸಲಾಗುತ್ತದೆ:

"ಅವಳ ತಮ್ಮ ಹೇಳಿದ–"ಪೂರೋ ಇದು ನಿನಗೆ ಕೊನೆಯ ಅವಕಾಶ." ಅವನೇನು ಹೇಳುತ್ತಿದ್ದಾನೆಂದು ಅವಳಿಗೆ ಅರಿವಾಯಿತು. ಒಂದು ಕ್ಷಣ ಅವಳು ಪ್ರಲೋಭನೆಗೂ ಒಳಗಾದಳು. ಅವಳು "ನಾನು ಹಿಂದೂ" ಎಂದು ಹೇಳಿದ್ದರೆ ಸಾಕಿತ್ತು. ಅವರು ಬಸ್ಸಿನಲ್ಲಿ ಕೂರಿಸಿಕೊಂಡು ಅವಳ ಜನರಿರುವಲ್ಲಿಗೆ ಕರೆದೊಯ್ಯುತ್ತಿದ್ದರು. ಲಾಜೋ ತರಹ, ಇನ್ನೂ ನೂರಾರು ಹೆಂಗಸರಂತೆ ಅವಳೂ ಹೋಗಬಹುದಿತ್ತು. ಆದರೆ ಅವಳು ತನ್ನ ತಮ್ಮನ ತೋಳುಗಳಿಂದ ಬಿಡಿಸಿಕೊಂಡು ರಶೀದ ನಿಂತಲ್ಲಿಗೆ ತಿರುಗಿ ಬಂದಳು. ತನ್ನ ಮಗನನ್ನು ಮಡಿಲಿಗೆಳೆದು ತಬ್ಬಿಕೊಂಡಳು. "ಲಾಜೋ ಮನೆಗೆ ಮರಳಿ ಬಂದಾಗ ಪೂರೋ ಕೂಡ ಮರಳಿ ಮನೆಗೆ ಬಂದಿದ್ದಾಳೆಂದೇ ಭಾವಿಸು. ನನ್ನ ಮನೆ ಈಗ ಪಾಕೀಸ್ಥಾನದಲ್ಲಿ"– ತಮ್ಮನನ್ನು ಉದ್ದೇಶಿಸಿ ಹೇಳಿದಳು. (೮೧)

೫

ಪರಧರ್ಮದ ಪರಪುರುಷನಿಂದ ಅಪಹರಣಕ್ಕೆ ಒಳಗಾಗಿ, ಅವನ ಮನೆಯಲ್ಲಿ ಕೆಲ ಕಾಲ ಇದ್ದು ಮನೆಗೆ ಮರಳಿದ ಲಾಜೋಳನ್ನು ಅವಳ ಮನೆಯವರು- ಮುಖ್ಯವಾಗಿ ಅವಳ ಗಂಡ- ಹೇಗೆ ನಡೆಸಿಕೊಂಡಿರಬಹುದು? ಈ ಪ್ರಶ್ನೆಯನ್ನು "ಪಿಂಜರ್" ಶೋಧಿಸಿಕೊಂಡು ಹೋಗುವುದಿಲ್ಲ. ಆದರೆ ಇದು ಅನೇಕ ವಿಭಜನೆಯ ಕತೆಗಳ ಒಂದು ಮುಖ್ಯ ವಸ್ತು. ಅಂಥ ಒಂದು ಮಾದರಿಯನ್ನು ಈಗ ಪರಿಶೀಲಿಸಿಕೊಳ್ಳಬಹುದು. ಸುಪ್ರಸಿದ್ಧ ಉರ್ದೂ ಲೇಖಕ ರಾಜೀಂದರ್ ಸಿಂಗ್ ಬೇಡಿ (೧೯೨೦-೧೯೮೪) ಅವರ "ಲಾಜವಂತಿ" ಕತೆಯು ಅಪಹೃತ ಮಹಿಳೆಯರ ಮರುಸ್ವೀಕಾರದ ಒಂದು ಮಾದರಿಯನ್ನು ನಿರೂಪಿಸುತ್ತದೆ.

ಅಪಹೃತ ಮಹಿಳೆಯರ ಪುನರ್‌ವಸತಿಗಾಗಿ ಎಲ್ಲಾ ಮೊಹಲ್ಲಾಗಳಲ್ಲೂ ಸಮಿತಿಗಳು ಹುಟ್ಟಿಕೊಂಡಿದ್ದವು. ಏಕೆಂದರೆ ಅಂಥ ಮಹಿಳೆಯರನ್ನು ಮತ್ತೆ ಮನೆಗೆ ಸೇರಿಸಿಕೊಳ್ಳುವುದು ಸುಲಭವಾಗಿರಲಿಲ್ಲ. ಅದರಲ್ಲಿ ಸಂಕೀರ್ಣವಾದ ಅನೇಕ 'ನೈತಿಕ' ಮತ್ತು 'ಭಾವನಾತ್ಮಕ' ಸಂಗತಿಗಳು ಮತ್ತು ಪ್ರಶ್ನೆಗಳು ಅಡಕವಾಗಿದ್ದವು. ಅನೇಕರಿಗೆ ಅದೊಂದು ತೀವ್ರ ಅವಮಾನದ ಮತ್ತು ಮುಜುಗರದ ವಿಷಯವಾಗಿತ್ತು. ಆ ಮಹಿಳೆಯರಲ್ಲಿ ತಮ್ಮ ಮಗಳು, ಸೊಸೆ, ಅಕ್ಕ-ತಂಗಿ, ಹೆಂಡತಿ ಯಾರೂ ಸೇರಿರಬಹುದಿತ್ತು. "ಅವರೇಕೆ ಸಾಯಲಿಲ್ಲ? ವಿಷ ತೆಗೆದುಕೊಂಡು ತಮ್ಮ ಮಾನ, ಗೌರವಗಳನ್ನು ಉಳಿಸಿಕೊಳ್ಳಲಿಲ್ಲ? ಯಾಕೆ ಬಾವಿಗೆ ಹಾರಿಕೊಳ್ಳಲಿಲ್ಲ?" ಎಂದು ಯೋಚಿಸುತ್ತಿದ್ದ ಜನರೂ ಹಲವರಿದ್ದರು. ಹಾಗಾಗಿ ಇಂಥವರ ಮನಃಪರಿವರ್ತನೆಯ ಕೆಲಸವೂ ಜರೂರಿನದಾಗಿತ್ತು. "ಇಂಥ ಮಹಿಳೆಯರನ್ನು ಗೌರವದಿಂದ ಕಾಣಿ; ಅವರಿಗೆ ನಿಮ್ಮ ಹೃದಯದಲ್ಲಿ ಒಂದಷ್ಟು ಸ್ಥಳ ನೀಡಿ" ಎಂಬುದು "ಅಪಹೃತ ಮಹಿಳೆಯರ ಪುನರ್ವಸತಿ" ಸಮಿತಿಗಳ ಧ್ಯೇಯವಾಕ್ಯವಾಗಿತ್ತು.

ಇಂಥದೊಂದು ಸಮಿತಿಯಲ್ಲಿ ಸುಂದರ ಲಾಲನೂ ಇದ್ದ. ಸ್ವತಃ ಅವನ ಹೆಂಡತಿ ಲಾಜೋ- ಲಾಜವಂತಿ-ಕೂಡ ಅಪಹೃತಳಾಗಿದ್ದಳು. ಇನ್ನೂ ಅವಳ ಪತ್ತೆಯಾಗಿರಲಿಲ್ಲ. (ಅಮೃತಾ ಪ್ರೀತಮ್ ಅವರ 'ಪಿಂಜರ್' ಕಾದಂಬರಿಯ ಇಂಥದೇ ಒಬ್ಬ ಹೆಣ್ಣು ಮಗಳ ಹೆಸರೂ ಲಾಜೋ ಆಗಿರುವುದು ಕಾಕತಾಳೀಯವೆ?) ಸಮಿತಿಯು ಬೀದಿಬೀದಿಗಳಲ್ಲಿ ಮೆರವಣಿಗೆ ತೆಗೆದು ಜನರನ್ನು ಎಚ್ಚರಿಸುವ ಕೆಲಸವನ್ನು ಮಾಡುತ್ತಿತ್ತು. "ಲಾಜವಂತಿಯನ್ನು ಮುಟ್ಟಿ ಮುದುಡಿಸಿ ಸಾಯಿಸದಿರಿ" ಎಂದು ಹಾಡುವಾಗಲೆಲ್ಲ ಸುಂದರ ಲಾಲ ತೀವ್ರವಾದ ದುಃಖವನ್ನು ಅನುಭವಿಸುತ್ತಿದ್ದ. ಲಾಜೋ ತನ್ನನ್ನು ಮದುವೆಯಾಗಿ ಮನೆಗೆ ಬಂದು ಸಂಸಾರವನ್ನು ಶುರುಮಾಡಿದಾಗ ಇತರ ಗಂಡಂದಿರಂತೆಯೇ ತಾನೂ ತನ್ನ ಹೆಂಡತಿಯನ್ನು ಹೊಡೆಯುತ್ತಿದ್ದ; ಒರಟಾಗಿ ನಡೆಸಿಕೊಳ್ಳುತ್ತಿದ್ದ. ಆದರೆ ಈಗ ಅವಳ ಬರುವಿಕೆಯನ್ನೇ ಕಾಯುತ್ತಿದ್ದ. ಅವಳನ್ನು ಮತ್ತೆ ಮನೆಗೆ ಸೇರಿಸಿಕೊಳುವುದಷ್ಟೇ ಅಲ್ಲ, ಅವಳನ್ನು ಚೆನ್ನಾಗಿ ಸಂಭಾಳಿಸುವೆನೆಂದು ನಿಶ್ಚಯಿಸಿಕೊಂಡಿದ್ದ. ಸುಂದರ ಲಾಲ ತನ್ನ ಚಟುವಟಿಕೆಯನ್ನು ಎಷ್ಟು ಗಂಭೀರವಾಗಿ ತೆಗೆದುಕೊಂಡಿದ್ದನೆಂದರೆ, ಶ್ರೀರಾಮಚಂದ್ರನು ತನ್ನ ಹೆಂಡತಿಯಾದ ಸೀತಾದೇವಿಯನ್ನು ನಡೆಸಿಕೊಂಡ ರೀತಿಯನ್ನು ಕಟುವಾಗಿ ಟೀಕಿಸುತ್ತಿದ್ದ. ಒಬ್ಬ ಅಗಸನ

ಚುಚ್ಚುನುಡಿಯನ್ನು ಆಧರಿಸಿ ರಾಮ ತನ ಹೆಂಡತಿ ಸೀತೆಯನ್ನು ಕಾಡಿಗೆ ಅಟ್ಟಿದ್ದು ಅವನ ದೃಷ್ಟಿಯಲ್ಲಿ ಅಕ್ಷಮ್ಯವಾಗಿತ್ತು. ಅಂತಹ ರಾಮರಾಜ್ಯ ಬೇಕಿಲ್ಲವೆಂದು ಅವನು ವಾದಿಸುತ್ತಿದ್ದ. ರಾವಣನಿಂದ ಅಪಹೃತಳಾಗಿ ಮತ್ತೆ ಮನೆಗೆ ಮರಳಿದ್ದ ಸೀತೆಗೆ ಬೇಕಾಗಿದ್ದು ತನ್ನ ಗಂಡನ ಸಾಂತ್ವನವೇ ಹೊರತು ಅನುಮಾನದ ದೃಷ್ಟಿಯಲ್ಲ ಎಂಬುದು ಸುಂದರ ಲಾಲನ ವಿಚಾರವಾಗಿತ್ತು. ಸೀತೆಯು ಮಾಡಿದ ಪಾಪವಾದರೂ ಏನು? ನಮ್ಮ ಹೆಣ್ಣುಮಕ್ಕಳಂತೆಯೆ ಸೀತೆಯೂ ಮೋಸ, ವಂಚನೆ, ಬಲಾತ್ಕಾರದ ಅಪಹರಣಕ್ಕೆ ಬಲಿಯಾದವಳಲ್ಲವೆ? ರಾವಣನ ಮನೆಯಲ್ಲಿ ಕೆಲಕಾಲ ಇದ್ದುಬಂದವಳೆಂಬ ಕಾರಣಕ್ಕೆ ಅವಳನ್ನು ರಾಮ ಕಾಡಿಗೆ ಅಟ್ಟಿದ್ದು ತಪ್ಪಲ್ಲವೆ? ಶ್ರೀರಾಮನು ಮಾಡಿದ ಹಾಗೆ ನಮ್ಮ ನಮ್ಮ ಮುಗ್ಧ ಸೀತೆಯರನ್ನು ನಾವು ನಿರಾಕರಿಸಿ ಅವಮಾನಿಸಬಾರದು ಎಂದು ಸುಂದರ ಲಾಲನು ತೀವ್ರವಾಗಿ ಪ್ರತಿಪಾದಿಸುತ್ತಿದ್ದ.

ಲಾಜೋ ಮರಳಿ ಬರುತ್ತಾಳೆ. ಸುಂದರಲಾಲ ಅವಳನ್ನು ಮನೆಗೆ ಕರೆದೊಯ್ಯುತ್ತಾನೆ. ಸುಂದರ ಲಾಲ–ಲಾಜೋ ಭೇಟಿಯನ್ನು ಬೇಡಿಯವರ ಕತೆ ತುಂಬ ಸೂಕ್ಷ್ಮವಾಗಿ ಚಿತ್ರಿಸುತ್ತದೆ. ಸುಂದರಲಾಲನ ಸ್ವಭಾವದ ಪರಿಚಯವಿದ್ದ ಲಾಜೋ ತನ್ನ ಗಂಡ ತನ್ನನ್ನು ಹೇಗೆ ನಡೆಸಿಕೊಳ್ಳಬಹುದೆಂದು ಯೋಚಿಸುವ ಧೈರ್ಯವನ್ನೂ ಮಾಡಲಾರಳು. ಭಯದಿಂದ ನಡುಗುತ್ತ ನಿಲ್ಲುತ್ತಾಳೆ. ಯಾವತ್ತೂ ಮುಸಲ್ಮಾನ ಮಹಿಳೆಯಂತೆ ತಲೆಯನ್ನು ದುಪಟ್ಟಾದಿಂದ ಮುಚ್ಚಿಕೊಂಡಿದ್ದ ಲಾಜೋಳನ್ನು ನೋಡಿದ ಸುಂದರಲಾಲನಿಗೆ ಆಘಾತವಾಗುತ್ತದೆ. ತಾನು ಕಲ್ಪಿಸಿಕೊಂಡಿದ್ದಂತೆ ಲಾಜೋ ದುಃಖ–ಸಂಕಟಗಳಿಂದ ಕಂಗೆಟ್ಟವಳ ಹಾಗೆ ಕಾಣಲಿಲ್ಲ. ಮೊದಲಿಗಿಂತ ಮೈತುಂಬಿಕೊಂಡು ಆರೋಗ್ಯವಂತಳಾಗಿ ಕಾಣುತ್ತಾಳೆ. ಅಂದರೆ ಪಾಕಿಸ್ಥಾನದಲ್ಲಿ ಅವಳನ್ನು ಚೆನ್ನಾಗಿ ನೋಡಿಕೊಂಡಿರಬೇಕು. "ಅವಳು ಅಲ್ಲಿ ಆರಾಮವಾಗಿ, ಸುಖವಾಗಿ ಇದ್ದ ಪಕ್ಷದಲ್ಲಿ ಮರಳಿ ಬರುವುದಕ್ಕಾದರೂ ಯಾಕೆ ಒಪ್ಪಿದಳು? ಮರಳಿ ಬರಲು ಇಂಡಿಯಾ ಸರ್ಕಾರವೇನಾದರೂ ಅವಳನ್ನು ಒತ್ತಾಯಿಸಿತೆ?" ಎಂದೆಲ್ಲ ಯೋಚಿಸುತ್ತಾನೆ. ಆದರೆ ಅವಳಿಗೆ ಏನನ್ನೂ ಹೇಳುವುದಿಲ್ಲ. ಅವಳನ್ನು ತಿರಸ್ಕಾರದಿಂದ ನೋಡದೇ ಇರಲು, ಯಾವುದೇ ರೀತಿಯಲ್ಲಿ ಅವಮಾನಿಸದಿರಲು ಅವನು ಈಗಾಗಲೇ ತೀರ್ಮಾನಿಸಿದ್ದಾನೆ. ತನ್ನ ಕರ್ತವ್ಯವನ್ನು ಧೈರ್ಯದಿಂದ ನಿಭಾಯಿಸಲು ಅವನು ಸಿದ್ಧವಾಗಿದ್ದಾನೆ. "ಈ ಹೆಂಗಸರು ನಮಗೆ ಬೇಡ; ಅವರನ್ನು ಮುಸಲ್ಮಾನರು ಕೆಡಿಸಿದ್ದಾರೆ" ಎಂದು ಕೆಲವರು ಕೂಗುತ್ತಿದ್ದರೂ, ಮೂದಲಿಸುತ್ತಿದ್ದರೂ, ಸುಂದರಲಾಲನು ಲಾಜೋಳ ಕೈ ಹಿಡಿದುಕೊಂಡು ಮನೆಗೆ ಕರೆದುಕೊಂಡು ಹೋಗುತ್ತಾನೆ.

ಲಾಜೋ ಮನೆಗೆ ಬಂದಮೇಲೂ ಸುಂದರಲಾಲ ಸಮಿತಿಯ ಕೆಲಸವನ್ನು ಮುಂದುವರಿಸಿಕೊಂಡು ಹೋಗುತ್ತಾನೆ. ಸುಂದರಲಾಲನ ಆದರ್ಶವನ್ನು ಅಣಕಿಸುತ್ತಿದ್ದವರೂ ಅವನ ಪ್ರಾಮಾಣಿಕತೆಯನ್ನು ಮೆಚ್ಚಿಕೊಳ್ಳುತ್ತಾರೆ. ಕೆಲವೇ ಕೆಲವರು ಮಾತ್ರ ಅವನ ಮನೆಗೆ ಹೋಗುವುದನ್ನು ನಿಲ್ಲಿಸುತ್ತಾರೆ. ಸುಂದರಲಾಲ ಮಾತ್ರ ಹೊಗಳಿಕೆ–ತೆಗಳಿಕೆಗಳಿಗೆ ಗಮನ ನೀಡದೆ ಓರ್ವ ಭಕ್ತನಂತೆ ಲಾಜೋಳನ್ನು ತನ್ನ ಹೃದಯ ಸಿಂಹಾಸನದಲ್ಲಿ ದೇವಿ ಎಂಬಂತೆ ಪ್ರತಿಷ್ಠಾಪಿಸಿಕೊಳ್ಳುತ್ತಾನೆ. ಅವಳನ್ನು "ದೇವಿ" ಎಂದೇ ಸಂಬೋಧಿಸಲಾರಂಭಿಸುತ್ತಾನೆ. ತನ್ನ

ಮೇಲೆ ಸಿಟ್ಟು ಮಾಡುವ, ಆಗಾಗ ಹೊಡೆಯುವ ಗಂಡನ ಪರಿಚಯವಿದ್ದ ಲಾಜೋಗೆ ತನ್ನ ಗಂಡನ ಬದಲಾದ ಪರಿಯಿಂದ ನಿರಾಶೆಯೇ ಆಗುತ್ತದೆ. ಅವಳಿಗೆ ದೇವಿಯ ಪಟ್ಟ ಬೇಕಾಗಿಲ್ಲ. ತನ್ನನ್ನು ತನ್ನ ಗಂಡ ಅಷ್ಟೊಂದು ಮೃದುವಾಗಿ, ಅಷ್ಟೊಂದು ಗೌರವದಿಂದ ನಡೆಸಿಕೊಳ್ಳುವುದರಿಂದ ಬೇಸರ, ಕಸಿವಿಸಿ, ಮುಜುಗರಗಳೇ ಆಗುತ್ತವೆ. ಮನೆಗೆ ಮರಳಿಯೂ ಎಲ್ಲವನ್ನು ಕಳೆದುಕೊಂಡಂಥ ಸ್ಥಿತಿ ಅವಳದು. ಸಿಟ್ಟು ಬಂದಾಗ ಪೆಟ್ಟು ಕೊಟ್ಟು ಆಮೇಲೆ ಮುದ್ದಿಸುವ ಗಂಡನೊಂದಿಗೆ ಹಿಂದಿನಂತೆ ಸಂಸಾರ ಮಾಡುವುದು ಅವಳಿಗೆ ಬೇಕಿತ್ತು. ಆದರೆ ಈಗ ತಾನು ಮತ್ತೆ "ಲಾಜೋ" ಆಗಲಾರೆನೆಂಬುದು ಆಕೆಯ ಅರಿವಿಗೆ ಬಂದಿತ್ತು. ಸುಂದರಲಾಲ ಮಾತ್ರ "ಲಾಜವಂತಿಯನ್ನು ಮುಟ್ಟಿ ಮುದುಡಿಸಿ ಸಾಯಿಸದಿರಿ" ಎಂದು ಹಾಡುತ್ತಾ ಅಪಹೃತ ಮಹಿಳೆಯರಿಗೆ ಪುನರ್ವಸತಿ ಕಲ್ಪಿಸುವ ಕಾರ್ಯದಲ್ಲಿ ತೊಡಗಿಕೊಂಡಿದ್ದ. 'ಪುನರ್‌ವಸತಿ' ಎಂಬ ಕಲ್ಪನೆಯನ್ನೇ ವಾಸ್ತವಕ್ಕೆ ಎಳೆದುಕೊಂಡು ಬಂದು ಈ ಕತೆ ಹುಟ್ಟುಹಾಕುವ ಹೊಸ ಜಿಜ್ಞಾಸೆ ನಮ್ಮ ಯಾವತ್ತೂ ತೆಳು ಉದಾರವಾದೀ ಮಾನವತಾವಾದಕ್ಕೇ ಸವಾಲು ಹಾಕುವಂತಿದೆ.

೬

ರಾಜೇಂದರ್ ಸಿಂಗ್ ಬೇಡಿ ಅವರ "ಲಾಜವಂತಿ" ಕತೆಗೂ ವೈದೇಹಿ ಅವರ "ಕ್ರೌಂಚ ಪಕ್ಷಿಗಳು" ಎಂಬ ಕತೆಗೂ ಇರುವ ಸಾಮ್ಯ ಅಚ್ಚರಿ ಹುಟ್ಟಿಸುವಂತಿದೆ. ಈ ಸಾಮ್ಯ ಆ ಕತೆಗಳ ಮುಖ್ಯ ವಸ್ತುವಿಗೆ ಸಂಬಂಧಿಸಿದ್ದು. ಉಳಿದಂತೆ-ಕಥಾ ನಿರೂಪಣೆ, ಭಾಷಾ ಶೈಲಿ, ಜೀವನದೃಷ್ಟಿ, ಅಂತಿಮ ಪರಿಣಾಮ ಎಲ್ಲದರಲ್ಲೂ ಎರಡೂ ಕತೆಗಳು ಅನನ್ಯ. ಅಪರೂಪಕ್ಕೆಂಬಂತೆ ಕನ್ನಡದಲ್ಲಿ ವಿಭಜನೆಯ ಪರಿಣಾಮವನ್ನು ಚಿತ್ರಿಸುವ ವಿಶಿಷ್ಟ ಕತೆಯೊಂದು ಸೃಷ್ಟಿಯಾಗಿದೆ. ವಿಭಜನೆ, ಅಪಹರಣ, ಪುನರ್ವಸತಿ ಈ ವಿಷಯಗಳು ವೈದೇಹಿ ಅವರ ಕಥಾಸಾಹಿತ್ಯಕ್ಕೆ ಹೊಸದೆನಿಸಿದರೂ ಒಟ್ಟಾರೆ ಮಹಿಳೆಯರ ಬವಣೆಯ ಚಿತ್ರಣದಲ್ಲಿ "ಕ್ರೌಂಚ ಪಕ್ಷಿಗಳು" ವೈದೇಹಿ ಕತೆಗಳ ಪ್ರಧಾನಧಾರೆಗೇ ಸೇರುವಂತಿದೆ. (ರಚನೆ: ೨೦೦೪; ಇದೇ ಹೆಸರಿನ ಕಥಾ ಸಂಕಲನವು ಹೆಗ್ಗೋಡಿನ ಅಕ್ಷರ ಪ್ರಕಾಶನದಿಂದ ೨೦೧೦ರಲ್ಲಿ ಪ್ರಕಟವಾಯಿತು. ಮುಂದೆ ಈ ಕೃತಿಯು ಕೇಂದ್ರ ಸಾಹಿತ್ಯ ಅಕಾಡೆಮಿ ಪ್ರಶಸ್ತಿಯನ್ನು ಗಳಿಸಿಕೊಂಡಿತು. ಇದನ್ನು ಆಧರಿಸಿದ ರಂಗಪ್ರದರ್ಶನಗಳೂ ಯಶಸ್ವಿಯಾಗಿವೆ).

ವೈದೇಹಿಯವರ ಕತೆಯ ರಾಚನಿಕ ಸ್ವರೂಪ ಅಭ್ಯಾಸಯೋಗ್ಯವಾಗಿದೆ. ಮುಖ್ಯವಸ್ತು ಈ ಕತೆಯಲ್ಲಿ ಬಿಚ್ಚಿಕೊಳ್ಳುವ ವಿಧಾನದಲ್ಲೇ ಲೇಖಕಿಯ ಜೀವನದೃಷ್ಟಿಯೂ ಸೂಕ್ಷ್ಮವಾಗಿ ಅನಾವರಣಗೊಳುತ್ತದೆ. ಈ ಕತೆಯಲ್ಲಿ ಲಕ್ಷ್ಮೀನಾರಾಯಣಭಟ್ಟರು-ಲಕ್ಷ್ಮಮ್ಮ ಎಂಬ ದಂಪತಿಗಳು ದಿಲ್ಲಿಯಲ್ಲಿ ವಿಭಜನೆಯ ದೊಂಬಿ-ಹಿಂಸೆ-ಗಲಭೆಗಳಿಗೆ ತುತ್ತಾಗಿ ಅನುಭವಿಸಿದ ಪಾಡು ದಾಖಲಾಗಿದೆ. ಆದರೆ ಕಥನವು ನೇರ, ಸರಳರೇಖಾತ್ಮಕ ಧಾಟಿಯಲ್ಲಿಲ್ಲ. ಭಟ್ಟರು ಮತ್ತು ಲಕ್ಷ್ಮಮ್ಮ ಇವರ ಪ್ರತ್ಯೇಕ-ಪ್ರತ್ಯೇಕ ನಿರೂಪಣೆಯ ಜೊತೆಗೆ ಇನ್ನಿತರರ ನಿರೂಪಣೆಗಳು ಇಲ್ಲಿವೆ. ಹಾಗೆ ನೋಡಿದರೆ ಭಟ್ಟರು ಮತ್ತು ಲಕ್ಷ್ಮಮ್ಮ ಈ ಕತೆಯ "ಅಧಿಕೃತ" ನಿರೂಪಕರೇನಲ್ಲ.

ಕತೆ ಪ್ರಾರಂಭವಾಗುವುದು ಅರುಂಧತಿ ಎಂಬ ಸಂಶೋಧನಾ ವಿದ್ಯಾರ್ಥಿನಿಯ ಪ್ರಸ್ತಾಪದಿಂದ. "ಅರುಂಧತಿ, ಹೆಚ್ಚಿನ ಓದು ಸಂಶೋಧನೆ ಅಂತ ದೆಹಲಿಯಲ್ಲಿಯೇ ಇದ್ದವಳು, ಊರಿಗೆ ಬಂದಿದ್ದಳು". ಅಂದರೆ ಅರುಂಧತಿಯನ್ನು ಹೊರತು ಪಡಿಸಿಯೂ ಇನ್ನು ಕೆಲವು ನಿರೂಪಕರು ಈ ಕತೆಯಲ್ಲಿದ್ದಾರೆ. ಅವರ ಹಲವು ಮಾತುಕತೆಗಳ ಮಧ್ಯೆ ಅರುಂಧತಿಯ ಕಥನ ಪ್ರಾರಂಭವಾಗುತ್ತದೆ. ಅರುಂಧತಿಯ ಪ್ರಧಾನ ಕಥನದ ಮಧ್ಯೆ ಈ ನಿರೂಪಕರು ತಮ್ಮ ತಮ್ಮ ನೆನಪುಗಳ ಧಾರಾವಾಹಿ ಹರಿಸುತ್ತಾರೆ. ಈ ನೆನಪುಗಳಲ್ಲಿ ಲಕ್ಷ್ಮೀನಾರಾಯಣಭಟ್ಟರ ಪಾತ್ರ ಚಿತ್ರಣ ನಡೆಯುತ್ತದೆ; ಭಟ್ಟರ ಸ್ವಕೀಯ ನಿರೂಪಣೆಗಳು ನಡೆಯುವುದೂ ಇದೇ ಭಾಗದಲ್ಲಿ. ಅರುಂಧತಿಯ ನಿರೂಪಣೆಯಲ್ಲಿ ಲಕ್ಷ್ಮಮ್ಮನವರ ವ್ಯಕ್ತಿಚಿತ್ರವೂ, ಅವರ ಆತ್ಮವೃತ್ತಾಂತದ ತುಣುಕುಗಳೂ ದಾಖಲಾಗಿವೆ. ಅರುಂಧತಿಯ ನಿರೂಪಣೆ ಮುಗಿದ ನಂತರ ಅವಳನ್ನೂ ಸೇರಿಸಿಕೊಂಡು ತಾವು ಕಂಡ, ಕೇಳಿದ ಲಕ್ಷ್ಮೀನಾರಾಯಣಭಟ್ಟರು–ಲಕ್ಷ್ಮಮ್ಮರ ಕತೆಯನ್ನು ಅವರೆಲ್ಲ ಚರ್ಚಿಸುತ್ತಾರೆ. ಈ ಸಂಕೀರ್ಣ ವಿನ್ಯಾಸವು 'ಕಥನ', 'ನಿರೂಪಣೆ'ಗಳೆಂಬ ಯಾವತ್ತೂ ಮನುಷ್ಯ ವ್ಯಾಪಾರಗಳನ್ನೇ ಸಮಸ್ಯಾತ್ಮಕಗೊಳಿಸುತ್ತದೆ. ನಾವು 'ಕಂಡದ್ದು', 'ಕೇಳಿದ್ದು' ಎಷ್ಟು 'ಸತ್ಯ'? ಒಂದೇ ಸಂಗತಿಯನ್ನು ಕುರಿತ ಒಂದಕ್ಕಿಂತ ಹೆಚ್ಚು 'ಹೇಳಿಕೆ', 'ನಿರೂಪಣೆ', 'ಸಾಕ್ಷ್ಯ'ಇದ್ದಾಗ ನಾವು ಯಾವುದನ್ನು ನಂಬಬೇಕು? ತನಗೆ ಬೇಕಾದ್ದನ್ನು ಮಾತ್ರ ನಂಬಿ ಬೇಡವಾದದ್ದನ್ನು ನಂಬದೇ ಇರುವ 'ಜಾಯಮಾನ', 'ಸ್ವಭಾವ', 'ಉಪಾಯ' ಮನುಷ್ಯನ ವ್ಯಕ್ತಿತ್ವದಲ್ಲೇ ಅಂತರ್ಗತವಾಗಿರುತ್ತದೆಯೆ? ಮುಂತಾದ ತಾತ್ವಿಕ ಪ್ರಶ್ನೆಗಳನ್ನು ವೈದೇಹಿಯವರ ಕತೆಯು ಕಥಾ ಸಂವಿಧಾನಕ್ಕೆ ಭಂಗ ಬಾರದ ರೀತಿಯಲ್ಲಿ ಕೇಳುತ್ತದೆ. ಈ ಪ್ರಶ್ನೆಗಳು ಕತೆಯ ಮೂಲದಲ್ಲಿರುವ ವಿಭಜನೆಯ ದುರಂತದ ಅನುಭವವನ್ನು ಕಡೆಗಣಿಸುವುದೂ ಇಲ್ಲ, ಕಡಿಮೆ ಮಾಡುವುದೂ ಇಲ್ಲ. ಬದಲಾಗಿ ಇಂಥ ಯಾವುದೇ ಮಾನವೀಯ ದುರಂತವನ್ನು ತೆಳು ಭಾವುಕತೆಯಲ್ಲಿ ಸುಲಭವಾಗಿ ದ್ರವೀಕರಿಸದೆ ಅದನ್ನು ಸಂಕೀರ್ಣವಾಗಿ ಗ್ರಹಿಸುವ ಭೂಮಿಕೆಯನ್ನೇ ಸೃಷ್ಟಿಸುತ್ತವೆ. ಆದುದರಿಂದಲೇ ವೈದೇಹಿಯವರ "ಕ್ರೌಂಚ ಪಕ್ಷಿಗಳು" ಕೇವಲ ಒಂದು ನಿರ್ದಿಷ್ಟ ವಸ್ತುವನ್ನು ಕುರಿತ 'ಕತೆ' ಮಾತ್ರ ಆಗದೆ 'ಕತೆಯನ್ನು ಕುರಿತ ಕತೆ'ಯೂ ಆಗಿಬಿಡುತ್ತದೆ. ವಿಭಜನೆಯ ಕಥನಗಳಲ್ಲೇ ಇದೊಂದು ವಿಶಿಷ್ಟವಾದ ಕಥನವೆನ್ನಬಹುದು.

ಅರುಂಧತಿಯು ತಾನು ದೆಹಲಿಯಲ್ಲಿ ವಿಶಾಖಾ ಬೆನ್ ಅವರನ್ನು ಸಂದರ್ಶಿಸಲು ಹೋದಾಗ ಅಲ್ಲಿ ಅನಿರೀಕ್ಷಿತವಾಗಿ ಲಕ್ಷ್ಮಮ್ಮನವರನ್ನು ಕಂಡುದಾಗಿ ತನ್ನ ಊರಿನ ಗೆಳತಿಯರಿಗೆ/ಬಂಧುಗಳಿಗೆ (ಅಂದರೆ 'ನಿರೂಪಿತ'ರಿಗೆ) ನಿರೂಪಿಸುವಾಗ ಅವಳ ಗೆಳತಿಯರ ನೆನಪುಗಳೂ ಗರಿಬಿಚ್ಚುತ್ತವೆ. ಆದರೆ ಅವರ ನೆನಪುಗಳು ತಾವು ಬಾಲ್ಯದಲ್ಲಿ ಕಂಡ ಲಕ್ಷ್ಮೀನಾರಾಯಣ ಭಟ್ಟರನ್ನು ಕುರಿತವು. ನಿರೂಪಕ–ನಿರೂಪಿತರು ಸ್ಥಾನ ಬದಲಿಸಿಕೊಳ್ಳುತ್ತಾರೆ. ಈ ದ್ವಂದ್ವ ನಿರೂಪಣೆಯಲ್ಲಿ ನಮಗೆ ಕೆಲವು ಸಂಗತಿಗಳು ತಿಳಿದುಬರುತ್ತವೆ. ಲಕ್ಷ್ಮೀನಾರಾಯಣ ಭಟ್ಟರು ದಕ್ಷಿಣ ಜಿಲ್ಲೆಯವರು. ಅಡುಗೆ ಕೆಲಸಕ್ಕಾಗಿ ಉತ್ತರ ಭಾರತಕ್ಕೆ ಹೋಗಿ ಕ್ರಮೇಣ ದೆಹಲಿಯಲ್ಲಿ ಗೂಡು ಹೋಟೆಲನ್ನು ಸುರು ಮಾಡಿದ್ದರು. ಊರಿಗೆ ಬಂದು ಹೋಗಿ ಮಾಡುತ್ತಿದ್ದರು. ಲಕ್ಷ್ಮಮ್ಮನವರನ್ನು ಮದುವೆ ಮಾಡಿಕೊಂಡು ಅವರನ್ನೂ ದೆಹಲಿಗೆ ಕರೆದುಕೊಂಡು ಹೋದರು. ಅರುಂಧತಿಯ ಗೆಳತಿಯರ

ನಿರೂಪಣೆಗಳ ಒಳಗೆ ಸ್ವತಃ ಭಟ್ಟರ ಆತ್ಮವೃತ್ತಾಂತವೂ ತುಣುಕುಗಳಲ್ಲಿ ಹೊರಬರುತ್ತವೆ. ಆ ಪ್ರಕಾರ:

"ಭಜನೆಯ ಗಲಭೆ ದೊಂಬಿಗಳನ್ನು ಮೊಹಲ್ಲಾದಲ್ಲಿ ತಾನು ಪ್ರತ್ಯಕ್ಷ ಕಂಡು ಅನುಭವಿಸಿದವನಲ್ಲವೆ. ಇಲ್ಲವಾದರೆ ತನಗೂ ಅವು ಉಳಿದೆಲ್ಲ ಸುದ್ದಿ ಸಮಾಚಾರಗಳಂತೆ ಪೇಪರಿನಲ್ಲಿ ಕೇಳುವ ಎಲ್ಲಿಯೋ ನಡೆದ ಗಲಾಟೆ ಮಾತ್ರವಾಗಿಯೇ ಉಳಿಯುತ್ತಿತ್ತೇನೋ.

ಎಷ್ಟು ಬೆಚ್ಚಗೆ ಇದ್ದೆ ತಾನು. ಪೌರೋಹಿತ್ಯ, ಅಡುಗೆ, ಹೋಟಲು ಅಂತ ಹೆಂಡತಿಯೊಂದಿಗೆ ಒಪ್ಪವಾಗಿ ಸಂಸಾರ ಮಾಡಿಕೊಂಡು....ಅಷ್ಟರವರೆಗೂ ಇವ ಹಿಂದೂ ಇವ ಮುಸ್ಲಿಮ ಇವ ಬೇರೆಯವ ಇವ ನಮ್ಮವ, ಈ ಬಡ ಬ್ರಾಹ್ಮಣ ದಕ್ಷಿಣ ದೇಶದವ-ಅಂತೇನೂ ಇರಲೇ ಇಲ್ಲವಲ್ಲ. ಅಷ್ಟು ಒಳ್ಳೇದರಲ್ಲಿ ಇರುವ ಹೊತ್ತಿಗೆ ಸಂದೇಹ ಹೇಗಾದರೂ ಬಂದೀತು?" (ಕ್ರೌಂಚಪಕ್ಷಿಗಳು, ಪುಟ ೮೦)

"ಹೀಗಿರುತ್ತ ಒಂದು ದಿನ ಎಣ್ಣೆ ಕಾಯುತ್ತ ಇದೆ, ಪೂರಿ ಮಾಡಬೇಕು, ಹಿಟ್ಟು ಕಲಸಿಟ್ಟಿದ್ದೇನೆ, ಬಾಜಿ ರೆಡಿಯಿದೆ, ಒಂದು ಹಿಂಡು ಜನ ಒಳಗೆ ನುಗ್ಗಿತು. ಏನು, ಯಾರೂ ಹೊಸಬರಲ್ಲ, ದಿನಾ ಬಂದು ಹೋಗುವ ಮಂದಿಯೇ, ಗಿರಾಕಿಗಳೇ. ಆದರೆ ಅಂದು ಅವರ ಅವತಾರವೇ ಬೇರೆ. ಬಂದವರು ಬಂದಾಯಿತು, ಅದು ಚೆಲ್ಲಿ, ಇದು ಚೆಲ್ಲಿ ಒಗೆದು ಏನು ಎತ್ತ ನೋಡುವುದರೊಳಗೆ ತನ್ನನ್ನತ್ತ ದೂಡಿಯಾಯಿತು. ತಾನು ಬಾಯಿ ಕಳೆದು ಕುಳಿತಿದ್ದ ಎಣ್ಣೆ ಬಾಣಲೆಯೊಳಗೆ ಬೀಳದ್ದು ಪುಣ್ಯ. ಒಳಗೋಡಿ ಅಚ್ಯುತಾಷ್ಟಕ ಹೇಳುತ್ತಾ ಮಜ್ಜಿಗೆ ಕಡೆಯುತ್ತಿದ್ದ ಲಕ್ಷ್ಮಿಯನ್ನು ಅನಾಮತ್ತು ಎತ್ತಿಕೊಂಡು ನಡೆದಾಯಿತು!....ಅಯ್ಯೋ...ಅಯ್ಯೋ...ಗಂಡನೆಂಬ ನನ್ನ ಎದುರಿಗೇ...ಎದುರೆದುರಿಗೇ...ಬೊಬ್ಬೆ ಹೊಡೆದರಲ್ಲ, ಹಿಂದೆ ಓಡಿದರಲ್ಲ...ಕ್ಷಣದಲ್ಲಿ ಎಲ್ಲ ಮಾಯ!..." (೮೧)

ತಮ್ಮ ಅಪಹೃತ ಹೆಂಡತಿಯನ್ನು ಹುಡುಕಿಕೊಂಡು ಅಲೆದುದಾಗಿ ಭಟ್ಟರು ಹೇಳುತ್ತಾರೆ: "ಹುಡುಕುತ್ತ ತಾನೂ ಕಾಡುಕಾಡು ಅಲೆದೆ. ಸ್ವಲ್ಪ ತಿರುಗಿದೆನೇ ಸ್ವಲ್ಪ ತಿರುಗಿದೆನೇ? ಕಡೆಗೂ ಸಿಗಲಿಲ್ಲ. ಯಾವ ರಾವಣನ ಅಶೋಕವೃಕ್ಷದ ಕೆಳಗೆ ಕಣ್ಣೀರಲ್ಲಿ ಕೈ ತೊಳೆಯುತ್ತಿರುವಳೋ... ರಾಮಾ ಎಂದು ಕನಲುವರು, ಅನ್ನಪೂರ್ಣಮ್ಮನ ಎದುರಿಗೇ." (೮೨)

ಅನ್ನಪೂರ್ಣಮ್ಮ ಭಟ್ಟರ ಎರಡನೆಯ ಹೆಂಡತಿ. ಭಟ್ಟರು ದಿಲ್ಲಿಯಿಂದ ಊರಿಗೆ ಮರಳಿ ಈ ಕತೆಯ ನಿರೂಪಕರ ಮನೆಯಲ್ಲಿ ಅಡುಗೆ ಕೆಲಸಕ್ಕೆ ಸೇರುತ್ತಾರೆ. ಅನ್ನಪೂರ್ಣಮ್ಮನವರನ್ನು ಮದುವೆಯಾಗಿ ನಾಲ್ಕು ಮಕ್ಕಳನ್ನು ಪಡೆಯುತ್ತಾರೆ. ಈ ಭಟ್ಟರು ತಮ್ಮ ಕೆಲಸ, ನಡವಳಿಕೆ, ಕುಶಾಲಿನ ಮಾತು, ಕತೆಗಳು ಮತ್ತು ಇವೆಲ್ಲಕ್ಕಿಂತ ಹೆಚ್ಚಾಗಿ ತಮ್ಮ ಚಿರದುಃಖದಿಂದ ಆ ಮಕ್ಕಳಿಗೆಲ್ಲ ಪ್ರಿಯರಾಗುತ್ತಾರೆ. ತಮ್ಮ ಜೀವನ ವೃತ್ತಾಂತವನ್ನು ಕತೆಯಾಗಿ ಮಾಡಿ ಮಕ್ಕಳಿಗೆ ಹೇಳುತ್ತಾರೆ; ಮಕ್ಕಳ ಪ್ರಶ್ನೆಗಳಿಗೆ ಬೇಸರವಿಲ್ಲದೆ ಉತ್ತರಿಸುತ್ತಾರೆ. ನಿರೂಪಕರು ತಾವು ಬಾಲ್ಯದಲ್ಲಿ ಕಂಡ ಭಟ್ಟರನ್ನು ನೆನಪಿಸಿಕೊಳ್ಳುವುದು ಹೀಗೆ:

"ಈಗ ಸತ್ಯನಾಶವಾಗಿ ವಾಪಾಸು ಬಂದ ಹಾಗಾಯಿತಲ್ಲ ಅಂತ ಒಂದು ಕೊರಗುತ್ತಿದ್ದರು... ಅಷ್ಟಿಷ್ಟಲ್ಲ..." (೭೮) ಭಟ್ಟರ ಮನಸ್ಸಿನ ಸಂಕಟ ಎಷ್ಟಿತ್ತೋ. ಆದರೆ ಅವರ ದೈಹಿಕ ಸಂಕಟ ಮಾತ್ರ! ಅಯ್ಯಬ್ಬ! ಇದ್ದಕ್ಕಿದ್ದಂತೆ ಅಮರಿಕೊಳ್ಳುವ ಒಂದು ಭಯಂಕರ ಹೊಟ್ಟೆನೋವು ಅವರಿಗೆ. ಅದು ಬಂತು ಎಂದರೆ ಅವರು ಒದ್ದಾಡುತ್ತಿದ್ದುದನ್ನು ನೋಡಬೇಕು. ವಿಲವಿಲ ವಿಲವಿಲ. ಗಾಯಗೊಂಡ ಪಕ್ಷಿ ಪಟಪಟ ರೆಕ್ಕೆ ಬಡಿದು ಹೊಯ್ದಾಡುವುದಿಲ್ಲವೆ? ಹಾಗೇ." (೮೨)

ಭಟ್ಟರೆಂದರೆ, "ನಿತ್ಯ ವಿರಹಿ"; ತನ್ನ ಸಂಗಾತಿಯನ್ನು ಕಳೆದುಕೊಂಡ "ಕ್ರೌಂಚಪಕ್ಷಿ". ಮಕ್ಕಳ ಬಾಯಲ್ಲಿ ಅವರು "ಅಶ್ನಾರ್ಣ ಭಟ್ಟರು."

ಅರುಂಧತಿಯು ವಿಶಾಖಾ ಬೆನ್ ಅವರನ್ನು ಸಂದರ್ಶಿಸಲು ಹೋದಾಗ ಭಟ್ಟರ ಹೆಂಡತಿ ಲಕ್ಷ್ಮಮ್ಮನವರನ್ನು ಕಾಣುತ್ತಾಳಷ್ಟೆ. ತನ್ನ ಅಪಹರಣದ ನಂತರದ ಕೆಲವು ವಿದ್ಯಮಾನಗಳನ್ನು ಸ್ವತಃ ಲಕ್ಷ್ಮಮ್ಮ ಅರುಂಧತಿಗೆ ನಿರೂಪಿಸುತ್ತಾರೆ. ವಿಶಾಖಾ ಬೆನ್ ಅಪಹೃತ ಮಹಿಳೆಯರ ವಿನಿಮಯ, ಪುನರ್ವಸತಿ ಕೆಲಸಗಳಲ್ಲಿ ತೊಡಗಿಕೊಂಡಿದ್ದ ದೊಡ್ಡ ಗಾಂಧೀವಾದಿ. ತಮ್ಮ ಅನುಭವಗಳನ್ನೂ, ಲಕ್ಷ್ಮಮ್ಮ ತಮ್ಮ ಮನೆಗೆ ಬಂದ ಸಂದರ್ಭವನ್ನೂ ಅವರು ಅರುಂಧತಿಗೆ ವಿವರಿಸುತ್ತಾರೆ:

"ಯಾರು ಯಾರೆಲ್ಲ ಯಾರ ಯಾರ ಮನೆ ಸೇರಿದ್ದರು. ಯಾವ ಯಾವ ಶಿಬಿರದಲ್ಲಿದ್ದರು. ಕರೆದೊಯ್ಯಲು ಬಂದ ನಮ್ಮನ್ನು ಕಂಡು ಆತಂಕಗೊಂಡರು. ಅತ್ಯಾಚಾರಕ್ಕೊಳಗಾದವರು, ಹೊಟ್ಟೆಪಾಡಿಗಾಗಿ ವೇಶ್ಯೆಯರಾದವರು, ಆಗಲೇ ಕೆಲವರು ಬಸುರಿಯರು, ಬಾಣಂತಿಯರು... ಎರಡೂ ಕಡೆಯಲ್ಲಿಯೂ. ಅಂದರೆ ನಮ್ಮಲ್ಲಿಯೂ. ಬನ್ನಿ ಎಂದರೆ ಕೆಲವರಿಗೆ ಇಲ್ಲಿ ಮತ್ತೆ ಮನೆ ಸೇರಿಸದಿದ್ದರೆ ಎಂಬ ಭಯ. ಈಗಿರುವಲ್ಲಿಯೇ ತಮಗೆ ಪ್ರೀತಿ ಸಿಗುತ್ತಿದೆ, ಹೊಟ್ಟೆಬಟ್ಟೆಗೂ ಪರವಾಗಿಲ್ಲ ಅಂತ ಅದನ್ನೇ ಆಯ್ದುಕೊಂಡವರು; ಆಗಿದ್ದು ಆಯ್ತು. ಈಗ ಯಾವ ಮುಖವಿಟ್ಟುಕೊಂಡು ಮರಳಲಿ? ಶಾಪಗ್ರಸ್ತರು ತಾವು ಅಂತ ಅತಂತ್ರರಾದರೂ ಮರಳಲು ಒಪ್ಪದವರು. ಒಬ್ಬಳಂತೂ ಮುಗ್ಧವಾಗಿ ನೇರ ನನ್ನನ್ನೇ ಕೇಳಿದಳು–ಈಗಿನ ಗಂಡ ಬಹಳ ಒಳ್ಳೆಯವ, ಮುಂಚಿನವನೂ ಒಳ್ಳೆಯವನೇ ಇದ್ದ. ಆದರೆ ಅವನಿಗಿಂತಲೂ ಈತ ಇನ್ನೂ ಚೆನ್ನಾಗಿ ನೋಡಿಕೊಳ್ಳುತ್ತಿದ್ದಾನೆ. ಬರಬೇಕೆ ನಾನು? ಬಂದರೆ ಅವಮಾನವಿಲ್ಲದ ಬದುಕಿನ ಆಶ್ವಾಸನೆ ಕೊಡುತ್ತೀರಾ? ಏನಿತ್ತು ಉತ್ತರ ನನ್ನಲ್ಲಿ? ಪುನರ್ವಸತಿ ಕೇಂದ್ರದ ಭರವಸೆಯೊಂದನ್ನು ಬಿಟ್ಟು?...?... ಭೀಕರ ಸಂದಿಗ್ಧ ಗಳಿಗೆಗಳು ಅವೆಲ್ಲ. ಹಾಗೆ, ಕೆಲ ಮಂದಿ ಮರಳಿ ಬಂದರು ಕೂಡ. ಬಂದವರು ಕೆಲವರು ಅವರವರ ಮನೆ ಸೇರಿಕೊಂಡರೆ ಕೆಲವರು ಪುನರ್ವಸತಿ ಕೇಂದ್ರ...ಈ ಲಕ್ಷ್ಮಮ್ಮ ನಮ್ಮನೆಯಲ್ಲಿಯೇ ನಿಂತರು. ಒಬ್ಬಂಟಿ ನಾನು, ನಿಲ್ಲಿಸಿಕೊಂಡೆ..." (೮೪–೮೫)

ಅರುಂಧತಿ ಚಿಕ್ಕಂದಿನಲ್ಲಿ ಭಟ್ಟರನ್ನು ಅವರ ಚಿರದುಃಖದ, ವಿರಹದ, ನೋವಿನ ಸ್ಥಿತಿಯಲ್ಲಿ ಕಂಡಿದ್ದವಳಷ್ಟೆ. ಭಟ್ಟರ ಬಾಯಲ್ಲಿ ಅವರ ಕತೆಯನ್ನು ಕೇಳಿದವಳಷ್ಟೆ. ಈಗ ಎಷ್ಟೋ

ವರ್ಷಗಳ ನಂತರ ಆಕಸ್ಮಿಕವಾಗಿ ಲಕ್ಷ್ಮಮ್ಮನವರನ್ನು ಕಂಡು ಅವರ ಬಾಯಿಂದ ಅವರ ಕತೆಯನ್ನು ಕೇಳುತ್ತಾಳೆ. ಅರುಂಧತಿಗೆ ಲಕ್ಷ್ಮಮ್ಮನವರ ಗುರುತು ಹತ್ತಿದೊಡನೆ: "ನಾನೋ ಲಕ್ಷ್ಮಮ್ಮ ಸಿಕ್ಕಿದ ಸಂಭ್ರಮದಲ್ಲಿದ್ದೆ. 'ಲಕ್ಷ್ಮಮ್ಮಾ ನಿಮಗಾಗಿ ಭಟ್ಟರು ಎಷ್ಟೆಲ್ಲಾ ತಿರುಗಿದರು. ಊರು ಊರು ಕೇರಿಕೇರಿ ಸುತ್ತಿದೆ, ಹುಚ್ಚನಂತಾಗಿದ್ದೆ ಅಂತ ನಮ್ಮೊಡನೆಲ್ಲ ಹೇಳಿ ಹೇಳಿ ನವೆಯುತ್ತಿದ್ದರು ಪಾಪ. ಛೆ, ಅವರಿಗೊಂಚೂರು ಸುಳಿವು ಸಿಕ್ಕಿದ್ದರೂ ಸಾಕಿತ್ತು! ಗೊತ್ತೇ ಆಗದೆ ಹೋಯಿತಲ್ಲ!'" (ಲಞ)

ಲಕ್ಷ್ಮಮ್ಮನವರ ನಿರೂಪಣೆ:

"ನಕ್ಕರು ಲಕ್ಷ್ಮಮ್ಮ. 'ಏನು ಗೊತ್ತಾಗದೆ? ಗುರುತಿಸಲು ಬಂದಿದ್ದರಲ್ಲ ಅವರೂ! ಅವರನ್ನು ನೋಡಿದ್ದೇ ಎಲ್ಲಿಂದ ಬಂತೋ ದೇವರೆ, ಕಟ್ಟೆಒಡೆದಂತೆ ಅಳು! ಅಯ್ಯಮ್ಮ, ಬಿಡುಗಡೆ ಆಯ್ತು ಅಂತ ನಿಸೂರಾಗಿ ಅತ್ತೂ ಅತ್ತೂ...ಅಳುತ್ತಲೇ ಕರೆಯುತ್ತಾರೆ, ಈಗ ಕರೆಯುತ್ತಾರೆ, ಇನ್ನೊಂದು ಗಳಿಗೆಯಲ್ಲಿ ಕರೆಯುತ್ತಾರೆ ಅಂತ ಇದ್ದರೆ, ಹ್ಹ, ಇಲ್ಲ! ಕರೆಯುತ್ತಿಲ್ಲ! ಆಶ್ಚರ್ಯದಿಂದ ಕಣ್ಣುಮುಖ ಒರೆಸಿಕೊಂಡು ನೋಡುತ್ತೇನೆ, ಘಟ ಮ್ಮೆ ಮೇಲಿನ ಬೈರಾಸನ್ನು ತಲೆಯಮೇಲೆ ಹಾಕಿಕೊಂಡು ತಲೆಯಡಿ ಮಾಡಿಕೊಂಡು ಕರ್ಮಾಂತರಕ್ಕೆ ಹೊರಟವರ ಹಾಗೆ ವಾಪಾಸು ಹೋಗುತ್ತಿದೆ. ಈ ಹೆಂಗಸು ತನಗೆ ಗುರುತೇ ಇಲ್ಲ ಎಂದರಂತೆ! ನನಗೆ ನಂಬಲಿಕ್ಕಾಗದೆ ಹಿಂದೆಯೇ ಓಡಿದೆ, ಕರೆದೆ, ಬೆಂಬತ್ತಿದೆ... ಊಹೂಂ. ಉಪ್ಪು ಉಪ್ಪಿನ ಕಲ್ಲೆನ್ನದೆ ಜನ ಧಾಪುಗಾಲಿನಲ್ಲಿ ಹೊರಟು ಹೋ...ಗಿದ್ದೆ. ಹಿಂತಿರುಗಿ ಕೂಡ ನೋಡಲಿಲ್ಲ.'" (ಲಞ)

ಈ ನಿರೂಪಣೆಯಿಂದ ಅರುಂಧತಿಗೆ ಆಘಾತವೇ ಆಗುತ್ತದೆ:

'ಹ್ಣ!'–ಸತ್ಯಕ್ಕು, ಅಕ್ಷರಶಃ ಕಳೆದ ಬಾಯಿ ಮುಚ್ಚಲಿಲ್ಲ ನಾನು.' (ಲಞ)

ಲಕ್ಷ್ಮಮ್ಮನವರ ಬಾಯಿಂದ ಕೇಳಿದ ಕತೆಯನ್ನು ಅರುಂಧತಿ ತನ್ನ ಗೆಳತಿಯರಿಗೆ, ಬಂಧುಗಳಿಗೆ ನಿರೂಪಿಸಿದಾಗ ಅವರಿಗೂ ಆಶ್ಚ ರ್ಯವಾಗುತ್ತದೆ. ತಾವು ನೋಡಿ, ಕೇಳಿ ಕಟ್ಟಿಕೊಂಡಿದ್ದ ಭಟ್ಟರ ಪ್ರತಿಮೆ ಲಕ್ಷ್ಮಮ್ಮನವರ ನಿರೂಪಣೆಯಲ್ಲಿ ಬೇರೆ ಆಕಾರವನ್ನೇ ಪಡೆಯುತ್ತದೆ. 'ದಿನನಿತ್ಯದ ಬದುಕಿನಲ್ಲಿ ಮರೆತಂತಿದ್ದರೂ ಅಜ್ಜನಂತೆ ಒಡಲಲ್ಲೇ ಅಡಗಿರುವ ಪ್ರೀತಿಯ ಅಶ್ಣಾರ್ಣ ಭಟ್ಟರನ್ನು ಅಂಥಾ ದೊಡ್ಡ ಸುಳ್ಳನ ಅಪರಾಧಿಯ ಸ್ಥಾನದಲ್ಲಿ ನಿಲ್ಲಿಸೋದು ಅಂದರೆ...'. ಈಗ ಈ ಕತೆಯ ನಿರೂಪಕರು ತಾವು ತಾವು ಕೇಳಿದ ಭಟ್ಟರು ಮತ್ತು ಲಕ್ಷ್ಮಮ್ಮನವರ ನಿರೂಪಣೆಗಳನ್ನು ವಿಮರ್ಶೆಗೆ ಒಳಪಡಿಸುತ್ತಾರೆ. ಯಾವುದು ಸತ್ಯ ಎಂಬ ಜಿಜ್ಞಾಸೆಗೆ ತೊಡಗುತ್ತಾರೆ. ಭಟ್ಟರು ಮತ್ತು ಲಕ್ಷ್ಮಮ್ಮ ಇಬ್ಬರ ಬಗ್ಗೆಯೂ ಗೌರವ–ಸಹಾನುಭೂತಿ ಇಟ್ಟುಕೊಂಡೇ ಚರ್ಚಿಸುತ್ತಾರೆ. ಕತೆಯ ಹೊರಗೆ ಓದುಗರು ನಡೆಸಬಹುದಾದ ಜಿಜ್ಞಾಸೆಯನ್ನೇ ಕತೆಯೊಳಗೆ ತಂದು ಲೇಖಕಿ ಸಂಕೀರ್ಣತೆಯನ್ನು ಸಾಧಿಸುತ್ತಾರೆ. 'ಕದ್ದೊಯ್ದ ಕತೆಯನ್ನೂ, ನಾನು ಕೇಳಿದ್ದರಿಂದ ಹೇಳಿದರು ಲಕ್ಷ್ಮಮ್ಮ. ಅಬ್ಬ, ಇಲ್ಲಾದರೂ ಭಟ್ಟರು ಸುಳ್ಳಲ್ಲ'. ಸಮಸ್ಯೆ ಇರುವುದು ಅಪಹರಣದ ನಂತರದ ಸಂಗತಿಗಳಲ್ಲಿ. ನಿರೂಪಕರುಗಳ ನಡುವಣ ಸಂಭಾಷಣೆಯನ್ನು ಕೇಳೋಣ:

–ತಡಿತಡಿ, ಒಂದು ವರ್ಷಕ್ಕು ಮಿಕ್ಕಿ ಲಕ್ಷ್ಮಮ್ಮ ಎಲ್ಲೋ ಇದ್ದರು ಅಂದೆಯ?

–ಎಲ್ಲೋ ಇದ್ದ ಹೆಂಡತಿಯನ್ನು ಮತ್ತೆ ಕರೆದುಕೊಳ್ಳುವುದು, ಅಲ್ಲ, ಕಷ್ಟವೇ. ಭಟ್ಟರ ಅವಸ್ಥೆ ಬಾಯಲ್ಲಿ ಹೇಳಿದಷ್ಟು ಸರಳವಲ್ಲ.

–ಅದೇನು, ಆಯುಷ್ಯವೆಲ್ಲ ಎಲ್ಲೆಲ್ಲೋ ಬಳಿದು ಖಾಯಿಲೆ ಹತ್ತಿಸಿಕೊಂಡು ಬರುವ 'ಯಜಮಾನರ' ಜೊತೆ ಸಂಸಾರ ಮಾಡುವ ಹೆಂಗಸರು ಎಷ್ಟು ಬೇಕು!

–ಅದು ಬೇರೆ ವಿಚಾರ, ಇದು ಬೇರೆಯೇ. ಅದೂ ಇದೂ ಕಲಸಬಾರದು..

–ಹೇಗೆ? ಬೇರೆ ಹೇಗೆ?

–ಸುಮ್ಮನೆ ಕಾಲು ಕೆರೆಯ ಬೇಡ.

–ಭಟ್ಟರು ಆತ್ಮಹತ್ಯೆ ಮಾಡಿಕೊಂಡರು ಪಾಪ, ಇದನ್ನೂ ಯೋಚಿಸಬೇಕು.

–ಇಷ್ಟಕ್ಕೂ ಲಕ್ಷ್ಮಮ್ಮ ಹೇಳಿದ್ದು ಸತ್ಯ ಎಂದು ನಂಬುವುದು ಹೇಗೆ?

–ನಂಬದಿರುವುದು ಹೇಗೆ?

–ಹೋ, ಭಟ್ಟರು ದುಷ್ಟರಲ್ಲ, ಅಷ್ಟು ದುಷ್ಟರಂತೂ ಖಂಡಿತ ಅಲ್ಲವೇ ಅಲ್ಲ.

–ಹಾಗಾದರೆ ಲಕ್ಷ್ಮಮ್ಮನೇನು ದುಷ್ಟರೆ ಅಥವಾ ಅವರಿಗೆ ಮರುಳೆ ಆ ರೀತಿ ಹೇಳಲಿಕ್ಕೆ?

–ಅದೇ.

–ಅದರರ್ಥ, ಭಟ್ಟರಿಗೆ ಮರುಳಂತವೆ?

–ಅದೇ.

–ಆದರೆ ಒಂದು ನೋಡೂ, ಸಮೋಸಾ ಅಂದಾಗಲೆಲ್ಲಾ ಅವರು...ಮೋಸಾ ಶಬ್ದ...

–...ನಿಮಗೆ ವರ್ಷ ಯಾಕಾಯ್ತು ಅಂತ! ತಮಾಶೆ ಮಾತಾಡಿದ್ದಕ್ಕೆಲ್ಲ ಅರ್ಥ ಸೂಚನೆ ಸಂಕೇತ ಮಣ್ಣು ಮಸಿ ಕಟ್ಟಿ, ಶ್ಶಿ!

–ಹೌದು ಹೌದು, ಮಾತಾಡುವುದೇ ಕಷ್ಟ ಮಾಡಬಾರದು.

–ನನ್ನ ಕೇಳಿದರೆ ಇಬ್ಬರನ್ನೂ ಆಲಿಸಬೇಕು. ಆಗಲೇ ತೀರ್ಮಾನ ಸಾಧ್ಯ.

–ನಿಮ್ಮನ್ನೀಗ ತೀರ್ಮಾನಕ್ಕೆ ಕರೆದವರು ಯಾರೆಂತ ಬೇಕಲ್ಲ.

–ಯಾರು ಯಾಕೆ ಕರೆಯಬೇಕು? ನಮ್ಮ ನಮ್ಮ ಅಂತರಂಗ ಇಲ್ಲವೆ?

–ಛೆ, ಛೆ, ಛೆ, ಭಟ್ಟರೆ ನೀವೀಗ ಇರಬೇಕಿತ್ತು.

–ಅಯ್ಯೊ ಬಿಡು, ಒಂದು ಲೆಕ್ಕದಲ್ಲಿ ಸತ್ತದ್ದೇ ಒಳ್ಳೇದಾಯ್ತು.

–...

–ಮುಗಿಯಿತೆ ಅಥವ ಇನ್ನೂ ಉಂಟೆ? (೮೬–೮೭)

ಲಕ್ಷ್ಮಮ್ಮನವರ ಮಾತು ಮತ್ತು ಚರ್ಯೆ ತನ್ನಲ್ಲಿ ಹುಟ್ಟಿಸಿದ ಭಾವವನ್ನು ಅರುಂಧತಿ ನಿರೂಪಿಸುವ ಕ್ರಮದಲ್ಲೇ ಲಕ್ಷ್ಮಮ್ಮನವರ ಕಥನವೂ ಕೊಂಚ ಸಮಸ್ಯಾತ್ಮಕವಾಗುತ್ತದೆ ಎಂಬುದನ್ನೂ ನಾವು ಸೂಕ್ಷ್ಮವಾಗಿ ಗಮನಿಸಬೇಕು. "ಆ ಲಕ್ಷ್ಮಮ್ಮ, ಭಟ್ಟರ ಬಗ್ಗೆ ಒಂದು ಮಾತು ಕೇಳಿದ್ದರೆ ನನ್ನ ಬಳಿ!" ಎಂದು ಅರುಂಧತಿ ಹೇಳುತ್ತಾಳೆ. ಭಟ್ಟರ ಬಗ್ಗೆ ವಿಚಾರಿಸುತ್ತೇನೆ ಎಂದಾಗ: "ವಿಚಾರಿಸಿಕೊಳ್ಳಿ, ನಿಮಗೆ ಬೇಕಿದ್ದರೆ. ಪರಪುರುಷರ ಸಮಾಚಾರ ನನಗಂತೂ ಬೇಡ ಎಂದರು! ಶಾಭಾಷ್ ಎನ್ನುತ್ತಿದ್ದೆನೇನೋ. ಆದರೆ ಮನಸ್ಸಿನೆದುರು ಅಶ್ವಾರ್ಣ ಭಟ್ಟರು, ಗೋಡೆಗೆ ಮುಖಮಾಡಿ ನರಳುತ್ತಿದ್ದಾರೆ." 'ಒಂದು ಲೆಕ್ಕದಲ್ಲಿ ಜಾತಿಯೋ ಪಾತಿಯೋ, ಸಿಕ್ಕಿದ ಪ್ರೀತಿ ಬಿಟ್ಟುಕೊಳ್ಳದೆ ಅಲ್ಲಿಯೇ ಮನಸ್ಸು ಗಟ್ಟಿ ಮಾಡಿ ಉಳಿದರಲ್ಲ, ಅವರು ಗೆದ್ದರು' ಎಂದು ಹೇಳಿ ಲಕ್ಷ್ಮಮ್ಮನವರು ಅರುಂಧತಿಯನ್ನು 'ಅಚ್ಚರಿಯ ಕೊಂಡದಲ್ಲಿ ಬೀಳಿಸಿ' ತಮ್ಮ ನಿರೂಪಣೆಯನ್ನು ತುಸು ನಿಗೂಢಗೊಳಿಸುತ್ತಾರೆ ಅನ್ನಿಸುತ್ತದೆ.

ಹೀಗೆ ಎಷ್ಟೇ ಚರ್ಚೆ ನಡೆಸಿದರೂ "ಸತ್ಯ" ತಿಳಿಯುವುದಿಲ್ಲ. ಕತೆಯ ಕೊನೆಯಲ್ಲಿ "ಸತ್ಯ"ದ ಬಗ್ಗೆಯೇ ಒಂದು ಜಿಜ್ಞಾಸೆ ನಡೆಯುತ್ತದೆ:

–ಇಕ ಇಲ್ಲಿ ನೋಡು, ನನ್ನ ಪ್ರಕಾರ ಅದೆಲ್ಲ ಬೇಡ. ಬದಲು ನೀನು, ಇದನ್ನು ಕೇಳು... ಅವರು ಹೇಳಿಯಾರು...ಸತ್ಯಕ್ಕೂ ನಡೆದದ್ದು ಏನು ಅಂತ...ಈ ಲಕ್ಷ್ಮಮ್ಮನದು.

....

–ಅರರೆ! ಸತ್ಯಕ್ಕೂ ಅಂದರೆ?

....

–ಸತ್ಯವ ಮಣ್ಣ. ಅದನ್ನಾದರೂ ತಿಳಕೊಂಡು ಏನು ಮಾಡುತ್ತೀರಿ. ನಡೆಯಿರಿ ನಡೆಯಿರಿ. ಊಟವಾಗಲಿ ಮೊದಲು. ಎಷ್ಟು ಸತ್ಯ ಬೇಕು ಏನು, ಕಡೆಗೆ ನೋಡುವ–ಹಿರಿಯರೊಬ್ಬರು ದನಿ ತೆಗೆದರು. (೮೮)

ಭಟ್ಟರು–ಲಕ್ಷ್ಮಮ್ಮರ ನೋವಿನ ಕಥೆಯು ಕೇಳುಗರ 'ಶ್ರವಣ ಕುತೂಹಲ'ವನ್ನು ಕೇವಲ ತಣಿಸುವ ಕಾಲಕ್ಷೇಪವಾಗದೆ ಅಂತಿಮವಾಗಿ ನಿರೂಪಕರ ಮತ್ತು ನಿರೂಪಿತರ ಅಂತರಂಗ ದರ್ಶನದ ಕಥನವಾಗುವುದು ವೈದೇಹಿ ರಚನೆಯ ಹೆಚ್ಚುಗಾರಿಕೆಯಾಗಿದೆ. ಆದ್ದರಿಂದಲೇ ಇಲ್ಲಿ "ಸತ್ಯ" ಮುಖ್ಯವಾಗದೆ "ನೋವು" ಮುಖ್ಯವಾಗುತ್ತದೆ. ಭಟ್ಟರ ಕತೆ ಸತ್ಯವೊ, ಲಕ್ಷ್ಮಮ್ಮನವರ ಕತೆ ಸತ್ಯವೊ ಎಂಬ ಪ್ರಶ್ನೆಯೇ ಅಪ್ರಸ್ತುತವಾಗುತ್ತದೆ. ಆ ಸತ್ಯದ ಶೋಧವು ಕೇಳುಗರ ಕುತೂಹಲವನ್ನು ತಣಿಸಬಹುದೇ ಹೊರತು ಅದರಿಂದ ಭಟ್ಟರ ಇಲ್ಲವೇ ಲಕ್ಷ್ಮಮ್ಮನವರ ಬದುಕಿನ ದುರಂತವು ಶಮನವಾಗಲಾರದು. ಈ ದಂಪತಿ ತಮ್ಮ ತಪ್ಪಿಲ್ಲದೆ ಪರಸ್ಪರ ಅಗಲಬೇಕಾದದ್ದು, ಅಗಲಿಕೆಯ ದುರಂತವನ್ನು ಅನುಭವಿಸಬೇಕಾದದ್ದು ಮಾತ್ರ ಸತ್ಯ; ಉಳಿದದ್ದೆಲ್ಲ ಪ್ರಾಸಂಗಿಕ ಎಂದು ವೈದೇಹಿ ಕತೆ ಹೇಳುವಂತಿದೆ. ಒಂದು ವೇಳೆ ಭಟ್ಟರು

ತಪ್ಪು ಮಾಡಿದ್ದಾರೆ ಎಂದು ಇಟ್ಟುಕೊಂಡರೂ ಆ ತಪ್ಪಿಗೆ ಅವರು ಸಾಕಷ್ಟು ಶಿಕ್ಷೆಯನ್ನೂ ಅನುಭವಿಸಿದ್ದಾರೆ. ವೈದೇಹಿ ಕತೆ ಭಟ್ಟರ "ತಪ್ಪನ್ನು", "ಸುಳ್ಳನ್ನು" ವಿಜೃಂಭಿಸುವುದಿಲ್ಲ; ಅವರ ನೋವು, ಸಂಕಟ, ಪಶ್ಚಾತ್ತಾಪಗಳನ್ನು ಸಹಾನುಭೂತಿಯಿಂದ ನಮ್ಮ ಮುಂದಿಡುತ್ತದೆ. ಭಟ್ಟರ ನೋವನ್ನು ಈ ನಿರೂಪಕರುಗಳು ಪ್ರತ್ಯಕ್ಷವಾಗಿ ಕಂಡವರು. ಅಲ್ಲದೆ ಭಟ್ಟರು ಇವರಿಗೆಲ್ಲ ಬೇರೆ ಬೇರೆ ಕಾರಣಕ್ಕೆ ಪ್ರಿಯರಾದವರು. ಹಾಗಾಗಿ ಅವರೆಲ್ಲರ ಭಾವ ಪಕ್ಷಪಾತ ಭಟ್ಟರ ಕಡೆಗೆ ವಾಲಿದೆ ಎನಿಸಿದರೂ ಅದನ್ನು ಅನುಮಾನಿಸುವಂತೆ ವೈದೇಹಿಯವರ ಕತೆಯು ಲಕ್ಷ್ಮಮ್ಮನವರ ಕಥನವನ್ನೂ ಒಳಗೊಂಡು ಸಮತೋಲನವನ್ನು ಸಾಧಿಸುತ್ತದೆ. ಕತೆಯ ಪ್ರಾರಂಭದಲ್ಲಿ ಭಟ್ಟರ ಪ್ರತಿಮೆ ಎಷ್ಟು ಸ್ಫುಟವಾಗಿ ಮೂಡಿಬಂದರೂ ಕತೆಯ ದ್ವಿತೀಯಾರ್ಧದಲ್ಲಿ ಭಟ್ಟರ ವಿಗ್ರಹದ ಭಂಜನೆಯೂ ಅಷ್ಟೇ ಪ್ರಖರವಾಗಿ ನಡೆದುಬಿಡುತ್ತದೆ. ಲಕ್ಷ್ಮಮ್ಮನವರ ನೋವು ಪ್ರತ್ಯಕ್ಷವಾಗಿ ಒಡೆದು ತೋರದಿದ್ದರೂ ಸೂಕ್ಷ್ಮಜ್ಞರಾದ ಓದುಗರು ಅದನ್ನು ಊಹಿಸಿಯೇ ಗ್ರಹಿಸಬಲ್ಲ ರಚನಾ ವಿನ್ಯಾಸವನ್ನು ಈ ಕತೆ ಪಡೆದಿದೆ. ಕತೆ ಯಾವ ಸುಲಭ ನಿರ್ಣಯವನ್ನೂ ಓದುಗರ ಮೇಲೆ ಹೇರದೆ ಮುಕ್ತವಾಗಿ ನಿಲ್ಲುತ್ತದೆ. ಹಾಗಾಗಿ 'ಪೋಲೀಸು ವಿಚಾರಣೆ' ಇಲ್ಲವೆ 'ಮಾಧ್ಯಮದ ವಿಚಾರಣೆ'ಯಾಗಿ ರೋಚಕವಾಗುವ ಅಪಾಯದಿಂದ ವೈದೇಹಿ ಕತೆ ಪಾರಾಗಿದೆ. ಸತ್ಯದ ಬಹುಮುಖತೆಯನ್ನು ಸೂಚಿಸಿಯೂ "ಸತ್ಯ"ಕ್ಕಿಂತ "ಮಾನವೀಯ ಅನುಕಂಪ" ದೊಡ್ಡದು ಎಂದು ಕತೆ ಒತ್ತಿ ಹೇಳುವಂತಿದೆ.

ಕತೆಯನ್ನು ಹೇಳುವುದು ಮತ್ತು ಕೇಳುವುದು ಮನುಷ್ಯನ ಮೂಲಭೂತ ಆಸಕ್ತಿಗಳಲ್ಲಿ ಒಂದು. ನಮ್ಮ ನಮ್ಮ ಮಾತಿನ ಸುಖಕ್ಕೆ ಇನ್ನೊಬ್ಬರ ಬದುಕಿನ ಕತೆಯು ಕೇವಲ ಒಂದು ವಸ್ತುವಾಗಿ, ಒಂದು ನೆಪವಾಗಿ ಮಾತ್ರ ಒದಗಿ ಬರುತ್ತದೆಯೆ ಎಂಬುದು ಇಲ್ಲಿನ ಮುಖ್ಯ ಪ್ರಶ್ನೆ. ನಿರೂಪಕರೂ ನಿರೂಪಿತರೂ ತಮ್ಮ ತಮ್ಮ ರಾಗ, ದ್ವೇಷ, ಆದ್ಯತೆ, ಪೂರ್ವಗ್ರಹ, ಜೀವನದೃಷ್ಟಿ ಇವುಗಳನ್ನೆಲ್ಲ ಪೂರ್ಣವಾಗಿ ಬಿಟ್ಟುಕೊಟ್ಟು ಕಥನವನ್ನು ನಡೆಸಲು ಸಾಧ್ಯವೆ? ಅಥವಾ ಕತೆ ಎಂಬುದು ಕೇವಲ ನೆಪವಾಗಿ ಕಥನ ಸಂದರ್ಭದಲ್ಲಿ ನಿಜಕ್ಕೂ ನಡೆಯುವುದು ಕತೆಯೊಳಗಣ ಪಾತ್ರ-ಸನ್ನಿವೇಶಗಳ ವಿಮರ್ಶೆಯಲ್ಲ; ವಿಮರ್ಶೆಗೊಳಗಾಗುವುದು ನಿರೂಪಕ-ನಿರೂಪಿತರ ಮೌಲ್ಯಪ್ರಜ್ಞೆಯೇ ಎಂದು ಹೇಳಬಹುದೆ? ಏಕೆಂದರೆ ಕತೆಯೊಳಗಣ ಪಾತ್ರಗಳು ತಮ್ಮ ತಮ್ಮ ಬದುಕಿನ ನಿರ್ಣಯಾತ್ಮಕ ಘಳಿಗೆಗಳಲ್ಲಿ ತಮಗೆ ಸಾಧ್ಯವಾಗುವ ನಿರ್ಧಾರಗಳನ್ನು ತೆಗೆದುಕೊಂಡು ಅದರ ಪರಿಣಾಮ-ಫಲಗಳನ್ನು ಉಂಡು ಕಾಲವಾದ ಮೇಲೂ ಓದುಗರಿಂದ ಸದಾ "ವಿಚಾರಣೆ"ಗೆ ಒಳಗಾಗುತ್ತಲೇ ಹೋಗುವುದು ಕಥನ ಸಾಹಿತ್ಯದ ಒಂದು ವಿಪರ್ಯಾಸವೇ ಸರಿ. ಇನ್ನೊಬ್ಬರ ಬದುಕಿನ ದುರಂತವನ್ನು ಕೇಳುಗರ ಮನರಂಜನೆಗೆ, 'ಪರನಿಂದಾ ಶ್ರವಣ ಕುತೂಹಲ'ಕ್ಕೆ ಒಂದು ವಸ್ತುವಾಗದಂತೆ ನಿರೂಪಿಸಲು ಸಾಧ್ಯವೆ ಎಂಬ ಮಹತ್ವದ ಪ್ರಶ್ನೆಯನ್ನು ಎತ್ತುವ ಮೂಲಕ ವೈದೇಹಿಯವರ ಕತೆಯು ತನ್ನ ಓದುಗರ ಮೌಲ್ಯಪ್ರಜ್ಞೆಗೂ ಒಂದು ನೈತಿಕ ಸೂಕ್ಷ್ಮತೆಯನ್ನು ತಂದುಬಿಡುತ್ತದೆ.

ಶಿವರಾಮಕಾರಂತರ "ಮೂಕಜ್ಜಿಯ ಕನಸುಗಳು"

ಭಾರತದಲ್ಲಿ ರವೀಂದ್ರನಾಥ ಠಾಕೂರರೊಂದಿಗೆ ಹೋಲಿಸಬಹುದಾದ ಮತ್ತೊಂದು ವ್ಯಕ್ತಿ-ವ್ಯಕ್ತಿತ್ವ ಎಂದರೆ ಶಿವರಾಮ ಕಾರಂತರು (೧೯೦೨–೧೯೯೭) ಎಂಬ ಹೇಳಿಕೆಯನ್ನು ದೇಶದ ಹಲವು ಖ್ಯಾತನಾಮರು ಮಾಡಿದ್ದಾರೆ. ಬಹುಮುಖ ಆಸಕ್ತಿಯ, ಬಹುಮುಖ ಪ್ರತಿಭೆಯ ಕಾರಂತರು ಭಾರತ ಕಂಡ ಅತ್ಯುತ್ತಮ ಕಾದಂಬರಿಕಾರರು. "ಚೋಮನ ದುಡಿ" (೧೯೩೩), "ಮರಳಿ ಮಣ್ಣಿಗೆ" (೧೯೪೧), "ಬೆಟ್ಟದ ಜೀವ" (೧೯೪೩) ಸೇರಿದಂತೆ ಅವರು ಐವತ್ತು ಕಾದಂಬರಿಗಳನ್ನು ಪ್ರಕಟಿಸಿದ್ದಾರೆ. ಅವರ "ಮೂಕಜ್ಜಿಯ ಕನಸುಗಳು"(೧೯೬೮) ಕಾದಂಬರಿಗೆ ೧೯೭೮ರಲ್ಲಿ ಭಾರತೀಯ ಜ್ಞಾನಪೀಠ ಪ್ರಶಸ್ತಿ ಲಭಿಸಿತು. ಇನ್ನೊಂದು ಮಹತ್ವದ ಕಾದಂಬರಿ "ಮೈಮನಗಳ ಸುಳಿಯಲ್ಲಿ" (೧೯೭೦) ಯು ಕರ್ನಾಟಕ ಸರಕಾರ ನೀಡುವ ಪಂಪ ಪ್ರಶಸ್ತಿಯನ್ನು ೧೯೯೨ರಲ್ಲಿ ಪಡೆದುಕೊಂಡಿತು.

"ಮೂಕಜ್ಜಿಯ ಕನಸುಗಳು" ಶಿವರಾಮ ಕಾರಂತರ ಕಾದಂಬರಿಗಳಲ್ಲೇ ವಿಶಿಷ್ಟವಾದದ್ದು. ಉಳಿದ ಕಾದಂಬರಿಗಳಿಗಿಂತ ಅನೇಕ ರೀತಿಗಳಲ್ಲಿ ಭಿನ್ನವಾಗಿರುವಂಥದ್ದು. ಕಾಲ ಮತ್ತು ಕಾಮ ಕಾರಂತರ ಎರಡು ಮುಖ್ಯ ವಸ್ತುಗಳು. ಅವೆರಡೂ ಈ ಕಾದಂಬರಿಯಲ್ಲಿ ಹದವಾಗಿ ಬೆರೆತು ಓದುಗರಿಗೆ ಒಂದು ಅಪೂರ್ವವಾದ ಅನುಭವವನ್ನು ನೀಡುತ್ತವೆ. ಕಥಾಮೀಮಾಂಸೆಯೂ ಈ ಕಾದಂಬರಿಯ ಮತ್ತೊಂದು ವಸ್ತು. ಕಥೆಯ ಓಟಕ್ಕೆ ಭಂಗ ಬಾರದ ಹಾಗೆ ಇಲ್ಲಿ ಕಥನದ ಜೊತೆ ಕಥನಜಿಜ್ಞಾಸೆಯೂ ಒಟ್ಟೊಟ್ಟಿಗೇ ನಡೆದಿದೆ. 'ಈ ಕಾದಂಬರಿಗೆ ಕಥಾನಾಯಕನಿಲ್ಲ; ನಾಯಕಿಯಿಲ್ಲ. ಮೂಕಜ್ಜಿಯೂ ಇಲ್ಲಿ ನಾಯಕಿಯಲ್ಲ' ಎಂದು ಕಾರಂತರು ಮುನ್ನುಡಿಯಲ್ಲಿ ಹೇಳಿರುವುದು ಉಚಿತವಾಗಿದೆ. ತನ್ನೊಡನೆ ಮೂಕಜ್ಜಿ ಹೇಳುವುದೇನೆಂದು, ಅದರ ಸ್ವರೂಪವೇನೆಂದು ಕಾದಂಬರಿಯ ಒಂದು ಮುಖ್ಯ ಪಾತ್ರವೂ, ನಿರೂಪಕನೂ ಆದ ಸುಬ್ರಾಯ ಮತ್ತೆ ಮತ್ತೆ ಆಲೋಚಿಸುತ್ತಾನೆ. ಅಷ್ಟೇ ಅಲ್ಲ, ಮೂಲಭೂತವಾಗಿ ಕತೆ ಎಂದರೇನು? ಅದು ವಸ್ತುಸ್ಥಿತಿಯ ಯಥಾವತ್ ನಿರೂಪಣೆಯೋ ಅಥವಾ ಬರೇ ಕಲ್ಪನಾ ವಿಲಾಸವೋ? ಕತೆ ಎಂದರೆ ನಡೆದದ್ದೋ, ನಡೆಯಬಹುದಾದದ್ದೊ ಅಥವಾ ಎಂದೂ ನಿಜ ಜೀವನದಲ್ಲಿ ನಡೆಯಲಾರದ್ದೊ? ಅವಾಸ್ತವಿಕ ಎನ್ನಿಸುವಂಥ ಕತೆಗಳೂ ಕೆಲವೊಮ್ಮೆ ನಮಗೆ ಪ್ರಿಯವಾಗಲು ಕಾರಣವೇನು? ಊಹಿಸಿ ಕಟ್ಟಿದ ಕತೆಗಿಂತ ಸುತ್ತಲ

ಬದುಕಿನ ವಿದ್ಯಮಾನಗಳೇ ಹೆಚ್ಚು ಸ್ವಾರಸ್ಯಕರವಾಗಿರುತ್ತದೆಯೇ? ಕಥಾ ಸಾಹಿತ್ಯಕ್ಕಿಂತ ಚರಿತ್ರೆ ಮೇಲುಮಟ್ಟದ್ದೆ? ಮುಂತಾದ ಅರ್ಥ ಬರುವಂಥ ಪ್ರಶ್ನೆಗಳು ಈ ಕಾದಂಬರಿಯಲ್ಲಿ ಮತ್ತೆ ಮತ್ತೆ ಪ್ರಸ್ತಾಪಿಸಲ್ಪಡುತ್ತವೆ. ಸ್ವತಃ ಇಂದು ಬೆಳೆದು ದೊಡ್ಡವನಾದ ಮೇಲೆ ಅವುಗಳ ಭ್ರಾಮಕ ನೆಲೆಗಳ ಪರಿಚಯವಾದ ಮೇಲೆ ಅವುಗಳ ಬಗ್ಗೆ ಅಂಥ ವ್ಯಾಮೋಹವಿಲ್ಲ. ನೀತಿಕತೆಗಳು, ದಂತಕತೆಗಳು, ಭ್ರಾಮಕಗಳು ಮಕ್ಕಳಿಗೆ ಪ್ರಿಯವಾಗುವಂತೆ ಈಗ ಅವನಿಗೆ ಪ್ರಿಯವಾಗುವುದಿಲ್ಲ. ಆದರೆ ತನ್ನ ಮಕ್ಕಳಿಗೆ ತಾನೇ ಇಂಥ ಕತೆಗಳನ್ನು ಹೇಳಿ ಸಂತೋಷ ಕೊಡಬಲ್ಲ. ಹಾಗೆಂದು ಆಧುನಿಕ ಕಥಾಸಾಹಿತ್ಯದ ಆಕರ್ಷಣೆಯೂ ಅವನಿಗಿಲ್ಲ. ತನ್ನ ಸ್ನೇಹಿತ ಜನಾರ್ದನ ಓದುವ ಇಂಗ್ಲಿಷ್ ಕತೆ, ಕಾದಂಬರಿಗಳು ಅವನಿಗೆ ಬೇಸರ ತರಿಸುತ್ತವೆ. ವರ್ತಮಾನ ಪತ್ರಿಕೆಗಳು ಸುಬ್ರಾಯನ ಜೀವನಶೈಲಿಗೆ ಅನಿವಾರ್ಯವಾಗಿಲ್ಲ. ಅಷ್ಟೇಕೆ, ಸುಬ್ರಾಯನಿಗೆ ಪ್ರವಾಸದ ಚಪಲವೂ, ಆಸಕ್ತಿಯೂ ಇಲ್ಲ. ಜನಾರ್ದನ-ಸುಬ್ರಾಯರ ಸಂಭಾಷಣೆಯಲ್ಲಿನ ಒಂದು ತುಣಕನ್ನು ನೋಡೋಣ.

"ಈಗೀಗ ನೀನು ಸಹ ಅಚ್ಚ ಹಳ್ಳಿಯವನಾಗಿದ್ದೀಯ; ಓದಿದ್ದೆಲ್ಲ ಮರೆತುಬಿಟ್ಟು ಗೊಡ್ಡರಲ್ಲಿ ಗೊಡ್ಡನಾಗಿದ್ದೀಯ'.

'ನನಗೂ ಹಾಗೆಯೇ ಅನ್ನಿಸುತ್ತದೆ'.

'ಯಾತಕ್ಕೆ ಹಾಗಿರಬೇಕು, ಹೇಳು. ಓದಿದ್ದೀ, ತಲೆಯಲ್ಲಿ ಮಿದುಳೂ ಉಂಟು. ನನ್ನ ಹಾಗೆ ಕಾದಂಬರಿ, ಕವನ ಇಂಥದು ಯಾವುದೂ ಹಿಡಿಸುವುದಿಲ್ಲವಾದರೆ ಒಂದೆರಡು ಪೇಪರು ತರಿಸಿಯಾದರೂ ಓದಬಾರದೇ? ಮೂಡೂರಿನ ಹೊರಗೆ ಒಂದು ಜಗತ್ತು ಇದೆ-ಎಂದಾದರೂ ತಿಳಿಯದೆ ಹೋದರೆ ಹೇಗೆ?'

'ಆ ಜಗತ್ತಿಗೆ ನಾವಿದ್ದೇವೆ-ಎಂದು ತಿಳಿದಿದೆಯೇನು? ಅದಕ್ಕೆ ನಾವು ಬೇಡ. ನಮಗೆ ಯಾತಕ್ಕೆ ಅದು ಬೇಕು? ಅಂಥದ್ದು ತಿಳಿಯುವ ಮನಸ್ಸಾದರೆ ನೀನೆ ಇದ್ದೀಯಲ್ಲ, ಮಹಾಪಂಡಿತ, ಹೇಳಿಬಿಡು-ನಿನ್ನ ಆ ಹೊರಜಗತ್ತು ಮೊದಲಿಗಿಂತ ಉದ್ದ ಆಗಿದೆಯೋ ಅಥವಾ ಉರುಟು ಆಗಿದೆಯೋ ಎಂದು ಹೇಳು'. (ಮೂಕಜ್ಜಿಯ ಕನಸುಗಳು, ಎರಡನೇ ಮುದ್ರಣ, ರಾಜಲಕ್ಷ್ಮಿ ಪ್ರಕಾಶನ, ಬೆಂಗಳೂರು, ೧೯೭೮, ಪುಟ ೫೦-೫೧)

ಕಾರಂತರು ಇಲ್ಲಿ ಏನನ್ನೂ ಸ್ಥಾಪಿಸಹೊರಟಿಲ್ಲ. ಅವರು ಸುಬ್ರಾಯನ ಬದುಕಿನ ಲಯವನ್ನು ಹಿಡಿಯಲು ಪ್ರಯತ್ನಿಸುತ್ತಿದ್ದಾರೆ. ಆಧುನಿಕ ಶಿಕ್ಷಣ ಪಡೆದಿರುವ ಸುಬ್ರಾಯ ಆಧುನಿಕತೆಯ ವಿರೋಧಿಯೇನಲ್ಲ. ಅವನು ತನ್ನ ಹೆಂಡತಿ ಸೀತಾಳಂತೆ ಸಂಪ್ರದಾಯನಿಷ್ಠನೂ ಅಲ್ಲ. ಜನಾರ್ದನ, ನಾರಾಯಣ, ಮಂಜುನಾಥ ಮುಂತಾದವರಿಗೂ, ಸುಬ್ರಾಯನಿಗೂ ಇರುವ ವೈದೃಶ್ಯಗಳಲ್ಲಿ, ಮೂಡೂರಿನ ಇತರ ವ್ಯಕ್ತಿಗಳಿಗೂ, ಸುಬ್ರಾಯನಿಗೂ ಇರುವ ವೈದೃಶ್ಯಗಳಲ್ಲಿ ಮತ್ತು ಮೂಕಜ್ಜಿಗೂ, ಸುಬ್ರಾಯನಿಗೂ ಇರುವ ವೈದೃಶ್ಯಗಳಲ್ಲಿ ಸುಬ್ರಾಯನ ಮನಸ್ಸಿನ ಲಯಗಳು ಅರಿವಿಗೆ ಬರಬೇಕು. ಮೂಕಜ್ಜಿಗೆ ಅರಳು ಮರಳು, ತಲೆಸಡಿಲು, ಆಕೆ ಅರೆಹುಚ್ಚಿ, ಹಿಂದು-ಮುಂದು ನೋಡದೆ ಮಾತನಾಡುವಳು ಎಂಬ ಸುತ್ತಲವರ

ಪ್ರತಿಕ್ರಿಯೆಗಳನ್ನು ಸುಬ್ರಾಯ ಒಪ್ಪುವುದಿಲ್ಲ. ಅಷ್ಟೇ ಅಲ್ಲ, ಹಾಗೆನ್ನುವವರನ್ನು ಅವನು ಖಂಡಿಸುತ್ತಾನೆ. ತನ್ನ ನಡೆನುಡಿಗಳ ಲಯಗಳಿಗೂ, ಮೂಕಜ್ಜಿಯ ಲಯಗಳಿಗೂ ಇರುವ ವ್ಯತ್ಯಾಸಗಳೂ ಅವನಿಗೆ ಗೊತ್ತು. ತಾನು ಹೇಗೆ ಇತರರಿಗೆ ಸಂಪೂರ್ಣವಾಗಿ ಗ್ರಾಹ್ಯನಲ್ಲವೋ ಹಾಗೇ ಮೂಕಜ್ಜಿಯೂ ಸಾಕಷ್ಟು ನಿಗೂಢಳೇ ಎಂಬ ಎಚ್ಚರದಲ್ಲಿ ಅವನು ಅವಳೊಂದಿಗೆ ವ್ಯವಹರಿಸುತ್ತಾನೆ. ಆದ್ದರಿಂದಲೇ ಸುಬ್ರಾಯ ಯಾರಲ್ಲೂ ಅನವಶ್ಯಕವಾಗಿ ತಪ್ಪು ಹುಡುಕ ಹೊರಡುವುದಿಲ್ಲ. ನಾವು ಭ್ರಮಿಸಿದ್ದೇ, ತಿಳಿದದ್ದೇ, ಹೇಳಿದ್ದೇ ಸತ್ಯ ಎಂಬ ಶಠತ್ವ ಮತ್ತು ಹಟಮಾರಿತನಗಳಷ್ಟನ್ನೇ ಅವನು ಖಂಡಿಸುವುದು. ಸ್ಥಿತಿ–ಸಾಧ್ಯತೆಗಳ ಬಹುರೂಪತೆಗಳ ಅರಿವನ್ನು ಮೂಡಿಸಲು ಕಾದಂಬರಿ ಹಲವು ಬಗೆಯ ಉಪಾಯಗಳನ್ನು ಯೋಜಿಸಿದೆ. ಕನಸುಗಳು ಮೂಕಜ್ಜಿಯದಾದರೂ ಅವುಗಳು ನಿಜವಾಗುವುದು ನಿರೂಪಕನ ಪ್ರಜ್ಞೆಯ ಸಂದರ್ಭಗಳಲ್ಲೇ ಆಗಿರುವುದರಿಂದ ನಿರೂಪಕ ಸುಬ್ರಾಯನ ನೆಲೆಗಳನ್ನು ಸೂಕ್ಷ್ಮವಾಗಿ ಅರ್ಥಮಾಡಿಕೊಳ್ಳದೆ ಕಾದಂಬರಿ ನಮ್ಮ ಹಿಡಿತಕ್ಕೆ ಸಿಕ್ಕುವುದಿಲ್ಲ.

'ಮೂಕಜ್ಜಿಯ ಕನಸುಗಳು' ಕಾದಂಬರಿಯ ಬಗ್ಗೆ ಸಾಮಾನ್ಯವಾಗಿ ಕೇಳಿಬರುವ ಟೀಕೆಗಳೆಂದರೆ: ಕಾರಂತರ ವಿಚಾರಗಳ ಮುಖವಾಡವಾಗಿ ಮಾತ್ರ ಮೂಕಜ್ಜಿಯ ಪಾತ್ರ ಸೃಷ್ಟಿಯಾಗಿದೆ; ಕಾದಂಬರಿಯ ಕಥಾಶರೀರ ತೀರಾ ದುರ್ಬಲವಾಗಿದ್ದು ಮಾನವಶಾಸ್ತ್ರದ ವಿವರಗಳೇ ವಿಜೃಂಭಿಸಿವೆ; ವಿಚಾರವಾದೀ ಕಾರಂತರು ಮೂಕಜ್ಜಿಯಂಥ ಪಾತ್ರ ಸೃಷ್ಟಿಸಿರುವುದು ಅವೈಜ್ಞಾನಿಕ; ಕಾರಂತರು ಅತೀಂದ್ರಿಯ ಶಕ್ತಿಗಳನ್ನು ನಂಬುತ್ತಾರೆಯೇ? ಮೂಕಜ್ಜಿಯ ಪಾತ್ರ ಕಾರಂತರ ವಾಸ್ತವವಾದೀ ದೃಷ್ಟಿಕೋನಕ್ಕೆ ಹೊರತಾದದ್ದಲ್ಲವೇ? ಕಾದಂಬರಿಯಲ್ಲಿ ಮೂಕಜ್ಜಿಯನ್ನೇ ಕೇಂದ್ರಪಾತ್ರವಾಗಿ, ಕೇಂದ್ರ ಪ್ರಜ್ಞೆಯಾಗಿ ಅಥವಾ ಬರೇ ಕೇಂದ್ರಬಿಂದುವಾಗಿ ನೋಡಿದಾಗ ಇಂಥ ಪ್ರತಿಕ್ರಿಯೆಗಳು ಹುಟ್ಟುತ್ತವೆ ಎಂದು ಅನ್ನಿಸುತ್ತದೆ. ಬಹಳಷ್ಟು ವಿಮರ್ಶಕರು ಮೂಕಜ್ಜಿಯ ಮಾತುಗಳಿಗೆ, ಕಾದಂಬರಿಯಲ್ಲಿ ಮೂಕಜ್ಜಿಯ ಮೂಲಕ ಪ್ರತಿಪಾದಿತವಾಗುತ್ತವೆ ಎಂದು ಹೇಳಲಾಗುವ ವಿಚಾರಗಳಿಗಷ್ಟೇ ಪ್ರತಿಕ್ರಿಯಿಸಿದ್ದಾರೆ. ಆದರೆ ಕಾದಂಬರಿಯ ಕೇಂದ್ರ ಬಿಂದು ಮೂಕಜ್ಜಿಯಲ್ಲ. ಕಾದಂಬರಿಯ ಕೇಂದ್ರ ನೆಲೆಗಳನ್ನು ಸುಬ್ರಾಯನ ನಿರೂಪಣೆಯಲ್ಲೇ ಅರಸಬೇಕು. ಏಕೆಂದರೆ ಕಾದಂಬರಿಯಲ್ಲಿ ಸೂಚಿತವಾಗುವ ಹಲವು ಜೀವನದೃಷ್ಟಿಗಳು ಮತ್ತು ಶೈಲಿಗಳು ಸಂಧಿಸುವ ನೆಲೆಯೆಂದರೆ ನಿರೂಪಕ ಸುಬ್ರಾಯನ ಪ್ರಜ್ಞೆಯೆ. ಮೂಕಜ್ಜಿ ಪ್ರತಿಪಾದಿಸುವುದು ಒಂದು ತೆರನ ಕಾಣ್ಕೆ ಮಾತ್ರ. ಈ ಕನಸುಗಳು ಸುಬ್ರಾಯನಿಗೆ ಯಾಕೆ ಮುಖ್ಯವೆಂದರೆ ಅವು ಅವನಿಗೆ ತನ್ನ ವರ್ತಮಾನದ ಅನುಭವ, ಅವಲೋಕನಗಳಿಗೆ ಸ್ಥಾಯಿಯಾದ ಹಿನ್ನೆಲೆಯೊಂದನ್ನು ಒದಗಿಸುತ್ತವೆ. ಮೂಕಜ್ಜಿಯ ಮುಖಾಂತರ ಸೂಚಿತವಾಗುವ ಕೆಲವು 'ಚಿರಸತ್ಯಗಳು' ನಿರೂಪಕ ತನ್ನ ದೈನಂದಿನ ಜೀವನ ಸಂದರ್ಭಗಳಲ್ಲಿ ಗಮನಿಸುವ ಸಂಗತಿಗಳಿಗೆ ಒಂದು ವಿನ್ಯಾಸವನ್ನು ಕಲ್ಪಿಸಿಕೊಡುತ್ತವೆ. ಅಂದರೆ ಈ ಕನಸುಗಳು ಕಾದಂಬರಿಯ ಕೆಲವು ವಿವರಗಳೇ ಹೊರತು ಅವೇ ಸರ್ವಸ್ವವಲ್ಲ. ಆದ್ದರಿಂದಲೇ, **'ಕಾದಂಬರಿಯ ಎಲ್ಲ ಸಾರ ಇರುವುದು ಮೂಕಜ್ಜಿ ಹಾಗೂ ಆಕೆಯ ಕುತೂಹಲಭರಿತ ಮನಸ್ಸಿನ ಮೊಮ್ಮಗ ಸುಬ್ರಾಯನ ನಡುವಣ ದೀರ್ಘ ಸಂಭಾಷಣೆಗಳಲ್ಲಿ'** (ಡಿ ಎಸ್ ನಾಗಭೂಷಣ, ಗಮನ, ಸಂವಾದ ಪ್ರಕಾಶನ, ಮಲ್ಲಾಡಿಹಳ್ಳಿ,

೧೯೬೦, ಪುಟ:೩೯) ಎಂಬಂಥ ಅಭಿಪ್ರಾಯಗಳನ್ನು ಒಪ್ಪಿಕೊಳ್ಳಲು ಸಾಧ್ಯವಾಗುವುದಿಲ್ಲ. ಡಿ. ಎಸ್. ನಾಗಭೂಷಣ ಅವರು ಮೂಕಜ್ಜಿಯ ಮಾತುಗಳಿಗೆ ತುಂಬಾ ಉತ್ಸಾಹದಿಂದ ಪ್ರತಿಕ್ರಿಯಿಸಿ ಅವಳು ಬದುಕನ್ನು ಇಡಿಯಾಗಿ ಕಾಣುತ್ತಾಳೆ ಎನ್ನುತ್ತ **'ಬಹುಶಃ ಭಾರತೀಯ ಜನಜೀವನವನ್ನು, ಲೌಕಿಕ-ಪಾರಮಾರ್ಥಿಕ ಎಂಬೆರಡು ಪ್ರತ್ಯೇಕ ಧೋರಣೆಗಳಿಂದ ಇಬ್ಭಾಗ ಮಾಡಿರುವ ತಾತ್ತ್ವಿಕತೆ ವಿರುದ್ಧ ಹೀಗೆ ಸೃಜನಶೀಲತೆಯಲ್ಲಿ ಮಾಗಿದ ತರ್ಕದೊಡನೆ ಧಾಳಿ ಇಡುವ ಕಾದಂಬರಿ ಕನ್ನಡದಲ್ಲಂತೂ ಮತ್ತೊಂದಿಲ್ಲ'** ಎಂಬ ಅಭಿಪ್ರಾಯಕ್ಕೆ ಬರುತ್ತಾರೆ. (ಪುಟ ೪೯). ಮೂಕಜ್ಜಿಯ ವಿಚಾರಗಳೊಂದಿಗೆ ನಾಗಭೂಷಣರದು ಏನೂ ಜಗಳವಿಲ್ಲ. ಅವರ ಅತೃಪ್ತಿ ಏನೆಂದರೆ:

> ಇಷ್ಟೆಲ್ಲಾ ಆದರೂ, ಕಾದಂಬರಿಯನ್ನು ಓದಿ ಮುಗಿಸಿದಾಗ, ಓದುಗನಿಗೆ ಕಾದಂಬರಿಯೊಂದನ್ನು ಓದಿದ ಅನುಭವಕ್ಕಿಂತ ಹೆಚ್ಚಾಗಿ ಉನ್ನತ ಮಟ್ಟದ ಚರ್ಚಾಗೋಷ್ಠಿಯೊಂದರಲ್ಲಿ ಭಾಗವಹಿಸಿದ ಅನುಭವವಾಗುತ್ತದೆ. ಕಾದಂಬರಿಯ ಪ್ರತಿ ಅಧ್ಯಾಯದಲ್ಲೂ ಕಾಣಬರುವ ಉದ್ದುದ್ದನೆಯ ಸಂಭಾಷಣೆಗಳು ಕಾದಂಬರಿಯೊಳಗಿನ 'ನಾಟಕ'ದಿಂದ ಹುಟ್ಟದೇ ಹಲವೆಡೆ ನೇರವಾಗಿ ಕಾದಂಬರಿಕಾರರ ಮಾತುಗಳಂತೆ ಕೇಳಿಬರುತ್ತವೆ. ಈ ದೃಷ್ಟಿಯಿಂದ ಕಾದಂಬರಿಯ ಹೆಗ್ಗಳಿಕೆಯೆನಿಸಿರುವ ತಂತ್ರವು ಕಾದಂಬರಿಯ ಕಾದಂಬರಿ ಗುಣವನ್ನೇ ಅನುಮಾನಕ್ಕೀಡುಮಾಡುವಷ್ಟು ಮೇಲುಗೈ ಪಡೆಯುವಷ್ಟು ಕಾರಂತರ ಹತೋಟಿ ತಪ್ಪಿದೆ. (ಪುಟ ೪೯)

ಡಿ. ಎಸ್. ನಾಗಭೂಷಣ ಅವರ ಲೇಖನವು 'ಮೂಕಜ್ಜಿಯ ಕನಸುಗಳು' ಕಾದಂಬರಿ ವಿಮರ್ಶೆಯ ಒಂದು ಮಾದರಿಯನ್ನು ಪ್ರತಿನಿಧಿಸಿದರೆ ಡಿ. ಎ. ಶಂಕರ ಅವರ ಲೇಖನ ಅದಕ್ಕಿಂತ ಭಿನ್ನವಾದ ಇನ್ನೊಂದು ಮಾದರಿಯನ್ನು ಸೂಚಿಸುತ್ತದೆ. ಅವರೂ ಮೂಕಜ್ಜಿಯ ಹೇಳಿಕೆಗಳನ್ನೇ ಕಾದಂಬರಿಯ ಮುಖ್ಯ ಭಾಗವೆಂಬಂತೆ ನೋಡಿ ಅವುಗಳು ನಿಜವಾಗಿ 'ಕನಸುಗಳಲ್ಲ', 'ವಿಚಾರಗಳು' ಎನ್ನುತ್ತಾರೆ. 'ಕಲ್ಪನಾ ವಿಲಾಸವಲ್ಲ, ವೈಚಾರಿಕ ಹೊಳಹುಗಳು' ಎನ್ನುತ್ತಾರೆ. ಮೂಕಜ್ಜಿಯ ಕನಸುಗಳಿಗೆ ಕಾದಂಬರಿಕಾರರು ಒದಗಿಸುವ ಸಾಂಸ್ಕೃತಿಕ ಚರಿತ್ರೆಯ ಆಧಾರಗಳನ್ನೂ ಅವುಗಳನ್ನು ಅವರು ನಿರ್ವಹಿಸುವ ನೆಲೆಗಟ್ಟನ್ನೂ ಶಂಕರ್ ಪ್ರಶ್ನಿಸುತ್ತಾರೆ. ಶಂಕರ್ ಅವರ ಆಕ್ಷೇಪಣೆಗೆ ಮತ್ತೊಂದು ಕಾರಣವೆಂದರೆ,

> ಕಾರ್ಲ್‌ಯೂಂಗ್ ಒಂದು ಕಡೆ *A great work of art is like a dream. For all its apparent obviousness it does not explain itself and is never unequivocal* ಎಂದು ಹೇಳಿದ್ದಾನೆ. ಕಾರಂತರ 'ಕನಸುಗಳಿಗೆ' ಈ ಗುಣವಿಲ್ಲ. ಅಂದರೆ ಕಾವ್ಯಕ್ಕೆ ಅಗತ್ಯವಾಗಿರುವ ಗುಣ. ಅವರ ಮೂಕಜ್ಜಿಯ ಕನಸುಗಳು ತುಂಬಾ rational ಅಥವಾ ಎಚ್ಚೆತ್ತ ವೈಚಾರಿಕ ಮನಸ್ಸಿಗೆ ಸೇರಿದುವು. ಒಳ ಮನಸ್ಸಿನವಲ್ಲ, ಕಲ್ಪನಾ ವಿಲಾಸಕ್ಕೆ ಸೇರಿದುವಲ್ಲ. ಹಾಗಾಗಿ ಕಾದಂಬರಿ ಈ ಎರಡೂ ಮಟ್ಟದಲ್ಲೂ ನಿರೀಕ್ಷಿತ ತೃಪ್ತಿ ನೀಡುವುದಿಲ್ಲ. (ವಸ್ತುವಿನ್ಯಾಸ, ಅಕ್ಷರ ಪ್ರಕಾಶನ, ಸಾಗರ, ೧೯೮೮ ಪುಟ ೨೩-೨೪).

ಈ ರೀತಿಯ ಮೂಕಜ್ಜಿ ಕೇಂದ್ರಿತ ನೆಲೆಗಳಿಗೇ ಬಂಧಿಸಿಕೊಳ್ಳದೆ ಇಡೀ ಕಾದಂಬರಿಯನ್ನು ಸುಬ್ರಾಯ ಹೇಳುವ ಕತೆಯಾಗಿ ನೋಡಿದರೆ 'ಮೂಕಜ್ಜಿಯ ಕನಸುಗಳು' ಬೇರೆ ರೀತಿಯ ಅನುಭವವನ್ನೇ ಕೊಡುತ್ತದೆ. ಕತೆಗಳ ಬಗ್ಗೆ ನಿರೂಪಕ ಮತ್ತೆ ಮತ್ತೆ ಪ್ರಸ್ತಾಪಿಸುವುದರಲ್ಲಿ ಒಂದು ನಿರ್ದಿಷ್ಟ ಉದ್ದೇಶವಿದೆ. ಮಕ್ಕಳ ಕತೆಗಳ ಬಗ್ಗೆ, ಆಧುನಿಕ ಇಂಗ್ಲಿಷ್ ಕಥಾಸಾಹಿತ್ಯದ ಬಗ್ಗೆ

ತನ್ನ ಅನ್ನಿಸಿಕೆಗಳನ್ನು ದಾಖಲು ಮಾಡುವ ಸುಬ್ರಾಯ ತಾನು ಹೇಳುವ ನಾಗಿಯ ಕತೆಗೂ, ಮೂಕಜ್ಜಿಯ ಕತೆಗೂ ಮೇಲೆ ಸೂಚಿಸಿದ ಕತೆಗಳಿಗೂ ವೈದೃಶ್ಯಗಳನ್ನು ಸೂಚಿಸುವುದು ಸ್ಪಷ್ಟವಾಗಿಯೇ ಇದೆ. ಜನಾರ್ದನ ಹೇಳುವ ಇಂಗ್ಲಿಷ್ ಕಾದಂಬರಿಯೊಂದರ ದುರಂತ ಪ್ರೇಮಕತೆಗೂ, ತನ್ನ ಜೀವನಕ್ಕೆ ತೀರಾ ಹತ್ತಿರವಾಗಿರುವ ರಾಮಣ್ಣ–ನಾಗಿಯರ ಕತೆಗೂ ಇರುವ ವ್ಯತ್ಯಾಸಗಳನ್ನು ನಿರೂಪಕ ಮತ್ತೆ ಮತ್ತೆ ಬೇರೆ ಬೇರೆ ರೀತಿಗಳಲ್ಲಿ ನಮ್ಮ ಗಮನಕ್ಕೆ ತರಲು ಪ್ರಯತ್ನಿಸುತ್ತಾನೆ. ಇವೆರಡೂ ವಾಸ್ತವವಾದೀ ಮಾರ್ಗಕ್ಕೇ ಸೇರಿದರೂ ಅವುಗಳ ನಡುವಣ ತಾತ್ವಿಕ ವ್ಯತ್ಯಾಸ ಗಮನಾರ್ಹವಾದದ್ದು. ರಾಮಣ್ಣ–ನಾಗಿಯರ ಕತೆಯಲ್ಲಿ ನಿರೂಪಕ ಸೂಚಿಸುವ ವೈಯಕ್ತಿಕ ತುರ್ತನ್ನು ಗಮನಿಸದೇ ಇರಲು ಸಾಧ್ಯವಿಲ್ಲ. ಇದು ನೇರವಾಗಿ ಜೀವನದಲ್ಲಿ ಕಂಡದ್ದು ಎಂದು ಕೂಡಾ ಸರಳೀಕರಿಸಲು ಬರುವಂಥದ್ದಲ್ಲ. ಏಕೆಂದರೆ ಮೂಕಜ್ಜಿ ನಿರೂಪಿಸುವ ಕನಸುಗಳ ಬಗ್ಗೆ ನಿರೂಪಕನ ಕುತೂಹಲ ಇಷ್ಟೇ ಗಹನವಾದದ್ದು ಮತ್ತು ಆ ನಿರೂಪಣೆ ವಾಸ್ತವದ ಪಾತಳಿಗೆ ಅತೀತವಾದದ್ದು ಎಂದು ಅವನಿಗೆ ಚೆನ್ನಾಗಿ ಗೊತ್ತು. ನಿರೂಪಕ ವಾಸ್ತವೇತರ ಕತೆಗಳ ನಡುವಣ ಗುಣಾತ್ಮಕ ವ್ಯತ್ಯಾಸವನ್ನೂ ಸೂಕ್ಷ್ಮವಾಗಿ ಬಲ್ಲವನಾಗಿದ್ದಾನೆ. ಆದ್ದರಿಂದಲೇ ವಾಸ್ತವೇತರ ಪಾತಳಿಯ ಮಕ್ಕಳ ಕತೆಗಳ ಸಾಧ್ಯತೆಗಳು ಅವನನ್ನು ಆಕರ್ಷಿಸುವುದಿಲ್ಲ. ಅಂದರೆ, ಸುಬ್ರಾಯ ತನ್ನನ್ನು ವಾಸ್ತವವಾದಕ್ಕಾಗಲೀ, ವಾಸ್ತವೇತರ ನೆಲೆಗಳಿಗಾಗಲೀ ಸೀಮಿತಗೊಳಿಸಿಕೊಳ್ಳದೆ ಒಂದು ಇಡಿಯಾದ ದೃಷ್ಟಿಗಾಗಿ ಹಂಬಲಿಸುವುದು ಅರ್ಥಪೂರ್ಣವಾಗುತ್ತದೆ. ಚರಿತ್ರೆಯನ್ನಾಗಲೀ, ವರ್ತಮಾನವನ್ನಾಗಲೀ ಇಂಥದೊಂದು ಹದದಲ್ಲಿಯೇ ಅರ್ಥೈಸಿಕೊಳ್ಳಬಯಸುವ ಸುಬ್ರಾಯನನ್ನು ಜನಾರ್ದನ ಇಲ್ಲವೇ ನಾರಾಯಣನಿಗೆ ಹೋಲಿಸಿದರೆ ಈ ಅಂಶ ಇನ್ನಷ್ಟು ಸ್ಫುಟವಾಗುತ್ತದೆ. ಸುಬ್ರಾಯ ವರ್ತಮಾನವನ್ನಾಗಲೀ, ಭೂತವನ್ನಾಗಲೀ ನಿರ್ಣಯಿಸುವುದಿಲ್ಲ. ಆಧುನಿಕ ಜ್ಞಾನವನ್ನಾಗಲೀ, ಪರಂಪರೆಯನ್ನಾಗಲೀ ತಿರಸ್ಕರಿಸುವುದಿಲ್ಲ. ವಾಸ್ತವವನ್ನಾಗಲೀ ಅದಕ್ಕೆ ಅತೀತವಾದದ್ದನ್ನಾಗಲೀ ಸಿನಿಕತನದಿಂದ ನೋಡುವುದಿಲ್ಲ. ಆದರೆ ಎಲ್ಲದರಲ್ಲೂ ಆತ ಗುಣಾತ್ಮಕವಾದ ಆಯ್ಕೆಗಳನ್ನು ಮಾಡಿಕೊಂಡು ತನ್ನ ಅಳತೆಗೆ ಒಗ್ಗಿಸಿಕೊಳ್ಳುವ ವೈಯಕ್ತಿಕ ತುರ್ತನ್ನು ತೋರಿಸುತ್ತಾನೆ. ಮೂಡೂರಿನ ವಾಸ್ತವಕ್ಕಾಗಲೀ, ಮೂಕಜ್ಜಿಯ ಕನಸುಗಳಿಗಾಗಲೀ ಜನಾರ್ದನ, ನಾರಾಯಣ, ಸೀತೆ ಮೊದಲಾದವರು ತೋರಿಸುವ ಪ್ರತಿಕ್ರಿಯೆಗಳಿಗಾಗಲೀ ಈ ಆಯಾಮಗಳಿಲ್ಲ. ಏಕೆಂದರೆ ಅವರು ಕೆಲವು ಆಯ್ಕೆಗಳನ್ನು ಸುಲಭವಾಗಿ ಮಾಡಿಕೊಂಡಿದ್ದಾರೆ ಮತ್ತು ಅವುಗಳನ್ನು ಸಮರ್ಥಿಸಿಕೊಳ್ಳುವಲ್ಲಿ ತೋರುವಷ್ಟು ಆಸ್ಥೆಯನ್ನು ಇತರ ಸಾಧ್ಯತೆಗಳನ್ನು ಗಮನಿಸುವುದರಲ್ಲಿ, ಅರ್ಥಮಾಡಿಕೊಳ್ಳುವುದರಲ್ಲಿ ತೋರಿಸುವುದಿಲ್ಲ. ಬಾಯಕತೆಗಳು, ಬಾಳಿನ ಕತೆಗಳು, ಬರಹದ ಕತೆಗಳು – ಇವೆಲ್ಲವುಗಳ ಸಾಧ್ಯಾಸಾಧ್ಯತೆಗಳ ಬಗ್ಗೆ ವಿವರವಾಗಿ ಹೇಳಿದ ನಂತರ ನಿರೂಪಕ ತನ್ನ ಕತೆಯ 'ಹಂಬಲ'ವನ್ನು ಓದುಗರಿಗೆ ಮನದಟ್ಟು ಮಾಡಿಸಲು ಸಾಕಷ್ಟು ಹೆಣಗುತ್ತಾನೆ:

> ಇಷ್ಟೆಲ್ಲವನ್ನೂ ಹೇಳಿದ ಬಳಿಕವೂ – ಒಂದಿಷ್ಟಾದರೂ ನನ್ನ ಕತೆಯ ಹಂಬಲ ಎಂಥದು– ಎಂಬುದು ನಿಮಗೆ ತಿಳಿಯುತ್ತದೆಯೋ, ಇಲ್ಲವೋ. ನನಗೆ ವಾಸ್ತವಿಕ ಜೀವನ ಅವಾಸ್ತವಿಕವಾಗಿಯೂ ಕಾಣಿಸುತ್ತದೆ. ಅವಾಸ್ತವಿಕತೆ ವಾಸ್ತವಿಕವಾಗಿಯೂ ಕಾಣಿಸುತ್ತದೆ. ಇವೆರಡರೊಳಗಣ ಮೇರೆ, ಅಂತರ, ಬಹಳ ಕಡಿಮೆ – ಎನಿಸುತ್ತದೆ. ಸತ್ಯ, ಅಸತ್ಯಗಳ ಮೇರೆಯಷ್ಟೆ ಕಡಿಮೆ ಅಂತರ ಅವುಗಳಲ್ಲಿ. ಒಂದು ಇನ್ನೊಂದರ ಹಾಗೆಯೇ ಇರುತ್ತದೆ. ಒಂದು ಇನ್ನೊಂದಕ್ಕೆ ಸಮೀಪವಾಗಿರುತ್ತದೆ. ಈ ಸಮೀಪಸ್ಥ

ವಸ್ತುಗಳ ನಡುವೆ ಎಷ್ಟೊಂದು ದೂರವಿದೆಯಲ್ಲ–ಎಂಬ ಬೆರಗು ನನಗೆ ಉಂಟಾಗುತ್ತದೆ. ನನ್ನಲ್ಲಿ ಅನೇಕ ಸಮಸ್ಯೆಗಳನ್ನು ಕುರಿತಾದ ಬೆರಗು, ಅಂದಿನಿಂದ ಇಂದಿನ ತನಕವೂ ಚೆನ್ನಾಗಿ ಬಲಿತು ಬಂದಿದೆಯಾದರೆ, ಅದಕ್ಕೆ ಕಾರಣಗಳು ನನ್ನ ಅಜ್ಜಿ. ಅವರ ಹಲವಾರು ಕನಸುಗಳು, ಅವಾವುವೂ ರಾತ್ರಿಯ ಕನಸುಗಳಲ್ಲ. ಯಾವುದೇ ಅಪೇಕ್ಷೆಯಿಂದ ಬೆಳೆಸಿಕೊಂಡ ಹಗಲುಗನಸುಗಳೂ ಅಲ್ಲ. ನನಗೂ ನಿಮಗೂ ಕಾಣಿಸದ, ಅವರಿಗಷ್ಟೇ ಕಾಣಿಸುತ್ತಿರುವ ವಿಚಿತ್ರ ತೆರನ ಕನಸುಗಳು. ಆ ಕನಸುಗಳನ್ನು ನಿಮ್ಮೊಡನೆ ಹಂಚಿ ಉಣ್ಣುವ.... (ಮೂಕಜ್ಜಿಯ ಕನಸುಗಳು, ಪುಟ ೧೭–೧೮)

ಆದರೆ ನಿರೂಪಕ ಅಜ್ಜಿಯ ಕನಸುಗಳನ್ನಷ್ಟೇ ನಿರೂಪಿಸುವುದಿಲ್ಲ. ತನ್ನ ದಾಂಪತ್ಯ ಜೀವನದ ಬಗ್ಗೆ, ತನ್ನ ಬಂಧು–ಮಿತ್ರರ ಜೀವನಗಳ ಬಗ್ಗೆ, ನಾಗಿ–ರಾಮಣ್ಣರ ಬಗ್ಗೆ ತಾನು ಕಂಡದ್ದು, ಕೇಳಿದ್ದು–ಇವೆಲ್ಲದರ ನಿರೂಪಣೆಯನ್ನು ಅಷ್ಟೇ ಆಸಕ್ತಿಯಿಂದ ಮಾಡುತ್ತಾನೆ. ಹೀಗೆ ಕಾದಂಬರಿಯ ಉತ್ತಮ ಪುರುಷ ನಿರೂಪಣಾ ತಂತ್ರವು ಕೇವಲ ತಂತ್ರಕ್ಕಾಗಿ ಬಳಕೆಯಾಗದೆ ಸೃಜನಶೀಲ ಅಗತ್ಯಗಳನ್ನು ಪೂರೈಸುತ್ತದೆ. ಪ್ರಥಮ ಪುರುಷ ನಿರೂಪಣೆ ಇಂಥದೊಂದು ಕತೆಗೆ ನೀಡಬಹುದಾಗಿದ್ದ ಸಮಸ್ಯೆಗಳನ್ನು ಕಾದಂಬರಿಯ ಪ್ರಸ್ತುತ ತಂತ್ರ ಒಂದು ಮಟ್ಟದಲ್ಲಿ ನಿವಾರಿಸಿಕೊಳ್ಳುತ್ತದೆ. ಕಾದಂಬರಿಯು ಮೂಕಜ್ಜಿಯ ಕನಸುಗಳನ್ನು ಸುಬ್ರಾಯನ ವೈಯಕ್ತಿಕ ಜೀವನ ಸಂದರ್ಭದಲ್ಲಿ ಮಂಡಿಸುತ್ತದೆ. ಸುಬ್ರಾಯನ ಕಳವಳ, ಸಂಭ್ರಮಗಳನ್ನು ಅವನ ಸಮಕಾಲೀನರ ವರ್ತನೆಗಳ ವೈದೃಶ್ಯದಲ್ಲಿ ಕಟ್ಟಿಕೊಡುತ್ತದೆ. ಮೂಕಜ್ಜಿ ಬೆಳೆಯುವುದು ಸುಬ್ರಾಯನ ಕಣ್ಣುಗಳಲ್ಲಿ ಎಂಬುದನ್ನು ಅವಶ್ಯ ಗಮನಿಸಬೇಕು. ಹಾಗಾಗಿ ಕನಸುಗಳ ಅರ್ಥವಂತಿಕೆ ಸುಬ್ರಾಯನ ಪ್ರಜ್ಞೆಗೆ ಮಾತ್ರ ಸಾಪೇಕ್ಷವಾಗುತ್ತದೆ. ಇಡೀ ಕಾದಂಬರಿಯಲ್ಲಿ ತನ್ನ ವರ್ತನೆಯನ್ನು ಸ್ವಲ್ಪ ಮಟ್ಟಿಗೆ ಮಾರ್ಪಡಿಸಿಕೊಳ್ಳುವುದು ಸೀತೆ ಮಾತ್ರ. ಜನಾರ್ದನ, ನಾರಾಯಣರಂತೆ ಬದುಕಿನ ಇತರ ಸಾಧ್ಯತೆಗಳ ಪರಿಚಯ ಸೀತೆಗೆ ಇಲ್ಲವೆಂಬುದು ಮತ್ತು ಅವಳು ಒಂದು ಮಟ್ಟದಲ್ಲಿ ಸುಬ್ರಾಯನ ಜೀವನವನ್ನು ಹಂಚಿಕೊಳ್ಳುವವಳು ಎಂಬುದರ ಜೊತೆಜೊತೆಗೇ ಮೂಕಜ್ಜಿಯನ್ನು ಹತ್ತಿರದಿಂದ ಗಮನಿಸುತ್ತಿದ್ದವಳು ಎಂಬುದನ್ನು ಗಮನಿಸಬೇಕು. ಅಲ್ಲದೆ ಮೂಕಜ್ಜಿಯ ಕನಸುಗಳಿಗಿಂತ ಹೆಚ್ಚಾಗಿ ತಾನು ಆ ವರೆಗೆ ಗಮನಿಸದಿದ್ದ ಮಾನವೀಯ ಮೌಲ್ಯಗಳು ಅಜ್ಜಿಯಲ್ಲಿವೆ ಎಂಬ ಅರಿವು ಅವಳಿಗೆ ಮುಖ್ಯವಾಗುತ್ತದೆ. ತಿಪ್ಪಜ್ಜಿ, ರಾಮಣ್ಣ, ನಾಗಿ ಇವರ ಬಗ್ಗೆ ಅಜ್ಜಿಯ ಕಳಕಳಿ ಸೀತೆಯ ಮನಸ್ಸಿನ ಮೇಲೆ ಬೀರುವ ಪರಿಣಾಮ ಮೂಕಜ್ಜಿಯ ವ್ಯಕ್ತಿತ್ವಕ್ಕೇ ಇನ್ನೊಂದು ಮಹತ್ವಪೂರ್ಣ ಆಯಾಮವನ್ನು ನೀಡುತ್ತದೆ. ಮೂಕಜ್ಜಿ ಎಂದರೆ ಬರೇ ಅವಳ ಕನಸುಗಳಲ್ಲ ಎಂಬುದು ಇದರಿಂದ ಸ್ಪಷ್ಟವಾಗುತ್ತದೆ. ಕಾದಂಬರಿ ಮೂಕಜ್ಜಿಯನ್ನು ಸುಬ್ರಾಯನ ಕಣ್ಣುಗಳಲ್ಲೇ ಪ್ರಧಾನವಾಗಿ ನೋಡಿದರೂ ಸೀತೆ, ರಾಮಣ್ಣ, ನಾಗಿ, ಅನಂತರಾಯ, ಜನಾರ್ದನ, ಮಂಜುನಾಥ, ನಾರಾಯಣ ಇವರ ದೃಷ್ಟಿಕೋನಗಳನ್ನೂ– ಸುಬ್ರಾಯನ ಪ್ರಜ್ಞೆಯಲ್ಲಿ – ದಾಖಲು ಮಾಡುತ್ತದೆ. ಈ ದೃಷ್ಟಿಕೋನಗಳಲ್ಲಿ ಇರುವ ಪರಸ್ಪರ ವೈದೃಶ್ಯ ಮೂಕಜ್ಜಿಯ ವ್ಯಕ್ತಿತ್ವದ ಸಂಕೀರ್ಣತೆಯನ್ನು ನಮಗೆ ಮನದಟ್ಟು ಮಾಡಿಕೊಡುತ್ತದೆ.

ಅನಂತರಾಯ, ಜನಾರ್ದನ, ನಾರಾಯಣ ಮುಂತಾದವರು ಮೂಕಜ್ಜಿಯ ಮೇಲೆ ಮಾಡುವ ಟೀಕೆ, ಗೇಲಿ, ತಮಾಷೆಗಳು ಒಂದು ಜೀವನಸ್ಥಿತಿ ಮತ್ತು ದೃಷ್ಟಿಗಳ ಮೇಲೆಯೇ ಮಾಡುವ ಟೀಕೆಗಳಾಗಿರುವುದರಿಂದ ಸುಬ್ರಾಯನ ಅನಿಸಿಕೆಗಳಿಗೆ ಪ್ರತಿ ಅನಿಸಿಕೆಗಳಾಗಿಯೇ

ಮೂಡಿಬರುತ್ತವೆ. ಹೀಗಾಗಿ ಕನಸುಗಳಿಗೆ ಏಕಮುಖ ಸಮರ್ಥನೆ ದಾಖಲಾಗುವ ಬದಲು ಇಂಥ ಗ್ರಹಿಕೆ ಮತ್ತು ಅಭಿವ್ಯಕ್ತಿ ವಿಧಾನಗಳ ಬಗ್ಗೆ ಒಂದು ಮಟ್ಟದ ಅನುಮಾನವೂ ಕಾದಂಬರಿಯ ಒಡಲೊಳಗೇ ದಾಖಲಾಗುತ್ತದೆ. ಕಾದಂಬರಿಯ ಅನೇಕ ಓದುಗರು ಕೇಳಬಹುದಾದ ಪ್ರಶ್ನೆಗಳನ್ನೇ ಅನಂತರಾಯ, ಜನಾರ್ದನನಂಥವರೂ ಕೇಳುತ್ತಾರೆ. ಕಾದಂಬರಿಯ ಅನೇಕ ಪಾತ್ರಗಳು ಅವುಗಳೊಡನೆಯ ಒಡನಾಟದಿಂದ ಆಕೆ ಎಲ್ಲರಂಥಲ್ಲ ಎಂಬುದನ್ನು 'ಹುಚ್ಚಿ', 'ಮರುಳು', 'ಸಡಿಲು' ಎಂಬ ಪರಿಭಾಷೆಯಲ್ಲಿ ದಾಖಲಿಸುತ್ತವೆ. ಅವಳು ಇತರರಿಗಿಂತ ಭಿನ್ನ. ಈ ಭಿನ್ನತೆಯ ಸ್ಪಷ್ಟಸ್ವರೂಪ ಆ ಪಾತ್ರಗಳಿಗೆ ದಕ್ಕುತ್ತಿಲ್ಲ. ಇದೇ ತೆರನಾದ ಅನೇಕ ಪ್ರಶ್ನೆಗಳನ್ನು ಕಾದಂಬರಿಯ ಅನೇಕ ಓದುಗರು ಸಾಹಿತ್ಯ ವಿಮರ್ಶೆಯ ಪರಿಭಾಷೆಯಲ್ಲಿ ಕೇಳುತ್ತಾರೆ. ಈ ದೃಷ್ಟಿಯಿಂದ ಕಾರಂತರು ಮುನ್ನುಡಿಯಲ್ಲಿ ನೀಡಿರುವ ಒಂದು ಸೂಚನೆಯನ್ನು ಉದ್ಧರಿಸುವುದು ಅನುಚಿತವಾಗಲಾರದು:

ಅಂಥ ಅಜ್ಜಿಯೊಬ್ಬಳು ಇದ್ದಾಳೆಯೇ-ಎಂಬ ಸಂಶಯ ಬಂದರೆ ನಮ್ಮ ಸಂಸ್ಕೃತಿಯ ನಂಬಿಕೆಗಳನೇಕವನ್ನು ಕುರಿತಾದ ಸಂಶಯ ಪಿಶಾಚಿಯ ರೂಪವೇ ಅವಳೆಂದು ತಿಳಿದರಾಯಿತು. ಆದರೂ ಅವಳು ನಮ್ಮಲ್ಲನೇಕರಲ್ಲಿ ಪಿಶಾಚಿಯಂತಲ್ಲ, ಪ್ರಾಮಾಣಿಕ ಸಂದೇಹದ ರೂಪದಲ್ಲಿ ಬದುಕಿಕೊಂಡೇ ಇದ್ದಾಳೆ.

ಮನುಷ್ಯನ ಲೈಂಗಿಕ ಜೀವನದ ಅನೇಕ ಸತ್ಯಗಳನ್ನು ಮೂಕಜ್ಜಿ ತನ್ನ ಕನಸುಗಳ ಮೂಲಕ ಮಂಡಿಸುತ್ತಾಳಷ್ಟೆ. ಮನುಷ್ಯನ ಇತಿಹಾಸ, ಪುರಾಣಗಳನ್ನು ಕಾಮದ ನೆಲೆಯಲ್ಲಿ ಕಾಣಿಸುವ ಪ್ರಯತ್ನವೂ ಇಲ್ಲಿದೆ. ವರ್ತಮಾನದಲ್ಲಿ ಕಾದಂಬರಿ ಹೇಳುತ್ತಿರುವ ಕತೆಯೂ ಸುಬ್ರಾಯ ಮತ್ತು ಅವನ ಬಂಧು–ಮಿತ್ರರ ಲೈಂಗಿಕ ಜೀವನದ ಕತೆ, ಸುಬ್ರಾಯನ ವಿವಾಹ ಮತ್ತು ಕೌಟುಂಬಿಕ ಜೀವನ, ನಾರಾಯಣನ ಪ್ರೇಮ ಜೀವನ, ಜನಾರ್ದನನ ಪ್ರೇಮ ಸಾಹಸಗಳು, ಮೂಕಜ್ಜಿಯ ಬಾಲವೈಧವ್ಯ, ರಾಮಣ್ಣನ ಸೋಲು–ಗೆಲುವುಗಳು, ನಾಗಿಯ ವಿವಾಹೇತರ ಸಂಬಂಧ, ಶೀನಪ್ಪನ ಲೈಂಗಿಕ ವಿಕೃತಿ, ಅನಂತರಾಯನ ಸಲಿಂಗ ಕಾಮ–ಹೀಗೆ ಒಂದು ರೀತಿಯ ಪ್ರೇಮ–ಕಾಮಗಳ ಮೀಮಾಂಸೆಯೇ ಇಲ್ಲಿ ನಡೆದಿದೆ. ಈ ಕಾರ್ಯ ಇತಿಹಾಸ ಪುರಾಣಗಳ ಬೆಳಕಿನಲ್ಲಿಯೂ ನಡೆದಿದೆ. ಮೂಲಪ್ರವೃತ್ತಿಗಳು ಸಾಂಸ್ಕೃತಿಕ ನಡವಳಿಕೆಗಳಾಗಿ ಮಾರ್ಪಡುವ, ಹಾಗೆ ಮಾರ್ಪಡುವಾಗ ಎದುರಾಗುವ ಸಮಸ್ಯೆಗಳು – ಇವೆಲ್ಲ ನಿಧಾನವಾಗಿ ಬಿಚ್ಚಿಕೊಳ್ಳುತ್ತವೆ. ಪೌರಾಣಿಕ ಪ್ರತಿಮೆಗಳಿಗೆ ವರ್ತಮಾನದ ಸಂದರ್ಭದಲ್ಲಿ ಸುಲಭ ಸಮೀಕರಣಗಳನ್ನು ಹುಡುಕುವ ಕೆಲಸವನ್ನು ಕಾದಂಬರಿ ಮಾಡುವುದಿಲ್ಲ. ಸೃಷ್ಟಿಯ ಕಲ್ಪನೆಯನ್ನು ಕುರಿತು ಕೆಲವು ಮೂಲ ಪ್ರಮೇಯಗಳನ್ನು ಕನಸುಗಳು ಮಂಡಿಸುತ್ತವೆ. ಲೈಂಗಿಕ ಪ್ರತಿಮೆಗಳು ಕಾಲದಿಂದ ಕಾಲಕ್ಕೆ ಬದಲಾದ ಕೆಲವು ಸೂಚನೆಗಳನ್ನು ಅವು ಮಾಡುತ್ತವೆ. ತನ್ನ ಸುತ್ತಲ ವರ್ತಮಾನದ ಬದುಕಿನಲ್ಲಿ ಲೈಂಗಿಕ ಅಪೇಕ್ಷೆಗಳ ಒಂದು ವಿನ್ಯಾಸವನ್ನೇ ನಿರೂಪಕ ಕಂಡುಕೊಳ್ಳುತ್ತಾನೆ. ಅವನ ಭೌತಿಕ ಅವಲೋಕನಕ್ಕೆ ಕನಸುಗಳು ತರುವ ಕಾಣ್ಕೆಗಳೂ ಮಿಳಿತಗೊಂಡು ದರ್ಶನ ಸಂಕೀರ್ಣವಾಗುತ್ತದೆ. ಮೂಕಜ್ಜಿಯ ಬಗ್ಗೆ ಸುಬ್ರಾಯನಿಗೆ ಪ್ರೀತಿ ಗೌರವಗಳಿರುವಂತೆ ಅನುಮಾನ, ಕುತೂಹಲ, ವಿಸ್ಮಯಗಳೂ ಇವೆ":

ನನಗೆ ತಲೆಬಿಸಿಯಾಗುತ್ತ ಬಂದಿತು. ನಾನು ನಂಬಿ ಬಂದಿರುವ ಯಾವ ತರ್ಕಸರಣಿಯೂ ನನ್ನ ಅಜ್ಜಿಯಲ್ಲಿ ಕಾಣಿಸಲಿಲ್ಲ. ಅವರ ತರ್ಕಸರಣಿ ನನಗೆ ಸಂಪೂರ್ಣ ತಿಳಿದಂತೆಯೂ ಅನಿಸಲಿಲ್ಲ. ಅವರ ಈ ಎಲ್ಲ ಮಾತುಕತೆ ಮರುಳುತನವಾಗಿಯೂ ಕಾಣಿಸಲಿಲ್ಲ. ನನ್ನಲ್ಲಿಲ್ಲದ, ಇನ್ನೂ ಬೆಳೆಯದ ಯಾವುದೋ ಒಂದು ವಿಚಾರಸೂಕ್ಷ್ಮತೆ ಅವರಲ್ಲಿದ್ದಂತೆ ಕಾಣಿಸುತ್ತಿತ್ತು. ಅವರು ಈ ತನಕ ಕಳೆದ ಯೌವನವಾಗಲೀ, ವಾರ್ಧಕ್ಯವಾಗಲೀ ಬರಿಯ ಮೂಕತನ ಎನಿಸದಾಯಿತು. ಅವರ ಮೂಕತನಕ್ಕೆ ಈ ಕೆಲವು ವರ್ಷಗಳಿಂದಲೂ ಬಾಯಿ ಬಂದಿರುವುದನ್ನು ಕಾಣುತ್ತೇನೆ. ಅವರ ಎಲ್ಲ ಆತ್ಮಗತ ಭಾಷಣಗಳು ನನಗಾಗಿಯೋ, ಇನ್ನೊಬ್ಬರಿಗಾಗಿಯೋ ಹೇಳುವ ಉಪದೇಶಗಳೆಂದೂ ಕಾಣಿಸುವುದಿಲ್ಲ. (ಪುಟ ೪೫)

ನನಗೆ ನಮ್ಮ ಅಜ್ಜಿಯ ಮಾತುಗಳನ್ನು ಕೇಳಿ ವಿಸ್ಮಯವಾಯಿತು. ನಮ್ಮ ಪರಂಪರೆಯ ಎಲ್ಲರೂ, 'ಸಂಸಾರದ ಮೋಹವನ್ನು ಬಿಡಬೇಕು ಎನ್ನುತ್ತಿರುವಾಗ ನಮ್ಮ ಅಜ್ಜಿ ಮಾತ್ರ ಹೀಗೆ ಹೇಳುತ್ತಿರುವುದಕ್ಕೆ ಏನು ಕಾರಣ ಇದ್ದೀತು? ಅವರಿಗೆ ಸ್ವಂತ ಸಂಸಾರದ ಸುಖ ದೊರೆಯಲಿಲ್ಲವೆಂಬುದರಿಂದ ಹೀಗೆ ಅನ್ನುತ್ತಿದ್ದಾರೆಯೇ? ಹಿಂದಿನವರ ಹೇಳಿಕೆಗಳಿಗೆ ಇದು ತೀರ ವಿರೋಧವಾಗಿ ಕಾಣಿಸುತ್ತದೆಯಲ್ಲ. ಸಂಸಾರವನ್ನು ಬಿಡಲು ಗುಹೆ ಸೇರುವವನನ್ನು ತಾಯಿಯ ಹೊಟ್ಟೆಯನ್ನು ತಿರುಗಿ ಸೇರಲು ಬಯಸುವ ಶಿಶುವಿನ ನಡೆಗೆ ಹೋಲಿಸಿದ್ದಂತೂ ಮತ್ತೂ ಆಶ್ಚರ್ಯದ ಮಾತು. ಅಂಥ ಒಂದು ಮನೋಧರ್ಮ ನಿಜವಾದದ್ದಿರಬಹುದೇ – ಎಂದು ಅನುಮಾನ ಬಂದು ಅವರನ್ನೇ ತಿರುಗಿ ಕೇಳಿದೆ' (ಪುಟ ೭೨–೭೩)

ಎಷ್ಟು ಅಂತರ ನನಗೂ ಮತ್ತು ಅವರಿಗೂ! ನಾನು ಹುಟ್ಟಿ ಬೆಳೆದ ಜಾತಿ, ಮತ, ಸಮಾಜದ ನಂಬಿಕೆ, ವಿಚಾರಗಳ ಕಸ ರಸ, ಹೊಟ್ಟು ತಿರುಳು, ಕಲಸುಮೇಲೋಗರವಾಗಿ ನನ್ನಲ್ಲಿ ತುಂಬಿಕೊಂಡಿದೆ. ನನಗೆ ಹೊರಗಣ ಗಾಳಿ ಬೀಸಿ ಸಂಶಯಚಿತ್ತನಾಗುವುದಕ್ಕೆ ಧಾರಾಳವಾದ ಅನುಕೂಲತೆಗಳಿವೆ. ಆಗಿದ್ದೇನೆ– ಎಂದು ಹೇಳುವ ಧೈರ್ಯ ಮಾತ್ರ ಇಲ್ಲ. ಅವರು ಹುಟ್ಟಿ ಬೆಳೆದಂದಿನಿಂದ ಇಂದಿನ ತನಕವೂ ಅನ್ಯಮತಗಳ ಗಾಳಿಯಾಗಲೀ, ಪ್ರಭಾವಗಳಾಗಲೀ ಅವರ ಮೇಲೆ ಬೀಸಿದ್ದಿಲ್ಲ. ಆದರೂ, ಅವರ ವಿಚಾರಸರಣಿ ನನಗಿಂತಲೂ ಹತ್ತು ಹೆಜ್ಜೆ ಮುಂದಕ್ಕಿರುತ್ತದೆ. ತಮ್ಮ ಮನಸ್ಸಿಗೆ ಅಂಟಿದ ಸಂಸ್ಕೃತಿಯ ಹೊಟ್ಟನ್ನು ಅವರು ಹೇಗೆ ಕಳಚಿಕೊಂಡರು – ಎಂಬುದು ನನಗೇ ಹೊಳೆಯದ ವಿಷಯವಾಗಿದೆ. (ಪುಟ ೨೩೧)

ಇಡೀ ಕಾದಂಬರಿಯು ಸುಬ್ರಾಯ ತನ್ನ ಮನಸ್ಸಿಗೆ ಅಂಟಿದ ಸಂಸ್ಕೃತಿಯ ಹೊಟ್ಟನ್ನು ಕಳಚಿಕೊಳ್ಳುವ ಪ್ರಕ್ರಿಯೆಯೇ ಆಗಿದೆ. ಸುಬ್ರಾಯನ ಪ್ರಜ್ಞೆಯ ವಿಕಾಸವೇ ಕಾದಂಬರಿಯ ಕೇಂದ್ರವಸ್ತು. ಅವನು ತನ್ನ ಜಿಜ್ಞಾಸೆಗಳಿಗೆ ಮೂಕಜ್ಜಿಯನ್ನು ಸಾಕ್ಷಿಪ್ರಜ್ಞೆ ಮಾಡಿಕೊಳ್ಳುತ್ತಾನಲ್ಲದೆ ಮೂಕಜ್ಜಿ ಕಾದಂಬರಿಯ ಕೇಂದ್ರ ಪಾತ್ರವಾಗುವುದಿಲ್ಲ. ಅವಳ ವೈಚಾರಿಕತೆಗೆ ತಬ್ಬಿಬ್ಬಾಗಿ ಅವಳನ್ನು ಕಾದಂಬರಿಯ ಕೇಂದ್ರ ಆಕರ್ಷಣೆಯಾಗಿ ಪರಿಭಾವಿಸುವ ಓದು ಕಾದಂಬರಿಗೆ ಪೂರ್ಣ ನ್ಯಾಯ ಸಲ್ಲಿಸಲಾರದು.

ಪರಂಪರೆ ಮತ್ತು ಆಧುನಿಕತೆಗಳ ಘರ್ಷಣೆಯಲ್ಲಿ ವೈಯಕ್ತಿಕ ತುರ್ತಿನಿಂದ ಆಯ್ಕೆ ಮಾಡಿಕೊಳ್ಳುತ್ತ ಅನುಭವಗಳಿಗೆ ಒಡ್ಡಿಕೊಂಡು ಮಾಗುವ, ಪ್ರಜ್ಞೆಯನ್ನು ವಿಸ್ತರಿಸಿಕೊಳ್ಳುವ ಹಲವು ಪಾತ್ರಗಳ ಒಂದು ಭವ್ಯ ವಿನ್ಯಾಸವೇ ಒಟ್ಟಾರೆ ಕಾರಂತ ಕಾದಂಬರಿ ಪ್ರಪಂಚದಲ್ಲಿ

ಕಾಣುತ್ತದೆ. 'ಮರಳಿ ಮಣ್ಣಿಗೆ'ಯ ರಾಮ, 'ಸಮೀಕ್ಷೆ'ಯ ಶ್ರೀನಿವಾಸ, 'ಬೆಟ್ಟದ ಜೀವ', 'ಅಳಿದ ಮೇಲೆ' ಕಾದಂಬರಿಗಳ ನಿರೂಪಕರು ಮೊದಲಾಗಿ ಇಂಥ ಅನೇಕ ಪಾತ್ರಗಳ ಜೊತೆ ಸುಬ್ರಾಯನನ್ನು ಇಟ್ಟು ನೋಡಬೇಕು. ಏಕೆಂದರೆ ಕಾದಂಬರಿ ಗಮನಿಸಿರುವುದು ಸುಬ್ರಾಯನ ಬೆಳವಣಿಗೆಯನ್ನೇ ಹೊರತು ಮೂಕಜ್ಜಿಯ ಬೆಳವಣಿಗೆಯನ್ನಲ್ಲ. ಈ ದೃಷ್ಟಿಯಿಂದ ಮೂಕಜ್ಜಿ 'ಚಿರ'ವಾದರೆ ಸುಬ್ರಾಯ 'ಚರ'. ಈ ಚರಾಚರಗಳ ಜಿಜ್ಞಾಸೆಯಲ್ಲಿ ಬದುಕಿನ ಸೂಕ್ಷ್ಮಗಳು ವಿವರಗಳಲ್ಲಿ ಬಿಚ್ಚಿಕೊಳ್ಳುತ್ತ ಹೋಗುತ್ತವೆ. ರಾಮಣ್ಣ-ನಾಗಿಯರ ಕತೆಯನ್ನು ಸೂಕ್ಷ್ಮವಾಗಿ ಪರಿಶೀಲಿಸಿದರೆ ಈ ಜಿಜ್ಞಾಸೆಯ ಸ್ವರೂಪದ ಬಗ್ಗೆ ಅನೇಕ ಮಹತ್ವಪೂರ್ಣ ಒಳನೋಟಗಳು ಹೊಳೆಯತೊಡಗುತ್ತವೆ. ಮಾಸ್ತಿಯವರ ಅತ್ಯುತ್ತಮ ಕತೆಗಳಲ್ಲಿ ಒಂದಾದ 'ವೆಂಕಟಿಗನ ಹೆಂಡತಿ'ಗಿಂತ ತುಂಬಾ ಸಂಕೀರ್ಣವಾದ ರಾಮಣ್ಣ-ನಾಗಿಯರ ಕತೆ 'ಮೂಕಜ್ಜಿಯ ಕನಸುಗಳು' ಕಾದಂಬರಿಗೆ ನೀಡುವ ನೈತಿಕ ಆಯಾಮಗಳು ದೊಡ್ಡವು. ರಾಮಣ್ಣ-ನಾಗಿಯರನ್ನು ನಿರೂಪಕ ತನ್ನ ಜೀವನದಲ್ಲಿ ಪ್ರತ್ಯಕ್ಷವಾಗಿ ಕಂಡಿದ್ದಾನೆ. ಅವರಿವರು ಹೇಳಿದ ಕತೆಗಳನ್ನು ಕೇಳಿದ್ದಾನೆ. ತನ್ನ ಅಜ್ಜಿಯ ವಿಶ್ಲೇಷಣೆಗಳನ್ನು ಕೇಳಿದ್ದಾನೆ. ಅಷ್ಟೇ ಅಲ್ಲ, ಹಲವು ವರುಷಗಳ ಬಳಿಕ ಅವರಿಬ್ಬರನ್ನೂ ಕೂಡಿಸಿದ ತನ್ನ ಅಜ್ಜಿಯ ವರ್ತನೆಗೆ ಸಾಕ್ಷಿಯಾಗಿದ್ದಾನೆ.

ಅಜ್ಜಿಯ ಜಿಜ್ಞಾಸೆಯಷ್ಟೇ ಅವಳ ಕ್ರಿಯೆಯೂ ಸುಬ್ರಾಯನನ್ನು ಬೆಳೆಸುತ್ತದೆ. 'ಇರುವ ನಾಲ್ಕು ದಿನ ಚಂದವಾಗಿ ಇರುವುದಪ್ಪ' (ಪುಟ:೪೫) ಎಂದು ಹೇಳುವ ಅಜ್ಜಿ ರಾಮಣ್ಣ-ನಾಗಿಯರನ್ನು ಮತ್ತೆ ಒಂದುಗೂಡಿಸುವುದು ಸುಬ್ರಾಯನ ಮೇಲೆ ಮಾಡುವ ಪರಿಣಾಮ ಅಷ್ಟಿಷ್ಟಲ್ಲ. ಈ ಸಂಭಾಷಣೆಯನ್ನು ಗಮನಿಸೋಣ:

> 'ಈಗ ಒಂದು ಮಾತಿಗೆ ಹೇಳುತ್ತೇನೆ-ಮಹಾಭಾರತ, ರಾಮಾಯಣ ಅನ್ನುತ್ತಾರಲ್ಲ. ಅದೆಲ್ಲ ನಿಜವೇ? ಅವತಾರ? ಗಿವತಾರ?
>
> 'ನಿನಗೆ ಎಷ್ಟು ಸಾರಿ ಹೇಳುವುದು ಮಾಣಿ? ದೇವರಿಗೆ ಅವತಾರ ಕೊಟ್ಟವರು ನಾವು, ನಮ್ಮ ಬುದ್ಧಿ. ಈ ಜಗತ್ತನ್ನು ಸೃಷ್ಟಿ ಮಾಡುವುದಕ್ಕೆ ಅವನಿಗೊಂದು ಅವತಾರ ಬೇಕೇ? ಅದಕ್ಕೆ ಬೇಡವಾದರೆ, ಅದನ್ನು ಸಾಕುವುದಕ್ಕೂ ಬೇಡ; ಸಾಯಿಸುವುದಕ್ಕೂ ಬೇಡ.

'ಅದು ಹೌದೆಂದು ಕಾಣುತ್ತದೆ. ರಾಮನ ಕತೆ ಅಲ್ಲಿರಲಿ; ರಾಮಣ್ಣನ ಕತೆಯನ್ನು ಕೇಳಿ ನೀವು'. (ಪುಟ ೨೩೫)

ಸುಬ್ರಾಯನಿಗೆ ಮೂಕಜ್ಜಿಯ ಕನಸುಗಳ ಬಗ್ಗೆ ಮಾತ್ರವಲ್ಲ, ಆಕೆಯ ಜೀವನದ ಬಗ್ಗೆಯೂ ಆಸಕ್ತಿಯಿದೆ ಎನ್ನುವುದು ಗಮನಿಸಬೇಕಾದ ವಿಷಯ. ಕಲೆ, ವಿಜ್ಞಾನ, ಮಾನವಿಕ, ಭಾಷೆ ಹೀಗೆ ಹಲವು ಹತ್ತು ಸಂಗತಿಗಳ ಬಗ್ಗೆ ಕುತೂಹಲವಿಟ್ಟುಕೊಂಡ, ಆ ಕ್ಷೇತ್ರಗಳಲ್ಲಿಯೂ ಗಮನಾರ್ಹ ಸಾಧನೆ ಮಾಡಿರುವ ಕಾರಂತರಿಗೆ ಕೇವಲ ಮಾನವ ಶಾಸ್ತ್ರದ ಪ್ರಾಥಮಿಕ ಪಾಠಗಳನ್ನು ಹೇಳಲು ಕಾದಂಬರಿಯೊಂದನ್ನು ಬರೆಯುವ ಉದ್ದೇಶವಿರಲಾರದು. ಈಗಾಗಲೇ ಸ್ಪಷ್ಟಪಡಿಸಿರುವಂತೆ ಮೂಕಜ್ಜಿಯ ಪಾತ್ರಸೃಷ್ಟಿಯನ್ನು ಕಾದಂಬರಿಯ ಒಟ್ಟಾರೆ ಅಗತ್ಯದ ಹಿನ್ನೆಲೆಯನ್ನೇ ನೋಡಬೇಕು. ಅಜ್ಜಿಯ ಭೂತದ ಬಗ್ಗೆ ನಿರೂಪಕನ ಕುತೂಹಲಗಳು ಔಚಿತ್ಯಪೂರ್ಣವಾಗಿವೆ. ಅಂದರೆ ಸೂಕ್ಷ್ಮಗ್ರಾಹಿ ಓದುಗರನೇಕರು ಕಾದಂಬರಿಯ ಹೊರಗೆ

ಎತ್ತಬಹುದಾದ ಅನುಮಾನಗಳನ್ನು ಸುಬ್ರಾಯನ ಪ್ರಜ್ಞೆಯಲ್ಲಿ – ಕಾದಂಬರಿಯ ಒಳಗೇ –
ಸೂಚಿಸಿ ಕಾದಂಬರಿಕಾರರು ರಚನೆಯಲ್ಲಿ ಸಂಕೀರ್ಣತೆ ಸಾಧಿಸುತ್ತಾರೆ:

ಒಮ್ಮೊಮ್ಮೆ ನೆನೆದಾಗ ನನ್ನ ಯೋಚನೆಗಳು ನನಗೇ ವಿಪರೀತದ್ದಾಗಿ ಕಾಣಿಸುತ್ತವೆ. ನಮ್ಮ ಅಜ್ಜಿ
ಅಷ್ಟೊಂದು ದೀರ್ಘಕಾಲ ಕಾಮ ತುಂಬಿದ ಸಾಂಸಾರಿಕ ಆವರಣದಲ್ಲಿಯೂ ಅಂಥ ವೈರಾಗ್ಯದ
ಜೀವನ ಹೇಗೆ ನಡೆಸಿದರು? ಯೌವನ ಎಂಬುದು ಕಾಲಿರಿಸಿದಾಗ ಅವರ ಮನಸ್ಸು ವಿಷಯ
ವಾಸನೆಯಿಂದ ತೊಳಲಾಡದಾಯಿತೇ–ಎಂಬ ಪ್ರಶ್ನೆಗಳೂ ನನ್ನಲ್ಲಿ ಹುಟ್ಟುತ್ತವೆ. ಅಂಥವನ್ನು
ಬಾಯಿಬಿಟ್ಟು ಕೇಳುವುದಾದರೂ ಹೇಗೆ? ಯಾರಾದರೂ ಕೇಳುತ್ತಾರೆಯೇ? ಕೇಳಿದರೆ ಏನು
ಹೇಳಿಯಾರು? ಒಂದಲ್ಲ ಒಂದು ದಿನ ಪರೋಕ್ಷದಿಂದಲಾದರೂ ಕೇಳಬೇಕು ಎಂಬ ಆಸೆಯೇನೋ
ಉಳಿದುಕೊಂಡಿತು. (ಪುಟ ೮೧)

ಕಾದಂಬರಿಯ ಸಂಘರ್ಷದ ನೆಲೆಗಳು ಸೂಚಿತವಾಗುವುದು ಇಂಥಲ್ಲಿ. ಮೂಕಜ್ಜಿಯ
ಕನಸುಗಳೇನೇ ಇರಲಿ ಅವುಗಳಿಗೆ ಸುಬ್ರಾಯ ಹೇಗೆ ಸ್ಪಂದಿಸಿ ಪ್ರತಿಕ್ರಿಯಿಸುತ್ತಾನೆಂಬುದೇ
ಇಲ್ಲಿ ಮುಖ್ಯ. ಈ ದೃಷ್ಟಿಯಿಂದ ಈ ಕಾದಂಬರಿ ಕಾರಂತರ ಕಾದಂಬರಿಗಳ ಪ್ರಧಾನಧಾರೆಗೇ
ಸೇರುವಂಥದ್ದಾಗಿದೆ.

ಯಶಪಾಲ್ ಅವರ "ಅಮಿತಾ"

ಸುಪ್ರಸಿದ್ಧ ಹಿಂದಿ ಸಾಹಿತಿ ಯಶಪಾಲ್(೧೯೦೩–೧೯೭೬) ಭಗತ್ ಸಿಂಗ್ ಮತ್ತು ಆತನ ತಂಡದೊಂದಿಗೆ ಕೆಲಸ ಮಾಡಿದವರು. ಎಡಪಂಥೀಯ ಒಲವಿದ್ದ ಯಶಪಾಲ್ ಸ್ವಾತಂತ್ರ್ಯ ಚಳುವಳಿಯಲ್ಲಿ ಸಕ್ರಿಯವಾಗಿ ಭಾಗವಹಿಸಿದ್ದವರು. ತಮ್ಮ ಕ್ರಾಂತಿಕಾರಿ ಚಟುವಟಿಕೆಗಳಿಂದಾಗಿ ಅವರು ಆರು ವರುಷಗಳ ಕಾಲ ಸೆರೆವಾಸವನ್ನು ಅನುಭವಿಸಬೇಕಾಯಿತು. ಸೆರೆವಾಸದಿಂದ ಮುಕ್ತರಾದ ಮೇಲೆ ಅವರು ಬರವಣಿಗೆಯನ್ನೇ ವೃತ್ತಿಯಾಗಿ ಸ್ವೀಕರಿಸಿದರು.

ಯಶಪಾಲ್– ಹಿಂದಿ ಸಾಹಿತ್ಯದ ಅತಿಮುಖ್ಯ ಹೆಸರುಗಳಲ್ಲಿ ಒಂದು. ಕಾದಂಬರಿಕಾರರಾಗಿಯೇ ಹೆಚ್ಚು ಪ್ರಸಿದ್ಧರಾಗಿರುವ ಯಶಪಾಲ್ "ಮನುಷ್ಯನ ರೂಪ", "ಸುಳ್ಳುಸತ್ಯ", "ದಿವ್ಯಾ", "ಅಮಿತಾ" ಮುಂತಾದ ಶ್ರೇಷ್ಠಕೃತಿಗಳನ್ನು ರಚಿಸಿದ್ದಾರೆ. ಕೇಂದ್ರಸಾಹಿತ್ಯ ಅಕಾಡೆಮಿ ಪ್ರಶಸ್ತಿಯನ್ನೂ ಪದ್ಮಭೂಷಣ ಮತ್ತಿತರ ಗೌರವಗಳನ್ನೂ ಪಡೆದುಕೊಂಡಿರುವ ಯಶಪಾಲರ "ಮನುಷ್ಯನ ರೂಪ" ನ್ಯಾಷನಲ್ ಬುಕ್ ಟ್ರಸ್ಟ್ ವತಿಯಿಂದ ಕನ್ನಡವೂ ಸೇರಿದಂತೆ ಅನೇಕ ಭಾರತೀಯ ಭಾಷೆಗಳಿಗೆ ಅನುವಾದಗೊಂಡಿದೆ. ವಿಶ್ವದ ಬೇರೆ ಬೇರೆ ಭಾಷೆಗಳಿಗೆ ಅನುವಾದಗೊಳ್ಳಲೆಂದು ಯುನೆಸ್ಕೋದಿಂದ ಆಯ್ಕೆಗೊಂಡಿರುವ "ಅಮಿತಾ"(೧೯೫೬) ಯಶಪಾಲರ ಎರಡನೆಯ ಐತಿಹಾಸಿಕ ಕಾದಂಬರಿ. ಮೊದಲ ಐತಿಹಾಸಿಕ ಕಾದಂಬರಿ "ದಿವ್ಯಾ" ಕಾದಂಬರಿಯನ್ನು ಕನ್ನಡಕ್ಕೆ ತಂದಿದ್ದ ಪ್ರಧಾನ ಗುರುದತ್ ಅವರೇ "ಅಮಿತಾ" ಕಾದಂಬರಿಯನ್ನೂ ಕನ್ನಡಕ್ಕೆ ಅನುವಾದಿಸಿದ್ದಾರೆ. ಮೂಲದ ಸೊಗಸನ್ನೂ ಕೊಂಚವೂ ಕಳೆಯದೆ ಸುಂದರವಾಗಿ, ಅಚ್ಚುಕಟ್ಟಾಗಿ ಅನುವಾದಿಸಿರುವ ಪ್ರಧಾನ ಗುರುದತ್ ಅವರು ಸುದೀರ್ಘವಾದ ಮುನ್ನುಡಿಯನ್ನೂ ಬರೆದು ಕಾದಂಬರಿಯ ವೈಶಿಷ್ಟ್ಯಗಳನ್ನು ಗುರುತಿಸುವ ಪ್ರಯತ್ನ ಮಾಡಿದ್ದಾರೆ.

ಯಶಪಾಲರೇ ಹೇಳಿಕೊಳ್ಳುವಂತೆ, "ದಿವ್ಯಾ"ದ ಕಥಾವಸ್ತುವಿನಂತೆಯೇ 'ಅಮಿತಾ'ದ ಕಥಾವಸ್ತುವೂ ಇತಿಹಾಸವಲ್ಲ; ಐತಿಹಾಸಿಕ ಕಲ್ಪನೆಯೇ. ಅಶೋಕ ಕಳಿಂಗ ರಾಜ್ಯವನ್ನು ಗೆಲ್ಲುವುದಕ್ಕಾಗಿ ಆಕ್ರಮಣವನ್ನು ನಡೆಸಿದ್ದು ಮತ್ತು ಆ ಯುದ್ಧದ ಪರಿಣಾಮವಾಗಿ ಮುಂದೆಂದೂ ಯುದ್ಧ ಮಾಡುವುದಿಲ್ಲವೆಂದು ಪ್ರತಿಜ್ಞೆ ಮಾಡಿದ್ದು – ಇಷ್ಟು ಮಾತ್ರವೇ ಇತಿಹಾಸದ ನಿಜವಾದ ಸಂಗತಿ. ಅಶೋಕ ತನ್ನ ಈ ಪ್ರತಿಜ್ಞೆಯನ್ನು ಶಾಸನಗಳ ರೂಪದಲ್ಲಿ ಚಿರಸ್ಥಾಯಿಯಾಗಿಸಿದ್ದಾನೆ. ಈ ಕಾಲ್ಪನಿಕ ಕಥೆಯ ಇಷ್ಟು ಅಂಶ ಮಾತ್ರವೇ ಇತಿಹಾಸ; ಉಳಿದುದೆಲ್ಲ ನನ್ನ ಕಲ್ಪನೆ".

155

ಕಾದಂಬರಿಯ ಕೊನೆಯ ಅಧ್ಯಾಯದಲ್ಲಿ ಅಶೋಕನನ್ನು ನೇರವಾಗಿ ಸಂಧಿಸುತ್ತೇವಾದರೂ ಒಟ್ಟೂ ಕಾದಂಬರಿಯ ಹಿನ್ನೆಲೆಯಲ್ಲಿ ಅಶೋಕ ಪರದೆಯ ಹಿಂದೆಯೇ ಇರುತ್ತಾನೆ. 'ಅಮಿತಾ' ಅಶೋಕನ ಮನಃಪರಿವರ್ತನೆಯನ್ನು ಪ್ರಧಾನವಾಗಿಟ್ಟುಕೊಂಡ ಕಾದಂಬರಿಯಲ್ಲ. ಇಡೀ ಕಾದಂಬರಿಯಲ್ಲಿ ನಾವು ಕಾಣುವುದು ಖರವೇಲನ ಮರಣೋತ್ತರ ಕಳಿಂಗ ರಾಜ್ಯವನ್ನು. ಮೊದಲ ಯುದ್ಧದಲ್ಲಿ ಅಶೋಕನನ್ನು ಸೋಲಿಸಿದರೂ ಯುದ್ಧದಲ್ಲಿ ಆದ ಗಾಯಗಳಿಂದ ಖರವೇಲ ತೀರಿಕೊಂಡ ನಂತರ ರಾಜ್ಯಾಡಳಿತದ ಸೂತ್ರ ಆತನ ಪತ್ನಿ ಮಹಾರಾಣಿ ನಂದಾದೇವಿಯ ಪಾಲಿಗೆ ಬಂದಿರುತ್ತದೆ. ಇವರಿಬ್ಬರ ಏಕೈಕ ಪುತ್ರಿ ಪುಟ್ಟ ಬಾಲಕಿ ಅಮಿತಾ ಖರವೇಲನ ಉತ್ತರಾಧಿಕಾರಿಯಾಗುತ್ತಾಳೆ. ಅಶೋಕ ಭಾರಿ ಸೈನ್ಯದೊಂದಿಗೆ ಕಳಿಂಗದ ಮೇಲೆ ಮತ್ತೊಮ್ಮೆ ದಂಡೆತ್ತಿ ಬರುತ್ತಿರುವ ಹಿನ್ನೆಲೆಯಲ್ಲಿ ಕಳಿಂಗ ರಾಜ್ಯದ ವಿವಿಧ ವಿದ್ಯಮಾನಗಳು ಕಾದಂಬರಿಕಾರರಿಗೆ ಮುಖ್ಯವಾಗುತ್ತವೆ. ಈ ವಿದ್ಯಮಾನಗಳ ಮೂಲಕ ಯಶಪಾಲರು ಕಳಿಂಗ ದೇಶದ ಆ ಕಾಲದ ರಾಜಕೀಯವನ್ನೂ, ರಾಜ್ಯ ವ್ಯವಸ್ಥೆಯ ಹಲವು ಮುಖಗಳನ್ನೂ ಒಟ್ಟಿಗೇ ಶೋಧಿಸಬಯಸುತ್ತಾರೆ. "ಅಮಿತಾ" ಎಂಬ ಬಾಲಕಿಯ ಪಾತ್ರ ಸೃಷ್ಟಿಗೆ ಮುಖ್ಯ ಕಾರಣ ಇದೇ.

ಮಹಾರಾಣಿ ನಂದಾ ಬೌದ್ಧಮತದ ಅನುಯಾಯಿಯಾಗಿದ್ದವಳು. ಸಹಜವಾಗಿಯೇ ಅವಳು ಯುದ್ಧವಿರೋಧಿಯಾಗಿದ್ದಳು. ಸೈನಿಕ ಕಾರ್ಯಾಚರಣೆಗಳು ಸಾಮಾನ್ಯ ಜನರ ದೈನಂದಿನ ಬದುಕಿಗೆ ಅಡ್ಡಿಬರಬಾರದೆಂದು ಆಕೆಯ ಅಪೇಕ್ಷೆಯಾಗಿತ್ತು. ಹಿಂಸೆಯ ಎಲ್ಲ ಮಾರ್ಗಗಳನ್ನು ತ್ಯಜಿಸಿ ಪ್ರೀತಿಯಿಂದಲೇ ಎಲ್ಲವನ್ನೂ ಎಲ್ಲರನ್ನೂ ಜಯಿಸಬೇಕು ಎಂದು ಅವಳು ಹೇಳುತ್ತಿದ್ದಳು. "ಯಾರಿಂದಲೂ ಏನನ್ನೂ ಕಸಿದುಕೊಳ್ಳಬೇಡ, ಯಾರನ್ನೂ ಬೆದರಿಸಬೇಡ, ಯಾರನ್ನೂ ಹಿಂಸಿಸಬೇಡ" ಇದೇ ಅವಳ ಮಂತ್ರವಾಗಿತ್ತು. ಸೈನ್ಯ, ರಾಜ್ಯ ಭಂಡಾರಗಳಿಗಿಂತ ಅವಳಿಗೆ ಬೌದ್ಧಭಿಕ್ಷುಗಳು ಮತ್ತು ಬೌದ್ಧವಿಹಾರಗಳೇ ಮುಖ್ಯವಾಗಿದ್ದವು. ಆದರೆ ಕಳಿಂಗ ರಾಜ್ಯದ ಸದ್ಯದ ರಾಜಕೀಯ ಸ್ಥಿತಿ ಮಹಾರಾಣಿಯ ಅಪೇಕ್ಷೆಗಳನ್ನು ಕೈಗೂಡಿಸುವಂತಿರಲಿಲ್ಲ. ಅಶೋಕನ ಸೈನ್ಯ ಕಳಿಂಗ ರಾಜ್ಯದ ಮೇಲೆ ದಂಡೆತ್ತಿ ಬರುತ್ತಿತ್ತು. ಆ ಬೃಹತ್ ಸೈನ್ಯವನ್ನು ಎದುರಿಸಲು ಮಹಾಮಾತ್ಯರು, ಸೇನಾಧಿಪತಿಗಳು, ಸೈನಿಕರನ್ನು ಅನಿವಾರ್ಯವಾಗಿ ಸಂಘಟಿಸಲೇ ಬೇಕಾಗಿತ್ತು. ಕಳಿಂಗ ರಾಜ್ಯದ ಸಿಂಹಾಸನದ ರಕ್ಷಣೆ ಅವರ ಪರಮ ಪವಿತ್ರ ಕರ್ತವ್ಯವಾಗಿತ್ತು. ರಾಜ್ಯವ್ಯವಸ್ಥೆಯನ್ನು ಒಪ್ಪಿಕೊಂಡ ಮೇಲೆ ರಾಜಭಂಡಾರ, ಸೈನ್ಯ ಇವುಗಳನ್ನು ಏಕಾಏಕಿ ತಿರಸ್ಕರಿಸಲು ಸಾಧ್ಯವಿರಲಿಲ್ಲ. ಹೀಗಾಗಿ ಅತ್ತ ಅಶೋಕ ಬೃಹದ್ ಸೈನಿಕ ಬಲದೊಂದಿಗೆ ಕಳಿಂಗದತ್ತ ಧಾವಿಸುವಾಗ ಇಲ್ಲಿ, ಕಳಿಂಗದಲ್ಲಿ ಮಹಾಮಾತ್ಯರು ಮತ್ತು ಮಹಾರಾಣಿ ಗಾಢವಾದ ಸೈದ್ಧಾಂತಿಕ ಸಂಘರ್ಷದಲ್ಲಿ ತೊಡಗಿಕೊಂಡಿದ್ದರು. ಈ ಸೈದ್ಧಾಂತಿಕ ಸಂಘರ್ಷ ಕ್ರಮೇಣ ತದ್ವಿರುದ್ಧ ಆಜ್ಞೆ, ಆದೇಶಗಳಲ್ಲಿ ಮೂರ್ತವಾಗುತ್ತ ಸೈನಿಕರು, ಅಧಿಕಾರಿಗಳು ಗೊಂದಲದಲ್ಲಿ ಸಿಕ್ಕಿಬಿದ್ದಿದ್ದರು. ಮಹಾರಾಣಿ ನಂದಾ ಕೇಳುತ್ತಾಳೆ: "ಆಚಾರ್ಯರೆ, ಅಶೋಕ ನಾಳೆ ಎಸಗಲಿರುವುದನ್ನು ನೀವು ಇಂದೇ ಎಸಗಿಬಿಡಬಯಸುತ್ತಿದ್ದೀರಲ್ಲವೇ? ಪ್ರಜೆಗಳ ಮನೆಮಠಗಳನ್ನು ಕಸಿದುಕೊಂಡು ಪ್ರಜೆಗಳನ್ನು ರಕ್ಷಿಸಲು ಸಾಧ್ಯವಾಗುವುದಿಲ್ಲ. ಅಶೋಕ ತಾನು ಎಸಗಲಿರುವ ಪಾಪದ ಫಲವನ್ನು ಅನುಭವಿಸಿಯೇ ತೀರುತ್ತಾನೆ. ಅಶೋಕ ಎಸಗಲಿರುವ

ಪಾಪಕಾರ್ಯವನ್ನು ವಿರೋಧಿಸುವ ಸಲುವಾಗಿ ನಾವು ಪಾಪಕಾರ್ಯವನ್ನೆಸಗಲಾರೆವು. ಭದ್ರಕೀರ್ತಿಗಳ ವಾದವನ್ನೂ ಸುಲಭವಾಗಿ ತಳ್ಳಿಹಾಕುವಂತಿಲ್ಲ; ಹತ್ತುಸಾವಿರ ಮಂದಿ ಸೈನಿಕರು ಹಿಮದಲ್ಲಿ, ಬಿಸಿಲಲ್ಲಿ ನಲುಗುತ್ತಿದ್ದಾರೆ. ಅವರಿಗೆ ಇರಲು ಜಾಗವಿಲ್ಲ. ಕಣ್ಮುಚ್ಚಿ ತಥಾಗತನ ಸನ್ನಿಧಿಗೆ ಶರಣು ಹೋಗಲು ಭಿಕ್ಷುಗಳಿಗೆ ದೊಡ್ಡ ದೊಡ್ಡ ಕೋಟೆಗಳು ಬೇಕು. ಶ್ರಮಣರಿಗೆ ತಥಾಗತನ ಶರಣು ಮಾತ್ರವೇ ಸಾಲದು; ಅವರಿಗೆ ವಿಶಾಲವಾದ ಭವನಗಳೂ ಬೇಕು. ಸೈನಿಕರು, ಯೋಧರು ರಾಜ್ಯವನ್ನು ಮತ್ತು ಆಡಳಿತ ವ್ಯವಸ್ಥೆಯನ್ನು ರಕ್ಷಿಸುವುದಕ್ಕೆ ಬದಲಾಗಿ, ಕೈಯಲ್ಲಿ ಭಿಕ್ಷಾಪಾತ್ರೆಯನ್ನು ಹಿಡಿದು ಭಿಕ್ಷೆ ಬೇಡುವ ಈ ಜನರು ರಕ್ಷಿಸುತ್ತಾರೆಯೇ?"

"ಅಮಿತಾ" ಘೋಷಿತ ಯುದ್ಧವಿರೋಧಿ ಕಾದಂಬರಿಯಾಗಿದ್ದರೂ ಡಿಬೇಟಿನ ಸರಳ ನೆಲೆಗಳಿಗೆ ತನ್ನನ್ನು ಒಪ್ಪಿಸಿಕೊಳ್ಳದೇ ಇರುವುದೊಂದು ವಿಶೇಷ. ಏಕೆಂದರೆ ಅಹಿಂಸೆಯೇ ಪರಮೋ ಧರ್ಮಃ ಎನ್ನುವ ಮಹಾರಾಣಿಯನ್ನಾಗಲೀ, ವ್ಯವಸ್ಥೆಯ ಸಂರಕ್ಷಣೆಗೆ ಹಿಂಸೆ ಅನಿವಾರ್ಯ ಎನ್ನುವ ಅಧಿಕಾರ ವರ್ಗವನ್ನಾಗಲೀ ಏಕಮುಖವಾಗಿ ಒಪ್ಪಿಕೊಳ್ಳುವ ಇಲ್ಲವೆ ತಿರಸ್ಕರಿಸುವ ನೆಲೆಗಳಿಂದ ತುಂಬ ದೂರ ನಿಲ್ಲುವ ಈ ಕಾದಂಬರಿ ಈ ಎರಡೂ ಜೀವನದೃಷ್ಟಿಗಳನ್ನು ಅದರೆಲ್ಲ ಸಂಕೀರ್ಣ ವಿರೋಧಾಭಾಸಗಳಲ್ಲಿ ಶೋಧಿಸಲು ಪ್ರಯತ್ನಿಸುತ್ತದೆ. ಯಶಪಾಲರಿಗೆ ಸದ್ಯದ ರಾಜಕಾರಣದಷ್ಟೇ ಮನುಷ್ಯನನ್ನು ಸದಾಕಾಲ ಕಾಡುವ ಸಂಗತಿಗಳೂ ಮುಖ್ಯವಾಗುತ್ತವೆ. ಹೀಗಾಗಿ ಮಹಾರಾಣಿಯ ಧರ್ಮಪರ ವ್ಯಕ್ತಿತ್ವದ ಹಿಂದೆ ಆಕೆಗೆ ಇನ್ನೂ ಪೂರ್ಣವಾಗಿ ಅರಿವಿಗೆ ಬಾರದೆ ಉಳಿದುಕೊಂಡಿರುವ ವರ್ಗಪ್ರಜ್ಞೆಯೂ ಕಾದಂಬರಿಕಾರರ ಅವಲೋಕನವನ್ನು ತಪ್ಪಿಸಿಕೊಳ್ಳುವುದಿಲ್ಲ. ಬೌದ್ಧಮತದ ಅನುಯಾಯಿಗಳಲ್ಲೂ ಕಂಡುಬರುವ ಸ್ವಾರ್ಥಪರತೆ, ಅಂಧಶ್ರದ್ಧೆಗಳನ್ನು ಬಯಲಿಗೆಳೆಯುವುದರಲ್ಲಿ ಯಶಪಾಲ್ ಹಿಂದೆ ಬಿದ್ದಿಲ್ಲ. ಇದೇ ರೀತಿ ರಾಜ್ಯ ರಕ್ಷಣೆಯ ಹಿಂದೆ ಕಂಡುಬರುವ ಹಿಂಸೆ, ಯಜ್ಞ ಯಾಗಾದಿಗಳಂತಹ ಮೂಢನಂಬಿಕೆಗಳು, ಯುದ್ಧದ ಹಿಂದಿನ ಎಲ್ಲ ಬಗೆಯ ಶೋಷಣೆ, ಕುಟಿಲನೀತಿಗಳು ಕಾದಂಬರಿಯಲ್ಲಿ ಶೋಧನೆಗೆ ಒಳಗಾಗಿವೆ. ಹೀಗಾಗಿ ಯುದ್ಧದ ಭೀಕರ ಪರಿಣಾಮಗಳ ಯಥಾರ್ಥ ನಿರೂಪಣೆ ಇಲ್ಲವೆ ಮನುಷ್ಯ ಹೃದಯದ ಪರಿವರ್ತನೆಯ ಮನೋವೈಜ್ಞಾನಿಕ ದರ್ಶನಗಳಂಥ ಸಾಂಪ್ರದಾಯಿಕ ನೆಲೆಗಳಿಂದ ತುಸು ಭಿನ್ನವಾಗಿ, ವಿಶಿಷ್ಟವಾಗಿ ಬರೆಯುವುದು ಯಶಪಾಲರಿಗೆ ಸಾಧ್ಯವಾಗಿದೆ. ಒಂದು ನಿರ್ದಿಷ್ಟ ಐತಿಹಾಸಿಕ ಪ್ರಕ್ರಿಯೆಯ ಸಂದರ್ಭದಲ್ಲಿ ಮನುಷ್ಯನನ್ನು ಯಾವತ್ತೂ ಕಾಡುವ ಹಲವು ಅಂಶಗಳ ಶೋಧನೆ ಇದರಿಂದ ಸಾಧ್ಯವಾಗಿದೆ.

ಮಹಾರಾಣಿ ನಂದಾ ತಮ್ಮ ಮಂತ್ರಿ, ಸೇನಾಧಿಪತಿಗಳಿಗಿಂತ ಹೆಚ್ಚು ಸಿಟ್ಟನ್ನೂ, ಅಸಹನೆಯನ್ನೂ ತೋರಬಲ್ಲವರಾಗಿದ್ದರು. ಇಹದ ಬಂಧನದಿಂದ ಕಳಚಿಕೊಂಡು ನಿರ್ವಾಣವನ್ನು ಸಾಧಿಸಿ ಪರದ ಚಿಂತೆಯನ್ನು ಮಾಡಬಯಸಿದ್ದ ಮಹಾರಾಣಿ, "ಈ ರಾಜ್ಯ ನಮ್ಮದು. ಆಚಾರ್ಯರು ಈ ರಾಜ್ಯದ ಸೇವಕರು ಮಾತ್ರ" ಎಂದೂ ಘೋಷಿಸಬಲ್ಲರು ಮತ್ತು ಆಜ್ಞೆ ಆದೇಶಗಳನ್ನು ಒತ್ತಾಯಪೂರ್ವಕ ಕೊಡಬಲ್ಲರು. ಅಂದರೆ, ಎಲ್ಲವನ್ನೂ ತೊರೆದು ಕೇವಲ ಪರದ ಚಿಂತನೆಯನ್ನು ಮಾಡುತ್ತಲೇ 'ಮಹಾರಾಣಿ'ಯ ಸ್ಥಾನವನ್ನೂ ಉಳಿಸಿಕೊಳ್ಳಬಯಸುವವರು. ವೃದ್ಧ ಉದ್ದಾಲ ರಾಜಕುಮಾರಿ ಅಮಿತಾಗೆ ಹೇಳುವ

ಮಾತುಗಳೂ ಮುಖ್ಯ: "ಮಹಾರಾಣಿ, ಆ ಧರ್ಮವಾದರೋ ಅಭಿಜಾತರಾಗಿರುವ ಆಳುವ ವರ್ಗದವರಿಗೆ ಹಾಗೂ ತ್ಯಾಗಿಗಳಾಗಿರುವ ಸಂತರಿಗೆ ಶೋಭೆ ನೀಡುವಂಥದು. ರಾಜವಂಶದ ಸೇವಕರಿಗೆ ಸ್ವಾಮಿಭಕ್ತಿ ಹಾಗೂ ಸಾಹಸಕಾರ್ಯಗಳು ಮಾತ್ರವೇ ಗೌರವಪ್ರಾಯವಾದವು." ಅಶೋಕನಿಂದ ಕಳಿಂಗ ರಾಜ್ಯದ ಸಿಂಹಾಸನವನ್ನೂ, ಸಂಪತ್ತನ್ನೂ, ಜನರನ್ನೂ ರಕ್ಷಿಸಲು ಹೊರಟಿದ್ದ ಅಧಿಕಾರವರ್ಗ ಯುದ್ಧದ ಸಂದರ್ಭದಲ್ಲಿ ಯಾವ ರೀತಿ ನಡೆದುಕೊಂಡಿತು? "ರಾಜಭಟರು ತಮ್ಮ ಅವಕೃಪೆಗೆ ಪಾತ್ರರಾಗಿದ್ದಂಥ ಸಾವಿರಾರು ಜನರನ್ನು ಬಂಧಿಸಿ ಅಡ್ಡೆಗಳಲ್ಲಿ ಯುದ್ಧ ಸಾಮಗ್ರಿಗಳನ್ನು ಹೊತ್ತು ಸಾಗಿಸುವ ಕೆಲಸಕ್ಕೆ ದೂಡಿದ್ದರು. ಇಂಥ ಸಾವಿರಾರು ಮಂದಿ ಹಗಲು ರಾತ್ರಿ ಯುದ್ಧಭೂಮಿಗೆ ಶಸ್ತ್ರಾಸ್ತ್ರಗಳನ್ನೂ ಆಹಾರ ಸಾಮಗ್ರಿಗಳನ್ನೂ ಹೊತ್ತು ಸಾಗಿಸುತ್ತಿದ್ದರು. ಇವರೇ ಅಲ್ಲಿಂದ ಗಾಯಗೊಂಡ ಸೈನಿಕರನ್ನು ಅಡ್ಡೆಗಳಲ್ಲಿ ಹೊತ್ತು ನಗರಕ್ಕೆ ಕರೆತರುತ್ತಿದ್ದರು.ಈ ಜನರು ದಾರಿಯಲ್ಲೇನಾದರೂ ಬಳಲಿ ಕುಸಿದು ಬಿದ್ದರೆ, ರಾಜಭಟರು ಚಾವಟಿ ಏಟು ಬಿಗಿದು ಅವರು ಬೇಗ ಬೇಗ ಚಲಿಸುವಂತೆ ಮಾಡುತ್ತಿದ್ದರು."

ಹೀಗಾಗಿ ಧರ್ಮವಾಗಲೀ, ಪ್ರಭುತ್ವವಾಗಲೀ ತಮ್ಮ ಸಾಂಸ್ಥಿಕ ರೂಪಗಳಲ್ಲಿ ಜನ ವಿರೋಧಿಯೇ ಆಗಿಬಿಡುತ್ತವೆ. ಅವುಗಳ ಅಮೂರ್ತ ಆದರ್ಶಗಳು ಮೂರ್ತ ವರ್ತನೆ, ಕ್ರಿಯೆಗಳಲ್ಲಿ ಸುಳ್ಳಾಗಿಬಿಡುತ್ತವೆ. ಒಟ್ಟಿನಲ್ಲಿ ಹೇಳುವುದಾದರೆ ಬೌದ್ಧ ಧರ್ಮವಾಗಲೀ ಕಳಿಂಗ ಸೈನ್ಯವಾಗಲೀ ಕಳಿಂಗ ರಾಜ್ಯದ ಜನರನ್ನು ನಿಜವಾಗಿ ಲೆಕ್ಕಕ್ಕೆ ತೆಗೆದುಕೊಳ್ಳದೇ ತಮ್ಮದೇ ಆದ ಭ್ರಮೆಗಳಲ್ಲಿ ಲೆಕ್ಕಾಚಾರಗಳಲ್ಲಿ ತೊಡಗಿಕೊಳ್ಳುವುದನ್ನು ಕಾಣುತ್ತೇವೆ. ಧರ್ಮಕ್ಕಾಗಲೀ ಪ್ರಭುತ್ವಕ್ಕಾಗಲೀ ಆದರ್ಶಗಳು ತತ್ವದ ಮಟ್ಟದಲ್ಲಿ ಮುಖ್ಯವಾಗುತ್ತವೇ ಹೊರತು ಜನಸಾಮಾನ್ಯರ ದೈನಂದಿನ ಸುಖ ದುಃಖಗಳ ಮಟ್ಟದಲ್ಲಲ್ಲ. ಬೌದ್ಧ ಧರ್ಮಕ್ಕೆ ಸೇರಿದವಳಾಗಿದ್ದರೂ ಮಹಾರಾಣಿ ನಂದಾ ವರ್ಗವ್ಯವಸ್ಥೆಯನ್ನು ಪೋಷಿಸಿಕೊಂಡೇ ಬರುತ್ತಿದ್ದಳು. ದಾಸ್ಯ ಪದ್ಧತಿಯನ್ನು ಒಪ್ಪಿಕೊಂಡೇ ಇದ್ದಳು. ಮಹಾರಾಣಿ ನಂದಾಳ ಅಂತಃಪುರದಲ್ಲಿದ್ದ ದಾಸಿ ಹಿತಾ ತನ್ನ ಪ್ರೇಮವನ್ನು ಸಫಲಗೊಳಿಸಿಕೊಳ್ಳಲು ಸಾಧ್ಯವಾಗುವುದೇ ಇಲ್ಲ. ತನ್ನ ಪ್ರೇಮಿ ಮೋದನನ್ನು ದಾಸತ್ವದಿಂದ ವಿಮೋಚನೆಗೊಳಿಸಿಯೂ ಆತನನ್ನು ಹೊಂದುವುದಕ್ಕೆ ಆಕೆಗೆ ಸಾಧ್ಯವಾಗುವುದಿಲ್ಲ. ಕಳಿಂಗ ರಾಜ್ಯದ ಸದ್ಯದ ರಾಜಕೀಯ ಪರಿಸ್ಥಿತಿಯೂ ಆ ಪ್ರೇಮಿಗಳ ಮಿಲನಕ್ಕೆ ಪೂರಕವಾಗಿರಲಿಲ್ಲ.

ಹಿಂಸೆ ಅನಿವಾರ್ಯವೋ, ಸರ್ವಥಾ ಸಲ್ಲದೋ ಎಂಬ ತಾತ್ತ್ವಿಕ ಜಿಜ್ಞಾಸೆ, ಸಂಘರ್ಷಗಳ ಮಧ್ಯದಲ್ಲೂ ಯಶಪಾಲರು ಹಿತಾ–ಮೋದರ ಪ್ರೇಮ ಪ್ರಕರಣದ ಮೂಲಕ ಕೇಳುವ ಮೂಲಭೂತ ಪ್ರಶ್ನೆಗಳು ಕಾದಂಬರಿಯ ಒಟ್ಟು ಆಶಯದ ದೃಷ್ಟಿಯಿಂದ ತುಂಬ ಮಹತ್ತ್ವದ್ದಾಗುತ್ತವೆ. ಮಹಾರಾಣಿ ಪ್ರತಿನಿಧಿಸುವ ವ್ಯವಸ್ಥೆಯಾಗಲೀ, ಭದ್ರಕೀರ್ತಿ ಸುಕಂಠ ಶರ್ಮರು ಪ್ರತಿನಿಧಿಸುವ ವ್ಯವಸ್ಥೆಯಾಗಲೀ ಹಿತಾ ಮತ್ತು ಮೋದನಂಥವರ ಆಕಾಂಕ್ಷೆಗಳಿಗೆ ಎಂದೂ ಸ್ಪಂದಿಸಲಾರದು ಎನ್ನುವ ಕಳವಳಕಾರಿ ಸತ್ಯ ಕ್ರಮೇಣ ನಮ್ಮ ಅನುಭವಕ್ಕೆ ಬರುತ್ತದೆ. ಸಹಜವಾಗಿಯೇ, ಸಾಂಸ್ಥಿಕ ಸ್ಥಿತಿಯ ಪರಾಕಾಷ್ಠತೆಯಲ್ಲಿ ಧರ್ಮವಾಗಲೀ, ಪ್ರಭುತ್ವವಾಗಲೀ ಯಾವತ್ತೂ ಸ್ಥಗಿತವಾಗಿಯೇ ಇರುತ್ತದೆಂಬ ಅರಿವು ನಿಧಾನವಾಗಿ ಮೂಡಲಾರಂಭಿಸುತ್ತದೆ.

ಹೀಗಾಗಿ ಇವುಗಳ ಮಧ್ಯೆ ಅಂತರ್ಗತವಾಗಿರುವ ಚಲನಶೀಲ, ಚೈತನ್ಯಶೀಲ ಮೌಲ್ಯಗಳ ಶೋಧನೆ ಅಪೇಕ್ಷಣೀಯವಷ್ಟೇ ಅಲ್ಲ ಅನಿವಾರ್ಯವೂ ಆಗಿಬಿಡುತ್ತದೆ. Stalemate ನಲ್ಲಿ ನಿಲ್ಲಬಹುದಾದ ತಾತ್ವಿಕ ಸಂಘರ್ಷವೊಂದನ್ನು ಮೀರಿ ಬದುಕನ್ನೂ, ಮನುಷ್ಯ ಸಂಬಂಧಗಳನ್ನೂ ನೋಡುವ ಸಲುವಾಗಿಯೇ ಯಶಪಾಲರು "ಅಮಿತಾ"ಳ ಪಾತ್ರವನ್ನು ಸೃಷ್ಟಿಸಿದ್ದಾರೆ ಎನಿಸುತ್ತದೆ.

ರಾಜಕುಮಾರಿ ಅಮಿತಾ ಪುಟ್ಟ ಬಾಲಕಿ. ಅವಳ ಜೀವಂತಿಕೆ, ಮುಗ್ಧತೆ, ಸೂಕ್ಷ್ಮತೆ, ಲವಲವಿಕೆಗಳು ಇಡೀ ಕಾದಂಬರಿಗೆ ಒಂದು ಹೊಳಪನ್ನೂ ಬೆಡಗನ್ನೂ ತಂದುಬಿಟ್ಟಿವೆ. ತನ್ನ ತಾಯಿ ಹೇಳಿಕೊಟ್ಟ "ಯಾರಿಂದಲೂ ಏನನ್ನೂ ಕಿತ್ತುಕೊಳ್ಳಬಾರದು; ಯಾರನ್ನೂ ಹೆದರಿಸಬಾರದು; ಯಾರನ್ನೂ ಹಿಂಸಿಸಬಾರದು" ಎಂಬ ಉಪದೇಶವನ್ನು ಮುಗ್ಧನಂಬಿಕೆಯಲ್ಲಿ ಚಾಚೂತಪ್ಪದಂತೆ ಪಾಲಿಸುವ ಅಮಿತಾ ಆ ಸೂತ್ರಗಳ ಪಾಲನೆಯಲ್ಲಿ ಯಾವ ದ್ವಂದ್ವಗಳಿಗೂ ಸಿಕ್ಕಿಕೊಳ್ಳದೆ ಮುಂದುವರಿಯುವುದು ಕುತೂಹಲಕಾರಿಯಾಗಿದೆ. ಈ ಮೂಲಭೂತ ನಿಯಮಗಳನ್ನು ಉಲ್ಲಂಘಿಸುವ ನಾಯಿ ಬಭ್ರು, ಸೇನಾಧಿಪತಿ ಸ್ಕಂಧ, ಚಕ್ರವರ್ತಿ ಅಶೋಕ ಎಲ್ಲರೂ ಅವಳ ದೃಷ್ಟಿಯಲ್ಲಿ ಸಮಾನರು; ಅವರಿಗೆ ಸಮಾನವಾದ ಶಿಕ್ಷೆ. ಸರಪಳಿಯಿಂದ ಎಲ್ಲರನ್ನೂ ಕಟ್ಟಿಹಾಕುವ ಅಮಿತಾ ತನ್ನ ಸರಳತೆ, ಮುಗ್ಧತೆ ಮತ್ತು ಬಾಲ್ಯಸಹಜ ದೈವಿಕತೆಗಳಿಂದ ಕೂಡ ಎಲ್ಲರನ್ನೂ ಗೆಲ್ಲುತ್ತಾಳೆ. ಇವಳು ಮಾತ್ರ ದಾಸಿ ಹಿತಾಳನ್ನೂ, ರಾಜ್ಯದ ಪ್ರಧಾನಿಯನ್ನೂ ಸಮಾನವಾಗಿ ನೋಡಬಲ್ಲಳು. ವರ್ಗಪ್ರಜ್ಞೆ, ಶೋಷಣೆ, ಕುಟಿಲನೀತಿಗಳಿಂದ ಬಂಧಿತವಾಗದ ಅಮಿತಾಳ ಪರಿಶುದ್ಧ, ಮುಗ್ಧ ಮನಸ್ಸು ಮಾತ್ರ ಧರ್ಮವನ್ನೂ, ರಾಜಕೀಯವನ್ನೂ ಧಿಕ್ಕರಿಸಿದ ಶುದ್ಧ ಮಾನವೀಯ ಸ್ಥಿತಿಯಲ್ಲಿ ಎಲ್ಲವನ್ನೂ ನೀಡಬಲ್ಲುದು ಮತ್ತು ಸ್ವೀಕರಿಸಬಲ್ಲುದು. ವೈದಿಕ ಧರ್ಮದ ಕಂದಾಚಾರಗಳನ್ನು ತಿರಸ್ಕರಿಸಿ ಬೌದ್ಧ ಧರ್ಮದ ಕಂದಾಚಾರಗಳನ್ನು ಒಪ್ಪಿಕೊಂಡ ಮಹಾರಾಣಿ, ರಕ್ಷಣೆ–ಶೋಷಣೆಗಳ ಸೂಕ್ಷ್ಮ ವ್ಯತ್ಯಾಸಗಳನ್ನೇ ತಿಳಿಯದ ಮಂತ್ರಿ–ಇವರಿಗಿಂತ ಹೆಚ್ಚು ಧರ್ಮಿಷ್ಠಳೂ, ಮಾನವೀಯಳೂ ಆಗಿ ಅಮಿತಾ ಎಲ್ಲರನ್ನೂ ಗೆದ್ದುಕೊಳ್ಳುವುದು ಇದೇ ಬಗೆಯ ಕಾರಣಗಳಿಗಾಗಿ. ಹೀಗಾಗಿ ಅಮಿತಾ ಕೇವಲ ಒಬ್ಬ ಮುಗ್ಧ ಬಾಲಕಿಯಾಗಿ ಉಳಿದುಕೊಳ್ಳುವುದಿಲ್ಲ. ಕಾದಂಬರಿಕಾರರ ಕನಸು, ಆದರ್ಶಗಳಿಗೊಂದು ಪ್ರತೀಕವೇ ಆಗಿಬಿಡುತ್ತಾಳೆ. ಯಶಪಾಲ ಸಾಧಿಸಬಯಸುವ ಮೂರನೇ ಆಯಾಮ ಕಾದಂಬರಿಗೆ ಅಮಿತಾಳ ಮೂಲಕ ಒದಗಿಬರುತ್ತದೆ. ರಾಜ್ಯಾಭಿಷೇಕ ಮತ್ತು ಮೆರವಣಿಗೆಯ ಸಂದರ್ಭದಲ್ಲಿ ಅಮಿತಾಳ ಬಾಲ್ಯ ಸಹಜ ನಡವಳಿಕೆಗಳು ಇಡೀ ಮನುಷ್ಯ ಕುಲದ ರೂಢಿಗತ ವಿಧಿಗಳ ಪೊಳ್ಳುತನ–ಸುಳ್ಳುತನಗಳನ್ನು ಬಯಲಿಗೆಳೆದುಬಿಡುತ್ತವೆ. ಮನುಷ್ಯ ತನ್ನ ಸಹಜತೆ, ಸರಳತೆಗಳನ್ನು ಪ್ರಜ್ಞಾಪೂರ್ವಕ ಕಳೆದುಕೊಂಡು ಯಾವುದೋ ವೇಷಗಳಲ್ಲಿ ಬಂಧಿತನಾಗಿ ಆ ಸ್ವಯಂ ಬಂಧನದ ನೆಲೆಯಲ್ಲಿ ಅಮಾನವೀಯವಾಗುತ್ತ ಹೋಗುವ ವ್ಯಂಗ್ಯ ಇಲ್ಲಿ ಸಮರ್ಥವಾಗಿ ದಾಖಲಾಗಿದೆ: "ಶ್ರೀಮಂತರಾಗಿದ್ದ ಮಹಾಸಾಮಂತರ ಶುಷ್ಕ ಹಾಗೂ ಆತ್ಮೀಯತೆ ಇಲ್ಲದ ಸಹವಾಸಕ್ಕಿಂತ ಹಿತಾಳ ಕೋಮಲವಾದ ಹಾಗೂ ವಾತ್ಸಲ್ಯಪೂರ್ಣವಾದ ಮಡಿಲಲ್ಲಿ ಯುವರಾಣಿಗೆ ಹೆಚ್ಚಿನ ಸಂತೋಷ ಉಂಟಾಗುತ್ತಿತ್ತು. ಮಹಾಮಾತ್ಯರ ಮತ್ತು ಸೇನಾಧಿಪತಿಗಳ ಸುವಾಸನೆಯಿಂದ ಕೂಡಿದ ಗಡ್ಡಮೀಸೆಗಳಿಗಿಂತ ಕಂಚುಕಿ ಉದ್ದಾಲನ

ಚಿರಪರಿಚಿತ ಗಡ್ಡಮೀಸೆಗಳೇ ಹೆಚ್ಚು ಸಮಾಧಾನವನ್ನು ಉಂಟುಮಾಡುತ್ತಿದ್ದವು...." ಈ ಪುಟ್ಟ ಮಹಾರಾಣಿಗೆ ಬಹಳ ಹೊತ್ತಿನ ತನಕ ರಾಜ್ಯ ಸಿಂಹಾಸನದ ಮೇಲೆ ಗಂಭೀರವಾಗಿ ಕುಳಿತಿರುವುದಕ್ಕಿಂತ ಹಿತಾಳ ಬೆರಳನ್ನು ಹಿಡಿದುಕೊಂಡು ಅಂಗಳದಲ್ಲಿ ಕುಣಿದು ಕುಪ್ಪಳಿಸುವುದು ಅಥವಾ ಉದ್ಯಾನದಲ್ಲಿ ಬಭ್ರುವಿನ ಹಿಂದೆ ಓಡುವುದು ಹೆಚ್ಚು ಪ್ರಿಯವಾಗಿ ತೋರುತ್ತಿತ್ತು. ಕಳಿಂಗದ ರಾಜೇಶ್ವರಿಯಾಗುವುದರಲ್ಲಿ ಮತ್ತು ಸಿಂಹಾಸನವನ್ನೇರಿ ಕುಳಿತುಕೊಳ್ಳುವುದರಿಂದ ಅವಳಿಗೆ ಯಾವ ಸುಖವೂ ಗೋಚರಿಸುತ್ತಿರಲಿಲ್ಲ. ಇದರಿಂದ ಅವಳಿಗೆ ಯಾವ ಲಾಭವೂ ಆಗುತ್ತಿರಲಿಲ್ಲ. "ನಾನು ರಾಜೇಶ್ವರಿಯಾಗಬಯಸುವುದಿಲ್ಲ. ಹಿತಾಳನ್ನೇ ರಾಜೇಶ್ವರಿಯಾಗಿ ಮಾಡಿಬಿಡಿ" ಎಂದು ಅವಳು ಹಠ ಹಿಡಿಯುತ್ತಿದ್ದಳು... ಸ್ವೇಚ್ಛೆಯಾಗಿ ಹಾರಾಡುತ್ತಿದ್ದಂಥ ಹಕ್ಕಿಯನ್ನು ಪಂಜರದಲ್ಲಿ ಕೂಡಿ ಹಾಕಿದರೆ, ಅದು ಹೇಗೆ ಒದ್ದಾಡುತ್ತ ಇರುತ್ತದೆಯೋ ಹಾಗೆ ಒಂದೇ ಕಡೆ ಕುಳಿತು ಕುಳಿತೇ ಆ ಹುಡುಗಿ ಬಳಲಿಬಿಟ್ಟಿದ್ದಳು. "ಮೆರವಣಿಗೆಯಲ್ಲಿ ಹೋಗುವಾಗ ಪ್ರಜೆಗಳನ್ನು ತನ್ನತ್ತ ಹೂಗಳನ್ನು ಎಸೆದಾಗ ಅಮಿತಾ ಪ್ರಜೆಗಳೆಡೆಗೆ ಮುತ್ತುರತ್ನಗಳನ್ನೇ ಎಸೆಯುತ್ತಾಳೆ. ಹೇಳುತ್ತಾಳೆ :"ಇಲ್ಲ, ಮುತ್ತುರತ್ನಗಳಿಗಿಂತ ಹೂವುಗಳೇ ಸುಂದರವಾಗಿರುತ್ತವೆ". ಹೂವುಗಳನ್ನು ತನ್ನ ಮೂಗಿನ ಹತ್ತಿರ ಹಿಡಿಯುತ್ತ ಹೇಳಿದಳು: "ನೋಡು, ಹೂವುಗಳಲ್ಲಿ ಸುವಾಸನೆ ಇದೆ, ಕೋಮಲತೆ ಇದೆ; ಮುತ್ತುರತ್ನಗಳಲ್ಲಿ ಸುವಾಸನೆಯೂ ಇಲ್ಲ, ಕೋಮಲತೆಯೂ ಇಲ್ಲ. ಕೆಳಗೆ ಬಿದ್ದ ಹೂವುಗಳನ್ನು ಆರಿಸಿಕೊಳ್ಳಲು, ಊರ ಮಕ್ಕಳನ್ನೆಲ್ಲ ಆನೆಗಳ ಮೇಲೆ ಹತ್ತಿಸಿಕೊಳ್ಳಲು ಹಟ ಮಾಡುವ ಅಮಿತಾ ಮನುಷ್ಯ ನಿರ್ಮಿತ ವರ್ಗ ಅಸಮಾನತೆಗಳನ್ನು ಶಿಶು ಸಹಜ ಮುಗ್ಧತೆಯಲ್ಲಿ ಧ್ವಂಸ ಮಾಡುತ್ತ ಹೋಗುತ್ತಾಳೆ. ಮಹಾರಾಣಿಯಾದ ಮೇಲೂ ಗೊಂಬೆಯಾಟದಲ್ಲಿ ಮುಳುಗಿ ಹೋಗುವ, ರಸ್ತೆಗಳಲ್ಲಿ ಓಡಬಯಸುವ, ಎಲ್ಲರೊಂದಿಗೆ ಸಲೀಸಾಗಿ ಬೆರೆಯುವ ಅಮಿತಾಗೆ ವಯಸ್ಕ ಪ್ರಪಂಚದ ಕಪಟಗಳು ಅರ್ಥವಾಗುವುದಿಲ್ಲ. ಮಹಾಮಾತ್ಯರ ಮನೆಯಲ್ಲಿ:

ಆಸನದಲ್ಲಿ ಕುಳಿತುಕೊಂಡು ಅಮಿತಾ ಆಚಾರ್ಯರನ್ನು ಒತ್ತಾಯಪಡಿಸಿದಳು: "ಆಚಾರ್ಯ ಮಾಮಾ, ನೀವು ನನ್ನ ಜೊತೆಯಲ್ಲಿಯೇ ಕುಳಿತುಕೊಳ್ಳಿ."

ಮಹಾಮಾತ್ಯರು ತಲೆಬಾಗಿ, ಹಾಗೆ ಮಾಡಲು ತಮ್ಮಿಂದ ಸಾಧ್ಯವಿಲ್ಲವೆಂದು ಹೇಳಿದರು :"ಪರಮ ಭಗವತಿ ಅನ್ನದಾತೆಯವರ ಕೃಪೆಗೆ ಪಾತ್ರರಾಗಿರುವಂಥವನು ನಾನು. ಎಷ್ಟೆಂದರೂ ನಾನು ರಾಜೇಶ್ವರಿಯವರ ಸೇವಕ. ಒಡತಿಯ ಜೊತೆಯಲ್ಲಿ ಅರ್ಧಾಸನದಲ್ಲಿ ಕೂಡುವುದು ಈ ಸೇವಕನಿಗೆ ಗೌರವ ತರುವಂಥದಲ್ಲ." "ನೀವು ನನಗೆ ಮಾಮಾ ಅಲ್ಲವೆ?" ಅಮಿತಾ ಆಶ್ಚರ್ಯದಿಂದ ಕೇಳಿದಳು :

"ಮಾಮಾ, ನೀವು ಎತ್ತಿಕೊಂಡು ನನಗೆ ಊಟ ಮಾಡಿಸುತ್ತಿದ್ದಿರಲ್ಲವೆ? ಈಗೇಕೆ ನನ್ನನ್ನು ದೂರದಲ್ಲಿ ಕೂಡಿಸುತ್ತಿದ್ದೀರಿ?" ನರೆತ ಗಡ್ಡ ಮೀಸೆಗಳಿಂದ ಅವೃತವಾಗಿದ್ದ ಮಹಾಮಾತ್ಯರ ತುಟಿಗಳ ಮೇಲೆ ಪ್ರೀತಿಯ ಮುಗುಳ್ನಗೆ ಅರಳಿ ನಿಂತಿತು. ಅವರು ಹೀಗೆಂದು ಉತ್ತರಿಸಿದರು: "ಆಗಿನ್ನೂ ಪರಮ ಭಗವತಿಯವರು ಪುಟ್ಟ ಮಗುವಾದ ಯುವರಾಣಿ ಮಾತ್ರವಾಗಿದ್ದಿರಿ. ಈಗ ನೀವು ಮಹಾರಾಣಿ, ಕಳಿಂಗದ ರಾಜೇಶ್ವರಿ. ಈ ಆಚಾರ್ಯ ಸುಕಂದ ಮಹಾರಾಣಿಯವರ

ಆಜ್ಞೆಯನ್ನು ಪಾಲಿಸುವ ಸೇವಕ". ಆಗ ತಾನು ಕಳಿಂಗದ ಮಹಾರಾಣಿಯೆಂದು ಅಮಿತಾಗೆ ನೆನಪಾಗುತ್ತದೆ!

ನಯವಾದ ಧಾರ್ಮಿಕ ಭ್ರಷ್ಟತೆ ಮತ್ತು ರಾಜಕೀಯ ಹಿಂಸೆಗಳ ಬಗ್ಗೆ ಬರೆಯುವ ಯಶಪಾಲ್ ಇವೆಲ್ಲವುಗಳಿಂದ ಮುಕ್ತವಾದ ಸಮಾಜವನ್ನು ಅಮಿತಾಳ ಮೂಲಕ ಮುನ್ನೋಡುತ್ತಿದ್ದಾರೆಂದು ಅನ್ನಿಸುತ್ತದೆ. ಅಮಿತಾಳ ಸ್ಥಿತಿ ಮುಗ್ಧ, ಕೋಮಲ; ಆದ್ದರಿಂದ ಶುದ್ಧ ಮಾನವೀಯ, ಆದರೆ ದೈಹಿಕವಾಗಿ, ಮಾನಸಿಕವಾಗಿ ಅಮಿತಾ ದುರ್ಬಲಳೇ. ರಾಜಕುಮಾರಿಯಾಗಿಲ್ಲದಿದ್ದಲ್ಲಿ ಆ ಸುಂದರ ಕುಸುಮವನ್ನು ಯಾರಾದರೂ ಸುಲಭವಾಗಿ ಹೊಸಕಿ ಹಾಕಿಬಿಡಬಹುದಾಗಿತ್ತು. ಮತ್ತು ಆಕೆಯ ಮುಗ್ಧತೆಯನ್ನೂ, ಬಾಲ್ಯ ಸಹಜ ನಡವಳಿಕೆಗಳನ್ನು ಕೂಡ ಮಹಾಮಾತ್ಯರು ತಮ್ಮ ರಾಜಕಾರಣಕ್ಕೆ ಸೂಕ್ಷ್ಮವಾಗಿ ಬಳಸಿಕೊಳ್ಳುವುದನ್ನು ಗಮನಿಸಿದಾಗ ಅಮಿತಾಳ ಅಂತಃಶಕ್ತಿ ಏನೇ ಇರಲಿ ಅದನ್ನೂ ಆಕೆಗೆ ತಿಳಿಯದೇ ಬಳಸಿಕೊಳ್ಳಬಲ್ಲ "ದುಷ್ಟ" ಶಕ್ತಿಗಳೂ ಇವೆ ಎಂದು ತಾರ್ಕಿಕವಾಗಿ ಒಪ್ಪಿಕೊಳ್ಳಲೇಬೇಕಾಗುತ್ತದೆ. ಕಾದಂಬರಿಯ ಬಂಧದ ಮಟ್ಟದಲ್ಲಾದರೂ ಹಾಗಾಗಬಾರದೆಂದೇ ಯಶಪಾಲರ ಇಚ್ಛೆಯೆಂದು ತೋರುತ್ತದೆ. ಹಾಗಾಗಿ ಉಳಿದೆಲ್ಲ ಕಡೆ ಅಮಿತಾ ಮುಗ್ಧ ಬಾಲಕಿಯ ನೆಲೆಯಿಂದಷ್ಟೇ ಅಲ್ಲದೆ ರಾಜಕುಮಾರಿ ಎಂಬ ಕಾರಣದಿಂದಲೂ ತನ್ನ ಇರವನ್ನು ಸ್ಥಾಪಿಸಿಕೊಂಡರೂ, ಕಾದಂಬರಿಯ ಕೊನೆಯಲ್ಲಿ ಅಶೋಕನ–ಒಬ್ಬ ಅಪರಿಚಿತ ದರ್ಪಿಷ್ಟ ಸಾಮ್ರಾಟನ–ಎದುರಿನಲ್ಲೂ ಅದೇ ಅಂತಃಶಕ್ತಿ, ದೈವಿಕ ಪ್ರಭಾವ ಉಳಿಸಿಕೊಳ್ಳುತ್ತಾಳೆ. ಕಳಿಂಗ ರಾಜ್ಯದ ಪ್ರಜೆಗಳಂತೆ ಅಶೋಕನೇನೂ ಮಹಾರಾಣಿ ಅಮಿತಾಗೆ ಹೆದರಿಕೊಳ್ಳಬೇಕಾಗಿಲ್ಲವಲ್ಲ! ಆತ ಕೇವಲ ಅಮಿತಾಳ ಶಿಶು ಸಹಜ ಧೈರ್ಯ, ನಿಷ್ಕಪಟ ನಡವಳಿಕೆಗಳಿಂದಲೇ ಸೋಲುತ್ತಾನೆ ಎಂಬ ಅರ್ಥ ಬರುವ ಹಾಗೆ ಯಶಪಾಲರು ಇಡೀ ಸನ್ನಿವೇಶವನ್ನು ನಿಯೋಜಿಸಿದ್ದಾರೆ. ಆ ಮೂಲಕ ತಮ್ಮ ಧೋರಣೆಯನ್ನೂ, ನಂಬಿಕೆಗಳನ್ನೂ ಸೂಚಿಸುತ್ತಾರೆ. ಅದೆಂದರೆ ಅಮಿತಾ ಪ್ರತಿನಿಧಿಸುವ ಎಲ್ಲ ಗುಣಗಳು. ಈ ಗುಣಗಳೇ ಪರಮ ಗುಣಗಳಾಗಬೇಕೆಂದೂ, ನಮ್ಮೆಲ್ಲ ಸಾಮಾಜಿಕ ವರ್ತನೆಗಳನ್ನು ನಿಯಂತ್ರಿಸುವ ಮೌಲ್ಯಗಳಾಗಬೇಕೆಂದೂ ಯಶಪಾಲ ಬಯಸುತ್ತಿರುವಂತೆ ಕಂಡುಬರುತ್ತದೆ. ಹಾಗಾಗಿ ಬೌದ್ಧ ಗುರುಗಳು, ಶೂರ ಸೇನಾಧಿಪತಿಗಳು, ಶ್ರೀಮಂತ ವರ್ತಕರು ತಮ್ಮಷ್ಟಕ್ಕೆ ಎಷ್ಟೇ ಬಲಿಷ್ಠರಾಗಿರಲಿ ಅಮಿತಾಳ ಮುಂದೆ ಮಾತ್ರ ಎಲ್ಲರೂ ಸೋಲುವಂತೆ, ತಲೆತಗ್ಗಿಸುವಂತೆ ಉದ್ದೇಶಪೂರ್ವಕವಾಗಿ ಚಿತ್ರಿಸಲಾಗಿದೆ. ಅಮಿತಾಗೆ ಎಲ್ಲೂ ಸೋಲಿಲ್ಲ; ಸೋಲಾಗಬಾರದು ಎಂದು ಯಶಪಾಲರು ಒತ್ತಿ ಹೇಳುತ್ತಿದ್ದಾರೆ.

ತಕಳಿ ಶಿವಶಂಕರ ಪಿಳ್ಳೆ ಅವರ "ಏಣಿಯ ಮೆಟ್ಟಿಲುಗಳು"

ತಕಳಿ ಶಿವಶಂಕರ ಪಿಳ್ಳೆ (೧೯೧೨-೧೯೯೯) ಅಂತಾರಾಷ್ಟ್ರೀಯ ಖ್ಯಾತಿಯ ಮಲೆಯಾಳಿ ಲೇಖಕರು. ಅವರ "ಚೆಮ್ಮೀನ್"(ಕೆಂಪುಮೀನು) ಕಾದಂಬರಿ ೧೯೫೬ರಲ್ಲಿ ಪ್ರಕಟವಾಯಿತು. ೧೯೬೫ರಲ್ಲಿ ರಾಮು ಕುರಿಯತ್ ಅವರಿಂದ ಚಲನಚಿತ್ರ ರೂಪಕ್ಕಿಳಿದು ರಾಷ್ಟ್ರ ಪ್ರಶಸ್ತಿ ಗಳಿಸಿತು. ಈ ಕಾದಂಬರಿಯು ಕನ್ನಡ, ಇಂಗ್ಲಿಷ್ ಸೇರಿದಂತೆ ಸುಮಾರು ಇಪ್ಪತ್ತೈದು ಭಾಷೆಗಳಿಗೆ ಅನುವಾದಗೊಂಡಿದೆ. ಈ ಕಾದಂಬರಿಯನ್ನು ಆಧರಿಸಿ ಹದಿನೈದು ಬೇರೆಬೇರೆ ಭಾಷೆಗಳಲ್ಲಿ ಚಲನಚಿತ್ರಗಳು ನಿರ್ಮಾಣಗೊಂಡಿವೆಯಂತೆ. ಮೂರು ಸಂಪುಟಗಳಲ್ಲಿ ಹರಡಿಕೊಂಡಿರುವ ಅವರ ಬೃಹತ್ ಕಾದಂಬರಿ "ಕಾಯರ್" (ಹಗ್ಗ) ೧೯೭೮ರಲ್ಲಿ ಪ್ರಕಟವಾಯಿತು. ಈ ಕಾದಂಬರಿಗೆ ೧೯೮೪ರ ಜ್ಞಾನಪೀಠ ಪ್ರಶಸ್ತಿ ಲಭಿಸಿತು. "ಏಣಿಪ್ಪಡಿಕಳ್" (೧೯೬೪) ಅವರ ಹದಿಮೂರನೆಯ ಕಾದಂಬರಿ. ನಂತರ ನ್ಯಾಷನಲ್ ಬುಕ್‌ಟ್ರಸ್ಟ್ ವತಿಯಿಂದ ಇತರ ಭಾರತೀಯ ಭಾಷೆಗೆ ಅನುವಾದಗೊಂಡಿದೆ. ಮೂಲ "ಏಣಿಪ್ಪಡಿಕಳ್" ಕಾದಂಬರಿಯನ್ನು "ಏಣಿಯ ಮೆಟ್ಟಿಲುಗಳು" ಎಂಬ ಶೀರ್ಷಿಕೆಯಡಿಯಲ್ಲಿ ಕನ್ನಡಕ್ಕೆ ಅನುವಾದಿಸಿ ಕೊಟ್ಟವರು ಶ್ರೀ ಬಿ.ಕೆ. ತಿಮ್ಮಪ್ಪ. (ನ್ಯಾಷನಲ್ ಬುಕ್ ಟ್ರಸ್ಟ್ ಆಫ್ ಇಂಡಿಯಾ, ನವದೆಹಲಿ, ೧೯೭೮)

"ಏಣಿಯ ಮೆಟ್ಟಿಲುಗಳು" ಪಿಳ್ಳೆಯವರ ಅತ್ಯುತ್ತಮ ಕಾದಂಬರಿಗಳಲ್ಲಿ ಒಂದು ಎಂದು ಅನೇಕ ವಿಮರ್ಶಕರು ಅಭಿಪ್ರಾಯಪಟ್ಟಿದ್ದಾರೆ. ಅಧಿಕಾರಶಾಹಿಯ ಪ್ರಪಂಚದ ದರ್ಶನವನ್ನು ಲೇಖಕರು ಇಲ್ಲಿ ನಮಗೆ ಮಾಡಿಸುತ್ತಾರೆ. ಕಾದಂಬರಿಯ ಹರಹು ಇನ್ನಷ್ಟು ವಿಶಾಲವಾಗಿದೆ. ಇದು ಸುಮಾರು ಇಪ್ಪತ್ತೈದು ವರ್ಷಗಳ ದೀರ್ಘ ಕಥೆ. ಕೇಶವ ಪಿಳ್ಳೆ ಇಲ್ಲಿಯ ಕೇಂದ್ರವ್ಯಕ್ತಿ. ತೀರ ಬಡಕುಟುಂಬವೊಂದರಿಂದ ಬಂದ ಈತ ಬಿ.ಎ. ಪರೀಕ್ಷೆ ಪಾಸು ಮಾಡಿ ನಿರುದ್ಯೋಗಿಯಾಗಿರುತ್ತಾನೆ. ಕೊನೆಗೆ ಹದಿನೈದು ರೂಪಾಯಿ ಸಂಬಳದ ಜೂನಿಯರ್ ಗುಮಾಸ್ತೆಯ ಹುದ್ದೆ ದೊರಕುತ್ತದೆ. ಕ್ರಮೇಣ ಅಧಿಕಾರದ ಮೆಟ್ಟಿಲುಗಳನ್ನು ಒಂದೊಂದಾಗಿ ಏರಲಾರಂಭಿಸುತ್ತಾನೆ. ಚೀಫ್ ಸೆಕ್ರೆಟರಿಯಂತಹ ಅತ್ಯುತ್ತಮ ಪದವಿಯನ್ನೂ ಅಲಂಕರಿಸಿ ಹಲವು ವರ್ಷ ಅಧಿಕಾರ ಚಲಾಯಿಸುತ್ತಾನೆ. ಓರ್ವ ಬಡ ನಿರುದ್ಯೋಗಿ ಪದವೀಧರ ಇಷ್ಟೆಲ್ಲ ಸಾಧಿಸಿದ್ದು ಹೇಗೆ? ಯಾವ ಶಕ್ತಿಗಳು ಅವನನ್ನು ಮೇಲೆ ನೂಕಿದವು? ಮೇಲೇರುತ್ತ ಏರುತ್ತ ಇವನ ವ್ಯಕ್ತಿತ್ವದಲ್ಲಿ ಆದ ಮಾರ್ಪಾಟುಗಳೇನು? ಇಂಥ ಹಲವು

ಪ್ರಶ್ನೆಗಳನ್ನು ಕಾದಂಬರಿಕಾರರು ಸೂಕ್ಷ್ಮವಾಗಿ ಬಿಡಿಸುತ್ತ ಹೋಗಿದ್ದಾರೆ. ಹೀಗೆ ಮಾಡುವಾಗ ಅವರು ಮುಖ್ಯವಾಗಿ ಎರಡು ಸ್ತರಗಳತ್ತ ತಮ್ಮ ಗಮನಹರಿಸಿದ್ದಾರೆ. ಒಂದು-ಕೇಶವ ಪಿಳ್ಳೆಯ ವೈಯಕ್ತಿಕ ಆಸೆ ಆಕಾಂಕ್ಷೆಗಳು, ಸಾಮರ್ಥ್ಯ ದೌರ್ಬಲ್ಯಗಳು. ಎರಡು-ಕೇಶವ ಪಿಳ್ಳೆಯನ್ನು ಸುತ್ತುವರಿದಿದ್ದ ಸಾಮಾಜಿಕ ಮತ್ತು ರಾಜಕೀಯ ಪರಿಸರ. ಕೇಶವ ಪಿಳ್ಳೆ ಗುಮಾಸ್ತನಾಗಿ ಸೇರಿ ಚೀಫ್ ಸೆಕ್ರೆಟರಿ ಹುದ್ದೆಗೆ ಏರಿದ್ದು ತಿರುವಾಂಕೂರಿನ ಸಂಸ್ಥಾನದಲ್ಲಿ. ಆಗ ಅಲ್ಲಿ ದಿವಾನರ ಆಳ್ವಿಕೆ ಇತ್ತು. ಮುಂದೆ ಕೇಶವ ಪಿಳ್ಳೆ ತಿರುವಾಂಕೂರು ಸಂಸ್ಥಾನ ತನ್ನ ಅಸ್ತಿತ್ವ ಕಳೆದುಕೊಂಡು ಕೇರಳವಾಗಿದ್ದನ್ನು, ಕಾಂಗ್ರೆಸ್ ಅಧಿಕಾರ ಹಿಡಿದದ್ದನ್ನು, ನಂತರ ಕಮ್ಯುನಿಷ್ಟರು ಗದ್ದುಗೆಗೆ ಏರಿದ್ದನ್ನು ಕಾಣಬೇಕಾಯಿತು. ಈ ಮೂರೂ ಆಳ್ವಿಕೆಯಲ್ಲಿ ಅವನು ಚೀಫ್ ಸೆಕ್ರೆಟರಿಯಾಗಿದ್ದ. ಹೀಗಾಗಿ "ಏಣಿಯ ಮೆಟ್ಟಿಲುಗಳು" ಒಟ್ಟೊಟ್ಟಿಗೇ ಕೇಶವ ಪಿಳ್ಳೆಯ ವೈಯಕ್ತಿಕ ವೃತ್ತಾಂತವೂ, ತಿರುವಾಂಕೂರು ಸಂಸ್ಥಾನದ ಸಾಮಾಜಿಕ-ರಾಜಕೀಯ ವೃತ್ತಾಂತವೂ ಆಗುತ್ತದೆ.

ಕೇಶವ ಪಿಳ್ಳೆ ಹುಟ್ಟಿದ್ದು ಹಳ್ಳಿಯೊಂದರಲ್ಲಿ. ತಂದೆ ಪಪ್ಪು ಪಿಳ್ಳೆ ಮತ್ತು ತಾಯಿ ಕುಟ್ಟಿಯಮ್ಮ. "ಬಹಳ ಕಷ್ಟಪಟ್ಟು ಕೇಶವ ಪಿಳ್ಳೆಯನ್ನು ಬಿಎ ವರೆಗೆ ಓದಿಸಿದ್ದರು. ತಣ್ಣೀರು ಕುಡಿದುಕೊಂಡು ಹಣ ಸಂಪಾದಿಸಿ ಓದಿಸಿದ್ದರು". ಡಿಗ್ರಿ ಮುಗಿಸಿ ತಿರುವನಂತಪುರದಲ್ಲಿ ಕೆಲಸಕ್ಕಾಗಿ ಅಲೆದಾಡಿದ. ಇವನ ಕೆಲ ಸ್ನೇಹಿತರಿಗೆ ಹಣ ಇಲ್ಲವೆ ಶಿಫಾರಸು ಇದ್ದುದರಿಂದ ಒಳ್ಳೆಯ ಕೆಲಸಗಳು ದೊರಕಿದ್ದವು. ಇವನಿಗೆ ಅವಾವುವೂ ಇರಲಿಲ್ಲ. ಒಬ್ಬಂಟಿ. ಒಂದೆರಡು ಕಡೆ ಪ್ರಯ್‌ವೇಟ್ ಟ್ಯೂಷನ್ ಹೇಳಿ ಹೇಗೋ ಬದುಕುತ್ತಿದ್ದ. ಕೆಲಸ ಸಿಕ್ಕಿದ್ದು ಹೇಗೆ?

"ಓದುತ್ತಿದ್ದ ಕಾಲದಲ್ಲಿ ಕೇಶವ ಪಿಳ್ಳೆಗೆ ಅಂತಹ ದೊಡ್ಡ ಆಶೋತ್ತರಗಳೇನೂ ಇರಲಿಲ್ಲ. ತಾನು ಏನಾಗಬೇಕು ಎನ್ನುವ ಸ್ವಪ್ನವನ್ನು ಆತ ಕಂಡಿರಲಿಲ್ಲ. ಆಲೋಚಿಸಿರಲೂ ಇಲ್ಲ. ಆದರೆ ಇಂದು ಆಲೋಚಿಸಲೇಬೇಕಾಗಿದೆ. ಸ್ನೇಹಿತರು ಹಲವರಿದ್ದಾರೆ.ಅವರೂ ಕೆಲಸವನ್ನು ಹುಡುಕುತ್ತಿದ್ದಾರೆ. ಆದರೆ ಕೇಶವ ಪಿಳ್ಳೆ ಈಗ ಉಪಜೀವನ ಮಾರ್ಗವನ್ನು ಹುಡುಕಬೇಕಾಗಿ ಬಂದಿತ್ತು. ಹಾಗೆ ಬಂದು ಸೇರಿದ್ದು. ಚೀಫ್ ಸೆಕ್ರೆಟರಿ ಮೆನನ್ ಒಬ್ಬ ಒಳ್ಳೆಯ ಮನುಷ್ಯನೆಂದು ಹೇಳುತ್ತಿದ್ದುದನ್ನು ಲಕ್ಷ್ಮೀ ಹೊಟೇಲಿನಲ್ಲಿ ಕೇಳಿದ್ದ. ಅಂದು ಮೊದಲು ಆತ ಪಾರ್ಕ್‌ವ್ಯೂವಿನ ಗೇಟಿನ ಹತ್ತಿರ ಕಾಯುವುದಕ್ಕೆ ಪ್ರಾರಂಭಿಸಿದ. ಪ್ರತಿದಿನ ಬೆಳಿಗ್ಗೆ ಮತ್ತು ಸಾಯಂಕಾಲ ಆ ಗೇಟಿನ ಹತ್ತಿರ ನಿಂತುಕೊಳ್ಳುತ್ತಿದ್ದ. ಚೀಫ್ ಸೆಕ್ರೆಟರಿ ಒಳಗೆ ಹೋಗುವಾಗ, ಹೊರಗೆ ಬರುವಾಗ ಆತ ಬಾಗಿ ನಮಸ್ಕರಿಸುತ್ತಿದ್ದುದು ಪದ್ಧತಿಯಾಗಿತ್ತು. 'ಒಂದು ದಿನ ಗೇಟಿನಲ್ಲಿ ನಿಲ್ಲುತ್ತಿದ್ದ ಪೊಲೀಸಿನವನು ಹೇಳಿದ: "ಗಟ್ಟಿಯಾಗಿ ಹಿಡಿದುಕೋ ಮಗ. ಒಳ್ಳೆ ಮನುಷ್ಯ. ದಯೇ ಇರೋ ವ್ಯಕ್ತಿಸಿಟ್ಟು ಮಾಡಿಕೊಳ್ಳುವುದು ಮುಂತಾದ್ದುಂಟು. ಆದರೆ ಈ ಕೆಲಸ ನಡೀತದೆ." (ಏಣಿಯ ಮೆಟ್ಟಿಲುಗಳು, ೧೯೭೭, ಪುಟ ೧೪)

ಹೀಗೆ ಕಾದು ಕಾದು ಬಯ್ಯಿಸಿಕೊಂಡು ಗದರಿಸಿಕೊಂಡು ಕಡೆಗೂ ಒಂದು ದಿನ ಕೇಶವ ಪಿಳ್ಳೆ ಸೆಕ್ರೆಟರಿಯೇಟ್‌ನಲ್ಲಿ ಗುಮಾಸ್ತನಾದ. ಗುಮಾಸ್ತನಾದ ನಂತರವೂ ಮೇಲಿನ ಸ್ಥಾನಗಳಿಗೆ ಹೋಗಬೇಕೆಂಬ ಅಪೇಕ್ಷೆಗಳೇನೂ ಅವನಿಗೆ ಅಷ್ಟಾಗಿ ಇರಲಿಲ್ಲ. ಅವನು ಯಾರನ್ನೂ, ಯಾವುದನ್ನೂ ದೂರುತ್ತಿರಲಿಲ್ಲ. ಒಂದು ಮಟ್ಟದಲ್ಲಿ ಸಂತೃಪ್ತನಾಗಿದ್ದ. ಹದಿನೈದು

ರೂಪಾಯಿಗಳಿಗೆ ಬಿ.ಎ. ಡಿಗ್ರಿಯನ್ನು ಅವನು ಮಾರಿಕೊಂಡನೆಂದೂ, ಡಿಗ್ರಿಗೇ ಅವಮಾನ ಮಾಡಿದನೆಂದೂ, ಅದಕ್ಕೆ ಬೆಲೆಯಿಲ್ಲದಂತೆ ಮಾಡಿದನೆಂದೂ, ಹಾಗೆ ಮಾಡುವುದರ ಮೂಲಕ ಇತರ ಪದವೀಧರರಿಗೂ ಅವಮಾನ ಮಾಡಿದನೆಂದೂ ಅವನ ಸ್ನೇಹಿತ ಪ್ರಸಾದ ಹೀಯಾಳಿಸಿದ್ದ. ಆದರೆ ಕೇಶವ ಪಿಳ್ಳೆಗೆ ಜೀವನ ಒಂದು ಪ್ರಶ್ನೆಯಾಗಿತ್ತು. ಈ ಪ್ರಶ್ನೆಗೊಂದು ಸರಳ ಉತ್ತರ ಈಗ ಸಿಕ್ಕಿತ್ತು. ಇಷ್ಟೇ ಆಗಿದ್ದರೆ ಕೇಶವ ಪಿಳ್ಳೆಯ ಜೀವನವೂ ನೂರಾರು ಇತರ ಗುಮಾಸ್ತೆಯರ ಜೀವನದಂತೆಯೇ ಇರುತ್ತಿತ್ತೇನೋ. ಆದರೆ ಕೇಶವ ಪಿಳ್ಳೆಯ ಬದುಕು ಅವನಿಗೆ ಅರಿವಿಲ್ಲದೇ ಅವನನ್ನು ಮೇಲಕ್ಕೆ ಎಳೆಯುತ್ತಿತ್ತು.

ಈ ಪ್ರಕ್ರಿಯೆಯನ್ನೂ ಲೇಖಕರು ಎರಡು ಸ್ತರಗಳಲ್ಲಿ ಗುರುತಿಸಿಕೊಳ್ಳುತ್ತಿದ್ದಾರೆ ಎನಿಸುತ್ತದೆ. ಒಂದು– ಸ್ವಾಭಾವಿಕವಾದ ಪ್ರೇಮ ಪ್ರಕರಣ. ಕೇಶವ ಪಿಳ್ಳೆ ಕೆಲಸ ಮಾಡುತ್ತಿದ್ದ ಆಫೀಸಿನಲ್ಲಿ ತಂಗಮ್ಮ ಎಂಬ ತರುಣಿಯೂ ಕೆಲಸ ಮಾಡುತ್ತಿದ್ದಳು. ಅವಳು ಸೆಕ್ರೆಟರಿ ಕೃಷ್ಣನ್ ನಾಯರನ ಅಣ್ಣನ ಮಗಳು. ಅವರಿಬ್ಬರೂ ಆತ್ಮೀಯವಾಗಿ, ಅವಳ ಮೂಲಕ ಕೇಶವ ಪಿಳ್ಳೆ ಕೃಷ್ಣನ್ ನಾಯರನ ಆಪ್ತ ಸಹಾಯಕನಾಗಿ ಬಡ್ತಿ ಹೊಂದುತ್ತಾನೆ. ಎರಡು– ಹೀಗಾಗುವುದಕ್ಕೆ ಮೊದಲೇ ಕೇಶವ ಪಿಳ್ಳೆ ತಂದೆ-ತಾಯಿಗಳ ಮಾತಿಗೆ ಎದುರು ಹೇಳಲಿಕ್ಕಾಗದೆ ಹಳ್ಳಿಯಲ್ಲಿ ಕಾತ್ಯಾಯಿನಿಯೆಂಬ ಮುಗ್ಧ ಅವಿದ್ಯಾವಂತ ಹುಡುಗಿಯನ್ನು ಮದುವೆಯಾಗಿರುತ್ತಾನೆ. ಊರಿನಲ್ಲಿ ಕಿಟ್ಟುಮಾವ ಎಂಬ ಇವನೊಬ್ಬ ಹಿತೈಷಿ ಪದೇ ಪದೇ ಹೇಳುತ್ತಿರುತ್ತಾರೆ: ಕೇಶವ ಪಿಳ್ಳೆಯ ಹೆಂಡತಿ ಕಾತ್ಯಾಯಿನಿ ಭಾಗ್ಯವತಿ. ಅವಳಿಂದ ಗಂಡನಿಗೆ ಶ್ರೇಯಸ್ಸು ಉಂಟಾಗುತ್ತದೆ ಎಂದು. ತಂಗಮ್ಮನಿಗೆ ಈ ವಿಷಯ ತಿಳಿಸಲಿಕ್ಕಾಗದೆ ಕೇಶವ ಪಿಳ್ಳೆ ತೊಳಲಾಡುತ್ತಾನೆ. ಮದುವೆಯಾದ ಕೂಡಲೇ ಹೆಂಡತಿಯನ್ನು ತಿರುವನಂತಪುರಕ್ಕೆ ಕರೆದುಕೊಂಡು ಬರುವುದಿಲ್ಲ. ತಂಗಮ್ಮನೊಡನೆ ದೈಹಿಕ ಸಂಬಂಧವನ್ನು ಮುಂದುವರೆಸುತ್ತಾನೆ. ತನ್ನ ವೈಯಕ್ತಿಕ ಜೀವನ ಕೊಂಚ ಬಿಕ್ಕಟ್ಟಿನಲ್ಲಿ ಸಿಲುಕಿಕೊಂಡಿದ್ದಾಗಲೂ ತಂಗಮ್ಮನ ತಂದೆಯಿಂದ ಶಿಫಾರಸು ಪಡೆದು ಅಧಿಕಾರಶಾಹಿಯ ಒಂದು ಮೆಟ್ಟಿಲನ್ನು ಏರುತ್ತಾನೆ. ಕೃಷ್ಣನ್ ನಾಯರ್‌ನ ಆಪ್ತ ಸಹಾಯಕನಾಗಿ ಪಾರ್ಕ್‌ವ್ಯೂನಲ್ಲಿ ಸ್ಥಾನಗಳಿಸುತ್ತಾನೆ. ಅತ್ಯುನ್ನತ ಸ್ಥಾನಮಾನ. ಚೀಫ್ ಸೆಕ್ರೆಟರಿಯ ಹತ್ತಿರವೇ ಇರಬಹುದಾದ ಜಾಗ ಅದು. ಸಂಬಳವೂ ಎರಡರಷ್ಟಾಯಿತು.

ಹೀಗೆ, ತನ್ನ ಅಭ್ಯುದಯಕ್ಕೆ ತಾರ್ಕಿಕ ಹಾಗೂ ಅತಾರ್ಕಿಕವಾದ ಕಾರಣಗಳಿರಬಹುದೆಂದು ನಂಬುವ ಕೇಶವ ಪಿಳ್ಳೆ ಮೊದಮೊದಲು ಅನುಕೂಲ-ಪ್ರತಿಕೂಲಗಳ ಘರ್ಷಣೆಯಿಂದ ಗಲಿಬಿಲಿಗೊಂಡರೂ ಅದನ್ನು ಗೆದ್ದುಕೊಂಡು ಗಟ್ಟಿಯಾಗುತ್ತ ಹೋಗುವ ಪ್ರಕ್ರಿಯೆ ಕುತೂಹಲಕಾರಿಯಾಗಿದೆ. ಒಂದು ಕಡೆ ಕೈಹಿಡಿದ ಹೆಂಡತಿ, ಕಾತ್ಯಾಯಿನಿ; ಮತ್ತೊಂದೆಡೆ ತನ್ನನ್ನು ಬಯಸಿ ಬಂದ ತಂಗಮ್ಮ. ಕೇಶವ ಪಿಳ್ಳೆಗಾದರೋ ಈ ಎರಡೂ ಸಂಬಂಧಗಳ ಬಗ್ಗೆ ಅಂಥ ತೀವ್ರವಾದ ಆಸ್ಥೆಯೇನೂ ಇಲ್ಲ; "ಒಬ್ಬಳಿಗೆ ಕತ್ತಿನಲ್ಲಿ ಮಾಂಗಲ್ಯ ಕಟ್ಟಿ, ಒಡವೆ ವಸ್ತ್ರ ಕೊಟ್ಟು, ಮನೆಯಲ್ಲಿ ಬಿಟ್ಟು ಹಿಂದಿರುಗಿ ನೋಡದಂತೆ ಆತ ತಿರುವನಂತಪುರಕ್ಕೆ ಬಂದದ್ದು. ಆ ಹೆಣ್ಣಿನ ಮನಸ್ಸಿನಲ್ಲುಂಟಾಗುವ ನೋವನ್ನು ಕುರಿತು ಆತ ಆಲೋಚಿಸಿಲ್ಲ. ಜೀವನದ ಅಭ್ಯುದಯವನ್ನು ಕುರಿತ ಸ್ವಪ್ನಗಳಿಂದ ಅವನು ಆವರಿಸಿದ್ದ. ಆಗ ಮತ್ತೊಂದು ವ್ಯಕ್ತಿಯ ವಿಕಾರಗಳಿಗೆ ಸ್ಥಾನವಿಲ್ಲದಂತಾಯಿತು." (೭೩)

"ಅವನು ತಿರುವನಂತಪುರಕ್ಕೆ ಬರುವಾಗ ಇದೊಂದನ್ನೂ ಆಲೋಚಿಸಿರಲಿಲ್ಲ. ಕೆಲಸ ಸಿಕ್ಕಿದ್ದೇ ಪುಣ್ಯ. ಇಂದು ಈ ಸಂದರ್ಭ ರೂಪುಗೊಂಡು ಬರುತ್ತಿರುವುದೂ ಅವನ ಅದೃಷ್ಟದಿಂದಾಗಿ. ಈಗ ಅವನಿಗೆ ಒಂದು ಸ್ವತಂತ್ರ ನೆಲೆ ಸಿಕ್ಕಿತ್ತು. ತನ್ನ ಅದೃಷ್ಟದ ಬಗ್ಗೆ ನಂಬಿಕೆಯದೆ. ಅದೇ ಆ ಸ್ವತಂತ್ರ ನೆಲೆ. ಈ ವಾಹಿನಿಯಲ್ಲಿ ಮುಂದೆ ಸಾಗುವುದಷ್ಟೆ. ಅದು ಇದು ಆಲೋಚಿಸಿಕೊಂಡು ಹೆದರಬೇಕಾಗಿಲ್ಲ. ಸಾಗುವವರೆಗೂ ಈ ದೋಣಿ ಸಾಗಲಿ. ಅರ್ಧದಾರಿಯಲ್ಲಿ ಸುಳಿಗೆ ಸಿಕ್ಕುವುದಿದ್ದಲ್ಲಿ ಹಾಗೆಯೇ ಆಗಲಿ. ತಂಗಮ್ಮನಿಗೆ ತನ್ನ ಎಲ್ಲ ವಿಷಯಗಳು ತಿಳಿಯುವುದಿದ್ದಲ್ಲಿ ಅದೂ ಆಗಲಿ. ಚೀಫ್ ಸೆಕ್ರೆಟರಿಗೆ ತನ್ನ ವಿಷಯವೆಲ್ಲ ಗೊತ್ತಾಗಿ ತನ್ನನ್ನು ವಂಚಕನೆಂದು ಭಾವಿಸುವುದಿದ್ದರೆ ಭಾವಿಸಿಕೊಳ್ಳಲಿ. ಅದೃಷ್ಟವಶಾತ್ ತಂಗಮ್ಮನ ಚಿಕ್ಕಪ್ಪ ಚೀಫ್ ಸೆಕ್ರೆಟರಿಯ ಸ್ಥಾನದಿಂದ ಇಳಿದು ಹೋಗಬೇಕಾಗಿಯೂ ಬರುವುದಿಲ್ಲವೇ? ಆಗ ತೊಂದರೆಗಳು ತಪ್ಪಲೂಬಹುದು. ಏನು ಬರುವುದಿದೆಯೋ ಅದೆಲ್ಲ ಬರಲಿ ಎನ್ನುವ ಧೈರ್ಯ ಅವನಿಗುಂಟಾಯಿತು". (೭೩)

ಅಂದರೆ ಕಾತ್ಯಾಯಿನಿಯಾಗಲೀ, ತಂಗಮ್ಮನಾಗಲೀ ಅವನಿಗೆ ಏಣಿಯ ಮೆಟ್ಟಿಲುಗಳು ಮಾತ್ರ. ಒಮ್ಮೆ ಏಣಿಯ ಅವಶ್ಯಕತೆ ಇಲ್ಲವಾಯಿತೋ ಆಗ ಅದನ್ನೇ ಒದ್ದು ಉರುಳಿಸಬಹುದಲ್ಲ! ಅಧಿಕಾರಶಾಹಿ ಮನುಷ್ಯನನ್ನು ಅಮಾನವೀಕರಣಗೊಳಿಸುವ ಈ ಪರಿಯನ್ನು ಲೇಖಕರು ಸೂಕ್ಷ್ಮವಾಗಿ ಧ್ವನಿಸಿದ್ದಾರೆ. ಒಮ್ಮೆ ಅಧಿಕಾರಶಾಹಿಯ ಆಮಿಷಗಳಿಗೆ ಕೇಶವ ಪಿಳ್ಳೆ ತನ್ನನ್ನು ಒಡ್ಡಿಕೊಂಡನೋ ಆಗ ಅವನ ಸುತ್ತಲ ಮನುಷ್ಯರೆಲ್ಲರೂ ಅವನಿಗೆ ಕೇವಲ ಉಪಕರಣಗಳಾಗುತ್ತಾರೆ: "ಅವಳು ಅದೃಷ್ಟವಂತೆಯಾಗಿದ್ದಲ್ಲಿ– ತನ್ನ ಹೆಂಡತಿಯಾಗಿ ಉಳಿಯುವ ಭಾಗ್ಯವಿದ್ದಲ್ಲಿ ನಾನು ಜೀವನದಲ್ಲಿ ಅಭ್ಯುದಯ ಪಡೆಯುತ್ತೇನೆ. ಅವಳು ಹೆಂಡತಿಯಾಗಿ ಉಳಿಯುತ್ತಾಳೆ. ಇಲ್ಲದಿದ್ದಲ್ಲಿ ತಾಯಿಯ ಸೇವೆ ಮಾಡಿಕೊಂಡಿರಲಿ. ಅದೂ ಇಲ್ಲದಿದ್ದಲ್ಲಿ ಅವಳ ತೌರುಮನೆಗೆ ಹಿಂದಿರುಗಲಿ. ಆಗ ತಂಗಮ್ಮ ಅದೃಷ್ಟವಂತೆಯಾಗುತ್ತಾಳೆ." (೭೪)

ಕೇಶವ ಪಿಳ್ಳೆ ತಂಗಮ್ಮನ ತಂದೆ ಶೇಖರ ಪಿಳ್ಳೆಯಿಂದ ಸಹಾಯ ಪಡೆದು ಕೃಷ್ಣನ್ ನಾಯರ್ ಬಳಿ ಆಪ್ತ ಸಹಾಯಕನಾಗಿ ಸೇರಿದ ಮೇಲೆ ಅಣ್ಣ ತಮ್ಮಂದಿರ ನಡುವೆ ಅಷ್ಟೇನೂ ಚೆನ್ನಾಗಿಲ್ಲದಿರುವುದನ್ನು ಗಮನಿಸುತ್ತಾನೆ. ಹೀಗಿದ್ದೂ ತನ್ನ ಅಣ್ಣನ ಅಳಿಯನಾಗುವವನಿಗೆ ಕೃಷ್ಣನ್ ನಾಯರ್ ಹೇಗೆ ಕೆಲಸ ಕೊಟ್ಟನೆಂದು ಆಶ್ಚರ್ಯವೂ ಆಗುತ್ತದೆ. ಒಮ್ಮೆ ತಂಗಮ್ಮನಿಗೆ ತನ್ನ ಮದುವೆಯ ಸುದ್ದಿ ತಿಳಿದರೂ ಅದರಿಂದ ತನಗೇನೂ ಅಪಾಯವಾಗದೆಂದು ಕಂಡುಕೊಳ್ಳುತ್ತಾನೆ. ಕೃಷ್ಣನ್ ನಾಯರ್ ಮತ್ತು ಆತನ ಪತ್ನಿಯೊಂದಿಗೆ ಆತ್ಮೀಯನಾಗುತ್ತ ತನ್ನ ಸ್ಥಾನವನ್ನು ಭದ್ರಪಡಿಸಿಕೊಳ್ಳುತ್ತ ಹೋಗುತ್ತಾನೆ. ಮುಂದೆ ತಂಗಮ್ಮ ಇನ್ನೊಬ್ಬನೊಂದಿಗೆ ಸಂಬಂಧವಿಟ್ಟುಕೊಳ್ಳುವುದು, ಆತನಿಂದಲೂ ತಿರಸ್ಕೃತಳಾಗುವುದು, ಆಶ್ರಮ ಸ್ಥಾಪಿಸಿ ವಿರಾಗಿನಿಯಂತಿರುವುದು–ಮುಂತಾಗಿ ತನ್ನ ಅಭ್ಯುದಯಕ್ಕೆ ಕಾರಣಳಾಗಿದ್ದ ಹೆಣ್ಣಿನ ಬದುಕಿನ ಯಾವ ಗೊಂದಲವೂ ಕೇಶವ ಪಿಳ್ಳೆಯನ್ನು ಅಷ್ಟಾಗಿ ಬಾಧಿಸುವುದಿಲ್ಲ. ಆದರೆ ತಾನು ಪಡೆದ ಲಾಭಕ್ಕಾಗಿಯೋ ಎಂಬಂತೆ ಆಕೆಗೆ ಬೇಕಾದಷ್ಟು ಧನಸಹಾಯ ಮಾಡುತ್ತಾನೆ. ಆತ

ಮನುಷ್ಯನಾಗಿ ವರ್ತಿಸುವುದು ಪ್ರಾಯಶಃ ತಂಗಮ್ಮನ ತಂದೆ ಪಿಳ್ಳೆಯೊಬ್ಬನ ಬಳಿ ಮಾತ್ರ. ಶೇಖರ್ ಪಿಳ್ಳೆಯ ಮುಗ್ಧತೆ, ಸರಳತೆ ಮತ್ತು ತನ್ನಲ್ಲಿಟ್ಟಿದ್ದ ನಂಬಿಕೆಗಳಿಂದ ಮಾತ್ರ ಕೇಶವ ಪಿಳ್ಳೆ ಆಗಾಗ ಪಾಪಪ್ರಜ್ಞೆಯನ್ನು ಅನುಭವಿಸುತ್ತಾನೆ. ಉಳಿದವರೊಂದಿಗೆ ಆತನ ಸಂಬಂಧ ಕೇವಲ ಲೇವಾದೇವಿ ಸಂಬಂಧ. ಈ ತೆರನಾದ ಸಂಬಂಧಗಳಿಗೂ, ಅಧಿಕಾರಶಾಹಿಯ ಲಂಚದ ಸಂಬಂಧಗಳಿಗೂ ಅವು ಯಾವುದೇ ವ್ಯತ್ಯಾಸವನ್ನು ಇಟ್ಟುಕೊಳ್ಳುವುದಿಲ್ಲ. ಹೀಗಾಗಿ "ಏಣಿಯ ಮೆಟ್ಟಿಲುಗಳು" ಕೇಶವ ಪಿಳ್ಳೆಯ ವೈಯಕ್ತಿಕ ಅಭ್ಯುದಯದ ಕಥೆಯಾಗಿ ಪ್ರಾರಂಭಗೊಂಡರೂ ಕ್ರಮೇಣ ಅಧಿಕಾರಶಾಹಿಯ ಒಳಪದರಗಳನ್ನು ಚೂರು ಚೂರೇ ಬಿಚ್ಚುತ್ತ ಹೋಗುತ್ತದೆ. ಕೇಶವ ಪಿಳ್ಳೆ ಜೂನಿಯರ್ ಗುಮಾಸ್ತನಾಗಿದ್ದಾಗ ಅವನ ಆಫೀಸಿನಲ್ಲಿ ನಡೆಯುತ್ತಿದ್ದ ಮಾತುಕತೆಗಳು, ಚಟುವಟಿಕೆಗಳು, ಅಧಿಕಾರಸ್ಥರ ಆಸೆ, ಆಕಾಂಕ್ಷೆಗಳು, ಕೂಟಗಳು, ಅಧಿಕಾರಶಾಹಿ ಪ್ರಪಂಚದ ಕೆಳಸ್ತರಗಳನ್ನು ಚಿತ್ರಿಸಿದರೆ ಪಾರ್ಕ್ ವ್ಯೂ ಒಳಗೆ ಕೇಶವ ಪಿಳ್ಳೆ ಕಂಡುಕೊಳ್ಳುವ ಸ್ಥಿತಿ ಒಳ ಸ್ತರಗಳನ್ನು ಬಯಲು ಮಾಡುತ್ತವೆ. ಪಾರ್ಕ್ ವ್ಯೂ ಗೇಟಿನ ಬಳಿ ಹಿಂದೊಮ್ಮೆ ಗಂಟೆಗಟ್ಟಲೆ ಕಾಯುತ್ತಿದ್ದ ಕೇಶವ ಪಿಳ್ಳೆ ತನಗೆ ಬೇಡಾದವರನ್ನು ತಾನೇ ಗೇಟಿನಾಚೆ ತಳ್ಳಿಸುವಷ್ಟು ಅಧಿಕಾರ ಪಡೆಯುವಲ್ಲಿ ಅಮಾನವೀಯಕರಣಕ್ಕೊಳಗಾಗಿ ಅಧಿಕಾರದ ಕೇವಲ ಪ್ರತೀಕವೆಂಬಂತಾಗುತ್ತಾನೆ. ಅಧಿಕಾರ ಪಡೆಯಲು ತಾನು ಹಲವು ವ್ಯಕ್ತಿಗಳನ್ನು ಬಳಸಿಕೊಂಡಂತೆ ತನ್ನ ಮೇಲಧಿಕಾರಿಗಳಿಗೆ ಆತ್ಮೀಯನಾಗಲು ಅವರು ತನ್ನನ್ನೂ ಬಳಸಿಕೊಳ್ಳಲು ಅನುವು ಮಾಡಿಕೊಡುತ್ತಾನೆ. ಇಲ್ಲಿ ಕೂಡ ಅವನ ನಿಷ್ಠೆ ಯಾವ ನಿರ್ದಿಷ್ಟ ಅಧಿಕಾರಿಯ ಕಡೆಗೂ ಇರದೆ ತನ್ನ ಮುಂದಿನ ಮೆಟ್ಟಿಲನ್ನು ಗುರುತಿಸಿಕೊಳ್ಳುವ ಬುದ್ಧಿವಂತಿಕೆಯಲ್ಲಿಯೇ ಜೀವನ ಸಾಗಿಸುತ್ತಾನೆ. ಚೀಫ್ ಸೆಕ್ರೆಟರಿ ತನ್ನೊಂದಿಗೆ ಅಷ್ಟೊಂದು ಸಮಾಧಾನದಿಂದ ವರ್ತಿಸುತ್ತಿಲ್ಲವೆಂಬುದನ್ನು ತಿಳಿದಾಗ ಮೊದಮೊದಲು ಆ ಸ್ಥಾನ ಅಭದ್ರಗೊಳ್ಳುತ್ತಿರುವ ಬಗ್ಗೆ ಕಳವಳ ಅನುಭವಿಸಿದರೂ ಚೆನ್ನಾಗಿ ಯೋಚಿಸಿದ ಮೇಲೆ, "ಆ ನೆಲೆಯವರೆಗೆ ಆಲೋಚಿಸಬೇಕಾದ ಅವಸ್ಥೆಗೆ ಎಂದೂ ತಾನೂ ತಲುಪಿಲ್ಲ ಎಂದು ಕೇಶವ ಪಿಳ್ಳೆಗೆ ಅನ್ನಿಸಿತು. ಹಿಡಿದದ್ದು ಕೈಬಿಟ್ಟು ಹೋಗುತ್ತದೆ ಎಂದಲ್ಲವೇ? ಕೇಶವ ಪಿಳ್ಳೆಯ ಆಲೋಚನೆ ಅಲ್ಲಿಗೆ ಮುಟ್ಟಿದಾಗ ತನ್ನನ್ನು ಆ ರೀತಿಯಲ್ಲಿ ಚೀಪ್ ಸೆಕ್ರೆಟರಿಗೂ ಅವರ ಹೆಂಡತಿಗೂ ಕಳಿಸಲು ಸಾಧ್ಯವೇ ಎನ್ನುವ ಪ್ರಶ್ನೆ ಸಹಜವಾಗಿ ಮೂಡಿತು. ಇಲ್ಲ, ಅದಕ್ಕೆ ಅವರಿಗೆ ಧೈರ್ಯ ಬರುವುದಿಲ್ಲ. ಧೈರ್ಯ ವಹಿಸಲು ಸಾಧ್ಯವಿಲ್ಲ. ಹಿಂದಿರುಗಿಸುವ ಆರ್ಡರ್ ಪಾಸ್ ಮಾಡಿ, ಸೈನು ಹಾಕುವಾಗ ಒಂದು ನಿಮಿಷ ಅವರು ಆಲೋಚಿಸುವುದಿಲ್ಲವೇ? ಬೆರಳುಗಳು ನಿಂತುಹೋಗುವುದಿಲ್ಲವೇ? ಅವರ ಹೆಂಡತಿಗೆ ಗೊತ್ತಾದರೆ ಅವರು ಇನ್ನೂ ಒಂದು ಸಲ ನೋಡೋಣ ಎಂದು ಹೇಳದೆ ಇರುತ್ತಾರೆಯೆ? ಹಾವು ಚಿಕ್ಕದು ಎಂದು ಅದನ್ನು ನೋಯಿಸಿದರೆ ಅದು ದ್ವೇಷ ಸಾಧಿಸದೇ ಇರುವುದೇ? ಈ ನೀತಿಸಾರ ವಾಕ್ಯವನ್ನು ತಿಳಿದವರಿಲ್ಲವೇ?" (೧೪೯-೫೦)

"ಚೀಫ್ ಸೆಕ್ರೆಟರಿಯವರನ್ನು ಕುರಿತು ಎಷ್ಟೋ ಕಥೆಗಳು ಗೊತ್ತಿದ್ದದ್ದರಿಂದ ಕೇಶವ ಪಿಳ್ಳೆ ಜಾಗ್ರತನಾದ. ಅವನಿಗೆ ಒಂದು ರೀತಿಯ ಧೈರ್ಯವುಂಟಾಯಿತು. ಹಿಡಿದದ್ದನ್ನು ಗಟ್ಟಿಯಾಗಿ ಹಿಡಿದುಕೊಳ್ಳಬೇಕು ಅನ್ನಿಸಿತು. ಚೀಫ್ ಸೆಕ್ರೆಟರಿಗೆ ತನ್ನನ್ನು ಹಾಗೆ ಕಳಿಸುವುದಕ್ಕೆ ಧೈರ್ಯ ಬರುತ್ತದೆಯೇ? ಎನ್ನುವ ವರೆಗೆ ಕೇಶವ ಪಿಳ್ಳೆ ನೆನೆಸಿಕೊಂಡ. ಊರಿಡೀ ಕಾಂಗ್ರೆಸ್ಸಿನವರು

ಆಡಳಿತವನ್ನು ಕುರಿತು ದೋಷಾರೋಪಣೆ ಮಾಡುತ್ತಿದ್ದಾರೆ. ದಿವಾನರು ಮತ್ತಿತರರ ಲಂಚ-ಸ್ವಾರ್ಥಬುದ್ಧಿಗಳನ್ನು ಕುರಿತು ಪ್ರಧಾನವಾಗಿ, ಅವರು ಅರಮನೆಯನ್ನು ಕೂಡ ಬಿಡುವುದಿಲ್ಲ. ತಿಳಿದ ರಹಸ್ಯವನ್ನು ಅವರ ಕಿವಿಯಲ್ಲಿ ಹಾಕಿದರೆ-ಕೇಶವ ಪಿಳ್ಳೆಗೆ ಅಲ್ಲಿಯವರೆಗೆ ಇಲ್ಲದಿದ್ದ ಒಂದು ಸಾಮರ್ಥ್ಯವುಂಟಾಯಿತು. ಪ್ರತೀಕಾರ ಮಾರ್ಗದ ಕಾರ್ಯಸಾಧಿಸುವ ಸಾಮರ್ಥ್ಯ." (೧೫೦)

ಮುಂದೆ ದಿವಾನರ "ಭಕ್ತಿ ವಿಲಾಸ"ಕ್ಕೆ ಭಡ್ತಿ ಹೊಂದಿದ ನಂತರ ಹಿಂದೆ ತನ್ನನ್ನು ಪ್ರೋತ್ಸಾಹಿಸಿದ್ದ ಚೀಫ್ ಸೆಕ್ರೆಟರಿ ಕೃಷ್ಣನ್ ನಾಯರ್ ದಂಪತಿಗಳನ್ನು ಕೇಶವ ಪಿಳ್ಳೆ ಸಲೀಸಾಗಿ ಮರೆಯುತ್ತಾನೆ. ಈಗ ಆತ ಎದುರಿಸಬೇಕಾದ ಸವಾಲುಗಳೇ ಬೇರೆ. ಕಾಂಗ್ರೆಸ್ಸಿನವರ ಚಳವಳಿ ತೀವ್ರವಾಗಿದೆ. ದಿವಾನರ ಆಳ್ವಿಕೆಗೇ ಸಂಚಕಾರ ಬರುತ್ತಿದೆ. ಈಗ ದಿವಾನರಿಗೆ ಹತ್ತಿರವಾಗಲು ಕಾಂಗ್ರೆಸ್ ಚಳವಳಿಯನ್ನು ಸದೆಬಡಿಯಬೇಕು. ಆದರೆ ಮುಂದೊಂದು ದಿನ ಕಾಂಗ್ರೆಸ್ ಆಳ್ವಿಕೆ ಬಂದೇ ಬರುವುದರಿಂದ ಅಲ್ಲಿನ ಕೆಲವು ಮುಖಂಡರೊಂದಿಗೆ ಸಖ್ಯವನ್ನು ಬೆಳೆಸಬೇಕು. ಹೀಗಾಗಿ ಕೇಶವ ಪಿಳ್ಳೆ ಹೊಸ ತಂತ್ರಗಳನ್ನೇ ರೂಢಿಸಿಕೊಳ್ಳಬೇಕಾಯಿತು. ಶತ್ರುಗಳು ಮಿತ್ರರಾದರು. ಮಿತ್ರರು ಶತ್ರುಗಳಾದರು. ಕೇಶವ ಪಿಳ್ಳೆ ಸೆಕ್ರೆಟರಿಯಾಗಿ, ಚೀಫ್ ಸೆಕ್ರೆಟರಿಯಾಗಿ, ಆಡಳಿತ ವಹಿಸಿಕೊಂಡಾಗಲೂ ಆತ ಪಕ್ಷಗಳನ್ನೇ ಒಡೆಯುವ, ಮುಖಂಡರನ್ನು ಬೇರ್ಪಡಿಸುವ, ಎರಡು ದೋಣಿಗಳಲ್ಲಿ ಕಾಲಿಟ್ಟು ನಡೆಯುವ, ಪಾಪಪ್ರಜ್ಞೆಯಿಂದ ಕೊಂಚವೂ ಬಾಧಿತನಾಗದ, ಮನುಷ್ಯ ಸಂಬಂಧಗಳನ್ನೂ ಸ್ವಲ್ಪವೂ ಹಚ್ಚಿಕೊಳ್ಳದ ನೆಲೆಗಳಲ್ಲಿ ಬೆಳೆಯುತ್ತ ಬಂದ. ಕಾಂಗ್ರೆಸ್ ಚಳವಳಿಯನ್ನು ಎದುರಿಸುವ ಕೇಶವ ಪಿಳ್ಳೆಯ ಮೂಲ ಉಪಾಯ: "ಮುಂದಾಳುಗಳೆಲ್ಲ ಉದ್ಯೋಗಕ್ಕೆ ಆಸೆ ಪಟ್ಟವರು. ಅವರೆಲ್ಲರಿಗೂ ಉದ್ಯೋಗ ಕೊಡಿಸಿದರಾಯ್ತು. ಇನ್ನು ಉಳಿದವರನ್ನು ಜೈಲಿಗೆ ಹಾಕಿಸಬೇಕು. ಎಲ್ಲರಿಗೂ ಗೊತ್ತಾಗೋ ಹಾಗೆ ಪೊಲೀಸರಿಂದ ಹೊಡೆಸಬೇಕು". ರಾಜಕೀಯ ಮುಖಂಡರ ಭ್ರಷ್ಟತೆಯಿಂದ ಲಾಭ ಪಡೆಯುವ, ಲಾಭಕ್ಕಾಗಿ ಅದನ್ನು ಭ್ರಷ್ಟಗೊಳಿಸುವ ಎರಡೂ ತಂತ್ರಗಳಲ್ಲಿ ಕೇಶವ ಪಿಳ್ಳೆ ಅಸಾಧಾರಣ ಯಶಸ್ಸು ಪಡೆಯುತ್ತಾನೆ. ದೇಶಕ್ಕೆ ಸ್ವಾತಂತ್ರ್ಯ ಬಂದು ಜವಾಬ್ದಾರಿ ಸರ್ಕಾರ ಸ್ಥಾಪನೆಯಾಗುವ ಹಂತದಲ್ಲಿ ಕಾಂಗ್ರೆಸ್ಸಿನವರಿಗೂ ಹತ್ತಿರವಾಗುತ್ತಾನೆ. "ಹಿಂದೊಮ್ಮೆಯೂ ಇಲ್ಲದ ಸಂತೃಪ್ತಿ ಕೇಶವ ಪಿಳ್ಳೆಗೆ ಉಂಟಾಯಿತು, ಜಯಿಸಿದೆ ಎನಿಸಿತ್ತು. ದಿವಾನರು ಹೋದರು. ಕಾಂಗ್ರೆಸ್ ಅಧಿಕಾರಕ್ಕೆ ಬರುತ್ತದೆ. ಬಂದರೇನಂತೆ? ಈ ಸಂದಿಗ್ಧ ಸಮಯದಲ್ಲಿ ಕಾಂಗ್ರೆಸ್ಸಿನ ಮೂಲವನ್ನೇ ಕೈವಶ ಮಾಡಿಕೊಂಡಿದ್ದನ್ನು ನೆನೆಸಿಕೊಂಡು ಕೇಶವ ಪಿಳ್ಳೆ ನಕ್ಕರು. ಎಂತಹ ಭಯವಾಗಿತ್ತು ಅಂದು. ಇನ್ನೂ ಒಂದು ನಾಟಕ ಆಡಬಹುದು. ಅದಕ್ಕೆ ಬೇಕಾದ ಶಕ್ತಿ ಕೇಶವ ಪಿಳ್ಳೆಗೆ ಉಂಟಾಯಿತು". (೩೭೮)

ತನಗೆ ಬೇಕಾದವರನ್ನು ಕಾಂಗ್ರೆಸ್ ಪಕ್ಷಕ್ಕೆ ಸೇರಿಸಿ, ಬೇಡಾದವರನ್ನು ದೂರವಿಟ್ಟ ಕೇಶವ ಪಿಳ್ಳೆ ಚುನಾವಣೆಯಲ್ಲೂ ಮಂತ್ರಿಮಂಡಲ ರಚನೆಯಲ್ಲೂ ತನ್ನ ಕೈಚಳಕ ತೋರಿಸುತ್ತಾನೆ. ಕಾಂಗ್ರೆಸ್ ಮುಖ್ಯಸ್ಥನಿಗೆ ಕೇಶವ ಪಿಳ್ಳೆಯ ಸಖ್ಯ ಎಷ್ಟೊಂದು ಅನಿವಾರ್ಯವಾಗಿ ಬಿಡುತ್ತದೆಂದರೆ ಕೇಶವ ಪಿಳ್ಳೆಯನ್ನು ಗಲ್ಲಿಗೇರಿಸಬೇಕೆಂದು ಕೂಗುತ್ತಿದ್ದವರೇ ತಮ್ಮ ಆಡಳಿತ ವ್ಯವಸ್ಥೆಯಲ್ಲಿ

ಅವನನ್ನು ಚೀಫ್ ಸೆಕ್ರೆಟರಿಯಾಗಿ ಮುಂದುವರಿಸುವುದಷ್ಟೇ ಅಲ್ಲ, ಎಲ್ಲ ವಿಷಯಗಳಲ್ಲೂ ಅವನ ಸಲಹೆಯನ್ನು ಪಡೆಯಲಾರಂಭಿಸುತ್ತಾರೆ. ಕೇಶವ ಪಿಳ್ಳೆಗೆ ಅಧಿಕಾರ ಮೂಲಸ್ಥಾನಗಳೆಲ್ಲ ಗೊತ್ತು. ರಾಜಕಾರಣಿಗಳ ಸಾಮರ್ಥ್ಯ ದೌರ್ಬಲ್ಯಗಳೆರಡೂ ಚಿರಪರಿಚಿತ. ಹೀಗಾಗಿ ರಾಜ್ಯದ ರಾಜಕೀಯ ಬದಲಾದರೂ ಅಧಿಕಾರಶಾಹಿ ವ್ಯವಸ್ಥೆ ಅದಮ್ಯವಾಗುತ್ತದೆ. ಕಾಂಗ್ರೆಸ್ ಆಳ್ವಿಕೆಯಲ್ಲಿ ಕಮ್ಯುನಿಸ್ಟರ ಚಳವಳಿಯನ್ನು ಎದುರಿಸುವಲ್ಲಿಯೂ ಕೇಶವ ಪಿಳ್ಳೆ ಇದೇ ಜಾಣತನ ತೋರುತ್ತಾನೆ. ಕಮ್ಯುನಿಸ್ಟರ ಆಳ್ವಿಕೆಯಲ್ಲಿಯೂ ಚೀಫ್ ಸೆಕ್ರೆಟರಿಯಾಗಿ ಮುಂದುವರಿಯುತ್ತಾನೆ. ಆದರೆ ಹೊಸ ಮಂತ್ರಿಮಂಡಲದೊಂದಿಗೆ ಹೊಂದಿಕೊಂಡು ಹೋಗುವುದು ಅವನಿಗೆ ಸಾಧ್ಯವಾಗುವುದಿಲ್ಲ. ಹಾಗಾಗಿ ಹುದ್ದೆಯನ್ನು ತ್ಯಜಿಸಬೇಕಾಗಿ ಬರುತ್ತದೆ. "ಏನಿದ್ದರೂ ಕೇಶವ ಪಿಳ್ಳೆಗೆ ಹಿಂದಿರುಗಿ ಹೋಗಬೇಕು ಎನ್ನವುದನ್ನೂ ನೆನೆಸಿಕೊಳ್ಳುವುದಕ್ಕೆ ಕೂಡಾ ಸಾಧ್ಯವಿಲ್ಲದ ಒಂದು ಅವಸ್ಥೆಯಾಗಿತ್ತು. ಅವರು ಕೆಲವಾರು ದಿವಸಗಳಲ್ಲಿ ತುಂಬ ಬದಲಾಯಿಸಿ ಹೋಗಿದ್ದರು. ಬಹುಬೇಗನೆ ವಯಸ್ಸಾಗಿ ಹೋಗಿದ್ದಂತೆ ತೋರಿತು. ನೋಡಿದಾಗ ಒಂದು ರೀತಿಯ ಮಂಕು, ಆಯಾಸ ಕಾಣುತ್ತಿತ್ತು. ಹಾಗೆಯೇ ಇದ್ದಾಗ ಒಂದು ದಿನ ಆರ್ಡರ್ ಬಂದಿತು. ಸರ್ಕಾರ ತನ್ನ ಅಸಮಾಧಾನವನ್ನು ಪ್ರಕಟಿಸುತ್ತ ಕೇಶವ ಪಿಳ್ಳೆಯನ್ನು ಪೆನ್ಶನ್ ಪಡೆದುಕೊಂಡು ಸ್ಥಾನವನ್ನು ತೆರವು ಮಾಡಿಕೊಡಲು ತಿಳಿಸಿತು. ತಾರೀಖನ್ನೂ ನಿಶ್ಚಯಿಸಿತ್ತು. ಮಾರನೆಯ ದಿನವೇ ನಿರೀಕ್ಷಿಸಬಹುದಾಗಿದ್ದದ್ದೂ ಹೆಚ್ಚು ಕಡಿಮೆ ನಿರೀಕ್ಷಿಸಿದ್ದೂ ಆಗಿದ್ದ ಆ ಆಘಾತ ಕ್ರೂರವಾಗಿಯೇ ಇತ್ತು......... ಕೇಶವ ಪಿಳ್ಳೆಗೆ ಬದುಕೇ ಅಂತ್ಯಗೊಂಡಿತೋ ಎನ್ನುವಂತೆ ತೋರಿತು." (೫೯೯)

ಬಹಳ ವರ್ಷಗಳಿಂದ ವಾಸಮಾಡುತ್ತಿದ್ದ ಅಧಿಕೃತ ಬಂಗಲೆ ಪಾರ್ಕ್ ವ್ಯೂವನ್ನು ಬಿಡುವಾಗಿನ ಸಂದರ್ಭವನ್ನು ಲೇಖಕರು ಧ್ವನಿಪೂರ್ಣವಾಗಿ ದಾಖಲು ಮಾಡಿದ್ದಾರೆ :

"ಉದ್ಯೋಗಕ್ಕೆ ಪ್ರವೇಶಿಸಿದಂತೆಯೇ ಅಲ್ಲಿಂದ ಹಿಂದಿರುಗುವ ದಿನವೂ ಜೀವನದಲ್ಲಿ ಗಣನೀಯವಾದ ದಿನ. ಕೇಶವ ಪಿಳ್ಳೆ ಕೆಳಗಿಳಿಯುತ್ತಿದ್ದದ್ದು ಸೆಕ್ರೆಟರಿಯೇಟ್‌ನಲ್ಲಿ ಬಹುದೊಡ್ಡ ಘಟನೆಯಾಗಿತ್ತು. ಎಷ್ಟು ವರ್ಷಗಳು ಆ ಮನುಷ್ಯ ಆ ಕುರ್ಚಿಯಲ್ಲಿ ಕುಳಿತದ್ದು! ಆದರೆ ಒಂದೇ ಒಂದು ವ್ಯಕ್ತಿಯಾದರೂ ಅವರಿಗೆ ಹೃದಯ ತೆರೆದು ಬೀಳ್ಕೊಡಲಿಲ್ಲ. ಯಾರೊಡನೆಯೂ ಅವರು ಆತ್ಮೀಯರಾಗಲಿಲ್ಲ. ಆದರೆ ಮುಖ್ಯಮಂತ್ರಿಯ ಹತ್ತಿರ ಅವರು ನಗುತ್ತಾ ಹೇಳಿದರು :

"ಬಹುಶಃ ನಾನು ಇಲ್ಲಿಗೆ ಪುನಃ ಬಂದರೂ ಬಂದೆ".

"ಹಾಗೆ ಕೇಶವ ಪಿಳ್ಳೆಯ ಔದ್ಯೋಗಿಕ ಜೀವನ ಲೆಕ್ಕಾಚಾರ ಮುಗಿಸಿದ ಹಾಗೆ ಅಂತ್ಯಗೊಂಡಿತು."

"ಸಂಪಾದಿಸಿದ್ದೇನು? ನಷ್ಟವಾದದ್ದೇನು? ಯಾವುದೋ ದೊಡ್ಡ ತಪ್ಪನ್ನು ತನಗೆ ಮಾಡಿದರು ಎನ್ನುವ ಭಾವನೆಯಿಂದ ಕೇಶವ ಪಿಳ್ಳೆ ಸೆಕ್ರೆಟರಿಯೇಟ್ ಬಿಟ್ಟದ್ದು." (೬೦೫–೬)

ವ್ಯಂಗ್ಯ, ವಿಷಾದಗಳು ಬೆರೆತ ಈ ಕಾದಂಬರಿಯಲ್ಲಿ ಸಣ್ಣ ರಾಜ್ಯವೊಂದರ ಅಧಿಕಾರಶಾಹಿ, ರಾಜಕೀಯ ಚಳವಳಿ, ಅಧಿಕಾರ ಹಸ್ತಾಂತರಗಳ ವಿವಿಧ ಮುಖಗಳ ಪರಿಚಯವಾಗುವಂತೆ

ಮನುಷ್ಯ ಸ್ವಭಾವದ ವೈಚಿತ್ರ್ಯಗಳೂ, ಆಳ ಪಾತಾಳಗಳೂ ಬಿಚ್ಚಿಕೊಳ್ಳುತ್ತ ಹೋಗುತ್ತವೆ. ಈ ಕಾದಂಬರಿಗೆ ಮುನ್ನುಡಿ ಬರೆದಿರುವ ಎಸ್. ಗುಪ್ತನ್ ನಾಯರ್ ಹೀಗೆ ಹೇಳುತ್ತಾರೆ :

"ಆಳ್ವಿಕೆ ದಿವಾನರದ್ದಾಗಿರಲಿ, ಕಾಂಗ್ರೆಸ್ಸಿನವರದ್ದಾಗಿರಲಿ, ಕಮ್ಯುನಿಸ್ಟರಾಗಿದ್ದಿರಲಿ ಆಡಳಿತ ಚಕ್ರ ಜಗನ್ನಾಥರ ರಥಚಕ್ರದಂತೆ ನಿರ್ದಯವಾಗಿ ಉರುಳುತ್ತದೆ. ಜನರ ಅಭೀಷ್ಟಗಳನ್ನು ತುಳಿದು ಮುಂದೆ ಸಾಗುವುದುಂಟು. ಸಂದರ್ಭ ಸಾಧಕರಿಗೆ ಯಾವ ವ್ಯವಸ್ಥೆಯಲ್ಲೂ ಸ್ಥಾನವುಂಟು. ಏನೂ ಅರಿಯದ ಬಡಜನರ ಬದುಕು ತಮ್ಮ ಸಂಕಟಗಳ ಅರ್ಜಿಯೊಂದಿಗೆ ನಡೆದು–ನಡೆದು ಮುಕ್ತಾಯಗೊಳ್ಳುತ್ತದೆ. ಗೊಗೋಲ್ನ 'ಡೆಡ್ಸೋಲ್ಸ್' ಅನ್ನು ಓದಿ ಪುಷ್ಕಿನ್ "ಅಯ್ಯೋ ರಷ್ಯವೇ! ಎಂತಹ ಭಾಗ್ಯಹೀನ ರಾಷ್ಟ್ರ!" ಎಂದು ಹೇಳಿದನಷ್ಟೆ! ಏಣಿ ಮೆಟ್ಟಿಲುಗಳನ್ನು ಓದಿದ ನಮ್ಮಲ್ಲೂ ನಮ್ಮ ದೇಶ ಎಂತಹ ಭಾಗ್ಯಹೀನ ದೇಶ ಎಂಬ ಉದ್ಗಾರ ಹೊರಡುತ್ತದೆ". ((ಪುಟ xiii)

ಪನ್ನಾಲಾಲ್ ಪಟೇಲ್ ಅವರ “ಮಾನವೇನೀ ಭವಾಯೀ”

ಕೇವಲ ಆರನೆಯ ತರಗತಿಯವರೆಗೆ ಓದಿದ್ದ ಸುಪ್ರಸಿದ್ಧ ಗುಜರಾತೀ ಸಾಹಿತಿ ಪನ್ನಾಲಾಲ್ ಪಟೇಲ್ (೧೯೧೨-೧೯೮೯) ಐವತ್ತಕ್ಕೂ ಹೆಚ್ಚಿನ ಕಾದಂಬರಿಗಳನ್ನು ಬರೆದಿದ್ದಾರೆ. ಇಪ್ಪತ್ತೈದಕ್ಕೂ ಹೆಚ್ಚಿನ ಕಥಾಸಂಕಲನಗಳನ್ನು ಪ್ರಕಟಿಸಿದ್ದಾರೆ. ಅವರು ಗುಜರಾತಿನ ಪ್ರಸಿದ್ಧ ಕವಿ, ಜ್ಞಾನಪೀಠ ಪ್ರಶಸ್ತಿ ಪುರಸ್ಕೃತ ಉಮಾಶಂಕರ ಜೋಶಿ (೧೯೧೧-೧೯೮೮) ಅವರ ಸಹಪಾಠಿಯಾಗಿದ್ದರಂತೆ. ಪಟೇಲರ ಕೃತಿಗಳು ಕನ್ನಡಿಗರಿಗೆ ಅಪರಿಚಿತವೇನಲ್ಲ. ‘ಮಳೇಲಾ ಜೀವ’ ಎಂಬ ಕಾದಂಬರಿ ‘ಜನುಮದ ಜೋಡಿ’ ಎಂಬ ಹೆಸರಿನಲ್ಲಿ ಸಾಹಿತ್ಯ ಅಕಾಡೆಮಿಯಿಂದಲೂ, “ಮಾನವೇನೀ ಭವಾಯೀ” ಎಂಬ ಕಾದಂಬರಿ “ಜೀವನ: ಒಂದು ನಾಟಕ” ಎಂಬ ಹೆಸರಿನಲ್ಲಿ ನ್ಯಾಶನಲ್ ಬುಕ್‌ಟ್ರಸ್ಟ್‌ನಿಂದಲೂ ಕನ್ನಡದಲ್ಲಿ ಪ್ರಕಟಗೊಂಡಿವೆ. “ಮಾನವೇನಿ ಭವಾಯಿ” ಕೃತಿ ರಚನೆಗಾಗಿ ಅವರಿಗೆ ೧೯೮೫ರ ಜ್ಞಾನಪೀಠ ಪ್ರಶಸ್ತಿ ಲಭಿಸಿದೆ.

ಕನ್ನಡದ ನವೋದಯ ಕಾದಂಬರಿಗಳನ್ನು ನೆನಪಿಗೆ ತರುವ ಪಟೇಲರ ಕೃತಿಗಳು ಕಟ್ಟಿಕೊಡುವ ಭಾವಪ್ರಪಂಚವೂ ಪರಕೀಯವೆನಿಸುವುದಿಲ್ಲ. ಗಾಢವಾದ ವಾಸ್ತವಿಕ ಪ್ರಜ್ಞೆ, ಮಾನವೀಯ ಅನುಕಂಪಗಳನ್ನು ಇಟ್ಟುಕೊಂಡು ಬರೆಯುವ ಪನ್ನಾಲಾಲ್ ಪಟೇಲ್ ಭಾರತದ ಎಲ್ಲ ನವೋದಯ ಕಾದಂಬರಿಕಾರರಂತೆ ಒಂದು ರೀತಿಯಲ್ಲಿ ಪ್ರಾತಿನಿಧಿಕ ಭಾರತೀಯ ಕಾದಂಬರಿಕಾರ. ಈ ನೆಲದ ಮಣ್ಣಿನಲ್ಲಿ ಗಟ್ಟಿಯಾಗಿ ಬೇರುಬಿಟ್ಟು, ಗ್ರಾಮೀಣಜೀವನದ ಸರಳತೆ, ಮುಗ್ಧತೆಗಳಿಗೆ ಮನಸೋತೂ ಬದಲಾವಣೆಗಳನ್ನು ನಿಷ್ಠುರವಾಗಿ ದಾಖಲು ಮಾಡಬಲ್ಲ ಪನ್ನಾಲಾಲ್ ಪಟೇಲ್ ಭಾರತದ ವಾಸ್ತವ ಪಂಥದ ಕಾದಂಬರಿಗಳಿಗೆ ತಮ್ಮ ಕಾಣಿಕೆಯನ್ನೂ ಅರ್ಥಪೂರ್ಣವಾಗಿ ಸಲ್ಲಿಸಿದ್ದಾರೆ. ಇವರ ಕಾದಂಬರಿಗಳು ರೊಮ್ಯಾಂಟಿಕ್ ಹಳಹಳಿಕೆಯೂ ಅಲ್ಲ. ವಿವರಗಳ ಕೇವಲ ದಾಖಲೆಯೂಅಲ್ಲ. ಸಾಮಾನ್ಯ ಮನುಷ್ಯರ ದೈನಂದಿನ ಸುಖದುಃಖಗಳ ಪರಿಶೀಲನೆಯಲ್ಲೇ ಒಂದು ಜೀವನ ವಿನ್ಯಾಸವನ್ನು ಕಟ್ಟಿಕೊಡುವ, ಹಳ್ಳಿಗಾಡಿನ ಮಾತುಗಳಲ್ಲೇ ಕಾವ್ಯವನ್ನು ಚಿಮ್ಮಿಸುವ, ಕತೆ ಹೇಳುವ ಪರಿಕ್ರಮದಲ್ಲೇ ಸಾಮಾಜಿಕ ಬದಲಾವಣೆಗಳನ್ನೂ ಧ್ವನಿಸುವ ಪನ್ನಾಲಾಲ್ ಪಟೇಲ್ ಮನುಷ್ಯನ ಅದಮ್ಯ ಜೀವನೋತ್ಸಾಹದಲ್ಲಿ ಆಳವಾದ ನಂಬಿಕೆಯನ್ನು ಕಾಯ್ದುಕೊಂಡಿರುವ ಲೇಖಕರು. ಇವರಲ್ಲಿ ತೋರಿಕೆಯ ಬೌದ್ಧಿಕತೆಯೂ ಇಲ್ಲ, ಘೋಷಿತ ಕ್ರಾಂತಿಕಾರತೆಯೂ ಇಲ್ಲ. ದಟ್ಟವಾದ

ಅನುಭವವನ್ನೇ ನೆಚ್ಚಿಕೊಂಡು ಬರೆಯುವಂತೆ ಕಾಣುವ ಪಟೇಲ್ ಈ ಕಥನವನ್ನು ನಿರ್ದೇಶಿಸುವಲ್ಲೇ ತೋರುವ ಜಾಣ್ಮೆ, ಕಲಾತ್ಮಕ ಪ್ರಜ್ಞೆ ಮುಖ್ಯವಾದದ್ದು. ಸಹಜವಾಗಿಯೇ, ಇಂಥಲ್ಲಿ ನಿರೂಪಣಾ ಧಾಟಿಯೇ ಲೇಖಕನ ಧೋರಣೆಯ ಸೂಕ್ಷ್ಮ ದಾಖಲೆಯೂ ಆಗುತ್ತದೆ.

ವಿನೀತ ರಾಮಚಂದ್ರರಾಯರಿಂದ "ಜೀವನ: ಒಂದು ನಾಟಕ" ಎಂಬ ಹೆಸರಿನಲ್ಲಿ ಕನ್ನಡಕ್ಕೆ ಅನುವಾದಗೊಂಡಿರುವ ಪನ್ನಾಲಾಲ್ ಪಟೇಲರ "ಮಾನವೇನೀ ಭವಾಯೀ" (ನ್ಯಾಷನಲ್ ಬುಕ್ ಟ್ರಸ್ಟ್ ಆಫ್ ಇಂಡಿಯಾ, ನವದೆಹಲಿ, ೧೯೭೩) ಶ್ರೀಯುತರು ಯೋಜಿಸಿದ್ದ ಬೃಹತ್ ಕಾದಂಬರಿಯ ಮೊದಲ ಭಾಗವೆಂದೂ, ಇತ್ತೀಚೆಗೆ ಮುಂದಿನ ಭಾಗಗಳಾದ "ಭಾಗ್ಯಾ ನಾಮ್ ಮೇರೂ" ಮತ್ತು "ಧರ್ಮರವಲೋನಿ" ೧–೨ ಗುಜರಾತಿನಲ್ಲಿ ಪ್ರಕಟಗೊಂಡಿವೆ ಎಂದೂ ಹೇಳಲಾಗಿದೆ. "ಮಾನವೇನೀ ಭವಾಯೀ"ಯಲ್ಲಿ ಪ್ರಧಾನವಾಗಿ ಎರಡು ಪೀಳಿಗೆಗಳ ಜೀವನಕ್ರಮದ ದರ್ಶನವನ್ನು ನೀಡಿರುವ ಲೇಖಕರು ಸುಮಾರು ಅರ್ಧ ಶತಮಾನದಷ್ಟು ಹಿಂದಿನ ಗ್ರಾಮೀಣ ಗುಜರಾತೀ ಬದುಕಿನ ಕೆಲವು ಮಾದರಿಗಳನ್ನು ಅರ್ಥಪೂರ್ಣವಾಗಿ ಪುನಾಸೃಷ್ಟಿಸುವಲ್ಲಿ ತುಂಬ ಯಶಸ್ವಿಯಾಗಿದ್ದಾರೆ. ಒಂದು ಹಳ್ಳಿಯ ಒಕ್ಕಲಿಗರ ಸಮಾಜದ ಏಳುಬೀಳುಗಳನ್ನು ಸಮರ್ಥವಾಗಿ ದಾಖಲು ಮಾಡುವ ಈ ಕಾದಂಬರಿ ಒಂದು ಪ್ರಾದೇಶಿಕ ಕಾದಂಬರಿಯ ಎಲ್ಲ ಗುಣಗಳನ್ನೂ ಮೈಗೂಡಿಸಿಕೊಂಡಿದೆ. ಅಲ್ಲದೆ ಜೀವನವನ್ನು ಈ ಮುಗ್ಧ ಆದರೆ ಕಷ್ಟ ಸಹಿಷ್ಣುಗ ರೈತರ ದೃಷ್ಟಿಕೋನದಿಂದ ನೋಡಲಾಗಿರುವುದರಿಂದ ಜೀವನದ ಸ್ವರೂಪ–ಸಾಧ್ಯತೆಗಳ ಬಗ್ಗೆ ಈ ಕಾದಂಬರಿ ಮಾಡುವ ಹೇಳಿಕೆಗಳಿಗೆ ಒಂದು ಬಗೆಯ ಅಧಿಕೃತತೆ ಲಭ್ಯವಾಗಿದೆ. ಇದು ಹೊರಗಿನಿಂದ ಹಳ್ಳಿಯನ್ನು ಪ್ರವೇಶಿಸಿದ ವಿದ್ಯಾವಂತ ನಿರೂಪಕನೊಬ್ಬನ ಪ್ರಜ್ಞೆಯಲ್ಲಿ ಅಂಕಿತವಾಗುವ ಜೀವನದರ್ಶನದ ಮಾದರಿಯಲ್ಲ. ಇಲ್ಲಿ ನಿರೂಪಕ ಅದೃಶ್ಯನಾದರೂ ಆತ ಈ ರೈತ ಸಮುದಾಯದ ಸಮಷ್ಟಿ ಧ್ವನಿಯನ್ನೂ ಸಾಮೂಹಿಕ ಆಶೋತ್ತರಗಳನ್ನೂ ಪ್ರತಿನಿಧಿಸುವವನಂತೆ ಕಂಡುಬರುತ್ತಾನೆ. ಒಂದು ಗ್ರಾಮವೇ, ಒಂದು ಜನಸಮುದಾಯವೇ ಈ ನಿರೂಪಕನ ಮೂಲಕ ತಮ್ಮ ಕತೆಯನ್ನು ನಿವೇದಿಸಿಕೊಳ್ಳುತ್ತಿರುವ ಹಾಗೆ ಭಾಸವಾಗುತ್ತದೆ. ಜೀವನದ ಸಂಕಟಗಳನ್ನು ಅದರ ಮೂಲಭೂತ ಉಣ್ಣುವ, ಉಡುವ, ಜೀವಿಸುವ ಗಳಿಗೆಯಲ್ಲಿ ದಾಖಲು ಮಾಡುವ ಈ ಕೃತಿಜೀವನದ ಎಲ್ಲ ನೋವುಗಳ ಮಧ್ಯದಲ್ಲೂ ಸಂಪೂರ್ಣವಾಗಿ ಬತ್ತಿಹೋಗದ ಮಾನವೀಯ ಗುಣಗಳನ್ನು ಅನಾವರಣಗೊಳಿಸುವ ಪರಿ ಅಚ್ಚರಿ ಹುಟ್ಟಿಸುವಂತಿದೆ.

ಬಹು ಸೂಕ್ಷ್ಮವಾದ ಜಾತಿ ವಿಶ್ಲೇಷಣೆ, ಬಹಿರಂಗವಾಗಿಯೇ ವ್ಯಕ್ತವಾಗುವ ವರ್ಗಪ್ರಜ್ಞೆಗಳ ಹಿನ್ನೆಲೆಯಲ್ಲಿ ಪಟೇಲರು ಈ ಜನರ ಪ್ರೇಮ, ಮದುವೆ, ಸಾವು, ಬೇಸಾಯ, ವ್ಯಾಪಾರ, ಬರಗಾಲಗಳ ಕತೆಯನ್ನು ಹೇಳುತ್ತ ಅವರ ಅಸ್ತಿತ್ವಕ್ಕೊಂದು ಮಾನವೀಯ ಆಕಾರವೊಂದನ್ನು ಕಟ್ಟಿಕೊಡುವ ಪ್ರಯತ್ನದಲ್ಲಿ ಹಸಿವು, ಬಡತನಗಳಂಥ ವಿಷಯಗಳ ಬಗ್ಗೆಯೂ ತಾತ್ವಿಕವಾಗಿ ವಿಚಾರ ಮಾಡಬಲ್ಲ ಮಹತ್ವಾಕಾಂಕ್ಷೆಯನ್ನು ತೋರಿದ್ದಾರೆ.

"ಭವಾಯೀ" ಎಂದರೆ ಗುಜರಾತಿ ಭಾಷೆಯಲ್ಲಿ 'ಫಜೀತಿ' ಎಂದೂ 'ಆಸ್ತಿ' ಎಂದೂ ಅರ್ಥಗಳಿವೆಯಂತೆ. ಈ ಎರಡೂ ಅರ್ಥಗಳ ಸ್ತರಗಳಲ್ಲಿ ಕಾದಂಬರಿ ಕೆಲಸ ಮಾಡುತ್ತದೆ.

ಮನುಷ್ಯಾವಸ್ಥೆಯನ್ನು ಅದರ ಭೌತಿಕ ಮತ್ತು ಮಾನಸಿಕ ಸ್ತರಗಳಲ್ಲಿ ದಾಖಲು ಮಾಡುವ ಕಾದಂಬರಿಕಾರರು ಒಂದು ಕಡೆ ಈ ಹಳ್ಳಿಗರ ಕಾರ್ಪಣ್ಯದ ಬದುಕನ್ನು ಸಹ್ಯವಾಗಿಸುತ್ತಿರುವ, ನಿರಂತರವಾಗಿ ಮುಂದುವರಿಸುತ್ತಿರುವ ಪ್ರೇರಣೆಗಳನ್ನೂ ಶೋಧಿಸಬಯಸಿದ್ದಾರೆ. ಬಡತನ ಈ ರೈತರ ಸಾರ್ವತ್ರಿಕಜೀವನಕ್ರಮವಾಗಿರುವಾಗ, ಆ ಬಡತನ ಬರಗಾಲದಲ್ಲಿ ತನ್ನ ಪರಾಕಾಷ್ಠತೆಯನ್ನು ಮುಟ್ಟಿದಾಗ, ಹಸಿವು ಅವರ ಸ್ಥಾಯೀಸ್ಥಿತಿಯಾಗಿದ್ದಾಗ ಈ "ಆಸ್ತಿ"ಯ ಕಲ್ಪನೆಗಳಿಗೆ ವಿಶೇಷ ಅರ್ಥಗಳು ಪ್ರಾಪ್ತವಾಗುತ್ತವೆ. ಸಾಮಾಜಿಕವಾಗಿ, ಆರ್ಥಿಕವಾಗಿ ಈ ಜನರ "ಫಜೀತಿ"- ಅವಸ್ಥೆ, ಸ್ಥಿತಿ- ಯಾರೂ ಅರ್ಥಮಾಡಿಕೊಳ್ಳಬಹುದಾದಂಥದ್ದು. ಆದರೆ ಈ ಸಾಮಾಜಿಕ, ಆರ್ಥಿಕ ಸ್ವರೂಪ ವರ್ಗಸಮಾಜದ ಹಿನ್ನೆಲೆಯಲ್ಲಿ ರೂಪುಗೊಳ್ಳುವ ಪರಿ "ಆಸ್ತಿ"ಯ ಪರಿಕಲ್ಪನೆಗಳಿಂದ, ಸಂಬಂಧಗಳಿಂದ ನಿರ್ದೇಶಿತವಾಗುವಂಥದ್ದು . ಹೀಗಾಗಿ ಹಣ, ಅಧಿಕಾರ ಉಳ್ಳವರ ಆಸ್ತಿಯಾದರೆ ಈ ಬಡಜನರ ಆಸ್ತಿ ಅವರ ದೈಹಿಕ ಶ್ರಮದಲ್ಲಿ, ದುಡಿಮೆಯಲ್ಲಿ, ಹೇಗಾದರೂ ಬದುಕಬೇಕೆಂಬ ಛಲದಲ್ಲಿ ಮೂರ್ತವಾಗುತ್ತದೆ.

ಹೀಗೆಲ್ಲ ಹೇಳುವಾಗ ಮನುಷ್ಯನ ದುಡಿಮೆಯ ಸಾಮರ್ಥ್ಯದ ಬಗ್ಗೆ, ಅವನ ಮಾನಸಿಕ "ಆಸ್ತಿ"ಯ ಬಗ್ಗೆ ಮಾತನಾಡುವುದು ತುಂಬ ಸುಲಭವಾಗಿಬಿಡಬಹುದು ಮತ್ತು ಇದು ಹುಸಿ ರೊಮಾಂಟಿಕ್ ಧೋರಣೆಗಳಿಗೆ ನಮ್ಮನ್ನುದೂಡಿ ಸೂಕ್ಷ್ಮವಾಗಿ ಯಥಾಸ್ಥಿತಿ ವಾದಕ್ಕೆ ಪ್ರೇರೇಪಿಸಿ ಬಿಡಬಹುದು. ಹಸಿವೆ, ಬಡತನಗಳನ್ನು ಕುರಿತು ಬರೆಯುವ ಲೇಖಕ ಎರಡು ಅಪಾಯಗಳನ್ನು ಎದುರಿಸಬೇಕಾಗುತ್ತದೆ; ದುಡಿಯುವ ಕೈಗಳನ್ನು, ಹಸಿದ ಹೊಟ್ಟೆಯನ್ನು ಮಾತ್ರ ಚಿತ್ರಿಸುವ ಲೇಖಕ ಮನುಷ್ಯರನ್ನು ಮನುಷ್ಯರನ್ನಾಗಿ ನೋಡುವುದಿಲ್ಲ; ಕೆಲವು ಮಾದರಿಗಳನ್ನಾಗಿ ಮಾತ್ರ ನೋಡುತ್ತಾನೆ. ಬರೇ ಮಾನವೀಯ ಗುಣಗಳನ್ನು ಹುಡುಕಿಕೊಂಡು ಹೋಗುವ ಲೇಖಕ ಸಾಮಾಜಿಕ, ಆರ್ಥಿಕ ಸ್ಥಿತಿಗಳ ಸ್ವರೂಪವನ್ನೂ ವಸ್ತುನಿಷ್ಠವಾಗಿ, ನಿಷ್ಠುರವಾಗಿ ಚಿತ್ರಿಸಲಾರ. "ಮಾನವೇನೀ ಭವಾಯೀ"ಯಂತಹ ಕೃತಿಗಳ ಮಹತ್ವವಿರುವುದು ಇಲ್ಲಿಯೇ. ನಿಷ್ಠುರತೆ ಮತ್ತು ಭಾವಗೀತಾತ್ಮಕತೆಗಳು ಹದವಾಗಿ ಬೆರೆತಿರುವ ಈ ಕಾದಂಬರಿಯಲ್ಲಿ ನಾವು ಮನುಷ್ಯರನ್ನು ಅವರ ಎಲ್ಲ ಅವಸ್ಥೆಗಳಲ್ಲಿ ಕಾಣುತ್ತೇವೆ. ಅವರ ರಾಗದ್ವೇಷಗಳನ್ನೂ, ಸಾಮರ್ಥ್ಯ-ಮಿತಿಗಳನ್ನೂ ಒಟ್ಟಿಗೇ ಗುರುತಿಸಿಕೊಳ್ಳುತ್ತೇವೆ. ಈ ಜನರ ನಂಬಿಕೆಗಳನ್ನು ಸೈದ್ಧಾಂತಿಕವಾಗಿ ಒಪ್ಪದೆಯೂ ಅವರನ್ನು ಪ್ರೀತಿ ಗೌರವಗಳಿಂದ ಸಂಧಿಸಲು ಇದರಿಂದ ಸಾಧ್ಯವಾಗುತ್ತದೆ. ಅವರ ಸಂಕಲ್ಪ ಬಲದ ಬಗ್ಗೆ ಮೆಚ್ಚುಗೆ ಮೂಡುತ್ತದೆ.

ಈ ಕಾದಂಬರಿಯ ಕೇಂದ್ರ ವ್ಯಕ್ತಿ ಕಾಲೂ. ಕಾಲೂನ ಜನ್ಮದ ಸಂದರ್ಭದಲ್ಲೇ ಆರಂಭವಾಗುವ ಈ ಕತೆ ಅವನ ಬಾಲ್ಯ, ಯೌವನಗಳನ್ನು ದಟ್ಟವಾಗಿ ನಿರೂಪಿಸುತ್ತಲೇ ಕಾಲದ ಗತಿಯನ್ನೂ ಹಿಡಿದಿಡಲು ಪ್ರಯತ್ನಿಸುತ್ತದೆ. ಮುದುಕನಾದ ವಾಲಾಪಟೇಲ ಕೊನೆಗೂ ಒಂದು ಮಗುವನ್ನು ದಕ್ಕಿಸಿಕೊಳ್ಳುವುದರಲ್ಲಿ ಸೂಚಿತವಾಗುವ ಮನುಷ್ಯ ಸಂಕಲ್ಪ ಮುಂದೆ ಕಾಲೂನಲ್ಲಿ ಹೆಚ್ಚು ಹೆಚ್ಚು ಮೂರ್ತವಾಗುತ್ತ ಲೇಖಕರ ಧೋರಣೆಗಳೂ ಸ್ಪಷ್ಟವಾಗುತ್ತ ಹೋಗುತ್ತವೆ. ಜೀವನ ಮುಂದುವರಿಕೆಯ ಅನಿವಾರ್ಯತೆ ಮತ್ತು ಸಂಭ್ರಮಗಳ ದ್ವಂದ್ವಾತ್ಮಕ ಸಂಬಂಧದಲ್ಲಿ ಬೆಳೆಯುವ ಘಟನೆಗಳು ಜೀವನದ ಅನೇಕ ಸಮಸ್ಯೆಗಳನ್ನು ಕೆದಕುತ್ತ ಪ್ರಶ್ನೆಗಳನ್ನು ಕೇಳುತ್ತ ದಟ್ಟವಾಗುತ್ತವೆ.

ವಾಲಾ ಪಟೇಲ ಅರ್ಧ ಡಜನು ಮಕ್ಕಳನ್ನು ಕಳೆದುಕೊಂಡೂ, ವೃದ್ಧಾಪ್ಯದಲ್ಲೂ ಮಗವನ್ನು ಪಡೆಯಲು ಬಯಸುವ, ಅದನ್ನು ಹೇಗಾದರೂ ಮಾಡಿ ಉಳಿಸಿಕೊಳ್ಳುವ ಇಚ್ಛೆಯಲ್ಲಿ ನಾವು ಕಾಣುವುದೇನು? ಇದು ಮುದುಕನಲ್ಲಿ ಇನ್ನೂ ಉಳಿದಿರುವ ಜೀವನೋತ್ಸಾಹದ ಸೂಚನೆಯೆ? ತಮ್ಮನ ಹೆಂಡತಿಯ ವ್ಯಂಗ್ಯದ ನುಡಿಗಳಿಂದ ತಪ್ಪಿಸಿಕೊಳ್ಳುವ ಉಪಾಯವೇ? ಮಗನನ್ನು ಪಡೆಯದೆ ತನ್ನ ಜೀವನ ನಿಷ್ಪ್ರಯೋಜಕವಾಗಬಹುದೆಂಬ ಸೃಷ್ಟಿಯ ಅಭಾವದ ಹೆದರಿಕೆಯೆ? ವಾಲಾಪಟೇಲನ ಸ್ಥಿತಿ ಇವೆಲ್ಲ ಪ್ರೇರಣೆಗಳಿಂದ ಒಟ್ಟಾಗಿ ನಿರ್ದೇಶಿತವಾದದ್ದು; ಆದ್ದರಿಂದ ಸಂಕೀರ್ಣವಾದದ್ದು. ಬಾಲ್ಯವಿವಾಹದ ರೀತಿ ರಿವಾಜುಗಳು, ಎಲ್ಲರನ್ನೂ ಒಂದುಗೂಡಿಸುವ ಶವಸಂಸ್ಕಾರದ ವಿಧಿಗಳು, ಸಾಮೂಹಿಕವಾಗಿ ಎದುರಿಸಬೇಕಾದ ಆರ್ಥಿಕ ಕಷ್ಟನಷ್ಟಗಳು ಇವುಗಳ ದಟ್ಟವಾದ ವರ್ಣನೆಗಳಿಂದ ಕಾದಂಬರಿ ಸಮೃದ್ಧವಾಗಿದೆ.

ಕಾಲೂ ಬೆಳೆಯುತ್ತಿದ್ದಂತೆ ಎರಡು ರೀತಿಯ ಸಮಸ್ಯೆಗಳನ್ನು ಎದುರಿಸಬೇಕಾಗುತ್ತದೆ. ತನ್ನ ತಂದೆ ಬದುಕಿದ್ದಾಗ ಏರ್ಪಾಟಾಗಿದ್ದ ತನ್ನಬಾಲ್ಯ ವಿವಾಹದ ಒಪ್ಪಂದಗಳು ಮುರಿದುಬಿದ್ದು ಕೊನೆಯವರೆಗೂ ಅವನು ಒಬ್ಬ ಭಗ್ನಪ್ರೇಮಿಯ ಅತೃಪ್ತಿ, ತಳಮಳಗಳನ್ನು ಅನುಭವಿಸಬೇಕಾಗುತ್ತದೆ. ತಾನು ಮೆಚ್ಚದ ಒಂದು ಹುಡುಗಿಯನ್ನು ಮದುವೆಯಾಗಿ ಬಲವಂತದ ದಾಂಪತ್ಯದ ಕಹಿ ಒಂದು ಕಡೆ; ತಾನು ತುಂಬ ಮೆಚ್ಚಿಕೊಂಡಿದ್ದ, ತನ್ನನ್ನು ವರಿಸಬೇಕಾಗಿದ್ದ ರಾಜೂ ಬೇರೊಬ್ಬನ ಮಡದಿಯಾಗಿ ಹೋದದ್ದನ್ನು ಕಣ್ಣಾರೆ ಕಂಡು ಹುಚ್ಚನಾಗುವ ಪರಿಸ್ಥಿತಿ ಇನ್ನೊಂದು ಕಡೆ. ಈ ಮಧ್ಯೆ ರಾಜೂಳ ಗಂಡನ ತಂಗಿಯನ್ನೇ ತಾನು ಮದುವೆಯಾಗಿದ್ದ ಕಾಲೂ ಒಂದು ಬಗೆಯ ಸಂಬಂಧದಿಂದ ರಾಜೂಳಿಂದ ಅನಿವಾರ್ಯವಾಗಿ ಬೇರೆಯಾಗಿದ್ದರೂ ಇನ್ನೊಂದು ಬಗೆಯ ಬಂಧನದಿಂದ ತಪ್ಪಿಸಿಕೊಳ್ಳಲು ಸಾಧ್ಯವಾಗುವುದೇ ಇಲ್ಲ. ಭಾವನೆಂಟನಾಗಿ ರಾಜೂಳ ಕುಟುಂಬದೊಂದಿಗೆ ನಿಕಟವಾಗಿ ಸಂಪರ್ಕವಿಟ್ಟುಕೊಳ್ಳಬೇಕಾಗಿದ್ದ ಕಾಲೂನ ಭಾವತುಮುಲ, ಕಾಲೂನನ್ನು ಮನಸಾರೆ ಪ್ರೀತಿಸಿಯೂ ಇನ್ನೊಬ್ಬನ ಹೆಂಡತಿಯಾಗಿ ಹೊಸ ಸಾಮಾಜಿಕ, ನೈತಿಕ ಜವಾಬ್ದಾರಿಗಳನ್ನು ಅನಿವಾರ್ಯವಾಗಿ ಹೊರಬೇಕಾಗಿ ಬಂದ ರಾಜೂ ತನ್ನೆಲ್ಲ ನಿರಾಸೆ, ಅತೃಪ್ತಿಗಳನ್ನು ಅದುಮಿಟ್ಟು ರೂಢಿಸಿಕೊಳ್ಳುವ ಸಂಯಮ ಈ ಕಾದಂಬರಿಯ ಅತ್ಯಂತ ಸ್ವಾರಸ್ಯಕರ ಅಂಶಗಳು.

ಗ್ರಾಮೀಣ ಜೀವನದ ನಿರ್ದೇಶಿತ ಕಟ್ಟುಪಾಡುಗಳಲ್ಲಿ ತಮ್ಮೆಲ್ಲ ವೈಯಕ್ತಿಕ ಆಸೆಗಳನ್ನು ಕಡಿದುಕೊಂಡೂ, ಆರೋಪಿತ ಸ್ಥಿತಿಯಲ್ಲೂ ಜೀವಂತಿಕೆ ಕಳೆದುಕೊಳ್ಳದ ಕಾಲೂ ಮತ್ತು ರಾಜೂ ಸ್ತ್ರೀ ಪುರುಷ ಚೈತನ್ಯಗಳೆಂಬಂತೆ ಬದುಕನ್ನು ಮುಂದುವರಿಸಿಕೊಂಡು ಹೋಗುವುದು ಕಾದಂಬರಿಯ ಹಿನ್ನೆಲೆಯಲ್ಲಿ ಮುಖ್ಯವಾಗಿ ಕಾಣುತ್ತದೆ. ಎಂಥ ಭೀಕರ ಬರಗಾಲದ ಮಧ್ಯದಲ್ಲೂ ಬತ್ತದ ಕಾಲೂ ರಾಜೂರ ಪ್ರೇಮ ಬರಗಾಲದ ವರ್ಣನೆಯ ಹಿನ್ನೆಲೆಯಲ್ಲಿ ವಿಶೇಷವಾಗಿಯೇ ತೋರುತ್ತದೆ.

ಈ ದೃಷ್ಟಿಯಿಂದ ಕಾದಂಬರಿಯ ಅಂತ್ಯ ಸಾಂಕೇತಿಕವಾಗಿ ತುಂಬ ಅರ್ಥಪೂರ್ಣವಾಗಿ ಕಾಣುತ್ತದೆ. ಕಾಲೂ ರಾಜೂರ ಮಿಲನದ ನಂತರವೇ ಬರಗಾಲವನ್ನು ಕೊನೆಗೊಳಿಸುವ ಮಳೆ ಪ್ರಾರಂಭವಾಗುವ ವರ್ಣನೆ ಇಂಥ ಪ್ರೇಮದ ಬಗ್ಗೆ ಲೇಖಕರ ದೃಷ್ಟಿಕೋನವನ್ನೂ ಸೂಕ್ಷ್ಮವಾಗಿ

ದಾಖಲಿಸುತ್ತದೆ. ಮನುಷ್ಯ ಪ್ರಯತ್ನದಿಂದಲೇ ಮನುಷ್ಯನ ಉದ್ಧಾರ ಎಂದು ಪನ್ನಾಲಾಲ್ ಪಟೇಲ್ ದೃಢವಾಗಿ ನಂಬಿದಂತಿದೆ. ಕಾಲೂನ ತಾಯಿಯೂ ತನ್ನ ಕ್ರಿಯಾಬದ್ಧತೆಯಿಂದಲೇ ಮಳೆತರಿಸಿದವಳಲ್ಲವೇ? ವಾಲಾಪಟೇಲನ ನಿಧನದ ನಂತರ ವಿಧವೆಯಾದರೂ ಪಾತಾಯಿ ಸಣ್ಣ ಮಗು ಕಾಲೂನನ್ನು ಕಟ್ಟಿಕೊಂಡು ಜೀವನದ ಭಾರವನ್ನು ಏಕಾಂಗಿಯಾಗಿ ಹೊರುವ ಅನಿವಾರ್ಯತೆಗೆ ಸಿಕ್ಕಿಕೊಂಡಾಗ ಒಂದು ವಿಚಿತ್ರ ಸಾಮಾಜಿಕ ಕಟ್ಟುಪಾಡಿಗೆ ಸಿಕ್ಕಿಹಾಕಿಕೊಳ್ಳುವ ಪ್ರಸಂಗ ಹೃದಯಸ್ಪರ್ಶಿಯಾಗಿದೆ. ಸ್ತ್ರೀಯರು ನೇಗಿಲನ್ನು ಹಿಡಿಯಬಾರದೆಂಬ ಕುರುಡು ನಂಬಿಕೆಯನ್ನು ಪಾಲಿಸಿಕೊಂಡು ಬಂದಿದ್ದ ಸಮಾಜ ಈ ಕರ್ಮಜೀವಿಯನ್ನು ಹಂಗಿಸುತ್ತದೆ. "ಹೆಂಗಸರ ಜಾತಿ ಹುಟ್ಟಿಸಿದ್ದಕ್ಕೆ ಭಗವಂತನೇ ಪಶ್ಚಾತ್ತಾಪಪಡಬೇಕು! ಒಂದು ಕ್ಷಣದಾಗ ಏನು ಮಾಡಿಯಾರು ಎಂಬುದನ್ನು ಹೇಳಲಿಕ್ಕಾಗುವುದಿಲ್ಲ!....ಕ್ಷಣಮಾತ್ರದಲ್ಲಿ ಏಳು ಪೀಳಿಗೆಗಳ ಮರ್ಯಾದೆಯ ಮೇಲೆ ನೀರು ಹನಿಬಿಟ್ಟಳು. ರಾಮ, ರಾಮ! ಭಿಲ್ಲರ ಹಾಗೆ ನಮ್ಮ ಪಟೇಲರ ಜಾತಿಯಲ್ಲಂತೂ ಮರೆತಾದರೂ ನೇಗಿಲು ಕೂರಿಗೆಯ ಥಡಿಯ ಮೇಲೆ ಕೈಯಿಟ್ಟರೆ ನಾಶವೇ ಸೈ! ವಿಲಕ್ಷಣವಾಗಿ ಹೋಯಿತು. ದೈವೀ ಕೋಪವೇ ಆಗಿಹೋಯಿತು!... ಈ ಬಗೆಯ ಚುಚ್ಚುನುಡಿಗಳಿಗೆ ರೂಪತಾಯಿ ನೀಡುವ ಉತ್ತರ ಒಂದು ದೃಷ್ಟಿಯಿಂದ ಲೇಖಕರ ವಿಚಾರಧಾರೆಯೂ ಆಗಿದೆ: "ನಾನು ಮುಗ್ಗಲಗೇಡಿಯಾಗಿ, ಕೈಲಾಗದವಳಾಗಿ ಮನೆಯಲ್ಲಿ ಕುಳಿತುಕೊಂಡಿರಬೇಕು ಮತ್ತು ಹಸಿವೆಯಿಂದ ಸತ್ತುಹೋಗಬೇಕೆಂದು ನಿಮ್ಮ ಮನಸ್ಸಿನಲ್ಲಿರಬಹುದು! ಆದರೆ ದುಡಿಮೆಯಲ್ಲಿ, ಕಾಯಕದಲ್ಲಿ ಸಣ್ಣತನವೇನಿದೆ? ಸಣ್ಣತನ ಇನ್ನೊಬ್ಬರ ಮರ್ಜಿಯನ್ನು ಅವಲಂಬಿಸಿ ಕೂಡ್ರುದುರದಲ್ಲಿದೆ!" ಹೆಣ್ಣಿನ ಜಾತಿ ನೇಗಿಲು-ಕೂರಿಗೆ ಥಡಿಯ ಮೇಲೆ ಕೈಯಿಟ್ಟಿದ್ದರಿಂದ ಮಳೆಯೇ ಬಾರದೇ ಹೋಗಬಹುದೆಂದು ನಂಬಿದ್ದ ಜನರು ಅವಳಿಗೆ ಶಿಕ್ಷೆ ಕೊಡಲು ಮುಂದಾದಾಗ ಬೀಳುವ ಮಳೆ ರೂಪತಾಯಿಯನ್ನು ಉಳಿಸುವುದಷ್ಟೇ ಅಲ್ಲ, ಲೇಖಕರ ಜೀವನದೃಷ್ಟಿಯನ್ನೂ ಸ್ಪಷ್ಟಪಡಿಸುತ್ತದೆ.

"ಮಾನವೇನೀ ಭವಾಯೀ" ಮನುಷ್ಯಾವಸ್ಥೆಯನ್ನು ಅದರ ಎಲ್ಲ ಸ್ತರಗಳಲ್ಲಿ ಗುರುತಿಸಲು ಪ್ರಯತ್ನಿಸುವ ಕಾದಂಬರಿಯಾದ್ದರಿಂದ ಈ ಕಾದಂಬರಿಯಲ್ಲಿ ದಾಖಲಾಗಿರುವ ಬರಗಾಲದ ಸ್ಥಿತಿ ವಿಶೇಷ ಮಹತ್ವವನ್ನು ಪಡೆದುಕೊಳ್ಳುತ್ತದೆ. ಇಲ್ಲಿ ಬರ ಮನುಷ್ಯನ ಆರ್ಥಿಕ ಬದುಕಿಗೆ ಮಾತ್ರ ಸಂಬಂಧಪಟ್ಟಿದ್ದಲ್ಲ. ನೈಸರ್ಗಿಕ ಬರದೊಂದಿಗೆ ಮನುಷ್ಯ ನಿರ್ಮಿತ ವ್ಯವಸ್ಥೆಗಳು ಗೊತ್ತಿದ್ದೋ ಗೊತ್ತಿಲ್ಲದೆಯೋ ಸೃಷ್ಟಿಸುವ ಸಾಮಾಜಿಕ, ಸಾಂಸ್ಕೃತಿಕ, ನೈತಿಕ, ಭಾವನಾತ್ಮಕ ಬರಗಳೂ ಲೇಖಕರ ಸೂಕ್ಷ್ಮ ವಿಶ್ಲೇಷಣೆಗೆ ಒಳಗಾಗಿವೆ. "ನಾನು ಹೇಳುತ್ತೇನೆ, ಅತ್ಯಂತ ಕುರೂಪವಾದದ್ದು ಹಸಿವು ಎಂದು. ಆದರೆ ಅದಕ್ಕಿಂತ ಕುರೂಪವಾದದ್ದನ್ನು ನಾನು ಇವತ್ತು ನೋಡಿದೆ – ಹಸಿವೆಗಿಂತಲೂ ಕೆಟ್ಟದ್ದು ಭಿಕ್ಷೆ. ಹಸಿವು ಎಲುಬು ಮಾಂಸ ಕರಗಿಸಬಹುದು. ಆದರೆ ಭಿಕ್ಷೆಯು....... ರಾಜೂ! ಖರೆ ಹೇಳುತ್ತೇನೆ, ನಮ್ಮ ಗೌರವವನ್ನೂ ಮತ್ತು ಆತ್ಮವನ್ನೂ ಸಹ ಭಿಕ್ಷೆಯು ಕರಗಿಸಿಬಿಡುತ್ತದೆ!" ಎಂದು ಕಾಲೂ ಹೇಳುತ್ತಾನೆ. ಬರಗಾಲದ ಭೀಕರತೆಯನ್ನು ಕಣ್ಣಾರೆ ಕಂಡ, ಅನುಭವಿಸಿದ ಕಾಲೂನ ಪ್ರಜ್ಞೆ, ಹಸಿವು, ಬಡತನಗಳಿಂದ ಧ್ವಂಸವಾಗುವುದಿಲ್ಲ. ಹಸಿವು ಮನುಷ್ಯರನ್ನು ಅತ್ಯಂತ ಕ್ರೂರರನ್ನಾಗಿಸುವ, ದೀನರನ್ನಾಗಿಸುವ ಅನಿವಾರ್ಯ ಸ್ಥಿತಿಗಳನ್ನು ಪನ್ನಾಲಾಲ್ ಪಟೇಲ್ ಹೃದಯಂಗಮವಾಗಿ ಚಿತ್ರಿಸಿದ್ದಾರೆ. ಇಷ್ಟಾದರೂ,

ಬರಗಾಲದ ಅನಿವಾರ್ಯತೆಯ ಪರಾಕಾಷ್ಠೆಯಲ್ಲಿ ಲೂಟಿ ಮಾಡುವ, ಕೊಲ್ಲುವ, ಹಿಂಸಿಸುವ ಪ್ರವೃತ್ತಿಯನ್ನು ಕೂಡ ಸಹಜ ಸಾಮಾಜಿಕ ಮತ್ತು ಆರ್ಥಿಕ ಪರಿಸ್ಥಿತಿಯ ನಿರ್ಮಾಣದೊಂದಿಗೆ ಬದಲಿಸಲು ಸಾಧ್ಯ ಎಂಬ ನೆಲೆಯಲ್ಲೇ ಲೇಖಕರು ಯೋಚಿಸುತ್ತಿದ್ದಾರೆ ಎನಿಸುತ್ತದೆ. ಪರಿಸ್ಥಿತಿಯ ಅನಿವಾರ್ಯತೆಯಲ್ಲಿ ಹುಟ್ಟುವ ಈ ಭಯಾನಕ, ಭೀಕರ ಕ್ರೌರ್ಯಕ್ಕಿಂತ, ವ್ಯಾಪಾರಿಗಳ, ರಾಜಕಾರಣಿಗಳ ಸುವ್ಯವಸ್ಥಿತ ಪೂರ್ವನಿಯೋಜಿತ ನಯವಂಚಕ ಕ್ರೌರ್ಯ ಇನ್ನೂ ಹೆಚ್ಚು ಭಯಾನಕ, ಭೀಕರ ಎಂಬ ನಿಷ್ಠುರ ಸತ್ಯ ಲೇಖಕರ ಅವಗಾಹನೆಯಿಂದ ತಪ್ಪಿಸಿಕೊಳ್ಳುವುದಿಲ್ಲ.

ನಿಸರ್ಗದ ಕ್ರೌರ್ಯವನ್ನಾಗಲೀ ಸಮಾಜದ ಕ್ರೌರ್ಯವನ್ನಾಗಲೀ ಕಾಲೂ, ರಾಜೂ, ರೂಪಾ ಮುಂತಾದ ಸಾತ್ವಿಕರು ದೇವರ ಅವಲಂಬನೆಯಲ್ಲಿ ಎದುರಿಸುವುದಿಲ್ಲ ಎಂಬ ಅಂಶ ಕೂಡ ತುಂಬ ಮುಖ್ಯವಾದದ್ದು. ಹೀಗಾಗಿ ಇವರ ಸಾತ್ವಿಕತೆಗೆ ಮನುಷ್ಯ ಸಂಕಲ್ಪದ, ಮಾನವೀಯ ಮೌಲ್ಯಗಳ ಸುಭದ್ರ ಚೌಕಟ್ಟು ಲಭ್ಯವಾಗುತ್ತದೆ. ಅಸಹಾಯಕತೆಯಲ್ಲಿ ಯಥಾಸ್ಥಿತಿಯನ್ನೇ ಎತ್ತಿಹಿಡಿಯದೆ, ಭಗವಂತನನ್ನೇ ಶಪಿಸುವಷ್ಟು ಧೈರ್ಯವನ್ನು ತೋರಬಲ್ಲ ಇವರ ಸಾತ್ವಿಕ ಸಿಟ್ಟು ಇತ್ಯಾತ್ಮಕವಾದದ್ದು. ಹೀಗೆ ಸೌಂದರ್ಯವನ್ನು ಧ್ವಂಸಮಾಡಲೆಳಸುವ ಬಡತನ, ಕಂದಾಚಾರ, ಹಸಿವುಗಳ ಭೀಕರ ಚಿತ್ರಣವನ್ನೂ, ಇವುಗಳನ್ನ ಪ್ರೇಮ, ಸಿಟ್ಟು, ದುಡಿಮೆಗಳ ಮೂಲಕವೇ ಗೆಲ್ಲಲೆಳಸುವ ಮನುಷ್ಯ ಸಂಕಲ್ಪದ ಚಿತ್ರಣವನ್ನೂ ಏಕಕಾಲದಲ್ಲಿ ಕಟ್ಟಿಕೊಡುವ ಪನ್ನಾಲಾಲ್ ಪಟೇಲ್ ಒಂದು ನಿರ್ದಿಷ್ಟ ಜನಸಮುದಾಯದ ನೋವು ನಲಿವುಗಳ ಕತೆಯನ್ನಷ್ಟೇ ಅಲ್ಲ, ಒಟ್ಟೇ ಮನುಷ್ಯನ ಅದಮ್ಯ ಜೀವನೋತ್ಸಾಹದ ಸ್ವರೂಪವನ್ನೂ ಧ್ವನಿಸುತ್ತ ಮುಖ್ಯರಾಗುತ್ತಾರೆ. ತನ್ನನ್ನು ಆವರಿಸುವ ಎಲ್ಲ ಬಗೆಯ ಸಮಸ್ಯೆಗಳ ನಡುವೆಯೂ ಜೀವಂತ ಮನುಷ್ಯನೇ ಕಾಣುತ್ತಾನೆ. "ಮಾನವೇನೀ ಭವಾಯೀ" ಎಂಬ ಶೀರ್ಷಿಕೆಯ ಮಹತ್ವ, ಪ್ರಸ್ತುತತೆಗಳು ಹೊಳೆಯುತ್ತ ಹೋಗುತ್ತವೆ.

ಗೋಪಿನಾಥ ಮೊಹಂತಿ ಅವರ "ಇರುವೆಗಳು"

ಗೋಪಿನಾಥ ಮೊಹಂತಿ (೧೯೧೪-೧೯೯೧) ಯವರು ಕನ್ನಡದ ವರಕವಿ ದ. ರಾ. ಬೇಂದ್ರೆಯವರೊಂದಿಗೆ ೧೯೭೩ರಲ್ಲಿ ಭಾರತೀಯ ಜ್ಞಾನಪೀಠ ಪ್ರಶಸ್ತಿಯನ್ನು ಹಂಚಿಕೊಂಡರು. ಆಧುನಿಕ ಒರಿಯಾ ಗದ್ಯಕ್ಕೆ ಹೊಸಹೊಳಪು ಮತ್ತು ಮೆರುಗನ್ನು ತಂದುಕೊಟ್ಟ ಹೆಗ್ಗಳಿಕೆ ಇವರದು. ಇವರ ಕಾವ್ಯಾತ್ಮಕ ಭಾಷೆಯ ಸೊಗಡು, ಗ್ರಾಮೀಣ ಮತ್ತು ಬುಡಕಟ್ಟಿನ ವಿವರಸಮೃದ್ಧಿ, ನಿರೂಪಣೆಯ ಸೊಗಸು ಇವೆಲ್ಲ ಅನುವಾದಗಳಲ್ಲಿ ಮಸುಕಾಗುತ್ತದೆಯೆಂದು ಸೀತಾಕಾಂತ ಮಹಾಪಾತ್ರ ಸೇರಿದಂತೆ ಹಲವು ಅನುವಾದಕರು ವಿಷಾದವನ್ನು ವ್ಯಕ್ತಪಡಿಸಿದ್ದಾರೆ. ಮೊಹಂತಿಯವರು ೧೯೩೮ರಿಂದ ೧೯೬೯ರವರೆಗೆ ಸರಕಾರಿ ಸೇವೆಯಲ್ಲಿದ್ದರು. ಇದರಿಂದಾಗಿ ಒರಿಸ್ಸಾದ ಮೂಲೆಮೂಲೆಗಳಲ್ಲಿ ಸಂಚರಿಸುವ, ಅಲ್ಲಿನ ಜನಜೀವನವನ್ನು ಹತ್ತಿರದಿಂದ ಗಮನಿಸುವ ಅವಕಾಶ ಅವರಿಗೆ ಲಭಿಸಿತು. ಈ ಅನುಭವಗಳು ಅವರ ಹೆಚ್ಚಿನ ಕೃತಿಗಳ ಆಶಯ ಮತ್ತು ಸ್ವರೂಪವನ್ನು ರೂಪಿಸಿವೆ. ಒರಿಸ್ಸಾದ ಬಡಜನರ ಬದುಕು ಇವರ ಕೃತಿಗಳಲ್ಲಿ ಎಲ್ಲ ವಿವರ-ವಿಸ್ತಾರಗಳಲ್ಲಿ ಬಿಚ್ಚಿಕೊಂಡಿದೆ. ಅವರ ಕಾದಂಬರಿ "ಅಮೃತಾರ ಸಂತಾನ್" ೧೯೫೫ರಲ್ಲಿ ಕೇಂದ್ರ ಸಾಹಿತ್ಯ ಅಕಾಡೆಮಿ ಪ್ರಶಸ್ತಿಯನ್ನು ಗಳಿಸಿತು. ೧೯೭೩ರಲ್ಲಿ ಜ್ಞಾನಪೀಠ ಪ್ರಶಸ್ತಿಯನ್ನು ಪಡೆದ "ಮತಿ ಮಾತಲ" ಕಾದಂಬರಿಯು ಒಂದು ಗದ್ಯಮಹಾಕಾವ್ಯ ಎಂಬ ಖ್ಯಾತಿಯನ್ನು ಗಳಿಸಿಕೊಂಡಿದೆ. ಮ್ಯಾಕ್ಸಿಂ ಗೋರ್ಕಿ ಕೃತಿಗಳ ಅನುವಾದಕ್ಕಾಗಿ ಅವರಿಗೆ ಸೋವಿಯತ್‌ಲ್ಯಾಂಡ್ ನೆಹರೂ ಪ್ರಶಸ್ತಿಯನ್ನು ನೀಡಿ ಗೌರವಿಸಲಾಯಿತು. ಮೊಹಂತಿ ಅವರು ಟಾಲ್‌ಸ್ಟಾಯ್‌ನ ಬೃಹತ್ ಕಾದಂಬರಿ "ವಾರ್ ಅಂಡ್ ಪೀಸ್" ನ್ನು ಮೂರು ಸಂಪುಟಗಳಲ್ಲಿ ಒರಿಯಾಗೆ ಅನುವಾದಿಸಿದ್ದಾರೆ.

ಮೊಹಂತಿ ಅವರು ಇಪ್ಪತ್ತನಾಲ್ಕು ಕಾದಂಬರಿಗಳನ್ನೂ, ಹತ್ತು ಕಥಾಸಂಕಲನಗಳನ್ನೂ ಪ್ರಕಟಿಸಿದ್ದಾರೆ. "ಇರುವೆಗಳು ಮತ್ತು ಇತರ ಕಥೆಗಳು" ಅವರ ಸುಪ್ರಸಿದ್ಧ ಕೃತಿಗಳಲ್ಲಿ ಒಂದು. ಇದನ್ನು ಮತ್ತೊಬ್ಬ ಮುಖ್ಯ ಒರಿಯಾ ಲೇಖಕ ಜ್ಞಾನಪೀಠ ಪುರಸ್ಕೃತ ಸೀತಾಕಾಂತ ಮಹಾಪಾತ್ರ ಅವರು ಇಂಗ್ಲಿಷಿಗೆ ಅನುವಾದಿಸಿದ್ದಾರೆ. ಇಂಗ್ಲಿಷಿನಿಂದ ಈ ಕೃತಿಯನ್ನು ಎಚ್. ಎಸ್.ರಾಘವೇಂದ್ರ ರಾವ್ ಅವರು ಕನ್ನಡಕ್ಕೆ ತಂದಿದ್ದಾರೆ (೧೯೯೯, ಕ್ರೈಸ್ಟ್ ಕಾಲೇಜು ಕನ್ನಡ ಸಂಘ, ಬೆಂಗಳೂರು).

"ಇರುವೆಗಳು" ಎಂಬ ಕತೆ ಗೋಪಿನಾಥ ಮೊಹಂತಿ ಅವರ ಪ್ರಾತಿನಿಧಿಕ ಬರಹಗಳಲ್ಲಿ ಒಂದು. ಅವರ ಮುಖ್ಯ ಕಾಳಜಿಗಳೆಲ್ಲ ಈ ಕತೆಯಲ್ಲಿ ಅಭಿವ್ಯಕ್ತಗೊಂಡಿವೆ ಎಂದು ಹಲವು ವಿಮರ್ಶಕರು ಅಭಿಪ್ರಾಯಪಟ್ಟಿದ್ದಾರೆ. ಕತೆಯು ರಮೇಶ ಎಂಬ ಯುವ ಸರಕಾರಿ ಅಧಿಕಾರಿಯ ಪ್ರಜ್ಞೆಯಲ್ಲಿ ನಡೆಯುತ್ತದೆ. ಅವನು ಈ ಕತೆಯ ಕೇಂದ್ರ ಪಾತ್ರವೂ ಹೌದು. ಉತ್ತರ ಬಾಲಾಸೋರ್ ಜಿಲ್ಲೆಯ ಹೆಸರಿಲ್ಲದ ಹಳ್ಳಿಯಿಂದ ಬಂದ ಸಾಮಾನ್ಯ, ಬಡ ಹುಡುಗ ರಮೇಶ 'ಯಶಸ್ಸಿನ' ಹಲವು ಮೆಟ್ಟಿಲುಗಳನ್ನು ಏರಿ ಇಂದು ಸರಕಾರಿ ಅಧಿಕಾರಿಯಾಗಿ 'ತಪ್ಪಿತಸ್ಥ'ರಿಗೆ ಶಿಕ್ಷೆ ವಿಧಿಸಬಲ್ಲ ಮಟ್ಟವನ್ನು ತಲುಪಿದ್ದಾನೆ. ಅವನಿಗೆ ತಾನು ಯಾವಾಗಲೂ ಮೇಲೆ ಏರುತ್ತಿರಲೇ ಬೇಕು ಎಂಬ ಹಂಬಲ. ಅವನಿಗೆ ತಾನು 'ದೊಡ್ಡ ಮನುಷ್ಯ' ಎಂಬುದು ಗೊತ್ತಿದೆ. ತನಗೆ ಅಪರಿಮಿತ ಅಧಿಕಾರವಿದೆ, ತನ್ನ ಸುತ್ತಲ ಜನರು ತನಗೆ ಹೆದರುತ್ತಾರೆ, ಅವರನ್ನು ಹದ್ದುಬಸ್ತಿನಲ್ಲಿಡಲು ತನಗೆ ಸರಕಾರದ ನೀತಿನಿಯಮಗಳ ಕಾನೂನುಗಳ ಬೆಂಬಲವಿದೆ ಎಂದೂ ಗೊತ್ತಿದೆ.

ಅಧಿಕಾರವು ರಮೇಶನ ವ್ಯಕ್ತಿತ್ವವನ್ನು ರೂಪಿಸಿರುವ ಬಗೆಯನ್ನು ಲೇಖಕರು ಹೀಗೆ ವರ್ಣಿಸಿದ್ದಾರೆ: "ಅವನು 'ನ್ಯಾಯ'ವನ್ನು ಪರಿಪಾಲಿಸಬಯಸಿದ್ದ. ಆದರೆ ಈಗ ಅವನಿಗೆ ಆ ಪದದ ಅರ್ಥವೇ ಸ್ಪಷ್ಟವಾಗುತ್ತಿಲ್ಲ. ಅವನು ಯಾವಾಗಲೂ ಜನಸಮ್ಮತವಾದ ದಾರಿಗಳಲ್ಲಿಯೇ ನಡೆದಿದ್ದ. ಸಾಂಪ್ರದಾಯಿಕವಾದ ಆಲೋಚನೆಗಳನ್ನು ಪ್ರಶ್ನಿಸದೆ ಒಪ್ಪಿಕೊಂಡಿದ್ದ. ಶಾಸ್ತ್ರವಿರೆ ಬೇರೆಯ ವಿಚಾರವೇಕೆ? ಲಿಖಿತ ನಿಯಮಗಳಿಗೆ, ಪ್ರತಿಷ್ಠಿತ ಶಕ್ತಿಗಳ ಕಾನೂನುಗಳಿಗೆ ಅವನು ಸದಾ ತಲೆಬಾಗಿದ್ದ. ಅವೆಲ್ಲದರ ಅಂತರಂಗವನ್ನು ಪ್ರವೇಶಿಸಿ, ಅವುಗಳಾಚೆಗೆ ಏನಿದೆಯೆಂದು ಹುಡುಕುವುದು ಅಪರಾಧವೆಂದೇ ಭಾವಿಸಿದ್ದ. ಕೆಲವು ಸಾರಿ ನ್ಯಾಯ ಹಾಗೂ ನೀತಿಗಳನ್ನು ಕುರಿತ ಅವನ ಆತ್ಮಸಾಕ್ಷಿಗೂ ಅವನು ಪರಿಪಾಲಿಸಬೇಕಾಗಿದ್ದ ಕಾನೂನುಗಳಿಗೂ ಪರಸ್ಪರ ವಿರೋಧ ಕಾಣಿಸಿಕೊಂಡಿತ್ತು. ಅಂತಹ ಸಂದರ್ಭಗಳಲ್ಲಿ ಅವನು 'ಕರ್ತವ್ಯದ ಹಾದಿ ಕಠಿಣವಾದುದು, ಅದು ಯಂತ್ರದ ಚಲನೆಯ ಹಾಗೆ ನಿಷ್ಕರುಣಿಯಾಗಿರಬೇಕು' ಎಂದು ಸಮಾಧಾನ ಮಾಡಿಕೊಂಡಿದ್ದ. ಹಸಿವಿನಿಂದ ಕಂಗಾಲಾದ ಯಾರೋ ಒಬ್ಬ ಏನೋ ಕದ್ದಿದ್ದ. ಇವನು ವಿಚಾರಣೆ ನಡೆಸಬೇಕಾಗಿತ್ತು. ಆ ಬಡವನ ಗರ್ಭಿಣಿ ಹೆಂಡತಿ ಕಚೇರಿಯ ಮುಂದಿನ ವೆರಾಂಡದಲ್ಲಿ ನೆಲದ ಮೇಲೆ ಹೊರಳಾಡಿದ್ದಳು. ಗೋಳೋ ಅಂತ ಅತ್ತಿದ್ದಳು. ಅವಳ ಕಂಕುಳಲ್ಲಿ ಇನ್ನೊಂದು ಚಿಕ್ಕ ಮಗು ಬೇರೆ. ತಮಗೆ ಬೇರೆ ದಿಕ್ಕಿಲ್ಲ ಅಂತ ಬೇಡಿಕೊಂಡಿದ್ದಳು. ಇರಬಹುದು. ಆದರೇನಂತೆ. ಅದು ಯಾವುದೂ ಮುಖ್ಯವಾಗಿರಲಿಲ್ಲ. ಕಳ್ಳ ಅಂದಮೇಲೆ ಮುಗಿಯಿತು. ಅವನು ಸೆರೆಮನೆಗೆ ಹೋಗಲೇಬೇಕು. ಕಾನೂನು ಅಂದರೆ ಕಾನೂನು. ಇನ್ನೊಬ್ಬನಿಗೆ ಒಂದು ವರ್ಷ ಜೈಲುಶಿಕ್ಷೆ ಆಗಿತ್ತು. ಯಾಕೆ ಅಂದರೆ, ಅವನು ಒಂದು ಕುಂಬಳಕಾಯಿ ಕದ್ದಿದ್ದ. ಇಷ್ಟೊಂದು ಜಾಸ್ತಿ ಶಿಕ್ಷೆ ಯಾಕೆ ಅಂದರೆ ಅವನು ಈ ಥರ ಜುಜುಬಿ ಕಳ್ಳತನ ಮಾಡ್ತಾ ಇರೋದು ಐದನೆಯ ಸಲ. ಕರ್ತವ್ಯದ ಕರೆ ಕ್ರೂರ ಮತ್ತು ನಿರ್ದಯ ಅಂತ ರಮೇಶ ನಿರ್ಧರಿಸಿದ. ಅಲ್ಲಿ ಮೃದುತನಕ್ಕೆ ಜಾಗವೇ ಇಲ್ಲ" (ಪುಟ ೧೩). ಅಂದರೆ ಹೆಚ್ಚುಕಡಿಮೆ ತಾನು ಯಾವ ಹಿನ್ನೆಲೆಯಿಂದ ಬಂದಿದ್ದನೋ ಅದರ ನೆನಪುಗಳನ್ನು ಅವನ ಅಧಿಕಾರ ಅಳಿಸಿಹಾಕಿಬಿಟ್ಟಿದೆ. ಯಾವ ಪ್ರಕ್ರಿಯೆಯಲ್ಲಿ ಹಾದುಬಂದು ತಾನು ಮೇಲಿನ ಸ್ಥಾನಕ್ಕೆ ಏರಿದ್ದನೋ ಆ ಏರಿಕೆಯೇ

ಅವನು ಆ ಪ್ರಕ್ರಿಯೆಯನ್ನು ಮರೆಯುವಂತೆ ಮಾಡಿರುವುದು ಒಂದು ವಿಪರ್ಯಾಸ. ಇದು ಕೇವಲ ರಮೇಶನ ಕತೆಯಲ್ಲ. ಒಂದು ಸಾಮಾಜಿಕ, ರಾಜಕೀಯ, ಆರ್ಥಿಕ ಪ್ರಕ್ರಿಯೆಯ ಪರಿಣಾಮಗಳನ್ನೇ ಸಾಧಾರಣೀಕರಿಸಬಲ್ಲ ಶಕ್ತಿ ಈ ಕತೆಗೆ ಇದೆ.

ಅದರೆ ರಮೇಶ ಕೇವಲ ಪ್ರಾತಿನಿಧಿಕ ಅಲ್ಲ, ಅವನು ಅಪವಾದವೂ ಹೌದು. ಮೊಹಂತಿ ಅವರ ಕತೆ ಪ್ರಥಮಪುರುಷ ನಿರೂಪಣೆಯಲ್ಲಿದ್ದರೂ ಅದು ನೀರಸವಾದ ವರದಿ ಅಥವಾ ಚಾರಿತ್ರಿಕ ಮಾಹಿತಿಗೆ ಸೀಮಿತಗೊಂಡಿಲ್ಲ. ರಮೇಶನ ವ್ಯಕ್ತಿವಿಶಿಷ್ಟತೆ ಲೇಖಕರ ಕಣ್ಣು ತಪ್ಪಿಸಿಕೊಂಡಿಲ್ಲ. ಒರಿಯಾ ಕತೆಗೆ ಹೀಗೆ ವ್ಯಕ್ತಿಪ್ರಜ್ಞೆಯನ್ನು ಕೂಡಿಸಿದ ಮೊದಲ ಮುಖ್ಯ ಕತೆಗಾರರಲ್ಲಿ ಮೊಹಂತಿಯವರೂ ಒಬ್ಬರು ಎಂದು ಹಲವು ಒರಿಯಾ ವಿಮರ್ಶಕ-ವಿದ್ವಾಂಸರು ಅಭಿಪ್ರಾಯಪಟ್ಟಿದ್ದಾರೆ. ನಮ್ಮ ಪ್ರಗತಿಶೀಲ ಮತ್ತು ನವ್ಯ ಕತೆಗಳ ನಡುವೆ ನಿಲ್ಲಬಹುದಾದ ಕತೆ "ಇರುವೆಗಳು". ಯು. ಆರ್. ಅನಂತಮೂರ್ತಿ ಅವರ "ಬರ" ಕತೆಯ ಆಶಯ ಮತ್ತು ಸ್ವರೂಪಗಳಿಗೆ ಈ ಕತೆ ತುಂಬಾ ಹತ್ತಿರದಲ್ಲಿ ಇದೆ ಎಂದು ಅನ್ನಿಸುತ್ತದೆ. ಒರಿಸ್ಸಾದ ಚರಿತ್ರೆ ಮತ್ತು ಸಮಕಾಲೀನ ಇತಿಹಾಸದ ವಿವರಗಳನ್ನು ಕತೆಯ ಆಕೃತಿಗೆ ಪೂರಕವಾಗುವಷ್ಟು ದುಡಿಸಿಕೊಂಡಿರುವ ಮೊಹಂತಿ ಕತೆ ಸಮಾನಾಂತರವಾಗಿ ರಮೇಶನ ನೈತಿಕ ವಿಕಾಸದ ನಿರೂಪಣೆಯೂ ಆಗುವುದು ಹೀಗೆ.

ಕತೆಯ ವರ್ತಮಾನದಲ್ಲಿ ರಮೇಶನು ತನ್ನ ಚಪ್ರಾಸಿ ಬೀನು ಮತ್ತು ಸಾಮಾನು ಸರಂಜಾಮು ಹೊತ್ತ ಎಂಟು ಮಂದಿ ಲಂಗೋಟಿ ಕಟ್ಟಿಕೊಂಡ ಖೊಂಡರನ್ನು ಕರೆದುಕೊಂಡು ಒರಿಸ್ಸಾದಿಂದ ನೆರೆಯ ಆಂಧ್ರ, ತಮಿಳು ನಾಡಿಗೆ ಅಕ್ಕಿ ಕಳ್ಳಸಾಗಾಣಿಕೆ ಮಾಡುತ್ತಿರುವವರನ್ನು ಹಿಡಿಯಲು ಗುಡ್ಡ, ಬೆಟ್ಟ, ಕಾಡುಗಳ ದುರ್ಗಮ ದಾರಿಯಲ್ಲಿ ಅಧಿಕೃತ ಪ್ರವಾಸ ಹೊರಟಿದ್ದಾನೆ. "ಅವನನ್ನು ಕಾಡುತ್ತಿದ್ದುದು ಒಂದೇ ವಿಷಯ. ನಮ್ಮ ಅಕ್ಕಿಯನ್ನು ಬೇರೆಯವರು ಯಾಕೆ ಕದಿಯಬೇಕು? ಅದು ತನ್ನ ಸ್ವಂತ ಹಕ್ಕುಗಳ ಮೇಲೆ ಮಾಡಿದ ಅತಿಕ್ರಮಣವೆಂದೇ ಅವನು ತಿಳಿದಿದ್ದ. ಅದನ್ನು ಪ್ರತಿಭಟಿಸಲೇ ಬೇಕು.'ನಮ್ಮ ಅಕ್ಕಿ' ಎಂದು ಯೋಚಿಸಿದಾಗ ಅವನ ಪ್ರಜ್ಞೆಯಲ್ಲಿ ಒಂದು ಚಿತ್ರ ಮೂಡುತ್ತಿತ್ತು. ತಾನು ಒಬ್ಬ ಉಡಿಯಾ. ತನ್ನ ಹಿಂದೆ ಒರಿಸ್ಸಾದ ಇತಿಹಾಸ ಇದೆ. ಯುದ್ಧಗಳ, ಚಕ್ರಾಧಿಪತ್ಯಗಳ, ಬೇರೆಯವರನ್ನು ಆಕ್ರಮಿಸಿ ರಾಜ್ಯ ವಿಸ್ತರಣೆ ಮಾಡಿದ ಚರಿತ್ರೆ. ಭೂತಕಾಲದ ಧೂಳಿನ ರಾಶಿ ಮತ್ತು ಮುರುಕು ಇಟ್ಟಿಗೆಗಳಿಂದ ಅವನ ಮನಸ್ಸು ವರ್ತಮಾನದ ದಲಿತಸ್ಥಿತಿಗೆ ಹಿಂದಿರುಗುತ್ತಿತ್ತು. ಆ ಪತನದ ಹೊಣೆಯನ್ನು ನೆರೆಹೊರೆಯ ರಾಜ್ಯಗಳ ಮೇಲೆ ಹೊರಿಸಲು ಪ್ರಯತ್ನಿಸುತ್ತಿತ್ತು".(೭)

ರಮೇಶನ ಪ್ರಜ್ಞೆಯಲ್ಲಿ ಕತೆ ಮೂಡಿದರೂ ಅದೇ ಈ ಕತೆಯನ್ನು ನಿಯಂತ್ರಿಸುವುದಿಲ್ಲ. ರಮೇಶನ ಮಟ್ಟಿಗೆ ಸರಿಯೆನಿಸುವ, ಸಹಜವೆನ್ನಿಸುವ ಲಹರಿಯನ್ನು ದಾಖಲಿಸುತ್ತಲೇ ಮೊಹಂತಿ ಅವರ ಕತೆಯು ಬೀನು ಮತ್ತು ಖೊಂಡರ ಲಹರಿಯನ್ನೂ ನಿರೂಪಿಸಿ ಒಂದು ವೈದೃಶ್ಯವನ್ನು ಕಟ್ಟುತ್ತದೆ ಮತ್ತು ಈ ವೈದೃಶ್ಯದಲ್ಲಿ ತಾನು ಕಟ್ಟಿಕೊಡುತ್ತಿರುವ ಸನ್ನಿವೇಶವನ್ನು ಸಂಕೀರ್ಣಗೊಳಿಸುತ್ತದೆ. ರಮೇಶನ ಚಪ್ರಾಸಿಯಾದ ಬೀನು ಸ್ವತಃ ನೂರು ಮಣ ಅಕ್ಕಿಯನ್ನು ಕದ್ದು ಸಾಗಿಸಿ ದುಬಾರಿ ಬೆಲೆಗೆ ಮಾರಿದವನೇ. ಅವನು ಯೋಚಿಸುವುದು ಹೀಗೆ:

"ಪ್ರತಿಯೊಬ್ಬರೂ ತಮ್ಮತಮ್ಮ ಪಾಡು ನೋಡಿಕೊಳ್ಳಬೇಕಾದ ಈ ಸಮಾಜದಲ್ಲಿ ಬೇರೆಯವರಿಗೆ ಮೋಸ ಮಾಡೋದು, ಅವರ ಖರ್ಚಿನಲ್ಲಿ ಮುಂದೆ ಬರೋದು ಕೇವಲ ಸಹಜ ಮತ್ತು ನ್ಯಾಯ ಅಂತ ಅವನ ನಂಬಿಕೆ. ಅಂಥ ಒಂದು ಸ್ವಾರ್ಥ ತುಂಬಿದ ವ್ಯವಸ್ಥೆಯಲ್ಲಿ ನಮ್ಮ ಗುರಿಯನ್ನು ತಲುಪುವುದಕ್ಕೆ ಕಾನೂನುಭಂಗ ಮಾಡೋದು, ಹಾಗೆ ಮಾಡುವಾಗ ಸಿಕ್ಕಿಬಿದ್ದರೆ ಏನು ಗತಿಯಪ್ಪಾ ಅಂತ ಹೆದರೋದು ಇದ್ದೇ ಇರತ್ತೆ" (ಪುಟ೬–೭).

ಖೊಂಡರ ಆಲೋಚನಾ ಲಹರಿ ಇದಕ್ಕಿಂತ ಭಿನ್ನವಾಗಿದೆ. ರಮೇಶ ಮತ್ತು ಅವನು ಪ್ರತಿನಿಧಿಸುವ ವ್ಯವಸ್ಥೆಯ ಪ್ರಕಾರ ಅಕ್ಕಿ ಕಳ್ಳಸಾಗಾಣಿಕೆ ಒಂದು ಶಿಕ್ಷಾರ್ಹ ಅಪರಾಧ. ಚಪ್ರಾಸಿ ಬೀನು ಕೂಡ ಅದು ತಪ್ಪು ಎಂದು ಹೇಳುತ್ತಾನೆ ಆದರೆ ಅದು ಅನಿವಾರ್ಯವೆಂದು ಭಾವಿಸುತ್ತಾನೆ. ಆದರೆ ಖೊಂಡರು ಅದನ್ನು ಅಪರಾಧವೆಂದು ತಿಳಿಯುವುದೇ ಇಲ್ಲ. ಅವರು ಹೀಗೆ ಯೋಚಿಸುತ್ತಾರೆ: "ಈ ಜನ ಎಷ್ಟು ದಡ್ಡರು. ಗಡಿಯಾಚೆಗೆ ಅಕ್ಕಿ ತೊಗೊಂಡು ಹೋಗಿ ಮಾರೋ ಜನರನ್ನ ಹಿಡೀತಾರಂತೆ. ಹಸಿವು ಅನ್ನೋದು ಇಡೀ ಪ್ರಪಂಚಕ್ಕೆ ಇದೆ. ಅಕ್ಕಿ ಬೇಕಾದವರಿಗೆ ಅದು ಎಲ್ಲಿ ಸಿಗತ್ತೋ ಅಲ್ಲಿ ಅದನ್ನ ಖರೀದಿ ಮಾಡೋ ಹಕ್ಕು ಇದೆ. ಹಾಗೆ ಮಾಡೋದ್ರಲ್ಲಿ ಏನು ಅಪರಾಧ? ಇಷ್ಟಕ್ಕೂ ಆ ಅಕ್ಕಿಯನ್ನು ಬೆಳೆದಿದ್ದು ಯಾರು? ಹಾಗಾದ್ರೆ ಈ ಜನರಿಗೇ ಬೇರೆ ಕಾನೂನು ಬೇರೆ ನ್ಯಾಯ ಅನ್ಯಾಯ ಇದೆಯಾ? ಅವುಗಳ ಪ್ರಕಾರ ಕಾಡಿನ ಮರ ಕತ್ತರಿಸೋದು ತಪ್ಪು, ಹೆಂಡ ಇಳಿಸೋದು ತಪ್ಪು, ಅಕ್ಕಿ ಕೊಂಡುಕೊಳ್ಳೋದು ತಪ್ಪು, ದಿನವೆಲ್ಲಾ ಭಾರವಾದ ಹೊರೆ ಹೊತ್ಕೊಂಡು ಮೈಲಿ ಮೈಲಿ ನಡೆದ ಮೇಲೆ ಒಂದು ನಿಮಿಷ ಕೂತ್ಕೊಂಡು ಸುಧಾರಿಸಿಕೊಳ್ಳೋದು ತಪ್ಪು. ಆದರೆ ಮಾತಾಡೋಕು ಪುರಸೊತ್ತು ಇರಲಿಲ್ಲ. ಚಪ್ರಾಸಿ ಬೈಯೋಕೆ ಶುರು ಮಾಡಿದ್ದ. ಆಫೀಸರ್ ಜೋರಾಗಿ ನಡೆಯತೊಡಗಿದ್ದ. ಖೊಂಡರು ಮೇಲೆದ್ದರು. ಅವರ ದೂರುಗಳೆಲ್ಲಾ ಒಂದು ಪಲ್ಲವಿ ತುಂಬಿದ ಹಾಡಾಗಿ ಹೊರಚಿಮ್ಮಿದವು (ಪುಟ೪). ಅಧಿಕಾರಿಯಾಗಿ, ಆಧುನಿಕನಾಗಿ ರಮೇಶ ಎದುರಿಸುತ್ತಿರುವ ದ್ವಂದ್ವ ಮತ್ತು ಬುಡಕಟ್ಟುಗಳ ಬಡವರ ಆಕ್ರೋಶ ಮತ್ತು ಬೀನು ಥರದವರ ಸಮಯಸಾಧಕತನ ಇವುಗಳನ್ನು ಏಕತ್ರ ಗ್ರಹಿಸಿ ನಿರೂಪಿಸುವ ಮೂಲಕ ಮೊಹಂತಿಯವರ ಕತೆ ಇಡೀ ಸನ್ನಿವೇಶವನ್ನು ಸಮಸ್ಯಾತ್ಮಕಗೊಳಿಸುತ್ತದೆ.

ರಮೇಶನು ತನ್ನ ಅಧಿಕೃತ ಪ್ರವಾಸದಲ್ಲಿ ಒರಿಸ್ಸಾದ ಸಾಮಾನ್ಯ ಬಡ ಜನರು ಜೀವಿಸುತ್ತಿರುವ ರೀತಿಯನ್ನೂ ಕಾಣುತ್ತಾ ಹೋಗುತ್ತಾನೆ. ಅದು ರಮೇಶನ ಅಧಿಕೃತ ಕಾರ್ಯದ ಅಜೆಂಡಾವನ್ನೂ ವಿಚಲಿತಗೊಳಿಸುತ್ತಾ ಹೋಗುತ್ತದೆ. ಕಳ್ಳಸಾಗಾಣಿಕೆ ಮಾಡುವವರನ್ನು ಹಿಡಿಯಹೊರಟ ಅಧಿಕಾರಿಗೆ ಒರಿಸ್ಸಾದ ಬಡಜನರ ಜೀವನದರ್ಶನವೇ ಆಗಿಹೋಗುತ್ತದೆ. ತಾನು ಕೌಶಲ್ಯದಿಂದ ಈ ಕಳ್ಳಸಾಗಾಣಿಕೆ ಜಾಲವನ್ನು ಭೇದಿಸಬಲ್ಲವನಾದರೆ ಬೇರೊಂದು ಸಾಮಾಜಿಕ ಲೋಕದಲ್ಲಿ ತನಗೆ ಪದೋನ್ನತಿ, ಖ್ಯಾತಿ ಸಿಗುತ್ತದೆ ಎಂಬುದು ಅವನಿಗೆ ಗೊತ್ತಿದೆ. ಅದಕ್ಕಾಗಿ ಅವನು ಕಷ್ಟಕರವಾದ ಪ್ರವಾಸವನ್ನು ಕೈಗೊಂಡಿದ್ದಾನೆ. ಕೊನೆಗೆ ತನ್ನ 'ಬೇಟೆ'ಯ ಸನಿಹಕ್ಕೂ ಬಂದು ತಲುಪುತ್ತಾನೆ. 'ಬೀನೂ ಕೊನೆಗೂ ಅವರು ಸಿಕ್ಕಿ ಬಿದ್ರು' ಎಂದು ವಿಜಯಘೋಷ ಮಾಡುತ್ತಾನೆ.

ಆದರೆ ರಮೇಶ ನಿಜವಾಗಿ ನೋಡುವುದೇನನ್ನು?: "ಅವರೆದುರಿಗೆ ಸಂತೆ ನೆರೆದಿತ್ತು. ಗುಂಪುಗುಂಪಾಗಿ ಒತ್ತೊತ್ತಾಗಿ ಸೇರಿದ ಮನುಷ್ಯರು. ಇರುವೆಗಳಂತೆ ಈ ಕಡೆ ಆ ಕಡೆ ಹರಿಯುವ ಮನುಷ್ಯರು. ಬಗೆಬಗೆಯ ಬಣ್ಣಗಳ ಮೆರವಣಿಗೆ. ಹಲವು ವಾಸನೆಗಳು, ನೂರೆಂಟು ಶಬ್ದಗಳ ಸ್ವರಮೇಳ, ಹಸಿಚರ್ಮದ ಹೊಲಸು ನಾತ ಗಾಳಿಯನ್ನೇ ಉಸಿರು ಕಟ್ಟಿಸುತ್ತಿತ್ತು. ಅಂಗಡಿಸಾಲುಗಳಲ್ಲಿ ಒಣಗಿಸಿದ ಮೀನುಗಳನ್ನು ಮಾರುತ್ತಿದ್ದರು. ಎಲ್ಲೆಲ್ಲಿಯೂ ನೊಣಗಳು ಗುಂಯ್‌ಗುಡುತ್ತಿದ್ದವು. ಅಕ್ರಮವಾಗಿ ತಯಾರಿಸಿದ್ದ ಹೆಂಡದ ವಾಸನೆ ಪಕ್ಕದ ಕಾಡಿನ ತಂಪುಗಾಳಿಯೊಂದಿಗೆ ತೇಲಿಬರುತ್ತಿತ್ತು. ಕುಷ್ಠರೋಗಿಗಳು ಮತ್ತು ನಾರು ಹುಣ್ಣಿನಿಂದ ನರಳುತ್ತಿರುವವರು. ರಕ್ತ, ಕೀವು ಸುರಿಸುತ್ತಿರುವ ಹಸಿಹಸಿ ಗಾಯಗಳು. ನಾರುಹುಣ್ಣಿನ ತೆರೆದ ಗಾಯದ ಮೇಲೆ ಕಪ್ಪು ಬಣ್ಣದ ಕ್ರಿಮಿಗಳು. ಇವರ ಜೊತೆಜೊತೆಯಲ್ಲೇ ದಾರಿಮಾಡಿಕೊಂಡು ನುಗ್ಗುತ್ತಿರುವ ಆರೋಗ್ಯವಂತ ಗಂಡಸರು, ಹೆಂಗಸರು" (ಪುಟ೧೨).

ಬಡತನ, ರೋಗ, ಸಾವಿನ ದೃಶ್ಯಗಳು ರಮೇಶನ ಮೇಲೆ ಗಾಢವಾದ ಪರಿಣಾಮವನ್ನು ಉಂಟು ಮಾಡುತ್ತವೆ. ಸುರಕ್ಷಿತ ಕೋಟೆಯಿಂದ ಹೊರಬಂದು ಹೊರಗಣ ವಿಶಾಲ ಜೀವನಕ್ಕೆ ಎದುರಾಗಿ ತಾನು ಕಂಡ ರೋಗಿ, ವೃದ್ಧ ಮತ್ತು ಹೆಣಗಳ ಮೂಲಕ ಹೊಸ ದರ್ಶನವನ್ನೇ ಪಡೆದ ಸಿದ್ಧಾರ್ಥನ ಹಾಗೆ ರಮೇಶ ತಾನು ಕಾಣುತ್ತಿರುವ ಜೀವನಸತ್ಯಗಳ ಪ್ರಖರತೆಗೆ ಬೆಚ್ಚುತ್ತಾನೆ. ಅಧಿಕೃತ ಪ್ರವಾಸ ಮುಗಿಯುತ್ತಿದ್ದಂತೆ ಒಳಪಯಣವೂ ಒಂದು ನಿರ್ಣಾಯಕ ಹಂತವನ್ನು ತಲುಪುತ್ತದೆ: "ಈಗ ಕಾನೂನು ನೆನಪಾಗುವುದಿಲ್ಲ. ಹುಟ್ಟು ಸಾವು ಮನುಷ್ಯ. ಅವನು ಎಲ್ಲವನ್ನೂ ಹೊಸ ಕಣ್ಣುಗಳಿಂದ ನೋಡುತ್ತಿದ್ದಾನೆ. ಮನುಷ್ಯರು ಹಾದಿನಡೆಯುತ್ತಾರೆ. ಅನೇಕ ಮನುಷ್ಯರು ಕತ್ತಲಲ್ಲಿ ಕಳೆದು ಹೋಗುತ್ತಾರೆ. ಆದರೆ ಈ ಹರಿಯುವ ಹೊಳೆ ಸಾಯುವುದಿಲ್ಲ. ಅದು ಅವಿರತವಾಗಿ ಹರಿಯುತ್ತಿರುತ್ತದೆ. ಸಂತೆ ಮುಗಿಯುತ್ತಾ ಬಂದಿದೆ. ಜನ ಓಡಾಡುತ್ತಿದ್ದಾರೆ. ಅವನಿಗೆ ಅವರೆಲ್ಲರೂ ತನಗೆ ಪರಿಚಿತರೇ ಎಂದು ತೋರಿತು. ಹೌದು, ಎಲ್ಲರೂ ವೈಯಕ್ತಿಕವಾಗಿಯೇ ಪರಿಚಯ. ಮನೆಯ ಒಳಗೆ ದೈನಂದಿನ ಅಗತ್ಯಗಳ ಒತ್ತಡ. ಹೊರಗೆ ಜೀವನದ ಕತ್ತು ಹಿಸುಕುವ ಒತ್ತಡಗಳು. ಆದರೂ ಅವರು ಮುಂದೆ ಸಾಗಿದ್ದರು. ಭಾಷೆ ಯಾವುದಾದರೇನು? ಜಾತಿ ಯಾವುದಾದರೇನು? ಇವರೆಲ್ಲರೂ ಮನುಷ್ಯರು. ತನ್ನ ಹಳ್ಳಿಯವರು. ತನಗೆ ಪರಿಚಿತರು. ಇರುವೆಗಳ ಕೊನೆ ಮೊದಲಿಲ್ಲದ ಪ್ರವಾಹದಲ್ಲಿ ಒಂದು ಇರುವೆ ತಲೆಯೆತ್ತಿ ನೋಡುತ್ತದೆ. ಅದರ ಒಣಗಿದ ಕಣ್ಣುಗಳಲ್ಲಿ ಅಳಿಸಲಾಗದ ಮುಗುಳ್ನಗು ಮಿಂಚುತ್ತಿದೆ. ಆ ಒಂಟಿ ಇರುವೆ ಹೀಗೆ ಹೇಳುವಂತಿದೆ: 'ನಾವೆಲ್ಲರೂ ಸೋದರರು. ನಮ್ಮ ಕಾಲುಗಳಿಂದ ನಡೆಯುತ್ತೇವೆ. ಕೈಗಳಿಂದ ದುಡಿಯುತ್ತೇವೆ. ನಾವು ಒಂದೇ ನೆಲದಿಂದ ಬಂದವರು. ನೀಲಾಕಾಶದ ಕೆಳಗಿರುವ ಈ ಪುರಾತನ ಭೂಮಿಗೆ ಸೇರಿದವರು. ನಮ್ಮೆಲ್ಲರ ಶತ್ರು ಒಬ್ಬನೇ. ನಮ್ಮ ಬಾಯಿಂದ ಚಿಕ್ಕಪುಟ್ಟ ಆಹಾರದ ತುಣುಕುಗಳನ್ನು ಕಿತ್ತುಕೊಳ್ಳುತ್ತಿರುವವರು. ನಮ್ಮನ್ನು ಕಾಲಕೆಳಗೆ ಹೊಸಕಿ ಹಾಕಿ ಕೊಲ್ಲುವವರು. ನಮ್ಮ ಮೇಲೆ ಬೆಂಬೂದಿ ಮತ್ತು ಕೆಂಡಗಳನ್ನು ರಾಶಿಹಾಕುವವರು'. ಇರುವೆಗಳ ಪ್ರವಾಹ ಮುಂದುವರೆಯಿತು. ರಮೇಶನ ಅಂತರಂಗದ ಆಳದಲ್ಲಿ ಎಂದೆಂದಿಗೂ ಆರದ ಮುಗುಳ್ನಗೆಯ ದೀಪ ಮತ್ತು ಅನುಕಂಪದ ಬೆಚ್ಚನೆಯ ಬೆಂಕಿ ಉರಿಯುತ್ತಲೇ ಇದ್ದವು" (ಪುಟ ೧೫).

ಪೋಲೀಸರು ಮೂಟೆಗಳನ್ನು ಬುಟ್ಟಿಗಳನ್ನು ಹೊತ್ತ ಜನಗಳ ಗುಂಪನ್ನೇ ಎಳೆದುಕೊಂಡು ಬರುತ್ತಾರೆ. 'ಒಂದು ಕ್ಷಣದಲ್ಲಿ ರಮೇಶ ಅಧಿಕಾರಿಯ ಮುಖವಾಡವನ್ನು ಮರಳಿ ಪಡೆದ' ಎಂದು ಕತೆ ದಾಖಲಿಸುತ್ತದೆ. ಅವರೆಲ್ಲ ಮೂಟೆ ಮೂಟೆ ಮಣಗಟ್ಟಲೆ ಅಕ್ಕಿಯನ್ನು ಕಳ್ಳಸಾಗಾಣಿಕೆ ಮಾಡುವ ಅಪರಾಧಿಗಳಲ್ಲ. ಅಂದಂದಿನ ಖರ್ಚು ತೂಗಿಸಿಕೊಳ್ಳಲು ಮನೆಯಲ್ಲಿದ್ದ ಅಲ್ಪಸ್ವಲ್ಪ ಅಕ್ಕಿಯನ್ನು ಗಡಿಯಾಚೆ ಮಾರಲು ಹೊರಟವರು. ರಮೇಶ ನೋಡುತ್ತಾನೆ: "ಅಸ್ಥಿಪಂಜರಗಳ ಸೈನ್ಯವೊಂದು ಅವನನ್ನು ಎದುರಿಸಿ ನಿಂತಿತ್ತು. ಫಸಲು ಕತ್ತರಿಸುವ ಯಂತ್ರದ, ಕಬ್ಬಿಣದ ಶಾಫ್ಟ್‌ಗಳ ಹಾಗೆ ಕಾಣಿಸುವ ಪಕ್ಕೆಲುಬುಗಳು. ಆ ಮೂಳೆಗಳ ಮೇಲೆ ಹರಡಿಕೊಂಡು ನೇತಾಡುತ್ತಿರುವ ಚರ್ಮ, ತೊಗಲುಬಾವಲಿಯ ಹಾಗೆ ಬಾಗಿದ ತಿರುಚಿಕೊಂದ ದೇಹಗಳು. ತಲೆಯ ಮೇಲೆ ಎಣ್ಣೆಯ ಮುಖ ಕಾಣದ ಕೂದಲ ರಾಶಿ ಮತ್ತು ಸಣ್ಣಗೆ ಮಿನುಗುವ ಕಣ್ಣುಗಳು. ಇವರೇನು ಮನುಷ್ಯರೋ? ಅವರ ಭೂತಗಳೋ?! ಎಲ್ಲರೂ ತಮ್ಮತಮ್ಮ ವಿಚಿತ್ರ ಭಾಷೆಗಳಲ್ಲಿ ಬೇಡಿಕೊಳ್ಳುತ್ತಿದ್ದಾರೆ; ಒಮ್ಮೆ ಅಳುತ್ತಾರೆ; ಒಮ್ಮೆ ಗವಿಯಂತಹ ಹೊಟ್ಟೆ ಬಾಯಿಗಳ ಕಡೆಗೆ ಕೈಮಾಡಿ ತೋರಿಸುತ್ತಾರೆ;ಇನ್ನೊಮ್ಮೆ ಕಡ್ಡಿಯಂತಹ ದುರ್ಬಲ ಕೈಗಳಿಂದ ಏನೋ ಸೂಚಿಸುತ್ತಾರೆ" (ಪುಟ೧೬)

ಅವರು ಮಾರಲು ತಂದ ಮುಷ್ಟಿ ಅಕ್ಕಿಯನ್ನು ಕೊಳ್ಳುವ ಗಡಿಯಾಚೆಯ ತೆಲುಗು ಬಡವರ ಸ್ಥಿತಿ ಇದಕ್ಕಿಂತ ಏನೂ ಉತ್ತಮವಾಗಿಲ್ಲ. ರಮೇಶನ ಅಧಿಕಾರಿಯ ಮುಖವಾಡ ಮತ್ತೆ ಕಳಚಿ ಬೀಳುತ್ತದೆ. ಅವನೊಳಗೆ ಏನೋ ತಲ್ಲಣಿಸಿ ಕುಸಿದು ಬೀಳುತ್ತದೆ. ಅವನಲ್ಲಿ ತನ್ನ ಬಾಲ್ಯದ ಸ್ಮೃತಿಗಳು ಜಾಗೃತಗೊಳ್ಳುತ್ತವೆ. ಬಾಲ್ಯದಲ್ಲಿ ತನ್ನ ಹಳ್ಳಿಯಲ್ಲಿ ತಾನು ಕಂಡಿದ್ದ ಮನುಷ್ಯಾಕೃತಿಗಳಿಗೂ ಈ ಆಕೃತಿಗಳಿಗೂ ಏನೂ ವ್ಯತ್ಯಾಸ ಉಳಿದಿಲ್ಲ. ಇವರೆಲ್ಲ ಅವರೇ, ಅವರೆಲ್ಲ ಇವರೇ. ಇವರೆಲ್ಲ ತನಗೆ ಆತ್ಮೀಯವಾಗಿ ಗೊತ್ತೆಂದು ರಮೇಶನಿಗೆ ಅನ್ನಿಸಿಬಿಡುತ್ತದೆ. ಅವರನ್ನೆಲ್ಲ ಬಿಟ್ಟುಬಿಡಲು ಆಜ್ಞೆ ಮಾಡುತ್ತಾನೆ. ಅಂದರೆ ಅಧಿಕಾರ ರೂಪಿಸಿದ ತನ್ನ ಕಠಿಣ, ಒರಟು ವ್ಯಕ್ತಿತ್ವವನ್ನು ಕಿತ್ತೊಗೆದು ಮತ್ತೆ ಅಪ್ಪಟ ಮನುಷ್ಯನಾಗುತ್ತಾನೆ.

ಹೀಗೆ ಕತೆ ಹಲವು ಪಾತಳಿಗಳಲ್ಲಿ ನಡೆಯುತ್ತದೆ. ಮನುಷ್ಯ ರೂಪಿಸಿದ ವ್ಯವಸ್ಥೆಯೇ ಮನುಷ್ಯರ ಬಗ್ಗೆ ಕ್ರೂರವಾಗುವ, ನೀತಿನಿಯಮ ಕಾನೂನುಗಳ ಹೆಸರಿನಲ್ಲಿ ಅಮಾನವೀಯವಾಗುವ ಪರಿಯನ್ನು ಸೂಕ್ಷ್ಮವಾಗಿ ಚಿತ್ರಿಸುತ್ತದೆ. ರಮೇಶನಿಗೆ ಆದರ್ಶಗಳಿವೆ. ಅವನೇನೂ ಭ್ರಷ್ಟನಲ್ಲ. ಕಾನೂನಿನ ಚೌಕಟ್ಟಿನೊಳಗೇ ಅವನು ವರ್ತಿಸುವುದು. ಇವೆಲ್ಲ ಸರಿ, ಆದರೆ ಕಾನೂನುಗಳಿಗೂ ಮಾನವೀಯತೆಯ ಲೇಪ ಬೇಡವೇ ಎಂದು ಕತೆ ಕೇಳುವಂತಿದೆ.

ರಮೇಶ ಅಧಿಕಾರದ ಮುಖವಾಡ ಕಳಚಿಕೊಂಡು ಮನುಷ್ಯನಾದ. ಅದರೆ ಅದು ದೌರ್ಬಲ್ಯ ಎಂದು ಅವನ ಚಪ್ರಾಸಿ ಬೀನುವಿಗೆ ಅನ್ನಿಸುವುದು ಕತೆ ಧ್ವನಿಸುವ ಒಂದು ದೊಡ್ಡ ವ್ಯಂಗ್ಯವಾಗಿದೆ. ಅವನಿಗೆ ರಮೇಶನ ಮಾತುಗಳನ್ನು ನಂಬಲೂ ಆಗುವುದಿಲ್ಲ. 'ಬೀನು ಅಧಿಕಾರಿಯ ಮೂಲಪ್ರತಿಮೆಗಾಗಿ ತನ್ನ ನೆನಪಿನ ಭಂಡಾರದಲಿ ಹುಡುಕಾಡಿದ. ಖಂಡಿತವಾಗಿಯೂ ಹೀಗಿರಲಿಲ್ಲ. 'ಈ ಎಳೇ ಹುಡುಗ ಮೃದುಹೃದಯಿ, ದಯಾಳು,

ಇವನಿಗೆ ಜಗತ್ತು ಏನೇನೂ ಗೊತ್ತಿಲ್ಲ. ಈಗ ತಾನೇ ಮೀಸೆ ಬರ್ತಾ ಇದೆ, ಕೋಮಲಕಾಯ, ಮೃದುದನಿ, ಇವನು ಯಾವ ಸೀಮೆ ಆಫೀಸರ್" (ಪುಟ೧೭)

ಬೀನುವಿನ ಮೂಲಕ ಕತೆಯು ಅಧಿಕಾರ, ಆಡಳಿತ ಶಾಹಿಯನ್ನು ಕುರಿತ ಮತ್ತೂ ಒಂದು ವ್ಯಂಗ್ಯವನ್ನು ದಾಖಲಿಸುತ್ತದೆ. ಮೂರನೆಯ ಮದುವೆಯಾಗಿರುವ ಬೀನು ಐವತ್ತೈದರ ಆಸುಪಾಸಿನಲ್ಲಿದ್ದಾನೆ. ಈಗ ಅವನಿಗೆ ಆರಾಮ ಜೀವನ ಬೇಕೆನ್ನಿಸುತ್ತಿದೆ. ಸುಖ ಸಮಾಧಾನಗಳು ಬೇಕೆನಿಸುತ್ತಿವೆ. ತರುಣ ಆಫೀಸರ್ ರಮೇಶನ ಆತುರಕ್ಕೆ ಸ್ಪಂದಿಸಲು ಆಗುತ್ತಿಲ್ಲ. ಬೀನು ಸುಸ್ತಾಗಿದ್ದಾನೆ. ಬೀನುಗೆ ಚಪ್ರಾಸಿಯ ಕೆಲಸ ಅನಿವಾರ್ಯವೇನೂ ಆಗಿಲ್ಲ. ಜೀವನ ನಡೆಸಲು ಅವನಿಗೆ ಬೇರೆ ಸಂಪನ್ಮೂಲಗಳಿವೆ. ಆದರೂ ಅವನು ಅಧಿಕಾರಕ್ಕೆ ಅಂಟಿಕೊಂಡಿದ್ದಾನೆ. ಕಾರಣ?: "ಈ ಕೆಲಸ ಕೊಡೋ ಅಧಿಕಾರ ಇಲ್ಲದೆ ಹೋದ್ರೆ ಅವನ ಗತಿ ಏನು? ಆಗ ಅವನು ಮಂತ್ರದಂಡ ಇಲ್ಲದ ಮಾಂತ್ರಿಕ ಆಗಿಬಿಡ್ತಾನೆ. ತಾನು ಜೀವನವೆಲ್ಲಾ ಯಾರ ಜೀವ ತಿಂದು ಬದುಕ್ತಾ ಇದ್ದನೋ, ಅಂಥ ಸಾವಿರಾರು ಕ್ಷುಲ್ಲಕ ಜನರ ಪೈಕಿ ಅವನೂ ಒಬ್ಬ ಆಗಿಬಿಡ್ತಾನೆ. ಇಂಥ ಅದ್ಭುತ ಮಂತ್ರಶಕ್ತಿಯನ್ನು ಕಳೆದುಕೊಳ್ಳುವ ಭಯ, ಅದರ ಕಡೆಗಿನ ಅದಮ್ಯ ಸೆಳೆತ, ಬೀನೂ ತೇಕಾಡ್ಕೊಂಡು ಈ ಬೆಟ್ಟ ಹತ್ತೋದಕ್ಕೆ ಕಾರಣ ಆಗಿದ್ದವು" (ಪುಟ೫)

ಮೊಹಂತಿಯವರ ಕತೆ ಹೀಗೆ ಸಮಾಜದ ಎಲ್ಲ ವರ್ಗದವರ ಕಣ್ಣಿನಲ್ಲಿ ಜೀವನವನ್ನು ಕಾಣಿಸುವುದರಿಂದ ಅವರ ನಿರೂಪಣೆಗೆ ಸಂಕೀರ್ಣತೆ ಮತ್ತು ಸಮಗ್ರತೆ ಒದಗಿ ಬಂದಿವೆ. ಒರಿಸ್ಸದ ಬುಡಕಟ್ಟುಗಳ ಸಾಮಾನ್ಯ ಬಡಜನರನ್ನು ಇರುವೆಗಳಿಗೆ ಹೋಲಿಸುವುದರ ಮೂಲಕ ಕತೆಯು ಅವರ ಸ್ಥಿತಿಯ ಭೀಕರ ಚಿತ್ರಗಳನ್ನು ಕೊಡುವಾಗಲೂ ಅವರ ಮನುಷ್ಯ ಘನತೆಯನ್ನು ಕುಗ್ಗಿಸುವುದಿಲ್ಲ. ಪ್ರಕೃತಿಯ ಸಾನ್ನಿಧ್ಯದಲ್ಲಿ ಒಂದು ನಿರಂತರ ವಿಶಾಲ ಜೀವನ ಪ್ರವಾಹದಲ್ಲಿ ತಮ್ಮಷ್ಟಕ್ಕೆ ಇತರ ಜೀವಿಗಳಂತೆ ಬದುಕುತ್ತಿದ್ದ ಈ ಸಮುದಾಯಗಳು ಇತಿಹಾಸದ ಒತ್ತಡಕ್ಕೆ ಸಿಲುಕಿ ನಾಶವಾಗುತ್ತಿರುವ ಪರಿಯನ್ನು ಕತೆ ಸಮರ್ಥವಾಗಿ ಚಿತ್ರಿಸುತ್ತದೆ. ಆ ಮೂಲಕ ಕಾನೂನು ವ್ಯವಸ್ಥೆ, ಅಭಿವೃದ್ಧಿ ಯೋಜನೆಗಳು, ಹೊಸಕಾಲದ ಅರ್ಥಶಾಸ್ತ್ರ ಎಲ್ಲವನ್ನೂ ಉಗ್ರವಾದ ವಿಮರ್ಶೆಗೆ ಒಡ್ಡುತ್ತದೆ. ಈ ಪರಿಸ್ಥಿತಿಗೆ ಈ ಸಮುದಾಯಗಳಿಗಿಂತ ಆರ್ಥಿಕವಾಗಿ, ಸಾಮಾಜಿಕವಾಗಿ, ರಾಜಕೀಯವಾಗಿ ಮೇಲುಸ್ತರದಲ್ಲಿರುವವರ ಪ್ರತಿಕ್ರಿಯೆ ಪ್ರತಿಸ್ಪಂದನೆಗಳನ್ನೂ ಅವುಗಳ ಬಹುತ್ವದಲ್ಲಿ ದಾಖಲಿಸಲು ಕತೆ ಶ್ರಮಿಸಿದೆ. ಅದು ಬೀನುವಿನ ಸಮಯಸಾಧಕತನವನ್ನೂ, ರಮೇಶನ ಆದರ್ಶಗಳನ್ನೂ ಒಟ್ಟಿಗೇ ತೂಗಿಸಿಕೊಂಡು ಹೋಗುತ್ತದೆ. ರಮೇಶ ಕೂಡ ಈ ವ್ಯವಸ್ಥೆಯಲ್ಲಿ ಒಂದು ರೀತಿಯ ಬಂಧಿಯೇ. ಅವನು ತನ್ನ ಸ್ಥಿತಿಯನ್ನು ಮಾನಸಿಕವಾಗಿ ಮೀರಬಹುದೇ ಹೊರತು ಹೊಸ ಇತಿಹಾಸ ತನಗೆ ನೀಡುವ ಜವಾಬುದಾರಿಯಿಂದ ಸಂಪೂರ್ಣವಾಗಿ ತಪ್ಪಿಸಿಕೊಳ್ಳಲು ಸಾಧ್ಯವಿಲ್ಲ ಎಂಬ ವ್ಯಂಗ್ಯವನ್ನೂ ಕತೆ ಹೊಳೆಯಿಸುವಂತಿದೆ. ಮೊಹಂತಿ ಅವರು ಸ್ವತ: ಸರಕಾರೀ ವ್ಯವಸ್ಥೆಯ ವಿವಿಧ ಮಟ್ಟಗಳಲ್ಲಿ ಕೆಲಸ ಮಾಡಿದವರು. ತಮ್ಮ ವೃತ್ತಿಯನ್ನೂ ಸಮಸ್ಯಾತ್ಮಕಗೊಳಿಸಿ ಅವರು ಕಟ್ಟಿರುವ ಈ ಕಥನ ಭಾರತದ ಹೊಸ ಇತಿಹಾಸದ ಪ್ರಕ್ರಿಯೆಗೆ ಒಡ್ಡಿದ ಒಂದು ಶಕ್ತಿಶಾಲಿ ರೂಪಕವೇ ಆಗಿದೆ.

ಕತೆಯು ರಮೇಶನ ಪ್ರಜ್ಞೆಯಲ್ಲಿ ಆರಂಭವಾಗಿ ಅವನ ಪ್ರಜ್ಞೆಯಲ್ಲೇ ಕೊನೆಗೊಳ್ಳುವುದು ಲೇಖಕರ ಆಶಯಕ್ಕೆ ಪೂರಕವಾಗಿಯೇ ಇದೆ. ಮಾನವಶಾಸ್ತ್ರೀಯ ಕುತೂಹಲಕ್ಕೆ ಮಾತ್ರ ವಸ್ತುವಾಗಿ ಬಿಡುವ ಅಪಾಯದಿಂದ ಕತೆ ತಪ್ಪಿಸಿಕೊಳ್ಳಲು ಸಂವೇದನಾಶೀಲನೊಬ್ಬನ ವ್ಯಕ್ತಿಪ್ರಜ್ಞೆಯ ಸೇರ್ಪಡೆ ಮೊಹಂತಿಯವರು ಉದ್ದೇಶಿಸಿರುವ ಒಂದು ಸಾಹಿತ್ಯಿಕ ತಂತ್ರ, ಉಪಾಯವೂ ಇರಬಹುದು. ಇತಿಹಾಸದ ಮೂಲಕ ಹೊಸಪ್ರಜ್ಞೆಯೊಂದು ಒರಿಸ್ಸಾದ ಸಾಮಾಜಿಕ ಜೀವನವನ್ನು ಪ್ರವೇಶಿಸಿರುವುದಂತೂ ನಿಜ. ಈ ಪ್ರಜ್ಞೆಯ ಒಂದು ರೂಪವು ಬೀನುವಿನ ರೂಪದಲ್ಲಿ ಮತ್ತು ತರುಣ ಅಧಿಕಾರಿಯೊಬ್ಬನ ಹೊಸ ಕರ್ತವ್ಯಪ್ರಜ್ಞೆಯ ರೂಪದಲ್ಲಿ ಮೊದಲು ಕಾಣಿಸಿಕೊಳ್ಳುತ್ತದೆ. ಕತೆ ಬೆಳೆದಂತೆ ರಮೇಶನಲ್ಲಿ ನೈತಿಕ ಪ್ರಜ್ಞೆಯೊಂದು ಉದಯಿಸಿದಾಗ ಅದು ಮತ್ತೊಂದು ರೂಪವನ್ನು ಪಡೆದುಕೊಳ್ಳುತ್ತದೆ. ಹೊಸ ತಿಳಿವಳಿಕೆ ರಮೇಶನಲ್ಲಿ ಕರ್ತವ್ಯದ ಹೆಸರಿನಲ್ಲಿ ಅಹಂಕಾರವನ್ನೇ ತುಂಬಿತ್ತು. ಅದನ್ನು ವಿಸರ್ಜಿಸಿ ವಿನಯವನ್ನು ಗಳಿಸಿಕೊಂಡು ರಮೇಶ ಹೊಸಮನುಷ್ಯನಾದ ಎಂಬ ಸೂಚನೆ ಕತೆಯಿಂದ ಹೊರಡುತ್ತದೆ. ಒಂದು ಕಾದಂಬರಿಯ ವಿಸ್ತಾರದಲ್ಲಿ ಬೆಳೆಯಬಹುದಾಗಿದ್ದ ವಸ್ತುವೊಂದು ಸಣ್ಣಕತೆಯ ಸೀಮಿತ ಪರಿಧಿಯಲ್ಲೇ ಇಷ್ಟು ಧ್ವನಿಪೂರ್ಣವಾಗಿ ನಿರೂಪಿತವಾಗಿರುವುದು ಲೇಖಕರಿಗೆ ತಮ್ಮ ಮಾಧ್ಯಮದ ಮೇಲಿರುವ ಹತೋಟಿಗೆ ಸಾಕ್ಷಿಯಾಗಿದೆ. ಪ್ರಜ್ಞೆಯ ಹೊಸರೂಪದ ಆಗಮನದಲ್ಲಿ ಕತೆ ಕೊನೆಗೊಳ್ಳುವುದು ಲೇಖಕರ ದರ್ಶನದ ದೃಷ್ಟಿಯಿಂದ ತುಂಬ ಔಚಿತ್ಯಪೂರ್ಣವಾಗಿದೆ: "ರಮೇಶ ನಿಂತೇ ಇದ್ದ. ಅವನ ಪ್ರಜ್ಞೆಯಲ್ಲಿ ಈಗ ಯಾವ ಇತಿಹಾಸವೂ ಇರಲಿಲ್ಲ. ಕಾಲವು ಅಂತ್ಯವಾಗಿತ್ತು. ಅಲ್ಲಿ ಕಪಿಲೇಂದ್ರ ದೇವನೂ ಇಲ್ಲ, ಪುರುಷೋತ್ತಮನೂ ಇಲ್ಲ. ಕೋನಾರ್ಕವೂ ಇಲ್ಲ. ರಾಜ್ಯದ, ರಾಷ್ಟ್ರದ ಬೆನ್ನೆಲುಬುಗಳೆಂದು ಕರೆಸಿಕೊಳ್ಳುವ ವಿಶಿಷ್ಟ ಮಹಾಪುರುಷರ ಯಾವ ಮೂರ್ತಿಯೂ ಆ ಪ್ರಜ್ಞೆಯಲ್ಲಿ ಉಳಿದಿರಲಿಲ್ಲ. ಚರಿತ್ರೆಯಲ್ಲಿ ಅರ್ಥವೂ ಇಲ್ಲ, ತಿಳಿವಳಿಕೆಯೂ ಇಲ್ಲ. ಅಲ್ಲಿ ಇರುವೆಗಳನ್ನು ಬಿಟ್ಟರೆ ಬೇರೇನೂ ಇಲ್ಲ. ಇರುವೆಗಳು, ಎಲ್ಲೆಲ್ಲೂ ಹಸಿದ ಇರುವೆಗಳು, ಬಾಯಿತುಂಬಾ ಆಹಾರದ ಚೂರುಗಳನ್ನು ಕಚ್ಚಿಕೊಂಡು ಚಲಿಸುವ ಇರುವೆಗಳು. ಬದುಕುವುದೊಂದೇ ಗುರಿ. ಇರುವೆಗಳ ಪ್ರವಾಹ ಇರುವೆ ಗೂಡಿನ ಮೇಲೆ ಚಣಕಾಲ ನೆಲಸುತ್ತದೆ. ಕ್ಷಣಕ್ಷಣದ ಬದುಕಿಗಾಗಿ. ಇರುವೆಗೆ ಬದುಕುವ ಆಸೆ. ರಮೇಶನ ಮೈ ಚಳಿಯಿಂದ ನಡುಗಿತು" (ಪುಟ ೧೭)

ಮಹಾಶ್ವೇತಾದೇವಿ ಅವರ "ರುಡಾಲಿ"

ಭಾರತದ ಬಹುಚರ್ಚಿತ ಲೇಖಕಿಯರಲ್ಲಿ ಒಬ್ಬರಾದ ಮಹಾಶ್ವೇತಾದೇವಿ ಅವರು ಈಗಿನ ಬಾಂಗ್ಲಾದೇಶದ ಢಾಕಾದಲ್ಲಿ ೧೯೨೬ರಂದು ಜನಿಸಿದರು. ಇಂಗ್ಲಿಷ್ ಸಾಹಿತ್ಯದಲ್ಲಿ ಎಂ.ಎ. ಪದವಿಯನ್ನು ಪಡೆದಿರುವ ಅವರು ಹಲವು ವರ್ಷಗಳ ಕಾಲ ಇಂಗ್ಲಿಷ್ ಅಧ್ಯಾಪಕಿಯೂ ಆಗಿದ್ದರು. ಬಂಗಾಲಿ ಭಾಷೆಯಲ್ಲಿ ಬರೆಯುವ ಮಹಾಶ್ವೇತಾದೇವಿ ಅವರು ನೂರಕ್ಕೂ ಹೆಚ್ಚಿನ ಕೃತಿಗಳನ್ನು ರಚಿಸಿದ್ದಾರೆ. ಕನ್ನಡವೂ ಸೇರಿದಂತೆ ವಿಶ್ವದ ಹಲವು ಭಾಷೆಗಳಲ್ಲಿ ಅವರ ಮುಖ್ಯ ಕೃತಿಗಳು ಲಭ್ಯ. "ದೋಪ್ದಿ ಮತ್ತು ಇತರ ಕಥೆಗಳು" (೧೯೯೬, ಬೆಳ್ಳಿಚುಕ್ಕಿ ಬುಕ್ ಟ್ರಸ್ಟ್), "ರುಡಾಲಿ" (೧೯೯೮, ಅಂಕಿತ ಪುಸ್ತಕ ಬೆಂಗಳೂರು),"ಬೇಟೆ" (೧೯೯೮), "೧೦೮೪ರ ತಾಯಿ" (೨೦೦೦) ಕೃತಿಗಳನ್ನು ಡಾ ಎಚ್ ಎಸ್ ಶ್ರೀಮತಿ ಅವರು ಕನ್ನಡಕ್ಕೆ ತಂದಿದ್ದಾರೆ. ಅವರು ಮಹಾಶ್ವೇತಾದೇವಿ ಅವರನ್ನು ಕುರಿತಂತೆ ಕನ್ನಡದಲ್ಲಿ ಒಂದು ಪುಸ್ತಕವನ್ನೂ ಬರೆದಿದ್ದಾರೆ (೨೦೦೫, ಕರ್ನಾಟಕ ಸಾಹಿತ್ಯ ಅಕಾಡೆಮಿ, ಬೆಂಗಳೂರು) ಜಿ ಕುಮಾರಪ್ಪ ಅವರು "ಕಾಡಿನ ದಾವೇದಾರ" (೨೦೦೧, ಸಾಹಿತ್ಯ ಅಕಾಡೆಮಿ, ನವದೆಹಲಿ) ಕಾದಂಬರಿಯನ್ನು ಕನ್ನಡಕ್ಕೆ ಅನುವಾದಿಸಿಕೊಟ್ಟಿದ್ದಾರೆ. ಮಹಾಶ್ವೇತಾದೇವಿ ಅವರು ಪಡೆದಿರುವ ಪ್ರತಿಷ್ಠಿತ ಪ್ರಶಸ್ತಿಗಳಲ್ಲಿ ರೇಮೊನ್ ಮ್ಯಾಗ್‌ಸೆಸೆ ಪ್ರಶಸ್ತಿ (೧೯೯೭) ಮತ್ತು ಭಾರತೀಯ ಜ್ಞಾನಪೀಠ ಪ್ರಶಸ್ತಿ (೧೯೯೬) ಗಳೂ ಸೇರಿವೆ.

ಬಂಗಾಳ, ಒರಿಸ್ಸಾ, ಮಧ್ಯಪ್ರದೇಶದ ಬುಡಕಟ್ಟು ಜನರ ಜೀವನ ಮಹಾಶ್ವೇತಾದೇವಿ ಅವರ ಹಲವು ಕಥೆ ಕಾದಂಬರಿಗಳ ಮುಖ್ಯ ವಸ್ತುವಾಗಿದೆ. ಆ ಪ್ರದೇಶಗಳಲ್ಲಿ ಅವರು ವ್ಯಾಪಕವಾಗಿ ಪ್ರವಾಸ ಮಾಡಿದ್ದಾರೆ; ಬುಡಕಟ್ಟು ಜನರ ಜೀವನ ಸುಧಾರಣೆಗೆ, ಶಿಕ್ಷಣ, ಆರೋಗ್ಯಕ್ಕೆ ಸಂಬಂಧಿಸಿದಂತೆ ಅವರು ಹಲವು ಹೋರಾಟಗಳನ್ನು ನಡೆಸಿದ್ದಾರೆ; ಹಲವು ಕಾರ್ಯಚಟುವಟಿಕೆಗಳಲ್ಲಿ ಸಕ್ರಿಯವಾಗಿ ಪಾಲ್ಗೊಂಡಿದ್ದಾರೆ. ಎಂಥ ಕಷ್ಟಕಾರ್ಪಣ್ಯಗಳ ಮಧ್ಯೆಯೂ ಘನತೆಯಿಂದ, ಸ್ವಾಭಿಮಾನದಿಂದ ಬದುಕುವ ಬಡ ಮನುಷ್ಯನ ಅಂತಃಸತ್ವ ಮತ್ತು ಚೈತನ್ಯಗಳನ್ನು ಕಾಣಿಸುವಂಥ ಹಲವು ಸಾರ್ಥಕ ಕೃತಿಗಳನ್ನು ಅವರು ರಚಿಸಿದ್ದಾರೆ. ಅವರ ಕಥೆ ಕಾದಂಬರಿಗಳು ಕೇವಲ ಸಮಾಜಶಾಸ್ತ್ರೀಯ ವಿವರಗಳಿಂದ ಕುತೂಹಲ ಹುಟ್ಟಿಸುವುದಿಲ್ಲ. ಲೇಖಕಿಯ ರೂಪಕ ಪ್ರತಿಭೆ ಮತ್ತು ನಿರೂಪಣಾ ಕೌಶಲ್ಯಗಳಿಂದಾಗಿ 'ಹಿಂದುಳಿದ' ಪ್ರದೇಶಗಳಲ್ಲಿ ಕಠಿಣವಾದ ಜೀವನವನ್ನು ನಡೆಸುತ್ತಿರುವ 'ಸಾಮಾನ್ಯ' ಮನುಷ್ಯರ ಜೀವನ ತನ್ನದೇ ಆದ 'ಪ್ರಭೆ'ಯಲ್ಲಿ ಇಲ್ಲಿ ಗದ್ಯಮಹಾಕಾವ್ಯವಾಗಿ ಹರಿದಿದೆ.

"ರುಡಾಲಿ" ಕೆಳ ಜಾತಿ ಹೆಣ್ಣುಮಕ್ಕಳ ಬಡತನದ, ಜೀವನ ಹೋರಾಟದ, ಬವಣೆಯ, ಪರಿಣಾಮಕಾರೀ ಕಥನ. ಈ ಕತೆಯ ಕೇಂದ್ರ ವ್ಯಕ್ತಿಯಾದ ಶನಿಚರಿಯ ಗುಡಿಸಿಲಿನ ವರ್ಣನೆಯಲ್ಲಿ ಒಂದು ವಾಕ್ಯ ಸೇರಿಕೊಳ್ಳುತ್ತದೆ: "ಅವಳು ಗೋಡೆಗಳನ್ನು ಬಣ್ಣ ಬಣ್ಣದ ಚಿತ್ತಾರಗಳಿಂದ ಅಲಂಕರಿಸಿದ್ದಳು." ಈ ವಾಕ್ಯವು ಎಲ್ಲ ಕಷ್ಟ ಕಾರ್ಪಣ್ಯಗಳ ಮಧ್ಯೆಯೂ ಮಿನುಗುವ ಜೀವಶಕ್ತಿಯನ್ನು ಥಟಕ್ಕನೆ ಹೊಳೆಯಿಸಿ ನಾವು ಶನಿಚರಿಯ ಜೀವನವನ್ನು ಗ್ರಹಿಸುವ ರೀತಿಗೇ ಮತ್ತೊಂದು ಆಯಾಮವನ್ನು ಕೂಡಿಸಿಬಿಡುತ್ತದೆ. ದೇವನೂರ ಮಹಾದೇವ ಅವರ "ಒಡಲಾಳ"ದಲ್ಲಿ ಕಡಲೇಕಾಯಿ ಕಳ್ಳರನ್ನು ಹಿಡಿಯಲು ಪೋಲೀಸರು ಸಾಕವ್ವನ ಹಟ್ಟಿಗೆ ನುಗ್ಗಿ ಹಲ್ಲೆಮಾಡುತ್ತಾರಷ್ಟೆ. "ಯಾರ ಜಪ್ತಿಗೂ ಸಿಗದೆ ಗೋಡೆ ಮೇಲಿನ ನವುಲುಗಳು ಕುಣಿಯುತ್ತಿದ್ದವು" ಎಂದು ನವುರಾಗಿ ದಾಖಲಿಸಿ ಲೇಖಕರು ದಲಿತರ ಚೈತನ್ಯದ ಅದಮ್ಯತೆಯನ್ನು ಉನ್ನತೀಕರಿಸುತ್ತಾರೆ. ಮಹಾಶ್ವೇತಾದೇವಿಯವರ ಶನಿಚರಿಯ ಗುಡಿಸಿಲಿನ ಬಣ್ಣದ ಚಿತ್ತಾರವು "ಒಡಲಾಳ"ದ ನವಿಲಿನ ಚಿತ್ರದಂತೆ ಇಡೀ ಹಟ್ಟಿಯ ಇರುವಿಕೆಗೇ ಒಂದು ವಿಶಿಷ್ಟವಾದ ಶೋಭೆಯನ್ನು ತಂದುಬಿಡುತ್ತದೆ. ಶಿವರಾಮ ಕಾರಂತರು ತಮ್ಮ "ಚೋಮನ ದುಡಿ" ಯಲ್ಲಿ ಚೋಮನ ಕೈಗೆ ಒಂದು ದುಡಿಯನ್ನು, "ಮರಳಿ ಮಣ್ಣಿಗೆ"ಯಲ್ಲಿ ರಾಮನ ಕೈಗೆ ಒಂದು ಪಿಟೀಲನ್ನು ಕೊಡುವುದರ ಮೂಲಕ ಆ ಪಾತ್ರಗಳ ಬಡತನದ ಆಚೆಗೂ ಇರುವ ಹೊರಚಾಚುಗಳನ್ನು ಸ್ಪರ್ಶಿಸುವ ಉಪಕ್ರಮಗಳನ್ನೂ ಇಲ್ಲಿ ನೆನೆಯಬಹುದಾಗಿದೆ. ಈ ಲೇಖಕರೆಲ್ಲಾ ತಮ್ಮ ಪಾತ್ರಗಳನ್ನು ಕೇವಲ ಹಸಿದ ಹೊಟ್ಟೆಗಳಾಗಿ, ಕೂಗುವ ಬಾಯಿಗಳಾಗಿ ಇಲ್ಲವೇ ನೀರುಸುರಿಯುವ ಕಣ್ಣುಗಳಾಗಿ ಚಿತ್ರಿಸುವವರಲ್ಲ ಎಂಬುದು ಅವರ ಕಥನಗಳಿಗೆ ಒಂದು ಘನತೆಯನ್ನು ತಂದುಬಿಡುತ್ತದೆ.

"ರುಡಾಲಿ" ಸುಮಾರು ಅರವತ್ತು ಪುಟಗಳ ಒಂದು ನೀಳ್ಗತೆ ಅಥವಾ ಕಿರುಕಾದಂಬರಿ. 'ರುಡಾಲಿ' ಎಂದರೆ ಅಳುವುದನ್ನೇ ವೃತ್ತಿಯನ್ನಾಗಿ ಮಾಡಿಕೊಂಡವರು. ಉತ್ತರ ಭಾರತದ ಹಲವು ಭಾಗಗಳಲ್ಲಿ ಶ್ರೀಮಂತ ಕುಟುಂಬಕ್ಕೆ ಸೇರಿದ ಯಾರಾದರೂ ನಿಧನರಾದರೆ ಆ ಶೋಕಾಚರಣೆಗೆ ವೃತ್ತಿಪರ ಅಳುವವರನ್ನು ಆ ಸಂದರ್ಭದಲ್ಲಿ ನೇಮಿಸಿಕೊಳ್ಳಲಾಗುತ್ತದೆ. ಸಾಮಾನ್ಯವಾಗಿ ಇವರು ಸ್ತ್ರೀಯರು. ವೇಶ್ಯಾವೃತ್ತಿ ಮಾಡುವವರು. ಆ ವೃತ್ತಿಯಲ್ಲೇ ವೃದ್ಧರಾಗಿ ಸದ್ಯ 'ನಿರುದ್ಯೋಗಿ'ಗಳಾಗಿರುವವರು. ಸತ್ತ ಮನುಷ್ಯ ಇಟ್ಟುಕೊಂಡಿದ್ದ, ಅಥವಾ ಬಳಸಿ ಬಿಸಾಡಿದ್ದ ಮತ್ತು ಪೇಟೆಗಳಲ್ಲಿ ಈ ವೃತ್ತಿಯನ್ನೇ ಮಾಡಿಕೊಂಡಿರುವ ವೇಶ್ಯೆಯರನ್ನು ಇಂಥ ಶೋಕಾಚರಣೆಗೆ ಕರೆತರಲಾಗುತ್ತದೆ. ಶವಸಂಸ್ಕಾರದ ಸಮಯದಲ್ಲಿ ಇವರಿಗೆ ಅಪಾರವಾದ ಬೇಡಿಕೆಯೂ ಇರುತ್ತದೆ. ಸತ್ತ ಮನುಷ್ಯನ ಅಂತಸ್ತು–ಅನುಕೂಲಕ್ಕೆ ತಕ್ಕಂತೆ ಇವರ ಸಂಖ್ಯೆಯೂ ನಿರ್ಧಾರಿತವಾಗುತ್ತದೆ. ಶವದ ಮುಂದೆ ಕೂತು ಇವರು ಜೋರಾಗಿ ಅಳಬೇಕು. ಅಳುತ್ತಾ ಶವದ ಮೆರವಣಿಗೆಯಲ್ಲಿ ಭಾಗವಹಿಸಬೇಕು. ದೊಡ್ಡದಾಗಿ ಅಳುವವರಿಗೆ ಹೆಚ್ಚಿನ ಮಾನ್ಯತೆ. ಸಂಬಳ ನಿಗದಿಯೂ ಹಾಗೆ. ಬರೇ ಅಳುವವರಿಗೆ ಇಷ್ಟು; ಜೋರಾಗಿ ಅಳುವವರಿಗೆ ಇನ್ನಷ್ಟು; ಎದೆ ಬಡಿದುಕೊಂಡು ಅಳುವವರಿಗೆ ಇನ್ನೂ ಹೆಚ್ಚು; ನೆಲಕ್ಕೆ ಹಣೆಯನ್ನು ಚಚ್ಚಿಕೊಂಡು ಗೋಳಾಡುವವರಿಗೆ ಎರಡರಷ್ಟು; ನೆಲದ ಮೇಲೆ ಉರುಳಾಡಿಕೊಂಡು ಅಳುವವರಿಗೆ ಗರಿಷ್ಠ ಸಂಬಳ ಕೊಡಲಾಗುತ್ತದೆ. ಇವರೂ ಸತ್ತ ಮನುಷ್ಯನು ಜೀವಂತವಾಗಿದ್ದಾಗ ಅವನಿಂದ ಎಷ್ಟೇ

ಕೋಟಲೆಗಳನ್ನು ಅನುಭವಿಸಿದ್ದರೂ ಅವನ ಶವದ ಮುಂದೆ ಕುಳಿತು, ನಿಂತು, ಹೊರಳಾಡಿ ಅವನ ಗುಣಗಾನ ಮಾಡುತ್ತಾರೆ. ಆ ಮೂಲಕ ಅವನಿಂದ ಸಲ್ಲಬಹುದಾದುದನ್ನು ಹಕ್ಕು ಎಂಬಂತೆ ವಸೂಲು ಮಾಡಿಕೊಳ್ಳುತ್ತಾರೆ. ವೃತ್ತಿಪರ ನಟರೂ ಅಳುವನ್ನು ಅಭಿನಯಿಸಿ ಲಕ್ಷ ಲಕ್ಷ ಸಂಪಾದಿಸುತ್ತಾರೆ. ಅದನ್ನು 'ಕಲೆ' ಎಂದು ಆರಾಧಿಸಲಾಗುತ್ತದೆ. ಪುಡಿಗಾಸಿಗಾಗಿ ಗಂಟೆಗಟ್ಟಲೆ ಭೋರಾಡಿ ಚೀರಾಡಿ ಅಳುವ ರುಡಾಲಿಗಳು ಮಾತ್ರ ಶೋಕಾಚರಣೆ ಮತ್ತು ಇತರ ಕ್ರಿಯಾವಿಧಿಗಳು ಮುಗಿದ ಮೇಲೆ ಮತ್ತೆ ಬೀದಿಗೆ ಬೀಳುತ್ತಾರೆ. ಮಹಾಶ್ವೇತಾ ದೇವಿ ಅವರ "ರುಡಾಲಿ" ಇಂಥವರನ್ನು ಕುರಿತದ್ದು. ಇದು ಎಷ್ಟು ಜನಪ್ರಿಯವಾಯಿತೆಂದರೆ ಹಲವು ವಿಶ್ವವಿದ್ಯಾಲಯಗಳಲ್ಲಿ ಪಠ್ಯವಾಗುವುದರ ಜೊತೆಗೆ ರಂಗಭೂಮಿ ಮತ್ತು ಚಲನಚಿತ್ರಗಳ ಕಲಾವಿದರನ್ನೂ ಆಕರ್ಷಿಸಿತು. ೧೯೯೩ರಲ್ಲಿ ಈ ಕಥೆಯನ್ನು ಆಧರಿಸಿದ ಹಿಂದಿ ಚಿತ್ರವು ರಾಷ್ಟ್ರಪ್ರಶಸ್ತಿಯನ್ನು ಗಳಿಸಿಕೊಂಡಿತು. ಆ ಚಿತ್ರದ ನಾಯಕಿ ಡಿಂಪಲ್ ಕಪಾಡಿಯಾ ಆ ವರ್ಷದ ಅತ್ಯುತ್ತಮ ನಟಿ ಎಂಬ ಗೌರವಕ್ಕೂ ಪಾತ್ರರಾದರು.

ಈ ಕೃತಿಯ ಕೇಂದ್ರ ಪಾತ್ರ ಶನಿಚರಿ. ಅವಳು ವೇಶ್ಯೆಯಲ್ಲ. ಅವಳು ಜಾತಿಯಿಂದ ಗಂಜರವಳು. ತಹದ್ ಎಂಬ ಹಳ್ಳಿಯಲ್ಲಿ ವಾಸಿಸುತ್ತಿದ್ದಾಳೆ. ಶ್ರಮಜೀವಿ. ಅವಳು ಮಾಡದ ಕೆಲಸವಿಲ್ಲ. ಅವಳು ಹುಟ್ಟಿದ್ದು 'ಅಪಶಕುನ'ದ ಶನಿವಾರದ ದಿನದಂದು. ಅದಕ್ಕೇ ಅವಳಿಗೆ ಶನಿಚರಿ ಎಂಬ ಹೆಸರನ್ನು ಇಡಲಾಯಿತು. ಈ ಶನಿಚರಿ ರುಡಾಲಿಯಾಗಿದ್ದು ಹೇಗೆ, ರುಡಾಲಿಯಾಗಿ ಅವಳು ನಡೆಸಿದ ಜೀವನಕ್ರಮ ಎಂಥದು ಎಂಬ ಶೋಧವೇ ಮಹಾಶ್ವೇತಾದೇವಿ ಅವರ ಕಥಾವಸ್ತು.

ಕುತೂಹಲದ ಸಂಗತಿ ಎಂದರೆ ಶನಿಚರಿ ತನ್ನ ಬಂಧು-ಬಾಂಧವರು, ಕೊನೆಗೆ ತನ್ನ ಗಂಡ ಸತ್ತಾಗ ಕೂಡ ಅಳುವುದಿಲ್ಲ. ಅವಳ ಅತ್ತೆ ಸತ್ತಾಗ ಗಂಡ ಮತ್ತು ಮೈದುನರು ತಮ್ಮ ಜಾತಿಯ ಇತರ ಗಂಡಸರ ಜೊತೆ ಒಂದಷ್ಟು ಗೋಧಿ ಕದ್ದ ಆರೋಪಕ್ಕೆ ಒಳಗಾಗಿ ಜಮೀನುದಾರ ರಾಮಾವತಾರ ಸಿಂಗನಿಂದಾಗಿ ಜೈಲು ಸೇರಿದ್ದರು. ಮನೆಯಲ್ಲಿ ಹಣವಿಲ್ಲ, ಗಂಡಸರಿಲ್ಲ, ಅತ್ತೆಯ ಶವಸಂಸ್ಕಾರವಾಗಬೇಕು, ಅದಕ್ಕಾಗಿ ಹಣಹೊಂದಿಸಬೇಕು- ಈ ಧಾವಂತ, ಗಡಿಬಿಡಿಗಳಿಂದಾಗಿ ಅವಳಿಗೆ ಅಳುವುದಕ್ಕೆ ಪುರುಸೊತ್ತೇ ಸಿಗುವುದಿಲ್ಲ. "ಮುದುಕಿ ತಾನು ಇದ್ದಷ್ಟು ದಿನವೂ ಶನಿಚರಿಯನ್ನು ಅದೆಷ್ಟು ಗೋಳು ಹುಯ್ದುಕೊಂಡಿದ್ದಳೆಂದರೆ ಈಗ ಶನಿಚರಿ ಕೂತು ಕಣ್ಣು ಚಿವುಟಿಕೊಂಡು ಪ್ರಯತ್ನಿಸಿದ್ದರೂ ಅವಳ ಕಣ್ಣುಗಳಿಂದ ನೀರು ಸುರಿಯುತ್ತಿದ್ದುದು ಅಷ್ಟರಲ್ಲೇ ಇದೆ". (ರುಡಾಲಿ, ಕನ್ನಡ ಅನು: ಡಾ ಎಚ್ ಎಸ್ ಶ್ರೀಮತಿ, ಅಂಕಿತ ಪ್ರಕಾಶನ, ೧೯೯೮, ಪುಟ ೨) ಎಂದು ಕಥೆ ದಾಖಲಿಸುತ್ತದೆ. ಜಾತ್ರೆಗೆಂದು ತೊಹರಿ ಎಂಬ ಊರಿಗೆ ಹೋಗಿದ್ದಾಗ ಶನಿಚರಿಯ ಗಂಡ ಕಾಲರಾದಿಂದ ತೀರಿಕೊಳ್ಳುತ್ತಾನೆ. ಕಾಲರಾ ರೋಗಿಗಳಿಗೆ ಹಾಕಿದ್ದ ಟೆಂಟಿನಿಂದ ಗಂಡನ ಶವವನ್ನೂ ತನ್ನ ಸುಪರ್ದಿಗೆ ತೆಗೆದುಕೊಳ್ಳಲು ಶನಿಚರಿಗೆ ಸಾಧ್ಯವಾಗುವುದಿಲ್ಲ. 'ಸರ್ಕಾರಿ ಅಧಿಕಾರಿಗಳು ಅವಳಿಗೆ ಕಣ್ಣೀರು ಹಾಕುತ್ತಾ ಕೂರಲು ಕಾಲಾವಕಾಶವನ್ನೇನೂ ಕೊಡಲಿಲ್ಲ. ಆ ಕೂಡಲೇ ಹೆಣವನ್ನು ಸುಟ್ಟುಹಾಕಿಯೂ ಬಿಟ್ಟರು' (ಪುಟ೪). ಅವಳು ಅತ್ತಿದ್ದು ಅವಳಿಗೂ ಕಾಲರಾ ಇಂಜೆಕ್ಷನ್ ಕೊಟ್ಟಾಗ! ಅದರ ನೋವಿನಿಂದ!

ಗಂಡನ ಶವಸಂಸ್ಕಾರವನ್ನು ಸರಕಾರವೇ ಮಾಡಿದರೂ ತೊಹರಿಯ ಪಂಡನಿಂದ ಅವಳಿಗೆ ಅಷ್ಟು ಸುಲಭವಾಗಿ ಬಿಡುಗಡೆ ಇಲ್ಲ. 'ನಿನ್ನ ಗಂಡ ಸತ್ತದ್ದು ಇಲ್ಲೇ ತಾನೇ ಎಂದು ಪಟ್ಟು ಹಿಡಿದು ಕೂತ. ಅವನ ಒತ್ತಾಯಕ್ಕೆ ಮಣಿದು ಅವಳು ತನ್ನಲ್ಲಿದ್ದ ಅಮೂಲ್ಯವಾದ ಒಂದೂಕಾಲು ರೂಪಾಯಿಯನ್ನು ಖರ್ಚು ಮಾಡಿ ಹಿಟ್ಟು ಮತ್ತು ಮರಳುಗಳನ್ನು ಕೂಡಿಸಿ ಪಿಂಡವನ್ನು ಕಟ್ಟಿಸಿ (ಮಗ) ಬುಧುವನ ಕೈಯಿಂದ ಹಾಕಿಸಲೇ ಬೇಕಾಯ್ತು' (ಪುಟ ೪-೫).

ಆದರೆ ತನ್ನ ಊರಿಗೆ ಮರಳಿದ ಮೇಲೆ ಶನಿಚರಿ ತಹದ್‌ನ ಪೂಜಾರಿಯ ಕೆಂಗಣ್ಣಿಗೆ ಗುರಿಯಾಗಬೇಕಾಗುತ್ತದೆ. ಸತ್ತ ಮನುಷ್ಯ ಈ ಊರಿನವನು, ಈ ಊರಿನ ಪದ್ಧತಿ ಪ್ರಕಾರ ಇಲ್ಲೇ ಅವನ ಕ್ರಿಯಾಕರ್ಮಗಳು ನಡೆಯಬೇಕು ಎಂದು ಜೋರು ಮಾಡುತ್ತಾನೆ. ಶನಿಚರಿ ಜಮೀಂದಾರನಿಂದ ಸಾಲ ತೆಗೆದುಕೊಂಡು ಕರ್ಮ ಮಾಡಬೇಕಾಗುತ್ತದೆ. ಸಾಲವೆಂದು ಇಪ್ಪತ್ತೇ ರೂಪಾಯಿಗಳನ್ನು ಪಡೆದರೂ ಐವತ್ತು ರೂಪಾಯಿಗಳೆಂದು ಬರೆದ ಪತ್ರಕ್ಕೆ ಹೆಬ್ಬೆಟ್ಟು ಒತ್ತಬೇಕಾಗುತ್ತದೆ. ಆ ಐವತ್ತು ರೂಪಾಯಿಗಳನ್ನು ಐದು ವರ್ಷ ಅವನ ಹೊಲದಲ್ಲಿ ದುಡಿದು ತೀರಿಸಬೇಕೆಂಬ ಕರಾರು ಬೇರೆ. ಹೀಗಿರುವಾಗ ಅವಳಿಗೆ ಅಳಲು ಸಮಯವೆಲ್ಲಿ? ಹೀಗೆ ವರ್ಗ ಶೋಷಣೆ, ಜಾತಿ ಶೋಷಣೆ, ಆರ್ಥಿಕ ಶೋಷಣೆ, ಧಾರ್ಮಿಕ ಶೋಷಣೆಗಳ ಹಲವು ಮಾದರಿಗಳು ಮಹಾಶ್ವೇತಾದೇವಿ ಅವರ ಕಥನದಲ್ಲಿ ಢಾಳಾಗಿ ಕಾಣಿಸಿಕೊಳ್ಳುತ್ತವೆ. ಮತ್ತು ಇವೆಲ್ಲ ಆ ಸಮಾಜದಲ್ಲಿ ಸಹಜವೆಂಬಂತೆ ಕತೆಯ ಪಾತ್ರಗಳು ವರ್ತಿಸುತ್ತವೆ.

ಶನಿಚರಿ ಎಂಥ ದುರದೃಷ್ಟದ ಹೆಣ್ಣೆಂದರೆ ಮನೆಯಲ್ಲೂ ಅವಳಿಗೆ ಸುಖವಿಲ್ಲ. ಮಗ ಬುಧುವನಿಗೆ ಮದುವೆ ಮಾಡಿದರೆ ಅವನ ಹೆಂಡತಿ ವಿಲಾಸಿಯಾಗಿ ಶನಿಚರಿ ಮತ್ತು ಬುಧುವನ ದುಡಿಮೆಯ ಹಣವನ್ನು ಪೇಟೆಯಲ್ಲಿ ಪೋಲು ಮಾಡುತ್ತಾಳೆ. ಬುಧುವಾ ಕ್ಷಯದಿಂದ ತೀರಿಕೊಳ್ಳುತ್ತಾನೆ. ಅವತ್ತೇ ತನ್ನ ಹಸುಗೂಸನ್ನು ಗುಡಿಸಲಿನಲ್ಲಿಯೇ ಬಿಟ್ಟು ಶನಿಚರಿಯ ಸೊಸೆ ಮನೆಬಿಟ್ಟು ಹೋಗುತ್ತಾಳೆ. ಕೆಲದಿನಗಳ ನಂತರ ಪೇಟೆಯ ವೇಶ್ಯೆಯರಲ್ಲಿ ಒಬ್ಬಳಾಗುತ್ತಾಳೆ. ಈ ವಿದ್ಯಮಾನಗಳೆಲ್ಲ ಶನಿಚರಿಯನ್ನು ಎಷ್ಟು ಕಂಗೆಡಿಸುತ್ತವೆ ಎಂದರೆ ಅವಳಿಗೆ ಅಳುವುದು ಮರೆತೇ ಹೋಗುತ್ತದೆ. ಅಂದರೆ ತನ್ನ ದುಃಖದ, ಸಂಕಟದ, ಅಸಹಾಯಕ ಗಳಿಗೆಗಳಲ್ಲೂ ಶನಿಚರಿಗೆ ಅಳುವಷ್ಟು ಸಮಯವಾಗಲೀ ವ್ಯವಧಾನವಾಗಲೀ ಸಿಗುವುದಿಲ್ಲ ಎಂಬುದು ಈ ಕತೆ ಧ್ವನಿಸುವ ಕ್ರೂರ ವ್ಯಂಗ್ಯವಾಗಿದೆ.

ಅದರೆ ಈ ಎಲ್ಲ ಬೆಳವಣಿಗೆಗಳಿಂದ ಶನಿಚರಿ ಕುಗ್ಗಿಹೋಗುವುದಿಲ್ಲ. ಕುಗ್ಗಿಹೋಗುವುದಕ್ಕೆ ಅವಳಷ್ಟೇ ಬಡವರೂ ಶೋಷಿತರೂ ಆದ ಅವಳ ನೆರೆಹೊರೆಯವರು ಬಿಡುವುದಿಲ್ಲ ಎಂಬುದು ಈ ಕತೆಯ ವಿಶೇಷವಾಗಿದೆ. ಅವರು ಅವಳಿಗೆ ಧೈರ್ಯ ತುಂಬುತ್ತಾರೆ. ಬದುಕುವ ಉಪಾಯಗಳನ್ನು ಹೇಳಿಕೊಡುತ್ತಾರೆ. ಅದರಲ್ಲೂ ಆ ಸಮುದಾಯದ ಹಿರಿಯ ದುಲನ್ ಗಂಜು ಅವಳಿಗೆ ಸ್ನೇಹಿತ, ಮಾರ್ಗದರ್ಶಿ ಮತ್ತು ತತ್ವಜ್ಞಾನಿಯಾಗುತ್ತಾನೆ. ಅವನು ಅವಳಿಗೆ ಬೇರೆಬೇರೆ ಕೆಲಸಗಳನ್ನು ಕೊಡಿಸುವುದಷ್ಟೇ ಅಲ್ಲ, ಅವಳ ಮತ್ತು ತಮ್ಮೆಲ್ಲರ ಇತಿಹಾಸವನ್ನು ಅವಳಿಗೆ ಅರ್ಥವಾಗುವಂತೆ ನಿರೂಪಿಸುತ್ತಾನೆ.

ದುಲನ್ ಗಂಜುವಿನ ಮೂಲಕ ಲೇಖಕಿ ಆ ಸಮುದಾಯವು ಅನುಭವಿಸುತ್ತಿರುವ ಶೋಷಣೆಯ ಮಹಾದರ್ಶನವನ್ನೇ ತಮ್ಮ ಕಥನದಲ್ಲಿ ಮೂಡಿಸುತ್ತಾರೆ. ಅದರ ಹಿಂದಿನ ಐತಿಹಾಸಿಕ, ಸಾಂಸ್ಕೃತಿಕ, ರಾಜಕೀಯ ಮತ್ತು ಆರ್ಥಿಕ ಕಾರಣಗಳನ್ನು ಕತೆಯ ಓಟ ಮತ್ತು ಓಘಗಳಿಗೆ ಅಡ್ಡಿಬಾರದ ಹಾಗೆ ಮಂಡಿಸುತ್ತಾರೆ. ಏನೂ ತಿಳಿಯದ ಮೂಕರು, ಎಲ್ಲವನ್ನೂ ಸಹಿಸಿಕೊಂಡು ಹೋಗುವ ಅಸಹಾಯ ಶೋಷಿತರು ಎಂದು ಮೇಲುನೋಟಕ್ಕೆ ಕಾಣಿಸುವ ಈ ಬಡಜನರ ಅಪಾರವಾದ ತಿಳಿವಳಿಕೆ, ಅವರಲ್ಲಿ ಸುಪ್ತವಾಗಿರುವ ಸಿಟ್ಟು-ಆಕ್ರೋಶಗಳನ್ನು ಕತೆ ಓದುಗರ ಗಮನಕ್ಕೆ ತರುತ್ತದೆ. ಅವರು ಮುಗ್ಧರೂ ಅಲ್ಲ, ಮೂಢರೂ ಅಲ್ಲ. ಆ ಐತಿಹಾಸಿಕ ಘಟ್ಟದಲ್ಲಿ ಅವರು ಬಹಿರಂಗವಾಗಿ ಪ್ರತಿಭಟಿಸಲಾರರು ಅಷ್ಟೆ. ಆದರೆ ಎಂಥ ಸಮಸ್ಯೆಗಳು ಬಂದು ಅಪ್ಪಳಿಸಿದರೂ, ಎಂಥ ಭೀಕರ ಶೋಷಣೆಗೆ ಒಳಗಾದರೂ ಅವರ ಆತ್ಮಸ್ಥೈರ್ಯ ಕುಗ್ಗುವುದಿಲ್ಲ, ಬದುಕುವ ಆಸೆ ತಗ್ಗುವುದಿಲ್ಲ. ಬದುಕನ್ನು ದಿಟ್ಟವಾಗಿ ಎದುರಿಸಬಲ್ಲ ಎಲ್ಲ ಉಪಾಯಗಳೂ ಅವರಿಗೆ ಗೊತ್ತಿವೆ. ಹೀಗೆ ಸ್ಫೋಟಕ್ಕಾಗಿ ಕಾದಿರುವ ಒಂದು ಸಂದರ್ಭವೇ ನಮ್ಮೆದುರು ಕಟ್ಟಿಕೊಳ್ಳುತ್ತ ಹೋಗುತ್ತದೆ. ಅಳುವವರನ್ನು ಕುರಿತ ಈ ಕಥನ ತಾನು ಅಳುಬುರುಕವಾಗುವುದಿಲ್ಲ. ಭಾವುಕತೆಯಲ್ಲಿ ಪಾತ್ರಗಳನ್ನು ಮುಳುಗಿಸುವುದಿಲ್ಲ. ಓದುಗರಿಗೂ ಅಳಲು ಬಿಡುವುದಿಲ್ಲ. ಬದಲಾಗಿ ಒಂದು ಐತಿಹಾಸಿಕ ಸಂದರ್ಭದೊಳಗೆ ಸಿಕ್ಕಿಕೊಂಡಿರುವ ಈ ಸಮುದಾಯಗಳ ವೈಯಕ್ತಿಕ ಆದರೆ ಧೀರೋದ್ದಾತ್ತ ಹೋರಾಟಗಳನ್ನು ಕುತೂಹಲದಿಂದ ಮೆಚ್ಚುಗೆಯಿಂದ ಗೌರವದಿಂದ ಗಮನಿಸುವ ಹಾಗೆ ಮಾಡುತ್ತದೆ. ಅಂದರೆ "ರುಡಾಲಿ" ಬಡವರ ಶೋಷಿತರ ಸ್ಥಿತಿಯನ್ನು ಮಾತ್ರ ಮಂಡಿಸುತ್ತಿಲ್ಲ, ಅವರಲ್ಲಿ ಹುದುಗಿರುವ ಅಪಾರ ಸಾಧ್ಯತೆಗಳನ್ನೂ ಸಮರ್ಥವಾಗಿ ನಿರೂಪಿಸುತ್ತದೆ. ಶೋಷಣೆಯ ನಿರೂಪಣೆಗಳಲ್ಲೇ "ರುಡಾಲಿ" ವಿಶಿಷ್ಟವಾಗುವುದು, ಅನನ್ಯವಾಗುವುದು ಹೀಗೆ.

ಈ ಕತೆಯಲ್ಲಿ ಅನೇಕ ದುರ್ಬಲರು, ಅಸಹಾಯಕರು ಅನಿವಾರ್ಯವಾಗಿ ವೇಶ್ಯೆಯರಾಗಬೇಕಾದ ಪರಿಸ್ಥಿತಿಗಳನ್ನು ಕತೆ ವಿವರವಾಗಿ ನಮ್ಮ ಮುಂದೆ ಇಡುತ್ತದೆ. ಆದರೆ ಎಂಥ ಬಡತನದ ಮಧ್ಯದಲ್ಲೂ ಶನಿಚರಿ ವೇಶಾವೃತ್ತಿಯನ್ನು ಹಿಡಿಯುವುದಿಲ್ಲ ಎಂಬುದನ್ನು ಅವಶ್ಯ ಗಮನಿಸಬೇಕು. ಅವಳು ತನ್ನ ಘನತೆ ಮತ್ತು ಮರ್ಯಾದೆಗಳನ್ನು ಯಾವತ್ತೂ ಮಾರಿಕೊಳ್ಳುವುದಿಲ್ಲ. ವೇಶ್ಯೆಯಲ್ಲದ ಈ ಶ್ರಮಜೀವಿಯು ರುಡಾಲಿ ವೃತ್ತಿಯನ್ನು ಕೇವಲ ವೃತ್ತಿಯಾಗಿ ಸ್ವೀಕರಿಸುವ ಸಂದರ್ಭವೂ ಬಂದುಬಿಡುತ್ತದೆ. ಮೊಮ್ಮಗ ಹರೋವ ಮನೆಬಿಟ್ಟು ಹೋಗುತ್ತಾನೆ. ಒಂದು ಆಕಸ್ಮಿಕ ಆದರೆ ನಾಟಕೀಯ ಭೇಟಿಯಲ್ಲಿ ತನ್ನಂತೆಯೇ ಒಂಟಿಯಾಗಿರುವ ಬಾಲ್ಯದ ಗೆಳತಿ ಭಿಕನಿ ಸಿಗುತ್ತಾಳೆ. ಒಬ್ಬರಿಗೊಬ್ಬರು ಒತ್ತಾಸೆಯಾಗಿ ಬದುಕು ಸಾಗಿಸುವ ನಿರ್ಧಾರಕ್ಕೆ ಬರುತ್ತಾರೆ. ಕ್ರಮೇಣ ಅವರಲ್ಲಿದ್ದ ಹಣ ಕರಗಿ ಹೋಗುತ್ತದೆ. ಯಾವ ಕೆಲಸವೂ ಸಿಗದ ದುಸ್ಥಿತಿ ಬರುತ್ತದೆ. ಆಗ ದುಲನ್ ಗಂಜು ಅವರಿಗೆ ರುಡಾಲಿ ವೃತ್ತಿಯ ದೀಕ್ಷೆ ಕೊಡುತ್ತಾನೆ.

ಭೈರವ್ ಸಿಂಗ್ ಎಂಬ ಸಾಹುಕಾರ ಸತ್ತಾಗ ರುಡಾಲಿಗಳ ಕೊರತೆಯಾಗುತ್ತದೆ. ಕೇವಲ ಇಬ್ಬರು ಮುದುಕಿಯರು ಸಿಗುತ್ತಾರೆ. ಅದು ಆ ಸಾಹುಕಾರನ ಪ್ರತಿಷ್ಠೆಗೆ ತೀರಾ ಕಮ್ಮಿ. ಶನಿಚರಿ

ಮತ್ತು ಭಿಕನಿ ಈ ಅವಕಾಶದ ಸದುಪಯೋಗವನ್ನು ಪಡೆಯಲು ದುಲನ್ ಒತ್ತಾಯಿಸುತ್ತಾನೆ ಮತ್ತು ಅವರ ಮನಸ್ಸನ್ನು ಸಿದ್ಧಪಡಿಸುತ್ತಾನೆ. 'ನೀವಿಬ್ಬರೂ ಅಲ್ಲಿಗೆ ಹೋಗಿ, ಚೀರಾಡಿ ಅಳುತ್ತಾ ಹೆಣದ ಹಿಂದೆ ಮೆರವಣಿಗೆಯಲ್ಲಿ ಹೋಗಿ. ನಿಮಗೆ ದುಡ್ಡು ಸಿಗತ್ತೆ, ಅಕ್ಕಿ ಕೂಡ ಕೊಡ್ತಾರೆ. ಕೊನೆಯ ದಿನ ಒಳ್ಳೆಯ ಊಟ. ಬಟ್ಟೆಗಳು ಕೂಡ ಸಿಗುತ್ತವೆ' ಎಂದು ದುಲನ್ ಪುಸಲಾಯಿಸಿದಾಗ: "ಶನಿಚರಿಯ ಒಳಗೆ ದೊಡ್ಡದೊಂದು ಭೂಕಂಪವಾದಂತೆನಿಸಿತು. ಅವಳು ಜೋರಾಗಿ, 'ಅಲೋದಾ? ನಾನಾ? ಯಾಕಯ್ಯ ನಿನಗೇ ಗೊತ್ತಿಲ್ಲವಾ, ಕಣ್ಣೀರು ಅನ್ನೋದು ನನ್ನ ಕಣ್ಣುಗಳಲ್ಲಿ ಬರೋದು ಸಾಧ್ಯವೇ ಇಲ್ಲಾಂತ. ನನ್ನ ಈ ಎರಡು ಕಣ್ಣೂಗಳೂ ಬತ್ತಿಯೇ ಹೋಗಿವೆಯಲ್ಲ' ಎನ್ನುತ್ತಾಳೆ. ಅದಕ್ಕೆ ದುಲನ್ ಕೊಡುವ ಸಮಾಧಾನದಲ್ಲಿ ಅವನ ತತ್ವಜ್ಞಾನವೇ ಅಡಗಿದೆ ಎನ್ನಿಸುತ್ತದೆ: "ಭಾವರಹಿತವಾದ ತಣ್ಣನೆಯ ದನಿಯಲ್ಲಿ ದುಲನನೆಂದ: 'ಬುಧುವ ಸತ್ತಾಗಲೇ ಹರಿಸಲು ಸಾಧ್ಯವಾಗದೇ ಹೋದ ಕಣ್ಣೀರನ್ನು ಈಗ ನೀನು ಸುರಿಸು ಎಂದೇನೂ ನಾನು ಹೇಳುತ್ತಿಲ್ಲ ಕಣೇ ತಾಯಿ. ಈಗ ನೀನು ಹರಿಸಲಿರುವ ಕಣ್ಣೀರು ನಿನ್ನ ಹೊಟ್ಟೆಯ ಪಾಡಿಗಾಗಿ. ಗೋಧಿ ಕುಯ್ಲಿನ ಕೆಲಸ, ಹೊಲವನ್ನು ಉಳುವ ಕೆಲಸಗಳಷ್ಟೇ ಸಲೀಸಾಗಿ ನೀನೀಗ ಕಣ್ಣೀರನ್ನು ಹರಿಸಬಲ್ಲೆ ಎನ್ನುವುದು ಅಲ್ಲಿ ಹೋದ ಮೇಲೆ ನಿನಗೇ ತಿಳಿಯುತ್ತದೆ' (ಪುಟ೨೭).

ಕೆಲವು ದಿನಗಳಲ್ಲಿ ಶನಿಚರಿ ಮತ್ತು ಭಿಕನಿಯ ಜೋಡಿ ಆ ಸುತ್ತಮುತ್ತಲ ಊರುಗಳಲ್ಲಿ ಅತ್ಯಂತ ಯಶಸ್ವಿ ರುಡಾಲಿಗಳೆಂದು ಸಾಬೀತಾಗುತ್ತದೆ. ಅವರಿಗೆ ಈಗ ಎಲ್ಲರಿಂದ ಬೇಡಿಕೆ. ತಮ್ಮ ಹೊಸ ವೃತ್ತಿಯನ್ನುಅವರು ಜತನದಿಂದ ವೃದ್ಧಿಸಿಕೊಳ್ಳುತ್ತಾರೆ. ಬರೇ ರುಡಾಲಿಗಳಾಗಿ ಅಲ್ಲ, ರುಡಾಲಿಗಳನ್ನು ಒದಗಿಸಿಕೊಡುವ ಯಜಮಾನ್ತಿಯರಾಗಿ ಬೆಳೆಯುತ್ತಾರೆ. ಅವರ ಸಾಮಾಜಿಕ ಪ್ರತಿಷ್ಠೆ ಹೆಚ್ಚುತ್ತದೆ. ಕೈಯಲ್ಲಿ ಹಣ ಓಡಾಡತೊಡಗುತ್ತದೆ. ಎಲ್ಲರ ಮೆಚ್ಚುಗೆ ಪ್ರಶಂಸೆಗಳನ್ನು ಗಳಿಸುತ್ತಾರೆ. ವೃತ್ತಿಪರತೆಯ ಉತ್ತುಂಗವನ್ನು ಮುಟ್ಟುತ್ತಾರೆ. ಭಿಕನಿ ಸೂಳೆಗೇರಿಗಳಿಗೆ ಹೋಗಿ ರುಡಾಲಿಗಳನ್ನು ಒಟ್ಟುಮಾಡುವ ಜವಾಬುದಾರಿ ತೆಗೆದುಕೊಳ್ಳುತ್ತಾಳೆ. ಸಾಹುಕಾರರ ಆರ್ಥಿಕ ಯೋಗ್ಯತೆಗೆ ತಕ್ಕಂತೆ ಸೇವೆ, ಸೇವೆಗೆ ತಕ್ಕ ಶುಲ್ಕ ನಿಗದಿಯಾಗುತ್ತವೆ. ಶ್ರೀಮಂತ ಕುಟುಂಬಗಳಲ್ಲಿ ಹೆಚ್ಚೆಚ್ಚು ರುಡಾಲಿಗಳ ಸೇವೆ ಪಡೆಯುವ ಸ್ಪರ್ಧೆಯೇ ಪ್ರಾರಂಭವಾಗುತ್ತದೆ. ಶನಿಚರಿ ಮತ್ತು ಭಿಕನಿಯರ ವೃತ್ತಿಕೌಶಲ್ಯದಿಂದ ಆ ಊರ ಬಡ ಪರಿತ್ಯಕ್ತ ಹೆಣ್ಣುಮಕ್ಕಳ ಆರ್ಥಿಕ ಪರಿಸ್ಥಿತಿ ಕೊಂಚ ಉತ್ತಮವಾಗುತ್ತದೆ. ಹಿಂದೆ ಜಮೀಂದಾರರ ಮುಂದೆ ಕೆಲಸಕ್ಕಾಗಿ ಬೇಡಿಕೊಳ್ಳುತ್ತಿದ್ದ ಶನಿಚರಿ ಈಗ ತಾನೇ ನಾಲ್ಕು ಮಂದಿಗೆ ಕೆಲಸ ಕೊಡುವಂಥ ಮಟ್ಟವನ್ನು ತಲುಪುತ್ತಾಳೆ. ಅವಳು ಈಗ ಆ ಶ್ರೀಮಂತರ ಮನೆಯ, ಹೊಲದ ಆಳಲ್ಲ. ಅವರಿಗೆ ರುಡಾಲಿಗಳನ್ನು ಸಪ್ಲೈ ಮಾಡುವ ಏಜೆಂಟ್. ರುಡಾಲಿಗಳು ಬೇಕಾದವರು ಈಗ ಅವಳನ್ನು ಆಶ್ರಯಿಸಬೇಕು!

ಹೀಗಿರುವಾದ ಮದುವೆಯೊಂದರಲ್ಲಿ ಭಾಗವಹಿಸಲು ಬೇರೆ ಊರಿಗೆ ಹೋಗುವ ಭಿಕನಿ ಅಲ್ಲೇ ಸಾವನ್ನಪ್ಪುತ್ತಾಳೆ. ಈಗ ಅವಳಿಗೆ ಏನನ್ನಿಸುತ್ತದೆ ಎಂಬುದನ್ನು ಕತೆ ಹೀಗೆ ದಾಖಲಿಸುತ್ತದೆ: "ದುಃಖ? ಖಂಡಿತಾ ಅಲ್ಲ. ದುಃಖವಲ್ಲ, ಭಯವೆನಿಸುತ್ತದೆ. ಗಂಡನನ್ನು ಕಳೆದುಕೊಂಡಿದ್ದಳು. ಮಗ ಸತ್ತಿದ್ದ. ಮೊಮ್ಮಗ ಓಡಿಹೋದ. ಸೊಸೆ ಓಡಿಹೋದಳು– ಅವಳ

ಜೀವನದುದ್ದಕ್ಕೂ ದುಃಖ ಸಾಲುಗಟ್ಟಿಯೇ ಬಂದಿತ್ತು. ಆದರೆ ಹಿಂದೆಂದೂ ಈಗಿನಂತೆ ತಲ್ಲಣಗೊಳಿಸುವ ಭಯ ಅವಳನ್ನಾವರಿಸಿರಲಿಲ್ಲ. ಭಿಕನಿಯ ಸಾವು ಅವಳ ತುತ್ತಿನ ಸಂಪಾದನೆಗೆ ಭಂಗ ತಂದಿತ್ತು. ಅವಳ ವೃತ್ತಿಗೆ ಅಪಾಯವನ್ನು ಒಡ್ಡಿತ್ತು. ಅದಕ್ಕೇ ಅವಳಿಗೆ ಇಂಥಾ ಭಯದ ಅನುಭವವಾಗುತ್ತಿದೆ. ಹೌದೆ? ಹಾಗೇಕೆ ಆಗಬೇಕು? ಯಾಕೆ ಅಂದ್ರೆ, ಅವಳೀಗ ಮುದುಕಿಯಾಗಿದ್ದಾಳೆ. ಅವಳ ಜನರಲ್ಲಿ ಯಾರೇ ಆಗಲಿ ಸಾವಿನ ಕೊನೆಯ ಕ್ಷಣದವರೆಗೂ ದುಡಿದೇ ಸಾಯಬೇಕು. ದುಡಿಯಲು ಸಾಧ್ಯವಾದರೆ ಸರಿ. ಇಲ್ಲವಾದರೆ? ವಯಸ್ಸಾಯಿತು ಅಂದರೆ ಮುದುಕಿಯಾದೆ ಅಂತ. ಮುದುಕಿಯಾಗುವುದು ಎಂದರೆ ಇನ್ನು ದುಡಿಯಲು ಸಾಧ್ಯವಾಗದು ಎಂದರ್ಥ. ಇದಕ್ಕಿರುವ ಒಂದೇ ಅರ್ಥ ಅಂದರೆ ಇನ್ನು ಸಾವು ಬಂದೇ ಬಿಟ್ಟಿತು" (ಪುಟ೫೭)

ಅದರೆ ಶನಿಚರಿಗೆ ಸಾಯಲು ಇಷ್ಟವಿಲ್ಲ. ಯೋಚಿಸುತ್ತಾಳೆ: "ಈಗ ಸಾಯುವಂಥದೇನಾಗಿದೆ? ಗಂಡ ಸತ್ತ. ಮಗ ಸತ್ತ. ಆ ದುಃಖದಲ್ಲೇನೂ ಅವಳು ಸತ್ತುಹೋಗಲಿಲ್ಲವಲ್ಲ. ಅಷ್ಟಕ್ಕೆಲ್ಲಾ ಯಾರೂ ಸಾಯುವುದೂ ಇಲ್ಲ. ನಡೆಯಬಾರದ ದುರಂತ ನಡೆದೇ ಹೋಗುತ್ತದೆ. ಆಮೇಲೆ ಜನ ನಿಧಾನವಾಗಿ ಚೇತರಿಸಿಕೊಂಡು ಸ್ನಾನ ಮಾಡುತ್ತಾರೆ. ಊಟ ಮಾಡುತ್ತಾರೆ. ಅಂಗಳದಲ್ಲಿನ ಮೆಣಸಿನಕಾಯಿ ಗಿಡಗಳ ಸಸಿಗಳನ್ನು ಮೇಯಲು ಬರುವ ಆಡುಗಳನ್ನು ಓಡಿಸಲು ಆರಂಭಿಸುತ್ತಾರೆ..ಜನ ಹೇಗೂ ಏನೂ ಮಾಡುತ್ತಿರಬಹುದು. ಆದರೆ ಹೊಟ್ಟೆಯ ಪಾಡನ್ನು ನೋಡದೆಯೇ ಹೋದರೆ ಮಾತ್ರ ಸತ್ತು ಹೋಗುತ್ತಾರೆ. ಶನಿಚರಿ ತನಗೊದಗಿದ ಇಷ್ಟೆಲ್ಲಾ ದುಃಖಗಳನ್ನು ಸಹಿಸಿ ಬದುಕಿಯೇ ಇದ್ದಾಳೆಂದ ಮೇಲೆ ಈಗ ಭಿಕನಿಯ ಸಾವನ್ನು ಕೂಡ ಹೇಗೋ ನುಂಗಿ ಬದುಕಿಯೇ ಬದುಕುತ್ತಾಳೆ. ಆದರೆ ಮಾತ್ರ ಅವಳು ಅಳುವುದಿಲ್ಲ. ಕಾಸು, ಅಕ್ಕಿ, ಹೊಸಬಟ್ಟೆ ಇದಾವುದೂ ಸಿಗುವುದಿಲ್ಲವೆಂದ ಮೇಲೆ ಕಣ್ಣೀರನ್ನೇಕೆ ಪೋಲು ಮಾಡಬೇಕು? (ಪುಟ೫೮)

ಶನಿಚರಿ ಮತ್ತೆ ದುಲನನ ಮಾರ್ಗದರ್ಶನ ಪಡೆಯುತ್ತಾಳೆ. ಶನಿಚರಿಯೇ ಸೂಳೆಗೇರಿಗೆ ಹೋಗಿ ರುಡಾಲಿಗಳನ್ನು ಒಟ್ಟುಮಾಡಬೇಕೆಂದು ದುಲನ್ ಒತ್ತಾಯಿಸುತ್ತಾನೆ. ಅಲ್ಲಿ ತನ್ನ ಸೊಸೆಯೂ ಇದ್ದಾಳೆಂದು ಶನಿಚರಿ ಮುಜುಗರಪಟ್ಟರೆ ದುಲನ್ 'ಅವಳಿಗೂ ಹೊಟ್ಟೆ ಇದೆ' ಎಂದುಬಿಡುತ್ತಾನೆ. ಶನಿಚರಿ ನಿಧಾನವಾಗಿ ಎಲ್ಲವನ್ನೂ ಅರ್ಥಮಾಡಿಕೊಳ್ಳುತ್ತಾಳೆ. ಎಲ್ಲ ಸಂಕೋಚ ಕಳೆದುಕೊಂಡು ತೊಹರಿಗೆ ಹೋಗುತ್ತಾಳೆ. ಸೂಳೆಯರು ಇರುವ ಜಾಗ ಯಾವುದೆಂದು ಕೇಳಿ ತಿಳಿದುಕೊಂಡು ಅವರಿರುವ ಜಾಗಕ್ಕೇ ಹೋಗಿ ಅವರನ್ನೆಲ್ಲ ಹೆಸರು ಹಿಡಿದು ಕರೆಯುತ್ತಾಳೆ. ಸೂಳೆಯರ ಗುಂಪಿನಲ್ಲಿ ಸೊಸೆಯ ಮುಖವೂ ಕಾಣುತ್ತದೆ. ಅವಳನ್ನೂ ಮುಜುಗರವಿಲ್ಲದೆ ಕರೆಯುತ್ತಾಳೆ. ಅಂದರೆ ಶನಿಚರಿ ತನ್ನ ಸಿಟ್ಟು, ನಿರಾಶೆ ಅವಮಾನದ ಭಾವ ಎಲ್ಲವನ್ನೂ ಮೀರಿ ಬೆಳೆದುಬಿಡುತ್ತಾಳೆ. ತನ್ನನ್ನು ವಂಚಿಸಿದ ಸೊಸೆಯನ್ನು ತನ್ನ ಕಿರಿಯ ಸಹೋದ್ಯೋಗಿಯಾಗಿ ಒಪ್ಪಿಕೊಳ್ಳುತ್ತಾಳೆ. ಅಂದರೆ ಈಗ ಪ್ರಬುದ್ಧಳಾಗಿ ಬೆಳೆದಿರುವ ಶನಿಚರಿಗೆ ತನ್ನ ಸೊಸೆ ವಂಚಕಿ ಅನ್ನಿಸುವುದಿಲ್ಲ. ಕೇವಲ ಉದ್ಯೋಗಾಕಾಂಕ್ಷಿ ಎನಿಸುತ್ತದೆ. ಒಂದು ತತ್ವಜ್ಞಾನ, ಒಂದು ಜೀವನದರ್ಶನವೇ ಶನಿಚರಿಯ ಸರಳ ಸಾಧಾರಣ ಮಾತು ವರ್ತನೆಗಳಲ್ಲಿ

ಮೂಡಿಬಿಡುತ್ತದೆ. ತಾನು ಸ್ವತಃ ಓರ್ವ ವೇಶ್ಯೆಯಾಗದಿದ್ದರೂ ತನ್ನೆದುರಿನ ವೇಶ್ಯೆಯರನ್ನು ಪ್ರೀತಿಯಿಂದ ಕಾಳಜಿಯಿಂದ ಕಾಣಲು ಅವಳಿಗೆ ಸಾಧ್ಯವಾಗುತ್ತದೆ.

ಈಗ ಶನಿಚರಿಯ ಬದುಕಿನಲ್ಲಿ ಮತ್ತೊಂದು ಪಲ್ಲಟ. ಅವಳೀಗ ಸಾಮಾನ್ಯ ಬಡ ಕೂಲಿಕಾರಳಲ್ಲ. ಶೋಷಿತೆ ಅಲ್ಲ. ಅವಳು ಈಗ ಓರ್ವ 'ಹುಜೂರನ್'. ಎಳೆಯ ವಯಸ್ಸಿನ ಸೂಳೆಯರು ನಾವೂ ಬರಬಹುದಾ ಎಂದು ಕೇಳಿದಾಗ ಶನಿಚರಿ, 'ಬನ್ನಿ ಬನ್ನಿ, ಎಲ್ಲರೂ ಬನ್ನಿ, ವಯಸ್ಸಾದ ಮೇಲೆ ಹೇಗೂ ಇದನ್ನೇ ನೀವು ಮಾಡಬೇಕಾಗಿರುವುದು. ಈಗೇನಾಯ್ತು? ಕೈ ಇನ್ನೂ ನಡೀತಾ ಇದೆ ಅನ್ನುವಾಗಲೇ ನೀವು ಇದನ್ನೆಲ್ಲಾ ಚೆನ್ನಾಗಿ ಕಲಿತುಬಿಡಿ' ಎಂದು ಹುರಿದುಂಬಿಸುತ್ತಾಳೆ. ಮಧ್ಯಮವರ್ಗದ ನೈತಿಕತೆಗಿಂತ ತುಂಬಾ ಭಿನ್ನವಾದ, ಅವರ ಜೀವನದ ಗಾಢ ಅನುಭವದಿಂದಲೇ ಮೂಡಿದ ನೈತಿಕತೆಯನ್ನು ಬೋಧಿಸುತ್ತಾಳೆ. ಈ ಸಂದರ್ಭವನ್ನು ಲೇಖಕಿ ವರ್ಣಿಸುವ ರೀತಿಯನ್ನು ಗಮನಿಸಬೇಕು: "ಎಲ್ಲರೂ ಸಂಭ್ರಮ ಸಂತೋಷಗಳಲ್ಲಿ ಮುಳುಗಿದರು. ಗಂಗೂ ಶನಿಚರಿಗೆ ಒಂದು ಮೋಡಾ ತಂದು ಹಾಕಿದಳು. ರೂಪಾ ಒಂದು ಬಟ್ಟಲು ಟೀ ಮಾಡಿ ತಂದಳು. ಒಂದು ಬೀಡಿಯನ್ನು ಕೂಡ ಕೊಟ್ಟಳು. ಎಲ್ಲರಲ್ಲೂ ಅದೇನೋ ಉತ್ಸಾಹ. ಆಮೇಲೆ ಅವರೆಲ್ಲರೂ ಕೂಡಿ ನವಾಗಢದ ಕಡೆ ಹೊರಟರು" (ಪುಟ೬೨)

ಕತೆಯ ಅಂತ್ಯ ತುಂಬ ನಾಟಕೀಯವಾಗಿದೆ. ಪ್ರೇಮಚಂದರ "ಕಫನ್" (ಹೆಣದ ಬಟ್ಟೆ) ಯಂಥ ಕಥೆಯಲ್ಲಿ ಮಾತ್ರ ಕಂಡುಬರುವಂಥ ಕ್ರೂರಹಾಸ್ಯ ಇಲ್ಲಿ ಕಾಣಿಸಿಕೊಳ್ಳುತ್ತದೆ. ಮಹಾಶ್ವೇತಾದೇವಿ ಅವರ ಕಥನಪ್ರತಿಭೆಯ ಉಜ್ವಲ ಉದಾಹರಣೆಯೊಂದು ಓದುಗರ ಅನುಭವಕ್ಕೆ ಬರತೊಡಗುತ್ತದೆ. ರುಡಾಲಿಯರ ಸ್ಥಿತಿಯ ಭೀಕರತೆ ಮತ್ತು ಅವರಲ್ಲಿ ಅಡಗಿರುವ ಪ್ರಚಂಡ ಶಕ್ತಿ ಎರಡೂ ಒಮ್ಮೆಗೇ ಮೇಲೆದ್ದು ಓದುಗರನ್ನು ಬೆಚ್ಚಿಬೀಳಿಸುವಂತಿದೆ: "ಗಂಭೀರನ ಹೆಣ ಕೊಳೆತು ನಾರುತ್ತಾ ಗಬ್ಬು ಹೊಡೆಯುತ್ತಿತ್ತು. ರಂಡೆ, ರುಡಾಲಿಯ್ಯರೆಲ್ಲರೂ ಆ ಹೆಣದ ಸುತ್ತಲೂ ಮುಕುರಿಕೊಂಡು ರೋದಿಸಲು ತೊಡಗಿದರು. ನೆಲಕ್ಕೆ ಹಣೆಯನ್ನು ಚಚ್ಚಿಕೊಂಡು ಗೋಳಾಡಲು ಪ್ರಾರಂಭಿಸಿದ್ದನ್ನು ನೋಡಿಯಂತೂ ಗುಮಾಸ್ತ ಗಾಬರಿಯಾಗಿಬಿಟ್ಟ. ನುಗ್ಗಿ ಬಂದ ದುಃಖದಲ್ಲಿ ಅವನು ನಿಜಕ್ಕೂ ಕಣ್ಣೀರು ಸುರಿಸಲಾರಂಭಿಸಿದ. ಏನೇನೂ ಉಳಿಯುವುದೇ ಇಲ್ಲ! ಎಂಥಾ ನರಿ ಈ ಶನಿಚರಿ! ತಲೆ ಚಚ್ಚಿಕೊಳ್ಳಲೂ ಹೇಳಿಬಿಟ್ಟಿದ್ದಾಳೆ. ಅಂದರೆ ಎಲ್ಲರಿಗೂ ಎರಡರಷ್ಟು ಕೊಡಬೇಕು. ಆದರೆ ಈಗೇನೂ ಮಾಡುವಂತಿಲ್ಲ. ಆ ಅಣ್ಣನ ಮಗ ಮತ್ತು ಗುಮಾಸ್ತ ಇಬ್ಬರೂ ಅಸಹಾಯ ಪ್ರೇಕ್ಷಕರಾಗಿ ನೋಡುತ್ತಾ ನಿಲ್ಲಬೇಕಾಯಿತು! ನೆಲಕ್ಕೆ ತಲೆ ಚಚ್ಚಿಕೊಳ್ಳುತ್ತಾ ಗೋಳಾಡುತ್ತ ಇದ್ದ ಗುಲ್‌ಬದನ್ ಹಾಗೆಯೇ ಶುಷ್ಕವಾದ ತನ್ನ ಕಣ್ಣುಗಳನ್ನು ಆ ಅಣ್ಣನ ಮಗನ ಕಡೆಗೆ ತಿರುಗಿಸಿ ನೋಡಿದಳು. ಕಣ್ಣುಹೊಡೆದು, ಕಿಸಕ್ಕನೆ ನಕ್ಕಳು. ಆಮೇಲೆ ಶನಿಚರಿಯ ಅಳುವಿನ ದನಿಗೆ ತನ್ನದನ್ನೂ ಕೂಡಿಸಿ ಅಳುವಿನ ಆ ಮೇಳದಲ್ಲಿ ಒಂದಾದಳು" (ಪುಟ ೬೨–೬೩).

ಶ್ರೀಮಂತರು ರುಡಾಲಿಗಳನ್ನು ಯಾಕೆ ನೇಮಿಸಿಕೊಳ್ಳುತ್ತಾರೆ? ಕತೆಯ ಒಂದು ಸಂದರ್ಭದಲ್ಲಿ ದುಲನ್ ಹೇಳುತ್ತಾನೆ: "ನಮ್ಮ ಮನೆಗಳಲ್ಲಿ ಯಾರಾದರೂ ಸತ್ತರೆ ನಾವೆಲ್ಲರೂ ದೊಡ್ಡದಾಗಿ ಅಳುತ್ತೇವೆ. ಆದರೆ ಈ ಸಿರಿವಂತರ ಮನೆಗಳಲ್ಲಿ ಯಾರಾದರೂ ಸತ್ತರೆ, ಆ ಮನೆಯವರಿಗೆ

ಕಬ್ಬಿಣದ ಸಂದೂಕಗಳ ಬೀಗದ ಕೈಗಳನ್ನು ಹುಡುಕುವ ಧಾವಂತ ವಿಪರೀತವಾಗಿಬಿಡುತ್ತದೆ. ಕಣ್ಣೀರು ಅನ್ನುವ ನೆನಪು ಅವರಿಗೆ ಬರಲು ಸಾಧ್ಯವಾಗುವುದಿಲ್ಲ" (ಪುಟ ೨೬). ಹಾಗಾಗಿ ಅವರು ಪುಡಿಗಾಸಿಗೆ ಸಿಗುವ ಬಡವರ ಕಣ್ಣೀರನ್ನು ಕೊಂಡುಕೊಳ್ಳುತ್ತಾರೆ. ಏನನ್ನು ಬೇಕಾದರೂ ಕೊಳ್ಳಬಹುದು ಎಂಬ ಧನಿಕರ ಅಹಂಕಾರವು ರುಡಾಲಿ ವೃತ್ತಿಯನ್ನೂ ಸೃಷ್ಟಿಸಿದೆ. ಬಡವರ ಶ್ರಮ, ಸ್ವಾತಂತ್ರ್ಯ ಮತ್ತು ಹೊರಗೆ ಕಾಣುವ ಮಾಂಸಲ ಶರೀರವಷ್ಟೇ ಅಲ್ಲ ಅದರೊಳಗಿನ ಕಣ್ಣೀರು, ಹಾಲು ಕೂಡ ಮಾರಾಟದ ವಸ್ತುವಾಗಿಬಿಡಬಲ್ಲ ಬಡತನದ ಭೀಕರತೆಯನ್ನು ನಿರೂಪಿಸುವಾಗ ಲೇಖಕಿ ಮನುಷ್ಯ ಸಮಾಜವು ಜಾತಿವರ್ಗಗಳಾಗಿ ಒಡೆದುಕೊಂಡ ಪರಿಯನ್ನೂ ಅದರ ದುರಂತಗಳನ್ನೂ ಅವುಗಳ ಆತ್ಯಂತಿಕ ಆಳ-ಅಗಲಗಳಲ್ಲಿ ನಮ್ಮ ಅರಿವಿಗೆ ತರುತ್ತಾರೆ. ರುಡಾಲಿಗಳಿಗೆ ಕೂಲಿ ಕೊಡುವಾಗಲೂ ಗುಮಾಸ್ತರುಗಳು ನಡೆಸುವ ಭ್ರಷ್ಟಾಚಾರಗಳು ಈ ದುರಂತಕ್ಕೆ ಬರೆದ ಕ್ರೂರಹಾಸ್ಯದ ಅಡಿಟಿಪ್ಪಣಿಗಳೆಂಬಂತೆ ತೋರುತ್ತವೆ. ಮಹಾಶ್ವೇತಾದೇವಿ ಅವರ ಮತ್ತೊಂದು ಸುಪ್ರಸಿದ್ಧ ಕತೆ "ಸ್ತನದಾಯಿನಿ"ಯಲ್ಲಿ ಶ್ರೀಮಂತರು ಬಡವೆಯ ಎದೆಹಾಲನ್ನೂ ಕೊಳ್ಳುವ ವಿಲಕ್ಷಣ ಪ್ರಸಂಗ ಮತ್ತು ಅದರ ಪರಿಣಾಮಗಳ ನಿರೂಪಣೆ ಇದೆ. ಈ ಎರಡೂ ಕತೆಗಳು ಒಗ್ಗೂಡಿ ಧನಿಕರ ಕೊಳ್ಳುಬಾಕತನವು ತಲುಪಿರುವ ಅಧಃಪತನದ ದರ್ಶನವನ್ನೇ ಮೂಡಿಸುತ್ತವೆ.

ಯು ಆರ್ ಅನಂತಮೂರ್ತಿಯವರ ಕೊನೆಯ ಎರಡು ಕಥೆಗಳು

೧

ಯು. ಆರ್. ಅನಂತಮೂರ್ತಿ (೧೯೩೨–೨೦೧೪) ಅವರು ಅಂತಾರಾಷ್ಟ್ರೀಯ ಮನ್ನಣೆ ಪಡೆದ ಕನ್ನಡ ಲೇಖಕರು. ಸಣ್ಣಕತೆ, ಕಾದಂಬರಿ, ಕವಿತೆ, ನಾಟಕ, ವಿಮರ್ಶೆ ಮತ್ತು ಅನುವಾದ ಸೇರಿದಂತೆ ಅವರು ಐವತ್ತಕ್ಕೂ ಹೆಚ್ಚು ಕೃತಿಗಳನ್ನು ರಚಿಸಿದ್ದಾರೆ.ಅವರ ಕೃತಿಗಳು ಇಂಗ್ಲಿಷ್, ಹಿಂದಿ ಸೇರಿದಂತೆ ಹಲವು ಭಾಷೆಗಳಿಗೆ ಅನುವಾದಗೊಂಡಿವೆ. ಕನ್ನಡ ಸಣ್ಣಕತೆ ಮತ್ತು ಕಾದಂಬರಿಗಳಿಗೆ ಹೊಸ ತಿರುವನ್ನು ಕೊಟ್ಟ ಅನಂತಮೂರ್ತಿಯವರಿಗೆ ೧೯೯೪ರಲ್ಲಿ ಭಾರತೀಯ ಜ್ಞಾನಪೀಠ ಪ್ರಶಸ್ತಿ ಲಭಿಸಿತು.

ಅನಂತಮೂರ್ತಿಯವರ ಮೊದಲ ಕಥಾಸಂಕಲನ "ಎಂದೆಂದೂ ಮುಗಿಯದ ಕಥೆ" ಪ್ರಕಟವಾದದ್ದು ೧೯೫೫ರಲ್ಲಿ. ತಮ್ಮ ಕೊನೆಯ ಎರಡು ಕಥೆಗಳನ್ನು– "ಪಚ್ಚೆ ರೆಸಾರ್ಟ್" ಮತ್ತು "ಎತ್ತಣಿಂದೆತ್ತ ಸಂಬಂಧ?"– ಅವರು ೨೦೧೧ರಲ್ಲಿ ರಚಿಸಿದರು. (ಪಚ್ಚೆ ರೆಸಾರ್ಟ್, ಅಭಿನವ ಪ್ರಕಾಶನ, ಬೆಂಗಳೂರು, ೨೦೧೧). ಸ್ಥಿತ್ಯಂತರಗೊಳ್ಳುತ್ತಿರುವ ಭಾರತದ ಒಂದು ಶತಮಾನದ ಅನುಭವವನ್ನು ಅದರ ಬೇರೆ ಬೇರೆ ಘಟ್ಟಗಳಲ್ಲಿ ಮತ್ತು ಮಜಲುಗಳಲ್ಲಿ ಅನಂತಮೂರ್ತಿ ಕಥಾಸಾಹಿತ್ಯ ಎಲ್ಲ ಸೂಕ್ಷ್ಮತೆಯಲ್ಲಿ ಮತ್ತು ನೈತಿಕ ಎಚ್ಚರದಲ್ಲಿ ಗಮನಿಸಿ, ವಿಶ್ಲೇಷಿಸಿ, ವ್ಯಾಖ್ಯಾನಿಸಿದೆ.

೨

ಅನಂತಮೂರ್ತಿ ಅವರ ಮೂರನೆಯ ಕಾದಂಬರಿ "ಭಾರತೀಪುರ" (೧೯೭೩) ಕಾದಂಬರಿಯಲ್ಲಿ, ಮಂಜುನಾಥನ ಮೇಲಿನ ನಂಬಿಕೆಯು ಸ್ಫೋಟಗೊಂಡರೆ ಊರಿನ ಅರ್ಥವ್ಯವಸ್ಥೆಯೇ ಕುಸಿದು ಬೀಳುತ್ತದೆ ಎಂಬ ಆತಂಕವನ್ನು ಹಲವರು ವ್ಯಕ್ತಪಡಿಸಿದಾಗ ಜಗನ್ನಾಥ ಹೇಳುತ್ತಾನೆ:

"ನಮ್ಮದಿನ್ನೂ ಮಧ್ಯಯುಗದ ಆರ್ಥಿಕ ವ್ಯವಸ್ಥೆ. ಇದರ ಕೇಂದ್ರದಲ್ಲಿರೋನು ಮಂಜುನಾಥ. ಅವನ ಮಹಿಮೆ ಕಡಿಮೆಯಾದರೆ ನಿಮ್ಮ ವ್ಯಾಪಾರವೆಲ್ಲ ಬುಡಮೇಲಾಗುತ್ತೆ ಅಂತ ನೀವು ಹೆದರೋದು ಸಹಜವೆ. ಆದ್ರೆ ನೋಡಿ ಈ ಮಂಜುನಾಥನಿಂದಾಗಿ ನಮ್ಮ ಜೀವನಕ್ರಮದಲ್ಲಿ ಏನೂ ಬದಲಾವಣೆ ಆಗದೆ ಹಾಗೇ ನಿಂತುಬಿಟ್ಟಿದೆ. ನಾವು ಕೊಳೀತಾ ಇದೀವಿ. ಮಂಜುನಾಥನನ್ನ ನಾಶ ಮಾಡಿದ ಮೇಲೆ ನಾವು ನಮ್ಮ ಜೀವನಕ್ಕೆ ಜವಾಬ್ದಾರರಾಗಬೇಕಾಗತ್ತೆ. ಹೊಸಹೊಸ ಹಾದಿಗಳನ್ನು ಹುಡುಕಬೇಕಾಗತ್ತೆ. ಈ ಊರಲ್ಲಿ ಒಂದು ಹೆಂಚಿನ ಕಾರ್ಖಾನೆ ಹಾಕಿಸೋಣ. ಈ ಭೂಮಿ ಒಳಗೆ ತಾಮ್ರ ಇರಬಹುದೂಂತ ಕೇಳಿದೀನಿ–ಗಣಿ ತೋಡಿಸೋಣ. ಈಗ ಅಡಿಕೆ ಮಾತ್ರ ಬೆಳೀತ ಇದೀವಿ. ಇನ್ನೇನನ್ನು ಬೆಳೆಯಕ್ಕೆ ಆಗತ್ತೆ ಪ್ರಯೋಗ ಮಾಡಿ ನೋಡೋಣ...". (ಭಾರತೀಪುರ, ನಾಲ್ಕನೆಯ ಮುದ್ರಣ, ೧೯೯೨, ಅಕ್ಷರ ಪ್ರಕಾಶನ, ಹೆಗ್ಗೋಡು, ಪುಟ ೭೯)

ಇದು ಸಾಧ್ಯವಾಗಬೇಕಾದರೆ ಎಲೆಕ್ಟ್ರಿಸಿಟಿ ಬೇಕು; ರೈಲು ಬೇಕು ಎಂಬುದನ್ನೂ ಜಗನ್ನಾಥ ಒಪ್ಪಿಕೊಳ್ಳುತ್ತಾನೆ. ನಾಳೆ ಎಲೆಕ್ಟ್ರಿಸಿಟಿ ಬಂದರೆ ಅದರ ನಿಜವಾದ 'ಬೆನೆಫಿಶರಿ' ಆಗೋವ್ರು ಉದ್ಯಮಪತಿಗಳು ಮತ್ತು ವ್ಯಾಪಾರಿಗಳು ಎಂಬುದೂ ಅವನಿಗೆ ಗೊತ್ತು. ಆದರೆ ಆಧುನಿಕತೆ ಬರದೆ, ಬಂಡವಾಳಶಾಹಿ ವ್ಯವಸ್ಥೆ ಬರದೆ, 'ಡೆವೆಲಪ್‌ಮೆಂಟ್' ಆಗದೆ ಊಳಿಗಮಾನ್ಯ ವ್ಯವಸ್ಥೆಯಿಂದ ನಾಗರೀಕತೆ ಮುಂದೆ ಚಲಿಸದು, 'ಗೊಡ್ಡು' ಸಂಪ್ರದಾಯಗಳು ಮುರಿದುಬೀಳದು ಎಂಬ ನಂಬಿಕೆಯನ್ನು ಅವನು ಪ್ರತಿಪಾದಿಸುತ್ತಾನೆ. ಇದು ಕೇವಲ ಅವನೊಬ್ಬನ ಅಭಿಪ್ರಾಯವೂ ಅಲ್ಲ. ಸ್ವಾತಂತ್ರ್ಯೋತ್ತರ ಭಾರತದ, ನೆಹರೂ ಯುಗದ ಯಾವುದೇ ಆಧುನಿಕ ಯುವಕ, ಆದರ್ಶವಾದಿ ಆಡುತ್ತಿದ್ದ ಮಾತುಗಳೇ ಇವು.

ಜಗನ್ನಾಥ ಈ ಮಾತುಗಳನ್ನಾಡಿ ಅರ್ಧ ಶತಮಾನವೇ ಕಳೆದುಹೋಗಿದೆ. ಈಗ ಎಲೆಕ್ಟ್ರಿಸಿಟಿ, ಗಣಿಗಾರಿಕೆ, ರೈಲು ಬಂದುಬಿಟ್ಟಿವೆ. ಅಷ್ಟೇ ಅಲ್ಲ ಅವುಗಳನ್ನೂ ದಾಟಿ, ಹೆದ್ದಾರಿಗಳು, ಏರ್‌ಪೋರ್ಟ್‌ಗಳು, ಅಣುಸ್ಥಾವರಗಳು, ಬಹುರಾಷ್ಟ್ರೀಯ ಕಂಪೆನಿಗಳು, ಎಸ್. ಇ. ಜ಼ೆಡ್. ಗಳು ಮುಂತಾದವುಗಳ ಆಗಮನದಿಂದ 'ಡೆವೆಲಪ್‌ಮೆಂಟ್' ಎಂಬ ಕಲ್ಪನೆಯೂ ತುಂಬ ಬದಲಾಗಿದೆ. ಮಂಜುನಾಥನ 'ಮಹಿಮೆ'ಯೇನೂ ಕಡಿಮೆಯಾಗಿಲ್ಲ; ಆದರೆ ಹಲವು ಬಗೆಯ ಜೀವನಕ್ರಮಗಳು, ಮೌಲ್ಯವ್ಯವಸ್ಥೆಗಳು, ನಂಬಿಕೆ–ಸಂಬಂಧಗಳು, ಅದ್ವೈತ–ಅಶೋತ್ತರಗಳು ಒತ್ತಡಕ್ಕೆ ಸಿಲುಕಿವೆ. ಜನರು ಮನೆಮಾರುಗಳನ್ನಷ್ಟೇ ಅಲ್ಲ ತಾವು ಪವಿತ್ರವೆಂದು ನಂಬಿದ್ದ ಹಲವು ಸಂಗತಿಗಳನ್ನೂ, ಭಾಷೆ–ಸಂಸ್ಕೃತಿಗಳನ್ನೂ ಕಳೆದುಕೊಳ್ಳುವ ಅಪಾಯದಲ್ಲಿದ್ದಾರೆ. ಗ್ರಾಮೀಣ ಅರ್ಥವ್ಯವಸ್ಥೆ ಕುಸಿದು ಬಿದ್ದಿದೆ. ಹೊಸ ಆರ್ಥಿಕನೀತಿಯ ಲಾಭಗಳು ಕೆಲವರಿಗೆ ಮಾತ್ರ ಸಿಕ್ಕಿವೆ. ವಿಶ್ವದ ಶ್ರೀಮಂತರ ಪಟ್ಟಿಯಲ್ಲಿ ಭಾರತೀಯರ ಹೆಸರುಗಳೂ ಸೇರುತ್ತಿವೆ; ಹಾಗೆಯೇ ರೈತರ ಆತ್ಮಹತ್ಯೆಯ ಪ್ರಕರಣಗಳು ದಿಗಿಲು ಹುಟ್ಟಿಸುವಷ್ಟು ಪ್ರಮಾಣದಲ್ಲಿ ಕಾಣಿಸಿಕೊಂಡಿವೆ.

ತೊಂಭತ್ತರ ನಂತರದ ಅನಂತಮೂರ್ತಿಯವರ ಸಾಹಿತ್ಯವು ವಿವಿಧ ಪ್ರಕಾರಗಳಲ್ಲಿ– ಈ ವಿದ್ಯಮಾನಗಳನ್ನು ಧ್ಯಾನಿಸುತ್ತ, ಪರಿಶೀಲಿಸುತ್ತ, ವಿಮರ್ಶಿಸುತ್ತ ಬಂದಿದೆ. "ಸೂರ್ಯನ ಕುದುರೆ"ಯಲ್ಲಿ ಪ್ರಾರಂಭವಾದ ಈ ಹೊಸ ಶೋಧವು "ಅಕ್ಕಯ್ಯ"ದಲ್ಲಿ ಮುಂದುವರೆದು, "ಜೇಟೆ, ಬಳೆ ಮತ್ತು ಓತಿಕ್ಯಾತ'ದಲ್ಲಿ ತನ್ನ ವ್ಯಾಪ್ತಿಯನ್ನು ವಿಸ್ತರಿಸಿಕೊಂಡಿತು.

ಅನಂತಮೂರ್ತಿಯವರ ಕೊನೆಯ ಎರಡು ಕಥೆಗಳು– "ಎತ್ತಣಿಂದೆತ್ತ ಸಂಬಂಧ" ಮತ್ತು "ಪಚ್ಚೆ ರೆಸಾರ್ಟ್"–ಸಮಕಾಲೀನ ನವ ಬಂಡವಾಳಶಾಹಿ, ನವ ವಸಾಹತುಶಾಹಿ ವಿದ್ಯಮಾನಗಳಿಗೆ ಒಡ್ಡಿದ ರೂಪಕಗಳೇ ಆಗಿವೆ.

ನವನಾಗರೀಕತೆಯ ಈ ಸಂದರ್ಭದಲ್ಲಿ ಸೂಕ್ಷ್ಮದರ್ಶಿಗಳು, ಸಂವೇದನಾಶೀಲರು ತಮ್ಮ ಮನಸ್ಸಿನ ಮುಗ್ಧತೆ, ಪರಿಶುದ್ಧತೆಗಳನ್ನು ಉಳಿಸಿಕೊಳ್ಳಲು ಸಾಧ್ಯವೆ? ಕೊಳ್ಳುಬಾಕ ಸಂಸ್ಕೃತಿಯ, 'ಡೆವೆಲಪ್‌ಮೆಂಟ್' ರಾಜಕಾರಣದ, ನವಆರ್ಥಿಕ ನೀತಿಯ ಎಲ್ಲ ಲಾಭಗಳನ್ನೂ ಅನುಭವಿಸುತ್ತ ಇವರು ಮಾಡಿಕೊಳ್ಳುತ್ತಿರುವ ಆತ್ಮವಿಮರ್ಶೆ ನಿಜವಾಗಿಯೂ ಆತ್ಮವಿಮರ್ಶೆಯೆ, ಅಥವಾ ಆತ್ಮದ್ರೋಹವೆ? ಇವರು ಹುಡುಕುತ್ತಿರುವ 'ಪ್ರಾಯಶ್ಚಿತ್ತ'ದ ಮಾದರಿಗಳೂ ಅಂತಿಮವಾಗಿ ಹೊಸ ಕಾಲದ ಆರ್ಥಿಕ ಮತ್ತು ರಾಜಕೀಯ ಚಟುವಟಿಕೆಗಳನ್ನು ತಿಳಿದೋ ತಿಳಿಯದೆಯೋ ಸಮರ್ಥಿಸುವ, ಪುರಸ್ಕರಿಸುವ ಸಂಗತಿಗಳೇ ಆಗುತ್ತಿವೆಯೆ? ಸಮಕಾಲೀನ ಸಂದರ್ಭದ 'ಬೆನಿಫಿಶರಿ'ಗಳಾದ ವರ್ಗಕ್ಕೆ ಆತ್ಮವಿಮರ್ಶೆ ಎಂಬುದು ತಮ್ಮ ಪಾಪಪ್ರಜ್ಞೆಯಿಂದ ಮುಕ್ತವಾಗುವ ಒಂದು ಸರಳ ನೈತಿಕ ಹೊರದಾರಿಯೆ? ಎಂಬಂಥ ಪ್ರಶ್ನೆಗಳನ್ನು ಅನಂತಮೂರ್ತಿಯವರ ಕಥೆಗಳು ಎಲ್ಲ ನಿಷ್ಠುರತೆ ಮತ್ತು ದಿಟ್ಟತನಗಳಲ್ಲಿ ಕೇಳುತ್ತವೆ. ಕೇವಲ ಬಹಿರಂಗದ ಟೀಕೆಗಳನ್ನು ಮಾಡದೆ ಈ ಪ್ರಶ್ನೆಗಳನ್ನು ವೈಯಕ್ತಿಕ ತುರ್ತಿನಲ್ಲಿ ಸ್ವಂತಕ್ಕೆ ಅನ್ವಯಿಸಿಕೊಂಡು ಬೌದ್ಧಿಕ ಮತ್ತು ಭಾವನಾತ್ಮಕ ಆತಂಕ ಮತ್ತು ಸಂಕಟದಲ್ಲಿ ಅನುಸಂಧಾನ ಮಾಡುವ ಹಲವು ಪಾತ್ರಮಾದರಿಗಳನ್ನು ಅನಂತಮೂರ್ತಿ ಇಲ್ಲಿ ಸೃಷ್ಟಿಸಿದ್ದಾರೆ.

"ಪಚ್ಚೆ ರೆಸಾರ್ಟ್" ಕಥೆಯಲ್ಲಿ 'ಜಗತ್ತಿನಲ್ಲೇ ಶ್ರೇಷ್ಠ ಲೇಖಕನೆಂಬ ಮೆಚ್ಚುಗೆಗೆ ಪಾತ್ರನಾದ' ನಾಗಭೂಷಣ ಹುಟ್ಟಿದ ಮನೆ ಈಗ 'ರಿನೋವೇಟ್' ಆಗಿ ಪಚ್ಚೆ ರೆಸಾರ್ಟ್ ಎಂಬ ಹೆಸರಿನ 'ಇಕೋಫ್ರೆಂಡ್ಲಿ ರೆಸಾರ್ಟ್' ಆಗಿದೆ. ಈ ಬದಲಾವಣೆಯನ್ನು ಕಥೆ ಇಂಗ್ಲಿಷಿನ ಪದಗಳಲ್ಲಿ ದಾಖಲಿಸುತ್ತಿರುವುದು ಆಕಸ್ಮಿಕವೇನಲ್ಲ. ಅಂದರೆ ತಾನು ಹುಟ್ಟಿ ಬೆಳೆದ ಮನೆಯಲ್ಲಿ ನಾಗಭೂಷಣ ಈಗ ವಾಸಿಸುತ್ತಿಲ್ಲ. ಅಂದಿನ ಜೀವನಕ್ರಮದಿಂದ ತೀರಾ ಭಿನ್ನವಾಗಿರುವ ಜೀವನಕ್ರಮವನ್ನು ಅವನು ಈಗ ರೂಢಿಸಿಕೊಂಡಿದ್ದಾನೆ. ಹೀಗೆ ಬದಲಾದ ಜೀವನಕ್ರಮದ ಹಿಂದೆ ಅವನ ಹೊಸ ಜೀವನದ 'ಯಶಸ್ಸು' ಇದೆ. ಅವನ ಬಾಲ್ಯದ ಗೆಳತಿ ಬಾಗೀರತಿ ಕೂಡ ಆಧುನಿಕ ಜಗತ್ತಿನಲ್ಲಿ ಯಶಸ್ವಿಯಾದವಳೇ. ಅದಕ್ಕಾಗಿ ಅವಳು ತನ್ನ ಮೂಲ ಹೆಸರನ್ನೂ ಕಳೆದುಕೊಂಡು ಈಗ ಬರೇ 'ರತಿ' ಆಗಿದ್ದಾಳೆ. ತನ್ನ ಬಾಲ್ಯಕಾಲದ ಸಖ ಮತ್ತು ಮೆಚ್ಚಿನ ಲೇಖಕನಿಗೆ ಅವಳು ನೀಡುತ್ತಿರುವ ಉಡುಗೊರೆ ಈ ಪಚ್ಚೆ ರೆಸಾರ್ಟ್. ಹಾಳುಬಿದ್ದಿದ್ದ ಮನೆಯನ್ನೂ ಜಾಗವನ್ನೂ ಕೊಂಡು 'ಮಲೆನಾಡಿನ ಸೊಗಡನ್ನು ಉಳಿಸುವ ಕಾರಣದಿಂದ ಅತಿಥಿಗಳ ಶಾಂತಿಗಾಗಿ' ಕಟ್ಟಿದ್ದ ರೆಸಾರ್ಟ್ ಈಗ ಒಂದು ಮಾರಾಟದ ಸರಕೂ ಹೌದು. ಹಳೆಯ ಕಾಲದ ಪಾತ್ರೆ ಪಡಗ, ಊಟೋಪಚಾರದ ರಿವಾಜುಗಳು, ದೇವರಪಟಗಳು, ಸಾಲಿಗ್ರಾಮ, ಗಂಟೆ, ಪಂಚಪಾತ್ರೆ, ಜಾತಕ, ಪಂಚಾಂಗ, ಕವಳ ಹಾಕಲು ನಾಗಭೂಷಣನ ತಂದೆ ಬಳಸುತ್ತಿದ್ದ ಹಿತ್ತಾಳೆ ಚಲ್ಲದ ಪೆಟ್ಟಿಗೆ ಎಲ್ಲವೂ ಈಗ ಮಲೆನಾಡಿನ ವಾತಾವರಣವನ್ನು ಪುನರ್ ಸೃಷ್ಟಿ ಮಾಡಲು ತುಂಬ ಉಪಯುಕ್ತವಾದ 'ಅಧಿಕೃತ' ಮೂಲ ಸಾಮಗ್ರಿಗಳು. ಅವು ಈಗ ತಮ್ಮ ಸಾಂಸ್ಕೃತಿಕ

ಮತ್ತು ಕೌಟುಂಬಿಕ ಸಂದರ್ಭಗಳನ್ನು, ನೆನಪುಗಳನ್ನು, ಪಾವಿತ್ರ್ಯವನ್ನು ಕಳೆದುಕೊಂಡು ಮ್ಯೂಸಿಯಮ್‌ನಲ್ಲಿ ರಕ್ಷಿಸಿಡುವಂಥ ಪಳೆಯುಳಿಕೆಗಳಾಗಿ ಹೋಗಿವೆ. ತನ್ನದೇ ನೋವು ನಲಿವುಗಳಲ್ಲಿ ಒಂದು ಸಂಸಾರ ನಡೆದ ಜಾಗ ಈಗ ನಾಗಭೂಷಣನ ಜೀವಿತಾವಧಿಯಲ್ಲೇ ಶ್ರೀಮಂತ ಅತಿಥಿಗಳನ್ನು ತಣಿಸುವ, ಅವರಿಗೊಂದು 'ಸಾಂಸ್ಕೃತಿಕ ಅನುಭವ'ವನ್ನು ಕಲ್ಪಿಸುವ ತಾಣವಾಗಿ ರೂಪಾಂತರಗೊಂಡಿದೆ. ಹಿರಿಯರನ್ನು ನೆನೆದು ಮಾಡುವ ಶ್ರಾದ್ಧ, ಅಲ್ಲಿನ ಬೆಳದಿಂಗಳು ಎಲ್ಲವೂ ಈಗ 'ಇಕೋಟೂರಿಸಮ್ಮಿನ' ಒಂದು 'ಪ್ಯಾಕೇಜು'. ತಮ್ಮ ಸದ್ಯದ ಯಶಸ್ಸಿಗಾಗಿ ತಾವು ಕಳೆದುಕೊಂಡದ್ದನ್ನು ಹೇಗಾದರೂ ಪಡೆಯಬೇಕೆನ್ನುವ ಶ್ರೀಮಂತ ಗಿರಾಕಿಗಳಿಗೆ 'ಶಾಂತಿ'ಯನ್ನೂ ಅದರ ಮಾಲೀಕರಿಗೆ ಡಾಲರುಗಳನ್ನೂ, ಹೀಗೊಂದು ಒಳ್ಳೆಯ ಕೆಲಸವನ್ನು ಮಾಡಿದೆವೆಂಬ ಕೃತಕೃತ್ಯತೆಯ ಭಾವವನ್ನೂ ಏಕಕಾಲದಲ್ಲಿ ತಂದು ಕೊಡುವ ಒಂದು 'ಇನ್ವೆಸ್ಟ್‌ಮೆಂಟ್' ಕೂಡ ಹೌದು.

ಇದಕ್ಕೆ ಬೇಕಾದ ಬಂಡವಾಳ ರತಿಯ ಗಂಡ ನಡೆಸುವ ಗಣಿ ಉದ್ಯಮದಿಂದ ಹರಿದು ಬರುತ್ತದೆ ಎಂಬುದು ರತಿಗೆ ಮತ್ತು ನಾಗಭೂಷಣರಿಗೆ ತುಸು ಮುಜುಗರದ ವಿಚಾರವಾದರೂ ತಮ್ಮ ಆತ್ಮವಿಮರ್ಶೆಯಲ್ಲಿ ಅದನ್ನು ತೊಡೆದುಕೊಂಡುಬಿಡುತ್ತಾರೆ. ಶಾಂತಿನಿಕೇತನದಿಂದ ಅಲ್ಲಿಗೆ ಬರಲು ಏರ್ ಟಿಕೆಟ್ ಪಡೆಯಲು ಸಂಕೋಚ ಪಟ್ಟುಕೊಳ್ಳದ ನಾಗಭೂಷಣನು ರತಿಯ ಗಂಡನು ಕೊಡಬೇಕೆಂದುಕೊಂಡ ಕಲಾವಿದರ ಎಕ್ಸ್‌ಚೇಂಜ್ ಪ್ರೋಗ್ರಾಮಿನ ಫೆಲೋಷಿಪ್ಪನ್ನು ನಿರಾಕರಿಸುತ್ತಾನೆ. ಬೇರೆಬೇರೆ ದೇಶಗಳಲ್ಲಿ ಗಣಿಗಾರಿಕೆ ಮಾಡಿ ಅದರಿಂದ ಹರಿದು ಬರುವ ಹಣದಲ್ಲಿ ಪರಿಸರ ರಕ್ಷಣೆಗೂ ಸ್ವಲ್ಪ ಹಣ ಖರ್ಚು ಮಾಡುವ ರತಿಯ ಗಂಡ ಮತ್ತು ಮಗನಿಗೆ ರತಿ–ನಾಗಭೂಷಣರಿಗೆ ಇರುವ 'ಪಾಪಪ್ರಜ್ಞೆ' ಇಲ್ಲ. ಒಳ್ಳೆಯ, ಜನೋಪಕಾರಿ ಕೆಲಸಗಳನ್ನು ಮಾಡುವ 'ಕನ್ಸರ್ನ್' ಇದೆ.

ರತಿಯ ಅಮ್ಮ ಬದುಕಿದ್ದಾರೆ. ಮಡಿಯ ನಿಯಮಗಳನ್ನೂ ವ್ರತಗಳನ್ನೂ ಕಠೋರವಾಗಿ ಪಾಲಿಸಿಕೊಂಡು ಬದುಕಿದ್ದ ಅವರಿಗೆ ಕಳೆದ ಎರಡು ವರುಷಗಳಿಂದ ತಾನು ಯಾರೆಂದೇ ಗೊತ್ತಾಗದ ಅಲ್‌ಸೈಮರ್ಸ್ ಖಾಯಿಲೆ. ರತಿ ಅಮ್ಮನಿಗಾಗಿ ಅಮ್ಮನ ಮಟ್ಟಿಗೆ ಆಚಾರಗಳನ್ನು ನಿಷ್ಠೆಯಿದ ಪಾಲಿಸಿಕೊಂಡು ಬರುತ್ತಿರುವ, ತನ್ನಿಂದ ಬಹುದೂರ ಸಾಗಿರುವ ತನ್ನ ಗಂಡ ಮತ್ತು ಮಗ ಇವರ ಚಟುವಟಿಕೆಗಳಲ್ಲೂ ಭಾಗೀದಾರಿಯಾಗಿರುವ, ತನ್ನೆಲ್ಲ ಲೌಕಿಕ ಯಶಸ್ಸಿನ ಮಧ್ಯೆಯೂ ತನ್ನ ಬಾಲ್ಯದ ಸ್ಮೃತಿಗಳನ್ನು ಬೆಚ್ಚಗೆ ಕಾಪಿಟ್ಟುಕೊಂಡಿರುವ ಸೂಕ್ಷ್ಮಮನಸ್ಸಿನ ಲವಲವಿಕೆಯ ವ್ಯಕ್ತಿ. ಹೀಗೆ ಮೂರು ಪೀಳಿಗೆಗಳ ವೈದೃಶ್ಯದಲ್ಲಿ ಒಂದು ನಾಡಿನ ಇತಿಹಾಸದಲ್ಲಿ ಸಂಭವಿಸಿರುವ ಪಲ್ಲಟಗಳನ್ನು ಅನಂತಮೂರ್ತಿಯವರ ಕಥೆ ಧ್ವನಿಪೂರ್ಣವಾಗಿ ದಾಖಲಿಸುತ್ತದೆ.

ಕಥೆಯು ರತಿ, ನಾಗಭೂಷಣ, ರತಿಯ ಗಂಡ ಸವ್ಯಸಾಚಿನ್‌ರ ಮೂಲಕ ಮಾತ್ರ ನೋಡುವುದಿಲ್ಲ; ಅವರನ್ನೂ ಸೇರಿಸಿಕೊಂಡೇ ಈ ಲೋಕವನ್ನು ನೋಡುತ್ತದೆ. ಹಾಗಾಗಿ ಇಡೀ ನಿರೂಪಣೆಯು ಅರೆಗಾಂಭೀರ್ಯದ ಅರೆವಿನೋದದ ಧಾಟಿಯಲ್ಲಿದೆ. ರತಿ ಮತ್ತು ನಾಗಭೂಷಣರ ಬಗ್ಗೆ ವಿಶೇಷವಾದ ಒಲವು ಹರಿದಿದ್ದರೂ ಅದು ಅವಿಮರ್ಶಾತ್ಮಕವಾಗಿಲ್ಲ.

ಅವರಿಬ್ಬರಿಗೂ ತಮ್ಮ ಬಾಲ್ಯ ಎಷ್ಟೇ ಸುಂದರವಾಗಿ ಇದ್ದಿರಲಿ ಅದನ್ನು ಒದ್ದುಕೊಂಡು ಬಂದೇ ಈ ಜಗತ್ತಿನಲ್ಲಿ ಯಶಸ್ವಿಯಾಗಿರುವವರು ಎಂಬ ಸತ್ಯವನ್ನು ಕಥೆ ಮರೆಮಾಚುವುದಿಲ್ಲ. ಹಾಗೆಯೇ ತಮ್ಮ ಒಳಜೀವನವನ್ನು, ತಮ್ಮದೇ ಆದ ಆಪ್ತವಾದ ಭಾವಲೋಕವನ್ನೂ ಅವರು ಜತನದಿಂದ ಕಾಯ್ದುಕೊಂಡು ಬಂದಿರುವುದನ್ನೂ ಕಥೆ ಎಚ್ಚರದಿಂದ ದಾಖಲಿಸಿದೆ. ಹಾಗೆಂದು ಲೇಖಕರು ರತಿಯ ಗಂಡ ಮತ್ತು ಮಗನನ್ನು ಖಳನಾಯಕರೆಂಬಂತೆ ಬಿಂಬಿಸಹೊರಟಿಲ್ಲ ಎಂಬುದನ್ನೂ ಗಮನಿಸಬೇಕು. ರತಿಯು ತನ್ನ ಮಗ ಶಶಿಯನ್ನು ಕುರಿತು ಆಡುವ ಮಾತುಗಳು ಮತ್ತು ಅದರ ಧಾಟಿಯಲ್ಲೇ ಶಶಿಯ ಪಾತ್ರಮಾದರಿಯನ್ನು ಸಮಸ್ಯಾತ್ಮಕಗೊಳಿಸಲು ಲೇಖಕರು ಪ್ರಯತ್ನಿಸಿದ್ದಾರೆ:

"ಭಾರತದಲ್ಲಿ ಆರು ಇಕೋಫ್ರೆಂಡ್ಲಿ ರೆಸಾರ್ಟ್‌ಗಳ ಒಡೆಯ. ತನ್ನ ಅಪ್ಪನಂತೆ ಅವನೂ ಬಳ್ಳಾರಿಯಲ್ಲಿ ಗಣಿ ಲೈಸೆನ್ಸಿಗೆ ಅರ್ಜಿ ಹಾಕಿಕೊಂಡಿದ್ದಾನೆ. ಅವನ ಅಪ್ಪನ ಮಾರ್ಗದರ್ಶನ, ಲ್ಯಾಟಿನ್ ಅಮೇರಿಕಾದಲ್ಲಿ ನಡೆಸುತ್ತ ಇರುವ ಅಪ್ಪನ ಗಣಿಗಾರಿಕೆಯ ಅನುಭವ ಎರಡೂ ಅವನಿಗೆ ಇದೆ. ಇಕೋಫ್ರೆಂಡ್ಲಿಯಾಗಬೇಕು ಎಂಬ ಕನ್ಸರ್ನ್ ಕೂಡ ಇದೆ. ಅಥವಾ ಹಾಗೆ ಅಂದುಕೊಂಡಿದಾನೆ. ತಾಯಿಯ ಮಚ್ಚೆ ತಂದ ಭಾಗ್ಯವನ್ನು, ಅಂದರೆ ಡಾಲರುಗಳನ್ನು ಕೂಡ, ನೆನೆಯಲು ಅದು ಪಚ್ಚೆರೆಸಾರ್ಟ್ ಆಗಿದೆ." (೪೬-೪೭)

ಒಂದು ಕುಟುಂಬ ವಾಸಿಸುತ್ತಿದ್ದ ಜಾಗ, ಅವರ ಮನೆಯಲ್ಲಿದ್ದ ವಸ್ತುಗಳಿಂದ ಶಶಿ ಪಚ್ಚೆ ರೆಸಾರ್ಟ್ ನಿರ್ಮಿಸುತ್ತಾನೆ. ನಾಗಭೂಷಣನಾದರೋ ಅವುಗಳ ನೆನಪಿನ ಬಂಡವಾಳದಿಂದ ತನ್ನ ಕೃತಿಗಳನ್ನು ರಚಿಸಿ ವಿಶ್ವವಿಖ್ಯಾತನಾಗುತ್ತಾನೆ. ಶಶಿಯದು ಒಂದು ಬಗೆಯ 'ರಚನೆ'ಯಾದರೆ ನಾಗಭೂಷಣನದು ಮತ್ತೊಂದು ಬಗೆಯ 'ರಚನೆ'. ಹಳೆಯದು ಹಾಗೆ ಸಂಪೂರ್ಣವಾಗಿ ಸರ್ವನಾಶವಾಗುವುದಿಲ್ಲ ಎಂದೂ ಅನಂತಮೂರ್ತಿಯವರ ಕಥೆ ಸೂಚಿಸುತ್ತಿದೆಯೆ? ನಾಗಭೂಷಣನ ಭೌತಿಕ ಲೋಕ ರೂಪಾಂತರಗೊಂಡು ಈಗ ಪಚ್ಚೆ ರೆಸಾರ್ಟ್ ಆಗಿದೆ. ಅವನ ಭಾವಲೋಕವು ಈಗ ರೂಪಕಗಳಾಗಿ ಮರುಹುಟ್ಟು ಪಡೆದಿದೆ. ಹೀಗೆ ಹಳೆಯದು ಹೊಸರೂಪ ಪಡೆಯುವ ಪ್ರಕ್ರಿಯೆಯಲ್ಲಿ ಒಂದು ನಾಡಿನ ಇತಿಹಾಸವೇ ಚಲಿಸಿಬಿಟ್ಟಿರುತ್ತದೆ. ಇತಿಹಾಸದ ಈ ನಡೆಯನ್ನು ಸರಳ ನೈತಿಕ ದೃಷ್ಟಿಯಿಂದ ಕುಗ್ಗಿಸದೆ ಅಥವಾ ಕ್ಷುಲ್ಲಕಗೊಳಿಸದೆ ಅದರ ಬಹುಮುಖಿ ಸ್ವರೂಪವನ್ನು ಅನಾವರಣಗೊಳಿಸಿರುವುದರಲ್ಲಿ ಅನಂತಮೂರ್ತಿಯವರ ಕಥನ ಪ್ರತಿಭೆ ಅಡಗಿದೆ.

ಇಂಥ ವ್ಯವಹಾರದ ಜಗತ್ತನ್ನು ವರ್ಣಿಸುವಾಗ ಅನಂತಮೂರ್ತಿಯವರ ಕಥೆ ರತಿಯ ಬಗೆಗಿನ ಭಾವಪಕ್ಷಪಾತದಲ್ಲಿ ಅವಳ ಗಂಡನ ಜೀವನದೃಷ್ಟಿಯನ್ನು ಕುಬ್ಜಗೊಳಿಸುವುದಿಲ್ಲ ಎಂಬುದನ್ನೂ ಗಮನಿಸಬೇಕು. ಸಚಿನ್ ಹೇಳುತ್ತಾನೆ:

"ಸಿವಿಲ್ ಸೊಸೈಟಿ ಹೇಳೋದನ್ನು ನಿರ್ದಾಕ್ಷಿಣ್ಯವಾಗಿ ಹೇಳಲೇ ಬೇಕು..ಆದರೆ ಗಣಿಗಾರಿಕೆ ಮಾಡದೆ ಬೇರೆ ಮಾರ್ಗವಿಲ್ಲ. ವಿ ನೀಡ್ ಓರ್-ದೇಶ ಬೆಳೆಯಬೇಕಾದರೆ ಎನ್ನುತ್ತೇನೆ. ಈ ದೇಶ ಸಾವಿರಾರು ವರ್ಷ ಮಾನ್ಸೂನ್‌ಗಾಗಿ ಆಕಾಶ ನೋಡಿಯೇ ಹೇಗೋ ಬದುಕುತ್ತಾ ಬಂತು. ಈಗ ನಾವು ಕೆಳಗೆ ನೋಡಬೇಕು. ಭೂಮಿಯ ಒಳಗೇನಿದೆ ಅಂತ ನೋಡಬೇಕು ಇದು ನನ್ನ ವಾದ". (೫೪)

ಸಚಿನ್ ಹೇಳುವ 'ಕ್ಲೀನ್ ಮೈನಿಂಗ್' ಮತ್ತು ಅವನ ಮಗ ಪ್ರತಿಪಾದಿಸುವ 'ಇಕೋಫ್ರೆಂಡ್ಲೀ ಕನ್ಸರ್ನ್' ಇವುಗಳನ್ನು ವ್ಯವಹಾರ ಜಗತ್ತಿನ ಹಿಂಸೆ-ಲೋಭಗಳೆದುರು ಒಡ್ಡಿ ಅನಂತಮೂರ್ತಿಯವರ ಕಥೆ ಆಧುನಿಕ ಜಗತ್ತಿನ ವಾಣಿಜ್ಯ ವ್ಯವಹಾರಗಳನ್ನು ತುಸು ಸಮಸ್ಯಾತ್ಮಕಗೊಳಿಸಿಯೇ ಮಂಡಿಸುತ್ತದೆ. ಈ ಜಗತ್ತಿನಲ್ಲಿ ಒಂದು ಮಟ್ಟದಲ್ಲಿ ಭಾಗೀದಾರಿಯೂ, ಪಾಲುದಾರಳೂ ಆಗಿರುವ ರತಿ, ಇದರ ಹೊರತಾಗಿಯೂ ತನ್ನ ಅಸ್ಮಿತೆಯನ್ನೂ ತನ್ನ ಅಮ್ಮನ ಕುರಿತಾದ ಕರ್ತವ್ಯಪ್ರಜ್ಞೆಯನ್ನೂ ಉಳಿಸಿಕೊಂಡಿದ್ದಾಳೆ ಎಂಬುದು ಗಮನಾರ್ಹ. ಇದರಿಂದ ಅವಳು ಯಾರನ್ನೂ ಮೆಚ್ಚಿಸಬೇಕಿಲ್ಲ. ತನ್ನ ಅಮ್ಮನಿಗಂತೂ ಅವಳ ಅಲ್‌ಸೈಮರ್ಸ್ ಕಾಯಿಲೆಯಿಂದ ತಾನು ಹೇಗೆ ವರ್ತಿಸುತ್ತಿದ್ದೇನೆಂಬ ಅರಿವೂ ಆಗುವುದಿಲ್ಲ. ಆದರೂ ರತಿ ಎಲ್ಲವನ್ನೂ ತನಗಾಗಿ, ತನ್ನ ಆತ್ಮತೃಪ್ತಿಗಾಗಿ ತನ್ನ ಆತ್ಮದ ಶುದ್ಧಿಗಾಗಿ ಮಾಡುತ್ತಾಳೆ:

ಅಮ್ಮನಿಗೆ ಏನೂ ಗೊತ್ತಾಗಲ್ಲ. ಅಪ್ಪ ಕಾಲರಾದಿಂದ ಸತ್ತರು- ನಾನು ಕೆನಡಾದಲ್ಲಿ ಇದ್ದಾಗಲೇ. ನಾನೊಬ್ಬಳೇ ಮಗಳಲ್ಲವೆ? ಅವತ್ತಿನಿಂದ ಅಮ್ಮ ನನ್ನ ಜೊತೆಯಲ್ಲೇ ಇರೋದು.ಮುಂಚೆ ಕೆನಡಾದಲ್ಲೂ, ಈಗ ಇಲ್ಲೂ. ಸುಮಾರು ಎರಡು ವರ್ಷಗಳಿಂದ ಅವಳಿಗೆ ತಾನು ಯಾರೆಂದೇ ಗೊತ್ತಾಗದ ಅಲ್‌ಸೈಮರ್ಸ್ ಖಾಯಿಲೆ. ನಾವು ಉತ್ತರಾದಿ ಮಠದ ಮಹಾ ಮಡಿವಂತ ಬ್ರಾಹ್ಮಣರಲ್ಲವೆ? ಅಮ್ಮನಿಗೆ ಈಗ ಏನೂ ಗೊತ್ತಾಗದಿದ್ದರೂ ನಾನು ಎಲ್ಲೇ ಇರಲಿ-ಒಂದು ಸೀರೆಯನ್ನು ನಾನೇ ಒಗೆದು, ಅವಳು ಮಲಗುವ ಕೋಣೆಯ ರೂಫಿಗೊಂದು ಹಗ್ಗ ಕಟ್ಟಿ ಒಗೆದ ಸೀರೆಯನ್ನು ಹಗ್ಗದ ಮೇಲೆ ಒಣಹಾಕಿ, ನಿತ್ಯ ಅವಳ ಕಣ್ಣಿನ ಎದುರೇ ಅದನ್ನು ಕೋಲಿನಿಂದ ಎತ್ತಿ ಕೆಳಗಿಳಿಸಿ ಉಟ್ಟುಕೊಳ್ಳುತ್ತೇನೆ-ಒಳಕಚ್ಚೆ ಹಾಕಿ; ನಡುವೆ ಬಾಳೆಕಾಯಿಯ ಹಾಗೆ ಕಾಣುವ ಸೀರೆಯನ್ನೇ ಮುದುರಿ ಸುತ್ತಿದ ಗಂಟು ಹಾಕಿ-ಅವಳಿಗಿದೆಲ್ಲ ತಿಳಿಯುತ್ತೊ ಇಲ್ಲವೊ ನನಗೆ ಬೇಡ. ಮಡಿಸೀರೆಯುಟ್ಟೇ ನಾನು ಅವಳಿಗೆ ಗಂಜಿ ತಿನ್ನಿಸುವುದು. ಮಡಿಗಾಗಿ ನಾನು, ನೀವು ಕೂಡ ಕಾರ್ಪೆಟ್ಟಿನ ಮೇಲೂ ನಿಂತಿಲ್ಲ ನೋಡಿ.ನನ್ನ ಗಂಡ ನನ್ನ ಮಗ ಈ ನನ್ನ ಮಡಿವಂತಿಕೆಯ ವೇಷ ಕಂಡು ನಗುತ್ತಾರೆ. ನೀವು ನಿಮ್ಮೊಳಗಿಂದ ಆರಾಧಿಸುವ ಭಾಗೀರತಿ ಪ್ಯಾಂಟನ್ನೂ ಹಾಕುವಳು. ಮಡಿಯನ್ನೂ ಉಡುವಳು ಅಲ್ಲವೆ-ಎಂದು ನಗುತ್ತ ಅಮ್ಮನಿಗೆ ಊಟ ಮಾಡಿಸಲು ಅವಳು ಮಲಗಿದ ಕೋಣೆಗೆ ಹೋದಳು. (೪೭)

೩

ಇಂಥದೇ ವಿನ್ಯಾಸ "ಎತ್ತಣಿಂದೆತ್ತ ಸಂಬಂಧ?"ಕಥೆಯಲ್ಲೂ ಕಂಡುಬರುತ್ತದೆ. ಈ ಕಥೆಯ ಉಮಾ ಮತ್ತು ಅವಳ ಗಂಡ ಕುರುಪ್ ವ್ಯವಸ್ಥೆಯ ಒಳಗೇ ಇದ್ದು ತಮ್ಮ ನೈತಿಕತೆಯನ್ನು, ಶುದ್ಧತೆಯನ್ನು ಉಳಿಸಿಕೊಳ್ಳಲು ಬಯಸುವವರು. ಆದರೆ ಇವರ ಅವಸ್ಥೆಯಲ್ಲೂ ಲೌಕಿಕ ಯಶಸ್ಸಿನ, ಕೌಟುಂಬಿಕ ಸುರಕ್ಷತೆಯ ಹಂಬಲವೇ ಇರುವುದೆ ಎಂಬ ಪ್ರಶ್ನೆಯನ್ನು ಕಥೆ ಮುಕ್ತವಾಗಿ ಇಡುವುದರ ಮೂಲಕ ಸಮಕಾಲೀನ ನಾಗರೀಕತೆಯಲ್ಲಿ ಮನುಷ್ಯರು ತಮ್ಮ ಮುಗ್ಧತೆಯನ್ನೂ ಪರಿಶುದ್ಧತೆಯನ್ನೂ ಎಷ್ಟರ ಮಟ್ಟಿಗೆ ಕಾಯ್ದುಕೊಳ್ಳುವುದು ಸಾಧ್ಯ ಎಂಬ ಜಿಜ್ಞಾಸೆಯನ್ನು ಮುಂದುವರೆಸಿದೆ. ಕಥೆಯ ಒಂದು ಪಾತ್ರವಾದ ಗುಜರಾತಿ ಉದ್ಯಮಿಯೊಬ್ಬ ಹೇಳುತ್ತಾನೆ:

"ಉಮಾ ಮತ್ತು ಅವಳ ಗಂಡ ಜೆ. ಎನ್. ಯು. ದಲ್ಲಿ ಸಹಪಾಠಿಗಳು. ನಾನೂ ಅವರ ಜೊತೆ ಓದಿದವನು. ಕುರುಪ್ ಐ. ಎಫ್. ಎಸ್. ಮಾಡಿದ. ಉಮಾ ಐ. ಎ. ಎಸ್. ಮಾಡಿದಳು. ಇಬ್ಬರೂ ಓದುವಾಗ ಕ್ರಾಂತಿಕಾರರು. ನಕ್ಸಲೈಟ್ ಸಿಂಪತಿ ಇದ್ದವರು. ಅಮೇರಿಕಾದ ವಿರೋಧಿಗಳು. ಹೇಗೆ ಬದಲಾದರೋ ಹೇಳಲಾರೆ. ಅಥವಾ ನಿಜವಾಗಿ ಬದಲಾದರೋ ಹೇಳಲಾರೆ. ಯೌವನದಲ್ಲಿ ಕ್ರಾಂತಿಕಾರಿಯಾಗದವನು ಹೃದಯಹೀನ. ಆಮೇಲೂ ಕ್ರಾಂತಿಕಾರಿಯಾಗಿ ಉಳಿಯುವಾತ ಮೂರ್ಖ. ಹೀಗೊಂದು ಮಾತು ಇದೆಯಲ್ಲ! ನಮ್ಮ ಕಾಲದಲ್ಲಂತೂ ದೊಡ್ಡ ದೊಡ್ಡ ಕೆಲಸ ಪಡೆದು ಯಶಸ್ವಿಯಾದವರೆಲ್ಲ ನಕ್ಸಲೀಯರೇ. ಅದೊಂದು ಪದಕದಂತೆ ಇತ್ತು". (೩೫–೩೬)

ಉಮಾ ನರ್ತಕಿ. ರಾಜಕೀಯ ಅಧಿಕಾರ, ವಾಣಿಜ್ಯಗಳು ಅವಳನ್ನು ಆಕರ್ಷಿಸವು. ನರ್ತನಕ್ಕಾಗಿ ಐ. ಎ. ಎಸ್. ಕೆರೀರನ್ನೇ ಬಿಟ್ಟುಕೊಟ್ಟವಳು. 'ಈ ಸೊಬಗಿನ ಉಮಾ ಅಪ್ಪಟ ಪ್ರಾಮಾಣಿಕ ಅಧಿಕಾರಿಯೆಂದೂ, ಏಕಾಂತದ ಸಲಿಗೆಯಲ್ಲೂ ಸಹಜವಾಗಿ ಒದಗದವನೂ ಆದ ಕುರುಪ್‌ನನ್ನು ಹೇಗೆ ಮದುವೆಯಾದಳು ಎಂಬ ಸಮಸ್ಯೆ ಅವಳ ಆತ್ಮೀಯರನ್ನು ಕಾಡುವುದಿದೆ. ಎಲ್ಲ ಬಿಟ್ಟು ಯಾಕವಳು ಕೊನೆಗೂ ಆಯ್ದದ್ದು ಲೌಕಿಕ ಯಶಸ್ಸನ್ನೆ?'. (೩೪)

ಇಡೀ ಕಥೆ ಒಂದು ಔತಣಕೂಟದ ಸಂಜೆ ನಡೆದು ಹೋಗುತ್ತದೆ. ರಾಜತಾಂತ್ರಿಕ ಅಧಿಕಾರಿಗಳು, ಸರಕಾರಗಳಿಗೆ ಆಧುನಿಕ ಶಸ್ತ್ರಾಸ್ತ್ರ ಮಾರುವ ವ್ಯಾಪಾರಿಗಳು ಅವರ ಹೆಂಡತಿಯರಿಂದ ಕೂಡಿದ ಮೇಲುವರ್ಗದವರ ಪಾರ್ಟಿಯ ಹಗುರ ಸಲ್ಲಾಪಗಳಲ್ಲಿ ಆಧುನಿಕ ರಾಜಕಾರಣ ಮತ್ತು ಅರ್ಥವ್ಯವಸ್ಥೆಯ ಒಂದು ಸ್ಥೂಲ ಚಿತ್ರ ಮಿಂಚಿ ಮಾಯವಾಗುತ್ತದೆ. ಇವರೆಲ್ಲ ಬದುಕಿನಲ್ಲಿ 'ಯಶಸ್ಸು' ಕಂಡವರೇ. ಈ ನಾಗರೀಕತೆಯ ಸಂಕೀರ್ಣ ಸ್ವರೂಪದ ಭಾಗಗಳಾಗಿ ಇರುವವರೇ. ತಾವು ಮಾಡುತ್ತಿರುವ ಕೆಲಸಗಳ ಒಟ್ಟಾರೆ ಮಿತಿ ಇವರಿಗೆ ಅರ್ಥವಾಗಿದ್ದರೂ ಅವುಗಳು ಸದ್ಯದ ಪರಿಸ್ಥಿತಿಯಲ್ಲಿ ಒಂದು ಬಗೆಯ 'ನೆಸೆಸರಿ ಈವಿಲ್'ಗಳಾಗಿ ಬಿಟ್ಟಿವೆ ಎಂಬುದನ್ನೂ ಅರಿತವರೇ. ಅವುಗಳಿಂದ ತಮಗೆ ಬಿಡುಗಡೆಯಿಲ್ಲ ಎಂಬುದೂ ಅವರಿಗೆ ಗೊತ್ತು. ಭಾವುಕತೆಯಿಲ್ಲದ ಬೌದ್ಧಿಕ ಸ್ಪಷ್ಟತೆಯಲ್ಲಿ ಇವರು ತಮ್ಮ ಕಾರ್ಯವನ್ನೂ ಕಾರ್ಯವೈಖರಿಯನ್ನೂ ಸಮರ್ಥಿಸಿಕೊಳ್ಳಬಲ್ಲವರು. ಆದರೆ ಇವರಿಗೆ ಒಂದು ಮಟ್ಟದ ಅತೃಪ್ತಿ, ಪಾಪಪ್ರಜ್ಞೆಗಳೂ ಇವೆ. ಇವರ ಆತ್ಮವಿಮರ್ಶೆಯಲ್ಲಿ ನಮ್ಮ ನಾಗರೀಕತೆಯ ಸ್ವರೂಪ ಇನ್ನಷ್ಟು ಸಮಸ್ಯಾತ್ಮಕವಾಗಿ ಕಾಣುವಂಥ ವಿನ್ಯಾಸಕ್ಕಾಗಿ ಅನಂತಮೂರ್ತಿ ಪ್ರಯತ್ನಿಸಿದ್ದಾರೆ. ಉದಾಹರಣೆಗೆ, ಭಾರತ ಸರ್ಕಾರಕ್ಕೆ ಶಸ್ತ್ರಾಸ್ತ್ರ ಪೂರೈಸುವ ಕಂಟ್ರಾಕ್ಟಿಗೆ ಪ್ರಯತ್ನಿಸುತ್ತಿರುವ ಆಲ್ಬರ್ಟ್ ಆಡುವ ಮಾತುಗಳಲ್ಲಿ ಜಾಣತನವೂ ಇದೆ, ತನ್ನ ಸದ್ಯದ ಅವಸ್ಥೆಯನ್ನು ದಾಟಬೇಕೆಂಬ ಆರ್ತಹಂಬಲವೂ ಇದೆ:

ನಿಮಗೆ ಶಸ್ತ್ರಾಸ್ತ್ರ ಮಾರಲು ನಾನು ಯೋಜಿಸಿದ ಉಪಾಯವಲ್ಲ ಇದು. ಆದರೆ ನಮ್ಮ ಶತ್ರುಗಳಿಗೆ ಹಾಗೆ ಕಾಣುವುದು ಸಹಜವೇ. ಕಾಣಲಿ ಬಿಡಿ. ಪೂರ್ಣ ಶುದ್ಧಿ ಸಾಮಾಜಿಕನಿಗೆ ಸಾಧ್ಯವಿಲ್ಲ ಎನ್ನುತ್ತಾರೆ. ಸಾಧುವೂ ಅಲ್ಲ ಎನ್ನುವುದು ಈ ದಾನವನ ಸಿದ್ಧಾಂತ. ಅರಣ್ಯದಲ್ಲಿ ಅಡಗಿದ ಚೀನೀ ಏಜೆಂಟರಿಗೆ ನಿಮ್ಮ ದೇಶವನ್ನು ಮಾವೋವಾದದ ಹೆಸರಿನಲ್ಲಿ ಕಳೆದುಕೊಳ್ಳುವುದು ಸಾಧ್ಯವೇ? ಪವರ್ ಗನ್ನಿನಿಂದ ಬರುವುದೆಂದು ಅವರ ದಾನವ ಸಿದ್ಧಾಂತ ತಾನೆ? ಮಾನವ

ಚರಿತ್ರೆಯಲ್ಲಿ ಅಸ್ತ್ರಗಳ ಬಗ್ಗೆ ಕುತೂಹಲವಿಲ್ಲದ ಕಾಲವೇ ಇಲ್ಲ. ಆದಿಮಾನವನೇ ಕಲ್ಲನ್ನು ಚೂಪಾಗಿ ಕೆತ್ತಿ ಅಸ್ತ್ರ ಮಾಡಿಕೊಂಡ. ಆದ್ದರಿಂದ ಗನ್ ಮಾರುವುದು ನನ್ನ ಹಕ್ಕು. ಕೊಳ್ಳುವುದು ನಿಮ್ಮ ಹಕ್ಕು. ನಾಗರಿಕತೆಯನ್ನು ನಾಶಮಾಡಹೊರಟವರೆಲ್ಲ ಗನ್ನುಗಳನ್ನು ಬಳಸುವಾಗ ಸರ್ಕಾರಕ್ಕೂ ಗನ್ನುಗಳು ಬೇಕಲ್ಲವೆ? ಆದರೆ ನಾಗರಿಕತೆಗೆ ಇದು ಮಾತ್ರ ಸಾಲದು. ಮೇರಿಗೆ ಭಾರತದ ಕಲೆಯಲ್ಲಿ ಎಷ್ಟು ಆಸಕ್ತಿಯಿದೆಯೋ ನನಗೆ ಆಯುರ್ವೇದದಲ್ಲಿ ಅಷ್ಟೇ ಆಸಕ್ತಿ. ಉಮಾಳ ಇಪ್ಪತ್ತೆಕರೆಯಲ್ಲಿ ಗುರುಕುಲದ ಕಲಾಶಾಲೆ ಕಟ್ಟಬೇಕು. ಜೊತೆಗೇ ಔಷಧದ ಸಸ್ಯಗಳನ್ನು ಬೆಳೆಸಿ ರಿಸರ್ಚ್ ಮಾಡಬೇಕು. ಔಷಧಗಳನ್ನು ತಯಾರಿಸಿ ಇಂಟರ್‌ನ್ಯಾಷನಲಿ ಮಾರಬೇಕು. ಲಾಭದ ಉದ್ದೇಶವಿಲ್ಲದೆ, ಮನುಷ್ಯನ ಆರೋಗ್ಯವನ್ನು ಕಾಯುವ ಔಷಧದ ರಿಸರ್ಚ್ ಹೊಸ ನಾಗರೀಕತೆಯನ್ನೇ ಸೃಷ್ಟಿಸಬಲ್ಲುದು ಎಂದು ಶಸ್ತ್ರಾಸ್ತ್ರ ಸೃಷ್ಟಿಯ ಈ ದಾನವ ತಿಳಿದಿದ್ದಾನೆ. ಇದಕ್ಕಾಗುವ ಖರ್ಚನ್ನೆಲ್ಲ ನಾನು ವಹಿಸಿಕೊಳ್ಳುತ್ತೇನೆ". (೪೧)

ಅನಂತಮೂರ್ತಿಯವರ ಕಥೆ ಯಾರನ್ನೂ ಏಕಮುಖವಾಗಿ ಸಮರ್ಥಿಸುವುದಿಲ್ಲ. ಸರಳವಾಗಿ ನಿರಾಕರಿಸುವುದೂ ಇಲ್ಲ. ಇವರೆಲ್ಲರ ಆದರ್ಶ, ಆರ್ತತೆ, ಭಾವುಕತೆಗಳನ್ನು ಒಂದು ಬಗೆಯ ಅನುಮಾನದಲ್ಲೇ ಗೌರವಿಸುತ್ತದೆ. ಕಥೆ ಯಾವುದರ ಬಗ್ಗೆಯೂ ಅಂತಿಮ ತೀರ್ಪು ಕೊಡುವುದಿಲ್ಲ. ಮನುಷ್ಯ ನಾಗರೀಕತೆಯ ಸದ್ಯದ ಸಂದರ್ಭದಲ್ಲಿ ಸೂಕ್ಷ್ಮಮನಸ್ಸಿನವರ ಪಾಡನ್ನು ಅದರ ಬಹುಮುಖದಲ್ಲಿ ನಿರೂಪಿಸುತ್ತದೆ. ಕಥೆಯ ಅಂತ್ಯ ಈ ದೃಷ್ಟಿಯಿಂದ ತುಂಬ ನಾಟಕೀಯವಾಗಿದೆ ಮತ್ತು ಇಡೀ ಕಥೆ ನಮ್ಮ ನಾಗರೀಕತೆಯ ಬಗ್ಗೆ ಹೊಳೆಯಿಸುವ ವ್ಯಂಗ್ಯವನ್ನು ಮತ್ತಷ್ಟು ಪ್ರಜ್ವಲಿಸುವ ಹಾಗಿದೆ.'ನೃತ್ಯವೇ ಆಗಿಬಿಡುವ ನರ್ತಕಿ ನೀನಲ್ಲ ನಿನಗೆ ಬೇಕಾದ್ದು ಕ್ಷೇಮದ ಯಶಸ್ಸಿನ ಬದುಕು' ಎಂದು ಛೇಡಿಸಿದ್ದ ಅವಳ 'ಕ್ರಾಂತಿಕಾರಿ' ಸಹಪಾಠಿ 'ಈಗ ಬೆಂಗಳೂರಿನಲ್ಲಿ ಲೆಕ್ಚರರ್ ಆಗಿ ಮನೆ ಕಟ್ಟಿದ್ದಾನೆ. ಕೆಲಸ ಕಳೆದುಕೊಳ್ಳದ ಎಚ್ಚರದಲ್ಲಿ ನಕ್ಸಲೈಟರನ್ನು 'ಸಿಂಪತಿಸಿ' ಲೇಖನ ಬರೆಯುತ್ತಾನೆ'. (೪೨)

ಕಮಲಾ ದಾಸ್: ಕಥನ ಮತ್ತು ಆತ್ಮಕಥನ

೧

ಕಮಲಾ ದಾಸ್ (೧೯೩೪-೨೦೦೯) ಮಲಯಾಳಮ್ ಮತ್ತು ಇಂಗ್ಲಿಷ್ ಎರಡೂ ಭಾಷೆಗಳಲ್ಲಿ ಸಾಹಿತ್ಯ ರಚಿಸಿ ಖ್ಯಾತರಾದವರು. ಅಂತರ್ ರಾಷ್ಟ್ರೀಯ ಮಟ್ಟದಲ್ಲೂ ಪ್ರಸಿದ್ಧರಾದ ಕೆಲವೇ ಕೆಲವು ಭಾರತೀಯ ಲೇಖಕಿಯರಲ್ಲಿ ಇವರೂ ಒಬ್ಬರು. ಗ್ರಾಮೀಣ ಕೇರಳದ ದಟ್ಟವಾದ ನಿರೂಪಣೆ, ಹೆಣ್ಣಿನ ಅಂತರಂಗದ ನಿರ್ಭಿಡ ಅನಾವರಣ ಮತ್ತು ವೈಯಕ್ತಿಕ ಆರ್ತತೆಯಿಂದ ಕೂಡಿದ ಬರವಣಿಗೆಗಳಿಂದ ಅವರು ತುಂಬ ಜನಪ್ರಿಯರೂ ಆಗಿದ್ದಾರೆ. ತಮ್ಮ ನೇರನುಡಿ ಮತ್ತು ದಿಟ್ಟ ಬರವಣಿಗೆಗಳಿಂದ ಒಂದಲ್ಲ ಒಂದು ವಿವಾದದ ಕೇಂದ್ರಬಿಂದುವಾಗಿದ್ದ ಕಮಲಾ ದಾಸ್ ತಮ್ಮ ಇಳಿವಯಸ್ಸಿನಲ್ಲಿ ಇಸ್ಲಾಂ ಮತಕ್ಕೆ ಮತಾಂತರಗೊಂಡು ಕಮಲಾ ಸುರೈಯಾ ಎಂದು ಹೆಸರು ಬದಲಿಸಿಕೊಂಡು ಸಂಪ್ರದಾಯಸ್ಥರನ್ನು ಬೆಚ್ಚಿಬೀಳಿಸಿದ್ದರು. ಇವರ ಬರಹದಂತೆ ವೈಯಕ್ತಿಕ ಬದುಕು ಕೂಡ ವರ್ಣರಂಜಿತ. ತಮ್ಮ ಆತ್ಮಚರಿತ್ರೆಗಳಲ್ಲಿ ಮತ್ತು ಆತ್ಮಚರಿತ್ರಾತ್ಮಕ ಬರಹಗಳಲ್ಲಿ ಅವರು ತಾವು ಬೆಳೆದುಬಂದ ಬಗೆಯನ್ನೂ, ತಮ್ಮ ಸಂವೇದನೆಗಳು ರೂಪುಗೊಂಡ ರೀತಿಯನ್ನೂ ಮುಕ್ತವಾಗಿ ತೋಡಿಕೊಂಡಿದ್ದಾರೆ. ಪ್ರಸ್ತುತ "ನೀರ್‌ಮಾದಳ ಹೂ ಬಿಟ್ಟ ಕಾಲ" ವು ಮೊದಲು ೧೯೭೦ರಲ್ಲಿ ಮಲಯಾಳಮ್ ಭಾಷೆಯಲ್ಲಿ "ನೀರ್‌ಮಾದಳಮ್ ಪೂತ್ತ ಕಾಲಮ್" ಎಂಬ ಹೆಸರಿನಲ್ಲಿ ಪ್ರಕಟವಾದ ಕೃತಿಯ ಕನ್ನಡ ಅನುವಾದ (ನೀರ್‌ಮಾದಳ ಹೂ ಬಿಟ್ಟ ಕಾಲ ಕಮಲಾ ದಾಸ್, ಅನು: ಪಾರ್ವತಿ ಜಿ ಐತಾಳ, ಮನೋಹರ ಗ್ರಂಥಮಾಲಾ, ಧಾರವಾಡ, ೨೦೦೯).

ನುರಿತ ಅನುವಾದಕಿ ಪಾರ್ವತಿ ಐತಾಳ್ ಅವರು ಹಿತವಾಗಿ ಅನುವಾದಿಸಿರುವ ಈ ಪುಸ್ತಕವನ್ನು 'ಹದಿಹರೆಯದ ಹಂತದ ಆತ್ಮಕಥೆ' ಎಂದು ಕರೆಯಲಾಗಿದೆ. ಕಮಲಾ ಅವರಿಗೆ ಹದಿಮೂರು-ಹದಿನಾಲ್ಕು ವರ್ಷಗಳಾಗಿದ್ದಾಗಿನ ಅವರ ಅನುಭವ-ಅವಲೋಕನಗಳನ್ನು ಇದು ಓದುಗರ ಮುಂದೆ ಸಾದರ ಪಡಿಸುತ್ತದೆ. ಪಾರ್ವತಿ ಐತಾಳರು ಸರಿಯಾಗಿಯೇ ಗುರುತಿಸಿರುವಂತೆ, "ಇದನ್ನು ಬರೆದಾಗ ಲೇಖಕಿಯ ವಯಸ್ಸು ಅರುವತ್ತು ದಾಟಿತ್ತು. ಕೃತಿಯ ಸಾಲುಗಳ ಮೇಲೆ ಪ್ರಕಟವಾಗುವ ಹದಿಹರೆಯದ ಮುಗ್ಧ ಮನಸ್ಸು ಮತ್ತು ಸಾಲುಗಳ ನಡುವೆ

ಕಾಣಿಸಿಕೊಳ್ಳುವ ಲೇಖಕಿಯ ಪಕ್ವ ಮನಸ್ಸುಗಳ ಬೆಸುಗೆಯು ಓದುಗರಿಗೆ ಒಂದು ವಿಶಿಷ್ಟ ಅನುಭವವನ್ನು ಕೊಡುತ್ತದೆ."

ಕಮಲಾ ತನ್ನ ತಂದೆ-ತಾಯಿಯರೊಂದಿಗೆ ಕಲ್ಕತ್ತಾದಲ್ಲಿ ಇದ್ದರಷ್ಟೆ. ಹೈಸ್ಕೂಲಿಗೆ ಬೇಸಿಗೆ ರಜೆ ಬಂದಾಗ ತನ್ನ ತಾಯಿಯ ತವರು ನಾಲಪ್ಪಾಟ್ಟು ಮನೆಗೆ ಬರುತ್ತಾರೆ. ವರ್ಷಕ್ಕೊಂದೇ ಬಾರಿ, ಅದೂ ಒಂದೇ ವಾರದ ಮಟ್ಟಿಗೆ ಹೂ ಬಿಡುವ ನೀರ್‌ಮಾದಳ ಹೂಗಳ ಪರಿಮಳವು ಅವರಿಗೆ ಮರೆಯಲಾಗದ ಒಂದು ಸವಿನೆನಪು. ಸಹಜವಾಗಿಯೇ ಆ ಕಾಲದ ತಮ್ಮ ಅನುಭವ ಕಥನಕ್ಕೆ ಈ ಹೆಸರು ಕೊಟ್ಟಿದ್ದಾರೆ. ನಾಲಪ್ಪಾಟ್ಟು ಮನೆಯಲ್ಲಿದ್ದಷ್ಟು ಕಾಲ ಅವರು ಕಲ್ಕತ್ತಾದ ನಗರಜೀವನದ ಅನುಭವಕ್ಕಿಂತ ತುಂಬ ಭಿನ್ನವಾದ ಅನುಭವ ಪಡೆದು ತಮ್ಮ ಬುದ್ಧಿಭಾವಗಳನ್ನು ಹಿಗ್ಗಿಸಿಕೊಳ್ಳುತ್ತಾರೆ. ಆಧುನಿಕತೆಯು ಇನ್ನೂ ಅಷ್ಟಾಗಿ ಪ್ರವೇಶಿಸಿರದ, ಸಾಂಪ್ರದಾಯಕ ಜೀವನಕ್ರಮ ಮತ್ತು ಮೌಲ್ಯಪ್ರಜ್ಞೆ ಇನ್ನೂ ಜೀವಂತವಾಗಿದ್ದ ಆ ಪರಿಸರವು ಬಾಲಕಿ ಕಮಲಾ ಅವರಲ್ಲಿ ಅನೇಕ ಬಗೆಯ ಪ್ರಶ್ನೆ, ಬೆರಗು, ವಿಸ್ಮಯಗಳನ್ನು ಹುಟ್ಟಿಸುತ್ತದೆ. ತನ್ನ ಅಜ್ಜಿಯ ವ್ಯಕ್ತಿತ್ವವು ಅವರ ಮೇಲೆ ಗಾಢವಾದ ಪ್ರಭಾವವನ್ನು ಬೀರುತ್ತದೆ. ಗ್ರಾಮೀಣ ಬದುಕು ಮತ್ತು ಪರಿಸರದ ಮುಗ್ಧತೆ-ಸೌಂದರ್ಯಗಳಂತೆ, ಜಾತಿ-ವರ್ಗವ್ಯವಸ್ಥೆಗಳಲ್ಲಿ ಅಂತರ್ಗತವಾಗಿದ್ದ ಹಿಂಸೆ ಕ್ರೌರ್ಯಗಳ ಜಗತ್ತನ್ನೂ ಅವರು ದಿಗ್ಭ್ರಮೆಯಿಂದ ಗಮನಿಸುತ್ತಾರೆ. ಆ ವಯಸ್ಸಿನ ಲೈಂಗಿಕ ಕುತೂಹಲ, ಹಲವು ಜೀವನಕ್ರಮಗಳ ನಡುವಣ ವೈದೃಶ್ಯ, ತನ್ನ ತಂದೆಯ ವರ್ಗನಿಷ್ಠುರತೆ ಮತ್ತು ಕಠೋರಶಿಸ್ತನ್ನು ಪ್ರತಿರೋಧಿಸುವ ಬಾಲಕಿಸಹಜ ಸಾಹಸಪ್ರಿಯತೆ, ತನ್ನ ಸುತ್ತಲ ಪರಿಚಿತ ಜಗತ್ತಿನಲ್ಲೇ ರೂಢಿಯಲ್ಲಿದ್ದ ಲಿಂಗ ಅಸಮಾನತೆ ಮತ್ತು ತಮಗೆ ವೈಯಕ್ತಿಕವಾಗಿ ಅನುಭವಕ್ಕೆ ಬಂದ ಸೂಕ್ಷ್ಮವಾದ ಲೈಂಗಿಕ ಶೋಷಣೆ-ದೌರ್ಜನ್ಯ ಎಲ್ಲವನ್ನೂ ಲೇಖಕಿ ಒಂದು ಕಾಲದ ದೂರದಲ್ಲಿ ನಿಂತು ಮುಕ್ತವಾಗಿ ನಿರೂಪಿಸಿದ್ದಾರೆ.

ಕಮಲಾ ನೆನಪಿಸಿಕೊಳ್ಳುವ ಒಂದು ಮುಖ್ಯ ಸಂಗತಿ ಎಂದರೆ ತಮ್ಮ ಮನೆಯಲ್ಲಿದ್ದ ಪತ್ರಗಳ ರಾಶಿಯನ್ನು. ಅದೊಂದು ವಿದ್ಯಾವಂತ ಕುಟುಂಬವಾದ್ದರಿಂದ ಪರಸ್ಪರ ಬರೆದುಕೊಂಡ ಪತ್ರಗಳು, ಗಣ್ಯರ ಮತ್ತು ಗಣ್ಯರಿಗೆ ಬರೆದ ಪತ್ರಗಳ ಭಂಡಾರವೇ ಅವರ ಮನೆಯಲ್ಲಿ ಇತ್ತಂತೆ. ನಾಲಪ್ಪಾಟ್ಟು ಕುಟುಂಬದ ಇತಿಹಾಸವನ್ನು ಬರೆಯ ಬಯಸುವ ಯಾರಿಗೇ ಆದರೂ ಆ ಕಪಾಟು ಒಂದು ವರವಾಗಿದೆ ಎಂದು ಲೇಖಕಿ ಬರೆಯುತ್ತಾರೆ. ಆಮೇಲೆ ಅವರು ಮಾಧವ ದಾಸ್ ಅವರನ್ನು ಮದುವೆಯಾದ ಮೇಲೆ ತಮ್ಮ ಪತಿ ತಮ್ಮೆಲ್ಲ ಪತ್ರಗಳನ್ನು ತಮ್ಮ ವಶದಲ್ಲೇ ಇಟ್ಟುಕೊಂಡಿದ್ದರೆಂದು ದಾಖಲಿಸುವ ಲೇಖಕಿ ಆ ಪತ್ರಗಳನ್ನು ಸುಟ್ಟುಹಾಕಲೂ ತಮ್ಮ ಪತಿ ಒಪ್ಪಲಿಲ್ಲವೆಂದು ತಿಳಿಸುತ್ತಾರೆ. "ದಾಸ್ ಅವರ ಬಗ್ಗೆ ನಾನು ಕೆಟ್ಟದಾಗಿ ಡೈರಿಯಲ್ಲಿ ಎಷ್ಟೋ ಬಾರಿ ಬರೆದಿರಬಹುದು. ಆದರೆ, ಇಂದು ಅದಾವುದನ್ನೂ ಎಣಿಸಿಕೊಂಡು ಪರಿತಪಿಸಲು ನಾನು ತಯಾರಿಲ್ಲ. ನನಗೆ ರಹಸ್ಯಗಳನ್ನು ಕಾಪಾಡುವುದರ ಬಗ್ಗೆ ಸ್ವಲ್ಪವೂ ಆಸಕ್ತಿಯಿಲ್ಲ. ಈ ಮನೋಭಾವವು ನನ್ನ ಪರಿಪಕ್ವತೆಯ ಲಕ್ಷಣವೆಂದು ನಾನು ತಿಳಿದುಕೊಳ್ಳುತ್ತೇನೆ" ಎಂದು ಕಮಲಾ ಈ ಪುಸ್ತಕದಲ್ಲಿ ಘೋಷಿಸಿಕೊಳ್ಳುತ್ತಾರೆ. ಅವರ ಸ್ವಭಾವ ಮತ್ತು ಬರಹದ ಶೈಲಿಯನ್ನು ಅಭ್ಯಾಸ ಮಾಡುವವರಿಗೆ ಹೀಗೆ ಇಲ್ಲೊಂದು ಮುಖ್ಯ ಸೂಚನೆ ದೊರಕುವಂತಿದೆ.

ಹೊಟ್ಟೆ ತುಂಬಿದ್ದಾಗ ಸಿಂಹವು ಯಾರ ಮೇಲೂ ಆಕ್ರಮಣ ಮಾಡುವುದಿಲ್ಲ ಎಂದು ಕಮಲಾ ಬಾಲಕಿಯಾಗಿದ್ದಾಗ ತಮ್ಮ ಗೆಳತಿಯೊಬ್ಬಳಿಗೆ ಹೇಳಿದಾಗ ಆ ಮಾತಿನ ಸತ್ಯಾಸತ್ಯತೆಯನ್ನು ಪರೀಕ್ಷಿಸಲು ಆ ಗೆಳತಿ ಮೃಗಾಲಯದ ಸಿಂಹದ ಬೋನಿನಲ್ಲಿ ಇವರನ್ನು ಕೂಡಿಹಾಕಿದ್ದ ಪ್ರಸಂಗವನ್ನೂ ಕಮಲಾ ಇಲ್ಲಿ ದಾಖಲಿಸಿದ್ದಾರೆ. ಅದೃಷ್ಟವಶಾತ್ ಅಂದು ಆ ಸಿಂಹ ಕಮಲಾಗೆ ಏನೂ ಮಾಡಲಿಲ್ಲ. ಅಂದರೆ ಕಮಲಾ ಅಕ್ಷರಶಃ ಸಿಂಹದ ಗವಿಯನ್ನು ಹೊಕ್ಕುಬಂದವರು. ಇನ್ನು ಈ ಪ್ರಸಂಗದ ರೂಪಕವಿಸ್ತಾರವೆಂಬುದು ಸ್ವತಃ ಅವರ ಬದುಕಿನ ಹಲವು ಪ್ರಸಂಗಗಳಲ್ಲೇ ಸಾರ್ವಜನಿಕವಾಗಿ ತೆರೆದಿಡಲ್ಪಟ್ಟಿದೆ.

ತಮ್ಮ ನಿರ್ಭಿಡ ಬರವಣಿಗೆ ಮತ್ತು ದಿಟ್ಟ ನಿಲುವುಗಳಿಂದ ಕೆಲವೊಮ್ಮೆ ಅನಗತ್ಯ ವಿವಾದಗಳಿಗೆ ಒಳಗಾದರೂ ಕಮಲಾದಾಸ್ ಧೃತಿಗೆಡದೆ ತಮ್ಮ ಬದುಕು-ಬರಹಗಳನ್ನು ತಮಗೆ ಸರಿ ಕಂಡ ರೀತಿಯಲ್ಲಿ ರೂಪಿಸಿಕೊಂಡರು. ಅವರ ಅನೇಕ ಸ್ವಂತ ಅನುಭವಗಳೇ ಕತೆ-ಕವಿತೆಗಳಾಗಿ ರೂಪಾಂತರಗೊಂಡು ಸಾಹಿತ್ಯಪ್ರಪಂಚವನ್ನು ಸಮೃದ್ಧಗೊಳಿಸಿದವು ಎಂದು ಹಲವು ವಿಮರ್ಶಕರು ಗುರುತಿಸಿದ್ದಾರೆ.

೨

ಕೆ. ಕೆ. ಗಂಗಾಧರನ್ ಅವರು ಕಮಲಾ ದಾಸ್ ಅವರ ಹದಿನೇಳು ಕತೆಗಳನ್ನು ಅನುವಾದಿಸಿ "ಕಮಲಾ ದಾಸ್ ಕತೆಗಳು" (ಲಂಕೇಶ್ ಪ್ರಕಾಶನ, ಬೆಂಗಳೂರು, ೨೦೦೯) ಎಂಬ ಹೆಸರಿನಲ್ಲಿ ಪ್ರಕಟಿಸಿದ್ದಾರೆ. ಹದಿನೇಳು ಕತೆಗಳ ಈ ಸಂಕಲನವು ಕಮಲಾ ದಾಸರ ಬರವಣಿಗೆಯ ಎಲ್ಲ ಮುಖ್ಯ ಲಕ್ಷಣಗಳನ್ನು ಬೇರೆಬೇರೆ ಬಗೆಗಳಲ್ಲಿ ಮತ್ತು ಮಟ್ಟಗಳಲ್ಲಿ ತೋರುವಂತಿದೆ. ಗಂಡು-ಹೆಣ್ಣು ಸಂಬಂಧದ ಸಂಕೀರ್ಣತೆ, ವಿಷಮ ದಾಂಪತ್ಯ, ವ್ಯಕ್ತಿಯನ್ನು ಕ್ರೂರವಾಗಿ, ನಿರ್ದಯವಾಗಿ ನಡೆಸಿಕೊಳ್ಳುವ ವ್ಯವಸ್ಥೆ, ಸಣ್ಣಸಣ್ಣ ಕನಸುಗಳನ್ನೂ ನನಸಾಗಿಸಿಕೊಳ್ಳಲು ಸಾಧ್ಯವಾಗದ ಸಾಮಾನ್ಯರ ನಿತ್ಯಬದುಕು, ಸಾವಿನ ಆಘಾತ ಮತ್ತು ಪರಿಣಾಮ ಇವುಗಳ ಸುತ್ತ ಹೆಣೆದ ಈ ಕತೆಗಳು ತಮ್ಮ ಆರ್ದ್ರತೆ ಮತ್ತು ಆರ್ತತೆಗಳಿಂದ ಮನಮುಟ್ಟುವಂತಿವೆ. ಒಂದು ನಿರ್ದಿಷ್ಟ ಅಳತೆ ಅಥವಾ ಬರವಣಿಗೆಯ ಶೈಲಿಗೆ ಸೀಮಿತಗೊಳಿಸಿಕೊಳ್ಳದೆ ಸಂದರ್ಭಕ್ಕೆ ಸಾಪೇಕ್ಷವಾಗುವ ಕಮಲಾ ದಾಸರ ಕಥನ ಓದುಗರ ಸಂವೇದನೆ ಮತ್ತು ನೈತಿಕಪ್ರಜ್ಞೆಯನ್ನು ತಟ್ಟುವ ಶಕ್ತಿಯನ್ನು ಪಡೆದುಕೊಂಡಿದೆ.

ಸಾಮಾನ್ಯವಾಗಿ ವಾಸ್ತವಿಕ ವಿವರಗಳಲ್ಲೇ ಕತೆ ಕಟ್ಟುವ ಕಮಲಾ ದಾಸ್ ಕೆಲವು ಕುತೂಹಲಕಾರೀ ರಚನೆಗಳಲ್ಲಿ ವಾಸ್ತವಿಕ ಪಾತಳಿಯಿಂದ ಜಿಗಿಯಬಲ್ಲ ಪ್ರತಿಭೆ ಮತ್ತು ಸಾಮರ್ಥ್ಯಗಳನ್ನೂ ತೋರಿದ್ದಾರೆ. ಮೇಲುನೋಟಕ್ಕೆ ತುಂಬಾ ಸರಳವಾಗಿ, ತೆಳುವಾಗಿ, ಸಂಕ್ಷಿಪ್ತವಾಗಿವೆ ಎನಿಸಿದರೂ ಈ ಕತೆಗಳು ಓದುಗರ ಮೇಲೆ ತೀವ್ರವಾದ ಪರಿಣಾಮವನ್ನು ಬೀರಬಲ್ಲ ಶಕ್ತಿಯನ್ನು ಪಡೆದಿವೆ. ಕಮಲಾ ದಾಸ್ ಅವರ ಹೆಚ್ಚಿನ ಕತೆಗಳು ವಿವರ-ವರ್ಣನೆಗಳಲ್ಲಿ ಲಂಬಿತವಾಗುವುದಿಲ್ಲ. ಒಂದು ಸನ್ನಿವೇಶ, ಒಂದು ಮನಸ್ಸಿನ ಭಾವಸ್ಥಿತಿ, ಮನುಷ್ಯ ಸಂಬಂಧಗಳ ಇಕ್ಕಟ್ಟು ಇವುಗಳ ಸ್ವರೂಪದ ಒಂದು ಸಣ್ಣಸೂಚನೆಯನ್ನು ಮಾತ್ರ

ಕೊಟ್ಟು ಲೇಖಕಿ ಉಳಿದದ್ದನ್ನು ಓದುಗರ ಊಹೆಗೇ ಬಿಡುತ್ತಾರೆ. ಲೇಖಕಿಯ ಸೂಚನೆಗಳು ಓದುಗರ ಮನಸ್ಸಿನಲ್ಲಿ ಅರಳಿ ಪೂರ್ಣಗೊಳ್ಳಬೇಕು. ಅಂದರೆ ಲೇಖಕಿಯ ಶೋಧದಲ್ಲಿ ಓದುಗ ಸಕ್ರಿಯವಾಗಿ ಪಾಲುಗೊಳ್ಳಬೇಕು. ಇದು ಕಮಲಾ ದಾಸ್ ಅವರ ಹೆಚ್ಚಿನ ಕತೆಗಳ ಪ್ರಧಾನ ಲಕ್ಷಣವೆಂದು ಹೇಳಬಹುದು. ವ್ಯಕ್ತಿ ತಾನು ಮಾಡದ ತಪ್ಪುಗಳಿಗೆ, ಪಾಪಗಳಿಗೆ ಲೌಕಿಕ ವ್ಯವಸ್ಥೆಯಲ್ಲಿ ಮತ್ತು ಪಾರಲೌಕಿಕ ನಿಗೂಢದಲ್ಲಿ ಶಿಕ್ಷೆ ಅನುಭವಿಸುವ ಚಿತ್ರಗಳು ಈ ಸಂಕಲನದಲ್ಲಿ ಧಾಳಾಗಿ ಕಾಣಿಸಿಕೊಳ್ಳುತ್ತವೆ.

೩

ಈ ಸಂಕಲನದ "ಹಕ್ಕಿಯ ವಾಸನೆ" ಎಂಬ ಕತೆಯು ದಟ್ಟವಾದ ವಾಸ್ತವಿಕ ವಿವರಗಳಲ್ಲಿ ಪ್ರಾರಂಭವಾದರೂ ಕ್ರಮೇಣ ವಾಸ್ತವದ ಪಾತಳಿಯನ್ನು ಜಿಗಿದು ಕತೆಯ ಕೊನೆಗೆ ಬರುವಷ್ಟರಲ್ಲಿ ದುರಂತದ ಒಂದು 'ಫೇಬಲ್' ಆಗಿಬಿಡುತ್ತದೆ. ಕಾಫ್ಕಾನ ಬರವಣಿಗೆಗಳನ್ನು ನೆನಪಿಗೆ ತರುವ ಈ ಪುಟ್ಟ ಕತೆಯ ನಾಯಕಿಯು ಉದ್ಯೋಗಾಕಾಂಕ್ಷಿಯಾಗಿ ಏಳು ಮಹಡಿಗಳ ಬೃಹತ್ ಕಟ್ಟಡವೊಂದನ್ನು ಪ್ರವೇಶಿಸುತ್ತಾಳೆ. ಆದರೆ ತಾನು ನಿರ್ದಿಷ್ಟವಾಗಿ ಪ್ರವೇಶಿಸಬೇಕಾಗಿದ್ದ ಕಛೇರಿಯು ಅವಳಿಗೆ ಸಿಗುವುದೇ ಇಲ್ಲ. 'ಎಷ್ಟು ನಡೆದರೂ, ಎಷ್ಟು ಬಾಗಿಲುಗಳನ್ನು ದಾಟಿದರೂ ತಾನು ಹುಡುಕುತ್ತಿದ್ದ ಬೋರ್ಡ್ ಮಾತ್ರ' ಅವಳಿಗೆ ಕಾಣಿಸದೆ ಆ ಬಗ್ಗೆ ಹಲವರನ್ನು ವಿಚಾರಿಸುತ್ತಾಳೆ. **Dying** ಎಂಬ ಬೋರ್ಡ್ ನೋಡಿ ಅದು ಬಟ್ಟೆಗಳಿಗೆ ಬಣ್ಣ ಹಾಕುವ ಕಂಪೆನಿ ಇರಬೇಕೆಂದೂ ಅಲ್ಲಿ ವಿಚಾರಿಸಿದರೆ ತಾನು ಹೋಗಬೇಕಿದ್ದ ಟೆಕ್ಸ್‌ಟೈಲ್ ಕಂಪೆನಿಯ ಬಗ್ಗೆ ಮಾಹಿತಿ ದೊರೆಯಬಹುದೆಂದು ಒಳ ಹೊಕ್ಕರೆ ಅದು 'ಡೈಯಿಂಗ್' ಅಂದರೆ ಸಾವಿನ ಕೋಣೆಯೇ ಆಗಿರುತ್ತದೆ! ಅಲ್ಲಿದ್ದವನೊಂದಿಗಿನ ಮಾತುಕತೆ ಎಂದರೆ ಸಾವಿನ ಏಜೆಂಟನೊಂದಿಗಿನ ಮಾತುಕತೆಯೇ. ಕೊನೆಗೂ ಆ ಕೋಣೆಯಿಂದ ಹೊರಬಂದು ಲಿಫ್ಟ್ ಹೊಕ್ಕರೆ ಅದರೊಳಗೆ ಒಂದು ಬೋರ್ಡ್ ತೂಗುಹಾಕಲಾಗಿರುತ್ತದೆ: 'ಲಿಫ್ಟ್ ದುರಸ್ತಿಯಲ್ಲಿದೆ. ಅಪಾಯ.' ಅವಳು ಆ ಲಿಫ್ಟಿನಿಂದ ಮತ್ತೆಂದೂ ಹೊರಬರುವುದಿಲ್ಲ. ಈ ಕತೆ ಕೊಲ್ಕಾತ್ತಾದಲ್ಲಿ ನಡೆಯುತ್ತದೆ ಎಂಬ ಸೂಚನೆಯೊಂದು ಕತೆಯ ಆರಂಭದಲ್ಲೇ ಸಿಗುತ್ತದೆ. ಆದರೆ ಅದೇನೂ ಅಂಥ ಮಹತ್ವದ ವಿವರವಲ್ಲ. ಕತೆ ಎಲ್ಲಿ ಬೇಕಾದರೂ ನಡೆಯಬಲ್ಲಷ್ಟು ಮುಕ್ತವಾಗಿದೆ. ಈ ಕತೆಯ ನಾಯಕಿಗೆ ಅಥವಾ ಇತರ ಪಾತ್ರಗಳಿಗೆ ಹೆಸರುಗಳಿಲ್ಲ. ಕಾಲವು ಆಧುನಿಕ ಎಂಬುದು ಕತೆಯ ಹಲವು ವಿವರಗಳಲ್ಲಿ ಕಂಡುಬರುತ್ತದೆ. ಹಾಗಾಗಿ, ಆಧುನಿಕ ಜಗತ್ತಿನಲ್ಲಿ ವ್ಯಕ್ತಿ ವಿನಾಕಾರಣ ಹಿಂಸೆಗೆ ಒಳಪಡುವ ಫೇಬಲ್ ಆಗಿ ಈ ಕತೆ ಸಾಧಾರಣೀಕರಣಗೊಳ್ಳುವಂತಿದೆ.

೪

"ಹಕ್ಕಿಯ ವಾಸನೆ" ಕತೆಯಲ್ಲಿ ಹಿಂಸೆ– ಕ್ರೌರ್ಯಗಳಿಗೆ ಒಂದು ಬಗೆಯ ಪಾರಭೌತಿಕ ಆಯಾಮ ಇದೆ. ಕ್ರೌರ್ಯದ ನೆಲೆಗಳು ಇಲ್ಲಿ ತುಸು ಅಮೂರ್ತ. ಆದರೆ "ಕಲ್ಯಾಣಿ" ಎಂಬ ಇನ್ನೊಂದು ಕತೆಯಲ್ಲಿ ಕ್ರೌರ್ಯವು ಮನುಷ್ಯನಿರ್ಮಿತ ವ್ಯವಸ್ಥೆಯಲ್ಲಿ ಮೂರ್ತವಾಗಿ ವಾಚ್ಯವಾಗಿಯೇ ಕಾಣಿಸಿಕೊಳ್ಳುತ್ತದೆ. ಆದರೆ ಅದು ದುಃಸ್ವಪ್ನವೆಂಬಷ್ಟು ಅನಿರೀಕ್ಷಿತವೂ, ಭಯಂಕರವೂ ಆಗಿದೆ. ವಾಸ್ತವವೇ ಭ್ರಾಮಕವೆಂದು ಅನ್ನಿಸುವಂಥ ವಾತಾವರಣ ಇಲ್ಲಿ

ಸೃಷ್ಟಿಯಾಗಿದೆ. ತನ್ನ ಗಂಡನನ್ನು ಆಫೀಸಿಗೆ ಬಿಟ್ಟು ಮನೆಯತ್ತ ಕಾರು ಓಡಿಸುತ್ತಿದ್ದ 'ಅಮ್ಮಿಣಿ'ಯನ್ನು ಪೋಲೀಸರು ಮಾರ್ಗಮಧ್ಯೆ ತಡೆಯುತ್ತಾರೆ. 'ಹೀಗೇ ಏನು ಕಾರು ಓಡಿಸೋದು?'ಎಂದು ಜೋರು ಮಾಡುತ್ತಾರೆ. ಅಮ್ಮಿಣಿಗೆ ಗಾಬರಿಯಾಗುತ್ತದೆ 'ನಾನು ತುಂಬಾ ನಿಧಾನವಾಗಿ ಓಡಿಸುತ್ತಿದ್ದೆನಲ್ಲಾ' ಎಂದು ಅವಳು ತಗ್ಗಿದ ಧ್ವನಿಯಲ್ಲಿ ಹೇಳಿದರೆ, ಪೋಲೀಸಿನವನು 'ನಾನು ಹೇಳಿದ್ದು ಅದನ್ನಲ್ಲ' ಎಂದುಬಿಡುತ್ತಾನೆ. ಪೋಲೀಸಿನವರು ಅವಳ ಕಾರಿನಲ್ಲಿ ಕುಳಿತು ಸ್ಟೇಷನ್ನಿಗೆ ಹೋಗುವಂತೆ ಒತ್ತಾಯಿಸುತ್ತಾರೆ. ಸ್ಟೇಷನ್ನಿನಲ್ಲಿ ಅವಳನ್ನು ದೈಹಿಕವಾಗಿ, ಮಾನಸಿಕವಾಗಿ ಹಿಂಸೆಗೆ ಒಳಪಡಿಸುತ್ತಾರೆ. ಅವಳು 'ಕಲ್ಯಾಣಿ' ಎಂದು ತಾನು ಗುರುತು ಹಿಡಿದಿರುವುದಾಗಿ ಘೋಷಿಸುವ ಇನ್ಸ್ ಪೆಕ್ಟರ್ ಅವಳೊಂದಿಗೆ ಅಸಭ್ಯವಾಗಿ ನಡೆದುಕೊಳ್ಳುತ್ತಾನೆ. ಅವಳನ್ನು ಕಿಟಕಿಗಳಿಲ್ಲದ ಪುಟ್ಟ ಕತ್ತಲೆ ತುಂಬಿದ ಕೋಣೆಯೊಳಗೆ ದೂಡುತ್ತಾರೆ, ಅವಳ ಬಟ್ಟೆಗಳನ್ನು ಕಸಿದುಕೊಳ್ಳುತ್ತಾರೆ. ಅವಳ ಮೇಲೆ ದೋಷಾರೋಪ ಮಾಡುತ್ತಾರೆ. ತಾನು ಕಲ್ಯಾಣಿ ಅಲ್ಲವೆಂದೂ ತಾನು ಮಿ ಮೆನನ್ ಅವರ ಪತ್ನಿ ಅಮ್ಮಿಣಿ ಎಂದೂ ಹೇಳಿದರೆ ಅವರು ಕೇಳುವುದಿಲ್ಲ. ಅವಳಿಗೆ ಬಲವಂತವಾಗಿ ಕುಡಿಸಿ ಮಲಗಿಸುತ್ತಾರೆ. 'ಬಹಳ ಹೊತ್ತು ಅವಳು ಮಿಸುಕಾಡದೆ ನೆಲದ ಮೇಲೆ ಮಲಗಿದಳು. ತನ್ನ ದೇಹವನ್ನು ಒಂದು ಪೊರೆಯಂತೆ ಕಳಚಿ ದೂರಕ್ಕೆಸೆದು ತಾನು ಆ ಕತ್ತಲೆಯಲ್ಲಿ ಎತ್ತರೆತ್ತರಕ್ಕೆ ತೇಲುತ್ತಿರುವಂತೆ ಅವಳಿಗನ್ನಿಸಿತು'. ಅವಳ ಗಂಡ ಮೆನನ್ ಪೋಲೀಸ್ ಸ್ಟೇಷನ್ನಿಗೆ ಬರುತ್ತಾನೆ. ಅವಳ ಸ್ಥಿತಿಯನ್ನು ಗಮನಿಸಿ ಮುಖತಿರುವುತ್ತಾನೆ. ಅವಳು ಓರ್ವ ವೇಶ್ಯೆ ಎಂದು ತನಗೆ ತಿಳಿದಿರಲಿಲ್ಲವೆಂದು ತಾನೂ ಅವಳ ಮೇಲೆ ಗೂಬೆ ಕೂರಿಸಿ ಅವಳ ಅಳು, ಕೂಗುಗಳಿಗೆ ಬೆನ್ನು ಮಾಡಿಕೊಂಡು ನಡೆದುಬಿಡುತ್ತಾನೆ. ಇನ್ಸ್‌ಪೆಕ್ಟರನು ಮುಗುಳ್ನಗುತ್ತಾ, ಅವನು ಹೋದರೆ ನಿನಗೆ ನಾನಿಲ್ಲವೇನು, ಎಷ್ಟು ಹಳೆಯದು ನಮ್ಮ ಸ್ನೇಹ ಸಂಬಂಧ ಎಂದು ಹೇಳುತ್ತಾ ಅವಳ ಸುತ್ತ ಹೆಣೆದ ಬಲೆಯನ್ನು ಗಟ್ಟಿಗೊಳಿಸುತ್ತಾ ಹೋಗುತ್ತಾನೆ. ಅವಳು 'ಕಲ್ಯಾಣಿ' ಎಂದೇ ಅವಳನ್ನು ಬಲವಂತವಾಗಿ ನಂಬಿಸಲಾಗುತ್ತದೆ. ಇದು ಯಾವ ಪರಾಕಾಷ್ಠೆಯನ್ನು ತಲುಪುತ್ತದೆ ಎಂಬುದನ್ನು ಕತೆಯ ಕಡೆಯ ವಾಕ್ಯ ಹೀಗೆ ದಾಖಲಿಸುತ್ತದೆ: 'ಹಾಗೆ, ಹಾವುಗಳು ಪೊರೆ ಕಳಚುವಷ್ಟೇ ಅನಾಯಾಸವಾಗಿ ಆಕೆ ಅಮ್ಮಿಣಿ ಎಂಬ ಹೆಸರನ್ನು ತ್ಯಜಿಸಿದಳು."

ಈ ಸಂಪುಟದ "ಹೀಗೊಂದು ಮಧುಚಂದ್ರ" ಎಂಬ ಕತೆಯಲ್ಲಿ ಓರ್ವ ಶ್ರೀಮಂತ ದಂಪತಿ ಮದುವೆಯಾದ ಹದಿನೈದು ವರುಷಗಳ ನಂತರ ಮಧುಚಂದ್ರಕ್ಕೆ ಹೊರಟಿದ್ದಾರೆ. ರೈಲು ಚಲಿಸಲು ತೊಡಗಿದಾಗ ಟಾಯ್ಲೆಟ್ಟಿನ ಬಾಗಿಲು ತೆರೆದುಕೊಂಡು ಅದರೊಳಗಿಂದ ಓರ್ವ ಯುವಕ ಇವರು ಕುಳಿತ ಮೊದಲ ದರ್ಜೆಯ ಬೋಗಿಯನ್ನು ಪ್ರವೇಶಿಸುತ್ತಾನೆ. ಅವರೆದುರಿನ ಸೀಟಿನಲ್ಲಿ ಆಸೀನನಾಗುತ್ತಾನೆ. ಇದರಿಂದ ಆ ಶ್ರೀಮಂತ ಹೆಂಗಸಿಗೆ ಕಸಿವಿಸಿಯಾಗುತ್ತದೆ. ಸಿಟ್ಟೂ ಬರುತ್ತದೆ. ಈ ಮೂರು ಪಾತ್ರಗಳಿಗೆ ಹೆಸರುಗಳಿಲ್ಲ. ಬಲಿಷ್ಠ ತೋಳುಗಳ ಆ ಆಗಂತುಕನ ಕಣ್ಣುಗಳಲ್ಲಿ 'ಯಾವುದೋ ಅಜ್ಞಾತ ಹಸಿವು' ತಂಗಿತ್ತು ಎಂದು ಕತೆ ದಾಖಲಿಸುತ್ತದೆ. ಕತೆ ಬೆಳೆಯುತ್ತಿದ್ದಂತೆ ಗಂಡ-ಹೆಂಡತಿಯರ ಸಂಬಂಧವು ವಿರಸದಿಂದ ಕೂಡಿತ್ತು ಎಂಬ ಸೂಚನೆಗಳು ಕಾಣಿಸಿಕೊಳ್ಳಲಾರಂಭಿಸುತ್ತವೆ. 'ಅವಳ ಕೋಪ ಇಮ್ಮಡಿಯಾಗಿತ್ತು. ಆ ಕೋಪ

ತಮ್ಮ ನಡುವೆ ಬಂದ ಆ ಯುವಕನೊಂದಿಗಷ್ಟೇ ಅಲ್ಲ...ತನ್ನ ಕನಸುಗಳನ್ನೆಲ್ಲ ನುಚ್ಚುನೂರು ಮಾಡಿ, ಬದುಕನ್ನು ಚಿಂದಿ ಬಟ್ಟೆಯಂತೆ ವಿರೂಪಗೊಳಿಸಿದ ಗಂಡನೊಂದಿಗೆ, ಪ್ರೀತಿಯಿಲ್ಲದ ರಾತ್ರಿಗಳೊಂದಿಗೆ...'. ಕಥೆ ಮುಂದುವರಿಯುತ್ತಿದ್ದಂತೆ ಆ ಗಂಡನಿಗೆ ತನ್ನ ಸೆಕ್ರೆಟರಿ ಮಿಸ್ ಲೋಸಾಳೊಂದಿಗೆ, ಹೆಂಡತಿಗೆ ಮಿಸ್ಟರ್ ಸೇನ್‌ಗುಪ್ತಾ ಎಂಬುವವನೊಡನೆ ವಿವಾಹೇತರ ಸಂಬಂಧಗಳಿದ್ದವು ಎಂಬ ಮಾಹಿತಿ ದೊರೆಯುತ್ತದೆ. ಅದಕ್ಕೆ ಕಾರಣಗಳನ್ನು ಹುಡುಕುವುದು ಈ ಕತೆಯ ಆಶಯವಾಗಿಲ್ಲ. ಬದಲಾಗಿ ಈ ಅತೃಪ್ತ ದಂಪತಿ ಪರಸ್ಪರರನ್ನು ಕೊಲ್ಲಿಸುವಷ್ಟು ಕ್ರೂರಿಗಳಾಗಿ ಪರಿವರ್ತಿತರಾಗಿದ್ದಾರೆ ಎಂಬ ಭೀಕರ ಸತ್ಯ ಕತೆಯ ಕೊನೆಯ ಭಾಗದಲ್ಲಿ ಬಿಚ್ಚಿಕೊಳ್ಳುತ್ತದೆ. ರಾತ್ರಿ ಅವಳು ಮಲಗಿದ್ದಾಗ ಆಗಂತುಕ ಯುವಕ ಅವಳನ್ನು ಕೊಲೆಮಾಡಿ ಅವಳ ದೇಹವನ್ನು ಬೋಗಿಯಾಚೆಗೆ ಬಿಸುಡುತ್ತಾನೆ. ಇವನನ್ನು ಆ ಕೆಲಸಕ್ಕೆ ನಿಯೋಜಿಸಿದ್ದು ಅವಳ ಗಂಡನೇ ಎಂಬುದು ತಿಳಿಯುತ್ತದೆ. ಆದರೆ ಕತೆ ಇಲ್ಲಿ ಕೊನೆಗೊಳ್ಳುವುದಿಲ್ಲ. ಅವನಿಗೆ ಹಣ ನೀಡಿ ಮುಂದಿನ ಸ್ಟೇಷನ್ನಿನಲ್ಲಿ ಇಳಿದು ಹೋಗಬೇಕೆಂದು ಗಂಡನು ಆ ಯುವಕನಿಗೆ ತಾಕೀತು ಮಾಡುತ್ತಾನೆ. ಆದರೆ ಆ ಯುವಕ ಹೋಗುವುದಿಲ್ಲ. ಏಕೆಂದರೆ ಇವನನ್ನು ಕೊಲೆಮಾಡಲು ಹೆಂಡತಿಯ ಪ್ರಿಯಕರ ಮಿಸ್ಟರ್ ಸೇನ್ ಗುಪ್ತಾ ಅದೇ ಯುವಕನನ್ನೇ ನೇಮಿಸಿರುತ್ತಾನೆ! ಖಾಸನೀಸರ ಕೆಲವು ಕಥೆಗಳು ನೆನಪಾಗುತ್ತವೆ. ಮನುಷ್ಯನ ಅಂತರಂಗದಲ್ಲೇ ಅಂತರ್ಗತವಾಗಿರುವ ಕ್ರೌರ್ಯದ ಸೆಲೆಗಳನ್ನು ಈ ಕತೆ ಅನಾವರಣಗೊಳಿಸುತ್ತದೆ.

೬

"ಕಲ್ಯಾಣಿ" ಮತ್ತು "ಹಕ್ಕಿಯ ವಾಸನೆ"ಗಳಲ್ಲಿ ಹಿಂಸೆ ಮತ್ತು ಕ್ರೌರ್ಯಗಳು ಅನ್ಯಮೂಲಗಳಿಂದ ಚೋದಿತವಾಗಿದ್ದರೆ, "ಹೀಗೊಂದು ಮಧುಚಂದ್ರ"ದಲ್ಲಿ ಅದು ಸ್ವಮೂಲದಲ್ಲೇ ಇರುವ ಸಾಧ್ಯತೆಯನ್ನು ಆ ಕತೆ ಸೂಚಿಸುತ್ತದೆ. "ಬಿಳಿಬಾಬು" ಎಂಬ ಕತೆಯಲ್ಲಿ ಇದರ ಆತ್ಯಂತಿಕ ಸ್ವರೂಪವನ್ನು ಗಮನಿಸಬಹುದಾಗಿದೆ. ಈ ಕತೆಯ ಕಥಾನಾಯಕಿ ಓರ್ವ ಕವಿ. ಹಿಂದೆ ಅವಳಿಗೆ ದೊಡ್ಡಮನೆಯಿತ್ತು. ಅಲ್ಲಿ ಫಳಫಳನೆ ಹೊಳೆಯುವ ಕಾಲುದೀಪಗಳು, ಲೋಹದ ಸಾಮಗ್ರಿಗಳು, ಕಂಚಿನ ಪಾತ್ರೆಗಳು ಏನೆಲ್ಲ ಇದ್ದವು ಆದರೆ 'ಇನ್ನು ಮುಂದೆ ತನಗೆಂದೂ ಅಲ್ಲಿಗೆ ಪ್ರವೇಶ ಸಿಗದು' ಎಂಬುದು ಅವಳಿಗೆ ಗೊತ್ತು. ಹಳ್ಳಿಯ ನೆನಪಾಗುತ್ತದೆ... 'ಎಷ್ಟು ಸುಂದರ! ಅಲ್ಲಿಗೂ ತನಗೆ ಪ್ರವೇಶ ನಿಷಿದ್ಧ. ಈಗ ತಾನೊಂದು ಹೊಸ ಅವತಾರವಾಗಿ ರೂಪುಗೊಂಡಿದ್ದೇನೆ' ಎಂದು ಅವಳ ಸ್ವಗತ ತಿಳಿಸುತ್ತದೆ. 'ಮುಸ್ಲಿಂ ಪೋಷಾಕು ಧರಿಸಿದ್ದರಿಂದ ಯಾರಿಗೂ ಅವಳ ಪರಿಚಯವಿರಲಿಲ್ಲ' ಎಂಬ ಸೂಚನೆಯು ಅವಳು ಇಸ್ಲಾಂಗೆ ಮತಾಂತರಗೊಂಡಿರಬಹುದು ಎಂಬ ಸೂಚನೆಯನ್ನು ನೀಡುತ್ತದೆ. ಅವಳಿಗೆ ಅಂಗರಕ್ಷಕರು ಇದ್ದಾರೆ ಎಂಬ ಸೂಚನೆಯೂ ಕತೆಯ ಆರಂಭದಲ್ಲೇ ಇದೆ. ಅವಳು ಸುಪಾರಿ ಕಿಲ್ಲರ್ ಬಿಳಿಬಾಬುವಿನ ಹುಡುಕಾಟದಲ್ಲಿದ್ದಾಳೆ. ಅವನು 'ಮೂವತ್ತು ಸಾವಿರ ಕೊಟ್ಟರೆ ಯಾರನ್ನು ಬೇಕಾದರೂ ಮುಗಿಸಿಬಿಡುತ್ತಾನಂತೆ ಎಂಬ ಮಾಹಿತಿಯನ್ನು ಕಲೆಹಾಕಿದ್ದಾಳೆ. ಯಾರು ಯಾರನ್ನೋ ವಿಚಾರಿಸುತ್ತಿದ್ದಾಳೆ. 'ನಿಮ್ಮನ್ನು ನೋಡಿದರೆ ನೀವು ಅಂತವರಲ್ಲಾಂತ ಅನಿಸುತ್ತದೆ. ಮೇಡಂ ಯಾರು ಹೇಳಿದರು ಈ ಬಿಳಿಬಾಬು ಬಗ್ಗೆ?' ಎಂದು ಕೇಳಿದರೆ 'ನನ್ನ ಅಂಗರಕ್ಷಕ ಪೋಲೀಸ್' ಎಂದು ಉತ್ತರಿಸುತ್ತಾಳೆ. ಸಂಭಾಷಣೆಯ ಒಂದು ಹಂತದಲ್ಲಿ, 'ಮೇಡಂ ನಿಮಗೆ

ಆಗದವರು ಯಾರು? ನೀವು ಸಾಯಿಸಬೇಕೂಂತ ಇದ್ದೀರಲ್ಲಾ ಆ ನಿಮ್ಮ ವೈರಿ ಯಾರು?' ಎಂದು ಕೇಳಿದರೆ, 'ವೈರೀನೇ... ನಾನೇ' ಎಂದು ಉತ್ತರಿಸುತ್ತಾಳೆ. ಮುಂದೇನಾಯಿತು ಎಂದು ಕತೆ ವಿಚಾರಿಸ ಹೊರಡುವುದಿಲ್ಲ. ಅವಳ ಇಂಗಿತವು ಸೂಚಿತವಾದ ಮೇಲೆ ಅವಳು ಮುಂದೆ ಏನಾದಳು, ಬಿಳಿಬಾಬು ಅವಳಿಗೆ ಸಿಕ್ಕನೇ ಮುಂತಾದ ಪ್ರಶ್ನೆಗಳು ಗೌಣವಾಗಿ ಯಾಕೆ ಅವಳು ತನ್ನನ್ನೇ ಸಾಯಿಸಿಕೊಳ್ಳಲು ನಿಶ್ಚಯಿಸಿದ್ದಳು ಎಂಬ ಪ್ರಶ್ನೆ ಓದುಗರನ್ನು ಕಾಡತೊಡಗುತ್ತದೆ. ಅವಳ ಹತಾಶೆಯ, ಸಂಕಷ್ಟದ ಸ್ವರೂಪವೇನು, ಅದರ ಹಿಂದಿನ ಕಾರಣಗಳೇನು ಎಂದು ಅವಳ ಬಗ್ಗೆ ಓದುಗರ ಹೃದಯಗಳು ಚಡಪಡಿಸಲಾರಂಭಿಸುತ್ತವೆ. ಅವಳ ಈ ನಿಶ್ಚಯಕ್ಕೂ ಮತಾಂತರದ ನಂತರದ ಅವಳ ಅನುಭವಕ್ಕೂ ಸಂಬಂಧವಿದೆಯೇ ಎಂದು ಮನಸ್ಸು ಕಳವಳಗೊಳ್ಳುತ್ತದೆ. ವ್ಯಂಗ್ಯ, ವಿರೋಧಾಭಾಸ, ರಹಸ್ಯಮಯತೆಗಳಿಂದ ಕೂಡಿ ವೇಗವಾಗಿ ಸಾಗುವ ಈ ಕಿರುಕಥನವು ಒಂದು ಸಾಧಾರಣ ಪತ್ತೇದಾರಿ ಕತೆಯ ಸೀಮಿತ ಆಶಯಗಳನ್ನು ಮೀರಿ ಬೆಳೆದು ಮನುಷ್ಯನ ಅಂತರಂಗದ ಕತ್ತಲಿನ ನಿಗೂಢ ಆಳಗಳತ್ತ ಓದುಗರ ಗಮನ ಸೆಳೆಯುತ್ತದೆ. ಜನಪ್ರಿಯ ಕತೆಗಳ ತಂತ್ರವನ್ನು ಬಳಸಿಕೊಂಡೇ ಕಮಲಾ ದಾಸ್ ಕತೆಗಳು ಕ್ರಮೇಣ ತಾತ್ವಿಕವೆನ್ನಿಸುವಂಥ ಆಯಾಮಗಳನ್ನು ಪಡೆಯುವುದು ಹೀಗೆ. ಈ ಹಿಂದೆ ಚರ್ಚಿತವಾದ ಕತೆಗಳಲ್ಲಿ ಕಂಡುಬರುವ ಹಿಂಸೆಯ ನಿರ್ವಚನಗಳಿಗೆ ತದ್ವಿರುದ್ಧ ದಿಕ್ಕಿನಲ್ಲಿದೆ ಎಂದು ಮೇಲುನೋಟಕ್ಕೆ ಅನ್ನಿಸಿದರೂ ಮನುಷ್ಯಾಭಿವ್ಯಕ್ತಿಯಲ್ಲಿನ ಈ ಸಾಧ್ಯತೆಯ ಸೂಚನೆಯು ಹಿಂಸೆ-ಕ್ರೌರ್ಯಗಳ ಲೇಖಕಿಯ ದರ್ಶನವನ್ನು ಸಂಕೀರ್ಣಗೊಳಿಸುತ್ತದೆ. ಕಮಲಾ ದಾಸ್ ಅವರು ತಾವು ಸ್ವತ: ಇಸ್ಲಾಂಗೆ ಮತಾಂತರಗೊಂಡ ನಂತರದ ಅನುಭವಗಳಿಗೆ ಈ ಕತೆಯಲ್ಲಿ ರೂಪಕಾತ್ಮಕ ಅಭಿವ್ಯಕ್ತಿಯನ್ನು ಕೊಟ್ಟಿರಬಹುದು ಎಂದು ಯಾರಿಗಾದರೂ ಅನ್ನಿಸಿದರೆ ಅದೇನೂ ಅತಿಶಯೋಕ್ತಿ ಎನ್ನಿಸುವುದಿಲ್ಲ.

೭

"ಮಧ್ಯಾಹ್ನ" ಎಂಬ ಕತೆಯಲ್ಲಿ ಇಬ್ಬರು ಗಂಡಸರ ನಡುವೆ ಸಿಕ್ಕ ಹೆಣ್ಣೊಬ್ಬಳ ಅವಸ್ಥೆಯನ್ನು ಚಿತ್ರಿಸಲಾಗಿದೆ. ಇಬ್ಬರಿಗೂ ಅವಳ ದೇಹ ಮಾತ್ರ ಬೇಕು. ಇನ್ನೊಬ್ಬನಿಂದ ಗರ್ಭಿಣಿಯಾದರೂ ಗಂಡ ಸುಮ್ಮನಿದ್ದಾನೆ. ತಾನು ಕೆಟ್ಟಿದ್ದೇನೆ ಎಂದು ಅವಳಿಗೆ ಗೊತ್ತು. ಹಾಗಾಗಿ ಆ ಇನ್ನೊಬ್ಬನೊಡನೆ 'ಅನುಕೂಲ ಸಂಬಂಧ'ವನ್ನು ಮುಂದುವರೆಸಿಕೊಂಡು ಹೋಗಲು ಅವಳಿಗೆ ಇಷ್ಟವಿಲ್ಲ. ತನ್ನ ಹೆಸರನ್ನು ಗಂಡನಿಗೆ ಹೇಳಿದ್ದಾಳೆಂದು ಅವನಿಗೆ ಮುಜುಗರ. ಅದು ಗೊತ್ತಾದ ಮೇಲೂ ಅವನಿಗೆ ಅವಳ ದೇಹ ಬೇಕು. ತನ್ನ ಮಗು ಅವಳ ಹೊಟ್ಟೆಯಲ್ಲಿರುವುದರಿಂದ ಆಕೆಯ ದೇಹದ ಮೇಲೆ ತನಗೆ 'ಅಧಿಕಾರ'ವಿದೆ ಎಂದು ತಿಳಿದು ಅದನ್ನು ಚಲಾಯಿಸಲು ಉದ್ಯುಕ್ತನಾದಾಗ ಅವಳು ಪ್ರತಿಭಟಿಸುತ್ತಾಳೆ. ಅವಳ ಏಟುಗಳನ್ನು ತಾಳಲಾರದೆ ಅವನು ಓಡಿಹೋಗುತ್ತಾನೆ. ಅವನ ಬಗ್ಗೆ ಅವಳಿಗೆ ಪ್ರೇಮವೊ, ಸೆಳೆತವೊ, ದ್ವೇಷವೊ ಎಂಬುದನ್ನು ಕತೆ ಒಡೆದು ಹೇಳುವುದಿಲ್ಲ. ಹಲವು ಭಾವನೆಗಳಿಗೆ ಸಿಕ್ಕು ಚಡಪಡಿಸುತ್ತಿರುವ ಸ್ಥಿತಿಯನ್ನಷ್ಟೇ ಅದು ಸಹಾನುಭೂತಿಯಿಂದ ನಿರೂಪಿಸುತ್ತದೆ. ತಾನೊಬ್ಬನ ಹೆಂಡತಿ, ತಾನು ಮತ್ತೆ ಕೆಡುವುದಿಲ್ಲ ಎಂದು ಅವಳು ಕತೆಯುದ್ದಕ್ಕೂ ಹೇಳುತ್ತಾಳೆ. ಇನ್ನೊಬ್ಬನನ್ನು ಹೊಡೆದು ಆಚೆ ಓಡಿಸಿದ ಕೆಲಕಾಲದ ನಂತರ ಗಂಡ ಬರುತ್ತಾನೆ. ಆ ಇನ್ನೊಬ್ಬ ಗಡಿಬಿಡಿಯಲ್ಲಿ ಬೀಳಿಸಿಕೊಂಡಿದ್ದ ಕೊಡೆಯನ್ನು ಸರಿಯಾಗಿ

ತೆಗೆದಿಡುತ್ತಾನೆ. ತಲೆಗೂದಲು ಬಿಚ್ಚಿಕೊಂಡು, ಕಣ್ಣೀರಿನಿಂದ ತೊಯ್ದು ಕಳೆಗುಂದಿದ್ದ ಅವಳನ್ನು ಮೃದುವಾಗಿ ಮಾತನಾಡಿಸುತ್ತಾನೆ. 'ಏನಾಯಿತು?' ಎಂದು ಕೇಳುತ್ತಾನೆ. ಅವಳ ವಿವರಣೆಗೆ ಏನೂ ಪ್ರತಿಕ್ರಿಯೆ ತೋರಿಸುವುದಿಲ್ಲ. ಆಕೆಯ ಕೈ ಹಿಡಿದು ಬಿಚ್ಚಿದ ತಲೆಗೂದಲನ್ನು ಸವರುತ್ತಾನೆ. 'ನಿಮಗೆ ಏನೂ ಅನ್ನಿಸ್ತಿಲ್ವೇನ್ರೀ? ನೀವೊಬ್ಬ ಗಂಡಸಲ್ವಾ?' ಎಂದು ಅವಳು ರೇಗಿದರೆ 'ಆತ ಅದನ್ನು ಕೇಳಿಸಿಕೊಳ್ಳದವನಂತೆ ಬಾಚಿ ತಬ್ಬಿದ'. ಹೆಂಡತಿ ಎಂಬ ಅಧಿಕಾರವೆ? ಆದರೆ ಅವಳು ಅವನನ್ನು ತಳ್ಳಿ ಅವನಿಂದ ಬಿಡಿಸಿಕೊಂಡು ಅವಳು ದೂರನಿಂತು ಕಿರುಚುತ್ತಾಳೆ: 'ನನ್ನನ್ನು ಮುಟ್ಟಬೇಡಿ...ಮಾನಮರ್ಯಾದೆ ನಾಚಿಕೆ ಇಲ್ಲದೋನು'. ವಿವರಗಳ ಗೋಜಿಗೆ ಹೋಗದೆ ಮನುಷ್ಯ ಸಂಬಂಧಗಳ ಸಂಕೀರ್ಣತೆಯನ್ನಷ್ಟೇ ಮಂಡಿಸುವ ಈ ಕತೆಯೂ ಕಮಲಾ ದಾಸ್ ಅವರ ಪ್ರಾತಿನಿಧಿಕ ಬರವಣಿಗೆಗಳಲ್ಲಿ ಒಂದು ಎಂದು ತಿಳಿಯಬಹುದು.

೮

ಮದುವೆಯ ಆಸೆ ಕೈಗೂಡದೆ ನವೆದು ಸವೆದುಹೋಗುವ ಹುಡುಗಿಯರು, ಕನಸಿನ ಗುಳ್ಳೆ ಒಡೆದು ವಾಸ್ತವದ ನರಕಕ್ಕೆ ಬಿದ್ದು ಘಾಸಿಗೊಳ್ಳುವ ಗೃಹಿಣಿಯರು, ಸಾವಿನಿಂದ ಬೇರ್ಪಟ್ಟ ಗಂಡ–ಹೆಂಡತಿಯರು, ಸಂಗಾತಿಯ ಅನಿರೀಕ್ಷಿತ ಸಾವಿನಿಂದ ಕಂಗಾಲಾದವರು– ಹೀಗೆ ನಿತ್ಯಬದುಕಿನ ಹಲವು ಚಿತ್ರಗಳನ್ನು ಕಮಲಾ ದಾಸರ ಕತೆಗಳು ಬಿಡಿಸಿವೆ. ವಾಸ್ತವವಾದೀ ಶೈಲಿಯು ತಮ್ಮ ಶೋಧಕ್ಕೆ ಸಾಲದು ಎನ್ನಿಸಿದಾಗಲೆಲ್ಲ ಈ ಲೇಖಕಿ ಅದರಾಚೆಯ ವಾಸ್ತವೇತರ ಪಾತಳಿಯಲ್ಲಿ ತಮ್ಮ ಕಥನವನ್ನು ನಡೆಸುತ್ತಾರೆ. ಕೆಲವೊಮ್ಮೆ ಪಾತ್ರಗಳೇ ಉನ್ಮಾದದಲ್ಲಿ, ಹುಚ್ಚಿನಲ್ಲಿ ವಾಸ್ತವದ ಆಚೆಗೆ ಜಿಗಿದರೆ ಮತ್ತೆ ಕೆಲವೊಮ್ಮೆ ನಿರೂಪಣಾ ವಿಧಾನದಲ್ಲೇ ವಾಸ್ತವೇತರ ಆಯಾಮವೊಂದು ತಾನಾಗಿ ಲಭಿಸಿಬಿಡುತ್ತದೆ. ಅಂಥ ಎರಡು ಕತೆಗಳನ್ನು ಈಗ ಗಮನಿಸಬಹುದು.

"ಸ್ವಯಂವರ" ಎಂಬ ಕತೆ ಪ್ರಾರಂಭವಾಗುವುದೇ 'ಆಕೆ ಹುಚ್ಚಿ' ಎಂಬ ವಾಕ್ಯದಿಂದ. ಅವಳಿಗೆ 'ತಾನು ಆವಂತೀ ರಾಜಕುಮಾರಿಯೆಂಬ ಭ್ರಮೆ'. ಅವಳ ವಾಸ್ತವ? 'ಎಂದಿನಂತೆ ಅವಳು ಆ ಉದ್ಯಾನವನಕ್ಕೆ ಬಂದಳು. ನಿತ್ಯವೂ ಕುಳಿತುಕೊಳ್ಳುವ ಬೇವಿನ ಮರದ ಕೆಳಗೆ ವೃತ್ತಪತ್ರಿಕೆಯನ್ನು ಹಾಸಿದಳು. ಸುತ್ತಲೊಮ್ಮೆ ದೃಷ್ಟಿ ಹಾಯಿಸಿ ಅದರ ಮೇಲೆ ಕುಳಿತುಕೊಂಡಳು. ಆಕೆಯ ಮಗನ ಹೆಂಡತಿ ಕಟ್ಟಿಕೊಟ್ಟ ಬುತ್ತಿ ಮತ್ತು ಬಾಟಲಿ ನೀರನ್ನು ಮರದ ಮರೆಯಲ್ಲಿ ಇಟ್ಟಳು. ತನ್ನ ಒಡೆದ ಪಾದಗಳನ್ನು ಚಾಚಿ ಒಮ್ಮೆ ಮೈಮುರಿದಳು ತಲೆಗೂದಲನ್ನು ಮುಂದೆ ತಂದು ಕೃಶವಾದ ಕೈಬೆರಳುಗಳಿಂದ ಸುತ್ತತೊಡಗಿದಳು. ನಡುವೆ ಆಕಾಶದತ್ತ ದಿಟ್ಟಿಸಿ ಬಲದವಡೆಯನ್ನು ವಿಕಾರಗೊಳಿಸಿ ನಕ್ಕಳು'. ಇವಳ ಭ್ರಮೆಯನ್ನು ತಮ್ಮ ಅನುಕೂಲಕ್ಕೆ ಬಳಸಿಕೊಳ್ಳುವ ಮೂವರು ಪೋಲಿ ಹುಡುಗರು ಅವಳೊಡನೆ ಒಂದು ಆಟವನ್ನು ಪ್ರಾರಂಭಿಸುತ್ತಾರೆ. ತಾವು ಬೇರೆಬೇರೆ ದೇಶಗಳ ರಾಜಕುಮಾರರೆಂದು ಅವಳನ್ನು ನಂಬಿಸುತ್ತಾರೆ. ಅವಳ ರೂಪಲಾವಣ್ಯಗಳನ್ನು ಹೊಗಳುತ್ತಾರೆ. ಅವಳ ಸ್ವಯಂವರಕ್ಕೆ ತಾವು ಬಂದಿರುವುದಾಗಿಯೂ ಸಂಜೆ ಉದ್ಯಾನವನಕ್ಕೆ ಬೀಗ ಹಾಕಿದ ಮೇಲೂ ಆಕೆ ಅಲ್ಲೇ ಇರಬೇಕೆಂದೂ ಅವಳನ್ನು ಒಪ್ಪಿಸುತ್ತಾರೆ. ಅವಳನ್ನು ತುಂಬಾ ಪ್ರೀತಿಸುವುದಾಗಿ

ಒಬ್ಬ ಹುಡುಗ ಹೇಳಿದರೆ 'ನಾನೂ ನಿಮ್ಮನ್ನು ಬಹಳ ಇಷ್ಟಪಟ್ಟಿದ್ದೇನೆ' ಎಂದು ಅವಳು ನಾಚುತ್ತಾ ಹೇಳುತ್ತಾಳೆ. ಸಂಜೆ ನಿರ್ಜನ ಉದ್ಯಾವನದಲ್ಲಿ ಕತ್ತಲು ಕವಿದಿದ್ದಾಗ ಅವರು ಆ ಮುದುಕಿಯ ಮೇಲೆ ಆಕ್ರಮಣ ಮಾಡುತ್ತಾರೆ. ಅವಳನ್ನು ಲೈಂಗಿಕವಾಗಿ ಹಿಂಸಿಸುತ್ತಾರೆ. ಆ ಭೀಕರ ಹಿಂಸೆ ಅವಳ ಭ್ರಮೆಯನ್ನು ಕಳೆಯುತ್ತದೆ. 'ನಾನು ಆವಂತೀ ರಾಜಕುಮಾರಿ ಅಲ್ಲ. ನನ್ನನ್ನು ಯಾರೂ ಮದುವೆಯಾಗಬೇಕಿಲ್ಲ' ಎಂದು ಅವಳು ಅಂಗಲಾಚುತ್ತಾಳೆ. ಆಕ್ರಮಣ ಮುಂದುವರೆಯುತ್ತದೆ. ಅವಳು ಸಾಯುತ್ತಾಳೆ. ನಿರಂಜನರ " ಕೊನೆಯ ಗಿರಾಕಿ" ಕತೆಯನ್ನು ನೆನಪಿಸಿಯೂ ಇದು ಅದಕ್ಕಿಂತ ತುಂಬಾ ಭಿನ್ನವಾದ ಕೃತಿ ಎನಿಸುತ್ತದೆ. ಒಂದು ವಿಕೃತ ಭೀಭತ್ಸ ಸ್ಥಿತಿಯನ್ನು ಅದರ ಅತಿಗೆ ತೆಗೆದುಕೊಂಡು ಹೋಗುವುದರ ಮೂಲಕ ಸತ್ಯವನ್ನು ಕಾಣುವ, ಕಾಣಿಸುವ ಈ ಧಾಟಿ ಕಮಲಾ ದಾಸ್ ಅವರ ಬರಹಗಳ ಒಂದು ಮುಖ್ಯ ಲಕ್ಷಣ ಮತ್ತು ಸಾಹಿತ್ಯಿಕ ಉಪಾಯ.

"ಪದ್ಮಾವತಿ ಎಂಬ ವೇಶ್ಯೆ" ಎಂಬ ಕತೆಯಲ್ಲಿ ಪರಿಸ್ಥಿತಿಯು ತಿರುವುಮುರವಾಗಿದೆ. 'ಅವಳು ಬೆಟ್ಟದ ತುದಿಯನ್ನು ತಲುಪಿದಾಗ ರಾತ್ರಿಯಾಗಿತ್ತು' ಎಂದು ಕತೆ ಪ್ರಾರಂಭವಾಗುತ್ತದೆ. 'ದೇವಸ್ಥಾನದ ಬಾಗಿಲು ಮುಚ್ಚಾಗಿದೆ. ಇನ್ನು ಇವತ್ತು ಹೋಗಿ ಉಪಯೋಗವಿಲ್ಲ' ಎಂದು ಇತರ ಭಕ್ತರು ಅವಳಿಗೆ ತಿಳಿಹೇಳುತ್ತಾರೆ. ಬಹಳ ದೂರದ ಊರಿನಿಂದ ಬಂದಿದ್ದ ಅವಳಿಗೆ 'ದೇವಸ್ಥಾನ ಮತ್ತು ಅದರೊಳಗಿನ ದೇವರನ್ನು ನೋಡದೆ ಹಿಂತಿರುಗಲು ಅವಳ ಮನಸ್ಸು ಒಪ್ಪಲಿಲ್ಲ'. ದಾರಿಯಲ್ಲಿ ಕೆಲವು ಯುವಕರು ಅವಳನ್ನು ತಡೆದು ಅಸಹ್ಯಕರವಾದ ಬೇಡಿಕೆಗಳನ್ನು ಇಟ್ಟಿದ್ದರಂತೆ. ಅದಕ್ಕಾಗಿ ಒಂದಷ್ಟು ಸಮಯ ವ್ಯಯವಾಗಿತ್ತು. ಕೊನೆಗೂ ಏಕಾಂಗಿಯಾಗಿ ಅವಳು ದೇವಸ್ಥಾನ ತಲುಪಿದ್ದಳು. ದೇವಸ್ಥಾನದ ದೀಪಗಳೆಲ್ಲ ನಂದಿಹೋಗಿದ್ದವು. 'ಬಾಗಿಲು ತೆರೆಯಿರಿ' ಎಂದು ಅವಳು ಬೇಡಿಕೊಳ್ಳುತ್ತಾಳೆ. ಇಲ್ಲಿಯವರೆಗೆ ಕತೆ ವಾಸ್ತವಿಕ ಪಾತಳಿಯಲ್ಲಿ ನಡೆಯುತ್ತದೆ. ಮುಂದಿನದು ವಾಸ್ತವೇತರ ಪಾತಳಿಯಲ್ಲಿ ನಡೆಯುವಂಥದ್ದು. ಸಾಕ್ಷಾತ್ ದೇವರೇ ಬಾಗಿಲು ತೆರೆಯುತ್ತಾನೆ. ಹಲವು ಕಾಲದಿಂದ ಕನಸು ಕಾಣುತ್ತಿದ್ದರೂ ಪ್ರಥಮ ಬಾರಿಗೆಂಬಂತೆ ಅವಳು ಒಬ್ಬ ದೇವರನ್ನು ಎದುರಿಸುತ್ತಿದ್ದಾಳೆ. 'ಆತನಿಗೆ ಮುದಿತನ ಬಾಧಿಸುತ್ತಿದೆಯೆಂದು ಅವಳಿಗನ್ನಿಸಿತು. ಆತನ ಕಣ್ಣುಗಳು ಕೆಂಪಗಾಗಿದ್ದವು. ದೇಹ ಸ್ಥೂಲವಾಗಿತ್ತು. ಆದರೂ ಆತನ ನಾಚಿಕೆಮಿಶ್ರಿತ ಮುಗುಳ್ನಗುವಿನ ಮುಂದೆ ಅವಳು ತಲೆತಗ್ಗಿಸಿದಳು'. ದೇವರು ಕೇಳುತ್ತಾನೆ: 'ಪದ್ಮಾವತಿ, ನೀನು ಇಲ್ಲಿಗೇಕೆ ಬಂದೆ? ನಿನಗೆ ಇಲ್ಲಿಯವರೆಗೆ ನನ್ನ ಅಗತ್ಯ ಕಂಡುಬರಲಿಲ್ಲವೆ'?

ಈ ಪ್ರಶ್ನೆಗೆ ಅವಳು ಕೊಡುವ ಉತ್ತರದಲ್ಲಿ ಗಂಡು-ಹೆಣ್ಣಿನ ಸಂಬಂಧದ ಬಗ್ಗೆ ಲೇಖಕಿಯ ದರ್ಶನವೇ ಬಿಂಬಿತವಾಗಿದೆ ಎನಿಸುತ್ತದೆ: "ನಾನು ಎಚ್ಚರದಲ್ಲಿರುವಾಗ ನನ್ನ ತೋಳುಗಳಿಂದ ಲಂಪಟರು ದೂರವಾಗುವುದಿಲ್ಲ. ನನ್ನ ಹೃದಯದ ಒಳಗೆ ಬಚ್ಚಿಟ್ಟಿರುವ ಕ್ರೌರ್ಯದ ಕುರಿತೂ ಅವರಿಗೆ ತಿಳಿಯಲಿಲ್ಲ. ನನ್ನ ಹೃದಯದ ಕವಚಗಳನ್ನು ಬದಲಾಯಿಸಲು ಯಾವ ಗಂಡಸಿಗೂ ಸಾಧ್ಯವಾಗದೆ ಹೋದಾಗ ನಾನು ಸುರಕ್ಷಿತಳೂ, ಸ್ವತಂತ್ರಳೂ ಆಗಿರುವೆನೆಂಬ ಭಾವನೆ ನನ್ನಲ್ಲುಂಟಾಯಿತು. ನಾನು ನಿರಾವಲಂಬಿಯಾಗಿ ಮಲಗಿದ್ದಾಗ ತಾವು ಮಾತ್ರ ನನ್ನ ಬಳಿಗೆ ಬರುವುದಾದರೆ, ತಮ್ಮ ನಿಷ್ಕಳಂಕ ಮುಗುಳ್ನಗು ಹಾಗು ತಮ್ಮ ಅತೀವ ಪ್ರತಾಪದ

ಪೌರುಷವನ್ನು ಮಾತ್ರ ನಾನು ಕಾಣುವಂತಾದರೆ, ತಮಗೆ ಬೇಡವಾದರೂ, ನನ್ನ ಮನಸ್ಸು ತಮ್ಮ ಸಾಮ್ರಾಜ್ಯವೇ ಆಗಿರಬೇಕೆಂಬ ಅರ್ಥವಲ್ಲವೆ?' ದೇವರು ಅವಳನ್ನು ಆಲಂಗಿಸುತ್ತಾನೆ. ಪರಸ್ಪರ ಸಲ್ಲಾಪ ನಡೆಯುತ್ತದೆ. ಕತೆ ಇಲ್ಲಿಗೆ ಕೊನೆಗೊಳ್ಳುವುದಿಲ್ಲ. ಅದು ಮತ್ತೆ ವಾಸ್ತವಕ್ಕೆ ಹೊರಳಿಕೊಳ್ಳುತ್ತದೆ. ಆದರೆ ಈ ವಾಸ್ತವವು ಪರಿವರ್ತಿತವಾಗಿರುತ್ತದೆ. ಇದೂ ಕೂಡ ಲೇಖಕಿಯ ಸದಾಶಯವೇ ಸರಿ. 'ಅವಳು ದೇವಸ್ಥಾನದಿಂದ ಹೊರಬಂದಾಗ ಆಕಾಶ ನಿರ್ಮಲವಾಗಿತ್ತು. ನಿದ್ರೆಯ ಮಂಪರಿನಲ್ಲಿರುವ ಮುಖ, ಹರಿದ ಉಡುಪುಗಳು, ಹೊರಗೆ ಕಾಣುತ್ತಿರುವ ದಪ್ಪನೆಯ ಸ್ತನಗಳು ಮತ್ತು ಹಿಂಗಾಲುಗಳನ್ನೆಲ್ಲ ಹಾದಿಬದಿಯಲ್ಲಿ ನಿಂತಿದ್ದ ಸೋಮಾರಿ ಯುವಕರು ನೋಡದೇ ಇರಲಿಲ್ಲ. ಅದರೆ ಅವರು ಯಾರೂ ಅವಳನ್ನು ತಡೆದು ನಿಲ್ಲಿಸಲಿಲ್ಲ. 'ಅಮ್ಮಾ, ನಮ್ಮನ್ನೆಲ್ಲಾ ಆಶೀರ್ವದಿಸು' ಎಂದಷ್ಟೇ ಅವರಿಗೆ ಹೇಳಲು ತೋಚಿದ್ದು'.

ಭಾರತೀಯ ಕಾದಂಬರಿಯ
ಶೋಧದಲ್ಲಿ: ಕಂಬಾರರ ಕರಿಮಾಯಿ

೧

ಕನ್ನಡಕ್ಕೆ ಎಂಟನೆಯ ಭಾರತೀಯ ಜ್ಞಾನಪೀಠ ಪ್ರಶಸ್ತಿ (೨೦೧೦) ಯನ್ನು ತಂದುಕೊಟ್ಟಿರುವ ಡಾ ಚಂದ್ರಶೇಖರ ಕಂಬಾರ ಕನ್ನಡ ಸಾಹಿತ್ಯದ ಅಚ್ಚರಿಗಳಲ್ಲಿ ಒಬ್ಬರು. ಅಚ್ಚರಿ ಏಕೆಂದರೆ ಪುರಾಣಗಳ ಮೂಲಕ ಇತಿಹಾಸವನ್ನು ಶೋಧಿಸುವ ಕಂಬಾರರು ಈಗಾಗಲೇ ಅಖಿಲ ಭಾರತದ ಮಟ್ಟದಲ್ಲಿ ಸ್ವೀಕೃತವಾಗಿ, ಬಹುಕಾಲದಿಂದ ಚಾಲ್ತಿಯಲ್ಲಿರುವ 'ಅಧಿಕೃತ' ಪುರಾಣಗಳನ್ನು ಬಳಸುವುದಿಲ್ಲ. (ಕಂಬಾರರ "ಗಂಗಾಮಾಯಿ" ಕವನವನ್ನು ಬೇಂದ್ರೆಯವರ "ಗಂಗಾವತರಣ" ಅಥವಾ ಅಡಿಗರ "ಬತ್ತಲಾರದ ಗಂಗೆ" ಕವನಗಳೊಂದಿಗೆ ಹೋಲಿಸಿ ನೋಡಿದರೆ ಈ ಮಾತು ಸ್ಪಷ್ಟವಾಗಬಹುದು.) 'ಅಭಿಜಾತ', 'ಶಿಷ್ಟ' ಎಂದು ಕರೆಯಲಾಗುವ ಸಿದ್ಧ ಮಾದರಿಗಳನ್ನು ಬಿಟ್ಟು 'ದೇಶಿ', 'ಜಾನಪದ' ಎನ್ನಬಹುದಾದ ಪರಿಕರಗಳಲ್ಲಿ ತಮ್ಮದೇ ಆದ ಪುರಾಣಗಳನ್ನು ಸೃಷ್ಟಿಸಿಕೊಂಡವರು ಇವರು. ಇಂಥ ಪ್ರಯತ್ನವನ್ನು ಬೇಂದ್ರೆ, ದೇವನೂರ ಮಹಾದೇವರಂಥ ವಿರಳರಲ್ಲಿ ಅಲ್ಲಲ್ಲಿ ಕಾಣಬಹುದಾದರೂ ಅವರ ಕೆಲವು ಕೃತಿಗಳ ಬಗ್ಗೆ ಮಾತ್ರ ಅದು ನಿಜ.

ಕಂಬಾರರು ಪುರಾಣವನ್ನು 'ಬಳಸು'ವವರಲ್ಲ. ಅವರು ಪುರಾಣಗಳನ್ನು ಕಟ್ಟುತ್ತಾರೆ. ಅದರ ಪರಿಭಾಷೆಯಲ್ಲೇ ಮಾತನಾಡುತ್ತಾರೆ. ಜಾನಪದವೆಂಬುದು ಅವರ ಕೃತಿಗಳ ಹೊರ ಅಂಗಣ ಅಲಂಕರಣವೆಂಬಂತೆ 'ಬಳಕೆ'ಯಾಗದೆ ಕೃತಿಯ ದೇಹ ಮತ್ತು ಆತ್ಮಗಳನ್ನು ಒಟ್ಟಾರೆ ಒಳಗೊಂಡಿರುವ ಮೂಲದ್ರವ್ಯವಾಗಿರುತ್ತದೆ. ಹಾಗಾಗಿ ಇವರನ್ನು ಹೋಲುವಂಥ ಇನ್ನೊಬ್ಬ ಲೇಖಕ ಕನ್ನಡದಲ್ಲಿ ಸಿಗುವುದು ಕಷ್ಟ. ಐರೋಪ್ಯ ಲೇಖಕರಲ್ಲಿ ಯೇಟ್ಸ್ ನೆನಪಿಗೆ ಬರುತ್ತಾನೆ. ಅವನೂ ಐರಿಷ್ ಜಾನಪದ, ಪುರಾಣಗಳ ಮೂಲಕ್ಕೆ ಹೋಗಿ ತನ್ನದೇ ಪುರಾಣವನ್ನು ಸೃಷ್ಟಿಸಿಕೊಂಡವನಷ್ಟೆ. ಈ ದೃಷ್ಟಿಯಿಂದ ಕಂಬಾರರು ಅನೇಕ ಆಫ್ರಿಕನ್ ಮತ್ತು ಲ್ಯಾಟಿನ್ ಅಮೆರಿಕನ್ ಲೇಖಕರಿಗೆ ಹೆಚ್ಚು ಹತ್ತಿರವೆನ್ನಬಹುದು. ಆದರೆ ಕಂಬಾರರು ಸಮಕಾಲೀನ ವಾಸ್ತವಗಳಿಗೆ ತೀವ್ರವಾಗಿ ಸ್ಪಂದಿಸುತ್ತಿರುವ ಆಧುನಿಕ ಲೇಖಕರೂ ಹೌದು ಎಂಬುದನ್ನು ಮರೆಯದಿರೋಣ. ಅರ್ಥಪೂರ್ಣವಾದ ನಿರೋಧವೇ ಇಲ್ಲದಂತೆ ಹಬ್ಬುತ್ತಿರುವ

ಜಾಗತೀಕರಣಕ್ಕೆ ಪ್ರತಿರೋಧವೆಂಬಂತೆ ಕಾಣುವ ಕಂಬಾರರ ನಿರ್ಮಿತಿಗಳನ್ನು ಅನುಸಂಧಾನ ಮಾಡಬೇಕಾದ ಹೊಸ ಮಾರ್ಗಗಳನ್ನು ಕನ್ನಡ ವಿಮರ್ಶೆ ಅನ್ವೇಷಿಸಿಕೊಳ್ಳಬೇಕಾದ ಜರೂರು ಇದೆ ಎಂದಷ್ಟೇ ಈ ಸಂದರ್ಭದಲ್ಲಿ ಸೂಚಿಸಬಹುದಾಗಿದೆ. ಕಂಬಾರರು ಈ ಲೋಕವನ್ನು ಇತಿಹಾಸದ ದಾರಿಯಲ್ಲಾಗಲೀ, ವಾಸ್ತವವಾದೀ ಮಾರ್ಗದಲ್ಲಾಗಲೀ ಪ್ರವೇಶಿಸುವವರಲ್ಲ. ಅವರು ಸೃಷ್ಟಿಸಿರುವ ಪುರಾಣಗಳ ಆಂತರಿಕ ವಿನ್ಯಾಸದಲ್ಲೇ ಆ ಜಗತ್ತನ್ನೂ ನಮ್ಮ ಜಗತ್ತನ್ನೂ ಒಟ್ಟಿಗೇ ಕಾಣಲು ನಾವು ಸಿದ್ಧರಾದರೆ ಮಾತ್ರ ಕಂಬಾರರ ಕೃತಿಗಳಿಂದ ಏನನ್ನಾದರೂ ಪಡೆಯಲು ಸಾಧ್ಯ. ಕಂಬಾರರು ಸೃಷ್ಟಿಸುವ ಲೋಕಗಳು ಎಷ್ಟು ಮೋಹಕವಾಗಿರುತ್ತವೆ ಎಂದರೆ ಒಮ್ಮೆ ಅವುಗಳನ್ನು ಹೊಕ್ಕವರು ಅಲ್ಲೇ ಮೈಮರೆಯುವ ಅಪಾಯಗಳೂ ಇವೆ. ಹಾಗೆಂದು ಅಲ್ಲಿನ ವಿವರ-ವರ್ಣನೆ-ವಿದ್ಯಮಾನಗಳನ್ನು ನಮ್ಮ ಲೋಕದ ಸಂಗತಿಗಳಿಗೆ ಸರಳ-ನೇರ ಸಮೀಕರಣ ಮಾಡಹೊರಟರೆ ಇನ್ನೊಂದು ಬಗೆಯ ಅಪಾಯಕ್ಕೆ ಸಿಲುಕಿಕೊಳ್ಳುತ್ತೇವೆ.

ಪಂಪ-ರನ್ನರಿಂದ ನಮ್ಮ ಕಾಲದ ಕುವೆಂಪು-ಭೈರಪ್ಪರಲ್ಲಿಯವರೆಗೂ ರಾಮಾಯಣ ಮತ್ತು ಮಹಾಭಾರತಗಳಿಗೆ ಎದುರಾಗಿ ಹೊಸಪಠ್ಯಗಳನ್ನು ನಿರ್ಮಿಸುವ ಒಂದು ಪರಂಪರೆ ಕನ್ನಡದಲ್ಲಿ ದಟ್ಟವಾಗಿದೆ. ಕಂಬಾರರು ಈ ಮಾರ್ಗವನ್ನು ತುಳಿಯಲಿಲ್ಲ ಎಂಬುದು ಕನ್ನಡ ಸಾಹಿತ್ಯದ ವೈವಿಧ್ಯದ ದೃಷ್ಟಿಯಿಂದ ಮಹತ್ವದ ಸಂಗತಿಯಾಗಿದೆ. ಶೈವ, ಜೈನ ಪುರಾಣಗಳ ಮಾದರಿಯನ್ನೂ ಅವರು ಅನುಕರಿಸಲಿಲ್ಲ. ಬದಲಾಗಿ ಅವರು ವಚನಕಾರರ, ತತ್ತ್ವಪದಕಾರರ, ಜಾನಪದ ಕವಿಗಳ ಸ್ಮೃತಿಯಲ್ಲಿ ತಮ್ಮ ಸಂವೇದನೆಗಳನ್ನು ರೂಪಿಸಿಕೊಂಡ ಹಾಗೆ ಕಾಣುತ್ತದೆ. ಈ ದೃಷ್ಟಿಯಿಂದ ಅವರು ಬೇಂದ್ರೆಯವರಿಗೆ ಹೆಚ್ಚು ಹತ್ತಿರ. ಆದರೆ ಕಂಬಾರರು ಬೇಂದ್ರೆಯವರಿಗಿಂತ ಇನ್ನೊಂದು ಬಗೆಯಲ್ಲಿ ತೀರಾ ಭಿನ್ನರು. ಬೇಂದ್ರೆಯವರ ಪ್ರತಿಭೆ ಗೀತೆಗೆ ಮಾತ್ರ ಒಲಿಯಿತು. ಕಂಬಾರರು ಗೀತೆ ಮತ್ತು ಕಥನ ಎರಡಕ್ಕೂ ಒಲಿದವರು. ಈ ದೃಷ್ಟಿಯಿಂದ ಅವರು ಸ್ವಲ್ಪ ಕುವೆಂಪು ಥರದವರು.

ಕನ್ನಡ ನವ್ಯಕಾವ್ಯ ಉಚ್ಛ್ರಾಯ ಸ್ಥಿತಿಯಲ್ಲಿದ್ದಾಗ ಕಂಬಾರರು ಬರೆಯಲು ಪ್ರಾರಂಭಿಸಿದರು. ನವ್ಯರಿಂದ ಕಲಿಯಬೇಕಾದದ್ದನ್ನು ಕಲಿತರು. (ಅಡಿಗರು ಸಾಗರದ ಕಾಲೇಜಿನಲ್ಲಿ ಪ್ರಿನ್ಸಿಪಾಲರಾಗಿದ್ದಾಗ ಕಂಬಾರರು ಅಲ್ಲಿ ಕನ್ನಡ ಅಧ್ಯಾಪಕರಾಗಿದ್ದರು.) ಆದರೆ ನವ್ಯರಿಗಿಂತ ತೀರಾ ಭಿನ್ನವಾಗಿ "ಹೇಳತೇನ ಕೇಳಾ" ಕಾವ್ಯವನ್ನು ರಚಿಸಿ ಅನನ್ಯರಾದರು. ಅಡಿಗರು ಆ ಕಾವ್ಯವನ್ನು ಪ್ರತಿಗಾಮಿ ಎಂದು ಟೀಕಿಸಿದರು. ಕಂಬಾರರ ಕೃತಿಗಳ ರಾಜಕೀಯ ನಿಲುವುಗಳನ್ನು ಕುರಿತ ಇನ್ನೂ ಬಗೆಹರಿಯದ ಸಮಸ್ಯಾತ್ಮಕ ವಿವಾದದ ಮೂಲ ಬೀಜವಾಗಿ ಅಡಿಗರ ಟೀಕೆಗೆ ಇನ್ನೂ ಪ್ರಸ್ತುತತೆಯಿದೆ. ಆದರೆ ಕಂಬಾರರ ಸಾಹಿತ್ಯ ಅವೆಲ್ಲವನ್ನೂ ಜೀರ್ಣಿಸಿಕೊಂಡು ತನ್ನ ವ್ಯಾಪ್ತಿ ಮತ್ತು ಮಹತ್ವಾಕಾಂಕ್ಷೆಗಳನ್ನು ವೃದ್ಧಿಸಿಕೊಂಡಿದೆ. ಆ ಕಾವ್ಯದ ಮೂಲಕ ತಮ್ಮದೇ ಆದ ಪುರಾಣಲೋಕವೊಂದನ್ನು ಕಂಬಾರರು ಕಟ್ಟಿಕೊಂಡರು. ನವ್ಯಮಾರ್ಗವನ್ನೂ ತುಳಿಯದೆ ಕೇವಲ ಜಾನಪದ ಹಾಡುಗಾರರೂ ಆಗದೆ ತಮ್ಮದೇ ಆದ ಸಾಹಿತ್ಯ ಮಾರ್ಗವೊಂದನ್ನು ಕಂಡುಕೊಂಡರು.

ಕಥನ ಕೌಶಲ್ಯ, ರೂಪಕ ಪ್ರತಿಭೆ, ಭಾಷಾ ಸೌಂದರ್ಯಗಳ ಜತೆಗೆ ಈ ಕಾವ್ಯ ಎರಡು ಮುಖ್ಯ ಕಾರಣಗಳಿಗಾಗಿ ನಮ್ಮ ಗಮನ ಸೆಳೆಯುತ್ತದೆ. ಊರ ಗೌಡನು ಕಾಡಿಗೆ ಹೋಗಿದ್ದಾಗ ರಾಕ್ಷಸನೊಬ್ಬನು ಹುಲಿಯ ವೇಷ ಧರಿಸಿ ಗೌಡನನ್ನು ಕೊಂದು ಅವನ ಹೆಣವನ್ನು ಪಾಳುಭಾವಿಯೊಂದಕ್ಕೆ ಎಸೆದು ಗೌಡನ ವೇಷ ತೊಟ್ಟು ಊರನ್ನು ಪ್ರವೇಶಿಸಿ ಗೌಡನ ಹೆಂಡತಿಯೊಂದಿಗೆ ಸಂಸಾರವನ್ನು ನಡೆಸುತ್ತಾನೆ. ಇದರಿಂದ ಗೌಡನ ಮಗನು ವಿಹ್ವಲನಾಗುತ್ತಾನೆ. ಗೌಡನ ವೇಷದ ರಾಕ್ಷಸನ ಆಗಮನದಿಂದಾದ ಪರಿಣಾಮಗಳನ್ನು ಕಂಬಾರರ ಕಾವ್ಯ ದಟ್ಟವಾದ ವಿವರಗಳಲ್ಲಿ ಕಟ್ಟಿಕೊಡುತ್ತದೆ. ಈ ಹೊಸ ದಾಂಪತ್ಯದಿಂದ ಒಬ್ಬ ಮಗ ಹುಟ್ಟುತ್ತಾನೆ. ಅವನು ಬೇರೆ ಥರದ ಸವಾಲುಗಳನ್ನು ಎದುರಿಸುತ್ತಾನೆ. ಈ ಹೊಸ ಗೌಡನು ಹಳೆಯ ಗೌಡನ ಹಾಗೆಯೇ ಕಾಣುತ್ತಾನೆ ಮತ್ತು ಅವನ ಹಾಗೆಯೇ ಮಾತನಾಡುತ್ತಾನೆ ಎಂಬುದು ಮುಖ್ಯವಾದ ಸಂಗತಿ. ಕಂಬಾರರ ಸಾಹಿತ್ಯಕ ಮತ್ತು ತಾತ್ವಿಕ ಜಿಜ್ಞಾಸೆಯ ಒಂದು ಮೂಲಭಿತ್ತಿ ಇಲ್ಲಿ ಸಿದ್ಧವಾಗುತ್ತದೆ. ಇದರ ವೈವಿಧ್ಯಮಯ ವ್ಯಾಖ್ಯಾನಗಳು ಈಗಾಗಲೇ ಪ್ರಕಟವಾಗಿದ್ದು ಈ ಕೃತಿಯ ಮಹತ್ವವನ್ನೂ ಬಹುತ್ವವನ್ನೂ ಸಾರಿವೆ. ವಸಾಹತೀಕರಣದ ಸ್ವರೂಪ ಮತ್ತು ಪರಿಣಾಮಗಳನ್ನು ಸಾಂಕೇತಿಕವಾಗಿ ಚಿತ್ರಿಸುವ ಕಂಬಾರರ "ಹೇಳತೇನ ಕೇಳಾ" ಆಧುನಿಕ ಕನ್ನಡ ಸಾಹಿತ್ಯದ ಒಂದು ಮುಖ್ಯ ಸಾಂಸ್ಕೃತಿಕ ಪಠ್ಯ.

ಇನ್ನೂ ಒಂದು ಮುಖ್ಯ ಘಟನೆ ಈ ಕಾವ್ಯದಲ್ಲಿ ನಡೆಯುತ್ತದೆ. 'ಹಸಮಕ್ಕ ಸಲುವಾಗಿ ಗರಡೀಯ ಮನಿ ಕೆಡಿವಿ/ಹೊಸ ಸಾಲಿ ಕಟ್ಟಿಸೋಣ' ಎಂದು ಗೌಡಹೇಳಿದಾಗ ಊರವರು ಸಂಭ್ರಮದಿಂದ ಒಪ್ಪಿಗೆಕೊಡುತ್ತಾರೆ. ಮನೆಗೊಂದು ಆಳು ಕೈಹಚ್ಚಿ ಶಾಲೆಯನ್ನು ಕಟ್ಟಲು ಮುಂದಾಗುತ್ತಾರೆ. ಶಾಲೆ ನಿರ್ಮಿಸಲು 'ಆಲದ ಬೇರ ಬಂದು ತೊಡರ್ಯಾವು ತೊಡಕ್ಯಾವು;' ಆಲದ ಮರವನ್ನು ಕಡಿದು ಆ ಜಾಗದಲ್ಲಿ ಶಾಲೆಯನ್ನು ಕಟ್ಟುತ್ತಾರೆ. ಇದರ ಸಾಂಕೇತಿಕ ಆಯಾಮವನ್ನು ವಿವರಿಸುವ ಅಗತ್ಯವಿಲ್ಲ. ತತ್‌ಕ್ಷಣದ ಪರಿಣಾಮವೆಂಬಂತೆ ಮರವನ್ನು ಕಡಿಯುವುದು ಬೇಡವೆಂದು ಕೈಮುಗಿದು ಬೇಡಿಕೊಂಡ ಕರಿಯಜ್ಜ ಶಾಲೆಯ ಪೂಜೆಯ ದಿನವೇ ತೀರಿಕೊಳ್ಳುತ್ತಾನೆ. ವಸಾಹತುಶಾಹಿ ಆಕ್ರಮಣ ಮತ್ತು ಆಧುನಿಕತೆಯ ಆಗಮನದ ಬಹುಮುಖಿ ಪರಿಣಾಮಗಳನ್ನು ಆಧುನಿಕ ಕನ್ನಡ ಸಾಹಿತ್ಯವು ಗಾಢವಾಗಿ ಕಥಿಸಿಕೊಂಡು ಬಂದಿದೆ. ಈ ಪರಿಣಾಮಗಳನ್ನು ಕಂಬಾರರು ತುಸು ಭಿನ್ನ ರೀತಿಯಲ್ಲಿ ಸಮಸ್ಯಾತ್ಮಕಗೊಳಿಸಿದ್ದಾರೆ. ಅಕ್ಷರಲೋಕದ ಧಾಳಿಯಿಂದ ಜಾನಪದ ಲೋಕ ನಾಶವಾಯಿತು ಎಂಬುದು ಕಂಬಾರರ ಒಂದು ಮುಖ್ಯ ಅವಲೋಕನ. ಅವರ ಸುಪ್ರಸಿದ್ಧ ಕವನ "ಜನಪದ ಕಥೆಗಳ ರಾಕ್ಷಸ"ದಲ್ಲಿ ಇದು ಇನ್ನೂ ಸ್ಪಷ್ಟವಾಗಿ ಮೂಡಿಬರುತ್ತದೆ. ಹಾಗೆಯೇ 'ಕರಿಮಾಯಿ'ಯ ಲೋಕ ನಾಶವಾಗುವುದು ಆಧುನಿಕ ಪ್ರಜಾಪ್ರಭುತ್ವದ ಆಗಮನದಿಂದ. ಮೇಲು ನೋಟಕ್ಕೆ 'ಪ್ರತಿಗಾಮಿ' ಎನ್ನಿಸುವ ಈ ನೋಟ 'ರಾಜಕೀಯವಾಗಿ ಸರಿ' ಅನ್ನಿಸದಿದ್ದರೂ ಕಂಬಾರರ ಕೃತಿಗಳು ನಮ್ಮ 'ಪ್ರಧಾನ'ಧಾರೆಯ ಗ್ರಹಿಕೆಗಳಿಗೆ ಮತ್ತು ಚಿಂತನೆಗಳಿಗೆ ಸವಾಲು ಹಾಕುವಂತಿವೆ. ಆದರೆ ಕಂಬಾರರು ಜಾನಪದ ಕವಿಸಮಯಗಳಲ್ಲೇ ಮುಳುಗಿಹೋಗಿರುವ ಲೇಖಕರಲ್ಲ. ಗ್ರಾಮೀಣ ಬದುಕಿನ ಎಲ್ಲ ಚೆಲುವನ್ನು ಅವರು ಸಮೃದ್ಧವಾಗಿ ಚಿತ್ರಿಸಿದ್ದಾರೆ. ಅಲ್ಲಿನ ಜೀವಶಕ್ತಿಯನ್ನು ಆರಾಧಿಸುವ ಹಲವು ಸಾರ್ಥಕ ಕೃತಿಗಳನ್ನು ಅವರು ರಚಿಸಿದ್ದಾರೆ. ಆದರೆ

ಅಲ್ಲಿಯ ಬದುಕಿನಲ್ಲೇ ಅಂತರ್ಗತವಾಗಿರುವ ಕ್ರೌರ್ಯ, ಹಿಂಸೆ, ಅಸಮಾನತೆ, ಶೋಷಣೆಗಳ ಭೀಕರ ಚಿತ್ರಗಳೂ ಅವರ ಸಾಹಿತ್ಯದಲ್ಲಿ ದಾಖಲಾಗಿವೆ. ಅವರ ಅನೇಕ ಮುಖ್ಯಕೃತಿಗಳಾದ "ಜೋಕುಮಾರಸ್ವಾಮಿ", "ಜೈಸಿದ ನಾಯಕ", "ಕರಿಮಾಯಿ", "ಸಿಂಗಾರೆವ್ವ ಮತ್ತು ಅರಮನೆ", "ನಾಯಿ ಕಥೆ", "ತುಕ್ರನ ಕನಸು" ಮುಂತಾದವುಗಳಲ್ಲಿ ಜಮೀಂದಾರಿ ವ್ಯವಸ್ಥೆಯ ಕರಾಳ ಮುಖಗಳ ದರ್ಶನವೇ ಇದೆ. ಮನುಷ್ಯನ ಪ್ರಜ್ಞೆಯಲ್ಲಿ, ಸಾಮಾಜಿಕ ಸಂಬಂಧಗಳಲ್ಲಿ, ಒಟ್ಟಾರೆ ಮನುಷ್ಯನ ನಾಗರೀಕತೆಯಲ್ಲಿ ಕಂಡುಬರುವ ಒಡಕುಗಳನ್ನು ಕಂಬಾರರ ಸಾಹಿತ್ಯ ಗಾಢವಾಗಿ ಧ್ವಾನಿಸಿದೆ.

'ಋಷ್ಯಶೃಂಗ', 'ಹುಲಿಯ ನೆರಳು' ಮುಂತಾದ ಕಂಬಾರರ ಮುಖ್ಯ ನಾಟಕಗಳಿಗೆ ಈ ಪುರಾಣವೇ ಮೂಲಧಾತುವಾಗಿದೆ. ಎರಡನೆಯದಾಗಿ, ಈ ಕಥೆ ನಡೆಯುವುದು ಶಿವಾಪುರದಲ್ಲಿ. ಅಷ್ಟೇ ಅಲ್ಲ, ಕೆಲವೇ ಕೆಲವು ಅಪವಾದಗಳನ್ನು ಹೊರತು ಪಡಿಸಿದರೆ ಕಂಬಾರರ ಬಹುಪಾಲು ಕೃತಿಗಳ ಆವರಣ ಶಿವಾಪುರವೇ. ಕಂಬಾರರ ಸಾಹಿತ್ಯದಲ್ಲಿ ಅದೊಂದು ನಿರ್ದಿಷ್ಟ, ವಾಸ್ತವಿಕ ಭೌಗೋಳಿಕ ಪ್ರದೇಶವಲ್ಲ. ಅದು ಒಂದು ಹಳ್ಳಿ, ಬೆಳಗಾವಿ ಜಿಲ್ಲೆಯಲ್ಲಿದೆ ಎಂದು ಕೆಲವು ಬಾರಿ ಸೂಚಿತವಾದರೂ, ಯಾವುದೇ ಭೂಪಟದಲ್ಲಿ ಕಾಣಸಿಗುವಂಥದ್ದಲ್ಲ. ಅದೊಂದು ಕಾಲ್ಪನಿಕ ಗ್ರಾಮ. ಅದಕ್ಕೆ ತನ್ನದೇ ಪುರಾಣವೂ ಇದೆ. ಇತಿಹಾಸವೂ ಇದೆ. ವರ್ತಮಾನವೂ ಇದೆ. ಅದು ಕಂಬಾರರ 'ನೊಸ್ಟಾಲ್ಜಿಯಾ'ನೂ ಹೌದು, ಅವರ 'ಯುಟೋಪಿಯಾ'ನೂ ಹೌದು. ತಮ್ಮ ಎಲ್ಲ ಸಾಮಾಜಿಕ, ಸಾಂಸ್ಕೃತಿಕ, ರಾಜಕೀಯ, ಆಧ್ಯಾತ್ಮಿಕ ಶೋಧಗಳಿಗೆ ಕಂಬಾರರು ಶಿವಾಪುರವನ್ನು ಒಂದು ಆವರಣವನ್ನಾಗಿ ಕಲ್ಪಿಸಿಕೊಂಡಿದ್ದಾರೆ. ಆರ್. ಕೆ. ನಾರಾಯಣರ ಮಾಲ್ಗುಡಿಯೂ ಇಂಥ ಒಂದು ಕಾಲ್ಪನಿಕ ಊರೇ ಆಗಿದ್ದರೂ ಅದಕ್ಕೆ ಶಿವಾಪುರಕ್ಕಿರುವಂಥ ದಟ್ಟ ಸ್ಮೃತಿಗಳಾಗಲೀ, ಸಮೃದ್ಧವಾದ ಪುರಾಣವಾಗಲೀ ಇಲ್ಲ. ಅಂದರೆ ಕಂಬಾರರ ಶಿವಾಪುರ ಒಂದು ಭೌತಿಕ ಪ್ರದೇಶಕ್ಕಿಂತ ಹೆಚ್ಚಿನದು.

೨

ಚಂದ್ರಶೇಖರ ಕಂಬಾರರು 'ಹೇಳತೇನ ಕೇಳ'ದಿಂದ ಪ್ರಾರಂಭಿಸಿ ಈವರೆಗೆ ಶಿವಾಪುರಕ್ಕೆ ಸಂಬಂಧಿಸಿದ ಮೂಲಕಥೆಯೊಂದನ್ನು ಬೇರೆ ಬೇರೆ ವಿವರಗಳಲ್ಲಿ ಬೇರೆ ಬೇರೆ ವಿಧಾನಗಳಲ್ಲಿ ಹೇಳುತ್ತಾ ಬಂದಿದ್ದಾರೆ. ಇಂಥದೊಂದು ನಿರಂತರ ಕಥನ ಕಂಬಾರರ ಮೂರು ದಶಕದ ಬರವಣಿಗೆಗೆ ಸಾತತ್ಯವೊಂದನ್ನು ಕಟ್ಟಿಕೊಟ್ಟಿರುವ ಜತೆಜತೆಗೇ ಆ ಮೂಲಕಥೆಯ ಸಾಧ್ಯತೆಗಳ ವಿಸ್ತಾರವನ್ನೂ ಸೂಚಿಸಿದೆ. ಶಿವಾಪುರದ ಕಾಲ ದೇಶಗಳಲ್ಲಿ ಪುರಾಣದಿಂದ ಚರಿತ್ರೆಗೆ ವಿಸ್ತರಿಸುತ್ತ, ರೂಪಾಂತರಿಸುತ್ತ, ಒಂದನ್ನು ಮತ್ತೊಂದರೊಳಗೆ ಇಡುತ್ತ ಕಂಬಾರರು ಕಾಲ ದೇಶಗಳ ಹಲವು ಆಯಾಮಗಳನ್ನು ಒಟ್ಟಿಗೇ ಅಖಂಡವಾಗಿ ಒಳಗೊಳ್ಳಲು ಪ್ರಯತ್ನಿಸುತ್ತಿದ್ದಾರೆ. ಇವರ ಕೃತಿಗಳನ್ನು ಬಿಡಿಬಿಡಿಯಾಗಿ ನೋಡಿದಾಗ ಒತ್ತು ಕೊಂಚ ಬೇರೆ ಬೇರೆಯಾಗಿದೆ ಎನಿಸಿದರೂ, ಒಟ್ಟಾರೆಯಾಗಿ ನೋಡಿದಾಗ ಶಿವಾಪುರದ ಸ್ಥಿತಿ, ಸಾಧ್ಯತೆಗಳ ಇಡಿಯಾದ ಗ್ರಹಿಕೆಗಾಗಿ ಲೇಖಕರ ಸೃಜನಶೀಲ ಚಡಪಡಿಕೆ ವೇದ್ಯವಾಗುತ್ತದೆ. ಅಂದರೆ ಶಿವಾಪುರವೆನ್ನುವುದು ಒಂದು ಸರಳ, ನಿಶ್ಚಲ, ಏಕಸ್ಥಿತಿಯಲ್ಲ. 'ಹೇಳತೇನ ಕೇಳ', 'ಗಂಗಾಮಾಯಿ', 'ನವಿಲೇ ನವಿಲೇ',

'ಜೋಕುಮಾರ ಸ್ವಾಮಿ', 'ಮಂದಾರ ಮರ', 'ತುಕ್ರನ ಕನಸು', 'ಕರಿಮಾಯಿ' ಇಂಥ ಹಲವು ಹತ್ತು ಕೃತಿಗಳಲ್ಲಿ ಕಂಡುಬರುವ ಶಿವಾಪುರಗಳ ಸಮುಚ್ಚಯ ಸ್ಥಿತಿ ಅದು. ಸಾಧ್ಯತೆಗಳ ಮಾತೂ ಹೀಗೆಯೇ. ಆದ್ದರಿಂದಲೇ ಕಂಬಾರರ ಬಿಡಿ ಕೃತಿಗಳ ಓದಿನ ಸಂದರ್ಭದಲ್ಲೂ ಇತರ ಕೃತಿಗಳ ನೆನಪನ್ನು ಓದುಗ ಸಂಪೂರ್ಣವಾಗಿ ಬಿಟ್ಟುಕೊಡುವಂತಿಲ್ಲ.

೩

ಹಾಗಾದರೆ ಈ ಸ್ಥಿತಿಯ ಸಂಗ್ರಹ ಸ್ವರೂಪವೇನು? ಸರಳವಾಗಿ ಹೇಳಬಹುದಾದರೆ ಅದು ಕೇವಲ ಒಂದು ಭೌಗೋಳಿಕ ಸ್ಥಿತಿಯಲ್ಲ. ಅದೊಂದು ಪ್ರಜ್ಞೆ, ಸಮುದಾಯ ಪ್ರಜ್ಞೆ. ಶಿವಾಪುರ ಎನ್ನುವುದು ಒಂದು ಸಮುದಾಯ. ಈ ಸುಮುದಾಯಕ್ಕೆ ತನ್ನದೇ ಆದ ಸ್ಮೃತಿಗಳಿವೆ. ಆ ಸ್ಮೃತಿಗಳನ್ನು ಕಥನವಾಗಿಸಿ ತನ್ನ ಪುರಾಣಚರಿತ್ರೆಗಳನ್ನು ಧ್ಯಾನಿಸುವ ಜನಪದ ಇದೆ. ಈ ಜನಪದವನ್ನು ಒಂದು ಗ್ರಾಮಸಮುದಾಯವಾಗಿ ಒಟ್ಟಿಗೇ ಗ್ರಹಿಸುವುದು ಕಂಬಾರರ ವೈಶಿಷ್ಟ್ಯ. ಈ ಸಮುದಾಯ ಹಲವಾರು ಜಾತಿ, ವರ್ಗಗಳಲ್ಲಿ ಒಡೆದುಕೊಂಡಿದ್ದರೂ, ತನ್ಮೂಲಕ ಪರಸ್ಪರ ಭಿನ್ನವೆನ್ನಿಸುವ ಆಶೋತ್ತರಗಳನ್ನು ತನ್ನ ಒಡಲಾಳದಲ್ಲಿ ಹುದುಗಿಸಿಕೊಂಡಿದ್ದರೂ ಒಂದು ಅವಿಚ್ಛಿನ್ನ ಪ್ರಜ್ಞೆ ಈ ಸಮುದಾಯವನ್ನು ಬೆಸೆದಿದೆ.

'ಕರಿಮಾಯಿ' ಕಾದಂಬರಿಯಲ್ಲೇ (೧೯೭೫, ಪ್ರಿಂಟರ್ಸ್ ಪ್ರಕಾಶನ, ಬೆಂಗಳೂರು) ಕಾಣಬಹುದಾದ ಗೌಡ, ದತ್ತಪ್ಪ, ಲಗುಮವ್ವ ಇವರೆಲ್ಲ ಬೇರೆ ಬೇರೆ ಜಾತಿ-ವರ್ಗಗಳಿಗೆ ಸೇರಿದವರಾದರೂ ಕರಿಮಾಯಿಯ ಪುರಾಣ ಇವರನ್ನೆಲ್ಲ ಒಂದು ಸಮುದಾಯವಾಗಿ ಬೆಸೆದಿದೆ. ಇದೊಂದು ಜೀವಂತ ಸಮುದಾಯ ಎನ್ನುವುದು ಮುಖ್ಯ. ತನ್ನ ಭೂತವನ್ನು ಕಥನವಾಗಿಸಿ, ಹಾಡುವಂತೆ ಕಥನ ಪ್ರಕ್ರಿಯೆಯಲ್ಲಿ ತಾವೂ ಆ ಕಥನದ ಪಾತ್ರಧಾರಿಗಳಾಗಿ ಈ ಜನರು ಒಟ್ಟಿಗೇ ಹಲವು ಕಾಲದಲ್ಲಿ ಬದುಕುತ್ತಾರೆ. ಶಿವಾಪುರದ ಪುರಾಣವನ್ನು ಹೇಳುತ್ತಿದ್ದಾರೆ ಅಂದುಕೊಳ್ಳುತ್ತಿದ್ದಾಗ ಚರಿತ್ರೆಯ ವಿವರಗಳನ್ನೂ ತಂದು, ಚರಿತ್ರೆ ಹೇಳುತ್ತಿದ್ದಾರೆ ಅಂದುಕೊಳ್ಳುವಾಗ ಅದನ್ನು ಪುರಾಣವೆಂಬಂತೆ ಹೇಳಿ ಕಂಬಾರರು ಕಾಲ ದೇಶಗಳ ಎರಡು ಬೇರೆ ಬೇರೆ ಎಂಬಂಥ ಸ್ಥಿತಿಗಳನ್ನು ಒಟ್ಟಿಗೇ ಸೂಚಿಸಿಬಿಡುತ್ತಾರೆ. 'ಅಂಡಾಂಡ ಪಿಂಡಾಂಡದಿಂದ ಸುರುವಾಗುವ ಲಗುಮವ್ವನ ಹಾಡಿನಲ್ಲೂ ಶಿವಾಪುರವಿದೆ.' ಹಾಗೆಯೇ 'ತಮ್ಮ ಊರಿನ ಸುತ್ತಮುತ್ತ ಯಾವ್ಯಾವ ಊರಿದೆಯೆಂಬುದು ಅಥವಾ ಯಾವ್ಯಾವ ಊರಿನ ಮಧ್ಯೆ ತಮ್ಮ ಊರಿದೆ ಎನ್ನುವುದು ಅವರಿಗೂ ಗೊತ್ತಿದೆ.' ಪುರಾಣ ಕಾಲದ ಸ್ಮೃತಿಯಿಟ್ಟುಕೊಂಡ ಈ ಸಮುದಾಯ ಇಪ್ಪತ್ತನೆಯ ಶತಮಾನದವರೆಗೂ ಬದುಕಿ ಬಾಳಿಕೊಂಡು ಬಂದಿದೆ. ಈ ಹೊಸಕಾಲದಲ್ಲಿ ಬೆಳಗಾವಿ ಜಿಲ್ಲೆಯ ಒಂದು ಗ್ರಾಮವೆಂದು ಗುರುತಿಸಿಕೊಂಡಿದೆ. ಈ ಗ್ರಾಮದ ದೇವತೆಯಾದ ಕರಿಮಾಯಿಗೆ ಒಂದು ಪುರಾಣ, ಚರಿತ್ರೆಯಿರುವಂತೆ ಗೌಡ, ದತ್ತಪ್ಪರಿಗೂ ಅವರವೇ ಆದ ವಂಶಾವಳಿಗಳಿವೆ. ಶಿವಾಪುರದ ಒಳಗೇ ವರ್ಗ ಸಂಘರ್ಷ 'ಜೋಕುಮಾರಸ್ವಾಮಿ', 'ಜೈಸಿದ ನಾಯ್ಕ' ಮುಂತಾದ ನಾಟಕಗಳಲ್ಲಿ ಸೂಚಿತವಾದರೆ 'ಹೇಳತೇನ ಕೇಳ'ದಂಥ ಕಾವ್ಯಗಳಲ್ಲಿ ಸಮುದಾಯದ ಪ್ರಜ್ಞೆಯ-ಪಲ್ಲಟಗಳು ಹೊರಶಕ್ತಿಯ ಆಗಮನದೊಂದಿಗೆ ಸೂಚಿತವಾಗುತ್ತವೆ. 'ನವಿಲೇ ನವಿಲೇ' ಕವಿತೆಯಲ್ಲಿ ಶಿವಾಪುರವನ್ನು

ಕವಿದ ಬರದ ಸ್ಥಿತಿ ಮತ್ತು ಆ ಸ್ಥಿತಿ ನೀಗುವ ಸಾಧ್ಯತೆ ಮೇಲಿನ ಕೃತಿಗಳಲ್ಲಿ ಸೂಚಿತವಾದ ನುಡಿಗಟ್ಟಿಗಿಂತ ಭಿನ್ನವಾದ ಇನ್ನೊಂದು ಬಗೆಯಲ್ಲಿ ಮೂಡಿಬರುತ್ತವೆ. 'ಹೇಳತೇನ ಕೇಳ'ದಲ್ಲಿ ರಾಕ್ಷಸನ ಆಗಮನದಿಂದ ಪಲ್ಲಟ ಪ್ರಾರಂಭವಾಗುತ್ತದೆ.

ಊರಿನ ಹುಡುಗೋರು ದೊಡ್ಡಾಟ ಬಿಟ್‌ಕೊಟ್ಟು
ನಾಟಕವಾಡ್ಯಾರು ಪಟ್ಟಪೈಲೇಕ

ಆದ್ಯತೆ, ಆಶೋತ್ತರಗಳು ಬದಲಾಗುವ ಇನ್ನೊಂದು ಪರಿಯೆಂದರೆ,

ಹಸಮಕ್ಕ ಸಲುವಾಗಿ ಗರಡೀಯ ಮನಿಕೆಡವಿ
ಹೊಸ ಸಾಲಿಕಟ್ಟಿಸೋಣ, –ಬಲೆಶೋಭಾ

'ಕರಿಮಾಯಿ' ಕಾದಂಬರಿಯಲ್ಲೂ ಶಿವಾಪುರದ ಪ್ರಜೆಗಳಿಗೆ ಗೌಡ ಆಡಿಸುವ ಪಾರಿಜಾತಕ್ಕಿಂತ ಗುಡಸೀಕರ ಆಡಿಸುವ ನಾಟಕವೇ ಆಕರ್ಷಕವಾಗುವ ಒಂದು ಪ್ರಸಂಗವಿದೆ. ಹಾಗೆಯೇ ಲಗಮವ್ವನ ಹಾಡಿಗಿಂತ ಬಸವರಾಜನ ರೇಡಿಯೋ ಹೆಚ್ಚಿನ ಕುತೂಹಲ ಹುಟ್ಟಿಸುತ್ತದೆ. ಇಲ್ಲಿ ರಾಕ್ಷಸ ಬರುವುದಿಲ್ಲ. ಬೆಳಗಾವಿ ತನ್ನ 'ಪ್ರಗತಿ'ಯಿಂದ ಶಿವಾಪುರವನ್ನು ಕಂಗೆಡಿಸುತ್ತದೆ. ಶಿವಾಪುರಕ್ಕೆ ಈಗ ತಾನೂ ಬೆಳಗಾವಿ ಆಗಬೇಕೆಂಬ ಆಸೆ. ಶಿವಾಪುರದವನೇ ಆದ ಗುಡಸ್ಯಾಗೋಳ ಬೆಳಗಾವಿಗೆ ಹೋಗಿ ಜಿ. ಎಚ್. ಗುಡಸೀಕರ ಬಿ. ಎ., ಎಲ್.ಎಲ್. ಬಿ., ಆಗಿ ಮರಳುತ್ತಾನೆ. ಗೌಡ, ದತ್ತಪ್ಪರ ಪರಂಪರಾಗತ ಆಳ್ವಿಕೆ ಮುಗಿದು ಸರಕಾರದ ಸೂಚನೆಯಂತೆ ಗ್ರಾಮಪಂಚಾಯಿತಿ ಹೊಸದಾಗಿ ಅಸ್ತಿತ್ವಕ್ಕೆ ಬರುತ್ತದೆ. ಇದರ ಪರಿಣಾಮಗಳ ಕಥನವೇ 'ಕರಿಮಾಯಿ' ಕಾದಂಬರಿಯ ಪ್ರಧಾನ ಆಶಯ.

೪

ಈ ಹೊಸ ಕಥನ ಲಗುಮವ್ವಳ ಹಳೆಯ ಕಥನದ ಮುಂದುವರಿಕೆಯಾಗಿ ಮೂಡಿಬರುವುದು ಮಹತ್ವದ ಸಂಗತಿ. ಅಂದರೆ ಶಿವಾಪುರದ ಜನಪದ ತನ್ನ ಮೂಲಕಥೆಗೆ ಕಾಲದಿಂದ ಕಾಲಕ್ಕೆ ಹೊಸ ಹೊಸ ಆಖ್ಯಾನಗಳನ್ನು ಸೇರಿಸಿಕೊಂಡು ತನ್ನ ವಿಕಾಸವನ್ನು ದಾಖಲಿಸಿಕೊಳ್ಳುತ್ತ ಬಂದಿದೆಯಷ್ಟೆ. ಗುಡಸೀಕರ ಪಂಚಾಯಿತಿ ಛೇರ್ಮನ್ ಆದ ನಂತರದ ಘಟನಾವಳಿಗಳಿಗೂ ಹೀಗೆ ಒಟ್ಟಾರೆ ಶಿವಾಪುರ ಸಮುದಾಯದ ಕಥನದ ಮುಂದಿನ ಭಾಗಗಳೆಂಬಂತೆ ಬೆಳೆದು ಬರುತ್ತವೆ. ಅಂದರೆ ಈ ಸಮುದಾಯದ ದೃಷ್ಟಿಕೋನದಿಂದಲೇ ಎಲ್ಲವನ್ನೂ ನೋಡಲಾಗಿದೆ. ಕರಿಮಾಯಿಯ ಪುರಾಣವನ್ನು ಹಾಡುವ ಲಗುಮವ್ವನಂತೆ 'ಕರಿಮಾಯಿ' ಕಥೆಯ ನಿರೂಪಕನೂ ಈ ಸಮುದಾಯದ ಅವಿಭಾಜ್ಯ ಅಂಗವೇ. ಇಡೀ ಸಮುದಾಯ ತನ್ನ ಗುಣಾವಗುಣಗಳನ್ನು ಕರಿಮಾಯಿಯಿಂದ ಪಡೆಯಿತಷ್ಟೆ. ತಾನೂ ಅದರ ಒಂದು ಭಾಗವೆಂಬುದನ್ನು ನಿರೂಪಕ ಹೀಗೆ ಸೂಚಿಸಿಬಿಡುತ್ತಾನೆ; 'ಇಂಥಾ ಬಂಗಾರದ ತಾಯಿ ಆದಿಗೆ ಆದಿಯ ಹಡೆದವ್ವ, ಕಡೆಯ ಕಡೆ ಗೊತ್ತಿರದವ್ವ, ಇದಿಮಾಯಿ, ಘೋಡಗೇರಿಯ ಕಂಬಾರ ಬಸವಣ್ಣೆಪ್ಪನ ಮಗ, ಭೂಸನೂರು ಮಠದ ಸಂಗಯ್ಯನ ಶಿಷ್ಯ, ಸಾವಳಿಗಿ ಶಿವಲಿಂಗೇಶ್ವರ ಮಠದ ಸಿದ್ದರಾಮ ಸ್ವಾಮಿಗಳ ಭಕ್ತ– ಚಂದ್ರಶೇಖರನಿಗೆ ಬರೆಯುವ ಬುದ್ಧಿ ಕೊಟ್ಟಳು. ಹಾಗೆಯೇ ಓದುರಿಗೆ ತೂಗು ತೊಟ್ಟಿಲ, ಬೆಳ್ಳಿ ಬಟ್ಟಲದ ಭಾಗ್ಯ, ಫಲಪುತ್ರ ಸಂತಾನದ ಭಾಗ್ಯ ಕೊಡಲಿ.'

'ಹೇಳತೇನ ಕೇಳ', 'ಕುದರೀ ಸಿದ್ಧ' ಮೊದಲಾದ ಕವಿತೆಗಳ ಈ ಬಗೆಯ ಸಾಲುಗಳನ್ನು ಗಮನಿಸಿ:

ಮೊದಲಿಗೆ ಅಲ್ಲಮಪ್ರಭುವಿಗೆ ಶರಣಾರ್ಥಿ
ಕೂಡಿ ಕುಂತ ಜನಕೆಲ್ಲ ನಮ್ಮ ನಮನಾ
ಕಲಿಯುಗದೊಳಗಿನ ಕಥೆಯ ವಿಸ್ತಾರವ
ತಿಳಿಸಿ ಹೇಳುವೆ ಕೇಳಬೇಕ್ರಿ ಜನಾ (ಹೇಳತೇನ ಕೇಳ)

ಘೋಡಗೇರಿ ಬಸಪ್ಪ ಅವರ ಮಗ ಚಂದ್ರಪ್ಪ
ಪದಾ ಮಾಡಿದಾರಾ ಭಾಳನಿವಳಾ (ಹೇಳತೇನ ಕೇಳ)

ಕತಿ । ಹೇಳತೇನ್ರಿ ಮುಂದಿಂದಾ
ಆಗ । ಧಾಂಗ ಒಂದು ಸಹ ಕುಂದಾ
ಇರು । ಗುರುವೆ ನಾಲಗೆಯ ಹಿಂದಾ
ನಾ । ನಿಮ್ಮ ಕರುಣದ ಕಂದಾ (ಹೇಳತೇನ ಕೇಳ)

ಕೇಳಿರೇನರಿ ಕತಿಯ ಕೇಳಿರೇನು ।
ಕುದರೀ ಸಿದ್ಧನ ಕತಿಯ ಕೇಳೀರೇನು ॥ (ಕುದರೀ ಸಿದ್ಧ)

ಕುದರಿ ಸಿದ್ಧರ ಜೋಡಿ ತುಳಿದಾಡಿ ಹೋಯ್ತೆಂದು
ಮಾತಾಡಿಕೊಳ್ಳುವರು ಮಂದಿ
ಕಾಡಿಃಗೆ ಎಡಿಮಾಡಿ ನೈವೇದ್ಯ ನೀಡುವರು
ಕುದರೀ ಸಿದ್ಧರ ಕತಿಯ ಹಾಡಿ ॥ (ಕುದರೀ ಸಿದ್ಧ)

ಇನ್ನು ಕಂಬಾರರ ಹಲವು ನಾಟಕಗಳಲ್ಲಿ ಕಂಡುಬರುವ ಭಾಗವತರು, ಸೂತ್ರಧಾರರು, ನಿರ್ದೇಶಕರು, ಮೇಳಗಳು ಇವುಗಳನ್ನು ಗಮನಿಸಿದಾಗ ಕೂಡ ಕಥನದ ಬೇರೆ ಬೇರೆ ಮಾದರಿಗಳು ನಮ್ಮ ಅರಿವಿಗೆ ಬರುತ್ತವೆ. 'ಕರಿಮಾಯಿ' ಒಂದು ಕಾದಂಬರಿಯಾಗಿದ್ದರೂ, ಆಧುನಿಕ ಸಮಾಜದ ಕಥೆಯನ್ನೇ ಹೇಳಿದರೂ ಕಂಬಾರರು ತಮ್ಮ ಯಾವತ್ತೂ ಕಥನಕ್ರಮವನ್ನು ಬಿಟ್ಟುಕೊಟ್ಟಿಲ್ಲ ಎಂಬುದು ಗಮನಾರ್ಹ. 'ಕರಿಮಾಯಿ' ಒಂದು ದೀರ್ಘ ಜಾನಪದ ಕಥೆಯೂ ಅಲ್ಲ; ಅಥವಾ ಟಿಪಿಕಲ್ ವಾಸ್ತವವಾದೀ ಇಲ್ಲವೆ ನವ್ಯ ಕಾದಂಬರಿಯ ನಮೂನೆಯದೂ ಅಲ್ಲ. ದೇಶೀಯ ಕಥನಪ್ರಕಾರವೊಂದಕ್ಕೆ ಆಧುನಿಕ, ಸಮಕಾಲೀನ, ಸಾಮಾಜಿಕ ಅನುಭವಗಳನ್ನು ಹೇಗೆ ಒಗ್ಗಿಸಿಕೊಳ್ಳುವುದು ಎಂಬುದೇ ಇಲ್ಲಿನ ಸೃಜನಶೀಲ ತುರ್ತು. ಇಂಥದೊಂದು ಪ್ರಯತ್ನ ಎಂ. ಎಸ್. ಪುಟ್ಟಣ್ಣನವರ ಕಾದಂಬರಿಗಳಲ್ಲಿ– ಅಂದರೆ ಕನ್ನಡ ಕಾದಂಬರಿಯ ಪ್ರಾರಂಭಾವಸ್ಥೆಯಲ್ಲಿ ಕಂಡಿತ್ತು. ಯಾಕೋ ಏನೋ ಈ ಪ್ರಯತ್ನ ಮುಂದಿನ ದಿನಗಳಲ್ಲಿ ಕಾಣೆಯಾಯಿತು. ಮತ್ತೆ ಇಂಥ ಪ್ರಯತ್ನ ಕಾಣುವುದು ದೇವನೂರು ಮಹಾದೇವರ 'ಕುಸುಮ ಬಾಲೆ'ಯಲ್ಲೇ. ಅಂದರೆ ಕಂಬಾರರು 'ಕರಿಮಾಯಿ' ಕಾದಂಬರಿ ರಚನೆಯಲ್ಲಿ ದೇಶೀಯ ಮಾದರಿಯೊಂದನ್ನು ಕಂಡುಕೊಳ್ಳಲು ಪ್ರಯತ್ನಿಸಿದರು. ಕುತೂಹಲದ ಸಂಗತಿ ಎಂದರೆ ನಾಟಕಗಳಲ್ಲಿ ಅವರ ಇಂಥ ಪ್ರಯತ್ನಗಳು ಮುಂದುವರಿದ ಹಾಗೆ ಕಂಡರೂ ಸ್ವತಃ ತಮ್ಮ ಮುಂದಿನ ಕಾದಂಬರಿಗಳಲ್ಲಿ –'ಸಿಂಗಾರೆವ್ವ ಮತ್ತು ಅರಮನೆ', 'ಜಿ. ಕೆ ಮಾಸ್ತರರ

ಪ್ರಣಯ ಪ್ರಸಂಗ'– ರಚನೆಯ ದೃಷ್ಟಿಯಿಂದ ಇಂಥ ಶೋಧಕ್ಕೆ ಮುಂದಾಗಲಿಲ್ಲ. ಮುಂದೆ ಕಂಬಾರರು "ಚಕೋರಿ" ಎಂಬ ಕಾವ್ಯರೂಪದ ಕಾದಂಬರಿಯೊಂದನ್ನು ಬರೆದರು. ತನ್ಮೂಲಕ ಕಾದಂಬರಿ ಪ್ರಕಾರದಲ್ಲೇ ಹೊಸದೊಂದು ಮಾದರಿಯನ್ನು ಸೃಷ್ಟಿಸಲು ಪ್ರಯತ್ನಿದರು. ಲಂಕೇಶರು 'ಬಿರುಕು' ಮಾದರಿಯನ್ನು ಬಿಟ್ಟುಕೊಟ್ಟು 'ಮುಸ್ಸಂಜೆ'..ಯಲ್ಲಿ ದೇಶೀಯ ಮಾದರಿಯೊಂದಕ್ಕಾಗಿ ಪ್ರಯತ್ನಪಟ್ಟರು. ('ಮುಸ್ಸಂಜೆ..' ಮತ್ತು 'ಕರಿಮಾಯಿ' ಒಂದೇ ವರ್ಷ ಪ್ರಕಟವಾದದ್ದು ಕುತೂಹಲದ ಸಂಗತಿ) ಅಂದರೆ ಭಾರತೀಯ ಲೇಖಕ ಕಾದಂಬರಿ ರಚನೆಯಲ್ಲಿ ತನ್ನದೇ ಆದ ದಾರಿಯನ್ನು ಕಂಡುಕೊಳ್ಳಲು ಯತ್ನಿಸಿದ್ದಾನೆ. ಈ ದೃಷ್ಟಿಯಿಂದ ಕೂಡ ಕಂಬಾರರ 'ಕರಿಮಾಯಿ' ಅಧ್ಯಯನಯೋಗ್ಯ. ಪಾತ್ರಕಲ್ಪನೆ, ಕಥಾ ಸಂವಿಧಾನದ ಸ್ವರೂಪ, ನಿರೂಪಕನ ಮಧ್ಯಪ್ರವೇಶಗಳು ಮುಂತಾದ ಅನೇಕ ನೆಲೆಗಳಲ್ಲಿ ಕಂಬಾರರು ತಮ್ಮ ಪರಂಪರೆಗೆ ಋಣಿಯಾಗಿರುವುದು ಸ್ಪಷ್ಟವಾಗಿಯೇ ಇದೆ.

'ಕರಿಮಾಯಿ' ಕಾದಂಬರಿಯಲ್ಲಿ ಹಲವು ಅಧ್ಯಾಯಗಳಿವೆಯಷ್ಟೆ. (ಈ ಅಧ್ಯಾಯಗಳಿಗೆ ಪ್ರತ್ಯೇಕ ಶೀರ್ಷಿಕೆಯೂ ಉಂಟು). ಈ ಅಧ್ಯಾಯಗಳನ್ನು ಸ್ವತಂತ್ರ ಘಟಕಗಳೆಂಬಂತೆಯೂ ಓದಿ ಆನಂದಿಸಬಹುದು. ಅಂದರೆ ಕಾದಂಬರಿ ಸರಳ ರೇಖಾತ್ಮಕ ತರ್ಕವನ್ನು ಬಹುಮಟ್ಟಿಗೆ ಬಿಟ್ಟುಕೊಟ್ಟು ಹಲವು ಪ್ರಸಂಗಗಳ ಸಂಯೋಜನೆಯಂತಿದೆ. ಒಂದು ಮುಖ್ಯಪ್ರಸಂಗಕ್ಕೆ ಅನೇಕ ಉಪಪ್ರಸಂಗಗಳಿವೆ. ಇವುಗಳನ್ನು ಒಂದುಗೂಡಿಸುವ ಸ್ಥೂಲ ಎಳೆಯೊಂದು ಕಥೆಯಲ್ಲಿ ಇದ್ದರೂ ಉಪಾಖ್ಯಾನಗಳೇ ಹೆಚ್ಚು ಸ್ವಾರಸ್ಯಪೂರ್ಣವಾಗಿವೆ. ಪ್ರತಿಯೊಂದು ಪಾತ್ರಕ್ಕೂ ತನ್ನದೇ ಆದ ಇತಿಹಾಸವಿದೆ. ಪುರಾಣವೂ ಇದೆ. ಮುಖ್ಯ ಕಥೆಯನ್ನು ಹೇಳಿ ಮುಗಿಸಬೇಕೆಂಬ ಆತುರವಿಲ್ಲದೆ ನಿರೂಪಕ ಎಲ್ಲವನ್ನೂ ವಿವರವಾಗಿ ಸಾವಧಾನದಿಂದ ನಿರೂಪಿಸುತ್ತಾ ಹೋಗುತ್ತಾನೆ. ಮುಖ್ಯ ಕಥೆಯ ದೃಷ್ಟಿಯಿಂದ ಮೇಲುನೋಟಕ್ಕೆ ಮುನಿಯೆಲ್ಯಾನು ನಾಯೆಲ್ಯಾ, ಅಂಗೀಯೆಲ್ಯಾ ಆದ ಉಪಕಥೆ, ಪ್ರಶ್ನೋತ್ತರ ಮಾಸ್ತರ, ನಿಂಗೂ ಮುಂತಾದವರು ವೈಯಕ್ತಿಕ ಚರಿತ್ರೆಗಳು ಮುಖ್ಯವೆನಿಸದಿದ್ದರೂ ನಿರೂಪಕ ಅವುಗಳಿಗೂ ಅಷ್ಟೇ ಪ್ರಾಮುಖ್ಯ ಕೊಟ್ಟು ವರ್ಣಿಸುತ್ತಾನೆ. ವಿಶ್ಲೇಷಣೆಗಿಂತ ವರ್ಣನೆ ಮುಖ್ಯವಾಗುತ್ತದೆ ಹಾಗಾಗಿ, ವಿವರಗಳು, ಘಟನೆಗಳು, ಒಂದಕ್ಕೆ ಒಂದರ ಸಮೀಕರಣದಲ್ಲಿ ನೇರವಾಗಿ ಕಥೆಯ ಕೇಂದ್ರಕ್ಕೆ ದುಡಿಯದೆ ಹರಡಿಕೊಂಡಿವೆ ಎನಿಸಿದರೂ ಇದರಿಂದಾಗಿ ಬಂಧ ಶಿಥಿಲವಾಗಿದೆ ಎನಿಸಿದರೂ ಅದು ಕಾದಂಬರಿಯ ದೋಷವೆಂದು ಅನ್ನಿಸುವುದಿಲ್ಲ. ಅಂದರೆ ಸಾಂಪ್ರದಾಯಿಕ ವಾಸ್ತವವಾದೀ ಇಲ್ಲವೆ ನವ್ಯ ಕಾದಂಬರಿಯಿಂದ ನಾವು ಸಾಮಾನ್ಯವಾಗಿ ನಿರೀಕ್ಷಿಸುವುದಕ್ಕಿಂತ ಭಿನ್ನವಾದುದೊಂದಕ್ಕೆ ಓದುಗನನ್ನು ಒಪ್ಪಿಸಿಕೊಳ್ಳುವುದರಲ್ಲಿ ಲೇಖಕರು ಯಶಸ್ವಿಯಾಗುತ್ತಾರೆ. ಅಷ್ಟೇ ಅಲ್ಲ ವಾಸ್ತವೇತರ ಎಂಬ ವಿಷಯಗಳನ್ನು ವಾಸ್ತವ ವಿವರಗಳ ಜೊತೆ ಸಹಜವೆಂಬಂತೆ ಇಡಲು ಲೇಖಕರು ಏನೂ ಸಂಕೋಚಪಟ್ಟುಕೊಂಡಿಲ್ಲ ಅಥವಾ ಅವುಗಳಿಗೆ ತಾರ್ಕಿಕ ಸಮಾಧಾನ ಸೂಚಿಸುವ ಗೋಜಿಗೂ ಹೋಗಿಲ್ಲ. ಹೀಗೆ ವಸ್ತು, ತಂತ್ರ ಎರಡೂ ನೆಲೆಯಲ್ಲಿ ಲೇಖಕರು ವಾಸ್ತವತೆಗೆ ಕಟ್ಟುಬೀಳದೆ ಅದಕ್ಕೆ ಹೊರತಾದ ಆಯಾಮಗಳನ್ನು ಆರಾಮವಾಗಿ ಒಳಗೊಂಡಿದ್ದಾರೆ. ಕರಿಮಾಯಿ ಮೈದುಂಬುವ ದೇವರೇಸಿ ಪಾತ್ರಚಿತ್ರಣದಲ್ಲಿ ಈ ಅಂಶ

ತುಂಬ ಚೆನ್ನಾಗಿ ವ್ಯಕ್ತವಾಗುತ್ತದೆ. ಎಲ್ಲವನ್ನೂ 'ಮಿಥ್' ಮಾಡುವ ಜನಪದವೊಂದು ಚಿಮಣಾ, ಬಸವರಾಜರಂಥವರನ್ನು 'ಮಿಥ್' ಮಾಡುವ ಪರಿ ಕಾದಂಬರಿಯ ಒಟ್ಟು ಸ್ವರೂಪಕ್ಕೆ ಅನುಗುಣವಾಗಿಯೇ ಇದೆ. ವಾಸ್ತವತೆಯ ಭ್ರಮೆಯನ್ನು ಹುಟ್ಟಿಸುವ ಯಾವ ಸೋಗನ್ನೂ ನಿರೂಪಕ ಹಾಕುವುದಿಲ್ಲ. ನಾವು ಅವನ ಕಥೆಯನ್ನು ಯಾವತ್ತೂ ಕೇಳುತ್ತಿದ್ದೇವೆ ಎಂಬುದನ್ನು ಮತ್ತೆ ಮತ್ತೆ ನೆನಪು ಮಾಡಿಕೊಡುವಂತೆ ಕಥೆಯಲ್ಲಿ ಮಧ್ಯಪ್ರವೇಶ ಮಾಡುತ್ತಲೇ ಇರುತ್ತಾನೆ. 'ಮಿಥ್'ನ್ನು ಸೃಷ್ಟಿಸುತ್ತ, ಅದನ್ನು ಒಡೆಯುತ್ತ, ಭೂತ-ವರ್ತಮಾನಗಳಲ್ಲಿ ಓಡಾಡುತ್ತ, ಘಟನೆಗಳಿಗೆ ಏಕಕಾಲದಲ್ಲಿ ಸಾಕ್ಷಿಯೂ, ವ್ಯಾಖ್ಯಾನಕಾರನೂ ಆಗಿರುತ್ತಾನೆ:

ನಮ್ಮ ಕಥೆಯಲ್ಲಿ ಕಾಲಿಟ್ಟ ಹೊಸ ನಾಯಕಿಯನ್ನು ಕರಿಮಾಯಿಗೆ ಕೈಮುಗಿದು ಸ್ವಾಗತಿಸೋಣ. ಊರಿನಲ್ಲಿ ಹೊಸಗಾಳಿ ಸುಳಿಯಲೆಂದು, ಕೂಸುಗಳ ಆರೋಗ್ಯ ಕೆಡದಿರಲೆಂದು, ಹಚ್ಚಿದ ದೀಪ ಕಳೆಯದಿರಲೆಂದು ಹಾರೈಸೋಣ.

೬

ಹಾಗೆಂದು 'ಕರಿಮಾಯಿ' ಕೇವಲ ತನ್ನ ಕಥನ ಸ್ವರೂಪದಲ್ಲಿ ಆಧುನಿಕ ಓದುಗರನ್ನು ಮೆಚ್ಚಿಸಬಯಸುವ ಕೃತಿಯಲ್ಲ. ಅದು ಅನೇಕ ಮುಖ್ಯ ಸಂಗತಿಗಳನ್ನು ತನ್ನ ಮೈಮೇಲೆ ಹಾಕಿಕೊಂಡಿರುವ ಮಹತ್ವಾಕಾಂಕ್ಷೆಯ ರಚನೆ. ಹೊಸ ಮೌಲ್ಯಗಳ ಪ್ರವೇಶದಿಂದ ಒಂದು ನಂಬಿಕೆಗಳ ಲೋಕ ಕಂಪಿಸುವ, ಸಮುದಾಯ ಪ್ರಜ್ಞೆ ಆಘಾತಕ್ಕೆ ಒಳಗಾಗುವ, ಹೊಸದೊಂದು ಆರ್ಥಿಕ, ಸಾಮಾಜಿಕ ಜೀವನಕ್ರಮದ ಮುನ್ಸೂಚನೆ ಕಾಣಿಸುವ ಚಿತ್ರಗಳನ್ನು ಅದು ದಟ್ಟವಾಗಿ ಆದರೆ ತನಗೇ ಅನನ್ಯವೆನ್ನಿಸುವ ಕಾಮಿಕ್ ಧಾಟಿಯಲ್ಲಿ ಕಟ್ಟಿಕೊಡುತ್ತದೆ. (ಈ ಕಾಮಿಕ್ ಧಾಟಿ ಹಳೆಯದನ್ನು ಕುರಿತ ಹಳಹಳಿಕೆಯನ್ನು ಒಂದು ಮಟ್ಟದಲ್ಲಿ ವಿರೋಧಿಸುತ್ತದೆ.) 'ಕರಿಮಾಯಿ'ಯ ಮಿಥ್ ಒಡೆಯುವುದಕ್ಕೂ, ಶಿವಾಪುರದ ಜನರ ಸಮುದಾಯ ಪ್ರಜ್ಞೆ ಅಳ್ಳಕಗೊಳ್ಳುವುದಕ್ಕೂ ಸಂಬಂಧ ಇದ್ದೇ ಇದೆ. ಹೊಸ ಮೌಲ್ಯಗಳು ಕೇವಲ ಗ್ರಾಮಪಂಚಾಯಿತಿ ಮೂಲಕ ಬರುವುದಿಲ್ಲ. ಅವು ಬೆಳಗಾವಿ ಸೃಷ್ಟಿಸುವ ಹೊಸ ಕನಸುಗಳ ರೂಪದಲ್ಲಿಯೂ ಬರುತ್ತವೆ. ಗುಡಸೀಕರ ಶಿವಾಪುರಕ್ಕೆ ತರುವ ವಿದೇಶೀ ಬ್ರಾಂದಿ, ಸಿಗರೇಟು ಮುಂತಾದ ಅನೇಕ ಭೌತಿಕ ವಸ್ತುಗಳ ರೂಪದಲ್ಲಿ ಕಾಣಿಸಿಕೊಳ್ಳುವಂತೆ, ಪೋಲೀಸ್ ಸ್ಟೇಷನ್, ಕೋರ್ಟ್ ಮುಂತಾದ ವಸಾಹತುಶಾಹಿ ಸಂಸ್ಥೆಗಳ ರೂಪದಲ್ಲಿಯೂ ವ್ಯಕ್ತವಾಗುತ್ತದೆ. ಫೌಜುದಾರರು, ವಕೀಲರು, ಸರಕಾರಿ ಅಧಿಕಾರಿಗಳ ರೂಪದಲ್ಲಿ ಕಾಣಿಸಿಕೊಳ್ಳುತ್ತವೆ. ಒಂದು ಕಡೆ ಬ್ರಿಟಿಷ್ ಸರಕಾರ; ಇನ್ನೊಂದು ಕಡೆ ಗಾಂಧಿ ನೇತೃತ್ವದ ಸ್ವಾತಂತ್ರ್ಯ ಚಳುವಳಿ. ಒಂದು ಪರಂಪರಾಗತ ಜಮೀನ್ದಾರಿ ವ್ಯವಸ್ಥೆಗೆ ಒಗ್ಗಿಹೋದ ಜನಪದಕ್ಕೆ ಈ ಎರಡೂ ಹೊಸವು, ಅನ್ಯ. ಸ್ವಾರಸ್ಯದ ಸಂಗತಿ ಎಂದರೆ ಹಳೆಯ ವ್ಯವಸ್ಥೆಯ ಪ್ರತಿನಿಧಿಯಾದ ಗೌಡ, ಹೊಸ ವ್ಯವಸ್ಥೆಯ ಪ್ರತಿನಿಧಿಯಾದ ಗುಡಸೀಕರ ಇಬ್ಬರೂ ಗಾಂಧಿಯನ್ನು ನೆನಸುತ್ತಾರೆ! ಕಾದಂಬರಿಯು ವಸಾಹತುಶಾಹಿ ಕ್ರೌರ್ಯವನ್ನೂ, ಸ್ವರಾಜ್ಯದ ಹಂಬಲಿಕೆಯನ್ನೂ ಸೂಕ್ಷ್ಮವಾಗಿ ಧ್ವನಿಸುತ್ತದೆ. ತಮ್ಮ ಊರು ಬೆಳಗಾವಿಯ ಹಾಗೆ ಆಗಬೇಕೆಂಬು ಆಸೆ ಪಡುವವರೂ ಬೆಳಗಾವಿ ಪೋಲೀಸರಿಗೆ, ಕೋರ್ಟಿಗೆ, ಸರಕಾರಕ್ಕೆ ಭಯಪಡುತ್ತಾರೆ! ಈ ಆಸೆ, ಈ ಭಯ, ಸ್ವರಾಜ್ಯ ಸಂಪಾದನೆಯ

ಮುನ್ಸೂಚನೆ ಇವೆಲ್ಲ ಒಟ್ಟಿಗೇ ಆಕ್ರಮಿಸಿ ಶಿವಾಪುರದ ಜನಪದವನ್ನು ತಬ್ಬಿಬ್ಬು ಮಾಡಿದಂತಿದೆ. ಹಳತು-ಹೊಸತರ ಒಂದು ತೀರಾ ಮೂರ್ತವಾದ, ನಿರ್ಣಾಯಕ ಪ್ರಸಂಗ ನಿಂಗೂ ತನ್ನ ಹೆಂಡತಿಯನ್ನೂ ಆಕೆಯ ಜೊತೆ ಲೈಂಗಿಕ ಸಂಪರ್ಕವಿಟ್ಟುಕೊಂಡಿದ್ದ ತನ್ನ ಅಪ್ಪನನ್ನೂ ಕೊಲೆ ಮಾಡಿದಾಗ ಏರ್ಪಡುತ್ತದೆ. ದೇಶೀ ನ್ಯಾಯಪದ್ಧತಿಗೂ, ವಿದೇಶೀ ನ್ಯಾಯಪದ್ಧತಿಗೂ ಏರ್ಪಡುವ ಒಂದು ಮೌಲಿಕ ಸಂಘರ್ಷವಾಗಿ ಇಡೀ ಪ್ರಸಂಗವನ್ನು ಚರ್ಚಿಸಲು ಸಾಧ್ಯವಿದೆ. ಹಾಗೆಯೇ ಹಳ್ಳಿಯ ಪಂಚರು ನಡೆಸುತ್ತಿದ್ದ ಸಭೆಗಳಿಗೂ ಗುಡಸೀಕರ ನಡೆಸುವ 'ಮೀಟಿಂಗ್'ಗಳಿಗೂ ವೈದೃಶ್ಯ ಹೊಳೆಯಿಸುವ ಲೇಖಕರು ಒಂದು ಹೊಸ ಸಾಮಾಜಿಕ ಪ್ರಕ್ರಿಯೆಯನ್ನೇ ಓದುಗರಿಗೆ ಕಾಣಿಸಿಬಿಡುತ್ತಾರೆ. ಪಂಚಾಯಿತಿಗೆ ಚುನಾವಣೆಗಳು ನಡೆದಾಗ ಗೌಡನ ಪಕ್ಷದವರು ಕರಿಮಾಯಿಯ ಭಂಡಾರ ಹಂಚಿದರೆ, ಗುಡಸೀಕರನ ಪಾರ್ಟಿಯವರು ಮಹಿಳಾ ಮತದಾರರನ್ನು ಓಲೈಸಲು ಬೆಳಗಾವಿಯಿಂದ ಬ್ರಾಗಳನ್ನು ತರಿಸಿ ಹಂಚುತ್ತಾರೆ! ಹಳೆಯ ವ್ಯವಸ್ಥೆ ಅದೆಷ್ಟೇ ಸುಂದರವಾಗಿ ತೋರುತ್ತಿರಲಿ ಅಥವಾ ನಿರೂಪಕನಿಗೆ ಅದರ ಬಗ್ಗೆ ಭಾವಪಕ್ಷಪಾತವಿರಲಿ, ಹೊಸ ವ್ಯವಸ್ಥೆ ಎಷ್ಟೇ ಭಯಾನಕವಾಗಿ ಕಾಣಿಸುತ್ತಿರಲಿ ಅಥವಾ ಅದರ ಬಗ್ಗೆ ವಿರೋಧವಿರಲಿ ಚಲನೆ ಅನಿವಾರ್ಯವೆಂಬ ಸತ್ಯವನ್ನು ಒಂದು ನಿರ್ಣಾಯಕ ಐತಿಹಾಸಿಕ ಸಂದರ್ಭದ ಹಿನ್ನೆಲೆಯಲ್ಲಿ ಕಾದಂಬರಿ ಧ್ವನಿಸುತ್ತದೆ. ಆದ್ದರಿಂದಲೇ ನಿರೂಪಕ 'ಇಲ್ಲೀಗಿ ನಮ ಕತಿ ಸಂಪೂರ್ಣವಾಯ್ತು' ಎಂದು ಸಾಂಪ್ರದಾಯಿಕ ಮುಕ್ತಾಯ ಹಾಡಿದರೂ ಅದು ಪರ್ಯಾಯವಾಗಿ ಹೊಸ ಕಥೆಯ, ಅಂದರೆ ಹೊಸ ಸಮಾಜದ ಆರಂಭವನ್ನಷ್ಟೇ ಸೂಚಿಸುತ್ತದೆ.

೭

ಕಾದಂಬರಿಯಲ್ಲಿ ಕೆಲವು ಸಮಸ್ಯೆಗಳಿವೆ. ಮೇಲುನೋಟಕ್ಕೆ ಎದ್ದುಕಾಣುವ ಸಮಸ್ಯೆ ಎಂದರೆ: ಗೌಡ-ದತ್ತಪ್ಪರು ಪ್ರತಿನಿಧಿಸುವ ವ್ಯವಸ್ಥೆಗೂ ಗುಡಸೀಕರ ಪ್ರತಿನಿಧಿಸುವ ವ್ಯವಸ್ಥೆಗೂ ತಿಕ್ಕಾಟ ಸ್ಪಷ್ಟವಾಗಿಯೇ ಇದೆ. ಆದರೆ ಹಳೆಯ ವ್ಯವಸ್ಥೆಯೊಳಗಣ ಸಂಘರ್ಷ, ಹೊಸ ವ್ಯವಸ್ಥೆ ತರಬಹುದಾದ ಇತ್ಯಾತ್ಮಕ ಬದಲಾವಣೆಯ ಸಾಧ್ಯತೆಗಳು ನಿರೂಪಣೆಯಲ್ಲಿ ಗೌಣವಾಗುತ್ತವೆ. ಅಂದರೆ ಹಳತು-ಹೊಸತು ಅವುಗಳ ಎಲ್ಲ ಗುಣಾವಗುಣಗಳ ಸಮೇತ ಸಂಘರ್ಷಕ್ಕೆ ಒಳಗಾಗುವುದಿಲ್ಲ. ಹೊಸದರ ವಿಕೃತಿಯೇ ಹೆಚ್ಚಾಗಿ ವಿಜೃಂಭಿಸುತ್ತದೆ. 'ಗೌಡ ದತ್ತಪ್ಪರ ಆಳಿಕೆಯಲ್ಲಿ ಜನ ಅನ್ಯಾಯವಾಯಿತು ಅನ್ನಲಿಲ್ಲ. ಕಾಲ ಬದಲಾಯಿತು ಅನ್ನಲಿಲ್ಲ. ಕಲಿಕಾಲ ಕಾಲಿಟ್ಟಿತು ಅನ್ನಲಿಲ್ಲ. ಹಾಗಿದ್ದರು' ಎಂದು ನಿರೂಪಕ ದಾಖಲಿಸುವಾಗ, ಗುಡಸೀಕರನ ಎಲ್ಲ ಚಟುವಟಿಕೆಗಳೂ ಲೇವಡಿಗೆ ಒಳಗಾಗುವಾಗ ಕಾದಂಬರಿಯ ಸಹಾನುಭೂತಿ ಹಳೆಯದರ ಕಡೆಗೆ ವಾಲಿರುವುದು ಸ್ಪಷ್ಟವಾಗುತ್ತದೆ. ದತ್ತಪ್ಪ, ಲಗುಮವ್ವ ಕೆಲವೊಮ್ಮೆ ತಮಾಷೆಗೆ ಒಳಗಾದರೂ ಗೌಡನ ಪಾತ್ರ ಒಂದೇ ಆಯಾಮದ್ದು ಅನ್ನಿಸುತ್ತದೆ. ಕಂಬಾರರ ಬಹಳಷ್ಟು ಕೃತಿಗಳಲ್ಲಿ ಗೌಡ ಕೆಡುಕಿನ ಪ್ರತಿರೂಪದ ಏಕ ಆಯಾಮದ ಪಾತ್ರವಾಗಿ ಮೂಡುವಂತೆ 'ಕರಿಮಾಯಿ'ಯ ಗೌಡ ಒಳಿತಿನ ಪ್ರತಿರೂಪವೆಂಬಂತೆ ಚಿತ್ರಿತವಾಗಿದ್ದಾನೆ. ಗೌಡನ ಮಗ ಶಿವನಿಂಗನ ಪಾತ್ರ ತುಂಬಾ ಅಸ್ಪಷ್ಟವಾಗಿದೆ. ಕಾದಂಬರಿಯಲ್ಲಿ ಅವನ ಪಾತ್ರ ಸ್ಪಷ್ಟವಾಗುವುದಿಲ್ಲ. ಅವನು ಗೌಡನ ಮುಂದಿನ ಪೀಳಿಗೆಯನ್ನು ಸೂಚಿಸುವ ಪಾತ್ರವಾದರೂ ಕಾದಂಬರಿ ದಾಖಲಿಸುವ ಬದಲಾವಣೆಯ ಪ್ರಕ್ರಿಯೆಯಲ್ಲಿ ಅವನಿಗೊಂದು ನಿರ್ಣಾಯಕ ಪಾತ್ರವಿದೆ ಅನ್ನಿಸುವುದಿಲ್ಲ.

ಹೀಗಾಗಿ ನಿರೂಪಕನ ನೋಟದಲ್ಲೇ ಒಂದು ಬಗೆಯ ಪ್ರತಿಗಾಮಿತ್ವ ಸೂಚಿತವಾಗುತ್ತದೆ. ಆದರೆ ಕಾದಂಬರಿ ತನ್ನ ನಿರೂಪಕನನ್ನೂ ಮೀರಿ ಬಿಡುತ್ತದೆ. ನಿರೂಪಕ ಬದಲಾವಣೆಯ ಪರ ಇಲ್ಲ ಎನಿಸಿದರೂ, ಬದಲಾವಣೆಯನ್ನು ಕುರಿತ ಅವನ ವ್ಯಾಖ್ಯಾನಗಳು ಪಕ್ಷಪಾತದಿಂದ ಕೂಡಿವೆ ಎನಿಸಿದರೂ ಬದುಕು ನಿಷ್ಠುರವಾಗಿ ಚಲಿಸುವ ಸತ್ಯವನ್ನು ಕಾದಂಬರಿ ದಾಖಲಿಸಿಬಿಡುತ್ತದೆ. ಹೊಸತನ್ನು ಸ್ವಾಗತಿಸುವಲ್ಲಿ ಅಸಹನೆ, ನಿರೋಧ ಕಂಡುಬಂದರೂ ಅದರ ಆಗಮನದ ಸತ್ಯ ನಿರಾಕೃತವಾಗುವುದಿಲ್ಲ. ಇಂಥ ಪರಿಸ್ಥಿತಿ 'ಕರಿಮಾಯಿ' ಕಾದಂಬರಿಗೇ ಸಂಬಂಧಿಸಿದ್ದು ಎಂದೇನೂ ಅಲ್ಲ. ಬದಲಾವಣೆಯೇ ಪ್ರಧಾನವಸ್ತುವಾದ ಹಲವು ಮಹತ್ವದ ಸಾಹಿತ್ಯಕೃತಿಗಳು ಎದುರಿಸುವ ಒಂದು ಮುಖ್ಯ ಪ್ರಶ್ನೆ ಇದು. ಸತ್ಯಜಿತ್‌ರಾಯ್ ಅವರ ಶ್ರೇಷ್ಠ ಚಲನಚಿತ್ರ ಕೃತಿಗಳಲ್ಲಿ ಒಂದಾದ 'ಜಲಸಾ ಘರ್'ದ ಕೇಂದ್ರ ಸಮಸ್ಯೆಯೂ ಇದೇ ಬಗೆಯದು. ಅಂದರೆ ನಮ್ಮ ಸಾಹಿತಿ ಕಲಾವಿದರು ಬದಲಾವಣೆಯ ಪ್ರಕ್ರಿಯೆಯನ್ನು ದಾಖಲಿಸುವ ಆದರೆ ಆ ಬದಲಾವಣೆಯ ದಿಕ್ಕುದೆಸೆಗಳ ಬಗ್ಗೆ ಸ್ವತಃ ಇಟ್ಟುಕೊಂಡಿರುವ ಧೋರಣೆ–ಇವುಗಳ ಆಂತರಿಕ ಸಂಘರ್ಷ ಅಂತಿಮವಾಗಿ ಸೃಷ್ಟಿಸುವ ಆಕೃತಿಗಳ ಸ್ವರೂಪ ಸಾಹಿತ್ಯ ವಿಮರ್ಶೆಗೆ ಕೆಲವೊಂದು ಮಹತ್ವದ ಸವಾಲುಗಳನ್ನು ಒಡ್ಡುತ್ತದೆ. ಈ ಪ್ರಶ್ನೆಗೆ ಮುಖಾಮುಖಿಯಾಗದೆ ಕಲಾಕೃತಿಗಳನ್ನು ಸರಳವಾಗಿ ಪ್ರತಿಗಾಮಿ–ಪ್ರಗತಿಗಾಮಿ ಎಂದು ವಿಂಗಡಿಸುವುದು ಅಷ್ಟೇನೂ ಅಪೇಕ್ಷಣೀಯವಾದ ಕೆಲಸವಲ್ಲ. ಅದು ಸಾಹಿತ್ಯ ವಿಮರ್ಶೆಯನ್ನು ತೀರಾ ಹಗುರ ಮಾಡಿಬಿಡುತ್ತದೆ.

೮

ನಾನು 'ಕರಿಮಾಯಿ' ಕಾದಂಬರಿಯನ್ನು ಮೊದಲ ಓದಿದ್ದು ೧೯೭೭ರಲ್ಲಿ.'ಹೊಸ ಮೌಲ್ಯಗಳನ್ನು ಹಳೆಯ ಮೌಲ್ಯಗಳ ಹಿನ್ನೆಲೆಯಲ್ಲಿ ಸಮರ್ಥವಾಗಿ ವಿಶ್ಲೇಷಿಸದೆ ಇಲ್ಲವೆ ಹೊಸ ಮೌಲ್ಯಗಳನ್ನು ಮುಂದಿಟ್ಟುಕೊಂಡು ಹಳೆಯ ಮೌಲ್ಯಗಳನ್ನು ಪುನರ್ವಿಮರ್ಶಿಸದೆ ಕಂಬಾರರು ಇರುವುದನ್ನೇ ಶ್ರೇಷ್ಠವೆಂದು ಭಾವಿಸುತ್ತ ಪ್ರತಿಗಾಮಿಗಳಾಗಿ ಬಿಡುತ್ತಾರೆ' ಎಂಬುದು ನನ್ನ ಅಂದಿನ ನಿಲುವಾಗಿತ್ತು. ಈಗಲೂ ಈ ನಿಲುವಿನಲ್ಲಿ ಮೂಲಭೂತವಾದ ಬದಲಾವಣೆಯೇನೂ ಆಗಿಲ್ಲ. ಆದರೆ ಕೇವಲ ಇಂಥ ನಿಲುವಿನಿಂದಲೇ ಕೃತಿಯನ್ನು ಪ್ರವೇಶಿಸಿದರೆ ಅದು ಒಂದು ಕಣ್ಣುಪಟ್ಟಿಯಾಗಿ ಕೃತಿಯ ಇನ್ನಿತರ ಮಹತ್ವದ ಸಂಗತಿಗಳು ಗೋಚರಿಸದೇ ಹೋಗಬಹುದು ಎನ್ನಿಸಿತು. ವಿಮರ್ಶೆಯ ಮಾರ್ಗ ಯಾವುದೇ ಇರಲಿ, ಅದು ಒಂದು ಕೃತಿಯಿಂದ ಪಡೆಯಬಹುದಾದಷ್ಟನ್ನೂ ಪಡೆಯಲು ಅಡ್ಡಿಯಾಗಬಾರದು. ಒಂದು ಬಗೆಯ ಓದು ಇಂಥ ಅಡ್ಡಿಗಳನ್ನು ಒಡ್ಡಿದರೆ ಓದಿನ ಕ್ರಮವನ್ನು ಬದಲಾಯಿಸಿಕೊಳ್ಳಬೇಕಾದ್ದು ವಿಮರ್ಶಕನ ಕರ್ತವ್ಯ. ಕಲಾಕೃತಿಯನ್ನು ಒಂದೇ ದೃಷ್ಟಿಕೋನ, ಪ್ರಜ್ಞೆ ಇಲ್ಲವೇ ನೆಲೆಯಿಂದ ನೋಡಿ ಬೆಲೆ ಕಟ್ಟಬೇಕು ಎಂಬ ಹಠವನ್ನು ವಿಮರ್ಶಕ ಬಿಟ್ಟುಕೊಟ್ಟು ಅದರ ಬಹುಮುಖಗಳನ್ನು ಕಾಣುವ ಎಚ್ಚರವನ್ನು ಉಳಿಸಿಕೊಳ್ಳಬೇಕು.

ಕಳೆದ ಹಲವು ವರ್ಷಗಳಲ್ಲಿ 'ಕರಿಮಾಯಿ' ಕಾದಂಬರಿಯನ್ನು ಮತ್ತೆ ಮತ್ತೆ ಓದಿದಾಗ, ಕಂಬಾರರ ಸಾಹಿತ್ಯ ಅಧ್ಯಯನದಲ್ಲಿ ತೊಡಗಿಕೊಂಡಾಗ ವಿಷಯಗಳು ನಾನು ಅಂದು ಭಾವಿಸಿದಷ್ಟು ಸರಳವಲ್ಲ ಅನ್ನಿಸತೊಡಗಿತು (ನೋಡಿ: ಹೊಸ ಹೆಜ್ಜೆ ಹೊಸ ಹಾದಿ, ಅಕ್ಷರ ಪ್ರಕಾಶನ, ೧೯೮೧, ಪುಟಗಳು ೮೯–೯೦). ಹಾಗಾಗಿ ಈ ಮರು ಓದು.

ಸಾಹಿತ್ಯ ಪರಂಪರೆಯೊಂದರಲ್ಲಿ ಹೊಸ ಕೃತಿಗಳು ಬರುತ್ತಿದ್ದ ಹಾಗೆ ಅವು ಹಳೆಯ ಕೃತಿಗಳ ಹೊಸ ಓದನ್ನು ಒತ್ತಾಯಿಸುತ್ತಿರುತ್ತವೆ. ನವ್ಯ ಕಾವ್ಯವು ಹನ್ನೆರಡನೆಯ ಶತಮಾನದ ವಚನಕಾರರನ್ನು ಹೊಸದಾಗಿ, ಬೇರೆ ರೀತಿಯಲ್ಲಿ ಓದಲು ಪ್ರೇರಣೆಗಳನ್ನು ಕೊಟ್ಟಿತು. ತೇಜಸ್ವಿಯವರ 'ಕರ್ವಾಲೊ' ಕುವೆಂಪು ಕಾದಂಬರಿಗಳ ಹೊಸ ಓದಿಗೆ ದಾರಿ ಮಾಡಿಕೊಟ್ಟಿತು. ಹಾಗೆಯೇ ದೇವನೂರ ಮಹಾದೇವ ಅವರ 'ಕುಸುಮ ಬಾಲೆ' ಬಂದ ಮೇಲೆ ಕಂಬಾರರ ಸಾಹಿತ್ಯದ ಪುನರ್ವಿಮರ್ಶೆ, ಮರು ಓದು ಅಗತ್ಯ ಎನ್ನಿಸಿದೆ. ಒಂದು ಜನಸಮುದಾಯದ ಸ್ಮೃತಿ, ನಂಬಿಕೆ, ಆಚರಣೆ, ಆಶೋತ್ತರಗಳನ್ನು ಸಾರಾಸಗಟಾಗಿ ಅವೈಜ್ಞಾನಿಕವೆಂದೋ, ಅವೈಚಾರಿಕವೆಂದೋ, ಮೂಢನಂಬಿಕೆಗಳೆಂದೋ ನಿರಾಕರಿಸಿ ಬಿಡುವುದು ಸುಲಭ. ಆದರೆ ಒಬ್ಬ ಸೃಜನಶೀಲ ಬರಹಗಾರ ಒಂದು ಬಹುಸಂಖ್ಯಾತ ಜನವರ್ಗದ, ಸ್ಮೃತಿಗಳಿಗೂ, ನಂಬಿಕೆಗಳಿಗೂ ಎದುರಾದಾಗ ಅವನ ಸೃಜನಶೀಲತೆ ಕೆಲಸ ಮಾಡುವ ಬಗೆಯನ್ನು ಪರಿಶೀಲಿಸಬೇಕಾದ್ದು ಮುಖ್ಯ. 'ಕುಸುಮ ಬಾಲೆ' ಕನ್ನಡ ವಿಮರ್ಶಾ ಕ್ಷೇತ್ರದಲ್ಲಿ ಹುಟ್ಟುಹಾಕಿರುವ ಹೊಸ ವಾಗ್ವಾದಗಳು ಇಂಥ ಕೃತಿಗಳನ್ನು ಕುರಿತ ಹೊಸ ಓದಿಗೆ, ಮರು ಓದಿಗೆ ಒತ್ತಾಯಿಸುತ್ತಿವೆ. ಈ ಹಿನ್ನೆಲೆಯಲ್ಲಿ 'ಕರಿಮಾಯಿ' ಕಾದಂಬರಿಯ ಮರು ಓದು ಅವಶ್ಯಕವಾಗಿದೆ.

ಗಿರೀಶ ಕಾರ್ನಾಡರ ಕಥೆಗಳು

೧

ನಾಟಕಕಾರರೆಂದೇ ಪ್ರಸಿದ್ಧರಾಗಿರುವ ಗಿರೀಶ ಕಾರ್ನಾಡರು ಸಣ್ಣಕತೆ, ಪ್ರಬಂಧ, ಆತ್ಮಚರಿತ್ರೆಗಳನ್ನೂ ಬರೆದಿದ್ದಾರೆ. ಅನುವಾದಗಳನ್ನೂ ಮಾಡಿದ್ದಾರೆ. ಪ್ರತಿಯೊಂದು ಪ್ರಕಾರದಲ್ಲಿಯೂ ತಮ್ಮದೇ ಆದ ಛಾಪು ಮೂಡಿಸಿದ್ದಾರೆ. ಅವರಿಗೆ ೨೦೦೦ದಲ್ಲಿ ಭಾರತೀಯ ಜ್ಞಾನಪೀಠ ಪ್ರಶಸ್ತಿ ಲಭಿಸಿತು.

ಕಾರ್ನಾಡರು ಇದುವರೆಗೆ ಬರೆದಿರುವುದು ಎರಡೇ ಕಥೆಗಳು. ಮೊದಲ ಕಥೆ "ಅಳಿದ ಮೇಲೆ" ೧೯೬೮ರ 'ಕನ್ನಡಪ್ರಭ' ದೀಪಾವಳಿ ಸಂಚಿಕೆಯಲ್ಲಿ ಪ್ರಕಟವಾಯಿತು. ಈಚೆಗೆ ಅವರ ಗದ್ಯಬರಹಗಳ ಸಂಗ್ರಹ "ಆಗೊಮ್ಮೆ ಈಗೊಮ್ಮೆ" (೨೦೦೮) ಧಾರವಾಡದ ಮನೋಹರ ಗ್ರಂಥ ಮಾಲಾದಿಂದ ಹೊರಬಂದಿದ್ದು ಈ ಕಥೆಯು ಆ ಸಂಪುಟದಲ್ಲಿಯೂ ಸೇರಿದೆ. ಎರಡನೆಯ ಕಥೆ "ಮುಸಲಮಾನ ಬಂದ! ಮುಸಲಮಾನ ಬಂದ!" ೨೦೧೦ರ "ದೇಶಕಾಲ ವಿಶೇಷ ಸಂಚಿಕೆ"ಯಲ್ಲಿ ಪ್ರಕಟವಾಗಿದೆ.

೨

'ಅಳಿದ ಮೇಲೆ' ಕಥೆಯು ಶಿವರಾಮ ಕಾರಂತರ ಇದೇ ಹೆಸರಿನ ಕಾದಂಬರಿಯ ಶೀರ್ಷಿಕೆಯನ್ನೇ ಹೊಂದಿದೆ! ಆದರೆ ಅದು ಕಾಕತಾಳೀಯವಲ್ಲ. ಇಡೀ ಕಥೆಯು ಕಾರಂತರ ಕಾದಂಬರಿಯ ಸ್ಮೃತಿಯಲ್ಲಿಯೇ ವಿನ್ಯಾಸಗೊಂಡಿದೆ. ಅಷ್ಟೇ ಅಲ್ಲ, ಅದು ಆ ಕಾದಂಬರಿಗೆ ಗಿರೀಶರು ತೋರಿದ ಸೃಜನಶೀಲ ಪ್ರತಿಸ್ಪಂದನೆಯೂ ಆಗಿದೆ. ಒಂದು ಶ್ರೇಷ್ಠ ಕೃತಿಯು ಬೇರೆಬೇರೆ ಕಾಲ-ದೇಶ-ಸಂದರ್ಭಗಳಲ್ಲಿ ಬೇರೆಬೇರೆ ಓದುಗರಿಗೆ ಬೇರೆಬೇರೆ ಚೋದನೆ ಮತ್ತು ಅನುಭವಗಳನ್ನು ಕೊಡುತ್ತದೆಯಷ್ಟೆ. ಅಯೋಧ್ಯೆಯಲ್ಲಿ ಬಾಬರಿ ಮಸೀದಿ ಧ್ವಂಸಗೊಂಡ ಮೇಲೆ ಹಲವು ಸಾಹಿತ್ಯ ಕೃತಿಗಳು ಹೊಸ ಸಂದರ್ಭವೊಂದರಲ್ಲಿ ಬೇರೆ ಅರ್ಥಗಳನ್ನೇ ಪಡೆದುಕೊಂಡು ತಮ್ಮ ವ್ಯಾಪ್ತಿಯನ್ನು ವಿಸ್ತರಿಸಿಕೊಂಡವು. ಅದರಲ್ಲೂ ರಾಮನನ್ನು ನೆನೆಯುವ ಕವಿತೆಗಳಿಗೆ ಹೊಸಧ್ವನಿಗಳೇ ಮೂಡಿದವು. ಸ್ವತಃ ಕಾರ್ನಾಡರ "ತಲೆದಂಡ" ನಾಟಕವೇ ಅದು ಪ್ರಕಟವಾದ ಕಾಲಕ್ಕೆ (೧೯೯೦) ಈ ಪರಿಸ್ಥಿತಿಯ ಮುಂಗಾಣ್ಕೆ ಎಂಬಂತೆ ಗೋಚರವಾಗಿತ್ತು.

"ತಲೆದಂಡ" ಪ್ರಕಟವಾದ ಎಂಟು ವರುಷಗಳ ನಂತರ ಅವರ ಕಥೆ 'ಅಳಿದ ಮೇಲೆ' ರಚಿತವಾಯಿತು ಎಂಬುದನ್ನು ಗಮನಿಸಿದರೆ ಮಸೀದಿ-ಮಂದಿರಗಳ ಘಟನೆ ಕಾರ್ನಾಡರನ್ನು ಬಾಧಿಸಿರುವ ಬಗೆ ನಮ್ಮ ಅರಿವಿಗೆ ಬರುತ್ತದೆ.

ಈ ಕಥೆಯ ಒಂದು ವಿಶೇಷವೆಂದರೆ ನಿಜ ಜೀವನದ ವ್ಯಕ್ತಿಗಳು ಕಥೆಯೊಳಗಿನ ಪಾತ್ರಗಳಾಗಿ ಮೂಡಿಬರುವುದು. ಉತ್ತಮ ಪುರುಷ ನಿರೂಪಣೆಯಲ್ಲಿರುವ ಈ ಕತೆಯ ನಿರೂಪಕನ ಹೆಸರೂ ಗಿರೀಶ ಎಂದೇ! ಹಾಗೆಯೇ ಶಿವರಾಮ ಕಾರಂತ, ಬಿ. ವಿ. ಕಾರಂತ, ಅನಂತ ನಾಗ್, ಅಡ್ವಾನಿ, ಲಾಲೂ ಪ್ರಸಾದ ಯಾದವ್ ಮುಂತಾದವರ ಪ್ರಸ್ತಾಪ ಬೇರೆಬೇರೆ ಮಟ್ಟದಲ್ಲಿ ಆಗುತ್ತದೆ. ಉಳಿದ ಪಾತ್ರಗಳು ಪ್ರಾಯಶಃ ಲೇಖಕರ ಕಲ್ಪನೆಯ ಸೃಷ್ಟಿಗಳು ಇರಬಹುದು. ವಾಸ್ತವ ಲೋಕಕ್ಕೆ ತೀರಾ ಹತ್ತಿರವಾಗಿದ್ದೂ ಅಗತ್ಯ ಸಾಧಾರಣೀಕರಣ ಸಾಧಿಸಿ 'ಕಥೆ'ಯಾಗಿರುವುದು ಈ ಬರಹದ ಹೆಚ್ಚಳವೆನ್ನಬಹುದು.

ಈ ಕಥೆಯ ಮುಖ್ಯ ಪಾತ್ರವಾದ ರಿಝುವಿ ಓರ್ವ ಚಿತ್ರ ನಿರ್ದೇಶಕ. ಅವನ ನಿರ್ಮಾಣದ ಡಿಟೆಕ್ಟಿವ್ ಧಾರಾವಾಹಿಯಲ್ಲಿ ಪಾತ್ರ ಮಾಡಲು ಕೇಳಿಕೊಳ್ಳಲು ಅವನು ನಿರೂಪಕ ಗಿರೀಶನನ್ನು ಭೇಟಿಯಾಗುತ್ತಾನೆ. ಮಾತಿನ ಮಧ್ಯೆ ಕನ್ನಡ ಕಾದಂಬರಿಯೊಂದರ ಉರ್ದೂ ಅನುವಾದವೊಂದರ ಬಗ್ಗೆ ಉತ್ಸಾಹದಿಂದ ಪ್ರಸ್ತಾಪಿಸುತ್ತಾನೆ. ಅದು ಶಿವರಾಮ ಕಾರಂತರ 'ಅಳಿದ ಮೇಲೆ' ಎಂದು ಗಿರೀಶನು ಗುರುತು ಹಿಡಿಯುತ್ತಾನೆ. ಆ ಕಾದಂಬರಿಯನ್ನು ತಾನು ಟೆಲಿಫಿಲ್ಮ್ ಮಾಡಬೇಕೆಂದೂ, ಗಿರೀಶನು ಕಾರಂತರ ಪಾತ್ರವನ್ನೂ ಅನಂತನಾಗ್ ಯಶವಂತ ರಾಯರ ಪಾತ್ರಮಾಡಬೇಕೆಂದೂ ರಿಝುವಿ ತನ್ನ ಆಸೆಯನ್ನು ತೋಡಿಕೊಳ್ಳುತ್ತಾನೆ. ಡಿಟೆಕ್ಟಿವ್ ಧಾರಾವಾಹಿ ಒಂದು ನೆಪವೆಂದೂ, ತಾನು ನಿಜವಾಗಿ ಬಂದದ್ದು ಆ ಕಾದಂಬರಿಯನ್ನು ಚರ್ಚಿಸುವುದಕ್ಕೆಂದೂ ಅವನು ಪ್ರಾಮಾಣಿಕವಾಗಿ ಒಪ್ಪಿಕೊಳ್ಳುತ್ತಾನೆ. ಮುಂದೆ, 'ಆತನ ಭಕ್ತಿಯ, ಆತಂಕದ ಕಾವು ಕಾರಂತರಿಗೆ ತಟ್ಟಿ' ಅವರ ಒಪ್ಪಿಗೆಯೂ ಸಿಕ್ಕುತ್ತದೆ.

ರಿಝುವಿಯು 'ಅಳಿದ ಮೇಲೆ' ಕಾದಂಬರಿಯನ್ನು ಮೆಚ್ಚಿಕೊಳ್ಳಲು ಅನೇಕ ಕಾರಣಗಳಿವೆ. ಅದರ ಕೆಲವು ಸನ್ನಿವೇಶಗಳನ್ನೂ, ತಾನು ಕಲ್ಪಿಸಿಕೊಂಡ ಫಿಲ್ಮಿನ ದೃಶ್ಯಗಳನ್ನೂ ರಿಝುವಿ ಉತ್ಸಾಹದಿಂದ ವಿವರಿಸುತ್ತಾನೆ: 'ಎಂಥಾ ಅದ್ಭುತ ಸನ್ನಿವೇಶ! ಕಾರಂತರು ಆ ಹಳ್ಳಿಗೆ ಬರೋದು. ತನ್ನ ಮಿತ್ರರಾದ ಯಶವಂತರಾಯರ ಸಾಕುತಾಯಿಯನ್ನು ಕಾಣೋದು. ಆ ಹಣ್ಣು ಮುದುಕಿಯ ಆಸೆ ಪೂರೈಸಲಿಕ್ಕೆ ಗುಡಿಯ ಜೀರ್ಣೋದ್ಧಾರ ಮಾಡೋದು! ಅದರ ಪರಿಣಾಮವಾಗಿ ಒಂದೇ ಊರಿನಲ್ಲಿದ್ದರೂ ವೈರಿಗಳ ಹಾಗಿದ್ದ ಆ ಇಬ್ಬರು ಹಣ್ಣುಮುದುಕಿಯರು ಒಂದಾಗೋದು-ಭೆ! ಭೆ! ಲಾಜವಾಬ್!' ರಿಝುವಿ 'ಅಳಿದ ಮೇಲೆ' ಕಾದಂಬರಿಯನ್ನು ವರ್ಣಿಸುವ ಕ್ರಮದಲ್ಲೇ ಅವನು ಆ ಕಾದಂಬರಿಯನ್ನು ಗ್ರಹಿಸಿದ, ಮೆಚ್ಚಿಕೊಂಡ ಸ್ವರೂಪವೂ ದಾಖಲಾಗುತ್ತಾ ಹೋಗುತ್ತದೆ. ಅವನ ಪ್ರಕಾರ ಚಿತ್ರಪಟದ ಕೇಂದ್ರ ಸಂಕೇತವೆಂದರೆ 'ಗುಡಿಯ ಪುನರುದ್ಧಾರ! ಮನುಷ್ಯನ ಸ್ಪಿರಿಚ್ಯುಯಲ್ ಜಾಗೃತಿಗೆ ಸಿಂಬಲ್.' ತನ್ನ ಉದ್ದೇಶಿತ ಚಿತ್ರದ ಕ್ಲೈಮ್ಯಾಕ್ಸನ್ನು ರಿಝುವಿ ಹೀಗೆ ಕಲ್ಪಿಸಿಕೊಳುತ್ತಾನೆ: "ಮುರುಕಲು ಗುಡಿಯ ಪುನರುದ್ಧಾರ ನಡೆದಿದೆ. ಇಬ್ಬರು ಮುದುಕಿಯರು ಒಬ್ಬರನ್ನೊಬ್ಬರು ಅಪ್ಪಿಕೊಂಡು ಅಳುತ್ತಿದ್ದಾರೆ. ನೀವು-

ಅಂದರೆ ಕಾರಂತರು– ಊರು ಬಿಟ್ಟು ಹೊರಟವರು ನಿಂತು ಹೊರಳಿ ನೋಡತೀರಿ. ನಿಮ್ಮ ಮಿತ್ರ ಯಶವಂತರಾವ್ ನಾಸ್ತಿಕ. ನೀವೂ ನಾಸ್ತಿಕರು. ಆದರೆ ನಿಮ್ಮ ಜೀವನದ ಕೃತಾರ್ಥತೆ ಇರೋದು ಆ ಮಂದಿರದ ಪುನರ್ಜನ್ಮದಲ್ಲಿ! ನಿಮ್ಮ ಕಣ್ಣಲ್ಲಿ ನೀರು. ತೀರಿ ಹೋದ ಮಿತ್ರನ ಬಯಕೆ ಈಡೇರಿಸಿ ಕೃತಕೃತ್ಯನಾದೆ ಎಂಬ ತೃಪ್ತಿ!'

ರಿಝುವಿಯ ಅತ್ಯುತ್ಸಾಹವನ್ನು ಪಂಕ್ಚರ್ ಮಾಡುವ ಅನೇಕ ಮಾತುಗಳು ಅವನ ಸಹಾಯಕರಿಂದಲೇ ಲಘುಧಾಟಿಯಲ್ಲಿ ಕೇಳಿಬರುತ್ತವೆ. ಅಷ್ಟೇ ಅಲ್ಲ, ಆ ಚಿತ್ರವನ್ನು ಮಾಡುವುದರ ಹಿಂದಿನ ಆರ್ಥಿಕಲಾಭ–ನಷ್ಟಗಳ ಮಾತುಗಳೂ, ರಿಝುವಿ ಕುಟುಂಬದ ಲೌಕಿಕ ಸಮಸ್ಯೆಗಳೂ ಆತಂಕಗಳೂ ಕಥೆಯಲ್ಲಿ ದಾಖಲಾಗಿವೆ. ಈ ಚಿತ್ರ ಮುಗಿದರೆ ಮಗಳ ಮದುವೆಗೆ ಖರ್ಚು ಹುಟ್ಟಬಹುದು ಎಂಬ ನಿರೀಕ್ಷೆಯನ್ನು ರಿಝುವಿಯ ಪತ್ನಿ ಇಟ್ಟುಕೊಂಡಿರುತ್ತಾರೆ. ಆದರೆ ರಿಝುವಿಯ ಆಸೆ ಪೂರೈಸುವುದಿಲ್ಲ. ಕಾರಂತರನ್ನು ಭೆಟ್ಟಿಯಾಗಲು ಪ್ರಯಾಣಿಸುತ್ತಿದ್ದಾಗ ಅಪಘಾತದಲ್ಲಿ ಸಾಯುತ್ತಾನೆ.

ಈಗ ಇನ್ನೊಂದು 'ಅಳಿದ ಮೇಲೆ' ಕತೆ ಪ್ರಾರಂಭವಾಗುತ್ತದೆ. ರಿಝುವಿಯ ಮರಣದ ನಂತರ ಚಿತ್ರ ನಿರ್ಮಾಣ ಕಗ್ಗಂಟಿಗೆ ಸಿಕ್ಕಿಕೊಳ್ಳುತ್ತದೆ. ಕೇವಲ ಹನ್ನೊಂದು ಲಕ್ಷಕ್ಕೆ ಚಿತ್ರ ನಿರ್ಮಿಸಿಕೊಡುವುದಾಗಿ ರಿಝುವಿಯು ಕೆ. ಪಿ. ಪ್ರೊಡಕ್ಷನ್ ಜೊತೆ ಒಪ್ಪಂದ ಮಾಡಿಕೊಂಡಿರುತ್ತಾನೆ. ಫೈಲು ನೋಡಿದ ಗಿರೀಶನಿಗೆ ತಬ್ಬಿಬ್ಬಾಗುತ್ತದೆ. ಏಕೆಂದರೆ ಅಷ್ಟು ಹಣದಲ್ಲಿ ಆ ಚಿತ್ರವನ್ನು ನಿರ್ಮಿಸಲು ಅಸಾಧ್ಯವೆಂದು ಅವರ ಅನುಭವ ಹೇಳುತ್ತದೆ. ಅಷ್ಟೇ ಅಲ್ಲ, ರಿಝುವಿಯು ಒಂದು ಲಕ್ಷ ಮುಂಗಡ ಪಡೆದು ಅನೇಕರಿಗೆ ತಾನೂ ಅಡ್ವಾನ್ಸ್ ನೀಡಿರುತ್ತಾನೆ. ಈ ಸಮಸ್ಯೆಯನ್ನು ಪರಿಹರಿಸಿಕೊಡಲು ರಿಝುವಿಯ ಕುಟುಂಬದವರು ಗಿರೀಶರ ನೆರವು ಕೋರುತ್ತಾರೆ. ರಿಝುವಿಯ ಚಿತ್ರದಲ್ಲಿ ಯಾವ ಬಗೆಯ ಪಾತ್ರ ಮಾಡಬೇಕಾಗಿತ್ತೋ ಅದೇ ಪಾತ್ರವನ್ನು ಚಿತ್ರದ ಹೊರಗೆ ಗಿರೀಶನು ವಹಿಸಬೇಕಾಗುತ್ತದೆ. ಆರ್ಥಿಕ ಸಮಸ್ಯೆಗಳು ನೈತಿಕ ಪ್ರಶ್ನೆಗಳೊಂದಿಗೆ, ಕೌಟುಂಬಿಕ ಬಿಕ್ಕಟ್ಟುಗಳ ಜೊತೆ ಸೇರಿ ಪರಿಸ್ಥಿತಿ ಬಿಗಡಾಯಿಸುತ್ತದೆ. ಆದರ್ಶದ ಬೆನ್ನುಹತ್ತಿದ್ದ ರಿಝುವಿ ವ್ಯಾವಹಾರಿಕವಾಗಿ ಸಮಸ್ಯೆಗಳನ್ನು ಸೃಷ್ಟಿಸಿಕೊಂಡಿರುತ್ತಾನೆ. ಸೂಕ್ಷ್ಮವಾಗಿ ನೋಡಿದರೆ ಯಾವ ಯಶವಂತರಾಯರ ಜೀವನದ ಕಥೆಯನ್ನು ತಾನು ಚಿತ್ರ ಮಾಡಲು ಹೊರಟಿದ್ದನೋ ಅಂಥ ಯಶವಂತ ರಾವ್‌ನ ಪಾತ್ರವನ್ನು ತಾನೇ ತನ್ನ ನಿಜ ಜೀವನದಲ್ಲಿ ವಹಿಸಿರುತ್ತಾನೆ. ಅಂದರೆ, ಕಾರಂತರ "ಅಳಿದ ಮೇಲೆ" ಕಾದಂಬರಿಯು ಇಲ್ಲಿ ಪುನರ್ ಸೃಷ್ಟಿಯಾಗುತ್ತದೆ. ಕಾರಂತರು–ಯಶವಂತರ ಪಾತ್ರಗಳು ಕ್ರಮವಾಗಿ ಗಿರೀಶ–ರಿಝುವಿಗೆ ವಿಸ್ತರಿಸಿಕೊಂಡು ಬಿಡುತ್ತವೆ.

ಈ ಕಥೆಯು ತೊಂಭತ್ತರ ದಶಕದ ಪ್ರಾರಂಭದಲ್ಲಿ ವಿನ್ಯಾಸಗೊಂಡಿದೆ. ಆ ಕಾಲದ ವಿದ್ಯಮಾನಗಳು ಪ್ರಾಸಂಗಿಕವೆಂಬಂತೆ ಕಥೆಯುದ್ದಕ್ಕೂ ಸೂಕ್ಷ್ಮವಾಗಿ ಸೂಚಿತವಾಗುತ್ತ ಹೋಗಿವೆ. ಡಿಸೆಂಬರ್ ಆರರಂದು ಅಯೋಧ್ಯೆಯಲ್ಲಿ ಬಾಬರಿ ಮಸೀದಿಯನ್ನು ಕೆಡವಲಾಗುತ್ತದೆ. ತನ್ನ ಅನೇಕ ಪರಿಚಿತರು, ಬಂಧು ಮಿತ್ರರು ಅದನ್ನು ಮೆಚ್ಚಿ ಸಮರ್ಥಿಸುವ ಮಾತುಗಳನ್ನಾಡತೊಡಗಿದಾಗ ಗಿರೀಶನಿಗೆ ಅನ್ನಿಸುತ್ತದೆ: "ತನ್ನ ಹಿಂಸೆಗೇ ನಿಗುರಿ ವೀರ್ಯಸ್ಖಲನ

ಮಾಡಿಕೊಂಡಿತ್ತು ನನ್ನ ಪರಿಸರ." ಅದಾದ ಒಂದು ವಾರಕ್ಕೆ ಯಾಕೂಬನು ಗಿರೀಶರನ್ನು ಭೇಟಿಮಾಡಿ ಸಿಹಿ ಕೊಟ್ಟು, ಕೊನೆಗೂ ಕೆ. ಪಿ. ಪ್ರೊಡಕ್ಷನ್ಸ್ ಚಿತ್ರದ ಬಜೆಟ್ಟನ್ನು ಹದಿನೇಳು ಲಕ್ಷಕ್ಕೆ ಏರಿಸಲು ಒಪ್ಪಿದ್ದಾರೆಂದೂ, ಚಿತ್ರ ಮುಗಿದರೆ ತನ್ನ ಅಕ್ಕನ ಲಗ್ನವಾದಂತೆಯೇ ಎಂದೂ, ಗಿರೀಶನೇ ಚಿತ್ರವನ್ನು ನಿರ್ಮಿಸಿಕೊಡಬೇಕೆಂದೂ ಹೇಳುತ್ತಾನೆ. ಆದರೆ ಗಿರೀಶ್ ಒಪ್ಪುವುದಿಲ್ಲ. ಯಾಕೂಬನಿಗೆ ಹೇಳುತ್ತಾನೆ: "ನೋಡು, ನಿನ್ನ ತಂದೆ ಈ ಕತೆಗೆ ಮಾರು ಹೋದದ್ದು ಒಂದೇ ಕಾರಣಕ್ಕಾಗಿ. ಚಿತ್ರಪಟದ ಕೊನೆಗೆ ಪುನರ್ಜನ್ಮ ತಾಳಿ ಬರುವ ಮಂದಿರಕ್ಕಾಗಿ. ಅದು ಅವನಿಗೆ ಮಾನವೀಯತೆಯ ಪ್ರತೀಕವಾಗಿತ್ತು. ಆದರೆ ಈಗ... 'ಮಂದಿರ ಕಟ್ಟೋದು', 'ಮಂದಿರದ ಪುನರುತ್ಥಾನ' ಎಂಬ ನುಡಿಕಟ್ಟಿನ ಅರ್ಥನೇ ಬದಲಾಗಿದೆ. ವಿಷಪೂರಿತವಾಗಿದೆ." ಯಾಕೂಬನಿಗೆ ಫಿಲ್ಮ್ ಮುಗಿದರೆ ತನ್ನ ಅಕ್ಕನ ಮದುವೆ ಆಗುತ್ತದೆ, ಕುಟುಂಬದ ಬಿಕ್ಕಟ್ಟು ತುಸು ಸಡಿಲವಾಗುತ್ತದೆ ಎಂಬ ಆಶೆ. ಒಂದು ಕಡೆ ಒಂದು ಕುಟುಂಬದ ಆಶೋತ್ತರ. ಇನ್ನೊಂದೆಡೆ ತನ್ನ ಸೈದ್ಧಾಂತಿಕ ಜಿಜ್ಞಾಸೆ. ಗಿರೀಶನಿಗೆ ತಳಮಳವಾಗುತ್ತದೆ: "ಇವನಿಗೆ ಹೇಗೆ ತಿಳಿಸಿ ಹೇಳಲಿ? ನಾಳೆ ಈ ಚಿತ್ರ ಟೆಲಿವಿಜನ್ ಮೇಲೆ ಬಂದಾಗ ಪ್ರೇಕ್ಷಕರಿಗೆ ರಿಝುವಿಯ ಮಗಳ ಮದುವೆಯ ಸಂದರ್ಭವನ್ನು ಯಾರು ವಿವರಿಸುತ್ತಾರೆ? ಎಲ್ಲರಿಗೂ ಕಾಣಿಸೋದು ನಾನು ಒಂದು ಅಮೋಘ ಕನ್ನಡ ಕಾದಂಬರಿಯನ್ನು ಒಂದು ಲಜ್ಜಾಸ್ಪದ ಘಟನೆಯ ಹೆಗ್ಗಳಿಕೆಗಾಗಿ ಬಳಸುತ್ತಿದ್ದೇನೆ ಅನ್ನೋದಷ್ಟೇ."

ಒಂದು ಕೃತಿಯ ಅರ್ಥ ಮತ್ತು ಅನುಭವವು ಬೇರೆಬೇರೆ ಸಂದರ್ಭಗಳಿಗೆ ಸಾಪೇಕ್ಷವಾಗಿರುತ್ತದೆ ಎಂಬ ಮಾತನ್ನು ಹಿಂದೆ ಸೂಚಿಸಿದೆ. ಗಿರೀಶ ಹೇಳುತ್ತಾನೆ: "ಬಾಬರೀ ಮಸೀದಿಯ ವಿನಾಶದಂಥ ಘಟನೆ ಎಂದೂ ಒಬ್ಬಂಟಿಯಾಗಿ ನಿಲ್ಲುವುದಿಲ್ಲ. ಅದು ಪಿಡುಗಿನಂತೆ ನಮ್ಮ ಸಂಸ್ಕೃತಿಯ ಪ್ರತಿ ಅಂಶವನ್ನು ಕಲುಷಿತಗೊಳಿಸುತ್ತದೆ. ಮೂವತ್ತೆರಡು ವರ್ಷಗಳ ಹಿಂದೆಯೇ ಬರೆದ ಒಂದು ಕನ್ನಡ ಸಾಹಿತ್ಯ ಕೃತಿಯನ್ನು ಕೂಡ..."

ಸೂಕ್ಷ್ಮವಾಗಿ ಗಮನಿಸಿದರೆ ಬಾಬರಿ ಮಸೀದಿ ಘಟನೆಯು ನಿರೂಪಕ ಗಿರೀಶನ ಮನಸ್ಸನ್ನೂ ಕಲುಷಿತಗೊಳಿಸಿರುವುದು ಸುಸ್ಪಷ್ಟ. ಈ ಘಟನೆಯ ಒಂದು ಮುಖ್ಯ ಪರಿಣಾಮವೆಂದರೆ ಅದು ಜನರನ್ನು ಕೋಮುವಾದಿಗಳು ಮತ್ತು ಸೆಕ್ಯುಲರಿಸ್ಟರು ಎಂದು ಒಡೆಯುವ ಪ್ರವೃತ್ತಿಗೆ ದಾರಿ ಮಾಡಿಕೊಟ್ಟಿತು. ಈ ದ್ವಿದಳ ವರ್ಗೀಕರಣದ ರಾಜಕೀಯಕ್ಕೆ ಅನೇಕ ವಿಚಾರವಂತರೂ ಬಲಿಯಾದರು. ಈ ಎರಡು ನೆಲೆಗಳಲ್ಲಿ ಸ್ಥಿರವಾಗಿ ನಿಂತು ಅವುಗಳ ನಡುವಣ ವಿಶಾಲ ಅವಕಾಶವನ್ನೇ ಮರೆಯಲಾಯಿತು. 'ಒಂದೋ ನೀನು ಕೋಮುವಾದಿಯಾಗಬೇಕು, ಇಲ್ಲವೇ ಸೆಕ್ಯುಲರಿಸ್ಟನಾಗಬೇಕು' ಎಂಬ ಒತ್ತಾಯ ಪ್ರಾರಂಭವಾಯಿತು. ಇರಾಕ್ ಯುದ್ಧದ ಸಮಯದಲ್ಲಿ ಕೇಳಿಬಂದ ಪ್ರೆಸಿಡೆಂಟ್ ಬುಷ್ ಅವರ ಘೋಷಣೆ ನೆನಪಾಗುತ್ತದೆ. 'ಒಂದೋ ನೀವು ನನ್ನ ಪರ ಇರಬೇಕು, ಇಲ್ಲವೇ ಸದ್ದಾಂ ಹುಸೇನ್ ಪರ ಇರಬೇಕು' ಎಂದು ವಿಶ್ವದ ಜನತೆಯ ಮುಂದೆ ಸವಾಲೆಸೆದ ಬುಷ್ ಕೂಡಾ ಈ ದ್ವಿದಳ ವರ್ಗೀಕರಣದ ರೆಟರಿಕ್ಕನ್ನೇ ಮುಂದುಮಾಡಿದ್ದರು. ಈ ಎರಡು-ಮತ್ತು ಎರಡೇ-ಆಯ್ಕೆಗಳ ನಡುವೆ ಅವರು ಬೇರೆ ಆಯ್ಕೆಗಳ ಸಾಧ್ಯತೆಗಳನ್ನೂ ಸ್ವಾತಂತ್ರ್ಯವನ್ನೂ ನಿರಾಕರಿಸಿದ್ದರು. ಬಾಬರಿ ಮಸೀದಿಯ ಧ್ವಂಸ ಮತ್ತು ಅಯೋಧ್ಯೆಯಲ್ಲಿ ರಾಮಮಂದಿರದ ನಿರ್ಮಾಣ- ಎರಡೂ ಒಂದೇ, ಒಂದನ್ನು ಬಿಟ್ಟು

ಮತ್ತೊಂದಿಲ್ಲ ಎಂದು ಸಾರಿದ್ದ ಕೋಮುವಾದಿಗಳೂ ಇದೇ ರೆಟರಿಕ್ಕಲ್ಲಿ ಮಾತನಾಡಿದ್ದರು. ಕೋಮುವಾದಿಗಳು ತೋಡಿದ ಈ ಗುಂಡಿಯಲ್ಲಿ ಸೆಕ್ಯುಲರಿಸ್ಟರೂ ಬಿದ್ದದ್ದು ಆಧುನಿಕ ಇತಿಹಾಸದ ಒಂದು ದೊಡ್ಡ ವ್ಯಂಗ್ಯ ಮತ್ತು ವಿಪರ್ಯಾಸ. 'ಅಳಿದ ಮೇಲೆ' ಕತೆಯನ್ನೇ ಇನ್ನಷ್ಟು ಸೂಕ್ಷ್ಮವಾಗಿ ಪರಿಶೀಲಿಸಿಕೊಳ್ಳುವುದಾದರೆ, ನಿರೂಪಕ ಗಿರೀಶನು ಸಿದ್ಧಾಂತವನ್ನು ಮುಂದುಮಾಡಿ ಕ್ರಿಯಾಹೀನನಾಗುತ್ತಾನೆ. ಸಿದ್ಧಾಂತವನ್ನೂ ಮೀರಿ ಮನುಷ್ಯತ್ವವನ್ನು ಮೆರೆಯುವ ಅವಕಾಶವನ್ನು ತನಗೆ ತಾನು ನಿರಾಕರಿಸಿಕೊಳ್ಳುತ್ತಾನೆ. ಅಂದರೆ ಅವನೂ ಈ ದ್ವಿದಳವರ್ಗೀಕರಣದ ಬಲೆಯಲ್ಲಿ ಸಿಲುಕಿ ಮಾನವೀಯತೆಯನ್ನು ಮರೆಯುತ್ತಾನೆ. ರಾಮಮಂದಿರದ ನಿರ್ಮಾಣಕ್ಕೂ, ಇತರ ಮಂದಿರಗಳ-ದೇವಸ್ಥಾನಗಳ ನಿರ್ಮಾಣ-ರಿಪೇರಿ ಇತ್ಯಾದಿಗಳ ವ್ಯತ್ಯಾಸಗಳನ್ನೂ ಕಾಣದ ಕುರುಡುತನವನ್ನು ಬೆಳೆಸಿಕೊಳುತ್ತಾನೆ. ಕಾರಂತರ ಕಾದಂಬರಿಯಲ್ಲಿ ಇಬ್ಬರೂ ನಾಸ್ತಿಕರು ತಮ್ಮ ಸಿದ್ಧಾಂತವನ್ನು ಬಿಟ್ಟುಕೊಡದೆಯೂ ಅಜ್ಜಿಯ ಆಸೆಯನ್ನು ಪೂರೈಸಲು ಮುಂದಾಗುತ್ತಾರೆ. ಅವರ ಸಿದ್ಧಾಂತವು ಅವರನ್ನು ಶಠತ್ವದ ಕಡೆಗಾಗಲೀ, ಕ್ರಿಯಾಹೀನತೆಯ ಕಡೆಗಾಗಲೀ ದೂಡಿಬಿಡುವುದಿಲ್ಲ ಎಂಬುದು ಗಮನಾರ್ಹ ಸಂಗತಿಯಾಗಿದೆ. ಅವರು ಇದ್ದ ಸಂದರ್ಭಕ್ಕೂ, ಕಾರ್ನಾಡರ ಕತೆಯ ನಿರೂಪಕನು ಇರುವ ಸಂದರ್ಭಕ್ಕೂ ಇರುವ ವ್ಯತ್ಯಾಸಗಳನ್ನೂ ನಾವು ಕಡೆಗಣಿಸುವಂತಿಲ್ಲ. ಯಾವ ರಾಜಕೀಯ ಸಂದರ್ಭವು ಬಾಬರಿ ಮಸೀದಿಯ ಧ್ವಂಸಕ್ಕೆ ಕಾರಣವಾಯಿತೋ ಅದೇ ಸಂದರ್ಭವು ನಿರೂಪಕ ಗಿರೀಶನ ಮನುಷ್ಯತ್ವದ ನಾಶಕ್ಕೂ ಕಾರಣವಾಯಿತೆಂಬುದು ಕತೆ ಹೊಳೆಯಿಸುವ ದೊಡ್ಡ ವ್ಯಂಗ್ಯ. ಒಂದು ಸಮುದಾಯದ ಪಾವಿತ್ರ್ಯದ ಸಂಕೇತವಾಗಿದ್ದ ಬಾಬರಿ ಮಸೀದಿಯನ್ನು ಕೋಮುವಾದಿಗಳು ಧ್ವಂಸಗೊಳಿಸುತ್ತಾರೆ. ಇನ್ನೊಂದು ಸಮುದಾಯದ ಪಾವಿತ್ರ್ಯದ ಸಂಕೇತಕ್ಕೆ ಸ್ಪಂದಿಸಿದ ಇಬ್ಬರು ನಾಸ್ತಿಕರ ಮಾನವೀಯತೆಯನ್ನು ಎತ್ತಿ ಹಿಡಿಯುವ ಸಿನೆಮಾ ಮಾಡಲು ನಿರೂಪಕ ಗಿರೀಶನು ನಿರಾಕರಿಸುತ್ತಾನೆ. ಅಂದರೆ ಒಬ್ಬರು ಸಿದ್ಧಾಂತದ ಹೆಸರಿನಲ್ಲಿ 'ಕೆಡವಲು' ತಯಾರಾಗುತ್ತಾರೆ. ಮತ್ತೊಬ್ಬರು ಸಿದ್ಧಾಂತದ ಹೆಸರಿನಲ್ಲಿ 'ಕಟ್ಟಲು' ನಿರಾಕರಿಸುತ್ತಾರೆ. (ಆ ಮೂಲಕ ಎಲ್ಲ ಕಟ್ಟುವ ಕ್ರಿಯೆಗಳನ್ನೂ ಏಕಸ್ವರೂಪಿಯಾಗಿ ನೋಡಿ ಅವುಗಳ ನಡುವಣ ಬಹುಮುಖಿ, ಮೌಲಿಕ ವ್ಯತ್ಯಾಸಗಳನ್ನು ಮರೆಯುತ್ತಾರೆ.) ಈ ಎರಡೂ ಕ್ರಿಯೆಗಳ 'ಅಳತೆ'ಯಲ್ಲಿ ವ್ಯತ್ಯಾಸವಿರುವುದಾದರೂ 'ಸತ್ವ'ದಲ್ಲಿ ಎರಡೂ ಒಂದೇ ಎನ್ನುವುದು ಆತಂಕದ ವಿಷಯ.

ಕಾರಂತರ "ಅಳಿದ ಮೇಲೆ" ರಿಝುವಿಗೆ ಇಷ್ಟವಾಗುವುದೇ ಅಲ್ಲಿನ ಇಬ್ಬರು ಮುಖ್ಯ ಪಾತ್ರಗಳು ತಮ್ಮ ವೈಯಕ್ತಿಕ ಸಿದ್ಧಾಂತವನ್ನು ಮೀರಿ ಮಾನವೀಯತೆಯನ್ನು ಮೆರೆಯುತ್ತಾರೆ ಎಂದು. ಕಾರ್ನಾಡರ "ಅಳಿದ ಮೇಲೆ'ಯಲ್ಲಿ ವಿಚಾರವೇ ಗೆಲ್ಲುವಂತಿದೆ. ನಿರೂಪಕ ಗಿರೀಶನು ರಿಝುವಿಯ ಆಸೆಯನ್ನಾಗಲೀ, ಅವನ ಕುಟುಂಬದ ಅಗತ್ಯವನ್ನಾಗಲೀ ಪೂರೈಸುವುದಿಲ್ಲ. ಅಂದರೆ ಈ ಕಥೆಯ ನಿರೂಪಕನು ತನ್ನನ್ನು ತಾನೇ ಸಮಸ್ಯಾತ್ಮಕಗೊಳಿಸಿಕೊಂಡು ಈ ಸಂಕೀರ್ಣ ಕಥೆಯನ್ನು ಕಟ್ಟಿದ್ದಾನೆ. ಆ ಮೂಲಕ ಕನ್ನಡದ ಶ್ರೇಷ್ಠ ಕಾದಂಬರಿಯೊಂದನ್ನು ತನ್ನ ಕಾಲದ ಸಂದರ್ಭದಲ್ಲಿ ಪುನರ್ ವ್ಯಾಖ್ಯಾನಿಸಿದ್ದಾನೆ. ಒಂದು ಕೃತಿಯೊಂದರ ಸೃಜನಶೀಲ

ಅನುಸಂಧಾನದಲ್ಲಿ ಅದಕ್ಕೆ ಸಾದೃಶ್ಯ-ವೈದೃಶ್ಯ ವಿರುವ ಮತ್ತೊಂದು ಕೃತಿಯನ್ನು ನಿರ್ಮಿಸಿದ್ದಾನೆ. ಇದು ಕಾರ್ನಾಡರ ರಚನೆಯ ಹೆಗ್ಗಳಿಕೆಯಾಗಿದೆ.

೩

ಕಾರ್ನಾಡರ ಎರಡನೆಯ ಕಥೆ "ಮುಸಲಮಾನ ಬಂದ! ಮುಸಲಮಾನ ಬಂದ!" ಕೂಡ ಬಾಬರಿ ಮಸೀದಿ ಧ್ವಂಸದ ಮುನ್ನಾ ದಿನಗಳ ಸಂದರ್ಭವನ್ನು ಒಳಗೊಂಡಿದೆ. ಕಥೆಯ ಕೊನೆಯಲ್ಲಿ ಬಾಬರಿ ಮಸೀದಿ ಧ್ವಂಸದ ನೇರ ಪ್ರಸ್ತಾಪವಿದೆ. ಆ ಘಟನೆ ಸಂಭವಿಸಲು ಕಾರಣವಾಗಿರಬಹುದಾದ ಮನಸ್ಥಿತಿಯನ್ನು ಕಥೆ ಲಘುಧಾಟಿಯಲ್ಲಿ ಶೋಧಿಸಿಕೊಂಡು ಹೋಗುತ್ತದೆ. ಹುಬ್ಬಳ್ಳಿಯ 'ಬಹಳಷ್ಟು ಕೆಳಮಧ್ಯಮವರ್ಗದ ಸಾರಸ್ವತ ಕುಟುಂಬಗಳು ವಾಸವಾಗಿರುವಂಥ ಹೊಸೂರಕರ ಚಾಳಿನಲ್ಲಿ' ನಡೆದ ಒಂದು ಪ್ರಹಸನದಂಥ ಘಟನೆಯ ಮೂಲಕ ಕಾರ್ನಾಡರು ಬಾಬರಿ ಮಸೀದಿಯ ಧ್ವಂಸದಂಥ ಒಂದು ವಿಧ್ವಂಸಕಾರಿ ಕೃತ್ಯದ ಹಿಂದಿರಬಹುದಾದ ಮನಸ್ಥಿತಿಯ ಸ್ವರೂಪವೇನು ಎಂದು ಚಿಂತಿಸ ಬಯಸಿದ್ದಾರೆ. ಹಾಗೆಂದು ಕಾರ್ನಾಡರ ಕಥೆಯು ಕೇವಲ ಒಂದು ಹಾಸ್ಯಮಯ ಘಟನೆಯ ನಿರೂಪಣೆಯಷ್ಟೇ ಅಲ್ಲ. ಹಿತೇಂದ್ರ ಎಂಬ ಓರ್ವ ವ್ಯಕ್ತಿಯ ಸುತ್ತ ಈ ಕಥೆಯನ್ನು ಹೆಣೆಯಲಾಗಿದ್ದರೂ ಆ ಚಾಳಿನಲ್ಲಿ ವಾಸಿಸುತ್ತಿರುವ ಸಾಮಾನ್ಯ ಜನರ ದೈನಂದಿನ ಬದುಕಿನ ಸ್ವರೂಪನ್ನೂ ಕಾರ್ನಾಡರ ಕೃತಿ ಆಪ್ತವಾಗಿ ಅವಲೋಕಿಸುವ ಪ್ರಯತ್ನ ಮಾಡಿದೆ.

ಹಿತೇಂದ್ರನ ಬಾಲ್ಯದ ಸ್ಮೃತಿಗಳನ್ನೂ ಸದ್ಯದ ಚಟುವಟಿಕೆಗಳನ್ನೂ ನಿರೂಪಿಸುವ ಕ್ರಮದಲ್ಲೇ ಲೇಖಕರು ಕೇವಲ ಒಂದು ವ್ಯಕ್ತಿಚಿತ್ರವನ್ನಲ್ಲ ಒಂದು ಮನಸ್ಥಿತಿಯ ಸ್ವರೂಪವನ್ನೇ ಕಲ್ಪಿಸಿಕೊಳ್ಳಲು ಯತ್ನಿಸಿದ್ದಾರೆ. ಹಿತೇಂದ್ರನ ಶಿಕ್ಷಣ ಮೆಟ್ರಿಕ್ಯುಲೇಷನ್ನಿಗೇ ನಿಂತು ಬಿಟ್ಟಿದೆ. ಅವನ ತಾಯಿ ತೀರಿಕೊಂಡ ಮೇಲೆ ಅವನ 'ಅಪ್ಪ ತನಗಿಂತ ಹತ್ತು ಹನ್ನೆರಡು ವರ್ಷ ಚಿಕ್ಕವಳಾದ ಎರಡನೆಯ ಹೆಂಡತಿಯನ್ನು ಮಾಡಿಕೊಂಡು ಆಕೆಯ ಕಾಟಕ್ಕೋ ಏನೋ ಸಿದ್ದಾಪುರದಲ್ಲಿದ್ದ ತನ್ನ ಹಿಟ್ಟಿನ ಗಿರಣಿ ಮಾರಿ' ಹುಬ್ಬಳ್ಳಿಗೆ ಬಂದು ನೆಲೆಸಿ ಬೇಕರಿಯೊಂದನ್ನು ಆರಂಭಿಸಿರುತ್ತಾನೆ. ತನ್ನನ್ನು ಕೇಳದೆ ಅಪ್ಪ ಗಿರಣಿ ಮಾರಿದ ಎಂದು ಹಿತೇಂದ್ರನಿಗೆ ಸಿಟ್ಟು. ಅಪ್ಪನೊಂದಿಗೆ ಮಾತುಕತೆಯಿಲ್ಲ; ಮಾಡಲು ನೌಕರಿಯಿಲ್ಲ. "ಸಿನೇಮಾ ನಾಯಕನಂತೆ ಧೀರೋದಾತ್ತನಾಗಿ ಮೆರೆಯಬೇಕೆಂಬ ಅವನ ಆಕಾಂಕ್ಷೆಯ ಮೇಲೆ ಅವನ ದುಂಡು ಹೆಗಲು, ಸಡಿಲ ಹೊಟ್ಟೆ ಹಾಗೂ ದಪ್ಪ ತೊಡೆಗಳು ನೀರೆರಚಿದ್ದವು. ಆರು ಅಡಿ ಎತ್ತರಕ್ಕೆ ಬೆಳೆಯಬೇಕೆಂಬ ಹಂಬಲ ಇಂದು ಐದು ಅಡಿ ಐದಂಗುಲಗಳಿಗೇ ಕುಂಠಿತವಾದಾಗ, ಡಾಕ್ಟರರೊಬ್ಬರನ್ನು ಭೆಟ್ಟಿಯಾಗಿ, 'ಹಾರ್ಮೋನ್ಸ್ ತೆಗೊಂಡರೆ ಇನ್ನೂ ಎತ್ತರ ಬೆಳೆಯಬಹುದೇನು?' ಎಂದು ಕೇಳಿ ಬಯ್ಯಿಸಿಕೊಂಡಿದ್ದ. ಆದರೆ ಎಲ್ಲರನ್ನೂ ಪ್ರಭಾವಿತಗೊಳಿಸಬೇಕು, ಎಲ್ಲರ ಕೌತುಕಕ್ಕೆ ಪಾತ್ರನಾಗಬೇಕು ಎಂಬ ಲವಲವಿಕೆ ಮಾತ್ರ ಅವನ ಕಣ್ಣಲ್ಲೆಂದೂ ಕುಂದಿರಲಿಲ್ಲ."

ಹಿತೇಂದ್ರನ 'ಉದ್ದೇಶ ರಹಿತ' ಬದುಕಿಗೆ ಒಂದು 'ಉದ್ದೇಶ' ಪ್ರಾಪ್ತಿಯಾಗುವುದು ಒಂದು ದಿನ ಅವನ ಗೆಳೆಯನೊಬ್ಬ ಅವನನ್ನು 'ಶಿಬಿರಕ್ಕೆ' ಕರೆದೊಯ್ದ ನಂತರ: "ಅಲ್ಲಿ ಒಂದು

ಘಂಟೆ ಕಳೆದದ್ದೇ ಹಿತೇಂದ್ರನ ಬಾಳಿನಲ್ಲಿ ಆಮೂಲಾಗ್ರ ಬದಲಾವಣೆಯಾಯಿತು. ಪ್ರತಿದಿನ ಸಂಜೆ ಧ್ವಜವಂದನೆ, ರಾಷ್ಟ್ರಗೀತೆ, ಲಾಠಿ-ಭರ್ಚಿ-ಕತ್ತಿಗಳ ವರಸೆ, ಮೊಹೆಂಜದಾರೋಕ್ಕಿಂತ ಪುರಾತನವಾಗಿರುವ ಹಿಂದೂ ಸಂಸ್ಕೃತಿ ಈಗ ಅನುಭವಿಸುತ್ತಿರುವ ದುರವಸ್ಥೆಯ ಚರ್ಚೆ, ತನ್ನ ಧರ್ಮಕ್ಕಾಗಿ ಮಾಡಬೇಕಾಗಿರುವ ಆತ್ಮಬಲಿದಾನ- ಇವುಗಳಲ್ಲಿ ಮುಳುಗಿ ಅವನಿಗೆ ಚಾಳು-ಪೇಟೆ-ಕಾಫಿಯಂಗಡಿಗಳ ಸಂಕುಚಿತ ವಿಶ್ವ ಅಸಹ್ಯವೆನಿಸಲಾರಂಭಿಸಿತ್ತು." ಚಿಕ್ಕಂದಿನಲ್ಲಿ ತನ್ನ ತಾಯಿ ವ್ಯಕ್ತಪಡಿಸುತ್ತಿದ್ದ ಮುಸ್ಲಿಮ್ ಭೀತಿ, 'ಲಂಡ'ರ ಬಗ್ಗೆ ಅವಳು ಕೊಡುತ್ತಿದ್ದ ತಾಕೀತುಗಳು ಇವೆಲ್ಲ ಈಗ ಬೇರೆ ಬಗೆಯಲ್ಲಿ ಅರ್ಥವಾಗತೊಡಗಿತು.

ಹಿತೇಂದ್ರನ ತಾಯಿಯು ಮುಸ್ಲಿಮರ ಬಗ್ಗೆ ವ್ಯಕ್ತಪಡಿಸುತ್ತಿದ್ದ ಅಸಹನೆಯ ಹಿಂದೆ ಯಾವುದೇ ಎರಡು ಜಾತಿಗಳ ನಡುವೆ ಇರಬಹುದಾದ ಅತೃಪ್ತಿ-ಅನುಮಾನ-ತಿರಸ್ಕಾರಗಳಿದ್ದವೇ ಹೊರತು ಅದಕ್ಕೆ ನಿರ್ದಿಷ್ಟವಾದ ರಾಜಕೀಯ ಸ್ವರೂಪವೇನೂ ಇರಲಿಲ್ಲ ಎಂಬುದು ಕಾರ್ನಾಡರ ಕಥೆಯಲ್ಲೇ ಸೂಚಿತವಾಗಿದೆ. ಉದಾಹರಣೆಗೆ ಮಡಿ ಹೆಂಗಸು ಅಂಬುಜಕ್ಕನಿಗೆ "ಕೊಂಕಣಿಗರು ಬಾಯಿ ತೆಗೆದರೆ ಮೀನಿನ ವಾಸನೆ ಹೊಮ್ಮುತ್ತದೆ ಎಂದು ದೃಢ ವಿಶ್ವಾಸವಿತ್ತು". ಹಾಗಾಗಿ ಹಿತೇಂದ್ರ ಮಾತನಾಡುವಾಗ ಅವಳು ಮೂಗನ್ನು ಸೆರಗಿನಿಂದ ಮುಚ್ಚಿಕೊಂಡು ಎಲ್ಲವನ್ನೂ ಕೇಳಿಸಿಕೊಳ್ಳುತ್ತಾಳೆ. ಅಷ್ಟೇ ಅಲ್ಲ, ಹಿಂದೂಗಳೇ ವಾಸಿಸುತ್ತಿದ್ದ ಆ ಚಾಳಿನಲ್ಲಿ, 'ಪುರುಷನ ಶುಚಿತ್ವ'ಕ್ಕಾಗಿ ಕೇಶಮುಂಡನ ಮಾಡಿಸಿಕೊಳ್ಳುವಂಥ, ಇನ್ಯಾವ ಧರ್ಮದಲ್ಲಿಯೂ ಇರದಂಥ 'ಆತ್ಮ ಬಲಿದಾನ' ಮೆರೆಯುವ ಅಂಬುಜಕ್ಕನ ಸದ್ಯದ ಜೀವನ ಸ್ವರೂಪದಲ್ಲಿ ಹಿಂದೂ ಸಮಾಜದ ಒಳಗೇ ಇರುವ ಇಕ್ಕಟ್ಟುಗಳನ್ನು ಕಥೆ ಧ್ವನಿಪೂರ್ಣವಾಗಿ ದಾಖಲು ಮಾಡುತ್ತದೆ: "ಸಕೇಶಿ ವಿಧವೆಯರ ನಡುವೆ ಜೀವನ. ಅದಕ್ಕೂ ಹೆಚ್ಚು ಜೀವ ಹಿಂಡುವ ಪರಿಸ್ಥಿತಿಯೆಂದರೆ ಮುಟ್ಟಾದರೂ ಮೂಲೆಯಲ್ಲಿ ಕೂಡ್ರದೆ ಭಿಡೆಯಿಲ್ಲದೆ ಓಡಾಡುವ ಮಹಿಳೆಯರಿಂದ ನಿರಂತರ ನಡೆದಿರುವ ಮುಟ್ಟುಚಿಟ್ಟು. ಎಲ್ಲೆಲ್ಲೂ ಕೊಂಕಣಿ ಕಲಕಲ. ಅಂತೂ ಅಂಬುಜಕ್ಕ ಮನೆ ಬಿಟ್ಟು ಹೊರಗೇ ಬರುತ್ತಿರಲಿಲ್ಲ." ಇನ್ನು, ಈ ಯುಗದಲ್ಲಿ ವಿಧವೆಯ ಮುಂಡನ ಮಾಡುವುದು ನಮ್ಮ ಸಮಾಜದ ವಿಕೃತಿ ಎಂದು ವಾದಿಸುತ್ತಿದ್ದ ಅನೇಕರು- ಅವರಲ್ಲಿ ಹಿತೇಂದ್ರನ ಅಪ್ಪನೂ ಒಬ್ಬ- ಆ ಚಾಳಿನಲ್ಲಿಯೇ ಇದ್ದರು. ಅದೊಂದು ಉನ್ನತ ಆದರ್ಶವೆಂದು ಶಿಬಿರದ ಮುಖಂಡರು ಹಿತೇಂದ್ರನ ಸಂದಿಗ್ಧಕ್ಕೆ ಉತ್ತರವೆಂಬಂತೆ ವ್ಯಾಖ್ಯಾನಿಸಿದ್ದರು. ಆ ಚಾಳಿನಲ್ಲಿ ಯಶವಂತ ಎಂಬ ಮಾರ್ಕ್ಸಿಸ್ಟನೂ ಇದ್ದ. ಹೀಗೆ ಆ ಚಾಳಿನ ಪುಟ್ಟ ವಿಶ್ವದಲ್ಲೇ ಇರುವ ವೈವಿಧ್ಯಗಳನ್ನು ಕಥೆ ದಾಖಲಿಸುತ್ತದೆ. ತಮ್ಮತಮ್ಮದೇ ಸುಖ-ದುಃಖ, ತೊಂದರೆ, ತಾಪತ್ರಯ, ಚಿಕ್ಕ ಪುಟ್ಟ ಸಂತೋಷಗಳಲ್ಲಿ ಮುಳುಗಿದ್ದ ಜನರಿಗೆ ಒಂದು ಸಮೂಹವಾಗಿ ಯಾವುದೇ ವಿಶೇಷ ರಾಜಕೀಯ ಅಭೀಪ್ಸೆಗಳಾಗಲೀ, ಅಜೆಂಡಾಗಳಾಗಲೀ ಇರಲಿಲ್ಲ. ಅವರೆಲ್ಲ ತಮ್ಮತಮ್ಮ ದೈನಿಕಗಳಲ್ಲಿ ಮುಳುಗಿದ್ದ ಸಾಮಾನ್ಯರಾಗಿದ್ದರು.

ಒಂದು ದಿನ ಶಿಬಿರದ ಮುಖಂಡರು ಹಿತೇಂದ್ರನನ್ನು ಬದಿಗೆ ಕರೆದು, "ನಾಡಿನಲ್ಲೆಲ್ಲ ಕೋಮು ಗಲಭೆ ಭುಗಿಲೆದ್ದದ್ದು ನಿನಗೆ ಗೊತ್ತೇ ಇದೆ. ಈವರೆಗೆ ನೀವಿರುವ ಚಾಳಿನ ಸುತ್ತಮುತ್ತ ಏನೂ ಗಲಭೆ ಆಗಿಲ್ಲ ನಿಜ. ಆದರೆ ಈ ಹೊತ್ತು ಮುಸಲರು ನಿಮ್ಮ ಚಾಳಿನ ಮೇಲೆ

ದಾಳಿಯಿಟ್ಟು ಅದಕ್ಕೆ ಬೆಂಕಿ ಹಚ್ಚಲಿದ್ದಾರೆ ಎಂಬ ವರದಿ ಬಂದಿದೆ. ಗಾಳಿಸುದ್ದಿಯಲ್ಲ. ಖಚಿತ ವರದಿ! ನಿನ್ನ ಚಾಳಿನಲ್ಲಿ ಇದ್ದವರನ್ನೆಲ್ಲ ಎಚ್ಚರಿಸಿ, ಅವರ ರಕ್ಷಣೆ ಮಾಡುವ ಹೊಣೆ ನಿನ್ನದು" ಎಂದು ಮಹತ್ವದ ಜವಾಬುದಾರಿಯೊಂದನ್ನು ಹೊರಿಸಿದಾಗ ಅಂದು ತನ್ನ ಬದುಕಿಗೊಂದು ಅರ್ಥ ಬಂದಿತೆಂಬ ಹುಮ್ಮಸ್ಸಿನಲ್ಲಿ ಹಿತೇಂದ್ರನು ಆ ನಿಟ್ಟಿನಲ್ಲಿ ಕಾರ್ಯಪ್ರವೃತ್ತನಾಗುತ್ತಾನೆ. ಈ 'ಸ್ಫೋಟಕ'ವಾದ 'ಸುದ್ದಿ'ಗೆ, ಹಿತೇಂದ್ರನ 'ಎಚ್ಚರಿಕೆ'ಗೆ ಚಾಳಿನ ಜನ ಪ್ರತಿಕ್ರಿಯಿಸುವ ಸ್ವರೂಪದಲ್ಲೇ ಈ ರಾಜಕಾರಣದ ಸ್ವರೂಪವನ್ನು ಕಾರ್ನಾಡರ ಕಥೆ ಸೂಕ್ಷ್ಮವಾಗಿ ಧ್ವನಿಸುವಂತಿದೆ: "ಚಾಳುವಾಸಿ ಸಾರಸ್ವತರಲ್ಲಿ ರಾಜಕಾರಣದಲ್ಲಿ ಆಸ್ಥೆಯಿದ್ದವರು ಕಡಿಮೆ. ತನಗೆ ವಿಶೇಷ ಪ್ರೋತ್ಸಾಹನೆ ದೊರೆಕೀತು ಎಂದು ಹಿತೇಂದ್ರ ಎಣಿಸಿರಲಿಲ್ಲ. ಆದರೆ ಎಲ್ಲರೂ ತನ್ನ ಮಾತಿಗೆ ಕಿವಿಗೊಡುತ್ತಾರೆ ಎಂಬ ಭರವಸೆ ಅವನಿಗಿತ್ತು. ಅವ ಎಲ್ಲರಿಗೂ ಬೇಕಾದವ. ನಿರುದ್ಯೋಗಿಯಾಗಿದ್ದರಿಂದ ಯಾವ ಕೆಲಸಕ್ಕಾದರೂ ನೆರವಾಗುತ್ತಾನೆ. ವಿದ್ಯುತ್ತಿನ ಬಿಲ್ಲು, ಶಾಲೆ-ಕಾಲೇಜುಗಳ ಫೀಸು ತುಂಬುವದು, ಪಡಿತರ ಚೀಟಿಯ ನವೀಕರಣ, ಪಾಸ್‌ಬುಕ್ಕಿನಲ್ಲಿ ಎಂಟ್ರಿ ಮಾಡಿಸಿಕೊಂಡು ಬರುವದು ಇಂಥ ಯಾವುದೇ ಕೆಲಸ ಸ್ವಖುಷಿಯಿಂದ ಮಾಡುತ್ತಾನೆ. ಮುಂಜಿ, ಮದುವೆ, ಸಾವು ಯಾವ ಕಾರ್ಯವೇ ಇರಲಿ ಸಹಭಾಗಿಯಾಗಲು ಸಿದ್ಧ. ಹೀಗಾಗಿ ಮನೆಯಲ್ಲಿರುವವರು ಒಂದು ಗಳಿಗೆ ಕೆಲಸ ಬದಿಗಿಟ್ಟು ಆಲಿಸಿ, ತಲೆದೂಗಿದರು."

ಚಾಳಿನ 'ರಕ್ಷಣೆ'ಯ 'ಗಂಭೀರ' ಕ್ರಿಯೆಯೊಂದು 'ಪ್ರಹಸನ'ವೆಂಬಂತೆ ಕೊನೆಗೊಡದ್ದು ಮಾತ್ರ ಹಿತೇಂದ್ರನ ಬದುಕಿನ ದೊಡ್ಡ 'ದುರಂತ' ಮತ್ತು ವ್ಯಂಗ್ಯ. ಲಾಠಿ ಹಿಡಿದು ತೂಕಡಿಸುತ್ತ ರಾತ್ರಿ ಧಾಳಿ ಮಾಡಬಹುದಾದ ಮುಸಲ್ಮಾನನಿಗಾಗಿ ಕಾಯುತ್ತ ಕುಳಿತ ಹಿತೇಂದ್ರನ ಕೈಗೆ ಸಿಗುವುದು ಉಗ್ರ ಮುಸಲಮಾನನ ಬೋಳುತಲೆಯಲ್ಲ; ಕತ್ತಲಲ್ಲೇ ಪಾಯಖಾನೆಗೆ ಹೊರಟು ಹಿತೇಂದ್ರನ ಲಾಠಿಗೆ ಮುಗ್ಗರಿಸಿದ್ದ ಅಂಬುಜಕ್ಕನ ಬೋಳುತಲೆ. ಆ ಕತ್ತಲೆ, ತೂಕಡಿಕೆ, ಕಲ್ಪಿತ ಧಾಳಿಯ ಆತಂಕ ಮತ್ತು ಅದರಿಂದ ಹುಟ್ಟಿದ ಉದ್ವೇಗ ಇವುಗಳಿಂದಾಗಿ ಒಂದು ಕ್ಷಣ ಹಿತೇಂದ್ರನಿಗೆ ತನ್ನ ಅಂಗೈಗೆ ತಾಕಿದ ಬೋಳುತಲೆ ಓರ್ವ ಮುಸಲಮಾನ ಉಗ್ರನದೇ ಎನಿಸಿದ್ದರೆ ಅದು ಆ ಕ್ಷಣದ ಭ್ರಮೆ ಅಥವಾ ಸತ್ಯ! ಇದರಿಂದ ಹಿತೇಂದ್ರನಿಗೆ ಅವತ್ತು ಅವಮಾನವಾದರೂ, ಅವನು ಚಾಳುವಾಸಿಗಳ ನಗೆಪಾಟಲಿಗೆ ಗುರಿಯಾದರೂ ಮುಂದೆ ಅವನು ಇದೇ 'ಭ್ರಮೆ'ಯನ್ನು ಕೊನೆಯ ಪಕ್ಷ ತನ್ನಷ್ಟಕ್ಕೆ ತನಗೆ ಬೇಕಾದ 'ಸತ್ಯ'ವನ್ನಾಗಿ ಪರಿವರ್ತಿಸಿಕೊಳ್ಳುವ ಮನಸ್ಥಿತಿಯಲ್ಲಿ ಕಾರ್ನಾಡರು ಹಿತೇಂದ್ರ ಪ್ರತಿನಿಧಿಸುವ ರಾಜಕಾರಣದ ಅಪಾಯವನ್ನು ಕಾಣುತ್ತಾರೆ. "ಮುಸಲ್ಮಾನ ಬಂದನಂತೆ ಮುಸಲ್ಮಾನ. ಒಂದು ಹೊರಕಡೆಗೆ ಹೋಗೋಣ ಅಂದರೆ ಬಿಡವಲ್ಲರು ರಂಡ್ಯಾಗಂಡರು. ಮುಸಲ್ಮಾನ ಯಾಕೆ ಬರತಾನಿಲ್ಲೆ-ಸಗಣೀ ತಿನ್ನಾಕ. ಭೋಸಡೀ ಮಕ್ಕಳನ್ನ ತಂದು" ಎಂದು ಅಂಬುಜಕ್ಕನಿಂದ ಛೀಮಾರಿ ಹಾಕಿಸಿಕೊಂಡ ಹಿತೇಂದ್ರನ ಅವಸ್ಥೆ ಇದು: "ಅವನಿಂದ ಇಂದು ಚಾಳಿನ, ಹಿಂದೂ ಧರ್ಮದ ರಕ್ಷಣೆ ಆಗಬೇಕಾಗಿತ್ತು. ಅದರ ಬದಲಾಗಿ ಈ ಸಾರ್ವಜನಿಕ ಅವಹೇಳನೆ." ಅಂದರೆ ಮುಸಲಮಾನ ಉಗ್ರರಿಂದ ಧಾಳಿಯಾಗಲಿಲ್ಲ ಎಂಬ ನೆಮ್ಮದಿಗೆ ಬದಲು ಹಿತೇಂದ್ರನನ್ನು ಬಾಧಿಸುವುದು ಅಂಥದೊಂದು ಧಾಳಿಯಿಂದ ತಾನು ಚಾಳನ್ನು ರಕ್ಷಿಸಲಾಗಲಿಲ್ಲ ಎಂಬ ದುಃಖ!

ಮುಂದೆ ಹಿತೇಂದ್ರನು ತಾನು ನಿಜಕ್ಕೂ ಸ್ಪರ್ಶಿಸಿದ್ದು ತುರುಕನೊಬ್ಬನ ತಲೆ; ತಾನು ಅವನ ಗಡ್ಡವನ್ನು ಕೂಡ ಕ್ಷಣಮಾತ್ರ ಸವರಿದ್ದೆ ಎಂದು ತನ್ನನ್ನೇ ನಂಬಿಸಿಕೊಳ್ಳಲು ಪ್ರಾರಂಭಿಸುತ್ತಾನೆ. ಅವನನ್ನು ಗುದುಮುರಿಗೆ ಹಾಕಿ ಹಿಡಿದಿಡುವ ಬದಲು ಚಾಳಿನ ಹಿತಕ್ಕಾಗಿ ಎಲ್ಲರನ್ನೂ ಎಚ್ಚರಿಸುತ್ತ ಕೂಗುತ್ತ ಓಡಾಡಿದ್ದು ಮಾತ್ರ ತಾನು ಮಾಡಿದ ತಪ್ಪು ಎಂಬ ಸಿದ್ಧಾಂತವನ್ನು ಕಟ್ಟಿಹೊರಡುತ್ತಾನೆ: 'ಆ ಅನವಧಾನದ ಅವಕಾಶ ಸಾಧಿಸಿ ಮುಸಲಮಾನ ತಪ್ಪಿಸಿಕೊಂಡಿದ್ದ. ಅದೇ ಹೊತ್ತಿಗೆ ಅನಪೇಕ್ಷಿತವಾಗಿ ಪಾಯಖಾನೆಗೆ ಹೊರಟ ಅಂಬುಜಕ್ಕನನ್ನು ಕಂಡು ತನ್ನ ಜಾಗದಲ್ಲಿ ಆಕೆಯನ್ನು ದಬ್ಬಿಕೂಡಿಸಿ, ತಾನು ಓಡಿಹೋಗಿದ್ದ. ಆ ಮುದಿಗೂಬೆ ಅಂಬುಜಕ್ಕನಿಗೇನು ಅರ್ಥವಾಗುತ್ತದೆ?' ಅಂದರೆ ತಾನು ಮುಸಲರನ್ನು ಓಡಿಹೋಗಲು ಬಿಟ್ಟರೂ ತನ್ನಿಂದ ಅಂದು ಚಾಳು ಉಳಿದುಕೊಂಡಿತು ಎಂದು ಹಿತೇಂದ್ರನು ನಂಬಲಾರಂಭಿಸುತ್ತಾನೆ. 'ಘಟಿಸಿದ ಇತಿಹಾಸಕ್ಕೆ ಅವನೊಬ್ಬನೇ ಸಾಕ್ಷಿ. ಆ ಸತ್ಯವನ್ನು ಪ್ರಶ್ನಿಸುವ ಹಕ್ಕು ಯಾರಿಗಿದೆ? ಸತ್ಯಕ್ಕೆ ಆತ್ಮಸಾಕ್ಷಿ ಸಾಲದೇನು?' ಹಿತೇಂದ್ರನ ಪ್ರಜ್ಞೆಯಲ್ಲಿ ಮೂಡಿಬರುವ ಈ ಮಾತುಗಳಲ್ಲಿ 'ಸತ್ಯ', 'ಆತ್ಮಸಾಕ್ಷಿ', 'ಇತಿಹಾಸ'ಮುಂತಾದ ಕಲ್ಪನೆ–ಪರಿಕಲ್ಪನೆಗಳೆಲ್ಲ ಸಮಸ್ಯಾತ್ಮಕಗೊಳ್ಳುತ್ತವೆ, ಪ್ರಶ್ನೆಗೊಳಗಾಗುತ್ತವೆ ಎಂಬುದನ್ನು ವಿವರಿಸುವ ಅಗತ್ಯವಿಲ್ಲ. ಹಿಂದೂ ಧರ್ಮರಕ್ಷಕರ ಸಾಲಿನಲ್ಲಿ ತನ್ನ ಹೆಸರೂ ಒಂದಲ್ಲ ಒಂದು ದಿನ ಬರೆಯಲ್ಪಡುತ್ತದೆ ಎಂಬ ಸಮಾಧಾನದಲ್ಲಿ ಅವನು ಅಂದಿನ ದಿನದ ಅವಮಾನವನ್ನು ಮರೆಯಲೆತ್ನಿಸುತ್ತಾನೆ.

ಕಥೆಯ ಕೊನೆಯ ಭಾಗ ತುಂಬ ಧ್ವನಿಪೂರ್ಣವಾಗಿದೆ. 'ಇತಿಹಾಸ ಮತ್ತೆ ತನ್ನನ್ನು ಕರೆದೇ ಕರೆಯುತ್ತದೆ ಎಂಬ ಅವನ ನಂಬಿಕೆ' ಸುಳ್ಳಾಗಿತ್ತು ಎಂದು ನಿರೂಪಿಸುವ ಕಥೆಯು ಬಾಬರಿ ಮಸೀದಿಯ 'ಧ್ವಂಸದಲ್ಲಿ ಅವನದೇನೂ ಪಾಲು ಇರಲಿಲ್ಲ. ಇತಿಹಾಸ ಅವನನ್ನು ಪಕ್ಕಕ್ಕೆ ತಳ್ಳಿ ಮರೆತುಹೋಗಿತ್ತು' ಎಂದು ದಾಖಲಿಸುತ್ತದೆ. ಮಸೀದಿಯ ಗುಮ್ಮಟವನ್ನು ಹಿತೇಂದ್ರನು ಪುಡಿಸಾಬನ ಬೋಳುತಲೆಗೆ ಸಮೀಕರಿಸಿ ನೋಡುವುದು ಆತಂಕ ಹುಟ್ಟಿಸುವ ಸಂಗತಿಯಾಗಿದೆ. "ಈಗ ಕಾರಸೇವಕರು ಆ ಗುಮ್ಮಟವನ್ನು ಭಗ್ನಗೊಳಿಸಿದಂತೆ ತಾನೂ ಆ ಸಾಬನ ತಲೆ ಒಡೆದಿದ್ದರೆ ತನ್ನ ಹೆಸರೂ ಶಿವಾಜಿ, ರಾಣಾಪ್ರತಾಪರ ಸಾಲಿನಲ್ಲಿ ಮಿರುಗುತ್ತಿತ್ತೇನೋ!" ಎಂಬ ಹಿತೇಂದ್ರನ ವಿಷಾದ, ಹಳಹಳಿಕೆಗಳಲ್ಲಿ ಕಾರ್ನಾಡರು ಅವನು ಪ್ರತಿನಿಧಿಸುವ ಯೋಚನಾಕ್ರಮದ ಹಿಂದಿನ ವಿಕೃತಿಯನ್ನು ಬಯಲು ಮಾಡುತ್ತಾರೆ. ಕಥೆಯ ಕೊನೆಯ ವಾಕ್ಯವು ಲೇಖಕರ ಧೋರಣೆಯನ್ನು ಗುರುತಿಸಿಕೊಳ್ಳಲು ಅರ್ಥಪೂರ್ಣವಾಗಿ ಒದಗಿ ಬರುತ್ತದೆ. "ಹಿತೇಂದ್ರ ಅಂಬುಜಕ್ಕ ಎಂಬ ವ್ಯಕ್ತಿಯನ್ನೇ ಮರೆತು ಬಿಟ್ಟಿದ್ದ." ಸಂಕೇತಗಳ ರಾಜಕಾರಣವನ್ನು ಇದಕ್ಕಿಂತ ಸರಳವಾಗಿ ಸೂಚಿಸುವುದು ಸಾಧ್ಯವಿಲ್ಲ. ನಿಜವಾದ ವ್ಯಕ್ತಿಗಳು ಮತ್ತು ಅವರ ನಿಜವಾದ ಸಮಸ್ಯೆಗಳು ಇವುಗಳಿಗೆ ಸ್ಪಂದಿಸದೆ– ಮೊದಲು ಕಲ್ಪಿತ ಆತಂಕ ನಂತರ ಆ ಆತಂಕವನ್ನು ನಂಬಿಸಿಕೊಳ್ಳಲು ಮತ್ತು ನಂಬಿಸಲು 'ಇತಿಹಾಸ'ದ ರಚನೆ ಇದರ ಹಿಂದಿನ ರಾಜಕಾರಣವನ್ನು ಶೋಧಿಸಿಕೊಂಡು ಹೋಗಿರುವ ಕಾರ್ನಾಡರ ಈ ಕಥೆಯು ಪ್ರಸ್ತುತ ಕೋಮುವಾದೀ ರಾಜಕಾರಣಕ್ಕೆ ನಮ್ಮ ನಡುವಿನ ಮಹತ್ವದ ಲೇಖಕರೊಬ್ಬರ ಸೃಜನಶೀಲ, ವಿಚಾರಪೂರ್ಣ ಪ್ರತಿಸ್ಪಂದನೆಯಾಗಿದೆ.

ಕಾರ್ನಾಡರ ಎರಡೂ ಕಥೆಗಳು ಒಂದೇ ವಸ್ತುವಿನ ಸುತ್ತ ಕಟ್ಟಲಾಗಿದ್ದರೂ ಅದರ ಒಂದೊಂದು ಮುಖ್ಯ ಆಯಾಮ ಅವುಗಳಲ್ಲಿ ವಿಸ್ತರಿಸಿಕೊಂಡಿದೆ. "ಮುಸಲಮಾನ ಬಂದ! ಮುಸಲಮಾನ ಬಂದ" ಕಥೆಯು ಸಾಮಾನ್ಯ ಮುಗ್ಧ ವ್ಯಕ್ತಿಯೊಬ್ಬ ವೈಯಕ್ತಿಕ ಕಾರಣಗಳಿಗಾಗಿ ಕ್ರಮೇಣ ಕೋಮುವಾದಿಯಾಗುವ ಪ್ರಕ್ರಿಯೆಯನ್ನು ಶೋಧಿಸಿಕೊಂಡು ಹೋಗುತ್ತದೆ. "ಅಳಿದ ಮೇಲೆ" ಕಥೆಯು ಒಂದು ಕೋಮುವಾದೀ ರಾಜಕಾರಣದ ವಿಶಾಲ ಸಂದರ್ಭದಲ್ಲಿ ಅದರಲ್ಲಿ ನೇರವಾಗಿ ಪಾಲ್ಗೊಳ್ಳದಿದ್ದರೂ ಅದರಿಂದ ಅನಿವಾರ್ಯವೆಂಬಂತೆ ಬಾಧಿತನಾದವನೊಬ್ಬನ ಮನಸ್ಥಿತಿಯನ್ನು ಸಂಕೀರ್ಣವಾಗಿ ನಿರೂಪಿಸುತ್ತದೆ. ಈ ಎರಡು ಕಥೆಗಳು ಜೊತೆಗೂಡಿ ಸಮಕಾಲೀನ ಸಮಾಜ ಮತ್ತು ರಾಜಕಾರಣಗಳ ಸ್ವರೂಪವನ್ನು ನಮ್ಮೆದುರು ಅರ್ಥಪೂರ್ಣವಾಗಿ ಬಿಚ್ಚಿಡುವಲ್ಲಿ ತುಂಬ ಯಶಸ್ವಿಯಾಗಿವೆ.

ಅನುಬಂಧ-೧

'ಕಥನ ಭಾರತಿ'ಯಲ್ಲಿ ಪ್ರಸ್ತಾಪಿತವಾದ, ಚರ್ಚಿತವಾದ ಮುಖ್ಯ ಕೃತಿಗಳು

೧. ರವೀಂದ್ರ ಕಥಾಮಂಜರಿ-ಸಂಪುಟ ೧, ೨, ೩ (ರವೀಂದ್ರನಾಥ ಠಾಕೂರ್, ಅನು: ಅಹೋಬಲ ಶಂಕರ, ಕಾವ್ಯಾಲಯ ಮೈಸೂರು, ಮರುಮುದ್ರಣ: ಕರ್ನಾಟಕ ಅನುವಾದ ಸಾಹಿತ್ಯ ಅಕಾಡೆಮಿ, ಬೆಂಗಳೂರು, ೨೦೦೭)

೨. ಗೋರಾ (ರವೀಂದ್ರನಾಥ ಠಾಕೂರ್, ಅನು: ಎಚ್. ವಿ. ಸಾವಿತ್ರಮ್ಮ, ಕಾವ್ಯಾಲಯ, ಮೈಸೂರು, ೧೯೫೫)

೩. ಹಿಂದ್ ಸ್ವರಾಜ್ಯ (ಮೋಹನದಾಸ ಕರಮಚಂದ ಗಾಂಧಿ, ಕರ್ನಾಟಕ ಗಾಂಧೀ ಸ್ಮಾರಕ ನಿಧಿ, ಬೆಂಗಳೂರು, ಐದನೆಯ ಮುದ್ರಣ, ೨೦೦೮)

೪. Hind Swaraj or Indian Home Rule (M. K. Gandhi, Navajivan Publishing House, Ahmedabad, Nineteenth Reprint 2006)

೫. ಆತ್ಮ ಕಥೆ ಅಥವಾ ನನ್ನ ಸತ್ಯಾನ್ವೇಷಣೆ (ಮೋಹನದಾಸ ಕರಮಚಂದ ಗಾಂಧಿ, ಅನು: ಗೊರೂರು ರಾಮಸ್ವಾಮಿ ಅಯ್ಯಂಗಾರ್, ನವಜೀವನ ಪ್ರಕಾಶನ ಮಂದಿರ, ಅಹಮದಾಬಾದ್, ೧೯೯೫)

೬. ಸುಲ್ತಾನಳ ಕನಸು (ರುಕಿಯಾ ಶೇಕಾವತ್ ಹುಸೇನ್, ಅನು: ಡಾ. ಕೆ. ಎಸ್.ವೈಶಾಲಿ, ದೇಶಕಾಲ, ಬೆಂಗಳೂರು, ಜನವರಿ-ಮಾರ್ಚ್, ೨೦೦೯)

೭. ಪದ್ಮರಾಗ (ರುಕಿಯಾ ಶೇಕಾವತ್ ಹುಸೇನ್, ಅನು: ಡಾ. ಕೆ. ಎಸ್ .ವೈಶಾಲಿ, ಕನ್ನಡ ಸಂಘ, ಕ್ರೈಸ್ಟ್ ಯೂನಿವರ್ಸಿಟಿ, ಬೆಂಗಳೂರು, ೨೦೧೦)

೮. ಪ್ರೇಮಚಂದರ ಕಥೆಗಳು (ಪ್ರೇಮಚಂದ, ಸಂ.ರಾಧಾಕೃಷ್ಣ, ಅನು: ಶಾ. ಬಾಲುರಾವ್, ನ್ಯಾಷನಲ್ ಬುಕ್ ಟ್ರಸ್ಟ್ ಆಫ್ ಇಂಡಿಯಾ, ಹೊಸದೆಹಲಿ, ೧೯೭೪; ಮರುಮುದ್ರಣ ೧೯೮೫)

೯. ಅಂಬೇಡ್ಕರ್ ಅವರ ಸಮಗ್ರ ಬರಹಗಳು ಮತ್ತು ಭಾಷಣಗಳು ಸಂಪುಟ ೧(ಸಂ, ಅನು: ಸಂಪಾದಕ ಸಮಿತಿ ಕನ್ನಡ ಮತ್ತು ಸಂಸ್ಕೃತಿ ಇಲಾಖೆ, ಕರ್ನಾಟಕ ಸರ್ಕಾರ, ಬೆಂಗಳೂರು, ೨೦೦೯)

೧೦. ಬಿ. ಆರ್. ಅಂಬೇಡ್ಕರ್ ಅವರ ಆಯ್ದ ಬರಹಗಳು (ಅನು: ಫಣಿರಾಜ್, ಅಕ್ಷರ ಪ್ರಕಾಶನ, ಹೆಗ್ಗೋಡು, ೨೦೦೯)

೧೧. The essential writings of B. R. Ambedkar (Ed: Valerian Rodrigues, Oxford University Press, New Delhi, Twelfth impression, 2013)

೧೨. ಉಪರಾ(ಲಕ್ಷ್ಮಣ ಮಾನೆ, ಅನು:ಚಂದ್ರಕಾಂತ ಪೋಕಳೆ, ದಾಮಿನಿ ಸಾಹಿತ್ಯ, ಬೆಂಗಳೂರು, ೨೦೦೮)

೧೩. ಬದುಕು ನಮ್ಮದು (ಬೇಬಿತಾಯಿ ಕಾಂಬಳೆ, ಅನು: ಚಂದ್ರಕಾಂತ ಪೋಕಳೆ, ದಾಮಿನಿ ಸಾಹಿತ್ಯ, ಬೆಂಗಳೂರು, ೨೦೦೮)

೧೪. ಊರು ಕೇರಿ (ಡಾ. ಸಿದ್ಧಲಿಂಗಯ್ಯ, ಅಂಕಿತ ಪುಸ್ತಕ, ಬೆಂಗಳೂರು, ಏಳನೆಯ ಮುದ್ರಣ, ೨೦೧೦)

೧೫. ಸಣ್ಣಕತೆಗಳು ೧ (ಶ್ರೀನಿವಾಸ-ಮಾಸ್ತಿ ವೆಂಕಟೇಶ ಅಯ್ಯಂಗಾರ್, ಒಂಬತ್ತನೆಯ ಮುದ್ರಣ, ಜೀವನ ಕಾರ್ಯಾಲಯ, ಬೆಂಗಳೂರು, ೧೯೭೬)

೧೬. ಸಣ್ಣಕತೆಗಳು ೨ (ಶ್ರೀನಿವಾಸ-ಮಾಸ್ತಿ ವೆಂಕಟೇಶ ಅಯ್ಯಂಗಾರ್, ಐದನೆಯ ಮುದ್ರಣ, ಜೀವನ ಕಾರ್ಯಾಲಯ, ಬೆಂಗಳೂರು,೧೯೬೬)

೧೭. ಸಣ್ಣಕತೆಗಳು ೪ (ಶ್ರೀನಿವಾಸ-ಮಾಸ್ತಿ ವೆಂಕಟೇಶ ಅಯ್ಯಂಗಾರ್, ನಾಲ್ಕನೆಯ ಮುದ್ರಣ, ಜೀವನ ಕಾರ್ಯಾಲಯ, ಬೆಂಗಳೂರು, ೧೯೬೬)

೧೮. ಚಿಕವೀರ ರಾಜೇಂದ್ರ (ಶ್ರೀನಿವಾಸ-ಮಾಸ್ತಿ ವೆಂಕಟೇಶ ಅಯ್ಯಂಗಾರ್, ಜೀವನ ಕಾರ್ಯಾಲಯ, ಬೆಂಗಳೂರು,೧೯೫೬)

೧೯. ಕಾನೂರು ಹೆಗ್ಗಡತಿ (ಕುವೆಂಪು, ಉದಯರವಿ ಪ್ರಕಾಶನ, ಮೈಸೂರು ಏಳನೆಯ ಮುದ್ರಣ, ೧೯೯೨)

೨೦. ಮಲೆಗಳಲ್ಲಿ ಮದುಮಗಳು (ಕುವೆಂಪು, ಉದಯರವಿ ಪ್ರಕಾಶನ, ಮೈಸೂರು, ನಾಲ್ಕನೆಯ ಮುದ್ರಣ ೧೯೯೨)

೨೧. ತಮಸ್(ಭೀಷ್ಮ ಸಾಹನಿ, ೧೯೭೩, ಅನು: ಶಾರದಾ ರಾಮಚಂದ್ರಸ್ವಾಮಿ ಮತ್ತು ಎಚ್. ಎಂ. ರಾಮಚಂದ್ರಸ್ವಾಮಿ, ನವಕರ್ನಾಟಕ ಪ್ರಕಾಶನ, ೧೯೮೮)

೨೨. Stories about the partition of India (Ed: Alok Bhalla, HARPER COLLINS, New Delhi, 1994)

೨೩. Lajwanti and other stories (Rajender Singh Bedi, Jaico, Bombay, 1966)

೨೪. The Barbers' Trade Union and other stories (Mulkraj Anand, Arnold Heinemann, 1977

೨೫. The collected stories of Kushwant Singh (Kushwant Singh. Ravi Dayal Publishers, New Delhi, 1989)

೨೬. Train to Pakisthan (Kushwant Singh, Chatto & Windus, 1956)

೨೭. ಕುಷ್ವಂತ್‌ನಾಮ (ಕುಷ್ವಂತ್ ಸಿಂಗ್, ಅನು:ಎಂ.ಎಸ್.ರುದ್ರೇಶ್ವರಸ್ವಾಮಿ, ಸಪ್ನಾ ಬುಕ್ ಹೌಸ್, ಬೆಂಗಳೂರು, ೨೦೧೩)

೨೮. Mottled Dawn (Saadat Hasan Manto, Penguin Books India, New Delhi, 1997)

೨೯. ಸಾದತ್ ಹಸನ್ ಮಾಂಟೊ(ಮೂಲ:ವಾರಿಸ್ ಆಲ್ವಿ, ಅನು: ಕೆ. ಎಚ್. ಶ್ರೀನಿವಾಸ, ಸಾಹಿತ್ಯ ಅಕಾಡೆಮಿ ನವದೆಹಲಿ, ೨೦೧೦)

೩೦. ದೇಶ ವಿಭಜನೆಯ ಕಥೆಗಳು (ಸಾದತ್ ಹಸನ್ ಮಾಂಟೊ, ಅನು: ಫಕೀರ್ ಮುಹಮ್ಮದ್ ಕಟ್ಪಾಡಿ, ನವಕರ್ನಾಟಕ ಪ್ರಕಾಶನ, ಬೆಂಗಳೂರು, ೨೦೧೦)

೩೧. ಪಿಂಜರ್(ಮೂಲ: ಅಮೃತಾ ಪ್ರೀತಂ, ಅನು: ಡಾ. ಎಲ್. ಸಿ. ಸುಮಿತ್ರಾ, ಅಂಕಿತ ಪುಸ್ತಕ, ಬೆಂಗಳೂರು, ೨೦೦೬)

೩೨. ಕ್ರೌಂಚ ಪಕ್ಷಿಗಳು (ವೈದೇಹಿ, ಅಕ್ಷರ ಪ್ರಕಾಶನ, ಹೆಗ್ಗೋಡು, ೨೦೦೫)

೩೩. ಮೂಕಜ್ಜಿಯ ಕನಸುಗಳು (ಶಿವರಾಮ ಕಾರಂತ, ೧೯೬೮, ಎರಡನೆಯ ಮುದ್ರಣ : ರಾಜಲಕ್ಷ್ಮಿ ಪ್ರಕಾಶನ, ಬೆಂಗಳೂರು, ೧೯೭೮)

೩೪. ಅಮಿತಾ (ಮೂಲ: ಯಶಪಾಲ್, ಅನು: ಡಾ. ಪ್ರಧಾನ ಗುರುದತ್ತ, ಪ್ರ: ಡಿ. ವಿ. ಕೆ ಮೂರ್ತಿ, ಮೈಸೂರು, ೧೯೮೫)

೩೫. ಏಣಿಯ ಮೆಟ್ಟಿಲುಗಳು (ತಕಳಿ ಶಿವಶಂಕರ ಪಿಳ್ಳೆ, ಅನು: ಬಿ. ಕೆ. ತಿಮ್ಮಪ್ಪ, ನ್ಯಾಷನಲ್ ಬುಕ್ ಟ್ರಸ್ಟ್ ಆಫ್ ಇಂಡಿಯಾ, ನವದೆಹಲಿ, ೧೯೭೮)

೩೬. ಜೀವನ: ಒಂದು ನಾಟಕ (ಪನ್ನಾಲಾಲ್ ಪಟೇಲ್, ಅನು: ವಿನೀತ ರಾಮಚಂದ್ರರಾಯ, ನ್ಯಾಷನಲ್ ಬುಕ್ ಟ್ರಸ್ಟ್ ಆಫ್ ಇಂಡಿಯಾ, ನವದೆಹಲಿ, ೧೯೭೩)

೩೭. ಇರುವೆಗಳು ಮತ್ತು ಇತರ ಕಥೆಗಳು (ಗೋಪೀನಾಥ ಮೊಹಂತಿ, ಅನು ಡಾ. ಎಚ್. ಎಸ್. ರಾಘವೇಂದ್ರರಾವ್, ಕ್ರೈಸ್ಟ್ ಕಾಲೇಜು ಕನ್ನಡ ಸಂಘ, ಬೆಂಗಳೂರು, ೧೯೯೯)

೩೮. ರುಡಾಲಿ (ಮಹಾಶ್ವೇತಾದೇವಿ, ಅನು: ಡಾ. ಎಚ್. ಎಸ್. ಶ್ರೀಮತಿ, ಅಂಕಿತ ಪುಸ್ತಕ, ಬೆಂಗಳೂರು, ೧೯೯೮)

೩೯. ಪಚ್ಚೆ ರೆಸಾರ್ಟ್ (ಯು. ಆರ್. ಅನಂತಮೂರ್ತಿ, ಪ್ರ: ಅಭಿನವ, ಬೆಂಗಳೂರು, ೨೦೧೧)

೪೦. ಭಾರತೀಪುರ (ಯು. ಆರ್. ಅನಂತಮೂರ್ತಿ, ಅಕ್ಷರ ಪ್ರಕಾಶನ, ಹೆಗ್ಗೋಡು, ನಾಲ್ಕನೆಯ ಮುದ್ರಣ, ೧೯೯೨)

೪೧. ನೀರ್ಮಾದಳ ಹೂ ಬಿಟ್ಟ ಕಾಲ (ಕಮಲಾ ದಾಸ್, ಅನು: ಪಾರ್ವತಿ ಜಿ. ಐತಾಳ, ಮನೋಹರ ಗ್ರಂಥಮಾಲಾ, ಧಾರವಾಡ, ೨೦೦೯)

೪೨. ಕಮಲಾ ದಾಸ್ ಕತೆಗಳು (ಅನು: ಕೆ. ಕೆ. ಗಂಗಾಧರನ್, ಲಂಕೇಶ್ ಪ್ರಕಾಶನ, ಬೆಂಗಳೂರು, ೨೦೦೯)

೪೩. ಕರಿಮಾಯಿ(ಚಂದ್ರಶೇಖರ ಕಂಬಾರ, ಅಂಕಿತ ಪುಸ್ತಕ, ಬೆಂಗಳೂರು, ನಾಲ್ಕನೆಯ ಮುದ್ರಣ, ೨೦೧೧)

೪೪. ಆಗೊಮ್ಮೆ ಈಗೊಮ್ಮೆ (ಗಿರೀಶ ಕಾರ್ನಾಡ, ಮನೋಹರ ಗ್ರಂಥಮಾಲಾ, ಧಾರವಾಡ, ೨೦೦೮)

೪೫. ದೇಶಕಾಲ ವಿಶೇಷಾಂಕ (ಸಂ: ವಿವೇಕ ಶಾನಭಾಗ, ದೇಶಕಾಲ, ಬೆಂಗಳೂರು, ೨೦೧೦)

೪೬. ಒಡಲಾಳ (ದೇವನೂರ ಮಹಾದೇವ, ನೆಲಮನೆ ಪ್ರಕಾಶನ, ಮೈಸೂರು, ೧೯೮೧)

೪೭. ಆರು ಟಾಲ್‌ಸ್ಟಾಯ್ ಕಥೆಗಳು (ಅನು: ಮಾಧವ ಚಿಪ್ಪಳಿ, ಅಕ್ಷರ ಪ್ರಕಾಶನ, ಹೆಗ್ಗೋಡು, ೨೦೦೯)

ಅನುಬಂಧ-೨
ಪೂರಕ ಸಾಹಿತ್ಯ ಸೂಚಿ

೧. ನೌಕಾಘಾತ (ರವೀಂದ್ರನಾಥ ಠಾಕೂರ್, ಅನು: ಎಚ್. ವಿ. ಸಾವಿತ್ರಮ್ಮ, ಕಾವ್ಯಾಲಯ, ಮೈಸೂರು, ೧೯೫೪, ಹೊಸ ಮುದ್ರಣ ೧೯೯೭)

೨. ರವೀಂದ್ರನಾಥ ಠಾಕೂರ್ ಸಂಚಿಕೆ (ಸಂಪಾದಕ: ವಿವೇಕ ಶಾನಭಾಗ, ಅತಿಥಿ ಸಂಪಾದಕರು: ಜ. ನಾ. ತೇಜಶ್ರೀ, ದೇಶಕಾಲ, ಬೆಂಗಳೂರು, ಸಂಪುಟ ೨೬, ಜುಲೈ-ಸೆಪ್ಟೆಂಬರ್ ೨೦೧೧,)

೩. ಕನ್ನಡದ ಕಣ್ಣಲ್ಲಿ ಠಾಕೂರ್ ೧೫೦ ಸಂಪಾದಕ: ಡಿ.ವಿ.ಪ್ರಹ್ಲಾದ್, ಅತಿಥಿ ಸಂಪಾದಕರು: ಕೆ. ಸಿ. ಶಿವಾರೆಡ್ಡಿ, (ಸಂಚಯ, ಬೆಂಗಳೂರು, ಸಂಚಿಕೆ ೯೪, ಸೆಪ್ಟೆಂಬರ್-ಅಕ್ಟೋಬರ್ ೨೦೧೧,)

೪. ನೂರರ ಹಿಂದ್ ಸ್ವರಾಜ್ ವಿಶೇಷ ಸಂಚಿಕೆ (ಸಂ: ಡಿ. ವಿ. ಪ್ರಹ್ಲಾದ್, ಅತಿಥಿ ಸಂಪಾದಕರು: ಜಿ. ಬಿ. ಹರೀಶ್, ಸಂಚಯ, ಬೆಂಗಳೂರು, ಸಂಚಿಕೆ ೮೧, ಜುಲೈ-ಆಗಸ್ಟ್, ೨೦೦೯)

೫. Hind Swaraj and other writings (Ed: Anthony J Parel, Cambridge University Press, New Delhi, 1997)

೬. Gandhi Before India (Ramachandra Guha, Allen Lane,New Delhi, 2013)

೭. ಉರಿ ಚಮ್ಮಾಳಿಗೆ(ಡಿ.ಆರ್.ನಾಗರಾಜ್, ಅನು:ಡಾ.ಎಂ.ಎಸ್.ಆಶಾದೇವಿ, ವಸಂತ ಪ್ರಕಾಶನ, ಬೆಂಗಳೂರು, ೨೦೦೨)

೮. ಸಾಹಿತ್ಯ ಕಥನ(ಡಿ.ಆರ್.ನಾಗರಾಜ್, ಅಕ್ಷರ ಪ್ರಕಾಶನ, ಹೆಗ್ಗೋಡು, ೧೯೯೬)

೯. ಕೀರ್ತಿನಾಥ ಕುರ್ತಕೋಟಿ ಅವರ ಆಯ್ದ ಬರಹಗಳು (ಅಕ್ಷರ ಪ್ರಕಾಶನ, ಹೆಗ್ಗೋಡು, ೨೦೦೬)

೧೦. ಉಚಲ್ಯಾ (ಲಕ್ಷ್ಮಣ ಗಾಯಕವಾಡ, ಅನು: ಚಂದ್ರಕಾಂತ ಪೋಕಳೆ, ನವಕರ್ನಾಟಕ ಪ್ರಕಾಶನ, ಬೆಂಗಳೂರು, ೧೯೯೪)

೧೧. Listening to the Loom (Dr.D. R. Nagaraj, permanent black, Ranikhet, 2012)

೧೨. The Cracked Mirror (Gopal Guru, Sundar Sarukkai, Oxford University Press, New Delhi, 2012)

೧೩. The Argumentative Indian (Amartyasen, Penguin Books, London, 2005)

೧೪. Master Storytellers of India(Jaba, Mukherjee Gupta, Manipal University Press, Manipal, 2013)

೧೫. ಭಾರತೀಯ ಜನಪದ ಕತೆಗಳು(ಎ. ಕೆ. ರಾಮಾನುಜನ್, ಅನು: ಮಹಾಬಲೇಶ್ವರರಾವ್, ನ್ಯಾಷನಲ್ ಬುಕ್ ಟ್ರಸ್ಟ್ ಆಫ್ ಇಂಡಿಯಾ, ನವದೆಹಲಿ, ೨೦೦೦)

೧೬. ಚೆನ್ನಬಸವ ನಾಯಕ (ಶ್ರೀನಿವಾಸ-ಮಾಸ್ತಿ ವೆಂಕಟೇಶ ಅಯ್ಯಂಗಾರ್, ಜೀವನ ಕಾರ್ಯಾಲಯ, ಬೆಂಗಳೂರು, ೧೯೪೯)

೧೭. ಕೆಂಪು ಮೀನು (ತಕಳಿ ಶಿವಶಂಕರ ಪಿಳ್ಳೆ, ಅನು: ನಾ. ಕಸ್ತೂರಿ, ಸಾಹಿತ್ಯ ಅಕಾಡೆಮಿ, ನವದೆಹಲಿ, ೧೯೬೪)

೧೮. ಹಗ್ಗ-ಭಾಗ ೧, ೨, ೩ (ತಕಳಿ ಶಿವಶಂಕರ ಪಿಳ್ಳೆ, ಅನು:ಕೆ. ಕೆ. ನಾಯರ್, ಅಶೋಕ್ ಕುಮಾರ್, ಸಾಹಿತ್ಯ ಅಕಾಡೆಮಿ, ನವದೆಹಲಿ,೨೦೦೭)

೧೯. ಚೋಮನ ದುಡಿ (ಶಿವರಾಮ ಕಾರಂತ, ಶೆಣೈ ಬ್ರದರ್ಸ್ ಮತ್ತು ಕಂಪೆನಿ, ಮಂಗಳೂರು ೧೯೩೩)

೨೦. ಮರಳಿ ಮಣ್ಣಿಗೆ (ಶಿವರಾಮ ಕಾರಂತ, ಮನೋಹರ ಗ್ರಂಥಮಾಲೆ, ೧೯೪೧)

೨೧. ಬೆಟ್ಟದ ಜೀವ(ಶಿವರಾಮ ಕಾರಂತ, ಮನೋಹರ ಗ್ರಂಥಮಾಲೆ, ೧೯೪೩)

೨೨. ಮೈಮನಗಳ ಸುಳಿಯಲ್ಲಿ(ಶಿವರಾಮ ಕಾರಂತ, ಹರ್ಷ ಪ್ರಕಟಣಾಲಯ, ಪುತ್ತೂರು, ೧೯೭೦)

೨೩. ಶಿವರಾಮ ಕಾರಂತ: ಎರಡು ಅಧ್ಯಯನಗಳು (ಟಿ.ಪಿ.ಅಶೋಕ, ಅಕ್ಷರ ಪ್ರಕಾಶನ, ಹೆಗ್ಗೋಡು, ೧೯೯೨)

೨೪. ಕುವೆಂಪು: ಕೆಲವು ಅಧ್ಯಯನಗಳು (ಟಿ. ಪಿ. ಅಶೋಕ, ಕಣ್ವ ಪಬ್ಲಿಕೇಷನ್ಸ್, ಪ್ರೈವೇಟ್ ಲಿಮಿಟೆಡ್, ಬೆಂಗಳೂರು, ೨೦೧೩)

೨೫. ಐದು ದಶಕದ ಕಥೆಗಳು (ಯು.ಆರ್.ಅನಂತಮೂರ್ತಿ, ಅಕ್ಷರ ಪ್ರಕಾಶನ, ಹೆಗ್ಗೋಡು, ೨೦೦೧)

೨೬. ಪೂರ್ವಾಪರ (ಯು. ಆರ್. ಅನಂತಮೂರ್ತಿ, ಅಕ್ಷರ ಪ್ರಕಾಶನ, ಹೆಗ್ಗೋಡು, ೧೯೯೦)

೨೭. ಬೆತ್ತಲೆಪೂಜೆ ಯಾಕೆ ಕೂಡದು? (ಯು. ಆರ್. ಅನಂತಮೂರ್ತಿ, ಅಕ್ಷರ ಪ್ರಕಾಶನ, ಹೆಗ್ಗೋಡು,೧೯೯೬)

೨೮. ಯು. ಆರ್. ಅನಂತಮೂರ್ತಿ: ವೈಚಾರಿಕತೆ ಹಾಗೂ ಸಾಹಿತ್ಯ(ಜಿ. ಎಸ್. ಆಮೂರ, ಮನೋಹರ ಗ್ರಂಥ ಮಾಲೆ, ಧಾರವಾಡ, ೨೦೧೩)

೨೯. ಅನಂತಮೂರ್ತಿ ವಾಙ್ಮಯ (ಟಿ. ಪಿ. ಅಶೋಕ, ಅಕ್ಷರ ಪ್ರಕಾಶನ ಹೆಗ್ಗೋಡು, ೨೦೧೪)

೩೦. Rudali:From Fiction to Performance (Mahashwetadevi, Usha Ganguly, Seagull, Calcutta, 1999

೩೧. ದೋಪ್ದಿ ಹಾಗೂ ಇತರ ಕಥೆಗಳು (ಮಹಾಶ್ವೇತಾದೇವಿ, ಅನು: ಡಾ. ಎಚ್. ಎಸ್. ಶ್ರೀಮತಿ, ಬೆಳ್ಳಿ ಚುಕ್ಕಿ ಬುಕ್ ಟ್ರಸ್ಟ್, ಮೈಸೂರು, ೧೯೯೬)

೩೨. ಮಹಾಶ್ವೇತಾದೇವಿ (ಡಾ. ಎಚ್. ಎಸ್. ಶ್ರೀಮತಿ, ಕರ್ನಾಟಕ ಸಾಹಿತ್ಯ ಅಕಾಡೆಮಿ, ಬೆಂಗಳೂರು, ೨೦೦೫)

೩೩. ಅಲೆಗಳಲ್ಲಿ ಅಂತರಂಗ (ವೈದೇಹಿ, ಅಕ್ಷರ ಪ್ರಕಾಶನ ಹೆಗ್ಗೋಡು, ೨೦೦೬)

೩೪. ವೈದೇಹಿ ಕಥನ (ಟಿ. ಪಿ. ಅಶೋಕ, ಅಕ್ಷರ ಪ್ರಕಾಶನ ಹೆಗ್ಗೋಡು,೨೦೧೩)

೩೫. ವೈದೇಹಿ (ಸ. ಉಷಾ, ನವಕರ್ನಾಟಕ ಪ್ರಕಾಶನ, ಬೆಂಗಳೂರು, ೨೦೧೨)

೩೬. ಕಥನ ಪ್ರೀತಿ (ಟಿ. ಪಿ. ಅಶೋಕ, ಅಕ್ಷರ ಪ್ರಕಾಶನ ಹೆಗ್ಗೋಡು, ೨೦೧೩)

೩೭. ಕಥನ ಕಾರಣ (ಟಿ. ಪಿ. ಅಶೋಕ, ಮನೋಹರ ಗ್ರಂಥಮಾಲಾ, ಧಾರವಾಡ, ೨೦೧೪)

೩೮. ಕಥನ ವೈವಿಧ್ಯ(ಟಿ. ಪಿ. ಅಶೋಕ, ಕಣ್ವ ಪಬ್ಲಿಕೇಷನ್ಸ್ ಪ್ರೈವೇಟ್ ಲಿಮಿಟೆಡ್, ಬೆಂಗಳೂರು,೨೦೧೪)

೩೯. ಸಮಕಾಲೀನ ಹಿಂದೀ ಕಥೆಗಳು(ಸಂ. ಧನಂಜಯ ವರ್ಮ, ಅನು: ಎಸ್. ವಿನೋದ ಬಾಯಿ, ನ್ಯಾಷನಲ್ ಬುಕ್ ಟ್ರಸ್ಟ್ ಆಫ್ ಇಚಿಡಿಯಾ, ನವದೆಹಲಿ, ೧೯೯೫)

೪೦. ಹಿಂದಿಯ ಬಹುಚರ್ಚಿತ ಕಥೆಗಾರ್ತಿಯರ ಕಥೆಗಳು(ಸಂ ಮತ್ತು ಅನು: ಡಿ. ಎನ್. ಶ್ರೀನಾಥ್, ಸಿರಿಗನ್ನಡ ಪುಸ್ತಕಮನೆ, ಶಿವಮೊಗ್ಗ, ೨೦೧೩)

೪೧. ಬಸಂತಿ(ಭೀಷ್ಮ ಸಾಹನಿ, ಅನು: ಶಾರದಾಸ್ವಾಮಿ, ಡಾ. ಎಚ್. ಎಂರಾಮಚಂದ್ರಸ್ವಾಮಿ, ನವಕರ್ನಾಟಕ ಪ್ರಕಾಶನ, ಬೆಂಗಳೂರು, ೧೯೮೯

೪೨. ಎ. ಕೆ. ರಾಮಾನುಜನ್ ಆಯ್ದ ಪ್ರಬಂಧಗಳು(ಅನು: ಓ. ಎಲ್. ನಾಗಭೂಷಣಸ್ವಾಮಿ, ಮನೋಹರ ಗ್ರಂಥಮಾಲಾ, ಧಾರವಾಡ, ೨೦೧೨)

೪೩. ವಿಕ್ಟೋರಿಯಾ ಗೌರಮ್ಮ(ಸಿ. ಪಿ. ಬೆಳ್ಳಿಯಪ್ಪ, ಅನು: ಡಾ. ಬಿ. ರಾಮಚಂದ್ರಾಚಾರ್, ಅಂಕಿತ ಪುಸ್ತಕ, ಬೆಂಗಳೂರು, ೨೦೧೩)